மொழிபெயர்ப்பியல்
பயணங்கள் பரிமாணங்கள்

மொழிபெயர்ப்பியல்
பயணங்கள் பரிமாணங்கள்

கே. தியாகராஜன் (பி. 1948)

தஞ்சையில் பிறந்தவர். இளநிலை (இயற்பியல்), முதுகலை (ஆங்கிலம்), முனைவர் (ஆங்கிலம்) பட்டங்களும் மொழியியலில் பட்டயமும் ஆங்கிலம் கற்பித்தலில் முதுநிலைப் பட்டயமும் பெற்றவர். தமிழ்நாடு அரசு கலை அறிவியல் கல்லூரிகள், புதுவை, ஹொரைதா, ஏடன் பல்கலைக்கழகங்கள் எனக் கல்வி நிறுவனங்களில் நாற்பதாண்டுக் காலம் பணியாற்றியவர். அறுபதுக்கும் மேற்பட்ட எம்.ஏ., எம்.ஃபில்., முனைவர் பட்ட ஆய்வுகளை வழிநடத்தியவர். இந்திய நகரங்கள் பலவற்றில் நடத்தப்பட்ட ஆசிரியர் பயிற்சிப் பட்டறைகளில் பயிற்றுநராகப் பணியாற்றியவர். பல இந்திய, பன்னாட்டுக் கருத்தரங்குகளில் பங்களிப்புச் செய்தவர்.

● அன்பார்ந்த வாசகருக்கு,

வணக்கம்.

காலச்சுவடு நூலை வாங்கியமைக்கு நன்றி.

நூலின் உள்ளடக்கம், உருவாக்கம், அட்டைப்படம் இன்ன பிற அம்சங்கள் பற்றிய உங்கள் கருத்துகளையும் ஆலோசனைகளையும் காலச்சுவடு வரவேற்கிறது. தகவல், எழுத்து, வாக்கியப் பிழைகள் தென்பட்டால் கட்டாயம் தெரிவித்து உதவுங்கள். நூல் தயாரிப்பில் கடும் குறைபாடு இருப்பின் மாற்றுப் பிரதி உங்களுக்குக் கிடைக்கக் காலச்சுவடு ஏற்பாடு செய்யும்.

மின்னஞ்சல்: **publisher@kalachuvadu.com**

காலச்சுவடு நாகர்கோவில் தலைமையகத்துக்கும் கடிதம் அனுப்பலாம்.

தங்கள்
எஸ்.ஆர். சுந்தரம் (கண்ணன்)
பதிப்பாளர் — நிர்வாக இயக்குநர்

மொழிபெயர்ப்பியல் பயணங்கள் பரிமாணங்கள் ❖ ஆசிரியர்: கே. தியாகராஜன் ❖ © கே. தியாகராஜன் ❖ முதல் பதிப்பு: ஜூலை 2022, இரண்டாம் (குறும்) பதிப்பு: செப்டம்பர் 2022 ❖ வெளியீடு: காலச்சுவடு, 669, கே.பி. சாலை, நாகர்கோவில் 629001

mozipeyarppiyal payanankal parimanankal ❖ Translation Studies ❖ Author: K. Thiagarajan ❖ © K. Thiagarajan ❖ Language: Tamil ❖ First Edition: July 2022, Second (Short) Edition: September 2022 ❖ Size: Demy 1 x 8 ❖ Paper: 18.6 kg maplitho ❖ Pages: 592

Published by Kalachuvadu, 669, K.P. Road, Nagercoil 629001, India ❖ Phone: 91-4652-278525 ❖ e-mail: publications@kalachuvadu.com ❖ Printed at: Adyar Students xerox Pvt. Ltd., No. 275 Habibullah Road, Triplicane high Road, Opp Triplicane Post Office, Triplicane, Chennai 600005

ISBN: 978-93-5523-088-1

கே. தியாகராஜன்

மொழிபெயர்ப்பியல்
பயணங்கள் பரிமாணங்கள்

காலச்சுவடு பதிப்பகம்

கே. தியாகராஜன்

மொழிபெயர்ப்பியல்
பயணங்கள் பரிமாணங்கள்

காலச்சுவடு பதிப்பகம்

● அன்பார்ந்த வாசகருக்கு,

வணக்கம்.

காலச்சுவடு நூலை வாங்கியமைக்கு நன்றி.

நூலின் உள்ளடக்கம், உருவாக்கம், அட்டைப்படம் இன்ன பிற அம்சங்கள் பற்றிய உங்கள் கருத்துகளையும் ஆலோசனைகளையும் காலச்சுவடு வரவேற்கிறது. தகவல், எழுத்து, வாக்கியப் பிழைகள் தென்பட்டால் கட்டாயம் தெரிவித்து உதவுங்கள். நூல் தயாரிப்பில் கடும் குறைபாடு இருப்பின் மாற்றுப் பிரதி உங்களுக்குக் கிடைக்கக் காலச்சுவடு ஏற்பாடு செய்யும்.

மின்னஞ்சல்: **publisher@kalachuvadu.com**

காலச்சுவடு நாகர்கோவில் தலைமையகத்துக்கும் கடிதம் அனுப்பலாம்.

தங்கள்
எஸ்.ஆர். சுந்தரம் (கண்ணன்)

பதிப்பாளர் — நிர்வாக இயக்குநர்

மொழிபெயர்ப்பியல் பயணங்கள் பரிமாணங்கள் ❖ ஆசிரியர்: கே. தியாகராஜன் ❖

© கே. தியாகராஜன்

❖ முதல் பதிப்பு: ஜூலை 2022, இரண்டாம் (குறும்) பதிப்பு: செப்டம்பர் 2022 ❖ வெளியீடு: காலச்சுவடு, 669, கே.பி. சாலை, நாகர்கோவில் 629001

mozipeyarppiyal payananankal parimanankal ❖ Translation Studies ❖ Author: K. Thiagarajan ❖ © K. Thiagarajan ❖ Language: Tamil ❖ First Edition: July 2022, Second (Short) Edition: September 2022 ❖ Size: Demy 1 x 8 ❖ Paper: 18.6 kg maplitho ❖ Pages: 592

Published by Kalachuvadu, 669, K.P. Road, Nagercoil 629001, India ❖ Phone: 91-4652-278525 ❖ e-mail: publications@kalachuvadu.com ❖ Printed at: Adyar Students xerox Pvt. Ltd., No. 275 Habibullah Road, Triplicane high Road, Opp Triplicane Post Office, Triplicane, Chennai 600005

ISBN: 978-93-5523-088-1

கல்வியிலும் கல்விப் பணியிலும் வாழ்க்கையிலும்
என்னைத் தெரிந்தும், தெரியாமலும்
அண்மையிலும், சேய்மையிலும்
முன்னுதாரணங்களாய் இருந்து
என்னை வழிநடத்தி, ஊக்கப்படுத்தி, மேம்படுத்திய,
மேம்படுத்திக்கொண்டிருக்கும்
அகவையில் நிறைந்த, குறைந்த, ஆளுமையில் மிகுந்த
அனைத்து ஆசான்களுக்கும்!

பொருளடக்கம்

அணிந்துரை	23
ஒரு வாசகரின் பார்வையில் . . .	29
முன்னுரை	35
1. முகவுரை	43
1.1 முதல் கட்டத் தகவல்கள்	43
1.1.1 மொழிபெயர்ப்பின் பயன்கள்	43
1.1.2 பனுவல்	44
1.1.3 மொழிபெயர்ப்புக் களம்	45
1.1.3.1 மொழிபெயர்ப்புக் களக் கூறுகள்	46
1.1.3.2 படைப்பாசிரியர்	47
1.1.3.3 மொழிபெயர்ப்பாளர்	47
1.1.3.4 மொழிபெயர்ப்பாளர் முன் உள்ள வினாக்கள்	47
1.1.4 மொழி பெயர்ப்பு, மொழி மாற்றம், மொழியாக்கம்	51
1.2 'பொருளி'ன் பொருள்	53
1.2.1 சொற்பொருள்	54
1.2.2 பேசுபவரின் பொருள்	54
1.2.3 கேட்பவரின் பொருள்	55
1.2.4 உரையாடல் சூழ்நிலைப் பொருள்	57

- 1.2.5 'பொருளின் பொருள்': மேலும் சில சிக்கல்கள் — 58
  - 1.2.5.1 பேச்சு மொழியின் தனித்துவ அம்சங்கள் — 58
  - 1.2.5.2 சமூக, கலாச்சார, வரலாற்றுப் பின்னணித் தகவல்கள் — 61
- 1.3 அடிப்படை விவாதங்கள் — 63
  - 1.3.1 *சமானம் – தோராயம்* — 63
    - 1.3.1.1 தருமொழி பனுவலின் தனித்துவங்கள் — 64
    - 1.3.1.2 மொழிபெயர்ப்பாளரின் தனித்துவங்கள் — 65
  - 1.3.2 'சொல்லுக்குச் சொல்' மொழிபெயர்ப்பு – 'கட்டற்ற' மொழிபெயர்ப்பு — 66
    - 1.3.2.1 'சொல்லுக்குச் சொல்' மொழிபெயர்ப்பு — 66
    - 1.3.2.2 'கட்டற்ற' மொழிபெயர்ப்பு — 67
  - 1.3.3 உள்ளடக்கம் – வடிவம் — 68
    - 1.3.3.1 உள்ளடக்கம் — 68
    - 1.3.3.2 வடிவம் — 69
    - 1.3.3.3 'உள்ளடக்கமே/வடிவமே': விவாதச் சுருக்கம் — 70
- 1.4 மொழியாக்கச் செயல்முறை: ஆய்வுப் பார்வைகள் — 72
  - 1.4.1 உரத்த சிந்தனைப் பதிவுகள் — 73
  - 1.4.2 சிக்கல் தீர்த்தல் — 75
  - 1.4.3 மொழியாக்கத்தில் 'முடிவுசெய்தல்' — 78
  - 1.4.4 மொழியாக்க அலகு — 79
  - 1.4.5 உணர்ச்சி ஓட்டங்களும் மொழியாக்கமும் — 80
- 1.5 மொழிபெயர்ப்பாளர்: ஒருங்கிணைப்பாளர் – படைப்பாசிரியர் — 80
- 1.6 உரைபெயர்ப்பு — 82
- 1.7 மொழிபெயர்ப்பியல்: பரிமாணங்கள் — 82
  - 1.7.1 உட்பரிமாணங்கள் — 83
  - 1.7.2 வெளிப் பரிமாணங்கள் — 84
    - 1.7.2.1 மொழியில்லாத் தகவல் பரிமாற்றம் — 86

1.7.2.2 பல்வகைப் பனுவல்களும் பல்லூடகப் பனுவல்களும்	88
1.7.2.3 திரை மொழியாக்கம்	89
1.7.2.4 கணினி மொழியாக்கம்	93
2. மொழியாக்கச் சிந்தனைகள் வரலாறு	**98**
2.1 தமிழக மொழியாக்கச் சிந்தனைகள் வரலாறு	98
2.1.1 தொல்காப்பியர் (கி.மு. ஏழாம் நூற்றாண்டு?)	99
2.1.2 பேராசிரியர் (கி.பி. 13ஆம் நூற்றாண்டு?)	100
2.1.3 A.K. ராமானுஜன்	103
2.2 மேற்கத்திய மொழியாக்கச் சிந்தனைகள் வரலாறு	112
2.2.1 மொழியாக்கச் சுயாதிகாரம், சமானம், இயக்கம்	113
2.2.2 முதல் பகுதி (1900–1930கள்)	114
2.2.2.1 வால்டர் பெஞ்சமின் (Walter Benjamin)	116
2.2.2.2 எஸ்ரா பவுண்ட் (Ezra Pound)	117
2.2.2.3 ஹோஹி லூயிஸ் போர்ஹஸ் (Jorge Luis Borges)	119
2.2.2.4 ஹொஸ்ஸே ஒர்ட்டிகா இகாஸெட் (José Ortega y Gasset)	120
2.2.3 இரண்டாம் பகுதி (1940கள்–1950கள்)	121
2.2.3.1 விளாடிமீர் நபகோஃப் (Vladimir Nabokov)	121
2.2.3.2 வினே & டார்பில்னே (J.P. Vinay & J. Darbelnet)	122
2.2.3.2.1 இரவல்	123
2.2.3.2.2 இரவலின் மொழியாக்கம்	124
2.2.3.2.3 சொல்லுக்குச் சொல் மொழிபெயர்ப்பு	125
2.2.3.2.4 சொல்வகை மாற்றம்	125
2.2.3.2.5 தகவல் வடிவ மாறுபாடு	126
2.2.3.2.6 சமானம்	127
2.2.3.2.7 தழுவல்	127

2.2.3.3 விலர்ட் க்வைன் (Willard V. O. Quine)	128
2.2.3.4 ரோமன் யேகப்சன் (Roman Jakobson)	130
2.2.3.4.1 குறி, குறி முறைமை அமைப்பு	131
2.2.3.4.2 மொழிக் குறிகள்	131
2.2.3.4.3 மூன்று மொழியாக்க வகைகள்	132
2.2.4 மூன்றாம் பகுதி (1960கள்–1970கள்)	134
2.2.4.1 யூஜீன் நைடா (Eugene A. Nida)	135
2.2.4.1.1 வடிவ ஒப்புமை	135
2.2.4.1.2 இயக்கம் – மிகு ஒப்புமை	136
2.2.4.2 ஈட்டமார் ஈவன் – ஜோஹா (Itamar Even-Zohar)	138
2.2.4.2.1 இலக்கியம்: ஒரு பன்முக அமைப்பு	138
2.2.4.2.2 மையநிலை – விளிம்புநிலை	139
2.2.4.2.3 மொழியாக்க இலக்கியத்தின் பங்களிப்பு	140
2.2.4.3 கிடியான் டூரி (Gideon Toury)	141
2.2.5 நான்காம் பகுதி (1980கள்)	144
2.2.5.1 ஹான்ஸ் வெர்மியர் (Hans Vermeer)	145
2.2.5.1.1 ஸ்கோபோஸ் கோட்பாடு	145
2.2.5.1.2 மொழியாக்கச் செயல்	146
2.2.5.1.3 மொழியாக்கச் செயல் திட்டம்	146
2.2.5.2 ஆண்ட்ரே லெஃபவிய (André Lefevere)	147
2.2.5.2.1 மொழியாக்கத் திரிபுகள்	148
2.2.5.2.2 இலக்கியம்: புனைவிய அடிப்படை அணுகுமுறை	150
2.2.5.2.3 இலக்கிய முறைமை அமைப்பு அணுகுமுறை	151
2.2.5.2.4 மொழியாக்க இலக்கியங்களின் இடம்	153
2.2.5.3 லோரி சேம்பலின் (Lori Chamberlain)	155
2.2.5.3.1 பால் தன்மை, பாலினம்	155

2.2.5.3.2 பெண்ணியம்	156
2.2.5.3.3 மொழியாக்கத்தில் பாலின அரசியல்	157
2.2.5.3.4 மொழியாக்கத்தில் பாலின உருவகங்களின் வரலாற்றுக் கண்ணோட்டம்	159
2.2.5.3.5 பெண்ணிய மொழியாக்கச் சவால்கள்	161
2.2.6 ஐந்தாம் பகுதி (1990கள்–2010கள்)	162
2.2.6.1 சூசன் பேஸ்னெட் (Susan Bassnett)	163
2.2.6.1.1 காலனியம்	164
2.2.6.1.2 பிந்திய காலனியம்	165
2.2.6.1.3 பிந்திய–காலனிய மொழிபெயர்ப்பியல் (Postcolonial translation studies)	168
2.2.6.2 காயத்ரி சக்ரவர்த்தி ஸ்பிவாக் (Gayatri Chakravorty Spivak)	172
2.2.6.2.1 மொழியாக்கம் என்ற வாசிப்பு (Translation as reading)	172
2.2.6.2.2 'ஸ்தனதாயினி'யின் இரு மொழியாக்கங்கள்: ஒரு வழக்கு ஆய்வு	174
2.2.6.2.3 காயத்ரியின் மொழியாக்கச் செயல்முறை	176
2.2.7 ஆறாம் பகுதி (2010கள்) மிச்செலா உல்ஃப் (M.Wolfe)	177
2.2.7.1 மொழியாக்கச் சமூகவியல்: ஆய்வு நெறிமுறை உருவாக்கம்	179
2.2.7.2 மொழியாக்கத்தை விளைவிப்பவர்கள்/ விளைவிப்பவை கோணச் சமூகவியல்	179
2.2.7.3 மொழியாக்கச் செயல்முறையின் சமூகவியல்	180
3. மொழியியல்	184
3.1 மொழியியல் தந்துள்ள மொழியாக்கச் செய்முறைகள்	185
3.2 மொழியியல் அறிஞர்களின் மொழியாக்கக் கொள்கைகள்	186

- 3.2.1 மொழியாக்க வகைகள் — 186
- 3.2.2 மொழியாக்கச் சமானம் — 187
- 3.2.3 ஸ்கோபோஸ் கோட்பாடு — 188
- 3.3 மொழியியலும் மொழிபெயர்ப்பியலும்: இருவழிப் பயன்கள் — 188
  - 3.3.1 மொழி கற்றல்/கற்பித்தல் (language learning/teaching) — 188
  - 3.3.2 வேற்றுமைப் பகுப்பாய்வு — 190
    - 3.3.2.1 வேற்றுமைப் பகுப்பாய்வு: பொதுவான கூறு — 190
    - 3.3.2.2 எடுத்துக்காட்டு வேற்றுமைப் பகுப்பாய்வு — 191
    - 3.3.2.3 எடுத்துக்காட்டு வேற்றுமைப் பகுப்பாய்வு: முடிவுகள் — 198
  - 3.3.3 வாக்கியங்களில் சொல்வரிசை ஒழுங்கு முறை (Word order) — 201
- 3.4 மொழியியலின் பரிணாம வளர்ச்சி — 202
  - 3.4.1 பொருண்மையியல் — 202
  - 3.4.2 பொருண்மையியலின் குறைகளால் விளைந்த புதிய பரிமாணங்கள் — 203
  - 3.4.3 தற்கால மொழியியலின் முந்திய, பிந்திய கிளைகள் — 204
- 3.5 மொழிப் பயன்பாட்டியல் — 205
  - 3.5.1 சுட்டிக்காட்டுதலும், அண்மை – சேய்மையைக் குறிப்பிடுதலும் — 206
  - 3.5.2 முன் அனுமானங்கள் — 207
  - 3.5.3 பேச்சுச் செயல் கோட்பாடு — 210
  - 3.5.4 உரையாடலின் விதிகள் — 215
  - 3.5.5 உரையாடலின் உட்பொதிவுகள் — 218
  - 3.5.6 சமூக உறவாடல்கள் பற்றிய மொழிப்பயன்பாட்டியல் ஆய்வுகள் — 220
    - 3.5.6.1 முகக் கோட்பாடு (Face theory) — 222
    - 3.5.6.2 'பரிவு'க் கோட்பாடு (Politeness theory) — 224

3.6 மொழிவழிப் பரிமாற்றக்களன் பகுப்பாய்வு
(Discourse Analysis) 231

   3.6.1 பின்புலம் 232

   3.6.2 மொழிவழிப் பரிமாற்றச் செயலும் வடிவமும் 232

   3.6.3 எழுத்து வடிவப் பனுவல்: மௌன உரையாடல் 233

   3.6.4 சொல்/இலக்கண மட்டப் பிணைப்பு 235

   3.6.5 விமர்சன மொழிவழிப் பரிமாற்றக்களன்
       பகுப்பாய்வு (Critical Discourse Analysis) 244

      3.6.5.1 சமூக-அரசியல் பிரச்சினைகள் 246

      3.6.5.2 ஆதிக்க உறவுகள் 252

         3.6.5.2.1 விரிந்த கட்டமைப்புப் பகுப்பாய்வு 253

         3.6.5.2.2 நுண்ணிய கட்டமைப்புப் பகுப்பாய்வு 262

3.7 பனுவல் மொழியியல் 266

   3.7.1 சொல்/இலக்கண மட்டப் பிணைப்பு (Cohesion) 268

   3.7.2 விரிந்த அர்த்த மட்டப் பின்னல் (Coherence) 268

   3.7.3 நோக்கத் தன்மை 273

   3.7.4 ஏற்புடைமை 273

   3.7.5 தகவல் தரும் திறன் 274

   3.7.6 சூழ்நிலைத் தன்மை 274

   3.7.7 பனுவலிடை இழையோட்டம் 274

3.8 தற்கால மொழியியலின் பிந்திய கிளைகளும்
     மொழியாக்கமும் 280

4. கலாச்சாரம் 284

4.1 கலாச்சாரமும் உலகப் பார்வையும் 284

4.2 கலாச்சாரம் என்றால் என்ன? 285

4.3 மொழிபெயர்ப்பியலில் கலாச்சாரத்தின் தாக்கம் 286

4.4 வால்மீகி ராமாயணம்: தமிழ் மொழிபெயர்ப்புப்
     பிரச்சினைகள் 295

   4.4.1 ஆரண்ய காண்டம்: இலக்குவன்மேல்
       சீதையின் சீற்றம் 296

4.4.2 ஆரண்ய காண்டம்: இராவணன்
சீதையை கவர்தல் 302

4.4.3 பாலகாண்டம்: கோசல நாட்டின் சிறப்புகள் 307

4.5 *குறுந்தொகை*: ஆங்கில மொழியாக்கப்
பிரச்சினைகள் 311

    4.5.1 உணர்ச்சிப் பிரவாகக் காதல் (Romantic love) ... 312

    4.5.2 சங்ககாலத் தமிழ்க் கலாச்சார
காதலின் அம்சங்கள் 314

    4.5.3 மொழியாக்க மதிப்பீட்டு அளவுகோல் 315

    4.5.4 குறுந்தொகைப் பாடல் 25 317

    4.5.5 ஆங்கில மொழிபெயர்ப்பு: பிரச்சினைகள் 319

        4.5.5.1 மொழியாக்கத்தின் மையப் புள்ளி 319

        4.5.5.2 எந்த வகை ஆங்கிலம்? 321

    4.5.6 கபிலர் எழுதிய பாடலின் ஆங்கில
மொழியாக்கப் பிரச்சினைகள் 323

4.6 *கீதாஞ்சலி*: தாகூரின் சுயமொழியாக்கப்
பிரச்சினைகள் 335

    4.6.1 தாகூரின் சுயமொழியாக்கக் காரணிகள் 336

    4.6.2 தாகூரின் மொழியாக்கக் கொள்கைகள் 337

    4.6.3 நோபல் பரிசும் புகழும் கிடைத்த விதம் 337

    4.6.4 புகழ் சரிந்த விதம் 338

    4.6.5 தாகூரின் சுயமொழியாக்கத் தோல்வி
பற்றிய விமர்சனம் 338

5. இலக்கியம் 341

5.1 எது இலக்கியம்? 342

5.2 எது இலக்கிய மொழியாக்கம்? 344

5.3 இலக்கியத்தின் பயணங்கள் 345

    5.3.1 இலக்கியத்தின் ஆக்கப் பயணம் 345

    5.3.2 'ஆசிரியர்' என்ற கருத்தாக்கம் 346

        5.3.2.1 பாரம்பரியப் பார்வையில் 'ஆசிரியர்' 346

- 5.3.2.2 கட்டமைப்பிய, பிந்திய – கட்டமைப்பியப் பார்வையில் 'ஆசிரியர்' ... 347
- 5.3.2.3 புதிய வரலாற்றியப் பார்வையில் 'ஆசிரியர்' ... 352
- 5.3.2.4 ஆசிரியர்: நகல் எடுப்பவர், படைப்பாளி அல்ல ... 356
- 5.3.2.5 பனுவலிடை இழையோட்டம் ... 357
- 5.3.3 இலக்கியத்தின் வாசிப்புப் பயணம் ... 358
  - 5.3.3.1 வாசகர் – கோணப் பனுவலும், எழுத்தாளர் – கோணப் பனுவலும் ... 358
  - 5.3.3.2 ஆசிரியரின் 'மரணம்' ... 361
- 5.4 இலக்கியத்தில் இலக்கியமல்லாதவற்றின் கூறுகள் ... 362
- 5.5 இலக்கிய மொழியாக்கத்தின் தனித்துவப் பிரச்சினைகள் ... 365
  - 5.5.1 இலக்கியமல்லாத பனுவல்களின் மொழிபெயர்ப்பு ... 365
  - 5.5.2 இலக்கிய மொழியாக்கம் ... 365
    - 5.5.2.1 இலக்கிய மொழிபெயர்ப்பின் இலக்கு ... 366
    - 5.5.2.2 இலக்கிய மொழிபெயர்ப்பின் கால இடைவெளி ... 366
    - 5.5.2.3 'மொழிக்குள்ளேயே செய்யப்படும் மொழிபெயர்ப்பு' (Intra-lingual translation) ... 367
    - 5.5.2.4 உரை நூல்கள் ... 367
    - 5.5.2.5 திருக்குறள் உரைநூல்கள் ... 367
    - 5.5.2.6 இலக்கிய மொழியாக்கங்களின் ஆயுள் ... 370
- 5.6 செய்யுள் மொழியாக்கம் ... 370
  - 5.6.1 செய்யுளின் அடையாளங்கள் ... 371
  - 5.6.2 செய்யுள் மொழியாக்கம்: சாத்தியமானதா? ... 372
  - 5.6.3 செய்யுள் மொழிபெயர்ப்பு: நடைமுறை அணுகுமுறை ... 374
  - 5.6.4 செய்யுள் மொழியாக்கப் பணியின் வீச்சு ... 376
    - 5.6.4.1 பொருள் ... 377
    - 5.6.4.2 நடை ... 378

- 5.6.5 ஷேக்ஸ்பியரின் ஈரேழ்வரிப்பா 116 — 380
  - 5.6.5.1 அறிமுகம் — 380
  - 5.6.5.2 ஷேக்ஸ்பியரின் ஈரேழ்வரிப்பாக்கள்: யாப்பிலக்கணக் கூறுகள் — 380
  - 5.6.5.3 பொருள் சுருக்கம் — 381
  - 5.6.5.4 தமிழ் மொழியாக்கத் தெரிவுகள் — 382
  - 5.6.5.5 ஷேக்ஸ்பியருடைய பாவின் மொழியாக்கச் சவால்கள் — 384
    - 5.6.5.5.1 படிமங்கள் — 384
    - 5.6.5.5.2 உருவகம் — 385
    - 5.6.5.5.3 ஆளுருவாக்கம் — 386
    - 5.6.5.5.4 குறியீடுகள் — 388
    - 5.6.5.5.5 தொன்மம் — 390
  - 5.6.5.6 பிற நடை அம்சங்கள் — 393
    - 5.6.5.6.1 சொல்லாடல் — 393
    - 5.6.5.6.2 ஓசை நயம் — 394
  - 5.6.5.7 வழக்காய்வு தந்த தெளிவுகள் — 396
- 5.7 உரைநடை மொழியாக்கம் — 397
  - 5.7.1 சமுதாயத்தில் மொழிபெயர்ப்பாளர்களின் இடம், கடமை — 398
  - 5.7.2 உரைநடை மொழியாக்கக் கொள்கைகள் — 400
  - 5.7.3 தமிழ்ச் சிறுகதை, நாவல், மொழியாக்கப் பிரச்சினைகள் — 403
    - 5.7.3.1 'சாப விமோசனம்': ஆங்கில மொழியாக்கப் பிரச்சினைகள் — 403
    - 5.7.3.2 மொழியாக்க மதிப்பீட்டு அளவுகோலின் அம்சங்கள் — 404
    - 5.7.3.3 தொன்மங்கள் — 405
    - 5.7.3.4 அகலிகைத் தொன்மம் — 406
    - 5.7.3.5 அகலிகைத் தொன்மம்: கம்பனின் மீளுருவாக்கம் — 406

- 5.7.3.6 கம்பனின் அகலிகைத் தொன்மம்: புதுமைப்பித்தனின் மீளுருவாக்கம் — 407
- 5.7.3.7 சிறுகதையின் விரிந்த அர்த்தமட்டப் பின்னல் — 408
- 5.7.3.8 'சாப விமோசனம்' சிறுகதையின் கட்டமைப்பு — 413
- 5.7.3.9 மொழியாக்கப் பிரச்சினைகள்: வாக்கிய மட்டம், சொல் மட்டம் — 426
- 5.7.3.10 மொழியாக்க மதிப்பீட்டு ஆய்வின் முடிவுகள் — 432

6. நாடகம் — 435

6.1 அறிமுகநிலைத் தகவல்கள் — 435

- 6.1.1 ஏட்டு நாடகம் – மேடை நாடகம் — 435
- 6.1.2 நாடகத்தின் பொருள் — 437
- 6.1.3 அரங்கு வகைகள் — 439
  - 6.1.3.1 வட்டரங்கு/களம் — 439
  - 6.1.3.2 உந்துகை மேடை அரங்கு — 440
  - 6.1.3.3 இறுதி மேடை அரங்கு — 440
  - 6.1.3.4 நெகிழ்வு மேடை அரங்கு — 441
- 6.1.4 நாடக மொழியாக்கம்: இரு அணுகுமுறைகள் — 442
  - 6.1.4.1 சுயமாக்குதல் — 442
  - 6.1.4.2 அந்நியங்களின் இறக்குமதி — 445
- 6.1.5 நாடக மொழியாக்கத் தனித்துவத் தகுதிகள் — 446
- 6.1.6 பேச்சு மொழியின் முக்கியத்துவம் — 447
- 6.1.7 அவையோருக்கு ஏற்புடைமை — 448
- 6.1.8 தழுவல் — 453
- 6.1.9 தயாரிப்புக் குழுவில் மொழிபெயர்ப்பாளரின் இடம் — 455

6.2 தமிழ் மேடை நாடகம் — 457

- 6.2.1 *சிலப்பதிகாரம்* தரும் நாடகத் தகவல்கள் — 457
- 6.2.2 நாட்டியமும் நாடகமும் — 458
- 6.2.3 இடைக்கால மேடை நாடக வகைகள் — 458

6.2.4 சங்கரதாஸ் சுவாமிகளின் பங்களிப்பு	459
6.2.5 பம்மல் சம்பந்த முதலியாரின் பங்களிப்பு	459
6.2.6 இருபதாம் நூற்றாண்டில் மற்ற பங்களிப்புகள்	460
6.3 தமிழகத்தில் பிறமாநில நாடகங்களின் தாக்கம்	461
6.3.1 பாகவத மேளா	462
6.3.2 மராத்திய மன்னர்காலப் பன்மொழி நாடக வளர்ச்சி	464
6.4 தமிழ் நாடகத்தில் பிறநாட்டுப் பாரம்பரியங்களின் தாக்கம்	465
6.4.1 பார்சி நாடகம்	465
6.4.2 மேற்கத்திய நாடகம்	468
6.4.2.1 ஷேக்ஸ்பியர் நாடக மொழியாக்கம்	469
6.4.2.2 மேற்கத்திய நாடகக் கதைக் கருக்களின் தாக்கம்	483
6.4.2.3 நவீன அரங்கு	495
7. உரைபெயர்ப்பியல்	503
7.1 உரைபெயர்ப்பின் தனித்துவ அம்சங்கள்	503
7.1.1 கால அவகாசம்	504
7.1.2 தருமொழி உரை	504
7.1.3 பெறுமொழி உரையாக்கம்	504
7.1.4 ஆலோசனை வாய்ப்பு	505
7.1.5 உரை பெயர்ப்புக்குத் தேவைப்படும் திறமைகள்	505
7.1.6 சூழ்நிலைச் சோதனைகள்	506
7.1.7 கூர்ந்த கவனிப்பு	506
7.2 உரைபெயர்ப்பு வகைகள்	508
7.2.1 உடன் – நிகழ் உரைபெயர்ப்பு	508
7.2.1.1 கோட்பாடு சார்ந்த பிரச்சினைகள்	509
7.2.1.2 உரைபெயர்ப்புச் செயலாக்கத் திறனும் 'முயற்சி' வகைகளும்	511

7.2.1.3 'நரம்பியல் – உளவியல்' ஆய்வுகள்	513
7.2.1.4 நினைவாற்றலும் கவன ஆற்றலும்	514
7.2.1.5 சூழ்நிலை இடர்ப்பாடுகள்	515
7.2.1.6 உத்திகள்	516
7.2.1.7 உரைபெயர்ப்பின் தரம்	518
7.2.2 நீதிமன்ற உரைபெயர்ப்பு	519
7.2.2.1 தரமுள்ள நீதிமன்ற உரைபெயர்ப்பு உரிமை	519
7.2.2.2 நீதிமன்ற உரைபெயர்ப்புச் சூழல்கள்	520
7.2.2.3 சட்ட முறைமை அமைப்புகள், நீதிபரிபாலன மன்றங்கள்	521
7.2.2.4 நீதிமன்ற வழக்காடு மொழி	523
7.2.2.5 உரைபெயர்ப்பாளரின் தொழில்முறை பங்கும் கடமையும்	524
7.2.3 சைகைமொழி உரைபெயர்ப்பு	528
7.2.3.1 புலன்வழி உரைபெயர்ப்பு வகை	529
7.2.3.2 சைகைமொழி உரைபெயர்ப்பு உத்திகள்	530
7.2.4 உரைபெயர்ப்பியலின் பங்களிப்புகள்	534
8. முடிவுரை	536
கலைச்சொல் விளக்கக் கோவை	551
துணை நூல்கள்	577
அகரவரிசை பெயர்–தலைப்பு–பக்க பட்டியல்	584

அணிந்துரை

மொழிபெயர்ப்புக் களத்தில் கடந்த ஐம்பதாண்டுக் காலச் சுய அனுபவத்தில், 'மொழிபெயர்ப்பியல்: பயணங்கள், பரிமாணங்கள்' என்ற தலைப்புடன் பேராசிரியர் தியாகராஜன் எழுதியுள்ள இந்நூல் மொழிபெயர்ப்பியல் பற்றிய முதல் முழு நூல் என்று நான் கூறுவது உயர்வுநவிற்சியாகாது. ஏறத்தாழ அனைத்து மொழிபெயர்ப்பு அணுகுமுறைகளுக்கும் ஆய்வுமுறைகளுக்கும் சிறப்புமிக்க சிந்தனையாளர்களுக்கும் அவர்கள் முன்வைத்த ஒவ்வொரு சிக்கல்மிகு கோட்பாட்டுக்கும் சமநிலையில் நின்று இந்நூல் உரிய இடத்தையும் மரியாதையையும் தந்துள்ளது.

மாறாக சூசன் பேஸ்னெட், யூஜீன் நைடா, பீட்டர் நியூமார்க், ரோஜர் பெல் போன்றோர் எழுதிய மேலைநாட்டு மொழிபெயர்ப்பு நூல்கள் பல்லாண்டுக் காலமாக நமது பல்கலைக்கழகங்களிலும் கல்லூரிகளிலும் பாடநூல்களாக இருந்துவந்தாலும், அவை சமநிலையில் நின்று மொழிபெயர்ப்பியல் என்ற கல்வித் துறையின் வளர்ச்சியை நியாயமாகவோ விருப்பு வெறுப்பின்றியோ முழுமையாகவோ எடுத்துரைக்காமல், அவ்வவ்வாசிரியர்களின் தனித்தனி விருப்பங்களைச் சார்ந்த பார்வைகளையும் கருத்துகளையுமே உயர்த்திப்பிடித்திருக்கின்றன என்றே குறிப்பிட வேண்டியுள்ளது.

தியாகராஜன் எடுத்துக்கொண்டுள்ள துறைகள், தரும் செய்திகள், கோட்பாடுகள்,

விளக்கங்கள், சான்றுகள், சுவைமிகு எடுத்துக்காட்டுகள் ஆகியவற்றை உள்ளடக்கிய வேறு நூல் ஏதும் இதுவரை வெளிவரவில்லை. முகவுரை, முடிவுரை நீங்கலாகவுள்ள ஆறு பெரிய இயல்களில் மொழிபெயர்ப்பியல் தொடர்பான கருத்துகள் யாவும் 'மொழியாக்கச் சிந்தனைகள் வரலாறு', 'மொழியியல்', 'கலாச்சாரம்', 'இலக்கியம்', 'நாடகம்', 'உரைபெயர்ப்பியல்' என்ற தலைப்புகளில் தெளிவான விளக்கம் பெறுகின்றன. இறுதியில் கலைச்சொற்களுக்கான வரையறை களும் துணைநூற்பட்டியலும் அகர வரிசை பெயர் - தலைப்பு - பக்கப் பட்டியலும் இடம்பெறுகின்றன.

மொழிபெயர்ப்பு என்பது ஒரு கலையா, அறிவியலா என்ற வினாவிற்கு அது கலைக் கூறுகளும் அறிவியல் கூறுகளும் தொழில்நுட்பக் கூறுகளும் கொண்ட வியத்தகு படைப்பு என்றே விடை கூற வேண்டும். ஒப்பிலக்கியத் துறைக்கும் மொழியியல் துறைக்கும் துணைசெய்யத் தோன்றிய மொழிபெயர்ப்புத் துறை இன்று அவையிரண்டையும் பின்னுக்குத் தள்ளி, அசுர வளர்ச்சி பெற்று, எல்லா அறிவுத் துறைகளிலும் தனக்கெனத் தனியிடம் பெற்றுத் திகழ்கின்றது. மொழிபெயர்ப்புகளும் மொழிபெயர்ப்புப் பற்றிய கட்டுரைகளும் நூல்களும் இதழ்களும் உலகின் பெரிய மொழிகளிலும் சிறிய மொழிகளிலும் நாளுக்கு நாள் பெருகிவருகின்றன.

மொழிபெயர்ப்புகளால், தருமொழியும் பெறுமொழியும் அடையும் பயன்கள் பல. பல நூற்றாண்டுகளுக்கும் முன்னே வழக்கொழிந்த மொழிகளான கிரேக்கம், இலத்தீனம், வடமொழி போன்றவற்றில் தோன்றிய பேரிலக்கியங்கள் யாவும் மொழிபெயர்ப்புகள் மூலமாகவே வாழ்ந்துவருகின்றன. கிரேக்க, ரோமானிய இலக்கியங்கள் மொழிபெயர்க்கப்பட்டதால் 14, 15, 16ஆம் நூற்றாண்டுகளில் மேலை ஐரோப்பிய மொழிகளில் மறுமலர்ச்சி ஏற்பட்டு, அவ்விலக்கியங்கள் வளம் பெற்றன. தருமொழியிலிருந்து பெறுமொழிக்குப் புதிய சொற்கள், புதிய தொடர்கள், புதிய உவமைகள், புதிய கருத்துகள், புதிய பார்வைகள் மட்டுமல்லாமல், புதிய இலக்கிய வகைகளும் கிடைக்கின்றன.

மேலைமொழிகளில் தோன்றிய இலக்கியவகைகளெல்லாம் விவிலியத்திலிருந்து அதன் மொழிபெயர்ப்புகளால் பெறப்பட்டவை என்பார் நார்த்ராப் ஃப்ரை. பழங்காப்பியங்களிலிருந்தே இடைக்காலப் புதினங்களும் காதலும் வீரமும் போற்றும் கதைகள் உருப்பெற்றன. தனி ஆசிரியரால் எழுதப்பெற்ற புதின இலக்கியம் மரபுசார்ந்த வீர வாய்மொழிக் கதைக்குக்

கடன்பட்டிருப்பதை ருசிய நாட்டு அறிஞரான பக்தின் *(Bakhtin)* சான்றுகளோடு நிறுவுவார்.

மொழிபெயர்ப்பானது வீண்வேலை, இயலாத செயல், மூலநூலாசிரியருக்குச் செய்யும் துரோகம், படைப்பிலக்கியத் திற்கும் கீழானது, இரண்டாந் தரமானது, இயந்திரத் தன்மை கொண்டது, உயிர்ப்புத் திறமற்றது என்பன போன்ற குற்றச் சாட்டுகளெல்லாம் தவறானவை என்று எஸ்ரா பவுண்டு போன்ற பன்மொழி அறிஞர்கள் தெளிவாக்கியுள்ளனர். அன்னார் *Phanopoeia, Melopoeia, Logopoeia* ஆகிய மூன்று கவிதைக் கூறுகளில் முதலாவது மொழிபெயர்க்கக்கூடியதென்றும், இரண்டாவது மொழிபெயர்க்க முடியாததென்றும், மூன்றாவது முற்றுமாக மொழிபெயர்க்க முடியாததாயினும், சாரத்தைப் பொழிப்புரை யாகத் தரக்கூடியதென்றும் கூறுவார். இதனை விளக்குவது போன்று ஹியூ கென்னர் *(Hugh Kenner)* எடுத்துரைப்பது வருமாறு:

> ‘கவிதையை மொழிபெயர்க்க முடியாது’ என்பது காலங் காலமாகச் சொல்லி நைந்துபோன ஒரு பழங்கருத்தாகும். இதனைப் பெற்றெடுத்தோர் புனைவியல் கவிஞர்கள். இக்கருத்து வலிமைபெறக் காரணமானவை தவறான, குறை மலிந்த மொழிபெயர்ப்புகள். பெருமைக்குரிய கவிதையை முன்னிலைப்படுத்திப் பேசுதற்கு இது பெரிதும் பயன்படும். . . சிலவகைக் கவிதைகளுக்கு மட்டுமே இக்கூற்று பொருந்தும். அவை மட்டுமே கவிதை என எண்ணுவார்க்கு அது ஓர் அசைக்க முடியாத உண்மையாகத் தோன்றும். சொற்களின் ஒலியையோ அல்லது சொற்சேர்க்கை விளையாட்டுகளையோ எந்த அளவுக்கு ஒரு கவிதை தனது தாக்கத்திற்கு அடிப்படையாகக் கொண்டிருக்கிறதோ அந்த அளவுக்கு அது மொழிபெயர்ப்புக்கு இடையூறு விளைவிக்கும். ஆனால் சிக்கலான காட்சியுரு *(Imagery)* அமைப்புகளை உள்ளவாறே மொழிமாற்றம் செய்ய இயலும். அறிவு பொதிந்த, சுருங்கிய சொற்றொடர்கள் கொண்ட முதுமொழிகளையும் மூலத்தின் ஆற்றலோடு வெளிப்படுத்தமுடியும்.

மூலத்தை அரைகுறையாகப் புரிந்துகொள்ளுதல், புதுமொழியைக் கையாளும் ஆற்றலின்மை, மூலத்தில் இருப்பது எதனையும் விட்டுவிட விரும்பாமை, மூலம் மொழிபெயர்க்கப்பட வேண்டியதில் தென்படும் உறுதியின்மை, தக்க மொழிநடையைத் தெரிந்துகொள்ளாமை ஆகியவையெல்லாம் பல மொழி பெயர்ப்புகள் தோல்வியுறுவதற்குக் காரணங்கள் என்று கென்னர் சொல்வதும் குறிப்பிடற்குரியது.

கவிதையாக்கத்தைப் போன்றே மொழிபெயர்ப்பிலும் தமிழ் மரபு தொன்மையானது; தனிச் சிறப்புடையது. "தொகுத்தல், விரித்தல், தொகைவிரியாக்கல், மொழிபெயர்த்து அதர்ப்பட யாத்தல்" என்று வழிநூல்கள் பற்றிப் பேசும் தொல்காப்பியர்,

முதல்வழியானும் யாப்பினுட் சிதையும்
வல்லோன் புனையா வாரம் போன்றே

என்று வழிநூல்கள் கடைப்பிடிக்க வேண்டிய நெறியை அழகாகப் புலப்படுத்துவார். 'வழிநூல் செய்வார், இசைப்பாடலில் முற்கூறு பாடுவார்க்குரிய இசையுடன் பொருந்தப் பிற்கூறு பாடுவாரை ஒத்தவர்' என்பது இந்நூற்பாவின் பொருள். சிலப்பதிகாரம்,

வாங்கிய வாரத்து யாழும் குழலும்
ஏங்கிய மிடறும் இசைவன கேட்பக்
கூர் உகிர்க் கரணம் குறியறிந்து சேர்த்தி
(அரங்கேற்றக் காதை, 50–52)

என்ற அடிகளில் யாழ்ப்பாடலும் குழலிசையும் கண்டப் பாடலும் இயைந்து நடத்தல் வேண்டும் என்று வலியுறுத்தும்.

இருங்கடல் பவளச் செவ்வாய் திறந்திவள் பாடினாளோ
நரம்பொடு வீணை நாவின் நவின்றதோ என்று நைந்தார்

என்னும் சீவகசிந்தாமணி அடிகளும் வீணையெழுப்பிய இசை வாய்ப்பாடலோ என்று மயங்குமாறு இருந்தமையைச் சுட்டும். இவற்றிலிருந்து முதல்நூல் வழி ஒழுகும் மொழிபெயர்ப்பாளர் மிடற்றுப் பாடலுக்கேற்ப யாழ், குழல் போன்ற இசைக் கருவிகளை வாசிப்போரை ஒத்தவர் என்ற கருத்து அறியப்படும். மூலநூல் வாய்ப் பாட்டு என்றால், மொழிபெயர்ப்பு கருவி இசை ஆகும். இந்த உவமை, மூலநூல் ஆசிரியனுக்கும், மொழிபெயர்ப்பாளருக்கும் இருக்கும் உறவு பற்றி மேலை அறிஞர்கள் கூறியுள்ள ஆண்டான் – அடிமை, கணவன் – மனைவி, ஆண் – பெண், *Colonizer – Colonized* போன்ற உவமைகள் யாவற்றையும்விட உயர்ந்ததாக இருப்பதைக் காணலாம். மொழிபெயர்ப்பும் படைப்பிலக்கியத்தை ஒத்த சிறப்புடையதென்பதையும், மொழிபெயர்ப்பாளருக்கும் மூலநூலாசிரியருக்கு இருக்கவேண்டிய படைப்பாற்றல் தேவையென்பதையும் இவ்வுருவகம் வலியுறுத்தும்.

முதல் நூல் பற்றிய நூற்பாவிற்கு விளக்கம் சொல்லும் உரையாசிரியராகிய பேராசிரியர் என்பார் "முதல் நூலும் வழிநூலும் எனப்பட்டன முதலும் சினையும் போலத் தடுமாறும் ... நூல்கள் பின் வந்ததனை நோக்க முதல் நூலாகியும் முன் உள்ளதனை நோக்க வழிநூலாகியும் பேசப்படும் இயல்புடையன"

என்பார். கம்பராமாயணம் தோன்றியபின் வந்த தென்கிழக்கு ஆசிய இராமாயணங்களுக்கெல்லாம் அதுவே முதல் நூலாகியது இங்கு நினைவுகூரற்குரியது.

மூலத்தைத் தெளிவாகப் புரிந்துகொள்ளாது செய்யப்பெறும் மொழிபெயர்ப்புகள் மூலநூலாசிரியருக்குச் செய்யும் துரோகச்செயல்கள் என்பதற்கு ஓரிரண்டு சான்றுகள் போதுமானவை. சிலம்பில் வரும் 'கணவனை இழந்தோர்க்குக் காட்டுவது இல்' என்ற பெரும்பெயர்க்குரிய அடியின் சில ஆங்கில மொழிபெயர்ப்புகள்:

"There is no refuge
For a woman who has lost her husband"

-R. Parthasarathy

"To a virtuous woman the world becomes mean on the decease of her lord".

-R.S. Pillai

"Never can a woman survive her husband's death."

-Danielou

மூலம் சொல்லும் அரிய உண்மை, "There is none who can be referred to as a substitute for her husband" என்பதாகும்.

'ஆய்ச்சியர் குரவை'யில் மாதவி ஏழு பெண்களைத் தேர்ந்தெடுத்து அவர்களுக்குக் குரல், துத்தம், கைக்கிளை, உழை, இளி, விளரி, தாரம் என்று ஏழு தமிழ்ப் பண்களின் பெயர்களை வைத்து முறையாக நிறுத்தி நடனமாடச் செய்கிறாள். தமிழிசையின் தொன்மையும் சிறப்பும் அறியாத ஆர். பார்த்தசாரதி, அவற்றை, 'ச, ரி, க, ம, ப, த, நி, ச' என்று மொழிபெயர்ப்பார். டேனியலூ, தமது அறியாமையை 'Do, Re, Mi, Fa, Sol, La, Si - such were the odd names' என்ற தமது மொழிபெயர்ப்பின் மூலம் காட்டிக்கொள்வார்! இவர்களெல்லாம் சிலப்பதிகாரத்தை மொழிபெயர்க்கத் துணிந்தமை 'அஞ்சுவது அஞ்சாமை பேதைமை' என்ற வள்ளுவரின் கூற்றை நமக்கு நினைவூட்டும்.

தமிழ் இலக்கியங்களை ஆங்கிலத்திலோ வேறு மொழிகளிலோ மொழிபெயர்க்க முன்வருவோரெல்லாம் மிக்லாஸ் ராட்நோட்டி *(Miklos Radnoti)* எனும் ஹங்கேரிய அறிஞர் 'மொழிபெயர்ப்புப் பற்றி' என்ற தலைப்பைக் கொண்ட தமது கட்டுரையில் கூறும் அறிவுரையை நினைவில் கொள்ளுதல் நன்று. கிரேக்கம், இலத்தீனம், பிரெஞ்சு, ஆங்கிலம், ஜெர்மன்

ஆகிய மொழிகளிலுள்ள நல்ல கவிதைகளையெல்லாம் தனது தாய்மொழிக்குக் கொண்டுசேர்த்த அக்கல்வியாளர்,

"பாடலை மொழிபெயர்க்கும்போது பாடுவோனைத் தொடர்ந்து கவிஞன் சென்றுகொண்டே இருக்கிறான்; ஓய்வின்றி அதனைப் பதிவு செய்துகொள்கிறான்; பாடலின் சந்தத்தை உரு ஏற்றிக்கொள்கிறான். சாலையில் சென்றுகொண்டிருக்கும்போது சொற்கள் கிடைக்கின்றன. அந்த இடத்திலேயே அமர்ந்து, பாடலை எழுதி முடிக்கிறான்; மூலப் பாடலை மறந்துவிடுகிறான். இப்பொழுது தாய்மொழிப் பாடல் மூலம் அது அவனுக்குச் சொந்தமாகி விடுகிறது. மொழிபெயர்ப்பு ஒரு வியத்தகு நிகழ்ச்சி ஆகும். அதற்குக் கடின உழைப்பு, சோர்வை உண்டாக்கும் வேலை தேவைப்படுகிறது. அவ்வுழைப்பே அதனைக் கவர்ச்சி உடையதாக்குகிறது,"

என்று எச்சரிப்பார்.

பேரா. தியாகராஜன் எழுதியுள்ள நூல் இவைபோன்ற செய்திகளையெல்லாம் எளிய, இனிய, தெளிவான நடையில் தருகிறது. அது முதுகலை (மொழிபெயர்ப்பியல்), முதுகலை (தமிழ்), முதுகலை (ஆங்கிலம்), முதுகலை (மொழியியல்), மொழிபெயர்ப்பியல் பட்டய வகுப்புகளில் பயிலும் மாணவர்களுக்கெல்லாம் தலைசிறந்த பாடநூலாகும் தகுதியுடையது என்பதில் ஐயமில்லை. பல்கலைக்கழகங்களிலும் கல்லூரிகளிலும் இத்துறைகளில் பணிபுரியும் ஆசிரியர்கள் இதனைத் தக்கவாறு பயன்படுத்திக்கொள்வார்கள் என்று நம்புகிறேன். மொழிபெயர்ப்பியலில் ஆய்வை மேற்கொள்வார்க்கும் மொழிபெயர்ப்பாளர்களுக்கும் இந்நூல் பெரும் புதையலாகும். இது அனைத்து நூலகங்களிலும் தவறாமல் இடம்பெற வேண்டியதொரு நூலாகும்.

பேராசிரியர் பி. மருதநாயகம்
பாண்டிச்சேரி பல்கலைக்கழகம்

ஒரு வாசகரின் பார்வையில் . . .

'மொழிபெயர்ப்பியல்: பயணங்கள், பரிமாணங்கள்' என்ற தலைப்பே இந்நூலின் ஆய்வுக்களம் மிக விரிவானது, ஆழமானது என வாசகருக்குத் தெரிவித்துவிடுகிறது. ஒரு மொழிபெயர்ப்பாளனாக இதனுடன் பலமுறை தனித்து உரையாடியுள்ளேன். உள்ளம் கவர்ந்த பல பகுதிகளுடன் தொடர்ந்து உரையாடியும் வருகிறேன். இது தமிழில் வெளிவரும் தலைசிறந்த முதல் மொழிபெயர்ப்பியல் களஞ்சியம் என்று என்னால் உறுதியாகச் சொல்ல முடியும்.

மொழிபெயர்ப்புக் கலையைக் கற்பிக்கும் ஆசிரியர்கள், கற்கும் மாணவர்கள், தேடல்களில் ஈடுபடும் ஆய்வாளர்கள், பலதுறைகளில் பல நிலைகளில் களப்பணி ஆற்றிவரும் அனுபவம் மிகுந்தவர்களும் தொடக்கநிலை மொழி பெயர்ப்பாளர்களும், கால் வைத்துப் பார்க்க விரும்பும் வாசகர்களும் என அனைவருமே அவரவர்க்கு உகந்த பல பயன்களைப் பெறும் வகையில் இந்நூல் அமைந்துள்ளது இதனுடைய தனித்துவச் சிறப்பாகும்.

களக் கூறுகளின் கச்சிதமான, கட்டுக்கோப்பான, வடிவமைப்புடன் தொடங்கும் இந்த நூல், துல்லியமாக வரையறுக்கப்பட்ட வரம்புகளுக்குள் நின்று, ஒவ்வொரு பகுதியும் நுட்பம்நிறை சிற்பம் ஒன்று செதுக்கப்பட்டுள்ளது போல் அமைந்து, ஆசிரியரின் கடின உழைப்புக்கும் சிந்திச் சிதறாத சிந்தனைத் திறத்துக்கும் சான்றாக

விளங்குகிறது. செறிவான தகவல்கள், சுவைமிகு நகை இழையோடும் நடைமுறை வாழ்வியல் எடுத்துக்காட்டுகள், சரளமான எளிய நடை ஆகியவற்றைக் கொண்டு ஆசிரியர் வாசகரைக் கரம்பற்றிச் சுகமான பயணத்தில் முன்நடத்திச் செல்கிறார்.

முகவுரை, முடிவுரை உட்பட இந்நூல் எட்டு இயல்களாக உருப்பெற்றுள்ளது. முதலிலும் முடிவிலும் வரும் இந்த இரண்டு இயல்களையும் படித்துவிட்டுப் பின் நூலுக்குள் சென்றால், இந்த நூலின் நுவல் பொருளை முழுமையாகத் தரவும், நூலின் நோக்கத்தை முற்றிலும் நிறைவேற்றவும் ஆசிரியர் எடுத்துக்கொண்டுள்ள அயரா முயற்சிகள் அனைத்தும் தெள்ளத் தெளிவாகும்.

மொழியாக்கச் சிந்தனைகள் வரலாறு (இயல் 2) அழகானதொரு தொகுப்பு. மொழியாக்கச் சுயாதிகாரம் (மொழிபெயர்ப்பாளர் எடுத்துக்கொள்ளும் சுதந்திரம்), சமானம் (தருமொழி, பெறுமொழி பனுவல்களுக்கிடையே உள்ள உறவு), இயக்கம் (பெறுமொழி சமுதாயத்தில் மொழியாக்கத்தால் ஏற்படும் விளைவுகள்) என்ற மூன்று கருத்தாக்கங்களிடையே வெவ்வேறு காலகட்டங்களில் உள்ள மாறுபடும் முக்கியத்துவம், மற்றும் உறவுகளே மாறுபட்டச் சிந்தனைகளை அந்தந்த காலகட்டங்களில் பிறப்பிக்கின்றன, அதன் அடிப்படையில் வரலாறும் எழுதப்படுகிறது எனச் சொல்லி, முக்கியமான தமிழக, மேற்கத்திய சிந்தனைகளின் நுட்பம் செறிந்த வேறுபாடுகளைத் திண்மையும் தெளிவும் மிக்க தகவல் திரட்டாக இந்த இயல் வழங்குகிறது. இது ஒரு புது முயற்சி மட்டுமல்லாது முழுமையான மிக்க பயன் தரும் முயற்சியுமாகும்.

மூன்றாவதாக வரும் மொழியியல், மொழிபெயர்ப்பாளர்களுக்குத் தரும் பயனுள்ள தகவல்கள் பற்பல. மொழியின் வடிவத்தால் தரமுடியாத, செறிவான உயிரோட்டம் நிறைந்த பல அர்த்தங்கள் மொழி வடிவத்துக்கு வெளியே, மொழியின் பயன்பாட்டுச் சூழ்நிலைகளிலேயே உறைவதை இந்த இயல் பசுமரத்தாணிபோல நிறுவுகிறது. அவற்றில் நங்கூரம் பாய்ச்சி நின்று, மொழிபெயர்ப்பாளர் அவற்றைப் பெறுமொழியில் கொண்டுசேர்க்க வேண்டிய முக்கியத்துவத்தைப் பல சுவையான எடுத்துக்காட்டுகள் அடிக்கோடிட்டு உணர்த்துகின்றன.

ஒரு மொழிபெயர்ப்பாளனாக, ‘கலாச்சாரம்’, ‘இலக்கியம்’ ஆகிய இரு இயல்களையும் பலமுறை மீண்டும் மீண்டும் வாசித்துச் சுவைத்தேன். வால்மீகி ராமாயண சுலோகங்கள் வடமொழியிலிருந்து தமிழுக்கும், குறுந்தொகைப் பாடல் 25

தமிழிலிருந்து ஆங்கிலத்துக்கும் செல்லும்போது ஏற்படும் சிக்கல்களை வெவ்வேறு திறம்மிக்க மொழிபெயர்ப்பாளர்களின் பனுவல்களைக் கொண்டு ஆசிரியர் நுட்பமான திறனாய்வை மேற்கொள்கிறார். இப்பகுதியை மொழிபெயர்ப்பாளர்கள் மிக மிகப் பயனுள்ள வழிகாட்டுதலாகக் கொள்ளலாம்.

'நாம் அறியாமலேயே நம் ஆழ்மனத்துள் புதைந்துள்ள, ஒருவேளை மரபணுக்களால் தீர்மானிக்கப்படுகிற, கலாச்சாரம் பற்றிய முன்முடிவுகள் நம் மொழிபெயர்ப்புகளில் ஆட்சி செய்கின்றனவோ?' என்ற ஐயத்தை மொழிபெயர்ப்பாளர்களின் மனத்தில் இப்பகுதியின் வாசிப்பு விதைத்து, அவர்கள் ஒரு சுயசோதனை செய்துகொள்ளத் தூண்டுகிறது.

ஒரு மொழிபெயர்ப்பாளர் செயல்படும்போது, எவ்வெவ் வகைகளில் எல்லாம் வாசகரை விட்டுவிலகிச் செல்கிறார், எவ்வாறு மூலப் பனுவலுக்குச் செய்யவேண்டிய நியாயங்களையும் செய்யாமல் போகிறார் என்பனவற்றை உரைநடை இலக்கிய மொழிபெயர்ப்பு ஒன்றை முன்வைத்து நூலாசிரியர் விரிவாகத் திறனாய்வு செய்கிறார்.

கம்பன் வழியாகப் பெற்ற இராமாயண அகலிகையின் பாத்திரம் புதுமைப்பித்தன் மீட்டுருவாக்கிய 'சாப விமோசனம்' சிறுகதையில் முழுவதுமே ஒரு புதிய வார்ப்பாக அவதாரம் ஏற்கிறது. இந்தப் படைப்பின் மூலம் எவ்வாறு தொன்மங்கள் சார்ந்த மரபுவழிச் சிந்தனைகளைப் புதுமைப்பித்தன் புரட்டிப்போடுகிறார் என்பதை இந்நூலாசிரியர் மனத்தில் கொண்டு, அக்கதையின் ஆங்கில மொழிபெயர்ப்பு ஒன்றை (க.நா. சுப்பிரமணியம்) ஆழமாகத் திறனாய்வு செய்கிறார்.

மொழிபெயர்ப்பானது மூலத்தின் மைய நோக்கையும் வெளிப்படுத்தவில்லை; மாறாகச் சிதைத்தே உள்ளது. மேலும் வாசகர்களுக்குக் கொண்டுசேர்க்க வேண்டிய படைப்பாக்க நுட்பங்களையும் படைப்பாளியின் செய்திகளையும் அது தவறவிட்டுள்ளது. எனவே மொழிபெயர்ப்பில் உருவாகியுள்ளது ஒரு பயனற்ற, உள்ளீடற்ற, 'சொல்லுக்குச் சொல்' ஆங்கிலச் சிறுகதையே என்று அழுத்தமாகக் கூறும் இப்பகுதியை நூலாசிரியரின் ஓர் உச்சநிலைச் சாதனை என்றால் மிகையன்று.

இந்தத் திறனாய்வில் விருப்பு வெறுப்பற்ற அறிவியல் – நோக்குச் சமநிலையில் ஆசிரியர் நின்று, ஆறு அடிப்படைகளில் உறுதியாக வரையறை செய்யப்பட்ட ஒரு தர அளவு கோலைக் கொண்டு, சிறுகதையையும் அதன் மொழிபெயர்ப்பையும் கூர்ந்துநோக்கி, மிகுந்த அக்கறையுடன் மதிப்பிட்டுப் பதிவு

செய்கின்றார். இவரது நுணுக்கமான திறனாய்வுப் பார்வையில், எது மொழிபெயர்ப்பின் தரத்தை உயர்த்தும் என்ற வினாவிற்குப் பல வழிகாட்டுதல்களை மொழிபெயர்ப்பாளர்கள் பெற முடியும்.

மிகவும் வலுவான கருவாக வெளிப்படும் மையச் செய்தியாக நான் உணர்வது: ஒரு சிறந்த இலக்கியப் படைப்பைப் பிற மொழிகளுக்குக் கொண்டுசெல்லும்போது ஆசிரியரை மையப்படுத்தப் பல நியாயங்கள் உண்டு. வாசகரை மையப்படுத்தவும் பல நியாயங்கள் உண்டு. இருவருக்கும் செய்ய வேண்டிய நியாயங்களைக் கவனமாகக் கண்டறிந்து அவற்றை இயன்றவரை செய்ய வேண்டும் என்ற சமரச நிலைப்பாடே ஏற்புடையது. ஆனால் இருவரையும் ஒதுக்கிவிட்டு, மொழிபெயர்ப்பாளர் தன்னை மையப்படுத்திக் கொள்வதில் எந்த நியாயமும் ஒருபோதும் கிடையாது. இது நுட்பமாக நோக்கப்பட்டு, உணர்ந்து உள்வாங்கப்பட்டு, மேற்கொள்ளப்பட வேண்டிய வெற்றிச் சூத்திரம் என உறுதியாக நம்புகிறேன்.

எட்வர்ட் ஃபிட்ஸ்ஜெரல்ட் அரபுக் கவிதைகளைப் பற்றிப் பின்வருமாறு சொன்னதாக ஒரு பதிவு உள்ளது: "It is an amusement to me to take what liberties I like with these Persians, who, (as I think) are not Poets enough to frighten one from such excursions, and who really do want a little Art to shape them."

காயத்ரி சக்ரவர்த்தி ஸ்பிவாக் என்பாரின் மொழியாக்கச் சிந்தனைகளை இந்நூலாசிரியர் இரண்டாவது இயலில் பின்வருமாறு தொகுத்துச் சொல்வதை ஒப்புநோக்கலாம்: *மொழிபெயர்ப்பாளர் முதலில் மூலப் பனுவலுக்குத் தன்னைச் சமர்ப்பிக்க வேண்டும். சுய விருப்பு – வெறுப்புகளை, நிலைப்பாடுகளை, மதிப்பீடுகளைத் தவிர்க்க வேண்டும். அதில் தன்னை அவர் இழக்க வேண்டும். அவர் பனுவலின் மிக நெருங்கிய வாசகர் ஆக வேண்டும். இல்லையேல் எழுதப்பட்ட சொற்களில் காணப்படாத, சொற்களின் இடையேயும் சுற்றியுமுள்ள, மவுனப் பொதிவுகளில் மட்டுமே உணரக்கூடிய, திரவியங்களின் கதவு அவருக்குத் திறக்காது.*

மொழிபெயர்ப்பு பற்றிய விவாதங்களில் வழக்கமாக எழுப்பப்படுகின்ற வினா: "ஓர் இலக்கியப் பனுவல் 'சொல்லுக்குச் சொல்' என்று மொழிபெயர்க்கப்பட வேண்டுமா, அல்லது அதன் மையக் கருத்தும் உணர்வும் பெறுமொழியில் தரப்பட்டால் போதுமா என்பதாகும். ஒவ்வொரு மொழிபெயர்ப்பாளரும் ஏதோ ஒரு முடிவினை ஏற்று அதைத்தான் மொழிபெயர்ப்பில் செயல்படுத்துகிறார். அணுகிப் பார்த்தால், எது அவருக்குச் சாத்தியமானது என்ற அடிப்படையிலேயே அவருடைய முடிவு

அமைந்திருப்பதை உணரலாம். பெரும்பாலும் அது வாசகர்களை முன்நிறுத்திச் செயல்படும் தீர்வாக இருக்காது. ஆனால் வாசகர்களிடம் மிகுந்த ஆதரவைப் பெற்ற மொழிபெயர்ப்புகள் பெரும்பாலும் வாசகரை மையப்படுத்தி எழுதப்பட்டவையாக இருப்பது வெளிப்படை.

தமிழில் மொழிபெயர்ப்புகளுக்கு, வெவ்வேறு வகைமையைச் சார்ந்த அளிப்புகளுக்கு, தொடர்ந்து சந்தை விரிந்துவரும் காலகட்டத்தில் இச்சிறந்த நூல் வெளிவருகிறது. கணிசமான எண்ணிக்கையில் பதிப்பகங்கள், விரிவான வாசகர் வட்டங்கள் உடைய இலக்கிய இதழ்கள், ஊடகங்கள் இவ்வரவேற்கத்தக்க மாற்றத்தின் பின்புலத்தில் இயங்குகின்றன. கடந்த சில பதின்ம ஆண்டுகளில் உயர்கல்வி பெற்ற வாசகர்களின் எண்ணிக்கை பன்மடங்கு கூடியுள்ளது. அவர்களுடைய தேடல்கள் வெறும் படைப்பிலக்கியம் மட்டுமல்லாது, சமூகம், அரசியல், பொருளாதாரம், வரலாறு சார்ந்தும் அமையும். எண்ணற்ற வாசகர்களின் எதிர்பார்ப்புகளும் கூடிவரும் இக்காலத்தில் இந்நூல் எல்லாவகை வாசகர்களாலும் வரவேற்கப்படப் போவது உறுதி. மொழி, மொழியியல், குறிப்பாக மொழிபெயர்ப்புக் கலைத்துறைகளில் பணியாற்றும் பேராசிரியர்களுக்கும், பயிலும் மாணவர்களுக்கும் இந்நூல் சிறந்த வழிகாட்டியாக அமையும்.

நூலின் இறுதியில் தியாகராஜன் அளித்துள்ள கலைச்சொற்களின் விளக்கக் கோவை இருமொழிகளில் தரப்படும் வெறும் பெயர்த்தொகுப்பு அல்ல. ஒவ்வொரு சொல்லுக்கும் உரிய விளக்கம் தானே தெளிவாகப் புலப்படும் வகையில் அதை அமைத்துள்ளார். தமிழில் மொழிபெயர்ப்புக் கலைக்குக் கிடைத்த அரிய கொடையாக இந்நூல் தமிழ் கூறு நல்லுலகால் பெரிதும் வரவேற்கப்படும், பாராட்டப்படும் என நம்புகிறேன்.

பேராசிரியர் ஆர். இளங்கோ
அண்ணாமலைப் பல்கலைக்கழகம்

முன்னுரை

ஏதோ ஒருவகையில் நாம் எல்லாருமே அன்றாட வாழ்க்கையில் மொழிபெயர்ப்பு செய்துகொண்டுதான் இருக்கிறோம். "Virus என்றால் என்ன?" என ஒரு சிறுமி கேட்டால், மொழிபெயர்ப்பின் உதவியோடு நமக்குத் தெரிந்தவரை பதில் சொல்ல முயல்கிறோம். "இசையில் 'கமகம்' என்று பேசுகிறார்களே, அது என்னய்யா கமகம்?" என்று நண்பர் ஒருவர் கேட்டால், மீண்டும் நமக்குத் தெரிந்தவரை பதில் சொல்ல முயல்வோம். இதுவும் ஒருவகை மொழிபெயர்ப்புதான். எனவே பல மட்டங்களில் பல நோக்கங்களுக்காகக் கணக்கிலடங்கா மொழிபெயர்ப்புகள் தினமும் நிகழ்ந்துகொண்டேதான் இருக்கின்றன.

மொழிபெயர்ப்பு என்பது இன்று பெருமதிப்பு வாய்ந்த பணியாக வளர்ந்துள்ளது. சிறந்த மொழியாக்கங்களுக்குப் பலவிதமான பரிசுகளும் விருதுகளும் வழங்கப்படுகின்றன.

The Man Booker International Prize என்ற பெருமைமிகு பன்னாட்டுப் பரிசை பிரிட்டனில் உள்ள Booker Prize Foundation நிறுவனம் ஆண்டுதோறும் வழங்கிவருகிறது. ஆங்கிலத்தில் மொழிபெயர்க்கப்பட்ட, அந்தந்த ஆண்டுக்கான மிகச் சிறந்த பிறமொழி புதின இலக்கியம் எனத் தெரிவு செய்யப்படும் படைப்புக்கு, இப்பரிசு கிடைக்கிறது. மொழிபெயர்ப்பாளர், படைப்பாசிரியர் இருவருக்கும் பரிசுத் தொகை £50,000 சமமாகப் பகிர்ந்தளிக்கப்படுகிறது.

முதல்பரிசு பெறுவோரைத் தவிர இறுதிச் சுற்றுப் பட்டியலில் இடம்பெறும் ஆசிரியர்கள், மொழிபெயர்ப்பாளர்கள் ஒவ்வொருவருக்கும் ஆறுதல் பரிசுத் தொகை £1000 வழங்கப்படுகிறது. ஒரு ஆண்டுக்கான மிகச் சிறந்த புதிய பிறமொழிப் புதின ஆக்கத்துக்குச் சமமாக அதனுடைய மிகச் சிறந்த ஆங்கில மொழியாக்கத்தை வைத்து இந்த நிறுவனம் எடைபோடுகிறது. முதல் பரிசுக்கு மட்டுமல்லாமல், ஆறுதல் பரிசுக்கும் இத்தர மதிப்பீட்டு அளவுகோலைப் பயன்படுத்துகிறது.

சிறந்த ஆங்கில மொழிபெயர்ப்புகள் இல்லையேல், பிறமொழிகளின் சிறந்த புதின இலக்கியப் படைப்புகள் ஆங்கில வாசகர் உலகத்துக்குக் கிடைக்காமல் போய்விடும். இதை நன்குணர்ந்த *Booker Prize Foundation* உலகத்துக்கு அதை உணர்த்தும் விதத்தில் பரிசுகளை ஆண்டுதோறும் வழங்கிவருகிறது.

சிறந்த மொழிபெயர்ப்புகளுக்கான பின்வரும் வேறுசில பரிசுகளும் உலக அளவில் வழங்கப்படுகின்றன:

- University of Rochester's Best Translated Book Award: மிகச் சிறந்த பிறநாட்டுப் புதின இலக்கியத்தின் மிகச் சிறந்த ஆங்கில மொழிபெயர்ப்புக்கு என ஒரு பிரிவிலும், மிகச் சிறந்த பிறநாட்டுச் செய்யுள் இலக்கியத்தின் மிகச் சிறந்த ஆங்கில மொழிபெயர்ப்புக்கு என இன்னொரு பிரிவிலும் பரிசுகள்; ஆண்டுதோறும்; ஒவ்வொரு படைப்பாசிரியருக்கும் மொழிபெயர்ப்பாளருக்கும் பரிசுத் தொகை $5,000.
- The Found in Translation Award: போலந்து மொழி இலக்கியத்தின் ஆங்கில மொழிபெயர்ப்புக்கு; ஆண்டு தோறும்; பரிசுத்தொகை: போலந்து நாணயம் PLN 16,000/= (சுமார் INR 3,20,000/=); இலக்கிய நகரம் என யுனெஸ்கோவால் அங்கீகரிக்கப்பட்டுள்ள போலந்து நாட்டுத் தலைநகர் கிரகுஃப்பில் *(Kraków)* மூன்று மாத விருந்தோம்பலும் இலவசப் பயணமும்.
- John Dryden Translation Competition: பிறமொழிகளில் அச்சிடப்படாத இலக்கியங்களின் ஆங்கில மொழிபெயர்ப்புக்கு £350, £200, £100 என மூன்று பரிசுகள்; பிரிட்டிஷ் ஒப்பிலக்கியக் கழக (BCLA) நூலகம், மற்றும் பன்னாட்டு ஒப்பிலக்கியக் கழக (ICLA) நூலகங்களில் இலவச ஓராண்டு உறுப்பினர் சேர்க்கை.

- PEN translation awards: எந்த மொழியிலும் ஆக்கப்பட்ட சிறந்த உரைநடை இலக்கியத்தின் சிறந்த ஆங்கில மொழிபெயர்ப்புக்கு; பரிசுத் தொகை $3,000; தனியே எந்த மொழியிலும் ஆக்கப்பட்ட சிறந்த செய்யுள் இலக்கியத்தின் சிறந்த ஆங்கில மொழிபெயர்ப்புக்கு; பரிசுத் தொகை $3,000; தவிர வேறு சிறப்புப் பரிசுகளும் உண்டு.

- The Goethe-Institute Award for New Translation: புதிய, வளர்ந்துவரும் மொழிபெயர்ப்பாளர்களுக்கானது; இதுவரை பதிப்பிடப்படாத ஆக்கங்களைச் செய்தோருக்கும் உரியது; ஈராண்டுகளுக்கு ஒருமுறை; பரிசுத்தொகை EUR 1000/=; அந்த ஆண்டு லைப்சிக் நகரில் (Leipzig) நடைபெறும் புத்தகக் கண்காட்சி, பெர்லின் (Berlin) நகரில் நடைபெறும் பன்னாட்டு மொழிபெயர்ப்பாளர்களின் கருத்தரங்கு இரண்டிலும் பங்குபெறும் வாய்ப்பு.

- The Schlegel-Tieck Prize for German Translation: ஜெர்மன் மொழியிலிருந்து செய்யப்படும் மிகச் சிறந்த ஆங்கில மொழிபெயர்ப்புக்கானது; ஆண்டுதோறும்; பரிசுத் தொகை; £3000.

- The Stephen Spender Prize: எந்த பிறமொழி பண்டைய, நவீனக் கவிதைகளின் ஆங்கில மொழிபெயர்ப்புக்கு; இளம் மொழிபெயப்பாளர்களை ஊக்குவிக்க 'பதினான்கு வயதும் அதற்குக் கீழும்', 'பதினாறு வயதும் அதற்குக் கீழும்', 'பதினெட்டு வயதும் அதற்குக் கீழும்', 'வயது நிரம்பியோர்' என நான்கு பிரிவுகளில் பரிசுகள்.

- Asymptote Essay Contest: ஆங்கிலம் பேசும் உலகம் அவ்வளவாக அறிந்திராத, பெற வேண்டிய நியாயமான அங்கீகாரத்தைப் பெற்றிராத, எந்த ஒரு பிறமொழி ஆசிரியரின் சிறந்த ஒரு படைப்பு பற்றிய சிறந்த அறிமுக ஆங்கிலக் கட்டுரைக்குக் கிடைக்கும் பரிசு.

- The Read Russia Prize: ரஷ்ய இலக்கியத்தை அந்நிய மொழிகளில் தரும் மிகச் சிறந்த மொழிபெயர்ப்புக்கு, இரண்டு ஆண்டுகளுக்கு ஒருமுறை.

இந்திய நடுவண் அரசின் அமைப்பான சாகித்ய அகாதமியால் அடையாளம் காணப்பட்ட இருபத்து நான்கு இந்திய மொழிகளில் வெளிவரும் சிறந்த மொழிபெயர்ப்புகள்

ஒவ்வொன்றுக்கும் அந்த அமைப்பு ஆண்டுதோறும் பரிசாக INR 50,000/= வழங்கிவருகிறது.

தமிழக அரசு ஆண்டுதோறும் G.U. போப் மொழிபெயர்ப்பு விருதை (ஒரு சவரன் தங்கப் பதக்கம், ஒரு லட்சம் ரூபாய், பொன்னாடை) வழங்கி வருகிறது.

இவற்றைத் தவிர, இந்தியாவில் சிறந்த மொழிபெயர்ப்பு களுக்குப் பல தனியார் அமைப்புகள் பரிசுகள் வழங்கி வருகின்றன. பட்டியலிடப்பட்டுள்ள பரிசுகள் அனைத்துமே மொழிபெயர்ப்பின் முக்கியத்துவத்தை, அதனால் கிடைக்கும் பயன்களை அடிக்கோடிட்டுக் காண்பிப்பது மட்டுமல்லாமல், அதைப் பெரிதும் உயர்ந்த இடத்தில் வைத்து ஊக்குவிக்கின்றன.

பல மொழிபெயர்ப்பாளர்கள் பரிசுகள் பெறுவதைக் குறிக்கோளாகக் கொள்ளாமல் ஆத்ம திருப்திக்காகப் பலதுறைகளில் மொழிபெயர்ப்புகளைச் செய்துவருகிறார்கள்; தொழில்முறையில் அணுகுவோரும் பலர் உள்ளனர்.

இந்தியப் பல்கலைக்கழகங்கள், கல்லூரிகள் பலவற்றில் மொழிபெயர்ப்பியல் துறைகள் அமைக்கப்பட்டுள்ளன. இளநிலை, முதுநிலை, ஆராய்ச்சிப் பட்டங்களுக்கு இட்டுச்செல்லும் மொழிபெயர்ப்பியல் கல்வித் திட்டங்கள் வகுக்கப்பட்டுள்ளன. பல மாணவர்கள் பயன்பெற்றுவருகின்றனர். தமிழ் மொழிபெயர்ப்பின் உதவியோடு அயல் மொழிகளைக் கற்பது/கற்பிப்பது இயல்பாக ஒருபுறம் நடைபெற்றுவருகிறது.

ஆனால் பரிசுகளை எதிர்பார்க்கும், எதிர்பார்க்காத, ஆத்ம திருப்தி அல்லது மகிழ்ச்சியான பொழுதுபோக்கை இலக்காகக் கொண்ட மொழிபெயர்ப்பாளர்கள், தொழில்முறை மொழிபெயர்ப்பாளர்கள், மொழிபெயர்ப்பில் ஆராய்ச்சி செய்வோர், மாணவர்கள், ஆசிரியர்கள், மொழிபெயர்ப்பு வழியே அயல் மொழி கற்போர், கற்பிப்போர், அன்றாட வாழ்க்கையில் மக்கள் என யாராக இருந்தாலும் சரி, அவரவர் செய்யும் மொழிபெயர்ப்பு பற்றிய உறுதியற்ற நிலை அவரவர்களுக்கு இருக்கத்தான் செய்கிறது.

தமிழக மொழிபெயர்ப்பாளர்கள், தமிழகப் பல்கலைக்கழகங் களிலும் கல்லூரிகளிலும் உள்ள ஆராய்ச்சியாளர்கள், மொழிபெயர்ப்பியல் வகுப்பு மாணவர்கள், இத்துறையில் ஈடுபாடு கொண்ட வாசகர்கள் அனைவருமே 'மொழிபெயர்ப்பு'க் களத்தில் ஆர்வத்துடன் இயங்குபவர்கள். அவர்கள் அனைவருமே இக்களத்தை மேலும் மேலும் தெரிந்துகொள்ள விரும்புபவர்களாகவே உள்ளார்கள்.

பன்னிரு ஆண்டுகளுக்குப் புதுவை, ஏடன் பல்கலைக்கழகங்களில் மொழிபெயர்ப்பியலைக் கற்பிக்கும் நல்வாய்ப்பு கிடைத்தது. 'கற்றல் வரும் முன்னே, கற்பித்தல் வரும் பின்னே' என்பது நியதி. கற்பித்தலுக்கு முன்னேயும் பின்னேயும் நிகழ்ந்த கற்றல் மேலும் மேம்பட்ட கற்றலாகி, ஒரு கட்டத்தில் ஒரு தொடர் தேடலாக மாறியது. மொழிபெயர்ப்புப் பற்றிய மேற்கத்திய அண்மைக்கால பல–கோணச் சிந்தனைகளைப் படித்தறியும் முனைப்பு நிலைகொண்டது. படித்தறிந்ததை மற்றவர்களுடன் தமிழில் பகிர்ந்துகொள்வது ஓரளவேனும் பயன்தரக் கூடும் என்ற எண்ணம் தோன்றியது. அத்துடன் மொழிபெயர்ப்பியலுக்கும் வேறு துறைகளுக்கும் இடையே உள்ள இருவழி உறவுகளையும் பயன்களையும் பற்றிப் பேச வேண்டும் என்ற எண்ணமும் வந்தது.

அந்த எண்ணங்கள் பல நிலைகளைக் கடந்துவந்து இந்நூலாக வடிவம் பெற்றுள்ளன. இதில் காணப்படும் நிறைகள் அனைத்துமே, ஒன்றுவிடாமல், இறுதியில் உள்ள பட்டியலில் தரப்பட்டுள்ள துணைநூல்களையே சாரும். பட்டியலில் இல்லாத பல பொதுவெளி ஆதாரங்களையும் சாரும். காணப்படும் குறைகள் அனைத்துமே சேகரித்த தகவல்களைக் கையாண்ட முறையாலும், சொன்ன விதத்தாலும் என்னால் உண்டாக்கப்பட்டவையாகும்.

இந்நூலில் கையாளப்பட்டுள்ள பல கருத்தாக்கங்களை விளக்குவதற்காகத் தரப்பட்டுள்ள எடுத்துக்காட்டுகள் தேவைக்கேற்பச் சாதாரணப் பேச்சு நடையிலோ பொது வழக்கு எழுத்து நடையிலோ அமைந்துள்ளன. உயர் இலக்கிய நடைக்கு மாறாக, எளிய பொது வழக்கு எழுத்து நடையையே நூலின் இயல்கள் முயன்றுள்ளன. அந்நடையில் இல்லாத அது/அஃது, ஒரு/ஓர் போன்ற நுண்ணிய இலக்கண விதிகள் இந்நூலிலும் தவிர்க்கப்பட்டுள்ளன. 'தமிழில் அதிகப் பயன்பாடு உள்ளவை, பொருள் பொதிவுகள்/புரிதல்கள் தருபவை' என்ற அடிப்படையில் நிறையச் சொற்கள் தெரிவு செய்யப்பட்டுள்ளன.

பலரின் ஆழ்ந்த அக்கறையும் அன்பும் உழைப்பும் நல்விழைவுகளும் வற்றாத ஊற்றுக்கண்களாக இருந்து இந்நூல் முற்றுப்பெற பேருதவி செய்துள்ளன. அவர்கள் அனைவரையும் என்றென்றும் நெஞ்சில் இருத்துவேன். அவர்களுள் தலையாய சிலருக்கு உளமார்ந்த நன்றிபாராட்டி என்னுடைய வணக்கங்களை இங்கு பதிவு செய்கிறேன்:

- கடந்த ஐம்பதாண்டுக் காலமாக உயரிய ஆசிரிய, ஆய்வுப் பணியாற்றி, பலதரப்பட்ட பல்கலைக்கழக

ஆய்வேடுகள் (மொழிபெயர்ப்பியல் உட்பட) பலவற்றை வழிநடத்தித் தனித் தடங்கள் பதித்த, இந்நூலின் ஒவ்வொரு சொல்லையும் உற்றுநோக்கிப் பல ஆலோசனைகளை வழங்கித் தலைசிறந்த அணிகலனாக அணிந்துரை ஒன்றையும் வழங்கிய, ஒப்பியல் இலக்கியம் மற்றும் இலக்கியத் திறனாய்வு அறிஞர் பேரா. ப. மருதநாயகம்

- மாணவப் பருவத்திலிருந்தே இலக்கிய மொழிபெயர்ப்பில் தணியாத தாகம் கொண்டு, பல பங்களிப்புகளைச் செய்துவரும், கடந்த பத்தாண்டுகளாக *நித்யபாரதி* காலாண்டு இலக்கிய இதழின் ஆசிரியராகப் பணியாற்றி வரும், இந்நூலின் சாராம்சத்தை உணர்ந்துபார்த்து, *ஒரு வாசகரின் பார்வையில் . . .* என்று ஒரு மதிப்பீட்டு உரையையும் வழங்கிய பேரா. இரா. இளங்கோ
- புதிய நூல்கள், ஆய்வுக் கட்டுரைகளுள் எதையும் பேரார்வத்துடன் வாசித்து விமர்சனக் கருத்துகளை வழங்கி, ஊக்கம் தந்துவரும் வாசிப்புச் செல்வர் மதுரை மு. பழனிச்சாமி, பேரா. ச. சிவசுப்பிரமணியன், ஆர்.என். கிருஷ்ணன்
- இந்நூலைச் செம்மைப்படுத்தி மேலும் பொலிவடைய உதவிய, அவரவர் ஆய்வுக் களங்களில் முத்திரைகள் பதித்த, பணியிட நண்பர்கள் பேராசிரியர்கள் பி. பாலசாமி, டி. ஸ்ரீராமன், என். நடராஜன், பி. ஃபீலிக்ஸ், தங்க. ஜெயராமன்
- இந்நூலில் இடம் பெற்றுள்ள 'தமிழ்ச் சிறுகதை, நாவல், மொழியாக்கப் பிரச்சினைகள்' என்ற பகுதியை வாசித்து மேலான மதிப்பீட்டுக் கருத்துகளை வழங்கிய பேராசிரியர்கள் எம். திருமலை, ஜி சுப்பிரமணியன், ஏ. சீனிவாசன், எஸ். சீனிவாசன், ஆர். கலாராணி
- நெருங்கி நின்று சுவர்ந்து வாசித்து இந்நூலின் மேம்பாட்டுக் காகப் பல ஆலோசனைகளை வழங்கிய *காலச்சுவடு* ஆசிரியர் குழுவைச் சேர்ந்த பேரா. சு. இராசாராம்
- இந்நூலைச் சிறப்புறப் பதிப்பித்துள்ள, தரமான நூல்களை வெளியிடுவதில் தனக்கெனத் தனியிடத்தை நிறுவியுள்ள, காலச்சுவடு பதிப்பாசிரியர் கண்ணன்

எட்டு இயல்களில் பற்பல கருத்தாக்கங்கள், விளக்கங்கள், எடுத்துக்காட்டுகள், அவற்றை உள்ளடக்கிய பேச்சுகள், இறுதியில்

வரும் கலைச்சொல் விளக்கக் கோவை, அகரவரிசை பெயர் –தலைப்பு-பக்க பட்டியல் என விரிந்துள்ள இந்நூலில் சில விடுபடல்கள், அவற்றால் வரும் இடைவெளிகள், இடறல்கள், சறுக்கல்கள் காணப்படலாம். காணப்பட்டால் அவற்றுக்குரிய மேம்பாட்டு ஆலோசனைகள் பெரிதும் வரவேற்கப்படுகின்றன.

பேராசிரியர் கே. தியாகராஜன்

1

முகவுரை

இந்த இயல் இந்நூலுக்குரிய பேசுபொருளின் வீச்சைப் பறவைப் பார்வையில் காண்கிறது. அத்துடன் அடுத்துவரும் இயல்களுக்குத் தேவையான அறிமுக நிலைத் தகவல்களுடன் ஒரு பொதுக் களத்தையும் அமைத்துத் தருகிறது.

1.1 முதல் கட்டத் தகவல்கள்

முதல் கட்டத் தகவல்களுள் பின்வருவன அடங்குகின்றன: மொழிபெயர்ப்பின் பயன்கள், பனுவல், மொழிபெயர்ப்புக் களம், மற்றும் மொழிபெயர்ப்பு, மொழி மாற்றம், மொழியாக்கம்.

1.1.1 மொழிபெயர்ப்பின் பயன்கள்

மனித குல வரலாற்றில் பல நூற்றாண்டுகளுக்கு முன்பே வேற்றுமொழி பேசும் சமுதாயங்களுடனான கலாச்சாரப் பரிவர்த்தனைகள், பரவல்கள், ஆதிக்கங்கள் தொடங்கிவிட்டன. அதே சமயத்தில் அவை அனைத்திற்கும் அவசியம் தேவைப்பட்ட மொழிபெயர்ப்பும் பிறந்துவிட்டது. அதைப் பற்றிய சிந்தனைகளை வளர்க்கும் மொழிபெயர்ப்பியலும் (Translation studies) காலப்போக்கில் உருப்பெறத் தொடங்கியது. பன்மொழிச் சமுதாயப் பண்பாட்டு உறவுகளின் வகைகளும் நோக்கங்களும் தாக்கங் களும் பயன்பாடுகளும் அதிகமாக அதிகமாக மொழிபெயர்ப்பியலின் திசைகளும் பயணங்களும் பரிணாமங்களும் பெருகத் தொடங்கிவிட்டன. குறைந்தது ஈராயிரம் ஆண்டுகளுக்கும் முன்னதாகப்

பிறந்த மொழிபெயர்ப்புக் கலை தவழ்ந்து, உருண்டு, எழுந்து, அடிவைத்து, நடைபயின்று, உலகளாவி வளர்ந்து, இன்று அனைத்து மனிதக் குலத்துக்கும் பல்வேறு பயன்களைத் தருகிறது.

பண்டைக்காலத்தில் சமய, இலக்கிய, ராணுவ, வணிக, அரசியல் ஆதிக்க நோக்கங்களுக்காக மொழிபெயர்ப்பு தொடங்கியது. தற்போது உலகச்செய்திகள், மருத்துவம், அறிவியலின் பல கிளைகள், வானிலை, விளையாட்டு, விளம்பரம், சுற்றுலா, சின்ன/பெரிய திரையின் வேற்றுமொழிப் பேச்சு/ எழுத்து வடிவங்கள், பன்னாட்டுக் கருத்தரங்கம், வர்த்தகம், முதலீடு, பெண்ணியம், தத்துவம், மொழியியல், வரலாற்றியல், மேடை நாடகவியல், வேற்று மொழிக்கல்வி என மேலும் பல்வேறு துறைகளில் அதன் அன்றாடப் பயன்கள் பெரிதும் உணரப்படுகின்றன; பெருகிவருகின்றன.

1.1.2 பனுவல்

பனுவல் எனுஞ்சொல் பழந்தமிழ்ச் சொல்லாகும். **பன்** என்பது 'பஞ்சு' என்ற பொருளிலும், பனுவல் என்பது பஞ்சை வைத்துத் திரிக்கப்படும் 'நூல்' என்ற பொருளிலும் வழக்கு இருந்து வந்துள்ளது. காலப்போக்கில் **நூல்** என்பது பொருள் விரிவாக்கம் பெற்று (பஞ்சிலிருந்து நூல் திரித்து, நூல் கொண்டு ஆடை நெய்வது போல்) ஓசைகளையும் எழுத்துகளையும் கொண்டு ஆக்கப்பட்ட சொல் என்றும், சொல்லால் ஆக்கப்பட்ட மொழி என்றும், மொழியில் செய்யுள் நடை அல்லது உரை நடையில் எழுதப்பட்ட புத்தகம் என்றும் பொருள் செறிவுபெற்றது.

இந்நூலில் பனுவல் ஒரு கலைச்சொல்லாகப் பயன்படுத்தப் படுகிறது. அது சில நூறு பக்கங்களைக் கொண்ட புத்தகமாக இருக்கலாம். நான்கைந்து பக்கக் கட்டுரையாக இருக்கலாம். ஒரு கவிதையாகவோ சிறுகதையாகவோ புதினமாகவோ கடிதமாகவோ நகைச்சுவைத் துணுக்காகவோ நாடகமாகவோ இருக்கலாம். சமயச் சொற்பொழிவாகவோ மேடைப் பேச்சாகவோ அன்றாட உரையாடலாகவோ நேர்காணலாகவோ ஒரு பத்தி நீளக் குறிப்பாகவோ இருவரி விளம்பரமாகவோ "நில்" "பேசாதே" போன்ற ஒற்றைச்சொல் ஆணையாகவோ கூட அது இருக்கலாம்.

Text என்ற ஆங்கிலக் கலைச்சொல்லுக்குச் சமனியாகப் பனுவல் என்ற தமிழ்க் கலைச்சொல் இந்நூலில் பயன்படுத்தப் படுகிறது. ஒரு மொழிக்கூறு ஒரு பனுவலா அல்லவா என்று எப்படி அறிவது? இயற்கையான மொழிப்பயன்பாட்டு சூழ்நிலையிலிருந்து பெறப்படும் பனுவல் தன்மையை (textuality) அந்த மொழிக்கூறு கொண்டிருக்கிறதா இல்லையா என்பதே

அதைத் தீர்மானிக்கும் காரணியாக உள்ளது. ஒரு பனுவல் சாதாரணமாகப் பின்வருவனவற்றைச் சுட்டுகிறது:

- வழக்கு: இது இயல்பான பேச்சு அல்லது எழுத்து வழக்கில் உள்ளதொரு மொழிக்கூறு. அது உயர் வழக்காகவோ கொச்சைவழக்காகவோ வட்டார வழக்காகவோ அல்லது வேறொரு வழக்காகவோ இருக்கலாம்.

- அளவு: ஒற்றைச் சொல், இரு வரி, ஒரு பத்தி, நான்கைந்து பக்கங்கள், சில நூறு பக்கங்கள் என இக்கூறு சிறிய அல்லது அதிக நீளத்தைக் கொண்டதாக இருக்கலாம். ஆனால் பொதுவாக ஒருசில வாக்கியங்களுக்கு அல்லது வரிகளுக்குக் குறையாதவாறு இது அமையும்.

- கட்டமைப்பு: கவிதை, கட்டுரை, கடிதம், புதினம், நகைச்சுவைத் துணுக்கு, சிறுகதை, தொலைபேசி உரையாடல், சமயச் சொற்பொழிவு, மேடைப் பேச்சு . . . என வாசகர்க்கு அல்லது கேட்போர்க்கு உணர்த்தும் தனிப்பட்ட கட்டமைப்பு அம்சங்களை இது கொண்டிருக்கும்.

- நோக்கம்: இம்மொழிக்கூறு ஆக்கப்பட்டதன் நோக்கத்தைத் தெளிவுபடுத்தும்.

- சூழல் அம்சங்கள்: 'எங்கு', 'எவர்', 'யாரிடம்', 'எப்போது', 'எப்படி', 'எதற்காக', 'எப்படிப்பட்ட கலாச்சாரப் பின்னணியில்' போன்ற கேள்விகளுக்கான விடைகள் சூழல் அம்சங்களைத் தருகின்றன. அவற்றின் பொதிவுடனேயே எந்த ஒரு மொழிக்கூறும் இயல்பான உருப்பெறுகிறது. பொதிந்து கிடக்கும் இச்சூழல் அம்சங்களை நாம் அடையாளம் காணுவதைப் பொறுத்தே நம்மால் மொழிக்கூறு எதையும் புரிந்துகொள்ள முடிகிறது அல்லது முடியாமல் போகிறது. எனவே எந்த ஒரு பனுவலிலும் சூழல் அம்சங்கள் முழுமையாகவோ குறைவாகவோ பொதிந்துகிடக்கும்.

1.1.3 மொழிபெயர்ப்புக் களம்

அன்றாடத் தேவைகளின் அடிப்படையில் பேச்சு மொழிபெயர்ப்பு முன்னதாகவும், எழுத்து மொழிபெயர்ப்பு பல்லாண்டுகள் பின்னதாகவும் தோன்றியிருக்க வேண்டும். ஓலைச்சுவடிகள், தாமிரப் பத்திரங்கள், கல்வெட்டுகள் போன்ற தொன்மையான எழுத்து ஆவணங்களை நம் மூதாதையர் நமக்கு

விலை மதிப்பற்றச் சொத்தாக விட்டுச் சென்றனர். ஆனால் பேச்சு ஆவணங்களை அவர்கள் விட்டுச்செல்லவில்லை. அதற்கேற்ற தொழில் நுட்பம், கருவிகள், வசதிகள் அவர்களிடம் அப்போது இருந்ததில்லை.

பேச்சு மொழிபெயர்ப்பு ஆவணங்கள், அவற்றைப்பற்றிய ஆய்வு நூல்கள், கட்டுரைகள் யாவும் கடந்த ஐம்பது ஆண்டுக் காலத்திற்கு உட்பட்டவையாகும். அண்மைக்காலம்வரை, மொழிபெயர்ப்பு என்றாலே எழுத்து மொழிபெயர்ப்பு என்றே அனைவரும் எண்ணினர். ஆயிரக்கணக்கான மொழிபெயர்ப்பியல் கட்டுரைகளும் நூல்களும் பல மொழிகளில் எழுத்து மொழி பெயர்ப்பைப் பற்றியே எழுதப்பட்டு வந்துள்ளன. தற்காலத்தில் பேச்சு மொழிபெயர்ப்பு தொடர்பான ஆய்வுகள் முக்கியத்துவம் பெற்று வருகின்றன.

1.1.3.1 மொழிபெயர்ப்புக் களக் கூறுகள்

மொழிபெயர்ப்புக் கள அடிப்படைக் கூறுகளை இவ்வாறு பட்டியலிடலாம்:

- தருமொழி பனுவல்
- தருமொழி பனுவலாசிரியர்
- தருமொழி பனுவலின் உள்ளடக்கம்
- தருமொழி கூறுகள், கட்டமைப்பு
- தருமொழி கலாச்சாரம், அதன் கூறுகள்
- தருமொழி வாசகர்
- மொழிபெயர்ப்பாளர்
- பெறுமொழி வாசகர்
- பெறுமொழி பனுவலின் உள்ளடக்கம்
- பெறுமொழி கூறுகள், கட்டமைப்பு
- பெறுமொழி கலாச்சாரம், அதன் கூறுகள்
- பெறுமொழி பனுவல்

மொழிபெயர்ப்பாளர் இக்கூறுகள் அனைத்தையும் பற்றி நுண்ணாய்வு செய்கிறார். அவற்றின் ஒன்றுக்கொன்றான உறவுகளைத் தீர்மானிக்கிறார். மொழிபெயர்ப்புச் செயல்பாட்டில் எழும் பிரச்சினைகளுக்குத் தீர்வுகள் காண்கிறார். பணி தொடருகிறது. பெறுமொழி பனுவல் பிறந்துவிடுகிறது.

1.1.3.2 படைப்பாசிரியர்

சொல்ல விரும்பியதை ஒரு படைப்பாசிரியர் உள்ளடக்கமாக (content) வைத்து ஒரு குறிப்பிட்ட மொழியில் பனுவல் (text) ஒன்றைப் படைக்கிறார். அம்மொழியை அன்றாடம் கையாளும் எவ்வகை வாசகர்களுக்காக எழுதுகிறோம் என்று சிந்தித்துத் தெளிவடைந்துள்ளார். வாசகர்களின் சமுதாயக் கலாச்சாரப் பின்னணியை அவர் நன்கறிவார். எதை எதற்காக எவ்வாறு எழுதினால் எப்படிப்பட்ட தாக்கங்கள் அவ்வாசகரிடம் ஏற்படும் என்றும் அவருக்குத் தெரியும். எவ்வகைத் தாக்கங்களைத் தான் எழுதும் நூல் வாசகரிடம் உண்டாக்க வேண்டும் என்ற தெளிந்த நோக்கத்துடன் அவர் எழுதுகிறார். மூலமொழிக் கட்டமைப்பு, சொல்வளம், நடை வளங்கள், இலக்கணச் செறிவுகள், பயன்பாட்டு வளங்கள் பற்றிய போதுமான பாண்டித்தியம் அவருக்கு உண்டு. அம்மொழிக்கூறுகளில் புதைந்துள்ள கலாச்சாரச் செறிவுகளை அவர் நன்கறிவார்.

1.1.3.3 மொழிபெயர்ப்பாளர்

இப்படி படைக்கப்பட்ட தருமொழி பனுவல் (source language text) ஒன்றை மொழி பெயர்ப்பாளர் ஒருவர் வேற்றுமொழி ஒன்றில் பெறுமொழி பனுவல் (receptor language text) உருவில் தர முயலுகிறார். அதற்கு அவரிடம் அவசியம் இருக்க வேண்டிய இரு அடிப்படைத் தகுதிகள்: (அ) தருமொழி, பெறுமொழி இரண்டின் உச்சரிப்புகள், சொல்வளங்கள், இலக்கணச் செறிவுகள், கட்டமைப்புகள், நடை வளங்கள், பயன்பாட்டு வளங்கள் ஆகியவற்றில் நல்ல புலமை; (ஆ) அம்மொழிகளை ஈன்ற இரு கலாச்சாரங்கள், அம்மொழிகளின் கூறுகளில் புதைந்துள்ள கலாச்சாரச் செறிவுகள் ஆகியவற்றில் ஆழ்ந்த புலமை.

1.1.3.4 மொழிபெயர்ப்பாளர் முன் உள்ள வினாக்கள்

பின்வரும் மிகவும் முக்கியமான சில வினாக்களை மொழிபெயர்ப்பாளர் பெறுமொழி பனுவலைப் படைக்கத் தொடங்குவதற்கு முன் எழுப்ப வேண்டியுள்ளது. அவற்றுக்கு விடைகளாக மிகத் தெளிவான தீர்மானங்களை அவர் செய்ய வேண்டியுள்ளது:

தருமொழி பனுவலுக்குச் சமமான பெறுமொழி பனுவலைத் தரவேண்டுமா?

குருகுலச் சீடன் போல், மிகுந்த பக்தியுடன், மூலநூலாசிரியரை உன்னதமான இடத்தில் வைக்கவேண்டுமா? அவர் படைத்த தருமொழி பனுவல், அதன் நோக்கம், உள்ளடக்கம், கலாச்சாரப்

பின்னணி, உச்சரிப்பு, சொல் வளங்கள், இலக்கணச் செறிவுகள், கட்டமைப்புகள், நடை வளங்கள், எதிர்பார்த்த/கண்ட வாசகர் தாக்கங்கள் ஆகிய அனைத்து அம்சங்களிலும் சிறிதளவுகூட மாற்றம் இல்லாத நிகரான பெறுமொழி பனுவலைப் படைக்க வேண்டுமா?

வாசகர்களுக்கு உகந்த பெறுமொழி பனுவலைப் படைக்க வேண்டுமா?

வாசகர்களைப் பற்றிய எண்ணமே இல்லாமல், ஆத்மத் திருப்திக்காகவே ஒரு தருமொழி பனுவல் படைக்கப்படுவது அரிதிலும் அரிது. பண்டைக் காலத்தில் தம் பெயரையோ எந்த ஒரு வாழ்க்கைக் குறிப்பையோ தராமல் ஆத்மத் திருப்திக்காகவே விரல் விட்டு எண்ணக்கூடிய பனுவல்களைப் படைத்த, விளம்பரத்தை விரும்பாத படைப்பாசிரியர்கள் இருந்துள்ளனர்.

ஆனால் பொதுவாக வாசகர்களுக்கு நீதிக் கதைகளை, கருத்துகளை, செய்திகளைச் சொல்லப் பனுவல்கள் படைக்கப்படுகின்றன. அவர்களின் நலனைக் கருத்தில் கொண்டு, ரசனையை வளர்ப்பதற்கும், போதனை செய்வதற்கு அவை எழுதப்படுகின்றன. எனவே வாசகருக்கான நன்மைகளை மையமாக வைத்து, வாசகரை முன்னிறுத்தித்தானே பனுவல்கள் படைக்கப்பட்டுள்ளன? படைக்கப்பட வேண்டும்? வாசகர்கள் இல்லையேல் நூல்களுக்கும் தேவையில்லையே.

எண்ணிறந்த தருமொழி மூலப் பனுவல்களே வாசகரை மையமாக வைத்துப் படைக்கப்படும்போது, ஒரு மொழிபெயர்ப்புப் பனுவலும் அம்மொழி வாசகரின் பயன்பாடுகளைக் கருதித்தானே படைக்கப்பட வேண்டும்? அதன் நடையானது பெறுமொழி வாசகர்களுக்கு இயல்பானதாக, எளிதாகப் புரிந்துகொள்ளக் கூடியதாக இருக்க வேண்டாமா? அவர்களுக்குக் கலாச்சார அதிர்ச்சியை, அருவருப்பை, கொந்தளிப்பை உண்டாக்கும் வகையில் பனுவலின் எந்த ஓர் அம்சமும் அமைந்துவிடக் கூடாது அல்லவா?

எனவே வாசகரை முன்னிறுத்திச் சில மாற்றங்களைச் செய்து பெறுமொழி பனுவலைப் படைக்க வேண்டாமா? தருமொழி பனுவலின் நோக்கம், உள்ளடக்கம், கலாச்சாரப் பின்னணி, உச்சரிப்பு, சொல் வளங்கள், இலக்கணச் செறிவுகள், கட்டமைப்புகள், நடை வளங்கள், எதிர்பார்த்த/கண்ட வாசகர் தாக்கங்கள் ஆகிய அனைத்து அம்சங்களிலும் மாற்றங்களைச் செய்யலாமா? அல்லது ஓரிரண்டில் மட்டும் செய்ய வேண்டுமா? அவை யாவை? ஓரிரண்டு என்று ஏன் கட்டுப்படுத்த வேண்டும்?

தருமொழி பனுவலில் சொல் குற்றம், பொருள் குற்றம், மற்ற குற்றங்கள் இருப்பின், பெறுமொழி பனுவலை உருவாக்கும் போது அவற்றைத் திருத்தலாமா? செம்மைப்படுத்தலாமா? மெருகேற்றலாமா? ஆசிரியர்க்கு நிகரான ஆசிரியர்போல உரிமை எடுத்துக்கொண்டு இப்படிப்பட்ட மாற்றங்களைச் செய்யலாமா அல்லது உள்ளதை உள்ளபடியே தர வேண்டுமா?

மொழிபெயர்ப்பாளர் ஒருவர் பெறுமொழி பனுவல் ஒன்றைப் படைப்பதற்கு முன், அதனுடைய பல அம்சங்களைச் சிந்திக்க வேண்டியுள்ளது; தெளிவான தீர்மானங்களைச் செய்ய வேண்டியுள்ளது. இதை மேலேயுள்ள விவாதம் சுட்டிக்காட்டியது. இம்முயற்சியில் ஈடுபடும்போது கருத்தில்கொள்ள வேண்டிய கொள்கைகளை, பின்பற்ற வேண்டிய செயல்பாடுகளை தியோடர் ஹோரஸ் சேவரி *(Theodore Horace Savory)* என்பவர் கீழேயுள்ள எதிர்மறை இணை வாசகங்களில் சுருக்கமாகச் சொல்லியுள்ளார்:

ஒரு மொழிபெயர்ப்பு மூலப் பனுவலின் **சொற்களை** அப்படியே தரவேண்டும்.
ஒரு மொழிபெயர்ப்பு மூலப் பனுவலின் **கருத்துகளை** அப்படியே தரவேண்டும்.

ஒரு மொழிபெயர்ப்பு படிப்பதற்கு **மூலப் பனுவலைப் போல்** இருக்க வேண்டும்.
ஒரு மொழிபெயர்ப்பு படிப்பதற்கு **மொழியாக்கப் பனுவலைப் போல்** இருக்க வேண்டும்.

ஒரு மொழிபெயர்ப்பு **மூலப் பனுவலின் நடையைப்** பிரதிபலிக்க வேண்டும்.
ஒரு மொழிபெயர்ப்பு **மொழிபெயர்ப்பாளரின் நடையைக்** கொண்டிருக்க வேண்டும்.

ஒரு மொழிபெயர்ப்பு படிப்பதற்கு **மூலப் பனுவலின் சமகாலப் படைப்புப் போல்** இருக்க வேண்டும்.
ஒரு மொழிபெயர்ப்பு படிப்பதற்கு **மொழிபெயர்ப்பாளரின் சமகாலப் படைப்புப் போல்** இருக்க வேண்டும்.

ஒரு மொழிபெயர்ப்பு மூலப் பனுவலில் சேர்க்கைகளையோ நீக்கல்களையோ **செய்யலாம்**.
ஒரு மொழிபெயர்ப்பு மூலப் பனுவலில் சேர்க்கைகளையோ நீக்கல்களையோ **ஒருபோதும் செய்யக் கூடாது**.

செய்யுளின் மொழிபெயர்ப்பு **உரைநடையில்** இருக்க வேண்டும்.
செய்யுளின் மொழிபெயர்ப்பு **செய்யுளில்** இருக்க வேண்டும்.

தருமொழி பனுவல் உருப்பெறும்போது களத்தில் ஒரேயொரு மொழிதான் உள்ளது. அடித்தளமாக இருக்கும் கலாச்சாரமும் ஒன்றே, பாரம்பரியமும் ஒன்றே. எனவே பனுவலின் நோக்கம், உள்ளடக்கம், கலாச்சாரப் பின்னணி, உச்சரிப்பு, சொல் வளங்கள், இலக்கணச் செறிவுகள், கட்டமைப்புகள், நடை வளங்கள், வாசகர் தாக்கங்கள் ஆகிய அனைத்து அம்சங்களும் ஒன்றோடு ஒன்று பின்னிப் பிணைந்து, இணைந்து இருக்குமாறு தருமொழி பனுவலை எளிதான, சரளமான நடையில் படைக்க முடியும்.

அப்படிப் படைக்கப்பட்ட தருமொழி பனுவலுக்கு நிகரான பெறுமொழி பனுவலை உருவாக்கும்போது பெரியதொரு வேறுபாட்டைக் காண முடிகிறது: இரு மொழிகளின், இரு கலாச்சாரங்களின், இரு பாரம்பரியங்களின் சந்திப்புகள் நிகழ்கின்றன; இரு பனுவல்களுக்கும் இடையே பாலமாக அமையும் மொழிபெயர்ப்பாசிரியரை இன்னல்கள் பல சோதிக்கின்றன.

அவர் எடுக்கும் தீர்மானங்களை அடித்தளமாக வைத்தே பெறுமொழி பனுவலின் நோக்கம், உள்ளடக்கம், கலாச்சாரப் பின்னணி, உச்சரிப்பு, சொல் வளங்கள், இலக்கணச் செறிவுகள், கட்டமைப்புகள், நடை வளங்கள், வாசகர் தாக்கங்கள் ஆகிய அம்சங்கள் உருப்பெறுகின்றன. எனவே அவை அனைத்திலும் பல சிக்கல்கள் எழுகின்றன. பல இன்னல்களுக்கிடையே அப்படி உருவாக்கப்படும் பெறுமொழி பனுவல் எல்லாருக்கும் எல்லா விதத்திலும் மன நிறைவைத் தந்துவிடாது.

இச்சூழ்நிலையில் பல மொழிபெயர்ப்பாளர்கள் எடுக்கும் தீர்மானங்கள் பல வகைகளில் வேறுபடலாம். எனவே ஒரே தருமொழி பனுவலுக்குப் பல பெறுமொழி பனுவல்கள் தோன்று கின்றன. அவை ஒவ்வொன்றும் தருமொழி பனுவலிலிருந்து ஏதோ ஒருவகையில் வேறுபட்டே இருக்கிறது; வேறுபட்டே இருந்தாக வேண்டும். அவை அனைத்தையும் இரு எதிர் திசைகளில் உள்ள இருவேறு மையங்களைக் கொண்டனவாக வரிசைப் படுத்தமுடியும்.

தருமொழி பனுவலை மையமாகக் கொண்ட மொழிபெயர்ப்புகள்

பெறுமொழி வாசகரை மையமாகக் கொண்ட மொழிபெயர்ப்புகள்

தருமொழி பனுவல் ← மொழிபெயர்ப்புகள் → பெறு மொழி வாசகர்

கே. தியாகராஜன்

1.1.4 மொழி பெயர்ப்பு, மொழி மாற்றம், மொழியாக்கம்

Translation எனும் ஆங்கிலச் சொல்லுக்குச் சமனிகளாகத் தமிழில் மொழிபெயர்ப்பு, மொழி மாற்றம், மொழியாக்கம் எனும் மூன்று கலைச்சொற்களை நாம் பயன்படுத்தி வருகிறோம். மொழிபெயர்ப்பு என்ற சொல் தொல்காப்பியர்காலம்தொட்டே வழக்கில் இருந்து வரும் சொல். இருப்பினும் எதற்காக மற்ற இரண்டும் பயன்பாட்டில் உள்ளன? மொழிபெயர்ப்பு, மொழி மாற்றம், மொழியாக்கம் எனும் மூன்று கலைச்சொற்களும் ஒரே பொருளைத் தருகின்றனவா அல்லது வேறுபட்ட பொருள்களைக் குறிக்கின்றனவா? என்றால் வேறுபாடுகள் யாவை? மேலே சொல்லப்பட்டது போல் மொழிபெயர்ப்பு நூல்கள் அனைத்தையும் இரு எதிர் திசைகளில் உள்ள இரு வேறு மையங்களைக் கொண்டவையாக வரிசைப் படுத்தலாம்:

தருமொழி பனுவலை மையமாகக் கொண்ட மொழிபெயர்ப்புகள்

பெறுமொழி வாசகரை மையமாகக் கொண்ட மொழிபெயர்ப்புகள்

தருமொழி பனுவலை மையமாகக் கொண்ட மொழிபெயர்ப்புகள் அனைத்தும் அந்த மூலப் பனுவலே உயிரும் உடலும், பேச்சும் மூச்சும் எழுத்தும் என்ற உறுதியான நிலைப்பாட்டைக் கொண்டவை. அப்பனுவலின் நோக்கம், உள்ளடக்கம், கலாச்சாரப் பின்னணி, சில தவிர்க்க முடியாத சொற்களின் உச்சரிப்பு, சொல் வளங்கள், இலக்கணச் செறிவுகள், கட்டமைப்புகள், நடை வளங்கள், வாசகர் தாக்கங்கள் ஆகியவற்றுள் எதிலும் எந்த வேறுபாட்டையும் அவை அனுமதிப்பதில்லை.

ஒரு புத்தகத்துக்கு மேலே போடப்பட்டிருக்கும் மஞ்சள் வண்ணத்தில் உள்ள ஒரு அட்டையைக் கழற்றிவிட்டுப் பச்சை வண்ணத்தில் உள்ள வேறொரு அட்டையைப் போடும்போது, அந்தப் புத்தகத்தின் உள்ளே எதுவும் மாறாமல் அப்படியே உள்ளது; அட்டைதான் மாறுகின்றது. அதேபோல ஒரு மொழியில் உள்ள பனுவலை வேறு மொழியில் தரும்போது பனுவல் அப்படியேதான் இருக்கிறது; இருக்க வேண்டும். மூல மொழியைப் பெயர்த்து எடுத்துவிட்டு அல்லது மாற்றிவிட்டு, பெறுமொழியைப் பொருத்த வேண்டும்.

எனவே மொழிபெயர்ப்புப் பனுவல்களில் இடம்பெறும் இருமொழிகளும் இருவேறு அட்டைகள் போன்றவை; அட்டைகளை மாற்றலாம், ஆனால் புத்தகம் அப்படியே இருக்க

வேண்டும். அதனுடைய எந்தவொரு அம்சத்தையும் மாற்ற முடியாது, மாற்றக்கூடாது. இதுவே *மொழி பெயர்ப்பு, மொழி மாற்றம்* என்ற இரு கலைச் சொற்களின் மையக்கருத்தாகும்.

மூன்றாவது கலைச்சொல்லாகிய *மொழியாக்கம்* முற்றிலும் மாறுபட்ட மையக் கருத்தைக் கொண்டது. ஏதோ ஒருவகைத் தேவை இருப்பதால்தான், இருவேறு மொழிகளின், இருவேறு கலாச்சாரங்களின், இருவேறு பாரம்பரியங்களின் சந்திப்பு நிகழ்கின்றது; நெருங்கிய உறவு ஏற்பட்டு ஒரு பெறுமொழி பனுவல் பிறக்கிறது. அதைப் படைப்பதின் தலையாய நோக்கமே தருமொழி அறியாத பெறுமொழி வாசகர் பெறும் பயன்களே ஆகும்.

என்னென்ன மாற்றங்களை, எந்தெந்த வகைகளில், எப்படியெல்லாம் செய்து பெறுமொழி பனுவலைப் படைத்தால் அது பயனாளிகளுக்கு உகந்ததாக, ஏற்புடையதாக இருக்குமோ அதை மொழிபெயர்ப்பாளர் தீர்மானிக்கிறார். பனுவலின் நோக்கம், உள்ளடக்கம், கலாச்சாரப் பின்னணி, உச்சரிப்பு, சொல் வளங்கள், இலக்கணச் செறிவுகள், கட்டமைப்புகள், நடை வளங்கள், வாசகர் தாக்கங்கள் ஆகிய அனைத்து அம்சங்களிலும் மாற்றங்கள் தேவையா அல்லது ஓரிரண்டில் மட்டும் போதுமா என்றும் அவர் முடிவு செய்கிறார்.

அவர் ஆசிரியருக்கு நிகரான ஆசிரியராக உரிமை எடுத்துக் கொண்டு, தருமொழி பனுவலில் சொல் குற்றம், பொருள் குற்றம், அல்லது வேறு குறைபாடுகள் ஏதேனும் இருப்பின், அவற்றைப் பெறுமொழி கலாச்சாரத்திற்கு ஏற்பத் திருத்திச் செம்மைப்படுத்தி மெருகேற்றவும் முயல்கிறார். இப்படிப் பல மாற்றங்களைக் கொண்ட பெறுமொழி பனுவலை அவர் படைக்கிறார்.

அது தருமொழி பனுவலைத் தழுவியதாகத்தான் இருக்கும்; இருப்பினும் புதிதாகப் படைக்கப்பட்ட நூல் போலவும் இருக்கும். இங்கு மொழி மட்டுமல்லாது உட்கூறுகளும் அம்சங்களும் மாற்றம் பெறுகின்றன. எனவே வேறு மொழியில் நிறைய வேறுபாடுகளுடன் ஆக்கப்பட்டதை *மொழிபெயர்ப்பு* என்றோ *மொழிமாற்றம்* என்றோ கூறுவதை விட *மொழியாக்கம்* என்று கூறுவதே பொருத்தமாயிருக்கும்.

எனவே எல்லா அம்சங்களிலும் தருமொழி பனுவலை மையமாக வைத்து மாற்றங்கள் இன்றி வேற்றுமொழியில் முழுச் சமனியாகத் தரப்படும் பனுவலை மொழிபெயர்ப்பு அல்லது மொழிமாற்றம் என்று எடுத்துக்கொள்ளலாம். பெறுமொழி பயனாளிகளைக் கருத்தில்கொண்டு, சில அல்லது பல அம்சங்களில் தருமொழி பனுவலில் சில அல்லது பல மாற்றங்களுடன், வேற்று

கே. தியாகராஜன்

மொழியில் ஆக்கப்படும் பனுவலை மொழியாக்கம் என்று எடுத்துக்கொள்ளலாம்.

மொழிபெயர்ப்பு, மொழி மாற்றம், மொழியாக்கம் என்ற மூன்று கலைச்சொற்களுள் மொழிபெயர்ப்பே தொல்காப்பியர் காலம் முதலாகப் புழக்கத்தில் இருந்து வரும் சொல். மூன்று கலைச்சொற்களும் உணர்த்தும் சிந்தனைகள், கோட்பாடுகள், ஆய்வுகள், செயல்பாடுகள், அவற்றைக் கற்றல்/கற்பித்தல் ஆகியவை அனைத்தையும் பற்றிய இயலைக் குறிப்பிட மொழிபெயர்ப்பியல் என்ற கலைச்சொல் இந்நூல் முழுதும் பயன்படுத்தப்படுகிறது.

நடைமுறைச் செயல்பாடுகளில் தருமொழி பனுவலின் சில கூறுகளிலாவது சிறிதேனும் மாற்றம் செய்ய நேரிடுகிறது; இல்லையேல் ஒரு தருமொழி பனுவலிலிருந்து எந்த ஒரு பெறுமொழி பனுவலையும் ஆக்க முடியாது. வீச்சு கூடினாலும் குறைந்தாலும் ஆக்கம்தான் இத்தளத்தின் அடிப்படைச் செயல்பாடாக உள்ளது. அதைக் குறிப்பிட, மொழிபெயர்ப்பு, மொழிமாற்றம் என்ற சொற்களைவிட மொழியாக்கம் என்ற கலைச்சொல்லே பொருத்தமாக உள்ளது. இக்கருத்தைக் குறிப்பிட இச்சொல்லே நூல் முழுதும் பயன்படுத்தப்படுகிறது.

1.2 'பொருளி'ன் பொருள்

மொழிபெயர்ப்பில் கவனிக்கப்பட வேண்டிய பல அம்சங்களில் தலையாயது பனுவல்களின் கருப்பொருள் அல்லது அர்த்தம் ஆகும். இதுவே கீழே வரும் 'சமானம்'–'தோராயம்' என்ற விவாதத்தின் அடித்தள அம்சமாகும் (காண்க. ப–ள். 63–6). 'அர்த்தம்', 'பொருள்' என்ற சொற்களை நாம் நன்கறிவோம். ஆனால் "பொருள் அல்லது அர்த்தம் என்றால் என்ன", "பொருளின் பொருள் என்ன", "அர்த்தத்தின் அர்த்தம் என்ன" என்று யாரும் கேட்டால் நாம் சற்றுத் திகைத்துப் போகிறோம். உடனடியாகத் தெளிவான முழுமையான உறுதியான பதிலை நம்மால் சொல்ல முடிவதில்லை.

க்ரியாவின் தற்காலத் தமிழகராதி 'பொருள்' எனும் சொல்லுக்கு, பின்வரும் ஆறு பொருள்களைச் சொல்கிறது: 'புலன்களால் உணரக்கூடிய திட, திரவப் பொருள்...', 'சொத்து முதலியவை', 'சொல்லின் அர்த்தம்', 'கருத்து', 'வெளிப்படுத்துவது, உணர்த்துவது', 'உள்ளடக்கம், தலைப்பு'. சென்னைப் பல்கலைக்கழகத் தமிழ்ப் பேரகராதி இருபத்தேழு, ஃபெப்ரிசியஸ் அகராதி பதினொன்று, வின்சுலோ அகராதி பன்னிரண்டு, கதிரைவேற் பிள்ளையின் தமிழகராதி எண்பத்தேழு, மு. சண்முகம் பிள்ளையின் தமிழ்–தமிழ் அகர முதலி இருபத்து மூன்று,

லிப்கோவின் தமிழ்ப் பேரகராதி பதினான்கு எனப் பொருளின் பொருளுக்குக் கூடுதலாகவோ குறைவாகவோ விளக்கம்தர முயல்கின்றன.

பொருள் என்பது தோற்றத்தில் உள்ளதா, பயனில் உள்ளதா? எந்த ஒரு மொழிக்கும் உயிர்நிலையாக இருக்கும் அதைப் புரிந்து கொள்ள உதவுவது/உதவுவன அறிவா, புலன்களா, உணர்வுகளா, பார்வைகளா, பழக்கங்களா, சம்பிரதாயங்களா, பாரம்பரியங்களா? இவ்வினாக்கள் பொருளின் பொருளைப் புரிந்துகொள்வதில் கடுஞ்சிக்கலைக் கோடிட்டுக் காட்டுகின்றன. இதில் உள்ள குழப்பங்களைப் பின்வரும் வேறுபாடுகள் உணர்த்தக் கூடும்.

1.2.1 சொற்பொருள்

தற்காலத் தமிழில் சரளமாகப் பயன்படும் ஒரு சொல் **ரேடியோ**. இதற்கு மாற்றாகப் பயன்படுத்தப்படும் தூய தமிழ்ச் சொல் **வானொலி**. இச்சொல்லின் பொருளை '(பேச்சு, பாடல் போன்றவற்றை) மின்காந்த அலைகளாக அனுப்பி அவற்றை ஒலியாகக் கேட்கும் முறை' என்றும், 'வானொலி நிலையத்தி லிருந்து ஒலி பரப்பப்படுவதை வாங்கி ஒலியாக மாற்றும் கருவி' என்றும் க்ரியாவின் தற்காலத் தமிழகராதி தருகிறது.

ஒரு சொல்லின் விளக்கப் பொருள், உடன்பாட்டுப் பொருள், எதிர்மறைப் பொருள், இலக்கணப் பொருள் ஆகியவையே 'சொற்பொருள்' (Literal meaning) என்று சொல்லப்படுகிறது. சொற்களுக்கிடையே மொழிக்குள்ளேயே காணப்படும் இப்படிப்பட்ட பொருள் உறவுகளை அகராதிகள் அகர வரிசையில் பட்டியலிடுகின்றன.

பேசுபவர் யார், கேட்பவர் யார், எப்பொழுது, எந்த இடத்தில், எதற்காக, எந்தச் சூழ்நிலையில் ஒரு சொல் சொல்லப் பட்டது என்ற தகவல்கள் மொழிக்கு வெளியிலிருந்து கிடைக்கின்றன. சொற்பொருளைத் தருவதற்கு இத்தகவல்கள் தேவைப்படுவதில்லை. அவற்றை அகராதிகள் சொல்வதில்லை. அகராதிகளிலிருந்து இப்படிப் பெறப்படும் சொற்பொருளை 'அகராதிப் பொருள்' என்று சொல்லலாம்.

1.2.2 பேசுபவரின் பொருள்

மருத்துவர் சுந்தர் நகரத்தில் கைராசிக்காரர் என்று பெயர்பெற்றவர்; ஆலோசனை அறையில் நோயாளி ஒருவருடன் பேசிக்கொண்டிருக்கிறார். வீட்டுக்குள்ளே அவருடைய செல்ல மகள் ரேடியோவை அலறவைத்து மேற்கத்திய இசையைக்கேட்டு ரசித்துக்கொண்டிருக்கிறாள். மகளைக் கூப்பிட்டுச் சொல்கிறார் மருத்துவர்: "அபிநய் . . . ரேடியோ!"

இங்குப் பேசுபவர் மருத்துவர் சுந்தர். அவர் சொல்லிய 'ரேடியோ' என்பதின் பொருள் '(பேச்சு பாடல் போன்றவற்றை) மின்காந்த அலைகளாக அனுப்பி அவற்றை ஒலியாகக் கேட்கும் முறை' என்பதல்ல. 'வானொலி நிலையத்திலிருந்து ஒலிபரப்பப்படுவதை வாங்கி ஒலியாக மாற்றும் கருவி' என்ற சொற்பொருளும் அல்ல. மாறாக, "அபிநய் … நான் இங்கு நோயாளி ஒருவருடன் பேசிக்கொண்டிருக்கிறேன். நீ ரேடியோவை அலற வைப்பது இடையூறாக உள்ளது. சத்தத்தைக் குறை" என்பதே அவர் உண்மையில் தெரிவித்த பொருள்.

மருத்துவர் இங்குச் சொல்லிய 'ரேடியோ' என்ற ஒற்றைச் சொல்லின் பொருள் அகராதியில் அதே சொல்லுக்குத் தரப்பட்ட 'சொற்பொருள்' அல்லது 'அகராதிப் பொருள்' அல்ல. உள்ளம் ஒன்றை நினைக்கலாம். ஆனால் வேறுபட்ட பொருளுடைய வார்த்தைகளை உதடுகள் உதிர்க்கலாம். அவ்வார்த்தைகளின் சொற்பொருளை மட்டும் எடுத்துக்கொண்டால் குழப்பங்கள்தான் விளையும். அன்றாட உரையாடல்களில் நாம் இதை அடிக்கடிக் காண்கிறோம். எனவே பேசுபவர் ஒருவரின் உதடுகள் சொல்லும் மொழிக்கூறு எதுவாக இருந்தாலும் அவருடைய உள்ளம் உண்மையில் சொல்ல விரும்பியது/சொல்லியது 'பேசுபவரின் பொருள்' *(Speaker meaning)* ஆகும்.

1.2.3 கேட்பவரின் பொருள்

வேறொரு காட்சியை இப்போது காணலாம். மருத்துவர் சுந்தர் தன்னுடைய வருமானம், செலவு, சேமிப்புப் பற்றித் தாழ்ந்த குரலில் தன் மனைவியுடன் பேசிக்கொண்டிருக்கிறார். அவருடைய மேசையில் சில பணக்கட்டுகளும் பங்குச்சந்தை ஆவணங்களும் உள்ளன. அவற்றுள் எதுவும் யாருடைய கண்ணிலும் படுவது அவருக்குப் பிடிக்காது. தற்செயலாகச் சன்னல் வழியே அவர் பார்த்தபோது அவருடைய ஒன்றுவிட்ட தம்பி சேகர் வந்து கொண்டிருப்பது தெரிகிறது.

நகரத்தில் கைராசிக்கார மருத்துவர் என்ற கீர்த்தி சுந்தருக்கு இருப்பது போல், சேகருக்கும் தனிப்பட்ட வேறொரு கீர்த்தி உண்டு. மற்றவர்களின் குடும்ப இரகசியங்களைத் தெருவில் வருவோர், போவோர், தெரிந்தோர், தெரியாதோர் எல்லாரிடமும் பகிர்ந்துகொள்ளாவிட்டால் மனிதருக்குத் தூக்கம் வராது; தலை வெடித்துப் போகும். இப்படிப்பட்ட கீர்த்தி மிகுந்த சேகருக்கு நகரத்தில் 'ரேடியோ' என்ற செல்லப் பெயரும் உண்டு.

சுந்தர் தன் மனைவியை எச்சரிக்கிறார்: "ரேடியோ!" அந்த அம்மையாரோ ரேடியோவில் வரும் கர்நாடக இசையைக் கணவர் கேட்க விரும்புகிறார் என்று தவறாகப் புரிந்துகொண்டு

அதைப் பாட வைக்கிறார். சுந்தர் சற்று எரிச்சலுடன் சன்னல் பக்கம் கையைக் காட்டி மீண்டும் "ரேடியோ!" என்று அழுத்திச் சொல்கிறார்.

அப்போதுதான் கணவரின் ஒன்றுவிட்ட தம்பி வந்து கொண்டிருப்பதைச் சன்னல் வழியே அம்மையார் கவனிக்கிறார். "ஓஹோ, ரேடியோவா!" எனப் புன்முறுவலுடன், எந்த 'ரேடியோ' என்பதை இப்போது சரியாகப் புரிந்து கொண்டு, வேகவேகமாகப் பணக்கட்டுகளையும் ஆவணங்களையும் எடுத்து சேகரின் கண்ணில் பட்டுவிடாமல் அலமாரியில் வைத்துப் பூட்டுகிறார்.

சற்றுமுன் சுந்தர் "ரேடியோ!" என்று சொல்லியபோது அதன் 'சொற்பொருளைக்' குறிப்பிடவில்லை. "ரேடியோவை நிறுத்து/போடு அல்லது கூட்டு/குறை" எனும் சாத்தியமான 'பேசுபவரின் பொருளையும்' அவர் குறிப்பிடவில்லை. மாறாக அவர் உள்ளத்தில் இருந்த பொருளை இப்படி விவரிக்கலாம்:

i. "என் தம்பி சேகர் நம் வீட்டுக்கு வந்துகொண் டிருக்கிறான்."

ii. "இங்கு மேசை மேலே பணக்கட்டுகளும் பங்குச்சந்தை ஆவணங்களும் உள்ளன. இவற்றை அவன் பார்த்து விடுவான்."

iii. "எதையும் பார்த்த உடன் அவன் என்ன செய்வான் என்று உனக்குத் தெரியும். ரேடியோ நாட்டுக்கே ஒலி பரப்பு செய்கிறது. அதுபோல இங்குப் பார்த்ததை நகரத்துக்கே அவன் ஒலிபரப்புசெய்துவிடுவான்."

இது மட்டுமல்லாமல் மனைவி உடனடியாகச் செய்ய வேண்டுமென அவர் சொல்லாமல் சொல்லுவது: "பணக் கட்டுகளையும் ஆவணங்களையும் சேகரின் கண்ணில் பட்டு விடாமல் உடனே எடுத்துப் பீரோவில் வை!" இத்தனைப் பொருள்களையும் 'ரேடியோ' எனும் ஒரு சொல்லைச் சொல்லி உணர்த்தினார். அதைக் கேட்ட அம்மையாரோ முதலில் தவறாகப் புரிந்துகொண்டு ரேடியோவைப் பாட வைத்தார். பின்னர் சரியாகப் புரிந்துகொண்டு, கணவர் எதைச் செய்ய உணர்த்தினாரோ அதைச் செய்தார்.

எனவே பேசுபவர் ஒருவர் சொல்லும் மொழிக் கூறுகள் எவையாக இருப்பினும், உணர்த்தும் பொருள் எதுவாக இருப்பினும், கேட்கும் ஒருவர் அதைப் புரிந்துகொள்ளும்விதத்தைக் 'கேட்பவர் பொருள்' (*Hearer meaning*) என்று சொல்லலாம். பேசுபவர் சிலேடையாகப் பேசினாலோ, கேட்பவர் பலராக

இருந்தாலோ, 'கேட்பவர் பொருள்' ஒன்றுக்கும் மேற்பட்டதாகிச் சிக்கல்களையும் குழப்பங்களையும் உண்டாக்கும்.

பேசுபவர் பொருள் ஒன்றாக இருப்பினும் இரு வேறு கேட்பவர்கள் இரு வேறு விதங்களில் அதைப் புரிந்துகொள்வதை அன்றாட உரையாடல்களில் நாம் அடிக்கடிக் காண்கிறோம். கேட்பவர் பலர் என்றால் கேட்பவர் பொருளும் பலவாக மாறுவதில் வியப்பில்லை. கேட்பவர் பொருளில் குழப்பங்கள் வராமலிருக்க, பேசுபவர் தெளிவான சொற்களுடன் தெளிவான வாக்கியங்களைப் பேச வேண்டும்.

1.2.4 உரையாடல் சூழ்நிலைப் பொருள்

முதலில் உரையாடல் சூழ்நிலை *(context)* என்றால் என்ன என்று காண்போம். பேசுபவர்(கள்) யார், கேட்பவர்(கள்) யார், எப்பொழுது, எந்த இடத்தில், எதற்காக, எந்த சமூக, கலாச்சார, வரலாற்று பின்னணியில் உரையாடல் நிகழ்கின்றது ஆகிய அனைத்துத் தகவல்களின் திரட்டே உரையாடல் சூழ்நிலை ஆகும்.

'உரையாடல் சூழ்நிலைப் பொருள்' *(Contextual meaning)* என்பது மேலே சொல்லப் பட்ட 'அகராதிப் பொருள்', 'பேசுபவர் பொருள்', 'கேட்பவர் பொருள்' ஆகியவற்றிலிருந்து வேறுபட்டது. எந்த உரையாடலும் ஒரு குறிப்பிட்ட சூழ்நிலையைச் சார்ந்து பொருள் பெறுகிறது. 'உரையாடல் சூழ்நிலைப் பொருள்' பேசுபவர் சொல்லும் மொழிக் கூறுகளிலிருந்தே நேரடியாகப் பெறப்படுவதல்ல. மாறாக அதே மொழிக் கூறுகள் வெவ்வேறு சூழ்நிலைகளில் கையாளப்படும்போது வெவ்வேறு 'உரையாடல் சூழ்நிலைப் பொருள்களைத்' தருகின்றன. சார்புடைய சூழ்நிலையை அகற்றிவிட்டு மொழிக் கூறுகளை மட்டும் தனியே வைத்துப் பார்த்தால் உரையாடல் சூழ்நிலைப் பொருள் மறைந்து விடுகின்றது. இதை விளக்கும் வகையில் இரு உரையாடல் சூழ்நிலைகள் கீழே விவரிக்கப்படுகின்றன.

உரையாடல் சூழ்நிலை (1)

இளந்தாய் ஒருத்தி தன் ஒரு வயது செல்லக் குழந்தைக்குச் சித்திரப் புத்தகம் ஒன்றைப் புரட்டிக் காட்டிக்கொண்டிருக்கிறாள். அதில் உள்ள விலங்குகளின் படங்களில் ஒன்றைச் சுட்டிக் காண்பித்துக் கர்ஜனை செய்து, கண்களை உருட்டி விழித்து, கைவிரல்களை வளைத்துக் காட்டி, குரலை உயர்த்திச் 'சிங்கம்' என்று சொல்கிறாள்.

இந்த உரையாடல் சூழ்நிலையில் 'சிங்கம்' என்ற சொல் க்ரியா அகராதி தருவது போன்ற சாதாரண 'அகராதிப் பொருளைப்'

பெறுகிறது: "(காட்டில் வாழும் எல்லா விலங்குகளையும் விடப் பலம் வாய்ந்ததாகக் கருதப்படும்) செம்பழுப்பு நிறம் உடைய கொடிய காட்டு விலங்கு; ஆண் சிங்கத்திற்குப் பிடரியில் மயிர் உண்டு." இங்குப் 'பேசுபவரின் பொருளும்' அதுவே.

உரையாடல் சூழ்நிலை (2)

நண்பர்கள் சிலர் காட்டுப்பாதையில் நடந்துபோய்க் கொண்டிருக்கிறார்கள். அடர்ந்த புதர்களுக்கிடையே மறைந்து நிற்கும் சிங்கம் ஒன்றை அவர்களில் ஒருவர் அதிர்ச்சியுடன் பார்த்துவிடுகிறார். தணிந்த குரலில் அவர் நண்பர்களைப் பார்த்து 'சிங்கம்' என்று சொல்கிறார். உரையாடல் சூழ்நிலை (1)இல் பயன்படுத்தப்பட்ட அதே ஒற்றைச் சொல்தான் தற்போதைய சூழ்நிலையிலும் சொல்லப்படுகிறது. ஆனால் அதன் பொருள் 'அதிர்ச்சி கலந்த எச்சரிக்கையாக' மாறுகிறது: "நண்பர்களே, ஜாக்கிரதை! அங்கே புதர்களுக்கிடையே சிங்கம் மறைந்து நிற்கிறது!" இங்குள்ள 'அதிர்ச்சி கலந்த எச்சரிக்கை' எனும் பொருள் உரையாடல் சூழ்நிலை (2)லிருந்தே முற்றிலும் பெறப்படுகிறது. இங்கு 'பேசுபவரின் பொருளும்' 'உரையாடல் சூழ்நிலைப் பொருளும்' மாறுபடவில்லை.

இருப்பினும் பயன்படுத்தப்பட்ட ஒற்றைச் சொல்லை இச்சூழ்நிலையிலிருந்து விலக்கிப் பார்த்தால் 'அதிர்ச்சி கலந்த எச்சரிக்கை' எனும் பொருள் கிடைப்பதில்லை. மாறாக, "(காட்டில் வாழும் எல்லா விலங்குகளையும் விடப் பலம் வாய்ந்ததாகக் கருதப்படும்) செம்பழுப்பு நிறம் உடைய கொடிய காட்டு விலங்கு; ஆண் சிங்கத்திற்குப் பிடரியில் மயிர் உண்டு." என்ற 'அகராதிப் பொருளே' கிடைக்கிறது. எனவே ஒரு உரையாடல் சூழ்நிலையில் பயன்படுத்தப்படும் ஒவ்வொரு சொல்லின் பொருளையும் உள்வாங்கக் கவனம் அதிகமாகத் தேவைப்படுகிறது,

1.2.5 'பொருளின் பொருள்': மேலும் சில சிக்கல்கள்

சொற்பொருள், பேசுபவரின் பொருள், கேட்பவரின் பொருள், உரையாடல் சூழ்நிலைப் பொருள் என்ற பொருளின் வகைகள் மேலே வேறுபடுத்திக் காட்டப்பட்டன. இவற்றைத் தவிர 'பொருளின் பொருளைப்' புரிந்துகொள்வதில் உள்ள வேறு சில சிக்கல்கள் கீழே விவரிக்கப்படுகின்றன.

1.2.5.1 பேச்சுமொழியின் தனித்துவ அம்சங்கள்

'குரலின் ஏற்ற/இறக்க தொனி வேறுபாடுகள்' *(intonation)*, 'சந்தம்' *(rhythm)*, 'சொல்லழுத்தம்' *(word stress)* ஆகியவை பேச்சு மொழிக்கே உரிய தனித்துவ அம்சங்கள். ஆனால் இவை பேச்சு

மொழியில் வரும் சொற்களுக்கோ வாக்கியங்களுக்கோ நேரடித் தொடர்பில்லாத குரல் மாற்றங்களாகும். சொற்கள் சொல்லும் சொற்பொருளைத் தவிர, சொல்லாத சில நுண்ணிய பொருள்களை இந்தக் குரல் மாற்றங்களே உணர்த்துகின்றன.

கீழே காணப்படும் ஐந்து வாக்கியங்களும் ஒரே வாக்கியமே. அவற்றில் காணப்படும் சொற்களும் அதே சொற்களே. அவற்றின் சொற்பொருளும் அதே. வாக்கியத்தின் கட்டமைப்பிலும் எந்த மாற்றமும் இல்லை. ஆனால் ஒவ்வொரு முறையும் இவ்வாக்கியம் சொல்லப்படும்போது அதில் வெவ்வேறு சொல் சொல்லழுத்தம் பெறுகிறது. அதனால் பொருள் மாற்றங்கள் ஏற்படுகின்றன.

1. '**கந்தன்** பிரபுவை நேற்று அலுவலகத்தில் பார்த்தான்.

    (**கந்தன்தான்** பார்த்தான்; செல்வமோ செந்திலோ சிவாவோ அல்ல.)

2. கந்தன் '**பிரபுவை** நேற்று அலுவலகத்தில் பார்த்தான்.

    (**பிரபுவைத்தான்** பார்த்தான்; செல்வத்தையோ செந்திலையோ அல்ல.)

3. கந்தன் பிரபுவை '**நேற்று** அலுவலகத்தில் பார்த்தான்.

    (**நேற்றுதான்** பார்த்தான்; போன வாரமோ மாதமோ அல்ல.)

4. கந்தன் பிரபுவை நேற்று '**அலுவலகத்தில்** பார்த்தான்.

    (**அலுவலகத்தில்தான்** பார்த்தான்; வீட்டிலோ வங்கியிலோ அல்ல.)

5. கந்தன் பிரபுவை நேற்று அலுவலகத்தில் '**பார்த்தான்**.

    (**பார்க்கத்தான்** செய்தான்; பேசவில்லை, திட்டவில்லை.)

மேலே அடைப்புக்குறிகளுக்குள் தரப்பட்டுள்ள ஒவ்வொரு வாக்கியத்தையும் பார்த்தால் அதில் தடித்த எழுத்துச் சொல்லே அழுத்தம் பெறுவதை உணரலாம். அதனால் என்ன பொருள் மாற்றம் ஏற்படுகிறது என்பதும் விளக்கப்பட்டுள்ளது. இவ்வாறு ஒரு வாக்கியத்தின் பொருளில் எந்த ஒரு பகுதி 'முக்கியமானது' அல்லது 'வேறுபட்டது' என்று சுட்டிக்காட்டச் சொல்லழுத்தம் உதவுகிறது.

இப்படிப்பட்ட பொருள் மாற்றத்தை ஒரே வாக்கியத்தின் செய்வினை, செயப்பாட்டு வினை வடிவங்களைக் கொண்டும் செய்யலாம். ஆனால் இப்பொருள் மாற்றங்கள் இலக்கணக்

கட்டமைப்பு வேறுபாடுகளால் உண்டாக்கப்படுபவை – குரல் மாற்றங்களால் அல்ல.

கரிகாலன் கல்லணையைக் கட்டினான்.

கல்லணை கரிகாலனால் கட்டப்பட்டது.

செய்வினை வாக்கியத்தில் கரிகாலன் முக்கியத்துவம் பெறுகிறான். செயப்பாட்டு வினை வாக்கியத்தில் கல்லணை முக்கியத்துவம் பெறுகிறது.

'குரலின் ஏற்ற/இறக்க தொனி வேறுபாடுகள்' உதவியோடு பொருள் வேறுபாடுகளையும் உண்டாக்க முடியும். கீழே காணப்படும் மூன்று வாக்கியங்களும் அதே கட்டமைப்பையும் சொற்களையும் சொற்பொருளையும் கொண்டுள்ளன. ஆனால் **புத்திசாலி** என்ற ஒரே ஒரு சொல்லோ மூன்று விதத் தொனிகளுடன் உச்சரிக்கப்படுகிறது. தொனி மாற்றத்தால் மட்டுமே அடைப்புக்குறிகளுக்குள் சுட்டப் பட்டுள்ள பொருள் வேறுபாடுகள் உண்டாக்கப் படுகின்றன.

வகுப்பில் எல்லாரையும் விட வள்ளி ↘**புத்திசாலி**.

(இறங்கும் தொனி: வகுப்பில் எல்லாரையும் விட வள்ளிதான் புத்திசாலி என்ற உண்மையை இறங்கும் தொனி சொல்கிறது.)

வகுப்பில் எல்லாரையும் விட வள்ளி ↗**புத்திசாலி**.

(ஏறும் தொனி: வகுப்பில் எல்லாரையும் விட வள்ளிதான் புத்திசாலியா என்ற வினாவை ஏறும் தொனி எழுப்புகிறது.)

வகுப்பில் எல்லாரையும் விட வள்ளி ↘↗**புத்திசாலி**.

(இறங்கி ஏறும் தொனி: சொற்கள் சொல்லாததை உள்ளர்த்தம் வைத்து இறங்கி ஏறும் தொனி சொல்கிறது. 'வள்ளி புத்திசாலிதான் . . . ஆனால் இரக்கம் இல்லாதவள், கர்வம் பிடித்தவள், மரியாதை தெரியாதவள் . . .')

பேச்சு மொழியோடு எப்போதும் பின்னிப் பிணைந்தவை சொல்லழுத்தமும் குரல் மாற்றங்களும் தொனியும் ஆகும். அவற்றின் உதவியோடு சொற்களின் அகராதிப் பொருளிலிருந்து வேறுபட்ட கூடுதலான பொருளை எப்படி தர முடியும் என்பதை இங்குக் கண்டோம். பேச்சு மொழியின் தனித்துவ அம்சங்களைப் புரிந்துகொள்ள முடியாவிட்டால் பொருளின் பொருளைப் புரிந்துகொள்வதிலும் குழப்பங்கள் ஏற்படும். குறிப்பாகத் தருமொழி–பெறுமொழி பேச்சுமொழியாக்கத்தில் இவை பல சிக்கல்களுக்கு இட்டுச்செல்லும்.

1.2.5.2 சமூக, கலாச்சார, வரலாற்றுப் பின்னணித் தகவல்கள்

மேலே விவரிக்கப்பட்ட பேச்சு மொழியின் தனித்துவ அம்சங்களைத் தவிரச் சமூக, கலாச்சார, வரலாற்றுப் பின்னணித் தகவல்களும் 'உரையாடல் சூழ்நிலைப் பொருளின்' ஆழத்தை அதிகமாக்குகின்றன. அவற்றை நீக்கிவிட்டால் உரையாடல் உயிரற்ற சடலமாகிவிடும். எடுத்துக்காட்டாக இரு தாய்மார்களின் உரையாடலின் ஒரு பகுதியைக் காண்போம்:

"என்ன, பொண்ணு வந்திருக்காப் போலிருக்கே?"

"ஆமாம்மா ... ஆடிக்கு வந்திருக்கா ... ரெண்டு நாள்ல போவேங்குறா ..."

"அடடே ... வேல பாக்கிறவ இல்லே! புத்திசாலிப் பொண்ணும்மா. பாத்துக்குவா."

இந்த உரையாடலின் ஒரு மொழிபெயர்ப்பு:

"Hello! It seems daughter has arrived?"

"Yes, dear! She has arrived for Adi… insists she would leave in two days."

"Oh… She is an employed girl, isn't she? She is clever, and she'll take care."

இங்கே 'உரையாடல் சூழ்நிலை'யிலுள்ள தமிழர் சமூக வழக்கம் ஒன்றின் பின்னணித் தகவலை மொழிபெயர்த்தவர் கவனிக்காமல் விட்டிருக்கிறார். இவ்வுரையாடலில் "ஆடி" ஒரு முக்கியமான சொல். அது தமிழ் மாதம் ஒன்றின் பெயராக மட்டும் இங்குப் பயன்படுத்தப்படவில்லை. அம்மாதத்தோடு பின்னிப் பிணைந்த தமிழர் சமூக வழக்கம் ஒன்றையும் சொற்களால் சொல்லாமல் அது குறிப்பிடுகிறது.

புதிதாகத் திருமணமான இளம்பெண் ஆடி மாதத்தில் கருவுறாமல் பார்த்துக்கொள்ள வேண்டும். அப்படி நிகழ்ந்து விட்டால் குழந்தைப் பேறு நல்ல கோடை வெய்யில் காலத்தில் வரும். அது இளம்தாய்க்கும் சேய்க்கும் மற்றோர்க்கும் பல இன்னல்களைத் தரும். எனவே அப்பெண்ணைக் கணவனிடமிருந்து பிரித்து அழைத்து வந்து அம்மாதம் முழுவதும் தாய்வீட்டில் வைத்துக்கொள்ள வேண்டும்.

ஆடி மாதம் கழிந்தபின்னரே பெண்ணைக் கணவன் வீட்டுக்கு அனுப்பிவைக்க வேண்டும். இது தமிழர் சமூகத்தில் நெடுங்காலமாக இருந்து வரும் வழக்கம். ஆனால் பெண்டிர் வேலைக்குச் செல்வது அதிகரித்துவரும் தற்காலத்தில்

இவ்வழக்கத்தை முற்றிலும் செயல்படுத்துவதில் சிரமங்கள் உள்ளன. இச்சமூக வழக்கப் பின்னணியில் பின்வரும் செய்திகள் சொல்லாமல் சொல்லப் படுகின்றன:

- ஆடி மாதப் பிரிவு என்ற சம்பிரதாயத்திற்காகத் தாய் வீடு வந்துள்ள மகள், வேலை பார்க்கும் புதிதாகத் திருமணம் ஆன இளம்பெண். மாதம் முழுதும் விடுமுறை பெற்றுத் தாய்வீட்டில் தங்க முடியாமல், இரண்டே நாட்களில் கணவன் ஊருக்குத் திரும்ப வேண்டும் என்ற பணியிட நெருக்கடியில் உள்ளாள்.

- அது பெண்ணின் தாய்க்குக் கவலையைத் தருகிறது. கணவன் வீட்டில் ஆடி மாதத்தில் மகள் இருந்தால் கருவுற்றுவிடுவாளோ என்று அஞ்சுகிறாள். ஆற்றாமையைப் பக்கத்து வீட்டுக்காரியுடன் பகிர்ந்து கொள்கிறாள்.

- ஆடிச் சம்பிரதாயத்தை நன்கறிந்த பக்கத்து வீட்டுக்காரி தாயின் கவலையைப் புரிந்துகொள்கிறாள். அதே நேரத்தில் வேலை பார்க்கும் பெண் ஒருமாத விடுமுறை பெறமுடியாத காரணத்தால்தான், இரண்டே நாட்களில் திரும்ப திரும்பவேண்டியுள்ளதைத் தாய்க்கு உணர்த்துகிறாள். புத்திசாலியான மகள் தாயின் கவலைக்கு இடம் வைக்காமல், அதாவது ஆடி மாதத்தில் கருவுறாமல் கவனமாக இருப்பாள் என்றும் தாயைச் சமாதானப்படுத்த முயலுகிறாள்.

சொல்லிய சொற்களின் சொற்பொருளிலிருந்து மாறுபட்டு, சொல்லாமல் சுட்டப்பட்ட சமூக வழக்கப் பின்னணிப் பொருளே இங்கு உரையாடலுக்கு உயிரோட்டத்தைத் தருகிறது. இதைப் பெறுமொழி பனுவலில் கொண்டுசேர்க்காவிட்டால், மொழிபெயர்ப்பும் உயிரோட்டம் இல்லாததாகிவிடுகிறது. எனவே மொழிபெயர்ப்பாளர் இந்தப் பின்னணிப் பொருளைத் தெரிவிக்க வழிகண்டுபிடித்தேயாக வேண்டும்.

சமயம், இலக்கியம், கல்வி, அறிவியல், மருத்துவம், உளவியல், தத்துவம், வரலாறு, வணிகம், வானியல், விளையாட்டு, கேளிக்கை, நுண்கலைகள், சுற்றுப்புறம், சுற்றுலாபோன்ற பல்வேறு துறை களைச் சார்ந்த சில பின்னணித் தகவல்கள் எந்த உரையாடலுக்கும் எப்போதும் பொது மேடை அமைத்துக் கொடுப்பதை நாம் அன்றாட வாழ்க்கையில் காண்கிறோம். மற்ற உரையாடல்களை விட இலக்கிய உரையாடல்களில் மறைகுறிப்புகள் (allusions), இடக்கரடக்கல் (euphemism), சிலேடை, வஞ்சப்புகழ்ச்சி, உயர்வு நவிற்சி போன்றவை அதிக அளவில் கையாளப்படுவதை

நாம் கண்டிருக்கிறோம். இயற்கையான எந்த உரையாடலிலும் பங்குபெறும் பேசுவோர், கேட்போர், பார்வையாளர்கள் ஆகியோர் சூழ்நிலைப் பின்னணித் தகவல்களைப் பெரும்பாலும் நன்கறிந்தவர்களாகவே உள்ளனர்.

தெரிந்த தகவல்களைப் பேசத் தேவை இல்லையாதலால் உரையாடல் பெரும்பாலும் அவற்றைத் தவிர்த்துச் சுருக்கமாகவே வடிவம் பெறுகிறது. பின்னணித் தகவல்களை நன்கறிந்திருந்தால் உரையாடலையும் நன்கு புரிந்துகொள்ள முடிகிறது. அவற்றை அறிந்திருப்பது குறையக் குறைய உரையாடலைப் புரிந்து கொள்வதில் சிரமம் அதிகரிக்கிறது. பின்னணித் தகவல்களை அகழ்ந்தெடுத்து அவற்றை மொழிபெயர்ப்பதிலும் சிரமம் அதிகரிக்கிறது.

அவற்றைப் பற்றி ஏதுமே தெரியாது என்றால், எதையுமே புரிந்துகொள்ள முடியாது. சில நேரங்களில் சில உரையாடல்களில் பங்குபெறுவோர் மற்றவருக்குத் தெரியாத அந்தரங்கத் தகவல்களைப் பின்னணியில் வைத்து உரையாடுகின்றனர். இப்படிப்பட்ட உரையாடலைப் புரிந்துகொள்வது மிகவும் கடினம். அப்படிப்பட்ட பொருள் பொதிவுகளைக் கண்டறிந்து அவற்றை மொழிபெயர்ப்பது மிக மிகக் கடினம்.

'பொருளின் பொருள்' என்ற இப்பகுதி பொருளின் பரிமாணங்களையும், அது எப்படியெல்லாம் பல அடுக்குகளில்/ ஆழங்களில் புதைந்துகிடக்கக் கூடியது என்பதையும் விவரித்தது. அவற்றை 'முத்துக்குளித்து' உணர்வது எவ்வளவு பெரிய சவால் என்பதையும் தொட்டுச்சென்றது. சாதாரண நடைமுறையில், தருமொழி பனுவலின் பொருளுக்குச் சமானமான பொருளுடைய பெறுமொழி பனுவலை வடிவமைக்க மொழிபெயர்ப்பாளர் பெரிதும் முயலுகிறார். இம்முயற்சியில் அவர் எப்படிப்பட்ட இன்னல்களையெல்லாம் சந்திக்க வேண்டியிருக்கிறது என்பதை யும் இப்பகுதி சுட்டிக்காட்டியது.

1.3 அடிப்படை விவாதங்கள்

பண்டைக் காலந்தொட்டு இந்நாள்வரை மொழி பெயர்ப்பியலில் தொடரும் சில அடிப்படை விவாதங்களையும் அவற்றால் பிறந்த சில மையக் கலைச்சொற்களையும் இப்பகுதி விவரிக்கிறது.

1.3.1 சமானம் – தோராயம்

சமானம் (Equivalence) என்ற கருத்தாக்கம் பெறுமொழி பனுவலின் பொருளும் தருமொழி பனுவலின் பொருளும்

சமமானவையாக இருக்க வேண்டும் என்று குறிப்பிடுகிறது. இது மொழிபெயர்ப்பியலில் மீறக் கூடாத அடிப்படை விதியாக, அணுகுமுறையாக, நீண்ட வரலாறு கொண்டதாக இருந்து வந்துள்ளது. மூல நூலாசிரியர் சிலவற்றைத் தனிப்பட்ட நோக்கத்திற்காகத் தனித்துவ நடையில் தனித்துவப் படைப் பாகத் தர விரும்பிப் பெரிதும் முயன்றுள்ளார். அவற்றை உள்ளது உள்ளபடியே சிறிதும் மாற்றமின்றிப் பெறுமொழி பனுவலில் தருவது மொழிபெயர்ப்பாளரின் தலையாயப் பணியாக விதிக்கப்பட்டு வந்துள்ளது. ஆனால் மொழிபெயர்ப்பில் சமானம் என்ற இலக்கு மிகப் பெரிய சவாலாயிருப்பதை யாராலும் மறுக்க முடியாது.

மொழியும் கலாச்சாரமும் உடலும் உயிரும் போன்றவை. உடல் இல்லையேல் உயிர் இல்லை. உயிர் இல்லையேல் உடல் இல்லை. ஒன்றில் இருந்து மற்றொன்றைப் பிரிக்க முடியாது. கலாச்சாரக் கூறுகள் மொழிக் கூறுகளில் அழுத்தமான முத்திரைகளைப் பதிக்கின்றன. அந்த முத்திரைகளைப் பெறுவதற்கு மொழிக் கூறுகள் எனும் கருவிகள் அவசியம் தேவைப்படுகின்றன. உடலின் இயக்கத்திற்கு உயிர் இன்றியமையாதது. உயிரின் வெளிப்பாடுகளுக்கு உடல் இன்றியமையாதது.

மொழிபெயர்ப்பான இரு வேறு மொழிகள் சம்பந்தப் பட்டது. அது மட்டுமல்லாது இரு வேறு சமுதாயங்கள் போற்றும் அவற்றின் கலாச்சாரங்கள் சம்பந்தப்பட்டதும் கூட. இரு மொழி களின் தனித்துவ அம்சங்கள் அனைத்தும் இரு கலாச்சாரங்களால் வேறுபட்ட வகைகளில் வடிவமைக்கப்பட்டுள்ளன. உச்சரிப்பு, சொல் வளங்கள், வாக்கியக் கட்டமைப்புகள், இலக்கணச் செறிவுகள், நடை வளங்கள், பயன்பாட்டு வளங்கள் எனப் பல நிலைகளில் இரு மொழிகளும் மாறுபடுகின்றன. எனவே மொழிபெயர்ப்பில் முழுச் சமானம் அல்லது ஒற்றுமையைத் தேடுதல் மிகக் கடுமையானதொரு சவால் ஆகும். இதற்குப் பின்வரும் காரணங்களைக் கூறலாம்.

1.3.1.1 தருமொழி பனுவலின் தனித்துவங்கள்

ஒரு குறிப்பிட்ட தருமொழி படைப்பாளி தனிப்பட்ட சில நோக்கங்களுக்காகச் சிலவற்றைச் சொல்ல விரும்புகிறார். அவற்றைத் தன்னுடைய சொந்த மொழியில் விரும்பியதொரு வடிவில் பனுவலாகத் தருகிறார். பயனாளிகள் யார் என்பதைச் சிந்தித்து அதற்கேற்ப அப்பனுவலைப் படைக்கிறார். ஒரு குறிப்பிட்ட காலகட்டத்தில் தனிப்பட்ட சமூக, கலாச்சார, வரலாற்றுப் பின்னணியில் அது உருப்பெறுகிறது. வேறுபட்ட இக்காரணிகளின் பரிமாற்ற உறவுகளாலும் தாக்கங்களாலும்

இப்பனுவலின் உள்ளடக்கம் பன்முகங்களைக் கொண்ட பொருட்செறிவு பெறுகிறது. நுட்பமான பல அடுக்குகளின் உள்ளே புதைந்துள்ள இப்பொருட்செறிவை முழுக்க முழுக்கப் புரிந்துகொள்வது எந்த ஒரு மொழிபெயர்ப்பாளருக்கும் கடின மான காரியம்.

பெறுமொழியில் அதை நூற்றுக்கு நூறு முழுமையாகத் தருவது முற்றிலும் இயலாத காரியம். பனுவல் பண்டைக் காலத்தைச் சேர்ந்தது என்றால் மொழிபெயர்ப்புச் சிக்கல்கள் பன்மடங்கு அதிகமாகின்றன. சில நூறு ஆண்டுகள் கழியும்போது சமுதாய, கலாச்சார, மொழி மாற்றங்களைத் தவிர மனிதகுலப் பார்வைகளிலும் விருப்பு வெறுப்புகளிலும் மதிப்பீடுகளிலும் அநேக மாற்றங்கள் நிகழ்ந்துவிடுகின்றன. இதனால் பனுவலில் புதைந்துள்ள பொருட்செறிவின் ஆழமும் பரிமாணங்களும் அதிகமாகி மொழிபெயர்ப்பாளருக்கு மேலும் பல இன்னல்கள் தோன்றுகின்றன.

1.3.1.2 மொழிபெயர்ப்பாளரின் தனித்துவங்கள்

கைரேகை, வேறு எந்த ஒரு மனிதரிடமும் இல்லாத தனிமனிதர் ஒருவரின் தனிப்பட்ட அடையாள முத்திரை. அதுபோல ஒரு மொழிபெயர்ப்பாளருக்குத் தனிப்பட்ட பார்வைகள், உணர்வுகள், விருப்பு வெறுப்புகள், மதிப்பீடுகள் உள்ளன. அவற்றின் வெளிப்பாடுகள் அவருடைய சொற்களில் காணப்படுவது இயற்கை. எவ்வளவு கடுமையாக அவர் முயன்றாலும் அவருடைய அகப்பண்புகள் *(subjectivity)* அவர் செய்யும் மொழிபெயர்ப்பில் புகுந்தே தீரும்.

அகப்பண்புகளை முற்றிலும் தவிர்த்து, புறநிலையில் *(objectivity)* முழுக்க முழுக்க நின்று, ஒரு மொழிபெயர்ப்பாளர் தந்த பனுவல் என்று எதுவும் இதுவரை இருந்ததில்லை; இனி இருக்கப்போவதுமில்லை. இதனால்தான் ஒரே தருமொழி பனுவலுக்கு இரு மொழி பெயர்ப்பாளர்கள் இரு வேறு பெறுமொழி பனுவல்களைத் தருகிறார்கள். அது மட்டுமல்லாது காலப்போக்கில் ஒவ்வொரு மனிதனின் அகப்பண்புகளிலும் மாற்றங்கள் நிகழ்கின்றன. எனவே ஒரே தருமொழி பனுவலுக்கு ஒரே மொழிபெயர்ப்பாளர் இரு வேறு காலகட்டங்களில் இரு வேறு பெறுமொழி பனுவல்களைத் தருகிறார். $(5+4+7) = (9+9-2)$ போன்ற சமானங்களைக் கூட்டல் கழித்தல் கணக்குகளில் நாம் அன்றாடம் காண்கிறோம். இப்படிப்பட்ட கணிதச் சமானங்களுக்கு இணையான சமானங்களை மொழிபெயர்ப்பில் திணிக்கவே முடியாது. மொழிபெயர்ப்பில் சமானம் என்பது ஓர் இலக்காக இருக்கலாம். அதை நோக்கி மொழிபெயர்ப்பாளர் இயன்றவரை

பயணிக்கலாம். ஆனால் பயணத்தை முற்றிலும் முடிக்க முடியாது; இலக்கை எட்டிப் பிடிக்கவும் முடியாது.

தோராயம் (approximation) என்ற கருத்தாக்கம் சமானத்திற்கு எதிரானது. உச்சரிப்பு, சொல் வளங்கள், வாக்கியக் கட்டமைப்புகள், இலக்கணச் செறிவுகள், நடை வளங்கள், பயன்பாட்டு வளங்கள் ஆகிய எந்த ஒரு நிலையிலும் சமானம் சாத்தியமாகக் கூடியது அல்ல. எதெதெல்லாம் சாத்தியமாகிறதோ அவை அனைத்தும் "ஏறத்தாழ", "நெருக்கமான", "பெரும்பாலும்", "அநேகமாக" என்ற தோராய நிலையைத்தான் அடைய முடியும். மாறாக, "நூற்றுக்கு நூறு", "முழுக்க முழுக்க" என்ற கணிதச் சமான நிலையை ஒரு போதும் அடைய முடியாது. எனவே மொழிபெயர்ப்பில் சாத்திய மாவது தோராயம். சாத்தியமாகாதது சமானம். சமானத்தைத் தேடுவது முடிவற்றதொரு தேடலாகும். சாத்தியமாகாததின் தேடல் வீண்முயற்சி; அதைத் தவிர்த்தல் நல்லது.

1.3.2 'சொல்லுக்குச் சொல்' மொழிபெயர்ப்பு – 'கட்டற்ற' மொழிபெயர்ப்பு

மொழிபெயர்ப்பியலில் இத்தலைப்பைப் பற்றிய பொறிபறக்கும் விவாதம் நீண்ட காலமாக நடந்துவருகிறது. இத்துறையைச் சார்ந்த அறிஞர்களில் ஒரு சாரார் 'சொல்லுக்குச் சொல் மொழிபெயர்ப்பே' என்றும், மறு சாரார் 'கட்டற்ற மொழிபெயர்ப்பே' என்றும் இன்றைக்கும் விவாதிக்கின்றனர். தருமொழி பனுவலைப் பெறுமொழி பனுவலாக வடிவமைக்கும் முயற்சியில் மொழிபெயர்ப்பாளர் எந்த அளவிற்குச் சுதந்திரம் எடுத்துக்கொள்ளலாம் என்பதே இவ்விவாதத்தின் மையக் கருத்தாகும்.

1.3.2.1 'சொல்லுக்குச் சொல்' மொழிபெயர்ப்பு

'சொல்லுக்குச் சொல்' மொழிபெயர்ப்பு *(literal translation)* எந்தச் சுதந்திரத்தையும் மொழி பெயர்ப்பாளருக்கு வழங்க மறுக்கிறது. தருமொழி பனுவலின் ஒவ்வொரு சொல்லுக்கும், ஒவ்வொரு வரிக்கும், ஒவ்வொரு வாக்கியத்திற்கும் கட்டமைப்புச் சமானங்களை மொழிபெயர்ப்பாளர் கண்டறிய வேண்டும். ஒன்றைக்கூட விட்டுவிடாமல் அவை அனைத்தையும் பெறுமொழி பனுவலில் ஏற்றியே ஆக வேண்டும். 'பொருளுக்குப் பொருள்' சமானங்கள் இங்கே முற்றிலும் தவிர்க்கப் படுகின்றன.

இப்படிப்பட்ட மொழிபெயர்ப்பை ஆங்கிலத்தில் *metaphrase* என்றும் சொல்கிறார்கள். மிகவும் தொன்மையான திருமறைகள், மொழியியல், அறிவியல், சட்டம் ஆகிய துறை களைச் சார்ந்த பனுவல்கள் ஆகியவற்றுக்கு வேண்டுமானால்

இது பொருத்தமானதாக இருக்கலாம்; ஆனால் இலக்கியப் பனுவல்களைப் பொறுத்தவரையில் இது கேள்விக்குரியது. சிரிப்புக்கு இடந்தரும் எந்திர மொழிபெயர்ப்புப் போல் இது அமையும் என்ற பரவலான கருத்து உள்ளது. எடுத்துக் காட்டாக, 'கூகுள் இணைய தள மொழி பெயர்ப்பான்' தரும் சில ஆக்கங்கள்:

Out of sight, Out of mind!

பார்வைக்கு வெளியே, மனத்திற்கு வெளியே!

வடக்குப் பார்த்த மச்சு வீட்டைப் பார்க்கிலும் தெற்குப் பார்த்த குச்சு வீடு மேல்.

The Kutch house facing south is higher than the Kutch house seen from the north.

கல்லாதான் கற்ற கவி

The poet who taught Kalatan

தொல்லுலகில் நல்லார் ஒருவர் உளரேல் அவர்பொருட்டு எல்லார்க்கும் பெய்யும் மழை

All because of him that one good rain tollulak ularel

The good rain is for everyone

1.3.2.2 'கட்டற்ற' மொழிபெயர்ப்பு

மொழிபெயர்ப்பில் கட்டமைப்புகளை விட பொருளே முக்கியமானது என்று 'கட்டற்ற' மொழிபெயர்ப்பு உறுதியாகச் சொல்கிறது. இலக்கண, வாக்கிய, சொற்கட்டமைப்புகள் மொழிக்கு மொழி மாறுபடுகின்றன. அவற்றின் மிகச் சரியான மொழிபெயர்ப்புச் சமானங்களைக் கண்டறிவது சில நேரங்களில் முடியும். பல நேரங்களில் முடியாது. அப்படிப்பட்ட சாதனையில் ஒரு பனுவல் முற்றிலும் உருவாக்கப்பட்டால், அது படிப்பதற்கோ கேட்பதற்கோ எளிதாக இருப்பதில்லை. இயற்கையான பெறுமொழி நடையில், ஆர்வத்தை ஈர்க்கும் வகையில் அது அமைவதில்லை. எனவே கட்டற்ற மொழிபெயர்ப்பு *(free translation)* தேவையான அளவுக்கு இலக்கண, வாக்கிய, சொல் கட்டமைப்புகளை மாற்றியமைக்கச் சுதந்திரம் வழங்குகிறது.

தருமொழி தெரியாத, பெறுமொழியை மட்டுமே தாய்மொழி யாக அறிந்தவர்க்குப் பயன்தரும்வகையில், எந்த ஒரு மொழி பெயர்ப்பும் அமைய வேண்டும். எளிதில் புரிந்துகொள்ளக் கூடியதாக அது இருக்க வேண்டும். இயற்கையான எளிதான பெறுமொழி நடையில் அது தரப்பட வேண்டும். படிப்பதற்கும்

கேட்பதற்கும் ஆர்வத்தை ஈர்க்கும்வகையில், அது உருப் பெற வேண்டும்.

ஒரு வாக்கியத்தின் சொற்களை முன்னும்பின்னும் மாற்றிக் கோத்தலால் மட்டும் அதன் பொருளை உணர்த்த முடியாது. பொருள் ஆனது எப்படிப் பல அடுக்குகளில், ஆழங்களில், பல பரிமாணங்களைப் பெற்றுப் புதைந்து கிடக்கக் கூடியது என்பதை மேலே கண்டோம் (காண்க. ப–ள். *53–63*). எனவே தருமொழி பனுவலைப் பெறுமொழியில் தரும்போது, 'தோராயமான பொருள் சமானம்', 'பயனாளிகளுக்கான எளிய, இயற்கை நடை' என்ற இலக்குகளே சாத்தியமாகக் கூடியவை. இப்படிப்பட்ட ஆக்கங்களைச் செய்யும் மொழிபெயர்ப்பாளருக்கு வேண்டிய சுதந்திரத்தைத் தந்தால்தான் இவை சாத்தியமாகும். அப்படி கட்டமைப்பிலும் பொருளிலும் பயனிலும் வேண்டிய சுதந்திரத்தை எடுத்துக்கொண்டு, பயனாளிக்கு ஏற்ற வகையில் செய்யப்படுவதே 'கட்டற்ற' மொழிபெயர்ப்பாகும். பயனாளிக்கு ஏது ஏற்புடையதாகும் என்று தீர்மானிப்பது எளிதான காரியம் அல்ல. பல விதங்களில் அது மொழிபெயர்ப்பாளருக்குப் பெரும்பொறுப்பாக, சுமையாக ஆகக் கூடியது.

1.3.3 உள்ளடக்கம் – வடிவம்

மொழிபெயர்ப்பியலில் தீவிரமாகத் தொடரும் முடிவற்ற விவாதங்களுள் இதுவும் ஒன்று. பல நேரங்களில் 'இதுதான் வடிவம்', 'இதுதான் உள்ளடக்கம்' என்று அறுதியிட்டு உறுதியாகச் சொல்ல முடிவதில்லை. இதுவே இந்த விவாதத்தின் அடிப்படைக் காரணமாகும்.

1.3.3.1 உள்ளடக்கம்

ஒரு குறிப்பிட்ட தலைப்பைப் பற்றிய அல்லது அனுபவத்தைப் பற்றிய கருத்துகளும் உணர்வுகளுமே பனுவலின் அடித்தளத்தை அமைக்கின்றன. முதலில் என்னவெல்லாம் தோன்றுகின்றனவோ, அவை அனைத்தையும் அப்படியே குறித்துக்கொள்ள வேண்டும். அடுத்து அவற்றைத் திருப்பிப் பார்த்து, சொல்ல வந்ததற்குத் தொடர்புடையவையாகத் தோன்றுவனவற்றைக் கொள்ள வேண்டும்; மற்றவற்றைத் தள்ள வேண்டும்.

எழுதத் தொடங்கும்முன் மேலே சொன்ன குறிப்புகளை மீண்டும் உற்று நோக்கிச் சிந்திக்க வேண்டும். எந்த நோக்கத்துடன் எழுதுவது, என்னென்ன கருத்துகள், செய்திகள், உணர்வுகள் ஆகியவற்றைப் பதிவு செய்வது, எப்படி சொல்லுவது ஆகியவற்றைத் தெளிவுபடுத்திக்கொள்ள வேண்டும். வாசகரிடம் உண்டாக்க விரும்பும் தாக்கங்களை முடிவு செய்ய வேண்டும்.

இத்தகைய தெளிவு பிறப்பதைச் சாத்தியமாக்கும் எண்ணங்கள், உணர்வுகள், தகவல்கள் அனைத்தையும் ஆழ்ந்த சிந்தனைக்குட் படுத்தி, பகுப்பாய்வு செய்ய வேண்டும். அதன் பின் என்ன, எதற்கு, எப்படி சொல்லவேண்டும் என்பதில் நல்ல தெளிவு கிடைக்கும். இப்போது கிடைத்துள்ள தெளிவானவற்றை வகைப்படுத்த வேண்டும். இவற்றையும் முதலில், நடுவில், இறுதியில் சொல்லவேண்டியவை என்று வரிசைப்படுத்திக் கொள்ள வேண்டும்.

இப்படி உருவான கரு செழுமையாக வளருவதற்குச் சத்துணவு போல் உதவும் கூடுதல் எண்ணங்களையும் உணர்வுகளையும் தகவல்களையும் ஆய்வின் மூலம் பெற்று ஊட்ட வேண்டும். சிறிது காலம் மனத்திலே அடைகாக்கப்படும் இக்கரு போதிய முதிர்வடையும் நிலையில் ஊனக் கண்ணுக்குப் புலப்படாத அருவமாயிருக்கும். ஆனால் அது மனக் கண்ணுக்குப் புலப்படும் உருவம் பெற்றிருக்கும். இந்த 'அருவ' உருவையே நாம் 'உள்ளடக்கம்' *(Content)* என்று உணர்கிறோம். எழுத்து உருவில் சிறிய தலைப்புகளாகப் பெறக்கூடிய இதை – மையமாக, அடித்தளமாக வைத்தே – இதைச் சுற்றிச்சுற்றியே, பேச்சு மொழியிலோ எழுத்து மொழியிலோ ஒரு பனுவல் ஆக்கப்படுகிறது.

1.3.3.2 வடிவம்

தேமா, புளிமா, கூவிளம், கருவிளம், "வெள்ளைக் கிரண்டடி, வஞ்சிக்கு மூன்றடி", இன்னிசை வெண்பா, அடிமறி மண்டில ஆசிரியப்பா, அம்போதரங்க ஒத்தாழிசைக் கலிப்பா, "வருக்க நெடிலினம் வந்தா லெதுகை", "கடையயற் பாதமுச் சீர்வரி னேரிசை" என்றெல்லாம் காரிகையில் மிகுந்த பயிற்சி பெற்றவர்கள் உள்ளனர். இவர்களைப் போன்றோர்க்கு ஒரு பனுவலாக்கத்தின் முதல்படியே வடிவம் *(Form)* என்று சொல்லலாம்.

எந்த வடிவம் தரவேண்டும் என்று இவர்கள் முடிவு செய்து, இலக்கண விதிகளை இம்மியும் பிறழாமல் வடிவத்தையே எப்போதும் முன்னிறுத்துகிறார்கள். சொல்ல வேண்டிய செய்தியை அதற்குள் அடக்குவதற்காக/பொருத்துவதற்காகத் தேவைப்படும் சொல் மாற்றங்கள், வாக்கிய/வரி மாற்றங்கள் போன்ற அனைத்தை யும் செய்யச் சிறிதும் அவர்கள் தயங்குவதே இல்லை. இப்படி உருவாக்கப்பட்ட சில பனுவல்களைப் பார்த்தால் காலணியின் அளவுக்கேற்பப் பாதங்களை வெட்டிக்கொண்ட கதை போன்றதோ என்று எண்ணத் தோன்றும்.

மேலே நாம் கண்ட 'உள்ளடக்கம்' அருவ உருவமாய்ப் படைப்பாளியின் மனத்துக்கு உள்ளேயே இருந்துவிட்டால், மற்றோர்க்கு எப்பயனையும் தராது. அதைப் பேச்சு மொழியிலோ

அல்லது எழுத்து மொழியிலோ பொருத்தமான சொற்களைக் கொண்டு சொல்ல வேண்டும். சொற்களை இலக்கண விதிகளுக்கு உட்படுத்திக் கோத்து உட்பொருளைப் புரிந்துகொள்ளும்வகையில் வாக்கியங்களின்/வரிகளின் கட்டமைப்பைத் தோற்றுவிக்க வேண்டும். அதன்பின் பொருத்தமான சந்தங்களையும் நடை வளங்களையும் அணியிலக்கண வகைகளையும் கருத்தில் கொண்டு வாக்கியங்களை/வரிகளை வரிசைப்படுத்தி மெருகேற்ற வேண்டும்.

இவ்வாறு 'உள்ளடக்கம்' ஒன்றைப் பேச்சு அல்லது எழுத்து மொழியில் சொல்லுவதற்கேற்ற சொற்களைத் தெரிவுசெய்கிறோம். அதன்பின் இலக்கண விதிகள், சந்தம், நடை வளம், அணியிலக்கண வகைகள் ஆகியவற்றைக் கருத்தில்கொள்கிறோம். அடுத்துச் சொற்களை, வாக்கியங்களை/வரிகளை மாற்றி, முன்பின்னாக வரிசைப்படுத்துகிறோம். உட்பொருளைப் புரிந்துகொள்ளும் வகையில் சொல்லி, மெருகேற்றி ஒரு கட்டமைப்பைத் தோற்றுவிக்கிறோம். இதையே பனுவலின் 'வடிவம்' என்று சொல்கிறோம்.

1.3.3.3 'உள்ளடக்கமே/வடிவமே': விவாதச் சுருக்கம்

"ஒரு பனுவலின் தலையாய அம்சம் உள்ளடக்கமே/வடிவமே" என்ற விவாதத்தின் மையக் கருத்துகளை இப்படிச் சுருக்கிச் சொல்லலாம்:

உள்ளடக்கமே

இலக்கணக் கட்டமைப்புகள், ஏனைய மொழிக்கூறுகள், வளங்கள் ஆகியவை மொழிக்கு மொழி வேறுபடுகின்றன. தருமொழி பனுவலின் வடிவத்தைச் சொல்லுக்குச் சொல், வரிக்கு வரி, வாக்கியத்திற்கு வாக்கியம் மாற்றமின்றிப் பெறுமொழி பனுவலில் தந்தால் படிப்பதற்கு அது மிகவும் செயற்கையானதாக, நகைப்புஉண்டாக்கும் வகையில் அமையும்; தலையாய உள்ளடக்கம் சேதப்படும். மொழிபெயர்ப்பில் அதனால் பெரிதும் இழப்பு ஏற்படும். எனவே வடிவ மாற்றங்களைப் பற்றிக் கவலைப்படாமல், தலையாய உள்ளடக்கத்தைப் பெறுமொழியில் முழுமையாகத் தர முயல வேண்டும். தருமொழி வடிவக் கைவிலங்கை அகற்ற வேண்டும். பெறுமொழி பயனாளிகளுக்கு ஏற்புடைய, எளிதான வகையில் உள்ளடக்கத்தைப் பெறுமொழி வடிவில் தர வேண்டும்.

அதற்கான அனைத்துச் சுதந்திரத்தையும் மொழிபெயர்ப்பாளர் பெற வேண்டும். அவ்வாறு அவர் சுதந்திரத்தோடு ஆக்கும் பனுவல் பெறுமொழி பயனாளிகளின் தாய்மொழியிலேயே தரப்படுவதால் அது அவர்களுக்கு இயற்கையானதாக அமையும்.

அவர்களிடம் ஆர்வத்தைத் தூண்டும்; எதிர்பார்த்த தாக்கத்தை யும் பயனையும் தடையின்றித் தரும்.

வடிவமே

உள்ளடக்கத்தை முன்னிறுத்தி வடிவத்தைப் புறக்கணிப்பதால் தருமொழி பனுவலாசிரியருக்கே உரிய தனித்துவ அம்சங்கள் பெரிதும் சேதமடைகின்றன. மிகவும் வேறுபட்ட பெறுமொழியை அறியாதவர் அவர். யாரோ எப்படியெல்லாமோ எழுதிய ஒரு பெறுமொழி பனுவலில் பெயரை மட்டும் சேர்த்து அவருடையது போல் தரலாமா? அறியாத மொழி ஒன்றில் அவரைப் பேச வைப்பது சரியா? இப்படிச் செய்வதால் அவருடைய தனித்துவச் சொல் வளங்கள், நடை வளங்கள், அணியியல் அம்சங்கள் போன்றவற்றின் ரசனை அனுபவம் பயனாளிகளுக்கு எப்படி கிடைக்கும்? இம்முயற்சி முற்றிலும் தவறானது அல்லவா? இராமாயணக் கதையை, உள்ளடக்கத்தை, நீதிக் கருத்துகளை எல்லாரும் அறிவர்.

அனைவருக்கும் தெரிந்த ஒன்றைத் தனக்கே உரித்தான நடை–நய–சந்த ரசங்களில், வளங்களில், தோய்த்துத் தோய்த்து எடுத்து, தனிமுத்திரைகளைக் கம்ப நாடன் ஒவ்வொரு பாடலிலும் ஆழமாகப் பதித்துள்ளான். அவன் தந்த புதிய வடிவினால் அவனுடைய காவியம் சாகா வரம் பெற்ற மகா காவியமாகப் போற்றப்படுகிறது. எடுத்துக்காட்டாக ஒரு பாடலைக் காண லாம். ஆரணியக் காண்டத்தில் இராமன்மேல் காதல்கொண்ட சூர்ப்பணகை தன் அரக்க உருவை மாற்றி, எவரும் கண்டு வியக்கும் அழகுருவில் தோன்றி அவனை வசப்படுத்த முயலுகிறாள்.

பஞ்சிஒளிர் விஞ்சுகுளிர் பல்லவம் அனுங்கச்
செஞ்செவிய கஞ்சம்நிகர் சீரடியள் ஆகி
அஞ்சொலிள மஞ்ஞைஎன அன்னம்என மின்னும்
வஞ்சிஎன நஞ்சம்என வஞ்சமகள் வந்தாள்
(சூர்ப்பணகைப் படலம் 31)

சூர்ப்பணகையின் சிறிய பாதங்களின் செம்மை, மென்மை, ஒளி, வண்ணம், குளிர்ச்சி ஆகிய பண்புகளுக்கு ஈடு கொடுக்க முடியாமல் செம்பஞ்சும் செழித்த தளிர்களும் செந்தாமரையும் வெட்கப்படுகின்றன. அவளின் சாயலுக்கு முன்னே மயிலும், நடையழகுக்கு முன்னே அன்னமும், துவண்ட தோற்றத்திற்கு முன்னே வஞ்சிக் கொடியும் தோற்றுப்போகின்றன. ஆனால் இத்தனைப் பேரழகுக்குள்ளே குளிர்ச்சிமிகு நஞ்சத்தையும் மறைத்துவைத்திருக்கும் வஞ்ச மகள் அவள் எனக் கம்பன் நமக்கு உணர்த்துகிறான். சந்த இன்பத்தையும் மெல்லொலி நயத்தையும் கலந்தெடுத்து, நடையழகுக்கு இலக்கணமாய்ச்

சூர்ப்பணகையை நம் முன்னே நடை பயில விடுகிறான். இத்தகைய ஒளி-ஒலிச் சித்திரத்திற்கு ஈடு இணை இருப்பதாகத் தெரியவில்லை.

மேலே கண்ட பாடல் முழுக்க முழுக்க வடிவத்தினாலேயே பெரும் சிறப்பு பெற்றுள்ளது; உள்ளடக்கத்தினால் அல்ல. இத்தகைய பாடல்களின் வடிவ அம்சங்களை மொழி பெயர்ப்பாசிரியர் புறக்கணித்தால் பெறுமொழி பயனாளி களுக்குப் பேரிழப்பு ஏற்படாதா? வடிவத்தையே சார்ந்திருக்கும் சந்த இன்பம், தனித்துவச் சொல் வளங்கள், நடை வளங்கள், அணியியல் அம்சங்கள் போன்றவற்றின் ரசனை அனுபவம் அவர்களுக்கு எப்படி கிடைக்கும்?

"ஒரு பனுவலின் தலையாய அம்சம் உள்ளடக்கமே/வடிவமே" என்ற விவாதம் முடிவற்றது. மொழிபெயர்ப்பில் எது சரி/சரியல்ல என்பதை விட எது சாத்தியமாகும்/சாத்தியமாகாது என்பதே மேலோங்கிய வழிகாட்டலாக இருக்கும். இவ்வகையில் பார்த்தால் தருமொழி பனுவல்களின் உள்ளடக்கத்தை முன்னிறுத்தி இயன்றவரை அவற்றின் வடிவ அம்சங்களையும் சேர்த்துப் பெறுமொழி பனுவல்களை உருவாக்க முயல்வதே ஏற்புடையதாக இருக்கும்; சாத்தியமாகக் கூடியதாகவும் இருக்கும்.

1.4 மொழியாக்கச் செயல்முறை: ஆய்வுப் பார்வைகள்

மொழியாக்கச் செயல்முறையில் என்னவெல்லாம் நிகழ்கின்றன, எவ்வாறு நிகழ்கின்றன என்பனவைப் பற்றிய புரிதலானது மைய ஆய்வுப்பொருள்களுள் ஒன்றாகும். கிடைக்கும் விளக்கங்களின் துல்லியத்தைப் பொறுத்துச் சிறந்த கோட்பாடு களை வகுக்கமுடியும்; பயிற்சித் திட்டங்களை உருவாக்க முடியும்; சிந்தனைகளிலும் செயல்களிலும் தெளிவுபெற முடியும்.

மொழிபெயர்ப்பியல் துறையில் இருப்போருக்கு மொழியாக்கச் செயல்முறையின் புரிதல் பற்றிய அனைத்துமே கவர்ந்திழுக்கக் கூடிய புதிராக உள்ளன. அவரவர் பின்பற்றும் செயல்முறை, எதிர்கொண்ட பிரச்சினைகள், கண்ட தீர்வுகள் ஆகியவற்றை மற்றவர்களின் அனுபவங்களோடு ஒப்புநோக்கச் செய்கின்றன. ஆனால் துறைக்கு வெளியில் இருப்போர் 'இரு மொழிகள் தெரிந்தால் எதையும் மொழிபெயர்த்துவிடலாமே' என்று எளிதில் சொல்லிவிடுகிறார்கள்.

1980களில் அறிவியல் வழியில் செய்யப்பட்ட பல பட்டறிவுசார் பரிசோதனை-முறை ஆய்வுகள் (empirical studies) மொழியாக்கச் செயல்முறையைக் கூர்ந்துநோக்கின. அவை அனைத்தும் "மொழிபெயர்ப்பாளரின் மூளைக்குள் என்னதான்

நடக்கிறது?" என்ற அடிப்படையான கேள்வியை எழுப்பின. அதில் என்னென்ன அகநிலை சார்ந்த அறிவு, உணர்வுக் கூறுகள் பங்காற்றுகின்றன என ஆய்வு செய்ய முனைந்தன. அவற்றை எந்தெந்தப் புறநிலை வெளிப்பாட்டுக் கூறுகள் உறுதி செய்யும் சான்றுகளாக உள்ளன எனவும் கண்டறிய முனைந்தன.

தெள்ளத் தெளிவான, முழுமையான விடைகளை அவற்றால் தரமுடியவில்லை. ஏனெனில் மூளைக்குள் நடக்கும் நிகழ்வுகளை நேரடியாகக் காணமுடியாது. இருப்பினும் அந்த அகநிலை நிகழ்வுகளின் சில புறநிலை வெளிப்பாட்டுக் கூறுகளைக் கொண்டு அவற்றை மறைமுகமாக ஊகிக்க முடியும். இந்த நம்பிக்கை யுடன் ஆய்வுகள் தொடர்ந்தன. முடிவுகள், மொழியாக்கச் செயல்முறையின் எல்லைப் புள்ளிகளுள் ஒருசிலவற்றையாவது தொட்டுக் காட்டின. அகநிலை நிகழ்வுகளின் புரிதல் எவ்வளவு கடினமானது, ஆழமானது, சிக்கல்கள் நிறைந்தது என மீண்டும் அவை அடிக்கோடிட்டு உணர்த்தின.

1.4.1 உரத்த சிந்தனைப் பதிவுகள்

மொழிபெயர்ப்பாளரின் மூளைக்குள் என்னதான் நடக்கிறது என்று கண்டறிவதில் பல தேடல்கள் பல கோணங்களில் நிகழ்ந்தன. தேடல்களுக்கான வழிமுறைகள் பிற துறைகளிலிருந்து பெறப்பட்டன. குறிப்பாகப் புலனுணர்வு உளவியல் (Cognitive psychology), எழுதுதல் இயல் (Writing Studies) ஆகியன அதற்குப் பெரிதும் உதவின. மூளைக்குள் என்னதான் நடக்கிறது என்ற கேள்வி மொழிபெயர்ப்பியல், புலனுணர்வு உளவியல், எழுதுதல் இயல் ஆகிய மூன்று துறைகளுக்கும் பொதுவானது. கேள்வியின் நோக்கங்கள் துறைக்குத் துறை வேறுபடுகின்றன. இலக்குகளும் வேறுபடுகின்றன; ஆனால் தேடல் வழிமுறைகள் பொதுவானவை. எனவே மொழிபெயர்ப்பியல், ஒரு துறையிடை துறை அல்லது பலதுறைகளின் பரிமாற்றத் துறை ('interdiscipline') (காண்க. ப. 85) என்பதற்கு இதுவும் இன்னொரு சான்றாகும்.

தேடல் வழிமுறைகளுள் உரத்த சிந்தனைப் பதிவுகள் ஆய்வு முறை மிகவும் பிரபலமானது. பரிசோதனையில் பங்குபெற விருப்பம் தெரிவித்து ஒத்துழைக்கத் தயாராக உள்ள மொழிபெயர்ப்பாளர்கள், மொழிபெயர்ப்புத் துறை மாணவர்கள் போன்றோரே இந்த ஆய்வின் மையப் பங்களிப்பாளர்கள் ஆவர். முதலில் ஆய்வில் பங்குபெறுவதற்கான பயிற்சி அவர்களுக்குத் தரப்படுகிறது. பிறகு ஒரு சிறிய மொழியாக்கப் பணி தனித் தனியே தரப்படுகிறது. அந்தப் பணியை அவரவர் பாணியில் சுயமாக, கருத்துக் கேட்டல்கள், வழிகாட்டல்கள் இன்றி, இயற்கையாகச் செய்ய வேண்டும்.

ஆய்வில் பங்குபெறுபவர் தன்னுடைய மொழியாக்கச் சிந்தனை ஓட்டக் கூறுகளை அகநோக்குப் பார்வையில் காண்கிறார். சுயமாகவே அவற்றை நுணுகிப் பகுப்பாய்வு செய்து பார்க்கிறார். உடனுக்குடன் அவற்றையெல்லாம் ஒலிப்பதிவாகுமாறு, வாய் திறந்து தனக்குத் தானே பேசிக்கொள்கிறார். அதாவது உரத்துச் சிந்திக்கவும் செய்கிறார். உடனுக்குடன் சிந்தனைக் கூறுகளின் மொழியாக்கத்தையும் செய்கிறார். பணியைத் தொடங்கி அதை முடிக்கும்வரை பிறருடைய தலையீடு இல்லாமல் இதைக் கவனமாகச் செய்கிறார். இதுவே அவருடைய ஆய்வுப் பங்களிப்பாகும்.

ஒவ்வொரு பங்களிப்பும் முழுமையாக, ஒலியுடன் கூடிய நிகழ்படமாக (video with audio), பதிவு செய்யப்படுகிறது. ஒலியும் படமுமாகப் பதிவான அனைத்துக் கூறுகளும் பின்னர் எழுத்து வடிவில் (written transcripts) மாற்றப்படுகின்றன. இத்தகைய மொழியாக்கப் பணியின் உரத்த சிந்தனைகளுடைய எழுத்து வடிவப் பதிவுகளுக்கு 'Think-Aloud or Thinking Aloud Protocols' *(TAPs)* எனப் பெயரிடப்பட்டுள்ளது. இவைதான் மூளைக்குள் நடக்கும் நிகழ்வுகளை ஆய்வு செய்ய உதவும் மறைமுகமான, ஆனால் முக்கியமான தரவுகள் ஆகும். இத்தரவுகள் அதிகமான துல்லியத் தகவல்களைத் தருகின்றன. அதிகமான நம்பகத்தன்மை கொண்ட தகவல்களைத் தருகின்றன. ஏனெனில் மொழிபெயர்ப்பாளர் மொழியாக்கத்தை முழுவதுமாக முடித்தபின் அது எப்படி நடந்தது என்று இங்குச் சொல்லமாட்டார். மூளைக்குள் நடந்த நிகழ்வுகளைப் பின்னோக்கிப் பார்த்து அவற்றை ஒரு அறிக்கையாகவும் தரமாட்டார். அப்படித் தந்த அறிக்கையில் விடுபடல்களும் மறதிகளும் நினைவுகளின் சிதைவுகளுமே அதிகமாக இருக்கும்.

இந்த ஆய்வுமுறையின் நம்பகத்தன்மையை மேலும் உறுதிசெய்யக் கூடுதலாக வேறு சிலவும் செய்யப்படுகின்றன. உரத்த சிந்தனைகளே இங்குப் பிரதானத் தரவுகளைத் தருகின்றன. இருப்பினும் மொழிபெயர்ப்பாளரின் குரல் ஏற்ற – இறக்கங்கள், பேசுவதில் வரும் இடைநிறுத்தங்கள், உடல் அசைவுகள், முகபாவங்கள், கண் அசைவுகள், அவருடைய கணினி விசைப்பலகை இயக்கங்கள் ஆகியவை தரும் மொழியில்லாப் பரிமாற்றத் தகவல்களும் தரவுகளாகக் கொள்ளப்படுகின்றன. ஒலியுடன் நிகழ்படமும் பதிவாகியுள்ளதால் இவை அனைத்தையும் கூராய்வு செய்யமுடியும்.

உதாரணமாக, மொழியாக்க உரத்த சிந்தனை நிறுத்தப்பட்டு வரும் ஒரு இடைவெளியில் தலையைச் சொறிவது, ஒரு 'சிக்கல்' எழுந்துள்ளதைக் குறிக்கலாம். கணினியில் எழுதியதைச்

சேமித்துவிட்டு, மேசையின்மீது இரு கைகளையும் வைத்து, தலையைக் குனிந்து பிடித்து, கட்டை விரல்களால் இரு நெற்றிப் பொட்டுகளை அழுத்தி, கண்களை மூடியிருப்பது சிக்கலுக்கான தீர்வைப் பற்றிய ஆழ்ந்த யோசனையைக் குறிக்கலாம். பிரகாசமான கண்களும் முகமும் தீர்வு காணப்பட்டதைக் குறிக்கலாம்.

உரத்த சிந்தனைப் பதிவுகள் ஆய்வுமுறைக் கோணத்தில் செய்யப்பட்ட ஆய்வுகள் அனைத்துமே பல பயனுள்ள முடிவுகளைத் தந்துள்ளன. அவை மூளைக்குள் நடக்கும் சில நிகழ்வுகளுக்கு வெளிச்சம் தருகின்றன. ஆனால் அவை சிறுசிறு வெளிச்சப் புள்ளிகளாக உள்ளன. வெளிச்சம் பெறாத இருண்ட பகுதிகள் நிறைய உள்ளன. அவையும் வெளிச்சம் பெற மேலும் மேலும் அறிவியல்சார் அகழாய்வு தேவைப்படுகிறது. முழுமை யாக வெளிச்சம் பாய்ச்சும் தருணம் மிக நீண்ட தொலைவில் இருப்பதாகவே தோன்றுகிறது. ஆனால் தேடல்கள் அயராமல் தொடருகின்றன.

1.4.2 சிக்கல் தீர்த்தல்

மொழியாக்கத்தில் சிக்கல்களைச் சந்திப்பது அடிக்கடி நடக்கிறது. அவற்றுக்குத் தீர்வு காண முடியாமல் திண்டாடுவதும் அடிக்கடி நடக்கிறது. மொழியாக்கச் செயல்முறையைப் பற்றிய ஆய்வுகள் தொடங்கிய காலத்திலிருந்தே *சிக்கல் தீர்த்தல் (problem-solving)* பற்றிய ஆய்வுகளும் செய்யப்பட்டுவருகின்றன. மொழியாக்க விளைபொருள்களை *(translation products)*, அதாவது மொழியாக்கத்திற்குப் பின் கிடைக்கும் பனுவல்களையே அவை அனைத்தும் தரவுகளாகக் கொண்டுள்ளன.

சில ஆய்வு முடிவுகளின்படி, பனுவல்களின் மொழிசார் மேல்மட்டத்திலேயே சிக்கல்களைத் தீர்க்க இடைநிலை மொழி வகுப்பு மாணவர்களும் அனுபவம் இல்லாத மொழி பெயர்ப்பாளர்களும் முயல்கின்றனர். அத்தோடு உலகத்தைப் பற்றிய அறிவுப் பதிவுகளையும் சேர்த்துக்கொண்டு சிக்கல்களைத் தீர்க்க இறுதிநிலை மொழிபெயர்ப்பியல் மாணவர்களும் தொழில்முறை மொழிபெயர்ப்பாளர்களும் முயல்கின்றனர்.

வேறு சில ஆய்வுகள் சிக்கல்களைத் தோற்றுவிக்கும் காரணி களைக் கண்டறிய முயன்றன. இடைநிலை மொழி வகுப்பு மாணவர்களை ஒரு குழுவாகவும் இறுதிநிலை மொழிபெயர்ப்பியல் மாணவர்களையும் தொழில்முறை மொழிபெயர்ப்பாளர்களையும் இன்னொரு குழுவாகவும் வைத்து விடைகாண முனைந்தன: முந்திய குழுவினர் போதிய மொழிபெயர்ப்புத்திறனோ, மொழித்திறனோ இல்லாததால் சிக்கல்களை மேலோட்டமாகப் பார்த்தனர். பிந்திய குழுவினர் பெரிதும் சாத்தியமாகக் கூடிய

மொழிபெயர்ப்பியல்

சிக்கல்களைப் பற்றிய கூரிய உள்ளுணர்வுடன் மொழியாக்கப் பிரச்சினைகளைச் சந்தித்தனர்.

சிக்கல் தீர்த்தல் உத்திகளைச் சிந்திப்பதற்கு முன் சிக்கலைச் சரியாக அடையாளம் காணவேண்டும். அதைப்பற்றிய தெளிவான புரிதல் வேண்டும். சிக்கலை உண்டாக்கும் மொழிக் கூறுகள், அவற்றின் பன்னிலை அர்த்தங்கள், பரிமாற்றங்களால் விளையும் பொருள்கள், கலாச்சாரப் பொதிவுகள், பனுவலைப் படைத்தவரின் வெளிப்படையான நோக்கம், உள்நோக்கம் ஆகியவற்றை உணரவேண்டும்.

மேலும் பனுவலிடை இழையோட்டம் *(காண்க. ப. 357)*, பொதுவெளி அழுத்தங்கள், தாக்கங்கள், வரலாற்றுப் பார்வையில் கூறுகள் பெறும் அர்த்த ஆழம் அவற்றையெல்லாம் வேற்றுமொழியில் கொண்டு சேர்க்கும் சாத்தியம் போன்றவற்றையும் தெளிவாக உணரவேண்டும். இவையனைத்துமே ஒரு சிக்கலைச் சூழ்ந்துள்ளன. இவற்றுள் எவ்வெவற்றையெல்லாம் தொட்டுணரமுடியுமோ அந்தந்த அளவுக்குச் சிக்கலைப் பற்றிய புரிதலும் அமையும். தீர்வுகளை நோக்கிய பயணமும் எளிதாக அமையும்.

தீர்வுகளைப் பொறுத்தவரையில் பொதுவாக இரு அணுகுமுறைகளைச் சொல்லலாம். ஒரு சிக்கலின் பரிமாணம் பெரியதாக இருந்தால் அதைச் சிறுசிறு கூறுகளாகப் பிரித்து, ஒவ்வொன்றாக எதிர்கொண்டு, முழுத்தீர்வைக் காண முயலலாம். முதல்பார்வையில் பல சிக்கல்களாகத் தோன்றுபவை கூரிய பார்வையில் ஒரே சிக்கலின் பல வெளிப்பாடுகளாக இருப்பதை உணரலாம். அவற்றையெல்லாம் ஒன்றாக்கி ஒரே சிக்கலாகக் கொள்ளலாம். அதற்குக் காணப்படும் தீர்வு அனைத்து வெளிப்பாடுகளுக்கும் பொருந்துமாறு இருக்கும்.

மொழியாக்கத்தில் சிக்கல்களை அடையாளம் காணுவதற்கு முன், அவற்றுக்குரிய தெளிவான புரிதல்களையும் தீர்வுகளையும் நோக்கிச் செல்வதற்கு முன் அடிப்படையான ஒரு கேள்வியை எழுப்ப வேண்டியுள்ளது. அதற்கான விடையைத் தெளிவாகப் புரிந்துகொள்வதுதான் *சிக்கல் தீர்த்தலின்* தொடக்கப் புள்ளியாகும். அக்கேள்வி 'மொழியாக்கம் என்றால் என்ன?' என்பதாகும்.

விடைகள் பல இருந்தாலும் அவற்றுக்கெல்லாம் பொதுவாக உள்ளது *மொழியாக்கச் சமானம்* என்ற கருத்தாக்கம்தான். 'எது மொழியாக்கச் சமானம்?' என்பது விவாதங்களுக்கு இட்டுச் செல்லும் அடுத்த கேள்வியாகும். சிக்கல் தீர்த்தலும், அதற்கான உத்திகளும், 'மொழியாக்கம்', 'மொழியாக்கச் சமானம்' என்ற இரு கருத்தாக்கங்களோடு பின்னிப் பிணைந்துள்ளன. ஒன்றிலிருந்து இன்னொன்றைப் பிரித்துப்பார்க்க முடியாது. ஒன்றிலிருந்து

இரண்டும், இவ்விரண்டிலிருந்து மூன்றும் நான்கும் எனத் தொடர் வரிசையில் இவை பிணைக்கப்பட்டுள்ளன.

உதாரணமாக, 'தருமொழி பனுவலின் சொற்களை அப்படியே பெறுமொழியில் தருவதே மொழியாக்கம்' என்பதை முதல் கேள்விக்கு விடையாகக் கொள்வோம். இதன் அடிப்படையில் இரண்டாம் கேள்விக்கான விடை: 'மொழியாக்கச் சமானம் என்பது தருமொழி பனுவலின் ஒவ்வொரு சொல்லையும் பெறுமொழி பனுவலில் தருவது'. இவை இரண்டையும் நினைவில் கொண்டு சொல்மட்டத்தில் வரும் சிக்கல்கள் மட்டும் அடையாளம் காணப்படுகின்றன. தீர்வு உத்திகளும் சொல்மட்டத்திலேயே அமைகின்றன; பிற அனைத்தும் தவிர்க்கப்படுகின்றன.

இலக்கியம் அல்லாத மருத்துவம், பொறியியல் போன்ற துறைகள் சார்ந்த பனுவல்களின் மொழியாக்கங்களில் அகராதி மட்டத்திலான சொற்கள், கலைச்சொற்கள் ஆகியவை பெரும்பாலான சிக்கல்களைத் தோற்றுவிக்கின்றன. ஆனால் இலக்கியப் பனுவல்களின் மொழியாக்கங்களில் பின்வரும் பல மட்டங்களில் சிக்கல்கள் தோன்றுகின்றன.

- சொல் மட்டம்
- சொற்றொடர், பத்திகளின் இலக்கண—அர்த்த மட்டம்
- மொழிக்கூறுகளின் சூழல் பயன்பாட்டு அர்த்த மட்டம் *(காண்க. 3.5)*
- மொழிவழிப் பரிமாற்றச் செயல்கள் அவற்றின் பதிவுகள் ஆகியவற்றின் அர்த்த மட்டம் *(காண்க. 3.6)*
- பனுவல் அம்சங்கள் தரும் ஒட்டுமொத்த விரிந்த அர்த்த மட்டம் *(காண்க. 3.7)*

இந்த மட்டங்கள் அனைத்திலும் இருமொழிகளையும் சார்ந்த தனித்துவச் சமூக—கலாச்சாரப் பொதிவுகள் குறைந்த/அதிகமான ஆழ வேறுபாடுகளுடன் உள்ளன. இலக்கிய மரபுகளின் முத்திரைகளும் அங்கும் இங்குமாகக் காணப்படுகின்றன. எனவே பல பெரிய/சிறிய சிக்கல்கள் இலக்கியப் பனுவல்களின் மொழியாக்கங்களில் தோன்றுவது இயல்பு. அவற்றுக்கான தீர்வுகளைத் தேடும்போது, சமரசங்களைத் தவிர்க்க முடியாமல் உள்ளது, சமரசங்களின் இன்னொரு பெயரே சிக்கல் தீர்க்கும் உத்திகளாகும்.

சிக்கல் தீர்க்கும் உத்திகள் நான்கு வகைகளாகப் பிரிக்கப்படுகின்றன. (1) சிக்கல் தீர்க்கும் உத்திகள் *(retrieval strategies)*: இவை முதலில் தோன்றும் சமனிகளைக் கண்டறிகின்றன;

(2) கூர்ந்தநோக்கு உத்திகள் (monitoring strategies): இவை முதலில் தோன்றும் சமனிகளைக் கூர்ந்து கவனிப்பதைக் குறிக்கின்றன; (3) முடிவுசெய்யும் உத்திகள் (decision-making strategies): ஒன்றுக்கும் மேற்பட்ட முதலில் தோன்றும் சமனிகள் பற்றிய முடிவுகள் செய்ய இவை உதவுகின்றன; (4) குறைக்கும் உத்திகள் (reduction strategies): சமனிகள் கிடைக்கவே இல்லை என்ற சூழ்நிலையில், சிக்கலின் சில கூறுகள் மொழியாக்கத்தில் குறைக்கப்படுகின்றன.

1.4.3 மொழியாக்கத்தில் 'முடிவுசெய்தல்'

மொழியாக்கத்தில் *முடிவுசெய்தல் (decision-making)* பணியின் முதல்படியாக இருந்து பொதுவான மொழியாக்கக் கொள்கைகளையும் செயல்முறைகளையும் வகுத்துத் தருகிறது. சிக்கல் தீர்த்தலின் ஒரு பகுதியாகவும் இருந்து அது பங்களிப்பு செய்கிறது. ஒரு மொழியாக்கச் சிக்கலுக்கு நான்கு தீர்வுகள் சாத்தியப்படும் போல் தோன்றினால், அவற்றுள் எது சிறந்தது என்று கண்டறியவும் அது உதவுகிறது.

பொதுவாக, மொழியாக்க நிபுணத்துவம் இல்லாதோர் 'தருமொழி பனுவலுக்கு முழு விசுவாசம்' என்ற கொள்கையை ஏற்கிறார்கள். அதன் அடிப்படையில் ஒரு சிக்கலுக்கான தீர்வுகளை எடைபோட்டு முடிவுசெய்கிறார்கள். முடிவுசெய்யப் பொது அகராதிகள், கலைச்சொல் அகராதிகளின் உதவியை நாடுகிறார்கள். 'தருமொழி பனுவல் சொல்வதை, இது இப்படித்தான் சொல்கிறதா?' என்று அயராமல் கேட்டு முடிவுசெய்கிறார்கள். சிலரின் முடிவு ஏற்கமுடியாத இப்படிப் பட்ட வழிகாட்டலில் அமைகிறது: முதலில் கண்ணில் படுவதை 'எப்போதும் தெரிவு செய்' அல்லது 'ஒருபோதும் தெரிவு செய்யாதே'.

ஒரு மொழியாக்க நிபுணர் பொதுவாகப் பதிப்பகங்களுக்கு அல்லது பிற நிறுவனங்களுக்கு மொழியாக்கங்கள் செய்து தருகிறார். ஒரு பதிப்பகமோ அல்லது நிறுவனமோ மொழியாக்க நெறிமுறைக் குறிப்பு *(translation brief)* ஒன்றை அவருக்கு அனுப்புவது வழக்கம். பணியைத்தொடங்கும்முன் அந்தக் குறிப்பில் சொல்லப்பட்ட நோக்கங்களையும் வழிகாட்டல்களை யும் அவர் படித்து உள்வாங்கிக்கொள்கிறார். எப்படிப்பட்ட வாசகர்களுக்காகப் பணியைச் செய்யவேண்டும் என்றும் புரிந்து கொள்கிறார். அவற்றின் அடிப்படையில் முடிவுகள் செய்கிறார்.

இதேபோலச் சுயமாக ஒரு மொழியாக்கத்தைச் செய்ய விரும்பும் ஒரு நிபுணரும் தனக்குத்தானே நோக்கங்களையும் வழிகாட்டல்களையும் வகுத்துக்கொள்கிறார். அவற்றைப் பின்பற்றி மொழியாக்கப் பணியின் ஒவ்வொரு கட்டத்திலும்

தேவைப்படும் முடிவுகளை எடுக்கிறார். எப்படிப்பட்ட வாசகர்களுக்காகப் பணியைச் செய்கிறோம் என்றும் முடிவு செய்து அவற்றுக்கேற்பச் செயல்படுகிறார்.

1.4.4 மொழியாக்க அலகு

மொழியாக்கச் செயல்முறையில் மொழியாக்கத்தின் அலகு எது என்பதும் அடிக்கடி எழுப்பப்படும் கேள்வியாக உள்ளது. அதாவது மொழியாக்கம் செய்வதற்குத் தருமொழி பனுவலை எந்த மட்டத்தில் சிறுசிறு துண்டுகளாகப் பிரித்துச் செயல்பட வேண்டும் என்பதில் வழிகாட்டல் தேவைப்படுகிறது. மாணவர்கள், அனுபவம் குறைந்த/நிறைந்த தொழில்முறை மொழிபெயர்ப்பாளர்கள், நிபுணர்கள். நிபுணர் அல்லாதோர் ஆகிய அனைவருமே மொழியாக்க உரத்த சிந்தனைப் பதிவுகளுக்குப் பங்களிப்புகள் செய்துள்ளனர். அவற்றின் பகுப்பாய்வுகள் தரும் முடிவுகளின்படி, அவர்கள் அனைவருமே பொதுவாகச் சொல்மட்டத்திலான துண்டுகளை அலகாகக் கொண்டு பணியாற்றுகின்றனர்.

பல நேரங்களில் சொற்களை விடப் பெரிய துண்டுகளை அனுபவம் நிறைந்த மொழிபெயர்ப்பாளர்களும் நிபுணர்களும் அலகாகக் கொள்கிறார்கள் . . . தேவைக்கு ஏற்ப அவை வாக்கிய, பத்தி, பக்க அல்லது முழுப் பனுவல் மட்டத்தில் கூட இருக்கும். பொதுவாக, முழுப் பனுவலையும் ஒருமுறை கூர்ந்து வாசித்து, அதன் கருப்பொருளையும் சுருக்கத்தையும் உள்வாங்க வேண்டும். பிறகு மொழியாக்கத் துண்டுகளைப் பற்றிச் சிந்திப்பது நல்ல பலன் தரும். பனுவலின் ஒட்டுமொத்த அர்த்தத்துக்கு உள்ளேதான் அதன் துண்டுகளின் அர்த்தங்கள் அடங்குகின்றன (காண்க. ப–ள். 278–9).

இந்த அணுகுமுறையில் மொழியாக்க அலகு எது என்ற கேள்விக்கு வேறொரு விடையைத் தரமுடியும். அது புலன்களுக்குப் புலப்படும் எழுத்து/ஒலிகளால் ஆன துண்டு *(concrete linguistic chunk)* என்பதற்கு மாறாக, புலன்களுக்குப் புலப்படாத அர்த்தத் துண்டு *(abstract meaning chunk)* என்று சொல்லலாம். இதன் அடிப்படையில்தான் 'சொல்லுக்குச் சொல்' *(word-for-word)*, 'அர்த்தத்துக்கு அர்த்தம்' *(sense-for-sense)* என்ற இரு மொழியாக்க அணுகுமுறைகள் தோன்றின. இரு அணுகுமுறைகளும் நீண்ட காலமாகவே விவாதத்துக்கு வழிவகுத்துள்ளன. எனவே 'முற்றுப்பெறாத வாக்கியத்துக்கு முற்றுப்பெறாத வாக்கியம்' *(clause-for-clause)* என்பதை நடைமுறை மொழியாக்க அலகாகக் கொள்ளவேண்டும்; இது சரியானதாக இருப்பதோடு சாத்தியமானதாகவும் இருக்கிறது எனப் பல

மொழிபெயர்ப்பாளர்கள் கள ஆய்வுகளில் தெரிவித்துள்ளனர். இந்தப் பார்வையில் வரையறுக்கப்படும் அலகில் தனி வாக்கியங்களும் (simple sentences) அடங்கும்.

'முற்றுப்பெறாத வாக்கியத்துக்கு முற்றுப்பெறாத வாக்கியம்' என்று சொல்வதைப் பொதுவான மொழியாக்க வழிகாட்டலாகவே கொள்ளவேண்டும். அதை மீற முடியாத மொழியாக்க விதியாகக் கருதக் கூடாது. சில நேரங்களில் அது பொருத்தமானதாக இருக்காது. குறிப்பாக, ஒரு மொழியின் இலக்கணக் கூறுகளுக்கான வேற்றுமொழிச் சமனிகளைத் தரவேண்டியிருக்கும்போது அது பயன்படாது. அப்போது சொல் மட்டத்திற்கும் கீழே சென்று, கட்டற்ற/கட்டுண்ட உருபன்கள் (free/bound morphemes) அளவிலும் கூர்ந்துநோக்க வேண்டியிருக்கும்.

எடுத்துக்காட்டாக, **படிக்கின்றான் patikkinRaan** என்ற சொல்லின் இலக்கணக் கூறுகளை ஆங்கிலத்தில் தரவேண்டியிருக்கும் போது, இவ்வாறு அதைச் சிறிய கூறுகளாகப் பிரித்துக் காண்பிக்கிறோம்: **படி pati** 'read' *(free morpheme, root);* – **கின்று – kinRu** 'simple present tense' *(bound morpheme, suffix);* – **ஆன் – aan** 'third person, masculine, singular' *(bound morpheme, suffix).*

1.4.5 உணர்ச்சி ஓட்டங்களும் மொழியாக்கமும்

மொழியாக்கமானது தகவல்களை அறியும் ஆற்றலை மட்டும் சார்ந்திருக்கவில்லை. உணர்ச்சி ஓட்டங்கள் உண்டாக்கும் தாக்கங்களும் அதைப் பாதிக்கின்றன. மொழியாக்கச் செயல்முறையில் அவற்றின் பங்கு பற்றிய ஆய்வுகள் மிகவும் குறைவாகவே உள்ளன. புலனுணர்வு உளவியல் (Cognitive psychology) உணர்ச்சி ஓட்டங்களைப் பற்றிய ஆய்வுகளில் அவ்வளவு கவனம் செலுத்தாததே இதற்குக் காரணம் ஆகும். இருப்பினும் மொழியாக்க உரத்த சிந்தனைப் பதிவுகள் தரும் தரவுகளிலிருந்து உணர்ச்சிகளையும், அவற்றால் பெறும் அனுபவங்களையும் விளைவுகளையும் ஓரளவு ஆய்வுசெய்யமுடிகிறது. முடிவுகள்: தானாகவே கொள்ளும் ஈடுபாடு உயர்தர மொழியாக்கத்துக்கு வழி வகுக்கிறது; ஈடுபாடு இல்லாமல் செய்யப்படும் மொழியாக்கம் தரத்தில் குறைகிறது; நேர்மறை மனப்பாங்கும் சுய ஈடுபாடும் தன்னம்பிக்கையைத் தருகின்றன; அவை மொழியாக்க வெற்றிக்குப் பெரிதும் உதவுகின்றன. ஆனால் பெரும்பாலான மொழியாக்கங்களில் அவை காணப்படுவதில்லை.

1.5 மொழிபெயர்ப்பாளர்: ஒருங்கிணைப்பாளர் – படைப்பாசிரியர்

பின் வருவனவற்றை மொழிபெயர்ப்புக் களத்தில் உள்ள முக்கியக் கூறுகள் என்று நாம் மேலே கண்டோம்: இரு வேறுபட்ட

தருமொழி, பெறுமொழி பனுவல்களின் உச்சரிப்புகள், சொல் வளங்கள், இலக்கணச் செறிவுகள், கட்டமைப்புகள், நோக்கங்கள், உள்ளடக்கங்கள், நடை வளங்கள், கலாச்சாரப் பின்னணிகள், மற்றும் வாசகர் மீதான தாக்கங்கள். இவற்றை மொழிபெயர்ப்பாளர் இரு முறைகளில் கையாளலாம்.

ஒன்று, மொழிபெயர்ப்பாளர் ஒருங்கிணைப்பாளராகப் பணியாற்றலாம்; அல்லது படைப்பாசிரியராகப் பணியாற்றலாம். ஒருங்கிணைப்பாளராகப் பணியாற்றினால் அவருடைய அனைத்துச் செயல்களும் தருமொழிப் பனுவலையும் அதன் ஆசிரியரையும் மொழிபெயர்ப்பு இலக்காக முன்னிறுத்தும். அவர் பெறுமொழிப் பனுவலையும் அதன் அனைத்துக் கூறுகளையும்

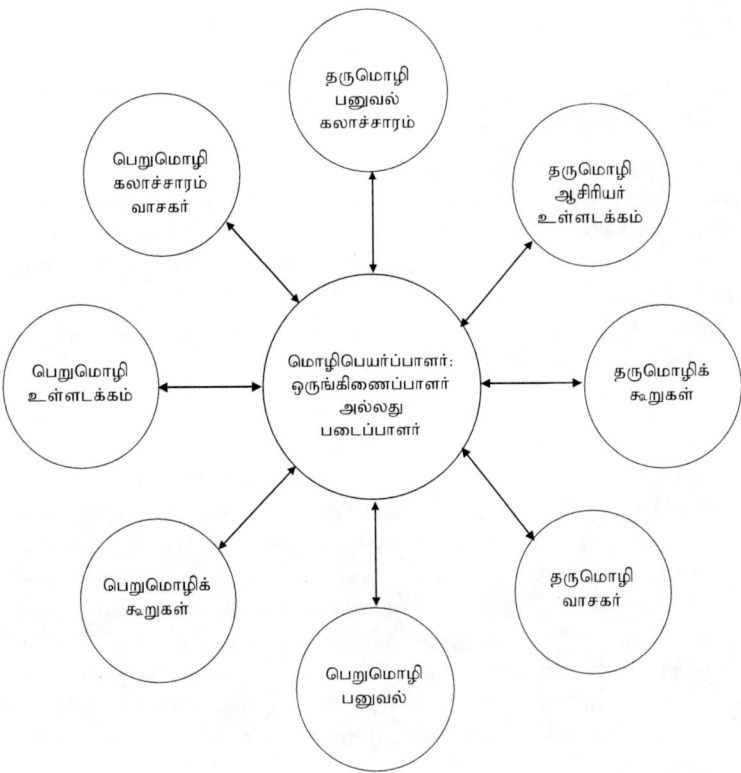

வாசகரையும் அந்த இலக்கை நோக்கிப் பயணிக்கவைப்பார். அவருடைய சொந்த எண்ணங்களுக்கோ உணர்வுகளுக்கோ விருப்பு வெறுப்புகளுக்கோ இங்கு இடம்தரமாட்டார். அதற்கான சுதந்திரத்தை எடுத்துக்கொள்ளமாட்டார்.

அவர் ஒரு படைப்பாசிரியராகப் பணியாற்றினால் அவருடைய அனைத்துச் செயல்களும் பெறுமொழி பனுவலையும் அதன் வாசகரையும் மொழிபெயர்ப்பு இலக்காக முன்னிறுத்தும். அவர் தருமொழி பனுவலையும் அதன் அனைத்துக் கூறுகளையும் அந்த இலக்கை நோக்கிப் பயணிக்கவைப்பார். வாசகரின் ஏற்புடைமைக்கும் வரவேற்பு சார்ந்த அவருடைய சொந்தப் பார்வைகளுக்கும் உணர்வுகளுக்கும் இங்குப் பெரிதும் இடம்தருவார். அதற்கு வேண்டிய அனைத்துச் சுதந்திரத்தையும் எடுத்துக்கொள்ளச் சிறிதும் தயங்கமாட்டார்.

1.6 உரைபெயர்ப்பு

மொழிபெயர்ப்பானது பேச்சுருவிலோ எழுத்துருவிலோ இருக்கலாம். பண்டைக்காலத்தில் பேச்சு மொழிபெயர்ப்பு முன்னதாகவும், எழுத்து மொழிபெயர்ப்பு பின்னதாகவும் தோன்றியிருக்க வேண்டும். ஆனால் பேச்சு மொழிபெயர்ப்பைப் பற்றிய ஆய்வுகள் அனைத்தும் இருபதாம் நூற்றாண்டின் பிற்பகுதியைச் சார்ந்தவையே.

பண்டைக்காலத்தில் இல்லாத, ஆனால் தற்காலத்தில் பெருகி வரும் பேச்சு மொழிபெயர்ப்பு ஆய்வுகளின் முக்கியத்துவத்தால் இத்துறைக்கென 'உரை பெயர்ப்பு' என்ற கலைச்சொல் உருவாக்கப்பட்டுள்ளது. இந்நூலில் இனி மொழிபெயர்ப்பு (translation) என்ற கலைச்சொல் எழுத்து மொழிபெயர்ப்பை மட்டும் குறிக்கும். உரைபெயர்ப்பு (interpreting) என்ற கலைச்சொல் பேச்சு மொழிபெயர்ப்பை மட்டும் குறிக்கும்.

மொழிபெயர்ப்புக்கும் உரைபெயர்ப்புக்கும் ஒற்றுமைகள் நிறைய உண்டு. இரண்டுமே தருமொழி பனுவல் ஒன்றைப் பெறுமொழியில் தர முயல்கின்றன. இருமொழிகள், இரு கலாச்சாரங்கள், வேறுபட்ட வாசகர்கள்/கேட்போர், முற்றிலும் மாறுபட்ட சூழ்நிலைகள், தருமொழி பனுவல்களைப் பெறுமொழி பனுவல்களாகத் தருவதில் உள்ள சிக்கல்கள் எனப் பல சோதனைகள் பொதுவானவையாக உள்ளன. சோதனைகளைக் கையாளும் விதத்திலிருந்து பிறப்பதே பெறுமொழி பேச்சு/ எழுத்துப் பனுவலாகும். மொழிபெயர்ப்புடனான ஒற்றுமைகள் ஒருபுறம் இருக்க, உரைபெயர்ப்புக்கென தனித்துவ அம்சங்களும் உள்ளன. அவற்றை இந்நூலின் ஏழாவது இயல் விரித்துக் கூறுகிறது.

1.7 மொழிபெயர்ப்பியல்: பரிமாணங்கள்

மொழிபெயர்ப்பு சமுதாயங்களுக்கிடையே பரிவர்த்தனைகள் தொடங்கிய காலந்தொட்டே அடிப்படை சமுதாயத் தேவையாக

இருந்து வந்துள்ளது. இதை எவராலும் மறுக்க முடியாது. இந்தியாவில் மட்டுமல்லாது உலகெங்கிலும் உள்ள கல்வி, ஆராய்ச்சி நிறுவனங்களில் பல்வேறு துறைகள் பல்வேறு பாடங்களை மையப் படுத்திக் கல்வி, ஆராய்ச்சிப் பணியாற்றி வந்துள்ளன. கணிதம், அறிவியல், மருத்துவம் போன்ற சிறப்புப் பாடங்களுக்கு மட்டும் என்று தனித்தனியே உயர் மையங்களும் ஆராய்ச்சி நிறுவனங்களும் இருந்து வந்துள்ளன. ஆனால் மொழிபெயர்ப்பியல் கல்விக்கு, ஆராய்ச்சிக்கு என்று தனியாக ஒரு துறையோ உயர்மையமோ நிறுவனமோ எங்கும் இருந்ததில்லை.

இலக்கியம், ஒப்பிலக்கியம் போன்ற துறைகளில் பாடப் பிரிவுகளின் பட்டியலில் ஒரு சிறிய பாடக் கூறாகவே மொழிபெயர்ப்பியல் பன்னெடுங்காலமாக இருந்து வந்துள்ளது. அண்மைக் காலத்தில்தான் இந்தியாவிலும் பிறநாடுகளிலும் பல்கலைக் கழகங்களில் அங்கொன்றும் இங்கொன்றுமாக மொழிபெயர்ப்பியல் கல்விக்கென்று தனித் துறைகளும் மையங்களும் தோன்றத் தொடங்கியுள்ளன. வணிக நோக்கில் சில தனியார் நிறுவனங்களும் இயங்கி வருகின்றன. தொழில் நுட்பச் சாதனைகளும் தற்கால வாழ்க்கைமுறைத் தேவைகளும் மாற்றங்களும் மொழி பெயர்ப்பியலிலும் குறிப்பிடத் தகுந்த தாக்கங்களை ஏற்படுத்தியுள்ளன.

சாதகமான இச்சூழ்நிலைகளால் மொழிபெயர்ப்பியலில் இதற்கும்முன் கேட்கப்படாத வினாக்கள் கேட்கப்படுகின்றன. தரப்படாத விடைகளும் விளக்கங்களும் தரப்படுகின்றன. செலுத்தப்படாத கோணங்களில் ஆராய்ச்சிப் பார்வைகள் செலுத்தப்படுகின்றன. இதனால் மொழிபெயர்ப்பியலின் பாதைகளும் பயணங்களும் பரிமாணங்களும் பெரிதும் பரந்து விரிந்து வளர்ந்து வருகின்றன. இப்பெரும் வளர்ச்சிகளையும் மாற்றங்களையும் மொழிபெயர்ப்பியலின் *உட்பரிமாணங்கள், வெளிப் பரிமாணங்கள்* எனப் பகுத்துப் பார்க்கலாம்.

1.7.1 உட்பரிமாணங்கள்

தொன்றுதொட்டு மொழிபெயர்ப்பியல் இரு முக்கிய வினாக்களை எழுப்பி வந்துள்ளது:

1. 'மொழிபெயர்ப்பு' என்றால் என்ன? பல்வேறு 'இயல்'கள் போல் அதையும் தனிப்பட்டதொரு 'இயல்' என்று கருதி ஆராய்ச்சி செய்தால், கிடைக்கும் அதற்குரிய கொள்கைகளும் கோட்பாடுகளும் யாவை? அவற்றின் பரிமாணங்கள் யாவை?

2. ஒரு பனுவலை மொழிபெயர்ப்பு செய்வது எப்படி? அதற்குரிய செயல்முறைகள் யாவை? அவற்றின் பரிமாணங்கள் யாவை?

மொழிபெயர்ப்பியலின் பலதரப்பட்ட கொள்கைகள், கோட்பாடுகள் பற்றியது முதலாம் வினாவாகும். அவற்றுள் ஒரு குறிப்பிட்ட கொள்கையை/கோட்பாட்டை ஏற்று, அதை ஓர் அணுகுமுறையாகப் பின்பற்றி, ஒரு பனுவலை மொழிபெயர்க்க உதவும் செயல்முறைகள் பற்றியது இரண்டாம் வினாவாகும். இவையிரண்டும் 'மொழிபெயர்ப்பியல்' என்ற ஒரே உள் வட்டத் திற்குள் எழுப்பப்பட்டு, விடைகளையும் விளக்கங்களையும் தேடவைக்கும் வினாக்கள் ஆகும். இவற்றால் பெறுபவை மொழிபெயர்ப்பியலின் உட்பரிமாணங்கள் ஆகும்.

1.7.2 வெளிப் பரிமாணங்கள்

இருபதாம் நூற்றாண்டின் பிற்பகுதியில் ஆராய்ச்சிப் பார்வைகள் பல்வேறு திசைகளில் விரியத் தொடங்கின. மொழிபெயர்ப்பியல் என்ற ஒரே வட்டத்திற்குள் எழுப்பப்பட்ட/படும் பழகிய வினாக்கள் ஒருபுறம் இருந்தன. மறுபுறம் இவ்வட்டத்திற்கு வெளியே உள்ள மற்ற இயல்களுடைய வட்டங்களை நோக்கியும் பார்வைகள் செலுத்தப்பட்டன. அதனால் பல புதிய வினாக்கள் பிறக்கத் தொடங்கின: மொழிபெயர்ப்பு என்ற வட்டத்திற்கும் மற்ற வெளிவட்டங் களுக்கும் இடையே ஏதேனும் உறவுகள் இருக்கமுடியுமா? இருந்தால் ஒன்றுக்கொன்றான தாக்கங்கள், பாதிப்புகள் யாவை? அவற்றால் விளையும் புதிய கருத்துகள் யாவை? புதிய ஆராய்ச்சிப் பார்வைகள் யாவை? அவற்றால் பெறும் புதிய பயன்கள் யாவை?

எடுத்துக்காட்டாக, மொழிபெயர்ப்பியலுக்கும் மொழியியலுக்கும் இடையே உள்ள உறவுகள் யாவை? ஒன்றுக்கொன்றான துறையிடை பரிமாற்றத் தாக்கங்கள், பாதிப்புகள் யாவை? அவற்றால் விளையும் புதிய கருத்துகள் யாவை? புதிய ஆய்வுப் பார்வைகள் யாவை? பெறும் புதிய பயன்கள் யாவை? அதேபோல மொழிபெயர்ப்பியலுக்கும் மற்ற வெளிவட்டங்களில் உள்ள 'பண்பாட்டியல்', 'இலக்கியம்', 'அரசியல்', 'அறிவியல்', 'சமூகவியல்', 'உளவியல்', 'மானிடவியல்' *(anthropology)*, 'மனிதயின இயல்' *(ethnology)*, 'பெண்ணியம்', 'பிந்திய காலனியம்' *(Post-colonial studies)*, 'கணினியியல்' போன்ற ஒவ்வோர் இயலுக்கும் உள்ள துறையிடை உறவுகள், பரிமாற்றப் பாதிப்புகள், பாதிப்புகளால் விளைந்த புதிய கருத்துகள், ஆய்வுப் பார்வைகள், பயன்கள் யாவை?

இப்படியாக மொழிபெயர்ப்பியல் தனக்கும் பல்வேறு வெளி வட்டங்களுக்கும் உள்ள உறவுகளைப் பற்றிய பொதுவானதொரு ஆராய்ச்சி மேடையை அமைத்துக் கொடுத்துள்ளது. பெரியதொரு இணைப்புத் தளமாக வியாபித்துத் தற்போது உருவெடுத்துள்ளது. எனவே கிடியான் டூரி (Gideon Toury) என்ற அறிஞர் மொழிபெயர்ப்பியலைப் பல துறைகளுள் ஒரு துறை என்று கருதவில்லை. மாறாக அதைப் 'பலதுறைகளின் பரிமாற்றத் துறை' அல்லது 'துறையிடைத் துறை' ('interdiscipline') என்று அழைக்கிறார் (" . . . not a discipline, but an interdiscipline . . .").

இந்தத் துறையிடைத் துறையில் வரும் வட்டங்களுக்கு இடையே ஏற்படும் உறவுகளைப் பின்வரும் மூன்றுவகைகளாகப் பிரிக்கலாம்:

i. மேலாதிக்க உறவு: இங்கு ஒரு வட்டம் தன்னுடைய கோட்பாடுகள், வழிமுறைகள், அடிப்படைக் கருத்துகள் ஆகியவற்றை வேறொரு வட்டத்தின் மேல் திணித்து மேலாதிக்கம் செய்கிறது. திணிக்கப் படும் எல்லாவற்றையும் பெற்றுக்கொள்ளும் இரண்டாம் வட்டம் தன்னுடைய கோட்பாடுகள், வழிமுறைகள், அடிப்படைக் கருத்துகள் ஆகியவற்றில் உண்டாக்கப்படும் தாக்கங்களைத் தடுப்பதில்லை; தடுக்க முயல்வதும் இல்லை. 1960-களிலும் 70-களிலும் மொழியியல் இப்படித்தான் மொழிபெயர்ப்பியலை மேலாதிக்கத்திற்கு உட்படுத்தியது. இத்தாக்கங் களின் கசிவுகளை இப்பொழுதும் நம்மால் அங்கும் இங்குமாகக் காண முடிகிறது.

ii. இறக்குமதி உறவு: இங்குத் தனக்கென்று தெளிவான உறுதியான கோட்பாடுகள், வழிமுறைகள், அடிப்படைக் கருத்துகள் ஆகியவற்றைப் பெறாத ஒரு வட்டம், வேறொரு வட்டத்திலிருந்து அவற்றை இறக்குமதிசெய்துகொள்கிறது. இங்குப் பெறப்படும் பயன்கள் அனைத்தும் தரும் வட்டத்திலிருந்து பெறும் வட்டத்திற்குச் செல்கின்றன. இவை ஒருதிசை இறக்குமதி உறவால் நிகழ்பவையாகும்.

iii. இருதிசைப் பரிமாற்ற உறவு: இங்குள்ள இரு வட்டங ்களும் சமமான உரிமையையும் முக்கியத்துவத்தையும் பெற்று, ஒன்றோடொன்று ஒத்துழைத்துக் கொடுக்கல் வாங்கல்களில் ஈடுபடுகின்றன. இப்படிப்பட்ட இருதிசைப் பரிமாற்ற உறவால் இரு வட்டங்களின் கோட்பாடுகள், வழிமுறைகள், அடிப்படைக் கருத்துகள்

ஆகிய அனைத்திலும் வரவேற்கத் தகுந்த மாற்றங்கள், மேம்பாடுகள் ஏற்படுகின்றன.

இப்பகுதியில் கீழே வரும் பக்கங்கள் வெளி வட்டங்கள் சிலவற்றால் மொழிபெயர்ப்பியல் பெற்றுள்ள பயன்களைப் பேசுகின்றன.

1.7.2.1 மொழியில்லாத் தகவல் பரிமாற்றம்

மொழியில்லாத் தகவல் பரிமாற்றத்தில் (Non-verbal communication) பின்வரும் இரு பெரிய கூறுகள் உள்ளன:

(i) குரல்/தொனி (paralanguage): பேச்சுமொழியில் வரும் சொற்களுக்கோ வாக்கியங்களுக்கோ நேரடித் தொடர்பில்லாத தொனி மாற்றங்களால் பொருள் மாற்றங்கள் ஏற்படக்கூடும். 'குரலின் ஏற்ற/இறக்க தொனி வேறுபாடுகள்' (intonation), 'சந்தம்' (rhythm), 'சொல்லழுத்தம்' (word stress) ஆகியவை பேச்சு மொழிக்கே உரிய ஆனால் நேரடித் தொடர்பற்ற தனித்துவக் கூறுகள் என்று மேலே கண்டோம். சொற்கள் சொல்லும் சொற்பொருளைத் தவிர சொல்லாத சில நுண்ணிய பொருள்களையும் அவை உணர்த்துகின்றன (காண்க. ப–ள். 58–60).

(ii) உடல் அசைவியல் (kinesics): அன்றாட உரையாடல் களில் சொற்களை, வாக்கியங்களைக் கொண்டு செய்யப்படும் மொழிவழிப் பரிமாற்றங்களே (verbal communication) ஏராளம். அவற்றோடு உடலின் அங்க அசைவுகள், கண்சிமிட்டல்கள், முக வெளிப்பாடுகள், சைகைகள், சமிக்ஞைகள், தோரணைகள் ஆகிய வற்றின் மூலமே தெரிவிக்கப்படும், அறியப்படும் மொழியில்லாச் செய்திப் பரிமாற்றங்களும் (non-verbal communication) இயல்பாக நிகழ்கின்றன. இப்படிப்பட்ட மொழியில்லா உடல் அசைவுவழிச் செய்திப் பரிமாற்றங்களைப் பற்றிய ஆய்வுகளை 'உடல் அசைவியல்' என்ற கலைச்சொல் சுட்டுகிறது.

இந்திய, பிரித்தானியக் கலாச்சாரங்களில் பேசுபவர் கேட்பவரின் கண்களைப் பார்த்துப் பேசுவதே மரியாதைக்குரிய செயலாகும். இது முக்கியமானதொரு உரையாடல் அம்சம். கண் சந்திப்பைத் தவிர்க்கும் உரையாடல் இயல்பானதாகக் கருதப்படுவதில்லை. அது மரியாதை குறைவான அல்லது இக்கட்டான உரையாடல் சூழ்நிலையை உருவாக்கிவிடுகிறது. ஆனால் ஜப்பானியக் கலாச்சாரத்தில் உரையாடலின்போது

கண்களின் நேர் சந்திப்பு சங்கடத்தை உண்டாக்குகிறது. ஓரிரு நொடிகள் கண்கள் சந்திக்கலாம். பின், கேட்பவரின் கழுத்து அல்லது தோள்களைப் பார்த்துப் பேசுவதே மரியாதைக்குரிய செயலாகும்.

ஜப்பானியச் சமுதாயத்தில் குழந்தைகள் சப்தமாகச் சிரிப்பதை இயல்பானதாக எடுத்துக்கொள்கிறார்கள். பெரியவர்கள் அப்படிச் சப்தமாகச் சிரித்தால் அது அநாகரிகமான செயலாகக் கருதப்படுகிறது. மாறாகச் சற்றே சிரிக்கும் முகபாவம் அவர்களுக்கு ஏற்புடையது. ஆனால் எதிர்மறை எண்ணங்களை மறைக்கப் பயன்படுத்தப்படும் திரையாகவே சிரித்த முகம் மேலை நாடுகளில் கருதப்படுகிறது. ஜப்பானில் சிரந்தாழ்த்தி முதுகை வளைத்தல், மேலை நாடுகளில் கை குலுக்கல், அரபு நாடுகளில் கட்டியணைத்தல், இந்தியாவில் கை கூப்புதல் அல்லது சிரந்தாழ்த்திக் காலைத் தொடுதல் எனப் பல நாடுகளில் பல விதங்களில் ஒருவரை வரவேற்கிறார்கள்.

தன்னைத் தானே சுட்டும்போது சீனர்களும் ஜப்பானியர்களும் மூக்கைச் சுட்டிக் காட்டுகின்றனர். இந்தியர்களும் அமெரிக்கர்களும் மார்பைச் சுட்டிக் காட்டுகின்றனர். உரையாடலில் கேள்விக்குப் பதிலாக மௌனம் காப்பது 'சம்மதம்' என்று சீனாவில் எடுத்துக்கொள்ளப்படுகிறது; இந்தியாவிலும் அமெரிக்காவிலும் 'தயக்கம், சம்மதமில்லை' என்று எடுத்துக் கொள்ளப்படுகிறது. உரையாடலில் பங்கேற்போரைத் தொட்டுப் பேசுவது இயல்பானதாகச் சில கலாச்சாரங்களில் கொள்ளப்படுகிறது. வேறு சில கலாச்சாரங்களில் அது ஏற்புடையதல்ல எனத் தவிர்க்கப்படுகிறது.

கண் சிமிட்டலும் மொழியில்லாச் செய்திப் பரிமாற்றத்தில் பங்குபெறுகிறது. பொதுவாக உரையாடலின்போது பேசுபவர் கேட்பவரிடம் ஒன்றைச் சொல்லிவிட்டு, அவருக்குத் தெரியாமல் பக்கத்தில் இருக்கும் மூன்றாம் நபரைப் பார்த்துக் கண் சிமிட்டுகிறார். இதன்மூலம் பேசுபவர் மூன்றாம் நபருடன் மட்டுமே பகிர்ந்துகொள்ளும் ரகசியச் செய்தி: "சொன்னது வேடிக்கைக்காக, சொன்னது பொய், சொன்னது திசை திருப்புவதற்காக . . ." ஆண்-பெண்ணுக்கிடையேயான கண்சிமிட்டல் நெருக்கமான உறவுக்கு விடும் அழைப்பாகப் பொருள் பெறுகிறது.'வெட்கம் கலந்த புன்முறுவல்' அழைப்புக்குப் பதிலானால் ஆர்வத்தைக் காட்டுகிறது; கோபம்/அருவருப்பு என்றால் கடுமையான பின்விளைவைச் சுட்டுகிறது.

குரல்/தொனி மாற்றங்கள் மற்றும் மொழியில்லா உடல் அசைவுகள் எப்படியெல்லாம் தனிப்பட்ட பொருள் தர முடியும்

என்பதை மேலே கண்டோம். குறிப்பாக வேற்றுக் கலாச்சார மாறுபாடுகள் கொண்ட சூழ்நிலையில் நிகழும் உரைபெயர்ப்பில் (interpreting) இவை அதிக முக்கியத்துவம் பெறுகின்றன. இவற்றின் நுண்ணிய பொருள்கள் மொழிவழிப் பொருளுடன் இரண்டறக் கலந்தோ வேறுபட்டு நின்றோ பனுவலுடைய அடிப்படைப் பொருளை ஆழப்படுத்துகின்றன; நயம் பெறச் செய்கின்றன.

ஒரு உரைபெயர்ப்பின் ஆக்க முறைகள் செம்மையாக இருந்தால், அதனுடைய ஆக்கி முடிக்கப்பட்ட பனுவலும் செம்மையாகவே இருக்கும். குரல்/தொனி மாற்றங்களும் மொழியில்லா உடல் அசைவுகளும் தரும் தனித்துவப் பொருள்களை அத்தகைய பனுவலால் தவிர்க்க முடியாது; தவிர்க்கவும் கூடாது. அப்படிச் செய்தால் பெறுமொழி பனுவலின் பொருட்செறிவும் நயச்செறிவும் சேதப்படும். கலாச்சார மாற்றத்தால் விளையும் இத்தகைய பொருள் மாற்றங்கள் பெறுமொழி பனுவலின் வாசகர்களை, கேட்போரை ஏற்புடைய ஒரு முழுமையான வடிவில் சென்றடைய வேண்டும்.

1.7.2.2 பல்வகைப் பனுவல்களும் பல்லூடகப் பனுவல்களும்

இதுவரை 'பனுவல்' என்ற கலைச்சொல் பேச்சுமொழியிலோ அல்லது எழுத்துமொழியிலோ உள்ள மொழிக்கூறு ஒன்றையே குறித்தது. கடந்த ஐம்பதாண்டுகளில் தொழில்நுட்பத் துறையின் அசுர வேக வளர்ச்சியால், அதன் தாக்கத்தால், பயன்பெறாத துறை எதுவும் கிடையாது என்ற நிலை ஏற்பட்டுள்ளது. இத்தகைய தாக்கத்திற்குப் பனுவல்கள் விதிவிலக்கு அல்ல.

ஒலி (audio), ஒளி (video and lighting), அங்க அசைவுகள் (gestures), சித்திரங்கள் (pictures), (சிறிய, பெரிய, நிரப்பப்படக்கூடிய) இடம் (space), உடை வகைகள் (costumes) ஆகியவை அனைத்தும் மொழிக்கூறு (linguistic text) ஒன்றோடு இணைந்து கூட்டுப்பொருள் தரக்கூடிய விதத்தில் ஒரு பனுவலை உருவாக்க முடியும்.

மேடை நாடக அல்லது இசை நாடகப் பனுவல் ஒன்று இப்படிப்பட்டதுதான். அதில் பேச்சு அல்லது பாடல் மொழிக் கூறுகளோடு பின்னணி ஒலி/இசை, மேடை தரும் இட வகை, நடிகர்களின் அல்லது ஆடல் கலைஞர்களின் முகபாவங்கள், அங்க அசைவுகள், உடை அலங்காரங்கள், ஒப்பனை, பின் திரையில் வரையப்பட்டுள்ள ஓவியம், ஒளியமைப்பு ஆகியவை ஒன்றுசேர்ந்து இயங்குகின்றன. பல்வகைக் கூறுகளின் ஒருங்கிணைப்பால் மிகவும் ஆழமான கூட்டுப் பொருட்செறிவைத் தரும் இத்தகைய ஒரு படைப்பு *பல்வகைப் பனுவல்* (multimodal text) என்று சொல்லப்படுகிறது.

ஒரே சமயத்தில் பல்லாயிரக்கணக்கான மக்களைச் சென்றடையும் நாளேடுகள், வார/மாத ஏடுகள், வானொலி, தொலைக்காட்சி, திரைப்படம், இணையதளங்கள் போன்றவை ஊடகங்கள் (media) என அழைக்கப்படுகின்றன. அச்சு ஊடகச் சித்திரக் கதைப் புத்தகம் எழுத்துமொழிக் கூறுகளையும் பல சித்திரங்களையும் இணைத்துச் சிறார்களை ஈர்த்துக் கதை சொல்கிறது. அச்சு ஊடக நாளேட்டில் எழுத்துக் கூறுகளோடு சித்திரங்கள், நிழற்படங்கள் (photos), நிகழ்படங்கள் (videos) ஆகியவை கூட்டாகத் தரப்படுகின்றன.

மின் ஊடக இணைய தளப் பனுவல் ஒன்றில் பேச்சு/எழுத்து மொழிக்கூறுகளோடு இசை, மற்ற ஒலிகள், அசையும் படங்கள் (animations), அசையாப் படங்கள் (pictures), நிழற்படங்கள், நிகழ்படங்கள் ஆகியவை ஒருங்கிணைந்து பொருட்செறிவைத் தரலாம். ஒன்றுக்கும் மேற்பட்ட ஊடகங்களைக் கொண்டு உருவாக்கம் பெற்றுள்ள இப்படிப்பட்ட ஒரு பனுவல் பல்லூடகப் பனுவல் (multimedial text) எனப் பெயர்பெறுகிறது.

பல்வகைப் பனுவல் அல்லது பல்லூடகப் பனுவலின் மொழியாக்கத்தில், பேச்சு/எழுத்து மொழிக்கூறுகளில் மட்டும் கவனத்தைச் செலுத்திவிட்டு மற்ற வகைக் கூறுகள் அல்லது ஊடக அம்சங்கள் தரும் பொருட்செறிவைத் தவிர்க்க முடியாது; தவிர்க்கவும் கூடாது. இத்துறையில் ஏராளமான ஆய்வுகள் செய்யப்பட்டுவருகின்றன. இவையனைத்தும் மொழியாக்கத்தில் 'மற்ற' அம்சங்களின் பொருட்செறிவையும் அவை பெறவேண்டிய முக்கியத்துவத்தையும் அடிக்கோடிட்டுக் காட்டுகின்றன.

1.7.2.3 திரை மொழியாக்கம்

திரைப் படங்கள், தொலைக்காட்சி நிகழ்ச்சிகள், நிகழ்பட விளையாட்டுகள் (video games), தரவகக் கோல் (pen drive) போன்றவற்றை ஒரு திரையின் உதவியோடு மட்டுமே இயக்கிக் காண முடியும். திரையரங்குகளில் உள்ள பெரிய திரையாகவோ தொலைக்காட்சிப் பெட்டியின் சின்னத் திரையாகவோ அல்லது கணினியின் குட்டித் திரையாகவோ அது இருக்கலாம். பயன்பாட்டு மொழி பேச்சு வடிவிலோ எழுத்து வடிவிலோ இருக்கலாம். அம்மொழியை வேற்று மொழியில் தருவது திரை மொழியாக்கம் (Screen translation) என்று அழைக்கப்படுகிறது. இத்திரை மொழியாக்கத்தை எழுத்து வடிவிலும் செய்யமுடியும், பேச்சு வடிவிலும் செய்யமுடியும். முன்னது திரையடி எழுத்து மொழியாக்கம் (Subtitling) எனப் பெயர்பெறுகிறது. பின்னது திரைப்பேச்சு மொழியாக்கம் (Dubbing) என்று அழைக்கப்படுகிறது.

திரையடி எழுத்து மொழியாக்கம்

படங்களை யாரும் காணலாம். ஆனால் பல காரணங்களால் அவற்றில் வரும் பேச்சு வடிவ உரையாடலைக் கேட்டு எல்லாராலும் புரிந்துகொள்ள முடியாமல் போவதுண்டு: தெரியாத அந்நிய மொழியில் உரையாடல் இருக்கலாம்; மொழி தெரிந்திருந்தாலும் உச்சரிப்புப் புரியாமல் இருக்கலாம்; செவித் திறன் குறைபாடு இருக்கலாம். அப்படிப்பட்ட காண்போருக்கு உதவத் திரையின் அடியில் படங்களுக்குப் பொருத்தமான உரையாடல் பகுதிகளை எழுத்து வடிவில் தரும் தொழில்நுட்ப உத்தி கையாளப்படுகிறது. இவ்வாறு திரைப்படம், தொலைக்காட்சிகளில் பேச்சு உரையாடல் நிகழும்போதே அதனுடைய ஒத்திசைந்த எழுத்து வடிவையும் படத்தின் அடியில் தரும் உத்தி திரையடி எழுத்து மொழியாக்கம் (Subtitling) என அழைக்கப்படுகிறது. எழுத்து உரையாடல் அதே மொழியில் இருக்கலாம். வேற்று மொழியிலும் இருக்கலாம். திரையில் வரும் படம் எல்லாருக்குமானது. ஆனால் திரையடி எழுத்து உரையாடல் ஒரு பிரிவினருக்கானது.

படிக்கும் எழுத்துகளை விடக் காணும் காட்சிகள் முக்கியமானவை. எனவே திரையடி எழுத்து உரையாடலுக்கு இறுகிய தொழில்நுட்பக் கட்டுப்பாடுகள் உள்ளன. நடைமுறையில் படத்துக்கு நிறைய இடம் தரவேண்டியுள்ளதால் எழுத்து உரையாடலுக்கு இரு வரிகளுக்கான இடம் மட்டுமே கிடைக்கிறது. மேலும் எழுத்துகள், எண்கள், மற்ற குறிகள் ஆகிய அனைத்துடைய எண்ணிக்கை 37இலிருந்து 39-க்கு மிகாத இடம் மட்டுமே ஒரு வரியில் கிடைக்கும்.

மேலே சொன்னவற்றுக்குச் சிகரம் வைத்தாற்போல வேறொரு கட்டுப்பாடும் உள்ளது; படக் காட்சியையும் காண வேண்டும். திரையடியில் வரும் எழுத்து உரையாடலையும் படித்துப் புரிந்துகொள்ள வேண்டும். இரண்டையும் சேர்த்து ஒரே நேரத்தில் மிக விரைவாகச் செய்யவேண்டும். படத்தையே பார்த்துக்கொண்டிருந்தால், எழுத்துகளைப் படிக்க முடியாது. எழுத்துகளையே படித்துக்கொண்டிருந்தால் படத்தைக் காண முடியாது. இத்தடுமாற்றத்தைத் தாண்டி வருவதற்குள் காட்சி மாறிவிடும். எழுத்து உரையாடலும் மாறிவிடும். வரிசையாக வரும் காட்சிகளின் தொடர்பு அறுந்துபோகும். இச்சிக்கலுக்குத் தீர்வுகாணமுயன்ற ஆய்வுகள் மேலும் ஒரு கட்டுப்பாட்டை விதித்தன: படித்துப் புரிந்துகொள்ளத் தேவையான நேரம் ஆறு வினாடிகளுக்கு மிகாதவாறு ஒரு படக் காட்சிக்கான திரையடி எழுத்து உரையாடல் உருப்பெற வேண்டும்.

கே. தியாகராஜன்

மேலே குறிப்பிடப்பட்ட கட்டுப்பாடுகளுக்கான நோக்கங்களை இப்படிச் சொல்லலாம்: காணும் காட்சிக்கு உண்டாக்கும் இடையூற்றை, வாசிக்கத் தரப்படும் எழுத்து உரையாடல் வெகுவாகக் குறைக்க வேண்டும்: சராசரி வாசிப்பு வேகத்தை ஒட்டிச் சொற்களின் எண்ணிக்கை இருக்கவேண்டும்; கேட்டுப் புரிந்துகொள்ள எடுக்கும் நேரத்தைவிட வாசித்துப் புரிந்து கொள்ள எடுக்கும் நேரம் அதிகமாயிருப்பதை நினைவில் கொள்ள வேண்டும்.

திரைப்பேச்சு உரையாக்கம்

திரைப்பட, தொலைக்காட்சித் திரையில் படத்தோடு வரும் ஒலி வடிவ உரையாடலை வேற்று மொழியில் ஒலி வடிவ உரையாடலாகத் தருவது திரைப்பேச்சு உரையாக்கம் (Dubbing) என அழைக்கப்படுகிறது. துல்லியமாகச் சொன்னால், 'dubbing' என்ற வார்த்தை ஒலி வடிவ உரையாடலை மட்டும் குறிக்காது. பாட்டு, இசை, பதிவாகியுள்ள மற்ற அனைத்துப் பின்னணி ஒலிகளும் சேர்ந்த தருமொழி ஒலித்தடம் (sound track) முழுவதையும் பெறுமொழியில் திரைப்பதிவுகளாகத் தருவதைச் சுட்டுகிறது.

தாய்மொழித் திரை நிகழ்ச்சி இயற்கையாக இருப்பது போல அந்நிய மொழித் திரை நிகழ்ச்சி இருப்பதில்லை. அதற்குப் பல காரணங்களைச் சொல்லமுடியும். திரையில் பேசுவோரின் உதட்டசைவுகளுக்குப் பொருந்தாத மொழியாக்க உச்சரிப்பு எல்லாரும் அறிந்த ஒரு காரணம் ஆகும். எனவே திரையில் பேசுவோரின் உதட்டசைவுகளுக்குப் பொருந்தும்வகையில் உரைபெயர்ப்பு உச்சரிப்பைத் துல்லியமாகக் கட்டமைக்க வேண்டும். இது உதட்டு ஒத்தியக்கம் (lip synchrony) என்று சொல்லப்படுகிறது. குறிப்பாக /p/, /b/, /m/, /f/, /v/ ஆகிய பேச்சொலிகள் இரு உதடுகளின் அசைவுகளால் உண்டாக்கப்படுபவை. உதட்டு ஒத்தியக்கத்தில் இவை அதிகக் கவனம் செலுத்தப்பட வேண்டுபவை மட்டுமல்ல, மொழியாக்க உச்சரிப்பில் மிகவும் அந்நியப்பட்டு நிற்பவையும் இவையே. அதே போல /ஆ/, /ஊ/, /ஓ/ போன்ற நெடில்களும் கவனம் செலுத்தப்பட வேண்டுபவையாக உள்ளன.

திரையில் தோன்றுவோர் பேசிமுடித்து வாயை மூடிய பின்னரும் மொழியாக்க உச்சரிப்பு தொடருவது உண்டு. இதுவும் திரை நிகழ்ச்சியை அந்நியப்படுத்தும் மற்றொரு காரணியாகும். உடலின் அங்க அசைவுகள், கண்சிமிட்டல்கள், முக வெளிப்பாடுகள், சைகைகள், சமிக்ஞைகள், தோரணைகள் ஆகியவற்றின் மூலமே தெரிவிக்கப்படும்/அறியப்படும் மொழியில்லாத் தகவல் பரிமாற்றங்களை மேலே ஒரு பகுதியில்

கண்டோம் (காண்க. ப–ள். 86–8). இவை கலாச்சாரத்துக்குக் கலாச்சாரம் வேறுபடக்கூடும். இப்படிப்பட்ட மொழியில்லாத் தகவல் பரிமாற்றங்களையும் பொருத்தமான உரைபெயர்ப்பு ஒத்தியக்கத்தில் தரவேண்டும்.

முரண்கள், பிசிர்கள், பேதங்கள் இல்லாத இயற்கையான திரைப்பேச்சு உரையாக்கம் வேண்டும் என்றால் சற்று விரித்து இவ்வாறு சொல்லலாம்: திரையில் வரும் ஒவ்வொரு பாத்திரத் திற்கும் தனிப்பட்ட தோற்றம் சார்ந்த பாணி, உரையாடல் பகுதிகள், குரல், குரலின் ஏற்ற இறக்கங்கள், முகபாவங்கள், கண் மொழி, அங்க அசைவுகள், உடல் மொழி, ஆடை அணிகலன்கள் உள்ளன. நீண்ட தொடராக வரும் நிகழும் படங்கள் ஒவ்வொன்றுக்கும், பின்புலச் சூழல், இசை, ஒளி–ஒலி அமைப்பும் உள்ளன. இவையனைத்தையும் உள்வாங்கி, முடிந்தவரை வேற்றுமொழியில் தரும் வகையில் உரைபெயர்ப்புக் குரல் அமைய வேண்டும்.

பெரும்பாலான திரை நிகழ்ச்சிகள் சராசரி மக்களின் கேளிக்கைக்காக உருவாக்கப்படுபவை. எந்த அளவுக்கு ஒரு நிகழ்ச்சி மக்களிடையே பிரபலமாக உள்ளது என்பது அதனுடைய வெற்றியையும் வணிக லாபத்தையும் தீர்மானிக்கிறது. பாரம்பரிய மொழியாக்கக் கொள்கைகள்/கோட்பாடுகள் முற்றிலும் இலக்கிய மொழியை மையப் பேசுபொருளாக வைத்துப் பண்டிதர்களால் பண்டிதர்களுக்காக உருவாக்கப்பட்டவை. இலக்கியப் பனுவல்களைத் தரவுகளாகக் கொண்டவை.

ஆனால் திரை மொழியாக்கத்தில் மொழிக்கூறுகளுக்கான இடம் குறைவாகவே உள்ளது. மொழிவழியல்லாத குரல்சார் நுட்பங்கள், முகப் பாவங்கள், கண் மொழி, அங்க அசைவுகள், உடல் மொழி, ஆடை அணிகலன்கள், இசை, காட்சி, ஒளி– ஒலி, சூழ்நிலைப் பின்புலக் கூறுகள் அதிக இடத்தை எடுத்துக் கொள்கின்றன. குறைந்த அளவே இடம்பெற்றுள்ள மொழிக் கூறுகளும் மற்ற கூறுகளின் ஆளுமைக்கு உட்பட்டே வடிவம் பெறவேண்டியுள்ளது.

திரை நிகழ்ச்சி ஒவ்வொன்றையும் ஒரு குறிப்பிட்ட கால அளவுக்குள் தொடங்கி முடிக்க வேண்டிய கட்டாயம் உள்ளது. ஒவ்வொன்றிலும் தொழில்நுட்பப் பகுதி உள்ளது; மொழிப் பகுதியும் உள்ளது. தொழில்நுட்பம் மொழிக்கு வளைந்து கொடுக்காது. மொழிதான் தொழில்நுட்பத்துக்கு வளைந்துகொடுக்க வேண்டியுள்ளது. இறுக்கமான தொழில்நுட்பக் கட்டுப்பாடுகளை மொழியாக்கம் ஏற்றுக்கொண்டு இயங்க வேண்டியுள்ளது.

கே. தியாகராஜன்

ஆகவே, பாரம்பரிய மொழியாக்கக் கொள்கைகள்/ கோட்பாடுகள் திரை மொழியாக்கத்துக்கு ஓரளவே பொருந்தும். இருப்பினும் கிடைத்துள்ள குறுகிய வீச்சை வைத்துக்கொண்டு பல சமரசங்களை மொழிபெயர்ப்பாளர் செய்கிறார். மூலத்தின் அடிப்படையான கருக்கூறுகளையும் மொழிக் கூறுகளையும் திரை மொழியாக்கத்தில் முடிந்தவரை தர முயல்கிறார். பெறுமொழி கலாச்சாரம் சார்ந்த வண்ணங்களை அவற்றுக்குப் பூசுகிறார்; மணங்களைக் கமழ வைக்கிறார். திரைத் தொழில்நுட்பங்களைப் பரிச்சயம் செய்துகொள்கிறார். அவற்றின் அளவெடுத்துப் பொருத்தமான பெறுமொழி கலாச்சாரச் சட்டையைத் தைத்துக் கொடுக்கிறார்.

1.7.2.4 கணினி மொழியாக்கம்

கணினி நிரல்களின் (computer programmes) உதவியோடு கணினி மொழியாக்கம் (machine translation) செய்யப்படுகிறது. எல்லாம் கணினிமயமான இந்த யுகத்தில் மொழியாக்கம் விதிவிலக்காக இருக்கமுடியாது. பன்மொழி அகராதிகளின் எண்ணிக்கை இணையத்தில் அதிகரித்துக்கொண்டே இருக்கிறது. EUdict (European dictionary) என்ற இணைய அகராதியில் மொழியாக்கங்களைப் பெறத் தமிழ்–ஆங்கிலம் உட்பட 480 மொழி ஜோடிகள் சேர்க்கப்பட்டுள்ளன. Google Translate, WordHippo போன்ற இணைய தளங்கள் சொற்களுக்கு மட்டுமல்லாமல் பனுவல்களுக்கும் மொழியாக்கங்களைத் தருகின்றன. எடுத்துக் காட்டாகப் பின்வரும் பத்தியைக் காணலாம்:

திரை நிகழ்ச்சி ஒவ்வொன்றையும் ஒரு குறிப்பிட்ட கால அளவுக்குள் தொடங்கி முடிக்க வேண்டிய கட்டாயம் உள்ளது. ஒவ்வொன்றிலும் தொழில்நுட்பப் பகுதி உள்ளது; மொழிப் பகுதியும் உள்ளது. தொழில்நுட்பம் மொழிக்கு வளைந்து கொடுக்காது. மொழிதான் தொழில்நுட்பத்துக்கு வளைந்துகொடுக்க வேண்டியுள்ளது. இறுக்கமான தொழில்நுட்பக் கட்டுப்பாடுகளை மொழியாக்கம் ஏற்றுக் கொண்டு இயங்க வேண்டியுள்ளது.

இப்பத்திக்கு இரண்டே நொடிகளில் Google Translate தந்த ஆங்கில மொழியாக்கம்:

The screen show is obliged to start and finish each one within a set period of time. There is a technical area in each; There is also the language area. Technology does not lend itself to language. Language has to be flexible to technology. Tighter technical constraints have to be translated and implemented.

மேலேயுள்ள ஆங்கில மொழியாக்கத்தில் கோளாறுகள்/ சொதப்பல்கள் இருக்கவே செய்கின்றன. ஆனால் ஒரு நண்பரிடம் இதே தமிழ்ப் பத்தியைக் கொடுத்து ஆங்கில மொழியாக்கம் செய்யச் சொன்னால் இரண்டே நொடிகளில் செய்வாரா, மொழியாக்கத் தரம் எப்படியிருக்கும் என்பதெல்லாம் விவாதத்துக் குரியன. இங்கு உணர்த்தப்படும் கருத்து என்னவென்றால் கணினியியல், மொழியியல் இரண்டும் சேர்ந்து உருவாக்கிய கணினி மொழியியல் (computational linguistics) என்ற இந்தத் துறை நமக்கு வரப்பெற்று வியத்தகு பயன் ஆகும். இப்பகுதி கணினி மொழியாக்கத்தின் பங்களிப்பைச் சுருக்கமாகச் சொல்கிறது.

தொடக்கக் கால வரலாற்றில் கணினி ஒரு 'மர்மமான எந்திரமாகக்' கருதப்பட்டது. அதன் உதவியோடு நிகழுவது எந்திர மொழியாக்கம் (machine translation) என அழைக்கப்பட்டது. பொருத்தமில்லாத இந்தப் பழைய பெயர் இன்றும் தொடருகிறது. 1940களில் இரண்டாம் உலகப்போருக்குப் பின் கணினி மொழியாக்கத்திற்கான விதை போடப்பட்டாலும், கடந்த முப்பதாண்டுகளில்தான் குறிப்பிடத் தக்க வளர்ச்சி நிகழ்ந்துள்ளது. ஒருபுறம் வளர்ச்சி இருந்தாலும், மறுபுறம் தடைகளாக உள்ள சிக்கல்களும் தொடருகின்றன. இத்துறை ஆராய்ச்சி யாளர்கள் மனந்தளராமல் தொடர்ந்து தீர்வுகளைத் தேடி வருகிறார்கள்.

பிரச்சினைகள்

மொழியாக்கம் என்றால் என்ன? தருமொழி வாக்கியங் களில் வரும் சொற்களுக்குப் பொருத்தமான பெறுமொழி சொற்களைக் கண்டறிந்து, அவற்றைப் பொருத்தமான பெறுமொழி வாக்கியங்களில் தருவது எனச் சொல்லிவிட்டுச் சாதாரணமாக விட்டுவிட முடியாது. 'பொருத்தமான' என்றால் என்ன என்பது முதலாவது பெரிய கேள்வி. பொருத்தமான அர்த்தம் என்று சொன்னால், அர்த்தத்தின் அர்த்தம் என்ன என்பது அடுத்த பெரிய கேள்வி (காண்க. ப–ள். 53–63).

'கணக்கு' என்ற ஒற்றைச் சொல்லுக்குக் க்ரியாவின் தற்காலத் தமிழ் அகராதி பதினான்கு அர்த்தங்களைத் தருகிறது. ஒரே எழுத்துரு கொண்டு பொருள்களால் வேறுபடும் இப்படிப்பட்ட சொற்கள் 'homonyms' என அழைக்கப்படுகின்றன. 'உச்சி' என்ற சொல் மலையின் உச்சியை, மனித உடலின் உச்சியை, புகழின் உச்சியை அல்லது வானத்தின் உச்சியைக் குறிக்கலாம். 'உயரமான இடம்' என்ற வகையில் நெருங்கிய உறவுள்ள நான்கு பொருள் களைக் கொண்ட இதுவும் ஒற்றைச் சொல்தான். இப்படிப்பட்ட சொற்கள் 'polysemous words' எனப் பெயர்பெறுகின்றன.

‘இன்ஸ்பெக்டர் சுட்டு கொலை’ என்பதைச் செய்தித் தலைப்பாக ஒரு நாளேடு தந்தது. இன்ஸ்பெக்டர் சுட்டதால் குற்றவாளி கொலை செய்யப்பட்டாரா குற்றவாளி சுட்டதால் இன்ஸ்பெக்டர் கொலை செய்யப்பட்டாரா என்பது தலைப்பில் உள்ள அர்த்தக் குழப்பம். ‘பயந்து நடுங்கும் என்னுடைய மனைவியின் கல்லூரித் தோழியுடைய அப்பா’ என்ற சொற்றொடர் யார் பயந்து நடுங்குவதாகச் சொல்கிறது? ‘பயந்து நடுங்கும்’ என்ற தொடர் குறிப்பிடுவது என்னையா, மனைவியையா, தோழியையா அல்லது தோழியுடைய அப்பாவையா? இக்கேள்வி யால் இங்கும் அர்த்தக் குழப்பம் ஏற்பட்டுள்ளது.

ஒரு இலையின் வளர்ச்சி நிலைகளின் நுட்பத்தைக் ‘கொழுந்து’, ‘தளிர்’, ‘இலை’, ‘பழுப்பு’, ‘சருகு’ என்ற சொற்கள் புலப்படுத்துகின்றன. ஒரு பெண்ணின் பருவங்களைத் துல்லிய வேறுபாடுகளுடன் ‘பேதை’, ‘பெதும்பை’, ‘மங்கை’, ‘மடந்தை’, ‘அரிவை’, ‘தெரிவை’, ‘பேரிளம்பெண்’ எனும் சொற்கள் சொல் கின்றன. மேலே இப்பகுதியில் சொல்லப்பட்ட எல்லாவற்றின் மொழியாக்கத்திலும் கொள்ளவேண்டியவை யாவை, தள்ள வேண்டியவை யாவை என்பன கணினிக்குப் பிரச்சினைகளாகவே உள்ளன. அவற்றுக்குத் தீர்வுகள் காணத் துறைசார்ந்த வல்லுநர்கள் முயன்றுவருகிறார்கள்.

இரு மொழியாக்க அணுகுமுறைகள்

கணினி மொழியாக்கத்தில் தற்போது இரு அணுகுமுறைகள் பின்பற்றப்படுகின்றன. இரண்டிலும் நிறைகள் உள்ளன; குறை களும் உள்ளன. முதலாவது விதிகளின் அடிப்படையிலானது; இரண்டாவது புள்ளி விவரங்களின் அடிப்படையிலானது.

விதிகளின் அடிப்படையிலான அணுகுமுறை

பாரம்பரிய முறையில் மொழி கற்கும் வகுப்பில், மொழியின் இலக்கண விதிகள் அதிமுக்கியத்துவம் பெறுகின்றன. அந்த வகுப்பு மாணவன் ஒருவன் மொழியின் இலக்கண விதிகள் எப்படி சொற்களைப் பிணைத்து வாக்கியங்களை உருவாக்குகின்றன என்று உள்வாங்கிக்கொள்வான். மொழி மக்களிடம் எப்படி இயங்குகிறது என்றும் புரிந்துகொள்வான். பின்னர்க் கணினி யின் நிரலாக்கம் *(computer programming)* பற்றியும் கற்கும்போது, மொழியின் பயன்பாட்டு உள்ளறிவையும் பெறுவான். இதே முறையில்தான் நிரல்களின் உதவியோடு கணினியும் மொழி களைக் கற்று மொழியாக்கம் செய்கிறது.

முதலில் தருமொழியிலிருந்து ஒவ்வொரு வாக்கியமாக எடுத்து அதில் உள்ள ஒவ்வொரு சொல்லையும் கணினி பகுப்பாய்வு

செய்கிறது. அதனுடைய சொல்லடி, முன்னொட்டுகள், பின்னொட்டுகள் என எவையும் இருந்தால் அவற்றைக் கண்டறி கிறது. அவற்றின் அடித்தள இலக்கண வகைகள், இயக்கங்கள், பொருள்கள் ஆகியவற்றை அகராதிகளின் உதவியோடு புரிந்துகொள்கிறது. அவற்றுக்கான சொல்மட்ட விதிகள், விலக்குகள், விலக்குகளுக்கான துணை விதிகள் ஆகியவற்றைத் தெரிந்துகொள்கிறது.

அடுத்ததாக இச்சொற்கள் வாக்கியக் கட்டமைப்பில் பெயர்த் தொடர், வினைத் தொடர், உரித் தொடர் போன்ற சொற்குழுக்களாகப் பெறும் இடங்கள், எழுவாய் – பயனிலை – செயப்படுபொருள் போன்ற வாக்கிய மட்டக் கட்டமைப்பு இயக்கங்கள் ஆகியவை கவனம் பெறுகின்றன. இவ்வாறு போதுமான தருமொழி சொல்/வாக்கிய விதிகளைக் கற்றபின், கணினி பெறுமொழிக்கான விதிகளையும் இதே படிநிலைகளில் கற்கிறது. இரு மொழிகளின் கற்றல் போதுமானது என்ற நேரம் வரும்போது, மொழியாக்கத்திற்குக் கணினி ஆயத்தமா கிறது. இக்கற்றல் தொடர்ந்து நிகழ்ந்துகொண்டே இருக்கும்; மேம்படுத்தலும் தொடரும்.

இந்த அணுகுமுறையில் உருவாக்கப்பட்ட கணினிகள் சந்தையில் முன்னணி இடத்தைப் பிடித்துள்ளன, ஏனெனில் அவை ஆரோக்கியமாக நீண்ட காலத்துக்கு இயங்குபவை; அவற்றின் பராமரிப்பும் எளிதானது. தேவைப்படும்போதெல்லாம் அவற்றின் மென்பொருளைத் திருத்தி மேம்படுத்த முடியும். ஆனால் மென்பொருளை உருவாக்க மொழியியல் வல்லுநர்களுக்குத் தேவைப்படும் இருபது, முப்பது ஆண்டுகள் என்பது மிக நீண்டதாகும். இதுவே இந்த அணுகுமுறையின் பெரிய குறையாகும்.

புள்ளிவிவரங்களின் அடிப்படையிலான அணுகுமுறை

முன்னர் நிறைவுசெய்யப்பட்ட ஏராளமான மொழியாக்கப் பனுவல்களையும், அவற்றின் மூலப் பனுவல்களையும் திரட்டி இருமொழி தரவுத்தளம் (bilingual database) முதலில் இங்கு நிறுவப்படுகிறது. அதில் உள்ள மூல–மொழியாக்க இணை வாக்கியங்களும் சொற்களும் அவற்றின் கூறுகளும் புள்ளியியல் படிநிலைப் பகுப்பாய்வுக்கு எடுத்துக்கொள்ளப்படுகின்றன. அதிலிருந்து பெறக்கூடிய புள்ளிவிவரங்களின் அடிப்படையில் உள்ளீடு செய்யப்படும் புதிய தகவல்களுக்கான மொழியாக்கத்தைக் கணினி தருகிறது. இந்த அணுகுமுறையே தற்போது நடை பெறும் பெரும்பாலான கணினி மொழியாக்க ஆய்வுகளில் கோலோச்சுகிறது. இதனுடைய வலிமையையும் வெற்றியையும்

ஒழுங்குபடுத்தப்பட்ட ஏராளமான இருமொழி இணைப் பனுவல்கள் அடங்கிய தரவுத் தளமே தருகிறது.

இத்தளத்தைப் பகுப்பாய்வு செய்தாலே போதும், மொழியைக் கற்கும் செயல்முறைகளைப் புள்ளிவிவரங்களின் அடிப்படையில் கணினி வகுத்துப் புரிந்துகொள்ளும் என்பது இந்த அணுகுமுறையின் ஆய்வுக் கொள்கையாகும். இதற்கான மென்பொருளை ஒருசில நாட்களில் உருவாக்க முடியும். இதுவே இதனுடைய நிறையாகும். தரவுத் தளத்தை நிறுவி முடித்து விட்டால், மென்பொருளில் நுட்பமான திருத்தங்களைச் செய்து மேம்படுத்த முடியாதிருப்பது குறையாகும்.

வெளிவட்டங்களில் உள்ள துறைகளின் உறவுகளால் மொழிபெயர்ப்பியலின் வெளி அளவு பெரிதும் விரிந்து வருகிறது. மொழியில்லாச் செய்திப் பரிமாற்ற மொழியாக்கம், பல்வகைப் பனுவல்கள் பல்லூடகப் பனுவல்களின் மொழியாக்கம், திரை மொழியாக்கம், கணினி மொழியாக்கம் என்ற நான்கு எடுத்துக்காட்டுகளை இப்பகுதியில் கண்டோம். இதே போல அறிவியல், தொழில்நுட்ப, மருத்துவப் பனுவல்களின் மொழியாக்கம், புனித நூல்களின் மொழியாக்கம், சட்ட மொழியாக்கம், இணையதள மொழியாக்கம், தத்துவ மொழியாக்கம் என மேலும் பல அளவுகள் உள்ளன.

இந்த இயல் இங்கு முடிகிறது. இரண்டாவது இயல் தமிழக, மேற்கத்திய மொழியாக்கச் சிந்தனைகளின் வரலாற்றைச் சொல்கிறது. மொழியியல், கலாச்சாரம், இலக்கியம், நாடகம் ஆகியவற்றின் வெளிவட்ட உறவுகளால் நிகழ்ந்த மொழியாக்க விளைவுகளை முறையே 3, 4, 5, 6 ஆகிய இயல்கள் விவரிக்கின்றன. ஏழாவது இயல் உரைபெயர்ப்பியலின் பரிமாணங்களைப் பற்றிச் சுருக்கமாகப் பேசுகிறது. இறுதி இயலாக முடிவுரை வருகிறது.

2

மொழியாக்கச் சிந்தனைகள் வரலாறு

தொன்றுதொட்டே தமிழ் இலக்கிய வரலாற்றில் மொழிபெயர்ப்புகளுக்குத் தனியிடம் இருந்துவந்துள்ளது. வடமொழிக் காப்பியங்களான இராமாயணம், மகாபாரதம் இரண்டின் தமிழ் வடிவங்கள் பல உள்ளன. உரையாசிரியர்களின் உரைவிளக்கங்கள் முந்திய பனுவல்களின் வேற்றுச் சொல்லாக்கங்களாகத் தமிழ் மொழிக்குள்ளேயே எழுதப்பட்டுள்ளன. இடைக்காலத்திலும் தற்காலத்திலும் பல இந்திய, மேற்கத்திய மொழிப் பனுவல்கள் தமிழில் மொழியாக்கம் செய்யப் பட்டுள்ளன.

2.1 தமிழக மொழியாக்கச் சிந்தனைகள் வரலாறு

ஒரு துறையில் பல சிந்தனைகள் இருக்கலாம்; அவற்றுள் சில சிந்தனைகளே சரியானவை எனப் பரவலாக ஏற்றுக்கொள்ளப்படுகின்றன. அவை அத்துறைசார்ந்த கொள்கைகளாகின்றன. அக்கொள்கைகள், அவற்றின் ரத்தினச் சுருக்க மான விளக்கங்கள், ஆய்வு வழிமுறைகள் ஆகியவை அறிவுபூர்வமாக உறுதிசெய்யப்படும் நிலையை அடையும்போது கோட்பாடுகள் என்று பெயர்பெறுகின்றன.

தமிழ் மொழிபெயர்ப்புப் பணியில் ஒருபுறம் மூலத்திலிருந்து சிறிதும் பிறழாத சமனி அணுகுமுறை யும், மறுபுறம் வேண்டிய சுதந்திரத்தை எடுத்துக் கொண்டு செய்யும் தழுவல் அணுகுமுறையும்

பல்லாண்டுக் காலமாகப் பின்பற்றப்பட்டு வந்துள்ளன. மொழிபெயர்க்கப்பட்ட பனுவல்களை ஆராய்ந்து இதை நாம் ஊகிக்க முடிகிறது. தமிழ் மண்ணுக்குச் சொந்தமான மொழியாக்கச் சிந்தனைகள்/கோட்பாடுகள் பற்றிய வரலாறு கீழே தரப்பட்டுள்ளது.

2.1.1 தொல்காப்பியர் (கி.மு. ஏழாம் நூற்றாண்டு?)

மரபு வழுவாத வழி நூலுக்கு இலக்கணம் சொல்லும்போது, அதை நான்காகத் தொல்காப்பியர் வகைப்படுத்துகிறார்:

தொகுத்தல் விரித்தல் தொகைவிரி மொழிபெயர்த்து
அதர்ப்பட யாத்தலொடு அனை மரபினவே
(தொல்: பொருள்: மரபியல்: 99)

'தொகுத்தல்', 'விரித்தல்', 'தொகைவிரித்தல்', 'மொழிபெயர்த்து அதர்ப்பட யாத்தல்' ஆகியன தொல்காப்பியர் வகுக்கும் நான்குவகை வழிநூல்களாகும். அவற்றுள் நான்காவதாக வருவது 'மொழிபெயர்த்து அதர்ப்பட யாத்தல்'. இம்மூன்று சொற்களுக்கும் மேல் ஒருசொல்கூட அவர் மொழிபெயர்ப்பைப் பற்றிச் சொல்லவில்லை. சொல்லிய மூன்று சொற்களுக்கும் எந்த விளக்கமும் தரவில்லை.

'அதர்ப்படுதல்', இன்று வழக்கொழிந்து போயுள்ள சொல். அதற்குச் சென்னைப் பல்கலைக்கழகத் தமிழ்ப் பேரகராதி 'To conform to rules; நெறிப்படுதல்' என்று பொருள் சொல்கிறது. மேலும் எடுத்துக்காட்டாகத் தொல்காப்பியரின் 'அதர்ப்பட யாத்தல்' என்ற சொற்களையே தருகிறது. பிறமொழி நூல்களை விதிகள் பிறழாமல், முறைப்படித் தமிழில் செய்வதே தொல்காப்பியர் தந்துள்ள மொழிபெயர்ப்பின் வரையறையாகும் என நாம் புரிந்துகொள்ளலாம். ஆனால் அவ்விதிகளுக்குத் தொல்காப்பியர் சூத்திரங்கள் தரவில்லை. அவருக்கு முன் எழுதப்பட்ட பூதபுராணம், மாபுராணம், அகத்தியம் ஆகிய தமிழ் இலக்கண நூல்கள் அவ்விதிகளைச் சொன்னதாகவும் எந்தக் குறிப்பும் கிடைக்கவில்லை. இருப்பினும், அவருடைய காலத்திலும், அதற்கு முன்பும் வடமொழி இதிகாசங்கள், வேத சாத்திரங்கள், நியாய சாத்திரங்கள் ஆகியவை தமிழில் மொழிபெயர்ப்பு செய்யப்பட்டதற்கான குறிப்புகள் பல உள்ளன.

உதாரணமாக, ஏழாம் நூற்றாண்டைச் சார்ந்த சின்னமனூர்ச் செப்பேட்டில், துல்லியமாகச் சொன்னால் பாண்டியர் செப்பேடு பத்தில், "மாபாரதம் தமிழ் படுத்தும்/மதுராபுரிச் சங்கம் வைத்தும்" என்று வருகிறது. எனவே நடைமுறையில் பல மொழிபெயர்ப்புகள் தொடர்ந்து நிகழ்ந்துவந்துள்ளன. அவற்றுக்கான மொழியாக்க விதிகள் இருந்தன. அவை

பின்பற்றப்பட்டன. ஆனால் மொழியாக்கச் சிந்தனைகளாக, வரையறுக்கப்பட்ட கோட்பாடுகளாக அவை தரப்படவில்லை.

மூல நூலின் உள்ளடக்கம், மொழிப் பயன்பாடு ஆகியவற்றின் உன்னதங்கள் அனைத்தையும் அப்படியே மொழிபெயர்ப்பு நூலும் தரவேண்டுவதே மரபாக இருந்திருக்க வேண்டும். முதல் நூல்களும் வழிநூல்களும், கற்றோரால் கற்றோருக்காக ஓலைச்சுவடிகளில் எழுதப்பட்ட காலம் அது. ஆயிரக்கணக்கான அச்சு நகல்கள், சராசரி வாசகர்கள் என்று இப்போது இருப்பது போல் அப்போது இல்லை. எனவே அவர்களின் வரவேற்பு பற்றிய மொழிபெயர்ப்புச் சிந்தனையும் இல்லை.

2.1.2 பேராசிரியர் (கி.பி. 13ஆம் நூற்றாண்டு?)

ஈராயிரம் ஆண்டுகளுக்குப் பின், தொல்காப்பியரின் 'மொழிபெயர்த்து அதர்ப்பட யாத்தல்' என்ற தொடரை உரையாசிரியராகிய பேராசிரியர் கையில் எடுக்கிறார். அதற்கான பயனுள்ள உரைவிளக்கத்தைச் சிறப்புறச் சொல்கிறார். அதனுடைய விரிவாக்கமாக இரு சிறிய அடிக்குறிப்புகளையும் சேர்த்து இவ்வாறு தருகிறார்:

> மொழி பெயர்த்தென்பது, பிறபாடையாற் செய்யப்பட்ட பொருளினைத் தமிழ்நூலாகச் செய்வது. அதுவுந் தமிழ்நூலுள் வழிநூற்கு மரபாமென்றவாறு. அதர்ப்படவென்பது, நெறிப்பட வென்றவாறு; நெறிப்படுத லென்பது, அவ்வாறு மொழிபெயர்த்துச் செய்யுங்கால் அது கிடந்தவாற்றானே செய்யப்படும்; தொகுத்தும் விரித்துந் தொகைவிரியாகவுஞ் செய்ததனாற் பயமில்லை, தமிழர்க்கும் ஆரியர்க்குமென்பது. மொழிபெயர்த்தெனவே, பொருள் பிறழாமை பெற்றாம். [1]வழக்குநூலுள்ளும் மொழிபெயர்த்து யாக்கப்படுவன உளவோவெனின்,[2] அற்றன்று; அது வேண்டுமே?

பேராசிரியரின் உரைவிளக்கத்தில் உள்ள முக்கியச் சிந்தனை களை இவ்வாறு சொல்லலாம்:

(i) மொழிபெயர்ப்பு என்பது பிற மொழியில் செய்யப்பட்ட பொருளைத் தமிழ் நூலாகச் செய்வது. ஆனால் பொருள் என்பதற்கான விளக்கத்தைப் பேராசிரியர்

---

1. வேதப் பொருண்மையும் ஆகமப் பொருண்மையும் நியாய நூற் பொருண்மையும் பற்றித் தமிழ்ப்படுக்குங்கால் அவற்றிற்கும் இதுவே இலக்கணமென்றற்கு மொழிபெயர்த்தலையும் இவற்றுக்கட் கூறினானென்பது.

2. இனி, படர்ந்துபட்ட பொருண்மையவாகிய மாபுராணம், பூதபுராணமென்பன சில்வாழ்நாட் சிற்றறிவின் மாக்கட்கு உபகாரப்படாமையின், தொகுத்துச் செய்யப்பட்டு வழக்கு நூலாகிய தொல்காப்பியம் இடைச்சங்கம் முதலாக இன்றுகாறும் உளதாயிற்றெனக் கொள்க.

தரவில்லை. 'பொருளின்' பொருள் என்னவென்று வரையறுப்பதில் உள்ள சிரமங்களை முகவுரையில் நீண்டதொரு பகுதி சுட்டிக்காட்டியது (காண்க. ப—ள். 53-63). அதே சிரமம் உரையாசிரியரின் உரையிலும் உள்ளது. ஊகத்தின் அடிப்படையில் ஒரு நூலின் உள்ளடக்கம், மொழிப் பயன்பாடு, அவற்றின் உன்னதங்கள் ஆகியவற்றைப் பொருள் என்று குறிப்பதாகக் கொண்டால் அது சரியாக இருக்கலாம்.

(ii) மொழிபெயர்ப்பு செய்யும்போது, 'அதர்ப்பட' செய்ய வேண்டும். அதாவது, மொழி பெயர்ப்பு நெறிகளைப் பின்பற்றி 'உள்ளதை உள்ளபடியே' தமிழில் தரவேண்டும்.

(iii) பொருள் பிறழாமல் மொழிபெயர்ப்பு செய்யப்பட வேண்டும். எடுத்துக்காட்டுகளாக, வடமொழி வேத, ஆகம, நியாய நூல்களின் பொருள்களைத் தமிழ்ப்படுத்தும்போது, மொழிபெயர்ப்பு நெறிகளைப் பின்பற்ற வேண்டும். மூல நூல்களின் பொருள்கள் பிறழாமல் 'உள்ளதை உள்ளபடியே' தமிழில் தரவேண்டும். உரைவிளக்கத்தையும் முதலாவது அடிக்குறிப்பையும் இணைத்துப் பார்ப்பதில் இக்கருத்து கிடைக்கிறது.

(iv) மாபுராணமும் பூதபுராணமும் என்பவை தொல்காப்பியத்துக்கும் முந்திய பண்டைய தமிழ் இலக்கண நூல்களாகும். மக்களின் பயன் கருதி, அவற்றின் பரந்து விரிந்த பொருள்களையும் மரபையும் வழக்கையும் தொல்காப்பியம் தொகுத்துச் சொல்கிறது. எனவே வழக்கு நூலாக அது ஏற்றுக் கொள்ளப்பட்டு இன்றும் உயிர்ப்புடன் இருந்து வருகிறது. மொழிபெயர்ப்புகளின் தேவை வழக்கு நூல்களுக்கு இடையேயும் இருக்கவே செய்கிறது. உரைவிளக்கத்தையும் இரண்டாவது அடிக்குறிப்பையும் இணைத்துப் பார்ப்பதில் இக்கருத்து கிடைக்கிறது.

மேலே உள்ள கருத்துகளைத் தொல்காப்பியரின் 'மொழிபெயர்த்து அதர்ப்பட யாத்தல்' என்ற தொடருக்கான பேராசிரியரின் உரைவிளக்கமாக மட்டும் எடுத்துக்கொள்ளக் கூடாது. தமிழ் மொழியாக்கச் சிந்தனைகளுடைய வரலாற்றின் அழுத்தமான தொடக்கப் பதிவாகவும் அதைக் கருத வேண்டும். பேராசிரியர் ஒரு மொழியாக்கச் சிந்தனையாளரும் கூட என்ற புதிய பார்வையும் அப்போது கிடைக்கும்.

புனித வேத நூல்கள், தத்துவ ஞான நூல்கள் ஆகியவற்றை மொழிபெயர்க்கும் மரபு எல்லாக் கலாச்சாரங்களிலும் உண்டு. தமிழ்க் கலாச்சாரத்திலும் அது இருந்தது. கடவுளர்கள் பாத்திரங்களாக வந்து பங்காற்றிய இதிகாசங்களும் புனித நூல்களாகவே கருதப்பட்டன. வியாசர் சொல்லச் சொல்ல விநாயகர் தன்னுடைய ஒரு தந்தத்தை ஒடித்தெடுத்து, அதை எழுதுகோலாகக் கொண்டு புனிதமான மகாபாரதத்தை எழுதி முடித்தார் என்று ஒரு புராணம் உண்டு.

புனித நூலாசிரியருக்கும் மொழிபெயர்ப்பாளருக்கும் இடையே 'ஆண்டான் – அடிமை' உறவே மேலோங்கி நின்றது. புனித நூலின் ஒவ்வொரு சொல்லும் புனிதச் சொல்லாக எடுத்துக்கொள்ளப்பட்டதால், அதில் எந்தச் சிதைவையும் மாற்றத்தையும் உண்டாக்கக் கூடாது என்பது இறுகிய மொழிபெயர்ப்பு விதியாக இருந்தது. இதைத்தான் நெறிகளைப் பின்பற்றி, மூல நூல்களின் பொருள்கள் பிறழாமல், 'உள்ளதை உள்ளபடியே' தமிழில் தரவேண்டும் எனப் பேராசிரியர் குறிப்பிடுகிறார்.

இதிலிருந்து மிகவும் வேறுபடும் இன்னொரு கருத்தையும் பேராசிரியர் சொல்கிறார்: "வழக்கு நூலுள்ளும் மொழி பெயர்த்து யாக்கப்படுவன உளவோவெனின், – –[2] அற்றன்று; அது வேண்டுமே?" வழக்கு நூல்களாவன ஒரு மொழிக்குள்ளே காலத்தால் முந்திய நூல்களின் கருத்துகளையும் மரபையும் வழக்கையும் தொகுத்துச் சொல்லும் பிந்திய நூல்களாகும். தொல்காப்பியம் போன்ற வழக்கு நூல்களுக்கு இடையேயும் மொழிபெயர்ப்புகள் தேவை எனப் பேராசிரியர் சொல்கிறார்.

1950களில் ரஷ்ய–அமெரிக்க மொழியியல் அறிஞர் ரோமன் யேகப்சன் மூன்றுமொழியாக்க வகைகளை வகுத்தார். அவற்றுள் மொழிக்குள்ளேயே செய்யப்படும் மொழியாக்கம் அல்லது *வேற்றுச் சொல்லாக்கம் (intra-lingual translation or rewording)* முதலாவதாக வருகிறது (காண்க. ப. 132). இக்கருத்தாக்கத்தையே 13ஆம் நூற்றாண்டில் பேராசிரியர் முன்வைத்துள்ளார் என்று கொள்ளலாம்.

ஆனால் அவருடைய காலத்திலும் முந்திய காலங்களிலும் இது ஏற்புடையதாக இல்லை. இருப்பினும் இக்கருத்தாக்கத்தின் நடைமுறைச் செயற்பாடுகளாக உரையாசிரியர்கள் தந்துள்ள உரைவிளக்கங்கள் அனைத்தையும் கருதலாம் (காண்க. ப. 367–70). மொழிக்குள்ளே செய்யப்படும் மொழியாக்கம் அல்லது வேற்றுச் சொல்லாக்கத்தின் தேவை என்னவென்றும் பேராசிரியர் கோடிகாட்டுகிறார்: "படர்ந்துபட்ட பொருண்மையவாகிய

மாபுராணம், பூதபுராணமென்பன சில்வாழ்நாட் சிற்றறிவின் மாக்கட்கு உபகாரப்படா ..."

எனவே மக்களின் பயன் கருதி அவை தொகுத்துச் செய்யப்பட வேண்டும். அவ்வாறு ஆக்கப்பட்ட "...தொல்காப்பியம் இடைச்சங்கம் முதலாக இன்றுகாறும் உளதாயிற்றெனக் கொள்க" என்றும் பேராசிரியர் சொல்கிறார். 'மூலநூலுக்கு முழு விசுவாசம்' என்ற மொழியாக்க நிலைப்பாட்டுக்கு எதிராக, 'மக்களின் பயன்பாடு' என்ற நிலைப்பாட்டைப் பேராசிரியர் இங்கு முன்வைக்கிறார். தற்காலத்தில் பெரிதும் பேசப்படும் 'வாசகரின் வரவேற்பு' என்ற கருத்தாக்கத்தின் முன்னோடியாக இந்த நிலைப்பாடு உள்ளது.

ஆகவே பேராசிரியரின் குறுகியதொரு உரைவிளக்கத்தில் தமிழ்ச் சமூகத்தின் அசலான மொழியாக்கச் சிந்தனைகள் பொதிவுகளாக உள்ளன. அவருக்கு முன் ஈராயிரம் ஆண்டுகளுக்கும் மேலாகத் தமிழ் மொழியாக்கச் சிந்தனைகள் வரலாறு இல்லை. அவருக்குப் பின்னும் எண்ணூறு ஆண்டுகளுக்கு அவர் பொதிவு களாகத் தந்த சிந்தனைகளை யாரும் அகழ்ந்தோ விரித்தோ பேசியதாக அல்லது புதியனவற்றைத் தந்ததாக வரலாறு இல்லை. இது தமிழ்க் கலாச்சாரத்தில் ஒரு பெருங் குறை.

2.1.3 A.K. ராமானுஜன்

தாய்மொழி தமிழ் மட்டுமல்லாது ஆங்கிலம், கன்னடம், மலையாளம், தெலுங்கு, சமஸ்கிருதம் ஆகிய மொழிகளில் ஆய்வுத்திறன் படைத்த இவர், இருபதாம் நூற்றாண்டு மொழி யியலாளர், கவிஞர், மொழிபெயர்ப்பாளர், நாட்டுப்புறவியலாளர் எனப் பன்முகத் தன்மை கொண்டவர். தெரிவுசெய்யப்பட்ட அகநானூறு, புறநானூறு, குறுந்தொகை, நம்மாழ்வார் பாடல்களை ஆங்கிலத்தில் மொழிபெயர்த்துள்ளார். தமிழ் மொழியாக்கச் சிந்தனை வரலாற்றில் இவரைக் குறிப்பிடாமல் இருக்க முடியாது.

ராமாயண மொழியாக்கச் சிந்தனைகள்

மொழிகள், கலாச்சாரங்கள், மதங்கள், நாடுகளுக்கிடையே ராமாயணம் பல்வேறு வடிவங்கள் பெற்றுள்ளது. முந்நூற்றுக்கும் மேலான மாறுபடும் ஆக்கங்களாகப் புழக்கத்தில் உள்ளது. இதைப் பற்றி ஒரு ஆய்வுக்கட்டுரையை ராமானுஜன் (1991) எழுதியுள்ளார். கம்பனுக்கு வால்மீகியின் ராமாயணம் மூல நூல் என்றால், கம்பனுடைய ராமாயணம் பின்னர் எழுதப்பட்ட பல ராமாயணங்களுக்கு மூல நூலாக உள்ளது. இந்த நீண்ட ஆய்வின் முடிவில் தன்னுடைய மொழியாக்கச் சிந்தனைகளையும் ராமானுஜன் பதிவுசெய்துள்ளார்.

முந்நூற்றுக்கும் மேலான ராமாயண வடிவங்களுக்கிடையே உள்ள உறவுகள் யாவை? எந்த வடிவம் மொழியாக்கம் செய்யப் பட்டுள்ளது? எது இடம் பெயர்த்து நடடப்பட்டு வளர்ந்துள்ளது? எது புரட்டிப் போடப்பட்டுள்ளது? இக்கேள்விகளுக்கு விடைகள் சொல்ல மொழியியலாளருமாகிய ராமானுஜன், குறியியலில் *(Semiotics)* இருந்து சின்னம் *(icon)*, சுட்டி *(index)*, குறியீடு *(symbol)* என்ற மூன்று கலைச்சொற்களை இரவல் பெறுகிறார். இம்மூன்றும் பியஸ் *(C.S. Peirce)* என்ற அமெரிக்கப் பன்முக மேதையால் உருவாக்கப்பட்டவை.

[சின்னம்: ஒன்றைக் குறிக்கும் படம்/எழுத்து; (எ–டு) கை, தாமரை, உதய சூரியன், இரட்டை இலை போன்ற படங்கள் அந்தந்த அரசியல் கட்சிகளைக் குறிக்கின்றன; கூகிள் என்ற இணைய தேடல் எந்திரத்தை நான்கு வண்ணக் கூறுகளைக் கொண்ட G என்ற ஆங்கிலப் பெரிய எழுத்து குறிக்கிறது.]

[சுட்டி: ஒன்றின் அல்லது அதனுடைய கருத்தாக்கத்தின் அத்தாட்சி; (எ–டு) நெருப்பின் சுட்டி புகை; மழையின் சுட்டி கரிய மேகங்கள்; மகிழ்ச்சியின் சுட்டி சிரிப்பு; காலில் பட்ட காயத்தின் சுட்டி நொண்டி நடப்பது.]

[குறியீடு: நேரடி அர்த்தத் தொடர்பில்லாமல், தன்னிச்சை யான பயன்பாட்டு மரபுவழியாக, இன்னொன்றுக்காக உண்டாக்கப்பட்ட ஒன்று; (எ–டு) சமாதானத்துக்கும் வெள்ளைப் புறாவுக்கும் எந்த நேரடியான அர்த்தத் தொடர்பும் இல்லை; என்றாலும் தன்னிச்சையான பயன்பாட்டு மரபு வழியாக வெள்ளைப் புறா சமாதானத்தின் குறியீடாக உள்ளது.]

ராமாயண வடிவங்கள் பல இருந்தாலும் அவற்றுக்கிடையே உள்ள உறவுகளைச் சின்னம், சுட்டி, குறியீடு என்ற மூன்று கலைச்சொற்களுக்கிடையே உள்ள உறவுகளோடு ஒப்பிட்டுப் பார்க்க முடியும் என ராமானுஜன் கருதுகிறார். இரு மொழியாக்கங்களுக்கிடையே முழுமையான வடிவ ஒப்புமை இருக்க முடியும்; இதை 'விசுவாசம்' என்று மொழிபெயர்ப்பியல் சொல்கிறது. 'சின்னத்தின் தன்மை' *(iconicity)* என்று குறியியல் சொல்கிறது.

கிரேக்கக் கவி ஹோமரின் இலியட், ஒடிசி காப்பியங்களை ஜார்ஜ் சாப்மன் முழு விசுவாசத்துடன் ஆங்கிலத்தில் மொழிபெயர்த்தார். பாத்திரங்கள், நிகழ்வுகளின் வரிசை, படிமங்கள் போன்ற அனைத்து அடிப்படையான பனுவல் கூறுகளையும் அப்படியே ஆங்கிலத்தில் தந்தார். அடிகளின் எண்ணிக்கையிலும்

பாவினத்திலும் கூட விசுவாசத்தைக் காட்டினார். மொழிதான் அவருடைய கால ஆங்கிலமே தவிர வேறு மாற்றங்கள் இல்லை.

வால்மீகியின் ராமாயணத்தைக் கம்பன் தமிழில் திருப்பிச் சொல்லியுள்ளான், அவனுடைய இராமகாதையில் கதை நிகழ்வுகளின் வரிசை, பாத்திரங்களின் உறவுகள் – தந்தை, மகன், சகோதரர்கள், மனைவியர், நண்பர்கள், எதிரிகள் – போன்ற காப்பியக் கட்டமைப்புக் கூறுகளில் *சின்னத்தின் தன்மையை* (iconicity) பெரும்பாலும் காணமுடிகிறது. ஆனால் அவற்றோடு அது நின்றுவிடுகிறது. ஏனைய அனைத்து அம்சங்களிலும் வேறுபாடுகள் உள்ளன.

வால்மீகி ராமாயணத்தை விடக் கம்பராமாயணம் மிகவும் நீண்டது. முன்னது சுலோக யாப்பு அமைப்பில் பெரும்பாலும் எழுதப்பட்டுள்ளது. பின்னது இருபதுக்கும் மேலான யாப்பு அமைப்புகளில் ஆக்கப்பட்டுள்ளது. அடிப்படைக் கதை அமைப்பில் முன்னதோடு ஒத்துப்போகும் பின்னது, மற்ற பல கூறுகளில் மண்ணின் மணத்தைக் கமழவைக்கிறது: செய்யுள் மரபு, அணி வகைகள், நாட்டுப்புறவியல் கூறுகள் போன்றவற்றில் தமிழ் முத்திரைகளைப் பதிக்கிறது. அவற்றுள் கம்பனின் இராமகாதை பொதியப்பட்டுள்ளது. எனவே அது சுட்டுகின்ற (indexical) பனுவலாக உள்ளது.

வங்காள மொழியில் எழுதப்பட்ட கிருத்திவாச ராமாயணத்தில், ராமனின் திருமணம் வங்காளக் கலாச்சார முத்திரைகள் அனைத்தையும் கொண்ட ஒரு திருமணமாக நடக்கிறது. திருமண விருந்து கூடத் தனித்துவ வங்காள உணவு வகைகளின் மணத்தைப் பரப்புகிறது.

ஆகவே கம்பராமாயணம், கிருத்திவாச ராமாயணம் போன்ற பல ராமாயண வடிவங்கள் தனிப்பட்ட பின்புலச் சூழல்களால் உருப்பெறுகின்றன. அவற்றால் தனிப்பட்ட அர்த்தங்களையும் பெறுகின்றன. அவை இல்லாவிட்டால் 'சுட்டப்படும்' தனிப்பட்ட அர்த்தங்களும் இல்லாமல் போகின்றன. எனவே **ராமாயணம்** தனிப்பட்ட பல வடிவங்களின் ஒரு தொகுப்பு மட்டுமல்ல, அது பலதரப்பட்ட பின்புல நிகழ்வுகள் கொண்ட ஒரு படைப்பு வகையும் கூட எனச் சொல்லலாம்.

மூலப்பனுவலின் அடிப்படைக் கதையமைப்பு, பாத்திரங்கள், பெயர்கள் ஆகியவற்றை மிகவும் குறைந்த அளவிலேயே மொழியாக்கப் பனுவல் பயன்படுத்துவது உண்டு. அதுவும் கூட முற்றிலும் புதிய செய்திகளைச் சொல்ல அவை கையாளப்படலாம். அவை தலைகீழாகப் புரட்டிப் போடப்பட்டு, நிர்மூலம்

ஆக்கப்பட்டு, அங்கே ஒரு நேரெதிர் பனுவல் *(countertext)* தோற்றுவிக்கப்படுவதும் உண்டு. அப்படிப்பட்ட ஒரு மொழியாக்கத்தில் குறியீட்டு *(symbolic)* செயல்பாடு உள்ளது எனச் சொல்லலாம். இது நிகழும்போது மூலப் பனுவல் ஒன்றைச் சொல்லும்; மொழியாக்கப் பனுவல் வேறொன்றை, ஏன் முற்றிலும் எதிரான ஒன்றைச் சொல்லும். இதற்கு எடுத்துக்காட்டாக விமலஸூரியின் சமண சமயப் பிராகிருத மொழி ராமாயணத்தைச் சொல்லலாம். மூல நூலாகிய வால்மீகியின் இந்து சமய சமஸ்கிருத ராமாயணத்தை இது அப்படியே புரட்டிப்போடுகிறது. இதனுடைய ஆக்க நோக்கமே மூலத்தின் பிரதிபுராணத்தைச் *(countertext)* சமண நெறிகளின்படிப் படைப்பதாகும்.

விமலஸூரியின் மொழியாக்கம் ராமனுடைய குல வரலாற்றுடன் தொடங்கவில்லை. மாறாக ராவணனுடைய சீரிய குல வரலாற்றுடன் தொடங்குகிறது. ஏனெனில் ராவணன் அசுரன் அல்ல. இந்து பிராமணர்களால் தீயவனாக அவதூறாகச் சித்திரிக்கப்பட்டவன். உண்மையில் அவன் தலைசிறந்த தவத்தால் அரிய சக்திகள் பெற்ற மகாபுருஷன். மாண்புமிக்க தலைவன். கல்விமான். சமண குருமார்களின் சீடன். மாற்றான் மனைவி மேல் ஆசை என்ற ஒரே ஒரு துன்பியல் குணக் கூறினால் வீழ்ந்தவன்.

சமண மரபில் இலக்குவன், ராவணன் இருவரும் வாசுதேவனும் பிரதி வாசுதேவனும் *(hero and antihero)* ஆவர். ராவணனை வீழ்த்துவது இலக்குவன், ராமனல்ல. ராமன், திருமாலின் அவதாரப் புருஷன் அல்ல. முக்தி அடையும் நிலையில் உள்ள ஒரு இறுதிப் பிறவி சமண ஆத்மா. அனுமனும் பரிவாரங்களும் குரங்குகள் அல்ல. தேவர்களுள் ஒரு இனத்தைச் சேர்ந்தவர்கள். ராவணனுடைய மூதாதையர்கள் வழியில் உறவினர்கள்.

சமணர்கள் தம்மைப் பகுத்தறிவாளர்களாகக் கருதினார்கள். எனவே ராவணன் பத்துத் தலை உடைய அசுரன் என்ற கற்பனைச் சித்திரிப்பை நிராகரித்தார்கள். அவன் பிறந்தபோது அவனுடைய தாயார் நவரத்தின மாலையை அவன் கழுத்தில் அணிவித்து மகிழ்ந்தாள். ஒவ்வொரு ரத்தினக் கல்லும் அவனுடைய முகத்தைப் பிரகாசமாகப் பிரதிபலித்தது. சொந்த முகத்தோடு ஒன்பது பிம்ப முகங்களும் சேர்ந்து அவனுக்குப் பத்து முகங்கள் தோன்றின; தசமுகன் என்ற பெயர்பெறக் காரணமாயின.

விமலஸூரியின் பிராகிருதச் சமண வடிவ ராமாயணத்தில் பல சமணப் புனிதப் பயணத் தலங்கள் குறிப்பிடப்படுகின்றன. சமண முனிவர்களின் கதைகளும் வேறு சமணப் புராணங்களும்

சொல்லப்படுகின்றன. சுருக்கமாகச் சொன்னால் சமண சமய நெறிகள், கோட்பாடுகள், நம்பிக்கைகளை முன்னிறுத்திப் போற்றுகின்ற வகையில் வால்மீகியின் பனுவலுக்கு எதிர்ப் பனுவலாக இது ஆக்கம் பெற்றுள்ளது. குறியீட்டுச் செயற்பாட்டை மேலோங்க வைக்கும் மொழியாக்கமாக இது உள்ளது.

[இருபதாம் நூற்றாண்டில் புலவர் குழந்தை தமிழில் எழுதிய 'இராவண காவியம்' என்ற நூல் இங்கு நினைவுகூரத் தக்கது. இது வால்மீகி, கம்ப ராமாயணங்களைப் புரட்டிப்போட்டு எழுதப்பட்ட இன்னொரு காவியம் ஆகும். திராவிட இயக்கத்தில் தீவிர ஈடுபாடு கொண்ட இந்நூலாசிரியர், அதனுடைய தாக்கத்தில் ராவணனைக் காவியத் தலைவனாக, தமிழர்களின் வீரத் தலைவனாகப் படைத்தார். ராவணனும் அவனைச் சார்ந்தோரும் போற்றுதற்குரியவர்கள், ராமனும் அவனைச் சார்ந்தோரும் தூற்றுதற்குரியவர்கள் என மாற்றிச் சித்திரித்தார்.]

மொழியாக்கங்களைப் பற்றிப் பேசும்போது ஒன்றை மறந்துவிடக் கூடாது: அனைத்து மொழியாக்கங்களும் சின்னம், சுட்டி, குறியீடு ஆகிய மூன்றின் தன்மைகளையும் கொண்டவையாகவே உள்ளன. முழுக்க, முழுக்க 'சின்னத்தின்' தன்மையையே கொண்ட முழு விசுவாச மொழியாக்கம் எனச் சொல்லப்படும் பனுவலுக்கும் இது பொருந்தும்.

கோல்ட்மேன் (Robert P. Goldman) குழுவினர் வால்மீகி ராமாயணத்தைத் தற்கால ஆங்கிலத்தில் மொழிபெயர்த்துள் ளார்கள். சமஸ்கிருதப் பெயர்களின் ஒலிபெயர்ப்பு, சுலோகங்களின் எண்ணிக்கை, வரிசை, கதை நிகழ்வுகளின் அமைப்பு முறை போன்றவற்றில் சின்னத்தின் தன்மையை நிறுவியுள்ளார்கள். ஆனால் 'சுட்டும்' தன்மையையும் அவர்களுடைய மொழி யாக்கத்தில் காணமுடிகிறது: அவர்கள் பயன்படுத்தியுள்ள மொழி வழக்கு (idiom), எழுதியுள்ள அறிமுகக் கட்டுரைகள், அடிக்குறிப்பு விளக்கங்கள் ஆகியவற்றில் இருபதாம் நூற்றாண்டு எண்ணப் போக்குகள் தென்படுகின்றன; தவறான பொருள் விவரிப்புகளும் வெளிப்படுகின்றன.

மேலும் அவர்களுடைய மொழியாக்கப் பனுவலில் குறியீட்டுச் செயற்பாடும் உள்ளது: பனுவலின் வாசிப்புக்குப் பொருத்தமாக இருக்கும் தற்காலப் புரிதல்களை அவர்களால் தெரிவிக்காமல் இருக்கமுடியவில்லை. ஆனால் சின்னம், சுட்டி, குறியீடு என்ற மூன்றுக்குமிடையே உள்ள உறவுகளின் அளவுகள் கோல்ட்மேன் குழுவினரின் வால்மீகி ராமாயண மொழியாக்கப் பனுவலில் ஒருவிதத்தில் உள்ளன. கம்பனுடைய மொழியாக்கப் பனுவலில் அவை பெருமளவில் வேறுவிதத்தில் உள்ளன.

மொழிபெயர்ப்பியல்

இரு மொழியாக்கங்களும் இருவேறு காரணங்களுக்காக, இருவேறு எதிர்பார்ப்புகளுடன் வாசிக்கப்படுகின்றன. வால்மீகியின் மூலப் பனுவலை ஓரளவேனும் தெரிந்து கொள்ள விரும்புவோர் பலர் உள்ளனர், அவர்கள் புலமைச் செறிவுள்ள கோல்ட்மேன் குழுவினரின் தற்கால ஆங்கில விசுவாச மொழியாக்கப் பனுவலைப் பெருமளவில் வாசிக்கிறார்கள். அது எந்த அளவுக்கு மூலப் பனுவலை ஒத்திருக்கிறது என்பதைப் பொறுத்து அதனுடைய வெற்றி அமைவதாகக் கருதப்படுகிறது.

கம்பனின் மொழியாக்கப் பனுவல் கம்பனுக்காக வாசிக்கப்படுகிறது. கம்பனின் வெற்றி கம்பனே வகுத்துள்ள அளவீடுகளின் அடிப்படையில் தீர்மானிக்கப்படுகிறது–எந்த அளவுக்குக் கம்பன் வால்மீகியை ஒத்திருக்கிறான் என்ற அடிப்படையில் அல்ல; மாறாக எந்த அளவுக்கு அவன் வால்மீகியிடமிருந்து வேறுபட்டு நிற்கிறான் என்ற அடிப்படையிலேயே அவன் சிறப்பு அமைகிறது. ஒன்றில் ஒற்றுமைகளைக் கொண்டாடுகிறோம். மற்றொன்றில் வேற்றுமைகளைப் போற்றி உள்வாங்கிச் சுவைத்து மகிழ்கிறோம்.

இவ்வாறு, பிந்திய ராமாயணங்கள் முந்தியவற்றிலிருந்து நேரடியாக இரவல் பெற்றிருக்கலாம்; அல்லது புரட்டிப்போட்டு அவற்றை நிராகரித்திருக்கலாம். ஆனால் அவை அனைத்தும் உறவுகள் கொண்டவை. மொழிகள், மதங்கள், நாடுகளைக் கடந்து பரவியுள்ள பெரியதொரு பொதுவான கலாச்சாரப் பரப்பில் அவை தழைத்து வளர்ந்துள்ளவை. இப்பரப்பில் பெரிய நீர்த்தேக்கத்திற்கு ஒப்பான, மரபணுத் தேக்கம் *(gene pool)* போன்ற அர்த்தக் குறிப்பான்களால் *(signifiers)* ஆன ஆழமான ஒரு தேக்கம் உள்ளதாகக் கருதலாம். அந்த அர்த்தக் குறிப்பான்கள் பின் வருவனவற்றைச் சுட்டுகின்றன: கதை அமைப்புகள், நிகழ்வுகள், பாத்திரங்கள், பெயர்கள், இடங்கள் மற்றும் உறவுகள்.

முந்நூற்றுக்கும் மேலான இத்தகைய ராமாயணங்களின் [வால்மீகி, கம்பன், துளசி தாசர், விமலசூரி போன்ற] ஆசிரியர்கள் [மொழிபெயர்ப்பாளர்கள்?] ஒவ்வொருவரும் மேலே சொன்ன அர்த்தக் குறிப்பான்களால் ஆன ஆழமான தேக்கத்தில் முத்துக் குளித்தவர்கள். ஒவ்வொருவரும் தனித்துவம் கொண்ட ஒரு முத்தை – புதிய, தனித்துவ நூல் நயம் பெற்ற, புதிய சூழ்நிலைப் பின்புலத்துடன் அமைக்கப்பட்ட, ஒரு தனித்துவப் பனுவலைக் – கண்டெடுத்தவர்கள்.

இந்தப் பார்வையில், கிடைக்கப்பெற்றுள்ள ராமாயணங்களில் எதுவுமே அசல் அல்ல. எதுவுமே திருப்பிச் சொல்லப்பட்ட வெறும் கதையுமல்ல. ஒவ்வொரு ராமாயணமும் ஒரு குறிப்பிட்ட

பனுவலுக்குள் அடங்கியிருந்தாலும், முடித்துவைக்கப்பட்ட ஒரு கதையே *ராமாயணம்* என்று யாரும் சொல்லமுடியாது.

சங்க இலக்கியப் பாடல்களின் மொழியாக்கச் சிந்தனைகள்

தெரிவு செய்யப்பட்ட சில அகநானூறு, புறநானூறு, குறுந்தொகை பாடல்களை ராமானுஜன் ஆங்கிலத்தில் மொழிபெயர்த்துள்ளார். அவற்றை The Interior Landscape: Love Poems from a Classical Tamil Anthology என்றும் Poems of Love and War: From the Eight Anthologies and the Ten Long Poems of Classical Tamil என்றும் இரு கவிதைத் தொகுப்புகளாக வெளியிட்டுள்ளார். தமிழ்ச் சங்க இலக்கியப் பாடல்களை மொழியாக்கம் செய்தபோது அவருக்குத் தோன்றிய மொழியாக்கச் சிந்தனைகளை இத்தொகுதிகளில் பதிவு செய்துள்ளார். அவற்றின் சுருக்கம் கீழே தரப்பட்டுள்ளது.

கவிதையைக் கவிதையால்தான் மொழியாக்கம் செய்யமுடியும் என்ற வாதத்தை ராமானுஜன் ஆதரிக்கிறார். மொழியாக்கக் கவிதைகளும் கவிதைகளாக இருப்பதால் அவை ஒருபோதும் முடிக்கப்படுவதில்லை – கைவிடத்தான் படுகின்றன (never finished, only abandoned). 'கவிதையின் வடிவம்' அவருடைய மொழியாக்கச் சிந்தனையில் பெரிய இடம் பெற்றிருந்தது. அதைப்பற்றிய கருத்தாக்கத்தில் கவிதையின் உள்வடிவம் (Interior), வெளிவடிவம் (Exterior) என்ற அம்சங்களை உருவாக்கினார்.

இக்கருத்தாக்கத்தை உருவாக்கியதில் அவர் தொடர்பில்லாத இருவேறு ஆதாரங்களுக்குக் கடமைப்பட்டிருக்கிறார். முதலாவது ஆதாரம் சங்கத் தமிழ்க் கலாச்சாரத்தை – தமிழர் வாழ்வியலை – சார்ந்தது. அகம், புறம் என அது சிறப்புறப் பகுக்கப்பட்டிருந்தது. 'அகம்' உள்ளத்துள் உணர்ந்து அனுபவிக்கும் இன்பத்தைக் குறித்தது. 'புறம்' பொதுவெளி வாழ்வில் அரசியல், போர் போன்றவற்றுடன் தொடர்புள்ள அறம் சார்ந்த நிகழ்வுகளால் பெறும் அனுபவங்களைக் குறித்தது. கவிதை/பனுவல் அமைப்பு முறையை விளக்க இக்கலாச்சாரப் பாகுபாடுகளை எடுத்து அவர் கையாண்டுள்ளார்.

அத்துடன் கவிதையின் உள்வடிவ – வெளிவடிவ கருத்தாக்கத்தை அவருடைய படைப்பாக்க, மொழியாக்கச் செயல்முறைகளில் பின்பற்றியுள்ளார். அதைப்பற்றி அவரே இவ்வாறு சொல்லியுள்ளார். பார்த்தசாரதி (1976) தொகுத்துள்ள ஒரு கவிதைத் தொகுப்பில் இது இடம் பெற்றுள்ளது:

"ஆங்கிலமும் என்னுடைய கல்வித் துறைகளான மொழியியலும் மானிடவியலும் என் [படைப்புகளுக்கு] வெளிவடிவங்களைத் தருகின்றன: மொழியியல், யாப்பியல்,

தர்க்கவியல் ரீதிகளில் என்னுடைய அனுபவங்கள் புற உருப் பெறுகின்றன.

என்னுடைய முதல் முப்பதாண்டுகளை இந்தியாவில் கழித்துள்ளேன். களப் பயணங்கள். பார்வையிடுதல்கள் பலவற்றை அடிக்கடி நிகழ்த்தியுள்ளேன். தமிழ், கன்னட மொழிகள், அவற்றின் செம்மையான படைப்புகள், நாட்டுப்புறவியல் ஆகியவற்றில் எனக்குத் தனிப்பட்ட, தொழில்முறை ஈடுபாடுகள் உள்ளன. இவையனைத்தும் என் [படைப்புகளுக்கு] சாரத்தையும் உள்வடிவங்களையும் படிமங்களையும் குறியீடுகளையும் தருகின்றன. அவை ஒன்றுடன் ஒன்று பிணைக்கப்பட்ட நீண்ட தொடராக உள்ளன. எது எங்கிருந்து வந்துள்ளது என்பதை இனி என்னால் சொல்லமுடியாது."

கவிதையின் 'உள்வடிவ–வெளிவடிவ' கருத்தாக்கத்தை உருவாக்கியதில் ராமனுஜன் மேற்கத்திய மொழியியல் ஆதாரங்களுக்கும் கடமைப்பட்டுள்ளார். குறிப்பாக, நோம் சோம்ஸ்கியின் *(Noam Chomsky)* 'வெளிக் கட்டமைப்பு' *(surface structure)* 'ஆழ் கட்டமைப்பு' *(deep structure)* பாகுபாட்டுக்கும், ரோமன் யேகப்சனின் 'எடுத்துக்காட்டு கவிதை' *(verse instance)* 'படைப்புரு கவிதை' *(verse design)* பாகுபாட்டுக்கும் அவர் கடமைப்பட்டுள்ளார்.

மொழியாக்கங்களின் புறத் தோற்றத்துடனும் ராமானுஜன் அடிக்கடி விளையாடிப் பார்த்தார். மூலக் கவிதையின் படைப்புருவைச் சுட்டிக்காட்ட, இது ஒருவகையில் உதவும் என்று நம்பினார். எனவே கவிதை வரிகளைச் சிறுசிறு பத்திகளாக அமைத்துப் பார்த்தார். படிகள் போல [நீட்டியும் குறுக்கியும்] அடுக்கிப் பார்த்தார். மூலக் கவிதையின் யாப்புக் கூறுகளுக்கிடையே உள்ள அண்மையையும் சேய்மையையும் உணர்த்த, அச்சுப் பக்கத்தில் உண்டாக்கப்படும் இப்படிப்பட்ட இடைவெளிகள் உதவும் எனக் கருதினார். கவிதையின் உள்வடிவம் என்று அவர் நம்பியதைத் தட்டச்சு புறத்தோராயங்கள் வழியேயும் உணர்த்த முயன்றார். கவிதையின் உயிர்நாடியைத் தொட்டுப்பார்க்கச் செய்த ஒரு முயற்சியாக இதைக் கருதலாம்.

சங்ககால அகப்பாடல்களை ஆங்கிலத்தில் தருவதைப் பற்றி ராமானுஜன் குறிப்பிட்டுப் பேசுகிறார்: "ஆங்கில மொழியாக்கம் இன்றைய ஆங்கிலத்தில் இருக்கவேண்டும். மொழியாக்கமும் ஏதோ ஒருவகையில் கவிதையாகவே இருக்கவேண்டும். அப்படி இல்லாவிட்டால், மூலக் கவிதை இன்றைய வாசகர்களிடம் இயற்கையான உரையாடலை நிகழ்த்தாது. அதே காரணத்திற்காக,

எந்த அளவுக்கு என்னுடைய ஆங்கில, தமிழ் மொழித்திறன்கள் சாத்தியமாக்குமோ அந்த அளவுக்கு மொழியாக்கம் நெருங்கியதாக இருக்கவேண்டும்."

மொழிபெயர்ப்பாளரின் சுமைகளைப் பற்றி மேலும் அவர் இவ்வாறு சொல்கிறார்: "மொழிபெயர்ப்பாளர் பிரமாணம் செய்துள்ள ஒரு கலைஞர் ('an artist on oath'). இரட்டை விசுவாசத்தை, உண்மையில் பல இரட்டை விசுவாசங்களை, அவர் காட்ட வேண்டியுள்ளது. ஒரு பனுவலை வாசித்தலிலும், இன்னொன்றை உருவாக்குவதிலும் உள்ள துன்பங்களையும் இன்பங்களையும் அவர் நன்கறிந்தவர். ஒருபுறம் தன்னை [சொற்களால்] வெளிப்படுத்தவேண்டியுள்ளது. மறுபுறம் இன்னொன்றைச் சித்திரிக்க வேண்டியுள்ளது.

இரண்டுக்கும் நடுவே சிக்கிக்கொண்ட அவர், ஒரே மனத்தின் இரு பாதிகளுக்கிடையே பயணித்து, இரண்டையும் கையாண்டு, மூலத்தை மிகவும் நெருங்கிப் போகவேண்டியுள்ளது. புலமைக்கு இழப்பு ஏற்பட விட்டுவிடாமல் கவித்துவத்தை அவர் வெற்றிபெறச் செய்யவேண்டியுள்ளது (He has to let poetry win without allowing scholarship to lose). அப்போது அவருடைய அதே சமரசங்கள் ஒருவகை விசுவாசத்தை வெளிப்படுத்தத் தொடங்கலாம். அவர் சொல்லமுடியாததை உணர்த்தலாம்.

மொழியாக்கத்தில் கலாச்சாரத்தின் இடம், வாசகர்களின் பங்கு ஆகியவற்றை ராமானுஜன் பேசுகிறார். தருமொழி கவிதையில் பொதியப்பட்டுள்ள கலாச்சாரத்தைப் பெறுமொழிக்கு முழுமையாகக் கொண்டுசேர்க்க முடியாது. இதற்கான முயற்சியின் ஒரு பகுதியாகக் கவிதையின் மொழியாக்க முயற்சி அமைகிறது. அதே நேரத்தில் பெறுமொழி வாசகரைப் பெறுமொழி கலாச்சாரத்திலிருந்து புலம்பெயர்த்துத் தருமொழி கலாச்சாரத்துக்கு மொழிபெயர்ப்பாளர் கொண்டுசேர்க்கவும் வேண்டும். மேலே சொன்ன முன்னதும் வேண்டும்; பின்னதும் வேண்டும். இவை ஒன்றையொன்று நிரப்பி, வலுச்சேர்த்து, முழுமையடையச் செய்யும். மொழிபெயர்ப்பாளரின் மொழியாக்க முன்னுரைகள், முகவுரைகள், பின்னுரைகள், குறிப்புகள், கலைச்சொல் விளக்கக் கோவைகள், அகரவரிசை பெயர்-தலைப்பு-பக்க பட்டியல்கள் (indices) ஆகியவை பின்னதை நடைமுறைப்படுத்த உதவும்.

மொழியாக்கமும் முன்னுரை, பின்னுரை போன்றவையும் ஒரே பணியின் இரு பகுதிகள் என ராமானுஜன் நம்புகிறார். அவர் வெளியிட்ட சங்க காலப் பாடல்களின் ஆங்கில மொழியாக்கத் தொகுப்புகள் இரண்டிலும் இதையே செய்துகாட்டியுள்ளார். தமிழ் மண்ணின் மைந்தர்கள் சங்கக் காலப் பாடல்களை வாசிக்கும்போது

நேரடியான வாசிப்பு அனுபவங்களைப் பெறுகிறார்கள். அதே அனுபவங்களை ஆங்கில மொழியாக்கங்களின் வாசிப்புவழியே தமிழ் மண்ணின் மைந்தரல்லாதோரும் பெற இந்த அணுகுமுறை உதவும் என அவர் கருதுகிறார். எனவே ஒரு கவிதையை அந்நிய மொழியில் தர விரும்பும் ஒரு மொழிபெயர்ப்பாளர் பெறுமொழி வாசகரைத் தருமொழி கலாச்சாரத்துக்குப் புலம்பெயர்க்கிறார்; புலம்பெயர்க்க வேண்டும். இதை ஒரு கவிதை மொழியாக்க விதி போல ராமானுஜன் உணர்த்துகிறார்.

தமிழ் மண்ணுக்குச் சொந்தமான மொழியாக்கச் சிந்தனைகள்/கோட்பாடுகள் பற்றிய வரலாறு மேலே உள்ள பன்னிரண்டு பக்கங்களுக்குள், மூவர் பெயர்களுடன் அடங்கி விடுகிறது. அதற்கு மேலும் எழுத முடியாமல் இருப்பது தமிழ்ப் பாரம்பரிய மொழியாக்கச் சிந்தனைகளின் தட்டுப்பாடு எனச் சொல்லியாக வேண்டியுள்ளது. இனி வரும் பக்கங்கள் அனைத்தும் மேற்கத்திய மொழியாக்கச் சிந்தனைகளின் வரலாற்றைச் சொல்கின்றன.

2.2 மேற்கத்திய மொழியாக்கச் சிந்தனைகள் வரலாறு

பண்டைக் காலத்திலிருந்து பத்தொன்பதாம் நூற்றாண்டு முடிய உள்ள மேற்கத்திய மொழியாக்கச் சிந்தனைகள் வரலாற்றில் சிறிய எண்ணிக்கையிலானோர் மட்டுமே இடம் பெற்றுள்ளார்கள். அவர்களுள் பின்வருவோரின் சிந்தனைகளே ஆராய்ச்சிகளில் பெரிதும் பேசப்படுகின்றன:

ரோமானியர் சிசரோ (Cicero) – கி.மு. முதல் நூற்றாண்டு; ரோமானியர் ஹோரஸ் (Horace) – கி.மு. முதல் நூற்றாண்டு; ரோமானியர் க்வின்டில்யன் (Quintilian) – கி.பி. முதல் நூற்றாண்டு; ரோமானியர் அகஸ்டின் (Augustine) – கி.பி. முதல் நூற்றாண்டு; இத்தாலியர் ஜெரோம் (Jerome) – கி.பி. முதல் நூற்றாண்டு; பிரித்தானியர் ட்ரைடன் (Dryden) – கி.பி. பதினேழாம் நூற்றாண்டு; ஜெர்மானியர் காட்ட (Goethe) – கி.பி. பதினெட்டாம் நூற்றாண்டு; ஜெர்மானியர் ஷ்லாயர்மாக்கர் (Schleiermacher) – கி.பி. பத்தொன்பதாம் நூற்றாண்டு; பிரித்தானியர் ஆர்னல்ட் (Arnold) – கி.பி. பத்தொன்பதாம் நூற்றாண்டு; ஜெர்மானியர் நீச்ச (Nietzsche) – கி.பி. பத்தொன்பதாம் நூற்றாண்டு.

இவர்களுடைய மொழியாக்கச் சிந்தனைகள் அனைத்தும் இலக்கியம், இலக்கியத் திறனாய்வு, சொல்லாட்சிக் கலை (rhetoric), இலக்கணம், தத்துவம் ஆகிய பாரம்பரியத் துறைகளுக்குள் அடங்கியிருந்தன. பத்தொன்பதாம் நூற்றாண்டு முடியும்வரையில் ஒப்பிலக்கியத்தின் மிகச் சிறிய பகுதியாக மொழியாக்கம் கருதப்பட்டது. அந்த அளவுக்குத்தான் அங்கீகாரமும் பெற்றது.

இருபதாம் நூற்றாண்டிலிருந்து தனித்து இயங்கும் வல்லமையும் வீச்சும் பரிமாணங்களும் கொண்ட புதிய துறையாக உருவெடுத்து மொழிபெயர்ப்பியல் பெரும் வளர்ச்சியடைந்து வருகிறது. அதன் பல கிளைகள் மொழியாக்கத்துக்கும் அதன் கல்விக்கும் பயிற்சிக்கும் பிற துறைகளுக்கும் இடையே உள்ள நெருங்கிய உறவுகளைப் பற்றிய ஆழ்ந்த, விரிந்த சிந்தனைகளை ஆய்வு செய்து வருகின்றன. அவற்றின் அடிப்படையில் மாறுபட்ட திசைகளில் நவீன மொழிபெயர்ப்பியல் கோட்பாடுகளை வகுத்துவருகின்றன.

2.2.1 மொழியாக்கச் சுயாதிகாரம், சமானம், இயக்கம்

மொழியாக்கப் பணியில் 'சுயாதிகாரம்' (autonomy), 'சமானம்' (equivalence), 'இயக்கம்' (function) எனும் மூன்று கருத்தாக்கங்கள் உள்ளன. இம்மூன்றினுள் எது முக்கியத்துவம் பெறுகிறது, இவற்றுக்கிடையே உள்ள உறவுகள் யாவை என்ற கேள்விகளுக்குக் கிடைக்கும் விடைகளைப் பொறுத்து நடைமுறையில் மொழியாக்கச் சிந்தனைகள் தோன்றுகின்றன. மொழியாக்கக் கோட்பாடுகளும் வகுக்கப்படுகின்றன. 'சுயாதிகாரம், இயக்கம், சமானம்' கருத்தாக்கங்களைச் சற்று விரித்துக் காணலாம்.

மொழியாக்கப் பணியில் தெரிவுகள் செய்யப்படுகின்றன; செயல்பாடுகள் தொடர்கின்றன. இரண்டுக்கும் உள்ள உரிமையைச் சுயாதிகாரம் என்று சொல்லலாம். இந்த உரிமை மொழிபெயர்ப்பாளரால் எடுத்துக்கொள்ளப்படலாம்; அல்லது பிறரால்/பிற சக்திகளால் தரப்படலாம். கட்டற்ற உரிமை சுயாதிகாரத்தின் ஓர் எல்லையாகவும், முற்றிலும் மறுக்கப்பட்ட உரிமை மறு எல்லையாகவும் அமைகின்றன. எல்லைகள் இரண்டுக்குமிடையே பல பரிமாணங்களில் சுயாதிகாரம் கூடியும் குறைந்தும் அமைகிறது. சுயாதிகார வீச்சையும் வீரியத்தையும் பொறுத்துப் பெறுமொழி பனுவலின் தன்மையும் வடிவமும் கூறுகளும் அமைகின்றன.

சமானம் என்ற கருத்தாக்கம் பெறுமொழி பனுவல் தருமொழி பனுவலுடன் தொடர்பு படுத்தப்பட்டுள்ளதைக் குறிக்கிறது. தருமொழி பனுவலுக்குச் சமானமான பெறுமொழி பனுவல் 'துல்லியமானது', 'முழுமையானது', 'மிகச் சரியானது', 'கூறுக்குக் கூறு மொழியாக்கம் செய்யப்பட்டது' எனப் புரிந்துகொள்ளப் படுகிறது. இங்கு மொழியாக்கத்தின் ஒற்றை இலக்கு, தருமொழி பனுவலில் உள்ள திரவியங்கள் மட்டுமே.

இயக்கம் என்ற கருத்தாக்கம் பெறுமொழி சமுதாயத்தில் மொழியாக்கம் செய்யப்பட்ட பனுவல் உண்டாக்கும் அல்லது உண்டாக்க வேண்டிய பல்வேறு விளைவுகளைக் குறிக்கிறது. இங்கு மொழியாக்கத்தின் ஒற்றை இலக்கு பெறுமொழி

சமுதாயத்தில் உண்டாக்கக்கூடிய, உண்டாக்க வேண்டிய பல்வேறு விளைவுகள் மட்டுமே. இவை தருமொழி பனுவலால் அதனுடைய சொந்தக் கலாச்சாரத்தில் உண்டாக்கப்பட்ட விளைவுகளுக்கு ஒப்பானவையா என்பதைக் குறிக்கலாம். அல்லது பெறுமொழி கலாச்சார, பொருளாதார, மத, வணிக, அரசியல் உள்நோக்கங்களைச் சார்ந்து இருக்கலாம். பெறுமொழியை யும் அதன் இலக்கியத்தையும் செம்மைப்படுத்தும் அல்லது புதுமைப்படுத்தும் முயற்சியாகவும் இருக்கலாம்; அல்லது பெறுமொழியை ஒரு தேசிய மொழி நிலைக்கு உயர்த்துவதாகவும் இருக்கலாம்.

வரலாற்றுப் பாதையில் மாறிவரும் காலகட்டங்களில் மேலே சொல்லப்பட்ட கருத்தாக்கங்கள் ஒவ்வொன்றும் பெறும் முக்கியத்துவமும் இவற்றுக்கிடையே உள்ள உறவுகளும் மாறுகின்றன. இதனால் நடைமுறையில் மொழியாக்கங்களும் அவற்றை இயக்கும் சிந்தனைகளும் மாறுகின்றன. இவற்றின் அனைத்துப் பதிவுகளையும் சார்ந்து மொழியாக்கச் சிந்தனைகளின் வரலாறு எழுதப்படுகிறது. அத்தகைய இருபதாம் நூற்றாண்டு வரலாறு ஐந்து பகுதிகளில் கீழே தரப்பட்டுள்ளது. ஒவ்வொரு பகுதியிலும் பல சிந்தனையாளர்கள் இருந்தாலும் சிலரின் பங்களிப்புகள் மட்டுமே தொகுத்துச் சொல்லப்பட்டுள்ளன. ஆறாவது பகுதி இருபத்தொன்றாம் நூற்றாண்டுத் தொடக்க கால வரலாற்றைச் சொல்கிறது. இந்த நீண்ட பகுதிக்கான முக்கிய ஆதாரமாகப் பின்வரும் நூல் உதவியது: *Venuti, L (2004)*

2.2.2 முதல் பகுதி (1900–1930கள்)

மொழியாக்கச் சிந்தனைகளின் வரலாற்றில் இக்காலகட்டப் போக்குகள் ஜெர்மானிய இலக்கிய, தத்துவ மரபுகளை வேர்களாகக் கொண்டிருந்தன. குறிப்பாக அகவயவியம் *(romanticism)*, விளக்கவியல் *(hermeneutics)*, இருத்தல் நிகழ்வியல் *(existential phenomenology)* (காண்க. பின் இணைப்பு. **கலைச்சொல் விளக்கக் கோவை**) ஆகியவை சார்ந்த சிந்தனைகள் இப்போக்கு களுக்கு ஊட்டம் கொடுத்தன: மொழி, அடிப்படையான தொடர்புக் கருவி மட்டுமல்ல. அதற்கும் மேலாக அது சிந்தனைகளையும் நிஜங்களையும் பற்றிய விளக்கங்களையும் உள்ளடக்கியது.

எனவே மொழியாக்கம் என்றால் அது ஒருவகைப் பொருள் விளக்கமே. அது தருமொழி பனுவலைக் கட்டாயமாகத் திருப்பி எழுதியே உருமாற்றம் செய்கிறது. ஜெர்மானியர் ஷ்லாயர்மாக்கர் *(Friedrich Schleiermacher)*, ரஷ்ஷியர் ஹம்போல்ட் *(Wilhelm von Humboldt)* போன்ற பத்தொன்பதாம் நூற்றாண்டு மொழியாக்கச்

சிந்தனையாளர்கள்—செயற்பாட்டாளர்கள் மொழியாக்கத்தை ஆக்கச் சக்தியாகக் கருதினார்கள். அதனுடைய குறிப்பிட்ட சில உத்திகள் சமூக, கலாச்சார மாற்றங்களை உருவாக்கலாம். மொழிகளையும் இலக்கியங்களையும் நாடுகளையும் கூட உருவாக்கலாம். எடுத்துக்காட்டாக, சமஸ்கிருதத்தில் வால்மீகி, இந்தியில் துளசிதாசர், தமிழில் கம்பன், வங்காள மொழியில் கிருத்திவாசர், மலையாளத்தில் எழுத்தச்சன், அசாமியில் மாதவ் கங்குனி, ஒரியாவில் பலராம் தாஸ் போன்றோர் எழுதிய ராமாயண வடிவங்களெல்லாம் மொழியாக்கங்கள் மூலம் இந்திய தேசம் என்ற ஒரு நாட்டைக் காலப்போக்கில் உருவாக்க உதவிசெய்துள்ளன.

இருபதாம் நூற்றாண்டுத் தொடக்கத்தில் இச்சிந்தனைகளைப் புதிய பார்வையுடன் நவீன இயக்கங்கள் அணுகின. பெறுமொழி இலக்கிய வடிவங்களில் அந்நியங்களைக் கொண்டு செய்யப்படும் சோதனைகளைப் பெறு கலாச்சாரத்திற்குப் புத்துயிர் ஊட்டும் ஒரு உத்தியாக எடுத்துக்கொண்டன. அதனால் கிடைக்கும் புதிய பெறுமொழி இலக்கிய வடிவங்களை மொழியாக்கம் கொடுத்த பெரிய பரிசாகக் கருதின. எனவே புதிய சிந்தனைகளும் வடிவப் புத்தாக்கங்களும் மொழியாக்கத்தின் மையமாக இருந்தன.

தற்காலத் தமிழ்க் கவிஞர்களின் சோதனைகள் இங்கு நினைவுகூரத் தக்கவை. அவர்கள் அந்நியக் கவிதை வடிவங்களான ஆங்கில மொழி கட்டற்ற கவிதை *(free verse)*, ஜப்பானிய மொழி ஹைக்கூ *(haiku)*, சென்ரையூ *(senryu)*, உருது மொழி கஜல் *(ghazal)* போன்றவற்றைப் பயன்படுத்தித் தமிழில் புதுக்கவிதை என்ற வலிமையான ஒரு இயக்கத்தையே உருவாக்கி வெற்றி கண்டார்கள். பண்டிதர்களுக்கான மரபுக் கவிதை வடிவங்களைத் தவிர்த்தார்கள். பாமரர்களும் படித்து ரசிக்குமாறு அன்றாட வாழ்க்கையின் அவலங்களையும் முரண்களையும் சுவைகளையும் புதிய பார்வைகளில், புதிய எளிய கவிதை வடிவங்களில் தந்தார்கள்.

> இலக்கணச் செங்கோல்
> யாப்புச் சிம்மாசனம்
> எதுகைப் பல்லக்கு
> மோனைத் தேர்கள்
> தனிமொழிச் சேனை
> பண்டித பவனி
> இவையெதுவும் இல்லாத
> கருத்துக்கள் தம்மைத்தாமே
> ஆளக் கற்றுக்கொண்ட
> புதிய மக்களாட்சி முறையே
> புதுக்கவிதை (*ஊர்வலம்*)

என்ற கவிஞர் மேத்தாவின் வரிகளில் தமிழ்ப் புதுக்கவிதையின் இயல்பையும் நோக்கத்தையும் தாக்கத்தையும் உணரலாம்.

புதினம், சிறுகதை, உரையாடல் நாடகம் போன்றவை மேற்கத்திய இலக்கிய வடிவங்கள். அவை தற்காலத் தமிழ் இலக்கியத்திற்குப் புத்துயிர் ஊட்டித் தந்துள்ள, முன்பில்லாத புதிய வடிவங்களையும் நாம் இங்கு நினைவுகூரலாம்.

மொழியாக்கச் சிந்தனைகளின் வரலாற்றில் இருபதாம் நூற்றாண்டுத் தொடக்கம் முதல் 1930கள் வரையிலான காலகட்டத் தின் முக்கியமான சில பங்களிப்புகளை இப்போது இப்பகுதியில் காணலாம். அந்தப் பங்களிப்புகளையும் முழுமையாகக் காண இங்கு இடமில்லை. எனவே அவற்றின் முக்கியமான சில கூறுகளை மட்டும் தருவதோடு நிறுத்திக்கொள்ள வேண்டியுள்ளது.

2.2.2.1 வால்டர் பெஞ்சமின் (Walter Benjamin)

ஜெர்மானியர் வால்டர் பெஞ்சமின் இருபதாம் நூற்றாண்டு முன்பாதியின் முக்கியமான தத்துவ மேதை, இலக்கியத் திறனாய்வாளர், மொழிபெயர்ப்பாளர். தற்கால அழகியலுக்கும் (Aesthetics) குறிப்பிடத்தகுந்த பங்களிப்பு செய்துள்ளார். 'பின்வாழ்வு' ('afterlife') என்ற கருத்தாக்கம் மொழிபெயர்ப்பியலுக்கு அவர் தந்துள்ள முக்கியப் பங்களிப்பாகும். "The task of the translator: An introduction to the translation of Baudelaire's *Tableaux Parisiens*" *(1923)* என்ற தலைப்புடைய அவருடைய கட்டுரையின் சுருக்கம் இங்குத் தரப்பட்டுள்ளது.

தத்துவச் சிந்தனை வாழ்க்கையைப் பற்றிய கேள்விகளை எழுப்புகிறது. அவை ஒரு குறிப்பிட்ட உயிரின் வாழ்க்கையைப் பற்றி மட்டுமல்லாமல் இயற்கையின் ஒட்டுமொத்த வாழ்க்கையைப் பற்றியுமானவை. நிகழ்கால வாழ்க்கையில் கடந்தகால வாழ்க்கையின் ஆழமான பதிவுகள் உள்ளன; வருங்கால வாழ்க்கையைப் பற்றிய சிந்தனைப் பதிவுகளும் உள்ளன. எனவே இயற்கையின் ஒட்டுமொத்த வாழ்க்கையைப் பற்றிய புரிதல் அதனுடைய ஒட்டுமொத்த வரலாற்றில் உள்ளது.

உன்னதமான கலைப் படைப்புகளின் வரலாறு முந்திய படைப்புகளைப் பற்றிச் சொல்கிறது. அது முந்திய படைப்புகள் தற்காலப் படைப்புகளில் பரிமளித்துள்ள விவரத்தைச் சொல்கிறது. முடிவில்லாமல் பல தலைமுறைகளுக்குத் தொடரக் கூடிய அவற்றின் பின்வாழ்வைப் பற்றியும் அது சொல்லாமல் சொல்கிறது.

ஒரு அந்நியப் பனுவலின் புகழான வாசகர் மத்தியில் அதற்குக் கிடைத்த வரவேற்பு பற்றிய வரலாறே. அந்த வரலாற்றில் பொதிந்துள்ள கூறுகள் மொழியாக்கத்திற்கு வழிகாட்டுகின்றன.

அவற்றை உள்வாங்கும் மொழிபெயர்ப்பாளர் அவற்றைப் பற்றிய விளக்கங்களை, பெறுமொழி கூறுகளை, கண்டெடுத்து அவற்றின் மூலம் தருகிறார். அக்கூறுகள் பெறுமொழி பனுவலை உருவாக்க உதவுகின்றன.

மொழிபெயர்ப்பாளரின் விளக்கப் பணியை அந்நியப் பனுவலில் காண முடியாது. அந்த விளக்கப் பணியின் நிகழ்வைப் பெறுமொழி பனுவலிலும் காண முடியாது. அப்பணி முடிந்தபின் கிடைக்கும் விளைபொருளே பெறுமொழி பனுவல். தருமொழி பனுவலுக்கும் பெறுமொழி பனுவலுக்கும் இடையே விளக்கப் பணி தனித்துவச் சுதந்திரத்துடன் நிற்கிறது.

மொழியாக்கத்தில் நிகழும் விளக்கப் பணி தருமொழி பனுவலில் உள்ள செய்திகளைப் பெறுமொழியில் சொல்வதோடு மட்டும் நின்றுவிடவில்லை. அதற்கும் மேலாகத் தருமொழி பனுவலில் காலப்போக்கில் பதிவுசெய்யப்பட்டுப் பொதிந்துள்ள ஏராளமான பொருள் பரிமாணங்களை, மதிப்பீடுகளைப் பெறுமொழிபனுவலில் புனரமைக்கிறது. இதனால் தருமொழி பனுவல் பெறுமொழி பனுவலில் ஒரு பின்வாழ்வை – ஒரு புது வாழ்வை – பெறுகிறது.

எனவே *அந்நியப் பனுவலின் பின்வாழ்வில்* மொழியாக்கம் பங்குபெறுகிறது. மேலே விவரிக்கப்பட்ட 'அந்நியப் பனுவலின் பின்வாழ்வு' என்ற கருத்தாக்கத்தின் அடித்தளமாக 'மொழியாக்கம் என்பது சுயாதிகாரம் பெற்ற இயக்கும் சக்தி' என்ற சிந்தனை உள்ளதை நாம் காணலாம். பொருள் விளக்கம் ஒரு சுதந்திரமான, பெரும்பாலும் அருவமான பனுவலாகத் தருமொழி பனுவலுக்கும் பெறுமொழி பனுவலுக்கும் இடையிலே நிற்பதை நாம் உணரலாம். இதற்குரிய அங்கீகாரத்தை நாம் மறுக்க முடியாது.

2.2.2.2 எஸ்ரா பவுண்ட் (Ezra Pound)

எஸ்ரா பவுண்ட் புகழ்பெற்ற இருபதாம் நூற்றாண்டு அமெரிக்கக் கவிஞர், இலக்கியத் திறனாய்வாளர், மொழிபெயர்ப்பாளர். அவர் புகழ்பெற்ற கவிஞர் மட்டுமல்ல. பண்டைய இலத்தீன இத்தாலிய சீன ஃப்ரென்ச் மொழி இலக்கியப் பனுவல்களை ஆங்கிலத்தில் மொழிபெயர்த்தும் பெயர் பெற்றுள்ளார். கவிப் பணி, மொழியாக்கப் பணி இரண்டிலும் ஆழ்ந்த அனுபவம் கொண்டவர். "Guido's relations" *(1929)* என்ற தலைப்புடைய அவருடைய கட்டுரையில் உள்ள மொழியாக்கச் சிந்தனை இங்கு இடம் பெறுகிறது. இலக்கிய வடிவங்களில் செய்யப்படும் சோதனை முயற்சிகளை இருபதாம் நூற்றாண்டு ஜெர்மானிய மொழியாக்கச் சிந்தனைகள் வரவேற்பதை மேலே கண்டோம். பவுண்டும் இப்போக்கை வரவேற்கிறார்.

பதின்மூன்றாம் நூற்றாண்டு இத்தாலியக் கவி க்வீடோ கேவல்காண்ட்டியை (*Guido Cavalcanti*) பவுண்ட் ஆங்கிலத்தில் மொழியாக்கம் செய்தார். அதற்கு அவர் முதலாம் எலிசபெத் மகாராணியாரின் காலத்திற்குச் சற்று முந்திய கால ஆங்கிலக் கவிதை நடையைத் தெரிவு செய்தார். அந்த நடையே கேவல்காண்ட்டியின் நடைக்குப் பொருத்தமானது என்று எண்ணினார். தன்னுடைய கால நடையைத் தவிர்த்தார். மூலப் பனுவலில் காணப்படும் இத்தாலிய இலக்கிய, வரலாற்று வேறுபாடுகளை முன்னிலைப்படுத்திக் காட்ட இந்தச் சோதனை முயற்சியை அவர் மேற்கொண்டார்.

பவுண்டின் பார்வையில் மொழியாக்கச் சுயாதிகாரம் இரு வழிகளில் வெளிப்படுகிறது. ஒன்றில் அது துல்லியப் பொருள் விளக்கமாக – நுண்ணாய்வுச் சேர்க்கையாக – மூலப் பனுவலின் அச்சுப் பக்கங்களுக்குப் பக்கத்திலேயே பெறுமொழியில் தோன்றுகிறது. அந்த நுண்ணாய்வுச் சேர்க்கை, அச்சுப் பக்கங்கள் வழியே பெறுமொழி வாசகரை நடத்திச் செல்கிறது; இதனால் பரிச்சயம் இல்லாத சொற்பிரயோகம் அல்லது யாப்பிலக்கணக் கூறு போன்ற தருமொழியின் பல அந்நிய அடையாளங்களை வாசகர்கள் காண முடிகிறது.

மற்றொன்றில், மொழியாக்கத்தின் வழியே, மூலக் கவிதையானது இயற்கையாகப் படைக்கப்பட்ட ஒரு 'அசல் பெறுமொழி கவிதை' போல உருமாற்றம் பெறுகிறது. பெறுமொழி இலக்கிய – கலாச்சாரத் தர மதிப்பீடுகள் இந்த உருமாற்றத்தை வழிநடத்துகின்றன. இவ்விரண்டு உருவங்களுக்குமிடையே உள்ள உறவு இங்கு மறைந்துவிடவில்லை. மாறாக பெறுமொழி அடையாள ஒப்பனையுடன் அது அசல் போன்ற மாயத் தோற்றம் பெறுகிறது.

இருபதாம் நூற்றாண்டுத் தொடக்கக் காலங்களில் கலை– இலக்கிய மரபுச் சுமைகள் இறக்கிவைக்கப்பட்டன. புதிய வடிவங்கள், உத்திகள் போன்றவற்றின் தேடல் முயற்சிகள் பெருமளவில் மேற்கொள்ளப்பட்டன. இம்முயற்சிகளில் பவுண்டின் பங்கு முக்கியமானது. அவர் நேர்க்காட்சி வாதத்தில் (*positivism*) நம்பிக்கை உடையவர். மொழிப் பயன்பாட்டில் துல்லியத்தை வலியுறுத்துபவர். படிமவியம் (*imagism*) என்ற இலக்கிய இயக்கத்தின் மையச் சக்தியாக இருந்து இயக்கியவர்.

இவை அனைத்திலிருந்தும் தன்னுடைய நவீனத்துவ இலக்கியத் தர நியமங்களை உருவாக்கினார். எந்தெந்த அந்நிய மொழிக் கவிதைகள் அந்த நியமங்களை ஆங்கிலத்தில் முன்னிறுத்த உதவும் என்று கண்டறிந்தார். அக்கவிதைகளை மீட்டெடுத்து அந்த நியமங்களுடன் ஆங்கிலத்தில் மொழியாக்கம் செய்தார்.

கேவல்காண்ட்டி கவிதைகளின் ஆங்கில மொழியாக்கத்தில் மேற்கொண்ட சோதனை முயற்சிகள் வழியே அவர் ஆங்கில இலக்கியத்துக்குப் புத்துயிர் ஊட்ட விரும்பினார். ஆறு நூற்றாண்டுக் காலச் செயற்கைச் சுவாச மரபுகளையும், தளர்வுற்ற சொற்பிரயோகங்களையும் அவை தவிர்க்கும் என்று நம்பினார். புத்துணர்வோடு, புதிய சக்தியோடு, புதிய பாதையில் புதுக் கவிதை பயணிக்கும் என்று உரத்துச் சொன்னார்.

2.2.2.3 ஹோஹி லூயிஸ் போர்ஹஸ் (Jorge Luis Borges)

ஆர்ஜெண்டீன எழுத்தாளரும், மொழிபெயர்ப்பாளரு மான போர்ஹஸ் ஸ்பானிய இலக்கியத்தில் முக்கியமானவர். 'ஆயிரத்தொரு இரவுகள்' என்ற அரேபிய இலக்கியத்தின் பல மொழிபெயர்ப்பாளர்களைப் பற்றிய சிந்திக்க வைக்கும் ஒரு ஆய்வுக் கட்டுரையை "The translators of the Thousand and One Nights" *(1935)* என்ற தலைப்பில் அவர் எழுதியுள்ளார்.

ஒரே கலாச்சாரத்தைச் சார்ந்த ஒரே பனுவலுக்குப் பல மொழியாக்கங்கள் உள்ளன. தாக்க வீச்சுகள் எப்படியிருந்தாலும் அவற்றின் சமானத் தன்மை எப்போதும் ஒரு கேள்விக் குறியாகவே உள்ளது. ஆந்த்வான் கேலண்ட் *(Antoine Galland)* தந்த ஃப்ரென்ச் மொழியாக்கத்தின் சமானத்தன்மை மிகவும் குறைவானது; ஆனால் அடுத்த இரு நூற்றாண்டுக் காலத்துக்கு அதனுடைய வாசிப்பு வரவேற்பு மிக அதிகமானது. அப்படிப்பட்ட மொழியாக்க உண்மைகளைப் பற்றித் துக்கப்பட வேண்டியதில்லை. மாறாக அவற்றைக் கொண்டாட வேண்டும். வரலாற்றுக் கோணத்தில் பார்க்க வேண்டும். சித்தாந்த உள்நோக்கங்கள் உள்ளனவா என்று கூர்ந்து ஆய்வுசெய்ய வேண்டும். சமானத்தன்மையை மொழிபெயர்ப்பாளர் எந்த அளவுக்குக் குறைக்கிறாரோ அந்த அளவுக்கு அவர் அதிகமான ஆக்க சக்தியுடன் மகிழ்ச்சியாக இயங்குகிறார் என்று பொருளாகும். அதைத்தான் நாம் கவனத்தில் கொள்ள வேண்டும்.

ஆயிரத்தொரு இரவுகள் என்ற ஒற்றை அரபு மொழிப் பனுவலின் பல மொழியாக்கங்களைப் போர்ஹஸ் நுண்ணாய்வு செய்துள்ளார். ஒவ்வொன்றிலும் அவர் கண்டறிந்த பின்வருவன போன்ற உள்நோக்க இயக்கு சக்தியைப் பாரபட்சமின்றி வெளிக்கொண்டு வந்துள்ளார்: கீழை நாடுகளின் இலக்கிய கலாச்சார சமூகப் பாரம்பரியத்தை இழிவுபடுத்தும் காலனிய ஆதிக்கப் பார்வை; யூதரினத்தின்பால் வெறுப்பு; ஆணாதிக்க இறுமாப்பு; வேற்றுக் கலாச்சாரப் பால் உறவுகளைப் பற்றிய ஏளனம் கலந்த கடுமையான கண்டனம்; நடுத்தர வர்க்க மனப்பாங்கு; பண்டித அணுகுமுறை.

மொழியாக்கங்களின் ஒப்பாய்வுக்கு போர்ஹஸ் மிகச் சிறந்த வழிமுறைகளைக் கையாண்டுள்ளார். பனுவல்களின் சொற்கட்டமைப்பு, வாக்கியக் கட்டமைப்பு, யாப்பிலக்கணக் கூறுகள், உரையாடல், நடையியல் அம்சங்கள், பெறுமொழி இலக்கிய–கலாச்சார மரபுகள், மொழிபெயர்ப்பாளர்களின் இலக்கிய ரசனைகள் ஆகிய அனைத்திலும் அவர் கவனம் செலுத்தி நுண்ணாய்வு செய்துள்ளார்.

மொழியாக்கத்திற்குப் பொருத்தமானது பன்முகத்தன்மை கொண்ட கலப்பு மொழியே என்று போர்ஹஸ் கருதுகிறார். அதில் மறைந்த வழக்கு *(archaism)*, தகுதி குறைந்த வழக்கு *(slang)*, புத்துருவாக்கம் செய்த சொற்கள்/தொடர்கள் *(neologism)*, அந்நிய இரவல்கள் *(borrowings)* ஆகியவை கலந்திருக்க வேண்டும். மொழியாக்கத்திற்குப் பின் கிடைக்கும் இறுதிப் பனுவலில் சுயங்களுக்குப் பக்கத்திலேயே அந்நியங்களும் பொருத்தமான வழக்குகளில் இடம்பெற வேண்டும். அப்போதுதான் மூலப் பனுவலின் அனைத்துப் பரிமாணங்களையும் வாசகர்கள் முழுமையாகக் கண்டு ரசிக்க முடியும். இதில் தவிர்க்கப்பட வேண்டியது பண்டிதர்களின் ஒற்றை நடை உயர்வழக்குப் பெறுமொழியே.

2.2.2.4 ஹொஸ்ஸே ஓர்ட்டிகா இகாஸெட் (José Ortega y Gasset)

இவர் இருபதாம் நூற்றாண்டு முற்பாதியில் பிரபலமாயிருந்த ஸ்பானியத் தத்துவ மேதை. இங்கு இடம் பெற்றுள்ள அவருடைய The misery and the splendor of translation *(1937)* என்ற கட்டுரையின் மையக் கருத்து: “மொழியாக்கம் தனித்துவம் பெற்ற ஒரு மொழியியல் பயிற்சி. தனக்கென்று உரிய விதிமுறைகளையும் இலக்குகளையும் கொண்டு தனியிடத்தில் உள்ள ஒரு இலக்கிய வகை”. இக்கருத்து குறிப்பிட்ட காலகட்டங்களில் இருந்த மொழியாக்கக் கொள்கைகளையும் நடைமுறைகளையும் பற்றிய பல ஆய்வுகளுக்கு உந்துசக்தியாக இருந்தது. அவரின் சிந்தனைகள் இன்றைக்கும் விவாதங்களில் பல கேள்விகளை எழுப்பும் காரணிகளாக உள்ளன. மொழியாக்கம் ‘சாத்தியம் ஆகாததே’ அதனுடைய அவலம்; பலரும் சொல்லும் இக்கருத்தை அவர் ஆழமாகச் சிந்தித்தார்.

மொழியாக்கம் சாத்தியம் ஆகாததற்கு மொழியும் கலாச்சாரமும் சார்ந்த பல வேறுபாடுகள்தான் காரணம். ஆனால் மொழியாக்கத்தின் சிறப்பு இவ்வேறுபாடுகளைத் திறம்படக் கையாளுவதில்தான் உள்ளது. மற்ற அனைத்துப் பழக்க வழக்கங்களையும்போல மொழிப் பயன்பாட்டிலும் குறிப்பிட்ட வழக்கங்களுக்குப் பெறுமொழி வாசகர்கள் மிகவும் பழகிப் போயுள்ளார்கள். அவற்றிலிருந்து அவர்களை விடுவித்து

மூலப் பனுவலில் உள்ள அந்நிய மொழிப்பயன்பாட்டுக்கு அவர்களைக் கொண்டு சேர்க்க வேண்டும்.

ஓர்ட்டிகாவைப் பொறுத்தவரை, சுய கலாச்சாரப் பெருமைகளைப் பேசுவதில் உள்ள வெறுமையை மொழியாக்கம் வெளிச்சம் போட்டுக் காண்பிக்கிறது. அது மட்டுமல்லாமல் வரலாற்றுப் பார்வையின் முக்கியத்துவத்தை உணர்த்தி அதை வளர்க்கிறது. முன்னோர்கள் நம்மிடமிருந்து எந்த அளவுக்கு வேறுபட்டு நிற்கிறார்களோ, அந்த அளவுக்கு அவர்கள் நமக்குத் தேவைப்படுகிறார்கள்.

2.2.3 இரண்டாம் பகுதி (1940கள்–1950கள்)

'மொழியாக்கம் சாத்தியமானது/அல்லாதது' என்ற அடிப்படையான விவாதப் பொருள் இக்காலகட்டச் சிந்தனைகளில் ஆதிக்கம் செலுத்திய தலைப்பாக இருந்தது. தத்துவம், இலக்கியத் திறனாய்வு, மொழியியல் ஆகிய துறைகளைச் சார்ந்த செல்வாக்குமிக்க பிரபலங்கள் எல்லாம் இவ்விவாதத்திற்குப் பங்களிப்பு செய்தனர்.

மொழிகளையும் கலாச்சாரங்களையும் பிரித்துவைத்திருக்கும் வேறுபாடுகளுக்கு இடையே மொழியாக்கச் சமரசங்கள் இயலுமா இயலாதா என்று அவர்கள் ஆழ்ந்து சிந்தித்தார்கள். மொழியாக்கத்திற்குத் தடைக் கற்களாக உள்ள கூறுகளை இனம் கண்டார்கள். மொழியாக்க வழிமுறைகளைத் துல்லியமாக வகுத்தார்கள். அவற்றின் துணையுடன் தடைக்கற்களை நீக்க முடியும்/முடியாது என்று தீர்மானித்தார்கள். அவர்களின் சிந்தனைகள் துறைசார்ந்த போக்குகளால் உருப்பெற்றன. அவை அனைத்தும் 'தத்துவார்த்த அவநம்பிக்கை', 'நடைமுறை ஆக்கபூர்வ நம்பிக்கை' ஆகிய எதிரெதிர் எல்லைகளுக்கிடையே அமைந்தன. அவற்றுள் முக்கியமான சில பங்களிப்புகளை இப்பகுதியில் நாம் காணப்போகிறோம்.

2.2.3.1 விளாடிமீர் நபகோஃப் (Vladimir Nabokov)

இவர் உலகப் புகழ்பெற்ற ரஷ்ய–அமெரிக்க நாவலாசிரியர், கவிஞர், மொழிபெயர்ப்பாளர். இலக்கியத் திறனாய்வுக் கோணத்திலிருந்து பார்த்து 'மொழியாக்கம் சாத்தியம் அல்லாதது' என்ற உறுதியான நிலைப்பாட்டை Problems of translation: Onegin in English *(1955)* என்ற கட்டுரையில் நபகோஃப் எடுக்கிறார். ஒரு அந்நிய இலக்கியப் பனுவலைப் பிறிதொரு மொழியில் தருவது முடியவே முடியாத காரியம்: பெறுமொழி பனுவலில் மிகவும் வேறுபட்ட இலக்கிய மரபுகளும் நடைகளும் வகைகளும் உட்பொதிந்துள்ளன.

தேசிய இலக்கியங்கள் தனிப்பட்ட அம்சங்களுடன் தேசிய அளவில் செழித்து வளரக் கூடியவை. அவை சாகா வரம் பெற்ற, தனித்துவ, உன்னத இலக்கியப் பனுவல்களைத் தருகின்றன. உலக அளவில் பெரும் தாக்கத்தை உண்டாக்கக் கூடிய தளங்களாக அவை இயங்கும் திறன்கொண்டவை. பிற இலக்கியங்களுக்கு முன்மாதிரிகளாக இருக்கவும் அவற்றால் முடியும். அத்தனைச் சிறப்புகளையும் கொண்டிருப்பதால், எக்குறையும் இல்லாத லட்சிய மொழியாக்கங்களையே அவை வற்புறுத்துகின்றன. ஆனால் அது நடக்க இயலாத காரியம்.

தான் எடுத்த நிலைப்பாட்டை நிறுவுவதற்காக நபகோஃப் தன்னுடைய தேசிய ரஷ்ய இலக்கியத்தில் இருந்து ஒரு உதாரணத்தைத் தருகிறார். புஷ்கின் (*Alexander Pushkin*) ரஷ்ய இலக்கியத்தின் பிதாமகராகவும் தேசியக் கவிஞராகவும் கருதப்படுபவர். அவர் 'அனெகின்' (*Onegin*) என்ற காப்பியத்தை ரஷ்ய மொழியில் படைத்தார். நபகோஃப் அதை ஆங்கிலத்தில் 'சொல்லுக்குச் சொல்' மொழிபெயர்ப்பாகத் தருவதற்கு எட்டாண்டுக் காலமாக இடைவிடாமல் பெருமுயற்சி செய்து உழைத்தார்.

கவிஞராக, மொழிபெயர்ப்பாளராக அவர் நீண்ட காலச் சுய அனுபவம் பெற்றவர். அதன் அடிப்படையில், செய்யுளைச் செய்யுள் வடிவத்திலேயே மொழிபெயர்ப்பு செய்வது சாத்தியம் அல்லாத வீண் முயற்சி என்று ஆணித்தரமாகச் சொல்கிறார். நிறைய அடிக்குறிப்புகளுடன் தரப்படும் 'சொல்லுக்குச் சொல்' நேரடி மொழிபெயர்ப்பு செய்யுளுக்குப் பொருத்தமானது என்கிறார். அந்நிய இலக்கியங்களை மீட்டெடுக்க முதலில் 'செய்யுள்' கறைகளை முற்றிலும் நீக்க வேண்டும். அதற்குரிய ஒரே தீர்வு 'சொல்லுக்குச் சொல்' நேரடி மொழிபெயர்ப்பு என்று கருதுகிறார்.

2.2.3.2 வினே & டார்பில்னே (J.P. Vinay & J. Darbelnet)

ஜோம்போல் வினேயும் ஜோன் டார்பில்னேயும் கனடா நாட்டு மொழியியல் அறிஞர்கள். இந்தக் காலகட்ட மொழியாக்கச் சிந்தனைகள் வரலாற்றில் இவர்களுடைய பங்களிப்பு மிகப் பெரிய தாக்கத்தை உண்டாக்கிய ஓர் ஆய்வு ஆகும். ஒப்பீட்டு நடையியல் (*comparative stylistics*) பார்வையுடன் இவர்கள் ஆங்கில – ஃப்ரென்ச் மொழியாக்கத்தை அணுகினார்கள். தற்காலத்தில் பயன்பாட்டில் உள்ள பல்வேறு மொழியாக்கச் செய்முறைகளுக்கு அவர்கள் ஒரு கோட்பாட்டு அடித்தளத்தை அமைத்துக் கொடுத்தார்கள்.

இதைத் தொடர்ந்து மொழிபெயர்ப்பியல் பாட நூல் ஒன்றை எழுதினார்கள். அறுபது ஆண்டுகளுக்கும் மேலாக

இப்புத்தகம் அனைத்துப் பயிற்சித் திட்டங்களிலும் தவறாமல் இடம்பெற்று வருகிறது. பல நடைமுறைச் சிக்கல்களுக்குத் தீர்வு தருவதோடு வகுப்பறையிலும் பெரும் பயனுள்ளதாக இருந்து வருகிறது. அதனுடைய ஒரு பகுதியின் சாரம் A methodology for translation *(1958)* என்ற தலைப்பில் கீழே தரப்பட்டுள்ளது.

மொழியாக்கச் செய்முறைகள் பலவாகத் தோன்றினாலும் அவற்றின் எண்ணிக்கையை ஏழாகச் சுருக்க முடியும். ஒவ்வொன் றும் அதிக அளவு நுட்பங்களும் உட்சிக்கல்களும் கொண்டதாக உள்ளது. ஒவ்வொன்றையும் தனியே பயன்படுத்தலாம்; அல்லது ஒன்றுக்கும் மேற்பட்ட செய்முறைகளைச் சேர்த்துக் கையாள லாம். ஜோம்போல் வினே, ஜோன் டார்பில்னே ஆகியோரின் சிந்தனைகளைச் சுருக்கமாகக் கீழே காண்போம்.

பொதுவாக மொழிபெயர்ப்பாளர்கள் *நேரடியான வழிமுறை (direct method), சுற்றி வளைக்கும் வழிமுறை (oblique method)* எனும் இரு பரந்த அணுகுமுறைகளைப் பனுவல்களுக்கேற்பக் கையாளுகிறார்கள். நேரடியான வழிமுறையில் தருமொழி பனுவலின் ஒவ்வொரு கூறினையும் பெறுமொழியில் தர முடிகிறது. மொழியளவிலும் தகவல்கள் அளவிலும் காணப்படும் பல ஒற்றுமைகளே இதற்குக் காரணம்.

மாறாக தெளிவற்ற செறிவுகளைக் கொண்ட தருமொழி பனுவல்களைச் சுற்றிவளைக்கும் செய்முறையில்தான் அணுக வேண்டியிருக்கிறது. மொழியளவிலும் தகவல்கள் அளவிலும் காணப்படும் பல வேற்றுமைகளே இதற்குக் காரணம். பெறுமொழி யின் சொல் கட்டமைப்பையும் வாக்கியக் கட்டமைப்பையும் ஓரளவு சிதைக்காவிட்டால், மொழியாக்கம் செய்யமுடியாது. கீழே ஏழுமொழியாக்கச் செய்முறைகள் பட்டியலிடப்பட்டுள்ளன. முதல் மூன்றும் நேரடியானவை; மற்றவை சுற்றி வளைப்பவை.

2.2.3.2.1 இரவல்

மொழியாக்கச் செய்முறைகளில் மிகவும் எளிதானது இரவல்தான் *(Borrowing)*. பெறுமொழியில், அதன் கலாச்சாரத்தில் இல்லாத ஒரு சொல்லை/மொழிக்கூறைத் தருமொழியிலிருந்து, அதன் கலாச்சாரத்திலிருந்து இரவல் பெறுவது சாதாரணமாக நடைபெறுவதுதான். இச்சொல் அல்லது மொழிக்கூறு ஒரு பொருளையோ கருத்தாக்கத்தையோ நிகழ்வையோ அமைப்பையோ நுட்பமான செய்முறையையோ குறிக்கலாம்.

அர்த்தத்தை முழுமையாகவும் உச்சரிப்பைக் கூடியவரை ஒட்டியும், தருமொழி எழுத்துகளுக்குப் பதிலாக, பெறுமொழி எழுத்துகளில் இரவல்கள் செய்யப்படுகின்றன.

டீ, காஃபி, பஸ், ட்ரெய்ன், போலீஸ், ரேடியோ, டெலிவிஷன், மொபைல், ஆப்பிள், ஜீரோக்ஸ், டெங்கு, சுனாமி, ஆபரேஷன், பார்லிமெண்ட், கொறடா, ஜாமீன் போன்றவையெல்லாம் இரவல்களே. அதிகமான பயன்பாட்டினால் இரவல்கள் காலப்போக்கில் பெறுமொழியில், அதன் கலாச்சாரத்தில், இரண்டறக் கலந்துவிடுவது உண்டு. ஒரு காலத்தில் அவற்றை இரவல்கள் என அடையாளம் காணமுடியாமல் போய்விடுகிறது.

தருமொழி பனுவலின் 'மணத்தைப்' பெறுமொழி பனுவலில் கொண்டு வரவும் இரவல் பயன்படுவதுண்டு. அப்போது பெறுமொழி நடையியல் அழகில் ஒரு புதிய தாக்கத்தை *(stylistic effect)* உண்டாக்கும் உத்தியாக இரவல் செயல்படுகிறது. உதாரண மாக ஒரு தமிழ்ப் பனுவலில் வரும் இட்லி, கூட்டாஞ்சோறு, பல்லாங்குழி, திருப்பாச்சி, ஆடிப்பெருக்கு, வராக நதி போன்ற சொற்களை அப்படியே ஆங்கில எழுத்துகளில் ஆங்கிலப் பனுவலில் தருவதைச் சொல்லலாம்.

2.2.3.2.2 இரவலின் மொழியாக்கம்

அர்த்தத்திலும் உச்சரிப்பிலும் மாற்றம் இல்லாமல் எழுத்துகளை மட்டும் மாற்றுவது இரவல். ஆனால் *இரவலின் மொழியாக்கம் (Calque or Loan Translation)* என்ற செய்முறையில் உச்சரிப்பும் எழுத்துகளும் மாறிவிடுகின்றன. இரவல் பெறப்படும் மொழிக்கூறின் நெருங்கிய அர்த்தத்தைத் தரும் பெறுமொழி கூறு மொழியாக்க மாற்றாகத் தரப்படுகிறது. கீழ்வருவன போன்ற இரவலின் மொழியாக்கங்களைத் தமிழில் காணலாம்.

தொலைக்காட்சி	— television
தொலைபேசி	— telephone
மூளைச் சலவை	— brainwashing
பறவைப் பார்வை	— bird's-eye view
மொழிபெயர்ப்பியல்	— translation studies
இருத்தலியம்	— existentialism
பன்றிக் காய்ச்சல்	— swine flu
அறுவை சிகிச்சை	— operation
கணினி	— computer
இணையம்	— internet
ஆழ்துளைக் கிணறு	— bore well

2.2.3.2.3 சொல்லுக்குச் சொல் மொழிபெயர்ப்பு

தருமொழி பனுவலின் ஒவ்வொரு சொல்லையும் பெறுமொழி பனுவலுக்கு நேரடியாக, பொருத்தமானதாக மொழி மாற்றித் தருவது சொல்லுக்குச் சொல் மொழிபெயர்ப்பு *(Literal translation)* ஆகும். இச்செயல் முறையில் பெறுமொழியின் இலக்கண விதிகளும் மரபு வழக்குகளும் *(idioms)* மீறப்படுவதில்லை.

I left my spectacles on the table downstairs – என்னுடைய மூக்குக் கண்ணாடியை மாடிக்குக் கீழே உள்ள மேஜையில் வைத்தேன்.

Where are you? – நீ எங்கே இருக்கிறாய்?

This train arrives at Chennai Egmore at ten. – இந்த ரயில் சென்னை எழும்பூர் நிலையத்துக்குப் பத்துமணிக்கு வருகிறது.

கொள்கை அளவில், சொல்லுக்குச் சொல் மொழிபெயர்ப்பு ஒரு தனி முத்திரை உள்ள தீர்வாகும். அதைப் பொறுத்தவரையில் முழுமையானது; தருமொழிக்கு மீண்டும் மீள்மாற்றம் செய்யத் தக்கது. குறிப்பாக ஒரே மொழிக் குடும்பத்தையும், பெரும்பாலும் ஒரே கலாச்சாரத்தையும் சார்ந்த தமிழ் – மலையாளம் போன்ற மொழிகளுக்கிடையே எளிதானது.

ஆனால் மொழிபெயர்ப்பாளர்களுக்கு மேலே சொல்லப்பட்ட மூன்று செய்முறைகளும் குறைந்த அளவிலேயே பயன் தருகின்றன. பல நேரங்களில், குறிப்பாக நடையியல் தொடர்பான பிரச்சினைகள் எழும்போது, அவை பயனற்றுப் போகின்றன. அவற்றை மட்டுமே நம்பிச் செய்யப்படும் மொழியாக்கம் அர்த்தமற்றதாக இருக்கலாம். அதனுடைய அர்த்தமே மாறிப் போகலாம். பெறுமொழி வாக்கியக் கட்டமைப்புகளுக்கும் இயல்பான பயன்பாட்டுக்கும் அது புறம்பானதாக இருக்கலாம். அப்போதெல்லாம் கீழே தரப்பட்டுள்ள சுற்றி வளைக்கும் செய்முறைகளில், ஒன்றோ அல்லது அனைத்துமோ தேவைப்படலாம்.

2.2.3.2.4 சொல்வகை மாற்றம்

சொல்லப்படும் விஷயத்தில் அர்த்த மாற்றம் இல்லாமல், சொல் வகை ஒன்றை வேறொரு சொல் வகையாகப் பெறுமொழியில் தருவது *சொல் வகை மாற்றம் (Transposition)* என்ற நான்காவது செய்முறையாகும். மொழிகளுக்கிடையே மட்டுமல்லாமல், ஒரு மொழிக்குள்ளேயும் இந்தச் செய்முறை பயனுள்ளதாக இருக்கிறது.

உதாரணமாக, *After he comes* என்ற ஆங்கிலச் சொற்றொடரைத் தமிழில் 'அவன் **வந்த** பிறகு' என்றும், 'அவனுடைய **வருகைக்குப்** பிறகு' என்றும் இரு விதங்களில் மொழியாக்கம் செய்யலாம்.

வினைச்சொல்லாகத் தருமொழியில் உள்ள **comes**, முதலாவது தமிழ் மொழியாக்கத்திலும் **வந்த** என்ற வினைச்சொல் வடிவில் தரப்பட்டுள்ளது. ஆனால் இரண்டாவது தமிழ் மொழியாக்கத்தில் அது **வருகை** என்ற பெயர்ச்சொல் வடிவில் தரப்பட்டுள்ளது. முன்னது சாதாரண பேச்சு வழக்கில் அன்றாடம் பயன்படுகிறது; பின்னது உயர்வழக்கில் காணப்படுகிறது.

நடையியல் பார்வையில், அடிப்படையான வினைச்சொல்லும், சொல்வகை மாற்றத்தால் வினைச் சொல்லிலிருந்து பெறப்பட்ட பெயர்ச் சொல்லும், ஒரே அர்த்தம் கொண்டவையாக இருக்கும் என்று சொல்ல முடியாது. சிறு சிறு மாற்றங்கள் நிச்சயமாக இருக்கும். பொதுவாகச் சொல்வகை மாற்றங்கள் இலக்கிய உயர் வழக்கு நடையின் முத்திரைகளைப் பதிக்கும். எந்தெந்த இடங்களில், எந்தெந்தச் சொல் வகைகள், எந்தெந்தப் பொருத்தமான நடையைத் தரும் என்பதை மொழிபெயர்ப்பாளர்தான் முடிவு செய்ய வேண்டும்.

2.2.3.2.5 தகவல் வடிவ மாறுபாடு

நிஜ உலகில் உள்ள அதே பொருள்களையும் நிகழ்வுகளையும் வேறுபட்ட மொழிகளைப் பேசும் மக்கள் வேறுபட்ட கண்ணோட்டங்களில் பார்க்கிறார்கள். இதனால் ஒரு மொழியில் உள்ள ஒரு தகவல் வேறொரு மொழியில் தரப்படும்போது அதன் வடிவமும் மாறுபடுகிறது. கண்ணோட்ட வேறுபாடுகளால் மொழியாக்கத்தில் காணப்படும் இத்தகைய மாற்றத்தைத் 'தகவல் வடிவ மாறுபாடு' *(Modulation)* என்று சொல்லலாம்.

Dress rehearsal என்ற ஆங்கிலச் சொற்றொடரை 'உடை ஒத்திகை' என்று சொல்லுக்குச் சொல் தமிழ் மொழியாக்க வடிவத்தில் தரலாம். ஆனால் அப்படித் தந்தால் அர்த்தம் சிதைவுறுகிறது. எனவே தகவலின் வடிவத்தை மாற்றி, சற்றுச் சுற்றி வளைத்து, 'ஆடை, அணிகலன்கள், ஒளி–ஒலி அமைப்புகளுடன் கூடிய இறுதி ஒத்திகை' என்று தரும்போது அர்த்தம் அவ்வளவாகச் சிதைவுறவில்லை.

இதேபோல *I haven't heard a word from him(.)* என்ற ஆங்கில வாக்கியத்தைச் சொல்லுக்குச் சொல் தமிழ் மொழியாக்க வடிவில் இப்படி தரலாம்: 'நான் அவனிடமிருந்து ஒரு சொல் கூடக் கேட்கவில்லை'. ஆனால் இப்படி சொல்லும் தகவலின் வடிவம் இயல்பானதாக இல்லை. மாறாக, தகவல் வடிவ மாறுபாடு செய்து தருவது இயல்பானதாக இருக்கும்: 'அவனிடமிருந்து எந்தச் செய்தியும் இல்லை'. எனவே தகவல் வடிவ மாறுபாடு பல மொழியாக்கச் சிக்கல்களுக்குத் தீர்வுதரும் ஒரு செய்முறை யாகும். ஒவ்வொரு தீர்வும் மொழிபெயர்ப்பாளர்களையும்

வாசகர்களையும் இப்படி சொல்லவைக்க வேண்டும்: 'இது சரியாக/ இயல்பாக உள்ளது'.

2.2.3.2.6 சமானம்

'சமானம்' (Equivalence) என்ற கருத்தாக்கத்தைப் பல மொழியாக்கச் சிந்தனையாளர்கள் வேறுபட்ட கோணங்களிலிருந்து அணுகியுள்ளார்கள். ஜோம்போல் வினே, ஜோன் டார்பில்னே ஆகிய இருவரும் உரையாடல் சூழ்நிலையின் கோணத்திலிருந்து தங்களுடைய கருத்தாக்கத்தை உருவாக்கியுள்ளார்கள். ஒரே சூழ்நிலையை இருவேறு பனுவல்கள் முற்றிலும் வேறுபட்ட கட்டமைப்பு, நடையியல் அம்சங்களுடன் விவரிக்கலாம். அதாவது மூலப் பனுவலில் உள்ள அதே சூழ்நிலை பெறுமொழி பனுவலில் அப்படியே கொண்டுவரப்படுகிறது. ஆனால் சொல் கட்டமைப்பு முற்றிலும் வேறுபடுகிறது. இங்குப் பின்பற்றப்படும் செய்முறையினால் இரு சமனிப் பனுவல்கள் உருவாக்கப்படுகின்றன.

சுவரில் ஆணி அடிக்கும்போது கைதவறிச் சுத்தியல் கட்டை விரலைச் சற்றுப் பதம்பார்த்து விடலாம். விரலைப் பிடித்துக்கொண்டு வலியில் அலறுவதை ஒரு தமிழர் 'அம்மா!' என்று வெளிப்படுத்துவார். ஆங்கிலேயர் Ouch! என்பார். ஃப்ரென்ச் மொழி பேசுபவர் Aïe! என்பார். தமிழ்ச் சேவல் 'கொக்கரக்கோ!' என்று கூவும். ஆங்கிலச் சேவல் cock-a-doodle-do! என்றும், அரபுச் சேவல் kookookoo-koo! என்றும், சீனச் சேவல் goh-geh-goh-goh! என்றும், குஜராத்தி சேவல் kuk-de-kuk! என்றும், உருதுச் சேவல் kuk roo kroon! என்றும் கூவும்.

'வெண்கலக் கடையில் யானை புகுந்தாற்போல' என்ற தமிழ்ப் பழமொழிக்குச் சமனியாக ஆங்கிலப் பழமொழி Like a bull in a china shop உள்ளது. இதேபோல 'நோயற்ற வாழ்வே குறைவற்ற செல்வம்' என்ற பழமொழிக்குச் சமானம் Health is wealth. சமானச் செய்முறையானது மரபு வழக்குகள் (idioms), பழமொழிகள், தேய்வழக்குகள் (clichés) போன்றவற்றின் மொழியாக்கத்திற்கு மிகவும் பொருத்தமானது.

2.2.3.2.7 தழுவல்

ஏழாவது செய்முறையான தழுவல் (Adaptation) மொழியாக்கத்தின் இறுதி எல்லையாக உள்ளது. இங்குத் தருமொழி பனுவலில் குறிப்பிடப்படும் ஒரு சூழ்நிலை பெறுமொழி கலாச்சாரத்துக்கு முற்றிலும் அந்நியமானதாக உள்ளது. எனவே மொழிபெயர்ப்பாளர் அந்தச் சூழ்நிலையைப் பெறுமொழி கலாச்சாரத்துக்கு உகந்த வகையில் அல்லது

எளிதில் புரிந்துகொள்ளும்வகையில் வேண்டிய மாற்றங்களைச் செய்து பெறுமொழியில் தருகிறார்.

மேற்கத்திய கலாச்சாரத்தில் மனைவியையோ காதலியையோ மற்றவர்கள் கண்ணில் படுமாறும், பொதுவெளியிலும் கூட இறுகக் கட்டியணைத்து வாயில் முத்தமிடுவது இயல்பானது. இது தமிழ்க் கலாச்சாரத்துக்கு அந்நியமானது. இதைத் தமிழில் தரும்போது தழுவல் செயல்முறையைக் கையாண்டு, மாற்றங்கள் செய்து இப்படி தரலாம்: ‘அவளைக் கண்டதும், கண்களில் காதல் பொங்கக் கனிவுடன் அவன் பார்த்தான்’. மேற்கத்திய கிறித்தவத் திருமணத்தின் கடைசிக் கட்டமாக புதுமணத் தம்பதியர் கட்டித்தழுவி முத்தமிடுவது இன்னொரு எடுத்துக்காட்டாகும்.

புத்தகங்கள், திரைப்படத் தலைப்புகள் போன்றவற்றின் மொழியாக்கம், உரையாடல்கள், மேடைப் பேச்சுகள் போன்றவற்றின் உடனுக்குடன் உரையாக்கம் ஆகிய இரண்டிலும் தழுவல் செய்முறை மிகவும் பயனுள்ளதாக இருக்கிறது. ஒரு பனுவலை மொழியாக்கம் செய்யும்போது தேவைக்கேற்ப மேலே சொல்லப்பட்ட ஏழு செய்முறைகளை அல்லது சிலவற்றைத் தவிர்த்து மற்றவற்றை மட்டும் பயன்படுத்தலாம். சொல், வாக்கியக் கட்டமைப்பு, தகவல் ஆகிய மூன்றுநிலைகளிலும் இச்செய்முறைகளைக் கையாளலாம்.

2.2.3.3 விலர்ட் க்வைன் (Willard V.O. Quine)

இவர் இருபதாம் நூற்றாண்டு அமெரிக்கத் தத்துவமேதையும் தர்க்கவியல் அறிஞரும் ஆவார். Meaning and translation *(1959)* என்ற அவருடைய கட்டுரை அர்த்தங்களுக்கும் மொழியாக்கத்துக்கும் உள்ள உறவுகளைப் பற்றிய சிந்தனைகளைப் பதிவு செய்கிறது.

மொழியாக்கமானது முறைப்படுத்தப்பட்ட விதிகள், நுண்ணாய்வுக் கோட்பாடுகளின் அடிப்படையிலேயே செய்யப்படு கிறது என்று இவர் ஏற்றுக்கொள்கிறார். அவற்றை வலுவான அடித்தளமாகக் கொண்டே மொழியியல் அறிஞர்கள் சிறந்த அகராதிகளையும் இலக்கண நூல்களையும் கையேடுகளையும் உருவாக்குகிறார்கள் என்று ஒத்துக்கொள்கிறார். இருப்பினும் மொழியாக்கக் கருவிகளின் நம்பகத்தன்மை பற்றிய அழுத்தமான கேள்விகளை எழுப்புகிறார்.

உலகில் உள்ள பல தூண்டுகோல்களால் *(stimuli)* அர்த்தங்கள் பிறக்கின்றன. ஆனால் ‘அர்த்தம்’ என்பதிலேயே ஒரு அடிப்படையான குழப்பம் *(basic semantic indeterminacy)* உள்ளது. அர்த்தங்களைத் தரும் தூண்டுகோல்களின் துணைகொண்டும்

கூட இக்குழப்பத்தை நீக்க முடியாது; தவிர்க்க முடியாது. தூண்டுகோல்களுக்கும் அர்த்தங்களுக்கும் இடையே உறுதியான உறவுகள் உள்ளதை மொழியாக்கக் கருவிகள் எதுவாலும் அடித்துச் சொல்ல முடியாது.

புலனறிவு–செயலறிவு வாதமே மொழியாக்கத்தின் அடித்தளம் (empirical foundation). ஆனால் க்வைன் அந்த அடித்தளத்தை ஆட்டிப்பார்க்கிறார். அவருடைய தத்துவார்த்த வாதங்களை முன்வைக்க ஒரு கற்பனையான சந்திப்பை உருவாக்குகிறார்: மேற்கத்திய மொழியியல் அறிஞர் ஒருவர் இதுவரை உலகம் அறிந்திராத ஒரு மொழியைப் பேசும் கீழை நாட்டுக் காட்டுக் குடிமகன் ஒருவனை அவன் வாழும் காட்டிலேயே சந்திக்கிறார். அங்குள்ள பொருள்களைப் பற்றிய உரையாடல் தொடங்குகிறது.

எந்தத் தூண்டுகோலும் ஒன்றேயானாலும் அதனைப்பற்றிய மண்ணின் மைந்தனின் புரிதல்களும் அந்நிய மொழியியல் அறிஞரின் புரிதல்களும் வெவ்வேறாக இருப்பதைக் க்வைன் அழகாகப் படம்பிடித்துக்காட்டுகிறார். கருத்துருவாக்க முறைகளே (conceptual schemes) முன்னே உள்ள தரவுகளைப் பற்றிய விளக்கங்களுக்கும் புரிதல்களுக்கும் வடிவம் தருகின்றன. ஆனால் இம்முறைகளை உண்டாக்குவதில் மண்ணின் மைந்தனும் அந்நிய அறிஞரும் மிகவும் வேறுபட்டு நிற்கிறார்கள்.

மண்ணின் மைந்தனின் கருத்துருவாக்க முறைகளை அந்நிய அறிஞரால் புரிந்துகொள்ள முடியாது; அந்நிய அறிஞரின் கருத்துருவாக்க முறைகளை மண்ணின் மைந்தனால் புரிந்து கொள்ள முடியாது. அது மட்டுமல்லாமல் அவற்றின் தர அளவீட்டு முறைகளும் (standards of measurement) ஒரே மாதிரியாக இருக்காது. எனவே இருவருக்கும் இடையே ஏதோவொருவகை யில் மொழியாக்கப் புரிதல் துண்டுதுண்டுகளாக நகரும். ஆனால் அடித்தளத்தில் ஒரு தெளிவின்மை அழுத்தமாகப் பதிந்து நிற்கும்.

அவருக்கான சொந்த முத்திரையுடன் 'மொழியாக்க உறுதியின்மை' (indeterminacy of translation) என்ற வாதத்துக்குக் க்வைன் நம்மை இட்டுச்செல்கிறார். சில வாக்கியங்களை ஒன்றுக்கும் மேற்பட்ட விதங்களில் மொழியாக்கம் செய்யலாம். மாறுபடும் மொழியாக்க வடிவங்கள் மூல வாக்கியத்தின் கூறுகளைக் குறிப்பிடுவதில் வேறுபடலாம். ஆனால் மாறுபடும் மொழியாக்க வடிவங்களின் அர்த்தங்கள் எல்லாவற்றையும் ஒன்றுசேர்த்துப் பார்த்தால் அவை அனைத்தும் மூல வாக்கியத்தின் ஒட்டுமொத்த அர்த்தத்துக்குள் அடங்குவதாக இருக்கும்.

நன்கறியப்பட்ட எடுத்துக்காட்டு ஒன்று இங்கு விளக்க மாகத் தரப்படுகிறது. "அங்கே ஒரு முயல் இருக்கிறது" என்ற

மூல வாக்கியத்தை எடுத்துக் கொள்வோம். அதை “முயல் என்ற கருத்தாக்கம் அங்கே காட்சியுரு பெற்று நிற்கிறது” என்றோ, “அங்கே துண்டுகளாக்கப்படாத முயலின் உறுப்புகள் ஒன்றுசேர்ந்து உயிருடன் உள்ளன” என்றோ அல்லது ஆக்கத் திறன் தீரும்வரை வேறுவிதங்களிலோ மொழியாக்கம் செய்யலாம்.

எனவே க்வைன் ‘அடிப்படையில் முற்றிலும் மாறுபடச் செய்யும் மொழியாக்கம்’ *(radical translation)* தேவை என்கிறார். உலகத்தில் இதுவரை யாருக்கும் தெரியாத ஒரு குறிப்பிட்ட நிலப்பகுதி உள்ளது. அங்கே எவரும் இதுவரை சந்தித்திராத ஒரு குறிப்பிட்ட இன மக்கள் வாழ்கிறார்கள். யாருக்கும் தெரியாத ஒரு மொழியை அவர்கள் பேசுகிறார்கள் என்று வைத்துக் கொள்வோம். அந்த மொழியை மொழியாக்கம் செய்வதற்குப் பொதுவான கலாச்சாரக் கூறுகள் இல்லை. ஒப்பிட்டுப் பார்க்க மொழிக் கூறுகளும் இல்லை.

மொழிபெயர்ப்பாளர் அந்த மொழியின் அடிப்படைக் கூறுகளையும் முதல் விதிகளையும் வகுப்பதிலிருந்து பணியைத் தொடங்க வேண்டியுள்ளது. அதன்பின் ஒரு புதிய மொழியாக்க முறையையும் நுண்ணாய்வு செய்து அவர் கண்டுபிடிக்க வேண்டியுள்ளது. அந்தப் புதிய முறையைக் குறிப்பிடவே அடிப்படையில் முற்றிலும் மாறுபடச் செய்யும் மொழியாக்கம் என்ற கருத்துருவாக்கத்தைக் க்வைன் முன்வைக்கிறார். ஆனால் அதற்கான மொழியாக்கச் செய்முறைகளை அவர் வகுத்துச் சொல்லவில்லை. மொழியாக்கம் சாத்தியம் அல்லாதது என்பது அவருடைய மறைமுக நிலைப்பாடு என்று சொல்லலாம்.

தத்துவ மேதையாகிய அவர் மொழியின் அர்த்தத்தைத் தத்துவார்த்தக் கோணத்திலிருந்து அணுகுகிறார். அர்த்தம் என்பதிலேயே அடிப்படையான ஒரு தெளிவின்மை உள்ளது, அது மொழியாக்க உறுதியின்மைக்கும் வழிவகுக்கிறது. எனவே மொழியாக்கக் கோட்பாட்டுக் கையேடுகளை வேறுபட்ட முறைகளில் உருவாக்கலாம். அவை அனைத்தும் மொழியின் ஒட்டுமொத்தக் கூறுகளையும் அவற்றின் அர்த்தங்களையும் உள்ளடக்கும்; ஆனால் தனித்தனியே அவை வேறுபடும்; எந்தக் கூறிலும் அவை சமானத்தைத் தராது.

2.2.3.4 ரோமன் யேகப்சன் (Roman Jakobson)

இவர் ரஷ்ய–அமெரிக்க மொழியியல் அறிஞர், இலக்கியக் கோட்பாட்டாளர். மொழியியலுடன் நெருங்கிய தொடர்புடைய குறியியல் *(Semiotics)* கோணத்தில் இருந்து இவருடைய மொழியாக்கச் சிந்தனைகள் On linguistic aspects of translation *(1959)* என்ற கட்டுரையில் தரப்பட்டுள்ளன. மொழியாக்க விவாதங்களில்

இவருடைய பங்களிப்பைக் குறிப்பிடாமல் இருக்கமுடியாது. எனவே இந்த வரலாற்றில் அவர் ஒரு தனியிடத்தைப் பெற்றுள்ளார்.

2.2.3.4.1 குறி, குறி முறைமை அமைப்பு

நான்கு சாலைகள் சந்திக்கும் இடங்களில் கடும் போக்கு வரத்தை ஒழுங்குபடுத்த, விபத்துகளைத் தவிர்க்க, மூவண்ண விளக்குகளைக் காண்பிக்கும் கம்பங்கள் உள்ளன. பல நிறங்களுள் சிவப்பு, மஞ்சள், பச்சை ஆகியவை மூன்று வகைகளே. ஆனால் போக்குவரத்து விளக்குக் கம்பங்களில் அந்த நிற விளக்குகள் காண்பிக்கப்படும்போது அவை தனிப்பட்ட அர்த்தங்களைத் தருகின்றன.

சிவப்பு பல நிறங்களுள் ஒன்று. அது வேறொன்றாகிய 'நில்' என்ற போக்குவரத்துக் கட்டளைக்குப் பதிலாகப் பயன்படுகிறது. பச்சை பல நிறங்களுள் ஒன்று. அது வேறொன்றாகிய 'புறப்படு' என்ற போக்குவரத்துக் கட்டளைக்குப் பயன்படுகிறது. மஞ்சளும் பல நிறங்களுள் ஒன்று. அதுவும் வேறொன்றாகிய 'நிற்க/புறப்படத் தயாராகு' என்ற பிறிதொரு போக்குவரத்துக் கட்டளைக்குப் பயன்படுகிறது. வேறொன்றுக்குப் பதிலாகப் பயன்படும் ஒன்று குறி *(sign)* எனப் பெயர்பெறுகிறது. எனவே போக்குவரத்து விளக்குக் கம்பங்களில் உள்ள மேலே சொன்ன மூவண்ண விளக்குகள் ஒவ்வொன்றும் ஒரு 'குறி'யாகும். பல 'குறி'கள் ஒன்றுசேர்ந்து ஒரு 'குறி முறைமை அமைப்பை' *(semiotic system)* உருவாக்கலாம்.

பின்வருவன போன்ற ஒவ்வொரு துறைக்கும் தனிப்பட்ட குறி முறைமை அமைப்பு உள்ளது: மொழிப் பனுவல்கள், பிம்பங்கள், பல்லூடகத் தயாரிப்புகள், மேடை நாடக நிகழ்ச்சிகள், உடை – அணிகலன்கள் – ஒப்பனைகள் போன்றவற்றின் பிரபலப் போக்குகள் *(trends in fashion)* அன்றாட வாழ்க்கை ஆகியன. குறி முறைமை அமைப்புகளைப் பற்றிய கல்வியையும் ஆய்வையும் உள்ளடக்கிய இயல் 'குறியியல்' *(semiotics)* ஆகும்.

2.2.3.4.2 மொழிக் குறிகள்

யேகப்சனின் பார்வையில் மொழி, உலகெங்கும் பெரிதும் பயன்படுத்தப்படும் ஒரு குறி முறைமை அமைப்பாகும். ஒவ்வொரு மொழியிலும் பல்லாயிரக்கணக்கான 'மொழிக் குறிகள்' *(linguistic signs)* உள்ளன. அவற்றைப் பற்றிய சரியான விளக்கங்கள் நமக்குத் தெரிந்தால்தான் அவற்றை நாம் புரிந்துகொள்ள முடியும்; பயன்படுத்தவும் முடியும்.

'ஒரு சொல்லின் அர்த்தத்தைப் புரிந்துகொள்ளவேண்டும் என்றால் உலகில் மொழிக்கு வெளியே உள்ள புலனால் உணரக்கூடிய எதை அச்சொல் குறிக்கிறது என்று தெரிந்திருக்க

வேண்டும்' – இது யேகப்சனின் சமகால அறிஞர் பெர்ட்ரண்ட் ரஸ்ஸலின் கருத்து. இதை யேகப்சன் நிராகரிக்கிறார்: உலகில் மொழிக்கு வெளியே உள்ள, புலனால் உணரக்கூடியவற்றைத் தெரிந்திருக்க வேண்டுவது கட்டாயமில்லை. அந்தத் தேவை இல்லாமலேயே சொற்களுக்குள்ளே ஒவ்வொன்றின் அர்த்தமும் புதைந்துள்ளது. அர்த்தம் என்பது முடிவில்லாமல் நீளும் திறன்கொண்ட ஒரு 'குறிச் சங்கிலி'யின் உறவில் உள்ளது.

யேகப்சனின் பார்வையில் ஒரு சொல்லானது ஒரு குறிசார் உண்மை. அதனுடைய அர்த்தம் அதை ஒரு மாற்றுக் குறியாக மொழியாக்கம் செய்வதில் உள்ளது. உதாரணமாக 'முசுடு' என்ற மொழிக் குறியின் அர்த்தம் '(பேச்சு வழக்கில்) சிடுமூஞ்சி, முன்கோபி' என்ற மாற்றுக் குறியாக மொழியாக்கம் செய்வதில் உள்ளது. அதாவது ஒரு மொழிக் குறியைப் புரிந்துகொள்ள அதைவிட அதிகமான விளக்கம்கொண்ட மாற்றுக் குறியாக மொழியாக்கம்செய்து புரிந்துகொள்கிறோம்.

2.2.3.4.3 மூன்று மொழியாக்க வகைகள்

ஒரு மொழிக் குறியை விளக்குவதற்கு மூன்று வித மொழியாக்கங்களைப் பயன்படுத்தலாம் என்று யேகப்சன் சொல்கிறார்:

1. மொழிக்குள்ளேயே செய்யப்படும் மொழியாக்கம் அல்லது 'வேற்றுச் சொல்லாக்கம்' (intra-lingual translation or rewording): ஒரு மொழியின் குறிகளுக்கு அதே மொழியைச் சேர்ந்த வேறு அதிகமான தெளிவுடைய குறிகளைக் கொண்டு தரும் விளக்கம்.

2. மொழிகளுக்கிடையே செய்யப்படும் மொழியாக்கம் அல்லது 'முறையான மொழியாக்கம்' (interlingual translation or translation proper): ஒரு குறிப்பிட்ட மொழிசார் குறிகளுக்கு வேறொரு குறிப்பிட்ட மொழிசார் குறிகளின் மூலம் தரும் விளக்கம்.

3. குறி முறைமை அமைப்புகளுக்கிடையே செய்யப் படும் மொழியாக்கம் அல்லது உரு–பண்பு–பொருள் நிலை மாற்றம் (intersemiotic translation or transmutation): மொழிக் குறிகளுக்கு மொழியல்லாத இசை, நாட்டியம், ஓவியம் போன்ற பிற குறி முறைமை அமைப்புகளைச் சார்ந்த குறிகள் (nonverbal sign systems) வழியே தரும் விளக்கம்.

மொழிக்குள்ளே செய்யப்படும் மொழியாக்கத்தில் ஒரு சொல்லுக்குப் பதிலாக மிக ஒத்த பொருளுடைய சொல்

வேறொரு பயன்படுத்தப்படுகிறது. ஆனால் இதைச் சமனி என்று சொல்ல முடியாது. இது பொருத்தமாக இல்லாதபோது, சுற்றி வளைத்துச் செய்த நீண்ட விவரிப்பும் விளக்கமும் *(circumlocutions)* தரப்படுகின்றன.

செய்யுள் நடை நூல் ஒன்று காலப்போக்கில் கடினமாகி விடும்போது, அதற்கு விளக்கம் தேவைப்படுகிறது. எளிய உரை நடை நூல்கள் அத்தேவையைப் பூர்த்திசெய்கின்றன. தமிழ் இலக்கிய, இலக்கண வரலாற்றில் இளம்பூரணர், சேனாவரையர், பரிமேலழகர், அடியார்க்கு நல்லார் போன்ற உரையாசிரியர்கள் எழுதிய மொழிக்குள்ளே செய்யப்படும் மொழியாக்க உரை நூல்கள் இதைத்தான் செய்தன.

கி.பி. 15ஆம் நூற்றாண்டில் எழுதப்பட்ட 'திருப்புகழ்' ஒரு இசைப் பாடல் நூலாகும். அதில் ஒரு பாடலில் வரும் "முத்தைத்தரு பத்தித் திருநகை" என்ற முதல் வரியை உதாரணமாக எடுத்துக் கொள்ளலாம். இந்த வரியின் உரை நடை மொழியாக்கம்: 'வெண்முத்துப் போன்ற பல்வரிசையும் அழகான புன்சிரிப்பும்'. இதுபோன்ற விளக்கமின்றிப் பலராலும் இந்த வரியை இன்று புரிந்துகொள்ள முடியாது.

மொழிகளுக்கிடையே செய்யப்படும் மொழியாக்கத்திலும் இதே நிலையைத்தான் நாம் காண்கிறோம்: சாதாரணமாக இருமொழிகளின் குறிகளுக்கு இடையே முழுச் சமானம் இருப்பதில்லை. இச்சூழ்நிலையில் அந்நியக் குறிகளையோ தகவல்களையோ பொருத்தமான தகவல்களாகவே பெறுமொழியில் விளக்குவது போதுமானது. இதுவே யேகப்சனின் நிலைப்பாடு.

ஆனால் இங்கு மொழியாக்கத்தின் புத்துயிர் ஊட்டும் ஆக்கத் திறன் பின்னுக்குத் தள்ளப்படுகிறதா என்ற கேள்வி எழுகிறது. இருப்பினும் ஆழமான கலாச்சாரச் செறிவுகள் கொண்ட பனுவல்களின், குறிப்பாகச் செய்யுள் இலக்கியப் பனுவல்களின், மொழியாக்க நுட்பங்களை அவர் உணர்ந்தேயுள்ளார். அவற்றின் இலக்கணக் கூறுகள் ஆழமான பொருள்பொதிவு களைக் கொண்டவை; எனவே பொதிவுகளை நினைவில்கொண்டு புத்தாக்கத் திறனை முற்றிலும் கையாண்டு புத்துயிர் ஊட்டி மொழியாக்கம் செய்ய வேண்டும் என்கிறார்.

2.2.4 மூன்றாம் பகுதி (1960கள்–1970கள்)

சமானம் என்ற கருத்தாக்கமே இக்காலகட்டப் பெரும்பா லான மொழியாக்கச் சிந்தனைகளில் ஆட்சி செய்தது. 'மொழிபெயர்ப்பு' என்ற செயல்முறை தருமொழி பனுவலுக்குச் சமனியான பெறுமொழி பனுவலைப் படைக்கிறது எனக்

கருதப்பட்டது. சமானத்தைப் பற்றிய ஆய்வுக் கட்டுரைகள் தர நிர்ணயப்பார்வையுடன் எழுதப்பட்டன. அவை மொழியாக்கத்தை நுணுகி ஆய்வு செய்யும் கருவிகளைத் தருவதோடு நின்றுவிடாமல், அதன் தரத்தை மதிப்பீடு செய்வதற்கான வழிமுறைகளைச் சொல்லவும் முயன்றன.

அந்நியப் பனுவல் உறுதியாக நிற்கும் ஒரு பொருள்; அதில் மாற்றமே இல்லாத கூறுகள் உள்ளன; அவற்றை மொழி, பனுவல் தன்மை (*textuality*) சார்ந்த வகைகளிலும் (*categories*), மட்டங்களிலும் (*levels*), அலகுகளாக (*units*) வகுக்கலாம் என்றெல்லாம் மொழியாக்கச் சிந்தனையாளர்கள் கருதினார்கள். சொல், இலக்கணம், நடை ஆகிய மட்டங்களில் சமானத்தை நிறுவ ஆய்வுகள் மேற்கொள்ளப்பட்டன. 1970கள் முடியும் சமயத்தில் சமானங்கள் பலவகைளில் பேசப்படுவதை வர்னர் கோலர் (*Werner Koller*) என்ற ஜெர்மானிய மொழியியல் அறிஞர் கீழ்க்காணும் வகையில் சுருக்கிச் சொல்கிறார்:

i. தலையாய அர்த்தச் சமானம் (*denotative equivalence*): மாறாத உள்ளடக்கத்தைச் சார்ந்தது.

ii. சொற்கள் கூடுதல் பொதிவுகளாகத் தரும் கருத்து–உணர்வுச் சமானம் (*connotative equivalence*): சூழ்நிலை நிர்ணயிக்கும் மொழிவகை (*register*), கிளை மொழி (*dialect*), நடை (*style*) ஆகியவற்றைச் சார்ந்தது.

iii. பனுவல் நெறிசார் சமானம் (*text-normative equivalence*): குறிப்பிட்ட பனுவல்களின் மொழிப் பயன்பாட்டு நெறிகள் (*usages*) சார்ந்தது.

iv. வாசகர்களின் இயல்பான கலாச்சார–மொழிக் கூறுகளின் சமானம் (*pragmatic equivalence*): பெறு கலாச்சாரத்தில் வாசகர்களின் புரிதலை முற்றிலும் உறுதிசெய்வதைச் சார்ந்தது.

v. வடிவ–அழகியல் சமானம் (*Formal-aesthetic equivalence*): தருமொழிப் பனுவலின் ஒட்டுமொத்த வடிவக் கட்டமைப்பு, அழகியல் அம்சங்கள், தனித்துவ கூறுகளைச் சார்ந்தது.

சமான விவாதத்தில் மொழியாக்கச் சிந்தனையாளர்களின் பல முக்கியப் பங்களிப்புகள் உள்ளன. அவை அனைத்தையும் சுருக்கிச் சொல்லக் கூட இந்த இயலில் இடமில்லை. எனவே மிக முக்கியமான சில பங்களிப்புகள் மட்டும் குறிப்பிடப்படுகின்றன.

2.2.4.1 யூஜீன் நைடா (Eugene A. Nida)

இவர் அமெரிக்க மொழியியல் அறிஞர், தற்கால மொழிபெயர்ப்பியல் முன்னோடிகளில் முக்கியமான சிந்தனையாளர். கிறித்தவ வேதப் புத்தகத்தை உலக மொழிகள் பலவற்றிலும் மொழியாக்கம் செய்யும் மிகப் பெரிய திட்டத்தின் தலைமைப் பொறுப்பேற்று இவர் சிறப்பாக வழிநடத்தினார். ஆழ்ந்த, செறிவான மொழியாக்க ஆய்வு அனுபவங்களின் அடிப்படையில் 1964ஆம் ஆண்டு அவர் எழுதிய ஒரு புத்தகத்தில் உள்ள அவருடைய மொழியாக்கச் சிந்தனைகளின் ஒரு பகுதி Principles of correspondence என்ற தலைப்பில் இங்கு இடம் பெறுகிறது.

இந்தக் காலகட்டத்தின் மிகவும் பிரபலமான மொழியாக்கக் கோட்பாட்டு அணுகுமுறை நைடாவின் சிந்தனையில் உருவாகிறது. அது அடிப்படையான இரு எதிரெதிர் திசைகளில் செல்லும் பயணங்களை வரையறுக்கிறது. ஒரு பயணம் வடிவச் சமானத்தை இலக்காக வைக்கிறது. அது மூலப் பனுவலின் கலாச்சார-மொழிக் கூறுகள் அனைத்தையும் உள்ளதை உள்ளபடியே பெறுமொழி பனுவலில் கொண்டுவர முயலுகிறது. மற்றொன்று பெறுமொழி வாசகர்களின் சொந்தக் கலாச்சார-மொழிக் கூறுகளின் சமானத்தை இலக்காக வைக்கிறது; அவர்களின் முழுப் புரிதலை மொழியாக்கத்தில் அது உறுதிசெய்ய முயல்கிறது.

இவ்விரண்டையும் வடிவ ஒப்புமை (*Formal correspondence*), இயக்கம் மிகு ஒப்புமை (*Dynamic correspondence*) என்று நைடா குறிப்பிடுகிறார். மொழியாக்கங்களில் காணப்படும் அனைத்து வேறுபாடுகளையும் அவர் மூன்று அடிப்படையான காரணிகளோடு தொடர்புபடுத்துகிறார்: 1) மூலப் பனுவல் சொல்லும் தகவலின் தன்மை; 2) மூலப் பனுவல் ஆசிரியரின் அல்லது மொழிபெயர்ப்பாளரின் நோக்கங்கள்; 3) பெறுமொழி வாசகர்களின் வகை/பின்னணி. நைடாவின் கருத்துகளைச் சுருக்கமாகக் காண்போம்.

2.2.4.1.1 வடிவ ஒப்புமை

வடிவ ஒப்புமை (*Formal correspondence*) மூலப் பனுவல் சொல்லும் தகவலை முதன்மையானதாக வைத்து முழுக்கவனம் செலுத்துகிறது; அதனுடைய வடிவம், உள்ளடக்கம் ஆகிய இரண்டையும் முற்றிலுமாகக் கருத்தில் கொள்ளுகிறது. இங்குச் செய்யுளைச் செய்யுளாக, கருத்தைக் கருத்தாக, வாக்கியத்தை வாக்கியமாக முழு ஒப்புமை தோன்ற மொழியாக்கம் செய்ய வேண்டும்.

பொதுவாக உரைநடையை விடச் செய்யுள் நடையில் வடிவத்துக்கு அதிக முக்கியத்துவம் தரப்படுகிறது. ஆனால் உள்ளடக்கம் புறந்தள்ளப்படுவதில்லை; அது வடிவத்துக்கு ஏற்றாற் போலச் சில மாற்றங்கள் பெறுகிறது. வடிவமும் உள்ளடக்கமும் சேர்ந்ததே ஒரு பனுவலின் தகவல் *(message)* எனக் கொள்ளப்படுகிறது.

மொழிபெயர்ப்பாளர் பெறுமொழியில் உருப்பெறும் தகவலை மூலப் பனுவல் சொல்லும் தகவலோடு இடைவிடாது ஒப்பிட்டுப் பார்த்துக்கொண்டே இருக்க வேண்டும். உயர்தரத் துல்லியத்தையும் வழுவின்மையையும் உறுதிசெய்துகொண்டே இருக்க வேண்டும். பெறுமொழி வாசகர்கள் மொழியாக்கப் பனுவலைத் தருமொழி சூழ்நிலையில் படிக்க உதவ வேண்டும்.

தருமொழி சொற்பிரயோகங்கள், கலாச்சாரப் பழக்க வழக்கங்கள், சிந்திக்கும் முறைகள் ஆகியவற்றை இயன்றவரை தருமொழி மக்களைப் போலவே புரிந்துகொள்ள வழியமைத்துக் கொடுக்க வேண்டும். அதற்குத் தேவைப்படும் அனைத்து விளக்கங்களையும் ஏராளமான அடிக்குறிப்புகளில் தந்து கொண்டே இருக்கவேண்டும்.

கிறித்தவ வேதாகமத்தின் புதிய ஏற்பாட்டிலிருந்து *(New Testament,* Romans *16:16)* நைடா ஓர் உதாரணத்தைத் தருகிறார்: Greet one another with a holy kiss. புதிய ஏற்பாட்டுக் காலங்களில் தேவாலயத்தில் ஆண்கள் தனியாகவும் பெண்கள் தனியாகவும் இரு பிரிவுகளாகப் பிரார்த்தனை செய்ய அனுமதிக்கக்கப்பட்டனர். 'அமைதி பெறுக!' என்ற வாழ்த்துடன் ஆண்கள் ஒருவரை ஒருவர் கனிவுடன் கட்டித் தழுவி வாயில் முத்தமிட்டு வரவேற்றனர். இதேபோல பெண்களும் 'அமைதி பெறுக!' என்ற வாழ்த்துடன் ஒருவரையொருவர் கட்டித் தழுவி வாயில் முத்தமிட்டு வரவேற்றனர். அந்தக் காலத்தில் இயற்கையாக நடந்த இந்த நிகழ்வை அமைதி முத்தம், புனித முத்தம், (ஆண்களுக்கிடையே) சகோதரர்கள் முத்தம், (பெண்களுக்கிடையே) சகோதரிகள் முத்தம் என அழைத்தார்கள்.

வடிவ ஒப்புமை மொழியாக்கத்தில் Greet one another with a holy kiss. என்ற வாக்கியம் "புனித முத்தம் தந்து ஒருவரையொருவர் வாழ்த்துங்கள்." என்று தரப்படும். holy kiss என்ற சொற்றொடருக்கு அடிக்குறிப்பு ஒன்றில் மேலே சொல்லப்பட்ட அக்காலச் சமூகப் பழக்கவழக்கம் விளக்கமாகத் தரப்படும்.

2.2.4.1.2 இயக்கம்–மிகு ஒப்புமை

மொழியாக்கம் செய்யும்போது வாசகருக்கு முற்றிலும் இயல்பான சொற்பிரயோகத்தை இயக்கம் – மிகு ஒப்புமை *(Dynamic correspondence)* குறிவைக்கிறது. அவருடைய சொந்தக் கலாச்சார–மொழிக்கூறுகளின் இயற்கையான பின்னணியில் வைத்து, வாசிப்பு எதிர்வினைகளைத் தொடர்புபடுத்திப் பார்த்துக்கொண்டே இருக்கிறது. பெறுமொழி பனுவலின் ஒவ்வொரு கூறும் வாசகருக்கு இயல்பானதாக இருக்குமாறு முழுக்கவனத்துடன் மொழியாக்கம் செய்யப்படுகிறது.

வாசகருக்குப் பரிச்சயம் இல்லாத பல கலாச்சார–மொழிக்கூறுகள் தருமொழி பனுவலில் இருக்கவே செய்கின்றன. உள்ளதை உள்ளபடியே அவற்றையெல்லாம் அவர் மேல் இயக்கம்–மிகு ஒப்புமை வற்புறுத்தித் திணிப்பதில்லை. தருமொழி பனுவலின் தகவல்களைப் புரிந்துகொள்ள அவை அனைத்தும் தேவை என்ற நிலைப்பாட்டை அது எடுப்பதில்லை. மாறாக அந்நியக் கூறுகளுக்கு நெருங்கிவரக்கூடிய இயல்பான பெறுமொழி கூறுகளைக் கண்டறிந்து அவற்றைத் தருகிறது.

மேலே சொல்லப்பட்ட கிறித்தவ வேதாகமத்தின் புதிய ஏற்பாட்டிலிருந்து நைடா தந்த உதாரணத்தை எடுத்துக் கொள்வோம். Greet one another with a holy kiss. என்ற வாக்கியத்தை இயக்கம்–மிகு ஒப்புமை இயல்பான தமிழில் இப்படித் தரும்: “கனிவுடன் முகம் மலரக் கைகூப்பி வணங்கி, வரவேற்பு சொல்லுங்கள்.” மூல வாக்கியத்தில் என்று holy kiss குறிப்பிடும் அக்கால அந்நியச் சமூகப் பழக்கவழக்கம் தமிழ் வாசகருக்கு மிகவும் நெருடல் தரக்கூடியது. எனவே அது முற்றிலும் தவிர்க்கப் படுகிறது. மாறாக, தமிழ்க் கலாச்சாரத்துக்கு இயல்பான பழக்கவழக்கம் தரப்பட்டுள்ளது. இயல்பான வாசிப்பு உறுதி செய்யப்பட்டுள்ளது. அதனால் எந்த அடிக்குறிப்புக்கும் தேவை இல்லாமல் போய்விடுகிறது.

‘இயக்கம்–மிகு ஒப்புமை’க்கு மாற்றாகச் ‘செயல்பாட்டு சமானம்’ *(functional equivalence)* என்ற சொற்றொடரை நைடா பின்னர்ப் பயன்படுத்துகிறார். வடிவ ஒப்புமையிலிருந்து விலகி, செயல்பாட்டுச் சமானத்தை நோக்கியே அதிக அளவில் மொழியாக்கப் பயணங்கள் கடந்த ஐம்பதாண்டுக் காலத்தில் நிகழ்த்தப்பட்டுள்ளதாகக் குறிப்பிடுகிறார்.

நைடாவைத் தொடர்ந்து பீட்டர் நியூமார்க் *(Peter Newmark)* தன்னுடைய இணைக் கருத்தாக்கங்களை இப்படித் தருகிறார்:

புரிதல் – எதிர்வினை தரும் மொழியாக்கம் –
communicative translation

அர்த்தப் பொதிவுகளைத் தரும் மொழியாக்கம் –
semantic translation

கேட்ஃபட் *(J. C. Catford)* இப்படிச சொல்கிறார்:

படிநிலைக்கட்டு மொழியாக்கம் – *rank-bound translation*

கட்டற்ற மொழியாக்கம் – *unbounded translation*

ஜூலியன் ஹவ்ஸ் *(Juliane House)* இப்படிச சொல்கிறார்:

வெளிப்படையான மொழியாக்கம் – *overt translation*

மறைக்கப்பட்ட மொழியாக்கம் – *covert translation*

'அர்த்தத்துக்கு அர்த்தம்', 'சொல்லுக்குச் சொல்' என்ற பாரம்பரிய இணைக் கருத்தாக்கங்களை மொழியாக்க மூதாதையர்களான ஹோரஸ் *(Horace)*, ஜெரோம் *(Jerome)*, அகஸ்டின் *(Augustine)* ஆகியோர் தந்துள்ளார்கள். மேலே கண்ட இணைக் கருத்தாக்கங்கள் அனைத்தும் பாரம்பரிய இணைக் கருத்தாக்கங்களிலிருந்து பெறப்பட்டவை; எதுவுமே அசலானது அல்ல. இவை அனைத்திலும் அடிப்படையான ஒப்புமையைக் காணலாம். ஆனால் ஒப்புமை முழுமையானதல்ல. தற்கால மொழியியலின் தாக்கத்தினால் தோன்றிய புதிய ஆய்வு அணுகுமுறைகள் இவற்றின் தேவையை உருவாக்கியுள்ளன. ஒவ்வோர் இணைக் கருத்தாக்கமும் வேறுபட்ட கோணங்களில் மொழியாக்க நோக்கங்களையும் விளைவுகளையும் வலியுறுத்து கின்றன.

காலப் போக்கில் பனுவல்களின் செயல்பாடுகளே *(functions)* அதிக முக்கியத்துவமும் கவனமும் பெறுகின்றன. இந்தப் போக்கு மேலும் மேலும் வலுப்பெற்று, மொழிபெயர்ப்பியலின் மையக் கருத்தாக்கமாக இருந்த சமானத்தைப் புறந்தள்ளுகிறது. குறிப்பாக இலக்கியப் பனுவல்களைப் பற்றிய சிந்தனைகள் பெறுமொழி வாசகர்கள் திசையில் திருப்பிவிடப்படுகின்றன.

2.2.4.2 ஈட்டமார் ஈவன்–ஜோஹா (Itamar Even-Zohar)

இவர் இஸ்ரேலிய பேராசிரியர், கலாச்சார ஆராய்ச்சியாளர். இலக்கியப் பனுவல்களின் மொழியாக்கம் பெறுகலாச்சாரத்தைச் சார்ந்த நிஜம் என்ற ஊகம் *(assumption)* இவருடைய அடிப்படைச் சிந்தனையாகும். The position of translated literature within the literary polysystem *(1978)* என்ற கட்டுரையில் 'பன்முக அமைப்பு' *(polysystem)* என்ற புதிய கருத்தாக்கத்தை அறிமுகம் செய்கிறார்.

2.2.4.2.1 இலக்கியம்: ஒரு பன்முக அமைப்பு

இலக்கியம் ஒரு பன்முக அமைப்பு என்ற கோட்பாட்டை ஈவன்–ஜோஹா முன்வைக்கிறார். அது ஒரு குறிப்பிட்ட

தேசத்தையோ மொழியையோ சார்ந்ததாக இருக்கிறது. தனித்தனியான பாரம்பரியங்கள், வடிவங்கள், சூத்திரங்கள் போன்றவை கொண்ட கூறு–அமைப்புகளால் ஆனது அது. அந்தப் 'பன்முக' அல்லது கூட்டு அமைப்பைக் கட்டுமானம் செய்ய கூறு அமைப்புகள் ஒன்றுசேர்ந்து உதவுகின்றன; அதற்கு அடுக்கு–உரு தருகின்றன.

கூறு–அமைப்புகளின் வடிவங்கள், சூத்திரங்கள், பாரம்பரியங்கள் எல்லாம் ஒன்றுடன் ஒன்று இணைக்கப் பட்டுள்ளன. அவற்றுக்கிடையே இயக்கம்மிகு தொடர் ஊடாட்டம் நிகழ்ந்துகொண்டே இருக்கிறது. அதனால் கூறு–அமைப்புகளில் மாற்றங்களும், அவற்றின் தாக்கத்தால் பன்முக அமைப்பில் தொடர் பரிணாம உருவாக்கமும் நிகழ்ந்துகொண்டே இருக்கின்றன. அவற்றிலிருந்து பன்முக அமைப்பு தன்னுடைய ஒட்டுமொத்த இயக்கத் திறனைப் பெறுகிறது. வற்றாத ஜீவநதி போல அதனுடைய நிற்காத உயிரோட்டம் தொடருகிறது.

இவ்வாறாக பலதரப்பட்ட இலக்கிய மாதிரிகள், வடிவங்கள், பாரம்பரியங்களுக்கு இடையே தொடர் ஊடாட்ட அழுத்தங்கள் எப்போதும் உள்ளன. அவற்றிலிருந்துதான் ஒரு தேசத்தின், மொழியின், இலக்கியப் பன்முக அமைப்புடைய பரிணாம உருவாக்கம் நிகழ்கிறது. செம்மையான 'மேல்நிலை' இலக்கிய வடிவங்கள் மட்டும் அதைப் பற்றிய முழுமையான புரிதலுக்குப் போதாது. குழந்தை இலக்கியம், நாட்டுப்புற இலக்கியம், மொழிபெயர்ப்பு இலக்கியம், வார இதழ் இலக்கியம் போன்றவை 'கீழ்நிலையில்' உள்ளன; அவற்றையும் கருத்தில் கொள்ளவேண்டும்.

2.2.4.2.2 மையநிலை – விளிம்புநிலை

சில காரணங்களால், பன்முக அமைப்பு கொண்ட இலக்கியத்தின் மையநிலையைச் சில கூறு அமைப்புகள் கைப்பற்ற லாம். அதிகாரமும் பெருஞ்செல்வாக்கும் பெற்று, அவை நீண்ட காலம் கோலோச்சலாம். அப்போது மற்ற கூறு அமைப்புகள் விளிம்புநிலைக்குத் தள்ளப்படும். பன்முக அமைப்பின் மையநிலை யில் கோலோச்சும் கூறு அமைப்புகளுக்கும், விளிம்புநிலைக்குத் தள்ளப்பட்ட மற்ற கூறு அமைப்புகளுக்கும் இடையே எப்போதும் ஒருவகைப் போர்க்களப் போராட்ட அழுத்தம் இருக்கும். இதனால் காலம் கனிந்து வரும்போது விளிம்புநிலைக் கூறுகள் மையநிலையைக் கைப்பற்றக் கூடும்; மையநிலையில் இருந்த கூறுகள் விளிம்புநிலைக்குத் தள்ளப்படலாம்.

பொதுவாக 'அழகோ அழகு' என்று போற்றப்பட்டு, சமூக அங்கீகாரம் பெற்ற, 'உன்னத மரபு வடிவங்கள்' பன்முக அமைப்பின்

மையநிலையைக் கைப்பற்றுகின்றன. பல சமூகங்களில் இவை செய்யுள் வடிவங்களாக உள்ளன. உரைநடை இலக்கியங்கள், குழந்தை இலக்கியங்கள், நாட்டுப்புற இலக்கியங்கள், மொழியாக்க இலக்கியங்கள் போன்றவை விளிம்புநிலைக்குத் தள்ளப்படுகின்றன.

தமிழ் இலக்கிய வரலாற்றில் 20ஆம் நூற்றாண்டின் முன்பாதி வரையில் மரபுச் செய்யுளே மையநிலையில், அரியாசனத்தில் அமர்ந்து கோலோச்சியது. இன்று அதனுடைய ஆட்சி எல்லை மிகவும் குறைந்துவிட்டது. கவியரங்கங்கள், சிற்றிதழ்கள், வகுப்பறை என்ற சிறிய வட்டத்துக்குள் அடங்கிவிட்டது. உரைநடை இலக்கியம் பல நூற்றாண்டுகளாக விளிம்புநிலையில் இருந்தது; நாட்டுப்புறப் பேச்சுப் பாரம்பரியத்தில் மதிப்பின்றி வாழ்ந்தது. சிறிது சிறிதாக வலுப்பெற்று முன்னேறி, இன்று அது மையநிலையைக் கைப்பற்றி உள்ளது. சிறுகதை, புதின, நாடக வடிவங்களாக உருமாறி மேலதிகார ஆட்சி செய்கின்றது.

2.2.4.2.3 மொழியாக்க இலக்கியத்தின் பங்களிப்பு

மொழியாக்க இலக்கியம் சுய இயக்கமும், உரிமையும் பெற்ற ஒரு அமைப்பு என்று ஈவன்-ஜோஹா கருதுகிறார். அது தருமொழி இலக்கியத்தோடு வேறுபட்ட உறவுகளைக் கொண்டது. இரண்டுமே இலக்கிய அமைப்புகளில் (literary systems) குறிப்பிட்ட இடங்களைப் பெற்றுள்ளன. அந்த இடம் மையத்திலோ அல்லது விளிம்பிலோ இருக்கலாம். இரண்டுமே இலக்கியச் செயல்பாடுகளைக் கொண்டவை. அந்தச் செயல்பாடு நூதனமானதாகவோ அல்லது பழமையானதாகவோ இருக்கலாம்.

நீண்ட பாரம்பரியமும் வளமும் செழிப்பும் மிக்க அசலான பேரிலக்கியத்தோடு ஒப்பிடுகையில் மொழியாக்க இலக்கியம் விளிம்புநிலை இலக்கியமாகக் கருதப்படலாம். ஆனால் புத்துயிர் ஊட்டிப் புதுமைப் புரட்சி உண்டாக்குவதில் அதற்கு மையப் பங்கு இருக்கலாம். அந்நியக் கட்டற்ற கவிதையின் (free verse) அந்நியக் கூறுகளே-குறிப்பாக அமெரிக்கக் கவிஞர் வால்ட் விட்மன் ஆங்கிலத்தில் எழுதிய 'புல்லின் இதழ்கள்' (Leaves of Grass) என்ற தொகுப்பின் கட்டற்ற கவிதைக் கூறுகள்-மொழியாக்க உந்துதல் தந்து தமிழ்ப் புதுக்கவிதைப் புரட்சிக்கு வித்திட்டன.

விளிம்புநிலை மொழியாக்க இலக்கியமாகப் பிறந்த தமிழ்ப் புதுக்கவிதையானது பேரிலக்கியத்தில் பெரும் அதிர்வலைகளைக் குறைந்த காலத்தில் உண்டாக்கியது வரலாறு. மரபுக் கவிதை ஈராயிரம் ஆண்டுகளுக்கு மேலாதிக்கம் செலுத்தியது. பண்டிதர்கள் மட்டுமே அதைக் கையாண்டார்கள். இன்று புதுக் கவிதை மேலாதிக்கம் செலுத்துகிறது. பண்டிதர்கள், பாமரர்கள் என்ற வேறுபாடின்றி அனைவரின் கைகளிலும் அது தவழ்கிறது.

கே. தியாகராஜன்

பாரதியின் வசன கவிதையில் தொடங்கிய நவீனப் பாரம்பரியம் இன்னும் நீண்டுகொண்டே போகிறது. இதே போக்கைத் தமிழ்ச் சிறுகதை, புதினம், மேடை நாடகம், கட்டுரைகள் ஆகியவற்றிலும் காணமுடிகிறது. தமிழ்ச் செய்யுள் பேரிலக்கியம் மிக நீண்ட பாரம்பரியம் கொண்டதுதான். ஆனால் கடந்த நூறு ஆண்டுகளில் அந்நிய விளிம்புநிலை இலக்கியக் கூறுகள் தமிழில் இதுவரை இல்லாத புதிய கூறுகளையும் வடிவங்களையும் இலக்கியக் கோட்பாடுகளையும் தோற்றுவித்துள்ளன. பெரும் இலக்கியப் புரட்சியை நிகழ்த்தியுள்ளன.

2.2.4.3 கிடியான் டூரி (Gideon Toury)

இவர் இஸ்ரேலிய பேராசிரியர். மொழிபெயர்ப்பியல், கவிதையியல் (poetics) களின் அறிஞர். ஈவன்–ஜோஹாவின் பன்முக அமைப்புக் கோட்பாட்டை டூரி ஆதரிக்கிறார். இவருடைய முக்கியப் பங்களிப்பாகிய 'மொழியாக்க விதிமுறைகள்' (translational norms) என்ற கருத்தாக்கத்தை The nature and role of norms in translation (1978) என்ற கட்டுரையில் தந்துள்ளார்.

மொழியாக்க விதிமுறைகள் சட்டாம்பிள்ளைத்தன விதிமுறைகளாக (prescriptive norms) பாரம்பரிய அணுகுமுறையில் இருந்தன; யாரோ சிலர் வகுத்த விதிமுறைகளை மொழிபெயர்ப்பாளர்கள் அனைவரும் பின்பற்றியே ஆகவேண்டும் என்ற கட்டாயம் இருந்தது. உதாரணமாக சேவரி (Theodore Horace Savory) தந்துள்ள மொழியாக்கக் கொள்கைகளைச் சொல்லலாம் (காண்க: ப. 49).

இன்று மொழிபெயர்ப்பியலில் சட்டாம்பிள்ளைத்தன விதிமுறைகளைத் தவிர்க்கும் மாற்றம் ஏற்பட்டுள்ளது. ஒரு குறிப்பிட்ட கலாச்சாரத்தில் அல்லது அதைச் சார்ந்த மொழியாக்கப் பனுவல்களில் அல்லது மொழிபெயர்ப்பாளர்களின் பணிகளில் காணப்படும் நடைமுறை வழிமுறைகள் என்னென்ன என்று கூர்ந்து கண்டறியப்படுகின்றன. மொழிபெயர்ப்பாளர்கள் யாரேனும் அவர்களுடைய மொழியாக்க வழிமுறைகளை வெளிப்படையாகச் சொல்லியிருந்தால் அவையும் கருத்தில் கொள்ளப்படுகின்றன. இவையெல்லாவற்றையும் உள்ளடக்கிய தரவுகளின் அடிப்படையில் உள்ளதை உள்ளபடியே விவரிக்கும் விதிமுறைகள் (descriptive norms) உருவாக்கப்படுகின்றன.

சேவரி தந்த எதிரெதிர் இணை வாசகங்களை நாம் முன்பு கண்டோம். அவற்றில் உள்ள முரண்பட்ட மொழியாக்கக் கொள்கைகளை டூரியால் ஏற்றுக்கொள்ள முடியவில்லை. இவருடைய காலம் வரையில் 'தருமொழி பனுவலை இலக்காகக் கொண்ட அணுகுமுறை'யே பெருமளவுக்கு மொழியாக்க

மொழிபெயர்ப்பியல் 141

விதிமுறைகளை நிர்ணயித்தன. தருமொழி பனுவலுக்குச் சமமான, நிகரான பெறுமொழி பனுவல்களைத் தரும் கட்டாயத்தில் மொழிபெயர்ப்பாளர்கள் இருந்தார்கள். சமானம் என்ற கருத்தாக்கம் ஆட்சி செய்தது.

மாறாக, டூரி ஒரு புதிய சிந்தனையை முன்வைக்கிறார்: ஒரு கலாச்சாரத்திலோ பனுவல்களின் அமைப்பிலோ மீண்டும் மீண்டும் தெரிவு செய்யப்படும் மொழியாக்க உத்திகளே மொழியாக்க விதிமுறைகளாகும். இந்தக் கோணத்திலிருந்து உருவாகும் சிந்தனையில் மொழியாக்க விதிமுறைகளுக்கும் 'பெறுமொழி பனுவலை இலக்காகக் கொண்ட அணுகுமுறை'க்கும் இடையே வலுவான உறவு நிறுவப்படுகிறது.

பெறுமொழி பனுவலை நோக்கிய பயணமானது 'சமானம்' என்ற கருத்தாக்கத்தைப் புரட்டிப்போடுவதை டூரி படம்பிடித்துக் காட்டுகிறார். தருமொழி பனுவலை மையப்படுத்தித் தேடப்படும் 'மொழியாக்க நிறைவு' (translational adequacy) பயன்தராத முயற்சியே என்கிறார். ஏனெனில் அந்த மையத்தை விட்டு விலகிச் செல்லும் பலமட்ட மொழியாக்க விலகல்கள் (translational shifts) ஏராளமாக உள்ளன. அவற்றுள் எதையும் தவிர்க்கவே முடியாது என்கிறார்.

அது மட்டுமல்லாமல் 'தருமொழி பனுவல், பெறுமொழி பனுவல்' என வகைப்படுத்துவதிலும் கூடக் கண்ணுக்குத் தெரியாத விதத்தில் 'பெறுமொழி பனுவலின் சில விதிமுறைகள்' (target norms) இயங்கிக்கொண்டுள்ளன. அதேபோல மொழியாக்க நிறைவைப் பற்றிய எந்த நிர்ணயத்திலும் அந்த இயக்கம் உள்ளது.

ஆகவே மொழியாக்க நிறைவைத் தேடுவதைக் கைவிட்டு, பெறுமொழி கலாச்சாரத்தைச் சார்ந்த 'மொழியாக்க ஏற்புடைமை' (translational acceptability) என்ற திசையில் பயணத்தைத் தொடங்கவேண்டும். சொந்தக் கலாச்சாரப் பின்புலம் கொண்ட பெறுமொழி வாசகர்களுக்கு மொழியாக்கம் செய்யப்பட்ட ஒரு பனுவல் முற்றிலும் ஏற்புடையதாக இருக்க வேண்டும்.

ஒவ்வொரு தலைமுறை வாசகர்களும் குறிப்பிட்டதொரு வரலாற்றுக் காலகட்டத்தில் வாழ்கிறார்கள். அவர்களுடைய காலத்தில் மொழி, சமூகம், கலாச்சாரம் ஆகியவை அந்தக் காலகட்டத்தைச் சார்ந்த மொழியாக்க விதிமுறைகளைச் சொல்லாமல் சொல்கின்றன. அந்த விதிமுறைகள் நடைமுறையில் பரந்து காணப்படுகின்றன. அந்தச் சமுதாயத்தில் நன்கு கலந்து பழகுவதன் மூலமும், மொழிபெயர்ப்பாளர்களுடன் உரையாடுவதன் மூலமும், ஏற்கெனவே உள்ள மொழியாக்கப்

பனுவல்களை நுணுகி ஆய்வதன் மூலமும் அந்த விதிமுறைகளை உணர முடியும். அவை அனைத்தையும் கண்டறிந்து, பின்பற்றி, மொழியாக்கம் செய்யப்பட்ட பனுவலே மொழியாக்க ஏற்புடைமை உள்ள பனுவலாக இருக்கும்.

டூரியின் அணுகுமுறையில் 'சமானம்' என்பதன் இயக்கம் தருமொழி பனுவலிலிருந்து தொடங்குவதல்ல. மாறாக, எதிர்த் திசையில் பெறுமொழிப் பனுவலிலிருந்து அது தொடங்குகிறது. இதுவரை 'மொழியாக்க விலகல்கள்' (translational shifts) என்று பற்பல கூறுகள் முன்வைக்கப்பட்டன. ஆனால் அவையனைத்துமே பெறுமொழி பனுவல் விதித்த 'மொழியாக்க ஏற்புடைமை' (translational acceptability) உண்டாக்கியவையாகும்.

இவ்வாறு டூரியின் திருப்பி வரையறுக்கப்பட்ட 'சமானம்' ஒரு குறிப்பிட்ட சமூகத்தின் ஒரு குறிப்பிட்ட காலகட்ட மொழியாக்க விதிமுறைகளைப் பிரதிபலிக்கிறது. இச்சிந்தனை பல தளங்களுக்கு நம்மை இட்டுச்சென்று பயன் தருவதாக உள்ளது. புதிய பார்வைகளையும் உள்ளார்ந்த நுண்ணிய புரிதல்களையும் தருகிறது. இலக்கியப் பன்முக-அமைப்பில் மொழியாக்க இலக்கியங்களுக்கு ஒரு கண்ணியமான இடத்தை டூரி பெற்றுத் தருகிறார். இவ்வாறு பரந்து விரியும் பல காரணங்களால் அவருடைய 'மொழியாக்க விதிமுறைகள்' மிகமிக முக்கியமான கருத்தாக்கமாக ஏற்கப்பட்டுள்ளது.

1960களிலிருந்து 1970கள் முடிய உள்ள இந்தக் காலகட்டத்தில் முன்வைக்கப்பட்ட மொழியாக்கச் சிந்தனைகள் ஒரு பெரிய மாற்றத்தை உண்டாக்கின. இதுவரை மொழியியல் அல்லது ஒப்பிலக்கியவியல் துறையின் ஒரு சிறிய அங்கமாகவே மொழி பெயர்ப்பு இருந்தது; அதை முடிவுக்குக் கொண்டு வரும் நேரம் வந்துவிட்டதை அவை சிந்திக்க வைத்தன. 'மொழிபெயர்ப்பியல்' என்ற ஒரு கல்வித்துறையைத் தொடங்குவதின் அவசியத்தை இச்சிந்தனைகள் உணர்த்தின; இத்துறை சார்ந்த ஆழமான கல்வி, பயிற்சி, பேரளவு ஆய்வுகளின் தேவையையும் அவை வலியுறுத்தின.

இக்காலகட்டத்தைச் சேர்ந்த ஜேம்ஸ் ஹோம்ஸ் (James Holmes) இப்புதிய துறைக்கான வரைவுத் திட்டத்தை இரு பிரிவுகளில் தருகிறார்: 1) தூய ஆராய்ச்சிப் பிரிவு (pure research); 2) மொழிபெயர்ப்பாளர் பயிற்சி போன்ற பயன்பாட்டு ஆராய்ச்சிப் பிரிவு (applied research). இத்தகைய அறிவியல் மாதிரி (scientific model) மொழியியல் துறையில் உள்ளது. அதே போன்ற அறிவியல் மாதிரி மொழிபெயர்ப்பியல் துறைக்கும் பொருந்தும் என்று ஹோம்ஸ்ன் எண்ணினார். ஈவன்-ஜோஹாவும் கிடியான் டூரியும் பெறுமொழி பனுவலின் திசையை நோக்கிய சிந்தனையாளர்கள்.

மொழிபெயர்ப்பியல்

அவர்களும் இதே எண்ணத்தைப் பிரதிபலிக்கிறார்கள். ஏற்கெனவே உள்ள மொழியாக்கப் பனுவல்களை அனுபவ ரீதியிலான ஆதாரத் தரவுகளாகக் கொள்ள வேண்டும் என்கிறார்கள். அவற்றிலிருந்து மொழியாக்க விதிமுறைகளை ஊகித்தறிய வேண்டும் என்கிறார்கள்.

2.2.5 நான்காம் பகுதி (1980கள்)

சூசன் பேஸ்னெட் *(Susan Bassnett)* எழுதிய 'மொழி பெயர்ப்பியல்' **(Translation Studies)** என்ற வகுப்பறைப் பாடப் புத்தகத்தின் வெளியீட்டோடு *(1980)* இந்தப் பத்தாண்டுக் காலம் தொடங்குகிறது. உலகெங்கும் வரவேற்பு பெற்ற இப்புத்தகம் ஆங்கிலம் பேசும் நாடுகளில் நிகழ்த்தப்பட்ட பல்வேறு மொழிபெயர்ப்பியல் ஆய்வுகளின் சாராம்சத்தைத் தொகுத்துத் தருகிறது. வகுப்பறைக்குத் தேவையான நல்லதொரு மொழிபெயர்ப்பியல் அறிமுகப் புத்தகமாக அமைந்து, மொழி பெயர்ப்பியல் என்ற தனித் துறையின் தோற்றத்துக்குக் கட்டியம் கூறுகிறது. மொழியியல், இலக்கியத் திறனாய்வு, தத்துவம் ஆகிய பிற துறைகளின் சில பகுதிகளை இத்துறை பகிர்ந்துகொள்வது உண்மைதான். ஆனால் கலாச்சாரங்களுக்கு இடையேயான உரையாடல்களின் சில தனித்துவப் பிரச்சினைகளையும் இத்துறை முன்வைப்பதும் உண்மையே.

வரலாற்று அணுகுமுறையில் மொழியியல் கோட்பாட்டுக் கருத்தாக்கங்களை பேஸ்னெட் தருகிறார். செயல்முறை உத்திகளைக் குறிப்பிடப்பட்ட சமூக, கலாச்சாரச் சூழ்நிலை களோடு பொருத்திப் புரியவைக்கிறார். மொழியாக்கப் பனுவலின் தனித்துவச் சுயாதிகாரத்தை இந்தப் பத்தாண்டுக் காலச் சிந்தனைகள் வலியுறுத்துகின்றன. அதையே இப்புத்தகமும் அடிக்கோடிட்டுக் காட்டுகிறது. குறியியல் *(Semiotics)*, மொழிவழிப் பரிமாற்றக்களன் பகுப்பாய்வு *(Discourse Analysis)*, பிந்திய-கட்டமைப்பியப் பனுவல் கோட்பாடு *(Poststructuralist textual theory)* ஆகியவற்றைத் தொடக்கப் புள்ளிகளாகக் கொண்ட மொழியாக்கச் சிந்தனைகளையும் இப்பத்தாண்டுகளில் நாம் காண முடிகிறது. இவை முக்கியமான கருத்தாக்க, ஆராய்ச்சி முறைகளில் வேறுபடுகின்றன. ஆனால் ஒன்றில் உடன்படு கின்றன: மொழியாக்கமானது சுதந்திரமான வடிவம் கொண்ட எழுத்தாக்கம். அது தருமொழி பனுவலிலிருந்து வேறுபடுகின்றது. மற்ற அசல் பெறுமொழி பனுவல்களிலிருந்தும் வேறுபடுகின்றது.

பொருள்நுட்பத்தை உணர்த்துவதில் மொழியாக்கம் தனக்கென ஒரு தனிப்பட்ட செயல்முறையைக் கொண்டுள்ள தாகக் கருதப்பட்டது. அது முற்றிலும் வேறுபட்ட மொழி,

கலாச்சாரச் சூழ்நிலைகளில் இயங்கத்தக்கதாக எண்ணப்பட்டது. இந்தக் கண்ணோட்டம் புதிதானதல்ல. தொன்றுதொட்டு மொழியாக்க மரபுகளில் தொடருகிறது. ஆனால் இந்தக் காலகட்டத்தில் அது முறைமைப்படுத்தப்பட்டு விரிவாக்கம் பெறுகிறது.

அந்தந்தத் துறைசார்ந்த உரையாடல்களுக்கேற்பக் கருத்தாக்கம் செய்யப்பட்டு அது வளர்ச்சி பெறுகிறது. சில சிந்தனையாளர்களின் பங்களிப்புகளில், மொழியாக்கத்தின் சுயாதிகாரம் ஆழமான செயற்பாட்டியத்திற்கு (functionalism) இட்டுச்செல்கிறது: இங்கே மொழியாக்கக் கோட்பாடுகளும் உத்திகளும் கைகோத்து இயங்குகின்றன. குறிப்பிட்ட கலாச்சார விளைவுகளோடும் வணிகப் பயன்களோடும் அரசியல் உள்நோக்கங்களோடும் நெருங்கிய தொடர்பை நிறுவுகின்றன. இந்தக் காலகட்டத்தைச் சேர்ந்த முக்கியமான சில மொழியாக்கச் சிந்தனைகளைக் கீழே காண்போம்.

2.2.5.1 ஹான்ஸ் வெர்மியர் (Hans Vermeer)

இவர் ஜெர்மானிய மொழியியல், மொழியாக்க அறிஞர் ஆவார். Skopos and commission in translational action *(1989)* என்ற கட்டுரையில் தன்னுடைய முக்கியப் பங்களிப்பாகிய 'ஸ்கோபோஸ் கோட்பாட்டை' *(skopos theory)* முன்வைக்கிறார். 'சமானம்' *(equivalence),* 'விசுவாசம்' *(faithfulness),* 'துல்லியம்' *(fidelity)* என்ற கருத்தாக்கங்கள் மொழியாக்கத்தில் நீண்ட காலம் ஆட்சி செய்து வந்தன. அவை தருமொழி பனுவலை – குறிப்பாக மூலப் பனுவலின் மொழியியல் கூறுகளை – மட்டுமே மையப்படுத்தி அனைத்து மொழியாக்கக் கொள்கைகளையும் விதிகளையும் வகுத்தன. இதற்கு எதிரான அணுகுமுறையில் வெர்மியர் பெறுமொழி கலாச்சாரத்தை மையப்படுத்தித் தன்னுடைய ஸ்கோபோஸ் கோட்பாட்டை முன்வைக்கிறார்.

2.2.5.1.1 ஸ்கோபோஸ் கோட்பாடு

ஸ்கோபோஸ், ஒரு கிரேக்க மொழிச்சொல். அதன் பொருள் 'நோக்கம்' என்பதாகும். வெர்மியர் அதை ஒரு மொழியாக்கக் கலைச்சொல்லாகப் பயன்படுத்துகிறார். ஸ்கோபோஸ் கோட்பாடு மொழியாக்க நோக்கத்தில் முழுக்கவனம் செலுத்துகிறது. அந்த நோக்கமே ஒட்டுமொத்த மொழியாக்கச் செயல்பாடுகளையும் உத்திகளையும் வகுக்கிறது. உறுதியான விளைவுகளைத் தீர்மானிக்கும் முக்கியக் காரணியாக உள்ளது. பெறுமொழி வாசகர்களின் முழுப் புரிதலைக் குறிவைக்கும் பனுவலைப் படைக்க உதவுகிறது.

ஸ்கோபோஸ் என்பதைச் சிக்கல் நிறைந்த மொழியாக்க எண்ணம் என வெர்மியர் வரையறுக்கிறார். அது தருமொழி பனுவலைப் பெறுகலாச்சாரத்தை நோக்கி நகர்த்துகிறது. பெறுகலாச்சார உயிர்மூச்சால் வாழும் வாசகர்களின் தேவைகளையும் எதிர்பார்ப்புகளையும் மையமாக வைத்துப் பெறுமொழி பனுவலுக்கு வடிவம் தருகிறது. மொழியாக்கம் எந்த அளவுக்குப் பெறுமொழி வாசகர்களின் சூழ்நிலைகளோடு இணக்கமாக உள்ளதோ அந்த அளவுக்கு அதனுடைய வெற்றி அமையும்.

2.2.5.1.2 மொழியாக்கச் செயல்

பொதுவாக எந்தச் செயலுக்கும் ஒரு நோக்கம் இருக்க வேண்டும். ஒரு இலக்கு இருக்கவேண்டும். மொழியாக்கம், ஒரு செயல். அதற்கும் ஒரு நோக்கம் இருக்கவேண்டும். ஒரு இலக்கு இருக்கவேண்டும். மேலும் ஒரு செயலானது ஒரு விளைவுக்கு, புதிய சூழ்நிலைக்கு, நிகழ்வுக்கு இட்டுச்செல்கிறது. ஒரு புதிய பொருளைக்கூட அது விளைவிக்கக் கூடும். மொழி யாக்கச் செயலின் (translational action) இலக்கு ஒரு மொழியாக்கப் பனுவலாகும். அதையே அச்செயல் விளைவிக்கிறது. பெறுமொழி பனுவல்கள் பலவற்றுள் மொழியாக்கப் பனுவலும் ஒருவகையைச் சார்ந்தது. அப்படிப்பட்ட பெறுமொழி பனுவல் தருமொழி பனுவலிலிருந்து பெரிதும் வேறுபட்டிருக்கலாம். ஆனால் பெறுமொழி வாசகர்களின் வரவேற்பை அது பெறுவதற்கு இந்த வேறுபாடே உதவுகிறது.

2.2.5.1.3 மொழியாக்கச் செயல் திட்டம்

ஒரு பதிப்பு வணிக நிறுவனமோ அமைப்போ குழுவோ தனிப்பட்ட புரவலரோ ஒரு மொழியாக்கச் செயல் திட்டத்தை (translational commission) அறிவிக்கலாம். அவர்கள் நிர்வாக அதிகாரம் கொண்டவர்கள். அத்திட்டத்தை மேற்பார்வையிட்டு எந்தெந்தத் தருமொழி பனுவல்களை எந்தெந்த மொழிகளில் மொழியாக்கம் செய்யவேண்டும் என்று அவர்கள் பொதுவாகச் சொல்வார்கள்.

ஆனால் மொழியாக்கச் செயலில் மொழிபெயர்ப்பாளரே வல்லுநர். அத்திட்டத்தின் பல - கட்ட வழிமுறைகளின் நுட்பங்களை அவரே அறிவார். யாருக்காக, எதற்காக, எந்தெந்த முறைகளில், எப்படிப்பட்ட மொழியாக்கத்தைச் செய்யவேண்டும் போன்ற பல கேள்விகளை அவர் எழுப்புவார். உறுதியான, தெளிவான விடைகளைக் கண்டறிவார். தானோ அல்லது பிறரோ உருத்தரும் மொழியாக்க வழிமுறைகளைப் பட்டியலிடுவார்.

ஸ்கோபோசைத் துல்லியமாக வரையறுப்பார். மொழியாக்கச் செயல் திட்டத்தின் முன்வடிவை வகுப்பார். போதிய அடிப்படை ஆராய்ச்சிகளுடன் திட்டத்தைத் தொடங்குவார். ஒவ்வொரு கட்டத்திலும் எழும் பிரச்சினைகளுக்குத் தீர்வுகளைத் தீர்மானிப்பார். இயன்றவரை நிறைவுடன் பணியை முடித்து வைப்பார். சுயார்வத்தில் அவரே கூட ஒரு திட்டத்தை எடுத்து முடிக்கலாம்.

மொழியாக்கச் செயல் திட்டத்தின் இறுதி வடிவைத் தருவது மொழிபெயர்ப்பாளரின் முழுப் பொறுப்பாகும். வரையறுக்கப்பட்ட ஸ்கோபோஸுக்கு இணங்க, அவருடைய பார்வையில் தருமொழி பனுவல் என்பது மொழியாக்கச் செயல் திட்டத்தின் ஒரு பகுதியே. திட்டத்துக்குத் தொடர்புடைய வேறுபட்ட பல கூறுகள் அவற்றின் முக்கியத்துவத்துக்கு ஏற்பப் படிநிலையில் வரிசைப்படுத்தப்பட்டுள்ளன. தருமொழி பனுவல் அக்கூறுகளுக்கெல்லாம் அடித்தளமாக உள்ளது. ஆனால் வேறுபட்ட பல படிநிலைக் கூறுகளே அடுக்குகளை எழுப்புகின்றன; பெறுமொழி பனுவலுக்கு இறுதி வடிவைத் தருகின்றன. அடித்தளத்தில் உள்ள தருமொழி பனுவல் கண்ணுக்குத் தெரிவதில்லை. அது ஒரு தொடக்கப் புள்ளியே.

ஸ்கோபோஸினால் பிறக்கும் மொழியாக்கச் செயல் நுட்பமான சிக்கல்கள் நிறைந்தது; ஒரு குறிப்பிட்ட சூழ்நிலையில் அது நிகழ்கிறது. பனுவல் அதனுடைய ஒரு பகுதியே. இங்கு மொழியாக்கச் செயலே பனுவலை விட மேலோங்கி நிற்கிறது. அதி முக்கியத்துவம் பெறுகிறது.

2.2.5.2 ஆண்ட்ரே லெஃபவிய (André Lefevere)

பெல்ஜியக் குடிமகனாகிய இவர் அமெரிக்காவில் குடியேறிய மொழியாக்கக் கோட்பாட்டாளர். ஈவன்-ஜோஹாவின் 'இலக்கியப் பன்முக அமைப்பு', டூரியின் 'மொழியாக்க விதிமுறைகள்' ஆகியவை பிற்காலங்களில் பெருந்தாக்கத்தை உண்டாக்கக் கூடிய, அசலான சிந்தனைகள் என லெஃபவிய உணர்கிறார். அவற்றைக் கையில் எடுக்கிறார். அவருடைய பாணியில் அவற்றை மறுபடியும் வரையறுக்கிறார்.

இவர் எழுதிய Mother Courage's Cucumbers: Text, system and refraction in a theory of literature *(1982)* என்ற கட்டுரையில் காணப்படும் இவருடைய மொழியாக்கச் சிந்தனைகள் இந்த இயலில் இடம் பெறுகின்றன. இலக்கியக் கோட்பாட்டு ஆய்வு களில் மொழிபெயர்ப்பியலுக்கு மைய இடம் தரப்பட்டதே இல்லை என்ற கருத்துடன் அவர் கட்டுரையைத் தொடங்குகிறார்.

மொழிபெயர்ப்பியல் பற்றிய வேறொரு குறிப்பிட்ட அணுகுமுறை, இலக்கியக் கோட்பாடு முழுவதுக்குமே ஒரு முக்கியப் பங்களிப்பைச் செய்ய முடியும் என்பது அவருடைய நிலைப்பாடு: இலக்கியங்களின் தொடர் உருவாக்கத்திற்கு *(evolution)* மொழியாக்கங்கள் அல்லது 'திரிபுகள்' *(refractions)* பேருதவி செய்கின்றன.

2.2.5.2.1 மொழியாக்கத் திரிபுகள்

தருமொழி இலக்கிய அமைப்புக்கும் பெறுமொழி இலக்கிய அமைப்புக்கும் இடையே மொழியாக்கம் சமரசம் செய்து வைக்கிறது. தருமொழி கலாச்சாரத்தைச் சார்ந்த ஒரு இலக்கியப் பனுவலை வேறொரு கலாச்சாரத்தைச் சார்ந்த வாசகர்கள் ஆர்வத்துடன் வரவேற்று வாசிக்க வேண்டும். அதை முக்கிய நோக்கமாகக் கொண்டு, அதற்கு ஏற்ற வகையில் செய்யப்படும் மொழியாக்க மாற்றங்களைத் திரிபுகள் *(refractions)* என்று லெஃப்விய சொல்கிறார். அவை ஒரு இலக்கியப் பனுவலை ஒரு அமைப்பிலிருந்து இன்னொரு அமைப்பிற்கு எடுத்துச் செல்கின்றன.

இலக்கியப் பனுவல்களின் மொழியாக்கத்தில் சந்திக்கும் பிரச்சினைகளுக்கு மொழிபெயர்ப்பாளர் தீர்வுகள் காண்கிறார். அப்போது திரிபுகள் வெளிப்படையாகவே உண்டாக்கப்படு கின்றன. திறனாய்வாளர் தன்னுடைய சொந்தத் தர மதிப்பீட்டு விருப்பு–வெறுப்புப் பார்வையில் இலக்கியப் பனுவல்களை எடைபோடுகிறார். அப்போது வெளிப்படையாகத் தெரியாத திரிபுகள் நிகழ்ந்துவிடுகின்றன. பதிப்பாசிரியர் தன்னுடைய சொந்தப் புலமையின் உதவியோடு இலக்கியப் பனுவல்களைக் கூர்ந்து ஆய்வுசெய்து, ஒப்பு நோக்கி, பாடபேதங்களை நீக்கி, திருத்தி, ஒழுங்குபடுத்திப் பதிப்பிக்கிறார்; வரலாற்றியலாளர் *(historiographer)* புகழ்பெற்ற இலக்கியப் பனுவல்களின் கதைச் சுருக்கங்களைத் தருகிறார்; அவருடைய காலத்திய இலக்கியத் தர அளவீடுகளின் அடிப்படையில் அவற்றை மதிப்பீடு செய்கிறார்; அப்போதும் ஒருவகையான திரிபுகள் ஏற்படுகின்றன.

அந்தந்தக் காலகட்டத்தில் பெறு கலாச்சாரத்தில் உள்ள 'இலக்கியச் செம்மை' பற்றிய சித்தாந்தம், கிடைக்கும் புரவலர் ஆதரவு, கவிதையியல் பார்வைகள் ஆகியவையும் திரிபுகளை வடிவமைக்கின்றன. தருமொழி இலக்கியப் படைப்புகள் மட்டுமல்லாமல் அவற்றின் ஆசிரியர்களின் கீர்த்தியையும் நிறுவுவதில் இத்திரிபுகள் பெரும் செல்வாக்கு செலுத்துகின்றன.

எடுத்துக்காட்டாக, ஜெர்மானிய நாடகாசிரியர் படோல்ட் ப்ரெக்ட் *(Eugen Berthold Friedrich Brecht)* பெற்ற பெரும் கீர்த்தியை லெஃப்விய சுட்டிக்காட்டுகிறார். ப்ரெக்ட்டின் 'ஏட்டு'

நாடகங்கள் *(page plays)* அவருடைய தாய்மொழி ஜெர்மனில் எழுதப்பட்டவை. மேலும் நாடகவியல் *(dramaturgy)* பற்றிய ஆய்வு நூல்களையும் அவர் ஜெர்மனில் எழுதினார். இவை அனைத்தும் அவருடைய சொந்தப் படைப்புகள். ஆனால் இவை ஜெர்மனியிலேயே அவ்வளவாக வரவேற்பு பெறவில்லை.

பின்னர் 'மேடை' நாடகங்களாக *(stage plays)*, மேடை நிகழ்ச்சிகளுக்கு ஏற்றாற்போல அவை மீண்டும் ஜெர்மன் மொழியில் எழுதப்பட்டன. பார்வையாளர்களின் வரவேற்பைப் பெறும் வகையில் அவை திரிபுகளுடன் தரப்பட்டன. அவற்றைப் பற்றிய மதிப்பீட்டுக் கட்டுரைகள் திரிபுகளுடன் வரத் தொடங்கின. இவையெல்லாம் ஜெர்மன் மொழிக்குள்ளேயே நிகழ்ந்த திரிபுகள். ஆனால் இவற்றால் அவர் பிரபலமாகத் தொடங்கினார்.

அவருடைய 'ஆர்ட்டோரிய யூஆய்' *(Arturo Ui)* என்ற நாடகம் லண்டன் மேடை நாடகப் பார்வையாளர்களுக்காகப் பின்னர் தெரிவு செய்யப்பட்டது. அவர்களுடைய ரசனையையும் வரவேற்பையும் கருத்தில் கொண்டு, பல திரிபுகளுடன் ஆங்கில மொழியாக்கம் செய்யப்பட்டது. மேடை நிகழ்வுக்கு ஏற்ற வகையில் மேலும் திரிபுகளுடன் அரங்கேற்றம் செய்யப்பட்டது. உடனே பிரிட்டனில் ப்ரெக்ட்டின் கீர்த்தி உச்சத்தைத் தொட்டது.

பிரிட்டானியத் திறனாய்வாளர்கள் யாருக்கும் ஜெர்மன் மொழி தெரியாது. அதிலேயே மூலப்பனுவலை வாசிக்கவும் தெரியாது. அந்நாடகத்தின் ஆங்கில மொழியாக்கங்களை அவர்கள் படித்தார்கள். அவற்றின் மேடை நிகழ்வுகளைப் பார்த்தார்கள். அவற்றை மட்டுமே அடிப்படையாகக் கொண்டு ப்ரெக்ட்டின் படைப்பாற்றல் திறனையும் செழுமையையும் துல்லியத்தையும், செம்மையையும் போட்டிபோட்டுக் கொண்டு வானளவாகப் புகழ்ந்து தள்ளினார்கள்.

பிரிட்டனில் நடந்ததுபோலவே அமெரிக்காவிலும் ப்ரெக்ட்டின் படைப்பாற்றல் திறன் பெரிதும் பாராட்டப்பட்டு அவருடைய கீர்த்தி உச்சத்தை அடைந்தது. அதற்கு முக்கியக் காரணியாக இருந்தவர் எரிக் பெண்ட்லி *(Eric Bentley)* என்ற செல்வாக்குமிக்க அமெரிக்க மேடை நாடக மொழிபெயர்ப்பாளர், திறனாய்வாளர். அவருடைய மொழியாக்கங்களும், திறனாய்வுக் கட்டுரைகளின் வழியே அவர் பதிவுசெய்த பாராட்டுகளும் ப்ரெக்ட்டைப் பெரும்பாலான அமெரிக்கர்களிடம் கொண்டு சேர்த்தன.

இதில் வேடிக்கை என்னவென்றால் பெரும் வரவேற்பும் பாராட்டுகளும் கொடுத்த பிரித்தானிய, அமெரிக்கப் பார்வை யாளர்களிடம் அவர்களுடைய மொழியில் ப்ரெக்ட் நேரடியாகப்

பேசவில்லை. அதே போலப் பார்வையாளர்கள் எவருக்கும் ப்ரெக்ட் பேசிய ஜெர்மன் மொழியைப் புரிந்துகொள்ளும் திறன் இல்லை. இடையில் வந்த மொழிபெயர்ப்பாளர்கள் பல திரிபுகளுடன் மொழியாக்கங்களைத் தந்தார்கள்.

ஜெர்மன் மொழி தெரியாத நாடக இயக்குநர்களும் நடிகர்களும் மேலும் திரிபுகளைச் சேர்த்தார்கள். மொழியாக்கங் களை மட்டும் படித்துவிட்டு, அவற்றின் மேடை நிகழ்ச்சிகளைப் பார்த்துவிட்டு, திறனாய்வாளர்கள் அவர்கள் பங்குக்குத் திரிபுகளைத் தாராளமாகச் சேர்த்துப் புகழ்ந்தார்கள். இவ்வாறாக, பிரிட்டனிலும் அமெரிக்காவிலும் நிகழ்ந்த 'திரிபுகளே' ப்ரெக்ட் பெரும் புகழ் பெற உதவின.

2.2.5.2.2 இலக்கியம்: புனைவிய அடிப்படை அணுகுமுறை

புனைவியம் (Romanticism) ஐரோப்பிய இலக்கியத்திலும், இலக்கியத் திறனாய்விலும் நீண்ட காலம் பெரும் தாக்கத்தை உண்டாக்கிவந்துள்ளது. அது 'ஆசிரியரின் அசலான ஒப்பிலாப் படைப்புத் திறன்' (the genius and originality of the author), 'மூலப் பனுவல்களின் புனிதத்துவம்' என்ற இரு கருத்தாக்கங்களை முன்னிலைப்படுத்துகிறது. மிகவும் உயர்வான இடத்தில் வைத்து இன்றும் அவை போற்றப்படுகின்றன.

ஆசிரியர் ஒன்றும் இல்லாததிலிருந்து ஒரு புதிய அசலைப் பொலிவுடன் படைக்கிறார். மொழிபெயர்ப்பாளரோ அதனுடைய புனிதத்துவத்தைக் குலைக்கிறார். அதனுடைய இணை என வேறொரு மொழியில் ஒரு போலிப் பனுவலைத் தருகிறார். மாறாக, அவர் ஆசிரியரின் அசலான எண்ணங்களையும் இயக்கங்களை யும் கண்டறிய வேண்டும். உள்ளார்ந்த நுண்ணுணர்வுகளால் அவற்றைக் கண்டறிய முடியும். அதன்பின் மொழியாக்க முயற்சி களை அவர் மேற்கொள்ள வேண்டும். ஆனால் செய்வதில்லை.

எனவேதான் மூலப் பனுவல்களின் புனிதத்துவத்தைக் கெடுக்கும் 'மோசமான பல மொழிபெயர்ப்புகள்' தூக்கி எறியப்படு கின்றன. கால ஓட்டத்தில் அவை காணாமல் போய்விடுகின்றன. இப்படிப்பட்ட புனைவிய அடிப்படையிலான அணுகுமுறை (Romanticism-based approach) சிந்தனைகள் மொழிபெயர்ப்பு இலக்கியங்களையும் மொழிபெயர்ப்பாளர்களையும் சிறுமைப் படுத்தி விளிம்பு நிலையிலேயே நிறுத்தி வந்துள்ளன. உரிய அங்கீகாரத்தை மொழிபெயர்ப்பு இலக்கியங்களுக்கோ மொழிபெயர்ப்பாளர்களுக்கோ அவை தந்ததில்லை.

2.2.5.2.3 இலக்கிய முறைமை அமைப்பு அணுகுமுறை

புனைவிய அடிப்படை அணுகுமுறை இதுவரை இலக்கியச் சிந்தனைகளில் ஏற்படுத்திய சேதங்களையும், தீங்குகளையும் லெஃபவிய சரிசெய்ய விரும்புகிறார். அதற்கு மாற்றாக இலக்கிய முறைமை அமைப்பு அணுகுமுறையை (Systemic approach to literature) அவர் முன்வைக்கிறார். ஆசிரியர் ஒன்றும் இல்லாததிலிருந்து ஒரு புதிய அசலைப் பொலிவுடன் படைப்பது புனைவிய அடிப்படை அணுகுமுறையின் மையக் கருத்தாகும். முதலில் அதை லெஃபவிய அழுத்தத்துடன் நிராகரிக்கிறார்.

(இலக்கியத்தில்) புதியது என்று எதுவுமே கிடையாது என்று உரத்துச் சொல்கிறார். புதியது என்று போற்றப்படும் எதுவும் பழைய பலதரப்பட்ட கூறுகளின் சேர்க்கையே. அவை ‘உன்னதங்கள்’ என்று இதுவரை அங்கீகரிக்கப்படாதவையாக இருக்கும். மாறுபட்ட இலக்கியப் பயன்பாட்டை, நோக்கத்தை, மனத்தில் வைத்துப் பழைய கூறுகள் புதிய முறையில் திரிபுகளுடன் கோத்துத் தரப்படுகின்றன; அல்லது ‘புதியவை’ என்று சொல்லப்படுபவை பல்வேறு அமைப்புகளிலிருந்து இறக்குமதி செய்யப்பட்டவையாகவும் இருக்கலாம். உதாரணமாகத் தமிழில் ‘புதுக்கவிதை’ என்பது அந்நியக் கவிதை வடிவங்களான ஆங்கில மொழியின் கட்டற்ற கவிதை *(free verse)*, ஜப்பானிய மொழியின் ஹைக்கூ *(haiku)*, சென்ரையூ *(senryu)*, உருது மொழியின் கஜல் *(ghazal)* போன்றவற்றின் இறக்குமதிகளே என்று முன்பு கண்டோம். ‘நவீனத்’ தமிழ் இலக்கிய புதினம், சிறுகதை, உரையாடல் நாடகம் போன்றவையும் மேற்கத்திய வடிவங்களின் இறக்குமதிகளே *(காண்க. ப. 115)*.

இக்கருத்து வெளிப்படையான கவிதையியல் கொள்கைகளுக்கும் பொருந்தும். குறிப்பால் உணர்த்தும் கவிதையியல் கொள்கைகளுக்கும் பொருந்தும். தனிப்பட்ட இலக்கியப் பனுவல்களுக்கும் பொருந்தும். பொதுவான இலக்கியக் கூறுகள், கதைக்களக் கூறுகள், மையக்கருத்து, குறியீடுகள் போன்றவற்றை, போற்றப்படும் எந்த இலக்கியப் பனுவலும் பிற பனுவல்களிலிருந்து ஓரளவுக்காகிலும் எடுத்துக் கையாளவே செய்கிறது. அக்கூறுகளை மாற்றித் திரிபுகளை உண்டாக்கிக் கோத்துத் தருகிறது. உதாரணமாக, உலகப் புகழ்பெற்ற ஷேக்ஸ்பியருடைய நாடகங்கள் அனைத்தும் இப்படி எழுதப்பட்டவையே.

உண்மையில், மற்றவர்களின் கருத்துகளை எடுத்துத் திரிபுகளுடன் கோத்தே ஒரு பனுவல் உருவாக்கப்படுவதை

ஒரு பொதுவிதியாகவே சொல்லலாம்; ஆனால் அது புத்திசாலித்தனமாகச் செய்யப்படுகிறது. அப்படிச் செய்துதான் புதுமையான தாக்கமும் விளைவுகளும் உண்டாக்கப்படுகின்றன. எனவே 'இது புதிதா?' என்ற கேள்வி தவிர்க்க வேண்டியதாகும்.

இதேபோல 'இது அசலானதா?' என்று கேட்பது இன்னொரு வீண் கேள்வியாகும். ஒரு இலக்கியப் பனுவல் நீண்டதொரு மரபுச் சங்கிலியில், சமூக – வரலாற்றில், ஒரு குறிப்பிட்ட காலகட்டத்தில் சேர்க்கப்படும் இணைப்புத் துண்டாக இயங்கு கிறது. நீண்ட மரபையும், வரலாற்றின் ஒரு பகுதியாக வரும் குறிப்பிடப்பட்ட காலகட்டச் சமூகப் பின்னணியையும் நீக்கிவிட்டுப் பார்த்தால்தான் பனுவலுடைய 'அசல் தன்மை' தென்படும். அப்படித் தனிமைப்படுத்திப் பார்க்க முடியுமா என்பது ஒரு பெரிய கேள்விக்குறி.

ஆனால் மரபுச் சங்கிலியின் ஒரு இணைப்புத் துண்டாகப் பனுவல் செயல்படும்போது, அது சங்கிலியின் வடிவமைப்புக்கு உதவுகிறது. அதே நேரத்தில் மரபுச் சங்கிலியும் வரலாறும் பனுவலுக்கு அர்த்த ஆழங்களையும், உள்ளார்ந்த ஒப்புமை – வேற்றுமை உள்ளிட்ட சில பரிமாணங்களையும் தருகின்றன. இதனால் பனுவலுக்கும் ஆதாயம். மரபுக்கும் வரலாற்றுக்கும் ஆதாயம்.

'இது அசலானதா?' என்ற கேள்வி ஒரு பனுவலை மரபிலிருந்தும் வரலாற்றிலிருந்தும் பிரித்துத் தனிமைப்படுத்தி, அதனுடைய புனைவிய 'அசல் தன்மையை' மதிப்பீடு செய்ய முயலுகிறது. பல வளையங்களைக் கோத்துச் செய்யப்படுவதால் அழகிய கழுத்துச் சங்கிலி கிடைக்கிறது. சங்கிலியிலிருந்து வெட்டி எடுக்கப்பட்ட ஒரு வளையத்திற்கு மதிப்போ அழகோ இல்லை. மரபிலிருந்தும் வரலாற்றிலிருந்தும் தனிமைப்படுத்தப்பட்ட ஒரு பனுவலுக்கு வளமையோ செழுமையோ இல்லை. அதற்கு என்று 'புனிதத்துவமோ', 'புதுமையோ', 'சாகாவரமோ' இல்லை.

லெஃப்வரிய முன்வைக்கும் இலக்கிய முறைமை அமைப்பு அணுகுமுறையில், இலக்கியமானது குறிப்பிட்ட ஒரு சமூக கலாச்சாரச் சூழ்நிலையில் உறுதியாக, ஆழமாக உட்பொதியப் பட்டுள்ளது. இந்த அமைப்பில் ஒரு புறம் பனுவல்கள் உள்ளன. மறுபுறம் படைப்பாளிகள் உள்ளனர்; படைப்பாளிகள் ஓரளவு திரிபுகளை உண்டாக்கித்தான் பனுவல்களைப் படைக்கிறார்கள்.

இந்த அமைப்பில் திரிபுகளை மட்டும் உண்டாக்கும் மொழிபெயர்ப்பாளர்கள், திறனாய்வாளர்கள், உரை ஆசிரியர்கள், வரலாற்றியலாளர்கள் உள்ளனர். விரும்பினால் திரிபுகளை

உண்டாக்கும் சக்திபடைத்த புரவலர்கள், வணிக நோக்குப் பதிப்பாளர்கள், விநியோகம் செய்வோர் உள்ளனர். அத்துடன் வாசிப்புகளில் திரிபுகளை உண்டாக்கும் வாசிப்போரும் உள்ளனர். இந்த அமைப்பு பட்டறிவு சார்ந்து, பலர் உண்டாக்கும் தொடர் திரிபுகளால், அவற்றின் செல்வாக்கால் தொடர் உருவாக்கம் பெறுகிறது.

2.2.5.2.4 மொழியாக்க இலக்கியங்களின் இடம்

மொழியாக்கங்கள் தருமொழி இலக்கிய முறைமை அமைப்புக்கும், பெறுமொழி இலக்கிய முறைமை அமைப்புக்கும் இடையில் உள்ள எல்லைக் கோட்டில் நிகழ்கின்றன. ஆனால் அவை இலக்கிய முறைமை அமைப்பு அணுகுமுறைக்கு அருமையானதொரு அறிமுகத்தைத் தருகின்றன என்று லெஃபவிய சொல்கிறார்.

முதலாவதாக இலக்கியத் திரிபுகள் – அதாவது இலக்கியப் பனுவல்களின் தழுவல்கள் *(adaptations)*–என்றென்றும் நம்முடன் இருந்துவந்துள்ளதை நாம் ஏற்றுக்கொண்டாக வேண்டும். பெறுமொழி இலக்கிய வாசகர்களை மையப்படுத்தி, குறிப்பிட்ட தாக்கங்களை உண்டாக்கி அவர்களின் வரவேற்பைப் பெற விரும்புவதே தழுவல்களின் தலையாய நோக்கம்.

சொந்த நாடாகிய ஜெர்மனியில் ஓரளவும், பின்னர் பிரிட்டனிலும் அமெரிக்காவிலும் உச்ச அளவிலும், ஜெர்மானிய நாடகாசிரியர் ப்ரெக்ட் எப்படிக் கீர்த்தி பெற்றார் என்று மேலே கண்டோம் (காண்க. ப–ள். 148–50). மொழிபெயர்ப்பாளர்கள் பல திரிபுகளுடன் ப்ரெக்ட்டின் ஜெர்மன் மொழிப் படைப்புகளுக்கு ஆங்கில மொழியாக்க வடிவங்கள் தந்தார்கள்.

அவற்றுக்கு எழுதப்பட்ட முன்னுரைகள், விளக்கக் குறிப்புகள், விளக்க உரைகள், மேடை நிகழ்ச்சி வடிவங்கள், திறனாய்வுக் கட்டுரைகள் அனைத்துமே மேலும் பல திரிபுகளைக் கொண்டவை. அவை ப்ரெக்ட் உருவாக்கியவை அல்ல; மற்றவர்களால் இருப்பதாகக் கண்ட, புகுத்தப்பட்ட கூறுகள்! ஆனால் அவை அனைத்துமே ப்ரெக்ட் பெரும் புகழ்பெற உதவின. இவ்வாறு மொழியாக்க இலக்கியத் திரிபுகள் செல்வாக்கு செலுத்தக் கூடியவையாக இருந்து வந்துள்ளன.

தருமொழி இலக்கிய முறைமை அமைப்பில் ஆளுமை மிக்க கூறுகள் உள்ளன. அதேபோலப் பெறுமொழி முறைமை அமைப்பிலும் ஆளுமைமிக்க கூறுகள் உள்ளன. அவை அனைத்தையும் மொழிபெயர்ப்பாளர் அடையாளம்

காண்கிறார். அடுத்துப் பெறுமொழி வாசகர்களின் வரவேற்பை முன்னிலைப்படுத்துகிறார். இரு முறைமை அமைப்புகளிலும் உள்ள ஆளுமைமிக்க கூறுகளுக்கிடையே சமரசம் செய்து வைக்கிறார்.

ஒரு ஆசிரியரின் படைப்பை மற்றவர்கள் வாசிக்கும்போது தவறான புரிதல்களும் தவறான எண்ணங்களும் *(misconceptions)*– அதாவது லெஃபவிய கூறும் திரிபுகள்–நிகழவே செய்கின்றன. அவற்றின் வழியேதான் ஒரு ஆசிரியரின் படைப்பு அவருடைய சொந்த மொழிச் சமூகத்திலோ வேற்று மொழிச் சமூகத்திலோ பிரபலமாகிறது; செல்வாக்கும் புகழும் பெறுகிறது. இது மொழிக்குள்ளேயும் மொழிகளுக்கிடையேயும் செய்யப்படும் மொழியாக்கத் திரிபுகளால் சாத்தியமாகிறது.

பள்ளிப் பாடப் புத்தகத்தில் வானவில் எப்படி உண்டாகிறது என்பதற்கு விளக்கம் தரப்பட்டுள்ளது. வெண்ணிறச் சூரிய ஒளிக்கற்றை மழைத்துளிகள் வழியே ஊடுருவிச் செல்லும்போது நிறப்பிரிகை ஏற்படுகிறது. ஏழுவண்ணங்களில் வானவில் தோன்றுகிறது. ஒவ்வொரு மழைத் துளியும் ஒரு ஊடகமாகச் செயல்பட்டு நிறப்பிரிகையை உண்டாக்குகிறது. அதன் பயனாக அழகிய வானவில்லை நாம் கண்டு ரசிக்கமுடிகிறது.

அதுபோலவே தருமொழி இலக்கியப் பனுவல் பெறுமொழியில் தரப்படும்போது திரிபுகள் உண்டாகின்றன. மொழிபெயர்ப்பாளர்கள், உரை ஆசிரியர்கள், மதிப்பீட்டாளர்கள், திறனாய்வாளர்கள், வரலாற்றியலாளர்கள், புரவலர்கள், வணிக நோக்குப் பதிப்பாளர்கள், விநியோகம் செய்வோர், வாசிப்போர் எனப் பலர் உள்ளனர். இவர்கள் ஒவ்வொருவரும் ஓர் ஊடகம் போலச் செயல்படுகிறார்கள்; இவர்களே திரிபுகளை உண்டாக்குகிறார்கள்.

மொழியாக்கத் திரிபுகள் ஓர் இலக்கிய முறைமை அமைப்பின் தொடர் உருவாக்கம் *(evolution)* நிகழப் பெரிதும் உதவுகின்றன. தரும், பெறும் கலாச்சாரங்களில் வகுக்கப்படும் விதிகளையும் மரபுகளையும் அவை படம்பிடித்துக்காட்டுகின்றன. அவற்றுக் கிடையில் நிகழும் மொழியாக்கச் சமரசங்கள் என்னென்ன வென்று நமக்குத் தெரியவருகிறது. ஆனால் அவற்றைப் பற்றிய ஆழமான ஆய்வுகள் செய்யப்பட்டது கிடையாது. எனவே அசலான படைப்புகளுக்குப் பயன்படுத்தப்படும் நுட்பமான பகுப்பாய்வு முறைகளை மொழியாக்கப் பனுவல்களுக்கும் லெஃபவிய பயன்படுத்த விரும்புகிறார். மொழியாக்கங்களைப் பற்றிய புதிய பார்வையை இவருடைய அணுகுமுறை தருகிறது. மொழியாக்க இலக்கியங்களுக்கு உரிமையுள்ள மைய இடத்தைப்

பெற்றுத் தருகிறது. மொழிபெயர்ப்பாளர்களுக்கும் கண்ணிய மான இடத்தைத் தருகிறது.

இச்சிந்தனைகள் மூலம் லெஃபவிய மொழிபெயர்ப்பியலின் ஆழத்தையும் வீச்சையும் அதிகமாக்குகிறார். ஆக்கபூர்வமான விவாதங்களையும் சிந்தனைகளையும் தூண்டுகிறார். மொழி யாக்கச் சிந்தனைகளை இலக்கியச் சிந்தனைகளோடு இணைத்து, இவ்விரு துறைகளுக்கிடையேயான ஆய்வுகளை ஊக்குவிக்கிறார்.

2.2.5.3 லோரி சேம்பலின் (Lori Chamberlain)

லோரி சேம்பலின் அமெரிக்க ஆராய்ச்சியாளர், கல்வியாளர். மொழியாக்கப் பெண்ணிய மறுப்புப் பற்றி முதன்முதலில் கட்டுரைகளை எழுதிய மிகச் சிலருள் அவர் முக்கியமானவர். Gender Metaphorics in Translation என்ற தலைப்பில் அவர் தந்துள்ள ஆய்வுக் கட்டுரையை *(1988)* மொழியாக்கச் சிந்தனைகள் வரலாற்றில் குறிப்பிடாமல் இருக்க முடியாது. கலாச்சாரங்களில் பெண்களுக்குத் தரப்பட்டுள்ள தாழ்ந்த இடத்தையும், மொழியாக்கப் பனுவல்களுக்குத் தரப்பட்டுள்ள தாழ்ந்த இடத்தையும் இக்கட்டுரையில் அவர் ஒப்புநோக்குகிறார். பெண்ணினத்துக்கு இழைக்கப்பட்ட அநீதிகளை நீண்ட சமூகக் கலாச்சார இலக்கிய மொழியாக்க வரலாற்றில் அடையாளம் காண்கிறார்.

2.2.5.3.1 பால் தன்மை, பாலினம்

வந்தான், வந்தாள் என்ற சொற்களில், **– ன்** ஆண்பால் விகுதி, **– ள்** பெண்பால் விகுதி எனச் சொல் துண்டுகள் அடையாளப்படுத்தப்படுகின்றன. இவை இலக்கணப் பாடம் காட்டும் வேறுபாடுகள். இயற்கை தனது படைப்பில் ஆண்களுக்கும் பெண்களுக்கும் வேறுபட்ட உடல் கூறுகளையும் தோற்றத்தையும் இயக்கத்தையும் தந்துள்ளது. அவற்றின் அடிப்படையில் மக்கள் ஆண்கள், பெண்கள் என்று வகைப்படுத்தப் படுகின்றனர்.

ஆங்கிலத்தில் *sex, sexuality, gender* என்ற சொற்களின் பயன்பாட்டில் குழப்பங்கள் உள்ளன. பல முரண்பட்ட அல்லது ஒத்த விளக்கங்கள் தரப்படுகின்றன. சமூகக் கலாச்சாரவியல் ஆய்வுகளில் மட்டுமல்லாமல் மொழிபெயர்ப்பியல் ஆய்வுகளிலும் இக்குழப்பங்கள் உள்ளன. தமிழிலும் ஆண்பால், பெண்பால், ஆண்கள், பெண்கள், பாலின அடையாளங்கள், உறவுகள், வேறுபாடுகள் என்னும் சொற்கள் குழப்பமான புழக்கத்தில் உள்ளன. அண்மைக்கால ஆய்வுகளில் ஆழமான, ஒத்த கருத்தாக்கக் கலைச்சொற்கள் சில மிகவும் தேவைப்படுகின்றன. இயற்கையால் வடிக்கப்பட்ட ஆண் – பெண் உடல் கட்டமைப்பு, இயக்க

வேறுபாடுகள், பாலியல் ஈர்ப்புக் ஒருபுறம் உள்ளன. இவற்றை ஆங்கிலத்தில் 'பால் தன்மை' (sexuality) என்ற தலைப்பில் பேசுகிறார்கள்.

மறுபுறம், அன்றாடப் பழக்கவழக்கங்களில், வாழ்க்கையில், ஆண்களுக்கும் பெண்களுக்கும் தனித்தனியான பங்குகள்/ கடமைகள் நிறுவப்பட்டுள்ளன. அவர்கள் நிறைவேற்ற வேண்டிய தனிப்பட்ட பொறுப்புகள் உள்ளன. இவற்றைப் பற்றிய சமநீதியற்ற, ஆணாதிக்க, பாரம்பரிய, சமூகக் கலாச்சார விதிகள் உள்ளன. இவற்றின் அடிப்படையில் அவர்களுக்குப் பாரபட்சமான, சட்டாம்பிள்ளைத்தன சமூகக் கலாச்சார அடையாளங்கள் தரப்பட்டுள்ளன. இவற்றைப் 'பாலினம்' (gender) என்ற தலைப்பில் பேசுகிறார்கள்.

2.2.5.3.2 பெண்ணியம்

மனித குலம் தோன்றிய காலந்தொட்டு ஆணாதிக்கத்தால் உலகெங்கும் பெண்களுக்குப் பல உரிமைகள் மறுக்கப்பட்டுள்ளன; அவர்கள் அடக்கி ஆளப்பட்டனர். சரிநிகர் சமானமான உரிமைகள் பெண்களுக்கு ஒருபோதும் கிடைத்ததில்லை. மறுக்கப்பட்ட அனைத்து உரிமைகளையும் மீட்டெடுக்கும் உலகளாவிய வலுவான இயக்கம் ஒன்று இருபதாம் நூற்றாண்டில் விசுவரூபம் எடுத்தது. அதைப் பெண்ணியம் என்று சொல்கிறோம்.

மனித குலப் படைப்பை விவிலியம் இவ்வாறு சொல்கிறது: முதல் ஆணை ஆண்டவர் தன்னுடைய பிம்பமாக ஒரு கைப்பிடி மண்ணைக் கொண்டு படைத்தார். தனக்குத் துணையாக ஒரு கூட்டாளி வேண்டும் என்று ஆண் வேண்டியதால், அந்த ஆணின் விலா எலும்பு ஒன்றிலிருந்து அவனுடைய பிம்பமாக முதல் பெண்ணை ஆண்டவர் படைத்தார். இருவரையும் ஒரே நேரத்தில் தன்னுடைய பிம்பங்களாக அவர் படைக்க எண்ணியதாகத் தெரியவில்லை. ஆணை மட்டுமே அவர் முதலில் படைத்தார். கூட்டாளி வேண்டும் என்ற வேண்டுகோளை ஆண் வைக்கவில்லை என்றால் ஒருவேளை பெண்குலமே படைக்கப்படாமல் போயிருக்கலாம்.

மனித குலப் படைப்பின் தத்துவத்தை ஆங்கிலக் கவிஞர் மில்டன் இவ்வாறு விளக்குகிறார்: ஆண்டவனின் பிம்பமாகிய ஆண் ஆண்டவனை மட்டும் வணங்கப் படைக்கப்பட்டான். ஆனால் ஆணின் பிம்பமாகிய பெண், தான் தோன்றக் காரணமாயிருந்து, தனக்கு உடலையும் தந்த ஆணை முதலிலும், பின்னர் ஆண்டவனின் பிம்பமாகிய ஆணுக்குள் உறையும் ஆண்டவனையும் வணங்கப் படைக்கப்பட்டாள் (He for God only, she for God in him).

'தெய்வம் தொழாள், கொழுநன் தொழுதெழுவாள்', 'கொக்கென்று நினைத்தாயோ கொங்கணவா', 'கல்லானாலும் கணவன், புல்லானாலும் புருஷன்', 'கணவனே கண்கண்ட தெய்வம்', 'கற்புக்கரசி கண்ணகி', 'பத்தினித் தெய்வம் சீதை' என்ற சொற்றொடர்களில் ஆழமாகப் பதிவாகியுள்ள தமிழ்ச் சமூகப் பாலினக் கட்டுமானம் இங்கு ஒப்புநோக்கத்தக்கது.

ஆண் – பாலின அரசியலானது சமூகம், கலாச்சாரம், மதம், பொருளாதாரம், கல்வி போன்ற துறைகள் அனைத்திலும் பெண் அடிமைத்தன முத்திரைகளை அழுத்தமாகப் பதித்தது. ஆண்கள் ஆளப் பிறந்தவர்கள், படைப்பவர்கள், எதிலும் முதல் இடம் பெறுபவர்கள். பெண்கள் அவர்களின் படைப்புக்கு அடங்கிப் போகிறவர்கள், சுதந்திரமான செயல் ஈடுபாடு இல்லாமல் ஒடுங்கி இருப்பவர்கள், எதிலும் இரண்டாம் இடத்தை மகிழ்ச்சியாக ஏற்றுக்கொள்பவர்கள். சமூகச் சூழ்நிலைகள் அனைத்திலும் இப்படிப்பட்ட தந்தைமையின் 'உயர்ந்த' பிம்பம் கட்டமைக்கப்பட்டது.

ஆண்கள் உலகெங்கும் இத்தகைய உயர்ந்த சமூகக் கவுரவத்தைக் கைப்பற்றினார்கள்; பெண்களுக்குத் தாழ்ந்த கவுரவத்தைத் தந்தார்கள். பெண் ஆணின் சொத்து. பெண்ணை ஆட்சி செய்ய ஆண் எல்லா உரிமைகளும் பெற்றவன். இப்படி வலுவாக நிறுவப்பட்ட ஆண் – பாலின சமூகக் கட்டுமானத்துக்கு எதிராகப் பெண்ணியம் தோன்றியது. ஆணுக்குச் சரி நிகர் சமானமான கவுரவத்தையும் உரிமைகளையும் பெற்றுத் தக்கவைத்துக்கொள்ள இன்றைக்கும் போராடி வருகிறது.

2.2.5.3.3 மொழியாக்கத்தில் பாலின அரசியல்

அன்றாட மொழிப் பயன்பாட்டிலும் மொழிபெயர்ப்பிலும் கூடப் பாலின அரசியல் ஆதிக்கம் செலுத்தியது; செலுத்தி வருகிறது. கேள்விக்குள்ளாக்கப்பட முடியாத தெய்வீக அசல் தன்மையை மூலப்பனுவல் பெற்றுள்ளது. எனவே அதனிடம் மொழிபெயர்ப்பாளர்கள் முழு விசுவாசத்தைக் காட்ட வேண்டியது. பாரம்பரிய மொழியாக்கத்தில் கட்டாயமாகக் கருதப்பட்டது.

அண்மைக்காலம்வரையில் மொழியாக்க மொழிவழிப் பரிமாற்றக் களனிலும் (*translational discourse*) ஆணாதிக்க அரசியல் கொடிகட்டிப் பறந்தது. பெண்ணியம் முற்றிலும் மறுக்கப்பட்டது. மேலும் எஜமானர்களாக வந்திறங்கிய மொழி பெயர்ப்பாளர்கள் 'பிறருடைய' சமூகக் கலாச்சாரப் பாரம்பரியங்களை இழிவுபடுத்தினார்கள். தங்களுடைய சொந்தச் சமூகக் கலாச்சார நியமங்களையும் சித்தாந்தங்களையும்

உள்நோக்கம் மேலோங்கும்வகையில் தாங்கள் செய்த மொழியாக்கங்களில் உட்புகுத்தினார்கள். ராணுவ, சமூகக் கலாச்சார, பொருளாதார ஆதிக்கம் மட்டுமல்லாமல் மொழியாக்கம் வழியேயும் ஆதிக்கம் செலுத்தினார்கள்.

வெர்மியரின் ஸ்கோபோஸ் கோட்பாடு இந்த நிலைப் பாட்டுக்கு எதிரான சிந்தனைகளை முன்வைத்தது. மொழியாக்க நோக்கத்தில் அது முழுக்கவனம் செலுத்தியது; பெறுமொழி வாசகர்களின் முழுப் புரிதலைக் குறிவைத்தது. அதற்கான மொழியாக்கச் செயலில் மொழிபெயர்ப்பாளருக்கு முழுச் சுதந்திர மும் அதிகாரமும் தேவை என்று வலியுறுத்தியது. இத்தகைய ஸ்கோபோஸ் கோட்பாட்டின் நிலைப்பாடு பெண்ணிய மொழியாக்கத்துக்கு ஊக்கமும் இடமும் தந்தது.

மொழியாக்கத்துக்கு ஆண் – பாலின அரசியல் பெரும் தீங்கு விளைவித்துள்ளதாக லோரி சேம்பலின் நம்புகிறார். அதைச் சரிசெய்யப் பெண்ணிய மொழியாக்க அணுகுமுறை உதவும் என்று கருதுகிறார். ஏனெனில் அது ஆணாதிக்க மொழிவழிப் பரிமாற்றக் களனை நுண்ணாய்வு செய்கிறது; பதிவான சொற்கள் சொல்லும் வெளிப்படையான அர்த்தங்களுக்கு அடியில் பொதிந்துள்ள மறைக்கப்பட்ட அர்த்தங்களை, அரசியலை, வெளிக்கொணருகிறது.

மொழியாக்க வரலாற்றில் முழுமையான 'விசுவாசம்' (fidelity/faithfulness) பற்றிய விவாதம் மிகவும் பிரபலமானது. தொடர்ந்து அயராமல் முன்வைக்கப்பட்டுவரும் அது பால் தன்மை, பாலினம் சார்ந்த உருவகமாகும். அசல் தன்மை, மொழியாக்கம் பிறந்த விதம் ஆகியவற்றைப் பற்றிய கவலையை அது வெளிப்படுத்துகிறது. அத்துடன் மொழியாக்கத்தில் கட்டாயம் நிகழும் பொருள் வேறுபாடுகளைப் பற்றிய ஒரு அதிகாரப் போராட்டமும் அதில் பொதிந்துள்ளது.

எனவே மொழியாக்க விசுவாசமானது மூலப் பனுவலுக்கும் மொழியாக்கப் பனுவலுக்கும் இடையில் மிகச் சிறந்த உறவுகளை எப்படி உருவாக்குவது என்ற பிரச்சினை மட்டும் அல்ல. அதற்கும் மேலாக, திருமணம் என்ற ஒப்பந்தத்தில் உள்ள விசுவாசம் பற்றிய உட்பொதிவுகளின் பிரச்சினையும் ஆகும். பெரும்பாலான சமுதாயத் திருமண உறவுகளில் கற்பும் பரிசுத்தமும் பெண்களுக்கே உரித்தானது, ஆண்களுக்கு அல்ல என்ற இரட்டை நிலைப்பாடு காணப்படுகிறது.

இதுபோன்ற இரட்டை நிலைப்பாடு மொழியாக்கத்திலும் ஆழமாகப் புதைந்துள்ளது. மூலப் பனுவல் 'ஆணாக'ப்

பார்க்கப்படுகிறதா, அல்லது 'பெண்ணாக'ப் பார்க்கப்படுகிறதா என்பதைப் பொறுத்து மொழியாக்க விசுவாசமும் வேறுபடுகிறது. மொழிபெயர்ப்பாளர் ஏவல் செய்ய வேண்டியது பனுவலின் சொல்லுக்கா அல்லது உயிரோட்டத்துக்கா? 'அசல்' பனுவலுக்கு அவர் பணியாளாக இருப்பதா, அல்லது அதைக் கொத்தடிமை போல் நடத்தி ஆதிக்கம் செலுத்துவதா?

கற்பு என்றால் பெண்களைக் குறிப்பது போல், மூலப்பனுவல் என்றால் பெண்பால் தன்மையைக் குறிப்பதாகக் கொள்ளுவது வழக்கமாக உள்ளது. இந்த அணுகுமுறையில் பிறந்த மொழியாக்கச் சிந்தனைகளில் உருவகமாக்கப்பட்ட கன்னிப் பெண்கள், ஆசைநாயகிகள், விசுவாசமில்லாத காதலர்கள் ஆகியோரே நடமாடுகிறார்கள். மொழியாக்கச் செயல்பாடுகளால் தாய்மொழியின் தூய்மை சேதப்படும், 'முறையற்ற மக்கள்' பிறப்பர் என்று மொழிபெயர்ப்பாளர்கள் கவலைப்பட்டுள்ளனர்.

இதேபோல மூலப் பனுவல் ஆண் என்றால், அதனுடைய ஆண்மை வீரியத்தைப் பாதுகாக்கும் முக்கியத்துவத்தைப் பற்றியும் அவர்கள் கவலைப்பட்டுள்ளனர். மொழியாக்கங்களால் வீரியக் குறைபாடு ஏற்படும் என்றும் கருதியுள்ளனர். மொழியாக்கச் செயல்பாடுகளில் உடலுறவு, வன்புணர்வு உருவகங்களும் காணப்படுகின்றன.

2.2.5.3.4 மொழியாக்கத்தில் பாலின உருவகங்களின் வரலாற்றுக் கண்ணோட்டம்

கில்ஸ் மெனாஜ் *(Gilles Ménage)* என்பவர் பதினேழாம் நூற்றாண்டைச் சேர்ந்த ஃப்ரெஞ்ச் நாட்டு அறிஞர். மொழியாக்கத்தைப் பற்றிய அவருடைய இந்தக் கருத்திலிருந்து பாலின உருவகங்களின் வரலாறு தொடங்கியதாகக் கொள்ளலாம்: "பெண்களைப் போல மொழியாக்கங்கள் ஒன்று விசுவாசமாகவோ அல்லது அழகாகவோ இருக்கலாம். ஆனால் இரண்டும் சேர்ந்து இருப்பது இயலாது *(Translations, like women, can be either faithful or beautiful but not both).*"

அழகிய பெண்கள் ஆபத்தானவர்கள், (அவரவர் கணவர்களிடம்) அவர்கள் விசுவாசமில்லாதவர்கள், கட்டுப்பாடற்றவர்கள். கணவனிடம் மனைவி விசுவாசமாக இருக்க வேண்டும்; இது திருமண ஒப்பந்த விதி. அதேபோல மூலப்பனுவல் ஆசிரியரிடம் (கணவன்) மொழிபெயர்ப்பாளர் (மனைவி) விசுவாசமாக இருக்கவேண்டும்; இது மொழியாக்க விதி. அப்படி இல்லாவிட்டால் ஓர் ஆணுக்கும் ஒரு பெண்ணுக்கும் நிகழ்ந்த தகாத உறவில் பிறந்த குழந்தைகள் *(bastards)* போல மொழியாக்கப்

பனுவல்கள் பிறக்கும்; இது 19ஆம் நூற்றாண்டு ஜெர்மானியர் ஷ்லாயர்மாக்கரின் கவலையாகும்.

மொழிபெயர்ப்பாளரைத் தந்தை/ஆசிரியர் என்றும், மூலப்பனுவலைப் பெண் என்றும் சித்தரிக்கும் உருவகங்களும் உண்டு. தந்தையைப்போல அப்பெண்ணின் தூய்மையை அவர் காக்க வேண்டும். பெண்பால் தன்மையைக் குறிக்கும் இந்த உருவகமும் எடுபடுகிறது. ஏனெனில் தந்தையின் பாதுகாப்பில் வளர்ந்து, திருமண உறவு தொடங்கும்போது கற்பையும் கன்னிமையையும் காத்து வந்தவளாக புதுப்பெண் இருக்க வேண்டும்; இது நம் மரபுச் சிந்தனை.

மொழிபெயர்ப்பாளர்களை ஓவியர்கள் போன்றவர்கள் என்றும் சொல்லலாம். உயிருள்ள அழகிய பெண் ஒருத்தி அசல் உருவமாக நிற்கிறாள். பணியில் விசுவாசம் உள்ள ஓவியர் ஒருவர் அவளிடம் காணும் அழகுக் கூறுகளை நகலாகச் சித்திரிக்க முயலுவார். தன்னுடைய கற்பனைத் திறத்தால் அவளிடம் இல்லாதவற்றை இருப்பதாகக் கூட்டி அவர் வரைந்தால் ஒரு விந்தைச் சித்திரம் நமக்குக் கிடைக்கலாம். ஆனால் அது ஒருபோதும் அப்பெண்ணின் சித்திரமாகாது.

காலனிய மேலாதிக்கக் கோணத்தில், மூலப்பனுவலானது 'பால் தன்மை' *(sexuality)*, 'பாலினம்' *(gender)* இரண்டும் சேர்ந்த ஓர் அடிமைப் 'பெண்'. அவள் செயலற்றவள், மேலும் அடக்கி ஆளப்படுபவள். மொழிபெயர்ப்பாளர் அவளைச் சிறைப்பிடித்து, அழகுபடுத்தி, மனைவியாக்கிக் கொள்ளும் காலனிய எஜமானன். இந்த உருவகத்தைக் கொண்டு தன்னுடைய மொழியாக்கச் செயல்முறையை டாமஸ் ட்ராண்ட் *(Thomas Drant)* என்ற பதினாறாம் நூற்றாண்டுப் பாதிரியார் விளக்குகிறார்.

மொழியாக்கத்தில் கையாளப்படும் மேலே கண்ட பாலின உருவகங்கள் இருபதாம் நூற்றாண்டிலும் தொடர்கின்றன. மொழியாக்கத்தில் மூலப் பனுவலைக் கையாளும் விதத்தைக் காம விளையாட்டு உருவகங்கள் மூலம் ஜார்ஜ் ஸ்டெய்னர் *(George Steiner)* தெளிவுபடுத்துகிறார்.

சர்ஜ் கேவ்ரன்ஸ்கி *(Serge Gavronsky)* மொழியாக்கத்தை இரு பார்வைகளில் பார்க்கிறார். முதலாவது ('காலனிய நரமாமிச') பார்வையில் அது மூலப் பனுவலைச் 'சிறைப்பிடித்து, வன்புணர்ந்து, அடையாளம் தெரியாதவாறு சிதைப்பதற்கு' ஒப்பானது. இரண்டாவது பார்வையில் அது பண்டைய கிரேக்கத் துன்பியல் நாடகம் ஒன்றில் உள்ள ஈடிபஸ் கதைக்கு ஒப்பானது. தந்தை என்று தெரியாமல் ஈடிபஸ் அவரைக் கொல்கிறார். தாய்

என்று தெரியாமல் அவரை ஈடிபஸ் மணந்து குழந்தைகளையும் பெறுகிறார்.

மூலப் பனுவல் ஆசிரியரைத் தந்தையாகவும், தன்னை மகனாகவும் மொழிபெயர்ப்பாளர் கருதுகிறார். தாயாகிய மூலப் பனுவலை மணந்து தந்தையின் அச்சில் மொழியாக்கப் பனுவலை விசுவாசத்தோடு உருவாக்குகிறார். இந்தப் பார்வையில் மொழிபெயர்ப்பாளர் மகனுமாகிறார், தந்தையுமாகிறார். முதல் பார்வையில் மொழிபெயர்ப்பாளர் தந்தையைக் கொல்கிறார். இரண்டாவது பார்வையில் தந்தைக்குக் கீழ்ப்படிகிறார். இரு பார்வைகளிலும் தந்தைமையின் மேலதிகாரம் வலியுறுத்தப் படுகிறது.

அண்மைக் கால மொழியாக்கக் கோட்பாட்டாளர்களுள் ஜேக் டெரீடா *(Jacques Derrida)* செல்வாக்கு மிக்கவராக உள்ளார். பாரம்பரியத் தந்தைமை மைய மொழியாக்க வன்முறையை, அரசியலை, அவர் கேள்விக்குள்ளாக்குகிறார். மொழியாக்கத்தின் அடிப்படை விதியே வரம்புகளை மீறுவதாகையால் விசுவாசம் என்ற பேச்சுக்கே இடமில்லை என்கிறார். எனவே 'போலிப் பனுவல்', 'விசுவாசப் பனுவல்' என்று வரையறுக்கும் பாலின உருவகங்களை அவர் தவிடுபொடியாக்குகிறார். அவருக்கே உரித்தான முத்திரை அணுகுமுறையில் *dissemination, invagination, hymen* என்று உருவாக்கப்பட்ட கலைச்சொற்களுக்கு அவர் தரும் விளக்கங்கள், பாரம்பரிய அர்த்தங்கள் அனைத்தையும் தகர்க்கின்றன. எழுத்தாக்கமும் மொழியாக்கமும் ஒன்றுக்குள் ஒன்று கலந்துள்ளன, ஒன்றையொன்று மிகவும் சார்ந்துள்ளன என்ற வலுவான வாதத்தை அவை முன்வைக்கின்றன. மூலம் என்று அழைக்கப்படும் பனுவலின் மேல்நிலையையும் 'அசல்' தன்மையையும் முற்றிலுமாக மறுக்கின்றன.

2.2.5.3.5 பெண்ணிய மொழியாக்கச் சவால்கள்

'தாய் மொழி' என்று சொல்லப்பட்டாலும், மொழிவழிப் பரிமாற்றக் களனில் உண்மையில் தந்தைமை மையமே உள்ளது; அதில் 'தந்தை நெடி' குப்பென்று வீசுகிறது. பெண்ணிய ஆர்வலர்கள் அதை நுண்ணாய்வு செய்துவருகிறார்கள்; அதில் நிலைநாட்டப்பட்டுள்ள ஆணாதிக்கச் சமூகக் கலாச்சாரத்தையும் அதிகாரத்தையும் புரட்டிப்போட முனைந்துள்ளார்கள். ஆணாதிக்கக் கலாச்சாரத்தில் வாழும் பெண்ணியப் பெண் மொழிபெயர்ப்பாளர்கள் தந்தைமை வல்லாதிக்க மரபுகளை அன்றாடம் எதிர்கொள்ள வேண்டியுள்ளது.

பெண்களையும் அவர்களின் சொற்களையும் இழிவு படுத்தும் பிரசித்திபெற்ற தந்தைமை மைய எழுத்தாக்கங்கள் நிறைய உள்ளன. அவற்றைச் சரிப்படுத்தி, சமப் பாலின நீதியுடன், பெண்ணிய மைய மொழியாக்கம் செய்வது சாதாரணக் காரியம் அல்ல. இதுவே பெண் மொழிபெயர்ப்பாளர்களுக்கு முன் உள்ள மிகப் பெரிய சவாலாகும். தவிர்க்க முடியாத பிரதிப் பெயர்ச் சொற்களின் (pronouns) சாதாரணப் பயன்பாடு கூட மொழியாக்கத்தில் பெரும் பிரச்சினைகளை உண்டாக்குகிறது.

மொழியாக்கத்தில் பாலின அரசியல் மட்டுமல்லாமல், தொடர்புடைய வேறு பல பிரச்சினைகளும் உள்ளன: மொழியாக்கத்தில் சம்பந்தப்பட்ட மொழிகள், சமூகக் கலாச்சாரப் பழக்க வழக்கங்கள், பனுவலின் தன்மை போன்றவை உண்டாக்கும் சிக்கல்களுக்கும் தீர்வுகள் காணப்பட வேண்டியுள்ளது. மொழியாக்கத்தில் பாலின உருவகங்களைப் பற்றிய ஆய்வு இப்போதுதான் தொடங்கியுள்ளது.

செயலாற்ற வேண்டிய மிக நீண்ட பாதை முன்னே உள்ளது. பெண்கள் தங்களுக்கென்றே உரிய உருவகங்களைக் கண்டு பிடித்துக் கலாச்சார உருவாக்கம் செய்யத்தான் போகிறார்கள். இரட்டைப் பாலின வட்டம் (gender binary) அவர்களை இதுவரை விளிம்புநிலையிலேயே வைத்திருந்தது. அந்த வட்டத்திற்கு வெளியே புதிய மொழிவழிப் பரிமாற்றக் களனை அவர்கள் அமைக்கத்தான் போகிறார்கள்.

2.2.6 ஐந்தாம் பகுதி (1990கள்–2010கள்)

இந்தப் பத்தாண்டுகளில், மொழிபெயர்ப்பியல் சுதந்திரமான அதிகாரமுள்ள துறையாக முன்பில்லாத அளவுக்கு உறுதியான தளத்தில் உயர்ந்து நின்றது. பல்கலைக் கழகங்களும் தனியார் பதிப்பு வணிக நிறுவனங்களும் ஏராளமான மொழியியல் ஆய்வுப் புத்தகங்களையும் கட்டுரைத் தொகுப்புகளையும் கையேடுகளை யும் கோட்பாட்டு அறிமுகங்களையும் வெளியிட்டன. உலகெங்கும் மொழிபெயர்ப்பியல் கருத்தரங்குகளும், பயிற்சிப் பட்டறைகளும் நடத்தப்பட்டன.

முந்திய பத்தாண்டுகளில் மேலோங்கி நின்ற கருத்தியல் மாதிரிகள், கோட்பாட்டு அணுகுமுறைகள், செயல்முறைகள் ஆகியவை இந்தப் பத்தாண்டுகளிலும் வீச்சு குன்றாத மொழிபெயர்ப்பியல் ஆய்வுக் களங்களாக இருந்தன. குறிப்பாகப் பன்முக அமைப்பு (polysystem), ஸ்கோபோஸ் கோட்பாடு (skopos theory), பிந்திய-கட்டமைப்பியம் (poststructuralism), பெண்ணியம் (feminism) ஆகியவற்றைச் சொல்லலாம்.

மொழிப் பயன்பாட்டியல் *(pragmatics)*, விமர்சன மொழிவழிப் பரிமாற்றக்களன் பகுப்பாய்வு *(critical discourse analysis)*, கணினிமயமாக்கப்பட்ட மொழித்தரவுத் தொகுப்புகள் *(computerized corpora)* போன்ற மொழியியல் கிளைகளில் பல புதுப்புது ஆய்வுகளும் வளர்ச்சிகளும் நிகழ்ந்தன. அவை மொழிபெயர்ப்பியல் துறைக்குப் பயனுள்ள பங்களிப்புகளைத் தொடர்ந்து செய்து தாக்கங்களை உண்டாக்கின.

மொழிபெயர்ப்பியலில் புதிய இலக்கிய–கலாச்சார போக்குகளாகிய பிந்திய–காலனியம் *(postcolonialism)*, பாலின அரசியல் *(gender politics)*, உலகமயமாக்கல் *(globalization)* போன்றவையும் எதிரொலித்தன. இருபதாம் நூற்றாண்டின் பெரும்பகுதியில் வழக்கமான கோட்பாட்டுக்கள ஆய்வுகள் நடந்தன. இந்தப் பத்தாண்டுக் காலத்தில் செய்யப்பட்ட ஆய்வுகள் பல கிளைகளில் புதிய தலைப்புகளில் புதிய பார்வைகளைத் தந்தன.

இதே காலகட்டத்தில், கலாச்சாரவியல் என்ற புதியதொரு துறை தோன்றியது. இது இலக்கியக் கோட்பாடு, திறனாய்வு, மானிடவியல், திரைப்படம் போன்ற துறைகளை இணைத்துப் பிறந்த ‘துறையிடை துறை’யாகும் *(interdiscipline)*. இதனுடைய தோற்றத்தால் செயற்பாட்டியம் *(functionalism)* மீண்டும் புத்தாக்கம் பெற்றது. அது புதிய மொழியாக்கச் சிந்தனைகளைத் தூண்டியது. இச்சிந்தனைகள் மொழியாக்கம் எவ்வாறு ஒரு சமுதாயத்தில் அறம், அதிகாரம், அரசியல் சார்ந்த பெருவிளைவுகளை உண்டாக்கக்கூடும் என்ற ஆய்வுகளுக்கு இட்டுச்சென்றன.

பொதுவாக, ஒரு மொழியாக்கப் பனுவல் குறிப்பிட்ட ஒரு கோட்பாட்டு அணுகுமுறையுடன் குறிப்பிட்ட செய்முறை களை மேற்கொள்வதால் உருவாக்கப் படுகிறது. பனுவலைப் புதிய கோணத்தில் நுண்ணாய்வு செய்யவேண்டும். அப்போது அதனுடைய கோட்பாடு, செயல்முறைசார் கலாச்சார அரசியல் உள்நோக்கங்களின் மறைபதிவுகளைக் காணமுடியும். இப்பகுதி யில் இரண்டு மொழியாக்கச் சிந்தனையாளர்களின் பங்களிப்புச் சுருக்கங்களுக்கு மட்டுமே இடம் உள்ளது

2.2.6.1 சூசன் பேஸ்னெட் (Susan Bassnett)

சூசன் பேஸ்னெட் ஐரோப்பிய மொழியாக்கச் சிந்தனை யாளர், ஒப்பிலக்கிய அறிஞர். பிந்திய காலனிய மொழியாக்கச் சிந்தனைகளுக்கு அவர் தந்துள்ள பங்களிப்பை இப்பகுதி குறிப்பிடுகிறது.

2.2.6.1.1 காலனியம்

பதினாறாம் நூற்றாண்டின் பிற்பகுதியில் தொடங்கி 1940கள் வரை, சில மேற்கத்திய அரசுகள் ஏகாதிபத்தியப் பேராசை கொண்டு பேரரசுகளை நிறுவின. உலகின் பல பகுதிகளுக்குச் சென்று ராணுவ வலிமையால் அவற்றை ஆக்கிரமித்து, அடக்கி, ஒடுக்கிக் காலனிகளைத் தோற்றுவித்தன. அவற்றைத் தங்கள் அதிகாரத்துக்கு உட்படுத்திப் பொருளாதாரத்திலும் அரசியலிலும் ஆதிக்கம் செலுத்தின. இந்த அந்நிய ஆட்சி முறை காலனியம் *(Colonialism)* என்று சொல்லப்படுகிறது.

காலனியத்தில் அரசியல், பொருளாதார ஏகாதிபத்தியம் மட்டும் இல்லை. அதில் கலாச்சார ஏகாதிபத்தியமும் *(cultural imperialism)* உள்ளது என்று பாலஸ்தீனிய அமெரிக்க அறிஞர் எட்வர்ட் சயீத் *(Edward Said)* கருதுகிறார். கலாச்சார ஏகாதிபத்தியத்தில் ராணுவ வலிமை இல்லை. ஆனால் எளிதில் உணரமுடியாத, பலம் வாய்ந்த ஐரோப்பிய மைய மொழிவழிப் பரிமாற்றக் களன் *(Eurocentric discourse)* உள்ளது. அதன் மூலம், அந்நிய வல்லரசுகள் காலனிகளில் தங்கள் கலாச்சார ஏகாதிபத்தியத்தை நிறுவுகின்றன.

ஐரோப்பிய மைய மொழிவழிப் பரிமாற்றக் களன் மிகவும் சாமர்த்தியமாகக் கட்டமைக்கப்பட்டது. அதில் மேற்கத்திய எஜமானர்களைச் சார்ந்த *(master-occidental)* எந்தக் கூறும் இயல்பானது, உயர்ந்தது. ஆனால் கீழை நாட்டு அடிமைகளைச் சார்ந்த *(subaltern-oriental)* எந்தக் கூறும் விந்தையானது, இழிந்தது. மேற்கத்திய ‘எஜமானர்கள்’ உருவாக்கிய இந்த மொழிவழிப் பரிமாற்றக் களனில், காலனிய ‘பிறர்’ *(the colonial ‘other’)* தரம் தாழ்த்தப்படுகிறார்கள்; விளிம்பு நிலைக்குத் தள்ளப்படுகிறார்கள். அது மட்டுமல்லாமல் அவர்களின் சொந்த அடையாளங்களும் அழிக்கப்படுகின்றன. எஜமானர்கள் தந்த அடையாளங்களுடன் காலனியப் பிறர் அடிமைகளாக நடமாடவிடப்படுகிறார்கள்.

அண்மைக்காலப் பிந்திய காலனிய எழுத்தாளர்களும் மொழிபெயர்ப்பாளர்களும் ஐரோப்பிய மைய மொழிவழிப் பரிமாற்றக் களனுக்கு எதிரான, பிறர் மைய மொழிவழிப் பரிமாற்றக் களனை *(‘Other’centric discourse)* வலிமையாக அமைத்து வருகிறார்கள். ஐரோப்பியர்கள் தாங்கள் எழுதிய உலக வரலாற்றில் ‘பிறருடைய’ சொந்த அடையாளங்களை அழித்தார்கள். இதை எதிர்க்கும் காலனியக் கலாச்சாரங்கள், தங்களுக்கென்று ஒரு மொழிவழிப் பரிமாற்றக் களனைக்

கட்டமைத்துக் கொண்டன. அதில் அழிக்கப்பட்ட அடையாளங் களை மீட்டெடுத்து, அடிக்கோடிட்டு நேர்செய்து மீண்டும் எழுதி நிறுவிவருகின்றன.

2.2.6.1.2 பிந்திய காலனியம்

இலக்கியத்திலும் மொழிபெயர்ப்பியலிலும் பிந்திய காலனியம் (postcolonialism) இன்று ஒரு முக்கியமான ஆய்வுக் களமாக உள்ளது. இக்களத்தைச் சேர்ந்த ஒரு ஆய்வுக் கட்டுரைத் தொகுப்புக்கு சூசன் பேஸ்னெட், ஹரீஷ் திரிவேதி ஆகிய இருவரும் இணைந்து, Of colonies, cannibals and vernaculars (1999) என்ற தலைப்பில், நல்லதொரு அறிமுகக் கட்டுரையை எழுதி யுள்ளார்கள். இக்களத்துக்குத் தரப்பட்டுள்ள பங்களிப்புகளை முன்னிறுத்துகிறார்கள். இக்கட்டுரையின் முதல் பாதியில் சூசன் பேஸ்னெட் தந்த கருத்துகளின் தொகுப்பைக் கீழே காணலாம்.

பிரேசில் என்று தற்போது பெயர்பெற்றுள்ள நிலப் பரப்பில் பதினாறாம் நூற்றாண்டில் துப்பினாம்பா (Tupinambà) என்ற பழங்குடியின மக்கள் வசித்தார்கள். அவர்களில் ஒரு குழுவினர், கத்தோலிக்கப் பாதிரியார் ஒருவரின் சவத்தைத் துண்டுகளாக்கி உண்டார்கள். இச்செயல் ஸ்பெயின், போர்த்துகல் நாட்டு மக்களைக் குலைநடுங்க வைத்தது. இது ஐரோப்பியக் கிறித்தவர்களுக்கு அதிகபட்ச அருவருப்பைத் தரும், நினைத்தாலே வாந்தி எடுக்கவைக்கும், ஏற்றுக்கொள்ளமுடியாத ஒரு செயலாகும்.

Cannibal என்ற சொல் தோன்றியது விவரத்தைப் பார்ப்போம். மேற்கிந்தியத் தீவுகள் எனத் தற்போது அழைக்கப்படும் நிலப் பகுதிகளில் வாழ்ந்த, வீரமும் கொடுமையும் மிகுந்த ஒரு பழங்குடியின மக்களின் பெயராக Cannibal இருந்தது. 1796ஆம் ஆண்டு ஆக்ஸ்ஃபோட் ஆங்கில அகராதியில் அச்சொல் சேர்க்கப்பட்டபோது 'வீரமும் கொடுமையும் மிகுந்த ஒரு பழங்குடியின மக்களின் பெயர்' என்ற உண்மையான பொருள் சேதப்படுத்தப்பட்டது. மாறாக, 'நர மாமிசம் உண்ணும் காட்டு மிராண்டி' என்ற திரிபுப் பொருள் சேர்க்கப்பட்டது.

துப்பினாம்பா பழங்குடியின மக்களுடைய வித்தியாசமான உணவுப் பழக்கத்தைச் சற்று நுணுகி நோக்குவோம். அவர்கள் வீர அசைவர்கள், மூன்று வேளையும் அந்த அருவருப்பான உணவையே உண்டார்கள் என்று நாம் எடுத்துக்கொள்ளக் கூடாது. சில சமூகங்களில் வீரமும் வலிமையும் மிகுந்த எதிரிகளைக் கொன்று உண்பதால் அவர்களுடைய வீரமும் வலிமையும் உண்பவர் களுக்குக் கிடைக்கும் என்ற நம்பிக்கை இருந்து வந்துள்ளது.

அதேபோல சமூகத்தில் மிகவும் மதிக்கப்பட்ட மூத்தோர்களை உண்பதால் அவர்களுடைய நற்குணங்கள் உண்பவர்களுக்குக் கிடைக்கும் என்ற நம்பிக்கையும் இருந்து வந்துள்ளது. கிறித்தவத் தேவாலயங்களில் நடைபெறும் Eucharist என்ற முக்கியமான புனிதச் சடங்கும் இப்படிப்பட்ட நம்பிக்கையைச் சார்ந்ததே. இப்புனிதச் சடங்கில் உண்ணப்படும் ரொட்டியும் மதுவும், ஏசு கிறிஸ்துவின் உடலையும் ரத்தத்தையும் உண்ணுவதற்குச் சமமானது என்பதும், உண்ணுபவர்கள் ஏசு கிறிஸ்துவின் ஆசீர்வாதத்தைப் பெற்றவர்கள் என்பதும் நம்பிக்கையாகும்.

ஆகவே துப்பினாம்பாக்களின் நரமாமிசம் உண்ணும் நம்பிக்கை சார்ந்த செயலும், 'அருவருப்பான, இழிவான, ஏற்கப்படாத செயல்' என்ற மதிப்பீடும் வெவ்வேறு தொடக்கப் புள்ளிகளிலிருந்து வந்தவை. இந்தக் கதைக்கும் பிந்திய காலனிய மொழியாக்கங்களுக்கும் என்ன தொடர்பு என்பது இப்போது தவிர்க்கமுடியாத கேள்வியாக எழுகிறது. நிறைய தொடர்பு உள்ளது! என்ன தொடர்பு என்று விளக்கும் முன் சில அடிப்படையான மொழியாக்கக் கொள்கைகளை நிறுவ வேண்டியுள்ளது.

i. மொழியாக்கம் வெற்றிடத்தில் நிகழ்வது அல்ல. மாறாக, அது ஒரு தொடர் இயக்கம். கலாச்சாரங்களுக்கிடையே தொடர்ந்து நிகழும் பரிமாற்றத்தின் ஒரு பகுதியே அது; தனித்துத் துண்டாக நிற்பதல்ல.

ii. மொழியாக்கம் வெளிப்படையான, வெகுளித் தனமான செயல் அல்ல. நினைத்த மாற்றங்களை மிகவும் திறமையுடன் சாதுர்யமாக உட்புகுத்தும் செயல். ஒவ்வொரு பரிமாற்றக் கட்டத்திலும் ஆழ்ந்த அர்த்தத்துடன் தெரிந்தே அது செய்யப்படுகிறது.

iii. மொழி, கலாச்சார எல்லைகளுக்கு ஊடே எல்லா நிலைகளிலும் அது நிகழ்கிறது. பனுவல்கள், அமைப்புகள், ஆசிரியர்களுக்கிடையே மொழியாக்கம் அரிதிலும் அரிதாகவே சமானத்தைத் தருகிறது.

"மூலப் பனுவல்கள் அசல்கள்: மிகச் சிறந்தவை, உயர் தரமானவை. அவற்றின் மொழியாக்கப் பனுவல்கள் வேற்று மொழி நகல்கள்: சாதாரணமானவை; தரம் தாழ்ந்தவை; கால ஓட்டத்தில் காணாமல் போய்விடுபவை. சுருக்கமாகச் சொன்னால், மூலம் உயர்ந்தது; உன்னதமானது. மொழியாக்கம் தாழ்ந்தது; இழிந்தது." இந்த வழக்கமான சிந்தனையை ஆட்டிப்பார்க்கும் ஆழமான கேள்விகளை அண்மைக்கால மொழிபெயர்ப்பியல் ஆய்வுகள் உரத்து எழுப்புகின்றன (காண்க: ப—ள். 150–2).

இதேபோல சில இலக்கியப் பனுவல்கள் உன்னதமானவை, மற்றவை சாதாரணப் பனுவல்கள் எனத் தரமுத்திரைகள் இடுவதும் கேள்விக்கு உள்ளாக்கப்படுகிறது. இதில் அரசியல் உள்ளது என்ற கருத்து முன்வைக்கப்படுகிறது. 'உலகளாவிய இலக்கிய மகாமகத்துவம்' என்ற கருத்தாக்கத்தை இந்த ஆய்வுகள் உறுதியாக நிராகரிக்கின்றன. ஆனால், சமுதாயத்தில் சில பனுவல்கள் மற்றவற்றை விட அதிக மதிப்பு பெறுவதை இவை மறுக்கவில்லை. அதற்குண்டான காரணங்களிலும் எளிதில் புலப்படாத அரசியல் உள்ளடங்கியிருப்பது இந்த ஆய்வுகளின் நிலைப்பாடு. மதிப்பீட்டு முறைமைகள் ஒரே மாதிரி யிருப்பதில்லை; அவை காலத்துக்குக் காலம், கலாச்சாரத்துக்குக் கலாச்சாரம், மதிப்பீட்டாளருக்கு மதிப்பீட்டாளர் மாறுபடு கின்றன. இவ்வுண்மைகள் எப்போதும் கவனத்தில் கொள்ளப்பட வேண்டியவை.

பண்டைக் காலத்தில் வால்மீகி முனிவர் சமஸ்கிருதத்தில் எழுதிய ராமாயணமே மூலப் பனுவலாகும். அதன் தழுவல் பனுவல்களாகக் கம்பனின் தமிழ் ராமாயணமும், துளசிதாசரின் இந்தி ராமாயணமும் இடைக்காலத்தில் எழுதப்பட்டன. அவற்றை யாரும் தரம்தாழ்ந்தவையாக மதிப்பீடு செய்ததில்லை.

"அசல் பனுவல் மகாமகத்துவமானது; நகலாகிய மொழியாக்கப் பனுவல் தரம் தாழ்ந்தது" என்ற கருத்தாக்கம் பண்டைக்காலத்திலோ இடைக்காலத்திலோ இருந்ததில்லை. இன்று மிகவும் கொண்டாடப்படும் சில தொன்மையான பனுவல்களை எழுதிய ஆசிரியர்கள் தங்கள் பெயர்களைக்கூடத் தராமல் சென்றுவிட்டனர். எடுத்துக்காட்டாக, நாற்பதாம் குறுந்தொகைப் பாடலை எழுதிய ஆசிரியரின் இயற்பெயர் யாருக்கும் தெரியாது. பாடல்களைத் தொகுத்த பூரிக்கோ, அப்பாடலில் வரும் ஒரு தொடரைக் கொண்டு 'செம்புலப் பெயல் நீரார்' என்று அந்த ஆசிரியருக்குப் பெயர் சூட்டினார். இதுபோலவே 'அணிலாடு முன்றிலார்', 'குப்பை கோழியார்' என்போரும் பெயர்பெற்றனர்.

எனவே 'மூல அசல் மகத்துவமானது; மொழியாக்க நகல் தரம் தாழ்ந்தது' என்ற மாயத்தோற்றம் அண்மைக்காலத்தில் உருவாக்கப்பட்டது. அச்சுக் கலை வளரத் தொடங்கியபோது அனைவருக்கும் கல்வி என்ற கருத்தும் பரவத் தொடங்கியது. இந்த நிகழ்வுகளோடு தொடர்புடையதாக 'அசல் ஆசிரியருக்குச் சொந்தமானது' என்ற கருத்தும் காலூன்றத் தொடங்கியது.

2.2.6.1.3 பிந்திய–காலனிய மொழிபெயர்ப்பியல் (Postclonial translation studies)

'அசல் – நகல்' என்ற கருத்தாக்கம் தொடக்கக் காலக் காலனிய விரிவாக்கத்தோடும் தொடர்புடையதாக உள்ளது. ஐரோப்பிய வல்லரசுகள் தங்கள் சொந்த எல்லைகளைத் தாண்டி உலகின் பல நாடுகளில் உள்ள பகுதிகளை வன்முறையால் தமதாக்கிக் கொண்ட தொடக்கக் காலம் அது. இந்த வல்லாதிக்கத்தை, குறிப்பாக ஐரோப்பிய மைய மொழிவழிப் பரிமாற்றக் களன் மூலம் செலுத்திய கலாச்சார வல்லாதிக்கத்தை, துப்பினாம்பா மக்களின் நரமாமிச நம்பிக்கையின் நீட்டிக்கப்பட்ட உருவகமாகப் பிந்திய காலனிய ஆய்வுகள் காண்கின்றன.

அதனுடைய விளைவாக 'அசல் ஆசிரியருக்குச் சொந்த மானது' என்ற கருத்தாக்கம் முற்றிலும் நிராகரிக்கப்படுகிறது. இந்த நிராகரிப்பும், கடுமையான எதிர்ப்பும் 'கொடுமையான நரமாமிசம் உண்ணும் மக்களின்' நிலப்பரப்புகளிலிருந்து வருகின்றன. ஆக்டேவியா பாஸ் *(Octavia Paz)* மெக்சிகோ நாட்டின் தூதர், இலக்கியத்துக்கான நோபல் பரிசு பெற்ற கவிஞர். நம்மைச் சுற்றியுள்ள உலகை நாம் புரிந்துகொள்ள உதவும் தலையாயச் சாதனம் மொழியாக்கமே என்ற கருத்தை அவர் முன்வைக்கிறார். பெரிதாகிக்கொண்டே போகும் பனுவல்களின் பெருங்குவியலாகவே உலகம் நமக்குத் தரப்படுகிறது. அதில் உள்ள ஒவ்வொரு பனுவலும் அதற்கும் முன்வந்த பனுவலிலிருந்து சிறிது மாறுபட்டுள்ளது; அவை அனைத்தும் மொழியாக்கங்களின், மொழியாக்கங்களின், மொழியாக்கங்களே.

ஒவ்வொரு பனுவலும் தனித்துவம் கொண்டது. அதே நேரத்தில் அது வேறொரு பனுவலின் மொழியாக்கமாகவும் உள்ளது. எந்தப் பனுவலும் முழுமையான அசலாக இருக்க முடியாது. ஏனெனில் எந்த மொழியுமே அதனுடைய சாராம்சத்தில் ஏற்கெனவே செய்யப்பட்ட மொழியாக்கமாகவே உள்ளது. ஆதிகால மொழியற்ற உலகம் முதலில் மொழியுள்ள உலகமாக மொழியாக்கம் பெறுகிறது. பின்னர் ஒவ்வொரு மொழிக் கூறும், குறியும் வேறொரு மொழிக் கூறின், குறியின் மொழியாக்கமாக உருப்பெறுகிறது.

ஆக்டேவியா பாஸ் முன்வைத்த இந்தப் பார்வையில் மொழியாக்கம் விளிம்புநிலையில் இல்லாது மையநிலை முக்கியத்துவம் பெறுகிறது. இவரைப் போலவே லத்தீன அமெரிக்க எழுத்தாளர்கள் கப்ரியல் கார்சியா மார்க்கெஸ் *(Gabriel García Márquez)*, ஹோஹி லூயிஸ் போர்கஸ் *(Jorge Luis Borges)*,

கார்லோஸ் ஃபண்டஸ் (*Carlos Fuentes*) ஆகியோரும் ஒத்த கருத்தை முன்வைக்கிறார்கள்.

'மொழியாக்கம்' காலனிய எஜமானர்களுக்கும் அடிமைகளுக்கும் வெவ்வேறு ஆழ்ந்த பொருள்களைத் தரும் விதத்தை விஞ்சென்டெ ராஃபேல் (*Vincente Rafael*) குறிப்பிடுகிறார். காலனியமும் மொழியாக்கமும் கைகோத்தே சென்றன என்ற கருத்து இன்று பரவலாக ஏற்றுக்கொள்ளப்படும் நிலையில் உள்ளது. ஃபிலிப்பீன்ஸ் நாட்டில், ஸ்பெயின் பேரரசு நிறுவிய காலனியில், மண்ணின் மைந்தர்களாகிய டகாலோக் (*Tagalog*) இன மக்கள் அடிமைகளாக வாழும் நிலை நேர்ந்தது. வீரர்களாகிய அவர்கள் புதிதாக முளைத்த எஜமானர்களை எதிர்த்துப் போராடினார்கள். எஜமான மொழி ஸ்பானிஷ் தங்களுடைய சொந்த மொழி டகாலோக் மீதும் ஆதிக்கம் செலுத்துவதை அவர்கள் தவிர்த்தார்கள். மொழியாக்கம் செய்ய நேரும்போதெல்லாம் தங்கள் சொந்த விருப்பு வெறுப்புகளையே, தாய்மொழியின் தனிப்பட்ட அடையாளங்களையே, முன்னிறுத்தினார்கள்.

மாறாக, காலனிய மண்ணின் மொழியையும் கலாச்சாரத்தையும் 'இழிந்த நிலையிலிருந்து உயர்த்திப் பண்படுத்த' விரும்பிய எஜமானர்களுக்கு மொழியாக்கம் ஒரு கருவியாகப் பயன்பட்டது. தங்களுடைய 'புனிதமான வல்லாதிக்கத்தால்' அடிமைகளின் மொழியையும் கலாச்சாரத்தையும் திருத்திப் பண்படுத்துவதை 'இறைப்பணியாகவும், ஸ்பெயின் பேரரசுக்குச் செலுத்தும் நன்றிக் கடனாகவும்' அவர்கள் கருதினார்கள்.

ஐரோப்பியக் காலனியத்தின், அமெரிக்க வல்லாதிக்கத்தின் முக்கியமான மையச் செயலே மொழியாக்கம்தான் என்று எரி செபிட்ஸ் (*Eric Cheyfitz*) கருதுகிறார். தேஜாஸ்வினி நிரஞ்சனா (*Tejaswini Niranjana*) ஒருபடி மேலே செல்கிறார். காலனியத்தில் எஜமானர்கள் வலியோர்களாகவும், அடிமைகள் மெலியோர்களாகவும் உள்ளனர். சமச்சீர் இல்லாமல் இயங்கும் இந்த வல்லமை உறவுகளுக்கிடையேதான் மொழியாக்கம் உருப்பெறுவதோடு உருவும் தருகிறது என்கிறார்.

(மொழியாக்க) வன்புணர்வே காலனியத்தின் மேலோங்கி நிற்கும் உருவகம் என்று பீட்டர் ஹ்யூம் (*Peter Hulme*) சொல்கிறார்: 'பெண்டாளுதல்' அல்லது 'உழுதல்' மூலமே காலனியப் பச்சை மண்ணை விளைநிலமாக மாற்றமுடியும். அதாவது மண்ணின் கலாச்சாரத்தை மொழியாக்கத்தின் மூலம் பண்படுத்த முடியும். இதற்கு நிஜவாழ்க்கைச் சின்னமாகப் பதினாறாம் நூற்றாண்டில் வாழ்ந்த மெக்சிகோ நாட்டு மண்ணின் மகள்

மேலிஞ்ச் *(La Malinche)* சொல்லப்படுகிறாள். அந்த நாட்டில் காலனியை நிறுவவந்த ஸ்பெயின் பேரரசின் படைத்தளபதிக்கு அவள் உரைபெயர்ப்பாளராக மட்டுமல்லாமல், ஆசைநாயகியாகவும் இருந்தாள். அவள்தான் மெக்சிகோவின் தலையெழுத்தையே மாற்றி எழுதி, அங்கு வலுவான ஸ்பெயின் காலனி தோன்றக் காரணமாக இருந்தவள்.

இவ்வாறு ஆழமாகப் பதிக்கப்பட்டுள்ள ஐரோப்பிய வல்லாதிக்கத்தின் மொழியாக்கச் சிந்தனைகளைப் பிந்திய காலனிய மொழியாக்கச் சிந்தனைகள் நிராகரிக்கின்றன, ஐரோப்பிய மைய மொழிவழிப் பரிமாற்றக்களனைக் கடுமையாக எதிர்க்கும் புதிய பிறர் மைய மொழிவழிப் பரிமாற்றக்களனைச் சார்ந்த சிந்தனைகள் அழுத்தமாகப் பதிவுசெய்யப்படுகின்றன. ஒருகாலத்தில் காலனிகளாக இருந்த நிலப் பகுதிகளிலிருந்து– குறிப்பாக லத்தீன அமெரிக்க நாடுகள், இந்தியா, கனடா, அயர்லாந்து ஆகியவற்றிலிருந்து–இவை வருகின்றன. இந்தப் புதிய சிந்தனைகள் அழிக்கப்பட்ட அடையாளங்களை மீட்டெடுத்து நிறுவுகின்றன. இதை "பேரரசு திருத்தி, திருப்பி எழுதுகிறது" *(The Empire Writes Back)* என்று சல்மான் ருஷ்டி *(Salman Rushdie)* சொல்கிறார்.

ஐரோப்பா அசல், காலனிகள் நகல்கள் அல்லது 'மொழியாக்கங்கள்' என்று ஐரோப்பியர்கள் தீட்டியது தவறான சொற்சித்திரமாகும். 1920களைச் சேர்ந்த மெக்சிகோ நாட்டு எழுத்தாளர்களின் குழு ஒன்றால் அதை ஏற்றுக்கொள்ள முடியவில்லை. புதிய நரமாமிசவிய உருவகம் *(cannibalistic metaphor)* ஒன்றைப் பிந்திய காலனிய சூழ்நிலையில், அவர்கள் படைத்தார்கள். இதுவே மெக்சிகக் கலாச்சாரத்தை முன்னிறுத்தும் திடமான வழி என்று கருதினார்கள்.

'ஐரோப்பாவைத்' துண்டுகளாக்கி 'உண்பதன்' மூலமே காலனிகள் மீது திணிக்கப்பட்ட அடையாளங்களை அழிக்க முடியும் என்று நம்பினார்கள். ஐரோப்பிய மைய மொழிவழிப் பரிமாற்றக் களனிலிருந்து கொள்ளுவனவற்றைக் கொண்டார்கள். பிறர் மைய மொழிவழிப் பரிமாற்றக் களனில் அவற்றைச் சேர்த்துத் தங்களுடைய தனித்துவங்களையும் வலுவாக நிறுவினார்கள். சொற்களால் ஆன இந்தப் புதிய நரமாமிசவியம் ஐரோப்பாவின் மொழியாக்கக் கோட்பாடுகளை மீறுகின்றது. அதேநேரத்தில் எடுத்துக்கொண்டவற்றுக்காக அஞ்சலியும் செலுத்துகின்றது.

இந்த நரமாமிசவியம் மொழிபெயர்ப்பாளர் மூலப் பனுவலைக் கையாளும் விதத்தைப் பற்றிய புதிய பார்வையைத்

தருகிறது. மொழியாக்கம் உடலுக்குள் புதிய ரத்தம் செலுத்து வதற்கு ஒப்பானது என்று மெக்சிகோவின் புகழ்பெற்ற மொழிபெயர்ப்பாளர் கேம்போ (Haraldo de Campos) சொல்கிறார். இதனால் மொழிபெயர்ப்பாளருக்குச் சத்துணவும் நல்ல ஆரோக்கியமும் கிடைக்கின்றன.

மொழிபெயர்ப்பாளர் மூலப்பனுவலின் பணியாள் என்ற ஐரோப்பிய மைய பார்வை இங்கு மறுக்கப்படுகிறது. அவர் மகாவல்லமை கொண்ட வாசகர், முழுச் சுதந்திரம் பெற்ற எழுத்தாளர் என்ற திடமான பார்வை முன்வைக்கப்படுகிறது. பிந்திய காலனிய கோட்பாட்டாளர்கள் மொழியாக்கத்திற்கு மேலும் மேலும் இத்தகைய மைய முக்கியத்துவத்தைத் தருகின்றனர்.

எஜமானன் (மூலப்பனுவல் ஆசிரியர்) – பணியாள் (மொழிபெயர்ப்பாளர்), அசல் (மூலப் பனுவல்) – நகல் (மொழியாக்கப் பனுவல்), 'நாம்' (மேற்கத்தியர்கள்) – 'அவர்கள்' ('பழிக்கத் தகுந்த, பண்படுத்தப்பட வேண்டிய' காலனிய மக்கள், கிழக்கத்தியர்கள்), உயர்ந்தது (மேற்கத்திய கலாச்சாரம்) – தாழ்ந்தது (கிழக்கத்திய கலாச்சாரம்) போன்ற மேற்கத்திய துருவ நிலைப்பாடு (polarity) மொழியாக்கத்திற்குப் பெருந்தீங்கு உண்டாக்கியுள்ளது.

'அது', அல்லது 'இது' என்று சொல்வது சமச்சீரில்லாத கலாச்சார அணுகுமுறையாகும். இப்படிப்பட்ட கலாச்சார அரசியலைக் கைவிட வேண்டும் என்று ஹோமி பாபா (Homi Bhabha) சொல்கிறார். 'அதற்கும்', 'இதற்கும்' இடையில் ஒரு வெளி உள்ளது. அந்த வெளியில்தான் உறவுகொள்ளும் கலாச்சாரங்களின் சமச்சீருள்ள செழுமையான அர்த்தப் பொதிவுகள் உள்ளன. அந்த இடத்தில் வைத்துத்தான் உறவுகொள்ளும் மக்களின் தேசியவாத – தேசிய மறுப்புவாதச் செயல்பாடுகளின் வரலாறு களை ஆழமாகச் சீராய்வு செய்வது சாத்தியமாகும்.

இதுதான் மிகச் சிறந்த மொழியாக்கக் களமாகவும் இருக்க முடியும். இந்த 'மூன்றாவது வெளியில்' கிழக்கத்தியர்களாகிய நாம் தேடல் பயணத்தைத் தொடங்கினால், துருவ அரசியலைத் தவிர்க்கலாம். நமக்குள் உள்ள 'பிறராக' – 'உண்மையான, முந்திய நாமாக' – நாம் தலையெடுக்கலாம். இதற்கு மொழியாக்கம் பேருதவி செய்ய முடியும். சீராய்வின் மூலம் அது ஆக்கபூர்வமான இருவழிப் பங்களிப்பைத் தர முடியும்.

மொழியாக்கம் எப்போதுமே கலாச்சார, அரசியல், வரலாற்றுப் பொதிவுகள் நிறைந்த செயல்பாடாக இருந்து வந்துள்ளது. ஆனால் அது மிக நீண்ட காலமாக அழகியல் சார்ந்த செயல்பாடாக மட்டும் கருதப்பட்டது. சித்தாந்தம் சார்ந்த

பிரச்சினைகள் தவிர்க்கப்பட்டன. அழகியல் அம்சங்களோடு, கலாச்சார, அரசியல், சித்தாந்த, வரலாற்றுப் பொதிவுகளுக்கும் பிந்திய காலனிய மொழியாக்கச் சிந்தனைகள் முக்கியத்துவம் தருகின்றன.

'கிழக்கத்தியர்களைப்' பற்றிய மேற்கத்தியர்களின் தவறான பல கலாச்சாரப் புரிதல்கள் ஐந்நூறு ஆண்டுகளுக்கும் மேலாக இருந்து வந்துள்ளன. கிழக்கத்தியர்களுக்கு அவை மிகவும் தவறான, அநியாயமான, இழிந்த அடையாளங்களைத் தந்துள்ளன. அவற்றைத் திருத்திச் சரியான அடையாளங்களையும் உரிய கண்ணியத்தையும் பெற்றுத்தர இத்தகைய மொழியாக்கச் சிந்தனைகள் முயல்கின்றன.

சிறந்ததொரு உதாரணமாகத் துப்பினாம்பாக்களின் நரமாமிசவியத்தைச் சொல்லலாம். ஐரோப்பியக் கிறித்தவர்களின், ஏன் உலகின் பல பகுதிகளில் உள்ள வேற்றின மக்களின் பார்வையில் கூட அது மிகவும் அருவருக்கத் தகுந்த ஒரு உணவுப் பழக்கம். அதனுடைய கலாச்சாரம் சார்ந்த உள்ளர்த்தம் இப்போது பிடிபடலாம். அதைச் சமச்சீர் உள்ள மொழியாக்கமே சாத்தியமாக்கும்.

2.2.6.2 காயத்ரி சக்ரவர்த்தி ஸ்பிவாக் (Gayatri Chakravorty Spivak)

இவர் இந்திய அமெரிக்க அறிஞர், இலக்கியக் கோட்பாட்டாளர், பெண்ணியச் சிந்தனையாளர். ஒரு பார்வையில் மொழியாக்கமானது கலாச்சார–அரசியல் செயல்பாடாகும்; சமூக மாற்றங்களைக் கொண்டுவருவதற்கான கொள்கை சார்ந்த ஓர் உத்தியாக அது கையாளப்படலாம் என்று இவர் கருதுகிறார். இங்கு இடம் பெற்றுள்ள The politics of translation *(1992)* என்ற இவருடைய கட்டுரை பிந்திய காலனிய மொழியாக்கப் பிரச்சினைகளைப் பெண்ணியப் பார்வையுடன் அணுகுகிறது. ஒரு மொழியாக்கக் களப்பணியாளரின் கொள்கை விளக்க அறிக்கையாகவும் இது உள்ளது.

மகாஸ்வேதா தேவி ஞானபீட விருதுபெற்ற வங்காள மொழி நாவலாசிரியர், சிறுகதை எழுத்தாளர். அவருடைய சில படைப்புகளுக்குக் காயத்ரி மொழியாக்கங்கள் தந்துள்ளார். குறிப்பாக 'ஸ்தனதாயினி' என்ற தலைப்புடைய கதையை மொழியாக்கம் செய்யும்போது அடித்தளத்தில் இருந்த சிக்கலான சிந்தனை உந்துதல்களை இக்கட்டுரையில் பதிவுசெய்துள்ளார்.

2.2.6.2.1 மொழியாக்கம் என்ற வாசிப்பு (Translation as reading)

மொழிப் பயன்பாட்டைப் பற்றிய பிந்திய – கட்டமைப்பிய கருத்தாக்கத்திற்கு ஜேக் டெரீடா *(Jaques Derrida)*, பால் டி

மேன் (Paul de Man) ஆகிய இருவரும் முக்கியப் பங்களிப்பு செய்துள்ளார்கள். பனுவல்களில் நிகழும் சொல்லாட்சியைப் பற்றிய ஆழமான கருத்துகளை முன்வைத்துள்ளார்கள்: தருக்கமும் மொழியிலக்கணமும் தொடர்ந்து அர்த்தங்களை நிர்மாணிக் கின்றன. மொழிப் பயன்பாட்டு அணி அலங்காரங்கள் அவற்றைத் தொடர்ந்து சிதைக்கின்றன. இச்சிதைவுகள் சமூகத் தாக்கங்களை உண்டாக்குவதாகக் காயத்ரி கருதுகிறார். எந்தச் சமூகமும் தருக்க ரீதியான, பகுத்தறிவு ரீதியான, 'சமூக நலம்' சார்ந்த, உயர்ந்த கொள்கைகளை நிர்மாணித்து முன்னிறுத்துகின்றன. ஆனால் நடைமுறையில் 'சொன்னது ஒன்று, செய்வது வேறொன்று' என்ற அளவுக்கு அந்தக் கொள்கைகள் சிதைக்கப்படுகின்றன.

அதற்கு மொழிப் பயன்பாட்டு அணி அலங்காரங்கள் பெரிதும் உதவுகின்றன. சுதந்திரப் போராட்டத் தலைவர்கள் நிர்மாணித்த 'கனவுலக இந்தியா' ஒன்று. பல சிதைவுகளுக்குப் பின் இன்று நாம் வாழும் நனவுலக இந்தியா வேறொன்று. எழுபதாண்டுக் காலத்தில் அலங்காரச் சொல்லாட்சி எப்படிச் சிதைவுகளைச் சாதனைகளாகச் சாயம் பூசித் தந்துள்ளது என்று இங்கு எண்ணிப் பார்க்கலாம். இப்படிப்பட்ட மொழிப்பயன்பாடானது மூன்றாவது உலக இலக்கியங்களை மொழிபெயர்க்க முனைவோர்களுக்கு நன்கு தெரிந்திருக்க வேண்டும் என்று காயத்ரி சொல்கிறார். மொழிப் பயன்பாட்டு அணி அலங்காரங்களின் நோக்கம் பற்றிய புரிதலும் உணர்வும் அவசியம் வேண்டும். இல்லையென்றால், அந்த இலக்கியங்களின் மேற்கத்திய மொழியாக்கங்களில் முன்பு நிகழ்ந்த அதே சிதைவுகள், கோணல் பார்வைகள் ஆகியவை புதிய காலனியமாக அரங்கேறும்.

மூன்றாவது உலக இலக்கியங்களில் மொழி, கலாச்சாரம், நிலவளங்கள் சார்ந்த அரசியலதிகாரம் போன்றவற்றின் பல நுட்பமான முத்திரைகள் உள்ளன. அணி அலங்காரங்களின் மூலமே உணர்த்தப்படும் அவற்றை மேற்கத்திய பெண்ணிய மொழியாக்க உத்திகள் காணத் தவறுகின்றன. எனவே செயற்கையான மொழிபெயர்ப்புப் பனுவல்களைத் தருகின்றன. அவை யதார்த்தமான எளிதில் புரிந்துகொள்ளக் கூடிய பனுவல்கள் போல் தோற்றமளிக்கின்றன. ஆனால் அவற்றில் மூல இலக்கியங்களின் உயிரோட்டம் இருக்காது.

மொழிபெயர்ப்பாளராக எழுதிய ஒரு முன்னுரையில் காயத்ரி இவ்வாறு சொல்கிறார்: மொழியாக்கத்தில் அகராதிகள் தரும் மிக நெருங்கிய ஒத்த சொற்களும், அவற்றை வைத்துக் கட்டமைக்கப்படும் மிக நெருங்கிய வாக்கிய அமைப்புகளும் மட்டும் போதும் என்ற புரிதல் கூடாது. கவிதை நடையில் உள்ள உரைநடையையும் சாதாரண அன்றாட மொழியையும்

தவிர்க்க வேண்டும். இங்கு இடம்பெற்றுள்ள கட்டுரையில் மொழியாக்கம் ஒரு வாசிப்பு (Translation as reading) என்ற புரிதலும் அவசியம் வேண்டும் என்று வலியுறுத்துகிறார்.

"மொழியாக்கமானது மிக நெருக்கமான வாசிப்பு. மொழியாக்கம் செய்யும்போது பனுவலுக்கு என்னைச் சமர்ப்பிக்கிறேன் (Translation is the most intimate act of reading. I surrender to the text when I translate.)" பனுவலுக்குத் தன்னைச் சமர்ப்பிப்பதை ஆன்மீக அர்த்ததில் காயத்ரி பயன்படுத்த வில்லை. மிக நெருங்கிய வாசிப்பு உறவாடல் மூலம் செய்யப்படும், பெருமளவுக்கு 'நெருக்கமான' மொழியாக்கத்தையே அவர் இவ்வாறு குறிப்பிடுகிறார்.

2.2.6.2.2 'ஸ்தனதாயினி'யின் இரு மொழியாக்கங்கள்: ஒரு வழக்கு ஆய்வு

ஒரு எழுத்தாளரின் நடையியல் பரிசோதனைகள் மொழியாக்கத்தில் முற்றிலும் சிதைக்கப்படலாம். மகாஸ்வேதா தேவி எழுதிய 'ஸ்தனதாயினி' சிறுகதையை உதாரணமாக எடுத்துக்கொள்ளலாம். காயத்ரியின் ஆங்கில மொழியாக்கம் அத்தலைப்பை Breast-giver என்று தருகிறது. எல்லா தத்தாவின் (Ella Datta) மொழியாக்கம் The Wet-nurse என்று தருகிறது. முந்தியது கதாசிரியரின் முத்திரை நடையைப் பிரதிபலிக்கிறது; எனவே அவருக்கு அது பொருத்தமானதாக, ஏற்புடையதாக இருக்கிறது. பிந்தியது அவருடைய முத்திரை நடையைப் பிரதிபலிக்காமல் சிதைக்கிறது; எனவே அவருக்கு அது பொருத்தமானதாக, ஏற்கக் கூடியதாக இல்லை. வேறுபாடுகளைச் சற்று ஆழமாக உணர நாம் கதைக்குச் செல்லவேண்டியுள்ளது. பிரித்தானியக் காலனியம் முடிந்த பின் உதயமாகிய சுதந்திர இந்தியாவின் வங்காள மாநிலமே கதையின் களம்.

இக்கதையில் முக்கியப் பாத்திரமாக வரும் ஏழை யசோதாவின் கணவன் ஒரு மேட்டுக்குடிப் பிராமண வீட்டில் திருட முயல்கிறான். அதனால் அவன் அந்த வீட்டு இளைஞனால் முடமாக்கப்படுகிறான். அந்தக் குடும்பத்தின் கொத்தடிமையாக யசோதா ஆக்கப்படுகிறாள். அக்குடும்பத்தில் தொடர்ந்து பிறக்கும் குழந்தைகளுக்குத் தாய்ப்பால் கொடுப்பதற்காக மீண்டும் மீண்டும் செவிலித் தாயாக்கப்படுகிறாள். அதில் கிடைக்கும் சொற்ப வருமானத்தை நம்பியே அவளும் அவளுடைய குடும்பமும் உள்ளனர். சமுதாயத்தின் உற்பத்திப் பயன் கொள்கைப்படி இருவரும் உற்பத்திக் கருவிகளாகிறார்கள்.

இந்தியத் தேசச் சுதந்திரத்தை ஒரு அடிமைப் பெண்ணின் கோணத்திலிருந்து கதாசிரியர் மகாஸ்வேதா தேவி விவரிக்கிறார்.

காலனிய இந்தியாவின் எஜமானர்கள் அந்நியப் பிரித்தானியர்கள்; அடிமைகள் இந்திய மண்ணின் மைந்தர்கள். பிந்திய காலனியச் சுதந்திர இந்தியாவின் புதிய எஜமானர்களாக முளைத்தவர்கள் செல்வந்தர்கள், ஆளும் வர்க்கத்தினர், அதிகாரிகள், சித்தாந்த வாதிகள் போன்ற இந்திய மண்ணின் வலியோர்; சுதந்திர இந்தியாவிலும் அடிமைகளாகவே இருப்பவர்கள் புதிய எஜமானர்களால் அடக்கி, ஒடுக்கி, நசுக்கப்படும் யசோதா போன்ற இந்திய மண்ணின் மெலியோர்.

நகைப்புக்கும் பரிதாபத்திற்குமுரிய ஒரு முரண்பாடு இக்கதையில் இழையோடுகிறது. அதுவே கதையின் உயிர்நாடி. ஸ்தனதாயினி என்ற தலைப்பே கதையின் உயிர்நாடியான முரண்பாட்டைச் சிக்கெனப் பிடித்துவிடுகிறது. ஒரு புறம் wet-nurse என்ற சொல் போன்ற தோற்றத்தையும் அதனுடைய நேரடி அர்த்தத்தையும் ஸ்தனதாயினி தருகிறது. மறுபுறம் அவ்வாறு இல்லாமல் சற்று அதிர்ச்சி தரும் Breast-giver என்ற விந்தையான சொல்லாக்கமாகவும் உள்ளது.

பொருளாயுத உலகில் உழைக்கும் வர்க்கம் விளைபொருளாகப் பார்க்கப்படுகிறது. அந்த வர்க்கத்தின் ஒரு உறுப்பாக 'ஸ்தனத்தை'க் கதையின் கருப்பொருள் காண்கிறது. சுதந்திர இந்தியாவில் மண்ணின் மைந்தர்களாக இருந்தாலும் விளிம்பு நிலைக்குத் தள்ளப்பட்டுச் சுரண்டப்படும் ஏழை மக்கள் ஏராளமானோர் உள்ளனர். அந்தப் 'பிறரைக்' குறிக்கும் பொருளாகு பெயராகவும் 'ஸ்தனத்தை'க் கதையின் கருப்பொருளாகவும் பார்க்கிறது. மேலே சொல்லப்பட்ட அணி அலங்காரச் செறிவுகள் அனைத்தும் சிறுகதையின் ஸ்தனதாயினி என்ற ஒற்றைச் சொல்லாக்கத்தில் பொதிந்துள்ளன. அவை எல்லாவற்றையும் The Wet-nurse என்று எல்லா தத்தா கொடுத்த மொழியாக்கத் தலைப்பு கதைக்குள் போவதற்கு முன்பேயே தொலைத்து விடுகிறது.

ஒரு சமுதாயம் ஆழமான பட்டறிவைக் கொண்டு பொன்மொழிகளை உருவாக்குகிறது. காலப்போக்கில் அவை பழமொழிகளாகின்றன. பல வங்கப் பழமொழிகளைச் சுதந்திர இந்தியாவில் உள்ள வர்க்க அமைப்புகளின் செயல்பாடுகளோடு கதாசிரியர் பொருத்திப் பார்க்கிறார். அவற்றில் உள்ள முரண்களை அவர் முன்னிறுத்துகிறார். பழமொழிகளை அவர் கையாண்டுள்ள முறை வங்காள மொழி பேசுவோருக்கும் திகைப்பளிக்கக் கூடியதாக உள்ளது. மொழிபெயர்ப்பாளர் எல்லா தத்தா அணி அலங்காரப் பொதிவுகளை மட்டும் நீக்கவில்லை. இன்றும் உயிர்ப்புடன் வாழும், வங்கப் பழமொழிகளையும் அவர் புறக்கணித்துள்ளார். அவருடைய The Wet-nurse என்ற மொழியாக்கத்தையும் காயத்ரியின் Breast-giver என்ற

மொழியாக்கத்தையும் ஒப்புநோக்கினால் ஒன்று தெளிவாகப் புலப்படும்.

பனுவலில் வரும் சொற்களை இலக்கண விதிகளுக்கேற்ப வரிசையாகக் கோத்துப் பார்த்தால் தருக்க ரீதியிலான அர்த்தம் மட்டும் கிடைக்கப்பெறுகிறது. பனுவலின் தலையாய, உயிர்நாடியான அர்த்தம் சொற்களுக்கிடையேயும் சொற்களைச் சுற்றியும் உள்ள மவுனப் பொதிவுகளில் சொல்லாமல் சொல்லப்படுகிறது. சொல்லாட்சிக் கலை கையாளும் அணி அலங்காரங்கள் மூலம் அது உணர்த்தப்படுகிறது. காயத்ரியின் மொழியாக்கத்தால் அதை உணர்த்த முடிகிறது; எல்லா தத்தாவின் மொழியாக்கத்தால் முடியவில்லை.

எனவே மொழிபெயர்ப்பாளர் முதலில் மூலப் பனுவலுக்குத் தன்னைச் சமர்ப்பிக்க வேண்டும். சுய விருப்பு–வெறுப்புகளை, நிலைப்பாடுகளை, மதிப்பீடுகளை, தவிர்க்க வேண்டும். 'தான்' என்ற தன்னை இழக்க வேண்டும். பனுவலின் மிக நெருங்கிய வாசகராக வேண்டும். ஏனெனில் மொழியாக்கம் என்பது மிக நெருங்கிய வாசிப்பாகும். மிக நெருங்கிய வாசகராகும் தகுதியை அவர் பெறவில்லை என்றால், பனுவலுக்குத் தன்னை அவர் சமர்ப்பிக்க முடியாது. பனுவலின் எழுதப்பட்ட சொற்களில் காணப்படாத, சொற்களின் இடையேயும் சுற்றியுமுள்ள மவுனப் பொதிவுகளில் மட்டுமே உணரக்கூடிய, திரவியங்களின் கதவு அவருக்குத் திறக்காது.

2.2.6.2.3 காயத்ரியின் மொழியாக்கச் செயல்முறை

தன்னுடைய மொழியாக்கச் செயல்முறையைக் காயத்ரி இவ்வாறு தெளிவாக விவரிக்கிறார்: "மொழியாக்கத்தை முதலில் விரைந்து முடித்துவிடுகிறேன். மொழியாக்கத்தில் உருப்பெறும் ஆங்கிலத்தைப் பற்றியோ, வாசகர்களைப் பற்றியோ ஆற அமர யோசித்தால் காரியம் நடக்காது. நீச்சல் குளத்துக்குள் எம்பிக் குதிக்க உதவும் உந்து பலகையை யோசித்துக்கொண்டே இருந்தால் குளத்துக்குள் குதிக்க முடியாது. சொல்ல விரும்பும் விஷயத்தை யோசித்துக்கொண்டிருந்தாலும் பனுவலுக்கு என்னைச் சமர்ப்பிக்க முடியாது."

இவ்வாறு விரைந்து முடிக்கப்பட்ட மொழியாக்கத்தைக் காயத்ரி நுணுகிப் பார்த்துத் திருத்துகிறார். வாசகர்களை மனத்தில் வைத்து அவர் திருத்தங்களைச் செய்வதில்லை. 'தூய' ஆங்கிலத்தை மனத்தில் வைத்தும் அவர் திருத்தங்களைச் செய்வதில்லை. மாறாக மூலப் பனுவல் பணிக்கும் மவுனப் பொதிவுகளில் உள்ள நெறிமுறை களை அப்படியே ஏற்றுக்கொள்கிறார். அவை அனைத்துக்கும் கட்டுப்பட்டு ஒருவகை ஆங்கிலத்தில் திருத்தங்கள் செய்கிறார்.

தருமொழிக்கும் பெறுமொழிக்கும் நடுவே ஒரு இடைவெளி உள்ளது. அங்கே ஒரு 'இடைவெளி மொழிவழிப் பரிமாற்றக்களன் *(in-between discourse)'* உள்ளது. அங்குக் காலூன்றி நின்று, சக்திமிகு முறையில் மொழியாக்கப் பணியை மேற்கொள்வதைக் காயத்ரி தன்னுடைய இலக்காகக் கொண்டுள்ளார். உண்மையான சமர்ப்பித்தல் மூலமே அந்த இலக்கை அடைய முடியும். அப்போதுதான் அப்படிப்பட்ட மொழியாக்கப் பயணத்தில் சரியான திருத்தங்கள் செய்யமுடியும். அந்தத் திருத்தங்கள் இடைவெளி மொழிவழிப் பரிமாற்றக்களனிலிருந்து பெற்று உள்வாங்கப்பட்ட விதிகளுடைய சிறந்த அபிநயங்களாக இருக்கும்.

வாசிக்கத் தகுந்ததாக ஒரு பனுவலை மொழியாக்கம் செய்யவேண்டுமென்றால், மூலப் பனுவலின் ஆசிரியருக்காக அப்பணியைச் செய்ய வேண்டும் என்று காயத்ரி உரத்துச் சொல்லுகிறார். எளிதில் வாசிக்கக் கூடிய மொழியில் வேறெதை யாவது தந்தால், அது மூலப் பனுவலுக்குச் செய்யும் துரோகமாகும் என்று நம்புகிறார்.

2.2.7 ஆறாம் பகுதி (2010கள்) மிச்செலா உல்ஃப் (M. Wolfe)

*1990*ஆம் ஆண்டு சூசன் பேஸ்னெட், ஆண்ட்ரே லெஃபவிய ஆகிய இருவரும் இணைந்து *Translation, History, and Culture* என்ற தலைப்பில் தொகுப்பு நூல் வெளியிட்டனர். பல்வேறு ஆராய்ச்சியாளர்கள் எழுதிய பன்னிரண்டு மொழியாக்க ஆய்வுக் கட்டுரைகள் அதில் இடம்பெற்றன. அவை அனைத்துக்கும் அடிப்படையான ஆய்வுப் பொருளைக் குறிக்கும் விதத்தில் 'கலாச்சாரத் திருப்பம்' *(cultural turn)* என்ற தொடர் பயன்படுத்தப் பட்டது.

மொழியாக்கச் சிந்தனைகள் வரலாற்றில் 'சமானம்', 'துல்லியம்' 'விசுவாசம்' என்ற மொழியியல் கோணக் கருத்தாக்கங்கள் நீண்ட காலம் ஆட்சி செய்துவந்தன. அவற்றுக்கு மாற்றாக, 'கலாச்சாரத் திருப்பம்' என்ற புதியதொரு கலாச்சாரக் கோண ஆய்வுத் தேடல் தொடங்கப்பட்டது. ஒரு குறிப்பிட்ட கலாச்சாரத்தில் உள்ள எழுத்து/பேச்சு வடிவப் பனுவல்கள் வேறொரு கலாச்சாரத்துக்கு மொழியாக்கம் செய்யப்படும்போது ரகசிய உள்நோக்கங்கள் மறைந்து நின்று இயங்குகின்றன. தரு–பெறுமொழிகளுக்கிடையே ஒரு வெளி உள்ளது. அந்த வெளியில் தந்திரமான கலாச்சாரக் கையாளுகை, சித்தாந்தத் திணிப்பு, மேலதிகாரப் பிரயோகம் போன்ற கலாச்சாரப் பரிமாற்றங்கள் நிகழ்கின்றன. அவற்றைப் பகுப்பாய்வு செய்வதே 'கலாச்சாரத் திருப்பம்' என்ற பயணத்தின் ஆய்வுக்களம் ஆகும். இக்களத்தின் செயற்பாடுகள் 'மொழியாக்கக் கலாச்சாரவியல்' *(translational cultural studies)* என்ற புதியதொரு துறையிடை துறையைத் தோற்றுவித்தது.

*1990*களின் கலாச்சாரத் திருப்பத்தைத் தொடர்ந்து, இருபத்தோராம் நூற்றாண்டுத் தொடக்கத்தில் மொழிபெயர்ப்பியலின் வெளிவட்ட ஆய்வுகள் மேலும் பரந்தும் இயக்கம் மிகுந்தும் காணப்படுகின்றன. பிய பூர்ட்யூ *(Pierre Bourdieu)* ஃப்ரான்ஸ் நாட்டைச் சேர்ந்த சமூகவியல் அறிஞர். *The Translator*, மொழிபெயர்ப்பியல் துறை சார்ந்த இணையதளக் காலாண்டு ஆய்விதழாகும். *2005*ஆம் ஆண்டு இந்த ஆய்விதழ் Bourdieu and the Sociology of Translating and Interpreting என்ற தலைப்பில் ஒரு சிறப்பு மலரை வெளியிட்டது. அதே ஆண்டு Translating and Interpreting as a Social Practice என்ற தலைப்பில் பன்னாட்டுக் கருத்தரங்கு ஒன்றும் நடந்தது. இவ்விரு நிகழ்வுகளையும் தொடர்ந்து **மொழியாக்கச் சமூகவியல்** *(Translation Sociology)* என்றதொரு துறையிடை துறை கைக்குழந்தை பிறந்தது.

மிச்செலா உல்ஃப் (Michaela Wolfe)

மிச்செலா உல்ஃப் ஆஸ்ட்ரியப் பேராசிரியர். மொழிபெயர்ப்பியல், உரைபெயர்ப்பியல் அறிஞர். மொழியாக்கச் சமூகவியலுக்கு இவருடைய The Emergence of a Sociology of Translation *(2007)* நல்லதொரு அறிமுகக் கட்டுரையாக உள்ளது. இக்கட்டுரையின் சுருக்கத்தை இப்பகுதி தருகிறது. இதுவே இந்த இயலின் இறுதிப் பகுதியாகவும் உள்ளது.

கலாச்சாரச் செயற்பாடுகளையும் சமூகச் செயற்பாடுகளையும் தனித்தனியே பிரித்துப் பார்ப்பது இயலாது. அதேபோல, அவற்றின் கோட்பாட்டு – செய்முறை கருத்தாக்கங்களையும் பிரித்துப் பார்ப்பது இயலாது. இருப்பினும் சமூகவியல், கலாச்சாரவியல் என்ற தனித்தனித் துறைகள் பெரிதும் வளர்ந்துள்ளன. மொழியாக்கத்தில் இயங்கும் கலாச்சாரக் கூறுகளை 'கலாச்சாரத் திருப்பம்' ஆய்வு செய்துவருகிறது. ஆனால் அதில் இயங்கும் சமூகவியல் கூறுகளைப் பற்றிய ஆய்வுகள் இல்லை. எனவே மொழியாக்கத்தில் 'சமூகவியல் திருப்பம்' தேவைப்படுகிறது. மொழியாக்கத்தில் இயங்கும் சமூகக் கூறுகளின், சக்திகளின் ஆய்வு தலையாய முக்கியத்துவம் கொண்டிருப்பதை யாரும் மறுக்கமுடியாது. ஈவன்–ஜோஹா, டூரி, வெர்மியர், லெஃபவிய, வென்யுட்டி போன்ற மொழியாக்கச் சிந்தனையாளர்கள் அனைவரும் அதைத் தொட்டுச் செல்கிறார்கள். அதற்கான கருத்தாக்க முன்னெடுப்புகளைப் பிறருக்கு விட்டுச் செல்கிறார்கள்.

2.2.7.1 மொழியாக்கச் சமூகவியல்: ஆய்வு நெறி முறை உருவாக்கம்

'மொழியாக்கச் சமூகவியல்' எனும் கருத்தாக்கத்தில் வேறுபட்ட சமூகவியல்களை அடையாளப்படுத்தமுடியும் என்ற பொருள் மறைந்துள்ளது. உதாரணமாக, ஒன்று மொழியாக்கத்தை விளைவிப்பவர்கள்/விளைவிப்பவை *(translation agents)* பற்றிப் பேசலாம். இன்னொன்று மொழியாக்கச் செயல்முறையையே ஆய்வு செய்யலாம். எனவே மொழியாக்கச் சமூகவியலில் நேரடியாகவோ மறைமுகமாகவோ இயங்குபவை அனைத்திடமிருந்தும் பல செய்திகளைப் பெறமுடியும். அவற்றின் அடிப்படையில் ஆய்வு நெறிமுறைகளை உருவாக்கமுடியும். இதை எவ்வாறு செய்ய முடியுமென்னு கீழே சற்று விரிவாகக் காணலாம்.

2.2.7.2 மொழியாக்கத்தை விளைவிப்பவர்கள்/விளைவிப்பவை கோணச் சமூகவியல்

சமூகச் செயல்முறைகளில் சம்பந்தப்பட்டோர் பொதுவாகத் தனித்தனியான செயற்பாட்டாளர்களாக இருக்கலாம். சமூகச் செயற்பாடுகளை முன்னிறுத்தும் கொள்கைகள் அவர்களுடைய பார்வைகளிலிருந்து சமூக வாழ்க்கையைச் சித்திரிக்கின்றன. இந்தக் கோண ஆய்வில் மொழிபெயர்ப்பாளர்கள் சமூகச் செயற்பாட்டாளர்களாகக் காணப்படுகிறார்கள். தொழில், பாலினம் *(gender)*, உழைப்பு சார்ந்த சமூகவியல் முகங்கள் அவர்களுடைய மொழியாக்கங்களில் பதிவாகியிருப்பதை ஆய்வு செய்யலாம்; அல்லது இலக்கிய மொழியாக்கங்களில் அவர்கள் உட்பொதிந்த சமூகக் கூறுகளைக் கூர்ந்துநோக்கலாம்; அல்லது தேச ஒருமைப்பாட்டுக் கட்டுமானம் செய்விக்க அவர்கள் மொழியாக்கங்களில் மேற்கொண்ட நகர்வுகளை ஆய்வுசெய்யலாம்.

ஃப்ரான்ஸ் நாட்டைச் சேர்ந்த மொழிபெயர்ப்பாளர்களின் சமூகவியல் முகங்களை அவர்களுடைய சுயசித்திரங்கள் மூலம் ஒரு கூராய்வு புனரமைப்பு செய்துள்ளது. அது பாலினம், உழைப்பு, தருமொழி மையக் கேள்விகளை முன்வைக்கிறது; பெறும் விடைகளை ஆய்வுத் தரவுகளாக எடுத்துக்கொள்கிறது. இந்த ஆய்வு மாதிரியைப் பிற நிலப்பரப்புகளிலும் கலாச்சாரச் சூழல்களிலும் பொருத்தி முயன்று பார்க்கலாம்.

சமூகவியல் சட்டகக் கட்டுமானத்துக்குள் *(sociological framework)*, பாலின மைய, ஆழமான ஆய்வினை இக்கட்டுரையாளர் உல்ஃப் செய்துள்ளார். அது ஜெர்மன் மொழி பேசும் நாடுகளில் உள்ள பெண் பதிப்பாசிரியர்கள் அல்லது பெண்ணிய நூல் வெளியீட்டு வரிசைக்காகப் பணியாற்றும் பெண் மொழிபெயர்ப்பாளர்களைப் பற்றிய ஆய்வாகும்.

பதிப்பு வணிக நிறுவனங்கள் ஒவ்வொன்றும் தனித்தனிப் பதிப்பீட்டுக் கொள்கைகளைக் கொண்டுள்ளன. இந்த ஆய்வு அவற்றைப் பற்றித் தொடர்புடைய கருத்துகளைத் தரவுகளாகப் பெண் மொழிபெயர்ப்பாளர்கள், பெண் பதிப்பாசிரியர்கள் ஆகியோரிடமிருந்து பெற்றுள்ளது. குறிப்பாகப் பெண் மொழிபெயர்ப்பாளர்கள் சமூகத்தில் பெற்றுள்ள இடம், சமூக அங்கீகாரம் பெற அவர்கள் படும் சிரமங்கள் போன்ற தகவல்களை இந்த ஆய்வு முடிவுகள் தருகின்றன.

ஃப்ரென்ச் சமூகவியல் அறிஞர் பிய பூர்ட்யூ உருவாக்கியுள்ள கருத்தாக்கங்களின் தாக்கத்தால் மொழியாக்கச் சமூகவியல் ஆய்வுகள் சில மேற்கொள்ளப்பட்டுள்ளன. ஹிட்லரின் சர்வாதிகார ஜெர்மனியில் மொழியாக்கங்கள் மீது கடுமையான கட்டுப்பாடுகள் விதிக்கப்பட்டன. அவை ஹிட்லரின் சித்தாந்தத்தை உயர்த்திப் பிடிக்கும் கருவிகளாக எல்லா வகைகளிலும் வளைத்து நெளிக்கப்பட்டன. இவற்றை ஒரு ஆய்வு கூர்ந்துநோக்கியுள்ளது.

1945–1960 காலகட்டத்தில் அமெரிக்க அறிவியல் புனைகதைகளின் ஃப்ரென்ச் மொழியாக்க முன்னெடுப்புகள் மேற்கொள்ளப்பட்டன. அப்போது சமூகச் சக்திகளின் அதிகாரப் போராட்டம் நிகழ்ந்தது. அதன் காரண – காரியக் கூராய்வுக் கட்டுரைகள் வெளிவந்துள்ளன. மொழிபெயர்ப்பாளர்கள், திறனாய்வாளர்கள், பதிப்பாசிரியர்கள், பதிப்பாளர்கள் எனப் பலதரப்பட்டோர் போராட்டத்தில் ஈடுபட்டு, பல்வேறு அழுத்தங்களைத் தந்தார்கள். அதனால் வேறு வழியில்லாமல், அமெரிக்க ஆங்கில மரபுக்கும் ஃப்ரென்ச் மரபுக்கும் இடையே ஒரு சமரச வெளி உண்டாக்கப்பட்டது. அதன் வரம்புக்குள்தான் ஃப்ரென்ச் மொழியாக்கம் நிகழ்ந்தது.

மொழியாக்கம் என்ற பெயரில் நடத்தப்பட்ட அந்தப் போராட்டம் உண்மையில் மொழியாக்கத்துக்காக அல்ல. அதை நடத்தியோர் பலர் பொருளாதார உள்நோக்கம் கொண்டவர்கள். வேறு பலர் மேலதிகார உள்நோக்கம் உடையவர்கள். சிலர் ஒரு அடையாள வெற்றிக்காகப் போராடியவர்கள். போராட்டத்தில் உள்ளுறையும் மொழியாக்க அரசியலின் சமூகவியல் கூறுகளை ஆய்வுகள் வெளிச்சத்துக்குக் கொண்டுவந்துள்ளன.

2.2.7.3 மொழியாக்கச் செயல்முறையின் சமூகவியல்

மொழியாக்கச் செயல்முறையின் சமூகவியலை உருவாக்க விவரண அணுகுமுறை *(descriptive approach)* பெரிதும் உதவி செய்கிறது. அது மொழியாக்கத்தைச் சமூகப் பரிமாற்றக்களனாகப்

புனரமைப்பு செய்ய முயல்கிறது. உறுதியானதொரு சமூகவியல் சார்ந்த மொழியாக்கச் செயல்முறையின் கருத்தாக்கத்துக்கும் இட்டுச் செல்கிறது.

கனடாவில் ஃப்ரென்ச் மொழி பேசும் க்விபெக் (*Quebec*) என்ற ஒரு மாநிலம் உள்ளது. அங்கு நிகழும் மேடை நாடக மொழியாக்கத்தைப் பற்றிய ஒரு ஆய்வின் பார்வையில், இலக்கியம் என்பது பிற பரிமாற்றங்களைச் சுற்றி வளைக்கும் ஒரு செயலாக இருக்கிறது. மேடை நாடக மொழியாக்கத்தில் உள்ள பெறுமொழி சார்ந்த சமூகவியல் கூறுகளை அந்த ஆய்வு கண்டறிய முயல்கிறது.

ஜெர்மன் மொழி பேசும் நாடுகளில் வரைகதைகள் (*comics*) எவ்வாறு மொழியாக்கம் செய்யப்படுகின்றன என்ற தலைப்பில் ஒரு ஆய்வு செய்யப்பட்டுள்ளது. அது மொழியாக்கத்தைச் சமூக உந்தல்களால் நிகழும் செயற்பாடு என்று பார்க்கிறது, சமூகவியல் அறிஞர் பூர்ட்யூவின் முக்கியக் கருத்தாக்கங்களை அடியொற்றிய அந்த ஆய்வு பின்வரும் முடிவுகளுக்கு வருகிறது: விரிவடையும் சந்தையைப் பெறும் முயற்சியில் வரைகதைகளின் மொழியாக்கங்கள் தோல்வியடைந்துவிட்டன; வழிகாட்டக் கூடிய வரையறைக் கூறுகளை வகுக்காமல் போனது தோல்வியின் முதற் காரணமாகும்; ஜெர்மன் மொழி பேசும் கலாச்சார வெளியில் வரைகதைகளுக்குச் செய்யப்பட்ட குறைவான பண முதலீடு இரண்டாவது காரணமாகும்.

இந்த ஆய்வு முடிவுகள் பூர்ட்யூவின் கோட்பாட்டை உறுதி செய்கின்றன. அதாவது ஒரு குறிப்பிட்ட சமுதாயத்தில், ஒரு குறிப்பிட்ட கலாச்சார விளைபொருள் பெறும் இடமும் மதிப்பும் அதன் வெற்றியைத் தீர்மானிக்கின்றன. ஆகவே சமூகவியல் கோண மொழியாக்க ஆய்வுகள், மொழிபெயர்ப்பியலுக்குப் பல பயனுள்ள தகவல்களைத் தருகின்றன.

உலகப் பொருளாதார நகர்வுகளும் தொழில் நுட்பத்தின் அசுர வளர்ச்சியும் கைகோத்து எதுவுமே சாத்தியம்தான் என்ற நம்பிக்கையைத் தந்துள்ளன. கணினி மொழியாக்கத்தில் அத்தகைய நம்பிக்கையுடன் இன்று பல ஆய்வுகள் நிகழ்கின்றன. மொழியாக்கச் சிந்தனைகளின் வரலாறு மேலும் மேலும் தொடரத்தக்கது; தொடர்ந்து வருகிறது. இந்த இடத்தில் அது முற்றுப்பெறாவிட்டாலும், அதற்கு முற்றுப் புள்ளி வைக்க வேண்டியுள்ளது.

அடுத்த இயல் மொழியியலுக்கும் மொழிபெயர்ப்பியலுக்கும் இடையே உள்ள உறவுகளை விரிவாகப் பேசுகிறது.

மொழியாக்கச் சிந்தனைகள் வரலாறு: ஒரு பருந்துப் பார்வை

தமிழகச் சிந்தனைகள்	மேற்கத்தியச் சிந்தனைகள் (இருபதாம் நூற்றாண்டு)						
	மொழிபெயர்ப்பியல்	மொழிபெயர்ப்பியல் துறையிடை துறையோடு உறவாடும் சில துறைகள் (புறப் பரிமாணங்கள்)					
தொல்காப்பியர்: (நெறிகளைப் பின்பற்றல் உள்ளதை உள்ளபடி தருதல்) **பேராசிரியர்:** (நெறிகளைப் பின்பற்றல்; மக்களின் பயன்பாடு கருதித் தொகுத்துச் சொல்லல்) **A.K. ராமானுஜன்:** (மூவகைப் பனுவல்கள்: மொழிபெயர்ப்புகள் தழுவல்கள் புரட்டிப் போடுபவை; கவிதையின் உள்வடிவம் வெளிவடிவம்;	(அகப் பரிமாணங்கள்) பொருளின் பொருள்; கொள்கைகள்,, கோட்பாடுகள் விசுவாசம், துல்லியம்; முழுமை; சொல்லுக்குச் சொல், கட்டற்ற மொழிபெயர்ப்பு; தழுவல்; வடிவம், உள்ளடக்கம்; சமானம், சுயாதிகாரம், இயக்கம்; இலக்கியம், இலக்கியத் திறனாய்வு, சொல்லாட்சிக் கலை, தத்துவம்சார் சிந்தனைகள்	**மொழியியல்** **ரோமன் யேகப்சன்:** மொழிக்குள் ளேயே, மொழிகளுக் கிடையே, குறி முறைமை அமைப்புகளுக் கிடையே மொழியாக்கங்கள்; **யூஜீன் நைடா:** மொழியாக்கச் சமானம்: வடிவ ஒப்புமை, இயக்கம் மிகு ஒப்புமை; **வினே & டார்பில்னே:** மொழியாக்கச் செய்முறைகள்:	**கலாச்சாரம்** மொழியாக்கம்: பெறு கலாச்சாரம் நோக்கிய பயணம்; கலாச்சாரத் திருப்பம்; **வெர்மியர்:** ஸ்கோபோஸ் கோட்பாடு பெறு கலாச்சாரத்தை நோக்கிய நகர்வு **ஹொல்ஸ் மன்டேரி:** மொழிபெயர்ப்பு நடவடிக்கை: சமூகச் சூழ்நிலையில்	**இலக்கியம்** **ஈட்டமார் ஈவன்– ஜோஹா:** பன்முக அமைப்பு; இலக்கிய மொழி யாக்கம்: பெறு கலாச் சாரத்தைச் சார்ந்த நிஜம்; மொழியாக்க ஏற்புடைமை: பெறுமொழி இலக்கியக் கோணப் பார்வை; உள்ளதை உள்ளபடி	**பிந்திய காலனியம்** **சூசன் பேஸ்னெட்:** கலாச்சார ஏகாதிபத்தி யம்; ஐரோப்பிய, பிறர் மைய மொழிவழிப் பரிமாற்றக் களன்கள்; புதிய மொழிவழி நரமாமிசவியம் **காயத்ரி ஸ்பிவாக்:** மொழியாக்கம்: கலாச்சார அரசியல்	பெண்ணியம் லோரி சே ம்பலின்: மொழி யாக்கம்: ஆண் பாலின அரசியல்; விசுவாசம்: பெண் பாலின உருவகம்; மூலம் பெண்/ஆண் ? தொடர்புடைய கற்பு, ஆண்மை வீரியம், வன்புணர்வு, தகாத	**சமூகவியல்** **மிச்செலா உல்ஃப்:** 'சமூகவியல் திருப்பம்': மொழி யாக்கத்தில் இயங்கும் சமூகவியல் கூறுகளின் அடையாளம் காணல்; மொழி யாக்கத்தை விளைவிப் பவர்கள், விளைவிப் பவை கோண ஆய்வுகள்; சமூகம்சார்

பெறுமொழி வாசகரைத் தருமொழி கலாச்சாரத்துக்குக் கொண்டுசேர்த்தல்; கவிதை மொழியாக்கம் கவிதை நடையில்; ஆங்கில மொழியாக்கம் தற்கால ஆங்கிலத்தில்)	**வால்டர் பெஞ்சமின்** **எஸ்ரா பவுண்ட்** **ஹோஹி லூயிஸ் போர்ஹஸ்** **ஹொஸ்ஸே ஓர்ட்டிகாஇகாஸெட்** **விலர்ட் க்வைன்** மூளைக்குள் என்ன நடக்கிறது ? உரத்த சிந்தனைப் பதிவுகள் ஆய்வு **காயத்ரி ஸ்பிவாக்:** மொழியாக்கம்: மிக நெருங்கிய வாசிப்பு; பனுவலுக்குத் தன்னைச் சமர்ப்பித்தல்; தரு, பெறு மொழிகளுக் கிடையில் உள்ள இடைவெளி மொழிவழிப் பரிமாற்றக் களன் ஆய்வே இலக்கு	இரவல், இரவலின் மொழியாக்கம், சொல்லுக்குச் சொல் மொழிபெயர்ப்பு, சொல்வகை மாற்றம், தகவல் வடிவ மாறுபாடு சமானம், தழுவல்; **கேட்ஃபட், ஜே. சி:** மொழியாக்க விலகல்கள் **பீட்டர் நியூமார்க்,** **ஜூலியன் ஹவ்ஸ், வர்னர் கோலர்**	நிகழும் சிக்கல் நிறைந்த இடை– கலாச்சாரப் பரிமாற்றம்; பிந்திய காலனிய நரமாமிசவியம்: பெறு, தரு கலாச்சார கொடுக்கல் வாங்கல்; **கிடியான் டூரி:** மொழியாக்க ஏற்புடைமை	விவரிக்கும் மொழியாக்க அணுகு முறை **விளாடிமீர் நபகோஃப்:** செய்யுள்: நேரடி சொல் லுக்குச் சொல் மொழி பெயர்ப்பே சரி ஆண்ட்ரே லெஃபவிய: மொழி யாக்கத் திரிபுகள்,	செயல்பாடு; சுதந்திர இந்தியாவில் வலியோர் எஜமானர்கள், மெலியோர் விளிம்பு நிலை 'பிறர்'	உறவுப் பிள்ளை உருவகங்கள்; மொழியிலும் ஆண்பாலின முத்திரை நெடி	மொழியாக்கச் செயல்முறை கோண ஆய்வுகள்;

3

மொழியியல்

மொழியியல் மொழியை நுணுகி நோக்குகிறது. அதனுடைய கூறுகளையும் கட்டமைப்புகளையும் அவற்றை இயக்கும் விதிகளையும் அடையாளம் கண்டு, அவற்றை வரையறை செய்கிறது. நவீன அறிவியல் அணுகுமுறையோடு அடித்தளக் கோட்பாடுகளையும் வழிமுறைகளையும் விவரிக்கிறது. 1960களில் பல்கலைக்கழகக் கல்வியிலும் ஆராய்ச்சியிலும் தனித்துறையாக இடம்பெறத் தொடங்கிய மொழியியல் இன்று பேரளவு விரிவாக்கம் பெற்றுப் பல பார்வைகள், கிளைகள், பரிமாணங்களுடன் செழித்து வளர்ந்துள்ளது.

'மொழிபெயர்ப்பியல்' ஒரு மொழியில் ஆக்கப்பட்ட பனுவலை வேறொரு மொழியில் ஆக்கம் செய்து தரும் வழிமுறைகளைக் கண்டறிகிறது. பின்பற்றவேண்டிய கொள்கைகளையும் சந்திக்கும் பிரச்சினைகளையும் சாத்தியமாகும் தீர்வுகளையும் ஆய்வு செய்து நெறிப்படுத்துகிறது. மொழியியலைப் போலவே சமகாலத்தில் பல்கலைக்கழகக் கல்வியிலும் ஆராய்ச்சியிலும் மொழிபெயர்ப்பியல் தனித்துறை யாக இடம்பெறத் தொடங்கியது. இன்று பெரிதும் விரிவாக்கம் பெற்றுப் பல அணுகுமுறைகள், கிளைகள், பரிமாணங்களுடன் பரந்து வளர்ந்துள்ளது.

மொழியியலுக்கும் மொழிபெயர்ப்பியலுக்கும் இடையே நெருங்கிய உறவுகள் உள்ளதாக இந்த இயல் கருதுகிறது. மொழியியலால் மொழிபெயர்ப்பியல் பயன் பெறுகிறதா அல்லது பின்னதால் முன்னது பயன் பெறுகிறதா அல்லது இரண்டுமே பயன்களைத்

கே. தியாகராஜன்

தரவும் பெறவும் செய்கின்றனவா என்ற கேள்விகள் இங்கு எழுப்பப் படுகின்றன; விடைகள் தேடப்படுகின்றன.

மொழியியல் அறிஞர்கள் ஒருபுறம் மொழியின் கூறுகளையும் கட்டமைப்புகளையும் அவற்றை இயக்கும் விதிகளையும் நுண்ணாய்வின் மூலம் வரையறை செய்கிறார்கள். மறுபுறம் அவற்றின் அடித்தளக் கொள்கைகளையும் கோட்பாடுகளையும் நெறிப்படுத்துகிறார்கள். இந்த ஆய்வுகளால் பெற்ற ஆழ்ந்த புலமை வேறு துறைகளுக்கு என்னென்ன பயன்களைத் தரக்கூடுமென்றும் சிந்திக்கிறார்கள். குறிப்பாக, மொழியியல் அறிஞர்கள் சிலர் மொழிபெயர்ப்பியல் துறைக்கு முக்கியப் பங்களிப்புகளைத் தந்துள்ளார்கள். சில பங்களிப்புகள் மொழியாக்கச் செய்முறைகளில் கவனம் செலுத்தியுள்ளன. மொழியாக்கக் கொள்கைகளில், கோட்பாடுகளில் வேறு சில கவனம் செலுத்தியுள்ளன. அவற்றைச் சுருக்கமாகக் கீழே காண்போம்.

3.1 மொழியியல் தந்துள்ள மொழியாக்கச் செய்முறைகள்

புதிய சொற்களை உண்டாக்கும் வழிகளை மொழியியல் விவரிக்கிறது. உதாரணமாக தமிழகத்துக்கான *Neutrino Observatory Project* என்ற திட்டம் சமீபத்தில் அறிவிக்கப்பட்டபோது எதிர்ப்பு கிளம்பியது. இது பற்றிய செய்திகளைத் தமிழ் நாளேடுகள் தரும்போது *observatory*–ஐ ‘ஆய்வகம்’ என்றும், *project*–ஐ ‘திட்டம்’ என்றும் மொழிபெயர்த்தன. *Neutrino* –வை மொழிபெயர்க்க முடியாமல் அச்சொல்லை அதே உச்சரிப்புடன் அப்படியே தமிழ் எழுத்துகளில் ‘நியூட்ரினோ’ என்று தந்தன. இச்சொல்லாக்க முறையை இரவல் *(borrowing)* என்று மொழியியல் விவரிக்கிறது. ‘ஆய்வகம்’ என்ற மொழிபெயர்ப்பில் ஒரு தொழிலின் பெயரானது அது நடக்கும் கட்டடத்திற்கு ஆகி வந்துள்ளது. இதை ஆகுபெயர் *(metonymy)* என்று மொழியியல் சொல்கிறது. மொழிபெயர்ப்பியலுக்கு இப்படிப்பட்ட பல பயனுள்ள செய்திகளை மொழியியல் தந்து வருகிறது.

ஜோம்போல் வினே, ஜோன் டார்பில்னே ஆகிய இருவரும் கனடா நாட்டு மொழியியல் அறிஞர்கள்; மொழிபெயர்ப்பியல் பாட நூல் ஒன்றையே தங்களுடைய பங்களிப்பாக மொழிபெயர்ப்பியலுக்குத் தந்துள்ளார்கள். இப்புத்தகம் அறுபது ஆண்டுகளுக்கும் மேலாக அனைத்து மொழிபெயர்ப்பியல் பயிற்சித் திட்டங்களிலும் தவறாமல் இடம் பெற்று வருவதை முன்பு கண்டோம்.

தருமொழிப் பனுவலின் ஒவ்வொரு கூறையும் பெறுமொழியில் தருவதை ‘நேரடியான’ *(direct)* மொழியாக்க வழிமுறை என்று அவர்கள் சொல்கிறார்கள். அதன் கீழ் இரவல் *(Borrowing)*,

இரவலின் மொழியாக்கம் *(Calque or Loan Translation)*, சொல்லுக்குச் சொல் மொழிபெயர்ப்பு *(Literal translation)* என்ற மூன்று மொழியாக்கச் செயல்முறைகளை விவரிக்கிறார்கள். *(காண்க. ப—ள். 123–5).* இவை தருமொழிப் பனுவலின் சிறுசிறு பகுதிகளுக்கே பொருந்தக் கூடியவை.

பனுவலின் பெரும் பகுதிகள் சிக்கலான வாக்கியங்கள், அர்த்தச் செறிவுகள், கலாச்சாரப் பொதிவுகள் கொண்டவையாக இருப்பது இயல்பு. இப்பகுதிகளின் ஒவ்வொரு கூறையும் பெறுமொழியில் நேரடியாகத் தரமுடியாது. தருமொழியின் சொல் கட்டமைப்பையும் வாக்கியக் கட்டமைப்பையும் அர்த்தச் செறிவுகளையும் சிதைத்து, 'சுற்றி வளைக்கும்' *(oblique)* வழிமுறையில்தான் மொழியாக்கம் செய்ய முயல வேண்டும்; அதுதான் இயலும். இந்த வழிமுறையின் கீழ் நான்கு மொழியாக்கச் செயல்முறைகளை அவர்கள் இருவரும் நெறிப்படுத்தி விவரிக்கிறார்கள்: சொல்வகை மாற்றம் *(Transposition),* தகவல் வடிவ மாறுபாடு *(Modulation),* சமானம் *(Equivalence)* தழுவல் *(Adaptation)* *(காண்க. ப—ள். 125–8).*

3.2 மொழியியல் அறிஞர்களின் மொழியாக்கக் கொள்கைகள்

மொழியியல் அறிஞர்களிடமிருந்து சில அணுகுமுறைகளையும் கொள்கைகளையும் எடுத்துக்கொண்டு, அதன் மூலம் மொழிபெயர்ப்பியல் சில பயன்களைப் பெற்றுள்ளது. அவற்றை இப்பகுதியில் காணலாம்.

3.2.1 மொழியாக்க வகைகள்

மொழியியல் அறிஞர் ரோமன் யேகப்சன் மூன்று மொழியாக்க வகைகளைப் பின்வருமாறு அறிமுகம் செய்கிறார் *(காண்க. ப—ள். 132–3):*

> (i) மொழிக்குள்ளேயே செய்யப்படும் மொழியாக்கம் அல்லது வேற்றுச் சொல்லாக்கம் *(intra-lingual translation or rewording):* ஒன்பது முதல் பதினைந்தாம் நூற்றாண்டுகள்வரை முந்திய காலத் தமிழ் இலக்கிய, இலக்கண மூல நூல்களுக்குப் பல புகழ்பெற்ற உரைநூல்கள் எழுதப்பட்டன. இந்தப் பாரம்பரியம் இன்றும் தொடருகிறது. இவ்வகை நூல்கள் அனைத்துமே மொழிக்குள்ளேயே செய்யப்படும் மொழியாக்கத்தின் எடுத்துக்காட்டுகளாகும்.

> (ii) மொழிகளுக்கிடையே செய்யப்படும் மொழியாக்கம் அல்லது முறையான மொழியாக்கம் *(interlingual*

translation or translation proper): உதாரணமாக, தமிழிலிருந்து ஆங்கிலத்திற்கோ அல்லது ஆங்கிலத்தி லிருந்து தமிழுக்கோ செய்யப்படும் மொழியாக்கம்.

(iii) குறி முறைமை அமைப்புகளுக்கிடையே செய்யப்படும் மொழியாக்கம் அல்லது உரு–பண்பு–பொருள் நிலை *மாற்றம் (intersemiotic translation or transmutation).* எழுத்து ஊடகத்திலிருந்து இசை அல்லது அசையும்/ அசையாப் பட வடிவ ஊடகங்களுக்குச் செய்யப்படும் மொழியாக்கம், மொழிகளுக்கிடையே ஒலி–ஒளி வடிவ மொழியாக்கம் போன்றவை எடுத்துக்காட்டுகளாகும்.

மொழியாக்கச் சிந்தனைகளில் யேகப்சனின் மூன்று மொழியாக்க வகைகள் முக்கியமான மைல்கல்லாக இருந்து வருகின்றன.

3.2.2 மொழியாக்கச் சமானம்

மொழியாக்கச் சமானம் பற்றி மொழியியல் அறிஞர்கள் பல கோணங்களில் ஆழ்ந்து சிந்தித்துப் பல கலைச்சொற்களை உருவாக்கியுள்ளனர். முதலாவதாக வடிவ ஒப்புமை, இயக்கம் மிகு ஒப்புமை என்று யூஜீன் நைடா சமானத்தை இருவகைகளாகப் பிரித்து விளக்குகிறார் (காண்க. ப–ள். *135–7*). நைடாவைத் தொடர்ந்து பீட்டர் நியூமார்க், கேட்ஃபட், ஜூலியன் ஹவ்ஸ் ஆகியோர் பலவகைச் சமானங்களைப் பற்றிப் பேசுகிறார்கள்.

மொழியியல் அறிஞர் வர்னர் கோலர் *(Werner Koller)* இவற்றைச் சுருக்கி ஐந்துவகைச் சமானங்களைத் தருகிறார் (காண்க. ப. *134*). அவை சொற்களின் இருவகை அர்த்தங்கள் *(i & ii)*, பனுவல் நெறிகள் *(iii)*, கலாச்சார – மொழிக்கூறுகள் *(iv)*, வடிவ–அழகியல் கூறுகள் *(v)* என்ற நிலைகளில் அமைந்துள்ளன:

i. தலையாய அர்த்தச் சமானம் *(denotative equivalence)*

ii. சொற்கள் உண்டாக்கும் கருத்து–உணர்வுச் சமானம் *(connotative equivalence)*

iii. பனுவல்–நெறி வகைச் சமானம் *(text-normative equivalence)*

iv. வாசகர்களின் இயல்பான கலாச்சார–மொழிக்கூறுச் சமானம் *(pragmatic equivalence)*

v. வடிவ–அழகியல் சமானம் *(Formal-aesthetic equivalence)*

3.2.3 ஸ்கோபோஸ் கோட்பாடு

மொழியியல் அறிஞர் ஹான்ஸ் வெர்மியரின் ஸ்கோபோஸ் கோட்பாடு 1980களில் பெருந்தாக்கத்தை உண்டாக்கிய மொழியாக்கக் கோட்பாடாக இருந்தது. பெறுமொழி வாசகர்களுடைய சூழ்நிலைகளுக்கு உகந்தாற்போல மொழியாக்கப் பனுவலின் உருவாக்கம் அமையவேண்டுவதே ஸ்கோபோஸ் கோட்பாட்டின் மையக் கருத்தாக இருந்தது (காண்க. ப. 145–6). இக்கோட்பாடு சமகால இலக்கிய வரலாற்றில் பெருகிவரும் போக்கான வாசகர்–எதிர்வினைக் கோட்பாட்டுடன் (Reader-response theory) ஒப்புமை கொண்டதாக இருந்தது.

மொழி சுதந்திரமாக இயங்கக் கூடிய சுயாதிகாரம் பெற்ற ஒரு அமைப்பு என்று தற்கால மொழியியலில் நீண்ட காலம் பலராலும் ஏற்றுக்கொள்ளப்பட்ட அடிப்படைக் கருத்தாக்கமாக இருந்து வந்தது. அதை வெர்மியர் நிராகரிக்கிறார்: மொழியாக்கம் மொழிக்கூறுகளை மட்டுமே வைத்துச் செய்யப்படும் வெற்று 'மொழி மாற்றம்' அல்ல. அது உயிர்ப்பு மிகுந்த 'கலாச்சார மாற்றம்'. ஏனெனில் மொழி ஒரு கலாச்சாரத்தில் ஆழமாகப் புதைந்துள்ளது.

இக்கருத்து மொழியாக்கக் கோட்பாடுகளில் தாக்கம் மிகு, வேகம் மிகு, திருப்புமுனையாக அமைந்தது. மொழியியல் கோட்பாடுகளில் ஆழ்ந்த புலமை பெற்ற ஒரு மொழியியல் அறிஞர் மொழியைப் பின்னுக்குத் தள்ளி, கலாச்சாரத்தை முன்னிறுத்தியது ஆச்சரியத்தைத் தந்தது. ஆழ்ந்து சிந்திக்க வைத்தது. மொழிபெயர்ப்பாளர் தருமொழியிலும் பெறுமொழியிலும் வல்லுநராக இருந்தால் மட்டும் போதாது; அவர் இருகலாச்சாரங்களிலும், நல்ல புலமை பெற்றிருக்கவேண்டும் என்ற சிந்தனை வலுப்பெறத் தொடங்கியது.

3.3 மொழியியலும் மொழிபெயர்ப்பியலும்: இருவழிப் பயன்கள்

மொழியியலால் மொழிபெயர்ப்பியலும் மொழிபெயர்ப்பியலால் மொழியியலும் பெறும் சில இருவழிப் பயன்களை இப்பகுதி விவரிக்கிறது.

3.3.1 மொழி கற்றல்/கற்பித்தல் (language learning/teaching)

ஐரோப்பிய செம்மொழிகளின், குறிப்பாக பண்டைய கிரேக்க, லத்தீன மொழிகளின் கல்வியில் மொழியாக்கம் மிகவும் பிரபலமான கற்பிக்கும் உத்தியாகப் பயன்பட்டது. இதன் விளைவாக 'இலக்கண மொழியாக்க முறை' (grammar translation method) என்ற மொழி கற்பிக்கும் முறை தோன்றியது.

பத்தொன்பதாம் நூற்றாண்டில் தற்கால மொழிகளைக் கற்க/ கற்பிக்க இந்த முறை பேரளவில் பயன்படுத்தப்பட்டது.

இம்முறையில் அந்நிய மொழி இலக்கியப் பனுவல்களிலிருந்து தெரிவு செய்யப்பட்ட சிறிய பத்திகள் உற்று நோக்கப்படுகின்றன. அவற்றின் முக்கியமான சொற்களும் வாக்கிய அமைப்புகளும் பட்டியலிடப்படுகின்றன. தாய்மொழி மொழியாக்கம் மூலம் அவை மனப்பாடம் செய்யப்படுகின்றன. எனவே மொழியாக்கம் இக்கல்வி முறையில் உயிர்நாடியான உத்தியாகப் பயன்படுகின்றது. நிறைய தமிழகப் பள்ளிக்கூடங்களில் தமிழ் மொழியாக்கம் வழியே ஆங்கிலப் பயிற்சி தருவது இன்றும் நிகழ்கிறது.

தாய்மொழியைத் தவிர அந்நிய மொழி அல்லது இரண்டாம் மொழி ஒன்றைக் கற்போர், அதற்கும் மேலாக ஓரிரு மொழிகளைத் தெரிந்துகொள்வோர், உலகெங்கும் ஏராளமானோர் உள்ளனர். தமிழகப் பள்ளிக் கல்வியில் தாய்மொழி தமிழைத் தவிர ஆங்கிலத்தை இரண்டாவது மொழியாகவும், பிற இந்திய மொழிகளுள் ஒன்றை மூன்றாவது மொழியாகவும் கற்கும் வாய்ப்பு மாணவர்களுக்கு உள்ளது. அத்தகைய மாணவர்கள் தாய்மொழி தமிழில் மன மொழியாக்கம் செய்து இரண்டாவது, மூன்றாவது மொழிகளின் வாசிப்புப் புரிதலை மேம்படுத்துவது இயல்பாக நடக்கிறது.

இதேபோன்ற சூழ்நிலைகளில், உலகளாவிய அளவில் வாசிப்புப் புரிதலை மேம்படுத்தத் தாய்மொழி மனமொழியாக்கம் பெரிதும் உதவுவதாகக் கண்டறியப்பட்டுள்ளது. பல ஆய்வு முடிவுகள் இதை உறுதி செய்கின்றன. எனவே மொழி கற்றலில்/ கற்பித்தலில் மொழியாக்கம் ஒரு பயனுள்ள உத்தியாகப் பயன்படுகிறது. அதே நேரத்தில் தாய்மொழியாக்கம் மூலம் பிறிதொரு மொழியைக் கற்பதில் பிழைகள் ஏற்படக்கூடும் என்பதையும் கருத்தில் கொள்ள வேண்டும். இத்தகைய பிழைகளை மொழியியலின் ஒரு கிளையான 'பிழை பகுப்பாய்வு' *(Error Analysis)* ஆழமாக ஆராய்ச்சி செய்கிறது. பிற மொழிகளைக் கற்பதில் நிகழும் மொழியாக்கப் பயன்பாட்டைத் தவறு என்று அது சொல்வதில்லை; மாறாக ஆக்கபூர்வமான ஒரு கற்கும் உத்தியாக அதை ஏற்றுக்கொள்கிறது.

கல்விப் பயிற்சியில் ஏற்படும் பிழைகள் பரிகாசத்திற்கு உரியவை அல்ல. அவை ஆழமான பகுப்பாய்வுக்குரிய முக்கியத் தரவுகளாகும். அவை தாய்மொழிக்கும் இரண்டாவது மொழிக்கும் இடையில் தோன்றி வளரும் ஒரு இடைமொழியின் *(interlanguage)* உறுதியான அடையாளங்கள் ஆகும் என்று 'பிழை பகுப்பாய்வு' முடிவுக்கு வருகிறது. மொழிப்பயிற்சி கூடக்கூட,

தாய்மொழியின் தாக்கம் குறைந்துகொண்டே வரும். இரண்டாம் மொழியை இலக்காக வைத்து அதை நோக்கி முன்னேறும் இடைமொழியின் பயணம் மேலும் மேலும் தொடரும். இரண்டாம் மொழியின் சாயலில் இடைமொழி மேலும் மேலும் வளரும். வளர்ச்சி முழுமையான பின்னர் அது இரண்டாவது மொழியோடு இரண்டறக் கலந்து இரண்டாவது மொழியாகவே மாறிவிடும். பிழைகள் அனைத்தும் போய்விடும்; பயிற்சியும் நிறைவுபெறும்.

'மொழி கற்றல்/கற்பித்தல்' மொழியியலின் ஒரு கிளையாகும்; அதற்கு மொழியாக்கம் உதவிசெய்கிறது. அப்போது பிழைகள் ஏற்படுகின்றன. ஒலி, சொல், வாக்கியம், அர்த்தம் ஆகிய மட்டங்களில் இரு மொழிகளுக்கிடையே கட்டமைப்பு வேறுபாடுகள் இருக்கலாம். அவையே பிழைகளுக்கான காரணங்கள் என்று மொழியியல் கருதுகிறது. அத்தகைய வேறுபாடுகளை இன்னொரு கிளையான 'வேற்றுமைப் பகுப்பாய்வு' (Contrastive Analysis) அடையாளப்படுத்தி வரையறுக்க முனைகிறது.

3.3.2 வேற்றுமைப் பகுப்பாய்வு

மொழி கற்றலில்/கற்பித்தலில் மொழியாக்கம் மொழியியலுக்குப் பயனுள்ளதாக இருப்பதை மேலே கண்டோம். இதேபோல மொழியாக்கம் வேற்றுமைப் பகுப்பாய்வில் எப்படி மொழியியலுக்குப் பயனுள்ளதாக இருக்கிறதென்று இங்குக் காணலாம். இந்தி, தமிழ் போன்ற இரு மொழிகளுக்கிடையே பொதுவான வேறுபாடுகள் உண்டு. இருமொழிகளின் தெரிவு செய்யப்பட்ட கூறுகளிலும் வேறுபாடுகள் இருப்பது இயல்பு. வேற்றுமைப் பகுப்பாய்வு அப்படிப்பட்ட வேறுபாடுகளை மொழியியல் கோணத்தில் உற்று நோக்குகிறது. அவற்றைத் துல்லியமாக ஆராய்ச்சி செய்து, வரையறுத்துப் பட்டியலிடுகிறது.

3.3.2.1 வேற்றுமைப் பகுப்பாய்வு: பொதுவான கூறு

இரு ஆட்கள்/பொருள்கள்/விஷயங்களுக்கிடையே உள்ள வேறுபாடுகளைக் கண்டறிய வேண்டும் என்று வைத்துக் கொள்வோம். முதலில் இரண்டுக்கும் பொதுவான ஒரு கூறை நாம் அமைத்துக்கொள்ள வேண்டும். அந்தப் பொதுவான கூறின் அடிப்படையில்தான் இரண்டுக்கும் இடையே உள்ள வேறுபாடுகளை அடையாளம் காணமுடியும்.

எடுத்துக்காட்டாக, 'உயரம்' என்ற பொதுவான ஒரு கூறை அடிப்படையாகக் கொண்டுதான் இவனை விட அவன் உயரமானவன்/குள்ளமானவன் என்று உயரத்தில் இருவருக்கும் உள்ள வேறுபாடுகளைப் பேசமுடியும். அதேபோல இவனை விட அவன் நல்லவன்/கெட்டவன் என்று பேசும்போது, 'நல்ல

குணம்' என்ற மதிப்பீட்டுக் கூறின் பொதுவான அடிப்படையில் வேறுபாடுகள் அளவிடப்படுகின்றன.

இருமொழிகளுக்கிடையே வேற்றுமைப் பகுப்பாய்வு செய்யும்போது அர்த்தத்தையே பொதுவான மதிப்பீட்டு அளவுகோலாகக் கொள்கிறோம். ஒரு மொழியில் ஒரு வாக்கியம் சொல்லும் அர்த்தத்தை வேறொரு மொழியிலும் தெரிவிக்க முடியும் என்று நாம் நம்புகிறோம். சொல்லும் விதம் மாறலாம். சொற்களின், வாக்கியத்தின், கட்டமைப்பு மாறலாம். ஒரு வாக்கியம் இரண்டு மூன்று ஆகலாம். சொற்களின் எண்ணிக்கை கூடலாம். ஆனால் அர்த்தத்தை முழுமையாகத் தெரிவிக்கமுடியும் என்றே நாம் பொதுவாக நம்புகிறோம்.

3.3.2.2 எடுத்துக்காட்டு வேற்றுமைப் பகுப்பாய்வு

எடுத்துக்காட்டாக, ஒரு தமிழ் நாளேட்டில் வந்த ஒரு வாக்கியத்தை எடுத்துக்கொள்வோம்:

(1) ஒரு திருமண பந்தத்தை முறித்துக்கொண்டு வெளியேற நிறையவே சுயமரியாதையும் துணிச்சலும் தேவைப்படுகிறது.
(**இந்து: தமிழ் திசை**, பிப்ரவரி, 7, 2019)

(1.a) It requires a lot of self-respect and courage to break and quit a matrimonial bond.

(1)இல் தமிழ் வாக்கியம் சொன்ன அதே கருத்தை (1.a)யில் ஆங்கில வாக்கியமும் சொல்லுகிறது என்று நாம் கருதமுடியும். இதைச் சற்று வேற்றுமைப் பகுப்பாய்வு செய்து பார்ப்போம்:

(i) வாக்கியக் கட்டமைப்பை மாற்றாத சொல்லுக்குச் சொல் ஆங்கில வாக்கியம்:

ஒரு திருமணப் பந்தத்தை முறித்துக்கொண்டு வெளியேற
A   matrimonial bond (object) to break (and)   to quit

நிறையவே சுயமரியாதையும், துணிச்சலும் தேவைப்படுகிறது.
a lot of   self-respect and   courage and   requires.

இப்படிப்பட்ட ஆங்கில வாக்கிய அமைப்பு இயற்கையாக இல்லை; இலக்கண விதிகளும் பின்பற்றப்படவில்லை; வாக்கியத்தின் அர்த்தமும் மிகவும் சிதைவுறுகிறது. எனவே இது ஏற்புடையது அல்ல; மற்ற வேறுபாடுகளைக் கீழே காண்போம்:

(ii) மேலே (1)இல் கண்ட தமிழ் வாக்கியத்தின் முதல் சொற்றொடரை இரண்டாவதாகவும், இரண்டாவது சொற்றொடரை முதலாவதாகவும் இப்படி மாற்றிச் சொல்லலாம்:

(2) நிறையவே சுயமரியாதையும் துணிச்சலும் தேவைப்படு கிறது– ஒரு திருமணப் பந்தத்தை முறித்துக்கொண்டு வெளியேற!

இப்படி மாற்றிச் சொல்வதில் இலக்கணப் பிழை ஏதும் இல்லை. ஆனால் இது சாதாரணமாகச் சொல்லப்படும் வாக்கியக் கட்டமைப்பு இல்லை. இங்கு இரண்டாவது சொற்றொடர் சொல்லும் செய்தி முக்கியத்துவம் பெறுகிறது; அது ஒரு தனிப்பட்ட தாக்கத்தையும் உண்டாக்குகிறது.

(iii) மேலே *(1)*இல் கண்ட தமிழ் வாக்கியத்துக்குச் சமமாக *(1.a)*இல் கண்ட ஆங்கில வாக்கியம் கருதப்பட்டது. இதனுடைய எழுவாயாக It என்ற சொல் உள்ளது. இதை ஆங்கில இலக்கணத்தில் empty subject ‘it’ அல்லது anticipatory ‘it’ என்று சொல்கிறார்கள். ஏனெனில் இது அர்த்தம் இல்லாத வெறுமை யான ஒரு எழுவாய்; அல்லது இதனுடைய அர்த்தம் பின்னே வரும் ஒரு சொற்றொடரில் எதிர்பார்க்கப்படுகிறது.

வெறுமையான எழுவாயாகத் தோன்றும் it என்ற சொல்லின் தர்க்க ரீதியிலான அர்த்தத்தைப் பின்னே வரும் to break and quit a matrimonial bond என்ற சொற்றொடர் தருகிறது. அதாவது இந்தச் சொற்றொடர் it என்ற சொல்லுக்குப் பதிலாக வாக்கியத்தின் எழுவாயாகவே இயங்க வல்லது. இப்படி மாற்றம் செய்தால் இலக்கணப் பிழையில்லாத வேறொரு வாக்கியம் *(3)*இல் கிடைக்கிறது.

(3) To break and quit a matrimonial bond requires a lot of self-respect and courage.

ஆனால் ஆங்கிலத்தில் *(1.a)*இல் கண்டதே விரும்பித் தெரிவு செய்யப்படும் சாதாரண வாக்கிய அமைப்பாக உள்ளது. வாக்கியத்தின் இறுதியில் வரும் to break and quit a matrimonial bond என்ற சொற்றொடரை எழுவாயாகக்கொண்டு வாக்கியத்தைத் தொடங்கினால், வெறுமையான எழுவாயாக வரும் it என்ற சொல்லையும் அதே இடத்தில் பயன்படுத்த முடியாது. அப்படிச் செய்தால் பிழையுள்ள *(4)* மட்டுமே கிடைக்கும்.

(4) *It to break and quit a matrimonial bond requires a lot of self-respect and courage.

*(1.a)*யில் கண்டது ஏன் விரும்பித் தெரிவு செய்யப்படும் ஆங்கில வாக்கிய அமைப்பாக உள்ளது என்ற கேள்வி எழலாம். *(3)*இல் கண்ட ஆங்கில வாக்கியத்தில் To break and quit a matrimonial bond என்ற நீண்ட சொற்றொடர் எழுவாயாக உள்ளது. பொதுவாக நீண்ட சொற்றொடரை எழுவாயாகக் கொண்ட வாக்கியத்தைப்

புரிந்துகொள்வது சற்றுக் கடினமாக இருக்கும். எனவே அதை வாக்கியத்தின் இறுதிக்கு இடம் மாற்றுவது வழக்கம். அப்படிச் செய்தால் எழுவாய் இருக்கவேண்டிய இடம் காலியாகி விடும்.

எழுவாய் இல்லாத ஒரு வாக்கியம் ஆங்கிலத்தில் மிகவும் பிழையான வாக்கியம். ஆகவே empty subject 'it' அல்லது anticipatory 'it' அந்த இடத்தில் வருவது கட்டாயமான ஒரு இலக்கணத் தேவையாக உள்ளது. இவ்வாறு மாற்றம் செய்வதால் குழப்பம் ஏதும் வராது. ஏனெனில் empty subject 'it' அல்லது anticipatory 'it' என்பது வாக்கியத்தின் இறுதிக்கு இடம் மாற்றப்பட்ட 'to break and quit a matrimonial bond என்ற நீண்ட சொற்றொடரையே மிகத் தெளிவாகக் குறிக்கிறது.

நீண்ட எழுவாய்களை மிகவும் சுருக்க வேண்டும், நீண்ட சொற்றொடர்களுக்கு வாக்கியத்தின் இறுதியில் இடம் தர வேண்டும் என்று கூறுவது பிறிதொரு ஆங்கில இலக்கணக் கொள்கையாகும். இது end weight என்று அழைக்கப்படுகிறது. ஒரு வாக்கியத்தின் பயனிலையில் வினைச் சொல்லுக்குப் பின் ஒன்றுக்கும் மேற்பட்ட நீண்ட சொற்றொடர்கள் வரலாம். அப்படி வந்தால் இறுதியாக உள்ள சொற்றொடர் சொல்லும் செய்தியே மிகவும் முக்கியமானதாக இருப்பதும் வழக்கம். இது end focus என்ற வேறொரு இலக்கணக் கொள்கைப்படி நடக்கிறது.

(iv) எடுத்துக்கொண்ட தமிழ் வாக்கியத்தின் இரு சொற்றொடர்களில் முன்னதைப் பின்னதாகவும், பின்னதை முன்னதாகவும் மாற்றி அமைக்கப்பட்ட வாக்கிய அமைப்பை (2)இல் கண்டோம். இந்த வாக்கியக் கட்டமைப்பில் பின்னதாக வரும் சொற்றொடர் சொல்லும் செய்தி முக்கியத்துவம் பெற்றுத் தனிப்பட்ட தாக்கத்தை உண்டாக்குகிறது என்று முன்பு சொல்லப்பட்டது. இது சரிதானா?

இதில் முதலாவதாக வரும் 'நிறையவே சுயமரியாதையும், துணிச்சலும் தேவைப்படுகிறது' என்ற சொற்றொடர் சொல்லும் செய்தி முக்கியத்துவம் பெற்று ஒரு தனிப்பட்ட தாக்கத்தை உண்டாக்குகிறது என்று ஏன் சொல்லக்கூடாது? இங்கு முதல் சொல்லாக வரும் 'நிறையவே' என்பதை இப்படிப் பிரித்துப் பார்க்கலாம்: நிறைய + –ஏ = நிறையவே. இங்கு –ஏ என்ற பின்னொட்டு (suffix) நிறைய என்ற சொல்லோடு ஒட்டப்படும் போது ஒரு ஒலி மாற்றத்தால் நிறையவே என்ற சொல் உண்டா கிறது. பின்னொட்டாக வரும் –'ஏ' என்ற சொல் கூறு 'அழுத்தம் தரும் பின்னொட்டு' (emphatic suffix) என்று சொல்லப்படுகிறது.

இந்த 'அழுத்தம் தரும் பின்னொட்டு' முதல் சொற்றொடரில் வரும் முதலாவது சொல்லோடு ஒட்டப்பட்டுள்ளது. எனவே

முதல் சொற்றொடர் சொல்லும் செய்தியே அழுத்தமும் முக்கியத்துவமும் பெற்று ஒரு தனிப்பட்ட தாக்கத்தை உண்டாக்குகிறது என்று ஏன் சொல்லக்கூடாது? பின்வருவனவற்றை எதிர்வாதக் கருத்துகளாக முன்வைக்கலாம்:

* எந்தச் சொல்லோடு – 'ஏ' என்ற பின்னொட்டு ஒட்டப்படுகிறதோ அந்தச் சொற்பொருளுக்கு மட்டுமே அழுத்தம் கிடைக்கிறது. எந்த 'அளவு' தேவைப்படுகிறது – குறையவா, நிறையவா – என்று கேட்டால், 'நிறையவே' என்ற அழுத்தம் உள்ள பதில் கிடைக்கிறது. இந்த அழுத்தத்தை முழு வாக்கியத்துக்கும் நீட்டக் கூடாது.

* இவ்வாக்கியம் ஒரு தமிழ் நாளேட்டுக் கட்டுரையிலிருந்து எடுக்கப்பட்டது. கட்டுரையாளர் ஒரு பெண். அவர் தன்னுடைய திருமணப் பந்தத்தை முறித்துக்கொண்டு ஒரு குழந்தையோடு வெளியேற நேர்ந்தது. அப்போது ஒரு தனிநபராக அவருக்கு இருந்த மனநிலையைப் பற்றியும், அதைத் தாங்க என்ன தேவைப்பட்டது என்பது பற்றியும் சொல்ல இவ்வாக்கியத்தை எழுதியுள்ளார். எனவே பனுவல் சூழ்நிலையில், ஒரு திருமணப் பந்தத்தை முறித்துக் கொண்டு வெளியேற என்ற சொற்றொடரே முக்கியத்துவம் பெறுகிறது.

* ஒரு பனுவலின் சூழ்நிலை, பேசப்படும் சமூகச் சூழ்நிலையைச் சார்ந்தது. இது தமிழ்ச் சமூகத்தைச் சார்ந்த கட்டுரை. தமிழ்ச் சமூக விழுமியப்படித் திருமணப் பந்தம் இறுதி மூச்சு வரை வலுவாகத் தொடர வேண்டிய பந்தம். அதை முறித்துக்கொண்டு வெளியேறுவது அவ்வளவு எளிதில் நடவாத காரியம். வேறு வழியில்லை, வெளியேறித்தான் ஆக வேண்டுமென்றால் அதற்கு நிறைய சுயமரியாதையும் துணிச்சலும் தேவைப்படுகிறது. எனவே தமிழ்ச் சமூகச் சூழ்நிலையிலும் 'ஒரு திருமணப் பந்தத்தை முறித்துக் கொண்டு வெளியேற' என்ற சொற்றொடரே முக்கியத்துவம் பெறுகிறது.

(v) எடுத்துக்கொண்ட வாக்கியத்தில் உள்ள 'நிறையவே சுயமரியாதையும் துணிச்சலும் தேவைப்படுகிறது' என்ற சொற்றொடரை மீண்டும் பார்ப்போம். இங்கு சுயமரியாதை, துணிச்சல் என்ற இரு சொற்களுக்குப் பின் – உம் என்ற பின்னொட்டு ஒட்டப்பட்டுள்ளது. என்னென்ன தேவை என்று

கே. தியாகராஜன்

கேட்டால், ஒரு பட்டியலிடுவது போல் சில சொற்களைத் தரலாம். ஒவ்வொரு சொல்லுக்குப் பின்னும் இந்தப் பின்னொட்டை ஒட்ட வேண்டும். ஒன்று, இரண்டு, ... என எண்ணக்கூடிய வகையில் இது ஒட்டப்படுவதால் எண்ணும்மை என்று பெயர் பெறுகிறது.இங்குத் தேவைப்படுவன: 1) சுயமரியாதை; 2)துணிச்சல். எனவே இரண்டின் பின்னரும் எண்ணும்மைப் பின்னொட்டு ஒட்டப்பட்டுள்ளது.

(vi) 'நிறையவே சுயமரியாதையும் துணிச்சலும் தேவைப்படு கிறது' என்ற சொற்றொடரை இன்னொரு முறை பார்ப்போம். எழுவாய் இல்லாத ஏராளமான வாக்கியங்கள் இலக்கண விதிகளுக்குட்பட்டுச் சாதாரணத் தமிழ்ப் பயன்பாட்டில் உள்ளன. இந்தச் சொற்றொடரும் எழுவாய் இல்லாத முழுமையான வாக்கியமே. இதற்கு எழுவாய் என்னவாக இருக்கக் கூடும்?

யாருக்குத் தேவைப்படுகிறது என்ற கேள்விக்குக் கிடைக்கும் பதிலே எழுவாயாக இருக்கமுடியும். **எனக்கு, நமக்கு, உனக்கு, உங்களுக்கு, அவனுக்கு, அவளுக்கு, அவர்களுக்கு, யாருக்கும், எவருக்கும்** என்பனவற்றுள் எதுவுமே பொருத்தமான பதில்தான். பிரதிப் பெயர்ச்சொற்களாகிய இவற்றுக்கு மாறாக **அகிலனுக்கு, அரசிக்கு, தமிழ்ப் பெண்களுக்கு, இந்தியக் குடும்பங்களுக்கு** போன்ற பெயர்ச் சொற்களும் எழுவாயாக இருக்க முடியும்.

பொதுவாகத் தமிழ் வாக்கியங்களில் எழுவாய்ப் பொருளில் இயங்கும் பெயர்ச்சொற்கள் வேர்ச் சொற்களாகவே காணப்படுகின்றன. இவை முதலாம் வேற்றுமையில் (nominative case) வரும் பெயர்ச்சொற்கள் எனத் தமிழ் இலக்கணம் கூறுகிறது. அதாவது முதலாம் வேற்றுமைக்கான தனிப்பட்ட வடிவம் கொண்ட உருபு கிடையாது. மேலே சொல்லப்பட்ட எழுவாய்கள் அனைத்திலுமே – 'கு' என்ற நான்காம் வேற்றுமை உருபு காணப்படுகிறது. அதை நீக்கிவிட்டால் அவை இப்படிக் காணப்படும்: **நான், நாம், நீ, நீங்கள், அவன், அவள், அவர்கள், யார், எவர்**. நான்காம் வேற்றுமையின் – 'கு' என்ற ஒரே உருபானது கொடை, பகை, நட்பு, முறை, தகுதி, முதற் காரண காரியம், நிமித்த காரண காரியம் ஆகிய பொருள்களைச் சுட்டும் எனத் தமிழ் இலக்கணம் வரையறுக்கிறது. எடுத்துக்காட்டாக (5)ஐக் காண்போம்.

(5) அம்மா என் நண்பர்களுக்கு லட்டு தந்தாள்.

'அம்மா' இங்கு முதலாம் வேற்றுமையில் உள்ள பெயர்ச்சொல். 'தந்தாள்' என்பது கொடைப் பொருளில் வரும் வினைச்சொல். என்ன தந்தாள் என்ற கேள்விக்குக் கிடைக்கும் பதிலாகிய 'லட்டு' நேரடியான அல்லது முதலாவது செயப்படு பொருள்.

யாருக்குக் கொடுத்தாள் என்ற கேள்விக்குக் கிடைக்கும் பதிலாகிய 'என் நண்பர்களுக்கு' மறைமுகமான அல்லது இரண்டாவது செயப்படுபொருள். இவ்வாக்கியத்தில் வரும் வினைச்சொல் 'தந்தாள்' இரு செயப்படுபொருள்களை ஏற்கிறது. இப்போது (6)இல் வரும் தமிழ் வாக்கியத்தை எடுத்துக்கொள்வோம்.

(6) எனக்கு நிறையவே சுயமரியாதையும் துணிச்சலும் தேவைப்படுகிறது.

இதற்கான சொல்லுக்குச் சொல் ஆங்கில மொழிபெயர்ப்பு (7)இல் வருவது போல் இருக்கும்:

(7) *To me is required a lot of self-respect and courage.

ஆங்கிலத்தில் 'எழுவாய் – செய்வினை – செயப்படுபொருள்' என்ற சொல் வரிசை அமைப்புப்படி அமைவது சரியான வாக்கியம்; அல்லது 'செயப்படுபொருள் – செயப்பாட்டுவினை – எழுவாய்' என்ற சொல் வரிசை அமைப்புப்படி அமைவதும் சரியான வாக்கியம். இந்த அமைப்புகளின்படி வருவதால் கீழே வரும் (8)ம், (9)ம் சரியான வாக்கியங்களாகக் கிடைத்துள்ளன.

(8) I require a lot of self-respect and courage.

(9) A lot of self-respect and courage is required for me.

ஆனால் is required செயப்பாட்டு வினையாக (passive voice verb) (7)இல் வருகிறது; அதே வாக்கியத்தின் எழுவாயான To me செயப்படுபொருள் வடிவில் வருகிறது. (நான்காம் வேற்றுமைப் பொருளைக் குறிக்கும்) எழுவாய் – செயப்பாட்டுவினை – செயப்படுபொருள் என்பது பிழையான சொல் வரிசை அமைப்பு. இந்த முரணால் பிழையான வாக்கியம் மேலே (7)இல் கிடைத்தது.

மாறாக, (6)இல் உள்ளது பிழையில்லாத, இயற்கையான, சாதாரணப் புழக்கத்தில் உள்ள தமிழ் வாக்கியம். '(நான்காம் வேற்றுமை உருபுடன் வரும்) எழுவாய் – செயப்படுபொருள் – செயப்பாட்டுவினை' இதனுடைய சொல் வரிசை அமைப்பு. ஆங்கிலத்தில் இல்லாத, மிகவும் வேறுபட்டுள்ள, ஒரு இலக்கணக் கூறு தமிழ் வாக்கியத்தின் எழுவாயில் காணப்படுகிறது.

'எனக்கு, நமக்கு, உனக்கு, உங்களுக்கு' போன்ற எழுவாய்கள் 'நான்காம் வேற்றுமை எழுவாய்கள் (dative subjects)' எனும் பெயர் பெற்றுள்ளன. இவற்றுக்கான வேர்ச் சொற்கள் 'நான், நாம், நீ, நீங்கள்' என்பனவாகும். இவற்றுடன் நான்காம் வேற்றுமை உருபை நேரடியாகச் சேர்த்தால் 'நான் + – கு, நாம் + – கு, நீ + – கு, நீங்கள் + – கு' என்ற பிழையான சொல்வடிவங்கள் பிறக்கின்றன. எனவே சில ஒலி மாற்றங்கள் செய்து 'எனக்கு, நமக்கு, உனக்கு,

உங்களுக்கு' எனும் சரியான சொற்களை உருவாக்குகிறோம். படர்க்கையில் இப்படிப்பட்ட வேர்ச்சொல் ஒலிமாற்றங்கள் இல்லாமல் 'அவனுக்கு, அவளுக்கு, அவர்களுக்கு' என்பன கிடைக்கின்றன.

கொடு, சமை, அடி, உதை, கொல், படி, வரை, அனுப்பு போன்ற செய்வினைகள் அனைத்துப் பின்னொட்டுகளையும் {மூவிடம் (தன்மை, முன்னிலை, படர்க்கை), முக்காலம் (இறந்த, நிகழ், எதிர்காலங்கள்), பன்மை எண்ணிக்கை, இரு பால் (ஆண்பால், பெண்பால்), செயப்பாட்டு வினை வடிவம் போன்ற வற்றை} ஏற்கக்கூடியவை. ஏனெனில் இவை ஒரு செயலைக் குறிக்கும் வினைச்சொற்கள் (action verbs).

மாறாக, சிறிய எண்ணிக்கையிலான 'தெரியும், புரியும், பிடிக்கும், கிடைக்கும்' என்பவை ஒரு நிலையைக் குறிக்கும் வினைச்சொற்கள் (stative verbs) என்று அழைக்கப்படுகின்றன. இவை குறைவினைகள் (defective verbs) என்றும் சொல்லப்படு கின்றன. நிகழ்கால, இறந்தகால பின்னொட்டுகளை இவை ஏற்கின்றன. ஆனால் இச்சொற்களில் உள்ள பின்னொட்டு – 'உம்' எதிர்காலத்தைக் குறிக்காமல் ஒரு நிலையை (state), விருப்பத்தை (volition) அல்லது மனப்பாங்கைக் (attitude) குறிக்கிறது.

இங்கு முக்கியமாகக் கவனிக்க வேண்டிய ஒரு இலக்கணக் கூறு: இந்த வினைச்சொற்கள் ஏற்கக்கூடிய எழுவாய்கள் அனைத்தும் எப்போதும் – 'கு' எனும் நான்காம் வேற்றுமை உருபுடன் காணப்படுகின்றன. மேலும் இவை எப்போதும் படர்க்கை ஒருமையைக் குறிக்கின்றன. எனவே இவை 'நான்காம் வேற்றுமை எழுவாய் – நிலையைக் குறிக்கும் வினைகள்' (dative subject-stative verbs) என்றும் பெயர் பெறுகின்றன.

(vii) 'நிறையவே சுயமரியாதையும் துணிச்சலும் தேவைப்படு கிறது' என்ற சொற்றொடரை மீண்டும் பார்ப்போம். இது முழுமையான வாக்கியமே. 'எனக்கு, உனக்கு' போல நான்காம் வேற்றுமை உருபுடன் வரும் ஒரு பெயர்ச்சொல்லே இதனுடைய எழுவாயாக இருக்க முடியும். 'தேவைப்படுகிறது' இங்கு நிகழ்கால வினைச்சொல்லாக (stative verb) உள்ளது. சுயமரியாதை, துணிச்சல் என்ற இரு பெயர்ச்சொற்கள் கூட்டாகச் சேர்ந்து வாக்கியத்தை நிரப்பும் கூறு (complement) போல வருகின்றன. இந்த வகையில் 'தேவைப்படுகிறது' என்பது இணைப்பு வினைச்சொல் (linking verb) போலவும் தோன்றுகிறது.

'தேவை' என்பது பெயர்ச்சொல். அதோடு துணை வினைச்சொல்லாகிய 'படு' சேரும்போது 'தேவைப்படு' – என்ற வினைச்சொல்லடி கிடைக்கிறது. அத்துடன் – 'கிறு' என்ற

நிகழ்காலப் பின்னொட்டும், – 'து' என்ற படர்க்கை ஒருமைப் பின்னொட்டும் சேர்வதால், 'தேவைப்படுகிறது' என்ற வினைச்சொல் பிறக்கிறது. இது நிலையைக் குறிக்கும் வினைச்சொல் (stative verb) போலவும், இணைப்பு வினைச்சொல் (linking verb) போலவும் உள்ளது. நான்காம் வேற்றுமை எழுவாயையும் ஏற்பதால் இதையும் 'நான்காம் வேற்றுமை எழுவாய் – நிலையைக் குறிக்கும் வினை' (dative subject-stative verb) என்று சொல்லலாம்.

3.3.2.3 எடுத்துக்காட்டு வேற்றுமைப் பகுப்பாய்வு: முடிவுகள்

(i) வாக்கியத்தின் கருத்தை/அர்த்தத்தை இரு மொழிகளிலும் எளிதாகச் சொல்ல முடிகிறது.

(ii) தமிழ் வாக்கியக் கட்டமைப்பை மாற்றாத சொல்லுக்குச் சொல் ஆங்கில மொழியாக்கம் இலக்கண விதிகளுக்குப் புறம்பானதாக உள்ளது. வாக்கியத்தின் அர்த்தமும் மிகவும் சிதைவுறுகிறது. தமிழும் ஆங்கிலமும் வாக்கியக் கட்டமைப்பில் மிகவும் வேறுபடுகின்றன.

(iii) 'ஒரு திருமணப் பந்தத்தை முறித்துக் கொண்டு வெளியேற நிறையவே சுயமரியாதையும் துணிச்சலும் தேவைப்படுகிறது(.)' என்பது தமிழில் சாதாரணமாகச் சொல்லப்படும் வாக்கியக் கட்டமைப்பு. 'நிறையவே சுயமரியாதையும் துணிச்சலும் தேவைப்படுகிறது – ஒரு திருமண பந்தத்தை முறித்துக் கொண்டு வெளியேற!' என்றால் அது அவ்வளவாகப் புழக்கத்தில் இல்லாத வாக்கியக் கட்டமைப்பு. இவ்வாறு சொற்றொடர்களை மாற்றிச் சொன்னால் இரண்டாவது சொற்றொடர் சொல்லும் செய்தி அதிக முக்கியத்துவம் பெறுகிறது; அது ஒரு தனிப்பட்ட தாக்கத்தையும் உண்டாக்குகிறது.

(iv) ஆங்கிலத்தில் இது நேர்மாறாக உள்ளது. 'ஒரு திருமணப் பந்தத்தை முறித்துக் கொண்டு வெளியேற நிறையவே சுயமரியாதையும் துணிச்சலும் தேவைப்படுகிறது(.)' என்பதற்கு இணையான To break and quit a matrimonial bond requires a lot of self-respect and courage(.) இலக்கணப் பிழையில்லாத ஆங்கில வாக்கியமே. இருப்பினும் இது அவ்வளவாகச் சாதாரணப் புழக்கத்தில் இல்லை. அதற்குக் காரணம் end weight என்ற ஆங்கில இலக்கணக் கொள்கையாகும்.

இந்தக் கொள்கைப்படி நீண்ட எழுவாயாக உள்ள To break and quit a matrimonial bond என்ற சொற்றொடர் வாக்கியத்தின் இறுதிக்கு இடம் மாற்றப்படுகிறது. எழுவாயிருந்த இடம் காலியாகிவிடுகிறது. எழுவாயில்லாத ஆங்கில வாக்கியம் மிகவும் பிழையானது. எனவே empty subject 'it' அல்லது anticipatory 'it'

அந்த இடத்தில் வருவது கட்டாய இலக்கணத் தேவையாக உள்ளது. மேலும் end focus என்ற இன்னொரு கொள்கைப்படி இச்சொற்றொடர் சொல்லும் செய்தியும் முக்கியத்துவம் பெறுகிறது.

இத்தகைய மாற்றங்களை எல்லாம் செய்தால் It requires a lot of self-respect and courage to break and quit a matrimonial bond(.) என்ற சரியான ஆங்கில வாக்கியம் கிடைக்கிறது. இதுவே சாதாரண ஆங்கிலப் பயன்பாட்டில் விரும்பித் தெரிவு செய்யப்படும் வாக்கிய அமைப்பாக உள்ளது. இவற்றுக்கு இணையான மாற்றங்கள் தமிழில் கிடையாது. தேவையும் இல்லை.

(v) 'நிறையவே சுயமரியாதையும் துணிச்சலும் தேவைப்படு கிறது(.)' என்ற சொற்றொடரில் உள்ள 'தேவைப்படுகிறது' வினைச்சொல்லாகும். அதில் வரும் பின்னொட்டாகிய – 'து' படர்க்கை ஒருமைப் பிரதிப்பெயர் 'அது' என்பதைக் குறிக்கிறது. தன் பங்குக்கு 'அது' ஒரு வாக்கியத்தில் எழுவாயாக இயங்கும் 'ஒரு திருமணப் பந்தத்தை முறித்துக்கொண்டு வெளியேற' என்ற சொற்றொடரைக் குறிக்கிறது.

எனவே தமிழ் வாக்கிய அமைப்பில் ஆங்கில empty subject 'it' போன்ற தனியொரு எழுவாய்க்குத் தேவை இல்லாமல் போகிறது. மேலும் எடுத்துக்கொண்ட வாக்கியத்தில் இரண்டாவ தாக வரும் 'நிறையவே சுயமரியாதையும் துணிச்சலும் தேவைப்படுகிறது(.)' என்ற சொற்றொடரே எழுவாய் இல்லாத முழு வாக்கியமாக இயங்க வல்லது. வினைச்சொல்லில் வரும் பின்னொட்டாகிய – 'து', எழுவாயை மறைமுகமாகக் குறிக்கிறது. இதனால் எழுவாய் இல்லாத இப்படிப்பட்ட வாக்கியங்கள் தமிழில் மிகவும் இயற்கையானவையாக ஏற்கப்படுகின்றன. ஆங்கிலத்தில் இது சாத்தியமில்லை.

(vi) சொற்றொடர் 'நிறையவே சுயமரியாதையும் துணிச்சலும் தேவைப்படுகிறது' என்பதை மீண்டும் எடுத்துக் கொள்வோம். அதில் உள்ள 'நிறையவே' என்ற சொல்லில் வரும் – 'ஏ' 'அழுத்தம் தரும் பின்னொட்டு' (emphatic suffix) என்று சொல்லப்படுகிறது. எந்தச் சொல்லோடு – 'ஏ' ஒட்டப்படுகிறதோ அந்தச் சொற்பொருளுக்கு மட்டுமே அழுத்தம் கிடைக்கிறது. இந்த அழுத்தத்தை முழு வாக்கியத்துக்கும் நீட்டக்கூடாது. எனவே பனுவல் சூழ்நிலையிலும் தமிழ்ச் சமூகச் சூழ்நிலை யிலும் 'ஒரு திருமணப் பந்தத்தை முறித்துக் கொண்டு வெளியேற' என்ற சொற்றொடரே முக்கியத்துவம் பெறுகிறது.

(vii) 'நிறையவே சுயமரியாதையும் துணிச்சலும் தேவைப்படு கிறது' என்ற சொற்றொடரில் 'சுயமரியாதை, துணிச்சல்' ஆகிய

இரு சொற்களுக்குப் பின் – 'உம்' என்ற பின்னொட்டு ஒட்டப்பட் டுள்ளது. ஒன்று, இரண்டு, ... என எண்ணக்கூடிய வகையில் இது ஒட்டப்படுவதால் 'எண்ணும்மை' என்று பெயர் பெறுகிறது. இத்தகைய மொழிக் கூறுகளின் இணைப்பை ஆங்கிலத்தில் and என்ற சொல் தனித்தும் தேவைப்படும்போது காற்புள்ளியுடன் இணைந்தும் செய்கிறது. ஒவ்வொரு கூறோடும் அச்சொல் தமிழ் எண்ணும்மை போல இணைக்கப்படுவதில்லை.

(viii) 'நிறையவே சுயமரியாதையும் துணிச்சலும் தேவைப்படு கிறது' என்ற சொற்றொடர் எழுவாய் இல்லாத, இலக்கண விதிகளுக்குட்பட்ட, சாதாரணத் தமிழ்ப் பயன்பாட்டில் உள்ள முழுமையான வாக்கியம். யாருக்குத் தேவைப்படுகிறது என்ற கேள்விக்குக் கிடைக்கும் பதிலே இதனுடைய எழுவாயாக இருக்கமுடியும். எனக்கு, நமக்கு, உனக்கு, உங்களுக்கு, அவனுக்கு, அவளுக்கு, அவர்களுக்கு, அகிலனுக்கு, அரசிக்கு, தமிழ்ப் பெண்களுக்கு, இந்தியக் குடும்பங்களுக்கு என்பவற்றுள் எதுவுமே பொருத்தமான பதில்தான்.

இவை போன்ற எழுவாய்கள் 'நான்காம் வேற்றுமை எழுவாய்கள் (dative subjects)' எனும் பெயர் பெற்றுள்ளன. இவற்றுள் தன்மை, முன்னிலைப் பிரதிப்பெயர் வேர்ச் சொற்க ளாகிய 'நான், நாம், நீ, நீங்கள்' ஆகியவற்றுடன் மட்டும் நான்காம் வேற்றுமை உருபு – 'கு' சேரும்போது. 'எனக்கு, நமக்கு, உனக்கு, உங்களுக்கு' எனும் சொற்கள் மாற்றங்களுடன் பிறக்கின்றன. மற்ற எழுவாய்களோடு – 'கு' நேரடியாகச் சேர்ந்து 'அவனுக்கு, அவளுக்கு, அவர்களுக்கு, அகிலனுக்கு, அரசிக்கு, தமிழ்ப் பெண்களுக்கு' போன்ற சொற்களைத் தருகிறது.

(ix) 'கொடு, உண், கொல், கடி' போன்ற ஒரு செயலைக் குறிக்கும் வினைச்சொற்கள் செய்வினைகளாகும் (action verbs). இவை அனைத்துப் பின்னொட்டுகளையும் {மூவிடம் (தன்மை, முன்னிலை, படர்க்கை), முக்காலம் (இறந்த, நிகழ், எதிர் காலங்கள்), எண்ணிக்கை (பன்மை), இரு பால் (ஆண்பால், பெண்பால்), அஃறிணை ஒருமை/பன்மை, செயப்பாட்டு வினை வடிவம்} போன்றவற்றை ஏற்கின்றன.

மாறாக, சிறிய எண்ணிக்கையிலான 'தெரியும், புரியும், பிடிக்கும், கிடைக்கும்' என்பவை ஒரு நிலையைக் குறிக்கும் வினைச்சொற்கள் (stative verbs) என்று அழைக்கப்படுகின்றன. இவை குறைவினைகள் (defective verbs) என்றும் சொல்லப்படு கின்றன. நிகழ்கால, இறந்தகாலப் பின்னொட்டுகளை இவை ஏற்கின்றன. ஆனால் இச்சொற்களில் உள்ள பின்னொட்டு

– 'உம்' எதிர்காலத்தைக் குறிக்காமல் ஒரு நிலையை (state), விருப்பத்தை (volition) அல்லது மனப்பாங்கைக் (attitude) குறிக்கிறது.

இந்த வினைச்சொற்கள் ஏற்கக்கூடிய எழுவாய்கள் அனைத்தும் எப்போதும் – 'கு' எனும் நான்காம் வேற்றுமை உருபுடன் காணப்படுகின்றன. மேலும் இவை எப்போதும் படர்க்கை ஒருமையைக் குறிக்கின்றன. எனவே இவை 'நான்காம் வேற்றுமை எழுவாய் – நிலையைக் குறிக்கும் வினைகள்' (dative subject-stative verbs) என்றும் பெயர் பெறுகின்றன.

(x) 'நிறையவே சுயமரியாதையும் துணிச்சலும் தேவைப்படு கிறது(.)' என்ற வாக்கியத்தில் 'தேவைப்படுகிறது' என்பது ஒரு நிலையைக் குறிக்கும் நிகழ்கால, ஒருமை வினைச்சொல்லாக (stative verb) உள்ளது. 'சுயமரியாதை, துணிச்சல்' என்ற இரு பெயர்ச்சொற்கள் கூட்டாகச் சேர்ந்து வாக்கியத்தை நிரப்பும் ஒருமைக் கூறு (complement) போல வருகிறது. இந்த வகையில் 'தேவைப்படுகிறது' இணைப்பு வினைச்சொல் (linking verb) போலவும் தோன்றுகிறது.

'தேவை' என்பது பெயர்ச்சொல். அத்தோடு துணை வினைச்சொல்லாகிய 'படு' சேரும்போது 'தேவைப்படு' – என்ற வினைச்சொல்லடி கிடைக்கிறது. அத்துடன் – 'கிறு' என்ற நிகழ்காலப் பின்னொட்டும், – 'து' என்ற படர்க்கை ஒருமைப் பின்னொட்டும் சேர்வதால், 'தேவைப்படுகிறது' என்ற வினைச்சொல் பிறக்கிறது. இது நிலையைக் குறிக்கும் வினைச்சொல் (stative verb) போலவும், இணைப்பு வினைச்சொல் (linking verb) போலவும் உள்ளது. நான்காம் வேற்றுமை எழுவாயையும் ஏற்பதால் இதையும் 'நான்காம் வேற்றுமை எழுவாய்–நிலையைக் குறிக்கும் வினை' (dative subject-stative verb) என்று சொல்லலாம்.

மேலே கண்ட எடுத்துக்காட்டு வேற்றுமைப் பகுப்பாய்வு, ஒற்றைத் தமிழ் வாக்கியத்திற்கானது. அது ஏறத்தாழ பத்துப் பக்க அளவில் துல்லியமான மொழியியல் தகவலைத் தந்துள்ளது. மொழிபெயர்ப்பாளர்களுக்கு இது மிகவும் பயன் தரும் தகவல். அதே நேரத்தில் இந்தப் பகுப்பாய்வின் தொடக்கப் புள்ளியானது தமிழ் வாக்கியத்தின் ஆங்கில மொழியாக்கமே. அர்த்தச் சமானம் பகுப்பாய்வின் பொதுவான மதிப்பீட்டு அளவுகோலாகக் கொள்ளப்பட்டுள்ளது.

3.3.3 வாக்கியங்களில் சொல்வரிசை ஒழுங்கு முறை (Word order)

பல உலகமொழிகள் வாக்கியங்களில் சொல்வரிசையை அமைப்பதில் ஒரு ஒழுங்குமுறையைக் கடைப்பிடிக்கின்றன. சொற்களை வரிசைப்படுத்தும் விதத்தைப் பொறுத்து வாக்கியத்தின்

அர்த்தம் மாறக்கூடும். உதாரணமாக (10), (11) ஆகிய இரு ஆங்கில வாக்கியங்களை எடுத்துக்கொள்வோம்.

(10) The boxing champion killed a mosquito.

(11) A mosquito killed the boxing champion.

இவ்விரு வாக்கியங்களிலும் சொற்கள் அவையேதான்; மாற்றமில்லை. ஆனால் சொல்வரிசையில் மாற்றம் உள்ளது. இதனால் அர்த்தம் மிகவும் வேறுபடுகிறது. எனவே ஒரு மொழிக்கு அடிப்படையான ஒரு சொல்வரிசை ஒழுங்கு முறை (basic word order) இருப்பதை மொழியியல் ஆய்வுகள் கண்டறிந்துள்ளன. இந்த ஒழுங்கு முறை வாக்கியத்தின் அர்த்தத்தைப் பற்றி நிறைய தகவல்களைத் தருகிறது. ஒழுங்கு முறையில் உள்ள சொல் வரிசையில் மாற்றங்களை உண்டாக்குவதன் மூலம் அர்த்த மாற்றங்கள் அல்லது தனிப்பட்ட தாக்கங்கள் உண்டாக்கப்படுகின்றன.

அடிப்படையான செய்வினை வாக்கிய (basic transitive sentence) கட்டமைப்பில் எழுவாய் (S), செய்வினை (V), செயப்படு பொருள் *(O)*, என்ற முக்கியமான மூன்று கூறுகள் உள்ளன. இக்கூறுகளைக் கொண்டு உலக மொழிகளை இவ்வாறு வகைப்படுத்தியுள்ளனர்: SVO, SOV, VSO, VOS, OVS, OSV. தமிழ் ஒரு SOV மொழி; ஆங்கிலம் ஒரு SVO மொழி. உலக மொழிகளின் இப்படிப்பட்ட வகையியல் (linguistic typology) மொழியாக்கத்துக்குப் பயனுள்ள தகவல்களைத் தருகிறது. அதேநேரத்தில் மொழியாக்கத்தின் உதவியோடுதான் இந்த வகையியல் சாத்தியமாகிறது.

3.4 மொழியியலின் பரிணாம வளர்ச்சி

மரபு மொழியிலக்கணம் மிக நீண்ட பாரம்பரியம் கொண்டது; ஆழமான, எண்ணிறந்த மொழி சார்ந்த தகவல்களைத் தந்துள்ளது. அவை அனைத்தையும் நுண்ணிய அறிவியல் அணுகுமுறையில், புதிய பார்வையில், தற்கால மொழியியல் உற்று நோக்குகிறது. அவற்றை மேம்படுத்தி, பொலிவுபடுத்தி, மேற்கொண்ட புதிய ஆய்வுகளில் கிடைத்த தகவல்களையும் சேர்த்து, ‘ஒலியனியல்’ (Phonology), ‘உருபனியல்’ (Morphology), ‘தொடரியல்’ (Syntax), ‘பொருண்மையியல்’ (Semantics) எனும் பரந்த கிளைகளில் விவரித்து வருகிறது. இத்தகவல்கள் அனைத்துமே மொழியாக்கத்துக்கு மிகவும் பயனுள்ளவை.

3.4.1 பொருண்மையியல்

மொழியின் மூலம் தெரிவிக்கப்படும் அர்த்தத்தின் அர்த்தங்களைப் பற்றிய இயல் பொருண்மையியல் (Semantics) ஆகும். மொழிக்குள்ளே காணப்படும் சிறிய, பெரிய மொழிக்

கூறுகளுக்கும் வெளி உலகில் இருக்கும் உயிருள்ள, உயிரற்ற பொருள்கள், அவற்றின் பண்புகள், செயல்கள், நிகழ்வுகள் ஆகிய வற்றுக்கும் இடையே உள்ள உறவுகளை இந்த இயல் விவரிக்கிறது. மொழியில்லாத உலகைப் பற்றிய எண்ணங்களை, உணர்வுகளை, செய்திகளை மொழியின் மூலம்தான் சொல்ல முடிகிறது.

வெளியுலகைப் பார்க்காமல், மொழிக்குள் காணப்படும் சொற்கள், வாக்கியங்கள் ஆகியவற்றுக்கு இடையே உள்ள அர்த்த உறவுகளைப் பொருண்மையியல் விவரிக்கிறது. ஒருபொருள் கொண்ட பல சொற்கள் (synonyms), ஒரு சொல்லுக்கான எதிர்மறைச் சொற்கள் (antonyms), நெருங்கிய உறவுள்ள பலபொருள்கள் கொண்ட ஒரு சொல் (polysemous word), ஒரே உச்சரிப்பு அல்லது எழுத்துரு கொண்டு பொருள்களால் வேறுபடும் சொற்கள் (homonyms), குடும்ப உறவுகளைக் குறிக்கும் சொற்கள் (kinship terms) போன்றவை சொல்மட்டப் பொருண்மையியலில் (Lexical Semantics) பேசப்படுகின்றன.

வாக்கியக் கூறுகளுக்கிடையே உள்ள அர்த்த உறவுகள், வாக்கியங்களுக்கிடையே உள்ள அர்த்த உறவுகள் ஆகியவை பற்றி வாக்கியமட்டப் பொருண்மையியல் (Sentential Semantics) பேசுகிறது. பின் வருவனவற்றை உதாரணங்களாகச் சொல்லலாம்: பகுத்து நோக்கும் வாக்கியம் (analytic sentence), முரணுள்ள வாக்கியம் (contradictory sentence), தொகுத்து நோக்கும் வாக்கியம் (synthetic sentence), மரபுத்தொடர்கள் (idioms), வாக்கிய ஊகங்கள் (presuppositions), வாக்கிய வற்புறுத்தல் (assertions), கர்த்தா (agent), தோற்றுவாய் (source), இலக்கு (goal), இடம் (location), கருவி (instrument) காரணி (cause) ஆகியன.

மொழியின் அர்த்தங்களைப் பற்றி, மேலே குறிப்பிடப்பட்ட ஆய்வுகளில் போதுமான ஆழம் இல்லை. இவை பன்முகம் கொண்ட அர்த்தத்தின் ஒரு சில முகங்களே. இன்னும் காணாத பல முகங்கள் உள்ளன. அவற்றைக் காணவும், அர்த்தத்தின் பரிமாணங்களை மேலும் தெரிந்துகொள்ளவும், அளப்பரிய ஆழத்தைத் தொடர்ந்து கண்டறியவும் புதிய ஆய்வுகள் தேவையா யிருப்பதை மொழியியல் அறிஞர்கள் உணர்ந்தனர். புதிய கோணங் களில், புதிய ஆராய்ச்சிகளை மேற்கொண்டனர்.

3.4.2 பொருண்மையியலின் குறைகளால் விளைந்த புதிய பரிமாணங்கள்

மற்ற அனைத்து உயிரினங்களிலிருந்தும் மக்களை வேறுபடுத்திக்காட்டும் முக்கியமான அடையாளமாகத் திகழ்வது மனித குல மொழியும், அதனுடைய வியத்தகு பயன்பாடுகளு மாகும். மக்கள் சொல்ல விரும்பிய அர்த்தங்கள், நோக்கங்கள், அனுமானங்கள், நிலைப்பாடுகள், மொழிப்பயன்பாடுகள்

மூலம் நிகழ்த்தும் செயல்கள் போன்றவற்றுக்குச் சொல்மட்டப் பொருண்மையியலில் இடமில்லை; வாக்கியமட்டப் பொருண்மை யியலிலும் இடமில்லை.

மொழியான மக்கள் உண்டாக்கிய, மக்கள் பயன்படுத்தும் ஒரு கருவி. அதனுடைய பெரிய, சிறிய கூறுகளின் கட்டமைப்பைப் பற்றிப் பல ஆழமான, துல்லியமான தகவல்களை மொழியியல் தந்துள்ளது. அதாவது கருவியைப் பற்றிய ஆய்வுகள் ஏராளம் உள்ளன. ஆனால் அக்கருவியைப் படைத்த மக்களுக்கோ படைக்கப்பட்ட கருவியின் பலதரப்பட்ட சுவைமிகு பயன்பாடு களுக்கோ மொழியியல் ஆய்வுகளில் இடமில்லாமல் இருந்தது. அதற்கான முயற்சிகள் மொழியியல் பரிணாம வளர்ச்சியின் வரலாற்றுக் கட்டாயமானது. அதன் விளைவுகளாகப் புதிய கிளைகள் புதிய பரிமாணங்களுடன் பிறந்தன.

ஒரு புறம் மொழிக் கூறுகளின் வடிவங்களுக்கும், மறுபுறம் அவற்றின் பயன்பாடுகளுக்கும், பயன்பாட்டாளர்களுக்கும் இடையே உள்ள உறவுகளை ஆய்வு செய்ய 'மொழிப் பயன்பாட்டியல்' (Pragmatics) என்ற கிளை பிறந்தது. அன்றாட வாழ்வில், மொழியைக் கருவியாகக் கொண்டு ஏராளமான மொழிவழிப் பரிமாற்றங்கள் நிகழ்கின்றன. ஒவ்வொரு பரிமாற்றத்தி லும் ஒரு நோக்கம் நிறைவேறுகிறது. அதன் மூலம் ஒரு பயன் விளைகிறது. இத்தகைய மொழிவழிப் பரிமாற்ற நிகழ்வுகள் அனைத்தையும் ஆய்வு செய்ய 'மொழிவழிப் பரிமாற்றக்களன் பகுப்பாய்வு' (Discourse Analysis) என்ற கிளை தோன்றியது.

இயற்கையான மொழிப்பயன்பாட்டுச் சூழ்நிலை சார்ந்த பின்புலத் தகவல்களே எந்த வாக்கியத்துக்கும் உயிரோட்டம் தருகின்றன. அவற்றை நீக்கிவிட்டுச் செய்யப்படும் ஒற்றை வாக்கிய மொழிக்கூறுகளின் ஆய்வானது பிணக்கூறு ஆய்வுக்கு ஒப்பானது. இந்த மரபுக்கு எதிரான ஒரு புதிய அணுகுமுறை, ஒற்றை வாக்கிய ஆய்வுகளை முற்றிலும் தவிர்க்கிறது. ஒரு பனுவலையே உதாரணமாக எடுத்துக்கொள்கிறது. அதில் உள்ள பின்புலத் தகவல்கள் தரும் பனுவல் தன்மையை (textuality) ஆய்வு செய்கிறது. இத்தகைய ஆய்வியல் 'பனுவல் மொழியியல்' (Text Linguistics) என்ற பெயருடன் புதிய கிளையாக வளர்ந்துவருகிறது.

3.4.3 தற்கால மொழியியலின் முந்திய, பிந்திய கிளைகள்

ஒலியனியல் (Phonology), உருபனியல் (Morphology), தொடரியல் (Syntax), பொருண்மையியல் (Semantics) ஆகியவற்றைத் தற்கால மொழியியலின் முந்திய கிளைகளாகக் கருதலாம். இவை அறுபதாண்டு வரலாறு கொண்டவை. மொழிப்பயன்பாட்டியல் (Pragmatics), மொழிவழிப் பரிமாற்றக்களன் பகுப்பாய்வு (Discourse

Analysis), பனுவல் மொழியியல் (Text Linguistics) ஆகியவை மொழியியலின் பிந்திய கிளைகள். இவை முப்பதாண்டு வரலாறு கொண்டவை.

முந்திய கிளைகளில் ஒற்றை வாக்கியம் அல்லது அதன் கூறுகள் ஆய்வு அலகுகளாக எடுத்துக்கொள்ளப்பட்டன. இங்கே மொழிப்பயன்பாட்டாளர்களுக்கோ பயன்பாட்டுச் சூழ்நிலை களுக்கோ இடம் இல்லை. பிந்திய கிளைகளில் சில அல்லது பல வாக்கியங்கள் கொண்ட பெரிய மொழிக்கூறுகள், அதாவது பனுவல்கள், ஆய்வு அலகுகளாக எடுத்துக்கொள்ளப்பட்டன. இங்கே மொழிப் பயன்பாட்டாளர்களுக்கும் பயன்பாட்டுச் சூழ்நிலைகளுக்கும் பெருமுக்கியத்துவம் தரப்பட்டது.

முந்தியவை மொழியின் வடிவக் கட்டமைப்பைச் சார்ந்தவை. பிந்தியவை மொழியின் பயன்பாடுகளையும் பயன்பாட்டாளர்களையும் சார்ந்தவை. இரு பிரிவுகளிலும் மொழியியல் தரும் அனைத்துச் செய்திகளும் சேர்ந்துதான் மொழியின் முழுப் பரிமாணத்தைக் காண்பிக்கின்றன; உணர வைக்கின்றன. எந்தப் பிரிவும் தனித்து நின்றால் குறையுள்ள பரிமாணத்தையே காண்பிக்க முடியும்.

மொழியியலின் முந்திய கிளைகள் மொழிபெயர்ப்பாளர் களுக்குப் பற்பல, துல்லியமான, பயனுள்ள செய்திகளைப் பல நூல்களில் ஏற்கெனவே தந்துள்ளன. இந்த இயலில் இனி வரும் பக்கங்கள் அப்படிப்பட்ட செய்திகளைத் தவிர்க்கின்றன. பிந்திய கிளைகளாகிய ‘மொழிப்பயன்பாட்டியல், மொழிவழிப் பரிமாற்றக்களன் பகுப்பாய்வு, பனுவல் மொழியியல்’ ஆகிய மூன்றும் மொழிபெயர்ப்பாளர்களுக்குத் தந்துள்ள பயனுள்ள பல செய்திகள் அவ்வளவாகப் பேசப்பட்டதில்லை. இந்த இயலில் இனிவரும் பக்கங்கள் அவற்றைப் பேசுகின்றன.

3.5 மொழிப் பயன்பாட்டியல்

மொழிக் கூறுகளின் வடிவங்கள், பயன்பாடுகள் ஆகிய வற்றுக்கும் அவற்றைப் பயன்படுத்தும் மக்களுக்கும் இடையே உள்ள உறவுகளை உற்றுநோக்குவது ‘மொழிப்பயன்பாட்டியல்’ (Pragmatics) என்ற ஆய்வுக் களமாகும். பல தலைப்புகளில் இக்கிளை பற்பல ஆராய்ச்சிகளை மேற்கொண்டு வருகிறது. அவற்றுள் சிலவற்றை மட்டும் இந்தப் பகுதி பேசுகிறது.

இலக்கண விதிகளுக்கேற்பச் சொற்களைக் கோத்து உருவாக்கப்படும் முழுமையான ஒரு சொற்றொடர் ‘வாக்கியம்’ (sentence) எனப் பெயர் பெறுகிறது. இதனுடைய பயன்பாட்டாளர் யார், பயன்பாட்டுச் சூழ்நிலை என்ன போன்ற தகவல்களை

இது தராது. இவற்றைப் பின்புலத் தகவல்களாகக் கொண்ட உரையாடலில் இதே வாக்கியம் இடம் பெறும்போது அது 'கூற்று' (utterance) என்று பெயர் பெறுகிறது. அதாவது அதே சொற்றொடர் தனித்து நின்றால் 'வாக்கியம்' எனவும், உரையாடலில் இடம்பெறும்போது 'கூற்று' எனவும் பெயர் பெறுகிறது.

3.5.1 சுட்டிக்காட்டுதலும், அண்மை – சேய்மையைக் குறிப்பிடுதலும்

உரையாடல் சூழ்நிலையில் 'சுட்டிக்காட்டுதலும் அண்மை – சேய்மையைக் குறிப்பிடுதலும்' (deixis and distance) என்ற தலைப்பில் பல ஆய்வுகளை இக்கிளை மேற்கொண்டுள்ளது: 'நான், நாம், நீ, நீங்கள், அவன், அவள், அவர்(–கள்), இது, அது, இந்த, அந்த, இங்கே, அங்கே, இப்போது, அப்போது' போன்ற மிகச் சிறிய சொற்கள் மொழிப் பயன்பாட்டில் அடிக்கடி வருகின்றன. உரையாடல் சூழ்நிலையில் மட்டுமே அவை ஆழமான பொருள்களைப் பெறுகின்றன. கூற்றுகளில் உள்ள ஆட்கள், இடம், நேரம், அண்மை, சேய்மை போன்றவற்றை அவை சுட்டிக்காட்ட உதவுகின்றன. எடுத்துக்காட்டாகக் கீழே வரும் வாக்கியத்தைக் காண்போம்.

(12) அந்தப் பொம்பளெ அப்பொ அங்கெ வந்தா.

இது இலக்கண விதிகளுக்கேற்ப ஐந்து சொற்களைக் கோத்து உருவாக்கிய ஒரு தமிழ் 'வாக்கியம்'; உரையாடல் சூழ்நிலையில் உருவாக்கம் பெற்ற ஒரு 'கூற்று' அல்ல. ஏனெனில் அந்த, அப்பொ, அங்கெ என்ற மூன்று சொற்கள் உடனடியாக 'எந்த?', 'எப்போது?', 'எங்கே?' என்னும் கேள்விகளை எழுப்புகின்றன. அவற்றுக்கான விடைகள் வாக்கியத்தில் இல்லை; உரையாடல் சூழ்நிலையில் மட்டுமே அவை கிடைக்கும். ஆனால் அச்சூழ்நிலை தரப்படாத தால் இந்த மூன்று சொற்களுக்கும் விடை கிடைக்கவில்லை. எனவே இது இலக்கணச் சுத்தமான, ஆனால் வெறுமை மிகுந்த வாக்கியமாகும்.

இந்த வாக்கியத்துக்கான உரையாடல் சூழ்நிலையாக இதை வைத்துக்கொள்வோம்: திருமணமாகிச் சில வாரங்களே ஆன இளம்பெண் கணவன் வீட்டில் தான் வாழும் வாழ்க்கையைப் பற்றித் தாயுடன் தனியே உரையாடிக்கொண்டுள்ளாள். இருவரும் தாழ்ந்த குரலில் பேசுகிறார்கள். யாரும் அவர்கள் பேசுவதைக் கேட்டுவிடக் கூடாது என்பது போல் கவனமாக உள்ளார்கள். உடனே கீழே வருவன போன்ற, பெரும்பாலும் சரியாக இருக்கக் கூடிய, ஊகங்களை நம்மால் செய்ய முடிகிறது:

- மாமியார் உள்ள கூட்டுக் குடும்பத்தில் இளம்பெண் தன் திருமண வாழ்க்கையைத் தொடங்கி உள்ளாள். அவ்வாழ்க்கை இனிமையானதாக இல்லை.

அதற்குக் காரணம் அவளுடைய மாமியார். 'அந்தப் பொம்பளெ' அவளுடைய மாமியார்தான். மாமியாரிடம் மருமகள் எவ்வளவு பாசமும், மரியாதை யும் கொண்டுள்ளாள் என்பது 'அந்தப் பொம்பளெ', 'வந்தா' என்ற சொற்கள் மூலம் தெளிவாகிறது. அது மட்டுமல்லாமல், மருமகள் மாமியாரிடமிருந்து எவ்வளவு தூரம் மனத்தளவில் விலகியுள்ளாள் என்பதும் தெளிவாகிறது.

* புதிதாகத் திருமணம் ஆன ஆணுக்கும் பெண்ணுக்கும் தனியாகப் பரிமாறிக்கொள்ள எவ்வளவோ விஷயங்கள் இருக்கும். கூட்டுக் குடும்பத்தில் போதிய வாய்ப்பு கிடைக்காது. பொய்க்காரணம் ஒன்று கூறி இருவரும் ஒரு நாள் மாலை கடற்கரைக்குத் தனித்துச் சென்றுள்ளார்கள். 'அப்பொ' என்ற வார்த்தை அந்தச் சமயத்தைக் குறிக்கிறது.

* 'அங்கெ' என்ற சொல் இளம் தம்பதியர் அன்று கடற்கரையில் தனித்து இருந்த இடத்தைக் குறிக்கிறது. எதிர்பாராத விதமாக 'அந்தப் பொம்பளெ' 'அப்பொ' 'அங்கெ' வந்தது தனக்கும் கணவனுக்கும் இக்கட்டாக இருந்த விதத்தைத் தாயிடம் அப்பெண் சொல்லிக்கொண்டிருக்கிறாள்.

'அந்தப் பொம்பளெ அப்பொ அங்கெ வந்தா' என்ற 'வாக்கியம்' ஒரு 'கூற்றாக', குறிப்பிட்டதொரு சூழ்நிலையில் அமைந்த ஒரு உரையாடலின் பகுதியாக வரும்போது மட்டுமே, மேலே நாம் ஊகித்த அனைத்துப் பொருள்களும் நமக்குக் கிடைக்கின்றன. உரையாடல் சூழ்நிலையை நீக்கிவிட்டால், அவை அனைத்தும் மறைந்துவிடுகின்றன; எஞ்சியுள்ளது ஒரு வாக்கியம் மட்டுமே. Deixis and distance என்ற ஒரு தலைப்பில் ஆழமான மொழிப்பயன்பாட்டியலில் ஆய்வு செய்ய முடிவதை இச்சிறிய பகுதி தொட்டுச்சென்றது.

3.5.2 முன் அனுமானங்கள் (Presuppositions)

மொழிப்பயன்பாட்டில் எளிதில் புலப்படும் அர்த்தங்கள் ஏராளம் உள்ளன. புலப்படாத அர்த்தங்களும் நிறைய உள்ளன. சொல்லிய சொற்களின் அர்த்தங்களைப் பெரும்பாலும் புரிந்து கொள்கிறோம். அச்சொற்களுக்குப் பின்னே சொல்லால் சொல்லாத அர்த்தங்களும் மறைந்துள்ளன. அவற்றையும் புரிந்துகொள்ள முயல்கிறோம். இருப்பினும் சிக்கல்களையும் சந்திக்கிறோம். மறைந்துள்ள அர்த்தங்களுள் ஒன்று 'முன் அனுமானம்' என்று பெயர் பெறுகிறது.

பேசுபவர் எல்லாவற்றையும் எப்போதும் விலாவாரியாகச் சொல்வதில்லை, கேட்பவர்களுக்குத் தெரியும் என்று சிலவற்றைக் கருதினால். பேசுபவர் அவற்றைச் சொல்லாமல் தவிர்க்கிறார். உரையாடலில் பயன்படுத்தப்படும் சொற்கள் தேவைக்கு மிகாமலும் குறையாமலும் போதுமான அளவுக்கு இருப்பதற்கு இது வழிவகுக்கிறது. பேசும்போது சொற்கள் மிகுந்தால் உரையாடலில் தொய்வு ஏற்படும்; குறைந்தால் குழப்பம் வரும்.

பல சமயங்களில் கேட்பவருக்குத் தெரியும் என்று பேசுபவர் தவிர்த்த விஷயங்கள் கேட்பவருக்குத் தெரிந்துதான் இருக்கின்றன. அச்சமயங்களில் உரையாடல் தடங்கலின்றி இயல்பாக மேலும் தொடரும். காரியங்களும் நடக்கும். உதாரணமாகக் கீழே வரும் ஒரு உரையாடலைக் காண்போம். பாரியும் கந்தனும் நண்பர்கள். கந்தன் இருசக்கர வாகனத்தில் ஏதோ வேலையாக எங்கோ சென்றுகொண்டிருக்கிறார். பாரி தன்னுடைய அலுவலக வளாகத்தில் நுழையும் சமயம் அது. பாரியைப் பார்த்ததும் கந்தன் வண்டியை நிறுத்துகிறார். நண்பரைக் கண்ட பாரி அவர் அருகே செல்கிறார். ஒருவருக்கொருவர் நலம் விசாரிக்கிறார்கள்.

(13) பாரி: கந்தன், எவ்வளவு தூரம் போறீங்க?

(14) கந்தன்: சொல்லுங்க பாரி, எதாவது உங்களுக்குச் செய்யணுமா?

(15) பாரி: ஒண்ணுமில்லே, கந்தன். கிராமத்திலெ இருக்குற தாத்தாவுக்கு ஒரு மணி ஆர்டர் அனுப்பணும். ஹெட் போஸ்ட் ஆஃபீசிலெயிருந்து அனுப்பிச்சிட்டா நல்லது. சீக்கிரம் போயிடும்.

(16) கந்தன்: அவ்வளவுதானெ? ஒன்னும் பிரச்சினெ இல்ல, பாரி. அனுப்பிச்சுடலாம்.

(17) பாரி: இன்னும் ஒரு தொல்லெ. வழியிலெ அப்பாக்கிட்டெ பணமும் அட்ரசும் வாங்கிட்டு போவணுமே. . . .

(18) கந்தன்: பிரச்சினெயே இல்ல, பாரி. போற வழித்தானெ. நாளக்கி ரசீது தரட்டுமா?

(19) பாரி: அது முக்கியமே இல்லெ. அனுப்பிச்சா போதும். தேங்க்ஸ், கந்தன்.

இந்த உரையாடலில் பாரியின் நான்கு பங்களிப்புகளும் *(13, 15, 17, 19)*, கந்தனின் மூன்று பங்களிப்புகளும் *(14, 16, 18)* உள்ளன. முதலிலிருந்து இறுதிவரை எந்தத் தடங்கலும் இல்லாமல் உரையாடல் இயல்பாய் நகருகிறது. இங்குக் கந்தனுக்குத் தெரியும் என்று பாரி சில தகவல்களைச் சொல்லாமல் தவிர்க்கிறார்.

அவை கந்தனுக்குத் தெரிந்துதான் உள்ளன. அதேபோல பாரிக்குத் தெரிந்திருக்கும் என்று கந்தன் ஒரு தகவலைத் தவிர்க்கிறார். அது பாரிக்குத் தெரிந்துதான் இருக்கிறது. அவையாவன:

1. கிராமத்துலெ இருக்குற தாத்தா: பாரியின் ஒரு குறிப்பிட்ட தாத்தா ஒரு குறிப்பிட்ட கிராமத்தில் இருக்கிறார். அவருக்குப் பணம் தேவைப்படுகிறது.

2. மணி ஆர்டர்: ஒரு ஊரிலுள்ள ஒருவர், இன்னொரு ஊரில் உள்ள இன்னொருவருக்கு, அரசு அஞ்சலகங்களி லிருந்து பணம் அனுப்பும் கட்டணச் சேவை.

3. ஹெட் போஸ்ட் ஆஃபிஸ்: பாரியும் கந்தனும் வசிக்கும் நகரத்தில் ஒரு தெருவில், ஒரு குறிப்பிட்ட கட்டடத்தில் தலைமை அஞ்சலகம் இயங்குகிறது. அங்கே வழங்கப்படும் பல சேவைகளுள் மணி ஆர்டர் சேவையும் ஒன்று.

4. அப்பாக்கிட்டெ: பாரியின் அப்பா.

5. வழியிலெ: தலைமை அஞ்சலகத்துக்குப் போகின்ற வழியிலே பாரியின் வீட்டில் அப்பா இருப்பார்.

6. பணமும் அட்ரசும் வாங்கிட்டு: மணி ஆர்டர் தொகை, அனுப்புவதற்குத் தேவைப்படும் கட்டணம், அனுப்புநர், பெறுநரின் பெயர்கள், முகவரிகள், கைப்பேசி எண்கள் ஆகிய தகவல்கள்.

7. ரசீது: வழங்கப்பட்ட மணி ஆர்டர் சேவைக்கும், பெற்றுக்கொண்ட பணத்திற்குமான தகவல்களைத் தரும் சீட்டு.

மேலே கண்ட ஏழு தகவல்களும் உரையாடலில் பேசுபவரால் தவிர்க்கப்படுகின்றன. இவை கேட்பவருக்குத் தெரிந்திருக்கும் என்ற அனுமானங்களின் அடிப்படையில் தவிர்க்கப்படுகின்றன. அந்த அனுமானங்களும் சரியாகவே உள்ளதற்குச் சான்றாக உரையாடலின் இயல்பான நகர்வு உள்ளது. ஒரு பங்களிப்புக்கும் அடுத்துவரும் பங்களிப்புக்கும் இடையில் விளக்கம் வேண்டி எந்தக் கேள்வியும் கேட்கப்படவில்லை. தேவையில்லாததால் எதுவும் தரப்படவும் இல்லை.

எனவே ஒரு உரையாடலில் பேசுபவர் பேசத்தொடங்கும்முன், கேட்பவருக்குத் தெரியும் என்று கருதிச் சில தகவல்களைத் தவிர்க்கிறார். எவற்றைத் தவிர்ப்பது என அவர் முடிவு செய்யச் சில அனுமானங்கள் அவருக்கு உதவுகின்றன. இவை 'முன் அனுமானங்கள்' என்று பெயர் பெறுகின்றன.

பேசுபவரின் முன் அனுமானங்கள் மொழிப்பயன்பாட்டில் முக்கிய இடம் பெறுகின்றன. அவற்றைக் கேட்பவர் சரியாக ஊகித்தறியவில்லை என்றால் உரையாடலில் குழப்பங்கள் ஏற்படும். விளக்கங்கள் வேண்டிக் கேட்பவரிடமிருந்து கேள்விகள் பிறக்கும். பேசுபவரும் கேட்பவரின் ஊகிக்கும் திறனைச் சரியாகக் கணிக்காமல் மிகக் கடினமான முன் அனுமானங்களுடன் பேசினால் உரையாடலில் தடைகள் வரும்; இயல்பான நகர்வு இருக்காது.

மொழியாக்கங்களிலும் முன் அனுமானங்கள் மிகுந்த முக்கியத்துவம் பெறுகின்றன. தருமொழிப் பனுவலில் உள்ள அவற்றையெல்லாம் மொழிபெயர்ப்பாளர் சரியாக ஊகித்தறிய வில்லை என்றால் பெரும் மொழியாக்கப் பிழைகளுடன் பெறுமொழிப் பனுவலைத் தருவார். பெறுமொழி வாசகருக்குப் பெரும் இன்னல்களை விளைவிப்பார்.

3.5.3 பேச்சுச் செயல் கோட்பாடு (Speech Act Theory)

1955ஆம் ஆண்டு ஹார்வர்ட் பல்கலைக்கழகத்தில் தொடரியல் மேதை நோம் சோம்ஸ்கி (Noam Chomsky) ஒரு புரட்சிக்கு வித்திட்டார். 'உருமாற்ற ஆக்க இலக்கணம்' (Transformational generative grammar) என்ற தன்னுடைய முத்திரை இலக்கணக் கோட்பாடுகளைப் பற்றிய தொடக்கச் சொற்பொழிவுகளைத் தந்தார். பின் வந்த ஆண்டுகளில் மொழியியலில் பெருந்தாக்கத்தை உண்டாக்கினார்.

அதே ஆண்டு அதே பல்கலைக்கழகத்தில் மொழியின் தத்துவ மேதை ஜே.எல். ஆஸ்டின் (John Langshaw Austin) இன்னொரு புரட்சிக்கு வித்திட்டார். அவர் தந்த சொற்பொழிவுகள் மொழியியல் உட்பட பலதரப்பட்ட துறைகளில் புதிய பார்வைகளுடன் பெருந்தாக்கத்தை உண்டாக்கி வருகின்றன. மொழியியலில் அடிப்படையான மாற்று அணுகுமுறையை அவை தந்துள்ளன.

'பேச்சுச் செயல் கோட்பாடு, செய்யும் மொழி' (performative language) என்ற கருத்தாக்கம் ஆகிய இரண்டையும் ஜே.எல். ஆஸ்டின் தன்னுடைய How to do Things with Words (1962) என்ற நூலில் முன்வைத்தார். மொழியியலில் அடிப்படையான மாற்று அணுகுமுறையின் தொடக்கப் புள்ளியாக இவை அமைந்தன: ஒன்றைப் பேசுவது என்பது ஒன்றைச் செய்வதாகும். அது வெறும் பேச்சு மட்டுமல்ல. பேச்சு, ஒரு வகைச் செயல். ஒருவர் ஒன்றைச் சொல்கிறார் என்றால் அவர் ஒன்றைச் செய்கிறார் என்று பொருள்.

அவர் கேள்விகள் கேட்கலாம், வேண்டுகோள் வைக்கலாம், ஆணைகளைப் பிறப்பிக்கலாம், நன்றி தெரிவிக்கலாம்,

வாக்குறுதிகளைத் தரலாம், மன்னிப்புக் கோரலாம், எச்சரிக்கலாம், அச்சுறுத்தலாம். இவ்வாறு பல செயல்களை அவர் செய்யலாம். ஏறத்தாழ எந்தப் பேச்சுச் செயலும் ஒரே சமயத்தில் பல செயல்களைச் செய்கிறது. அவை பேசுபவருடைய எண்ணத்தின் அம்ச வேறுபாடுகளால் மாறுபடுகின்றன.

பேச்சுச் செயல் கோட்பாட்டில் மூன்று மட்டச் செயல்கள் உள்ளன:

(i) **கூற்றைச் சொல்லும் செயல்** (Locutionary act)

உரையாடல் சூழ்நிலையில் ஒரு கூற்றைச் சொல்லும்போது அதற்கு ஒலி, சொல், (இலக்கண விதிகளுக்குட்பட்ட) தொடர், பொருள் ஆகிய அம்சங்களைக் கொண்ட வடிவம் கிடைக்கிறது. இந்த வடிவத்தை உருவாக்கிப் பேச்சில் தருவது ஒரு 'கூற்றைச் சொல்லும் செயல்' எனப் பெயர் பெறுகிறது. உதாரணமாக ஒரு உரையாடல் சூழ்நிலையைக் காண்போம்: தந்தை வரவேற்பறையில் அமர்ந்து ஒரு புத்தகத்தைப் படித்துக்கொண்டிருக்கிறார். அவருடைய ஒரே மகள் தன்னுடைய மடிக் கணினியை இயக்கிக்கொண்டுள்ளாள். திடீரென வானம் இருட்டிக்கொண்டு வருகிறது. தூசு கலந்த காற்று பலமாக வீசுகிறது. அறையின் ஜன்னல் கொக்கி போடாமல் திறந்திருக்கிறது. தந்தை மகளிடம் சொல்கிறார்:

(20) மலர்! ஜன்னல் திறந்திருக்கும்மா!

தந்தை இந்தக் கூற்றைச் சொல்லும்போது மகளை அழைக்கிறார். பேச்சொலிகளைக் கொண்டு 'மலர், ஜன்னல், திறந்திருக்கிறது, அம்மா' என்ற நான்கு சொற்களை உருவாக்குகிறார். இலக்கண விதிகள் பிறழாமல் ஒரு சொற்றொடரை அமைக்கிறார். சொற்பொருளும் சூழ்நிலைப் பொருளும் கொண்ட ஒரு கூற்றுக்கு வடிவம் தருகிறார். பேச்சு வடிவம் மூலம் அவர் செய்யும் இந்தச் செயல் கூற்றைச் சொல்லும் செயல் என்று அழைக்கப்படுகிறது.

(ii) **உண்மையான எண்ணச் செயல்** (Illocutionary act)

எந்தக் கூற்றும் ஒரு நோக்கத்துடன் சொல்லப்படுகிறது. மேலே கண்ட கூற்றில் சொல், வாக்கிய மட்டங்களில் அடிப்படையான சொல்லுக்குச் – சொல் அர்த்தம் (literal sense) உள்ளது. தந்தை அக்கூற்றை ஒரு கருவியாகத்தான் பயன்படுத்துகிறார். இந்தச் செயல் மூலம் தன் எண்ணத்தில் உண்மையாக உள்ள வேறொரு செயலை, நோக்கத்தை, சொல்லாமல் சொல்லிச் செய்கிறார். அவருடைய எண்ண ஓட்டம் இப்படியுள்ளது:

மொழிபெயர்ப்பியல்

'தூசு கலந்த காற்று பலமாக வீசுகிறது. அறையின் ஜன்னல் கொக்கி போடாமல் திறந்திருக்கிறது. தூசு உள்ளே கொட்டும். ஜன்னல் கதவு பட், பட் என்று அடித்துக்கொண்டு கண்ணாடி உடைந்து போகும். ஜன்னலை உடனே மூடவேண்டும்'.

மகளுக்கு இதை ஒரு கட்டளைச் செயலாக நேரடிச் சொற்கள் மூலம் அவர் இப்படி செய்திருக்கலாம்:

(21) 'மலர்! ஜன்னலை உடனே மூடு!'

அதை அவர் செய்யவில்லை. மாறாக, அதே விசை கொண்ட, அர்த்த உருவில் உள்ள, தன் எண்ணத்தின் மூலம் செய்கிறார். இச்செயலை 'உண்மையான எண்ணச் செயல்' என்று ஆஸ்டின் அழைக்கிறார்.

(iii) **விளைவை உண்டாக்கும் செயல்** (Perlocutionary act)

ஒரு கூற்று சொல்லப்படலாம். அதற்கு ஒரு நோக்கம் இருக்கலாம். அத்துடன் அந்தக் கூற்றைச் சொல்வதால் ஒரு விளைவும் உண்டாக்கப்படலாம். இந்த மூன்றாவது மட்ட பேச்சுச் செயல் விளைவை உண்டாக்கும் செயல் என்று அழைக்கப்படு கிறது. மேலே சொன்ன கூற்றின் மூன்று மட்டங்களையும் கீழே முழுமையாகக் காண்போம்:

பேச்சுச் செயல் – 1

முதல் மட்டம்: "மலர்! ஜன்னல் திறந்திருக்கும்மா!"

(தந்தை கூற்றைச் சொல்லும் செயல் நிகழ்ந்துள்ளது.)

இரண்டாம் மட்டம்: (22) "இந்தோப்பா!"

(கூற்றின் நோக்கத்தை, தந்தை சொல்லாமல் சொன்ன 'ஜன்னலைச் சாத்து' என்ற கட்டளையை, மலர் புரிந்துகொண்டு விட்டாள் – கூற்றின் 'உண்மையான எண்ணச் செயல்' நிகழ்ந்துள்ளது.)

மூன்றாம் மட்டம்: மலர் வேகமாக எழுந்துசென்று ஜன்னலைச் சாத்தி மூடுகிறாள். (விளைவை உண்டாக்கும் செயல் நிகழ்ந்துள்ளது.)

மூன்று மட்டங்களிலும் இந்தப் பேச்சுச் செயல் ஒத்திசைந்து நடந்துள்ளதால் முழுமையடைகிறது; நிறைவு தருகிறது; உரையாடல் ஒரு வெற்றிப் பரிமாற்றமாக உள்ளது. இதே பேச்சுச் செயலைச் சற்று மாற்றிப் பார்ப்போம்:

பேச்சுச் செயல் – 2

முதல் மட்டம்: “மலர்! ஜன்னல் திறந்திருக்கும்மா!”

(தந்தை ‘கூற்றைச் சொல்லும் செயல்’ நிகழ்ந்துள்ளது.)

இரண்டாம் மட்டம்: (23) “ஆமாம்ப்பா! காத்து நல்லா குளிர்ச்சியா வருது!”

[கூற்றின் நோக்கத்தை, தந்தை சொல்லாமல் சொன்ன கட்டளையை (‘ஜன்னலை மூடு!’), மலர் புரிந்துகொள்ளவில்லை. அவள் புரிந்துகொண்டுவிட்டதற்கான அறிகுறி அவளுடைய சொற்களில் இல்லை. அவளுடையது தொடர்பில்லாத எதிர்வினை. எனவே கூற்றின் ‘உண்மையான எண்ணச் செயல்’ நிகழவில்லை.)

மூன்றாம் மட்டம்: அமர்ந்தபடியே மடிக்கணினியை மலர் தொடர்ந்து இயக்கிக்கொண்டிருக்கிறாள். (எதிர்பார்த்த ‘விளைவை உண்டாக்கும் செயல்’ – ஜன்னலை மூடும் செயல் – நிகழவில்லை.)

பின்வரும் முக்கியமான செய்திகளை ஆஸ்டின் தந்துள்ள ‘பேச்சுச் செயல் கோட்பாட்டி’லிருந்து மொழிபெயர்ப்பாளர்கள் பெறலாம்:

(i) பேச்சுச் செயல் கோட்பாட்டு முதல் மட்டம் ஒரு வாக்கியத்தின் மொழியை மட்டும் சார்ந்த பாதி அர்த்தப் பரிமாணத்தோடு நின்றுவிடுகிறது; பொதுவாக வாக்கியத்தை அலகாகக் கொண்டுதான் மொழியாக்கங்களும் உரையாக்கங்களும் நிகழ்கின்றன. அதாவது ஒரு கூற்றைச் சொல்லும் செயலோடு நின்றுவிடுகின்றன. அதற்கு அப்பால் உள்ள உண்மையான எண்ணச் செயலிலும், விளைவை உண்டாக்கும் செயலிலும் கவனம் செலுத்துவதில்லை. எனவே அவை குறையுடைவையாக இருக்கின்றன.

(ii) வாக்கியத்தின் முழு அர்த்தப் பரிமாணத்தை மொழிபெயர்ப்பாளர்கள் காண வேண்டும் என்றால், அதை அதனுடைய உரையாடல் சூழ்நிலையோடு பொருத்திப் பார்க்க வேண்டும். அப்போது அது ஒரு கூற்றாக மாறுகிறது. உரையாடல் சூழ்நிலையில் உள்ளோரை/உள்ளவற்றைக் காண்பிக்கிறது. கூற்றின் பயன்பாடுகள் தெளிவாகின்றன. பேச்சுச் செயலின் இரண்டாம், மூன்றாம் மட்டங்களின் பொருள்களும் புலப்படுகின்றன. எனவே மொழியாக்கத்திலும்

உரையாக்கத்திலும் ஒரு 'கூற்றை' அலகாகக் கொள்ள வேண்டும், 'வாக்கியத்தை' அல்ல. இவ்வாறு செய்தால் மொழி மட்டுமல்லாமல், அதன் பயன்பாடுகள், பயன்பாட்டாளர்கள் சம கவனம் பெறமுடிகிறது. முழுப்பரிமாணத்தைக் காணவும் வழி பிறக்கிறது.

(iii) ஒரு கூற்று சிறியதா/பெரியதா என்பது முக்கியமான தல்ல; அது முழுமையானதா அல்லவா என்பதே முக்கியமானது.

(iv) மொழியாக்கத்தில் ஒரு பேச்சுச் செயலின் மூன்று மட்டங்களும் ஒத்திசையும்போது அவ்வளவாகப் பிரச்சினைகள் வருவதில்லை. கூற்றைச் சொல்லும் செயலிலிருந்து (முதல் மட்டம்) கூற்றின் உண்மையான எண்ணச் செயல் (இரண்டாம் மட்டம்) முரண்படலாம். அல்லது முதல் இரண்டு மட்டங்களும் ஒத்திசையும்போது, மூன்றாம் மட்டத்தில் நிகழ வேண்டிய விளைவை உண்டாக்கும் செயல் நிகழாமல் போகலாம். மாறாக, தொடர்பில்லாத வேறு 'விளைவை உண்டாக்கும் செயல்' நிகழலாம். இவ்வாறு பேச்சுச் செயலில் வேறுபடும் நுட்பங்களை உன்னிப்பாகக் கவனித்து உள்வாங்க வேண்டும்; இல்லாவிட்டால் மொழியாக்க முயற்சிகள் வீணாகும்.

மொழிபெயர்ப்பாளர்கள் முழுப் பொருண்மைச் சமானத்தை இலக்காகக் கொண்டு பயணிக்க வேண்டும். 'மொழியாக்கச் செயல்' ஒரு பேச்சுச் செயலின் வெற்றியை நோக்கிய பெருமுயற்சியாகக் கொள்ளவேண்டும். மொழிபெயர்ப்பாளர்கள் தருமொழிப் பனுவலில் உள்ள முதல் இரண்டு நிலை பேச்சுச் செயல்களையும் நன்கு புரிந்து கொள்ள வேண்டும். அவற்றைப் பெறுமொழியில் மிகச் சரியாகத் தருவதற்கு அனைத்துப் பணிகளையும் செய்யவேண்டும். அப்படிச் செய்தால், தருமொழி வாசகரிடம் நிகழ்ந்த அதே 'விளைவுச் செயல்கள்' பெறுமொழி வாசகரிடமும் நிகழலாம்.

ஆஸ்டின் தந்த பேச்சுச் செயல் கோட்பாட்டின் பயன்பாடு களைப் பின்வந்த மொழியாக்கச் சிந்தனையாளர்கள் உற்றுநோக்கினார்கள். சில குறைகளையும் இடைவெளிகளையும் சுட்டிக்காட்டினார்கள். உதாரணமாக அச்சுறுத்தல், எச்சரித்தல் போன்ற செயல்களுக்கும் விவரித்தல், தகவல் தருதல் போன்ற செயல்களுக்கும் இடையே வேறுபாடுகள் உள்ளன. இவற்றை ஏற்றுக்கொண்ட மொழியியலாளர்கள் கோட்பாட்டின் விரிவாக்க

ஆய்வுகளை மேற்கொண்டார்கள். அவற்றையும் சொல்ல இங்கு இடமில்லை.

3.5.4 உரையாடலின் விதிகள் (Maxims of Conversation)

மொழிப்பயன்பாட்டாளர்கள் மொழியை எந்தெந்த நோக்கங்களுக்காக, எந்தெந்த வழிகளில், எந்தெந்தச் சூழ்நிலைகளில் கையாளுகிறார்கள் என்பதைத் தலையாய ஆய்வுக் களமாக மொழிப்பயன்பாட்டியல் கொண்டுள்ளது. மொழிப்பயன்பாட்டின் ஒரு முக்கிய வடிவம் உரையாடலாகும். ஒரு உரையாடலின் வெற்றியானது பங்குபெறுவோர் அனைவருடைய ஒத்துழைப்பிலும் உள்ளது. இல்லாவிட்டால் 'தவலையைக் காணோம்' என்ற உரையாடல் தலைப்பு 'தலையைக் காணோம்' என்று மாறிப்போகலாம்.

திறம் வாய்ந்த மொழிப்பயன்பாட்டாளர்கள் ஒரு கூற்றை அதனுடைய உரையாடல் சூழ்நிலையோடு பொருத்திப் பார்க்கிறார்கள். அந்தக் கூற்றைச் சொன்னவரின் உண்மையான தகவல் பரிமாற்ற எண்ணத்தைப் புரிந்துகொள்கிறார்கள். இது எவ்வாறு சாத்தியமாகிறது என்று தற்கால மொழிப்பயன்பாட்டியல் ஆழ்ந்து ஆய்வு செய்கிறது. மொழியின் தத்துவ மேதை பிரித்தானியர் க்ரைஸ் (H.P. Grice) இயற்கையான ஒரு உரையாடலில் என்ன நடக்கிறது என்பதைப் பற்றிய ஆழ்ந்த ஆய்வுக் கருத்துகளைச் சொல்கிறார்.

பொதுவாக ஒரு உரையாடலில் பங்குபெறுவோர் ஒருவருடன் ஒருவர் ஒத்துழைத்து அதை நகர்த்துகிறார்கள். அப்போதுதான் அந்த உரையாடல் அர்த்தமுள்ளதாகத் தொடரும். சில நேரங்களில் பேசுபவர் சொன்னது புரியாவிட்டாலும் கேட்பவர்கள் ஏதோ ஒரு வகையில் அதைப் புரிந்துகொண்டு உரையாடலை நகர்த்தவே முயல்கிறார்கள். உரையாடல்களின் அடித்தளத்தில் நிகழக்கூடிய அனைத்தையும் நெறிப்படுத்த 'ஒத்துழைப்புக் கொள்கை' (Co-operative Principle) என்ற கருத்தாக்கத்தை க்ரைஸ் முன்வைக்கிறார். அதை விரிவாக்கம் செய்து நான்கு துணைக் கொள்கைகளையும் தருகிறார். அவை 'உரையாடல் விதிகள்' (Maxims of Conversation) எனப் பெயர் பெறுகின்றன. அவற்றைச் சுருக்கமாகக் கீழே காண்போம்.

ஒத்துழைப்புக் கொள்கை: ஒரு உரையாடலில் நீ பங்குபெறும் போது, அது எந்தக் கட்டத்தில் உள்ளது, பரிமாற்றம் எந்த நோக்கத்திற்கு எந்தத் திசையில் பயணிக்கிறது என்பவற்றைப் புரிந்துகொண்டு, தேவைப்படும் விதத்தில் உன்னுடைய பங்களிப்பைக் கொடு.

உரையாடல் விதிகள்

அளவு (Quantity)

(i) *(தற்போதைய பரிமாற்ற நோக்கத்திற்கு)* எந்த அளவுக்குத் தேவைப்படுகிறதோ அந்த அளவுக்கு உன்னுடைய தகவல் பங்களிப்பைக் கொடு.

(ii) தேவைப்படுவதை விட அதிகமான அளவுக்குத் தகவல் தரும் பங்களிப்பைச் செய்யாதே.

(எ–டு) (பேருந்தில் பயணம் செய்யும் ஒருவர் பக்கத்தில் உள்ளவரைப் பார்த்து)

(24) ஐயா! உங்களுக்கு என்ன வயசிருக்கும்?

பக்கத்தில் உள்ளவர்:

(25.a) நெறய வருஷம் ஓடிப் போச்சு; ஏழு கழுத வயசாச்சு, தம்பி.

(25.b) நாப்பத்தி ஆறு.

(25.c) நாப்பத்தி ஆறு வருஷம், அஞ்சு மாசம், ஒம்பது நாளு, *(கைக்கடிகாரத்தைப் பார்த்து)* பதிமூணு நிமிஷம், பத்து செகண்டு.

'அளவு' சார்ந்த உரையாடல் விதியையும் துணை விதிகளையும் *(25.b)* பின்பற்றியுள்ளது. *(25. C)* அதிக அளவில் தகவல் தருகிறது. *(25.a)* தேவையான அளவில் இல்லாத சுற்றி வளைக்கும் தகவலைத் தருகிறது.

தரம் (Quality): உண்மையாக இருக்கும் பங்களிப்பைத் தர முயற்சி செய்.

(i) பொய்யானது என்று நீ நம்புவதைச் சொல்லாதே.

(ii) உன்னால் சான்று தரமுடியாத ஒன்றைச் சொல்லாதே.

(எ–டு): (பள்ளி முடிந்து வீடு திரும்பும்போது ஒரு மாணவன் இன்னொரு மாணவனிடம்)

(26) புது டீச்சர் எப்படி இருக்காங்க?

இன்னொரு மாணவன்:

(27.a) இப்பத்தானெ வந்திருக்காங்க! அவங்களெ பத்தி எனக்கு ரொம்ப தெரியாது.

(27.b) ஓ! அவங்க ஒரு தேவதெ தம்பி!

(27.c) (ரகசிய குரலில்) அவங்க ஒரு ராட்சசின்னு ரொம்ப பசங்க புலம்புறாங்க!

தரம் சார்ந்த உரையாடல் விதியையும் துணை விதிகளையும் *(27.a)* பின்பற்றியுள்ளது. *(27.b)*, *(27.c)* இரண்டும் பின்பற்றவில்லை.

பொருத்தம் (Relevance): பொருத்தமானவற்றைச் சொல்.

(எ–டு): (தெருவில் கூவிக் கீரை விற்பனை செய்பவர்)

(28) மொளக் கீரெ, அரெக் கீரெ, சிரு கீரெ, முருங்கக் கீரெ, அவுத்திக் கீரெ . . . . . .! கீரெ வாங்கலியா கீரெ . . . ! அம்மா வாங்க, அய்யா வாங்க!

பின்னே சைக்கிளில் வருபவர்:

(29) ஏ! கீரெ!

கீரைக்காரர்: (திரும்பிப் பார்த்து)

(30.a) ஏ! சைக்கிள்!

(30.b) (சைக்கிள்காரர் தொப்பி அணிந்திருப்பதால்) ஏ! தொப்பி!

(30.c) (கூடையை இறக்கிவைத்துவிட்டு) வாங்கய்யா, வாங்க! எந்தக் கட்டு வாங்குனாலும் அஞ்சு ரூவாய்யா! காலெய்ல பறிச்ச கீரய்யா!

பொருத்தம் சார்ந்த உரையாடல் விதியை *(30.c)* பின்பற்றியுள்ளது. மற்ற இரண்டும் பின்பற்றவில்லை.

முறை (Manner): சொல்வதைத் தெள்ளத் தெளிவாகச் சொல்.

(i) சொல்வதில் தெளிவின்மையைத் தவிர்.

(ii) பொருள் மயக்கத்தைத் *(ambiguity)* தவிர்.

(iii) சொல்வதைச் சுருக்கமாகச் சொல். {தேவையற்ற வெற்றுச்சொற்களின் பொழிவைத் (prolixity, verbosity) தவிர்.}

(iv) சொல்வதைக் கோவையாகச் சொல்.

(எ–டு): (தம்பி அண்ணனிடம்)

(31) மேத்ஸ் ப்ரொபசர் ராமசாமியை உங்களுக்குத் தெரியுமாண்ணே?

அண்ணன்:

(32.a) நல்லாத் தெரியுங் கண்ணு! ஒனக்கு அவரெ பாக்குணுமா? நாளெக்கி போவலாமா?

(32.b) தெரிஞ்சதுன்னு நெனக்கிறது தெரியாம போறதும், தெரியாததுன்னு நெனக்கிறது உண்மெயிலெ தெரியாத தான்னு குளம்புறதும், கடெசிலெ தெரிஞ்சது எது தெரியாதது எதுங்கறது தெரியாமலே போறதும், யாருக்காவது தெரியுமா தெரியாதாங்கறது எனக்கு தெரியலியே, தம்பி!

(32.c) மேத்ஸ் டிபார்ட்மெண்ட் ஹெட்ட தெரியும்!

முறை சார்ந்த உரையாடல் விதியையும், துணை விதிகளையும் (32.a) பின்பற்றியுள்ளது. மற்ற இரண்டும் பின்பற்றவில்லை.

விதி என்ற சொல்லுக்குச் சாதாரணமாக நாம் தரும் அர்த்தத்தில் மேலே காணும் 'உரையாடல் விதி'களையும் எடுத்துக் கொள்ளக் கூடாது. சொற்களில் சொல்லாத அனுமானங்களாக இவற்றைக் கருதி, இப்படித்தான் பேசவேண்டும் என்று நினைத்து, மக்கள் உரையாடல்களில் பங்குபெறுகிறார்கள். எனவே பல சமூக உறவாடல் சூழ்நிலைகளில் பொதுவாகப் பின்பற்றப்பட வேண்டிய வழிகாட்டல்களாகவே இவற்றைக் கொள்ளவேண்டும்.

3.5.5 உரையாடலின் உட்பொதிவுகள் (Conversational Implicatures)

எல்லாரும் எல்லாச் சூழல்களிலும் எல்லா நேரங்களிலும் எல்லா உரையாடல் விதிகளையும் கடைப்பிடிக்கிறார்கள் என்று சொல்ல முடியாது. விதிகள் என்று இருந்தால் நிச்சயம் விதி மீறல்களும் இருக்கும். ஆனால் உரையாடல் விதி மீறல்களில், சொல்லாமல் சொல்லப்படும் அர்த்தங்கள் மறைந்திருக்கும்: உரையாடலில் சொல்லிய சொற்களில் இல்லாமல் உரையாடல் சூழ்நிலையில் இவை பொதிந்திருக்கும். கீழே சில உதாரணங்களைக் காண்போம்.

கோபியும் மணியும் குடும்ப நண்பர்கள். விடுமுறையில் குடும்பத்தார் வெளியூர் சென்றுள்ளார்கள். கோபி மணியின் வீட்டில் அவரைச் சந்திக்கிறார்.

(33) மணி: வாங்க, கோபி! உக்காருங்க. என்ன குடிக்கிறீங்க?

(34) கோபி: ஒன்னும் வேணாம், மணி. இப்பத்தான் குடிச்சுட்டு வர்றேன். ஊருக்குப் போன சம்சாரம் பிள்ளெங்க எல்லாம் நல்லாயிருக்காங்களா?

(35) மணி: எல்லாம் நல்லாயிருக்காங்க. கிராமத்துக்குப் போன ஒங்க வூட்ல எல்லாம் சவுரியமா?

கே. தியாகராஜன்

(36) கோபி: எல்லாம் சவுரியந்தான். ஒங்க பையன் எப்படி படிக்கறான் இப்ப?

(37) மணி: நீங்க வாங்கியிருக்கிற புது வண்டி ஜம்முன்னு இருக்கு, கோபி! என்ன வெலெயாச்சு?

(38) கோபி: எல்லாஞ் சேத்து எம்பளது ஆயிடுச்சு, மணி!

(39) மணி: ஓ! எம்பளது ஆயிடுச்சா? சின்ன வண்டியா இருக்கெ, கொஞ்சம் கம்மியா இருக்கும்னு நெனச்சென்.

மணியுடைய மகன் கல்லூரி மாணவன். அவனுடைய படிப்புப் பற்றி கோபி (36)இல் விசாரிக்கிறார். அதற்குப் பதிலாகப் பின்வருவன போன்றவற்றுள் ஒன்றை மணி சொல்லியிருந்தால் அது பொருத்தமாக இருந்திருக்கும்: 'நல்லா படிக்கிறான், முந்திக்கு பரவாயில்லை, என்னத்த படிச்சான், பொது சேவெக்கே அவனுக்கு நேரம் பத்தலியே, . . .'. மாறாக, எந்தத் தொடர்பும் இல்லாமல், 'நீங்க வாங்கியிருக்கிற புது வண்டி ஜம்முன்னு இருக்கு' என்ற பதிலை (37)இல் மணி சொல்கிறார்.

இங்கு பொருத்தம் சார்ந்த உரையாடல் விதி மீறல் நிகழ்ந்துள்ளது: இதில் மறைந்துள்ள அர்த்தம் ஏதாவது இருக்குமா? மணிக்குப் பொருத்தமான பதில் தரத் தெரியாததை விட, அதை அவர் தவிர்க்கிறார் என்பதே உண்மை. மகன் சரியாகப் படிக்காவிட்டால் தந்தைக்கு மிகுந்த மன வருத்தம், ஆதங்கம், கோபம் இருப்பது இயற்கையே. அதைப் பற்றி யாராவது கேட்டால், 'வேறெதாவது பேசுவோமா?' என்ற பதில் கிடைப்பதுண்டு. அப்படிப்பட்ட ஒரு பதில்தான் 'நீங்க வாங்கியிருக்கிற புது வண்டி ஜம்முன்னு இருக்கு'.

'உரையாடல் விதி மீறல்' என்பது மொழியியல் தரும் விளக்கம். படிப்பைப் பற்றி (36)இல் கேட்ட கேள்விக்கு, (37)இல் பொருத்தமில்லா பதில் கிடைத்தது. ஆனால் உரையாடலில் தடங்கல் வரவில்லை. நிகழ்ந்ததை கோபி புரிந்துகொண்டு, அதை எளிதில் கடக்கிறார். அதே கேள்வியை மீண்டும் கேட்காமல், கிடைத்த பொருத்தமில்லா பதிலைப் புதிய தலைப்பாகக் கொள்கிறார். வண்டியின் விலை பற்றிய கேள்விக்குப் பொருத்த முள்ள பதிலைத் தருகிறார். உரையாடல் மீண்டும் இயல்பாக மேலே நகர்கிறது.

ஒரு கூற்றில் சொல்லிய சொற்கள் ஒரு அர்த்தத்தை நேரடியாகச் சொல்லும். அதற்கு உள்ளே பேசுபவர் சொல்ல வேண்டிய/எண்ணிய, ஆனால் சொல்லாமல் மறைத்து வைத்த அர்த்தம் இன்னொன்று பொதிந்திருக்கும். சொல்லிய சொற்களிலிருந்து நேரடியாகப் பெறமுடியாதவாறு மறைந்து பொதிந்துள்ள இந்த அர்த்தம் உட்பொதிவு (implicature) என்று

அழைக்கப்படுகிறது. உரையாடல் விதி மீறல்கள் மூலம் இது உருவாக்கப்படுகிறது. உரையாடல் சூழ்நிலையில் இதைக் கேட்பவர் புரிந்துகொள்ள முடிகிறது. எனவே இது 'உரையாடலின் உட்பொதிவு' என்றும் பெயர் பெறுகிறது.

படிப்பு பற்றி (36)இல் கேட்ட கேள்விக்கு, (37)இல் கிடைத்த புது வண்டி பற்றிய பதிலில் பொருத்தம் சார்ந்த உரையாடல் விதி மீறப்பட்டுள்ளது. உரையாடல் சூழ்நிலையில் இந்த விதி மீறல் உருவாக்கிய மறைந்துள்ள அர்த்த உட்பொதிவு: 'மகனின் படிப்பு பற்றி நான் பேச விரும்பவில்லை; புது வண்டியைப் பற்றிப் பேசுகிறேன்'.

இதேபோல, (31)இல் கேட்ட 'மேத்ஸ் ப்ரொபசரெ உங்களுக்குத் தெரியுமாண்ணே?' என்ற சாதாரண கேள்விக்கு, (32.b)யில் கிடைத்த பதில்: 'தெரிஞ்சதுன்னு நெனக்கிறது தெரியாம போறதும், தெரியாததுன்னு நெனக்கிறது உண்மெயிலெ தெரியாததான்னு குளம்புறதும், கடெசிலெ தெரிஞ்சது எது தெரியாதது எதுங்கறது தெரியாமலே போறதும், யாருக்காவது தெரியுமா தெரியாதாங்கறது எனக்கு தெரியலியே, தம்பி!'

இங்கு 'முறை' சார்ந்த உரையாடல் விதி மீறப்பட்டுள்ளது; தேவையற்ற 'வெற்றுச்சொற்களின் பொழிதல்' நிகழ்ந்துள்ளது. உரையாடல் சூழ்நிலையில் இந்த விதி மீறல் உருவாக்கிய 'மறைந்துள்ள அர்த்த உட்பொதிவு': 'செல்லச் சீண்டல், கேலி'. செறிவும் சுவையும் உள்ள உரையாடல்களில் 'விதி பின்பற்றுதலை' விட 'விதி மீறலே' அதிக அளவில் நிகழ்கிறது.

3.5.6 சமூக உறவாடல்கள் பற்றிய மொழிப்பயன்பாட்டியல் ஆய்வுகள்

மொழிப்பயன்பாட்டியல் பற்றியுள்ள முந்திய சுமார் பன்னிரண்டு பக்கங்களில் மக்கள் தென்படுகிறார்கள்; அவர்கள் மொழியைக் கையாளும் விதத்தைப் பற்றிய சில சிறு குறிப்புகள் காணப்படுகின்றன. ஆனால் அவர்களின் சமூக வாழ்க்கையைப் பற்றியோ அது மொழியில் பிரதிபலிப்பது பற்றியோ எதுவும் சொல்லப்படவில்லை. இதுவும் மொழிப் பயன்பாட்டியலில் ஒரு முக்கிய தலைப்பாக ஆய்வுக்கு எடுத்துக் கொள்ளப்பட்டுள்ளது.

மொழிவழி உறவாடல் ஒன்று 'இயற்கையானது' என்று பெயர்பெற, அது கட்டாயமாக ஒரு சமூக உறவாடலாகவும் இருந்தாகவேண்டும். மொழியின் பயன்பாடுகள் ஒரு சமூகத்தின் தேவைகளிலிருந்தே தோன்றுகின்றன. ஒரு மொழிவழிச் சமூக உறவாடலை நன்கு புரிந்துகொள்ளவேண்டும் என்றால் அதில் பங்குபெறுவோரின் சமூக நிலைகளில் உள்ள 'அண்மை–

சேய்மை'யின் (social closeness and distance) பல கூறுகளை நாம் கவனத்தில் கொள்ளவேண்டியுள்ளது. 'அண்மை' அதிகமாகும்போது ஒருவகையான மொழி வடிவமும், 'சேய்மை' அதிகமாகும்போது வேறொரு வகையான மொழிவடிவமும் பயன்பாட்டுக்கு வருகின்றன.

சமூக நிலை 'அண்மை – சேய்மை'யின் ஏராளமான கூறுகள் பணபலம், செல்வாக்கு, அதிகாரம், சாதி, பாலினம், தொழில், பட்டம், பதவி போன்றவற்றால் தீர்மானிக்கப்பட்டுவிடுகின்றன. இவையனைத்தும் மொழிவழி உறவாடல் எதுவும் தொடங்கும் முன்னரே, 'மொழிக்கு வெளியே' இருந்து இயக்கும் காரணிகள். இவை ஒரு குறிப்பிட்ட சமூகத்தால் நிர்மாணிக்கப்பட்டுவிட்ட கூறுகள். இவற்றின் தாக்கங்கள் மொழிவழி உறவாடலில் இருக்கவே செய்கின்றன. பங்கு பெறுவோர் இவற்றில் பெரிதாக எதுவும் செய்வதற்கில்லை.

மாறாக, மொழிவழி உறவாடல் ஒன்று தொடங்கிய பின், பங்குபெறுவோர் ஒருவர்பால் ஒருவர் எவ்வளவுக்கு நட்பு, அன்பு. இணக்கம், நெருக்கம், பரிவு, மனிதாபிமானம் ஆகியவற்றைக் காட்டமுடியும் என்பது அவர்கள் கையில் உள்ளது. அதைப் பொறுத்து அவர்களுக்கிடையே தொடக்கத்தில் இருந்த சமூக 'அண்மை–சேய்மை'யில் அவர்கள் விரும்பும் வகைகளில் மாற்றங்களைச் செய்யமுடியும். இத்தகைய மாற்றங்கள் ஒரு 'மொழிவழி உறவாடலுக்கு' உள்ளே நிகழ்கின்றன. அது தொடங்கிய பின்னர், அது தொடரும்போது உருப்பெறு கின்றன. பங்குபெறுவோரே முனைப்புடன் செயல்பட்டு, அவர்களுக்கிடையே விரும்பி உண்டாக்கிக்கொள்ளும் சமூக உறவுகளாக அவை உரையாடலில் மலர்கின்றன.

மொழிவழி உறவாடலுக்கு 'வெளியேயும் உள்ளேயும்' இருக்கும் இந்த இருவகைக் காரணிகளும் ஒருவர் பேசும் விதத்தில் தாக்கத்தை உண்டாக்குகின்றன. அது மட்டுமல்லாமல், அவர் பேசும் முறையை என்பதை வைத்து அவரைப் பற்றிய ஒரு பிம்பத்தை மக்களிடையே உருவாக்கிவிடுகின்றன. மேலும் பேசுபவரைப் பற்றிய பின்வருவன போன்ற, மதிப்பீடுகள் உருவாக வும் வழி வகுக்கின்றன: 'அவனுக்கு நாக்கில் சனி', 'கருநாக்குக்காரன்', 'சுடுசொல் வீசுபவன்', 'எரிந்து விழுபவன்', 'கடுப்படிக்கிறவன்', 'இனிமையானவன்', 'சாதுர்யமானவன்', 'நளினமானவன்', 'அளந்து பேசுபவன்', 'யாரையும் புண்படுத்தாதவன்', 'அதிர்ந்து பேசாதவன்'.

எனவே பேசுபவர் ஒருவர் சொல்லும் சொற்கள் சொற்பொருளைத் தெரிவிப்பதோடு மட்டும் நின்றுவிடுவ தில்லை. அச்சொற்களின் தாக்கம் பேசுபவரின் பொதுவெளிப்

பிம்பத்தை உண்டாக்குகிறது. அவரைப் பற்றிய ஒரு மதிப்பீட்டை உருவாக்குகிறது. இவையனைத்தையும் பற்றிய ஆய்வுகள் 'பரிவு' (Politeness) என்ற கருத்தாக்கத்தைத் தலைப்பாகக் கொண்டு செய்யப்படுகின்றன.

3.5.6.1 முகக் கோட்பாடு (Face theory)

வன்சொல்லைத் தவிர்த்து, மென்சொல்லையே பேச வேண்டும் என்று தமிழ்ச் சமூகத்தில் ஒரு உரையாடல் பண்பாடாகத் தொன்றுதொட்டு ஏற்றுக்கொள்ளப்பட்டு வந்துள்ளது. வீட்டிலும் சரி பொதுவெளியிலும் சரி, உரையாடலில் பங்குபெறும் அனைவரிடமும் நட்பும் அன்பும் இணக்கமும் நெருக்கமும் பரிவும் மனிதாபிமானமும் பாராட்டிப் பேசவேண்டும் என்பது ஒரு உயர்ந்த பண்பாட்டுக் கூறாகப் போற்றப்படுகிறது. எல்லா மனித சமுதாயங்களுமே பல வேறுபாடுகளுடன் இதைக் கடைப்பிடிக்க முயலுகின்றன.

இதைப்பற்றி ஆழமான ஆய்வுகளைச் செய்த ப்ரவ்ன், லெவின்சன் *(*Brown, P., & Levinson, S.C., *1978)* ஆகிய இருவரும் 'பரிவு'க் கோட்பாட்டை (Politeness theory) முன்வைத்தார்கள். இக்கோட்பாட்டைப் பேசுவதற்கு முன், இன்னொரு நெருங்கிய தொடர்புடைய 'முக'க் கோட்பாட்டை (Face theory) காண வேண்டியுள்ளது. கோஃப்மன் *(*Goffman, E., *1955)* என்பவர் இதை முன்வைத்துள்ளார்.

ஒரு சமூக உரையாடலில் பேசுபவர் ஒருவர் அதில் பங்குபெறுவோரிடம் தன்னைப் பற்றிய ஒரு பொதுவெளி நேர்மறை பிம்பத்தை உருவாக்குகிறார் அல்லது உருவாக்க விரும்புகிறார். இந்தப் பிம்பத்தை 'முகம்' என்று கோஃப்மன் அழைக்கிறார். இவர் தந்துள்ள கோட்பாட்டின் சுருக்கம் பின்வருமாறு:

(i) 'முகம்' என்பது மக்கள் அன்றாட வாழ்வில் உரையாடும்போது உருவாக்கப்படுகிறது.

(ii) ஒவ்வொருவரும் தன்னை மற்றவர்கள் எவ்வாறு புரிந்துகொள்கிறார்கள் என்பதில் கவனம் செலுத்து கிறார்கள்; அதற்கு முக்கியத்துவம் தருகிறார்கள்.

(iii) சமூக உறவாடலில் பேசுபவர் தன்னைப்பற்றிய பொதுவெளி சுயபிம்பத்தையே மற்றவர்களிடம் காட்ட விரும்புகிறார். இந்தச் சுயபிம்பம் அவருடைய உணர்வுகள், விருப்பங்கள், நம்பிக்கைகள், நெறிமுறைகள் ஆகியவற்றைப் பிரதிபலிக்கிறது.

(iv) ‘முக இழப்பு’ (*loss of face*) சமூக உறவாடலில் ஒருவருக்கு நிகழும் கண்ணியக் குறைவு – அவருடைய பொதுவெளி சுயபிம்பத்திற்கு ஏற்படும் சிதைவு. (சீன மொழியில் உள்ள tiu lien என்ற சொற்களே lose face என்ற ஆங்கில மொழியாக்கமாக 1800களிலிருந்து புழக்கத்தில் உள்ளது.)

(v) ஒவ்வொருவருக்கும் ஒரு நேர்மறை முகம் (positive face) உள்ளது. இதை மற்றவர்கள் உரிய கண்ணியத்தோடு அங்கீகரிக்கவேண்டும் என்ற எதிர்பார்ப்பு உள்ளது. அதேபோல ஒவ்வொருவருக்கும் ஒரு எதிர்மறை முகமும் (negative face) உள்ளது. இது, ஏற்கெனவே உள்ள நிலை தொடர்ந்தால் போதும், அதில் கிடைக்கும் சுதந்திரம் போதும் என்ற எண்ணத்தைக் காட்டுகிறது.

(vi) முகத்தை அச்சுறுத்தும் செயல்கள் (face-threatening acts) சமூக உரையாடல்களில் நிகழ்கின்றன. இதனால் ‘முக இழப்பு’ ஏற்படுகிறது. கண்ணியக் குறைவும் பொதுவெளி சுயபிம்பத்தில் சிதைவும் உண்டாகின்றன. அப்போதெல்லாம் சிதைந்த முகத்தைச் செப்பனிட்டு, முன்பிருந்த நிலைக்குக் கொண்டுவரத் தேவைப்படும் ‘முகப்பணி’ (facework) உத்திகள் கையாளப்படுகின்றன.

உதாரணமாகக் காதல் வயப்படத் தொடங்கியுள்ள இளைஞன் ஒருவன் தன்னை ஈர்க்கும் இளம்பெண் ஒருத்தியிடம் இப்படிப்பட்ட சுயபிம்பத்தையே காட்ட விரும்புவான்: ‘புத்திசாலி, அழகானவன், வசதியான குடும்பத்தைச் சேர்ந்தவன், பாதுகாப்பானவன், திறமையானவன், கைநிறையச் சம்பாதிப்பவன், தாராளமாகச் செலவுசெய்யத் தயங்காதவன், இனிய சுபாவம் கொண்டவன், சிரிக்கச் சிரிக்கப் பேசுபவன், . . .’

இது அவனுடைய நேர்மறை முகம். அப்பெண்ணுடன் உரையாட வாய்ப்புக் கிடைக்கும்போதெல்லாம் அவன் இந்த முகத்தையே, சுயபிம்பத்தையே காட்டுவான். அதை அப்பெண் மிகவும் ரசித்து உரிய கண்ணியத்துடன் அப்படியே அங்கீகரிக்க வேண்டும், தன்னை ஏற்றுக்கொள்ள வேண்டும் என்று எதிர்பார்ப்பான்.

இந்த முகத்தை அச்சுறுத்தும் செயலாக, “உன்னோட அப்பா அம்மா நூறு நாள் வேல திட்டத்துலெ வேல பாக்குறாங்களா? நீ இன்னும் வேல தேடிக்கிட்டா இருக்கே?” என்று அப்பெண் ஒரு நாள் அவனிடம் கேட்டால், அவனுக்குப் பெரிய ‘முக இழப்பு’ ஏற்படுகிறது. எப்படியாவது சமாளித்து,

சிதைந்த முகத்தை முடிந்தவரைச் செப்பனிட அவன் முயல்வான். முன்பிருந்த நிலைக்கு ஓரளவுக்காவது கொண்டுவரத் தேவைப்படும் 'முகப்பணி' உத்திகளை உடனே கையாள்வான்.

அவளுடைய இரக்கத்தையும் பரிதாபத்தையும் பெறுவதற்காக அவனுடைய உண்மை முகத்தின் கூறுகளைக் காண்பிப்பான்: வறுமையில் செம்மை, கடின உழைப்பு, சிறந்த கல்வி, வளாக நேர்காணலில் கிடைத்துள்ள கீர்த்திபெற்ற தொழில்நுட்ப நிறுவன உயர் பணி ஆணை, அவள்மேல் கொண்டுள்ள உண்மையான, காலத்தால் மாறாத, ஆழமான அன்பு, காதல் போன்ற அனைத்துச் சாதகமான 'முகப்பணி' உத்திகளையும் கையாள்வான். அவள் தன் காதலை ஏற்றுக்கொள்ளப் பெரும்பாடு படுவான்.

3.5.6.2 'பரிவு'க் கோட்பாடு (Politeness theory)

பொதுவாக politeness என்ற சொல் அந்தந்தச் சமூகத்தால் வரையறுக்கப்பட்ட, மரியாதை கலந்த நன்னடத்தைகளைக் குறிக்கிறது. ப்ரவ்ன், லெவின்சன் இருவரும் கோஃப்மனின் முகக் கோட்பாட்டை அடித்தளமாகக் கொண்டார்கள். அதை விரித்தும், அகழ்ந்தும் பல சேர்க்கைகளுடன் ஒரு புதிய ஆய்வைச் செய்தார்கள். அதில் politeness–ஐ ஒரு கலைச்சொல்லாகப் பயன்படுத்தினார்கள். 'பரிவுக் கோட்பாடு' (Politeness theory) என்றதொரு புதிய பங்களிப்பைச் செய்தார்கள். இக்கோட்பாடு மனிதகுல உறவாடல்களில் காட்டப்படும் பரிவின் மீது முழுக் கவனத்தையும் செலுத்துகிறது. இதனுடைய சுருக்கத்தைக் கீழே காணலாம்:

(i) பரிவு, உலகளாவிய கருத்தாக்கமாகும். ஒரு சமூக உறவாடலில் பங்குபெறும் ஒவ்வொருவரும் அவரவர் விரும்பும் சுயபிம்பமாகிய ஒரு பொதுவெளி முகத்தைக் காண்பிக்கிறார்கள். பிறர் அதை ஏற்றுக்கொண்டு, மதிக்க வேண்டும் என்று எதிர்பார்க்கிறார்கள். இந்த எதிர்பார்ப்புகளை ஒருவரின் 'முக விருப்பங்கள்' *(Face wants)* என்று சொல்லலாம். மற்றவர்களும் அந்தந்த முகங்களை அடையாளம் கண்டு, மதித்து, அவற்றுக்குச் சிதைவு நிகழாமல் தவிர்த்து, உறவாடுகிறார்கள்.

சிதைவு ஏற்படுவதற்கான அச்சுறுத்தல்கள் வரும்போது, அவற்றின் பாதிப்பையும் கடுமையையும் தவிர்க்கவோ அல்லது குறைக்கவோ முடிந்த அனைத்தையும் மற்றவர்கள் செய்கிறார்கள். அந்தந்த முகங்களைக் காக்க முயல்கிறார்கள். சமூக உறவாடலில் இது 'பரிவு' என்று பெயர்பெறுகிறது. பேசுபவரும் கேட்பவரும் தத்தம் முகத்தைக் காக்கச் செய்யும் முயற்சியாகவும் இதைக் காணலாம்.

(ii) 'நேர்மறை முகம்' என்றால் அது 'தன்னுடைய முகம் பற்றிய சுய விருப்பங்களைக் கேட்பவர்களுள் சிலரேனும் கொண்டிருக்க வேண்டும்' என்ற பேசுபவரின் எதிர்பார்ப்பு ஆகும். 'எதிர்மறை முகம்' என்பது மீண்டும் பேசுபவரின் இப்படிப்பட்ட விருப்பம் ஆகும்: 'பிறர் தன்னுடைய செயல்களில், எண்ணங்களில், எவ்விதத் தடையையும் உருவாக்கக் கூடாது; முன்பிருந்த உரிமைகளில், சுதந்திரத்தில் அவர்களின் தலையீடு இருக்கக் கூடாது'. ஒருவரின் நேர்மறை முகமும் எதிர்மறை முகமும் எல்லாக் கலாச்சாரங்களிலும் காணப்படுகின்றன.

(iii) 'முகத்தை அச்சுறுத்தும் செயல்கள்' கேட்பவரின் அல்லது பேசுபவரின் முகத்திற்கு உள்ளார்ந்த சிதைவுகளை உண்டாக்குகின்றன. அவர் பிறரின் தேவைகளுக்கு, விருப்பங் களுக்கு, எதிராகச் செயல்படும்போது இச்சிதைவுகள் ஏற்படுகின்றன. முகத்தை அச்சுறுத்தும் செயல்கள் மொழிவழியாகச் செய்யப்படலாம்; அல்லது சொற்கள் இல்லாமல் குரல் அழுத்தம், கடுமை, ஏற்ற – இறக்கங்கள், மரியாதைக் குறைவுடன் வெறுப்பைக் காட்டும் அங்க அசைவுகள், முகபாவங்கள் போன்றவற்றால் செய்யப்படலாம். ஆனால் மொழிவழி அச்சுறுத்தும் செயல் குறைந்தது ஒன்றாகிலும் இருக்கவேண்டும்.

(iv) பேசுபவர் அல்லது கேட்பவர் பிறருடைய உணர்வுகளை யும் தேவைகளையும் விருப்பங்களையும் ஒரு பொருட்டாக எடுத்துக்கொள்ளாதபோது, அவருடைய 'நேர்மறை முகத்தை அச்சுறுத்தும் செயல்கள்' நிகழ்கின்றன. எதிர்வினையாகப் பிறர் அவரைப் புறக்கணிக்கும்போது அவருக்கு நேர்மறை முகச் சிதைவு ஏற்படுகிறது.

தன்னுடய செயல்களில், எண்ணங்களில், பிறர் உண்டாக்கும் தடைகளைத் தவிர்க்க முடியாதபோது பேசுபவரின் அல்லது கேட்பவரின் 'எதிர்மறை முகத்தை அச்சுறுத்தும் செயல்கள்' நிகழ்கின்றன. முன்பிருந்த உரிமைகளில், சுதந்திரத்தில் திணிக்கப்படும் பிறரின் தலையீட்டை அவர் தவிர்க்க முடியாமல் பணியும்போதும் அவை நிகழ்கின்றன. இதனால் அவருக்கு எதிர்மறை முகச் சிதைவு ஏற்படுகிறது.

(v) சமூக உறவாடலில் முகத்தை அச்சுறுத்தும் செயல்கள் அடிக்கடி நிகழவே செய்கின்றன. தவிர்க்க முடியாமலோ அல்லது விருப்பத்தின் அடிப்படையிலோ அவை நிகழ்கின்றன. அப்போதெல்லாம் கேட்பவரின் முகத்தைக் காப்பதற்காக, பொருத்தமான சொற்களை உருவாக்குவதற்காக, 'பரிவு உத்திகள்' (Politeness strategies) கையாளப்படுகின்றன. இவை பின்வரும் நான்கு வகைகளில் விவரிக்கப்படுகின்றன.

(a) **சொற்களில் பதிவிடா வெளிப்படை உத்தி** (Bald on record): இந்த உத்தி கேட்பவரின் முகத்திற்கு நேரும் அச்சுறுத்தலைக் குறைக்க நேரடியாக எதுவும் செய்யாது. அவருடைய நலம் விரும்பியாக அறிவுரை சொல்லி, தோளைத் தட்டிக் கொடுப்பதன் மூலம் மறைமுகமாக அச்சுறுத்தலைக் குறைக்க இது உதவும். ஆனால் இது மிகவும் நெருக்கமானவர்களிடம் மட்டும் எடுபடும். சேய்மை அதிகம் இருப்போருக்கு அதிர்ச்சியையும் சங்கடத்தையும் தரும்.

(எ–டு) (40) "சரி, விடப்பா! இதெல்லாம் சகஜம்ப்பா!"

(b) **நேர்மறைப் பரிவு உத்தி** (Positive politeness strategy): இந்த உத்தி கேட்பவரின் நேர்மறை முகத்துக்கு ஏற்படும் அச்சுறுத்தலைக் குறைக்க முயல்கிறது. அவருடைய நேர்மறை முகம் இனிமையானது என்ற நல்லுணர்வையும், அதில் எந்தக் குறையும் இல்லை என்ற ஆறுதலையும் அவருக்குத் தருகிறது. நட்பு, ஆதரவு, பாராட்டு ஆகியவற்றைத் தெரிவிக்கும் சொற்களைப் பயன்படுத்துகிறது. உறவாடலில் பங்கு பெறுவோர் ஒருவரை ஒருவர் நன்கு தெரிந்தவர்களாக இருக்கும்போது இது கையாளப்படுகிறது.

(எ–டு) (41) "நாங்கெல்லாம் உம் பக்கத்துல இருக்கோம், தம்பி!"

(c) **எதிர்மறைப் பரிவு உத்தி** (Negative politeness strategy): இந்த உத்தி கேட்பவரின் மீதான பேசுபவரின் திணிப்புகளைத்/ தலையீடுகளைத் தவிர்க்க முயல்கிறது. கேட்பவரிடம் என்ன வேண்டுமானாலும் சொல்லலாம், செய்துகொள்ளலாம் என்ற, அளவுக்கு அதிகமாக உரிமை எடுத்துக்கொள்ளும் போக்கை நிராகரிக்கிறது. எதையும் எல்லை மீறாமல் சொல்ல வேண்டும், செய்ய வேண்டும் என்ற நிலைப்பாட்டை ஆதரிக்கிறது. இவ்வாறு செய்வது கேட்பவரின் எதிர்மறை முகத்துக்கு ஏற்படும் அச்சுறுத்தல்களைப் பெரிதும் குறைக்க உதவும்.

(எ–டு) (நினைத்த உடனே நண்பரின் சட்டைப் பைக்குள் கையை விட்டு, அவருடைய கைப்பேசியை எடுத்துப் பேசுவதற்கு மாறாக)

(42) "ஐயா, என்னோட கைப்பேசி வேல செய்யலே! வீட்டுக்கு ஒரு சேதி சொல்லணும். உங்க கைப்பேசியில ஒரு சின்ன call செய்யலாமா?"

(d) ***(மறைமுகமான)* சொல்லில் சொல்லாத பரிவு உத்தி** {Off-record (indirect) politeness strategy}: இந்த உத்தி பேசுபவரின் எவ்விதத் திணிப்புக்கும் தலையீட்டுக்கும் வாய்ப்பு இல்லாமல் செய்துவிடுகிறது. கேட்பவரிடம் சொல்ல விரும்பியதை அவர்

நேரடிச் சொற்களில் சொல்வதில்லை. தொடர்பில்லாதது போல் தோன்றும் வேறு சில சொற்களை அவர் சொல்கிறார். ஆனால் உரையாடல் சூழ்நிலையில் அவற்றுக்குத் தொடர்பு இருக்கிறது. பொருண்மையியல் அவற்றுக்கு ஒரு அர்த்தம் தரும். மொழிப்பயன்பாட்டியல் வேறொரு அர்த்தம் தரும். முந்திய அர்த்தத்தில் பிந்திய அர்த்தம் மறைந்திருக்கும். *[காண்க: 'விளைவை உண்டாக்கும் பேச்சுச் செயல்'* (Perlocutionary act). *ப. 212–3]*

(எ–டு) (உறவினர் ஒருவர் வீட்டில் இரண்டு நாட்கள் தங்கிச் செல்ல ஒரு முதிய விருந்தினர் வந்து சேர்கிறார். ஆட்டோவிலிருந்து இறங்கி வீட்டுக்குள் வருகிறார். வீட்டார் அவரை அன்புடன், உரிய மரியாதையுடன் வரவேற்கின்றனர்.)

விருந்தினர்: (43) "ஒரு நிமிஷம்! ஆட்டோவில் ஒரு பழக்கூட இருக்குது. அதெ எடுத்துட்டு வந்துடறேன்!"

வீட்டில் இருக்கும் இளைஞர்: (44) "நீங்க உக்காருங்க, மாமா! நான் எடுத்துட்டு வந்துடறேன்!" (வெளியிலே காத்திருக்கும் ஆட்டோவில் உள்ள பழக்கூடையை எடுக்க அவர் செல்கிறார்.)

வந்துள்ள உறவினர் முதியவர் ஆகையால் ஆட்டோவில் இருக்கும் பழக் கூடையை வீட்டார் யாராவது இறக்கி உள்ளே கொண்டுவருவதை விரும்புகிறார். இருப்பினும் தன்னை வரவேற்கும் எவர்மீதும் தன் விருப்பத்தைத் திணிக்கவில்லை. முதிர்ந்த வயதிலும் வீட்டார் எவரிடமும் அதிக உரிமை எடுத்துக்கொள்ளும் அத்துமீறலைச் செய்யவில்லை. கூடையை எடுத்துவரச் சொல்லி ஆணை பிறப்பிக்கவில்லை.

"ஆட்டோவில் ஒரு பழக்கூடெ இருக்குது. அதெ எடுத்துட்டு வந்துடறேன்!" என்று விருந்தினர் நேரடியாகச் சொன்ன சொற்களின் பொருண்மையியல் அர்த்தம் ஒன்றாக இருக்கிறது: அதாவது அவரே கூடையை எடுத்து வந்துவிடுவார். ஆனால் அச்சொற்களுக்கு மொழிப்பயன்பாட்டியல் தரும் அர்த்தம் வேறொன்றாக இருக்கிறது: அதாவது வீட்டார் யாராவது கூடையை எடுத்துவரமுடியுமா என்ற வேண்டுகோள். முதல் அர்த்தத்தில் இரண்டாவது அர்த்தம் மறைந்துள்ளது. விருந்தினர் இங்குக் கையாண்டுள்ள உத்தி வீட்டார் எவருடைய முகத்துக்கும் எந்த அச்சுறுத்தலும் ஏற்படுவதற்கு வழியே இல்லாமல் செய்துவிடுகிறது; காரியமும் நளினமாக முடிந்துவிடுகிறது.

மேலே நாம் நான்கு பரிவு உத்திகளைக் கண்டோம்: "சொற்களில் பதிவிடாத வெளிப்படை உத்தி, நேர்மறைப் பரிவு உத்தி, எதிர்மறைப் பரிவு உத்தி, *(மறைமுகமான)* சொல்லில்

சொல்லாத பரிவு உத்தி". அதே வரிசையில், இவை ஒன்றைவிட ஒன்று அதிகமான பரிவைச் சமூக உறவாடல்களில் பங்குபெறும் ஒவ்வொருவருக்கும் காண்பிக்க உதவுகின்றன. அவரவர் விரும்பும் சுயபிம்பமாகிய பொதுவெளி முகத்தைக் காக்க முயல்கின்றன.

'மொழிப்பயன்பாட்டியல்' என்ற இப்பகுதியில் 'பேச்சுச் செயல் கோட்பாடு, முன் அனுமானம், உரையாடலின் விதிகள்' ஆகிய மூன்று தலைப்புகளில் மொழியின் சில பயன்பாடுகள் பற்றிய செய்திகளைக் கண்டோம். இவை மொழியை மட்டுமே சார்ந்த, மொழிக்குள்ளிருந்து அகழ்ந்து எடுக்கப்பட்ட புதிய ஆய்வுத் தகவல்கள்.

"முகம்' பற்றிய கோட்பாடு, 'பரிவு'க் கோட்பாடு" ஆகிய இரண்டும் மொழிக்கு வெளியே நிகழும் சமூக உறவாடல்களைப் பற்றியவை. இந்த உறவாடல்கள் மொழியில் பல தாக்கங்களை உண்டாக்குகின்றன. இவற்றைப் பற்றிய ஆய்வுகள் அகழ்ந்தெடுத்துத் தந்த பல புதிய தகவல்களை இதே தலைப்புகளின் கீழ் மேலே கண்டோம். இவ்வாறாக ஐந்து தலைப்புகளின் கீழ் இப்பகுதியில் சொல்லப்பட்ட அனைத்துத் தகவல்களுமே தொட்டுச்செல்லல் என்ற வகையில் அமைந்துள்ளன.

இருப்பினும் இவையனைத்துமே மொழியில் சொற்களும் வாக்கியங்களும் தரும் அடிப்படையான கட்டமைப்பு சார்ந்த 'சொல்லுக்குச்சொல்' அர்த்தங்களைத் தாண்டியவை என நாம் உணர்கிறோம். சாதாரண உரையாடல் சூழ்நிலைகளிலும் சமூக உறவாடல்களிலும் மக்கள் எந்தெந்த வழிகளில் மொழியைப் பயன்படுத்துகிறார்கள் என்ற புதிய கோணத்தில் அகழ்வாராய்ச்சி செய்து பெற்ற இப்புதிய அர்த்த பரிமாணங்களை நம்மால் காணமுடிகிறது.

கலாச்சாரங்களுக்கு இடையேயான மொழியாக்கங்களுக்கு இவை புதிய பார்வைகளைத் தந்துள்ளன. கலாச்சார வேறுபாடுகள் மொழிப் பயன்பாடுகளிலும் வேறுபாடுகளை உண்டாக்குவது இயல்பானதே. குறிப்பாக முகக் கோட்பாடு, பரிவுக் கோட்பாடு இரண்டின் பார்வையில் அணுகும்போது புதிய முயற்சிகளின் சாத்தியக் கூறுகள் தென்படுகின்றன.

(எ–டு) தமிழ்க் கலாச்சாரப் பேச்சு வழக்கில் பின் வருவன போன்ற சொற்கள் அண்மை – சேய்மையைக் குறிக்க அன்றாடப் பயன்பாட்டில் உள்ளன; பிரதிப்பெயர்ச்சொற்கள்: 'நம்ப, நீ, நீங்க, உங்க, உன்னோட, அது, அவரு, அவங்க, அவுக;' ரத்த உறவுச் சொற்கள்: தம்பி, அண்ணா, அய்யா, அய்யாரு, அம்மாளு, சின்னய்யா, பெரியய்யா, அம்மா, சின்னம்மா, பெரியம்மா, ஆயா, ஆத்தா (ரத்த உறவுகளாக இல்லாத பிறரிடமும் இச்சொற்கள்

அண்மை – சேய்மையைக் குறிக்கப் பயன்படுகின்றன); பிற சொற்கள்: 'சாமி, எஜமான், தல, பெரிய தல.'

(எ–டு) (45) "திடுதிப்புன்னு அதுகிட்ட நம்பளோட சந்தேகத்த சொல்லக்கூட முடியாது."

எழுத்து ஊடகத்தில் கிடைத்த இந்தக் கூற்று தன் கணவனைப்பற்றிய தன்னுடைய உள்ளுணர்வை உடன் பணியாற்றும் ஒரு தோழியிடம் ஒரு பெண் பகிர்ந்துகொள்வதாக வருகிறது. கணவனைப் பற்றிய சொந்தக் கருத்து அலுவலகத் தோழியிடம் சொல்லப்படுவதால் உரையாடலில் பங்குபெறும் இரு பெண்களிடையே உள்ள நெருக்கம் தெரிகிறது.

'நம்பளோட' என்ற தன்மைப் பன்மைப் பிரதிப் பெயர்ச்சொல், பேசுபவள் ஒருத்தியைத்தான் உண்மையில் குறிக்கிறது. அவள் 'என்னோட' என்று தன்மை ஒருமையில் சொல்லியிருக்க முடியும். இருப்பினும் கேட்பவள் இப்படிப்பட்ட உள்ளுணர்வுகளைப் பகிர்ந்துகொள்ளும் அளவுக்கு நெருங்கிய கூட்டாளியாகக் கருதப்படுபவள். இதைக் காட்டும் வகையில் அவளையும் உள்ளடக்கிய தன்மைப் பன்மைப் பிரதிப் பெயர்ச்சொல் 'நம்பளோட' (Inclusive 'we') இங்கு பயன்படுத்தப் பட்டுள்ளது. இது அண்மையை மிகத் தெளிவாக வெளிப்படுத்துகிறது.

'அதுகிட்ட' என்ற படர்க்கை அஃறிணை ஒருமைப் பிரதிப் பெயர்ச்சொல் இங்குப் பேசுபவரின் கணவனைக் குறிக்கிறது. சாதாரணமாகத் தமிழ்க் கலாச்சாரத்தில் ஒரு பெண் தன் கணவனைக் குறிப்பிட்டு மற்றவர்களிடம் பேசும்போது படர்க்கை உயர்திணை ஒருமையில் மரியாதை விகுதியைச் சேர்த்து அவரு, அல்லது பன்மையில் 'அவுங்க/அவுக' அல்லது 'எங்க வீட்டு சார்' என்பன போன்ற சொற்களோடு மரியாதையுடன் பேசுவது வழக்கம்.

மேலே கண்ட உரையாடலில் பேசுபவள் தன் கணவனை 'அதுகிட்ட' என்று குறிப்பிட்டுப் பேசுவது கணவனுக்கு மரியாதைச் சிதைவை ஏற்படுத்துகிறது. கணவனுக்கும் மனைவிக்கும் இடையே உள்ள சேய்மையையும் புரிதல் குறைபாடுகளையும் காட்டுகிறது. அதேநேரத்தில் அலுவலகத் தோழியாகிய மூன்றாவது நபரிடம் உள்ள அண்மையைக் குறிக்கிறது. கணவனைப் பற்றிய குணக் குறைபாடுகளைப் பகிர்ந்துகொள்ளும் அளவுக்கு அவளிடம் உள்ள நெருக்கத்தைத் தெளிவாக்குகிறது.

இதை வேறொரு கோணத்திலிருந்தும் பார்க்கலாம். பேசுபவர் தன்னுடைய பொதுவெளி முகம் ஒன்றை உருவாக்குகிறார்; மற்றவர்கள் அதை அப்படியே ஏற்று மதிக்க வேண்டும் என அவர் எதிர்பார்க்கிறார். ஆனால் மற்றவர்கள் அந்த முகத்தைத்தான் காண்கிறார்கள் என்று சொல்லமுடியாது. அவரை நேரடியாகக்

கவனித்துப் பார்ப்பதன் மூலமும், அவரைப் பற்றிய பிறருடைய கருத்துகள் காதில் விழுவதன் மூலமும் அவரிடம் ஒவ்வொருவரும் வெவ்வேறு முகத்தைக் காண்பது இயற்கை.

கணவன் – மனைவி உறவு மிகவும் நெருக்கமானது. எனவே வீட்டுக்குள் மனைவியின் உண்மையான முகத்தைக் கணவன் காண்பதையும், அதேபோல கணவனின் உண்மையான முகத்தை மனைவி காண்பதையும் தவிர்க்கவே முடியாது. இந்த உண்மை முகங்கள் இருவருடைய பொதுவெளி முகங்களிலிருந்து மிகவும் வேறுபட்டிருக்கலாம். இருப்பினும் உறவு நலம் கருதி அந்த வேறுபாடுகளை வெளியுலகில் உள்ள பிறரிடம் கணவனோ மனைவியோ பொதுவாக வெளிச்சத்துக்குக் கொண்டு வருவதில்லை.

இருப்பினும் வாழ்க்கைத் துணையைப் பற்றிய ஆற்றாமை, உண்மை முகத்தின் ஓரிரு கூறுகள் ஆகியவற்றை மட்டுமாவது யாரிடமாவது பகிர்ந்துகொள்ள வேண்டும்; இல்லாவிட்டால் தலை வெடித்துவிடும் எனச் சிலர் எண்ணுவதுண்டு. அப்படிப்பட்ட மன அழுத்தம் அவர்களுக்கு இருப்பதுண்டு. உறவு வட்டத்திற்கு வெளியே உள்ள மிக நெருங்கிய மூன்றாவது நபர்கள் ஓரிருவருடன் ரகசியமாக அவற்றைப் பகிர்ந்துகொள்ளச் சிலர் விரும்புவதுண்டு. அந்த வகையில்தான் “திடுதிப்புன்னு அதுகிட்ட நம்பளோட சந்தேகத்த சொல்லக்கூட முடியாது(.)” என்ற கூற்று தோழியிடம் சொல்லப்படுகிறது.

இக்கூற்றைச் சொல்லும் பெண் தன் கணவனுக்குத் தன்னுடைய சொற்கள் உண்டாக்கும் முகச் சிதைவுகளை உணர்ந்தாளோ இல்லையோ தெரியவில்லை. தவிர்க்கமுடியாமல் இக்கூற்றை அவள் சொல்லும்படி நேர்ந்துள்ளது மட்டும்தான் நமக்குத் தெரிகிறது. இதை We cannot even communicate suddenly our doubt to it/him(.) என்று நாம் ஆங்கில மொழியாக்கம் செய்யலாம்.

‘அதுகிட்ட’ என்ற தமிழ்ப் பிரதிப்பெயர்ச்சொல் ‘it’ அல்லது ‘him’ என்றும், ‘நம்பளோட’ என்ற தமிழ்ப் பிரதிப்பெயர்ச்சொல் ‘our’ என்றும் மொழியாக்கம் செய்யப்படுவது சொல் மட்டத்தில் சரியாகத்தான் உள்ளது. ஆனால் மேலே மொழிப்பயன்பாட்டியல் உணர்த்திய தமிழ்ச் சொற்களின் உட்பொதிவுகள் அனைத்தும் ஆங்கில மொழியாக்கத்தில் தொலைந்துபோயுள்ளன. அவற்றை மீட்டெடுக்கும் வழிமுறைகளை மொழிபெயர்ப்பாளர் கண்டறிய வேண்டியுள்ளது.

We cannot even communicate suddenly our doubt to it/him(.) என்ற மொழியாக்க வாக்கியத்தின் முன்னும் பின்னும் சில வாக்கிய விரிவாக்கங்கள் செய்யலாம். அப்படிச் செய்து பொருத்தமான

உரையாடல் சூழ்நிலையை உருவாக்கலாம். அதன் மூலம் தமிழ்ச் சொற்களின் உட்பொதிவுகளை மீட்டெடுக்கலாம்; அல்லது அடிக்குறிப்புகளிலோ பின் குறிப்புகளிலோ அவற்றைத் தரலாம். வேறு என்ன செய்யலாம் என்றும் சிந்திக்கலாம். இதேபோல மேலே கண்ட தமிழ்க் கூற்றில் முகக் கோட்பாடு, பரிவுக் கோட்பாடுகளின் பார்வையில் நிறைய உட்பொதிவுகள் உள்ளன. ஆங்கில மொழியாக்கத்திலும் அவையெல்லாம் இடம் பெறத் தேவையான வழிமுறைகளையும் மொழிபெயர்ப்பாளர் கண்டறிய வேண்டியுள்ளது.

மொழியின் அன்றாடப் பயன்பாடுகள், பயன்பாட்டாளர்கள் மொழியைக் கையாளும் விதங்கள், சாதாரண உரையாடல்கள் சமூக உறவாடல்களின் பின்னணியில் உள்ள மொழி சார்ந்த நுட்பங்கள் சிலவற்றை இப்பகுதியில் கண்டோம். தொடர்புடைய பல புதிய ஆய்வுச் செய்திகளை மொழிப்பயன்பாட்டியல் தந்துள்ளதையும் கண்டோம். தரப்பட்டுள்ள எடுத்துக்காட்டுகள் மூலம் அவை எந்த அளவுக்கு மொழியாக்கத்துக்கு உதவக் கூடும் எனவும் ஓரளவுக்கு உணர்ந்தோம். பின்வரும் இரு பெரிய மொழியியல் களங்களைப் பற்றியும் பேசவேண்டியுள்ளது. எனவே இப்பகுதி இங்கு முடிகிறது.

3.6 மொழிவழிப் பரிமாற்றக்களன் பகுப்பாய்வு (Discourse Analysis)

Discourse என்ற கலைச்சொல்லுக்கு ஒற்றை வரையறை கிடையாது. மானிடவியல், சமூகவியல், உளவியல், தத்துவம், கணினியியல் போன்ற துறைகளிலும் இக்கலைச்சொல் பல ஆய்வுகளுக்கு இட்டுச் சென்றுள்ளது. வெவ்வேறு துறைகளின் பார்வைகளில் வெவ்வேறு அம்சங்கள் வலியுறுத்தப்படுவதால் இச்சொல்லுக்குப் பத்துக்கும் குறையாத வெவ்வேறு வரையறைகள் உள்ளன.

இருப்பினும் இவை அனைத்துக்கும் பொதுவாக மூன்று அம்சங்கள் உள்ளன: a) ஒற்றை வாக்கியத்துக்கு மிகுந்த மொழிக்கூறு; b) மொழியின் இயற்கையான பயன்பாடு; c) சூழ்நிலைகள் சார்ந்த சமூக நடைமுறைகள். ஆனால் பல வரையறைகளைச் சுருக்கி ஒத்திசைந்த ஒற்றைக் கோட்பாட்டின் அடிப்படையில், ஒற்றை வரையறையாக யாரும் சொல்லவில்லை. இதை ஒரு பெரிய குறையாகக் காணலாம். ஆனால் விரிந்த பல ஆய்வு வாய்ப்புகளுக்கு வழிவகுப்பதால், அதே குறையை மிகுந்த நிறையாகவும் காணலாம்.

மொழியியலில் discourse என்ற சொல்லின் வரையறை என்ன என்பதே இந்த இயலில் முக்கியமாகக் கருதப்படுகிறது; அதுவே முன்னிறுத்தப்படுகிறது. அன்றாட வாழ்வில் மொழியைக்

கருவியாகக் கொண்டு ஏராளமான மொழிவழிப் பரிமாற்றச் செயல்கள் நிகழ்கின்றன. ஒவ்வொரு பரிமாற்றத்திலும் ஒரு நோக்கம் நிறைவேற்றப்படுகிறது. அதன் மூலம் ஒரு பயன் விளைகிறது. இவையே மொழியாக்கத்திலும் முக்கியத்துவம் பெறுகின்றன. இவற்றை உள்ளடக்கிய வரையறையே இந்த இயலில் நமக்குத் தேவைப்படுகின்றது.

3.6.1 பின்புலம்

உரையாடலில் மொழிவழிப் பரிமாற்றச் செயல்களுக்கு மொழியிலக்கண அறிவு வேண்டும். பல ஆழமான ஆய்வுகள் அந்த அறிவை இலக்கணப் புத்தகங்களில் ஏற்கெனவே நிறைய தந்துள்ளன. பெரும்பாலான மக்கள் அத்தகைய புத்தகங்களைப் படித்து இலக்கண அறிவைப் பெறுவதில்லை. மாறாக, பிறந்த நொடியிலிருந்து மொழியைக் கேட்டும் பேசியும் பயிற்சி இருந்தால் எழுதியும், படித்தும் இயற்கையான பயன்பாட்டு மொழியறிவை உள்வாங்குகிறார்கள். என்னவென்று அறியாமலே அது அவர்களுக்குக் கிடைக்கிறது.

மொழியறிவு இல்லாமல் மொழிவழிப் பரிமாற்றச் செயல்கள் இல்லை. ஆனால் மொழிவழிப் பரிமாற்றச் செயல்கள் இயற்கையாக நிகழும்போது, மொழியறிவைப் பற்றிய எண்ணமே இருப்ப தில்லை. மொழி ஒரு கருவியே; அக்கருவியைக் கொண்டு மக்கள் மொழிவழிப் பரிமாற்றங்களில் என்னென்ன நோக்கங்களோடு என்னென்ன செய்கிறார்கள், என்னென்ன பயன்களைப் பெறுகிறார்கள் என்பவையே முக்கியமாகக் கருதப்படுகின்றன. அதாவது கருவியை விட அதன் பயன்கள் முக்கியமானவை. கருவியைப் பற்றி ஆய்வாளர்கள், ஆசிரியர்கள், மாணவர்கள் மட்டுமே ஆழமாகவும் விரிவாகவும் பேசுகிறார்கள். மொழியின் அன்றாடப் பயனர்கள் அல்ல.

3.6.2 மொழிவழிப் பரிமாற்றச் செயலும் வடிவமும்

ஒரு மொழிவழிப் பரிமாற்றத்தில் பேசுபவர் ஒருவர் உள்ளார். அவர் ஒரு தகவலைச் சொல்கிறார். கேட்பவர் அந்தச் சூழ்நிலைப் பின்புலத்தில் உள்ள அறிகுறிகள் மூலம் சில அனுமானங்களைச் செய்கிறார். அவற்றின் உதவியோடு பேசுபவர் சொல்ல விரும்பிய தகவலையும், அர்த்தங்களையும் சில வழிகளில் புரிந்து கொள்கிறார். அந்தத் தெளிவான சூழ்நிலையில் கேட்டவர் பேசுபவராகலாம்; பேசியவர் கேட்பவராகலாம். இத்தகைய பரிமாற்றத்தில், தேவைகளைப் பொறுத்து வினைகளும் எதிர் வினைகளும் தொடர்ந்து ஆற்றப்படலாம். ஒரு கட்டத்தில் அவை முடிவுக்கும் வரலாம்.

ஒரு மொழிவழிப் பரிமாற்றத் தொடக்கம் முதல் முடிவு வரை உள்ள நிகழ்வில் ஆக்கம் மிகுந்த அங்கங்கள் உள்ளன. இவையனைத்தையும் உள்ளடக்கிய முழுமையான பரிமாற்றச் செயலே முதன்மையானது. இந்த நிகழ்வுக்குத் தெளிவான கூற்றுகளால் ஆன பேச்சு மொழி வடிவம் உள்ளது; ஆனால் அந்த மொழி வடிவம் இயக்கமற்ற ஒரு பொருளாக எடுத்துக் கொள்ளப்படவில்லை. மாறாக, இந்தப் பரிமாற்ற நிகழ்வில் சொல்ல விரும்பிய அர்த்தங்களைப் பெற உதவும் உயிர்ப்புள்ள ஒரு கருவியாக அது கருதப் படுகிறது.

இரண்டு அல்லது அதற்கும் அதிகமான கூற்றுகளைக்கொண்டு ஒரு பேச்சு மொழிவழிப் பரிமாற்றச் செயல் உருப்பெறுகிறது. இரண்டு அல்லது அதற்கு அதிகமான வாக்கியங்களைக் கொண்டு ஒரு எழுத்து மொழிவழிப் பரிமாற்றச் செயல் உருப்பெறுகிறது. நோக்கத்திலும் பயனிலும் ஒரு மொழிவழிப் பரிமாற்றச் செயல் இன்னொன்றிலிருந்து வேறுபடுகிறது. எனவே எண்ணிறந்த மொழிவழிப் பரிமாற்றச் செயல்கள் பேச்சிலும் எழுத்திலும் பதிவு பெறுகின்றன. அவை ஒவ்வொன்றும் உயிரோட்டம் குன்றாத இயக்கம் உள்ளதாக அமைந்திருக்கிறது.

3.6.3 எழுத்து வடிவப் பனுவல்: மௌன உரையாடல்

ஒரு பரிமாற்றத்திற்கு இருவராவது வேண்டும். எழுத்து வடிவ உரைநடைக் கட்டுரை போன்றவற்றில் எழுதுபவர் ஒருவர் மட்டும்தான் உள்ளார். இங்கு என்ன பரிமாற்றச் செயல் நிகழ முடியும் என்ற கேள்வி எழலாம். ஒரு இயற்கையான உரையாடல் சூழ்நிலையில் பேசுவதற்கும் ஒரு எழுத்து வடிவப் பனுவலை எழுதுவதற்கும் அடிப்படையான வேறுபாடுகள் இருப்பது உண்மைதான். இருவரோ பலரோ நேருக்கு நேர் பேச்சு வடிவ நிகழ்வில் பங்குபெறுவது உரையாடலாகும். ஒரு பனுவலை எழுதுவது அப்படிப்பட்ட நேருக்கு நேர் நிகழ்வு அல்ல.

ஆனால் எழுதுபவர் எவரும் தான் எழுதியதை வாசிக்க ஒருவராவது இருப்பார் என்ற எதிர்பார்ப்புடனேயே எழுதுகிறார். அந்த முகம் தெரியாத வாசகருடன் ஒரு மௌன உரையாடலைத் தொடர்ந்து நிகழ்த்திக்கொண்டிருக்கிறார். வாசிப்பவரின் சந்தேகங்கள், கேள்விகள், மற்ற எதிர்வினைகள் ஆகியவற்றைக் கற்பனை செய்து பார்ப்பவராகவும் உள்ளார். அவற்றுக்குண்டான விளக்கங்கள், பதில்கள், சுய வினைகள் ஆகியவற்றைத் தந்து கொண்டே தொடர்ந்தும் எழுதுகிறார்.

பல நேரங்களில் எழுதுபவர் தன்னுடன் தானே உரையாடு வதும் இயல்பாக நடக்கிறது. அவ்வப்போது எழுதியதைத்

திருப்பிப் பார்த்து 'இப்படி எழுதியிருக்கிறேனே, இது எனக்கே புரிகிறதா?' என்று கேட்டுக்கொள்கிறார். 'இதைத்தான் நான் சொல்ல நினைத்தேனா?' என்று யோசிக்கிறார். இங்கெல்லாம் குறைகள் உள்ளனவோ எனச் சந்தேகிக்கிறார். இப்படிப்பட்ட சுய உரையாடலின் உந்துதலால், தான் எழுதியதைத் தானே நுணுகிப் பார்த்து, ஓரளவாவது நிறைவு தரும்வகையில் திருத்தி எழுதிச் சீர்செய்கிறார்.

இந்த இயலை இப்போது எழுதிக்கொண்டிருக்கும் நான் இப்படித்தான் சில கற்பனை வாசகர்களுடனும் உரையாடுகிறேன். என்னுடனும் தொடர்ந்து பேசிக்கொண்டே எழுதுகிறேன். இந்தப் பத்திக்கு முன்னே உள்ள மூன்றாவது பத்தியில் இடம் பெற்றுள்ள ஒரு வாக்கியம் இது: 'இங்கு என்ன பரிமாற்றச் செயல் நிகழ முடியும் என்ற கேள்வி எழலாம்(.)' ஒரு கற்பனை வாசகர் கேட்ட கேள்வியாக எண்ணி இந்த வாக்கியத்தை இந்தப் பத்தியில் சேர்த்தேன்.

இதற்குப் பதில் வினையாக ஒரு விவாதத்தைத் தொடக்கி நகர்த்திக்கொண்டிருக்கிறேன்: 'எந்தப் பரிமாற்றத்திற்கும் இருவராவது வேண்டுமே. எழுத்து வடிவ உரைநடைக் கட்டுரைகள் போன்றவற்றில் எழுதுபவர் ஒருவர் மட்டும்தானே இருக்கிறார். அந்த ஒருவரை வைத்துக் கொண்டு என்ன பரிமாற்றம் நிகழ முடியும்? இங்கும் மொழிவழிப் பரிமாற்றச் செயல் நிகழ்வதாகச் சொன்னால் அது வேடிக்கையாக இருக்காதா?'

இல்லை! இங்கும் மொழிவழிப் பரிமாற்றச் செயல் நிகழவே செய்கிறது. ஆனால் இது நேருக்கு நேர் பரிமாற்றம் அல்ல! எழுதுபவர் ஒரு புறம் உள்ளார். கற்பனை வாசகரும், தன்னுடன் தானே பேசிக்கொண்டு எழுதிவருபவரும் மறுபுறம் உள்ளனர். இரு சாராரிடையே மொழிவழிப் பரிமாற்றச் செயல் மௌனமாக நிகழ்கிறது. கருத்துகளின் பரிமாற்றம் தொடர்கிறது. எதிர்வினைகள் கற்பனையில் எழுப்பப்படுகின்றன. வினைகளுக்கான பதில் வினைகள் உடனே வருகின்றன. அவற்றின் பதிவுகள் எழுத்து வடிவப் பனுவல்களாகின்றன.

எனவே குறிப்பிட்ட ஒரு உரையாடல் சூழ்நிலையில் மக்கள் ஆக்கம் மிகுந்த பேச்சு மொழிவழிப் பரிமாற்றங்களை இயற்கையாக நிகழ்த்துகிறார்கள். ஒரு எழுத்து வடிவப் பனுவலில் மௌன உரையாடல் வழியில் பரிமாற்றங்கள் நிகழ்கின்றன. இந்த நிகழ்வுகளில் ஒரு புறம் உயிர்ப்புள்ள செயல் மேலோங்கி வழிநடத்துகிறது. மறுபுறம் உயிர்ப்புள்ள மொழி வடிவம், சொல்ல விரும்பிய தகவலையும் அர்த்தங்களையும் பேச்சுரு/எழுத்துரு பதிவுகளாகத் தருகிறது.

இந்தத் தொடர் நிகழ்வில் முக்கியமான மூன்று அம்சங்கள் உள்ளன. (i) இருவர் அல்லது அதிகமானோர் ஒரு பரிமாற்றச் செயலில் ஈடுபட்டுள்ளனர்; (ii) அது ஒரு குறிப்பிட்ட மனித குல மொழியில் இயற்கையான ஒரு சூழ்நிலையில் நிகழும் இயற்கையான உரையாடல் பரிமாற்றம் ஆகும்; (iii) இந்தத் தொடர் பரிமாற்றம் சொற்களால் ஆன ஒரு களத்தில் நிகழ்கிறது. இம்மூன்று அம்சங்களையும் உள்ளடக்கியதே discourse என்ற ஆங்கிலக் கலைச்சொல். இத்தகைய அர்த்தப் பொதிவுகளுடன் இக்கலைச்சொல் மொழியியலிலும் மொழிபெயர்ப்பியலிலும் பரந்த பயன்பாட்டில் உள்ளது.

இதற்கு இணையான தமிழ்க் கலைச்சொல் எதுவும் பரவலான புழக்கத்தில் இன்னும் வந்ததாகத் தெரியவில்லை. ஆகவே 'மொழிவழி', 'பரிமாற்றம்', 'களன்' என்ற மூன்று அம்சங்களையும் சேர்த்து 'மொழிவழிப் பரிமாற்றக் களன்' என்ற கலைச்சொல் இந்த இயலுக்காக உருவாக்கப்பட்டுள்ளது. இக்களத்தின் கூறுகளைப் பற்றிய கூரிய ஆய்வுகளை 'மொழிவழிப் பரிமாற்றக்களன் பகுப்பாய்வு' (Discourse Analysis) என்று சொல்லலாம்.

பேச்சு வடிவிலும், எழுத்து வடிவிலும் பதிவுபெறும் எண்ணிறந்த மொழிவழிப் பரிமாற்றச் செயல்களைத் துல்லிய மாகவும் ஆழமாகவும் விரிவாகவும் ஆராய்ச்சி செய்வதின் தேவையை மொழியியலாளர்கள் உணர்ந்தனர். பல நூற்றாண்டு 'ஒற்றை – வாக்கிய மொழிக் கூறு' பாரம்பரியத்தைக் கடந்து, அதற்கு அப்பால் உள்ள பெரிய மொழிக் கூறுகளை அடையாளம் கண்டு, அவற்றை ஆய்வுக்கு எடுத்துக்கொள்ள முனைந்தனர்.

'மொழியில் அர்த்தம்' என்பது இன்னொரு விசுவரூபப் பரிமாணம் பெறும் நேரமும் வந்தது. மொழிவழிப் பரிமாற்றக்களன் பகுப்பாய்வு எனும் புதிய மொழியியல் கிளை பிறந்தது. இன்று அது மிகுந்த செல்வாக்குடன் பல கோட்பாட்டு அணுகுமுறைக் கோணங்களில், செயற்பாட்டு வழிமுறைகளில், பல பயன்களைத் தந்து பெருவளர்ச்சி பெற்றுவருகிறது. இக்களனில் பற்பல தலைப்புகளில் ஆய்வுகள் தொடர்கின்றன. இந்த இயலின் நீளம் கருதி, சில தலைப்புகளின் செய்திச் சுருக்கங்கள் இங்குத் தரப்படுகின்றன.

3.6.4 சொல்/இலக்கண மட்டப் பிணைப்பு (Cohesion)

மக்கள் அணியும் ஆடைகள் துணிகளால் தைக்கப்படுகின்றன. பருத்தி, பட்டு, கம்பளி, பாலியெஸ்டர் போன்ற இழைகளால் துணிகள் பின்னப்படுகின்றன. ஆடைகளின் நயம் துணிகளின் நயத்தைப் பொறுத்தது. துணிகளின் நயம் *(textile texture)* இழைகளின்

அமைப்பு, தன்மை, தோற்றம், தொடு உணர்வு ஆகியவற்றைப் பொறுத்தது.

மக்கள் கையாளும் மொழியின் கூறுகளாக ஒலிகள்/எழுத்துகள், சொற்கள், வாக்கியங்கள், நிறுத்தக் குறியீடுகள், மொழியிசை (சொல் அழுத்தம் குரலின் ஏற்ற இறக்கம், சந்தம், தொனி...), பல மட்ட அர்த்தப் பரிமாணங்கள், உரையாடல், மொழிவழிச் சமூக உறவாடல்களின் பயன்பாடுகள் போன்றவை உள்ளன. இவை எல்லாவற்றையும் கொண்டு மொழியானது ஆக்கப்படுகிறது. மொழியைக் கையாளுவோர், கையாளும் விதங்களைப் பொறுத்து இக்கூறுகள் அனைத்தும் குறைவான அல்லது நிறைவான ஒத்திசைவுடன் ஒருங்கிணைப்பு செய்யப்படுகின்றன. குறைந்த அல்லது மிகுந்த உயிர்ப்புடன் அவற்றை ஒருமைப்படுத்தி முழுமைப்படுத்தவும் ஆக்க முயற்சிகள் எடுக்கப்படுகின்றன. இம்முயற்சிகளின் செம்மை அளவைப் பொறுத்து 'மொழியின் பின்னல் அமைப்பு நயம்' (language texture) அமைகிறது.

மொழியில் சொல்/இலக்கண மட்டப் பிணைப்பு இலக்கணக் கட்டமைப்பில் முக்கியப் பங்கு பெறுகிறது. அது பனுவலில் வரும் வாக்கியக் கூறுகளுக்கு இடையேயும், வாக்கியங்களுக்கு இடையேயும் உண்டாக்கப்படுகிறது. சொற்களுக்கிடையில் அர்த்த மட்டத்திலும் பிணைப்பு நிகழ்கிறது. எனவே இத்தகைய பிணைப்பு, சொல் அல்லது இலக்கண மட்டத்தில் அல்லது இரண்டு மட்டத்திலும் நிகழ்கிறது. இலக்கணக் கட்டமைப்புக்கு அப்பாலும் விரிந்து, மொழிவழிப் பரிமாற்றக் களனில் ஒருங்கிணைப்புகளை அது நிறுவுகிறது. ஒத்திசைந்த மொழிப்பின்னலை உருவாக்குகிறது. அதற்கு உதவும் குறிப்பிட்ட சில சொற்கள் 'பிணைப்புக் கருவிகள்' *(cohesive devices)* என்று பெயர் பெறுகின்றன.

பின் வரும் ஐந்து பிரதான உத்திகளின் தொகுப்பாக சொல்/இலக்கண மட்டப் பிணைப்பு இயங்குகிறது: சுட்டல் (reference), மாற்றீடு செய்தல் (substitution), நீக்கல் (ellipsis), சேர்த்தல் (conjunction), சொல் மட்டப் பிணைப்பு (lexical cohesion) ஆகியன. விளக்கங்கள், எடுத்துக்காட்டுகளுடன் இத்தொகையில் முதலாவதாக வரும் **சுட்டல்** (reference) என்ற உத்தி கீழே விரித்துப் பேசப்படுகிறது.

சுட்டல்

ஒரு மொழிவழிப் பரிமாற்றச் செயலுக்கு உள்ளே பல மொழிக் கூறுகள் உள்ளன. அவற்றுள் ஒரு கூறைக் குறிப்பதற்காக, ஒரு மாற்றுச் சொல்லை முந்திய அல்லது பிந்தியதொரு இடத்தில் வைத்துப் பயன்படுத்தலாம். சுட்டல் என்பது அவ்வாறு செய்வதால் நிகழும் பிணைப்பு ஆகும்.

(எ–டு) 1: 'இது, அது' என்ற இரண்டும் தமிழ் இலக்கணத்தில் சுட்டுச் சொற்கள் எனப் பெயர் பெற்றுள்ளன. ஒரு பொருளைச் சுட்டிக்காட்டிக் கடைக்காரரிடம் 'இது என்ன வெல?' அல்லது 'அது என்ன வெல?' என்று கேட்கிறார்கள். இங்கு இவை சுட்டுப் பிரதிப்பெயர்ச் சொற்களாக–வாக்கிய இலக்கணக் கட்டமைப்பு விதிகளின்படி எழுவாய்களாக–இயங்கி எளிய இரு வினாக்களைக் கட்டமைக்க உதவுகின்றன.

(எ–டு) 2: இப்பிரதிப்பெயர்ச் சொற்களின் வேர்களாகிய பெயர்ச் சொற்கள் யாவை? அர்த்தங்கள் என்ன? விடைகள் பெற மொழிப்பயன்பாட்டியல் உதவுகிறது. கடைக்காரருக்கும் வாடிக்கையாளருக்கும் இடையே நடந்த உரையாடல் சூழ்நிலைக்கு நம்மை இட்டுச்செல்லுகிறது. கடையில், உரையாடல் நிகழ்ந்த நேரத்தில், 'இது' என்ற சொல் வாடிக்கையாளருக்கு அண்மையில் உள்ள ஒரு பொருளைக் குறிக்கிறது. அவ்வாறே கடையில், உரையாடல் நிகழ்ந்த நேரத்தில், 'அது' என்ற சொல் வாடிக்கையாளருக்குச் சேய்மையில் உள்ள ஒரு பொருளைக் குறிக்கிறது. சுட்டிக்காட்டப்படும் பொருள்கள் யாவை எனக் கடைக்காரரும் அதே உரையாடல் சூழ்நிலையில் அடையாளம் கண்டு விலையைச் சொல்கிறார்.

(எ–டு) 3: இணையதளம் ஒன்றிலிருந்து பெறப்பட்ட பின்வரும் மூன்று பத்திகளை இப்போது காண்போம்.

> இசையால், உங்கள் மூளையை ஆரோக்கியமாக வைத்திருக்க முடியும்; உங்களை மகிழ்ச்சியில் திளைக்கவைக்க முடியும்; உங்கள் குணத்தை மாற்ற முடியும். நம் கலாச்சாரத்திலேயே இசைக்கு மிக முக்கியப் பங்கிருக்கிறது. அவ்வளவு ஏன் ... ஒரு சினிமாவைப் பிரபலமாக்குபவை பாடல்கள்தானே. இசைக்கு மொழி தேவையில்லை. (1) 'அதை'ப் புரியவைக்கவேண்டிய அவசியமில்லை, உணர்ந்தாலே போதுமானது.
>
> இசையைக் கேட்பவர்களைவிட, (2) 'அதை'க் கற்றுக்கொண்டு இசைப்பவர்களின் மூளையில் சில நல்ல தாக்கங்கள் ஏற்படுகின்றன. இசையைக் கற்றுக்கொண்டு, உள்வாங்கிக் கொண்டு (3) 'அதை' வாசிப்பவர்களின், பாடுபவர்களின் கவனிக்கும் திறன் அதிகமாகிறது. இசையைக் கேட்டு, வாசிக்கும்போது கண், காது, கை ஆகியவை ஒருங்கிணைந்து செயல்படுகின்றன. (4) 'அதோடு', இசைக்கலைஞர்களின் மூளை இயக்கம் சீராகவும், (5) 'அதன்' செயல்திறன் மற்ற சாதாரண மனிதர்களோடு ஒப்பிடும்போது அதிகமாகவும் இருக்கிறது.
>
> நம் உடலில் கார்டிசால் ஹார்மோன் சுரப்பு அதிகமாவதால், நோய் எதிர்ப்பு சக்தி குறைவதாகச் சில ஆராய்ச்சிகள்

கூறுகின்றன. மன அழுத்தத்தை உண்டாக்கும் கார்டிசால் (Cortisol) ஹார்மோனின் அளவை இசை குறைக்கும். (6) 'அதோடு', மறைமுகமாக நோய் எதிர்ப்பு சக்தியைச் சீரான நிலையில் வைத்திருக்கவும் உதவும். டோபமைன் (Dopamine) எனும் நியூரோ டிரான்ஸ்மிட்டர், நம்மை மகிழ்ச்சியாக வைத்திருக்க உதவும். இசையைக் கேட்டால், டோபமைனின் அளவு அதிகரிக்கும். (7) 'அதனால்தான்' இசை கேட்கும்போது ஒருவித மகிழ்ச்சியை உணர்கிறோம். ஆக்சிடோசின் (Oxytocin) ஹார்மோன் மனிதர்களுக்கிடையே பிணைப்பை ஏற்படுத்தி, நம்பிக்கை உணர்வை உண்டாக்குவது. (8) 'இதன்' சுரப்பை இசை அதிகரிக்கச் செய்யும்.

மேலேயுள்ள மூன்று பத்திகளில் 'அது' என்ற சொல் ஏழு முறைகளும் 'இது' என்ற சொல் ஒரு முறையும் பயன்படுத்தப் பட்டுள்ளன. ஆனால் அவை இலக்கணக் கட்டமைப்பின் ஒற்றை வாக்கிய உச்ச எல்லையைக் கடந்த பயன்பாடுகளுக்கு உதவுகின்றன. முதல் பத்தியில் எட்டு வாக்கியங்கள், இரண்டாவது பத்தியில் நான்கு வாக்கியங்கள், மூன்றாவது பத்தியில் எட்டு வாக்கியங்கள் ஆக மொத்தம் இருபது வாக்கியங்கள் உள்ளன.

'அது, இது' என்ற இரு சொற்களும் இந்த இருபது வாக்கியங்களையும் ஒன்றோடொன்று ஒத்திசைவுடன் ஒருங்கிணைக்கின்றன. உயிர்ப்புடன் பின்னிப் பின்னிப் பிணைக்கின்றன. அவற்றை ஒருமைப்படுத்த, தொய்வில்லாமல் மூன்று பத்திகளையும் முழுமைப்படுத்த, உதவுகின்றன. 'இசையின் நன்மைகள்' என்ற ஒற்றைத் தலைப்பின் கீழ் இருபது வாக்கியங்களும் மூன்று பத்திகளும் அடங்கும்வகையில் மொழி யின் பின்னல் அமைப்பு நயம் இங்கு அமைந்துள்ளது.

ஒற்றை வாக்கிய எல்லையைக் கடந்ததோடு மட்டுமல்லாமல், வாக்கியங்கள் இருபதையும், பத்திகள் மூன்றையும் கடந்த ஒரு மொழிவழிப் பரிமாற்றச் செயல் இங்கு முழுமையடைந்து பதிவாகி உள்ளது. இந்தச் செயலிலும் பதிவிலும் 'அது, இது' என்ற இரு சொற்கள் முக்கியப் பங்காற்றுகின்றன; ஒத்திசைந்த மொழிப்பின்னலை உண்டாக்கும் பிணைப்புக் கருவிகளாக (cohesive devices) பயன்படுகின்றன. இப்பயன்களைப் பற்றிய சிறிய விளக்கங்கள் எண்ணிடப்பட்ட அதே வரிசையில் கீழே தரப்பட்டுள்ளன.

1. அதை: இச்சொல்லுக்கு முந்தியுள்ள வாக்கியம்: '**இசைக்கு மொழி தேவையில்லை**'. பிந்தியுள்ள அடிப்படை வாக்கியம்: '**இசையைப் புரியவைக்கவேண்டிய அவசியமில்லை, உணர்ந்தாலே போதுமானது.**' முந்தியுள்ள வாக்கியத்தில் எழுவாயாக வரும்

இசை என்ற சொல்லே பிந்தியுள்ள அடிப்படை வாக்கியத்தின் எழுவாயாகவும் வருகிறது.

நயம் சிதையும் என்பதால், சொன்னதையே திருப்பித் திருப்பிச் சொல்வதை மொழி தவிர்க்கப் பார்க்கிறது. எனவே 'இசை' என்ற ஒரே எழுவாய் இரு வாக்கியங்களிலும் வரவில்லை; 'அது' என்ற குட்டிச் சொல் பதிலியாக இரண்டாம் வாக்கியத்தில் வருகிறது. பொருத்தமான வேற்றுமை உருபுடன் 'அதை' என்று உருப்பெற்று, இரு வாக்கியங்களையும் நெருக்கமாக இணைக்கும் பிணைப்புக் கருவியாகவும் செயல்படுகிறது. 'அதை' என்ற சொல்லின் அர்த்தத்தை முந்தியுள்ள வாக்கியத்தின் எழுவாய் 'இசை'யோடு இணைத்தால் புரிந்துகொள்ள முடியும்.

2. **அதை:** இச்சொல் இடம் பெறும் வாக்கியம்: 'இசையைக் கேட்பவர்களைவிட, 'அதை'க் கற்றுக்கொண்டு இசைப்பவர்களின் மூளையில் சில நல்ல தாக்கங்கள் ஏற்படுகின்றன.' இந்த வாக்கியத்தில் உள்ள பிணைப்புக் கருவியாகிய 'அதை' என்ற சொல், இதே வாக்கியத்தின் தொடக்கத்தில் உள்ள 'இசை' என்ற சொல்லுடன் பிணைப்பை உண்டாக்குகிறது.

3. **அதை:** இச்சொல் இடம் பெறும் வாக்கியம்: 'இசையைக் கற்றுக்கொண்டு, உள்வாங்கிக்கொண்டு 'அதை' வாசிப்பவர்களின், பாடுபவர்களின் கவனிக்கும் திறன் அதிகமாகிறது.' இந்த வாக்கியத்தில் உள்ள பிணைப்புக் கருவியாகிய 'அதை' என்ற சொல், இதே வாக்கியத்தின் தொடக்கத்தில் உள்ள 'இசையைக் கற்றுக்கொண்டு, உள்வாங்கிக்கொண்டு' என்ற சொற்றொடருடன் பிணைப்பை உண்டாக்குகிறது.

'எதை வாசிப்பவர்களின், பாடுபவர்களின் கவனிக்கும் திறன் அதிகமாகிறது?' என்று கேட்டால், 'கற்றுக்கொண்ட, உள்வாங்கிக்கொண்ட இசை; எந்த இசையும் அல்ல' என்ற பொருளில் பதில் கிடைக்கிறது. வாக்கியங்களுக்கு இடையே மட்டுமல்லாமல், ஒரே வாக்கியத்துக்கு உள்ளே வரும் சொற்களையும் சொற்றொடர்களையும் கூட இப்படி பின்னுவதற்குப் பிணைப்புக் கருவிகள் உதவுகின்றன.

4. **அதோடு:** இச்சொல்லுக்கு முந்தியுள்ள வாக்கியம்: 'இசையைக் கேட்டு, வாசிக்கும்போது கண், காது, கை ஆகியவை ஒருங்கிணைந்து செயல்படுகின்றன.' பிந்தியுள்ள வாக்கியம்: 'இசைக்கலைஞர்களின் மூளை இயக்கம் சீராகவும், அதன் செயல்திறன் மற்ற சாதாரண மனிதர்களோடு ஒப்பிடும்போது அதிகமாகவும் இருக்கிறது.' முந்தியுள்ள வாக்கியத்தோடு பிந்தியுள்ள வாக்கியத்தைப் பிணைப்புக் கருவியாகிய 'அதோடு' என்ற சொல் பின்னுகிறது. முந்திய வாக்கியம் இசையின் ஒரு

நன்மையைச் சொல்கிறது. மேலும் ஒரு நன்மையைப் பிந்திய வாக்கியம் சொல்கிறது.

5. **அதன்**: இச்சொல் இடம் பெறும் வாக்கியம்: 'அதோடு, இசைக்கலைஞர்களின் மூளை இயக்கம் சீராகவும், 'அதன்' செயல்திறன் மற்ற சாதாரண மனிதர்களோடு ஒப்பிடும்போது அதிகமாகவும் இருக்கிறது.' இந்தக் கூட்டு வாக்கியத்தில் இரு தனி வாக்கியங்கள் உள்ளன: a) 'இசைக்கலைஞர்களின் மூளை இயக்கம் சீராக இருக்கிறது.' b) 'இசைக்கலைஞர்களின் மூளைச் செயல்திறன் மற்ற சாதாரண மனிதர்களோடு ஒப்பிடும்போது அதிகமாக இருக்கிறது.' தனி வாக்கியங்கள் இரண்டையும் இணைத்து ஒரு கூட்டு வாக்கியத்தை அமைக்கப் பிணைப்புக் கருவி 'அதன்' உதவுகிறது; இரு இலக்கண மாற்றங்களை நிகழ்த்துகிறது.

முதல் மாற்றம்: 'இசைக்கலைஞர்களின் மூளை' என்ற சொற்றொடர் இரு தனி வாக்கியங்களிலும் தொடக்கத்தில் வருகின்றது. மொழி நயத்தோடு சிக்கனச் சொற்பயன்பாட்டையும் கருதிக் கூறியதைத் திருப்பிக் கூறுதல் தவிர்க்கப் படுகிறது. முதல் தனி வாக்கியத்தில் 'இசைக்கலைஞர்களின் மூளை' எனும் சொற்றொடர் எழுவாய் நிலையில் அப்படியே வைத்துக்கொள்ளப்படுகிறது. இரண்டாவது தனி வாக்கியத்தில் அதைக் குறிக்கும் பதிலியாகக் குட்டிச் சொல் 'அது' வேற்றுமை உருபுடன் சேர்ந்து 'அதன்' என்று எழுவாய் நிலையில் வருகிறது.

இரண்டாவது மாற்றம்: மேலே சொன்ன மாற்றத்திற்குப் பின்னும் இரு தனி வாக்கியங்களே கிடைத்துள்ளன: a) 'இசைக் கலைஞர்களின் மூளை இயக்கம் சீராக இருக்கிறது.' b) 'அதன் செயல்திறன் மற்ற சாதாரண மனிதர்களோடு ஒப்பிடும்போது அதிகமாக இருக்கிறது.' வாக்கியக் கட்டமைப்பு மட்டத்தில் இவை இரு தனி வாக்கியங்களாக இருந்தாலும், அர்த்த மட்டத்தில் ஒன்றாகப் பின்னப்பட்டுள்ளன. எவ்வாறு என்றால், இரண்டாம் தனி வாக்கியத்தில் பிணைப்புக் கருவியாக வரும் 'அதன்' என்ற சொல்லின் அர்த்தம், முதலாவது தனி வாக்கியத்தில் உள்ள 'இசைக்கலைஞர்களின் மூளை' எனும் சொற்றொடரில்தான் கிடைக்கிறது.

பிணைப்பு உருபன் – உம்: மேலே சொல்லப்பட்ட கூட்டு வாக்கியம்: 'அதோடு, இசைக்கலைஞர்களின் மூளை இயக்கம் சீராகவும், 'அதன்' செயல்திறன் மற்ற சாதாரண மனிதர்களோடு ஒப்பிடும்போது அதிகமாகவும் இருக்கிறது'. இந்தக் கூட்டு வாக்கியம் உருவான முறைக்கு விளக்கம் தேவைப்படு கிறது. இங்குள்ள இரு தனி வாக்கியங்களிலும் 'இருக்கிறது' என்ற சொல்லே வினைச் சொல்லாகத் திருப்பித் திருப்பி வாக்கிய

இறுதியில் வருகிறது; கூறியது கூறலைத் தவிர்ப்பதற்காக, முதல் தனி வாக்கியத்தில் நீக்கப்படுகிறது; இரண்டாம் தனி வாக்கியத்தின் இறுதியில் மட்டும் இடம்பெறுகிறது. – 'உம்' என்ற பிணைப்பு உருபன் பொருத்தமான இடங்களில் சேர்ந்து, இரு தனி வாக்கியங்களையும் பிணைத்துக் கூட்டு வாக்கியத்தை இப்படி உருவாக்குகிறது:

'அதோடு, இசைக்கலைஞர்களின் மூளை இயக்கம் **சீராக+ – உம்**, அதன் செயல்திறன் மற்ற சாதாரண மனிதர்களோடு ஒப்பிடும்போது **அதிகமாக+ – உம்** இருக்கிறது'. இவ்வாறு 'அதோடு' என்ற பிணைப்புக் கருவி இக்கூட்டு வாக்கியத்தை அதற்கு வெளியே உள்ள முந்திய வாக்கியத்தோடு பிணைக்கிறது. வாக்கியத்துக்கு உள்ளே – 'உம்' என்ற பிணைப்பு உருபன் இரு முறைகளும், 'அதன்' என்ற பிணைப்புச் சொல் ஒருமுறையும் நெருங்கிய பிணைப்புகளை உண்டாக்குகின்றன.

6. **அதோடு:** இச்சொல் இடம்பெறும் வாக்கியம்: 'அதோடு', மறைமுகமாக நோய் எதிர்ப்புச் சக்தியைச் சீரான நிலையில் வைத்திருக்கவும் உதவும்.' முந்தியுள்ள வாக்கியம்: 'மன அழுத்தத்தை உண்டாக்கும் கார்டிசால் (Cortisol) ஹார்மோனின் அளவை இசை குறைக்கும்.' இரு வாக்கியங்களையும் 'அதோடு' என்ற பிணைப்புக் கருவி இணைக்கிறது. முந்திய வாக்கியம் ஒரு தகவலைச் சொல்கிறது. ஒரு கூடுதல் தகவலை இந்த வாக்கியம் சொல்லுகிறது.

7. **அதனால்தான்:** இச்சொல் இடம்பெறும் வாக்கியம்: '**அதனால்தான்** இசை கேட்கும்போது ஒருவித மகிழ்ச்சியை உணர்கிறோம்.' முந்தியுள்ள இரு வாக்கியங்கள்: 'டோபமைன் எனும் நியூரோ டிரான்ஸ்மிட்டர், நம்மை மகிழ்ச்சியாக வைத்திருக்க உதவும். இசையைக் கேட்டால், டோபமைனின் அளவு அதிகரிக்கும்.' இம்மூன்று வாக்கியங்களையும் 'அதனால்தான்' என்ற பிணைப்புக் கருவி இணைக்கிறது. 'இசை கேட்கும்போது ஒருவித மகிழ்ச்சியை எதனால் உணர்கிறோம்?' என்று கேட்டால் காரணம் முந்தியுள்ள இரு வாக்கியங்களில் கிடைக்கிறது.

8. **இதன்:** இச்சொல் இடம்பெறும் வாக்கியம்: '**இதன்** சுரப்பை இசை அதிகரிக்கச் செய்யும்.' முந்தியுள்ள வாக்கியம்: 'ஆக்சிடோசின் ஹார்மோன் மனிதர்களுக்கிடையே பிணைப்பை ஏற்படுத்தி, நம்பிக்கை உணர்வை உண்டாக்குவது.' இந்த வாக்கியத்தையும் முந்திய வாக்கியத்தையும் 'இதன்' என்ற பிணைப்புக் கருவி இணைக்கிறது. 'எதன் சுரப்பை இசை அதிகரிக்கச் செய்யும்?' என்று கேட்டால், முந்திய வாக்கியத்திலிருந்து 'ஆக்சிடோசின் ஹார்மோன் சுரப்பை' என்ற பதில் கிடைக்கிறது.

மேலே மூன்று விதமான எடுத்துக்காட்டுகளைக் கண்டோம். 'இது, அது' என்ற இரண்டு சுட்டுச் சொற்களே மூன்றிலும் முன்னிலைப்படுத்தப்படுகின்றன. முதல் எடுத்துக்காட்டில் அவை பிணைப்புக் கருவிகளாக இயங்கி, ஒற்றை வாக்கிய எல்லைக்குள் இலக்கண விதிகளின்படிப் பிணைப்பை உண்டாக்குகின்றன. இரண்டாவது எடுத்துக்காட்டில் அவை மீண்டும் பிணைப்புக் கருவிகளாக இயங்கி, மொழிப்பயன்பாட்டுச் சூழ்நிலையில் பிணைப்பை உண்டாக்குகின்றன.

மூன்றாவது எடுத்துக்காட்டிலோ அவை இருபது வாக்கியங்களையும் மூன்று பத்திகளையும் கடந்த விரிந்த எல்லைக்குள் முக்கிய 'பிணைப்புக் கருவிகளாகப்' பங்காற்று கின்றன. ஒற்றைத் தலைப்பின் கீழ் அடங்கக் கூடிய ஒரு முழுமையான மொழிவழிப் பரிமாற்றச் செயலையும் பதிவையும் குறிவைக்கின்றன. தொய்வில்லாத, ஒத்திசைந்த, இயல்பான மொழிப்பின்னலைச் செய்கின்றன.

'இது, அது' என்ற இரண்டு குட்டிச் சொற்கள் செய்யும் இணைப்புப் பணியை 'அவன், அவள், அவர்கள், அது, அவை' போன்ற பிரதிப்பெயர்ச் சொற்களும், 'இங்கு, அங்கு, இப்போது, அப்போது' போன்ற வேறு சில சொற்களும் செய்கின்றன. இவை அனைத்தும் பிணைப்புக் கருவிகளாக இயங்கி, சுட்டல் என்ற உத்தியையே கையாளுகின்றன.

சொல்/இலக்கண மட்டப் பிணைப்பு என்ற தொகையில் அடங்கும் சுட்டல் என்ற முதலாவது உத்தி மட்டும் மேலே சுமார் ஐந்து பக்க விளக்கங்கள், எடுத்துக்காட்டுகளுடன், விரித்துப் பேசப்பட்டது. மற்ற நான்கு உத்திகளுள் ஒவ்வொன்றுக்கும் பல வகைகள், நுட்பங்கள், கருவிகள், பயன்பாட்டு விளக்கங்கள் இருந்தும் சொல்ல இடம் இல்லை. ஒரு உத்திக்கு ஒரு எடுத்துக்காட்டு என்று மட்டும் தரப்படுகிறது.

மாற்றீடு செய்தல் (substitution): கூற்றுகளுக்கு இடையே இந்தப் பிணைப்பு இலக்கண மட்டத்தில், ஒரு பிணைப்புக் கருவியின் உதவியோடு நிகழ்கிறது.

(எ-டு) ஒருவர்: என்னோட 'மொபைல்' தொலஞ்சுபோச்சு. புதுசா 'ஒன்னு' வாங்கணும்.

மொபைல் என்ற பெயர்ச் சொல்லுக்கு மாற்றீடாக ஒன்னு என்ற பெயர்ச் சொல் இயங்கி, இரு கூற்றுகளையும் பிணைக்கிறது.

நீக்கல் (ellipsis): கூற்றுகள் பிணைக்கப்படும்போது, முன்னே வந்த கூற்றில் உள்ள கூறு(கள்), பின்னே வரும் கூற்றுகளிலும் திருப்பித் திருப்பி வரலாம். அது கேட்பதற்கோ படிப்பதற்கோ

நன்றாக இருக்காது. அதைத் தவிர்ப்பதற்காக நீக்கல் உத்தி கையாளப்படுகிறது. இயற்கையான பிணைப்பும் நிகழுகிறது.

(எ–டு) விருந்து உபசரிப்பவர்: 'இன்னும்' ஒரு 'ரசகுல்லா' வேணுமா?

விருந்தாளி: ('இன்னும்') 'ரெண்டு' ('ரசகுல்லா') குடுத்தா பரவாயில்ல!

முதல் கூற்றில் உள்ள இன்னும், ரசகுல்லா என்ற அதே கூறுகள் இரண்டாவது கூற்றிலும் வரவேண்டும். ஆனால் முன்னதில் இருப்பதால், பின்னதில் திருப்பிச் சொல்லவேண்டாம் என அவை நீக்கப்பட்டுள்ளன.

சேர்த்தல் (conjunction): 'ஆனால், என்றால், எனவே, ஆகவே, அதாவது' போன்ற ஒரு சேர்த்தல் கருவியின் உதவியோடு ஒரு கூற்றை, இன்னொரு கூற்றோடு சேர்த்துப் பிணைப்பை உண்டாக்க முடியும்.

(எ–டு) தாத்தா தன் குட்டிப் பேத்தியிடம்: பாப்பா! நீ சொல்றது செய்றது எல்லாம் ஒரே சிரிப்பா இருக்கு. ஆனா, நீ போடற சத்தம் தாங்கல! காது கிழியுது!

சொல்மட்டப் பிணைப்பு (lexical cohesion): ஒரே பொருள் வீச்சு எல்லைக்குள் வரும் ஒத்த பொருள் கொண்ட சொற்கள் சொல்மட்டப் பிணைப்பை உண்டாக்க உதவலாம். ஆசிரியர், மருத்துவர், பொறியாளர், வட்டாட்சியர், காசாளர், பதிவாளர், தேர்தல் ஆணையர் போன்ற சொற்கள் 'பார்க்கும் வேலைகள்' (professions) என்ற ஒத்த பொருள் வீச்சு எல்லைக்குள் வருகின்றன. அவை ஒவ்வொன்றும் தனித்தனி கூற்றுகளில் வந்தாலும், சொல்மட்டப் பிணைப்பை உண்டாக்க உதவுகின்றன.

(எ–டு) ஐயா அம்மாவிடம்: காய்கறி வெலயெல்லாம் சும்மா றெக்க கட்டுதுல்ல! பெரிய வெங்காயம் எம்பது ரூவா, சின்ன வெங்காயம் நூறு ரூவா, பீன்ஸ் நூறு ரூவா, கேரட்டு எம்பது ரூவா, தக்காளி நூறு ரூவா, வெண்டக்கா . . . எம்பது ரூவாம்மா!

இங்கு முதல் கூற்றில் 'காய்கறி' என்ற சொல் வருகிறது. அதன் பொருள் வீச்சு எல்லைக்குள் இரண்டாவது கூற்றில் வரும் 'பெரிய வெங்காயம்', 'சின்ன வெங்காயம்', 'பீன்ஸ்', 'கேரட்', 'தக்காளி', 'வெண்டைக்காய்' ஆகிய அனைத்தும் சொல்மட்டப் பிணைப்பை உண்டாக்குகின்றன.

'பிணைப்பு' என்ற தொகை உத்தியானது ஐந்து பிரதான உத்திகளுடன் மொழிவழிப் பரிமாற்றக்களனில் நெருங்கிய

பிணைப்புகளை மேலே உண்டாக்கிக் காட்டியது; எவ்வாறு ஒத்திசைந்த, இயல்பான மொழிப் பின்னலைப் பின்ன முடியும் என்று தொட்டுச்சென்றது. வேறு சில தலைப்புகளைப் பற்றியும் பேசவேண்டி உள்ளதால், ஒரு பானைச் சோற்றுக்கு ஒரு பருக்கை என்ற அளவில் இப்பகுதி இங்கு முடிகிறது.

3.6.5 விமர்சன மொழிவழிப் பரிமாற்றக்களன் பகுப்பாய்வு (Critical Discourse Analysis)

“அறிவுடையார் எல்லாம் உடையர்” என வள்ளுவர் சொன்னார். அக்கருத்தின் ஒரு பகுதியாக ஆங்கிலத்தில் Knowledge is Power என்ற பழமொழி உள்ளது. இந்த வாக்கியத்தை முதலில் Francis Bacon உருவாக்கினார் என ஆதாரங்கள் சொல்லப்படுவது உண்டு. ‘அறிவைப் பெற்ற எந்த மனிதனும் மிகுந்த ஆற்றலையும் பெற்றவன்’ என்ற பொருளில் இந்தப் பழமொழி வழங்கிவருகிறது.

ஃப்ரான்ஸ் நாட்டைச் சேர்ந்த அறிஞர் மிஷல் ஃபுகோவ் (Paul Michel Foucault). தத்துவ மேதை, சமூகக் கோட்பாட்டாளர், இலக்கியத் திறனாய்வாளர், கருத்துகளின் வரலாற்றாசிரியர் என்ற பன்முகங்களைக் கொண்டவர். ஒரு சொற்பொழிவில் (The Order of Discourse, *1970*), அவர் discourse என்ற கருத்தாக்கத்தை ‘அறிவு’ என்பதோடு இணைத்து ஒரு புதிய விளக்கத்தை முன்வைத்தார். ‘அறிவு’ ஒரு தனி மனித பண்பு என்ற நிலைக்கு அப்பால், ஒரு சமூகம் முழுவதிலும் வேறு பொருளில் விரவிக் காணப்படுவது என்று விரிவாக்கம் செய்தார்.

Discourse –ஐ ‘அறிவு’ என்பதன் அடிப்படையில் ஃபுகோவ் வரையறை செய்தார்: ஒரு சமூகத்தின் ஒட்டுமொத்த அறிவைக் கட்டுமானம் செய்விக்கும் வழிமுறைகளைக் குறிப்பது discourse ஆகும்; அறிவோடு சேர்த்து, சமூகத்தின் பழக்க வழக்கங்கள், பல அகநிலை (subjectivity) வடிவங்கள், அதிகார உறவுகள் ஆகியவற்றையும் அது உருவாக்குகிறது; ‘அதிகார ஆளுமை’ என்ற வடிவத்தில் ஒரு சமூகத்தில் அது எங்கும் பரவிச் செயல்படுகிறது. மைய நிலையில் இயங்கும் ‘ஆதிக்க சக்திகள்’, விளிம்பு நிலையில் இயங்கும் ‘எதிர்ப்பு சக்திகள்’ ஆகியவை பயன்படுத்தும் உத்திகளோடு discourse இணைந்து கொள்கிறது.

ஃபுகோவ் உருவாக்கிய discourse கருத்தாக்கத்தோடு, Karl Marx, Antonio Gramsci, Louis Althusser, Jürgen Habermas, Pierre Bourdieu ஆகியோரின் சமூகவியல் கோணப் பங்களிப்புகளும் கைகோத்தன. இவை அனைத்தும் மொழியியல் பின்புலத்தில் வைத்துப் பார்க்கப்பட்டன. இதனால் மொழிவழிப் பரிமாற்றக்களன் பகுப்பாய்வு என்ற கிளையின் ஒரு புதிய

கிளையாக 'விமர்சன மொழிவழிப் பரிமாற்றக்களன் பகுப்பாய்வு' (Critical Discourse Analysis) தோன்றியது.

மானுட வாழ்க்கை, சமூகக் கட்டமைப்புகளைச் சார்ந்துள்ளது. நெறிமுறை மதிப்பீடுகள், அரசியல், பொருளாதாரம், சித்தாந்தம், மதம், இனம், சாதி, பாலினம், மொழி போன்ற கூறுகள் சமூகத்தைக் கட்டமைக்கின்றன. அக்கூறுகளுள் சில அல்லது பலவற்றில் பெரும் செல்வாக்கைப் பெருக்கிக் கொள்வோர் அதிகார மையங்களைக் கைப்பற்றி வலியோர் ஆகிறார்கள். ஏனையோரை மெலியோர் ஆக்கி விளிம்புநிலைக்குத் தள்ளு கிறார்கள். சுய விருப்பு வெறுப்புகள், பார்வைகள், நிலைப்பாடுகள் ஆகியவற்றின் அடிப்படையில் மெலியோர் மேல் வலியோர் ஆதிக்கம் செலுத்துகிறார்கள். சாதி, மத, இன, பொருளாதார, அரசியல் உள்நோக்கங்களுடன் இப்படிப்பட்ட அதிகார ஆதிக்கமும் தாக்குதல்களும் மறைந்திருந்து மொழிவழிப் பரிமாற்றங்களை இயக்குகின்றன. சில கடுமையான மதிப்பீடுகள், விருப்பு வெறுப்புகள், பார்வைகள், நிலைப்பாடுகள் ஆகியவை அவற்றை வடிவமைக்கின்றன.

ஒரு புறம் சமூக–அரசியல் சூழ்நிலைகளைச் சார்ந்த நோக்கங்கள், நிலைப்பாடுகள் உள்ளன. மறுபுறம் அவற்றை வெளிப்படுத்தும் மொழியின் பயன்பாடுகள் உள்ளன. இவை இரண்டுக்கும் இடையே உள்ள தொடர்புகளை விமர்சன மொழிவழிப் பரிமாற்றக்களன் பகுப்பாய்வு உற்று நோக்குகிறது. மற்றவற்றிலிருந்து இந்தப் பகுப்பாய்வு எவ்வாறு வேறுபடுகிறது என்று கேட்டால் முழுமையான, ஒருமையான பதிலைத் தர இயலாது; ஆனால் பெரும்பாலான இத்தகைய பகுப்பாய்வுகளில் பின்வருவன அடித்தளக் கொள்கைகளாகக் காணப்படுகின்றன.

- சமூக, அரசியல் பிரச்சினைகள் மொழிவழிப் பரிமாற்றக்களனில் சிந்தனைக்கு உள்ளாக்கப்படு கின்றன; அவற்றுக்கு வடிவம் தரப்படுகின்றன.
- அதிகாரப் பிரயோகங்கள், சாமர்த்தியமான தாக்குதல்கள் ஆகியவை நெளிவு சுளிவுடன் மொழிவழிப் பரிமாற்றக்களனில் நிகழ்த்தப்படுகின்றன.
- சமூக உறவுகளை மொழிவழிப் பரிமாற்றக்களன் பிரதிபலிக்கிறது; அத்துடன் அதை மீட்டுருவாக்கவும் செய்கிறது.
- மொழிவழிப் பரிமாற்றக்களனில் சித்தாந்தங்கள் உண்டாக்கப்படுகின்றன; அவை சிந்தனைக்கு உள்ளாக்கப்படுகின்றன.

இவற்றுள் முதல் இரண்டு மட்டும் இங்கு சற்று விரித்துக் கூறப்பட்டுள்ளன. மற்ற இரண்டுக்கும் போதுமான இடம் தர இயலாததால் அவற்றைப் பற்றி மேலே எதுவும் சொல்ல முடியவில்லை.

3.6.5.1 சமூக–அரசியல் பிரச்சினைகள்

விமர்சன மொழிவழிப் பரிமாற்றக்களன் பகுப்பாய்வு சமூக, அரசியல் பிரச்சினைகளைப் பேசுகிறது. அவற்றுக்கு எந்தெந்த மொழிவழி உத்திகள், தெரிவுகள் வடிவம் தருகின்றன, சிந்தனைக்கு உள்ளாக்குகின்றன என்று கூர்ந்து நோக்குகிறது. அண்மைக்காலத்தில் தமிழகத்தில் கொந்தளிப்பை உண்டாக்கிய பிரச்சினைகளுள் சென்னை – சேலம் பசுமை விரைவுச் சாலைத் திட்டமும் ஒன்று. மாறுபட்ட இரு நிலைப்பாடுகள், நோக்கங்கள் கொண்ட இரு கட்டுரைகளைக் கீழே காணலாம்.

எட்டு வழிச்சாலை: நிலத் திருட்டுக்குப் பெயர் வளர்ச்சி! (வினவு இணையதள ஏடு 27.07.18)

ஜிண்டால் உள்ளிட்ட சில பனியா முதலாளிகளின் இலாபத்திற்காக ஏழாயிரத்துக்கும் மேற்பட்ட விவசாயிகள், இருபதாயிரத்துக்கும் மேற்பட்ட விவசாயக் கூலிகளின் வாழ்வாதாரம் அதிகாரத்தின் துணையோடு பறிக்கப்படுகிறது.

> சேலம் பசுமை (அழிப்பு) சாலைத் திட்டம் குறித்துத் தயாரிக்கப் பட்டிருக்கும் சாத்தியப்பாடு அறிக்கை (feasibility report) 2,791 ஹெக்டேர் நிலங்கள் கையகப்படுத்தப்படவுள்ளதாகக் குறிப்பிடுகிறது. இதன் விளைவாக ஏறத்தாழ 7,237 குறு, சிறு, நடுத்தர விவசாயிகள் தமது நிலங்களை இழந்து வெளியேற வேண்டியிருக்குமென்றும், 20,000 கூலி விவசாயத் தொழிலாளர்களுக்கு வேலையிழப்பு ஏற்படுமென்றும் செய்திகள் வெளிவந்துள்ளன.
>
> இந்தத் திட்டத்திற்கு எதிராகப் பொய்களும் வதந்திகளும் திட்ட மிட்டுப் பரப்பப்படுவதாக ‘வளர்ச்சியின் ஆதரவாளர்கள்’ குற்றஞ்சுமத்துகிறார்கள். இது அழுகுணித்தனமும் கயமைத்தனமும் நிறைந்த குற்றச்சாட்டு. இதற்குப் பதில் அளிப்பதைவிட வளர்ச்சி, வளர்ச்சி எனக் கீறல் விழுந்த ரிகார்டுபோல ஆளுங்கும்பல் திரும்பத் திரும்பச் சொல்லி வருகிறதே, அந்த வளர்ச்சி குறித்துக் கட்டப்பட்டிருக்கும் பொய்களையும் கட்டுக்கதைகளையும்தான் முதன்மையாக நாம் அம்பலப்படுத்த வேண்டியிருக்கிறது.
>
> சேலம் எட்டுவழிச் சாலைத் திட்டத்தின் நன்மைகள் குறித்து ஆளும் அ.தி.மு.க. அரசும் பா.ஜ.க. அரசும் அவிழ்த்து விட்டுவரும் பொய்களிலேயே பிரம்மாண்டமான பொய்,

நிலத்தை இழக்கவுள்ள விவசாயிகளுக்கு, மிக அதிகபட்ச மாக ஒரு ஹெக்டேருக்கு 9 கோடி ரூபாய் வரை இழப்பீடு வழங்கப்படும் என்பதாகும்.

கையகப்படுத்தப்படும் நிலம் மற்றும் அதிலுள்ள மாட்டுக் கொட்டகைகள் உள்ளிட்ட கட்டடங்கள் அனைத்திற்கும் இழப்பீடாக 2,605 கோடி ரூபாய் அளிக்கப்படும் எனத் தெரிவிக் கிறது, சாத்தியப்பாடு அறிக்கை. இந்த ஒதுக்கீட்டின்படிக் கணக்குப் போட்டால், முந்நூறு ஹெக்டேருக்கும் குறை வான விளைநிலங்களுக்குத்தான் ஒன்பது கோடி ரூபாயை இழப்பீடாகத் தர முடியும். அப்படியென்றால், மீதி நிலங்களுக்கு . . .? கலெக்டர் ரோகிணியின் அறிவிப்பு தேன் தடவிய நஞ்சு. பணத்திற்கு விவசாயிகளை மயங்கச் செய்யும் கீழ்த்தரமான தந்திரம்.

சாத்தியப்பாடு அறிக்கையில் நிலம், அதிலுள்ள வீடுகள், மாட்டுக் கொட்டகைகள் உள்ளிட்ட கட்டடங்களுக்கு மட்டும்தான் இழப்பீடு தொகை குறிப்பிடப்பட்டிருக்கிறதே தவிர, பயிர்களுக்குத் தனியாக இழப்பீடு அறிவிக்கப்பட வில்லை. ஆனால் எடப்பாடி பழனிசாமி அரசோ ஒவ்வொரு தென்னை மரத்திற்கும் அதிகபட்சமாக ரூ.50,000/ இழப்பீடு வழங்கப்படும் எனத் துணிந்து அடித்துவிட்டிருக்கிறது.

இந்த உடான்ஸ் பேர்வழியின் யோக்கியதை என்னவென்பதை இரண்டு ஆண்டுகளுக்கு ஏற்பட்ட வறட்சி, தமிழக விவசாயி களுக்கு எடுத்துக்காட்டியிருக்கிறது. 2016ஆம் ஆண்டு ஏற்பட்ட கடுமையான வறட்சியால் பாதிக்கப்பட்ட தமிழகத் தென்னை விவசாயிகள், பட்டுப்போன ஒவ்வொரு மரத்திற்கும் குறைந்தபட்ச இழப்பீடாக ரூ. 3,000/ அளிக்க வேண்டுமெனத் தமிழக அரசிடம் கோரிவந்தனர். பத்து மாதமாக இந்தக் கோரிக்கை குறித்து முடிவெடுக்காமல் இழுத்தடித்து வந்த தமிழக அரசு, இறுதியாக ஒரு மரத்திற்கு ரூ.103/ அளிக்க முன்வந்தது எனக் கூறுகிறார், பா.ம.க. நிறுவனர் ராமதாசு. (தமிழ் இந்து, 24.06.2018)

எனவே தென்னை, பாக்கு போன்ற பணப் பயிர்களுக்கு அறிவிக்கப்பட்டிருக்கும் இழப்பீடு, காகித அறிவிப்பின் யோக்கியதையைக்கூடப் பெறும் தகுதியற்றவை.

சென்னை வண்டலூரை அடுத்துள்ள சுற்றுச்சாலை அருகே தொடங்கி, சேலத்தை ஒட்டியுள்ள அரியானூர் அருகே முடிவடையும் இந்த எட்டுவழிச் சாலையை 120 கி.மீ. வேகத்தில் செல்லும் வாகனங்கள் மட்டுமே பயன்படுத்த முடியும் என்பதால், இந்தச் சாலையில் 60 கி.மீ. வேகத்தைத் தாண்டவே திணறும் அரசுப் பேருந்துகள் செல்ல வாய்ப்பில்லை.

அரசுப் பேருந்துகள் பயணிக்க முடியாத சாலையால் சாதாரண பொதுமக்களுக்கு என்ன பலன் கிட்டக்கூடும்? 60 கி.மீ. வேகத்தில் ஓடக்கூடிய அரசுப் பேருந்துகளின் கட்டணமே மலைக்க வைக்கும் அளவிற்கு இருக்கும்போது, 120 கி.மீ. வேகத்தில் அரசுப் பேருந்துகள் விடப்பட்டால், அதில் நாம் கால்வைக்க முடியுமா? சென்னைவாசிகள் மெட்ரோ ரயிலைப் பார்த்து ஏக்கப் பெருமூச்சு விடுவதைப் போல, எட்டுவழிச் சாலை தமிழகத்தின் தலையில் கட்டப்படும் இன்னொரு தங்க முள்கிரீடம்.

10,000 கோடி ரூபாய் பெறுமான இந்தத் திட்டத்தில் 4,000 கோடி ரூபாய் அளவிற்கு இலஞ்சம் பெற முடியும் என்ற ஒரே காரணத்திற்காகவேதான், சென்னையிலிருந்து சேலத்திற்குச் செல்ல ஏற்கெனவே மூன்று சாலை வழிகளும், இரண்டு இருப்புப்பாதை வழிகளும், விமான சேவையும் இருந்துவரும் நிலையிலும், இத்திட்டம் தமிழகத்தின் மீது வலிந்து திணிக்கப்படுகிறது. அதற்கு வளர்ச்சி என்ற சல்லாத்துணி போர்த்தப்படுகிறது.

சென்னை – சேலம் 8 வழி பசுமைச் சாலை திட்டம் ஏன் வேண்டும்? ஓர் அலசல்! (தினமணி நாளேடு 03.08.18)

ஆறுகளைச் சார்ந்து வளர்ந்த மனித நாகரிகமும் இனமும் இன்றைய பொருளாதார யுகத்தில் சாலைகளைச் சார்ந்தே தோன்றி வளர்கின்றன.

இருபது ஆண்டுகளுக்கு முன்பு அமெரிக்கா போல், ஐரோப்பா போல், ஏன் ஆசியாவின் சிறிய நாடுகளான மலேசியா, சிங்கப்பூர் போல, இந்தியா ஏன் வளரவில்லை என்பதற்கு முழு முதல் காரணமாக தரமான அகலமான சாலைகள் இல்லாததாக்த்தான் அத்தனை பத்திரிகைகளும் உலகம் முழுவதும் பயணிக்கும் வணிக வல்லுநர்களும், தொழில் முனைவோர்களும் கூறினார்கள்.

சீனாவும் அந்த நேரத்தில் எப்படி வேகமாகத் தன் நாடெங்கிலும் உலகத் தரம் வாய்ந்த அகலமான சாலைகளை அமைத்து வருகிறார்கள் எனவும் ஊடகங்களில் எழுதினார்கள். அடுத்த நூற்றாண்டு எவ்வாறு ஆசிய நூற்றாண்டாக இருக்கும் என்றும், அதே சமயம் இந்தியாவில் போதிய சாலைகள் இல்லாததால் எவ்வளவு பின் தங்கிவிடும் என்றும் பயம்காட்டியிருந்தனர்.

சாலைகள்... துறைமுகங்களை இணைக்கும் இரத்த நாளங்கள். பெரிய பெரிய கப்பல்கள் மூலம் ஐரோப்பாவிலும் அமெரிக்காவிலும் ஆப்ரிக்க ஆஸ்திரேலிய கண்டங்களிலிருந்து சரக்குப் பெட்டகங்களைக் கொண்டுவந்து இறக்க பெரிய துறைமுகத்தைக் கட்டி அங்கிருந்து அனைத்து ஆசிய நாடுகளுக்கும் சிறிய கப்பல்கள் மூலம் பிரித்து அனுப்பி

சிங்கப்பூர் துறைமுகத்தை எப்படி வளர்த்தது என்றும் படித்தறிகிறோம்.

சென்னை துறைமுகத்திலிருந்து 40 கி.மீ. தொலைவில் ஸ்ரீபெரும்புத்தூரில் அமைய வேண்டிய தொழிற்சாலைகள் ஆந்திராவுக்குச் சென்றன. அம்மாநில முதல்வர் சந்திரபாபு நாயுடு அதே 40 கி.மீ. தொலைவில் சென்னை – கொல்கத்தா சாலையில் இருக்கும் இடத்தைச் சிறப்புத் தொழில் மண்டலமாக மாற்றி ஸ்ரீ சிட்டியில் மிகக் குறுகிய காலத்தில் அவ்வளவு தொழிற்சாலைகள் அமைக்கப்பட்டதையும் நாம் பார்க்கிறோம்.

எந்த சிறப்புச் செலவுமின்றிச் சென்னை – கொல்கத்தா சாலையில் நெல்லூர் வரையில் தமிழக எல்லையிலேயே ஆந்திராவின் தொழில்நுட்ப முன்னேற்றம் ஏற்பட்டதைக் காணலாம்.

1990களில் சென்னையில் இருந்து குமரிக்கு நான்கு வழிச் சாலை போடப்பட்ட அந்த காலத்தில் இடிக்கப்பட்ட வீடுகள், நிரப்பப்பட்ட வயல்வெளிகள், உடைக்கப்பட்ட மலைகள் ஞாபகத்திற்கு வருகின்றன.

நெல்லையில் செவந்திப்பட்டி மலை உடைக்கப்பட்ட பகுதியில்தான் சிங்கம் படப்பிடிப்பு நடந்தது. மூன்றடைப்பு என்ற ஊரிலே பறவைகள் சரணாலயமாக நின்ற பெரிய பெரிய மரங்கள் காணாமல் போய் அந்த ஊரே அடையாளம் தெரியாமல் நிற்கிறது. அத்தனை இழப்புகளுக்கும் நடுவில் பயணம் வேகமாக விபத்துகளின்றிச் சுகமானதாக இருக்கின்றது.

அவ்வளவு ஏன்? கவிஞர் வைரமுத்து அடிக்கடி குறிப்பிடும் அவர் பிறந்து வளர்ந்த மெட்டூர் எனும் அழகிய கிராமம் முழுவதுமாக தரைமட்டமாக்கப்பட்டுத்தான் வைகை அணை கட்டப்பட்டது.

மேதா பட்கர் எனும் சமூக போராளியை நமக்கு அடையாளம் காட்டியது நர்மதா நதிக்கரையின் குறுக்கே கட்டப்பட்ட சர்தார் சரோவார் அணை திட்டம்தான். இன்று உலகின் மிகப்பெரிய அணையாக வளர்ச்சியின் சாட்சியாக நிற்கிறது. குஜராத், மத்தியப் பிரதேசம், மகாராஷ்டிரா ஆகிய மாநிலங்களின் மொத்தம் 12 மாவட்டங்கள், 62 தாலுகாக்கள் 3,393 கிராமங்களுக்கு வெள்ளத் தடுப்பணையாகவும், 74,000 ஏக்கர் பாசன வசதியும் அந்த நர்மதா கால்வாய்களின் மேல் வெயிலில் தண்ணீர் நீராவியாக மாறாமல் தடுப்பதற்காக அமைக்கப்பட்ட சூரிய மின் தகடுகள் மூலமாக பெறும் மின் சக்தியை தவிர 1,450 எம்.டபிள்யூ. நீர் மின் சக்தியும் தருகிறது.

ஆக வளர்ச்சி என்பது ஒரு புறம் மாற்றம் முன்னேற்றம் என்றிருந்தால் அதற்கான விலையாக வீடுகளும் விளை

நிலங்களும் மலைகளும் கிராமங்களும் நகரங்களும் மக்களின் இயற்கையின் தியாகமின்றி நடப்பது சாத்தியமல்ல.

என்எச்ஏஐ தேசிய நெடுஞ்சாலை அதிகாரம் என்ற அமைப்பு நமது மத்திய அரசாங்கத்தின் வரி வருமானத்திலிருந்தும், வெளிநாடுகளில் இருந்தும் வரியைத் திரட்டி 2.25 லட்சம் கோடி மற்றும் 15,000 கிலோ மீட்டர் தூரத்துக்கு நாடு முழுவதும் சாலைகள் போட திட்டமிட்டு அதில் ஒன்றாகத்தான் சென்னை – சேலம் சாலையை அமலாக்கத் திட்டமிட்டுள்ளது. இந்தச் சாலை 159 கிராமங்கள் 14 தாலுக்காக்கள், 5 மாவட்டங்கள் வழியாகச் செல்லஉள்ளது.

தேர்ந்தெடுக்கப்பட்ட அரசுகளுக்கு ஒரு திட்டத்தின் அவசியம் உறுதியாகத் தெரிந்த பின்பு அதை மக்களுக்குத் தெரியப் படுத்தி அந்த திட்டத்தினைச் செயல்படுத்துவது தொடர்பாக தெளிவான முடிவுகளை எடுத்து, அந்தத் திட்டத்தால் பாதிக்கப்படும் மக்களும் தங்களது வாழ்வாதாரத்தை இழக்காமல் தடுக்கவும் வகை காண வேண்டும்.

தங்களது பாரம்பரிய நிலத்தை, தங்களுக்குச் சோறு போடும் நிலத்தை வெறும் பணத்துக்காக இழந்து விட எந்த விவசாயியும் துணிய மாட்டார். அதன் விளைவே சென்னை – சேலம் எட்டு வழிச் சாலைத் திட்டத்துக்கான எதிர்ப்பு.

எனவே அவர்களுக்கு வெறும் இழப்பீடாகப் பணத்தை மட்டும் அளித்துவிட்டு எதுவுமில்லாத அனாதைகளாக்கப்படுவதற்குப் பதிலாக அவர்களது வாழ்வாதாரமும் இந்தத் திட்டத்தின் மூலம் மேம்பாடு அடையும் வகையில் திட்டத்தை மாற்ற வேண்டும்

இந்தத்திட்டங்களை ஆந்திர அரசு ஏற்கெனவே அறிமுகப்படுத்தி யிருக்கிறது. ஆந்திராவின் தலைநகரம் அமராவதி கட்டுவதற்கு 33,000 ஏக்கர் நிலத்தை விவசாயிகளே முன் வந்து கொடுத்திருக்கிறார்கள். இந்த நிலங்கள் மூன்று போகம் விளையக் கூடிய கிருஷ்ணா நதிக்கரையோரம் அமைந்திருந்தது என்பதை மறந்துவிடக் கூடாது.

முதல் கட்டுரையின் தலைப்பிலேயே ஒரு கடுமையான நிலைப்பாட்டைக் காணமுடிகிறது. திட்டம் ஒரு ‘திருட்டு’க்கு வழி வகுக்கிறது, ‘வளர்ச்சி’க்கு அல்ல என்று அது சொல்கிறது. ‘வாசகரிடம் அச்சத்தைத் தூண்டுதல்’, ‘ஒரு பேரிடருக்கான எச்சரிக்கை’ என்ற இரு உத்திகளைத் தலைப்புக்குக் கீழே சற்றுப் பெரிய சாய்ந்த எழுத்துகளில் வரும் ஒற்றை வாக்கியம் கையாளுகிறது: ‘சில பனியா முதலாளிகளின் இலாபத்திற்காக’ ஆயிரக்கணக்கான ‘விவசாயிகள் . . . விவசாயக் கூலித் தொழிலாளிகளின் வாழ்வாதாரம் அதிகாரத்தின் துணையோடு பறிக்கப்படுகிறது’.

திட்டத்தால் பெறக்கூடிய வளர்ச்சி பற்றிய அரசின் கருத்துகள் 'கட்டப்பட்டிருக்கும் பொய்கள் கட்டுக்கதைகள்' எனக் கட்டுரை விவரிக்கிறது; அவற்றை 'அம்பலப்படுத்த' முனைகிறது. திட்டத்தை 'சேலம் பசுமை (அழிப்பு) சாலைத் திட்டம்' என விவரிக்கிறது. '4,000 கோடி ரூபாய் அளவிற்கு லஞ்சம் பெற முடியும் என்ற ஒரே காரணத்திற்காகவேதான்' திட்டம் வலிந்து திணிக்கப்படுவதாக ஓங்கிச் சொல்லுகிறது. கட்டுரையாளர் நடுநிலையில் நின்று திட்டத்தின் சாதக, பாதகங்களை விருப்பு வெறுப்பின்றி எடுத்துச் சொல்லவில்லை.

பேரளவில் பாதகங்கள் உண்மையாக இருந்தாலும் மக்களுக்கான ஓரிரு நன்மைகளாவது இருக்கவேண்டும். அவற்றைப்பற்றி அவர் எதுவும் பேசவில்லை. மாறாக, போர்க்களத்தில் எதிரியை வீழ்த்த எந்த ஆயுதத்தையும் கொண்டு எப்படி வேண்டுமானாலும் துவம்சம் செய்யலாம் என்ற உத்தியும் அவரிடம் காணப்படுகிறது. பின்வரும் சொல் தெரிவுகள் அதை உறுதி செய்கின்றன: 'அழுகுணித்தனம், கயமைத்தனம், ஆளுங்கும்பல், தேன் தடவிய நஞ்சு, கீழ்த்தரமான தந்திரம், உடான்ஸ் பேர்வழியின் யோக்கியதை, தங்க முள்கிரீடம், சல்லாத்துணி.'

நடுநிலையிலிருந்து பேசப்போகிறது என்ற எதிர்பார்ப்பை இரண்டாவது கட்டுரையின் தலைப்பு உண்டாக்குகிறது. நாட்டின் பொருளாதார வளர்ச்சிக்கு உலகத்தரம் வாய்ந்த அகலமான சாலைகளின் இன்றியமையாத் தேவையைக் கட்டுரையாளர் சில உதாரணங்களுடன் விவாதிக்கிறார். அவற்றை நிறுவச் சந்தித்த இழப்புகளுக்கும் உதாரணங்கள் தருகிறார். அதே நேரத்தில் விவசாயிகளுக்கு ஏற்படும் வாழ்வாதார இழப்புகளை அவர்கள் ஏற்றுக்கொள்ளும் வகையில் அரசுகள் செய்யவேண்டிய கடமையையும் வலியுறுத்துகிறார்.

சாதகங்களைக் கட்டுரையாளர் முன்னிறுத்துகிறார்; ஆனால் பாதகங்களை மறுக்கவில்லை. ஏற்புடைய வகையில் அரசுகள் இழப்புகளை ஈடுசெய்யவேண்டும் எனக் குரல் கொடுக்கிறார். திட்டத்திற்கு ஆதரவான நிலைப்பாட்டை எடுத்தாலும், இயற்கையான உரையாடல் வழியே வாதம் – எதிர்வாதம் – சீர்தூக்கிப்பார்த்தல் – முடிவு எனும் தர்க்க உத்தியைக் கையாளுகிறார். வாசகருக்கு நெருடல் தரும் சொல் தெரிவுகளைத் தவிர்க்கிறார். வளர்ச்சித் திட்டத்தின் ஒரு புறம் முன்னேற்றம் என்றால், அதனுடைய மறுபுறம் மக்களும் இயற்கையும் அதற்குத் தரவேண்டிய விலையாக இருப்பது அவருடைய முடிவு. இதில் உண்மையில்லாமல் இல்லை.

3.6.5.2 ஆதிக்க உறவுகள்

ஆளுவது அல்லது அடங்கிப்போவது/விட்டுக்கொடுப்பது மனித மரபணுவிலேயே உள்ள இயல்போ என்று எண்ணத் தோன்றுகிறது. இந்த இயல்பின் பல வெளிப்பாடுகள் வீட்டுக்குள்ளேயும் வெளியேயும் எல்லாரிடமும் பல மட்டங்களில் காணப்படுகின்றன. ஓங்கிய அல்லது ஒடுங்கிய ஆளுமைகள் சமூகத்தின் அடிப்படைக் கட்டமைப்பிலேயே உள்ளன என்று சொல்லலாம். இவற்றுக்கிடையே உள்ள உறவுகளை 'ஆதிக்க உறவுகள்' (power relations) என அழைக்கலாம். இவற்றின் விளைவாக அனைத்துச் சமூக வேறுபாடுகளும் – குறிப்பாக அரசியல், சாதி, மத, இன, பாலின, பொருளாதார வேறுபாடுகள் – தோன்றுகின்றன.

பகை, வெறுப்பு என்றால் என்னவென்றே அறியாத இளம் சிறார்கள் மகிழ்ச்சியுடன் சேர்ந்து விளையாடிக்கொண் டிருப்பார்கள். ஒரு குழந்தை உரத்த குரலில் ஒன்று சொல்ல, அதை மறுத்து வேறொரு குழந்தை அதே உரத்த குரலில் வேறொன்று சொல்லும். நடப்பது என்னவென்று புரியாத வயதிலேயே அங்கு ஒரு மேலாதிக்கப் போட்டி உருவாகும்; மோதல் வெடிக்கும். பெரியோரிடையே வாய்ச்சண்டை, கைச்சண்டை, இனங்களுக்கும் மதங்களுக்கும் இடையே தாக்குதல்கள், நாடுகளுக்கிடையே போர் என்பவை எல்லாமே இப்படிப்பட்ட மேலாதிக்க உந்துதல்களால்தான் நிகழ்கின்றன.

எங்கெல்லாம் அடங்கிப்போகும்/விட்டுக்கொடுக்கும் போக்கு உள்ளதோ அங்கெல்லாம் ஓங்கிய ஆளுமைகள் கொண்ட தனி மனிதர்கள், மேட்டுக்குடியினர், குழுக்கள், அமைப்புகள் கையில் மேலாதிக்கம் இருக்கும். விமர்சன மொழிவழிப் பரிமாற்றக்களன் பகுப்பாய்வு மேலாதிக்க உறவுகளைக் கூர்ந்து நோக்குகிறது. அவற்றை ஆதரிக்கும் அல்லது எதிர்க்கும் நிலைப்பாடுகளை அடையாளப் படுத்துகிறது. அவற்றுக்கு மொழிக் கட்டமைப்புகள், உத்திகள், தெரிவுகள் ஆகியன எந்தெந்த வழிகளில் உதவுகின்றன என்று நுணுகிப் பார்க்கிறது.

(எ–டு) புதிய தேசியக் கல்விக் கொள்கையை வடிவமைத்த கஸ்தூரி ரங்கன் குழுவினர் மே மாதம் 2019இல் அளித்த பரிந்துரைகளின்படி, 'மும்மொழிக் கல்வி–இந்தி மொழி பேசாத மாநிலங்களில் இந்தி கற்பித்தல்' என்ற திட்டம் முன்வைக்கப் பட்டது. வரைவறிக்கையான இதைப்பற்றி அனைத்துத் தரப்பினரும் அவரவர் கருத்துகளைத் தெரிவிக்க ஒரு மாத காலம் தரப்பட்டது. தெரிவிக்கப்பட்ட கருத்துகளின் அடிப்படையில் வரைவறிக்கையில் திருத்தங்கள் செய்யப்பட வேண்டும். பின்னர் அது மத்திய அரசிடம் சமர்ப்பிக்கப்பட வேண்டும். அரசும்

குடியரசுத் தலைவரும் ஒப்புதல் வழங்க வேண்டும். அதன் பின்னரே பரிந்துரைகள் சட்ட வடிவில் நடைமுறைக்கு வரும்.

இந்த வரைவறிக்கை பற்றிய செய்தியைத் தமிழ் நாளேடுகள் 01.06.2019 அன்று வெளியிட்டன. செய்தி ஒன்றுதான். ஆனால் வெவ்வேறு ஏடுகள் வெவ்வேறு செய்தித் தலைப்புகளைத் தந்தன. அவற்றுள் கீழே பட்டியலிடப்பட்டுள்ள எட்டு இணைய ஏடுகளின் தலைப்புகள் இங்கே விமர்சன மொழிவழிப் பரிமாற்றக்களன் பகுப்பாய்வுக்கு எடுத்துக்கொள்ளப்படுகின்றன.

(i) **“வருகிறது புதிய கல்விக் கொள்கை . . . இனி இந்தி கட்டாயம் . . . பரபரக்கும் கஸ்தூரிரங்கன் பரிந்துரைகள்”** ***ஒன் இந்தியா தமிழ்***

(ii) **“இந்தி படிப்பது கட்டாயம்: தமிழகத்தில் கிளம்பும் எதிர்ப்பு” B.B.C** ***தமிழ்***

(iii) **“புதிய கல்வி கொள்கை . . . தமிழகத்தில் இந்தி !”** ***நக்கீரன்***

(iv) **“புதிய கல்விக் கொள்கை: இனி இந்தி கட்டாயமா ?” Cauvery news.tv**

(v) **“மொழிப்போர் மீண்டும் வெடிக்கும் – வைகோ எச்சரிக்கை” News** ***18 தமிழ்***

(vi) **“இந்தி மொழி திணிப்பு – வைகோ, தினகரன், திருச்சி சிவா கண்டனம்”** ***மாலை மலர்***

(vii) **“மத்திய அரசின் புதிய கல்வி கொள்கையில் இந்தி திணிப்பு ?”** ***தினகரன்***

(viii) **“ட்விட்டரில் ட்ரெண்டாகும் #StopHindiImposition: வைகோ, கமல், டிடிவி கருத்து !: இந்தி பேசாதவர்களை இரண்டாந்தர குடிமக்களாக மாற்றிவிடும்.” The Indian Express** ***தமிழ்***

பலதரப்பட்ட நிகழ்வுக் கூறுகளை உள்ளடக்கிய விரிந்த சமூக, கலாச்சாரக் கட்டமைப்பு (macrostructure) கோணத்தில் மேலேயுள்ள எட்டுத் தலைப்புகளையும் ஆய்வு செய்யலாம். சொல்மட்டக் கூறுகளை உற்றுப் பார்க்கும் நுண்ணிய கட்டமைப்பு (microstructure) கோணத்திலும் அவற்றை ஆய்வு செய்யலாம்.

3.6.5.2.1 விரிந்த கட்டமைப்புப் பகுப்பாய்வு

ஒரு பெரிய தலைப்பின் கீழ் பல சிறிய தலைப்புகளில் வருவன அனைத்தையும் உள்ளடக்கிய ஒட்டுமொத்தச் சமூக, கலாச்சார நிகழ்வுகளிலிருந்து ஒன்றின் விரிந்த கட்டமைப்பு பெறப்படுகிறது. ‘இந்தி எதிர்ப்பு’ என்ற தொடர்ப் போராட்டத்துக்குத் தமிழ்ச்

சமூக, கலாச்சாரத்தில் தொண்ணூறு ஆண்டுகளுக்கும் மேலான நீண்ட வரலாறு உள்ளது. ஒரு எடுத்துக்காட்டு சமூக, கலாச்சார விரிந்த கட்டமைப்புப் பகுப்பாய்வு செய்ய அதைச் சுருக்கமாகக் காணவேண்டியுள்ளது. நோக்கம் விமர்சன மொழிவழிப் பரிமாற்றக்களனில் கையாளப்படும் மொழியைப் பற்றிய விமர்சனமே தவிர, அரசியல் நிகழ்வுகளின் விமர்சனம் அல்ல.

பிரித்தானியக் காலனிய கால இந்தி எதிர்ப்பு

இந்தி எதிர்ப்பு 1930களில் பிரித்தானியக் காலனிய இந்தியாவில், தமிழகத்தில் தொடங்கியது. அந்நிய காலனியத்தின் போது ஆங்கிலம் ஆட்சி மொழியாக இருந்துவந்தது. அப்போது இந்திய சுதந்திரப் போராட்டத்தை இந்திய தேசிய காங்கிரஸ் தலைமை தாங்கி நடத்திவந்தது. அந்நிய ஆட்சிக்கு மட்டுமல்லாமல் அந்நிய ஆட்சி மொழியான ஆங்கிலத்திற்கும் எதிரான கடுமை யான நிலைப்பாட்டை அது எடுத்தது.

இந்திய சுதந்திரப் போரை நாட்டளவில் கொண்டுசெல்ல வேண்டியிருந்தது. பலதரப்பட்ட இந்திய மொழிகளைப் பேசும் அனைத்து இந்திய மக்களையும் ஒன்றிணைக்க வேண்டியிருந்தது. அதற்கு ஒரு பொதுவான இந்திய மொழி தேவைப்பட்டது. அது இந்தியாக இருக்கவேண்டும் என்ற உறுதியான கருத்தைக் காங்கிரஸ் முன்வைத்தது. அது மட்டுமல்லாமல், தன்னுடைய தேசிய மாநாடுகளில் இந்தியில் பேசவேண்டும் என்ற நடைமுறையையும் கொண்டுவந்தது.

இந்தியா சுதந்திர நாடான பின் இந்தி ஆட்சிமொழி ஆக வேண்டும் என்ற கருத்தும் அந்தக் காலகட்டத்தில் வலுப்பெறத் தொடங்கியது. காந்தியும் நேருவும் தமிழகத் தலைவர்களுள் ஒருவராகிய ராஜாஜியும் இதை ஆதரித்தனர். 1918இல் ‘தட்சிண பாரத இந்தி பிரச்சார சபை’யை காந்தி நிறுவினார். 1937ஆம் ஆண்டு நடந்த ‘மெட்ராஸ் மாகாணத்’ தேர்தலில் இந்திய தேசிய காங்கிரஸ் வெற்றிபெற்று, ராஜாஜி முதலமைச்சரானார். முதல் வேலையாகத் தமிழக உயர்நிலைப் பள்ளிகளில் ‘இந்தி கட்டாயப் பாடம்’ என்பதை அரசுக் கொள்கையாக அறிவித்தார். பின்னர் அதை நடைமுறைப்படுத்தும் உத்தரவைப் பிறப்பித்தார்.

உடனே மாநில அளவில் இந்தி எதிர்ப்புப் போராட்டம் வெடித்தது. எதிர்க் கட்சியாக இருந்த நீதிக் கட்சியின் தலைவர்கள், சுயமரியாதை இயக்கத் தலைவர் பெரியார், மறைமலை அடிகள், சோமசுந்தர பாரதி போன்ற தமிழறிஞர்கள், சைவ சித்தாந்த அறிஞர்கள் எனப் பலர் போராட்டத்துக்குப் பேராதரவு தந்தனர். பெரியார் உள்பட 1200 பேர் சிறையில் அடைக்கப்பட்டனர்.

அவர்களுள் 'எழுத்தறிவில்லாப் பாமரர்கள்' என அரசால் அடையாளப்படுத்தப்பட்ட நடராஜன், தாளமுத்து என்ற இருவர் இறந்தனர். மொழிப் போர் தியாகிகள் எனக் கொண்டாடப் பட்டனர்.

மாகாணம் முழுவதும் ஏற்பட்டுள்ள பெருங்கொந்தளிப்புக்குக் காரணம் கட்டாய இந்தியே என்று அப்போதைய ஆளுநர் எர்ஸ்கின் பிரபு உணர்ந்தார். அதைப்பற்றிக் காலனிய இந்தியாவின் வைஸ்ராய் லின்லித்கவ்வுக்குக் கடிதம் எழுதினார். பின்னர் 1940ஆம் ஆண்டு கட்டாய இந்தி பற்றிய அரசாணை ரத்து செய்யப்பட்டது. இவ்வாறு இரு உயிர்களைப் பலிகொண்டு, முதலாம் இந்தி எதிர்ப்புப் போர் அரசைப் பின் வாங்கச் செய்தது. போராட்டம் நடத்தியவர்களுக்கு வெற்றியைத் தந்தது.

இந்திய அரசியலமைப்பு நிர்ணய மன்றம் (Indian Constituent Assembly) 1946ஆம் ஆண்டு அமைக்கப்பட்டது. விடுதலைக்குப் பின் இந்தியா பின்பற்ற வேண்டிய அரசியலமைப்புச் சட்டத்தை உருவாக்குவதே அதனுடைய நோக்கம். மன்றத்தின் நடவடிக்கைகளுக்கான மொழி, அரசியலமைப்புச் சட்டத்தை எழுத வேண்டிய மொழி, புதிய குடியரசுக்கான 'தேசியமொழி' போன்ற மொழிசார் தலைப்புகள் விவாதத்துக்கு எடுத்துக் கொள்ளப்பட்டன. இந்தி 'ஆதரவாளர்கள்', 'எதிர்ப்பாளர்கள்' என மன்ற உறுப்பினர்கள் இரு சாராராகப் பிரிந்து நின்ற நிலையில் கடுமையான விவாதம் நிகழ்ந்தது.

'இந்தி மட்டுமே தேசிய மொழி' என்ற தீவிர இந்தி ஆதரவு நிலைப்பாடு கொண்ட உத்திரப் பிரதேச உறுப்பினர் துலேகர் (R.V. Dhulekar) மன்றத்தில் இடி முழக்கம் செய்தார்: "இந்தி தெரியாதவர்கள் இந்தியாவில் இருக்க உரிமையற்றவர்கள். இந்தி தெரியாதவர்கள் இந்தியாவின் அரசியலமைப்புச் சட்டத்தை வடிவமைக்க உள்ள இந்த மன்றத்தில் உறுப்பினராக இருப்பதற்கே தகுதியற்றவர்கள்; அவர்கள் மன்றத்தை விட்டுப் போகலாம்."

'மெட்ராஸ் மாகாண' உறுப்பினர் டி.டி. கிருஷ்ணமாச்சாரி எதிர் முழக்கம் செய்தார்: "கடந்த காலத்தில் ஆங்கிலம் படிப்பது கட்டாயமானதால் நாங்கள் ஆங்கிலத்தை வெறுத்தோம். இப்போது இந்தி படிப்பது கட்டாயம் என்றால், என்மீது திணிக்கப்படும் அந்தக் கட்டாயத்தை நான் விரும்பமாட்டேன். இந்தி படிக்க நான் விரும்பாமல் போகலாம். இத்தகைய [இந்தி பேசாதோரைப் பற்றிய] சகியாமை எங்களை அச்சுறுத்துகிறது. பலமான மைய அரசு நமக்கு மிகவும் தேவை. அத்தகைய பலமிக்க மைய அரசு அது பேசும் மொழியை அறியாத மக்களை அடிமைப்படுத்தும் என்றும் அர்த்தம் உள்ளதோ என நாங்கள் அஞ்சுகிறோம். தென்னிந்திய

மக்களின் சார்பாக நான் எச்சரிக்கை விடுக்கிறேன். ஏற்கெனவே பிரிவினை வேண்டும் சில சக்திகள் அங்கு உள்ளன. எனது மதிப்புக்குரிய உத்திரப் பிரதேச நண்பர்கள் கையிலெடுக்கும் உச்சபட்ச 'இந்தி ஏகாதிபத்தியம்' நமக்கு எந்த விதத்திலும் உதவாது. ஆகவே ஒருங்கிணைந்த இந்தியா வேண்டுமா அல்லது 'இந்தி – இந்தியா' வேண்டுமா என்பதை அவர்களே முடிவு செய்துகொள்ளட்டும். முடிவு அவர்கள் கையில்."

மூன்று ஆண்டுகளுக்கு நீடித்த அனல்பறக்கும் விவாதங்களுக்குப் பிறகு 1949ஆம் ஆண்டு, மன்றம் இணக்கமானதொரு முடிவுக்கு வந்தது. அனைத்துக் குழுக்களின் தேவைகளும் சமநிலையில் எடுத்துக்கொள்ளப்பட்டன. 'தேசிய மொழி' என்று எங்கும் வரையறுக்கப்படவில்லை. மாறாக ஒன்றியத்தின் 'அலுவல் மொழிகள்' மட்டுமே வரையறுக்கப்பட்டன. இந்திய ஒன்றியத்தின் அலுவல் மொழியாக இந்தி தேர்வு செய்யப்பட்டது. பதினைந்து ஆண்டுகளுக்கு ஆங்கிலத்தையும் அலுவல்மொழியாகப் பயன்படுத்த உடன்பாடு ஏற்பட்டது. ஐந்து ஆண்டுகள் கழித்து இந்தியை வளர்க்கவும் ஆங்கிலத்தைப் படிப்படியாக விலக்கவும் வழிவகை காண ஒரு மொழி ஆணையம் ஏற்படுத்தப்படும் எனவும் ஏற்றுக்கொள்ளப்பட்டது.

1950இல் இந்திய அரசியலமைப்புச் சட்டம் நிறைவேற்றப்பட்டது. அது இந்தியை ஆட்சி மொழியாகப் பிரகடனம் செய்தது. ஆங்கிலத்தை அகற்றப் பதினைந்து ஆண்டுக் காலம் தந்தது. பின்னர் அமைக்கப்பட்ட மொழி ஆணையங்கள் இதற்கான நடைமுறைகளை வடிவமைத்தன. தொடர்ந்து ஆட்சி செய்த காங்கிரஸ் பிரதமர்கள், வட இந்திய நாடாளுமன்ற உறுப்பினர்கள், தலைவர்கள் அனைவரும் இந்தியை ஒற்றை ஆட்சிமொழியாக முன்னிறுத்தி, ஆங்கிலத்தை முற்றிலும் நிராகரிக்கும் உறுதியுடன் செயல்பட்டனர்.

சுதந்திர இந்தியாவில் இந்தி எதிர்ப்பு

இந்திய விடுதலைக்குப் பின் பெரும் வலிமையுடன் காங்கிரஸ் ஆட்சியில் அமர்ந்தது. உடனே பள்ளிக் கல்வியில் இந்தியைக் கட்டாயப் பாடமாக்கச் சொல்லி மத்திய அரசு மாநில அரசுகளை வற்புறுத்தியது. இதை ஏற்று அப்போதைய மெட்ராஸ் மாகாண அரசின் முதல்வராக இருந்த ஓமந்தூர் ராமசாமி ரெட்டியார் உத்தரவு பிறப்பித்தார். 1948–'49ஆம் கல்வியாண்டிலிருந்து பள்ளிக் கல்வியில் இந்தியைக் கட்டாய பாடமாக்கினார். அடுத்த மேல் வகுப்புகளுக்குத் தேர்ச்சிபெற்றுச் செல்ல இந்திப் பாடத்தில் பெறவேண்டிய கட்டாய தேர்ச்சி சதவீத மதிப்பெண்ணையும் குறிப்பிட்டார்.

கே. தியாகராஜன்

பெரியார் மீண்டும் இந்தி எதிர்ப்புப் போராட்டத்தைத் தொடங்கினார். ம.பொ. சிவஞானம், திரு. வி. கல்யாணசுந்தரனார் போன்ற தலைவர்களும், பல திராவிடக் கழகத் தொண்டர்களும் போராட்டக் களத்தில் குதித்தனர். சுதந்திர இந்தியாவின் கவர்னர் ஜெனரலாக வருகை தந்த ராஜாஜிக்குக் கருப்புக் கொடி காட்டப்பட்டது. ஏராளமானோர் சிறையில் அடைக்கப்பட்டனர். போராட்டம் மேலும் மேலும் தீவிரமடைவதைத் தடுக்க அரசு மீண்டும் பின்வாங்கியது. 1950–'51 முதல் இந்தியை விருப்பப் பாடமாக மாற்றி ஆணை பிறப்பித்தது.

இந்திக்கு எதிரான, ஆங்கிலத்திற்கு ஆதரவான நிலைப்பாடு தென்னிந்தியாவில், குறிப்பாகத் தமிழகத்தில் வலுப்பெற்றது. பொதுவெளியிலும் நாடாளுமன்றத்திலும் எதிர்ப்பு அதிர்வலைகள் உண்டாக்கப்பட்டன. முன்பு இந்தியின் ஆதரவாளராக இருந்த ராஜாஜி 1958இல் இந்திக்கு எதிராக அனைத்திந்திய மொழிகள் மாநாடு ஒன்றை நடத்தினார். "இந்தி பேசும் இந்தி ஆதரவாளர்களுக்கு ஆங்கிலம் எந்த அளவுக்கு அந்நியமாக உள்ளதோ, அந்த அளவுக்கு இந்தி பேசாதவர்களுக்கு இந்தி அந்நியமாக உள்ளது" என்று மாநாட்டில் பிரகடனம் செய்தார்.

பெரியாரின் திராவிடர் கழகத்திலிருந்து 1949இல் பிரிந்து வந்த அண்ணா, கருணாநிதி முதலிய தலைவர்கள் திராவிட முன்னேற்றக் கழகத்தை நிறுவினர். பெரியாரின் இந்தி எதிர்ப்புக் கொள்கையை அப்படியே பின்பற்றினர். 1953இல் டால்மியாபுரம் என்ற இந்திப் பெயரைக் கல்லக்குடி என மாற்ற வேண்டி தி.மு.க. ரயில் மறியல் இந்தி எதிர்ப்புப் போராட்டத்தை நடத்தியது. அப்போது காவலர்களுடன் ஏற்பட்ட மோதலில் இரு தொண்டர்கள் மாண்டனர்.

இந்தி எதிர்ப்பு வலுத்து வருவதைக்கண்ட பிரதமர் நேரு 1959இல் நாடாளுமன்றத்தில் இந்தி பேசாதோர் விரும்பும் வரையில் ஆங்கிலம் மாற்று ஆட்சி மொழியாகத் தொடரும் என்று வாக்குறுதி அளித்தார். 1963ஆம் ஆண்டில் ஆட்சி மொழிகள் சட்ட மசோதா கொண்டுவரப்பட்டது. அதன்படி நேருவின் சொற்களில் the English language may . . . continue to be used in addition to Hindi என்றிருந்தது.

உடனே அதை அண்ணா நாடாளுமன்றத்தில் எதிர்த்தார்: may continue to be used என்ற சொற்களில் may not continue to be used என்ற பொருளும் உள்ளது. இது சட்டத்தை நீர்த்துப்போகச் செய்துவிடும். எனவே *may* என்ற சொல்லை நீக்கிவிட்டு *shall* என்ற சொல்லைச் சேர்க்கவேண்டும். இல்லாவிட்டால் மீண்டும் இந்தி எதிர்ப்புப் போராட்டம் வரும் என்று எச்சரித்தார். இருப்பினும் இந்தத் திருத்தம் செய்யப்படாமலே சட்டம் நிறைவேற்றப்பட்டது.

அந்த ஆண்டு இறுதியில் மாநில அளவில் தி.மு.க. இந்தியை எதிர்த்துச் சட்ட எரிப்புப் போராட்டத்தை நடத்தியது. அண்ணா ஐந்நூறு தொண்டர்களுடன் கைது செய்யப்பட்டார். அவருக்கு ஆறு மாதச் சிறைத் தண்டனை விதிக்கப்பட்டது. இந்தித் திணிப்பை எதிர்த்து திருச்சியில் 25.01.1964 அன்று சின்னசாமி என்ற தி.மு.க. தொண்டர் தீக்குளித்தார். இது இந்தி எதிர்ப்புக்கான அடுத்த உயிர்ப் பலியானது.

1964இல் நேரு மறைந்தார். அவருக்குப்பின் அவர் தந்த வாக்குறுதிக்கோ, ஆட்சி மொழிகள் சட்டத்துக்கோ மரியாதை இருக்காது, எப்படியும் ஆங்கிலம் அகற்றப்படும், இந்தி திணிக்கப் படும், மத்திய அரசு தேர்வுகள் இந்தியில் நடத்தப்படும், வேலை வாய்ப்புகள் பறிக்கப்படும் என்ற அச்சம் தமிழகத்தில் தலைதூக்கத் தொடங்கியது. இதை உறுதிப்படுத்துவது போல் அப்போதைய தமிழக முதலமைச்சர் பக்தவத்சலம் பள்ளிக் கல்வியில் தமிழ் – ஆங்கிலம் – இந்தி என்ற மும்மொழிக் கொள்கையைச் சட்டப் பேரவையில் அறிமுகம் செய்தார்.

வரலாற்றில் இதுவரை இல்லாத, மாணவர்கள் முன் நின்று நடத்திய, ஒரு மாபெரும் மொழிப்போருக்கான சூழ்நிலை தமிழகத்தில் உருவாகியது. 1965ஆம் ஆண்டுக் குடியரசு நாள்தான் மத்திய அரசு இந்தியைத் தன்னுடைய ஆட்சி மொழியாக மாற்றும் நாள். இதைத் துக்க நாளாக அனுசரிக்க அண்ணா அழைப்பு விடுத்தார். தமிழக அனைத்துக் கல்லூரிகளின் மாணவர் பேரவைத் தலைவர்களும் ஒன்று சேர்ந்து தமிழக மாணவர் இந்தி எதிர்ப்புச் சங்கம் என்ற அமைப்பை உருவாக்கினர். பல இடங்களில் இந்தி எதிர்ப்பு மாநாடுகளை நடத்தினர்.

தமிழக அனைத்துக் கட்சித் தலைவர்கள் பங்குபெற்ற மாநில மாநாடு திருச்சியில் நடத்தப்பட்டது. ராஜாஜி இந்திய அரசியலமைப்புச் சட்டத்தின் 17ஆவது பிரிவைக் கிழித்து அரபிக் கடலில் வீசவேண்டும் என்று ஆவேசமாகப் பேசினார். குடியரசு நாளைத் துக்கநாளாக அரசியல்வாதிகளோ, மாணவர்களோ அவமதித்தால் கடும் விளைவுகளைச் சந்திப்பர் என முதல்வர் பக்தவத்சலம் எச்சரித்தார். ஒரு நாள் முன்னதாக ஜனவரி 25ஆம் நாளைத் துக்க நாளாக அனுசரிக்க அண்ணா அழைப்பு விடுத்தார்.

அண்ணாவும் மூவாயிரம் தி.மு.க. தொண்டர்களும் கைதுசெய்யப்பட்டுத் தடுப்புக் காவலில் வைக்கப்பட்டனர். மதுரையில் காங்கிரசாருக்கும் மாணவர்களுக்கும் இடையே ஏற்பட்ட மோதலால் ஏழு மாணவர்கள் படுகாயமடைந்தனர். மதுரையில் மட்டுமல்லாமல் தமிழகமெங்கும் கலவரங்கள் காட்டுத்தீ போல பரவின. போராட்டக்காரர்கள் பொதுச்

சொத்துகளைச் சேதப்படுத்தினர். கொள்ளை, தீவைப்புச் சம்பவங்கள் நிகழ்ந்தன. காவல் துறையும் துணை ராணுவமும் இணைந்து கலவரங்களை அடக்கத் தடியடியிலும் துப்பாக்கிச் சூட்டிலும் இறங்கின.

இரு காவலர்கள் தீயிட்டு எரிக்கப்பட்டனர். ஐந்து போராட்டத் தொண்டர்கள் தீக்குளித்தனர். மூவர் விஷமருந்தித் தற்கொலை செய்தனர். இரு மாத அசாதாரண நிகழ்வுகளில் அரசுத் தரப்பின் படி எழுபது பேரும், அரசு சாராத தரப்புகளின்படி ஐந்நூறு பேரும் இறந்தனர். மத்திய காங்கிரஸ் அமைச்சரவையிலிருந்து தமிழகத்தைச் சேர்ந்த சி. சுப்பிரமணியமும் ஓ. வி. அளகேசனும் ராஜினாமா செய்தனர். ஆளுங்கட்சிக்குள்ளே இந்தி எதிர்ப்பு வலுக்கத் தொடங்கியது.

வேறு வழியின்றி மத்திய அரசு மீண்டும் பின்வாங்கியது. பிரதமர் லால் பகதூர் சாஸ்திரி நாட்டு மக்களிடம் வானொலியில் பேசினார். நேருவின் வாக்குறுதி முழுமையாகக் காப்பாற்றப்படும், மத்திய – மாநில அரசுகளுக்கு இடையேயான தொடர்புகளிலும், மத்திய அரசுத் தேர்வுகளிலும் ஆங்கிலம் தொடரும் என்று உறுதி அளித்தார். மத்திய அரசின் அனைத்து அலுவல்களிலும் இந்தி– ஆங்கிலம் ஆகிய இருமொழிகளின் பயன்பாட்டை உறுதிசெய்யும் சட்டத் திருத்தம் ஒருவழியாக 1968இல் அமலுக்கு வந்தது.

இதற்குப் பின்னரும் தமிழகத்தில் பள்ளிக் கல்வியில் மும்மொழிக் கொள்கைக்கு எதிரான போராட்டம் தொடர்ந்தது. தமிழக அரசு இந்தியை முற்றிலும் நீக்கிவிட்டு, தமிழ் – ஆங்கிலம் என்ற இரு மொழிக் கல்விக் கொள்கையை ஏற்று அமல்படுத்தியது. தமிழின் பயன்பாட்டை அனைத்து அரசு அலுவல்களிலும் நடைமுறைக்குக் கொண்டுவந்தது.

1986இல் ராஜீவ் காந்தி பிரதமராக இருந்தபோது நாடெங்கும் ‘நவோதயா பள்ளிகள்’ என்ற திட்டத்தைக் கொண்டுவந்தார். இப்பள்ளிகளில் இந்தி கட்டாயமாக்கப்படும், இந்தி மீண்டும் தமிழகத்தில் நுழையும் என அதற்கு எதிரான போராட்டத்தைத் தி.மு.க. கையிலெடுத்தது. இந்திய அரசியலமைப்புச் சட்டத்தின் 17ஆவது பிரிவை எரித்ததில் தலைவர் கருணாநிதி உட்பட இருபதாயிரம் தொண்டர்கள் கைது செய்யப்பட்டனர். 21 தொண்டர்கள் தீக்குளித்தனர். இந்த எதிர்ப்பினால் தமிழகத்தில் மட்டும் இன்றுவரை நவோதயா பள்ளிகள் திறக்கப்படவில்லை.

2014இல் ஆட்சியில் இருந்த பா.ஜ.க. அரசு பிறப்பித்த ‘சமூக வலைத்தளங்களில் அரசு அதிகாரிகள் இந்தியைப் பயன்படுத்த வேண்டும்’, ‘பல்கலைக்கழகங்களில் இந்தியைக் கற்பிக்க வேண்டும்’ என்ற ஆணைகளுக்கும் தமிழகத்தில் பெரும் எதிர்ப்பு கிளம்பியது.

இதனால் அரசு பின்வாங்கியது. 2019இல் கஸ்தூரிரங்கன் குழுவினரின் 'மும்மொழிக் கல்வி – இந்தி மொழி பேசாத மாநிலங்களில் இந்தி கற்பித்தல்' என்ற திட்டம் வரைவறிக்கை வடிவில் வெளியிடப்பட்ட உடனேயே கடும் எதிர்ப்பு கிளம்பியது. இதனால் இம்முறையும் ஆளும் பா.ஜ.க. அரசு பின்வாங்கியது.

கஸ்தூரிரங்கன் குழுவினரின் மொழிக் கல்வித் திட்டத்தைப் பற்றிய 01.06.2019 தேதியிட்ட எட்டு நாளேட்டுச் செய்தித் தலைப்புகள் மேலே பட்டியலிடப்பட்டன. அவையே இங்கு எடுத்துக்காட்டு விமர்சன மொழிவழிப் பரிமாற்றக்களன் பகுப்பாய்வுக்கு எடுத்துக்கொள்ளப்பட்டுள்ளன. விரிந்த கட்டமைப்புக் கோண ஆய்வில் சமூக – கலாச்சார நிகழ்வுகள் முக்கியத்துவம் பெறுகின்றன. தமிழ்ச் சமூக – கலாச்சாரத்தின் உந்துதலாலேயே தமிழகத்தில் இந்தி எதிர்ப்பு உதித்தது; தொண்ணூறு ஆண்டுகளுக்கும் மேலாகவும் அதன் வரலாறு நீண்டு வருகிறது.

'நானாக விரும்பினால் நானூறு கூட செய்து முடிப்பேன்! என் மீது எவரும் எதையும் திணிக்க முயன்றால் எள்ளளவும் இடம் தரேன்! எமன் என்றாலும் என்னுயிரையும் தந்து எதிர்த்து நிற்பேன்!' என்று கருதுவது தமிழ்க் கலாச்சாரத்தின் ஒரு அடிப்படைக் கூறு. தமிழ் மொழியின் தொன்மை, செம்மை, பெருமை, வளமை, மரபு ஆகியவற்றில் தமிழ்ச் சமூகம் மான உணர்வு மிகுந்தது; மிகவும் உணர்ச்சிவசப்படக் கூடியது; தமிழைத் தாயாகப் போற்றி வணங்குவது. தாய் மொழிக்காகப் போர்புரிந்து உயிர்த் தியாகம் செய்வது உலகளவில் வேறு எந்த சமூகத்திலும் இருப்பதாகத் தெரியவில்லை.

பிரித்தானியக் காலனிய கால ராணுவ ஆதிக்கத்தில் ஆட்சி மொழியாகவும் உயர் கல்வி மொழியாகவும் ஆங்கிலம் கோலோச்சியது. பல ஆண்டுகள் இந்திய மக்கள் ஆங்கில மொழியாதிக்கத்துக்கு அடிபணிய நேர்ந்தது. விருப்பம் இல்லாமலேயே ஆங்கிலத்தைக் கற்றனர். ஆனால் 1937ஆம் ஆண்டு 'மெட்ராஸ் மாகாணத்' தேர்தலில் வெற்றிபெற்று இந்திய தேசிய காங்கிரஸின் முதலமைச்சரான ராஜாஜி பள்ளிக் கல்வியில் கட்டாய இந்தி என்ற உத்தரவைப் பிறப்பித்த உடனே தமிழகமே கொதித்தெழுந்து எதிர்த்தது.

பின்னர் 1946ஆம் ஆண்டில் தொடங்கிய இந்திய அரசியலமைப்பு நிர்ணய மன்றத்தின் செயல்பாடுகள், கூட்டத்தில் உத்திரப் பிரதேச தீவிர இந்தி ஆதரவாளர் துலேகரின் 'இந்தி தெரியாதவர்கள் இந்தியாவில் இருக்க உரிமையற்றவர்கள்', 'இந்தி தெரியாதவர்கள் இந்திய அரசியலமைப்புச் சட்ட

நிர்ணய மன்ற உறுப்பினராக இருப்பதற்குத் தகுதியற்றவர்கள்' என்ற முழக்கம், 'பிளவுபடாத ஒருங்கிணைந்த இந்தியா' வேண்டுமா அல்லது 'இந்தி ஏகாதிபத்திய'த் தீவிரப் போக்கால் 'பிளவுபட்ட இந்தி – இந்தியா' வேண்டுமா என்று நீங்களே முடிவு செய்துகொள்ளுங்கள் என்ற மெட்ராஸ் மாகாண டி.டி. கிருஷ்ணமாச்சாரியின் எதிர் முழக்கம், தொடர்ந்து ஆட்சி செய்த காங்கிரஸ் பிரதமர்கள், வட இந்திய நாடாளுமன்ற உறுப்பினர்கள், தலைவர்கள் அனைவருடைய 'ஆட்சிமொழி இந்தி மட்டுமே' என்ற உறுதியான நிலைப்பாடு, அதற்குத் தமிழகத்தின் கடுமையான எதிர் நிலைப்பாடு ஆகிய வரலாற்றுத் தொடர் நிகழ்வுகளை மேலே கண்டோம்.

மக்களாட்சியின் பலமும் பலவீனமும் ஆகிய 'பெரும்பான்மை' என்ற பெயரில் இந்தி ஆதரவாளர்கள் செல்வாக்கைப் பெருக்கிக்கொண்டார்கள். அவர்களின் இறுகிய மதிப்பீடுகள், விருப்பு வெறுப்புகள், பார்வைகள், நிலைப்பாடுகள் ஆகியவை இந்திக்கு முழு மையநிலை அதிகாரம் தந்தன. மற்ற இந்திய மொழிகளை விளிம்புநிலைக்குத் தள்ள முயன்றன. பழைய பிரித்தானிய எஜமானர்கள் ஆங்கில மொழியாதிக்க அதிகார மையங்கள் பலவற்றில் அமர்ந்து ஆட்சி செய்தார்கள். அவை அனைத்தையும் கைப்பற்றி இந்தி மொழியாதிக்க அதிகார மையங்களாக மாற்றப் புதிய 'இந்தி' – இந்திய எஜமானர்கள் முனைந்துவருகின்றனர்.

ஒவ்வொரு முறையும் 'இந்தி' – இந்திய மத்திய அரசு 'இந்தி' மேலாதிக்கத் திட்டம் ஒன்றை அமல்படுத்த முயலும்போதெல் லாம் உரத்த முதல் எதிர்ப்புக் குரல் தமிழகத்தில் எழும். எதிர்ப்பின் தீவிரத்தைக் கண்டு அஞ்சி மேலாதிக்கத் திட்டத்தைக் கைவிட்டு மத்திய அரசு பின்வாங்கும். இப்படிப்பட்ட 'போர்க்கள' 'மொழியாதிக்க உறவுகள்' தமிழகத்திற்கும் மத்திய அரசுக்கும் இடையே கடந்த தொண்ணூறு ஆண்டுகளுக்கும் மேலாகத் துன்பத் தொடர் நிகழ்வுகளில் பதிவாகி வருகின்றன. பல கட்டங்களில் பல உயிர்களைப் பலி தரும் அளவுக்கு இந்தி எதிர்ப்பின் பரிமாணம் இருந்திருக்கிறது. 'இந்தித் திணிப்பு' என்ற சொற்களிலேயே 'கலவரம்', 'உயிர்ப் பலி' என்ற பொருள் பொதிவுகளும் வந்துவிட்டன.

செய்தித் தலைப்புகள் எட்டு இங்கு விமர்சன மொழிவழிப் பரிமாற்றக்களன் பகுப்பாய்வுக்கு எடுத்துக் கொள்ளப்பட்டுள்ளன. இவற்றுக்கான விரிந்த கட்டமைப்பைத் தமிழ்ச் சமூக – கலாச்சாரம் உந்திய இந்தி எதிர்ப்புத் தொடர் நிகழ்வுகள் தந்துள்ளன. இவற்றுள் ஒன்று 2019ஆம் ஆண்டின் கஸ்தூரி ரங்கன் குழுவினுடைய வரைவறிக்கையின் கட்டாய இந்தித் திட்டம் ஆகும். [அதற்கு

மீண்டும் தமிழகத்தில் கிளம்பிய எதிர்ப்பால், சில மாதங்களில், "இந்தி கட்டாயமில்லை. அது ஒரு விருப்பப் பாடமே!" என்று மத்திய அரசின் நிலைப்பாடு மாறியது.]

எட்டுச் செய்தி நிறுவனங்கள் இந்த அறிக்கையைப் பற்றிய தகவலை வாசகர்களுக்குக் கொண்டு சேர்க்கும் முறைதான் இங்குள்ள மொழிவழிப் பரிமாற்றச் செயல் – பேசுபொருள். இச்செயல் ஒன்றுதான் என்றாலும் எழுத்து வடிவில் பதிவு பெறும்போது எட்டு செய்தித் தலைப்புகளாக வாசகரைச் சென்றடைகின்றன. இவற்றுக்கான விரிந்த கட்டமைப்பு பொதுவானது; அதுவே பின்புலமாகவும் அமைந்துள்ளது.

எட்டுத் தலைப்புகளையும் பகுப்பாய்வு உற்று நோக்குகிறது. விரிந்த கட்டமைப்பின் சமூக – கலாச்சாரக் கூறுகள் நுண்ணிய கட்டமைப்பின் மொழிக்கூறுகளில் எந்தெந்த வழிகளில் பதிவாகின்றன என்று ஆய்வு செய்கிறது. பிந்தியவை முந்தியவற்றோடு எவ்வாறு பின்னிப் பிணைந்து மறைந்து நின்று இயங்குகின்றன, தலைப்புகளின் வழியே வாசகரிடம் எப்படிப்பட்ட தாக்கங்களை உண்டாக்குகின்றன என்பவற்றை விளக்குகிறது. தலைப்புகளில் உள்ள வேறுபாடுகளுக்கான காரணங்களைக் கண்டறிய முனைகிறது.

3.6.5.2.2 நுண்ணிய கட்டமைப்புப் பகுப்பாய்வு

ஒரு செய்தி நிறுவனம் ஒரு நிர்வாகத்தினுடைய மேலாண்மையின் கீழ் இயங்குகிறது. அது பெரிதும் வளர்ந்து விரிவாக்கம் பெறவே விரும்புகிறது; எனவே அதற்கான வணிகக் கொள்கைகளையும் பிற கொள்கைகளையும் அவற்றைச் செயல்படுத்தும் உத்திகளையும் வகுக்கிறது. அவை அனைத்துக்கும் கட்டுப்படும் ஊழியர்களையே பணியில் அமர்த்துகிறது. இக்கொள்கைகளிலும் உத்திகளிலும் ஒரு செய்தி நிறுவனம் இன்னொன்றிலிருந்து வேறுபடுகிறது. எனவே செய்தி ஒன்றுதான் என்றாலும் அதைத் தரும் விதங்கள் வேறுபடுகின்றன.

இன்றைய செய்தி ஏடுகள் அனைத்தும் நடுநிலையில் நின்று அறம் சார்ந்து இயங்குகின்றன என்று சொல்லமுடியாது. உள்ளதை உள்ளபடியே, நடந்ததை நடந்தபடியே செய்திகளாகத் தருகின்றன என்றும் சொல்ல முடியாது. பணத்துக்காக நடக்காததை நடந்ததாகத் திரித்துச் சொல்லும் ஏடுகள் உண்டு. அரசியல் அமைப்புகளைச் சார்ந்த ஏடுகள் உண்டு. பெருவணிக நிறுவனங்கள் மேலாண்மை செய்யும் ஏடுகள் உண்டு. எனவே நிர்வாகம் தெரிவுசெய்யும் வர்ணம் பூசப்பட்ட செய்தியையே எந்த ஏடும் தரமுடியும்; தருகிறது.

ஒரு செய்தித் தலைப்பு அதன் கீழ் வரும் செய்தியைவிட முக்கியமானது. ஐந்தாறு சொற்களில் அது முழுச்செய்தியின் சாராம்சத்தை உயிர்ப்புடன் வடித்துத் தரவேண்டும்: வாசகர்களைத் தன்பால் ஈர்க்க வேண்டும். அதன் பின் முழுச் செய்தியையும் படித்துமுடிக்கும்வகையில் அவர்களுடைய ஆர்வத்தைத் தூண்ட வேண்டும். அவர்களின் கவனத்தைத் தன்னிடமே இருத்திக்கொள்ள வேண்டும். ஏட்டின் மற்ற செய்திகளையும் அதே ஆர்வத்துடன் படிக்க அழைத்துச் செல்லவேண்டும். முதல் விருப்ப ஏடாக ஏற்றுக்கொண்டு தினமும் வாசகர்களை வரச்செய்ய வேண்டும். எட்டு செய்தித் தலைப்புகளும் ஏடுகளின் மேலாண்மைப் பார்வைகள், கொள்கைகள், நோக்கங்கள், மேலே சொன்ன விரிந்த, நுண்ணிய கட்டமைப்புக் கோணங்கள் ஆகியவற்றின் அடிப்படையில் கீழே ஆய்வு செய்யப்பட்டுள்ளன. தலைப்புகளுடைய சொற்களும் கூர்ந்து நோக்கப்பட்டுள்ளன.

(i) 'இந்தித் திணிப்பு' என்ற சொற்களை *மாலை மலர்*, *தினகரன்* இரண்டும் பயன்படுத்தியுள்ளன. சுய விருப்பத்துக்கு மாறாக ஒன்றைச் செய்ய பலவந்தப்படுத்துவது திணிப்பாகும். இந்தி எதிர்ப்புப் போராட்டத்தில் நீண்ட வரலாற்றின் ஒவ்வொரு கட்டத்திலும் தமிழினத் தன்மான உணர்வால் மக்களும் தலைவர்களும் திணிப்புக்குக் கடும் எதிர்வினை ஆற்றினார்கள். பெரும் வேதனைகளையும் இழப்புகளையும் சந்தித்தார்கள். உரிமைகளை நிலைநாட்டி, தமிழ் இளைஞர்களின் வேலை வாய்ப்புகளைப் பாதுகாத்தார்கள். இரண்டாந்தர குடிமக்களாக்கப் படுவதைத் தடுத்தார்கள்.

இவையனைத்தையும் இவ்விரு சொற்களும் நினைவூட்டு கின்றன. மாலை மலர் தன்னுடைய தலைப்பில் கஸ்தூரிரங்கன் குழுவினரின் திட்டத்துக்கு அன்றைய தமிழகத் தலைவர்கள் தெரிவித்த உடனடி எதிர்ப்பைப் பதிவு செய்கிறது. தமிழக மக்கள் விழிப்புடன் இருக்கவேண்டியதைச் சொல்லாமல் சொல்லுகிறது. 'தினகர'னுடைய தலைப்பில் இந்த எச்சரிக்கை இல்லை.

(ii) *Twitter*, பல்லாயிரக் கணக்கான மக்கள் அன்றாடம் பலமுறை பயன்படுத்தும் ஒரு சமூக இணையதளம். கருத்துகள், உணர்வுகள், செய்திகள், விருப்பு வெறுப்புகள், நிகழ்வுகள் போன்றவற்றை மக்கள் உடனுக்குடன் இணையம் வழியே உலகளவில் பகிர்ந்துகொள்ள ட்விட்டர் தளம் ஒரு மேடை அமைத்துக் கொடுக்கிறது. பெரும்பாலும் குறுந்தகவல்களாக இப்பகிர்தல் நிகழ்கிறது. ஒரு குறிப்பிட்ட குறுந்தகவலை # (hash) என்ற எண்குறிக்குப் பின்னே ஒரு தலைப்பைச் சேர்த்து ஒருவர் பகிர்தலைத் தொடங்கலாம். இக்குறியுடன் கூடிய தலைப்பு hashtag என்று சொல்லப்படுகிறது.

மொழிபெயர்ப்பியல்

பகிர்தலில் பங்குபெறும் அனைவரும் அதே தலைப்பின் கீழ் அவரவர் எதிர்வினைகளைச் சேர்த்து மேலும் பலருடன் பகிர்தலைத் தொடரலாம். பகிர்தலும் எதிர்வினைகளும் மேலும் மேலும் பலருக்குச் சென்று அவர்களும் எதிர்வினைகளைச் சேர்த்துப் பரப்பும்போது அது மிக நீண்ட சங்கிலி போல் தொடருகிறது. அத்தலைப்பு பல்லாயிரக் கணக்கான மக்களின் எதிர்வினைகளுடன் மின்னல் வேகத்தில் மிகவும் பிரபலம் (trending) ஆகிறது.

தினகரன், மாலை மலர் இரண்டும் செய்தியை வரலாற்றுப் பின்புல நினைவூட்டலுடன் தருகின்றன. *மாலை மலர்* அவற்றோடு அன்றைய தமிழகத் தலைவர்களின் எதிர்ப்பையும் பதிவுசெய்து அதன் மூலம் மறைமுக எச்சரிக்கை தருகிறது. செய்தி, வரலாற்று நினைவூட்டல், இன்றைய தலைவர்களின் எதிர்ப்பு, என்ன அபாயம் வரலாம் என்ற தெளிவான எச்சரிக்கை ஆகியவற்றைச் சேர்த்து The Indian Express தமிழ் தலைப்பை உருவாக்கியுள்ளது. அத்துடன் #StopHindiImposition என்ற தலைப்புள்ள மக்களின் எதிர்வினைக் கருத்துக் கோவை ட்விட்டர் தளத்தில் மிகவும் பிரபலமாகியுள்ளதையும் சொல்கிறது.

இதன் மூலம் இணையத் தொடர்பில் ஆயிரக் கணக்கான மக்கள் எதிர்வினைகளைப் பதிவு செய்துவருவதைத் தெரிவிக்கிறது. ஆனால் இணையப் பயனர்களுக்கு, குறிப்பாக *Twitter* என்ற இணைய தளம், hashtag, trending என்ற இணையக் கருத்தாக்கங்கள் ஆகியவை பற்றித் தெரிந்தவர்களுக்குத்தான் இத்தலைப்பு எடுபடும்; புரியும். அப்படிப்பட்ட வாசகர்களையே இது குறிவைக்கிறது. இவை பற்றி அறியாத பாமரர்களுக்கான தலைப்பு அல்ல இது.

(iii) அன்றைய தமிழகத் தலைவர் ஒருவர் "மொழிப்போர் மீண்டும் வெடிக்கும்" என்று எச்சரித்துள்ளார். இச்சொற்கள் குறிப்பிடும் கடுமையான விளைவு என்ற எச்சரிக்கையை News 18 தமிழ் தன்னுடைய தலைப்பில் முன்னிலைப் படுத்துகிறது. 'மீண்டும்', 'வெடிக்கும்' என்ற இரு சொற்களும் முன்பு வெடித்த ஒரு மொழிப்போரைக் குறிப்பிடுகின்றன. குறிப்பாக 1965ஆம் ஆண்டில் காவல் துறையும் துணை ராணுவமும் இந்தி எதிர்ப்புப் போராட்டத்தின்போது இணைந்து நடத்திய துப்பாக்கிச் சூட்டையும், வாங்கிய நூற்றுக் கணக்கான உயிர்ப்பலியையும் நினைவூட்டுகின்றன. இன்றைய வாசகரிடம் அச்சத்தையும் பதற்றத்தையும் ஏற்படுத்துகின்றன.

(iv) ஒன் இந்தியா தமிழ் என்ற ஏட்டின் தலைப்பு இப்படியுள்ளது: "வருகிறது புதிய கல்விக் கொள்கை ... இனி இந்தி கட்டாயம் ... பரபரக்கும் கஸ்தூரிரங்கன் பரிந்துரைகள்".

இதில் உள்ள செய்வினை– செயப்பாட்டுவினைக் குழப்பத்தை முதலில் சுட்டிக்காட்ட வேண்டியுள்ளது. பரிந்துரைகள் பரபரக்கவில்லை; 'பரபரக்கவைக்கும் பரிந்துரைகள்' என்று ஏடு சொல்லியிருக்க வேண்டும். ஆனால் இலக்கணக் குழப்பத்துடன் தலைப்பை உருவாக்கிவிட்டது. செய்திகளில் பரபரப்பை உண்டாக்குவது இந்த ஏட்டின் முதன்மைச் செய்திக் கொள்கையோ என எண்ணத் தோன்றுகிறது.

"வருகிறது புதிய கல்விக் கொள்கை ..." என்ற நாடகபாணி அறிவிப்பு பரபரப்பை உண்டாக்க முயலுகிறது. ". . . இனி இந்தி கட்டாயம் ..." என்ற ஆணி அடிப்பது போன்ற முச்சொல் சாராம்சம் பரபரப்பைக் கூட்ட முயலுகிறது. தலைப்பின் முச்சொல் இறுதித் துண்டான "பரபரக்கும் கஸ்தூரிரங்கன் பரிந்துரைகள்" பரபரப்பை உண்டாக்கும் காரணியைச் சுட்டிக்காட்டுகிறது. தன்னுடைய 'பரபரப்பு' என்ற முதன்மைச் செய்திக் கொள்கையை இந்த ஏடு தலைப்பில் நேரடியாகப் பதிவு செய்துள்ளது. மூன்று/நான்கு சொற்களில் ஆன மூன்று துண்டு களில் 'பரபரக்கவைக்கும்' இத்தலைப்பு பாமரர்களுக்கானது.

(v) "புதிய கல்விக் கொள்கை . . . தமிழகத்தில் இந்தி!" என்ற சாதாரணத் தலைப்பில் நக்கீரன் செய்தியைத் தருகிறது. இதில் பரபரப்பு இல்லை. மக்களின், தலைவர்களின் எதிர்ப்பு பற்றிய கூறு இல்லை. 'திணிப்பு' என்ற சொல்லும், அது நினைவூட்டும் வரலாற்றுப் பின்னணியின் பொதிவும் இல்லை. "இந்தி படிப்பது கட்டாயம்: தமிழகத்தில் கிளம்பும் எதிர்ப்பு" என்ற பிபிசி தமிழ் ஏட்டின் தலைப்பு இந்தி படிப்பது கட்டாயம் ஆகப்போவதற்குத் தமிழகத்தில் எழும் எதிர்ப்பைச் சாதாரணமாகச் சொல்கிறது. 'திணிப்பு' இதிலும் தவிர்க்கப்படுகிறது.

(vi) "புதிய கல்விக் கொள்கை: இனி இந்தி கட்டாயமா?" என்ற காவிரி செய்தித் தொலைக்காட்சியின் தலைப்பும் 'திணிப்பு' என்ற சொல்லைத் தவிர்க்கிறது. செய்தியைச் செய்தியாக மட்டும் தருகிறது. 'இது ஒரு வரைவறிக்கைக் கொள்கைதான், அரசு ஏற்றால்தான் கட்டாய இந்தி வரும், அரசு ஏற்குமா?' என்ற நடுநிலை நிலவரத்தைக் கேள்விக்குறி மூலம் தெரிவிக்கிறது. "மத்திய அரசின் புதிய கல்விக் கொள்கையில் இந்தி திணிப்பு?" என்ற தினகரன் தலைப்பிலும் கேள்விக்குறி உள்ளது. முன்னதில் 'திணிப்பு' இல்லை. எனவே நீண்ட வரலாற்று வேதனை நினைவூட்டலும் இல்லை; பின்னதில் 'திணிப்பு' உண்டு; வேதனை நினைவூட்டலும் உண்டு.

கஸ்தூரிரங்கன் குழுவினரின் புதிய கல்விக் கொள்கை பற்றிய செய்தி ஒன்றுதான் என்றாலும் எட்டு ஏடுகள் எட்டு

விதங்களில் தலைப்புகளை உருவாக்கியுள்ளன. இவற்றுக்கான விரிந்த கட்டமைப்பும் ஒன்றேதான். ஆனால் அதனுடைய மறைமுக இயக்க அளவானது தலைப்புகள் ஒவ்வொன்றிலும் கூடுதலாகவோ குறைவாகவோ காணப்படுகிறது. இதனாலும் செய்தி ஏடுகளின் கொள்கைகள், பார்வைகள், வாசகரை நோக்கிய அணுகுமுறை நகர்வுகள் ஆகியவற்றாலும் தலைப்புகளின் உருவாக்கம் மாறுபடுகிறது. ஆகவே அவற்றின் நுண்ணிய கட்டமைப்புகளும் வேறுபடுகின்றன.

குறிப்பாகத் தலைப்புகளில் காணப்படும் சொல் தெரிவுகளின் அர்த்தங்களைக் குறிவைப்பதில் ஏடுகள் வேறுபடுகின்றன. கஸ்தூரிரங்கன் குழுவினரின் புதிய கல்விக் கொள்கை என்ற நிகழ்வின் கூறுகளில் எவற்றை முன்னிலைப்படுத்த வேண்டும், எவ்வகையான வாசகர்களிடம் அவற்றை எப்படி கொண்டு சேர்க்க வேண்டும், எவ்விதத் தாக்கங்களை அவர்களிடம் உண்டாக்க வேண்டும் என்பவற்றிலும் ஏடுகள் வேறுபடுகின்றன.

சுருக்கமாகச் சொன்னால் ஒவ்வொரு ஏடும் ஒரு குறுகிய தலைப்பின் மூலம் வாசகரிடம் ஒரு மொழிவழிப் பரிமாற்றத்தை நிகழ்த்துகிறது. அது சொற்களில் பதிவு பெறுகிறது. நிகழ்வையும் பதிவுகளையும் பகுப்பாய்வு செய்தால் பல விரிந்த, நுண்ணிய கட்டமைப்புக் கூறுகள் பின்னிப் பிணைந்து மறைந்து நின்று இயங்குவது தெரியவருகிறது.

இந்த இயக்கம் ஏட்டுக்கு ஏடு பலவிதங்களில் மாறுபடுகிறது. மாறுபாடுகள் பல அணுகுமுறைகளுக்கு வழிவகுக்கின்றன. இத்தகைய மொழியியல் பகுப்பாய்வு ஒரு பனுவலின் மிகவும் ஆழமான அர்த்த பரிமாணங்களை வியக்கும் அளவுக்கு வெளிக் கொணருகிறது. இது மொழியாக்கத்தில் எவ்வளவு பயனுள்ளதாக இருக்கும் என்பதைச் சொல்ல வேண்டியதில்லை.

3.7 பனுவல் மொழியியல் (Text Linguistics)

மொழியியலின் பிந்திய கிளைகளுள் மூன்றாவதாக வரும் பனுவல் மொழியியல் பற்றிய செய்திகள் இப்பகுதியில் சுருக்கமாகத் தரப்படுகின்றன. மிக நீண்ட காலமாக, மொழியைப் பற்றிய ஆய்வுகளும் கல்வியும், வாக்கிய மட்டத்தையும் மற்றும் வாக்கியத்தின் உட்கூறுகள் மட்டத்தையும் தாண்டிச் செல்லாமல் இருந்தன. செயற்கையாக உண்டாக்கப்பட்ட ஒற்றை வாக்கியம் உதாரணமாகத் தரப்படுவது வழக்கம்; அல்லது எங்கிருந்தோ பிடுங்கி எடுக்கப்பட்ட ஒற்றை வாக்கியம் தரப்படுவதும் வழக்கம். அதனுடைய இயற்கையான மொழிப்பயன்பாட்டுச் சூழ்நிலைத் தகவல்கள் தரப்படுவதில்லை. அவை தேவையில்லை என்ற

நிலைப்பாடுகூட சில பண்டிதர்கள் மத்தியில் இருந்தது. முற்றிலும் ஒற்றை வாக்கியத்தின், அதன் கூறுகளின், அடிப்படையிலேயே ஆய்வு முடிவுகளும் விளக்கங்களும் தரப்பட்டன.

ஆனால் இயற்கையான மொழிப்பயன்பாட்டுச் சூழ்நிலைப் பின்புலத் தகவல்களே ஒரு வாக்கியத்தை ஒரு கூற்றாக மாற்றி அதற்கு உயிரோட்டம் தருகின்றன. அவை இல்லாமல் செய்யப் படும் ஆய்வுகள் உயிரில்லா உடலை வைத்துச் செய்யப்படும் பிணக்கூறு ஆய்வுகளுக்கு ஒப்பானது. உயிர் தரும் இயக்கங்கள், பயன்களால்தான் உடல் கூறுகளுக்கு முக்கியத்துவம் கிடைக்கிறது. உயிரில்லாக் கூறுகளுக்கு அல்ல.

'பிணக்கூறு ஆய்வு' மரபுக்கு எதிரான புதிய அணுகுமுறையில் ஒற்றை வாக்கிய ஆய்வுகள் தவிர்க்கப்படுகின்றன. உயிரூட்டும் மொழிப்பயன்பாட்டுச் சூழ்நிலைப் பின்புலத் தகவல்கள் முன்னிறுத்தப்படுகின்றன. இங்குப் பனுவலின் முழு வடிவம் கூர்ந்து நோக்கப்படுகிறது. அதே நேரத்தில், குறிப்பிட்ட சமூக, மொழிவழிப் பரிமாற்ற சூழ்நிலைப் பின்புலத்தில், பனுவலைப் படைப்பவருடைய பங்களிப்புக்கு அதைப் பெறுபவர்களுடைய பங்களிப்புகளுக்கும் முக்கியத்துவம் தரப்படுகிறது. இங்கு நிகழும் ஆய்வுகளுக்கு முழுப் பனுவலே அலகாகும். இப்புதிய அணுகுமுறை 'பனுவல் மொழியியல்' என அழைக்கப்படுகிறது.

பனுவல் என்றால் என்னவென்று முன்பு பேசப்பட்டது *(காண்க. ப–ள். 44–5)*. இந்தப் பகுதியில் மீண்டும் அக்கேள்வி எழும்புகையில் சற்று அகழ்ந்த, விரிந்த விடை தேவைப்படுகிறது. பனுவல் மொழியியலின் தொடக்கக் காலத்தில் அதைப்பற்றிப் பல மொழியியல் அறிஞர்கள் வேறுபட்ட கருத்துகளை முன்வைத்தனர். அவர்களுள் டி ப்யூக்ராண்ட் (De Beaugrande), ட்ரெஸ்லர் (Dressler) என்ற இருவர் இணைந்து எழுதிய *Introduction to Text Linguistics (1981)* என்ற புத்தகத்தில் உள்ள கருத்துகளே இன்று பரவலாக ஏற்றுக்கொள்ளப்பட்டுள்ளன.

இவ்விருவரும் எது பனுவல் என்று வரையறுக்கிறார்கள். ஒரு பனுவல் என்பது ஒரு மொழிவழிப் பரிமாற்ற நிகழ்வு. அது ஒரு பனுவல்தான் என்பது அதனுடைய பனுவல் தன்மையைப் (Textuality) பொறுத்தது. பின்வரும் ஏழு கொள்கைகளை, அளவீடுகளை, பூர்த்தி செய்வதன் மூலம் பனுவல் தன்மை பெறப்படுகிறது: Cohesion, Coherence, Intentionality, Acceptability, Informativity, Situationality & Intertextuality. இவற்றுள் ஏதேனும் ஒன்று மட்டும் இல்லை என்றாலும், கிடைப்பது கற்குவியல் போன்ற ஒரு வாக்கியக் குவியலாக இருக்குமே தவிர பனுவல் ஆகாது. இவை ஒவ்வொன்றும் கீழே விரித்துக் காணப்படுகின்றன.

3.7.1 சொல்/இலக்கண மட்டப் பிணைப்பு (Cohesion)

மொழியின் சொல்/இலக்கணக் கட்டமைப்புப் பின்னலில் இது ஆற்றும் முக்கிய பங்கு மேலே விவரிக்கப்பட்டது *(காண்க. ப–ள். 235–43)*. பனுவலின் வாக்கியக் கூறுகளுக்கு இடையேயும், வாக்கியங்களுக்கு இடையேயும் உள்ள இலக்கண மட்டத்திலும், சொல் அர்த்த மட்டத்திலும் அது நிகழும் விதத்தை எடுத்துக்காட்டுகள் விளக்கின. அதற்கு உதவும் சில பிணைப்புக் கருவிகள் *(cohesive devices)* அடையாளம் காணப்பட்டன.

'சுட்டல், சொல் மட்டப் பிணைப்பு, சேர்த்தல், மாற்றீடு செய்தல், நீக்கல்' ஆகிய ஐந்து பிரதான உத்திகளின் தொகுப்பாக பிணைப்பு இயங்குவது விவரிக்கப்பட்டது. விரிந்து கொடுத்து, இலக்கணக் கட்டமைப்புக்கு அப்பாலும் பிணைப்பால் ஒருங்கிணைப்புகளை நிறுவ முடியும் என்றும் ஒத்திசைந்த மொழிப்பின்னலை உருவாக்க முடியும் என்றும் சொல்லப்பட்டது.

3.7.2 விரிந்த அர்த்த மட்டப் பின்னல் (Coherence)

'இந்தியா' என்ற தலைப்புடைய ஒரு புத்தகத்தில் நிலப்பரப்பு, மாநிலங்கள், யூனியன் பிரதேசங்கள், பாதுகாப்பு, அரசியலமைப்பு, பொருளாதாரம், இயற்கை வளங்கள், மக்கள் தொகை,மொழிகள்,சமயங்கள்,கல்வி,பண்பாடு,சுற்றுலாத்தலங்கள் எனப் பல துணைத்தலைப்புகளில் பல இயல்களில் ஏராளமான செய்திகள் இருக்கலாம். அவற்றைச் சொல்ல ஒவ்வொரு துணைத்தலைப்பின் கீழ்க் கிளைத் தலைப்புகளுடன் பல பத்திகளும் அவற்றுக்கும் கீழ் ஆயிரக்கணக்கான வாக்கியங்களும் பல்லாயிரக்கணக்கான சொற்களும் பயன்படுத்தப்பட்டிருக்கலாம்.

ஒவ்வொரு வாக்கியத்துக்கும் சொற்கள் சேர்ந்து தரும் வாக்கிய அர்த்தம் உண்டு. பல வாக்கியங்களின் அர்த்தங்கள் ஒத்திசைந்து சேரும்போது ஒரு கிளைத் தலைப்புடன் ஒருசில பத்திகளும், பல கிளைத் தலைப்புகள் ஒத்திசைந்து சேரும்போது ஒரு துணைத்தலைப்பும், பல துணைத்தலைப்புகள் ஒத்திசைந்து சேரும்போது ஒரு தலைப்பும் தோன்றுகின்றன. ஆகவே உச்சியில் தலைப்பும் அடி மட்டத்தில் ஆயிரக் கணக்கான வாக்கியங்களும் அவற்றுக்கும் கீழ்ப் பல்லாயிரக் கணக்கான சொற்களும் உள்ளன.

பல்லாயிரக் கணக்கில் சொற்கள், ஆயிரக்கணக்கில் வாக்கியங்கள் இருந்தாலும் அவற்றின் அர்த்தங்களுக்கு இடையே நெருக்கமானதொரு பிணைப்பு உள்ளது; ஒத்திசைவு உள்ளது. எல்லாவற்றுக்கும் அடித்தளத்தில் உள்ள தர்க்க ரீதியான அமைப்பு (logical structure) வாசகருக்கு வழிகாட்டியாக உள்ளது. அவை

அனைத்தும் ஒரே தலைப்பின் கீழ் ஒருங்கிணைக்கப்பட்டுள்ளதை உணர்த்துகிறது. வாக்கியங்களுக்கு மேல் பத்திகள், பத்திகளுக்கு மேல் கிளைத் தலைப்புகள், கிளைத் தலைப்புகளுக்கு மேல் துணைத் தலைப்புகள், துணைத் தலைப்புகளுக்கு மேல் தலைப்பு என அனைத்துக்கும் இடையேயான, இத்தகைய தர்க்க ரீதியான, அர்த்தப் பிணைப்பை 'விரிந்த அர்த்த மட்டப் பின்னல்' என்று சொல்லலாம்.

'இந்தியா' என்ற தலைப்புள்ள ஒரு புத்தகத்தில் ஒத்திசைந்த அர்த்தங்களுள்ள ஏராளமான வாக்கியங்கள் இருக்கலாம். ஒற்றைத் தலைப்பு அவை அனைத்தையும் உள்ளடக்கி மறைக்கிறது; அவ்வாக்கியங்கள் அனைத்தும் அந்த ஒற்றைச்சொல் தலைப்பில் மறைந்துள்ளன. விரிந்த அர்த்தமட்டப் பின்னலானது மறைப்பதையும் மறைவதையும் கண்ணுக்குத் தெரியாத வகையில் நிகழ்த்துகிறது. மரத்தை மறைத்தது மாமதயானை. மரத்துள் மறைந்தது மாமதயானை. வாக்கியங்களை மறைத்தது விரிந்த அர்த்தமட்டப் பின்னல்; வாக்கியங்களுள் மறைந்தது விரிந்த அர்த்தமட்டப் பின்னல்.

எழுத்து மொழி, பேச்சு மொழி இரண்டிலும் நிகழும் அனைத்துப் பரிமாற்றங்களிலும் பெரிய அளவில் ஒரு தலைப்பு உள்ளது. சிறிய அளவில் பற்பல வாக்கியங்கள் உள்ளன. இவை அனைத்துக்குமிடையே நெருக்கமான அர்த்தமட்டப் பின்னல் இருப்பது அவசியம். இருந்தால் 'பனுவல் தன்மை' உள்ள புத்தகமோ கட்டுரையோ சொற்பொழிவோ உரையாடலோ கிடைக்கிறது. இல்லாவிட்டால் கற்குவியல் போன்ற வாக்கியக் குவியல்தான் கிடைக்கிறது. கற்குவியல் கட்டமாகாது; வாக்கியக் குவியல் பனுவலாகாது.

செங்கல், ஜல்லி, மணல், முறுக்குக் கம்பி போன்ற பொருள்கள் அனைத்தையும் கட்டிப்போட்டு, இணைத்து இறுகச்செய்து, கட்டடத்தைக் கட்டுமானம் செய்து, பல பத்தாண்டுகளுக்கு உறுதியாக நிறுத்திட சிமெண்ட் உதவுகிறது. மொழிக்கு உள்ளும் வெளியிலும் கண்ணுக்குத் தெரியாமல், மறைந்து நின்று இயங்கும் பல பொருத்தமான அர்த்தக் கூறுகளைத் திரட்டி, ஒருங்கிணைத்துக் கட்டிப்போடும் விரிந்த அர்த்தமட்டப் பின்னல் சிமெண்ட்டின் வேலையைச் செம்மையாகச் செய்கிறது. பல பனுவல்களை நயம் மிக உருவாக்க உதவுகிறது.

எந்தப் பனுவலுக்கும் ஒரு கருப்பொருள் அல்லது பேசுபொருள் அல்லது தலைப்பு உள்ளது. அது முழுமையான பனுவல் வடிவம் பெறப் பல வாக்கியங்கள் தேவைப்படுகின்றன. அந்த

வாக்கியங்களுக்குப் பனுவல் தன்மை தர விரிந்த அர்த்தமட்டப் பின்னல் உதவுகிறது. அதற்காகப் பின்வருவன போன்ற அர்த்த உறவுகளைக் கையாள்கிறது. அவற்றை 'விரிந்த அர்த்தமட்டப் பின்னல் உறவுகள்' (coherence relations) என்று சொல்லலாம்.

ஒப்பிணைவு (Parallelism)

இது ஒரே/ஒத்த வாக்கியக் கட்டமைப்புள்ள வாக்கியங்களை உருவாக்கிப் பிணைக்கும் உறவாகும்.

(எ–டு) இந்தியா பல மாநிலங்களை உள்ளடக்கியது. பல சமயங்களுக்கு இடம் தருவது. பல மொழிகளைப் பேசுவது. பல வேற்றுமைகளில் ஒற்றுமை காண்பது.

விவரிப்பு (Description)

ஒரு பனுவலின் கருப்பொருள் அல்லது பேசுபொருள் அல்லது தலைப்பின் உட்பிரிவுகள் முதலில் உணரப்படுகின்றன. அவை ஒவ்வொன்றும் தனித்தனியே கால – இட பரிமாணங்களுள் அடையாளப்படுத்தப்படுகின்றன. அவற்றை விரித்துச் சொல்லும்போது நமக்கு ஒரு தனித்துவ வரலாற்றுக் கட்டுரை கிடைக்கலாம் *[(எ–டு) 'தமிழக இந்தி எதிர்ப்பு' காண்க. ப–ள். 253–259].*

கலைக் களஞ்சியங்களில், கையேடுகளில் காணப்படும் பொதுவான அல்லது திருப்பித் திருப்பி நிகழும் செய்முறையாக அது இருக்கலாம். உயிருள்ள ஜீவனை அல்லது உயிரற்ற பொருளை விவரிக்கும் கட்டுரையாகவும் இருக்கலாம்.

எடுத்துரைத்தல் (Narration)

பொதுவாக 'எடுத்துரைத்தல்' என்றால் அது தொடர்புள்ள நிகழ்வுகளை ஒரு குறிப்பிட்ட வரிசையில் கேட்போருக்கு ஒருவர் சொல்வதாகும். அன்றாட வாழ்க்கையில் மொழிவழிப் பரிமாற்றங்கள், செய்திக் கட்டுரைகள், சுய அல்லது பிறர் சரிதங்கள், பயணக் கட்டுரைகள், சிறுகதைகள், புதினங்கள் போன்றவற்றில் 'எடுத்துரைத்தல்' இயல்பாகக் கையாளப்படுகிறது. எடுத்துரைத்தலில் பார்க்கப்படும் பார்வை, பேசுகின்ற குரல், தரப்படும் காலக் குறிப்புகள் ஆகிய உத்திகளைக் கொண்டு நிகழ்வுகள் நெருக்கமாகப் பின்னப்படுகின்றன.

தெளிவாக்கல் (Clarification)

ஒரு கருத்தை அல்லது வாக்கியத்தைப் புரிந்துகொள்வதில் சிரமமோ, குழப்பமோ இருந்தால் அதன் தெளிவாக்கல் தேவைப்படுகிறது. கருத்துக்கும் அதன் தெளிவாக்கலுக்கும் இடையே உள்ளதும் ஒரு அர்த்தமட்டப் பின்னல் உறவாகும்.

வேறுபடுத்தல் (Contrast)

'மாறாக, ஆனால், இருப்பினும்' போன்ற பிணைப்புக் கருவிகள் இல்லாமல் ஒன்றின் தன்மைகளை வேறொன்றின் தன்மைகளிலிருந்து வேறுபடுத்திக் காட்டும் உத்தியும் ஒருவகை விரிந்த அர்த்தமட்டப் பின்னல் உறவு ஆகும்.

(எ—டு) அநீதி, அவமதிப்பு, இயலாமை போன்றவற்றை அனுபவிக்கும்போது யாருக்கும் இயற்கையாக வருவது கோபம். எந்தச் சூழ்நிலையிலும், எந்த அனுபவம் என்றாலும் உடனே வரும் மோதல் உணர்வுகளையும் செயல்களையும் கட்டுக்குள் வைப்பது நிதானம்.

இந்த உத்தியைப் போலவே விரித்துரைத்தல் (Explication), வகைப்படுத்தல் (Classification) காரண – காரிய உறவு (Cause and effect relationship), விவாதம் (Argumentation) ஆகியவையும் விரிந்த அர்த்தமட்டப் பின்னலுக்கு உதவுகின்றன. இந்த உத்திகள் அனைத்தையும் பனுவலாசிரியரே தன் பனுவலில் கையாண்டு விரிந்த அர்த்தமட்டப் பின்னலை உண்டாக்குகிறார். ஆனால் சில உத்திகளை வாசகரிடமும் விட்டுவிடுகிறார்.

எடுத்துக்காட்டாக 'ஊகம்' (inference) என்ற உத்தியை வாசகர் கையாள நேர்வது உண்டு. விரிந்த அர்த்தமட்டப் பின்னல் சில இடங்களில் தெரிந்தே அறுக்கப்பட்டு அல்லது தெரியாமல் அறுபட்டுப் புரிதல் இழைகள் பிரிந்து வரலாம். அப்போதெல்லாம் ஊகத்தின் உதவியுடன் பிரிந்த இழைகளை வாசகரே சேர்த்துப் பின்னிப் பனுவலைப் புரிந்துகொள்கிறார். வாழ்க்கையில் படித்தும் கேட்டும் பட்டும் உணர்ந்தும் அவர் சேகரித்த அறிவைக் கொண்டு இதைச் சாத்தியமாக்கிக்கொள்கிறார்.

(எ—டு) சூப்பர் மார்க்கெட்டில் வாங்கிவந்த சாமான்களைப் பிரித்துவைத்தாள். பருப்புப் பொட்டலம் இல்லை.

இவ்விரு வாக்கியங்களுக்கும் இடையே உள்ள விரிந்த அர்த்தமட்டப் பின்னல் அறுபட்டுள்ளது. 'வாங்கிவந்த சாமான்களுள் பருப்புப் பொட்டலமும் ஒன்று' என்ற ஊகம் பிரிந்த புரிதல் இழைகளைச் சேர்த்துப் பின்ன உதவுகிறது. அறுபட்டப் பின்னலை வாசகரே இவ்வாறு பின்னிப் புரிந்துகொள்கிறார்.

எனவே விரிந்த அர்த்தமட்டப் பின்னலில் கண்ணுக்குத் தெரியாத 'ஒப்பிணைவு, விவரிப்பு, எடுத்துரைத்தல், தெளிவாக்கல், வேறுபடுத்தல், விரித்துரைத்தல், வகைப்படுத்தல், காரண– காரிய உறவு, விவாதம், ஊகம்' போன்ற அர்த்த உறவுகள் வாக்கியங்களுக்கிடையே பிணைப்பை உண்டாக்குகின்றன.

சொல்/இலக்கண மட்டப் பிணைப்பில் கண்ணுக்குத் தெரியும் 'அது, இது, அங்கே, இங்கே, அவன், அவள், அப்போது, இப்போது' போன்ற பிணைப்புக் கருவிகள் பிணைப்பை உண்டாக்குகின்றன *(காண்க. ப–ள். 235–43).*

முன்னதை மட்டும் கொண்டு ஒரு பனுவலை உருவாக்க முடியும். முன்னதும் பின்னதும் சேர்ந்து வரும்போதும் ஒரு நல்ல பனுவலை உருவாக்க முடியும். ஆனால் முன்னது இல்லாமல் பின்னதை மட்டும் வைத்து ஒரு பனுவலை உருவாக்க முடியாது. ஏனெனில் அதில் பனுவல் தன்மை இருக்காது. கீழே இரண்டு எடுத்துக்காட்டுகள் தரப்பட்டுள்ளன.

(i) முன் அறையில் உதவியாளர் இல்லை. உள் அறை பூட்டியிருக்கிறது. வழக்கமாக நிற்கும் இடத்தில் கார் இல்லை. அமைச்சர் இன்னும் வரவில்லை.

(ii) குற்றாலத்தில் கடந்த பத்து தினங்களாக சாரல் குறிப்பிடத்தக்க அளவில் இல்லை. 'அது' தினமும் கடலில் மிதக்கிறது. 'இதனால்' பள்ளிப் பேருந்து ஒன்று காணாமல் போய்விட்டது. 'ஆகவே' சிக்கன மாக இருக்க வேண்டும்.

முதலாவது எடுத்துக்காட்டில் நான்கு வாக்கியங்கள் உள்ளன. முதல் மூன்றும் முறையே 'உதவியாளர்', 'உள் அறை', 'கார்' பற்றிய கண்டறிந்த மூன்று தனித்தனிச் செய்திகளைச் சொல்கின்றன. விரிந்த அர்த்தமட்டப் பின்னல் உதவியோடு நான்காம் வாக்கியம் மூன்று செய்திகளையும் பிணைக்கிறது. கண்டறிந்த செய்திகளின் அடிப்படையில் ஒரு முடிவைச் சொல்கிறது. இந்த நான்கு வாக்கியங்களின் பின்னல் பின்வரும் தர்க்கரீதியான கண்ணுக்குத் தெரியாத ஊகம் என்ற உத்தியின் உதவியால் மட்டுமே நெய்யப்பட்டுள்ளது.

சிலவற்றைக் கண்டறிவது → கண்டறிந்தவற்றைப் பிணைத்துச் சிந்திப்பது → முடிவு

இங்கு இலக்கண மட்டப் பிணைப்பு இல்லை. பிணைப்புக் கருவிகளும் இல்லை. ஆனாலும் பனுவல் தன்மை நிறுவப்பட்டுள்ளது. மாறாக, இரண்டாவது எடுத்துக்காட்டில் உள்ள நான்கு வாக்கியங்களுக்கும் இடையே இலக்கண மட்டப் பிணைப்பு உள்ளது. அதற்குக் கண்ணுக்குத் தெரியும் 'அது, இதனால், ஆகவே' என்ற மூன்று பிணைப்புக் கருவிகள்) உதவுகின்றன. இருப்பினும் இங்கு பனுவல் தன்மை (textuality) இல்லை. ஏனெனில் இங்கு விரிந்த அர்த்த மட்டப் பின்னல் (coherence) இல்லை. சாரல் மழைக்கும் கடலில் மிதப்பதற்கும்

பள்ளிப் பேருந்து காணாமல் போனதற்கும் சிக்கனமாக இருப்பதற்கும் எந்த அர்த்தத் தொடர்பும் இல்லை.

3.7.3 நோக்கத் தன்மை (Intentionality)

ஒரு பனுவலுக்குப் 'பனுவல் தன்மை' தருவதில் ஆசிரியருடைய 'நோக்கத்தின் தன்மை' மூன்றாவது அளவீடாக/ கொள்கையாக இயங்குகிறது. இத்தன்மை கூர்மையாக இயங்கும்போது, முதல் இரண்டு அளவீடுகள்/கொள்கைகளான சொல்/இலக்கண நிலைப் பிணைப்பு, விரிந்த அர்த்த மட்டப் பின்னல் இரண்டும் கூர்மையாக இயங்கி, பனுவல் தன்மைக்கு நல்ல வலு சேர்க்கின்றன. இதனால் வாசகருக்கு நல்ல நண்பன் போல சம அளவில் நின்று அவருடன் மொழிவழிப் பரிமாற்றம் செய்யும் பனுவலை ஆசிரியர் படைத்துத் தரமுடியும்.

எச்.பி. க்ரைஸ் தந்த மொழிப் பயன்பாட்டு ஒத்துழைப்புக் கொள்கை, அதன் கீழ் வரும் அளவு, தரம், பொருத்தம், முறை ஆகிய உரையாடலின் விதிகள், உரையாடலின் உட்பொதிவுகள், உரையாடல் விதி மீறல் ஆகியன மேலே விரிவாகப் பேசப்பட்டன (காண்க. ப—ள். 214–8). இக்கருத்தாக்கங்களையும் நல்ல பயிற்சி யுடன் ஆசிரியர் கையாண்டால் பனுவல் தன்மை மேலும் கூர்மை பெறும். இவ்வாறு ஆசிரியருடைய 'நோக்கத்தின் தன்மை' தெளிவாக அமையும்போது பனுவல் தன்மையும் சிறப்பாக அமையும்; இல்லையேல் அமையாது.

3.7.4 ஏற்புடைமை (Acceptability)

மேலே கண்ட 'நோக்கத் தன்மை'யின் இணைக் கொள்கை யாக 'ஏற்புடைமை' இயங்குகிறது. முன்னது பனுவலாசிரியரைச் சார்ந்தது. பின்னது வாசகரைச் சார்ந்தது. நல்ல மொழிவழிப் பரிமாற்றம் செய்யக் கூடிய பனுவலை உருவாக்க முனையும் ஆசிரியர் ஒரு புறத்தில் இருக்கிறார். நல்ல மொழிவழிப் பரிமாற்றம் செய்யும் பனுவலாக அதை ஏற்று உள்வாங்க முனையும் வாசகர் மறுபுறத்தில் இருக்கிறார்.

ஒரு பனுவலின் தலையாய நோக்கம் வாசகரின் உயிர்ப்புள்ள வரவேற்பே. மாணவர் இல்லையேல் ஆசிரியருக்கு வேலை இல்லை. வாசகர் இல்லையேல் பனுவலுக்கும் வேலை இல்லை. அருங்காட்சியகத்தில் அது இடம் பெறலாம். உயிர்ப்புடன் மக்கள் கைகளில் அது தவழ வேண்டும். தருபவரும் பெறுபவரும் இருந்தால்தான் ஈகையைப் பேசமுடியும். பெறுபவர் இல்லையேல் கொடையாளரும் இல்லை.

ஈகை இருவரைச் சார்ந்தது. பனுவல் தன்மையும் இருவரைச் சார்ந்தது. ஆசிரியரின் நோக்கத் தன்மையைப் பரிவுடன் புரிந்து

கொள்ள வாசகர் முனைய வேண்டும். அப்போது பனுவல் தன்மை யுடன் அவரும் படகில் பயணம் செய்ய முடியும். ஆங்காங்கே தோன்றும் மணல் திட்டுகளைத் தவிர்த்துப் பயணத்தைத் தொடரமுடியும். பனுவல் தன்மைக்கு வாசகரும் பங்களிப்பு செய்ய முடியும். வாசித்தல், புரிதல், ஏற்புடைமை ஆகிய மூன்றும் தெளிந்த ஓடையில் அமைதியான படகுபோல இனிமையாகத் தவழும்.

3.7.5 தகவல் தரும் திறன் (Informativity)

பெறுபவர்கள் அறியாத அல்லது எதிர்பாராத தகவல்கள் எந்த ஒரு பனுவலிலும் இருக்கவே செய்கின்றன. இருப்பினும் பெறுபவர்களுக்கு எந்த அளவுக்கு ஏற்புடைய, பயனுள்ள வகையில் அவற்றைப் பனுவல் தருவது அதன் தகவல் தரும் திறனைப் பொருத்தது. எனவே 'தகவல் தரும் திறனும்' பனுவல் தன்மையின் ஏழு கொள்கைகளுள்/அளவீடுகளுள் ஒன்றாக உள்ளது.

பனுவலைப் பெறுபவர்கள், அவர்களின் பின்புலம், எதிர்பார்ப்புகள், விருப்பு வெறுப்புகள், ஏற்புடைமை ஆகிய வற்றைப் பனுவலாசிரியர் சிந்திக்கவே செய்கிறார். அவற்றுக்கு ஏற்றாற் போலத்தான் பனுவலைப் படைக்கிறார். அதிகமான தகவல் தரும் திறனுடன் படைக்கப்படும் பனுவல், பெறுபவர் களுக்குப் பெருத்த புரிதல் சிரமங்களை உண்டாக்கலாம். இருப்பினும் ஆர்வத்தைத் தூண்டித் தன்பால் இருத்திக்கொள்ளும். குறைவான தகவல் தரும் திறனுடன் படைக்கப்படும் பனுவல் சோர்வை உண்டாக்கும்; பெறுபவர்களால் தவிர்க்கப்படும்.

3.7.6 சூழ்நிலைத் தன்மை (Situationality)

இயற்கையான சூழ்நிலையில் நிகழும் பரிமாற்றம் பனுவ லாக வடிவம் பெறுகிறது. சூழ்நிலைப் பின்புலம் பனுவலுக்கு வடிவம் தர உதவுவதோடு மட்டுமல்லாமல் பனுவலைப் புரிந்துகொள்வதில் தாக்கத்தையும் உண்டாக்குகிறது. மேலும் பரிமாற்றப் பங்காளிகள் எந்த அளவுக்குச் சூழ்நிலைப் பின்புலத்தில் தோய்ந்திருக்கிறார்களோ, அந்த அளவுக்குப் பரிமாற்றத்தின் தரமும் விளைவும் அமையும். குறிப்பிட்ட மொழிவழிப் பரிமாற்றச் சூழ்நிலையோடு பனுவலின் கூறுகள் ஒத்திசைந்துள்ள அளவைப் பனுவலின் சூழ்நிலைத் தன்மை அளவிடுகிறது.

3.7.7 பனுவலிடை இழையோட்டம் (Intertextuality)

முந்திய பனுவல்கள் சிலவற்றிலிருந்து சில சொற்களும், ஏன் பெரிய கூறுகளும் கூட இழைகளாக எடுத்துச் சேர்க்கப்பட்டு,

ஒரு புதிய பனுவல் நெய்யப்படுவது சாதாரணமாக நிகழ்கிறது. இது அறிந்தும் அறியாமலும் செய்யப்படுகிறது. இவ்வாறு செய்வதில் சொல்லவரும் கருத்துக்கு வலுச் சேர்த்தல், ஒப்புமை – வேற்றுமை காணல், நேர்மறை – எதிர் மறை விளக்கம் தரல், நகைச்சுவைக்காகக் கேலி செய்தல், நயம் சேர்த்தல் போன்ற நோக்கங்கள் நிறைவேறுகின்றன. பனுவல் உருப்பெறும்போது இது ஒருபுறம் நிகழ்கிறது.

மறுபுறத்தில் உள்ள வாசகர் இப்புதிய பனுவலை வாசிக்கும்போது, அதே முந்திய பனுவல்களிலிருந்து எடுத்துச் சேர்க்கப்பட்ட அதே சொற்களையும் கூறுகளையும் அடையாளம் காணலாம். அவற்றை அடையாளம் காணமுடியாத வாசகருக்குக் கையில் உள்ள பனுவலின் புரிதல் சவாலாக இருக்கும்.

விரிந்த ஆழமான வாசிப்பு அனுபவம் உள்ள வாசகர் முந்திய வேறு சில பனுவல்களிலிருந்து எடுத்துப் பொதியப்பட்டுள்ள வேறு சில முந்திய இழைகளைப் புதிய பனுவலில் காணலாம். இது நிகழும்போது அவருடைய வாசிப்புப் புரிதலானது வளமும் பொலிவும் பெறுகிறது. அப்புரிதலோடு சுய பார்வைகளையும் சேர்த்து விரித்துச் சொல்லும்போது ஒரு திறனாய்வாளர் தோன்றுகிறார்.

ஒரு பனுவலில் பொதிந்துள்ள முந்திய பனுவல்களின் சொற்கள் அல்லது பெரிய கூறுகளுடைய பிணைப்பானது பனுவலிடை இழையோட்டம் (Intertextuality) என அழைக்கப் படுகிறது (காண்க ப-ள். 357–8). பனுவல் தன்மையின் கொள்கை களுள், அளவீடுகளுள் இது ஏழாவதாக இடம் பெறுகிறது. பொதுவாக இந்த இழையோட்டம் இலக்கியப் பனுவல்களில் மிக அதிகமாகக் காணப்படுகிறது.

ஆனால் அன்றாட மொழிப் பயன்பாட்டிலும் இது இருக்கவே செய்கிறது. சாதாரண உரையாடல்களில் 'நோயற்ற வாழ்வே குறைவற்ற செல்வம்', 'கடைத் தேங்காயை எடுத்து வழிப் பிள்ளையாருக்கு உடைத்தானாம்', 'அடுத்த வீட்டு நெய்யே என் பெண்டாட்டி கையே' போன்ற பழமொழிகளின் பொதுவெளிப் பயன்பாடு பல நூற்றாண்டுகளாகத் தொடரும் பனுவல்களின் இழையோட்டத்திற்குச் சான்றாகும்.

ஔவையார் 12ஆம் நூற்றாண்டில் எழுதிய ஆத்திசூடி என்ற அற நூலில், 73ஆம் அடியில் 'நேர்பட ஒழுகு' என்ற நீதிக்கருத்தைச் சொல்கிறார். பாரதியார் 20ஆம் நூற்றாண்டில் எழுதிய 'புதிய ஆத்திசூடி' என்ற அறநூலில், 62ஆம் அடியில் 'நேர்படப் பேசு' என்ற அறிவுரையை வழங்குகிறார். இக்கருத்துக்கும்

தன்னுடைய நூலின் தலைப்புக்கும் பாரதியார் ஔவையாருக்குக் கடன்பட்டுள்ளார்.

'புதிய தலைமுறை' தொலைக்காட்சி அலைவரிசையில் நேர்படப் பேசு விவாதமேடை நிகழ்ச்சி நடத்தப்படுகிறது. இத்தலைப்புக்காக பாரதியாருக்கு முழுதும், ஔவையாருக்கு ஓரளவும் புதிய தலைமுறை கடன்பட்டுள்ளது. நூற்றாண்டுகள் பலவற்றைக் கடந்த பனுவலிடை இழையோட்டத்தை இங்குக் காணமுடிகிறது.

பனுவல் மொழியியலாளர்கள் பொதுவாகப் பின் வரும் ஐந்து வகைப் பனுவல்களை அடையாளப்படுத்துகிறார்கள்: "விவரிக்கும், எடுத்துரைக்கும், விவாதிக்கும், போதிக்கும், பொருள் விளக்கும்" பனுவல்கள். துறை சார்ந்த அடிப்படையில் "இலக்கிய, சமய, அறிவியல், சட்ட, ஊடகப்" பனுவல்கள் போன்று வகைப்படுத்துவாரும் உண்டு. ஒவ்வொரு வகைக்கும் உரிய அடையாளக் கூறுகளையும் ஆய்வு செய்து அவர்கள் பட்டியலிடு கிறார்கள்.

பனுவல் மொழியியல் எந்த அளவுக்கு மொழியாக்கத்துக்குப் பயன் தரும் என்பதை இப்போது பேச வேண்டியுள்ளது. தருமொழிப் பனுவலின் அர்த்தத்தைப் பெறுமொழியில் சிதைவுறாமல் தருவதே மொழிபெயர்ப்பாளருக்கு முன்னே உள்ள தலையாயப் பணியாகும். இதைத் தொடர்ந்து எழும் கிளைக் கேள்வி மொழியாக்கத்தின் அலகு என்ன என்பதாகும். அர்த்தத்தின் அர்த்தத்தைச் சிக்கெனப் பிடிப்பதில் உள்ள சிக்கல்களை இந்த நூலின் முகவுரை தொட்டுக்காட்டியுள்ளது *(காண்க. ப–ள். 53–63)*.

சாதாரண நடைமுறையில் அகராதிகளின் உதவிகொண்டு சொல்லுக்குச் சொல் அர்த்தங்களைத் திரட்டி ஒரு வாக்கியத்தின் அர்த்தம் பெறப்படுகிறது. வாக்கியங்களின் அர்த்தங்களை ஒன்று சேர்த்து, பகுதி பகுதியாகப் பனுவலின் அர்த்தம் திரட்டப்படுகிறது. இதைக் 'கீழிருந்து–மேல் செயல்முறை' (bottom-up processing) என்று சொல்லலாம். மிகச் சிறிய அடிநிலைச் சொற்கூறுகளில் தொடங்கி முழுப் பனுவலையும் கட்டமைக்கும் இம்முறை மொழியாக்கங்களில் மிகவும் பரிச்சயமானது. இந்த வகை மொழியாக்கத்தின் அலகு தனித் தனியான சொல்/வாக்கியம் ஆகும்.

இதற்கு நேர்மாறான 'மேலிருந்து–கீழ் செயல்முறை' (top-down processing) பனுவல் மொழியியலால் முன்வைக்கப்படுகிறது. 'முழுப் பனுவலே' இம்முறையில் செய்யப்படும் மொழியாக்கத்தின் அலகு ஆகும். 'முழுமையான' மூலப் பனுவலின் 'முழுமையான'

கண்ணுக்குத் தெரியாத அர்த்தத்தை உள்வாங்குதலில் இருந்து பணி தொடங்குகிறது. பணி தொடங்கும் நேரத்தில், பனுவலின் அடித் தளத்தில் உள்ள கண்ணுக்குத் தெரியும் சொற்கள் கருத்தில் கொள்ளப்படுவது இல்லை. அவற்றின் துண்டு துண்டான, பின்னல் இல்லாத அகராதி அர்த்தங்களுக்கு முக்கியத்துவம் தரப்படுவதும் இல்லை.

மனித உடலின் செயல்பாடு, ஒரு முழுமையான, உயிர்ப்புள்ள முறைமை அமைப்பின் செயல்பாடு (systemic organic function) ஆகும். ஒரு பாம்பைப் பார்த்தவுடன் கண்கள் அந்தக் காட்சிச் செய்தியை மூளைக்கு அனுப்புகின்றன. மூளை அச்செய்தியை ஆய்வு செய்து 'அபாயம்' என்ற உணர்வுச் செய்தியை அட்ரினல் சுரப்பிகளுக்கும் மற்ற அனைத்து உறுப்புகளுக்கும் அனுப்புகிறது.

அட்ரினலின் என்ற ஹார்மோன் திரவத்தை அச்சுரப்பிகள் வேகமாகச் சுரக்கின்றன. இதயம் வேகமாக இயங்கி அத்திரவத்தை இரத்தத்தில் கலந்து உடல் முழுதும் உடனே அனுப்புகிறது. அட்ரினலின் கலந்த அந்த இரத்ததைப் பெறும் அனைத்து உறுப்புகளும் உடனே அவசர இயக்கத்திற்குத் தயாராகின்றன. மூளை 'ஓடு' என்ற கட்டளையைக் கால்களுக்குப் பிறப்பிக்கிறது. தயார்நிலையில் உள்ள கால்கள் உடனே தலைதெறிக்க ஓடுகின்றன. இவ்வளவு நேரம் எடுத்து இத்தனை வாக்கியங்களில் விவரிக்கப்படும் பல உறுப்புகளின் இயக்கங்கள், ஒரு தொகுப்பு இயக்கமாக ஒருங்கிணைந்து ஒரு நொடியில் நிகழ்ந்துவிடுகிறது.

தனித்தனியே பார்த்தால் எந்த இயக்கத்திற்கும் அர்த்தம் இல்லை. திடீரெனக் கால்கள் மட்டும் தன்னிச்சையாக ஓடினால் ஓடுபவருக்கே எதற்கு ஓடுகிறோம் என்று புரியாது. பைத்தியம் பிடித்துவிட்டதோ என மற்றவர்களும் நினைக்கலாம். 'பாம்பைக் காணுதல்' என்ற சூழ்நிலைதான் அந்தக் கூட்டியக்கத்தின் தொடக்கப் புள்ளியாகும். அது இல்லையேல் அந்தக் கூட்டியக்க மும் இல்லை. அந்தக் கூட்டியக்கத்திற்கு அர்த்தமும் இல்லை. தனித்தனி உடல் உறுப்புகளின் தனித்தனி இயக்கங்களுக்கு அர்த்தங்கள் இல்லவே இல்லை. மேலிருந்து – கீழ் செயல்முறைதான் கூட்டியக்கத்தின் உந்து சக்தியாக இங்கு இயங்குகிறது.

ஒரு குறிப்பிட்ட மொழிவழிப் பரிமாற்றச் சூழ்நிலையில்தான் ஒரு பனுவலும் கருவுறுகிறது. பரிமாற்றப் பங்காளிகளின் சிந்தனை களும் உணர்வுகளும் ஊட்டச் சத்தாகத் தரப்பட்டு, கரு வளர்ந்து வளர்ந்து, பனுவலாக முழு உருப் பெறுகிறது. ஆசிரியர், வாசகர் என்ற இரு குறைந்தபட்சப் பரிமாற்றப் பங்காளிகள் இணைந்து ஒரு மௌன உரையாடல் மூலம் ஒரு எழுத்து வடிவப் பனுவலை உருவாக்க முடியும் (காண்க. ப–ள். 233–4). இரண்டுக்கும்

மேற்பட்ட பங்காளிகள் சேர்ந்து பலதரப்பட்ட பேச்சுப் பரிமாற்றப் பனுவல்களை உருவாக்க முடியும்.

ஒரு குறிப்பிட்ட உரையாடல் சூழ்நிலையில் வடிவம் பெறும் எந்த ஒரு மொழிவழிப் பரிமாற்றப் பனுவலுக்கும் கரு போன்று ஒரு தலைப்பு உள்ளது; அது சொற்களில் காணப்படலாம்; அல்லது ஊகித்து அறிந்துகொள்ளும் அருவமாகவும் இருக்கலாம். முழுப் பனுவலுடைய விரிந்த அர்த்தம் அந்தத் தலைப்பில் ரத்தினச் சுருக்கமாகப் பொதியப்பட்டுள்ளது. அது அங்கிங்கெனாதபடி எங்கும் வியாபித்து, சிகரத்தில் நின்று, முழுப் பனுவலையும் ஆட்சி செய்கிறது. விரிவாக்கம் பெறும்போது அதிலிருந்து ஏராளமான மொழிக்கூறுகள் பிறக்கின்றன. அப்போதுதான் வாக்கியங்களும் பின்னர் சொற்களும் கிடைக்கின்றன.

படிநிலையில் அமைந்துள்ள மேலிருந்து–கீழ் செயல் முறையில்தான் (top-down 'hierarchical' process) இவ்வாக்கியங்களும் சொற்களும் பிணைக்கப்படுகின்றன. தலைப்பின் அர்த்தத்தில் வாக்கியங்களின் அர்த்தங்கள் அடங்குகின்றன. தலைப்பின் அர்த்தத்தில் சொற்களின் அர்த்தங்களும் அடங்குகின்றன. பனுவல் முழுவதிலும் வியாபிக்கும் தலைப்பின் விரிந்த மட்ட அர்த்தம் எங்கும் ஆட்சி செய்கிறது. பத்திகளின் அர்த்தங்கள், வாக்கியங்களின் அர்த்தங்கள், சொற்களின் அர்த்தங்கள் என்ற படிநிலைகளில், தலைப்பின் விரிந்த அர்த்த ஆளுமைக்கு உட்படாத எந்த மொழிக்கூறும் பனுவலில் இருக்க முடியாது. அப்படி இருந்தால் அக்கூறு உள்ள இடத்தில் மொழிப் பின்னல் அறுபடும். புரிதலில் ஒரு நெருடல் உண்டாகும். எனவே ஒரு பனுவலின் பல்லாயிரக் கணக்கான சொற்களுள் ஏதாவது ஒரு சொல்லின் அர்த்தத்தைப் புரிந்துகொள்ள, பனுவலின் தலைப்பு உதவுவது போல ஒரு அகராதி உதவாது.

மொழிபெயர்ப்பாளர்களுக்குப் பனுவல் மொழியியல் தரும் தலையாய இரு கருத்தாக்கங்கள்: (i) 'விரிந்த அர்த்த ஆளுமை'; (ii) 'மேலிருந்து – கீழ் பிணைப்பு'. இவற்றை உணராமல் பனுவலில் உள்ள சொற்களுக்குத் தனித்தனியாக அகராதிகளில் இருந்து பெறப்படும் அர்த்தங்கள் எவ்வித ஒட்டும் உறவும் இல்லாமல் குவியலில் உள்ள கற்கள் போன்று இருக்கும். பனுவல் தன்மையை உண்டாக்க அவை ஒருபோதும் உதவாது. இதனால்தான் வாசிப்புப் புரிதலுக்குப் பல தடைகள் தோன்றுகின்றன. மொழியாக்கத்தில் பற்பல சிக்கல்களும் ஏற்படுகின்றன.

மூலப் பனுவலைத் தனித்துப் பார்த்தால், அதனுடைய மொழிவழிப் பரிமாற்ற வட்டத்துக்குள் சூழ்நிலைக் கூறுகள் உள்ளன. பரிமாற்றப் பங்காளிகளின் பங்களிப்புகளும் உள்ளன.

அவற்றையெல்லாம் விரிந்த அர்த்தம் பிணைக்கிறது. மற்ற ஆறு அளவீடுகளையும் கொள்கைகளையும் நிறைவு செய்யும்போது பனுவல் தன்மை பெறப்படுகிறது.

பனுவல் மொழியியல் கோணத்திலிருந்து மொழியாக்கத்தை அணுகும்போது சில புதிய பார்வைகள் கிடைக்கின்றன. மொழியாக்கத்தில் மொழிவழிப் பரிமாற்ற வட்டம் இருமடங்கு பெரிதாகிறது. இப்பெரிய வட்டத்துக்குள் தன்னுடைய ஒட்டுமொத்த அர்த்தப் பரிமாணங்களுடன் மூலப் பனுவல் ஏற்கனவே நிலைகொண்டுள்ளது. அடுத்ததாகப் பெறுமொழிப் பனுவலைப் படைக்கும் ஆசிரியராகவும் முதன்மை வாசகருமாக மொழிபெயர்ப்பாளர் உள்ளே வருகிறார்.

இப்புதிய பனுவலுக்குப் பனுவல் தன்மையை உண்டாக்க வேண்டிய பெரும் பொறுப்பு தன்னுடையது என உணர்கிறார். இப்பனுவல் பெறுமொழி வாசகர்களுக்காகவே படைக்கப்பட உள்ளதால் அவர்களுடைய மறைமுகமான மொழியாக்கப் பங்களிப்பையும் கருத்தில் கொள்கிறார். எனவே அவர்களையும் இப்பெரிய வட்டத்துக்குள் மொழிபெயர்ப்பாளர் கொண்டுவருகிறார். அனுமானிக்கக்கூடிய வகையில் உள்ள அவர்களுடைய மொழிவழிப் பரிமாற்றத் தேவைகளையும் உத்தேசப் பங்களிப்புகளையும் அவர் தீர்மானிக்கிறார்.

மொழியாக்கத்தில் மூலப் பனுவலின் விரிந்த அர்த்த ஆளுமையானது அப் பனுவலுக்குள் மட்டும் கட்டுண்டு இருக்க வில்லை. அது பெறுமொழிப் பனுவலையும் ஆட்சி செய்ய விரிந்து நீள்கிறது. அதனுடைய பரப்புக்குள் மொழிபெயர்ப்பாளர் பெறுமொழியில் தர உள்ள பெரும் பங்களிப்புகளும், பெறுமொழி வாசகர்களின் உத்தேசப் பங்களிப்புகளும் இடம்பெறுகின்றன. இவ்வாறு மேலும் விரிக்கப்பட்ட, விரிந்த அர்த்த ஆளுமை மூலப் பனுவலில் தொடங்கி, பெறுமொழிப் பனுவலில் நிறைவடைகிறது.

ஆனால் மூலப் பனுவல் மொழியாக்க எல்லைக்குள் கால் வைக்கும்போது அது பெறுமொழி வாசகர்களுடனும் அவர்களுடைய கலாச்சாரக் கூறுகளுடனும் மௌனப் பரிமாற்றங்கள் நிகழ்த்த வேண்டியுள்ளது. அதனால் மூலப் பனுவலின் விரிந்த அர்த்த ஆளுமையானது, உத்தேச பெறுமொழிப் பனுவலின் விரிந்த அர்த்த ஆளுமையுடன் சேர்ந்து ஒரு கூட்டு ஆளுமையாக இயங்க வேண்டியுள்ளது. அந்தக் கூட்டு ஆளுமையின் வெற்றியையும் நேர்த்தியையும் பொறுத்தே, பெறுமொழிப் பனுவலுடைய பனுவல் தன்மையும் அமைகிறது. இவ்வகையில் மொழிபெயர்ப்பாளரின் பெரும் பங்களிப்பு மிகவும் தேவைப்படுகிறது.

மேலும் அவருடைய தெளிவான நோக்கத்தின் தன்மை, தகவல் தரும் திறன், அறிந்தும் அறியாமலும் அவர் சேர்க்கும் பனுவலிடை இழையோட்டம், வாசகர்களின் சூழ்நிலைத் தன்மை ஆகியவை அனைத்துமே மேலிருந்து – கீழ் முறையில் மொழியாக்கத்துக்கு நல்ல வழிகாட்டிகளாக அமைகின்றன. எனவே பனுவல் மொழியியலின் இத்தகைய பயனுள்ள செய்தி களை உள்வாங்கிச் செய்யப்படும் மொழியாக்கம் அவற்றை அறியாமல் செய்யப்படும் மொழியாக்கத்தை விட மேம்பட்டதாக, பொலிவுள்ளதாக அமையும்.

3.8 தற்கால மொழியியலின் பிந்திய கிளைகளும், மொழியாக்கமும்

தற்கால மொழியியலின் பிந்திய கிளைகளாகிய மொழிப் பயன்பாட்டியல் மொழிவழிப் பரிமாற்றக்களன் பகுப்பாய்வு, பனுவல் மொழியியல் ஆகிய மூன்றும் மொழியாக்கத்திற்குத் தரும் பயனுள்ள செய்திகளைத் தொகுத்துச் சொல்லும் இடத்துக்கு வந்துவிட்டோம். இம்மூன்றும் மொழிப் பயன்பாடுகள், பயன்பாட்டாளர்கள், பயன்பாட்டுச் சூழ்நிலைகள் ஆகிய வற்றுக்குப் பெருமுக்கியத்துவம் தருகின்றன.

மொழிக் கூறுகளின் வடிவங்களை மட்டும் நுணுகிப் பார்த்துச் செய்யப்படும் மொழியாக்கங்களில் பெரும் குறைபாடுகள் காணப்படுகின்றன. எனவே மொழியின் வடிவங்களோடு, அதன் பயன்பாடுகள், அவற்றின் உரையாடல் சூழ்நிலைகள், மொழியைப் பயன்படுத்தும் மக்கள் ஆகியவற்றையும் இணைத்துப் பார்க்க வேண்டும். அதன்மூலம் பெறப்படும் ஆழமான அர்த்தங்களை உள்ளடக்கியே மொழியாக்கம் நிகழவேண்டும்; மொழிப்பயன்பாட்டியல் தரும் முக்கியச் செய்தி இதுவேயாகும்.

சொற்றொடர்களை மொழிப்பயன்பாட்டியல் இரு வகை களாகப் பிரிக்கிறது: உரையாடல் சூழ்நிலையைத் தராத/தரும் சொற்றொடர்கள். முன்னவை இலக்கண விதிகளை முன்னிறுத்தும் வெறும் 'வாக்கியங்கள்'; பின்னவை சூழ்நிலைத் துணைகொண்டு உயிர்ப்புடன் இயங்கும் 'கூற்றுகள்'. இந்த அடிப்படையான வேறுபாடு உரையாடல் சூழ்நிலையின் முக்கியத்துவத்தை நன்கு உணர்த்துகிறது. ஆனால் மொழியாக்கத்தில் இது சாதாரண மாகக் கருத்தில் கொள்ளப்படுவதில்லை.

எடுத்துக்காட்டாக, முன் அனுமானங்கள் என்பவை மொழியின் வடிவங்களில் இல்லை. உரையாடல் சூழ்நிலைகளில் பொதியப்பட்டுள்ளன. அவற்றை மொழிபெயர்ப்பாளர் சரியாக ஊகித்தறிய வேண்டும். இல்லையேல் மொழியாக்கத்தில் குழப்பமே ஏற்படும். அடுத்ததாக, மொழியாக்கத்துக்கு மொழிப்

பயன்பாட்டியல் தரும் ஒரு முக்கியப் பங்களிப்பாகப் பேச்சுச் செயல் கோட்பாடு உள்ளது.

பேச்சு என்றால் அது வெறும் பேச்சு மட்டுமல்ல; அது ஒரு வகைச் செயலும் கூட. ஒருவர் ஒன்றைச் சொல்கிறார் என்றால் அவர் ஒன்றைச் செய்கிறார் என்று பொருள். ‘கூற்றைச் சொல்லும் செயல், உண்மையான எண்ணச் செயல், விளைவை உண்டாக்கும் செயல்’ என்ற பேச்சுச் செயலின் மூன்று மட்ட வேறுபாடுகள் அர்த்த பரிமாணங்களை மேலும் துல்லியமாகக் காண உதவுகின்றன. உரையாடல் சூழ்நிலை சார்ந்த இவை மொழியாக்கத்திற்கு உதவும் பயனுள்ள வேறுபாடுகளாகும்

மொழிப்பயன்பாட்டியலின் அடுத்த கட்ட பரிணாம வளர்ச்சியாக ‘உரையாடல் விதிகள்’ வகுத்துத் தரப்பட்டுள்ளன. இவ்விதிகளைப் பின்பற்றினால் இயற்கையாக எதிர்பார்க்கும் அர்த்தங்கள் கிடைக்கின்றன. மீறினால் சொல்லப்பட்ட சொற்களில் சொல்லாத அர்த்தங்கள் பொதியப்படுகின்றன. இவற்றையும் மொழிபெயர்ப்பாளர் கருத்தில்கொள்ள வேண்டுவது முக்கியச் செய்தியாகும்.

மொழியைப் பயன்படுத்தும் மக்களின் சமூக உறவாடல்கள் மொழியிலும் தாக்கத்தை உண்டாக்குகின்றன. இத்தாக்கத்தைப் பற்றி மொழிப்பயன்பாட்டியல் மேற்கொண்ட ஆய்வுகளின் பயனாக ‘முகம்’ பற்றிய கோட்பாடு, ‘பரிவு’க் கோட்பாடு ஆகிய இரண்டும் கிடைத்துள்ளன. ஒருவர் தன்னுடைய பொதுவெளி முகத்தை/பிம்பத்தைத் தானே உருவாக்குகிறார். அந்த முகத்தைக் காக்கவும் அதற்கு எந்தச் சிதைவும் ஏற்படாமல் தடுக்கவும் அனைத்து முயற்சிகளையும் அவர் மேற்கொள்கிறார். அதேபோல அவர் மற்றவர்கள் உருவாக்கிப் பொதுவெளியில் முன்னிறுத்தும் தங்களுடைய முகங்களையும் பரிவுடன் காக்கிறார். அவை சிதைவுறுவதையும் தவிர்க்கிறார். இதற்காக குறிப்பிட்ட சில உத்திகளையும் மொழிக் கூறுகளையும் அவர் கையாள்கிறார்.

‘முகம்’ பற்றிய கோட்பாட்டு – ‘பரிவு’க் கோட்பாட்டு உத்திகள், மொழிக்கூறுகள் பற்றிய செய்திகள் மொழிபெயர்ப்பாளருக்கு மிகவும் பயனுள்ளவை ஆகும். இதனால் மொழிகளுக்கிடையே வாக்கியமட்ட மரபு அர்த்தப் பரிமாணங்களுக்கும் அப்பால் கிடைக்கும் இப்புதிய அர்த்தங் களை மொழியாக்கத்தில் அவர் கொண்டுவர முடியும். இவ்வாறு மொழிப்பயன்பாட்டியல் உரையாடல் சூழ்நிலைக்கு அதி முக்கியத்துவம் தருகிறது. அதனால் மட்டுமே கிடைக்கும் புதிய அர்த்தப் பரிமாணங்களை அலசுகிறது.

மொழிவழிப் பரிமாற்றக்களன் பகுப்பாய்வானது மொழிப் பயன்பாட்டியலின் அடுத்த கட்ட நகர்வாகத் தோன்றியது.

பின்னது தந்துள்ள செய்திகளை, குறிப்பாக உரையாடல் சூழ்நிலையின் முக்கியத்துவத்தை, அடித்தளக் கொள்கையாக ஏற்றுப் பயன்படுத்திக்கொள்கிறது. குறிப்பிட்டதொரு உரையாடல் சூழ்நிலையில் மொழிவழிப் பரிமாற்றங்கள் இயற்கையாக உயிர்ப்புடன் நிகழ்தை ஆய்வுப் பொருளாக எடுத்துக்கொள்கிறது. பரிமாற்றங்கள் சொல்ல விரும்பும் தகவல்கள், அர்த்தங்கள் எவ்வாறு மொழியில் பதிவு பெறுகின்றன என்பதிலும் அது கவனம் செலுத்துகிறது.

மக்களின் இயற்கையான பரிமாற்றங்களில் பல மொழிக் கூறுகள் உள்ளன. இக்கூறுகள் அனைத்தும் ஒத்திசைவுடன் ஒருங்கிணைக்கப்படுகின்றன. உயிர்ப்புடன் அவை ஒருமைப் படுத்தப்படுகின்றன. இதனால் மொழியின் பின்னல் அமைப்பு நயம் பொலிவு பெறுகிறது. எடுத்துக்காட்டாக, மொழிப் பின்னலை உண்டாக்குவதில் சொல்/இலக்கண மட்டப் பிணைப்பு ஒரு முக்கியப் பங்கு பெறுகிறது. வாக்கியக் கூறுகளுக்கு இடையே யும் வாக்கியங்களுக்கு இடையேயும் அது பிணைப்பை உண்டாக்குகிறது; சொல் அர்த்த மட்டத்திலும் பிணைப்பை உண்டாக்குகிறது.

விமர்சன மொழிவழிப் பரிமாற்றக்களன் பகுப்பாய்வு சமூக, அரசியல் சூழ்நிலைகளைச் சார்ந்த நோக்கங்களுக்கும் நிலைப்பாடுகளுக்கும், அவற்றை வெளிப்படுத்தும் மொழியின் பயன்பாடுகளுக்கும் இடையே உள்ள தொடர்புகளை உற்று நோக்குகிறது. அதிகாரப் பிரயோகங்களுக்கு மொழிவழிப் பரிமாற்றச் செயல்கள் உதவும் முறையை அகழ்ந்து பார்க்கிறது; கையாளப்படும் மொழியின் நெளிவு சுளிவுகளை அலசிப் பார்க்கிறது.

அது சமூக உறவுகளை மீட்டுருவாக்குகிறது. மொழிவழிப் பரிமாற்றங்களில் சித்தாந்தங்கள் உண்டாக்கப்படுவதைச் சிந்திக்க வைக்கிறது. பொதுவாக, விரிந்த கட்டமைப்பின் சமூக, கலாச்சாரக் கூறுகள் நுண்ணிய கட்டமைப்பின் மொழிக்கூறு களில் எந்தெந்த வழிகளில் பதிவாகின்றன என்பதை ஆய்வு செய்கிறது. பிந்தியவை முந்தியவற்றோடு பின்னிப் பிணைந்து மறைந்து நின்று இயங்கும் முறையை விளக்குகிறது.

மொழிவழிப் பரிமாற்ற நிகழ்வுகள்/செயல்கள் முடிந்தபின் கிடைக்கும் முழுப் பதிவுகளைப் பனுவல் மொழியியல் தன்னுடைய ஆய்வுக் களமாக எடுத்துக்கொள்கிறது. மொழிப்பயன்பாட்டுச் சூழ்நிலையில்லாத, செயற்கையான, ஒற்றை வாக்கியத்தை அலகாகக் கொள்ளும் 'பிணக்கூறு ஆய்வு' மரபை அது முதலில் முற்றிலும் நிராகரிக்கிறது. உயிப்புள்ள மொழிப்பயன்பாட்டுச்

சூழ்நிலைப் பின்புலத் தகவல்களை அடித்தளமாகக்கொண்டு நிகழும் முழுமையான மொழிவழிப் பரிமாற்றத்தை முன்னிறுத்து கிறது. அதனுடைய முழு வடிவத்தைக் கூர்ந்து நோக்குகிறது. அதாவது, ஒரு முழுப் பனுவலையே தன்னுடைய ஆய்வின் அலகாகக் கொள்கிறது.

ஒரு பனுவலின் மிக முக்கிய அடையாளம் அதனுடைய பனுவல் தன்மை ஆகும். அது பின்வரும் ஏழு அளவீடுகளை/ கொள்கைகளைப் பூர்த்தி செய்வதன் மூலம் பெறப்படுகிறது: அவற்றுள் ஏதேனும் ஒன்று மட்டும் இல்லையென்றாலும் கூடக் கிடைப்பது கற்குவியல் போன்ற ஒரு வாக்கியக் குவியலாக இருக்குமே தவிர பனுவல் ஆகாது. அவையாவன: சொல்/இலக்கண மட்டப் பிணைப்பு, விரிந்த அர்த்த மட்டப் பின்னல், நோக்கத் தன்மை, ஏற்புடைமை, தகவல் தரும் திறன், சூழ்நிலைத் தன்மை, பனுவலிடை இழையோட்டம் ஆகியன.

மொழிபெயர்ப்பாளர்களுக்குப் பனுவல் மொழியியல் தரும் தலையாய இரு கருத்தாக்கங்கள்: (i) 'விரிந்த அர்த்த ஆளுமை'; (ii) 'மேலிருந்து – கீழ் பிணைப்பு'. இவற்றையும், பனுவல் தன்மையைப் பற்றிய கொள்கைகளையும் ஏற்றுச் செய்யப்படும் மொழியாக்கம் முழுப் பனுவலை அலகாகக் கொள்கிறது. அதனுடைய விரிந்த அர்த்த ஆளுமையையும், மேலிருந்து–கீழ் பிணைப்பையும் முழுமையாக உள்வாங்கித் தன் பணியைச் செய்கிறது. இத்தகைய மொழியாக்கம் மேம்பட்டதாக, பொலிவுள்ளதாக அமையும்.

அடுத்து வரும் இயல் மொழியாக்கத்துக்கும் கலாச்சாரத்துக்கும் இடையே உள்ள உறவுகளை ஆய்வு செய்கிறது.

4

கலாச்சாரம்

மொழிபெயர்ப்பியலுக்குக் கலாச்சாரம் தந்துள்ள பங்களிப்புகளின் பார்வைகள், ஆய்வுக் கருத்துகள், செயல்முறைகள், பயன்கள் ஆகியவை பற்றி இந்த இயல் விரிவாகப் பேசுகிறது.

4.1 கலாச்சாரமும் உலகப் பார்வையும்

ஒரு குறிப்பிட்ட மனிதகுல மொழி ஒரு குறிப்பிட்ட கலாச்சாரத்துடன் பின்னிப் பிணைந்துள்ளது. அதற்கு உயிரோட்டம் தருவது அக்கலாச்சாரத்தைச் சார்ந்த மொழிப்பயனர்களே. அவர்களிடம் பல்வேறு நம்பிக்கைகள், மதிப்பீடுகள், சமய-சமுதாய-தனிமனித நெறிகள், விதிக்கப்பட்ட நடைமுறையில் உள்ள வாழ்க்கை வழிமுறைகள் ஆகியவை உள்ளன. மேலும் சமுதாய/குடும்ப உறவுகள், அவற்றின் இயல்புகள், நடை-உடை-பாவனைகளைப் பற்றிய பாரம்பரிய விழுமியங்களையும் அவர்கள் கொண்டுள்ளார்கள்.

இவைபோன்ற கலாச்சாரக் கூறுகளின் அடிப்படையிலேயே அவர்களின் உலகப் பார்வையும் புரிதலும் அறிதலும் அமைகின்றன. அப்பார்வையையும் புரிதலையும் அறிதலையும் பற்றிப் பேச, எழுத, அவர்கள் ஒரு மொழியைக் கருவியாகக் கையாள்கிறார்கள். அம்மொழியின் கட்டமைப்பில் மேலே குறிப்பிட்ட கலாச்சாரக் கூறுகள் பொதிந்துள்ளன. எனவே அவர்களின் உலகப்பார்வை, புரிதல், அறிதல், கலாச்சாரம், மொழிக் கட்டமைப்பு ஆகிய அனைத்தும் ஒன்றை யொன்று மிகவும் சார்ந்து பின்னிப் பிணைந்துள்ளன.

உலகம் ஒன்றுதான்; அதில் உள்ள உயிர்களும் பொருள்களும் அவற்றின் இயல்புகளும் அவையேதான். ஆனால் அவற்றைப் பற்றிய பார்வையிலும் புரிதலிலும் அறிதலிலும் ஒரு மொழிப்பயனர் வேறொரு மொழிப்பயனரிடமிருந்து மாறுபடு கிறார். பயன்பாடு, அழகியல் போன்ற காரணங்களால் சில உயிர்களும் பொருள்களும் அவற்றின் இயல்புகளும் அதிக முக்கியத்துவம் பெறுகின்றன. அதிகக் கவனத்தையும் பார்வையை யும் ஈர்க்கின்றன; அதிக விவரிப்பும் பெறுகின்றன.

மற்ற பல உயிர்களும் பொருள்களும் அவற்றின் இயல்புகளும் எந்த முக்கியத்துவமும் பெறாமல் புறக்கணிக்கப்படுகின்றன. இவ்வாறு அதிகக் கவனத்தையும் பார்வையையும் ஈர்த்து, முக்கியத்துவமும் விவரிப்பும் பெறுபவை கலாச்சாரக் கூறுகளி லும் மொழிக் கட்டமைப்பிலும் ஆழமாகப் பதிவாகின்றன. அத்தகைய பதிவுகள் அதிகமாக அதிகமாக, மொழியின் வளமும் அதிகமாகிறது. காலப்போக்கில் செறிவுகளின் ஆழமும் அதிகமாகிறது.

4.2 கலாச்சாரம் என்றால் என்ன?

கலாச்சாரம் அல்லது பண்பாடு என்றால் என்னவென்று ஒற்றை வரியில் விவரிக்க இயலாது. பின்வரும் அனைத்தும் கலாச்சாரத்தின் அம்சங்கள் ஆகும்:

- கல்வி, சமூகவியல், சமயம், அறிவியல், தத்துவம், இலக்கியம், (சிற்பம், ஓவியம், இசை ஆகியவற்றை உள்ளடக்கிய) நுண்கலைகள் எனப் பல துறைகள் உள்ளன. அவை அனைத்திலும் அல்லது ஒரு சிலவற்றில் காணப்படும் உயரிய மதிநுட்பம் கலாச்சாரத்தின் முக்கிய மையக் கூறாகும். நுண்ணிய பயிற்சி மூலம் அதைப் பல தலைமுறையினருக்குக் கற்கவும் கற்பிக்கவும் உதவும் திறன் இன்னொரு மையக் கூறாகும்.

- அறிவுசார் நுட்பங்கள், நுண்கலைகள் ஆகியவற்றில் உன்னத மேம்பாடுகள், சிகரத்தைத் தொடும் வரலாற்றுச் சாதனைகள், அல்லது அவற்றை நோக்கிய பயணங்கள் ஆகியவை ஒரு கலாச்சாரத்துக்குப் புகழையும் பொலிவையும் தருகின்றன.

- கலாச்சாரமானது நீண்ட காலமாக நடைமுறையில் இருந்துவரும் சமூகக் கட்டமைப்புக் கோட்பாடுகள், கட்டுப்பாடுகள், ஆழ்ந்த நம்பிக்கைகள், நீதி நெறி முறைகள், பழக்க வழக்கங்களுடன், விதிக்கப்பட்டு–

பின்பற்றப்படும் வாழ்க்கை வழிமுறைகளும் ஆகும். கலாச்சார உருவாக்கத்திற்கு, உயரிய ஆளுமை மிகுந்த தலைவர்கள், வல்லுநர்களோடு ஒட்டுமொத்தச் சமுதாயத்தின் பங்களிப்புகளும் பேருதவி செய்கின்றன. அவை தலைமுறைகள் பலவற்றால் ஏற்றுக்கொள்ளப் பட்டவை. மேலும் மேலும் மேம்பாடு கண்டவை. பெருமிதத்துடன் கொண்டாடப்படுபவை.

✦ கோட்பாடுகள், கட்டுப்பாடுகள், ஆழ்ந்த நம்பிக்கைகள் சார்ந்த பெரும் தாக்கத்தை உண்டாக்கும் சக்தி ஒரு கலாச்சாரத்தை நிர்மாணிக்கிறது. அது அதனுடைய ஒரு பக்கம் ஆகும். அதனுடைய மறுபக்கத்தில் அப்பெரும் தாக்கச் சக்தி வேறு சமுதாயங்களில் நிகழ்வுகளை, மாற்றங்களை உண்டாக்குகிறது.

கலாச்சாரம் ஒரு நாட்டிற்கோ மாநிலத்துக்கோ மாவட்டத்துக்கோ இடத்துக்கோ இனத்துக்கோ மதத்திற்கோ ஆணுக்கோ பெண்ணுக்கோ உரிய மேலோங்கி நிற்கும் சில அடையாளங்களைக் குறிப்பிடப் பயன்படலாம். சாப்பிடும் உணவுவகைகள், நடையுடை பாவனைகள், அணிகலன்கள், உடல்மொழி என எதையும் குறிப்பிடப் பயன்படலாம்.

வணிகக் கலாச்சாரம், நிறுவனக் கலாச்சாரம், திரைத்துறை யினர் கலாச்சாரம், அரசியல்வாதிகள் கலாச்சாரம் எனவும் பயன்படலாம். சுயகலாச்சாரத்தைக் கர்வத்துடன் உயர்தரமானதாகவும், மற்றவற்றை ஏளனப் பார்வையோடு தரம் குறைந்தனவாகவும் மதிப்பீடு செய்வது எல்லாச் சமுதாயத்தின ரிடமும் காணப்படும் பொதுவான இயல்பாக உள்ளது.

4.3 மொழிபெயர்ப்பியலில் கலாச்சாரத்தின் தாக்கம்

பல்லாண்டுக் காலமாக மொழிபெயர்ப்பியலில் முழுக்கவனத்தையும் ஈர்த்த மையப்புள்ளியாகத் தருமொழி பனுவல் மட்டுமே இருந்துவந்தது. அதற்கு அப்பாலும் இருந்து பெறத்தக்க செய்திகள் எதுவும் இருக்கும் என்று எவரும் எண்ணியது இல்லை. அத்திசையில் எந்த முயற்சியையும் மேற்கொள்ளவும் இல்லை. மொழியியல் – ஒப்பிலக்கிய ஆய்வு முறைகளைக் கருவிகளாக எடுத்துக்கொண்டு, மூலப் பனுவலின் உள்ளுக்குள்ளேயே மொழிபெயர்ப்பாளர்கள் முழுமையாகச் செயற்பட்டார்கள். அதனுடைய மொழிக்கட்டமைப்பையும் வடிவக் கட்டமைப்பையும் நுணுகி ஆராய்ந்தார்கள். மையக்கருத்து களையும் மற்ற உள்ளடக்கங்களையும் சொல்மாட்சியையும் நடை நயங்களையும் தத்தம் பார்வையில் அடையாளம் கண்டார்கள்.

அவை அனைத்துக்குமுரிய நூற்றுக்கு நூறு சரியான பெறுமொழி சமனிகளைத் தொய்வின்றித் தேடினார்கள்.

1980களில் மொழிபெயர்ப்பியலின் அணுகுமுறைகள், பார்வைகள், செயல்முறைகள், இலக்குகள் ஆகியவற்றில் பெரியதொரு மாற்றம் நிகழத்தொடங்கியது. ஏறத்தாழ ஒரே சமயத்தில், உலகின் பல்வேறு பகுதிகளில் குறிப்பாக இந்தியா, ஜெர்மனி, ஃப்ரான்ஸ், கனடா, பிரேசில் ஆகிய நாடுகளில் இந்த மாற்றம் நிகழ்ந்தது. புதிய சிந்தனைகள் பிறந்து புதியதொரு ஆய்வுத் தளம் உருவாகத் தொடங்கியது.

தருமொழியில் எழுதப்பட்ட மூலப்பனுவலே எந்த ஒரு மொழியாக்கத்தின் தொடக்கப்புள்ளியுமாகும் என்பதை யாராலும் மறுக்கமுடியாது. அம்மொழியின் கூறுகளுக்குக் குறிப்பிட்ட தொரு கலாச்சாரத்தின் பல அம்சங்கள் அடித்தளத்திலிருந்து உயிரோட்டம் தந்து இயங்குவதையும் மறுக்க முடியாது. ஆனால் மொழியாக்கம், ஒரு பயணம். தொடக்கப் புள்ளியிலேயே நிற்பதல்ல. பயணம் செல்லும் பாதை கரடுமுரடானது. சோதனைகள் நிறைந்தது. பயணம் முடிந்தபின் அடைந்த இடத்தில் மிகவும் வேறுபட்ட பெறுமொழி பேசும் வாசகர்கள் உள்ளார்கள். அவர்கள் பெறு கலாச்சாரத்தில் திளைப்பவர்கள்; தருமொழி கலாச்சார நுட்பங்களை அறியாதவர்கள். ஆர்வத்தைத் தூண்டும் ஒருசில அம்சங்களையாவது கொண்டிருந்தால்தான், எந்த ஒரு மொழியாக்கப் பனுவலும் அவர்களிடம் வரவேற்பு பெறும்; வாசிக்கப்படும்; பயன் தரும்.

தருமொழி பனுவல் ஒரே ஒரு கலாச்சாரத்தைச் சார்ந்தது. அதனுடைய பின்புலத்தில் வேறு சில கலாச்சாரப் பதிவுகள் இருக்கலாம். ஆனால் காலப்போக்கில் தனித்தனியே அடையாளம் காணமுடியாத வகையில் அவை இரண்டறக் கலந்து, தருமொழியினால் உள்வாங்கப்பட்டு, ஒற்றைக் கலாச்சாரமாகவே தோற்றமளிக்கும். மூலப்பனுவல் ஒன்றின் மொழியாக்கப் பணி தொடங்கிய உடனேயே, அதனுடைய 'ஒற்றை மொழி – ஒற்றைக் கலாச்சாரம்' என்ற களம் மாறிவிடுகிறது, 'இருமொழிகள் – இரு கலாச்சாரங்கள்' என்ற புதிய களத்தில் பயணம் தொடங்கிவிடுகிறது. இரு மொழிகளின், இரு கலாச்சாரங் களின் வினை – எதிர்வினைகளும் பரிவர்த்தனைகளும் சமரசங்களும் தொடங்கிவிடுகின்றன. தவிர்க்கமுடியாத இக்கூட்டு வினைகள் அனைத்தையும் விளைநிலமாகக்கொண்டு, விளைவிக்கப்பட்டு, இறுதியாகக் கிடைக்கும் விளைபொருளே பெறுமொழி பனுவலாக அமைகிறது.

இத்தகைய ஆராய்ச்சிச் சிந்தனைகளை அடித்தளமாகக் கொண்டு இதுவரை இல்லாத வகையில் அடிப்படையான, பின்வருவன போன்ற சில கேள்விகள் 1980களில் கேட்கப்பட்டன. பாரம்பரிய மொழிபெயர்ப்பாளர்களின் எதிர்ப்புகள், எதிர் வினாக்கள் புறந்தள்ளப்பட்டன. புதிய வினாக்கள் புதிய தேடல்களைத் துவக்கின. கிடைத்த புதிய விடைகள் தயக்கமின்றிப் பதிவுசெய்யப்பட்டன.

i. பெறுமொழி பனுவல் இருமொழிகளையும் இரு கலாச்சாரங்களையும் சார்ந்திருப்பதை யாராலும் மறுக்கமுடியாது. இவ்வாறு இருக்கையில் தருமொழி பனுவலுக்கு மட்டும் ஏன் நூற்றுக்கு நூறு முக்கியத்துவம் தரவேண்டும்? அது ஏன் ஒற்றை மையப்புள்ளியாக இருந்து இயங்க/இயக்க வேண்டும்?

ii. தருமொழிப்பனுவல் என்ற ஒற்றை வட்டத்திற்குள் மொழிபெயர்ப்பாளர் ஏன் சுழன்று சுழன்று வர வேண்டும்? ஒரு கூண்டுச் சிறைக்குள் தன்னை ஏன் அடைத்துக்கொள்ள வேண்டும்?

iii. மொழி எனும் கருவியின்றிக் கலாச்சாரத்தைப் பற்றிப் பேச முடியாது; கலாச்சாரச் செறிவுகள் இன்றி மொழிக் கூறுகளும் இயங்க முடியாது. உடலின் இயக்கத்திற்கு உயிர் இன்றியமையாதது. உயிரின் வெளிப்பாடுகளுக்கு உடல் இன்றியமையாதது. கலாச்சாரக் கூறுகளை முற்றிலும் தவிர்த்த வெற்றிடத்தில் மொழியைப் பிறப்பிக்க முடியாது. ஆனால் பாரம்பரிய மொழிபெயர்ப்பில் பொதுவாக மொழிக்கூறுகள் பெறும் ஆழமான கவனத்தைக் கலாச்சாரக் கூறுகள் பெறுவதில்லை. இதைச் சரிசெய்வது அவசியமில்லையா?

iv. நூற்றுக்கு நூறு சரியான பெறுமொழி சமனிகளைத் தேடுவது கிட்டக் கிட்டப் போனாலும் எட்டி எட்டிப்போகும் இலக்கை எட்டிப்பிடிக்கும் முயற்சி அல்லவா? இத்திசையில் இடைவிடாத பெருமுயற்சிப் பயணம் தொடரலாம். ஆனால் அது ஒருநாளும் இலக்கைப் பிடித்து முடிந்த பயணமாக இருக்கப் போவதில்லை. நடைமுறையில் சாத்தியமாகக் கூடியவை தோராயங்களே தவிரச் சமானங்கள் அல்ல. அந்தத் தோராயமும் கலாச்சாரக் கூறுகளால்தான் சாத்தியமாகும்

v. பெறுமொழி வாசகர்கள் சிலரேனும் படித்துப் பயனுறுவார்கள் என்ற எதிர்பார்ப்புடன் அல்லவா எந்த ஒரு மொழியாக்கமும் தொடங்கப்படுகிறது? என்றால், அப்பணியில் அவர்களையும் அவர்களுடைய கலாச்சாரத்தையும் கருத்தில் கொள்வது அவசியம் அல்லவா?

vi. இருமொழிகள், இரு கலாச்சாரங்கள், இரு சமுதாய – சமய – வரலாற்று மற்றும் கால – இட சூழ்நிலைகள், அவற்றின் வேறுபாடுகள், தாக்கங்கள் எனப்பல கூறுகளும், இவையனைத்துக்கும் இடையே நிகழும் இடைவினைகளும் பரிவர்த்தனைகளும் சமரசங்களும் மொழிபெயர்ப்புக்கு மிகவும் தேவை அல்லவா? இவற்றுள் பெரும்பாலானவை தருமொழிப்பனுவல் என்ற ஒற்றை வட்டத்திற்கு வெளியே உள்ளவை அல்லவா?

vii. மொழிபெயர்ப்பாளர்தான் மொழிபெயர்ப்பை நிகழ்த்திவைக்கிறார். அவர் இல்லையேல் மொழி பெயர்ப்பும் இல்லை. எனவே அவரும் ஒரு வகையில் ஒரு படைப்பாளி அல்லவா? அவர் தருமொழிப்பனுவல் ஆசிரியருக்கு முற்றிலும் கட்டுப்பட்டா இருக்க வேண்டும்? பெறுமொழி கலாச்சாரத்தையும் வாசகரையும் கருத்தில்கொள்வது நலம் பயக்கும் அல்லவா? என்றால், மொழிபெயர்ப்பில் சில மாற்றங்களைச் செய்ய அவருக்குச் சுதந்திரம் வேண்டாமா?

இப்படிப்பட்ட கேள்விகளுக்கான விடைகளின் தேடல்களில் மொழிபெயர்ப்பியல் பார்வைகளும் ஆய்வுகளும் வேறு ஒரு புதிய திசையில் செல்லத்தொடங்கின. ஒரு மொழியாக்கம் செய்யப்படும்போது உருப்பெறும் பெறுமொழி பனுவலின் ஒட்டு மொத்த உயிர்மூச்சு அதனுடைய மூலப் பனுவலுக்கு உள்ளே – அதனுடைய மொழிக்கட்டமைப்பில், வடிவத்தில், உள்ளடக்கத்தில், கலாச்சாரத்தில் – மட்டும் கிடையாது.

மாறாக மூலப் பனுவலுக்கு வெளியே உள்ள இரு மொழிகளையும் இரு கலாச்சாரங்களையும் சார்ந்த சமுதாய – சமய – வரலாற்று மற்றும் கால – இட – அரசியல் சூழ்நிலைகள், அவற்றின் வேறுபாடுகள், மாற்றங்கள், தாக்கங்கள் போன்ற பலவற்றின் பின்னல் வலையை அது சார்ந்துள்ளது. அவை அனைத்துடைய, தவிர்க்கமுடியாத, இடைநிகழ் தாக்கங்களுக்கு

நடுவில்தான், அது இடை விளைபொருளாக உருப்பெறுகிறது. இத்தகைய புரிதலும் தெளிவும் ஒத்த கருத்தும் இக்காலகட்ட மொழிபெயர்ப்பியலில் வலுப்பெறத் தொடங்கின.

எனவே ஒரு மொழியாக்கம் என்றால் அது பெறுமொழியில் 'மீண்டும் எழுதப்பட்ட ஒரு தருமொழி பனுவலே' என்ற கருத்தாக்கம் காலூன்றத் தொடங்கியது. மீண்டும் எழுதப்படும் எந்த ஒரு பனுவலும் மாற்றங்களுக்கு உட்பட்டது. வேற்று மொழியில் அது மூலத்தின் ஒரு அச்சுப் பிரதியாக உருப்பெற வாய்ப்பில்லை.

சுருக்கமாகச் சொன்னால், இதுவரை அமைந்த மொழி பெயர்ப்புத் தேடல்கள் அனைத்தும் தருமொழி பனுவலை – குறிப்பாகத் தருமொழியை – நோக்கிய திசையிலேயே அமைந்தன. மாறாக இந்தக் காலகட்ட மொழியாக்கத் தேடல்கள் எதிர்த் திசையில் கிடைக்கப்பெறும் பெறுமொழி பனுவலை – குறிப்பாகப் பெறுமொழி கலாச்சாரத்தை – நோக்கியே அமையத் தொடங்கின. இப்புதிய பயணம் மொழியாக்கச் சிந்தனைகள் வரலாற்றில் 'கலாச்சாரத் திருப்பம்' (cultural turn) என்று பெயர் பெற்றுள்ளது.

இரு மொழிகள், கலாச்சாரங்கள் சார்ந்த பல்வகை ஆளுமை களின் இடைவினைகளை மொழிபெயர்ப்பாளர்கள் அடித்தள மாகக் கொள்ளத் தொடங்கினர். அவற்றின் சமரசங்களின் இன்றியமையாத் தேவைகளை, நல்ல புரிதலுடன் ஏற்றுக்கொள்ளத் தொடங்கினர். 'தவறு செய்கிறோமோ' என்ற உறுத்தல் அவர்களிட மிருந்து நீங்கியது. மொழியைச் செய்பொருளாகக் கொண்டு உண்டாக்கிய 'சமனிக் கைக்கட்டுகளையும் கால்கட்டுகளையும்' அறுத்தெறிந்தனர். கலாச்சாரத் திசையிலிருந்து வீசிய தென்றலைச் சுவாசித்துப் புத்துணர்ச்சியுடன் நடமாடத் தொடங்கினர். இப்படிப்பட்ட புதிய சூழ்நிலையில் மொழியாக்கம் தொடர்பான பல கேள்விகளை மொழிபெயர்ப்பாளர்களால் கேட்க முடிந்தது. அவற்றுள் சில முக்கியமான கேள்விகள்:

i. எந்த இலக்கை நோக்கி மொழியாக்கம் செய்யப்பட வேண்டும்? பெறுமொழி வாசகர்களின் புரிதலை இலக்காக வைத்து அதை அடைவதற்காகப் பல அம்சங்களைப் பெறுமொழி பனுவலில் கொண்டுவரும் முயற்சியா அல்லது தெரிவுசெய்யப்பட்ட சில அம்சங்களை மட்டும் கொண்டுவரும் முயற்சியா?

ii. மொழியாக்கம் பெறுமொழி வாசகரிடம் எத்தகைய வினையாற்றவேண்டும்? அவர்களிடம் எப்படிப்பட்ட எதிர்வினைகளை விளைவிக்க வேண்டும்?

iii. எவ்வித வேறுபாடும் இன்றிப் பெறுமொழி வாசகர்கள் அனைவருக்காகவும் பொதுவானதொரு எளிய

மொழியாக்கத்தைச் செய்ய வேண்டுமா, அல்லது ஓரளவு கல்விப் பின்புலமும் ஆழமான புரிதல்களும் உள்ள ஒரு குறிப்பிட்ட பிரிவில் அடங்கும் பெறுமொழி வாசகர்களுக்காக மட்டும், சற்றுக் கடினமான மொழியாக்கத்தைச் செய்ய வேண்டுமா?

iv. தருமொழி பனுவலின் எந்தெந்த அம்சங்கள் பெறுமொழி வாசகர்களுக்கு அவர்களுடைய கலாச்சாரப் பின்னணியில் ஏற்புடையவையாக இருக்கும்? எவை எவை இருக்காது? ஏற்புடையதாக இல்லாதவற்றை என்னென்ன மாற்றங்கள் செய்து ஏற்புடையவையாக ஆக்கலாம்?

v. செய்யவேண்டிய மாற்றங்களின் எல்லைக் கோடு எது?

vi. சமகாலப் பெறுமொழி கலாச்சாரத்துக்கும் வாசகருக்கும் ஏற்புடையதாக எந்த மொழியாக்க நடை இருக்கும்? [செய்யுள் நடை, பொதுப் பேச்சு வழக்கு, உயர் வழக்கு, வட்டார வழக்கு, தகுதியற்ற வழக்கு (slang), கலப்பு நடை?]

vii. தருமொழி பனுவலில் வித்தியாசமான, சிறப்பான வடிவக்கட்டமைப்பு அம்சங்கள் இருந்தால் அவற்றை மொழியாக்கத்தில் தரலாமா? பெறுமொழி வாசகர்களிடம் அவை வரவேற்பு பெறுமா?

viii. தருமொழி பனுவல் சொல்லும் அரசியல்–சமுதாய சித்தாந்தங்கள், அழகியல், அறவியல் (நீதி நெறி) கருத்துகளைப் பெறுமொழி வாசகரின் விருப்பு, வெறுப்புகளை ஒட்டிச் சொல்ல வேண்டுமா? அவற்றைத் தாண்டிச் சொல்ல வேண்டுமா? எந்த அளவுக்குச் சொல்ல வேண்டும்?

ix. மொழியாக்கத்தில் சம்பந்தப்பட்ட இரு கலாச்சாரங்கள் பொதுவாக வேறுபட்ட ஆளுமைகளைக் கொண்டிருப்பது இயல்பு. குறிப்பாக பொருளாதாரம், அரசியல், கல்வி, மதம், இலக்கியம் போன்ற துறைகளில் ஆளுமைகளின் அதிகாரப் பிரயோகங்களை நாம் எளிதில் காணமுடியும். அதிக ஆளுமையுடைய கலாச்சாரம் குறைவான ஆளுமையுடைய கலாச்சாரத்தைச் சிறுமைப்படுத்தலாம். அதிகாரப் பிரயோகம் செய்து அடக்கப் பார்க்கலாம். இத்தகைய நியாயமற்ற மேலதிகாரப் பிரயோகம் இருந்தால் அதை மொழியாக்கத்தில் சரிசெய்யலாமா?

x. இறுதியாக ஒரு கேள்வி: மூலப் பனுவலில் இல்லாத மொழிபெயர்ப்பாளரின் சொந்தக் கருத்துகளை, அம்சங்களை, கற்பனைகளைப் பெறுமொழி பனுவலில் சேர்க்கலாமா?

மொழியாக்கச் சிந்தனையாளர்களும் மொழிபெயர்ப்பாளர்களும் மேலே கண்டவை போன்ற முக்கியமான கேள்விகளைக் கேட்டனர். விடைகளை அவர்களே தேடினர். முடிந்தவரை அவர்களே அவற்றைத் தரவும் செய்தனர். மூலப் பனுவல் ஆசிரியரிடம் பெறுமொழி வாசகரைக் கொண்டுசேர்ப்பதை விடப் பின்னவரிடம் முன்னவரைக் கொண்டுசேர்ப்பதே நலம் என்று தெளிவுபெற்றார்கள். அதாவது 'பெறுமொழி வாசகர்களையும் அவர்களுடைய கலாச்சாரத்தையும் மையப்படுத்தி, முன்னிலைப்படுத்த வேண்டும்' என்பதே அவர்கள் கண்ட விடைகளின் சாராம்சம் ஆகும்.

கலாச்சார வேறுபாடுகளால் 'ராமாயணம்' முந்நூற்றுக்கும் மேலான மாறுபடும் ஆக்கங்களாகப் புழக்கத்தில் உள்ளதை ஏ.கே. ராமானுஜன் சுட்டிக்காட்டுகிறார். உதாரணமாக, விமலசூரியின் ராமாயணத்தில் ராமன் திருமாலின் அவதாரப் புருஷன் அல்ல. முக்தி அடையும் நிலையில் உள்ள ஒரு இறுதிப் பிறவி சமண ஆத்மா. ராவணன் அசுரன் அல்ல. இந்து பிராமணர்களால் தீயவனாக அவதூறாகச் சித்தரிக்கப்பட்டவன். உண்மையில் அவன் தலைசிறந்த தவத்தால் அரிய சக்திகள் பெற்ற மகாபுருஷன். அனுமனும் பரிவாரங்களும் குரங்குகள் அல்ல. தேவர்களுள் ஒரு இனத்தைச் சேர்ந்தவர்கள். (காண்க. ப-ள். 103-8).

கலாச்சாரச் சிந்தனைகளின் அடிப்படையில், ஈவன்-ஜோஹாவின் 'பன்முக அமைப்பு' (polysystem) கோட்பாடு உருவானது. இலக்கியப் பனுவல்களின் மொழியாக்கம் பெறுகலாச்சாரத்தைச் சார்ந்த நிஜமாகும். இது இவரின் அடிப்படைச் சிந்தனையாகும். பலதரப்பட்ட செம்மையான 'மேல்நிலை'களிலும் தகுதி குறைந்த 'கீழ்நிலை'களிலும் இலக்கிய மாதிரிகள், வடிவங்கள், பாரம்பரியங்களுக்கு இடையே தொடர் ஊடாட்ட அழுத்தங்கள் என அவை எப்போதும் உள்ளன. வாசகர்களின் மத்தியில் ஆதிக்கம் செலுத்திக் கௌரவமான இடத்தைப் பெற அவற்றுக்கிடையே இடையறாத போட்டி நிலவுகிறது. இந்தப் பார்வையில், இலக்கியமானது நிலைகொண்ட ஒரு மாற்றமிலி அல்ல: அது தொடர் மாற்றத்துக்கு என்றும் உட்பட்டது (காண்க. ப. 138-9).

'மொழியாக்க நிறைவு' (translational adequacy) தருமொழி பனுவலை மையப்படுத்திச் செய்யப்படும் தேடலாகும். அது

பயன் தராத முயற்சி என்று கிடியான் டூரி உரத்துச் சொல்கிறார். ஏனெனில் அந்த மையத்தை விட்டு விலகிச் சென்று, பலதளங் களில் நிகழக்கூடிய ஏராளமான 'மொழியாக்க விலகல்கள்' (translational shifts) தவிர்க்க முடியாதவை. ஆகவே மொழியாக்க நிறைவைத் தேடுவதை வீண் முயற்சி எனக் கைவிடவேண்டும். பெறுகலாச்சாரத்தைச் சார்ந்த 'மொழியாக்க ஏற்புடைமை' (translational acceptability) என்ற திசையில் மொழியாக்கத் தேடல்கள் இருக்க வேண்டும். சொந்தக் கலாச்சாரப் பின்புலம் கொண்ட பெறுமொழி வாசகர்களுக்கு மொழியாக்கம் செய்யப்பட்ட ஒரு பனுவல் முற்றிலும் ஏற்புடையதாக இருக்க வேண்டும். *(காண்க. ப. 86).*

இந்தச் சாராம்சத்தின் அடிப்படையில்தான் பாரம்பரிய மொழிபெயர்ப்பு சந்தித்த பல பிரச்சினைகளுக்குத் தீர்வுகள் காண முடிந்தது. எந்த ஒரு மொழிபெயர்ப்பும் பெறுமொழியில் 'மீண்டும் எழுதப்பட்ட ஒரு தருமொழி பனுவலே' என்ற புதிய நிலைப்பாடு வலுப்பெற்றது. அதனால் பல தளங்களில் சமரசங்கள் செய்துகொள்ள மொழிபெயர்ப்பாளர்களுக்கு நிறைய சுதந்திரம் கிடைத்தது.

மொழிபெயர்ப்புப் பணியின் இலக்கு தெளிவாகி உறுதி யானது. அதை நோக்கிய பயணங்கள் முன்பில்லாத வகையில் எளிதாகின. இயல்பான பெறுமொழி பனுவல்கள் சாத்தியமாகின, 'சமனிகள்' என்ற பாரம்பரியக் கட்டுப்பாடுகள் நீங்கியதால். மொழிபெயர்ப்பாளரின் கைவண்ணத்தில் தருமொழி பனுவல்கள் பெறுமொழியில் 'மீண்டும் எழுதப்பட்டன'. அவை பெறுமொழி வாசகரை ஈர்த்தன. அவர்களிடம் நல்ல வரவேற்பு பெறத்தொடங்கின.

பன்முக அமைப்புக் கோட்பாட்டின் விரிவாக்கம் பெறுமொழி இலக்கியத்தின் கோணத்திலிருந்து, இலக்கிய மொழியாக்கத்தை உற்றுநோக்கியது. 'குறிப்பிட்ட நோக்கத்துக் காகத் தருமொழி பனுவலில் ஓரளவாவது மாற்றம் செய்வது' என்ற பொருள் எந்த மொழியாக்கத்திலும் மறைந்து நிற்பது தெரிந்தது. இதனால் உள்ளதை உள்ளபடி விவரிக்கும் மொழியாக்க அணுகுமுறை தோன்றியது: இலக்கை நோக்கிய, இயக்கம் மிகுந்த, அமைப்புமுறையை அது முன்னிறுத்தியது.

கலாச்சாரத் திருப்பம்

மொழியாக்கத்தின் மையப் பிரச்சினை மூலப்பனுவலின் மொழிக்கூறுகள் அல்ல; பெறுகலாச்சாரத்தில் எத்தகைய இயக்கத்தை அது நிகழ்விக்கிறது என்பதே ஆகும். அந்த இயக்கத்தை உந்துவிக்கும் விதிகளையும் கட்டுப்பாடுகளையும்

கண்டறிவதை உள்ளதை உள்ளபடி விவரிக்கும் அணுகுமுறை தன்னுடைய ஆய்வுக்களமாகக் கொண்டது. மொழியாக்கச் சிந்தனைகள் வரலாற்றில் 1990களில் கலாச்சாரத்தை மையப் படுத்திச் செய்யப்பட்ட ஆய்வுகள் 'கலாச்சாரத் திருப்பம்' எனப் பெயர்பெற்றன.

கலாச்சாரத் திருப்பத்தின் முக்கிய நகர்வாக வெர்மியரின் ஸ்கோபோஸ் கோட்பாடு அமைந்தது. ஸ்கோபோஸைச் சிக்கல் நிறைந்த மொழியாக்க எண்ணம் என வெர்மியர் வரையறுக் கிறார். அது தருமொழி பனுவலைப் பெறுகலாச்சாரத்தை நோக்கி நகர்த்துகிறது. மொழியாக்கம் எந்த அளவுக்குப் பெறுமொழி வாசகர்களின் சூழ்நிலைகளோடு இணக்கமாக உள்ளதோ அந்த அளவுக்கு அதனுடைய வெற்றி அமையும்.

மொழியாக்கச் செயலின் (translational action) இலக்கு ஒரு மொழியாக்கப் பனுவலாகும். அதற்கான மொழியாக்கச் செயல் திட்டம் (translational commission) பிறராலோ மொழிபெயர்ப்பாளராலோ வகுக்கப்படுகிறது. பின்னவர் வகுத்ததைச் செயலாக்குவதில் வல்லுநர். அவரே அதனுடைய நுட்பங்களை நன்கறிந்தவர். தொடர்புடைய பல கேள்விகளுக்கு உறுதியான, தெளிவான விடைகளைக் கண்டறியும் திறன் பெற்றவர். தருமொழி பனுவல் மொழியாக்கத்தின் அடித்தளமாக உள்ளது. ஆனால் வேறுபட்ட பல பெறுகலாச்சாரப் படிநிலைக் கூறுகளே அடுக்குகளை எழுப்புகின்றன; பெறுமொழி பனுவலுக்கு இறுதி வடிவைத் தருகின்றன. அடித்தளத்தில் உள்ள தருமொழி பனுவல் கண்ணுக்குத் தெரிவதில்லை. அது ஒரு தொடக்கப் புள்ளியே *(காண்க. ப–ள். 146–7).*

கலாச்சாரத் திருப்பத்தின் அடுத்த பங்களிப்பை ஜெர்மானிய ஃபின்லாந்திய மொழியாக்கச் சிந்தனையாளர் ஹொல்ஸ் மன்டேரி (Holz-Mänttäri) தருகிறார். 'மொழிபெயர்ப்பு நடவடிக்கை' (Tranlatorial action) என்ற அவருடைய கருத்தாக்கம் மொழிபெயர்ப்பின் தொழில்சார் களத்தை விரிவாக்குகிறது. மொழிபெயர்ப்பாளர் மட்டுமல்லாமல் மூலப் பனுவல் ஆசிரியர், மொழிபெயர்ப்புத் திட்டத்தைப் பணித்து நிர்வகிக்கும் அமைப்பு, இலக்கு வாசகர் ஆகியோரும் அங்கு உள்ளனர். இவர்களின் ஒத்துழைப்பால் மொழிபெயர்ப்பு நடவடிக்கை முழுமை பெறுகிறது.

மன்டேரியின் பார்வையில் மொழிபெயர்ப்பு ஒரு சமூகச் சூழ்நிலையில் நிகழும் சிக்கல் நிறைந்த இடை – கலாச்சாரப் பரிமாற்றம் (intercultural communication) ஆகும். மொழிபெயர்ப்பு நடவடிக்கையில் மூலப் பனுவலின் இடத்தை அவர் சுருக்கி விடுகிறார். மேலும் ஒட்டுமொத்த மொழிக்கூறுகளையும் ஓரம்கட்டி

விடுகிறார். கலாச்சாரத் தடைகள் அனைத்தையும் அகற்ற விரும்புகிறார். சமூகச் சூழ்நிலையில் நிகழும் கலாச்சார – இடைப் பரிமாற்றத்தின் தேவைகளை முழுமையாக நிறைவுசெய்வதை இலக்காக வைக்கிறார்.

கலாச்சாரத் திருப்பத்தின் அடுத்த முக்கியப் பங்களிப்பாகப் பிந்திய காலனிய நரமாமிசவியம் உள்ளது. காலனிய எஜமானர்கள் மொழியாக்கத்தை ஒரு சக்திமிகுந்த ஆயுதமாகக் கொண்டு, காலனிய 'பிறர்' மீது கலாச்சார மேலாதிக்கம் செலுத்தி னார்கள். காலனிய 'பிறர்' தங்களுடைய சொந்த நரமாமிசவிய மொழிவழிப் பரிமாற்றக்களனைக் கட்டமைத்து, அதில் கடுமையான எதிர்ப்பைப் பதிவு செய்தார்கள். இதைப்பற்றிய நீண்ட பேச்சு இரண்டாம் இயலில் உள்ளது (காண்க. ப–ள். 163–71). எனவே கலாச்சாரக் கூறுகள் மொழியாக்க முடிவு செய்தலில் முக்கியப் பங்காற்றுகின்றன. அது எவ்வாறு என்று எடுத்துக்காட்டுகளுடன் இந்த இயலில் இனிவரும் பக்கங்கள் விளக்குகின்றன.

4.4 வால்மீகி ராமாயணம்: தமிழ் மொழிபெயர்ப்புப் பிரச்சினைகள்

தன்னுடைய 'இராமகாதை'யின் நூல் வரலாற்றைக் கம்பநாடன் பாயிரத்தில் இவ்வாறு சொல்கிறான்:

தேவபாடையின் இக் கதை செய்தவர்
மூவர் ஆனவர் தம்முளும், முந்திய
நாவினான் உரையின்படி, நான் தமிழ்ப்
பாவினால் இது உணர்த்திய பண்புஅரோ.

(கம்பராமாயணம் பாயிரம் 10)

தேவ மொழி என்று கருதப்படும் சமஸ்கிருதத்தில் இராமனின் கதையை மூவர் செய்தனர். அவர்களுள் முந்தியவர் ஆதிகவி வால்மீகி முனிவர். அவர் எழுதிய ஆதி காவியத்தையே மூலப் பனுவலாகக் கொண்டு தன்னுடைய தமிழ் வடிவப் பனுவலைப் படைத்துள்ளதாகக் கம்பன் இங்கே பதிவு செய்கிறான். "முந்திய நாவினான் உரையின்படி நான் தமிழ்ப்பாவினால் இது உணர்த்திய பண்பு" என்ற வரிகள் நமக்குச் சொல்லும் செய்திகள்:

1. சமஸ்கிருத மூலத்தில் வால்மீகி முனிவர் உரைத்ததை அப்படியே தமிழில் தரும் மொழிபெயர்ப்பு இது.

2. வடிவம் மட்டும் தமிழ்ப்பாவினால் ஆனது.

ஆனால் சமஸ்கிருதம், தமிழ் ஆகிய இரு மொழிகளையும் நன்கு கற்றறிந்தோர் வால்மீகியின் ராமாயணத்தையும் கம்பனின் இராமகாதையையும் ஒப்புநோக்க முடியும். அப்போது 'நூற்றுக்கு நூறு சமனிகள்' கம்பனின் இலக்கு அல்லவே அல்லவென்று

அவர்களுக்கு எளிதில் புலப்படும். சமஸ்கிருதத்தைப் படிக்க, எழுதத் தெரியாதவர்கள் ஏராளமானோர் உள்ளனர். இரண்டு அல்லது மூன்று தமிழ் மொழிபெயர்ப்புப் பனுவல்களை மட்டும் ஒப்புநோக்கும்போது அவர்களும் கம்பன் செய்துள்ள மாற்றங்களை ஊகிக்கலாம். அப்படிப்பட்ட சில கீழே தரப்பட்டுள்ளன.

4.4.1 ஆரண்ய காண்டம்: இலக்குவன்மேல் சீதையின் சீற்றம்

இராவணனின் சூழ்ச்சிப்படி மாரீசன் மாயமான் உருக்கொண்டான். அவன் வதைப்படும்போது, இராமனே அபாயத்தில் சிக்கிக்கொண்டு அலறுவது போல் "சீதா! இலக்குமணா!" என்று கூக்குரலிட்டுச் சாகிறான். தொலைவில் ஆசிரமம் ஒன்றில் உள்ள சீதை, அபாயத்தில் சிக்கியுள்ள இராமனின் குரலே அது என்றெண்ணி நடுங்குகிறாள். தமையனின் கட்டளைப்படித் தன்னைப் பாதுகாத்து நிற்கும் இலக்குவனை உடனே ஓடிச்சென்று இராமனுக்கு உதவுமாறு பணிக்கிறாள்.

இலக்குவனோ என்ன நடக்கிறது என்று உடனே புரிந்து கொள்கிறான். இராமனை எந்த அபாயத்திலும் சிக்கவைக்க யாராலும் முடியாது; அவனை வெல்வார் இவ்வுலகில் யாருமில்லை; பாதுகாப்பு அரணாக உள்ள தன்னைச் சீதையிடமிருந்து பிரித்துக் காட்டுக்குள் அனுப்பி, அவளைத் தனிமைப்படுத்தும் ஒரு சூழ்ச்சி இது என்றெல்லாம் சொல்லி அவள் அமைதி பெறப் பெருமுயற்சி செய்கிறான்.

ஆனால் தன்னுடைய நாயகன் அபாயத்தில் சிக்கி விட்டானோ என்று அஞ்சும் சீதை, இலக்குவன் கூறுவதை ஏற்கும் மன நிலையில் இல்லை. அவன்மேல் சினம்கொண்டு சுடுசொற்களைக் கொட்டுகிறாள். இக்காட்சியின்போது வால்மீகியின் மூலப்பனுவலில் சீதை சொல்லும் சொற்களை மூன்று தமிழ் மொழிபெயர்ப்புகள் எப்படியெல்லாம் தருகின்றனவென்று கீழே காணலாம்:

தமிழ் மொழிபெயர்ப்பு–1: *(ஸ்ரீமத் வால்மீகி ராமாயண வசனம், ஆரண்ய காண்டம், 45ஆவது சருக்கம்: வடமொழி மூலத்திலிருந்து தாததேசிக தாதாசாரியால் செய்யப்பட்டது.)*

> *"அடா நீசா! அருளற்றவனே! கொடியவனே! குலங்கெடுப்பவனே! பெருமாளிறப்பதே யுனக்குப் பிரியமெனெ வெண்ணுகின்றேன். என்பதி இறக்குகவென்றே நீ இவ்வண்ணம் ஸமாதானம்போல உறைக்கின்றனை. நீ யவர்க்குச் சக்களத்தி மகனாதலின், நீ இவ்வண்ணம் நினைப்பதும் வியப்புறத்தக்கதன்று. உன்னைப் போன்றவர்கள் உள்ளத்திற் கொடுமை கொண்டும், புறத்தில் நட்பினர்போல இருக்கின்றனாக ளல்லரோ? நீ என் பொருட்டே காட்டில்*

தனியே பெருமாளைப் பின்றொடர்ந்து வந்தனை. ஒரு வேளை பரதனே பெருமாளைக் கொலைசெய்து யென்னை எடுத்துவரும்படி யுன்னை ஏவி இருக்கின்றனன் போலும். இவ்வண்ணம் உன் எண்ணமும், பரதன் எண்ணமும், முடியுமெனக்கருதற்க. கருநெய்தல் போன்ற திருமேனி யுடையவரும், தாமரையிதழ்போன்ற திருக்கண்களை யுடையவருமாகிய என் பர்த்தாவைச் சேர்ந்தபின், மற்றொருவனை நான் காமுறுவேனோ? அடா! லஷ்மணா! உன் எதிரிலேதானே யான் உயிரை விட்டுவிடுவேனல்லது, பெருமாளின்றிக் கணப்பொழுதும் பிழையேன்."

தமிழ் மொழிபெயர்ப்பு–2: *(வால்மீகி இராமாயணம், ஆரண்ய காண்டம், ஸர்க்கம் 45: வடமொழி மூலத்திலிருந்து டி.எஸ். கோதண்டராமனால் செய்யப்பட்டது.)*

"இலட்சுமணா! பண்பில்லாதவனே! இரக்கம் இல்லாதவனே! கொடுங்கோலனே! குலப்பெருமையைத் தொலைக்கவந்தவனே! இராமனுக்குப் பெரும் ஆபத்து ஏற்பட்டால் அதுதான் உனக்குப் பிரியமானது என்று எண்ணுகிறேன். இராமனுக்கு ஏற்பட்டுள்ள நெருக்கடியைப் பார்த்து, அதன் காரணமாக இவ்வாறெல்லாம் பேசுகிறாய்.

லட்சுமணா! எப்போதும் ஒளிவு–மறைவாக நடக்கின்ற, இரக்க மில்லாத, உன் போன்ற சத்ருக்களிடம் தவறான எண்ணம் தோன்றுவதில் ஆச்சரியமில்லை.

நீ மகா துஷ்டன். இராமன் தனியாக (என்னுடன்) காட்டிற்கு வருவதைத் தெரிந்துகொண்டு, என்னை அடையும் தீய எண்ணத்தை மறைத்து நீ ஒருவனாக உடன் வந்திருக்கிறாய். அல்லது பரதனால் அனுப்பப்பட்டும் வந்திருக்கலாம்.

சுமித்திரையின் மைந்தனே! உன்னுடைய எண்ணமோ அல்லது பரதனின் சூழ்ச்சியோ நிச்சயம் நிறைவேறப்போவதில்லை. கருநெய்தல் போன்ற வண்ணத்திருமேனியரும், தாமரையன்ன திருக்கண்களையுடையவருமான அவரைக் கணவராக அடைந்துள்ள நான் வேறு யாரோ ஒரு பேர்வழியை எவ்வாறு விரும்புவேன்? லட்சுமணா, உன் எதிரிலேயே என் உயிரைத் துறந்துவிடுவேன் என்பது உறுதி.

இந்த மண்ணுலகில், இராமன் இல்லாமல் நான் உயிரோடு இருக்கவேமாட்டேன்."

தமிழ் மொழிபெயர்ப்பு–3: இக்காட்சியில் கம்பநாடன் படைத்த சீதை சொல்லும் சொற்களை இப்போது காண்போம்:

. . . .
நின்ற நின் நிலை இது,
நெறியிற்று அன்று . . . (கம்பராமாயணம், 3428)

"ஒரு பகல் பழகினார் உயிரை ஈவரால்;
பெருமகன் உலைவுறு பெற்றி கேட்டும் நீ
வெருவலை நின்றனை; வேறு என்? யான் இனி
எரிஇடை கடிது வீழ்ந்து இறப்பென் ஈண்டு" எனா.

(கம்பராமாயணம், 3429)

"இலக்குமணா! இராமன் அபாயத்தில் உள்ளது தெரிந்த பின்னும் உடனே உதவச் செல்லாது இங்கு நீ நின்றுகொண்டிருக்கும் நிலை நெறியற்றது. அன்புடையோர் ஒரு நாள் பழகியவருக்கும் கூடத் தம் உயிரையும் கொடுத்து உதவிசெய்வது உலக இயல்பு. மாறாக நீயோ இராமன் அழிவடைந்தான் எனும் தன்மையைக் காதால் கேட்டும் அஞ்சாமல் நின்றாய். எனக்கு இனி வேறுவழி யாது? இப்போதே நான் இவ்விடத்தே தீயில் விரைந்து வீழ்ந்து சாவேன்."

வால்மீகியின் சமஸ்கிருத மூலப் பனுவலோடு தமிழ் மொழிபெயர்ப்புகள் மூன்றையும் ஒப்புநோக்கத் தெரியும் என்றால், பிந்தியவற்றைத் தனித் தனியே மதிப்பீடு செய்ய முடியும். அது சாத்தியமில்லையென்றால் மூன்று தமிழ் மொழிபெயர்ப்புகளை மட்டும் ஒப்புநோக்கி அவற்றின் இலக்குகளை, பயணங்களை ஓரளவு ஊகிக்கலாம்.

வடமொழி மூலப் பனுவல் ஒன்றேயாகினும், மொழிபெயர்ப்பில் இங்கு மாறுபட்ட மூன்று சித்திரங்கள் தரப்பட்டுள்ளன. முதல் இரண்டு சித்திரங்களும் 'சொல்லுக்குச் சொல்' தமிழ்ச் சமனிகளை இலக்காகக் கொண்டவையென்று தெளிவாகத் தெரிகிறது. மிகவும் வேறுபட்ட கம்பனின் சித்திரம் தமிழ்ச் சமனிகளை அவ்வளவாகக் கருத்தில் கொள்ளாததும் தெளிவாகத் தெரிகிறது.

பிரம்மாவின் ஆசியுடன் சரஸ்வதி சிருஷ்டித்தவரே மகரிஷி வால்மீகி. அவருடைய தெய்வ வாக்கிலிருந்து உருப்பெற்றதுதான் ஸ்ரீமத் ராமாயணம். இந்த நம்பிக்கைகளின் அடிப்படையில் மகரிஷி மொழிந்த புனித உரைகளை அப்படியே ஒரு சொல்கூடப் பிறழாமல் தமிழில் மொழிபெயர்க்கும் பாரம்பரியம் மிக நீண்டது.

"இராமாயணம் வால்மீகி என்ற கவிஞரின் சொந்தக் கற்பனை அல்ல. நிகழ்ச்சிகள் எவ்வாறு நிகழ்ந்தனவோ, அவ்வாறே அவைகளைக் கொடுத்துள்ளார்... இராமாயணம் முழுவதையும் படித்தால்தான், பாவங்கள் போகும் என்பதில்லை. ஸ்ரீமத் [வால்மீகி] ராமாயணத்திலுள்ள ஒவ்வொரு சொல்லும்கூட [படித்தால்] மகாபாதகங்களைப் போக்கிவிடும்... ஆதிகவியின் புனிதப் படைப்பான ஸ்ரீமத்ராமாயணத்தின் ஒரு கால் பகுதி சுலோகத்தைக் காதால் கேட்டாலே போதும், அனைத்துப் பாவங்களும் நீங்கிப் பிரும்மலோகத்திற்குப் போய்விடலாம்".

(டி.எஸ். கோதண்டராமன் செய்த மொழிபெயர்ப்புப் பனுவலின் பதிப்புரை).

தாததேசிக தாதாசாரியும் டி.எஸ். கோதண்டராமனும் இப்படிப்பட்ட ஆழ்ந்த நம்பிக்கைகளைக் கொண்டவர்கள். தங்கள் மொழிபெயர்ப்புகளின் உதவியோடு, மிகுந்த பயபக்தியுடன் தமிழ் வாசகரை வால்மீகியிடம் முழுமையாகக் கொண்டுசேர்க்க முயன்றுள்ளனர். ஆனால் கம்பநாடன் வால்மீகியைத் தமிழ் வாசகரிடம் கொண்டு சேர்த்துள்ளான். இதைச் சற்று விரிவாகக் கீழே காணலாம்.

தாததேசிக தாதாசாரியின் சீதை சொல்லும் சுடுசொற்கள் மிகவும் கடுமையாக உள்ளன. 'அடா நீசா', 'சக்களத்தி மகனாதலின்', 'காமுறுவேனோ' என்ற பிரயோகங்களும், 'பரதனே பெருமாளைக் கொலைசெய்து யென்னை எடுத்துவரும்படி யுன்னை ஏவி இருக்கின்றனன் போலும்' என்ற குற்றச்சாட்டும் சாதாரண மானிடப் பெண் ஒருத்தியின் ஏச்சுச் சொற்கள்போல உள்ளன.

டி.எஸ். கோதண்டராமன் கடுமையைக் குறைத்து மென்சொற்களைப் பயன்படுத்த முயல்கிறார். ஆனால் இருவருமே சீதையுடைய குற்றச்சாட்டின், ஏச்சுமொழியின் தமிழ்ச் சமனிகளைத் தேடியுள்ளார்கள். அவற்றைக் கீழேயுள்ள ஒப்புநோக்கு அட்டவணையில் காணலாம்.

தாததேசிக தாதாசாரி	டி.எஸ். கோதண்டராமன்
அடா நீசா!	நீ மகா துஷ்டன்
அருளற்றவனே!	பண்பில்லாதவனே!
கொடியவனே!	இரக்கம் இல்லாதவனே!
குலங்கெடுப்பவனே!	குலப்பெருமையைத் தொலைக்கவந்தவனே!
பெருமாளிறப்பதே யுனக்குப் பிரிய மெனெ வெண்ணுகின்றேன்.	இராமனுக்குப் பெரும் ஆபத்து ஏற்பட்டால் அதுதான் உனக்குப் பிரிய மானது என்று எண்ணுகிறேன்.
உன்னைப்போன்றவர்கள் உள்ளத்திற் கொடுமை கொண்டும், புறத்தில் நட்பினர்போல இருக்கின்றனாக ளல்லரோ?	எப்போதும் ஒளிவு – மறைவாக நடக்கின்ற, இரக்கமில்லாத, உன் போன்ற சத்ருக்களிடம் தவறான எண்ணம் தோன்றுவதில் ஆச்சரிய மில்லை.
நீ என் பொருட்டே காட்டில் தனியே பெருமாளைப் பின்றொடர்ந்து வந்தனை.	இராமன் தனியாக (என்னுடன்) காட்டிற்கு வருவதைத் தெரிந்து கொண்டு, என்னை அடையும் தீய எண்ணத்தை மறைத்து நீ ஒருவனாக உடன் வந்திருக்கிறாய்.

ஒரு வேளை பரதனே பெருமாளைக் கொலைசெய்து யென்னை எடுத்து வரும்படி யுன்னை ஏவி இருக்கின்றனன் போலும்.	அல்லது பரதனால் அனுப்பப்பட்டும் வந்திருக்கலாம்.
நீ யவர்க்குச் சக்களத்தி மகனாதலின்	சுமித்திரையின் மைந்தனே!
இவ்வண்ணம் உன் எண்ணமும், பரதன் எண்ணமும், முடியுமெனக்கருதற்க.	உன்னுடைய எண்ணமோ அல்லது பரதனின் சூழ்ச்சியோ நிச்சயம் நிறைவேறப் போவதில்லை.

இராமன் ஸ்ரீவிஷ்ணுவின் அவதாரப் புருஷன். சீதை இலக்குமியின் அவதாரப் புருஷி. அவனுக்கேற்ற அனைத்துத் தெய்வாம்சங்களும் பொருந்தியவள். இக்காட்சியில் இராமனைக் காப்பாற்ற உடனே செல்லாமல் அவளைச் சமாதானப்படுத்த முயன்ற இலக்குவன்மேல் அவள்கொண்ட கடுஞ்சினத்தைக் குறைகூற முடியாது. உண்மையில் நடந்துள்ளதைப் புரிந்து கொள்ள முடியாமல் இருக்கிறாள் என்பதையும்கூடக் குறை சொல்லமுடியாது. ஆனால் அவள் கொட்டியுள்ள சுடுசொற்கள் 'அவதாரப் புருஷி' சொல்லும் சொற்களா? அவை தமிழ் வாசகருக்கும் அவர்களுடைய கலாச்சாரத்துக்கும் ஏற்புடையவையா?

இக்கேள்விகளை மூன்று மொழிபெயர்ப்பாளர்களும் கேட்காமல் இருந்திருக்க மாட்டார்கள். தமிழ் வாசகரை முற்றிலும் வால்மீகியிடம் கொண்டுசேர்க்கவேண்டும் என்ற ஒற்றை இலக்குடன் தாததேசிக தாதாசாரி செயல்பட்டதுபோல் தெரிகிறது. மகரிஷி மொழிந்த புனிதச் சுலோகங்களில் மாற்றம் செய்ய நாயினும் கடையேன் எண்ணுவதே தவறல்லவா என அவர் நினைத்திருக்கலாம். எனவே புனித மொழியை அப்படியே தமிழில் தந்துள்ளார் என்ற ஊகம் சரியாகவே இருக்கும்.

"ஆதிகவியின். . . ஒரு கால் பகுதி சுலோகத்தைக் காதால் கேட்டாலே போதும், அனைத்துப் பாவங்களும் நீங்கிப் பிரும்மலோகத்திற்குப் போய்விடலாம்" என்ற நம்பிக்கை டி. எஸ். கோதண்டராமனுக்கும் உண்டு. இருப்பினும் அவருடைய மொழிபெயர்ப்பு நூலின் பதிப்புரை இவ்வாறு மேலும் சொல்கிறது:

> "வால்மீகியின் படைப்பு மிகத் தொன்மையானது. எனவே சுலோகத்தின் ஒவ்வொரு சொல்லையும் கருத்தில் ஏற்றுக்கொண்டு, தற்காலத் தமிழ் இலக்கிய முறையைப் பின்பற்றி மொழிபெயர்க்க வேண்டியது, தவிர்க்க முடியாத கட்டாயம். ஸ்ரீமத் வால்மீகி ராமாயணத்தில், 'நற்புருவமுடையவளே!', 'அழகிய தொடையுடையவளே!',

'அகன்ற விழியாளே!' – என்று வந்துள்ள விளிச்சொற்கள் 'அழகானவளே!' என்று மட்டும் மொழிபெயர்க்கப்பட்டுள்ளன. [வேறு சில] சொற்கள், தமிழ்நடையின் ஓட்டம் கருதி, பல இடங்களில் விடப்பட்டுள்ளன."

இப்படிப்பட்ட சமரசங்கள் சிலவற்றைச் செய்திருந்தாலும், அவரும் தமிழ் வாசகரை வால்மீகியிடம் கொண்டு சேர்க்கவே பெருமுயற்சி செய்துள்ளார். இது அவருடைய தமிழ் மொழிபெயர்ப்பிலிருந்து தெளிவாகிறது.

மாறாக, தன்னுடைய 'இராமாவதாரத்தின்' இலக்கை முற்றிலும் எதிர்த்திசையில் உறுதியாகக் கால்கோளிட்டுக் கம்பநாடன் வைத்துள்ளான்: தமிழ்க் கலாச்சாரத்தை முன்னிறுத்தி, 'முந்திய நாவினான்' ஆகிய வால்மீகியைத் தமிழ் வாசகரிடம் நெருடல் உண்டாக்காத வகையில் கொண்டு சேர்த்துள்ளான். தமிழ்க் கலாச்சாரப் பின்னணியில் வாசகர்களுக்கு மூலப்பனுவலின் எந்தெந்த அம்சங்கள் ஏற்புடையவை, அல்லாதவை என அவன் நன்கறிவான். எனவே எழுத்தாளர் கோண மொழியாக்க முடிவுகளைத் தெளிவாக, உறுதியாக எடுத்துள்ளான்.

தமிழ்க் கலாச்சாரப் பார்வையில் வால்மீகி படைத்த சீதையின் கண்ணியம் இக்காட்சியில் மங்கியிருப்பதைக் கம்பன் உணர்ந்திருக்கிறான். அவதாரப் புருஷியாகிய சீதை சாதாரண மானிடப் பெண் போல 'நீசா/துஷ்டா' என்ற வசவுச் சொல்லைச் சொல்லலாமா? 'சக்களத்தி மகன்' என்ற பிரயோகம் முகம் சுளிக்கவைக்காதா? அண்ணன் – தம்பி பக்திக்கும் பாசத்திற்கும் உதாரணப் புருஷர்களாக உள்ள இலக்குவனையும் பரதனையும் வாயில் வந்தபடி ஏசலாமா? அண்ணன் மனைவிமேல் கொண்ட ஆசையால் அண்ணனையே கொலையுண்டு போகவும் விடக் கூடியவர்களாக அபாண்டமாகக் குற்றம் சாட்டலாமா? இத்தீய எண்ணத்துடன்தான் இலக்குவன் அவர்களுடன் காட்டுக்கு வந்துள்ளதாகவும், இதற்காகத்தான் பரதன் இலக்குவனை அவர்களுடன் காட்டுக்கு அனுப்பியுள்ளதாகவும் நஞ்சைக் கொட்டலாமா?

இவை எதுவும் கம்பனுக்கு ஏற்புடையதாக இல்லை. தமிழ் வாசகருக்கும் ஏற்புடையதாக இருக்காது என்று உணர்ந்தான். எனவே தான் படைத்த ராமாயணத்தில் இவை அனைத்தையும் கம்பன் தவிர்த்துள்ளான். அவனுடைய காப்பியத் தலைவி சீதை சிறிதும் கண்ணியம் தவறாத மென்சொற்களால் இலக்குவனை இடித்துரைக்கிறாள்:

ஒரு நாள் நட்புக்காக உயிரையும் தருவது உலக இயல்பு. இராமனுக்குத் தீங்கு நேர்ந்துள்ளதைக் கேட்டும் இலக்குவன்

நின்றுகொண்டிருப்பது நெறியற்றது. நான் வேறென்ன செய்வேன்? இப்போதே தீயில் விழுந்து சாவேன் என்று தன்னுடைய தவிப்பை, ஆற்றாமையை வெளிப்படுத்துகிறாள்.

4.4.2 ஆரண்ய காண்டம்: இராவணன் சீதையைக் கவர்தல்

இராவணன் பொய்யுருவைக் களைந்து தன்னுடைய மெய்யுருவில் தோன்றுகிறான். அவனுடைய சூழ்ச்சியின் இறுதிக் கட்டத் திட்டம் வெற்றியடையும் தருணம் வந்துவிட்டது. அவன் சீதையைக் கவர்ந்து தேரில் ஏற்றுகிறான். வால்மீகியின் மூலப்பனுவலில் சித்திரிக்கப்படும் இக்காட்சியை மூன்று தமிழ் மொழிபெயர்ப்புகளும் கையாளும் விதத்தை இப்பகுதியில் காண்போம்.

தமிழ் மொழிபெயர்ப்பு–1: *(ஸ்ரீமத் வால்மீகிராமாயண வசனம், ஆரண்ய காண்டம், 49ஆவது சருக்கம்: வடமொழி மூலத்திலிருந்து தாததேசிக தாதாசாரியால் செய்யப்பட்டது.)*

> "அந்த ராவணன் செந்தாமரையிதழ் போன்ற திருக்கண்களை யுடைய பிராட்டியாரை ஆகாயத்தில் புதன் ரோஹிணியைப் போலப் பிடித்தனன். பிடிக்கையிலும், இடது கையினால் தலைமயிர்களையும், வலதுகையினால் தொடைகளையுஞ் சேர்த்துப் பிடித்தெடுத்தனன். அழுது வந தேவதைகளும் அச்சம்கொண்டோடின; இதுவரையில் கண்ணுக்குக் காணப்படாமலிருந்த கோவேறு கழுதைகள் கட்டி, நவமணிகளிழைத்துத் திகழ்கின்ற அந்த ராவணனுடைய தேரும் கட்புலனாயிற்று. ராவணனுடனே பிராட்டியாரை . . . அப்பொழுது புறப்பட்டனன்."

தமிழ் மொழிபெயர்ப்பு–2: *(வால்மீகி இராமாயணம், ஆரண்ய காண்டம், ஸர்க்கம் 49: வடமொழி மூலத்திலிருந்து டி.எஸ். கோதண்டராமனால் செய்யப்பட்டது.)*

> "பிரியமான சொற்களைக் கேட்கத்தகுந்தவளும், பிரியமான சொற்களையே பேசுகிறவளுமான சீதையை, காமமயக்கத்திலிருந்த அந்த மகா துஷ்டன் நெருங்கி, வானத்தில் ரோகிணியைக் கைப்பற்றும் புதனைப்போலப் பற்றி இழுத்தான். (புதன், ஒருபோதும் தன் தாயாராகிய ரோகிணியைப் பலாத்காரம் செய்ததாக வரலாறு இல்லை. ஒருக்கால் அவன் அப்படிச்செய்தால் எவ்வளவு மகத்தான பாவத்தை அடைவானோ, அவ்வளவு மகா பாவத்தை இராவணன் அடைவான் – என்று உணரத்தக்கது).
>
> தாமரை கண்ணாளாகிய சீதையை, அவன் தன் இடதுகையால் கூந்தலையும் வலது கையால் இரு தொடைகளையும் பிடித்துத் தூக்கினான்.

காலனைப்போன்றவனும் கூரான கோரைப்பற்களை உடையவனும், பருமனான கைகளைக்கொண்டவனும், மலைமுகடுபோன்று நிமிர்ந்து நிற்பவனுமான அவனைக்கண்டு, அஞ்சி நடுங்கிய வனதேவதைகள் விழுந்தடித்துக்கொண்டு ஓடினார்கள்.

இதனிடையில், கழுதைகள் பூட்டப்பட்டதும் கழுதைகள் போல் ஒலியுடையதும் இராவணனுடைய மாயாசக்தியால் உண்டாக்கப்பட்டதும் பொன்மயமானதும் ஆகாயத்தில் செல்லக்கூடியதுமான பெரும் தேர் ஒன்று திடீரென்று அங்கே காணப்பட்டது.

அவன் அவளைக் கடுமையான வார்த்தைகளால் பயமுறுத்திக் கொண்டு, அவள் தொடையைப்பிடித்து ரதத்தில் ஏற்றினான்."

தமிழ் மொழிபெயர்ப்பு–3: *(கம்பநாடனின் ராவணன் சீதையைப் பர்ணசாலையோடு அகழ்ந்து எடுத்தல்:)*

ஆண்டு, ஆயிடை, தீயவன் ஆயிழையைத்
தீண்டான், அயன் மேல் உரை சிந்தைசெயா;
தூண்தான் எனல் ஆம் உயர் தோள் வலியால்,
கீண்டான் நிலம்; யோசனை கீழொடு மேல்.

(கம்பராமாயணம் 3490)

கொண்டான் உயர் தேர் மிசை; . . . . . . (கம்பராமாயணம் 3491)

"அப்பொழுது அவ்விடத்தில் தீயவன் இராவணனுக்குப் பிரமன் முன்னரிட்ட சாபம் நினைவுக்கு வந்தது. எனவே அவன் அணிகலன்கள் அணிந்த சீதையின் திருமேனியைத் தொட அஞ்சினான். கல்தூண்கள் என்று கூறத்தக்க தன்னுடைய உயர்ந்த தோள்களின் வலிமையைக்கொண்டு சீதை இருந்த பூமிக்கு அடியிலும், மற்றும் நான்கு பக்கங்களைச் சுற்றியும் ஒரு யோசனை (ஒன்று அல்லது நான்கு காதம் அதாவது 10 அல்லது 40 மைல்கள்) அளவுக்கு நிலத்தைப் பெயர்த்தெடுத்தான். (அவ்வாறு பெயர்த்த நிலத்தை) உயர்ந்த தன் தேர் மேல் வைத்துக்கொண்டான்."

முதலாவதாக உள்ள தாததேசிக தாதாசாரியின் மொழிபெயர்ப்பு தமிழ் வாசகருக்காகத் தமிழ் வசன நடையில் செய்யப்பட்டதுதான். என்றாலும் அவர் மகரிஷி வால்மீகியின் புனிதச் சுலோகங்களில் உள்ள ஒவ்வொரு புனிதச் சொல்லிலும் முழுக் கவனத்தையும் செலுத்தியுள்ளார். இக்காட்சியில் வரும் வால்மீகியின் சொற்களை, எவ்வாறு தமிழ் மொழிபெயர்ப்பில் தந்தால் தமிழ் வாசகருக்கு ஏற்புடையதாக இருக்கும் என்று அவர் சிறிதும் சிந்தித்ததாகத் தெரியவில்லை.

குறிப்பாக "பிடிக்கையிலும், இடது கையினால் தலைமயிர் களையும், வலதுகையினால் தொடைகளையுஞ் சேர்த்துப் பிடித்தெடுத்தனன் . . . . . ." என்ற சொற்களில் கவனம் செலுத்த

வில்லை. அவை எப்படிப்பட்ட எதிர்வினைகளைத் தமிழ் வாசகரிடம் உண்டாக்கும் என அவர் எண்ணிப்பார்த்ததாகத் தெரியவில்லை. அப்படிப்பட்ட தாக்கங்களை எதிர்பார்த்து அவற்றின் பாதிப்புகளைக் குறைக்க அவர் எதுவும் செய்யவில்லை.

இரண்டாவதாக உள்ள டி.எஸ். கோதண்டராமனின் மொழிபெயர்ப்பு ஓரளவு தமிழ் வாசகரின் எதிர்வினைகளைக் கருத்தில் கொண்டுள்ளதாகத் தெரிகிறது. இருந்தாலும் இக்காட்சியில் வரும் வால்மீகியின் சொற்களை அவரும் அப்படியே முன்னிறுத்தி உள்ளார்: "தாமரை கண்ணாளாகிய சீதையை, அவன் தன் இடதுகையால் கூந்தலையும் வலது கையால் இரு தொடைகளையும் பிடித்துத் தூக்கினான். . . . அவள் தொடையைப்பிடித்து ரதத்தில் ஏற்றினான்."

வால்மீகியின் இச்சொற்கள் தமிழ்வாசகரிடம் சில நெருடல்களை உண்டாக்கலாம் என்று கோதண்டராமன் கருதியுள்ளார். அவற்றின் தாக்கங்களைச் சற்றுக் குறைக்க முயற்சி செய்துள்ளார். 'தலைமயிர்களையும்' என்ற பிரயோகத்தைத் தவிர்த்து 'கூந்தலையும்' என்ற சொல்லைப் பயன்படுத்தியுள்ளார். தாயாகப் போற்றவேண்டிய சீதையைத் தகாத எண்ணத்துடன் இவ்வாறு உடலைப்பிடித்துத்தூக்குவது அவளுடைய மாண்பைக் குலைக்கும் செயல். அது தமிழ் வாசகரை முகம் சுளிக்கவைக்கும் என்று உணர்ந்துள்ளார்.

அந்த எதிர்வினையை நீக்க முயற்சி செய்கிறார். அதற்காகவே முன்னதாகச் சொல்லப்பட்ட ரோகிணி–புதன் உவமைக்கு அடைப்புக் குறிகளுக்குள் ஒரு விளக்கம் தருகிறார்: "(புதன், ஒருபோதும் தன் தாயாராகிய ரோகிணியைப் பலாத்காரம் செய்ததாக வரலாறு இல்லை. ஒருக்கால் அவன் அப்படிசெய்தால் எவ்வளவு மகத்தான பாவத்தை அடைவானோ, அவ்வளவு மகா பாவத்தை இராவணன் அடைவான் – என்று உணரத்தக்கது)".

இராவணன் சீதையைக் கவரும் காட்சியைக் கம்பன் எவ்வாறு சித்திரித்துள்ளான் என்று இப்போது காணலாம். தன்னுடைய இராமாவதாரத்தின் பாயிரத்தில் ஆறாவது பாடலில் இந்தக் காப்பியத்தைப் பாடுதற்குக் காரணம் யாது என்று கேட்டு அதற்குப் பதிலையும் கம்பன் தருகிறான்:

> ...... இது இயம்புவது யாது எனின்.–
> பொய் இல் கேள்விப் புலமையினோர் புகல்
> தெய்வ மாக் கவி மாட்சி தெரிக்கவே.

(கம்பராமாயணம், பாயிரம் 6)

பொய்ம்மை இல்லாத கேள்வியினால் உண்டாகிய புலமையும் தெய்வத் தன்மையால் கிடைத்த மேன்மையும் கொண்ட

மகா கவிகளின் பெருமைகளை உலகிற்கு உணர்த்துவதே ஆகும். இப்படிப்பட்ட சமஸ்கிருத மகாகவிகளாக வால்மீகி, வசிஷ்டர், போதாயனர் ஆகியோரைச் சொல்வது மரபு. இச்சிறப்பினைத் தமிழுக்குப் பெற்றுத் தந்தவராகத் திருவள்ளுவரைச் சொல்வதும் மரபு.

வள்ளுவரின் பெருமைகளையும் குறளின் பெருமைகளையும் மாமூலர், கபிலர், பரணர் முதலிய ஐம்பத்தைந்து புலவர் பெருமக்கள் சங்க காலத்திலிருந்து பதினொன்றாம் நூற்றாண்டு வரையில் பாடல்களால் பாடிப் பெருமை பெற்றனர். இதனால் பெருமை பெற்ற 'திருவள்ளுவ மாலை' எனும் தொகுப்புநூல் நமக்குக் கிடைத்துள்ளது. பாரதமும் இராமக் கதையும் நீதி நெறிகளில் திருக்குறளுக்கு இணை ஆகா என்று பாரதம் பாடிய பெருந்தேவனார் பறை சாற்றுகிறார்.

சங்க காலத்திலும் இடைக்காலத்திலும் தற்காலத்திலும் வள்ளுவ நெறியைப் போற்றி உள்வாங்கும் உயிர்ப்புள்ள தமிழ்மரபு தொடர்ந்து வந்துள்ளது. பல புலவர் பெருமக்கள் தத்தம் படைப்புகளில் அந்நெறியை அடித்தளமாகக் கொண்டுள்ளனர். வள்ளுவம் வகுத்துத் தந்த நெறியினையே, தமிழ்ச் சமூக நெறியாக ஏற்றுக்கொள்வதும் மரபு.

திருவள்ளுவரை 'பொய்யில் புலவர்', 'தெய்வப்புலவர்', 'பொய்யாமொழிப் புலவர்' என்றும் வேறு பல சிறப்புப் பெயர்களாலும் நாம் போற்றிப் பெருமைப்படுகிறோம். திருக்குறள் தரும் நீதி நெறிகளை நாம் 'வள்ளுவம்' என்று போற்றிப் பெருமிதம் கொள்கிறோம். குறளுக்கு 'தமிழ் மறை', 'உலகப்பொதுமறை' என்ற சிறப்புப் பெயர்களைச் சூட்டி மகிழ்கிறோம்.

கம்பன் தன்னுடைய பாயிரத்தில் குறிப்பிடும் 'பொய் இல் கேள்விப் புலமையினோர்' என்பது மகாகவி வால்மீகியோடு 'பொய்யாமொழிப் புலவர்' திருவள்ளுவரையும் சேர்த்துக் குறிப்பிடுவதாகவே நாம் கொள்ளவேண்டியுள்ளது. அதிலும் வால்மீகி நெறியை விட வள்ளுவ நெறியையே அவன் உயர் நிலையில் வைக்கிறான். ராவணன் சீதையைக் கவரும் கம்பனின் மாறுபட்ட சித்திரம் இதற்குச் சான்றாக உள்ளது.

> பிறன்மனை நோக்காத பேராண்மை சான்றோர்க்கு
> அறனொன்றோ ஆன்ற வொழுக்கு. (குறள் 148)

அடுத்தவனுடைய மனைவியைத் தவறான எண்ணத்துடன் விரும்பி நோக்காமலிருப்பதே உயரிய ஆண்மையாகும். அது சான்றோர்க்கு அறம் மட்டும் அல்லாமல் நிறைந்த ஒழுக்கமும் ஆவதுதான் வள்ளுவ நெறியாகும். இக்குறள் பிறன்மனை நோக்காத

சிறந்த பண்பினால் கிடைக்கும் பெருமைகளை நேர்மறையில் உரத்துச் சொல்கிறது.

பதினாறாம் நூற்றாண்டில் எழுதப்பட்ட தண்டியலங்கார உரையில் பாவிக அணிக்கு (ஒரு காப்பியத்தின் முழுவதும் விரவிப் பதிவாகியுள்ள தலையாய கருத்தை/குணத்தைச் சுட்டும் அணி) எடுத்துக்காட்டாக, "பிறனில் விழைவோர் கிளையொடுங் கெடுப" என்ற வாக்கியம் தரப்படுகிறது. இவ்வாக்கியம் பிறன்மனை நோக்கினால் வரும் பெருங்கேட்டைச் சொல்லிக் குறள்நெறியை எதிர்மறையில் வலியுறுத்துகிறது. இக்குறள்நெறியே கம்பனுக்கு வழிகாட்டியாக, இராமகாதையின் அடித்தளமாக அமைந்துள்ளது என்று நாம் கொள்ளலாம்.

தன்னுடைய சூழ்ச்சியினால் தனிமைப்படுத்தப்பட்ட சீதையை இராவணன் கானகத்தில் கண்டு, பேசி, கவரும் காட்சிகளை வால்மீகியின் மூலகாவியம் எப்படி விவரித்துள்ளது என்று கம்பன் கூர்ந்து நோக்கியுள்ளான். அவற்றுள் எவை எவை குறள்நெறியைப் போற்றும் தமிழ்க் கலாச்சாரத்திற்கு ஏற்புடையவையாக இருக்கும்/இருக்காது எனத் தெளிவான சில முடிவுகளை எடுத்துள்ளான்.

மாற்றான் மனைவி சீதையைக் கண்டதும் தகாத இச்சையுடன் அவளுடைய கேசாதிபாதப் பேரழகை வால்மீகி ராவணன் அங்கம் அங்கமாகச் செய்யும் விவரிப்பு இழிந்தது. அதனினும் இழிந்தது அவளை விரும்பித் தன் மனைவியாகிவிடச் சொன்னது. அதனினும் இழிந்தது சற்றும் இணக்கம் இல்லாத சீதையைக் கவர்ந்து செல்ல எண்ணியது. அதனினும் இழிந்தது அவளை அவன் கவர்ந்து சென்ற விதம் ("இடது கையினால் தலைமயிர்களையும், வலதுகையினால் தொடைகளையுஞ் சேர்த்துப் பிடித்"தெடுத்துச் சென்றது).

தமிழ்க் கலாச்சாரத்தில் இழிந்தவை என்று கருதப்படும் எதுவும் ஏற்புடையதல்ல. அதுவும் திருமகளின் அவதாரமாகத் தோன்றிய இப்பெருங்காப்பியத் தலைவியின் மாண்பைக் குலைக்கும் எதுவும் சிறிதும் ஏற்புடையதல்ல. இக்காட்சியில் வால்மீகியின் ராவணன் சீதையைக் கண்டு, பேசி, செய்யும் எல்லாமே இழிந்தவையாக உள்ளன. எனவே மூலப்பனுவலில் உள்ளதை உள்ளபடியே தன்னுடைய இராமகாதையில் சொல்லுக்குச் சொல் மொழிபெயர்த்துத் தரக் கம்பன் விரும்பவேயில்லை. தன்னுடைய கற்பனைத் திறத்தையும் வளத்தையும் கொண்டு தமிழ்ச் சமூகத்திற்கு, கலாச்சாரத்துக்கு ஏற்புடைய வகையில் புதியதொரு காட்சியைக் கம்பன் படைத்துள்ளான்.

வால்மீகியின் இராவணன் சீதையைத் தொட்டுத் தூக்கி அவளுடைய மாண்பைக் குலைக்கும் வகையில் கவர்கிறான். கம்பனின் இராவணனோ தொடாமல் கவர்கிறான்: சீதை இருக்கும் பர்ணசாலையையே நிலத்தோடு சேர்த்து ஒரு யோசனை (=ஒன்று அல்லது நான்கு காதம், அதாவது *10* அல்லது *40* மைல்கள்) சுற்றளவுக்கு, ஆழத்திற்குப் பெயர்த்தெடுத்துத் தன் தேர் மேல் ஏற்றுகிறான்.

தொடாமல் கவரும் பாதகச் செயல் தொட்டுத் தூக்கிக் கவரும் பாதகச் செயலைவிடச் சற்று மேலானது. தமிழ்க் கலாச்சாரத்துக்கு அது அவ்வளவு நெருடலை உண்டாக்காது. கம்பன் தன் கற்பனையால் மூலப் பனுவலில் புகுத்திய இம்மாற்றம் காப்பியத் தலைவி சீதையின் மாண்புக்கு மெருகேற்றுகிறது. அதே நேரத்தில் தீயவனாகிலும் இராவணனும் சற்று மாண்புடையவன் என்று சித்திரிக்கிறது.

4.4.3 பாலகாண்டம்: கோசல நாட்டின் சிறப்புகள்

ஸ்ரீமத் ராமாயணத்தின் காப்பியத் தலைவன் திருமாலின் அவதாரப் புருஷனாகிய ராமன்; தலைவி திருமகளின் அவதாரப் புருஷியாகிய சீதை. இதனாலேயே முன்பு சொன்னதுபோல் (காண்க. ப. 298–9) ஸ்ரீமத்ராமாயணத்தின் சுலோகத்தில் ஒரு கால் பகுதி காதால் கேட்டாலே போதும், அனைத்துப் பாவங்களும் நீங்கிப் பிரும்ம லோகத்திற்குப் போய்விடலாம் என்ற நம்பிக்கை பல தலைமுறைகளாக இருந்துவந்துள்ளது.

தெய்வப் பிறவிகளைப் பற்றிய காப்பியத்தில் வரும் பாத்திரங்கள், நிகழ்வுகள், இடங்கள், பொருள்கள் ஆகிய அனைத்துமே பெருமுக்கியத்துவமும் பெருஞ்சிறப்பும் பெறுகின்றன. இப்பகுதியில் இராம தேசமான கோசல நாட்டின் சிறப்புகளை மூலக் காவியமும் அதன் தமிழாக்கம் கம்பராமாயணமும் விவரிப்பதை இங்குக் காணலாம். தாததேசிக தாதாசாரியும் டி.எஸ். கோதண்டராமனும் மூலக் காவியத்தின் 'சொல்லுக்குச் சொல்' தமிழ் மொழிபெயர்ப்பை இவ்வாறு தருகிறார்கள்:

> "ஸரயூ நதியினது இரு கரையும் பரந்து தனதாந்யங்கள் நிறைந்து எப்பொழுதும் களிப்புற்று அளவற்ற ஜநங்களமைந்து மிகவும் விசாலமான கோஸலமென்று ஓர் தேசமுண்டு."

(ஸ்ரீமத் வால்மீகிராமாயண வசனம், பாலகாண்டம், 5ஆவது சருக்கம்: வடமொழி மூலத்திலிருந்து தாததேசிக தாதாசாரியால் செய்யப்பட்டது.)

"(வளமும், புகழும் உடைய) கோசலம் என்ற நாடு சரயூ நதியின் கரையில் அமைந்துள்ளது. ஏராளமான பொருட்செல்வமும் இயற்கை வளமும் நிறைந்த நாடு."

(வால்மீகி இராமாயணம், பாலகாண்டம், ஸர்க்கம் 5: வடமொழி மூலத்திலிருந்து டி.எஸ். கோதண்டராமனால் செய்யப்பட்டது.)

இவ்விரு மொழிபெயர்ப்புகளையும் காணும்போது வால்மீகியின் மூலகாவியத்தில் இராம தேசமான கோசல நாட்டின் சிறப்புகள் ஒன்று அல்லது இரண்டே வாக்கியங்களில் மிகவும் சாதாரணமாகச் சொல்லப்பட்டுள்ளதை அறிகிறோம். ஆனால் கோசல நாட்டின் தலைநகரான அயோத்தியின் சிறப்புகள் இரு சருக்கங்கள் முழுவதும் விவரிக்கப்பட்டு, அடுத்த சருக்கத்திலும் வருணனை தொடர்கிறது. தலைநகரே அத்தனைச் சிறப்புகளையும் எடுத்துக்கொண்டுவிட்டதால், நாட்டைப் பற்றிப் பெரிதாகச் சொல்ல எதுவும் இல்லையோ என்று எண்ணத் தோன்றுகிறது.

கோசல நாட்டின் சிறப்புகளை ஒன்றிரண்டு வரிகளில் மட்டுமே சொல்வது கம்பநாடனுக்கு ஏற்புடையதாகப் படவில்லை. ஒரு நாடு எவ்வளவு வளமானது, சிறப்புடையது என்பதை அதன் தலைநகரின் வளத்தையும் சிறப்பையும் மட்டும் வைத்து எடைபோட முடியாது. நாடு முழுவதும் ஒவ்வொரு சிற்றூரிலும் உள்ள அனைத்துக் குடிமக்களும் வளமாக, சிறப்பாக வாழ்கிறார்கள் என்றால்தான் அந்நாடே வளமாக, சிறப்பாக உள்ளது என்று கருத முடியும். எனவே தான் படைத்த இராமாவதாரத்தில் கோசல நாட்டின் சிறப்புகளை அறுபத்தொரு பாடல்களில் போற்றிப் பாடுகிறான்.

ஆனால் இவை எதுவுமே மூலப் பனுவலில் இல்லை. இங்குத் தன் சுயக் கற்பனையில், சிந்தனையில் உதித்த, தான் மிகவும் விரும்பிய லட்சிய நாடாகக் கோசல நாட்டைக் கம்பன் சித்திரிக்கிறான். இக்கற்பனைச் சித்திரத்தை, தன் 'சொந்தச் சரக்கை'ச் சற்றும் தயங்காமல் தன்னுடைய மொழிபெயர்ப்பில் சேர்க்கிறான்.

ஒன்பதாம் நூற்றாண்டில் வாழ்ந்த கம்பனின் சமகாலச் சமுதாயம் பல ஏற்றத் தாழ்வுகளைக் கொண்டு இருள் சூழ்ந்ததாக இருந்திருக்க வேண்டும். இல்லார் உடையாரை அண்டிப் பிழைக்க நேர்ந்திருக்கிறது. சடையப்ப வள்ளல் என்ற பெரும் புரவலன் இல்லையேல் கம்பன் என்ற பெரும் புலவன் இல்லாமல் போயிருக்கலாம். தானும் தன்னைப் போல் பலரும் இல்லாமையின் இன்னல்களால் பட்ட காயங்கள் கம்பனுடைய ஆழ்மனத்திலே வடுக்களாகப் பதிந்திருக்க வேண்டும்.

எனவே ஒப்பிலா கற்பனைத் திறத்தையும் கவித்துவத்தையும் சேர்த்து, இதற்கு முன் எந்த ஒரு கவியும் படைக்காத வகையில்,

எவரும் வாழ விரும்பும் லட்சிய நாடாகக் கோசலத்தைக் கம்பன் நிர்மாணிக்கிறான். எங்கும், எப்படித் தேடியும், எந்தக் குறையையும், எவராலும் அந்நாட்டில் காணமுடியாது. எவருக்கும் எளிதில் புலப்படும், எவரும் போற்றும் நிறைகள் எல்லாமே அங்கு நிரம்பி உள்ளன. கோசலத்தில் உடையார் – இல்லார் வேறுபாடு இல்லை. நோய்நொடிகள் இல்லை. சமுதாய ஏற்ற, தாழ்வுகள் எதுவும் இல்லை. மண்வளம் உண்டு. மனிதர் வளம் உண்டு. ஏனைய உயிர்கள் வளம் உண்டு. இயற்கை வளம் உண்டு. விரும்பி வேண்டும் மற்ற அனைத்து வளங்களும் உண்டு.

கம்பராமாயணத்தின் பாலகாண்டத்திற்கு எழுதிய முன்னுரையில் அ.ச. ஞானசம்பந்தன் இவ்வாறு சொல்கிறார்:

சமதர்மச் சமுதாயத்தைக் கம்பன் படைத்திருப்பதுபோல் முன்னும் இல்லை, பின்னும் இல்லை . . . தான் பாட எடுத்துக்கொண்ட காப்பியத்தில் கோசல நாட்டில் இப்படி ஒரு கற்பனைச் சமுதாயத்தை அமைத்து, பிரச்சனை இல்லாத சமுதாயம் என்று காட்ட முற்படுகிறான் . . . அந்தப் பெருங்காப்பியம் ஒரு கலங்கரை விளக்கமாக நின்று சமுதாயம் எப்படி அமைய வேண்டுமென்று மக்களுக்கு எடுத்துச் சொல்கின்ற ஆசானாகவும் அமைந்திருக்கிறது . . . காப்பியத்தினுடைய பல்வேறு பணிகளில் அறிவுறுத்தல், பயிற்றுவித்தல் முதலான கடமைகளும் இருக்கின்ற காரணத்தினால், சோழப் பேரரசில் எப்படிச் சமுதாயம் அமையவேண்டும் என்பதைக் கவிஞன் கற்பனை மூலம் கண்டான்...

இவ்வாறு மேலே கண்ட மூன்று எடுத்துக்காட்டுகளைப் போன்ற பல ஈர்ப்புமிகுந்த சித்திரங்களைக் கம்பநாடன் இராமகாதையில் படைத்துள்ளான். அவன் காலத்திலும் அதற்கு முன்னும் மொழியாக்க வழிகாட்டுதல்கள் என யாரும் வகுத்துக் கொடுத்ததில்லை. அவன் படைத்த சித்திரங்களுக்கு அவனே அவற்றை வகுத்துக்கொண்டான். மொழிபெயர்ப்பாளர்கள் அனைவருக்கும் அச்சித்திரங்கள் வழியே அவ்வழிகாட்டுதல்களைப் பின்வருமாறு வழங்கியுள்ளான் என்று நாம் கொள்ளலாம்:

i. மொழிபெயர்ப்புப் பணியில் பெறுமொழிக் கலாச்சார விழுமியங்களுக்கு அதிக முக்கியத்துவம் தரவேண்டும். அவற்றை முன்னிலைப்படுத்தி, மையப்படுத்தி, மொழிபெயர்ப்புகளை உருவாக்க வேண்டும்.

ii. அப்பணியைத் தொடங்கும்போது பெறுமொழி வாசகர்களையும் அவர்களின் புரிதலையும் ஏற்புத் தன்மையையும் இலக்காகக் கொண்டு பயணிக்க வேண்டும்.

iii. அவர்களுடைய கலாச்சாரப் பின்னணியில் அவர்களுக்கு நெருடல்களையோ சங்கடங்களையோ உண்டாக்கும் அம்சங்கள் தருமொழிப் பனுவலில் இருந்தால் அவற்றைத் தவிர்த்துவிடலாம்; அல்லது ஏற்புடைய வகையில் அவற்றை விரித்தோ சுருக்கியோ மாற்றங்கள் செய்தோ பெறுமொழியில் தரலாம்.

iv. நூற்றுக்கு நூறு 'தருமொழி – பெறுமொழி சமனிகள்' என்ற கைக்கட்டுகளையும் கால்கட்டுகளையும் நீக்கி விட்டு, மொழிபெயர்ப்பில் சுதந்திரத்தை எடுத்துக் கொள்ளத் தயங்கவேண்டியதில்லை.

v. மொழிபெயர்ப்பாளன் தன் சுய கற்பனையில், சிந்தனையில் உதித்த அல்லது அனுபவத்தில் உணர்ந்து உருவாக்கிய கருத்துகள், லட்சியச் சித்திரங்கள் ஆகியவற்றைத் தான் மொழிபெயர்த்த பனுவலில் சேர்க்கலாம். மூலப் பனுவலில் அவை இல்லையே என்று தயங்க வேண்டியதில்லை. பெறுமொழிப் பனுவலில் இத்தகைய மாற்றங்களை மெருகேற்றுவதற்காகவோ மேம்படுத்துவதற்காகவோ வழிகாட்டுவதற்காகவோ செய்யலாம்.

vi. மூலப் பனுவல் ஆசிரியரைப் பெறுமொழி வாசகரிடம் ஏற்புடைய வகையில் கொண்டுசேர்ப்பது அவசியம். அதற்காக மூலப் பனுவல் அம்சங்களில் மாற்றங்கள், நீக்கல்கள், சேர்க்கைகள் செய்து மீண்டும் பெறுமொழியில் எழுதலாம். அதில் பெறுகலாச்சார மணம் கமழ்வதற்காக இவை எல்லாவற்றையும் செய்யலாம்.

'சமனிகள்' இல்லாமல் செய்யும் மொழிபெயர்ப்பும் ஒரு மொழிபெயர்ப்பா? மனம்போன போக்கில் நினைத்தபடி யெல்லாம் மூலப் பனுவலில் எப்படி மாற்றங்களைச் செய்ய முடியும்? அது மூலப் பனுவல் ஆசிரியருக்குச் செய்யும் அநீதியாகாதா? அவமதிப்பாகாதா? துரோகமாகாதா? அவை அனைத்தும் அத்துமீறல்களாகாதா? தான்தோன்றித் தனமான கிறுக்கல்களாகாதா? இவற்றைச் செய்யும் அதிகாரத்தை மொழிபெயர்ப்பாளர் தானே எப்படிக் கையில் எடுத்துக்கொள்ள முடியும்? அவர் தன்னை மூலப் பனுவல் ஆசிரியருக்கு ஆசானாகக் கருதுகிறாரா?

இவ்வாறெல்லாம் பாரம்பரிய மொழிபெயர்ப்புக் கோட்பாடுகளில் தோய்ந்த உள்ளங்கள் எதிர்ப்புக் குரலை உரத்து எழுப்புவதில் வியப்பில்லை. ஆனால் இப்படிப்பட்ட

கேள்விகள் அனைத்தையும் கம்பன் புறந்தள்ளியுள்ளான். ஆதிகவி வால்மீகி முனிவரின் ஸ்ரீமத் ராமாயணத்தின் பல அம்சங்களில் தன்னுடைய படைப்பாக்கத் திறன்கள், உத்திகள், வற்றாத கற்பனை வளங்கள் ஆகியவற்றைக் கொண்டு பல மாற்றங்களையும் நீக்கல்களையும் சேர்க்கைகளையும் செய்துள்ளான்; தமிழ்ச் சமூகத்திற்கும் கலாச்சாரத்துக்கும் ஏற்புடைய வகையில் தன்னுடைய மொழியாக்க இராமகாதையைத் தந்துள்ளான்.

இவ்வுண்மையை யாராலும் மறுக்கமுடியாது. அதுவே தமிழ்ச் சமூகத்தின் மாபெரும் வரவேற்பைப் பல நூற்றாண்டுகளாகத் தொய்வில்லாமல் கம்பன் பெற்று வந்துள்ளதற்குக் காரணமாயிருப்பதையும் நாம் மறுக்கமுடியாது. இதனால்தான் ஊருக்கு ஊர் கம்பன் கழகம் அமைத்துக் கம்பனைப் போற்றுகிறோம். கம்பராமாயணத்தின் பல கூறுகளைச் சுவைமிகுந்த விவாதப் பொருள்களாக இன்றும் நாம் எடுத்துக் கொள்கிறோம். கம்பனின் ஒப்பற்ற படைப்பு பல ஆய்வுக் கட்டுரைகளுக்கு விரிந்துகொடுப்பதற்கு இதுவே காரணமாகவும் அமைகிறது. அதே நேரத்தில் தாததேசிக தாதாசாரி, டி.எஸ். கோதண்டராமன் போன்றோர் தந்த வால்மீகி இராமாயண 'நூற்றுக்கு நூறு தமிழ்ச் சமனி' மொழிபெயர்ப்புகள், கம்பராமாயணத்தைப் போல் வரவேற்பைப் பெறவில்லை. அப்படிப்பட்ட படைப்புகள் பலருக்கும் தெரியாமலேயே இருப்பதையும் யாராலும் மறுக்கமுடியாது.

வால்மீகி ராமாயண மொழியாக்கப் பனுவல்கள் இரண்டை ஒப்பிட்டுப் பார்க்கும் ஏ.கே. ராமானுஜன் இவ்வாறு சொல்கிறார்:

> கோல்ட்மேன் குழுவினரின் தற்கால ஆங்கில விசுவாச மொழியாக்கப் பனுவல் எந்த அளவுக்கு மூலப் பனுவலை ஒத்திருக்கிறது என்பதைப் பொறுத்து அதனுடைய வெற்றி அமைவதாகக் கருதப்படுகிறது. கம்பராமாயண மொழியாக்கப் பனுவலின் வெற்றி கம்பனே வகுத்துள்ள அளவீடுகளின் அடிப்படையில் தீர்மானிக்கப்படுகிறது. எந்த அளவுக்குக் கம்பன் வால்மீகியை ஒத்திருக்கிறான் என்பதன் அடிப்படையில் அல்ல. மாறாக, எந்த அளவுக்கு அவன் வால்மீகியிடமிருந்து வேறுபட்டு நிற்கிறான் என்பதிலேயே அவன் சிறப்பு அமைகிறது. முன்னதில் ஒற்றுமைகளைக் கொண்டாடுகிறோம். பின்னதில் வேற்றுமைகளைப் போற்றி உள்வாங்கிச் சுவைத்து மகிழ்கிறோம் (காண்க. ப. 108).

4.5 குறுந்தொகை: ஆங்கில மொழியாக்கப் பிரச்சினைகள்

சங்க இலக்கிய 'குறுந்தொகை'ப் பாடல்களில் காதல் மையப் பொருளாக அமைவதால் அதைப்பற்றிய சில அடிப்படைச் சிந்தனைகளோடு இப்பகுதி தொடங்குகிறது. உலகெங்கும்

உள்ள அனைத்துக் கலாச்சாரங்களிலும் காதல் உயர்வாகவோ தாழ்வாகவோ பேசப்பட்டோ அல்லது பேசப்படாமலோ இருந்து வந்துள்ளது. காதல், சராசரி ஆணின், பெண்ணின் வாழ்க்கையில் ஏதோ ஒரு வடிவில் ஏதோ ஒரு அளவில் சிறிது காலத்திற்கேனும் ஆதிக்கம் செலுத்தித் தாக்கத்தை உண்டாக்கக் கூடிய ஒரு மகாசக்தியாக உள்ளது. காதல் என்றால் என்ன என்ற கேள்வி எளிதானது. அதற்குரிய சுருக்கமான முழுமையான விடையைத் தருவது கடினமானது.

சாதாரணமாக எல்லாருக்கும் தோன்றக்கூடிய, சொல்லத் தெரிந்த ஒரு விடை: காதல், ஆண் ஒருவனுக்கும் பெண் ஒருத்திக்கும் இடையே நிகழும் அன்புப் பரிமாற்றம். இப்பதிலைச் சொன்ன உடனேயே வேறு சில கேள்விகள் முளைக்கின்றன. அன்புப் பரிமாற்றமானது ஈருடல்கள் சம்பந்தப்பட்டதா, உள்ளங்கள் சம்பந்தப்பட்டதா, அல்லது ஆன்மாக்கள் சம்பந்தப் பட்டதா?

இவற்றில் அது இரண்டையுமோ மூன்றையுமோ உள்ளடக்கியதா? அல்லது எதிலும் அடங்காமல் வேறுபட்டு நிற்கும் அனுபவமா? எதுவாகிலும் அதைத் திருமணத்தோடு கட்டாயம் தொடர்புபடுத்தித்தான் பார்க்க வேண்டுமா, வேண்டாமா? விடைகளைத் தேடுகையில் முன்னே வந்து நிற்கும் சமூகம், மதம், தத்துவம் சார்ந்த விழுமியங்களை நாம் உற்றுநோக்க வேண்டியுள்ளது. இந்த விழுமியங்களுக்குக் காரணமாக இருக்கும் மேற்கத்திய 'Romantic Love' (உணர்ச்சிப் பிரவாகக் காதல்) எனும் கருத்தாக்கத்தைச் சற்று விரிவாகக் கீழே காணலாம்.

4.5.1 உணர்ச்சிப் பிரவாகக் காதல் (Romantic love)

> கண்டுகேட்டு உண்டுயிர்த்து உற்றறியும் ஐம்புலனும்
> ஒண்தொடி கண்ணே உள. (குறள் 1101)

சொல்லால் குறுகிய இக்குறள் பொருளால் விரிந்து நிற்கிறது. கண், காது, மூக்கு, வாய், மெய் எனும் ஐம்புலன்களாலும் பெறப்படும் இன்பங்கள் அனைத்தையும் தருபவள் பெண். அவற்றால் பெரிதும் ஈர்க்கப்பட்டு, பெருவிருப்பம் கொண்டு, வேண்டி, வியந்து, நலம் பாராட்டிக் காதலன் காதலியிடம் பேரன்பைப் பொழிகிறான். பதிலுக்குக் காதலியும் காதலனிடம் பேரன்பைப் பொழிகிறாள். சமூக ஏற்றத் தாழ்வுகள், மத – சாதி – இன – மொழி வேறுபாடுகள், கட்டுப்பாடுகள், பெற்றோர் – உற்றார் – உறவினரின் எதிர்ப்பு என எப்படிப்பட்ட தடைகள் வந்தாலும் பொருட்படுத்தாமல் இக்காதல் உறுதியுடன் நின்று பெருகும். மேலும் மேலும் வலுப்பெறும். இக்காதலில் பல அடிப்படைக் கூறுகள் உள்ளன.

அவற்றுள் பின்வருவன மேலோங்கி நிற்கின்றன: காதலர்கள் ஒருவருக்கொருவர் காட்டும் பரிவு, கனிவு, நலம் பேணல், ஒருவர் அடுத்தவரின் எண்ணங்கள், சொற்கள், செயல்களுக்குத் தரும் மரியாதை, ஒருவரையொருவர் நாடுவதில் பெருகும் தணியாத உற்சாகம், ஈருடலாயினும் புலன்களாலும் உணர்ச்சிகளாலும் உள்ளங்களாலும் இரண்டறக் கலந்து ஒருயிராகும் ஆழமான பிணைப்பை நோக்கிய வாழ்நாள் பயணம்.

இங்கே இணக்கமில்லாத கருத்துகள், உரையாடல்கள், செயல்கள், பார்வைகள் ஆகியவற்றால் தோன்றும் பிரச்சினைகளும் உண்டு. அதனால் பிணக்குகளும் உண்டு. புரிதல்கள் குறைந்து, கோபதாபங்கள் மிகலாம். ஊடல்களின் உச்சத்தில் பிரிதல் வரலாம். காலப்போக்கில் சமாதானம் ஏற்பட்டு ஊடல் நீங்கிக் கூடல் மீண்டும் நிகழலாம். உணர்ச்சிகளின் பிரவாகம் கட்டுக்கடங்காமல் போகும்போது அறிவு செயலிழந்து போவதும் உண்டு. ‘காதலும் புத்தியும் கைகோத்துச் செல்வது நடவாத ஒன்று’ (you cannot love and be wise) என்ற கருத்தை ஷேக்ஸ்பியர் தன்னுடைய படைப்புகளில் அடிக்கடி கையாள்கிறார். சில காரணங்களால் காதல் நிறைவேறாமல் போகலாம்; சேர்ந்து வாழ இயலாமல் போகலாம். அப்போது ஓரளவு போற்றத்தக்க நேர்மறை விளைவுகளோ அல்லது ஏற்கத்தகாத விபரீத விளைவுகளோ நிகழ்வதுண்டு.

ஒருவர் தன்னுடைய காதலையும் தன்னலத்தையும் அடியோடு துறந்து, காதல் பங்காளியின் நலத்தையே முற்றிலும் முன்னிறுத்தலாம். அது முழுமைபெற அனைத்து ஆக்கபூர்வமான செயல்களையும் செய்யலாம். “எங்கிருந்தாலும் வாழ்க!” என்ற நிலைப்பாட்டில் நிலையாக நிற்கலாம். இன்னொரு காதல் என்றில்லாமல் தனியாகவே பழைய நினைவுகளில் வாழ்நாளைக் கழித்துவிடலாம்; அல்லது எதிர்மறை உணர்ச்சிகள் சுனாமி போல் எழுந்து அபாயகரமான ஏதோ ஒரு முடிவுக்கு இழுத்துச் செல்லலாம். ஒன்று ஒதுங்கிச் சென்று தன்னுடைய அழிவையே தேடிக்கொள்ளலாம்; அல்லது “காதலில் இணைய முடியாவிட்டால் சாதலில் இணைவோம்” என இருவருமே முடிவைத் தேடிக்கொள்ளலாம். நேர்மறை–எதிர்மறை எல்லைகளுக்கிடையே பரிமாணங்கள் குறைந்த பல சிக்கல்கள் வரலாம்; தீர்வுகளை நாடலாம்.

திடீர்த் திருப்பங்கள், சிக்கல்கள், ஏற்ற இறக்கங்கள், சோதனைகள், மகிழ்ச்சியையும் துன்பத்தையும் மாறி மாறித் தரும் நிகழ்வுகள், இனிய அல்லது வேதனை தரும் முடிவுகள் போன்றவை நாடகங்களில் காணப்படும் கூறுகள் ஆகும். இவை அனைத்தும் இக்காதலிலும் உள்ளன. இத்தகைய காதலே *Romantic*

Love (உணர்ச்சிப் பிரவாகக் காதல்) என்று அழைக்கப்படுகிறது. இங்கு உடல்கள் சம்பந்தப்பட்ட மகாசக்தியுடைய ஈர்ப்பும் உறவும் அடித்தளத்தை அமைக்கின்றன. அவற்றின் ஆளுமைமிகு தாக்கங்கள், அழகியல் அம்சங்கள், தொடரும் உணர்ச்சிகளின் பிரவாகம், உள்ளங்களின் சங்கமம், ஆழ்ந்த அன்பினால் பிறந்த ஒருயிர் போன்ற ஒட்டுறவு, நேர்மறை, எதிர்மறை விளைவுகள் ஆகிய பல பரிமாணங்கள் இக்காதலில் உள்ளன. எனவே இது ஐரோப்பிய, ஏன் உலகளாவிய கலாச்சாரத்திலும், அமர காதல் காவியங்களிலும், கவிதைகளிலும், கதைகளிலும் நிரந்தரக் கருப்பொருளாக அமைகிறது.

4.5.2 சங்ககாலத் தமிழ்க் கலாச்சாரக் காதலின் அம்சங்கள்

உணர்ச்சிப் பிரவாகக் காதலின் நுட்பமான, மென்மையான, சுவையான பல அம்சங்கள் ஈராயிரம் ஆண்டுகளுக்கும் முந்திய சங்ககாலத் தமிழ்ச் சமூகத்தில், தமிழர் வாழ்வியலில் காணப் பட்டன. காதலின் உயிரோட்டமாக அமைந்து பெருமை சேர்த்தன. உள்ளத்துள் நிகழும் பொருளாகியதால், அகப்பொருள் என்று இதை வகைப்படுத்தி, முன்னிறுத்தி எழுதப்பட்ட இலக்கியங்களும் இலக்கண நூல்களும் தமிழ்க் கலாச்சாரத்தின் தனிச்சிறப்பு ஆகும்.

தொல்காப்பியம், இறையனார் களவியல், நம்பியகப்பொருள் ஆகியவை தலையாய அகப்பொருள் இலக்கண நூல்களாகும். அவை காதல் வாழ்வியலை வரையறுத்து அதன் நிகழ்வுகளை, பரிமாணங்களை 'களவொழுக்கம்', 'கற்பொழுக்கம்' என்ற இரு பிரிவுகளில் நெறிப்படுத்துகின்றன. அவற்றுக்கான வழிகாட்டல் களைத் தருகின்றன. திருமணத்திற்கு முன் தனித்தும், தோழன் – தோழியரின் உதவியோடும் கூடும் காதலரின் நெறிசார்ந்த அன்புப் பரிமாற்றம் 'களவொழுக்கம்' ஆகும், திருமணத்திற்குப் பின் இல்லறத்தில் தொடரும் காதல் பரிமாற்றம் 'கற்பொழுக்கம்' ஆகும்.

நானூறு பாடல்களைக் கொண்ட குறுந்தொகை சங்ககால அகப்பொருள் இலக்கியங்களுள் பெரிதும் போற்றப்படும் தொகை நூலாகும். அடிகளின் எண்ணிக்கையில் நான்கு முதல் எட்டு என்று குறைந்தும், பொருட்சுவையின் செறிவில் நிறைந்தும் இப்பாடல்கள் மிளிர்கின்றன. பண்டிதர்களையும் சராசரி வாசகர்களையும் காலந்தோறும் தொய்வின்றி ஈர்த்து வருகின்றன. இத்தொகை நூலில் உள்ள பாடல்கள் களவொழுக்கம், கற்பொழுக்கம் ஆகிய இரண்டையும் பற்றிச் சுவைபடப் பேசுகின்றன. அகநெறிகள் போற்றும் காதலர்களின் உறவுகள், தன்னலமற்ற ஆழ்ந்த அன்பின் நுட்பமான வெளிப்பாடுகள், நுணுக்கமான உளவியல் பாங்குகள், மென்மையான உணர்ச்சி

ஓட்டங்கள், இயற்கையோடு ஒத்திசைந்த வாழ்க்கைச் சுவடுகள் எனப் பல அம்சங்களை இப்பாடல்கள் விவரிக்கின்றன. ஒவ்வொரு பாடலும் ஒரு கணநேர வண்ணக் காட்சியாக, அக்காலக் காதலின் ஒரு சுவையான அம்சத்தை நிகழ்படமாகக் காட்டுகிறது.

ஐவகை நிலங்கள், தாவரங்கள், மலர்கள், கனிகள், பொழுதுகள், விலங்குகள், பறவைகள், மலைகள், ஆறுகள், இசை, தெய்வ வழிபாடு, காதலர்களுக்கு உதவும் பாங்கன் – பாங்கியரின் பேச்சுத்திறன், மற்றோரின் புரிதலுடனான ஆக்கமிகு பங்களிப்பு, சமூக வாழ்வியல் கூறுகள் எனப் பல செய்திகள் குறுந்தொகைச் சொல்லோவியங்களின் வளமான பின்புலமாக அமைந்து பொருள் பொதிவை மேலும் வளப்படுத்துகின்றன.

இயற்கை அழகுமிகு இடத்தில் மயக்கும் சூழலில் ஆண் பெண்ணைத் தனித்துச் சந்திக்கிறான். முதல் சந்திப்பிலேயோ அல்லது பின் வரும் சந்திப்புகளிலேயோ பெருகிவரும் ஆழ்ந்த அன்பால் இருவரும் ஈர்க்கப்பட்டு உள்ளத்தாலும் உடலாலும் இணைகிறார்கள். பாங்கன், பாங்கி, மற்றோர்களுடைய உதவியோடு, பெற்றோரின் ஆசியோடு இல்வாழ்க்கையைத் தொடங்குகிறார்கள். ஒருவனுக்கு ஒருத்தி எனும் அவர்களின் ஆழ்ந்த காதல் இல்லறத்தில் வலுவான அடித்தளமாக அமைகிறது. இங்குக் கூடல், ஊடல், பிரிதல், இரங்கல், தூது, மீண்டும் கூடல், பகை, பொருள் தேடல், பரத்தை, விருந்தோம்பல், கல்வி இவை அனைத்துடைய விளைவுகள் எனும் நாடகக் காட்சிகள் போன்ற பல சுவையான கூறுகள் உண்டு. ஒவ்வொரு பாடலும் ஏதாகிலும் ஒரு நாடகக் காட்சியை அரங்கேற்றுகிறது. அகத்தே தோன்றும் மெல்லிய உணர்ச்சி ஓட்டங்களே இப்பாடல்களில் முன்னிலை பெறுகின்றன.

புலவர்கள் பலரால் எழுதப்பட்ட குறுந்தொகைப் பாடல்கள் அனைத்தும் இத்தகைய பல அகப்பொருள் செறிவுகளைக் கால ஓட்டத்தால் அழியாத அழகிய வண்ணச் சித்திரங்களாகத் தீட்டியுள்ளன. அப்படிப்பட்ட சித்திரங்களுள் ஒன்றாகிய பாடல்–25 கபிலரால் எழுதப்பட்டது. அதுவே இப்பகுதியின் கூராய்வுப் பொருளாக அமைந்துள்ளது. பாடலுக்குச் செல்லும் முன் இப்பகுதிக்கான மொழியாக்க மதிப்பீட்டு அளவுகோலைப் பேசவேண்டியுள்ளது.

4.5.3 மொழியாக்க மதிப்பீட்டு அளவுகோல்

மொழியாக்க மதிப்பீடுகள் பலதரப்பட்ட அளவுகோல் களின் அடிப்படையில் அமையலாம். ஒரு குறிப்பிட்ட மதிப்பீட்டின் அளவுகோல் எதுவென்றுத் தெளிவாகச் சொல்லாமல், மேலெழுந்தவாரியாக 'மிக நன்று' 'மிக மோசம்'

என மதிப்பீடு செய்வது முறையல்ல. அளவுகோலைத் தெளிவாகச் சொல்லிவிட்டு, அதைக்கொண்டு செய்யப்படும் ஒரு மதிப்பீட்டைக் குறைகாண்பதும் முறையல்ல. இப்பகுதிக்கான மொழியாக்க மதிப்பீட்டு அளவுகோல் கீழே வரையறுக்கப்படுகிறது.

மொழியாக்கத்தின் முக்கிய நோக்கம் மூலப் பனுவலின் மொழியை அறியாத வேற்றுமொழி மக்களுக்கு வாசிப்பு உதவி செய்வது ஆகும். அவர்களுடைய மொழியில் அப்பனுவலை வாசித்துப் பயன்பெற மொழியாக்கம் உதவுகிறது. மூலப் படைப்பின் ஒரு சிறிய கூறையேனும் அவர்களுடைய சொந்த மொழியில் படித்து ரசிக்கமுடிந்தால் அதுவே அவர்களுக்குப் போதும். வேற்றுமொழி மக்கள் மொழிபெயர்ப்புத் துறை மாணவர்கள் அல்ல. இருமொழி – இருகலாச்சார பரிச்சயம் உள்ளவர்கள் அல்ல. மொழியாக்கங்களைச் சரிபார்க்க அவர்களால் முடியாது. அது முடியும் என்றால், மூலப் பனுவலை மூல மொழியிலேயே நேரடியாக அவர்களால் வாசிக்க முடியும். மொழியாக்கங்கள் அவர்களுக்குத் தேவை இல்லை. ஆனால் அவர்கள் சாதாரண எதிர்பார்ப்புகள் உள்ள சராசரி வாசகர்களே. அவர்களின் தேவைகளை உணர்ந்து மொழிபெயர்ப்பாளர்தான் அவற்றை நிறைவேற்ற வேண்டும்.

எந்த ஒரு மொழிபெயர்ப்புப் பனுவலும் தனித்து நின்று சராசரி மக்களுக்கு வாசிப்பை எளிதாக்கவேண்டும். அதிக பட்சப் புரிதலைத் தரவேண்டும். அவர்களின் ரசிப்பையும் வரவேற்பையும் பெறவேண்டும். அவ்வாறு அதை அமைப்பது மிகவும் சிரமமானதாகும். அப்படி ஒரு பனுவலை அமைக்க முடிந்தால் அது மிகவும் சிறப்பானதாகும். இன்றைய சராசரி மனிதனின் கவன வீச்சு (attention span) எட்டு நொடிகளே என அறிவியல் ஆய்வு முடிவுகள் சொல்கின்றன. எட்டு நொடிகளுக்குள் ஒரு பனுவல் ஆர்வத்தைத் தூண்டவில்லை என்றால் வாசகரின் கவனம் வேறு ஒரு பனுவலுக்குத்/தலைப்புக்குத் தாவிச் சென்றுவிடும்; அப்பனுவலை வாசிக்க மீண்டும் திரும்பி வராது; என்றால், பெறுமொழி வாசகரை ஈர்க்கும் வகையில் மொழிபெயர்ப்புப் பனுவலை உருவாக்குவது எவ்வளவு கடினமானது என்று தெளிவாகும்.

சராசரி ஆங்கில மொழி வாசகர்கள் கலாச்சாரம், காலம், மொழிபோன்ற பல்வகைப் பின்புல வேறுபாடுகளைக் கொண்டவர்கள். சங்ககால அகப்பொருள் பாரம்பரியத்தை, காதல் வாழ்வியலை அவர்கள் சிறிதும் அறியார். 'பின்புலத் தகவல்களை வேறு பக்கங்களில் உள்ள நீண்ட முன்னுரை அல்லது பின்னுரையிலிருந்தோ பின்குறிப்புகளிலிருந்தோ இணையத்திலிருந்தோ வேறு வழிகளிலோ படித்துத் தெரிந்துகொள்வார்கள்;

கே. தியாகராஜன்

குறுந்தொகையின் ஆங்கில மொழியாக்கங்களைப் பின்னர் வாசிப்பார்கள்' என்று எதிர்பார்க்க முடியாது; கூடாது. எனவே இப்பகுதிக்கான மொழியாக்க மதிப்பீட்டு அளவுகோல் பின்வரும் அம்சங்களால் உருவாகிறது:

(i) குறுகத் தரித்த குறுந்தொகைப் பாடலின் ஆங்கில மொழியாக்கம் ஒரேயொரு பக்கத்தில் அடங்கித் தனித்துச் சுதந்திரமாக இயங்கவேண்டும். வேறு பக்கங்களுக்குச் செல்லும் சங்கடத்தை வாசகருக்கு உண்டாக்கக் கூடாது.

(ii) அதற்குச் சிறிய முன்னுரையோ பின்னுரையோ குறிப்போ இருக்கலாம். அதுவும் அதே பக்கத்தில் இருக்கவேண்டும்.

(iii) அவை இரண்டும் சேர்ந்து தமிழ்ச் சங்க கால அகப்பொருள் பின்புலத்தை இலக்கு ஆங்கில வாசகருக்கு உணர்த்த வேண்டும்.

(iv) மொழியாக்கம் பாடலாசிரியரை முடிந்தவரை ஆங்கில வாசகரிடம் கொண்டு சேர்க்கவேண்டும்.

(v) அதற்கேற்ப மொழியாக்கத்தின் நடை எளிமையாக, இயல்பாக அமைய வேண்டும்.

இந்த ஐந்து அம்சங்களை உள்ளடக்கிய அளவுகோலைக் கொண்டு, குறுந்தொகைப் பாடல் 25இன் (கபிலர் எழுதியது) நான்கு ஆங்கில மொழியாக்கங்கள் மதிப்பீடு செய்யப்படுகின்றன.

4.5.4 குறுந்தொகைப் பாடல் 25

(காதல் தலைவி தன் தோழியிடம் சொல்வதாக இப்பாடல் அமைந்துள்ளது.)

யாரும் இல்லை; தானே கள்வன்
தான்அது பொய்ப்பின் யான் எவன் செய்கோ
தினைத்தாள் அன்னச் சிறு பசுங்கால
ஒழுகு நீர் ஆரல் பார்க்கும்
குருகும் உண்டு தான் மணந்த ஞான்றே.

மேலே உள்ள கபிலரின் பாடல் ஆசிரியப்பா என்ற எளிமை யான செய்யுள் நடையில் ஐந்தே அடிகளில் எழுதப்பட்டுள்ளது. யாரையோ அழைத்துப் பேசுகின்ற அகவல் ஓசை கொண்டதாக இப்பாடல் உள்ளது.

பொருள்: "அன்றொரு நாள் நாங்கள் தனித்துச் சந்தித்தபோது என்னுடைய காதல் தலைவன் திருமண வாக்குறுதியைத் தந்தான். என் உள்ளத்தையும் உடலையும் கொள்ளை கொண்டான்.

அக்கள்வன் என்னைக் கொள்ளை கொண்டபோது, அதற்குச் சாட்சியாக இருந்தது அந்தக் கள்வன் மட்டுமே. நாங்கள் கூடியபோது, அருகே இருந்த ஓடும் நீரில் ஆரல் மீனை உண்ணும் பொருட்டு அதன் வரவைப் பார்த்து ஒரு நாரையும் நின்றது. அப்போது அவன் தந்த வாக்குறுதியை நிறைவேற்றாமல் அவன் தள்ளிக்கொண்டே சென்றால் நான் என்னதான் செய்யமுடியும்?"

இரண்டுமணிநேரம் ஓடக்கூடிய ஒரு விறுவிறுப்பான திரைப்படத்தில் ஒரு கண நேரத்தில் வந்து மறையும் காட்சி போல ஐந்தே வரிகள் கொண்ட இக்குறுந்தொகைப் பாடல் ஒரு சித்திரத்தைப் படைத்துள்ளது. கண நேரக் காட்சியைக் கொண்டு திரைப்படத்தை முழுமையாகப் புரிந்துகொள்ளமுடியாது. திரைப்படத்துக்குள் அதைச் சரியான இடத்தில் பொருத்திப் பார்த்தால்தான், ஒட்டுமொத்தத் திரைப்படச் சூழ்நிலையின் பின்புலத்தில் அதன் பொருட்செறிவைப் புரிந்துகொள்ள முடியும். அதே போலத் திரைப்படத்தின் பொருட்செறிவுக்கு அது வழங்கும் பங்களிப்பும் தெளிவாகும்.

குறுந்தொகைப் பாடல்-25இல் கபிலர் தீட்டியுள்ள சித்திரத்தின் பொருட்செறிவை முழுமையாகப் புரிந்துகொள்ளச் சங்ககால அகப்பொருள் பின்புலம் மிகவும் தேவைப்படுகிறது. அது இல்லாவிட்டால் இப்பாடல் உயிரற்ற ஒரு கூடுபோலத்தான் நிற்கும். தொடர்பில்லாத இப்படிப்பட்ட துண்டுப்பொருள்களையே அது தரும்: "அங்கு அந்தத் திருடன் மட்டும் இருந்தான். வேறு யாரும் இல்லை. அவன் பொய்யன் ஆனால் நான் என்ன செய்ய முடியும்? அவன் என்னை மணந்தபோது அருகே ஓடிய நீரில் ஆரல் மீனை உண்ணும்பொருட்டு அதன் வரவைப் பார்த்து ஒரு நாரையும் இருந்தது."

மாறாக, பாடலுக்கு உயிரோட்டத்தைத் தரும் பின்வரும் நுண்ணிய பொருள்கள் அனைத்தும் சங்ககாலக் களவொழுக்கப் பின்புலப் பரிச்சயத்திலிருந்தே சொல்லாமல் பெறப்படுகின்றன: 'அவன் என்னுடைய காதல் தலைவன்', 'அவன் என் உள்ளத்தையும் உடலையும் கொள்ளை கொண்ட கள்வன்', 'அவன் என்னை மணந்துகொள்வதாக எனக்குக் கொடுத்த வாக்குறுதி பொய்யானால்...' 'என்னுடனான திருமணத்தை அவன் தள்ளிக்கொண்டே போனால்...', 'அவன் என்னை உடலால் கூடியபோது...'

சங்க இலக்கியத்தில்-குறிப்பாக அகப்பொருள் இலக்கியத்தில் -பயிற்சியும் பரிச்சயமும் உள்ளவர்களால் இப்பாடலைக் களவொழுக்கத்தோடு இணைத்துப் பார்த்து எளிதில் புரிந்து கொள்ள முடியும். அப்பயிற்சியும் பரிச்சயமும் இல்லாதவர் களால் இப்பாடலைப் புரிந்துகொள்ளவோ ரசிக்கவோ முடியாது.

சங்ககாலத் தமிழ்ச் சமூகத்தினரும் தற்காலத் தமிழ்ச் சமூகத்தினரும் ஈராயிரம் ஆண்டுகளுக்கும் மேலான தொன்மையான ஒரே மொழி – கலாச்சாரப் பாரம்பரியத்தைச் சேர்ந்தவர்கள். தற்காலத் தமிழர் சங்க காலத் தமிழரின் வாழ்வியலை வானளாவப் போற்றிப் பெருமை கொள்பவர்கள். இருப்பினும் பெரும்பாலான தற்காலத் தமிழ்ச் சமூகத்தினருக்குச் சங்ககால அகப்பொருள் இலக்கியத்தில் பயிற்சியோ பரிச்சயமோ இல்லை. எனவே அந்தக் கால அகப்பொருள் பின்புலத் தகவல்களை அவர்கள் அறியார்.

மேலும் அக்கால இலக்கியத் தமிழானது தற்காலத் தமிழ்ச் சமூகத்தினரால் எளிதில் புரிந்துகொள்ளமுடியாத செய்யுள் நடையில் கரடுமுரடாக உள்ளது. சங்க இலக்கியத் தமிழைத் தற்காலத் தமிழில் ‘மொழிபெயர்த்து’, அதுவும் எளிய உரைநடையில் தந்தால்தான் அவர்களால் புரிந்துகொள்ளமுடியும் என்ற நிலை உள்ளது.

ஈராயிரம் ஆண்டு இடைவெளியில் தற்காலத் தமிழ்ப் பயிற்சி இப்படியாக மாறியுள்ளது. இன்றைய தமிழ்ச் சமூகத்தினரின் காதல் நெறிகளும் நடைமுறைகளும் கூட மாறிப்போயுள்ளன. எனவே அக்கால அகப்பாடல்களை இக்காலத் தமிழ் வாசகர்கள் சரியாகப் புரிந்துகொள்ள வேண்டுமானால், உரிய அகப்பொருள் விளக்கத்தைப் பொருத்தமான பின்புலத் தகவல்களோடு அவர்களுக்குத் தரவேண்டும். இது கட்டாயத் தேவையாக உள்ளது.

ஒரே மொழி, கலாச்சாரம் என்றாலும், நீண்ட கால இடைவெளியினால் இன்றைய தமிழ் மக்களின் வாசிப்புப் புரிதலுக்கு இப்படிப்பட்ட ஒரு பிரச்சினை உள்ளது. என்றால் மொழி, கலாச்சாரம், காலம் போன்ற பல்வகை வேறுபாடுகள் கொண்ட பிற மொழி வாசகர்களுக்காகச் செய்யப்படும் மொழியாக்கத்தில் எத்தனைச் சிரமங்களும் சவால்களும் இருக்குமென்று எளிதில் புரிந்து கொள்ளமுடியும்.

4.5.5 ஆங்கில மொழிபெயர்ப்பு: பிரச்சினைகள்

எந்த மொழியிலும் உள்ள ஒரு மூலப் பனுவலை ஆங்கிலத்தில் மொழியாக்கம் செய்யும்போது பொதுவான சில பிரச்சினைகளைச் சந்திக்கவேண்டியுள்ளது. முன்பே சொல்லப்பட்ட அவற்றை இப்பகுதி மீண்டும் சுருக்கமாகப் பேசுகிறது

4.5.5.1 மொழியாக்கத்தின் மையப் புள்ளி

“மொழியாக்க நோக்கத்தின் மையத்தில் இருப்பது யார்?” என்ற கேள்வி முதலாவதாக வரும் பிரச்சினையாகும். முற்றிலும் எதிரெதிர்த் திசைகளில் பயணிக்கும் அடிப்படையான இருவேறு

தெரிவுகள் மொழிபெயர்ப்பாளருக்கு முன்னே உள்ளன. தெரிவு செய்வது மொழிபெயர்ப்பாளரின் தனிப்பட்ட முடிவாகும்; உரிமையாகும்.

மூலப்பனுவல் ஆசிரியரே !

இத்தெரிவின் முதல் அம்சம் மிகத் துல்லியமான மொழிபெயர்ப்பு. அதன் உதவியோடு, மூலப்பனுவல் ஆசிரியரை மையமாக வைத்து, அவரிடம் பெறுமொழி வாசகரை முழுவது மாகக் கொண்டுசேர்ப்பது தலையாய அம்சம். இது பல நூற்றாண்டுகளாகப் பல மொழிபெயர்ப்பாளர்கள் பின்பற்றி வந்துள்ள பாரம்பரிய அணுகுமுறை.

சொல்லுக்கு–சொல், வாக்கியத்திற்கு–வாக்கியம், பொருளுக்கு – பொருள், வடிவத்துக்கு – வடிவம் மொழிநயத்துக்கு – மொழிநயம் எனும் பல்வேறு நிலைகளில் நூற்றுக்கு நூறு சமனிகள் இங்குச் சமரசமில்லா இலக்கு ஆகின்றன. ஆனால் துல்லியமான சமனிகளைத் தேடுவது அடையமுடியாத இலக்கை நோக்கிய முடிவற்ற பயணமாகும். அவரவர் முயற்சிக்கும் உழைப்புக்கும் புரிதலுக்கும் தகுந்தாற்போலப் பயணத்தில் கடந்த தூரம் குறைவாகவோ அதிகமாகவோ இருக்கலாம். ஆனால் பயணத்தை முற்றிலும் முடித்தவர் எவரும் இலர். மொழிபெயர்ப்பாளருக்கு இச்சமனிகள் அவருடைய பணியில் எந்த ஒரு சுதந்திரத்தையும் தருவதில்லை. மாறாக அவை கைவிலங்குகள் போல் அமைந்துவிடுகின்றன.

இத்தெரிவில் மூலப் பனுவலுக்கும் அதன் ஆசிரியருக்கும் முழு முக்கியத்துவமும் மரியாதையும் தரப் பெருமுயற்சி செய்துவிட்ட நிறைவு இருக்கும். ஆனால் பெறுமொழி வாசகர்களைப் பற்றிய சிந்தனைகள், சொந்தக் கலாச்சாரப் பின்புலத்தில் அவர்கள் பெறும் புரிதல், அதனால் பெறப்படும் அவர்களுடைய ரசனை, வரவேற்பு ஆகியவை கருத்தில் கொள்ளப்படுவதில்லை.

பெறுமொழி வாசகரே !

இரண்டாவது தெரிவில் பெறுமொழி வாசகர்கள் மையத்தில் வைக்கப்படுகின்றனர். அவர்களிடம் மூலப்பனுவலின் ஆசிரியரை முடிந்தவரை கொண்டு சேர்க்க மொழியாக்கம் பெரிதும் முயல்கிறது. இங்கே முதல் தெரிவில் உள்ளவை போன்ற சமனிக் கைவிலங்குகள் எதுவும் இல்லை. இந்தத் தெரிவு மொழியாக்கத்தில் வேண்டிய அளவுக்குச் சுதந்திரம் பெற உதவுகின்றது. இது நேர் எதிர்த்திசையில் இயங்கும் அணுகுமுறையாகும். வாசகர்களின் சொந்தக் கலாச்சாரம், அதன் துணையோடு அவர்கள் பெறும் அதிகபட்சப் புரிதல், அதனால் அவர்கள் பெறுமொழி பனுவலுக்குத்

தரும் வரவேற்பு ஆகியவை இங்கு முக்கியத்துவம் பெறுகின்றன. ஆனால் மூலப்பனுவலில் வேண்டிய அளவுக்கு மாற்றங்கள் செய்யும் சமரசங்களை ஏற்றுக்கொள்ளவேண்டியுள்ளது. அதனால் வரும் விளைவுகளையும் சந்திக்கவேண்டியுள்ளது.

4.5.5.2 எந்த வகை ஆங்கிலம்?

எந்த ஒரு தமிழ்ப் பனுவலையும் ஆங்கிலத்தில் மொழியாக்கம் செய்யும்போது வாசகர்கள் யார் என்ற மிகவும் அடிப்படையான கேள்வியை எழுப்புவது அவசியம். தெளிவான விடையுடன் பணியைத் தொடக்குவது அதைவிட அவசியம். அப்போதுதான் தொடர்புடைய வேறு சில கேள்விகளைக் கேட்டு விடைகளை உறுதிசெய்துகொண்டு மொழியாக்கத்தின் இலக்கைத் தெளிவாக்கிக் கொள்ளலாம். அதை நோக்கிய பயணம் அப்போதுதான் முழுமை பெற, வெற்றியடைய வாய்ப்புள்ளது.

இன்றைய நாளில் ஆங்கிலம் உலகமொழியாக விசுவரூபம் எடுத்துள்ளது. அதன் வாசகர்கள், பயனாளிகள், பல நாடுகளில் வசிக்கும் பல சமூகங்களையும் கலாச்சாரங்களையும் சார்ந்தவர் களாக உள்ளார்கள். பிரிட்டன், அமெரிக்கா, ஆஸ்திரேலியா, கனடா போன்ற சில நாடுகளில் பெரும்பான்மையினரும், வேறு சில நாடுகளில் சொற்ப எண்ணிக்கையினரும் ஆங்கிலத்தைத் தாய்மொழியாகக் கொண்டுள்ளனர். மற்ற நாடுகளில் ஆங்கிலம் இரண்டாம் மொழியாக அல்லது அந்நிய மொழியாகப் பயன்படு கிறது. ஒரு நாட்டில் ஒரு சமூகம் பயன்படுத்தும் ஆங்கிலத்திலிருந்து வேறொரு நாட்டில் வேறொரு சமூகம் பயன்படுத்தும் ஆங்கிலம் வேறுபாடுகளைக் காண்பிக்கிறது. தனிப்பட்ட அம்சங்களின் அடிப்படையில் பிரித்தானிய ஆங்கிலம், அமெரிக்க ஆங்கிலம், இந்திய ஆங்கிலம் போன்ற பல்வேறு வகைகளில் 'ஆங்கிலங்கள்' அடையாளம் காணப்பட்டுள்ளன. இந்தியா போன்ற ஒரே நாட்டிலும் கூட மாநிலத்துக்கு மாநிலம் ஆங்கிலம் வேறுபடுகிறது.

பல வகை 'ஆங்கிலங்கள்' உள்ள இப்படிப்பட்ட சூழ்நிலையில், தமிழிலிருந்து ஆங்கிலத்திற்குச் செய்யப்படும் மொழியாக்கத்தில் உள்ள வேறொரு பிரச்சினையைக் கவனத்தில் கொள்ளவேண்டியுள்ளது. மொழிபெயர்ப்பாளர் தமிழ் நாட்டில் உள்ள தமிழர் என்றால் அவர் தரும் ஆங்கில மொழிபெயர்ப்பு தமிழின் தாக்கம் உள்ள இந்திய ஆங்கிலத்தில் இருக்கும். மொழிபெயர்ப்பாளர் தமிழைக் கற்றறிந்த அமெரிக்கர் என்றால் அவர் தரும் ஆங்கில மொழிபெயர்ப்பு அமெரிக்க ஆங்கிலத்தில் இருக்கும். அவர் தமிழையும் ஆங்கிலத்தையும் கற்றறிந்த மலேசியர் என்றால் அவர் தரும் ஆங்கில மொழிபெயர்ப்பு மலாய் மொழியின் தாக்கம் உள்ள மலேசிய ஆங்கிலத்தில் இருக்கும்.

அத்தகைய ஆங்கில மொழிபெயர்ப்புகள் பிற நாடுகளில் உள்ள வாசகர்களைச் சென்றடையும்போது அந்தந்த நாட்டில் அந்தந்த மாநிலங்களில் பயன்பாட்டில் உள்ள ஆங்கில வகைகளுடைய பின்புலங்களில் அவை வாசிக்கப்படும். இப்படியாக நாட்டுக்கு நாடு, இந்தியாவில் மாநிலத்துக்கு மாநிலம், வேறுபாடுகளைக் காண்பிக்கும் பன்முக உலகமொழியாக ஆங்கிலம் உள்ளது. எனவே எந்த நாட்டில், எந்த வகை ஆங்கிலத்தைப் பயன்படுத்தும், எந்தச் சமூகத்தினருக்காக, எந்த வகை ஆங்கிலத்தில் மொழியாக்கம் செய்யவேண்டும்? இந்தக் கேள்வியைக் கட்டாயம் எழுப்பி விடை தேடவேண்டியுள்ளது. 'எந்தவகை ஆங்கிலத்தையும் பயன்படுத்தும் எந்த ஒரு வாசகருக்காகவும், தமிழின் தாக்கம் உள்ள, எனக்குத் தெரிந்த இந்திய ஆங்கிலத்தில் மொழியாக்கம் செய்கிறேன்' என்ற விடையை ஒரு மொழிபெயர்ப்பாளர் தரலாம். அத்தகைய இலக்கு தவறானது என்று சொல்ல முடியாது. இப்படித்தான் பெரும்பாலான மொழியாக்கங்கள் நிகழ்கின்றன.

ஆனால் அத்தகைய மொழியாக்கத்தின் வெற்றி – தோல்வி, வரவேற்பு–வரவேற்பின்மை, மனநிறைவுடன் பாராட்டும் வாசிப்பு, 'எத்தனையோ ஒன்றில் இதுவும் ஒன்று!' என்ற போகிற போக்கில் செய்யும் கண நேர விமர்சனம் போன்ற பல விளைவுகளை எதிர்கொள்ளவேண்டியிருக்கும். பல்வேறு காரணிகள் அவற்றைத் தீர்மானிக்கின்றன. அவற்றுள் அடிப்படையானது எது, மற்றவை யாவை?

நாட்டுக்கு நாடு மாறுபடும் ஆங்கில மொழி வேறுபாடுகள் ஒருபுறம் உள்ளன. உலகளாவிய ஆங்கில வாசகர்களின் பல்வேறு கலாச்சாரப் பின்புலங்கள் மறுபுறம் உள்ளன. இப்பகுதியில் வரும் கபிலரின் குறுந்தொகைப் பாடலானது சங்கக் காலத் தமிழ்க் கலாச்சாரச் செறிவின் ஒரு துகளைக் கணநேரக் காட்சியாகக் காட்டுகிறது. ஒருவகை ஆங்கில மொழிபெயர்ப்பு இக்காட்சியை எந்த ஒரு ஆங்கில வாசகரிடமும் கொண்டு சேர்க்க முயல்கிறது.

எனவே தருமொழி பனுவலுக்கும் பெறுமொழி வாசகர்களின் வாசிப்புக்கும் இடையே பல மொழி – கலாச்சாரம் – காலம்சார் இடைவெளிகள் உள்ளன. மொழிபெயர்ப்பாளர் எத்தனை இடைவெளிகளை எவ்வளவு செம்மையாக மொழியாக்கத்தில் நிரப்ப முயல்கிறாரோ அந்த அளவுக்கு வாசிப்பு எளிதாகும்; புரிதல் அதிகமாகும். அப்போது வரவேற்பும் அதிகமாகும். புரிதல் குறையும்போது வரவேற்பும் குறையும். எனவே வாசிப்பின் நேர்மறை – எதிர்மறை விளைவுகள் அனைத்துக்கும் அடிப்படைக் காரணியாக உள்ளது வாசகர்களின் மொழி – கலாச்சாரம் – காலம்சார் புரிதலே.

4.5.6 கபிலர் எழுதிய பாடலின் ஆங்கில மொழியாக்கப் பிரச்சினைகள்

குறுந்தொகையில் இடம்பெற்றுள்ள பாடல் 25 கபிலரால் இயற்றப்பட்டது. அதை டேவிட் லடென் & எம். சண்முகம் பிள்ளை, இ. அண்ணாமலை & ஹெரல்ட் ஷிஃப்மன், ஏ.கே. ராமானுஜன், ஜார்ஜ் ஹார்ட், நல்லாடை ஆர். பாலகிருஷ்ண முதலியார், ஏ. தட்சிணாமூர்த்தி, சி. & எச். ஜேசுதாசன், வைதேகி ஹெர்பர்ட், எஸ்.எம்.பொன்னையா, விவேக் நாராயணன் போன்ற பலரும் ஆங்கில மொழியாக்கம் செய்துள்ளார்கள். அவற்றுள் ஏ.கே. ராமானுஜன், விவேக் நாராயணன், ஏ. தட்சிணாமூர்த்தி, நல்லாடை ஆர். பாலகிருஷ்ண முதலியார் ஆகிய நால்வரின் மொழியாக்கங்கள் மட்டும் இங்கு ஒப்பாய்வு செய்யப்படுகின்றன. "பாடலின் மொழிபெயர்ப்பு பாடலில் இருக்க வேண்டுமா? அல்லது உரைநடையில் இருக்க வேண்டுமா" என்ற அடிப்படையான கேள்விக்கு விடையாக 'பாடலில்' என முதல் மூன்றும், 'உரைநடையில்' என நான்காவதும் அமைந்துள்ளன.

செய்யுள் நடையானது மொழியின் ஓசை நயம், சொல் நயம், பொருள் நயம் ஆகியவற்றை முன்னிறுத்தி யாப்பிலக்கண வரைமுறைகளுக்கு உட்பட்டு உருவாக்கப்படுகிறது. அது பண்டிதர்களுக்கானது. செம்மையான மொழிப்பயிற்சியில் தேர்ந்தவர்கள் கையாள்வதற்குரியது. மாறாக, உரைநடை சாதாரணப் பேச்சுநடையை ஒட்டி அமைந்துள்ளது. அன்றாட இயற்கையான, பொதுவான, மொழிப்பயன்பாட்டு நடையாகப் பண்டிதர்களுக்கும் பாமரர்களுக்கும் உரியது. மொழிபெயர்ப்பாளர்கள் நால்வரும் தங்களுடைய பணியில் வெவ்வேறு இலக்குகளைக் கொண்டுள்ளார்கள். ஒவ்வொரு கட்டத்திலும் பல பிரச்சினைகளை எதிர்கொண்டுள்ளார்கள். அவற்றுள் முக்கியமான சிலவற்றையும் அவர்கள் கண்ட தீர்வுகளையும் இப்பகுதி விவரிக்கின்றது.

செய்யுள் நடை மொழிபெயர்ப்பு

ஏ.கே. ராமானுஜன், ஏ. தட்சிணாமூர்த்தி, விவேக் நாராயணன் ஆகிய மூவரும், 'மூலம் செய்யுள் நடையில் இருந்தால் மொழியாக்கமும் செய்யுள் நடையில் இருக்கவேண்டும்' என்ற நிலைப்பாடு கொண்டவர்கள். எனவே அவர்களின் மொழியாக்கங்களும் செய்யுள் நடையில் உள்ளன. இத்தெரிவினால் அவர்கள் கபிலரின் பாடல் சிறப்புகளை இலக்காக வைத்துச் செயல்படுகிறார்கள். மொழியின் ஓசை நயம், சொல் நயம், ஆகியவற்றின் உதவியோடு இப்பாடலுக்குக் கபிலர் யாப்பிலக்கண, அணியிலக்கண, அகப்பொருள் இலக்கண அணிகலன்களால்

அலங்காரம் செய்துள்ளார். அவற்றின் சமனிகளை ஆங்கிலச் செய்யுள் நடையில் தர மொழிபெயர்ப்பாளர்கள் முயன்றுள்ளனர்.

கபிலரின் குறுந்தொகைப் பாடல்–25 ஆசிரியப்பா என்ற எளிமையான செய்யுள் வடிவில் உள்ளது. ஐந்தே அடிகளில், யாரையாவது அழைத்துப் பேசுகின்ற அகவல் ஓசையுடன் எழுதப்பட்டுள்ளது. இதை மேலே கண்டோம். ஆசிரியப்பாவுக்கு ஆங்கிலத்தில் நெருங்கிவரக் கூடியது புதுக்கவிதை *(free verse)* எனும் பாடல் நடையாகும். இது இயற்கையான பேச்சுமொழியில் வரும் ஓசை நயங்களைத் தருகிறது. இதனுடைய அடிகளின் எண்ணிக்கை கவிஞரின் விருப்பப்படி அமைகிறது. எதுகை, மோனை, சீர்களால் ஆன அடிகளின் எண்ணிக்கை – வகை, அவற்றால் பெறும் பல்வகைச் செய்யுள் வடிவங்கள், ஓசை நயங்கள் போன்ற இறுகிய யாப்பிலக்கணக் கட்டமைப்பு விதிகளை இது பின்பற்றுவதில்லை.

எடுத்துக்கொண்ட மூன்று ஆங்கில மொழியாக்கக் கவிதைகளும் free verse எனும் புதுக்கவிதை நடையில் உள்ளன. ஐந்தடிக் குறுந்தொகைப் பாடலின் ஆங்கில மொழியாக்கத்தை விவேக் நாராயணன் நான்கு அடிகளிலும், ஏ.கே. ராமானுஜன் ஏழு அடிகளிலும், ஏ. தட்சிணாமூர்த்தி ஒன்பது அடிகளிலும் தருகின்றனர். இயன்றவரை ஓசை நயங்களையும் சொல் நயங்களையும் பிற நயங்களையும் கொண்டுவந்துள்ளார்கள். கபிலரின் பாடலைப் பாடலாகவே மொழியாக்கம் செய்ய இவர்கள் பெரிதும் முயன்றுள்ளார்கள். எந்தவகை ஆங்கிலப் பின்புலமும் கொண்ட எந்த வகை வாசகர்களையும் சென்றடையும் நோக்கத்துடன் மொழியாக்கங்களை அமைத்துள்ளார்கள். மேலே குறிப்பிடப்பட்ட ஐந்து அம்ச மொழியாக்க மதிப்பீட்டு அளவுகோலை நினைவில் கொண்டு ஒப்பாய்வு இங்குத் தொடங்குகிறது.

யாரும் இல்லை; தானே கள்வன்
தான்அது பொய்ப்பின் யான் எவன் செய்கோ
தினைத்தாள் அன்னச் சிறு பசுங்கால
ஒழுகு நீர் ஆரல் பார்க்கும்
குருகும் உண்டு தான் மணந்த ஞான்றே. (கபிலர்)

ஏ. தட்சிணாமூர்த்தியின் மொழியாக்கம்:

None else was there but the thievish one
When he (first) embraced me.
Should he prove a cheat
What can I do at all?
On its slender yellow legs

> *Like unto millet stalks,*
> *A crane too was there,*
> *Looking for aral fish*
> *In the flowing water!*

(The heroine speaks to her friend when the hero extended the courting period)

ஏ.கே. ராமானுஜனின் மொழியாக்கம்:

> Only the thief was there, no one else.
> And if he should lie, what can I do?
> There was only a thin-legged heron standing
> on legs yellow as millet stems
> and looking for lampreys
> in the running water
> when he took me.

விவேக் நாராயணனின் மொழியாக்கம்:

> Suppose it all goes wrong
> no witness to our love that afternoon
> except a heron on slender green legs
> hunting fish in the shallow stream.

கபிலரின் பாடலுக்கான எந்த ஒரு ஆங்கில மொழியாக்கக் கவிதையும் தனித்து நின்று சராசரி ஆங்கில வாசகரின் முழுமையான புரிதலுக்கு உதவ வேண்டும். அதற்குக் கீழேயுள்ள பின்புலத் தகவல்களையும் பாடலின் கருத்துகளையும் நேரடியாகவோ குறிப்பாலோ மொழியாக்கத்தில் குறுகித் தருவது அவசியமாகும்:

i. காதலன் திருமணத்தைத் தள்ளிக்கொண்டே செல்கிறான். அதனால் கவலையுற்ற காதலி தன்னுடைய வருத்தத்தையும் இயலாமையையும் தோழியிடம் சொல்வதாக இப்பாடல் அமைந்துள்ளது.

ii. அன்றொரு நாள் யாரும் இல்லை.

iii. என்னுடைய காதல் தலைவன் என் உள்ளத்தையும் உடலையும் கொள்ளை கொண்டான்.

iv. அந்தக் கள்வன் என்னைக் கொள்ளைகொண்டபோது அதற்குச் சாட்சியாக அவன் மட்டுமே இருந்தான்.

v. அப்போது தந்த திருமண வாக்குறுதியை அவன் நிறைவேற்றாமல் தாமதித்தால் நான் என்னதான் செய்யமுடியும்?

vi. நாங்கள் உடலால் கூடியபோது, அருகே இருந்த ஓடையில் ஆரல் மீனை உண்ணும்பொருட்டு அதன் வரவைப் பார்த்து ஒரு நாரையும் இருந்தது.

காதலி தோழியிடம் பேசுவதாகக் கபிலரின் பாடல் அமைந்துள்ளது என்ற குறிப்பை அடைப்புக்குறிகளில் ஏ.தட்சிணா மூர்த்தியின் ஆங்கில மொழிபெயர்ப்புக் கவிதை ஒன்று மட்டும் தருகிறது. மற்ற இரண்டும் இத்தகவலைத் தரவில்லை. எனவே வாசகர்களுக்குத் தோன்றும் வகைகளில் எல்லாம் இப்பாடலின் பின்புலச் சூழ்நிலையை ஊகிக்க அவை இடம் தருகின்றன. இதனால் அவர்களின் புரிதல் குறையும்; தெளிவின்மை அதிகரிக்கும்.

யாரும் இல்லை

திரைக்குப் பின்னிருந்து வரும் முன்னுரையோ அறிவிப்போ இன்றி ஒரு நாடகத்தின் முதல் காட்சி திடீரென்று விரிவதுபோல கபிலரின் பாடலும் திடீரென்று இச்சொற்களுடன் தொடங்கு கிறது. வாசகரின் உள்ளங்களில் உடனே 'எங்கு யாரும் இல்லை?', 'எப்போது யாரும் இல்லை?', 'எதற்கு யாரும் இல்லை?' என்ற கேள்விகள் பிறக்கின்றன. விடைகளைக் கபிலர் குறிப்பால் உணர்த்துகிறார்: 'நாரை நின்ற ஓடையின் அருகே', 'தலைவன் தலைவியைக் கொள்ளை கொண்டபோது', 'சாட்சி சொல்ல'.

ஒரு நாடகத்தின் முதல் காட்சி காண்போரைக் கட்டிப்போடும். அதைப் போன்ற தாக்கத்தைத் தரும் 'யாரும் இல்லை' என்ற கபிலரின் தொடக்கச் சொற்கள் விவேக் நாராயணனுடைய மொழியாக்கத்தில் நேரடியாக இடம் பெறவில்லை. அவர் தந்துள்ள no witness என்ற சொற்களிலிருந்து ஊகித்தறிய வேண்டியுள்ளது. மற்ற இரண்டும் 'யாரும் இல்லை' எனும் சமனியைத் தந்துள்ளன. அச்சொற்கள் எழுப்பும் 'எங்கு யாரும் இல்லை?', 'எப்போது யாரும் இல்லை?', 'எதற்கு யாரும் இல்லை?' என்ற கேள்விகளுக்கான விடைகளை இவை உணர்த்த முயல்கின்றன; ஆனால் கபிலரைப் போலக் கச்சிதமாக இவற்றால் செய்யமுடியவில்லை.

'தானே கள்வன்'

'தானே கள்வன்' என்ற கபிலரின் இரண்டு சொற்கள் இம்மூன்று மொழி பெயர்ப்பாளர்களையும் மிகவும் சோதித்து விட்டன. இது அவர்கள் தந்துள்ள மொழியாக்கங்களில் தெளிவாகத் தெரிகிறது. கபிலரின் 'கள்வன்' பாடலில் வரும் காதல் தலைவியின் உள்ளத்தையும் உடலையும் கொள்ளை

கே. தியாகராஜன்

கொண்ட காதல் தலைவன். அந்தக் 'காதல் கள்வனை' ஏ.கே. ராமானுஜன் the thief என்றும், ஏ. தட்சிணாமூர்த்தி the thievish one என்றும் மொழிபெயர்த்துள்ளார்கள். சராசரி ஆங்கில வாசகர்களுக்கு இச்சொற்கள் சாதாரணப் பொருளில் 'பணம், நகை போன்றவற்றைத் திருடுபவன்' என்ற தவறான புரிதலைத் தரலாம். தன்னுடைய பாடலில் கபிலர் குறிப்பால் உணர்த்துவது நடந்து முடிந்த சங்ககாலக் களவொழுக்க உடல்சார் 'காதல் களவு' ஆகும். இதை மொழிபெயர்ப்பாளர்கள் இருவரும் தெளிவுபடுத்தாததே இதற்குக் காரணம். விவேக் நாராயணனோ 'ஏன் இந்த வம்பு?' என்று கள்வனைப் பற்றி எதுவும் சொல்லாமல் தப்பிச்சென்றுவிட்டார்.

'தான் அது பொய்ப்பின்'

'... if he should lie' என்று ஏ.கே. ராமானுஜன் மொழி பெயர்த்துள்ளார். 'அவன் பொய் சொன்னால்' என்பதன் பொருள் ஒன்று. 'திருமண வாக்குறுதியை நிறைவேற்றாமல் அவன் மிகவும் தாமதித்தால்' என்பதன் பொருள் வேறொன்று. இவருடைய மொழியாக்கத்தில் காதல் களவுப் பின்புலம் இல்லை. எனவே பணம், நகை திருடுபவன் பொய்யனாகவும் இருப்பான் என்ற தவறான புரிதல் சாத்தியமாகிறது.

ஏ. தட்சிணாமூர்த்தி Should he prove a cheat என்று மொழி பெயர்த்துள்ளார். வாக்குறுதியைக் காப்பாற்றாத ஒருவன் ஏமாற்றுக்காரனாய் இருக்க வாய்ப்புண்டு. ஆனால் இவருடைய மொழியாக்கத்திலும் காதல் களவுப் பின்புலம் முழுமையாக, தெளிவாகத் தரப்படவில்லை. எனவே 'தான் அது பொய்ப்பின்' என்ற கபிலரின் சொற்கள் உணர்த்தும் பொருளை Should he prove a cheat எனும் மொழியாக்கம் தெளிவாக்கியுள்ளது எனச் சொல்லமுடியவில்லை.

"யாரும் இல்லை; தானே கள்வன்;/தான் அது பொய்ப்பின் யான் எவன் செய்கோ?" என்ற கபிலர் தந்த மூலப்பாடலின் முதல் இரண்டு அடிகளையும், விவேக் நாராயணன் Suppose it all goes wrong என்ற ஒற்றை அடி மொழிபெயர்ப்பில் தருகிறார். இதில் 'தான் அது பொய்ப்பின்' இடம் பெறவே இல்லை. குறுந்தொகைப் பாடலின் உயிர்நாடி அம்சம் இங்குக் காணாமல்போய்விட்டது.

காதல் தலைவன் – தலைவியின் தனித்த உறவாடல், நிகழ்ந்த 'அன்புப் பரிமாற்றம்', அடுத்து நிகழக் கூடாததன் நிகழ்வு என்ற விறுவிறுப்பான நாடகக் கூறுகள் கபிலரின் பாடலில் முதல் இரண்டு அடிகளில் உள்ளன. இவற்றுள் எதுவுமே விவேக் நாராயணனின் மொழியாக்கத்தில் இல்லை. ஏ. தட்சிணாமூர்த்தி,

ஏ.கே. ராமானுஜன் ஆகியோரின் மொழியாக்கங்களிலும் இந்த நாடகக் காட்சிகளின் இடம் மிகவும் சுருங்கியே உள்ளது.

யான் எவன் செய்கோ?

கபிலருடைய பாடல் படைத்துள்ள காட்சியின் மையமாக உள்ளது காதல் தலைவியின் கையறுநிலை. அதை 'யான் எவன் செய்கோ?' என்ற மூன்று சொற்களும் அழகாகப் படம் பிடித்துள்ளன. யாரும் இல்லை, ஆனால் காதல் கள்வன் இருந்தான்! இருந்தென்ன பயன்? கள்வன் தான் செய்த உள்ளக் களவையும் உடல் களவையும் ஒப்புக்கொண்டு, தலைவிக்கு ஆதரவாக, தனக்கு எதிராகத் தானே சாட்சி சொல்வானோ? மாட்டான். யாரும் இல்லை, ஆனால் நாரையும் இருந்தது! இருந்தென்ன பயன்? நாரை சாட்சி சொல்ல வருமோ? முடியுமோ? வராது. முடியாது. இவ்வாறு காதல் தலைவியின் கையறு நிலை – எதுவும் செய்ய இயலாமை – 'யான் எவன் செய்கோ?' என்று சொல் உருப்பெறு கிறது. இதுவே இந்தச் சித்திரத்தை நாடகப் பாணியில் அமைத்து, நயம் மிகச்செய்கிறது. எனவே முதல் அடியில் வரும் 'கள்வனையும்' ஈற்றடியில் வரும் 'குருகையும்' இணைத்துக் காதலியின் கையறு நிலைக்கு இரு காரணிகளாக நாம் கொள்ளவேண்டும்.

ஏ.கே. ராமானுஜனின் மொழியாக்கத்தில் காதல் தலைவியின் கையறுநிலை நயம் குறையுடையது. Only the thief was there என்ற மொழியாக்கத்தில் வரும் thief, களவொழுக்கக் காதல் கள்வனே என்ற தெளிவான புரிதலைத் தராதது ஒரு குறை. மேலும் 'களவொழுக்க உடல் கூடலின் பின் கள்வன் திருமண வாக்குறுதியை இன்னும் நிறைவேற்றாத பொய்யனாக உள்ளான். அதுவே அவளின் கையறுநிலைக்குக் காரணம்' என்ற கபிலரின் மறைபொருள் மொழியாக்கத்தில் இல்லை.

ஏ. தட்சிணாமூர்த்தி அடைப்புக்குறிகளில் (The heroine speaks to her friend when the hero extended the courting period) என்ற பின்புலத் தகவலைத் தந்துள்ளார். அதில் 'களவொழுக்க உடல் கூடலின் பின் காதலன் திருமண வாக்குறுதியை இன்னும் நிறைவேற்றவில்லை' என்ற பொருள் மேலோங்கியிருக்க வேண்டும். ஆனால் 'காதல் செய்யும் காலத்தை நீட்டித்தபோது' என்ற பொருளே முன்னே நிற்கிறது. எனவே கையறுநிலை நயம் குறைந்து காணப்படுகிறது.

விவேக் நாராயணனின் மொழியாக்கத்தில் காதல் தலைவியின் கையறுநிலையும் இடம் பெறவில்லை. 'தான் அது பொய்ப்பின்' என்பதே தலைவியின் தவிப்புக்குக் காரணம். அதன் விளைவாகத் தவிப்பானது புலம்பலாக 'யான் எவன் செய்கோ?' என்ற சொல்லுருபைப் பெறுகிறது. இந்த மொழியாக்கத்தில்

காரணமும் இல்லை, அதனால் விளையும் செயலும் இல்லை. எனவே ‘யான் எவன் செய்கோ?’ என்ற இன்னொரு முக்கியக் கூறு புறந்தள்ளப்பட்டுள்ளது.

தினைத்தாள் அன்ன . . . ஆரல் பார்க்கும் குருகும் உண்டு

கபிலரின் ஐந்தடிப் பாடலில் சங்ககால இயற்கைசார் ‘நாரை – ஆரல் மீன்’ பற்றிய அழகிய சித்திரம் உள்ளது. அதனுடைய இயற்கைசார் பின்புலம் பாடலில் சொல்லப்படும் இயற்கையாக நிகழ்ந்த உடல் கூடலுக்கான தூண்டுகோலாக இருந்தது. இரண்டரை அடிகளை இச்சித்திரம் எடுத்துக்கொள்கிறது. இந்தக் காட்சியை ‘இயற்கை போற்றுதும்! இயற்கை போற்றுதும்’ என்ற வகையில் மட்டும் கபிலர் அமைக்கவில்லை. இரண்டு பொதிவுகளை அவர் அதில் வைத்துள்ளார்.

i) தலைவன் என்னைக் கொள்ளைகொண்டபோது அருகே ஓடிய ஓடையில் ஒரு நாரையும் நின்றுகொண்டிருந்தது. ஆனால் அது அந்தக் களவுக்குச் சாட்சி சொல்ல வராது. முடியாது; *ii)* என்னுடைய காதல் கள்வன் என்னைக் களவில் ‘உண்டது’ போலக் களவாணி நாரையும் ஆரல் மீனைக் களவில் உண்ணக் காத்திருந்தது. நாரை ஆரலுக்காகக் காத்து நின்றதை மட்டும் மூன்று மொழியாக்கப் பாடல்களும் அழகாகச் சொல்கின்றன. ஆனால் நாரையும் ஒரு களவாணியே என்ற மறைபொருள் நயத்தைச் சொல்லவோ சொல்லாமல் சொல்லவோ இல்லை.

தான் மணந்த ஞான்றே

கபிலரின் சொற்கள் களவொழுக்க ‘மெய்யுறு புணர்ச்சியை’ – உடல்களின் கூடலை – குறிக்கின்றன. பெற்றோர், உற்றார், மற்றோர் முன்னிலையில் பொதுவெளியில் நிகழ்ந்த திருமணத்தை அல்ல. அவ்வாறானால், ‘யாரும் இல்லை’, ‘யான் எவன் செய்கோ?’ ஆகிய சொற்கள் பாடலில் வராது. காதல் தலைவியின் கையறுநிலைக்கும் இடம் இல்லை. கபிலரின் இம்மூன்று சொற்களை ஆங்கிலத்தில் தருவதில் மொழியாக்கங்கள் மூன்றும் வேறுபடுகின்றன.

ஏ.கே.ராமானுஜனின் ‘…when he took me…’ விவேக்நாராயணன் தந்துள்ள ‘…our love that afternoon…’ என்ற மொழியாக்கங்கள் ‘மெய்யுறு புணர்ச்சியையே’ உணர்த்துகின்றன. ‘மணந்த’ என்ற வார்த்தையை *‘married’* என்று இவை தரவில்லை. ஆனால் ‘மெய்யுறு புணர்ச்சியை’ உணர்த்துவதில் ஏ. தட்சிணாமூர்த்திக்குக் கூச்சமும் தயக்கமும் உள்ளது. அதன் விளைவாக When he (first) embraced me . . . என்ற மொழியாக்கம் அமைந்துள்ளது. ஆங்கிலக் கலாச்சாரத்தில் ஆணும் பெண்ணும் கட்டித்தழுவுதல் இயற்கையான ஒரு

பொதுவெளி நிகழ்வு ஆகும். அதில் ‘மெய்யுறு புணர்ச்சிக்கு’ இடமில்லை.‘முதல் தழுவல்’ என்றால்கூட ‘மெய்யுறு புணர்ச்சியை’ உணர்த்தாது. அதனால் கையறுநிலைக்கும் மொழியாக்கத்தில் இடமில்லாமல் போகிறது. மூலப்பாடலின் ஒரு முக்கிய அம்சம் சிதைவு அடைவதைத் தவிர்க்கமுடியாமல் போகிறது.

கபிலரின் பாடல்: ஆங்கில மொழியாக்கப் பாடல்களின் பயணங்கள்

‘யாரும் இல்லை’, ‘கள்வன்’, ‘பொய்ப்பின்’, ‘எவன் செய்கோ’, ‘குருகும் உண்டு’, ‘மணந்த ஞான்றே’ ஆகிய பத்துச் சொற்களும் கபிலருடைய ஐந்தடிக் குறுந்தொகைப் பாடலுக்கு ஆணிவேராக அமைந்துள்ளன. இந்தச் சங்க காலக் களவொழுக்கப் பாடலின் உறுதியான வளம் மிகுந்த அடித்தள மண்ணை ‘இயற்கை புணர்ச்சி’ பண்படுத்திக் கொடுத்துள்ளது. கபிலரின் கவித்துவம் மாசிலா நீர் பாய்ச்சி, பாடலை நயம்மிகு செழிப்புடன் நிமிர்ந்து வளரச் செய்துள்ளது.

சங்ககாலத் தமிழ்ச் சமூக வாழ்வியலில் களவொழுக்கம் சிறப்பான இடத்தைப் பெற்றிருந்தது. குறிஞ்சி, முல்லை, மருதம், நெய்தல், பாலை என்று அன்பின் ஐவகை நிலங்கள் வகைப்படுத்தப்பட்டிருந்தன. அந்த நிலங்கள் அனைத்திலும் எட்டு வகை மணங்களில் ஒன்றாகிய ‘கந்தர்வ விவாகம்’ (பிறருக்குத் தெரியாமல் செய்துகொள்ளும் காதல் திருமணம்) நிகழ்வது மிகவும் இயல்பானதாக இருந்தது. அதற்குரிய நெறிகளைத் தமிழ் அகப்பொருள் இலக்கண நூல்கள் வகுத்துச் சிறப்பித்தன. ‘அன்பின் ஐந்திணை களவெனப்படுவது’ என்கிறார் இறையனார்.

இருவழிப் பேரன்புக் களவொழுக்கத்தின் உச்சமாக, உயிராக அமைந்துள்ளது கள்ளப் புணர்ச்சியாகும். சங்ககாலத்தில் ‘புணர்ச்சி’ என்ற வார்த்தை பொதுவெளியில் பேசக் கூசும் தகாத வார்த்தை அல்ல. அது தமிழர் வாழ்வியலில் இயல்பாக வழங்கிவந்தது. “உள்ள புணர்ச்சியும் மெய்யுறு புணர்ச்சியும்/கள்ளப் புணர்ச்சியுள் காதலர்க்கு உரிய” என்று ஒரு நூற்பா சொல்கிறது.

உயர்நிலையில் வைக்கப்பட்டு வழக்கில் இருந்த சொல் இன்றைய தமிழ்க் கலாச்சாரத்தில் இழிநிலைக்கு வந்துள்ளது. ‘காமம்’ என்ற சொல்லும் இதே வரலாற்றைக் கொண்டது. “இன்பமும், பொருளும், அறனும் என்றாங்கு / அன்பொடு புணர்ந்த ஐந்திணை மருங்கின்/காமக் கூட்டம் . . .” என்று தொல்காப்பியர் ‘புணர்ச்சி’, ‘காமம்’ ஆகிய இரு சொற்களையும் உயர்பொருளில் வைத்தே இலக்கணம் வகுத்தார். அது மட்டுமல்லாமல் இயற்கைப் புணர்ச்சி, இடந்தலைப்பாடு, பாங்கன் கூட்டம், பாங்கியர் கூட்டம் எனக் களவுப் புணர்ச்சியை நால்வகைப் படுத்தினார்.

கபிலரின் ‘தான் மணந்த ஞான்றே’ என்ற சொற்கள் இதே மரபில் கள்ளப் புணர்ச்சியை அல்லது காமக் கூட்டத்தைத் தெளிவாகக் குறிக்கின்றன. பாடல் நயத்தின் உச்சத்தை நிகழ்பட மாகக் காண்பிக்கின்றன. தமிழ்க் கலாச்சாரப் பொதுவெளியில் இன்று ‘மணம்’தான் ஏற்புடைய சொல். ஆனால் அதன் மூலம் கபிலர் உணர்த்தும் ‘புணர்ச்சியும்’, ‘காமக்கூட்டமும்’ ஏற்புடையவை அல்ல. இப்பாடலின் ஆங்கில மொழியாக்கத்தில் இந்த முரண் ஒரு முக்கியச் சிக்கலாக உள்ளது.

ஏ.கே. ராமானுஜனின் ‘. . . when he took me . . .’, விவேக் நாராயணனின் ‘. . . our love that afternoon . . .’ என்ற சொற்கள் உள்ளதை உள்ளபடியே ‘மெய்யுறு புணர்ச்சியை’த் தெளிவாக உணர்த்துகின்றன. ‘மணந்த’ என்ற வார்த்தையை இவர்கள் *‘married’* என்று தரவில்லை; ஆனாலும் கபிலருடைய பாடலின் நளினமும் நயமும் இவர்களின் மொழியாக்கப் பாடல்களில் இல்லை.

இன்றைய தமிழ்க் கலாச்சாரத்தின் தாக்கத்தினால், ‘மெய்யுறு புணர்ச்சியை’ உணர்த்துவதில், ஏ. தட்சிணாமூர்த்திக்குக் கூச்சமும் தயக்கமும் உள்ளது. அதன் விளைவாக When he (first) embraced me . . . என்று அவருடைய மொழியாக்கம் அமைந்துள்ளது. ஆனால் ஆங்கிலக் கலாச்சாரத்தில் ‘முதல் தழுவல்’ என்றால் ‘மெய்யுறு புணர்ச்சியை’ உணர்த்தாது. அது நிகழாதபோது, திருமண வாக்குறுதியை நிறைவேற்றாமல் தாமதிப்பது கையறுநிலைக்கு அவ்வளவாக இடம் தராது. ஆகவே When he (first) embraced me . . . என்ற சொற்களில் மூலப்பாடலின் ஒரு முக்கிய அம்சம் சிதைவுறுகிறது. களவுப் புணர்ச்சியைப் பற்றிய இன்றைய தமிழ்க் கலாச்சாரப் பொதுவெளிக் கூச்சத்தை, அது இல்லாத ஆங்கிலக் கலாச்சாரத்துக்கு மொழிபெயர்ப்பாளர் கொண்டுசேர்த்துள்ளார்.

உரைநடை மொழிபெயர்ப்பு

ஆய்வுக்கு எடுத்துக்கொள்ளப்பட்ட நான்கு ஆங்கில மொழிபெயர்ப்புகளுள் நல்லாடை பாலகிருஷ்ண முதலியாருடையது ஒன்று மட்டும் உரைநடையில் உள்ளது. அதை இப்போது சற்றுக் கூர்ந்து பார்க்கலாம். கபிலரின் பாடல் ஆசிரியப்பா என்ற எளிமையான செய்யுள் நடையில் ஐந்தே அடிகளில் எழுதப்பட்டது. யாரையாவது அழைத்துப் பேசுகின்ற அகவல் ஓசை கொண்டுள்ளது. இத்தகவல்கள் முன்பே தரப்பட்டுள்ளன. மூலப் பாடல்:

யாரும் இல்லை; தானே கள்வன்
தான்அது பொய்ப்பின் யான் எவன் செய்கோ
தினைத்தாள் அன்னச் சிறு பசுங்கால

ஒழுகு நீர் ஆரல் பார்க்கும்
குருகும் உண்டு தான் மணந்த ஞான்றே. (கபிலர்)

பாலகிருஷ்ண முதலியாரின் உரைநடை மொழியாக்கம்:

Introduction

A lover has been unduly delaying his marriage with his lady-love. She is greatly grieved at this. She gives expression to her feelings thus to her confidante: 'When the lover had union with me, there was none else to bear witness. Only he who stole my heart was there. If he himself were to turn false, what am I to do? Only some thin green-legged herons intent on catching Aural fish were there at the time of our love-making!

Translation

Maid! When my lover courted me in secret, there was none to bear witness; it was only he who was (with me) there; if he himself were to turn false, what can I do? Millet-stalk like small green legged herons keenly watching for Aural fish in the flowing stream were there besides.

பாடல் வரிகளில் இல்லாத Maid! என்ற விளிச்சொல்லைச் சேர்த்து, உரைநடையில் அகவல் ஓசையை மொழிபெயர்ப்பாளர் நெருக்கிக்கொண்டு வந்துள்ளார். இப்பாடலின் தலைவி தன் தோழியிடம் பேசுவதையும் உணர்த்துகிறார். 'எதற்காக' யாரும் இல்லை என்ற கேள்விக்குப் பாடலில் பதில் இல்லை: அதை to bear witness என்ற சொற்களில் மொழியாக்கத்தில் அவர் சேர்த்துள்ளார்.

'தானே கள்வன்' என்ற சொற்கள் 'யாரைக்' குறிப்பிடுகின்றன என்ற கேள்விக்கு விடையாக, he என்ற சொல்லையும் my lover என்ற சொற்களையும் இணைத்து வாசகரே புரிந்துகொள்ளுமாறு வாக்கியத்தை அமைத்துள்ளார். 'என்ன களவு நிகழ்ந்தது' என்பது மூலப் பாடலில் மறைபொருளில் உணர்த்தப்பட்டுள்ளது.

சங்ககால அகப்பொருளில் வரும் 'களவு' என்ற வார்த்தையைச் சராசரி ஆங்கில வாசகர்கள் அறியார். அதன் புரிதலை அவர்கள் பெறுவதற்கு மொழியாக்க முன்னுரையில் வரும் union with me, stole my heart, our love-making ஆகிய சொற்கள் உதவுகின்றன. மொழியாக்கத்தில் உள்ள courted me in secret என்ற சொற்கள் அதை உறுதிசெய்கின்றன. இவற்றோடு, A lover has been unduly delaying his marriage with his lady-love என்ற முன்னுரையின் முதல் வாக்கியம் தரும் பாடலின் பின்புலமும் சேர்ந்து, ஏறத்தாழ முழுமையான புரிதலைத் தருகின்றன.

'எவ்வகையில்' கள்வன் என்பதற்கான விடையை முன்னதாகவே When my lover courted me in secret என்று தந்துள்ளார். 'எவ்வகையில்' பொய்ப்பின் என்பதற்கான விடை மூலப் பாடலில்

மறைபொருளாக உள்ளது. அதை முன்னுரையில் A lover has been unduly delaying his marriage with his lady-love என்ற வாக்கியத்தில் தெளிவாகக் கொடுத்துள்ளார்.

பாடலில் வரும் 'தான் மணந்த ஞான்றே' என்ற சொற்களை மொழியாக்கத்தில் அவர் when he married me என்ற கவித்துவமற்ற சொற்களில் தரவில்லை. மாறாக அவற்றின் நுண்ணிய களவொழுக்கப் பொருளை When my lover courted me in secret என்று மொழியாக்கத்திலும், When the lover had union with me, at the time of our love-making என்று முன்னுரையிலும் உணர்த்துகிறார். 'நாரை – ஆரல் மீன்' சித்திரத்தின் பொதிவுகளையும் ஓரளவு உணர்த்தியே உள்ளார்.

இவ்வாறு சராசரி ஆங்கில வாசகரின் அதிகபட்சப் புரிதலை மொழிபெயர்ப்பாளர் இலக்காகக் கொண்டு பணியாற்றியுள்ளார். அதை அடைய ஆங்கில உரைநடையே தனக்குப் பெரிதும் உதவும் என்ற தெரிவும் அதில் தெரிகிறது. இத்தெரிவினால் சேர்க்கவேண்டிய தகவல்களைச் சேர்க்கவும், தவிர்க்க வேண்டிய சமனிகளைத் தவிர்க்கவும், வேண்டிய சுதந்திரத்தைக் கொள்ளவும் அவரால் முடிந்திருக்கிறது. விதிகளுக்கு உட்பட்ட செய்யுள் நடையும் கட்டுப்பாடுகளும் இலக்கை அடைவதில் தடைக் கற்களாக இருக்கும் என்று அவற்றைத் தவிர்த்துள்ளார்.

அதே நேரத்தில், உரைநடை மொழியாக்கமாய் இருப்பதால், அதைப் பாலகிருஷ்ண முதலியார் பத்தி பத்தியாக விரித்துச் செய்யவில்லை. கபிலருடைய பாடல் ஐந்தடி அகவல் அழகைக் கொண்டது. அதை ஐந்து – வாக்கிய ஆங்கில உரைநடையில் Maid! என்ற ஒற்றை விளிச்சொல்லோடு நெருக்கிக்கொண்டுவரப் பெரிதும் முயன்றுள்ளார்; வெற்றியும் அடைந்துள்ளார் என்றே சொல்லவேண்டியுள்ளது.

> (1) Maid! (2) When my lover courted me in secret, there was none to bear witness; (3) it was only he who was (with me) there; (4) if he himself were to turn false, what can I do? (5) Millet-stalk like small green legged herons keenly watching for Aural fish in the flowing stream were there besides.

வாசகருக்கு மேலும் உதவ Introduction என்ற ஒரு சிறிய பத்தியில், பின்வரும் தடித்த எழுத்துகளில் உள்ள பின்புலத் தகவல்களையும் கொடுத்துள்ளார்.

> **A lover has been unduly delaying his marriage with his lady-love. She is greatly grieved at this. She gives expression to her feelings thus to her confidante:** *'When the lover had union with me, there was none else to bear witness. Only he who stole my heart was there.*

If he himself were to turn false, what am I to do? Only some thin green-legged herons intent on catching Aural fish were there ***at the time of our love-making!***

இவ்வாறு *Introduction, Translation* என்ற இரண்டே சிறிய பத்திகளில் கபிலரைப் பிற கலாச்சாரச் சராசரி ஆங்கில வாசகரிடம் முழுமையாகக் கொண்டுசேர்க்கப் பெரிதும் முயன்றுள்ளார். இதே பாணியில் மற்ற குறுந்தொகைப் பாடல்கள் அனைத்தையும் 1967இல் மொழியாக்கம் செய்து கையெழுத்துப் பிரதியாக விட்டுச் சென்றுள்ளார். 2009ஆம் ஆண்டில்தான் அவை அச்சு வடிவில் புத்தகமாக வெளிவந்துள்ளன.

குறுந்தொகைப் பாடல்களை ஆங்கில மொழிபெயர்ப்பில் படிக்கும் சராசரி வாசகர்கள் மொழி – கலாச்சாரம் – காலம்சார் கூறுகள் பலவற்றால் வேறுபடுகின்றனர். கபிலரின் பாடலுக்கும் அத்தகைய வாசகர்களின் புரிதலுக்கும் இடையே பல இடைவெளிகள் இருப்பது இயல்பானதே! அவை குறையக் குறைய வாசகர்களின் புரிதல் தொடர்ந்து அதிகமாகும். புரிதலை அதிகமாக்குவதற்குத் தேவைப்படும் பின்புலத் தகவல்கள் இல்லாதபோது தோன்றும் வழிகளிலெல்லாம் புரிதல் நிகழும்; அதைத் தவிர்க்க முடியாது.

இன்றைய சராசரி மனிதனின் கவன வீச்சு (attention span) எட்டு நொடிகளே என்று முன்னே கண்டோம் (காண்க. ப. 316). அதற்குள் எந்த ஒரு மொழிபெயர்ப்புப் பனுவலும் வாசகரின் கவனத்தை ஈர்த்துவிட வேண்டும். ஈர்த்தால் மட்டும் போதாது. வேறெங்கும் தாவிச் சென்றுவிடாமல் வாசித்துமுடியும்வரை அதைத் தன்னிடமே இருத்திக் கொள்ளவேண்டும். இதையும் உள்ளடக்கிய ஐந்தம்ச மொழியாக்க மதிப்பீட்டு அளவுகோல் இப்பகுதிக்கென மேலே தரப்பட்டது (காண்க. ப–ள். 317).

இங்கு நான்கு தமிழ் – ஆங்கில மொழியாக்கங்கள் (உரைநடை ஒன்று, பாடல்நடை மூன்று) ஆய்வுக்கு எடுத்துக்கொள்ளப்பட்டன. அவற்றை ‘வாசகர்களின் புரிதல்’ என்ற கோணத்தில், மேலே சொன்ன அளவுகோலைக் கொண்டு ஒப்பிட்டுப் பெற்ற முடிவுகளை இவ்வாறு தொகுத்துச் சொல்லலாம்:

(i) நான்கு மொழியாக்கங்களும் எந்தவகை ஆங்கிலத்தையும் பயன்படுத்தும் எந்த ஒரு கலாச்சாரத்தையும் சார்ந்த எந்த ஒரு வாசகருக்காகவும் செய்யப்பட்டுள்ளவை என்றே நாம் எடுத்துக்கொள்ள வேண்டும்.

(ii) மொழிபெயர்ப்பாளர்கள் நால்வருக்கும் தனிப்பட்ட, வேறுபட்ட இருமொழி – இருகலாச்சாரப் பின்புலப்

புலமைகள் உள்ளன. அவற்றுக்கேற்ப மேற்கொண்ட பணிகளை நிறைவுடன் செய்ய அவர்கள் முழு முயற்சி செய்துள்ளார்கள். மொழியாக்கச் சமானம் இவர்களின் இலக்கு அல்ல.

(iii) கபிலருக்கும், பிற கலாச்சார சராசரி ஆங்கில வாசகர்களுக்கும் நடுவே பல இடைவெளிகளை மூன்று மொழியாக்கப் பாடல்களும் விட்டுள்ளன. வாசகர்களிடம் இயற்கையாக எழும் கேள்விகளுக்குத் தெளிவான விடைகளை இவை தந்துள்ளன என்று சொல்லமுடியாது. எனவே வாசகர்களின் புரிதலில் பிரச்சினைகள் இருக்கும்.

(iv) நிறைவான, நெருங்கிய மொழியாக்கத்தை வாசகர்களின் புரிதல் என்ற கோணத்தில் தந்துள்ளவர் யார் என்று பார்க்கும்போது முதலாவதாக நல்லாடை பாலகிருஷ்ண முதலியார், இரண்டாவதாக ஏ.தட்சிணாமூர்த்தி, மூன்றாவதாக ஏ.கே.ராமானுஜன், இறுதியாக விவேக் நாராயணன் உள்ளனர்.

4.6 கீதாஞ்சலி: தாகூரின் சுயமொழியாக்கப் பிரச்சினைகள்

1913ஆம் ஆண்டில் இலக்கியத்துக்கான நோபல் பரிசு ரவீந்திரநாத் தாகூரின் 'கீதாஞ்சலி'க்கு வழங்கப்பட்டது. உலகின் உயரிய இலக்கிய விருது பெற்ற இந்நூலின் வரலாறு நம்மில் பலருக்குத் தெரிந்திருக்க வாய்ப்பில்லை. தாய்மொழியான வங்காளத்தில் தாகூர் எழுதிய கீதாஞ்சலி முன்னதாக 1910இல் வெளியிடப்பட்டு வங்காள மொழி வாசகர்களிடையே பெரும் வரவேற்பைப் பெற்றிருந்தது. இம்மூல நூல் 86 பாடல்களையும் 71 கீதங்களையும் சேர்த்து ஆக மொத்தம் 157 கவிதைகளைக் கொண்டதாகும்.

பல்வேறு சமயங்களில், தாகூர் தான் எழுதிய 103 வங்காளக் கவிதைகளைத் தானே ஆங்கில மொழியாக்கம் செய்திருந்தார், அவை ஒரு தொகுப்பாக 1912இல் *Gitanjali: Song Offerings* என்ற தலைப்பில் வெளியிடப்பட்டன. இந்தத் தொகுப்பே நோபல் பரிசு பெற்ற நூலாகும். இத்தொகுப்பில் உள்ள 103 கவிதைகளில் 29 பாடல்கள் 24 கீதங்கள் ஆக மொத்தம் 53 கவிதைகள் மட்டுமே வங்காள மொழி மூல நூலாகிய கீதாஞ்சலியில் இடம் பெற்றிருந்தன. மற்ற 50 கவிதைகளையும் முன்னதாகத் தான் எழுதிய வேறு எட்டுக் கவிதைத் தொகுப்புகளில் இருந்து மொழியாக்கத்துக்குத் தாகூர் தெரிவு செய்திருந்தார். எனவே நோபல் பரிசு பெற்ற நூலின் ஒரு பாதி மட்டுமே மூல நூலாகிய கீதாஞ்சலியின் மொழியாக்கமாகும்.

4.6.1 தாகூரின் சுயமொழியாக்கக் காரணிகள்

தாகூர் எழுதிய வங்காளக் கவிதைகளை அவரே ஆங்கிலத்தில் மொழியாக்கம் செய்யத் தூண்டிய காரணங்கள் யாவை? மூல நூலில் உள்ள 157 கவிதைகளில் 53–ஐ மட்டும் எந்த அடிப்படையில் தெரிவு செய்தார்? இந்தத் தெரிவைச் செய்வதில் தெளிவு பெற அவருக்கு உதவிய வழிகாட்டிக் காரணிகள் யாவை? இந்தத் தெரிவினால் சேர்க்கப்பட்ட/நீக்கப்பட்ட கவிதைகள் அவருக்குத் தந்த சிரமங்கள்/சவால்கள் யாவை? அவர் பின்பற்றிய மொழியாக்கக் கோட்பாடுகள் யாவை? இக்கேள்விகளுக்கு கிடைக்கக் கூடிய விடைகளை இப்போது காண்போம்.

நண்பர் ஒருவருக்குத் தாகூர் எழுதிய கடிதம் ஒன்றில், மகிழ்ச்சியானதொரு பொழுதுபோக்கிற்காகவே மொழியாக்கம் செய்யத் தொடங்கியதாகக் குறிப்பிட்டுள்ளார். அவருடைய தாய்மொழிக் கவிதைப் படைப்புகளைக் கேள்விப்பட்ட மேற்கத்திய வாசகர்கள் சிலர், அவற்றை மேலும் தெரிந்துகொள்ள ஆர்வம் காட்டினர். ஆனால் வங்காளமொழி அவர்களுக்குப் பெரிய தடையாக இருந்தது. தன் படைப்புகளை அவர்களும் தெரிந்துகொள்ளத் தாகூரும் விரும்பினார். அந்த வாசகர்களுக்காகவே ஆங்கில மொழியாக்கப் பணியைத் தொடங்க முடிவு செய்ததாகவும் அக்கடிதத்தில் அவர் பதிவு செய்துள்ளார்.

இன்னொரு கடிதத்தில், தாகூர் தனது ஆங்கில மொழித்திறன் மிகவும் குறைவானது என்று மனம் திறந்து, தயக்கம் இன்றி, வெட்கத்துடன் பதிவு செய்கிறார். மேற்கத்திய நண்பர் யாரேனும் சிற்றுண்டிக்கு ஆங்கிலத்தில் அழைப்பு அனுப்பினால் அதை ஏற்றுப் பதில் எழுதக்கூடப் போதுமான ஆங்கிலத் திறன் தனக்கு இல்லை என்று சொல்கிறார். தன்னுடைய ஆங்கில மொழியாக்கங்களும் தரமற்றவை என்றே கருதுகிறார். அதே நேரத்தில் எடுத்த முயற்சியைப் பொறுப்பற்ற செயலாகவும் அவர் கருதவில்லை.

இப்படிப்பட்ட தயக்கத்துடன், ஆனால் முயற்சியும் உழைப்பும் தரும் உறுதியான உந்துதலுடன் மொழியாக்கப் பணியை அவர் மேற்கொண்டார். தொடர்ந்து அதிகரித்த மேற்கத்திய வாசகரின் ஆர்வம் அதற்குத் தூண்டுகோலாக இருந்தது. வேறொரு வலுவான கரணமும் இருந்தது: அவருடைய வங்காள மொழிக் கவிதைகள் சிலவற்றை நண்பர்கள் சிலர் முன்பே ஆங்கிலத்தில் மொழிபெயர்த்திருந்தனர். அவை அவருக்கு நிறைவு தரவில்லை. அவர்கள் பயன்படுத்திய ஆங்கில மொழி நடையை, மொழிபெயர்ப்பு அணுகுமுறையை, அவரால் ஏற்கமுடியவில்லை.

4.6.2 தாகூரின் மொழியாக்கக் கொள்கைகள்

'சொல்லுக்குச் சொல்' மொழிபெயர்ப்பை – குறிப்பாகக் கவிதையைக் கவிதை நடையிலேயே அதுவும் அடிகளின் இறுதிச் சொற்கள் ஒத்த ஓசை உடையவையாக *(rhymed verse)* – மொழிபெயர்ப்பதைத் தாகூர் விரும்பவில்லை. எளிய உரைநடை மொழியாக்கமே தன்னுடைய வங்காள மொழிக் கவிதைகளின் ஓசை நயங்களை, உயிரோட்டத்தை, ஆத்மாவின் ராகங்களை, உணர்வுகளை, மற்ற அம்சங்களைச் சித்தரிக்க உதவும் என்று அவர் நம்பினார். அதற்கு ஆங்கில மரபு – யாப்பு வகைகளும், அடிகளின் கட்டமைப்புகளும் பொருத்தமற்றவை என்றும் கருதினார்.

4.6.3 நோபல் பரிசும் புகழும் கிடைத்த விதம்

தாகூர் தன்னுடைய கொள்கைகளைப் பின்பற்றி, தன் விருப்பப்படி, தான் எழுதிய சில வங்காளக் கவிதைகளைச் சுயமொழியாக்கம் செய்தார். அவற்றைக் கையெழுத்துப் பிரதி வடிவில், வில்லியம் ரோதன்ஸ்டைன் என்ற நண்பரிடம் தந்தார். அவற்றால் நண்பர் பெரிதும் கவரப்பட்டார். அக்காலப் புகழ்பெற்ற அயர்லாந்துக் கவிஞர் டபிள்யூ.பி. யேட்ஸ் என்பவருக்கு அனுப்பிவைத்தார். தாகூரின் சுய ஆங்கில மொழியாக்கங்கள் யேட்ஸிடம் மிகப் பெரிய தாக்கத்தை உண்டாக்கின. அவர் தாகூரை மிகவும் பாராட்டினார். மேலும் மொழியாக்கங்களைச் செய்ய ஊக்குவித்தார். அவற்றில் திருத்தங்களைச் செய்து, முன்னுரை எழுதவும் முன்வந்தார். நூல்வடிவில் வெளி வரவும் உதவி செய்தார்.

டபிள்யூ.பி. யேட்ஸைத் தொடர்ந்து எஸ்ரா பவுண்டும் சமகாலத்திய வேறு சில பிரபலங்களும் தாகூரின் ஆங்கில மொழிபெயர்ப்புகளை மிகவும் பாராட்டினர். நோபல் நிறுவனமும் அவரைப் பாராட்டி இலக்கியத்திற்கான பரிசை வழங்கியது. விரைவில் மேற்கத்திய வாசகரின் வரவேற்புப் பெருமழையில் தாகூர் நனைந்தார். அக்காலகட்ட வரலாற்றுப் பின்னணியும் தாகூரின் புகழுக்கு முக்கியக் காரணியாக இருந்தது. அது முதலாம் உலகப் போரில் மேற்கத்திய நாடுகள் சிக்கித் தவித்துத் துவண்டு போயிருந்த காலம். காயங்களை விரைந்து குணமாக்கும் அரிய ஆன்மீக மருந்தாகத் தாகூரின் ஆங்கில மொழியாக்கக் கவிதைகள் வரவேற்பு பெற்றன.

ஜீவிதம்/மரணம், இணக்கம்/முரண்பாடு, பேச்சு/மவுனம், நித்தியம்/அநித்தியம், எல்லையுள்ளது/எல்லையற்றது, நிஜமானது/உயர் இலட்சியம் கொண்டது, இறை பக்தி போன்ற ஆன்மீகக் கருத்துகளைப் பேசும் கீதங்களையே தாகூர் தெரிவு செய்திருந்தார். அவற்றை வங்காள மூலத்திலிருந்து சுய ஆங்கில

மொழியாக்கம் செய்தார். மிகவும் வித்தியாசமான தாகூரின் ஆன்மீகப் பாடல்களும், இயற்கையைப் போற்றி அஞ்சலி செய்யும் கீதங்களும், மேற்கத்திய வாசகர்களைப் பெரிதும் ஈர்த்தன. அந்தக் காலகட்டத்தில் கிழக்கிடமிருந்து மேற்கு என்ன எதிர்பார்த்ததோ அதன் முழு உருவகமாகத் தாகூர் பார்க்கப்பட்டார். மேலும் வெள்ளை உடையும் நீண்ட தாடியும் தலை முடியும் அவருக்கு ஒரு முனிவர் அல்லது ஆன்மீகக் குரு போன்ற தோற்றத்தைத் தந்தன. இரண்டே ஆண்டுகளில் பல மறுபதிப்புகளிலும், ஃப்ரெஞ்ச், ரஷ்ய மொழியாக்கங்களிலும் அவர் உலகப் பிரபலங்களில் ஒருவராகிவிட்டார்.

4.6.4 புகழ் சரிந்த விதம்

கீதாஞ்சலிக்கு நோபல் பரிசு கிடைத்தபின் தாகூருக்குப் பெரும் புகழும் வரவேற்பும் மேலை நாடுகளில் விரைந்து வந்தன. வந்த வேகத்திலேயே ஒரு சில ஆண்டுகளில் அவை மறைந்தும் போயின. இன்று அவருடைய ஆங்கில மொழியாக்கங்களைப் பெரிதளவில் அங்கு யாரும் படிப்பதில்லை. 'தூரத்தில் உள்ள, சொன்னதையே திருப்பித் திருப்பிச் சொல்லும் ஒரு ஆன்மீகவாதி' என்ற தாகூரைப் பற்றிய பிம்பமே அவர்களுடைய பார்வையில் பதிவாகி உள்ளது. இருபதாம் நூற்றாண்டின் முக்கியமான ஆங்கில நாவலாசிரியர்களுள் ஒருவராகக் கருதப்படும் கிரஹாம் கிரீன் (Henry Graham Greene) *1937*லேயே சொன்ன கருத்து: "யேட்ஸைத் தவிர வேறு எவரும் இன்று தாகூரின் கவிதைகளைப் பெரிதாக எடுத்துக்கொள்வார்கள் என்று என்னால் நம்பமுடியாது."

4.6.5 தாகூரின் சுயமொழியாக்கத் தோல்வி பற்றிய விமர்சனம்

இப்படி தாகூர் மேற்கத்திய வாசகரிடம் பெற்ற திடீர்ப் புகழின் உச்சத்திற்கும், அதேவேக திடீர் வீழ்ச்சிக்கும் என்ன காரணங்கள் இருக்கமுடியும் என்று உதய நாராயண சிங் ஆய்வு செய்துள்ளார். வங்காள மொழி மூல நூல் கீதாஞ்சலியையும், நோபல் பரிசு பெற்ற சுய ஆங்கில மொழியாக்கக் கீதாஞ்சலியையும் கூர்ந்த ஒப்பாய்வு செய்துள்ளார். குறிப்பாக மொழியாக்கப் பணியில் தாகூர் செய்த தெரிவுகள், அவற்றால் உண்டாகிய பிரச்சினைகள், கண்ட தீர்வுகள், தீர்வுகளால் ஏற்பட்ட இடைவெளிகள் போன்றவற்றை நுண்ணாய்வு செய்துள்ளார்:

வங்காள மொழி கீதாஞ்சலி பல அம்சங்களில் மேலோங்கி முத்திரை பதித்துள்ளது: பன்முகத் தலைப்புகள், வேறுபட்ட எதிர் – எதிர் இரட்டைநிலை அலசல்கள், மிகச் சிறந்த சொல் தெரிவுகள், அழகிய நடை நயங்கள், மறைமுகப் பிறநூல் மேற்கோள்/உள்வாங்கல் பதிவுகள், இயற்கை சார்ந்த இனிமையான

பின்புலங்கள், பொருள் பொதிந்த கலாச்சாரப் பதிவுகள் போன்ற அனைத்தும் தாகூரின் தனித்துவ முத்திரைகள் ஆகும். அவற்றுள் பெரும்பாலானவை ஆங்கிலக் கீதாஞ்சலியில் காணப்படவில்லை என்று உதய நாராயண சிங் சொல்கிறார்.

இதேபோல, மகாஸ்வேதா சென்குப்தா தாகூரின் வங்காளக் கீதாஞ்சலியையும், ஆங்கிலக் கீதாஞ்சலியையும் பிந்திய காலனியப் பார்வையில் அணுகியுள்ளார். ஒப்பாய்வு செய்து பின்வரும் கருத்துகளைப் பதிவுசெய்கிறார்: மேற்கிற்கு, குறிப்பாக ஆங்கிலக் காலனிய ஏகாதிபத்தியத்துக்குச் சேவை செய்ய, கிறித்தவ மதத்தைப் பரப்பும் பாதிரிமார்கள் போன்ற ஒரு இந்தியர் தேவைப்பட்டார். அவர் அந்தப் பாதிரிமார்களைப் போலவே மண்ணின் மைந்தர்களாகிய இந்தியர்களை, அவர்களுடைய வரலாறு, பாரம்பரிய 'அடிமைத் தளைகளிலிருந்து' விடுவிக்க வேண்டும். மகிழ்ச்சியற்ற, களைத்துப்போன அந்த ஆன்மாக்களுக்கு அமைதி தரும் குருவாக இருக்கவேண்டும்.

இத்தகைய மேலாதிக்கக் காலனிய – எஜமான எதிர்பார்ப்புகளுக்குப் பொருத்தமான இந்தியராக ஆங்கிலக் கீதாஞ்சலியில் தாகூர் தன்னை மாற்றிக்கொண்டார். வங்காளக் கவிதையியலில் தான் பதித்த சொந்த முத்திரைகள், சித்தாந்தம் ஆகியவற்றைக் காவுகொடுத்தார். மேலாதிக்க இலக்கிய – கலாச்சார மாதிரிகளின் போலி எனச் சொல்லுமாறு அவரின் ஆங்கில மொழிபெயர்ப்புகள் அமைந்தன. புனைவிய கால, விக்டோரியா மகாராணியார் கால ஆங்கிலக் கவிஞர்களைப் போல எழுதினார். காலனிய ஆட்சியாளர்கள் விரும்பிய வேடமணிந்தார். கொடுத்த அடையாளங்களை ஏற்றுக்கொண்டார்.

முதலாம் உலகப்போர் வரலாற்றுக் காலகட்டத்தில் கிழக்கில் தோன்றிய ஒரு தீர்க்கதரிசி மேற்கிற்குத் தேவைப்பட்டது. ஆங்கிலக் கீதாஞ்சலியை ஒரு ஆன்மீகக் குருவின் அருளுரையாக மேற்கு வரவேற்றது. 'மெய்யுணர்வாளர்'/ 'ஆன்மீகக்கவி' என்ற வகையிலேயே அவருடைய கீதாஞ்சலி மதிப்பு பெற்றது. நோபல் தேர்வுக்குழு அதை ஒரு 'ஆன்மீகக் கவிதை தொகுப்பு' என்றே வர்ணித்தது. தேவை முடிந்ததும் அடுத்த காலகட்டத்தில், மேற்கு அவரைப் புறந்தள்ளிவிட்டது.

ஆனால் வங்காள மொழி கீதாஞ்சலிக்கு இன்றும் வங்காள இலக்கியத்தில் உயரிய இடம் உள்ளது. அதில் இயற்கையான அன்றாடப் பயன்பாட்டு மொழியில், வாசகரின் பக்கத்தில் அமர்ந்து, சுதந்திரப் புருஷராகத் தாகூர் பேசுகிறார்; நெஞ்சைத் தொடுகிறார். அதற்காகத் தலைசிறந்த கவிஞராகப் போற்றப்படுகிறார். அவருடைய கவிதை ஆளுமையின் தாக்கத்தை

இன்றும் வங்காள மொழியிலும் இந்தியாவின் பிற மொழிகளிலும் உணரமுடிகிறது.

ஆங்கிலக் கீதாஞ்சலிக்கு நேர்ந்த கதி காலனிய எஜமானர்களின் அதீத விசுவாசியாகத் தாகூர் இருக்க முயன்றதன் விளைவாகும். 'மெய்யுணர்வாளர்' என்றும் 'ஆன்மீகக்கவி' என்றும் காலனிய ஏகாதிபத்தியம் தந்த அடையாளங்களுடன் அவர்களின் உள்ளக்கிடக்கையை நிறைவேற்றுவதில் தாகூர் வெற்றியடைந்தார். அவருக்கு நோபல் விருதும் கிடைத்தது. ஆனால் மொழிபெயர்ப்பு அரசியலில் அவரின் முத்திரைக் கவித்துவம் தொலைந்துபோனது. இது கலாச்சார ஏகாதிபத்தியத்தால் உண்டாக்கப்பட்ட ஒரு துன்பியல் நிகழ்வு ஆகும்.

இந்நூலாசிரியனுக்கு வங்காள மொழி தெரியாததால் தாகூரின் மொழியாக்கத் திறன்களைச் சுயமாக மதிப்பீடு செய்ய இயலவில்லை. எனவே அம்மொழியிலும், ஆங்கிலத்திலும் புலமைமிக்க உதய நாராயணசிங், மகாஸ்வேதா சென் குப்தா ஆகிய இருவரின் ஆய்வு மதிப்பீடுகள் மேலே தரப்பட்டன. அவற்றை இவ்வாறு சுருக்கிச் சொல்லலாம்: தாகூரின் வங்காளக் கீதாஞ்சலியில் காணப்பட்ட தனித்துவ முத்திரைகளுள் பெரும்பாலானவை ஆங்கிலக் கீதாஞ்சலியில் இல்லை. குறிப்பாக உள்ளார்ந்த உணர்வுகளையும் சுயானுபவங்களையும் பாடும் சுதந்திரப் புருஷரைக் காணவில்லை. காலனிய ஆண்டையின் இந்திய அடிமையாக எழுதும் தாகூரையே காணமுடிகிறது. இதனால்தான் எந்த வேகத்துடன் புகழ் ஏணியின் உச்சத்திற்கு ஏற்றப்பட்டாரோ, அதே வேகத்தில் இறக்கவும்பட்டார்.

கலாச்சாரம், மொழிபெயர்ப்பியலில் கலாச்சாரத்தின் தாக்கம் ஆகியவை பற்றிய பொதுவான சில கருத்துகளுடன் இந்த இயல் தொடங்கியது. பின்னர் வால்மீகியின் சமஸ்கிருத ராமாயணத்தில் வரும் மூன்று காட்சிகளைத் தமிழ் மொழிபெயர்ப்புகள் மூன்று கையாண்டுள்ள முறைகள், சந்தித்த பிரச்சினைகள், கண்ட தீர்வுகள் ஆகியவை நுணுகிப் பார்க்கப்பட்டன. அடுத்ததாக ஐந்தம்ச மொழியாக்க மதிப்பீட்டு அளவுகோலைக் கொண்டு, குறுந்தொகைப் பாடல் 25இன் நான்கு ஆங்கில மொழியாக்கங்கள் ஒப்பாய்வு செய்யப்பட்டன. இறுதியாகத் தாகூரின் சுய ஆங்கில மொழியாக்கத்தில் எழுந்த பிரச்சினைகள் உற்றுப் பார்க்கப்பட்டன. இந்த இயல் இங்கு முடிவடைகிறது.

அடுத்து வரும் இயல் மொழிபெயர்ப்பியலுக்கும் இலக்கியத் திற்கும் இடையே உள்ள உறவுகளைப் பேசுகிறது.

5

இலக்கியம்

பனுவல்கள் கோடிக் கணக்கானவை. எழுதப்பட்ட நோக்கம், உள்ளடக்கம், வடிவமைப்பு அம்சங்கள், பயன்பாடுகள் போன்றவற்றின் அடிப்படையில் அவை வேறுபடுகின்றன. சமயம், தருக்கம், மெய்ஞ்ஞானம், இலக்கியம், நுண்கலைகள், அறிவியல், மருத்துவம், வணிகம், அரசியல், சமையல் போன்ற பல துறைகளின் கீழ் அவை வகைப்படுத்தப்படுகின்றன. இலக்கியப் பனுவல்களை மற்ற அனைத்துப் பனுவல்களிலிருந்தும் தனிப்பட்ட அடையாளங்களுடன் வேறுபடுத்திப் பார்க்கிறோம். சிறப்பானதொரு உயர்வகையில் வைத்து அவற்றை மதிப்பிடுகிறோம். பலவற்றைக் கொண்டாடவும் செய்கிறோம். ஒரு சமூகம் மிகவும் பண்பட்ட உயர்வான நிலையை அடைந்துள்ளது என்ற பெயர்பெற அதனுடைய இலக்கியப் பாரம்பரியத்தின் தரம் ஒரு முக்கியமான அளவுகோலாக எடுத்துக்கொள்ளப்படுகிறது. அதனால் உலக அரங்கில் அதனுடைய மதிப்பும் முக்கியத்துவமும் கூடுகின்றன.

ஒரு மொழியில் படைக்கப்பட்ட உயர்ந்த இலக்கியப் பனுவல்கள் வேறுமொழிகள் பேசும் வாசகருக்கும் கிடைக்கச் செய்ய வேண்டிய தேவை அதிகரித்து வருகிறது. எனவே அவற்றின் தரமான மொழியாக்கங்களின் தேவையும் அதிகரித்து வருகிறது. அவை இல்லையேல் பல்லாயிரக்கணக்கான சராசரி வேற்றுமொழி வாசகர்களுக்கு வேறு வழியில்லை:

எண்ணிறந்த உலகப் புகழ்பெற்ற இலக்கியப் பனுவல்கள் எதுவும் அவர்களுக்குக் கிடைக்காமல் போகும்.

இலக்கிய மொழியாக்கம் செய்வது ஈடு இணையற்ற, சுகமான, ஆனால் பல சிரமங்களும் சோதனைகளும் நிறைந்த ஒரு பயணம். அது தரும் மகிழ்ச்சியும் நிறைவும் ஓரளவு பெருமிதமும் வேறு எந்த வகை மொழியாக்கத்திலும் கிடைப்பதில்லை. தருமொழி பனுவலாசிரியரின் படைப்பாக்கத்துக்குத் தேவைப்பட்ட பின்புலங்கள், முயற்சிகள், உழைப்பு, எழுத்துத் திறன், நடை வளங்கள், அழகியல் பதிவுகள், கலாச்சாரச் செறிவுகள் போன்ற பல அம்சங்கள் மொழிபெயர்ப்பாளரின் இருமொழி – இருகலாச்சாரப் பயணத்துக்கும் தேவைப்படுகின்றன.

ஒரு மொழியில் உள்ள இலக்கியப் படைப்புகள் ஒரு குறுகிய வட்டத்தில் உள்ள, அந்த மொழியறிந்த வாசகர்களுக்கு மட்டுமே கிடைக்கும். ஆனால் அவற்றின் தரமான ஆங்கிலம், ஃப்ரெஞ்ச், அரபு போன்ற உலக மொழிகளில் செய்யப்படும் ஆக்கங்களின் கதையே வேறு. பல நாடுகளில் உள்ள அம்மொழிகள் அறிந்த கோடிக் கணக்கான வாசகர்களை அவை சென்றடையும் வாய்ப்பு உள்ளது. அப்படிக் கிடைக்கச் செய்வது உண்மையிலேயே பெருமிதம் தரத்தக்கது. அதேபோல மற்ற உலக மொழிகளில் செய்யப்படும் ஆக்கங்கள் வாசகர் வட்டத்தை மேலும் விரிவாக்கும். ஆனால் தரமான இலக்கிய மொழியாக்கம் எது? அதன் அடையாளங்கள் யாவை? இக்கேள்விகளுக்கான விடைகளைப் பார்ப்பதற்கு முன் வேறொரு அடிப்படையான கேள்வியைக் கேட்க வேண்டியுள்ளது.

5.1 எது இலக்கியம்?

தெரிந்த விஷயங்களைப் பொதுவாக நாம் பெரிதாக எடுத்துக்கொள்வதில்லை. அவற்றைக் கேள்விகள் கேட்பதில்லை. ஆனால் அவற்றுள் ஒன்றைப்பற்றி யாரேனும் அடிப்படையான ஒரு கேள்வி கேட்டால் அப்போதுதான் சிந்திக்கத் தொடங்குவோம். தெரிந்தது என்று நினைத்த விஷயம் நமக்கு உண்மையில் அவ்வளவாகத் தெரியாததோ என்று சந்தேகப்படத் தொடங்குவோம். எது இலக்கியம் என்று கேட்பதும் அப்படிப்பட்ட அடிப்படையான கேள்வி. கவிதைகள், நீண்ட/சிறிய கதைகள், நாடகங்கள், வாழ்க்கை வரலாறுகள், கட்டுரைகள் போன்றவை இலக்கியமாகும் என்பது சாதாரணமாகச் சொல்லத் தோன்றும் விடை. இவையெல்லாம் இலக்கியத்தின் வேறுபட்ட வடிவங்கள். இவற்றுள் எதுவும் ‘எது இலக்கியம்?’ என்ற கேள்விக்கு நேரடியான விடை தரவில்லை.

வாழ்க்கை அனுபவங்களைச் சொல்வது இலக்கியம் என்றால் சாலை விபத்தில் ஏற்பட்ட எலும்பு முறிவுக்குச் செய்யும் சிகிச்சையும் வாழ்க்கை அனுபவம்தான். அதனுடைய மருத்துவ முறை பற்றிச் சொல்வது இலக்கியமாகாது. படிப்பதற்கு மிகவும் மகிழ்ச்சி தருவது இலக்கியம் என்றால் நல்ல சம்பளம் தரும் ஒரு பணி ஆணைக் கடிதமும் படிப்பதற்கு மிகவும் மகிழ்ச்சி தரும்; அதுவும் இலக்கியமாகாது.

இலக்கியம் ஒரு நல்ல வழிகாட்டி என்றால், சுற்றுலாப் பயணிகளுக்கு ஒரு நகரைப் பற்றிய முக்கியமான தகவல்களைத் தந்து நன்கு வழிகாட்டும் கையேடும் இலக்கியமா? மனித உணர்ச்சிகளையும் உணர்வுகளையும் சொல்வது இலக்கியம் என்றால், காலையில் வாழ்க்கைத் துணையுடன் போட்ட சண்டையைப் பற்றி உணர்ச்சி பொங்க ஒருவரிடம் சொல்வதும் இலக்கியமா? மனித வாழ்க்கையைப் பிரதிபலிப்பது இலக்கியம் என்றால் நாட்டு நடப்பைச் சொல்லும் ஒரு பத்திரிக்கைத் தலையங்கமும் வாழ்க்கையைப் பிரதிபலிக்கிறது. அது இலக்கியமா?

சொல்ல வந்ததை மிகவும் அழகாகச் சொல்வது இலக்கியம் என்றால், நீதிமன்றத்தில் எப்படிப்பட்ட குறுக்கு விசாரணைக்கும் அசராமல், மாட்டிக்கொள்ளாமல், அழகாகப் பொய்சாட்சி சொல்வதும் இலக்கியமா? கற்பனையாகச் சித்தரிக்கப்பட்டது இலக்கியம் என்றால் சிறுவன் ஒருவன் இல்லாததை இருந்தது போலவும், நடக்காததை நடந்தது போலவும் கற்பனையாகச் சித்திரித்தால் அவன் இலக்கியம் படைக்கிறான் என்று சொல்ல மாட்டோம். மாறாக, “ரீல் சுத்துகிறான்” என்று சொல்வோம்.

பல கோணங்களில் பெரு முயற்சிகள் செய்து அணுகி, எது இலக்கியம் என்ற கேள்விக்குப் பின்வரும் விடைகள் தரப்பட்டுள்ளன: மிக உயர்வான மனித உணர்வுகளை, சிந்தனைகளை, அனுபவங்களை மிகச் சிறப்பான சொற்களில் எழுதுவது இலக்கியம். படைப்புத் திறன் நிறைந்து, காலத்தால் அழியாத, என்றென்றும் உயர்வாகப் போற்றப்படும் நூல்களே இலக்கியம். அன்றாட பேச்சு நடையிலிருந்து வேறுபட்டுக் கவித்துவம் மிகுந்த நடையில் எழுதப்படுவது இலக்கியம்.

ஒவ்வொரு விடையும் இலக்கியத்தின் ஏதோ ஓர் அம்சத்தைத் தொட்டுப் பார்ப்பது உண்மைதான். ஆனால் ரத்தினச் சுருக்கமான முழுமையான ஒரு விடையை யாராலும் இதுவரை தர முடியவில்லை. எனவே பல நூற்றாண்டுக் காலக் கேள்வியான ‘எது இலக்கியம்?’ இன்னும் கேள்வியாகவே உள்ளது; விடைதரும் முயற்சிகள் கைவிடப்பட்டுவிட்டன.

5.2 எது இலக்கிய மொழியாக்கம்?

'எது இலக்கியம்?' என்ற கேள்விக்கே முழுமையான விடையைத் தரமுடியவில்லை என மேலே கண்டோம். 'எது இலக்கிய மொழியாக்கம்?' என்ற கேள்விக்கு என்ன விடையைத் தரமுடியும்? பாரசீக மொழியில் உமர் கய்யாம் என்பவரால் எழுதப்பட்ட 'ருபையாட்' என்ற கவிதைத் தொகுப்பைக் கவிமணி தேசிக விநாயகம் பிள்ளை மொழியாக்கம் செய்து 'உமர் கய்யாம் பாடல்கள்' என்று தமிழில் தந்துள்ளார். இது ஒரு இலக்கிய மொழியாக்கம் என்று சொன்னால் உதாரணம் தருவதாகும். ஆனால் அது நேரடியான விடையாகாது.

தனிப்பட்ட அடையாளங்களுடைய இலக்கியம் என்ற ஒரு வகையுள் அடங்கும் ஒரு பனுவலைத் தனிப்பட்ட அடையாளங்களுடைய ஒரு வகையில் வேறொரு மொழியில் ஆக்குவது இலக்கிய மொழியாக்கம் என்று சொல்லலாம். ஆனால் அந்த வகைப் பனுவல்களின் தனிப்பட்ட அடையாளங்களை எப்படி அடையாளம் காண்பது? அந்த மொழியாக்க வகையின் தனிப்பட்ட அடையாளங்களை எப்படி அடையாளம் காண்பது? அவற்றுக்கு ஏதேனும் வழிகாட்டல்கள், வரையறைகள் உண்டா? அவை நிறைவு தருமாறு உள்ளனவா?

மேலும் இலக்கியப் பனுவல்கள் ஒரு வகையுள் அடங்கும் என்றால் மற்ற அனைத்துப் பனுவல்களும் வெவ்வேறு வகைகளுள் அடங்கும். ஒவ்வொரு வகைக்கும் தனிப்பட்ட அடையாளங்கள் இருக்கவேண்டும். அவற்றை எப்படி அடையாளம் காண்பது? அப்படி அடையாளம் கண்டால்தான் தனிப்பட்ட அடையாளங்களின் அடிப்படையில் இலக்கியப் பனுவல்களை வரையறுத்து, வேறுபடுத்தி, உணர முடியும். எவ்வளவுக்கு இது சாத்தியப்படும்?

அதேபோல தனிப்பட்ட அடையாளங்களுடைய ஒரு வகையில் வேறொரு மொழியில் ஆக்கப்படுவது இலக்கிய மொழியாக்கம் என்று சொன்னால் மற்ற வகை மொழியாக்கங்கள் ஒவ்வொன்றையும் அடையாளம் காண்பது எப்படி? அப்படி அடையாளம் கண்டால்தான் இலக்கிய மொழியாக்கத்தின் தனிப்பட்ட அடையாளங்களை வரையறுத்து, மற்றவற்றிலிருந்து குறிப்பிட்ட ஒன்றை வேறுபடுத்தி உணர முடியும். இது எந்த அளவுக்குச் சாத்தியப்படும்?

எனவே எப்படி 'எது இலக்கியம்' என்ற கேள்விக்கு ரத்தினச் சுருக்கமான முழுமையான விடையைத் தருவது முடியாதோ அப்படியே 'இலக்கிய மொழியாக்கம் என்றால் என்ன,' என்ற

கேள்விக்கும் ரத்தினச் சுருக்கமான முழுமையான விடையைத் தருவது முடியாது. நான்கு குருடர்கள் ஒரு பெரிய யானையின் வெவ்வேறு உறுப்புகளைத் தடவிப் பார்த்து அது தூண் போல், சுவர் போல், முறம் போல், கயிறு போல் உள்ளதாகச் சொன்னார்கள் என்ற ஒரு கதை உண்டு.

நாமும் அதேபோல இலக்கிய மொழியாக்கத்தைத் தொட்டுத் தொட்டுப் பார்த்துத்தான் அதன் சில அம்சங்களை அறிகிறோம். இலக்கிய மொழியாக்கம் செய்கையில் பலதரப்பட்ட நடைமுறைப் பிரச்சினைகள் எழுகின்றன. அவற்றை முன்னிறுத்தி, அவற்றின் தீர்வுகளைப் பற்றிப் பேசும்போதுதான் அந்தச் சில அம்சங்களையும் நன்கு உணர்கிறோம். இதைத்தான் இந்த இயலில் இனி வரும் பக்கங்கள் செய்கின்றன.

அதற்கும் முன் இந்த இயலின் 'இலக்கிய மொழியாக்கம்' என்ற களம் சார்ந்த பொதுவான சில அடிப்படைச் செய்திகளைப் பேச வேண்டியுள்ளது. இப்பேச்சு சற்று நீண்டதாகவே உள்ளது. ஏனெனில், என்னென்ன அடித்தளக் கூறுகள் தாய்நாட்டிலிருந்து தரப்பட்டு, பிற நாட்டிலிருந்து பெறப்பட்டு, இந்த ஆடுகளத்தை அமைத்துக்கொடுத்து, ஆடும் அனைத்து வகை ஆட்டங்களுக்கும் உதவுகின்றன என்றுச் சொல்ல வேண்டியுள்ளது. அவற்றை அறியாவிடில் இலக்கிய மொழிபெயர்ப்பாளர்கள் படும் இன்னல் களின் பரிமாணங்களைப் பற்றிய புரிதல் குறையுடையதாக இருக்கும்.

5.3 இலக்கியத்தின் பயணங்கள்

ஒவ்வொரு இலக்கியப் பனுவலுக்கும் இரு பயணங்கள் உண்டு என்று சொல்லலாம். பனுவல் பிறப்பதற்கு முன்பாக முதலாவதும், பனுவல் பிறந்த பின்னர் இரண்டாவதும் நடக்கின்றன. முதலில் நடப்பது 'ஆக்கப் பயணம்'; இரண்டாவதாக நடப்பது 'வாசிப்புப் பயணம்'. இவற்றைச் சற்று விரிவாகக் கீழே காணலாம்.

5.3.1 இலக்கியத்தின் ஆக்கப் பயணம்

ஒரு குறிப்பிட்ட சமூக – கலாச்சார – மொழி – காலச் சூழ்நிலையில்கேட்ட/படித்த ஒரு கருத்தாலோ பார்த்த நிகழ்வாலோ பட்ட அனுபவத்தாலோ கொந்தளிக்கும் உணர்வுகளாலோ அச்சமூகத்தைச் சார்ந்த தனி ஒருவர் பாதிக்கப்படுகிறார். அதன் தாக்கம் அவருடைய சிந்தனையைத் தூண்டுகிறது. உள்ளத்தைத் துவைக்கிறது. ஏதாவது சொல்ல வேண்டும் என்று ஒரு சக்தி அவரை இடைவிடாது படுத்துகிறது. அமைதி இழக்கச் செய்கிறது. வேறு வழியில்லாமல், அதைச் சொல்லியே ஆகவேண்டும் என்று அவர் முயல்கிறார்; ஒரு படைப்பாளி பிறக்கிறார்.

அவருக்கு முதலில் தெளிவற்ற புள்ளி ஒன்று மிகத் தொலைவில் தோன்றுகிறது. அதை உற்று நோக்கிச் சிந்திக்கச் சிந்திக்க, ரத்த நாளங்களில் உணர உணர, புள்ளி சற்றுப் பெரிதாகி அவருக்குச் சில ஆணிவேர்ச் சொற்கள் கிடைக்கின்றன. அச்சொற்கள் மையக்கருத்துகளாக/உணர்வுகளாக உருவெடுக்கின்றன. அவை நன்கு விரிந்து சரியான பொருள்/உணர்வு ஆழங்களைத் தரும் மேலும் பல சரியான பக்கவேர், சல்லிவேர்ச் சொற்களைத் தேடுகின்றன.

என்னதான் சொல்வது, அதை யாருக்காக, என்ன நோக்கத்திற்காக, என்ன எதிர் வினைகளுக்காகச் சொல்வது என்ற சிந்தனைகள் தெளிவைத் தந்து வழியமைத்துக் கொடுக்கின்றன. உணர்வுக் குவியல்கள் கைகொடுக்கின்றன. கருத்துகள் கூர்மை பெறுகின்றன. கவிதை, கட்டுரை, நாடகம், சிறுகதை, பெருங்கதை போன்ற வடிவங்களுள் ஒன்றைச் சொற்கள் பெறுகின்றன.

ஓசை நயம், அழகியல் அம்சங்கள், நடை வளங்கள், அணியலங்கார ஆபரணங்கள் ஆகியன மெருகேற்றுகின்றன. இவை அனைத்துமே கூறு கூறுகளாகவும், முழுமையாகவும் பலமுறை திருப்பிப் பார்க்கப்பட்டு, செதுக்கப்பட்டு, பட்டை தீட்டப்படு கின்றன. இலக்கியத்தை ஆக்கும் பயணம் முடிந்துவிடுகிறது. இலக்கியப் பனுவல் ஒன்று பிறந்துவிடுகிறது.

5.3.2 'ஆசிரியர்' என்ற கருத்தாக்கம்

ஆசிரியர் என்பவர் யார் என்று கேட்டால் உடனே ஒரு பனுவலை எழுதியவர், படைத்தவர் என்ற பதில் கிடைக்கும். ஆனால் 'ஆசிரியர்' என்ற கருத்தாக்கம் பலவிதங்களில் புரிந்து கொள்ளப்படுகிறது. பாரம்பரிய, புதிய அணுகுமுறைகளால் விளைந்த அதனுடைய பரிணாமப் பார்வைகளை இப்பகுதி சுருக்கமாகச் சொல்ல முயல்கிறது.

5.3.2.1 பாரம்பரியப் பார்வையில் 'ஆசிரியர்'

ஒரு இலக்கியப் பனுவலின் ஆசிரியர் என்பவர் பரவலாக உள்ள பாரம்பரியப் பார்வையின்படி, அறிவு – புனைவுசார் திறன்களால் மேம்பட்டவர். வாழ்க்கையிலும் வாசிப்பிலும் அனுபவம் நிறைந்தவர். அவற்றின் உதவியோடு ஒரு குறிப்பிட்ட நோக்கத்துக்காக அவருடைய 'சொந்த முத்திரைகளுடன்' ஒரு இலக்கியப் பனுவலைப் படைக்கிறார். அந்தப் பனுவல் அவருடையது மட்டுமே, அவரே அதைப் படைத்தவர் என்று எல்லாரும் ஏற்றுக்கொள்கிறார்கள். அதைப் பதிப்பித்து விற்பனை செய்யும் உரிமை யாருக்குச் சென்றாலும், படைப்புரிமை அவருடையது மட்டுமே.

அப்பனுவல் உன்னதமானது, அசலானது என்று பரவலாக ஏற்கத் தக்கதாக இருக்க வேண்டும், அப்படி இருந்தால் அதைப் படைத்த ஆசிரியர் அக்கலாச்சாரத்தில் உயர்ந்த இடத்தைப் பெறுகிறார். அவருடைய பேரும் புகழும் நிலைத்து நிற்கிறது. தலைமுறை தலைமுறையாக வாசகர்கள் அப்பனுவலை மீண்டும் மீண்டும் வாசிக்கிறார்கள்; போற்றிக் கொண்டாடுகிறார்கள்.

5.3.2.2 கட்டமைப்பிய, பிந்திய–கட்டமைப்பியப் பார்வையில் 'ஆசிரியர்'

மேலே விவரிக்கப்பட்ட பாரம்பரியப் பார்வையில் காணப்படும் ஆசிரியர் என்ற கருத்தாக்கம் 1960களுக்குப் பின் பெரிய விவாதப் பொருளாகிறது. கட்டமைப்பிய பிந்திய–கட்டமைப்பிய இலக்கியக் கோட்பாட்டாளர்கள் பலர் இக்கருத்தாக்கத்தை முற்றிலும் நிராகரிக்கிறார்கள். சிந்திக்க வைக்கும் காரணங்களை முன்வைக்கிறார்கள். அவர்களின் கருத்தாக்கத்தில் 'ஆசிரியர்' ஒரு பனுவலைத் தோற்றுவிப்பவரோ அதற்கு வடிவம் தருபவரோ அல்ல. ஒரு வாக்கியத்தின் எழுவாயைப் பற்றியே பயனிலை பேசுகிறது. ஒரு பனுவலின் 'மனித எழுவாய்' ஆசிரியர் அல்ல. அந்த 'மனித எழுவாயின்' பயனிலை 'பனுவலும்' அல்ல. பனுவலின் பொருள் 'ஆசிரியர்' சொல்ல நினைத்ததிலோ சொன்னதிலோ சொல்லத் தெரியாமல் சொன்னதிலோ அவருடைய வாழ்க்கைச் சுவடுகளிலோ இல்லை. இந்தத் திசையிலான தேடல்கள் அனைத்தும் தேடுவோரின் புனைவுக் கட்டுமானங்களே.

கட்டமைப்பிய, பிந்திய–கட்டமைப்பிய இலக்கியக் கோட்பாட்டாளர்கள் முன்னிறுத்தும் கூற்றுப்படி, பனுவலின் 'ஆசிரியர்' அல்லது 'மனித எழுவாய்' என்றால் உண்மையில் அவர் ஒரு தனிப்பட்ட மனிதர் அல்ல. மாறாக, அது இயக்கம்மிகு பன்முகப் பரிமாணம் கொண்ட ஒரு 'இடம்' (space). அங்கே பற்பல மரபுகள், குறி முறைகள் (codes), தலைமுறைகள் பலவற்றின் பரிமாற்றத்தில் கைமாறி வரும் மொழிக் கூறுகள் ஆகியவை தொடர்ந்து உறவாடுகின்றன. திடுமென ஒரு சமயத்தில் அங்கே ஒரு பனுவல் அல்லது 'தளம்' (site) உருப்பெறுகிறது. அத்தளத்தில் பின்வரும் அனைத்தும் பதிவாகின்றன: ஒரு குறிப்பிட்ட காலகட்டத்தில் பரவலாக மேலோங்கியுள்ள ஒருசில கலாச்சாரக் கருத்தாக்கங்கள்; சமூகச் சூழ்நிலைக் கூறுகளின் அழுத்தங்கள் – இறுக்கங்கள்; ஆதிக்கச் சக்திகளின் அதிகார ஆட்டங்கள், தொடர் தாக்கங்கள், பாதிப்புகள்; ஒருங்கிணைக்கும் ஊகங்களுக்கு இட்டுச் செல்லும் வாக்கிய அமைப்புகளுக்கு மாற்றாக, சிதறல்களை இலக்காகக் கொண்ட வாக்கிய அமைப்புகள் (discursive formations).

எனவே 'ஆசிரியர்' என்பவர் பனுவலால் விளைவிக்கப்பட்ட பொருள் (product); பனுவலை விளைவித்தவர் (producer) அல்ல. இந்தப் பார்வையில், தெளிந்த நிலையில், கூரிய புரிதலுடன் 'ஆசிரியர்' என்ற கலைச்சொல் முற்றிலும் தவிர்க்கப்படுகிறது. மாற்றாக, பனுவலுடைய மொழியின் உள்ளுக்குள்ளே காணப் படும் 'சொல்லாடல்கள் உண்டாக்கிய' 'விளைவு' (effect) அல்லது 'நோக்கம்' ("function") என்ற சொற்களே இடைவிடாத பயன்பாட்டில் உள்ளன (ஒப்புநோக்குக. ரோலண்ட் பார்ட் எழுதிய 'ஆசிரியரின் மரணம்' என்ற கட்டுரையில் காணப்படும் கருத்து. ப–ள். 361–2).

'ஆசிரியர் என்றால் என்ன?' (What is an Author?, 1969) என்ற கட்டுரையில், ஃப்ரான்ஸ் நாட்டைச் சேர்ந்த அறிஞர் பால் மிஷல் ஃபுகோவ் 'ஆசிரியர்' என்ற கருத்தாக்கத்தின் தோற்றம், வளர்ச்சி பற்றிய அடுக்கடுக்கான கேள்விகளை எழுப்புகிறார். தொடர்ந்து மேற்கொள்ளப்பட்ட பலருடைய ஆய்வு முடிவு களின் சுருக்கம் கீழே உள்ளது.

(i) *எழுத்தறிவில்லாத வாய்வழிக் கலாச்சாரத்திலிருந்து எழுத்தறிவுக் கலாச்சாரத்தை நோக்கிய நகர்வு:* தொடக்கக் கால வரலாற்றில் கல்வியறிவு இல்லாத சமூகங்களே உலகெங்கும் இருந்தன. வாய்வழிப் பரிமாற்றத்தினால் நாட்டுப்புறக் கதைகளும் பாடல்களும் அவற்றின் பல தலைமுறைகளைச் சென்றடைந்தன. அப்போதெல்லாம் 'ஆசிரியர் யார்?' என்ற கேள்வி கேட்கப் பட்டது கிடையாது; அவரைத் தெரியவும் தெரியாது. அவரும் தன்பெயரைப் பதிவு செய்யும் வழக்கமும் இல்லை. அப்பனுவல் களின் தலைமுறைகளுக்கிடையான பரிமாற்றம் எப்போதும் நீக்கல்கள், சேர்க்கைகள். மாற்றங்களுடனேயே நிகழ்ந்தது.

பல மாற்றங்களை உள்வாங்கி நிலைத்துநின்ற வாய்வழிப் பனுவல்கள் பின்னர் ஓலைச் சுவடி, விலங்குத் தோல், உலோகத் தகடு, தாள் போன்ற எழுதுபொருள்களில் கைப்பிரதிகளாக எழுதப்பட்டன. கல்வியறிவு பெற்ற ஓரிருவர், கல்வியறிவு பெற்ற வேறு சிலருக்காகக் காசுகேட்காமல் அவற்றை எழுதினர். வாசிப்பதற்குக் காசு கேட்காமல் அவை தேவைப்பட்டோருடன் உவந்து பகிரப்பட்டன.

ஆசிரியரைப் பற்றிச் சற்றுத் தெரிந்துகொள்ளும் ஆர்வம் இருந்தது. ஆனால் அது அவசியமாகக் கருதப்படவில்லை. மேலும் கைப்பிரதிகளில் 'தேவைப்படுவதாக' வாசகர்கள் எண்ணிய மாற்றங்களை அவர்களே தயக்கமின்றித் தன்னிச்சையாகச் செய்தார்கள். 'ஆசிரியருடைய பொருள் என்ன?' என்ற கேள்வியை எழுப்பாமலேயே, முழுச் சுதந்திரத்தோடு அந்த மாற்றங்கள் அனைத்தையும் அவர்கள் நினைத்த மாத்திரத்தில் செய்தார்கள்.

அத்துடன் பண்டைக்காலத்தில் படைப்பாக்க 'ஆசிரியர்கள்' தங்களுடைய பெயர்களைப் பெரிதாக நினைத்ததில்லை. இதற்கு உலக இலக்கியங்களில் பற்பல சான்றுகளை நாம் anonymous (ஊர்பேர் தெரியாதன) என்ற வகையில் காணமுடிகிறது. ஏறத்தாழ நூறு சங்க காலப் புலவர்கள் தங்கள் பெயர்களைச் சொல்லாமல் பாடல்களை மட்டும் விட்டுச் சென்றனர். பின்னர் வந்தோர் ஆசிரியர் இல்லாப் பாடல் எப்படியிருக்க முடியும் என்று எண்ணினர். பாடல்களின் சிறப்புச் சொற்றொடர்களை வைத்துப் புலவர்களுக்குப் பெயர்சூட்டி மகிழ்ந்தனர். 'காலெறி கடிகையார்'. 'ஓரேர் உழவன்', 'அணிலாடு முன்றிலார்', 'செம்புலப் பெயல் நீரார்' போன்ற பெயர்களை நாம் அறிவோம்.

(ii) *'கைப்பிரதிகளிலிருந்து அச்சுப் பிரதிகளை நோக்கிய நகர்வு':* அச்சகங்கள், பதிப்பகங்கள் ஆகியவற்றின் தோற்றமானது 'ஆசிரியர்' என்ற கருத்தாக்கத்துக்கு ஒரு புதிய, பெரிய பரிமாணத்தைத் தந்தது. குறைந்த காலத்தில் பல நூறு அச்சுப் பிரதிகளை உற்பத்தி செய்து, பல நூறு வாசகர்களிடம் கொண்டுசேர்க்க முடிந்தது. இலக்கிய எழுத்தாளர்களின் எண்ணிக்கையும் பெருகியது. அதே நேரத்தில் இலக்கியப் பணியில் வணிக நோக்கும் சேர்ந்துகொண்டு வலிமை பெற்றது.

அக்காலகட்டத்தில் பனுவலை எழுதிய தனிப்பட்ட மனிதரின் பெயரோடு அவருடைய படைப்பாக்கத் திறன்களையும் சந்தைப்படுத்தும் வழக்கம் தோன்றியது. எனவே அவருக்கென ஒரு அடையாளம் தருவது முக்கியம் பெறத் தொடங்கியது. அதைக் காண்பித்து, சமுதாயப் பிரபலங்களின் ஆதரவையும் பண உதவியையும் பெற்று, இலக்கியப் பனுவல்களைப் பதிப்பிக்கவும் முடிந்தது. அதுதான் ஆசிரியருக்கு என்று ஒரு 'அரியாசனத்தை' நிர்மாணிக்கும் தொடக்கப் புள்ளியாகும்.

(iii) *மூலப் பனுவலை அடையாளம் காண்பதில் உள்ள சிரமங்கள்:* இந்தப் பனுவலை எழுதியது உண்மையில் யார்? 'ஆசிரியர்' என்ற அந்த ஒருவரே பனுவலில் காணப்படும் அனைத்துப் பகுதிகளையும் எழுதினாரா? ஒருவரே எழுதிய ஒரு பனுவலின் ஒன்றுக்கும் மேற்பட்ட கைப்பிரதிகள் கிடைக்குமானால், அவற்றுள் எதை ஏற்பது? எவற்றைத் தள்ளுவது? 'ஆசிரியரின்' அல்லது பனுவலின் உண்மைத் தன்மையை நிறுவுவதில் உள்ள சிரமங்களால் எழுந்தவையே இப்படிப்பட்ட கேள்விகள் ஆகும். இக்கேள்விகள் எல்லாக் காலகட்டங்களிலும் எழுப்பப்பட்டுள்ளன.

சங்க காலத் தமிழ் நூல்கள் அனைத்துமே ஓலைச் சுவடிகளில் எழுத்தாணி கொண்டு எழுதப்பட்டன. ஆசிரியரால் கைப்பட அல்லது அவர் சொல்லப் பிறர் கேட்டு எழுதிய சுவடி 'மூலச் சுவடி' அல்லது 'மூலபாடம்' என்று சொல்லப்படுகிறது. வேறொருவர்

அதைப் பார்த்து அல்லது சொல்லக் கேட்டுக் கையால் ஓலையில் எழுதி எடுத்த பிரதி வழிச்சுவடியாகும். சுவடிகளுக்கிடையே காணப்படும் வேறுபாடுகள் 'பாடபேதங்கள்' என்று பெயர் பெறுகின்றன. இடைச்செருகல்கள் என்பவை மூலபாடத்தில் அடையாளம் காணப்பட்ட பிறருடைய சேர்க்கைகள் ஆகும்.

கடல் கோளால், பிற காரணங்களால், மூலபாடங்கள் காணாமல் போயிருக்கின்றன. அப்போது வழிச்சுவடிகளே மூலபாடங்கள் ஆகியிருக்கின்றன. திருக்குறள் ஈராயிரம் ஆண்டுகள் பழைமையான நூல். அதனுடைய மூலச்சுவடி நமக்குக் கிடைக்க வில்லை. வழிச்சுவடி ஒன்றுக்கு, முதலாவது உரைநூலை ஆயிரம் ஆண்டுகளுக்குப் பின் மணக்குடவர் எழுதினார். அவருக்குப் பின்வந்த பரிப்பெருமாள், பரிதியார், காலிங்கர், பரிமேலழகர் ஆகியோர் தங்கள் உரைநூல்களைக் குறளின் வெவ்வேறு வழிச்சுவடிகளை அடிப்படையாகக் கொண்டு எழுதினர்.

அவர்களின் வழிச்சுவடிகளுக்கும், மணக்குடவரின் வழிச்சுவடிக்கும் இடையே பல பாடபேதங்கள் உள்ளன. உரையாசிரியர்கள் எல்லாருள்ளும் மிகவும் போற்றப்படும் பரிமேலழகரின் வழிச்சுவடியில்தான் அதிகபட்சமாக 120 பாடபேதங்கள் கண்டறியப்பட்டுள்ளன. என்றால், புலமைச் சிறப்பு மிகுந்த இவர்கள் கையாண்ட வழிச் சுவடிகளுள் எது அதிக நம்பகத்தன்மை கொண்டது?

சங்கத் தமிழ் நூல்களுள் எதற்குமே மூலச்சுவடி கிடைக்க வில்லை; பிரதிகளின், பிரதிகளின், பிரதிகளே கிடைத்துள்ளன. படிகள் எடுத்தவர்களிலும் அவற்றைத் திருத்தியவர்களிலும் சிலர் அமரத்துவம் பெற விரும்பியதுண்டு. விட்டுப்போன அல்லது விட்டுப்போனதாக நினைத்த சில பகுதிகளில், தம் 'சொந்தச் சரக்குகளை' மூல நூலாசிரியர்களுடையவை என்று படிகளில் உட்புகுத்தினர். இது பண்டைய புகழ்பெற்ற தமிழ்ப் பனுவல்கள் அனைத்துக்கும் பொருந்தும். இடைக்காலத்தைச் சேர்ந்த கம்பராமாயணத்திலேயே பல இடைச்செருகல்களை ரசிகமணி டி.கே. சி அடையாளம் கண்டுள்ளார்.

(iv) *'ஆசிரியர்' என்ற கருத்தாக்கமும் வணிக உள்நோக்கமும்:* ஷேக்ஸ்பியர் எழுதியவை என்று தொகுப்பாக உள்ள நாடகங்கள் அனைத்தும் கூட்டு முயற்சியால் வணிக நோக்க மேடை நாடகங்களாக உருப்பெற்றவை. தயாரிப்பின் பல கட்டங்களில் சக நடிகர்கள், இயக்குநர், மேடை அமைப்பாளர்கள், நிறுவனத்தார், புரவலர்(கள்) போன்ற பலர் அந்நாடகப் பனுவல்களில் பலவற்றை உட்புகுத்தினார்கள்; மாற்றங்களைச் செய்தார்கள். கூட்டு முயற்சியால் கிடைத்த அப்பனுவல்களுக்கு ஷேக்ஸ்பியர்

சொந்தக்காரர் கிடையாது. உண்மையில் அவை அனைத்தும் அவரைப் பணியில் அமர்த்திய நாடக நிறுவனத்துக்குச் சொந்த மானவை.

ஸ்டீவன் க்ரீன்ப்லாட் (Stephen Greenblatt) என்பவர் அமெரிக்க அறிஞர். ‘புதிய வரலாற்றியம்’ *(new historicism)* எனும் இலக்கியக் கோட்பாட்டிய நிறுவனர், வல்லுநர். *The Norton Shakespeare (1997)* என்ற ஷேக்ஸ்பியர் நாடகங்களின் தொகுப்புக்கு அவர் முன்னுரை எழுதியுள்ளார். பொதுவெளியில் பலர் அறியாத சில தகவல்களை அதில் சொல்கிறார். நாடகங்களை அச்சிட்டு விற்பனை செய்ய ஷேக்ஸ்பியர் எண்ணியது இல்லை. தானே அவற்றுக்கு ஆசிரியர் என்று உரிமை கோரியதும் இல்லை. அதற்குச் சட்டத்தில் அப்போது இடமும் இல்லை.

ஷேக்ஸ்பியர் இறந்த பின் ஏழாண்டுகள் கழித்து, அவருடைய நண்பர்கள்/சகநடிகர்களான ஹெமிங்ஸ் *(Heminges)*, காண்டல் *(Condell)* ஆகிய இருவரும் இணைந்து அவருடைய நாடகங்களைத் தொகுத்துப் பதிப்பிடும் முயற்சியை மேற்கொண்டனர். அவற்றை நன்கு விற்பனை செய்ய முடியும் என்று நம்பினர். எனவே ‘நாடகாசிரியர்’ ஷேக்ஸ்பியர் ‘எண்ணியபடியே’, ‘சொன்னபடியே’, அப்படியே சிறிதும் மாற்றமின்றி நாடகங்களை அச்சிட்டதாக *First Folio (1623)* என்ற அத்தொகுப்பின் பதிப்புரையில் கூறினர். அவற்றைத் ‘தோற்றுவித்தவரின்’ அடையாளத்தை ‘அதிகாரபூர்வ மாக’ உலகுக்கு அறிவிக்கும் வகையில் ஷேக்ஸ்பியரின் அச்சுப் படத்தை அட்டையில் சேர்த்தனர்.

ஷேக்ஸ்பியரின் நண்பரும், தொழில்முறைப் போட்டியாளரு மான பென் ஜான்சன் *(Ben Jonson)* என்ற நாடகாசிரியர் எழுதிய To the Memory of My Beloved, The Author Mr. William Shakespeare என்ற கவிதையையும் பெற்று அத்தொகுப்பில் சேர்த்தனர். அந்தக் கவிதையில் பென் ஜான்சன் ஷேக்ஸ்பியரின் நாடகத் திறத்தை மிகவும் உயர்வாக மதிப்பிடுகிறார். உலகப் புகழ்பெற்ற கிரேக்கத் துன்பியல் நாடகாசிரியர்களுக்குச் சமமாக ஒப்பிடுகிறார். ‘The applause! delight! the wonder of our stage!’ என்று உயர்த்திப் பிடிக்கிறார். அவருடைய காலத்துக்கு மட்டுமல்லாமல் அனைத்துக் காலங்களுக்கும் ஒப்பிலா நாடகத் திறம் கொண்டவர் ஷேக்ஸ்பியர் எனக் கூறுகிறார். இது நன்கறியப்பட்ட தொழில்முறைப் போட்டியாளரே தந்த தொழில்முறைப் புகழுரையாகும். அட்டைப் படத்தோடு சேர்ந்த இப்படிப்பட்ட ‘உன்னதத் தனித்துவத் திறத்தின் பறைசாற்றுதல்’ என்ற ‘போற்றி – போற்றி’ உத்தி ‘ஆசிரியர்’ என்ற கருத்தாக்கத்தை மேலும் வலுப்படுத்தியது. அவரை அடையாளப்படுத்தியது. அவருடைய பனுவல்களைச் சந்தைப் படுத்தும் வணிக உத்தியாகவும் பயன்பட்டது.

(v) *நடுத்தர வர்க்க வாசகர்களின் பரவல்; விரிந்த சந்தை; அதிகரித்த பனுவல்களின், ஆசிரியர்களின் எண்ணிக்கை:* பதினேழு, பதினெட்டாம் நூற்றாண்டுகளில், மேலை நாடுகளின் நடுத்தர வர்க்க வாசகர்களுடைய பரவல் அதிகமானது. அதனால் விரிந்த சந்தையின் தேவைக்கு ஏற்ப, அச்சிட்ட இலக்கியப் பனுவல்களின் எண்ணிக்கையும் எழுத்தாளர்களின் எண்ணிக்கையும் பெரிதாகின. இந்தக் காலகட்ட முதலாளித்துவப் பொருளாதார வளர்ச்சிக்கு இது வலு சேர்த்தது. இப்பொருளாதாரச் சித்தாந்தத்தின் ஒரு விளைவே நவீன 'ஆசிரியரின்' பிம்பம் என்று மிஷல் ஃபுகோவ், ரோலண்ட் பார்ட் ஆகிய இருவரும் வலியுறுத்திச் சொல்கிறார்கள். முன்பு எப்போதும் இல்லாத வகையில், நவீன யுகத்தில் கட்டுமானம் செய்யப்பட்ட பிம்பத்தின்படி, 'ஆசிரியர்' தனித்துவ ஆக்கத்திறம் பெற்றவர். அவர் எழுதிய பனுவல்கள் அனைத்தும் அவரின் தனிப்பட்ட படைப்பாற்றலால் விளைந்தவை. எனவே அவையனைத்தும் அவருக்கே சொந்தமானவை. சந்தையில் 'அவருடைய' பனுவல்களின் விற்பனைக்கு இத்தகைய பிம்பம் பெரிதும் உதவியது.

அச்சகங்களும் பதிப்பகங்களும் தோன்றிய காலத்துக்கு முன் வரை, அரசர்கள், புரவலர்களின் ஆதரவு இலக்கியப் படைப்பாளிகளுக்குக் கிடைத்துவந்தது. சடையப்ப வள்ளலின் ஆதரவில் கம்பன் இளமைக் காலம் தொட்டே வாழ்ந்துவந்ததை நாம் அறிவோம். பதிப்பகக் கலாச்சாரத்தின் விளைவாக, புரவலர்களின் ஆதரவுக்கு மாற்றாக, பதிப்பகங்கள், புத்தக விற்பனையாளர்களின் ஆதரவை இலக்கியப் படைப்பாளிகள் பெறத் தொடங்கினர்.

விரிந்துவந்த இலக்கிய வணிகச் சூழலில் இன்னொரு திருப்பம் நிகழ்ந்தது. படைத்த பனுவல்களுக்குரிய சட்டப்பூர்வ காப்புரிமை தங்களுக்கே என்ற வேண்டுகோளை எழுத்தாளர்களே முன்வைத்தனர். 'தனித்துவ' படைப்பாக்கத் திறத்தைக் கொண்டு தாங்களே 'முற்றிலும் புதிய' பனுவல்களைப் படைத்ததாக வாதிட்டனர். சொந்த அறிவாற்றல் மூலம் விளைவிக்கப்பட்ட பனுவல்களுக்கான முழுமையான 'அறிவுசார் சொத்து உரிமை'யும் (intellectual property right), புதியதாகத் தாங்கள் படைத்த 'விற்பனைப் பொருளுக்குரிய காப்புரிமை'யும் (copyright) தங்களுக்கே என்றும் கோரினர்; வெற்றியும் அடைந்தனர்.

5.3.2.3 புதிய வரலாற்றியப் பார்வையில் 'ஆசிரியர்'

புதிய வரலாற்றிய *(new historicism)* நிலைப்பாட்டின்படி, சமய, தத்துவ, சட்ட, அறிவியல் பனுவல்களைப் போன்றதுதான் இலக்கியப் பனுவலும். எந்தப் பனுவலுமே ஒரு குறிப்பிட்ட காலச்

சமூக – பொருளாதார – அரசியல் நிகழ்வுகளின் தாக்கத்திலிருந்து விடுவிக்கப்பட்டது கிடையாது. இலக்கியப் பனுவல் அதற்கு விதிவிலக்கு ஆகாது. அது சுயாதிகாரமோ தனித்துவ நிலையோ சிறப்புரிமையோ பெற்றது அல்ல. அது நிலைநிறுத்தப்பட்ட, ஒத்திசையும் அர்த்தங்களால் கட்டுமானம் செய்யப்பட்டதும் அல்ல; முழுமையானதும் அல்ல. கலைத்திறனோடு அதில் உள்ள முரண்கள் தீர்க்கப்படவும் இல்லை. தீர்க்கப்பட்டு விட்டது போன்ற ஒப்பனைக் காட்சியை மேல்மட்டத்தில் அது தரலாம். ஆனால் அடித்தளத்தில் ஆதிக்கம், வர்க்கம், பாலினம், பலதரப்பட்ட சமூகப்பிரிவுகள்சார் பிரச்சினைகள் தகித்துக்கொண்டே இருக்கும்.

புதிய வரலாற்றியச் சிந்தனையாளர்கள் கடந்தகாலச் சமூகங்களை ஆழமான சிக்கல்கள் கொண்டவையாகவே பார்க்கின்றனர். ஒரு குறிப்பிட்ட சமூகத்தின் ஒரு குறிப்பிட்ட 'காலத்திய ஆன்மா' (spirit of the age) இதுதான் என்ற ஒரு வட்டம் வரைந்து, அதற்குள் எந்தக் கடந்தகாலச் சமூகத்தையும் நிறுத்த முடியாது. ஆனால் அப்படிப்பட்ட முயற்சிகள் பல இருந்தன. அவற்றுள் கடந்த கால இலக்கியப் பனுவல்கள் நன்கறியப்பட்ட உதாரணங்கள் ஆகும். ஆதிக்கம் செலுத்திய சித்தாந்தங்களுக்கும் கலாச்சாரக் கூறுகளுக்கும் மட்டுமே அவை முன்னுரிமை தந்தன. அவற்றை மட்டுமே ஓர்வழிப் பார்வையில் சித்திரித்தன.

ஆனால் கூர்ந்து கவனித்தால், அவற்றில் உள்ள ஒத்திசையாத பல குரல்களைக் கேட்க முடியும்; பனுவல் எழுதப்பட்ட காலத்திய பாரம்பரிய ஆதிக்கச் சக்திகளின் உரத்த குரல்கள் மட்டுமல்லாமல், அடக்கி ஒடுக்கப்பட்டோரின் எதிர்ப்புக் குரல்கள், சிதைவுகளை உண்டாக்குவோரின் சூழ்ச்சிக் குரல்கள், நெரிக்கப்பட்ட விளிம்புநிலை ஈனக் குரல்கள் ஆகியவையும் அவற்றுள் ஒலிக்கும்.

புதிய வரலாற்றியப் பார்வையில் 'ஆசிரியர்', ஒரு முதலாளித்துவக் கட்டுமானக் கருத்தாக்கம் ஆகும். அது உண்மைக்குப் புறம்பானது; நிராகரிக்கப்பட வேண்டியது. ஆசிரியர் என்பவர் தனித்தியங்கும் சுதந்திரம் பெற்றவர் அல்ல. இலக்கியப் பனுவலானது அவருடைய சொந்தக் கற்பனையின் ஆக்கத் திறனால் தோற்றுவிக்கப்பட்டது அல்ல. ஒருமுகப்படுத்திய, நிலைத்து நிற்கும், தனித்துவ, சொந்த அடையாளங்கள் என்று எதுவும் அவருக்குக் கிடையாது.

வரலாறு எனப்படுவது ஒற்றை இயல்பை மட்டுமே கொண்டதல்ல. சூழ்நிலைகள் சாராத உண்மைகளாலும் நிகழ்வுகளாலும் உருப்பெற்ற நிலையான அமைப்பும் அல்ல. அதைக் குறிப்பிட்ட ஒரு காலகட்ட இலக்கியப் பனுவலின் பின்புலமாகக் கொள்ள முடியாது. இலக்கியப் பனுவல்

காலத்தின் கண்ணாடியும் அல்ல. மாறாக, அதைக் குறிப்பிட்ட சூழ்நிலைக் காரணிகளே உருவாக்கியுள்ளன. அவற்றுள் அது புதையப்பட்டுள்ளது. அக்காரணிகளோடு மரபுகள், நம்பிக்கைகள், கலாச்சார ஆதிக்க உறவுகள், நடைமுறைகள், விளைவுகள் ஆகியவை இணைந்து ஒரு வலைப்பின்னலாக உள்ளன. அதையே நாம் 'வரலாறு' எனச் சொல்கிறோம். அதில்தான் இலக்கியப் பனுவல் புதையப்பட்டுள்ளது. அது வலைப்பின்னலில் உள்ள அனைத்துக் கூறுகளுடன் ஓயாமல் இடைவினை ஆற்றி, பரிமாற்றங்களைச் செய்துகொண்டுள்ளது.

எனவே 'ஆசிரியர்' என்ற ஒற்றை மனிதர் ஒரு பனுவலை எழுதுவது கிடையாது. ஒரு குறிப்பிட்ட காலகட்டச் சமூக-கலாச்சாரச் சூழ்நிலைகளும், ஆட்சி செய்யும் அதிகார அமைப்புமே அதை எழுதுகின்றன. அவையே அந்தக் காலகட்டச் சமூகத்தைப் பெரியதொரு எந்திரமாய் நிர்மாணிக்கின்றன. அவையே எந்திரத்தை இயக்கவும் செய்கின்றன. 'ஆசிரியர்', வாசகர், இலக்கியத் திறனாய்வாளர், நுண்கலை வல்லுநர், மருத்துவர், உழைப்பாளி என்ற பலதரப்பட்ட மக்களும் அந்த எந்திரத்தில் முடுக்கப்பட்ட பல துண்டுப் பொருள்கள் ஆவர்.

அந்தக் காலகட்டச் சமூக-கலாச்சாரச் சூழ்நிலைகள், ஆட்சி செய்யும் அதிகார அமைப்பு ஆகியவை மக்கள் எல்லாருக்கும் பரவலான பல அழுத்தங்களைத் தருகின்றன. இறுக்கங்களை உண்டாக்குகின்றன; தவிர்க்கமுடியாத விளைவுகளைத் தயங்காமல் நிகழ்விக்கின்றன. 'ஆசிரியர்' அவற்றை ஒரு பனுவலாகப் பதிவு செய்யும் ஒரு எழுது கருவியே. அவையே பனுவலுக்குப் பொருளைத் தருகின்றன. ஆகவே பனுவலுடைய பொருள் என்றால் அது 'ஆசிரியர்' என்பவருடைய சொந்தக் கற்பிதம் அல்ல. சுருக்கமாகச் சொன்னால் அந்தக் காலகட்ட வரலாறே பனுவலுக்குப் பொருளைத் தருகிறது. பனுவலை எழுதுகிறது.

எடுத்துக்காட்டாக, கோவில்பட்டியைச் சேர்ந்த சோ. தருமன் எழுதிய சூல் என்ற தமிழ் நாவலுக்கு 2019ஆம் ஆண்டுக்கான சாகித்ய அகாடமி விருது கிடைத்தது. விருதுக்குப்பின் அவர் சொன்ன சொற்கள்:

நமது தேசத்திற்கு ஆங்கிலேயரிடமிருந்து சுதந்திரம் கிடைத்தபோது, 39,640 கண்மாய்கள் இருந்தன. அந்தக் கண்மாய்களின் தற்பொழுதைய நிலை என்ன என்பதை விளக்குவதே 'சூல்' நாவலின் மையக்கரு. உலகத்தில் முக்கியப் பிரச்சினையாக இன்று தலையோங்கி நிற்பது நீர்தான். குறிப்பாகக் கரிசல் மண் முழுவதும் மானாவாரி நிலங்களாகும். கிணறுகள்தான் நீராதாரமாக விளங்கி வருகிறது. இதற்கு

முன்பு கண்மாய்கள் அனைத்தும் அந்தந்தக் கிராமத்தின் வசம் இருந்தன. கிராம மக்களே கண்மாய்களைப் பராமரிப்பு செய்து, மராமத்துப் பணிகளை மேற்கொண்டு சீரமைத்துக்கொள்வது வழக்கம். ஆனால் தற்பொழுது கண்மாயை நான்கு பூதங்கள் காத்துக் கிடக்கிறது.

வருவாய்த்துறை, பொதுப்பணித்துறை, வனத்துறை, கனிமவளத்துறை என இந்த நான்கு துறைகளின் அனுமதி யில்லாமல் ஒரு கைப்பிடி மண் கூட அள்ள முடியாது. எங்களது பிஞ்சை மண் அது. இந்த மழையில் என்னுடைய வயற்காட்டில் இருந்து மண் வருகிறது. அதனைக் கண்மாய் தண்ணீர் பிரித்துக்கொடுக்கிறது. அந்த மண் நான் எடுக்கக் கூடாது என்றால் என்ன நியாயம். முழுமையாக விவசாயம் நலிவுறுவதற்குக் காரணமே கண்மாய்களை மராமத்து பார்க்காததும், மண் எடுக்க விடாததும் காரணம் என அதில் எழுதியுள்ளேன். அந்தக் கண்மாய்களைப் பற்றிப் பேசக்கூடிய நாவல்தான் சூல்.

நான் பத்து ஏக்கர் நிலத்தினைத் தண்ணீர் இல்லாமல் தரிசாகப் போட்டுவிட்டுக் கோவில்பட்டியில் வந்து உட்கார்ந்துள்ளேன். இதுதான் இந்த நாவலை எழுதத் தூண்டுதலாக இருந்தது.

சோ. தருமனின் காலத்திய சமூக–கலாச்சாரச் சூழ்நிலை களாகப் பின்வருவன சொல்லப்படுகின்றன: கரிசல் மண் முழுவதும் மானாவாரி நிலங்கள் என்ற உண்மை; சுதந்திரம் கிடைத்தபோது நீர் நிறைந்திருந்த *39,640* கண்மாய்கள்; அவற்றின் தற்போதைய வறண்ட நிலை; இன்று தலையோங்கி நிற்கும் நீர்ப் பிரச்சினை; அந்தந்தக் கிராமத்தின் வசம் முன்பிருந்த கண்மாய்கள்; கிராம மக்களே கண்மாய்களைப் பராமரிப்பு செய்த, மராமத்துப் பணிகளை மேற்கொண்ட, சீரமைத்துக்கொண்ட வழக்கம்; கிராமக் கண்மாய்களில் உள்ள மண் மக்களின் வயற்காடுகளிலிருந்து மழையில் கரைந்து சென்ற ‘பிஞ்சை’ மண்; அதைக் கண்மாய் தண்ணீர் பிரித்துக்கொடுக்கிறது. அதை மறுசுழற்சியில் எடுத்து வயற்காடுகளில் நிரப்பி மானாவாரி விவசாயம் செய்யும் உரிமை; அதை எடுக்கக்கூடாது என்ற தற்போதைய அரசுகளின் நியாயமற்ற உத்தரவு; அரசுகளின் கடமை தவறுதல்; புறக்கணிக்கப்பட்ட கண்மாய்களின் மராமத்து; மண் எடுக்கத் தடை; முழுமையாக நலிவுற்ற விவசாயம்.

இவையனைத்தையும் மையக்கருவாகக் கொண்டு பேசும் நாவல்தான் சூல். முன்பு கண்மாய்கள் அந்தந்தக் கிராம மக்களின் வசம் இருந்தன. அவற்றின் மராமத்துப் பராமரிப்பும் சீரமைப்பும் அவர்கள் கையில் இருந்தன. சுதந்திரத்துக்குப் பின் வந்த அரசுகள் தங்களுடைய ஆதிக்க அதிகாரத்தால் அவற்றைப்

பொதுப்பணித்துறை, வனத்துறை, வருவாய்த்துறை, கனிமவளத் துறை என்ற நான்கு பூதங்களின் கைகளில் தந்துவிட்டன. அவற்றைக் காத்துக் கிடக்கும் இந்தப் பூதங்களின் 'அனுமதியில்லாமல் ஒரு கைப்பிடி மண் கூட அள்ள முடியாது'.

புதிய வரலாற்றியப் பார்வையில், இந்த நாவலைச் சோ. தருமன் எழுதவில்லை. அவருடைய உருளைக்குடி கிராம விவசாயம்சார் சமூகச் சூழ்நிலைகள், விடுதலைக்குப் பின் ஆட்சி செய்த அரசு அமைப்புகள் ஆகியவை அழுத்தங்களைத் தந்துள்ளன; இறுக்கங்களை உண்டாக்கியுள்ளன; கடும் துன்பியல் விளைவுகளை நிகழ்வித்துள்ளன; அவையே பனுவலுக்குப் பொருளைத் தருகின்றன. ஆகவே பனுவலுடைய பொருள் தருமனிடமிருந்து பெறப்பட்டது அல்ல. அவருடைய சொந்தக் கற்பிதத்தின் விளைபொருள் அல்ல. சுருக்கமாகச் சொன்னால் அவருடைய காலகட்ட 'வரலாறே' சூல் என்ற நாவலுக்குப் பொருளைத் தந்துள்ளது. நாவலை எழுதியுள்ளது. அதைப் பதிவு செய்த ஒரு எழுது கருவியாகவே தருமன் இயங்கியுள்ளார்.

5.3.2.4 ஆசிரியர்: நகல் எடுப்பவர், படைப்பாளி அல்ல

எந்த இலக்கியப் பனுவலும் ஆசிரியரின் சொந்தப் படைப்பல்ல. அதில் எந்த ஒரு பகுதியையும் கூட 'என்னுடையதே/ என்னுடையது மட்டுமே' என்று அவர் காப்புரிமை கொண்டாட முடியாது. பனுவலில் உள்ள கூறுகள் எவையும் அசல்கள் அல்ல: அவை முந்திய காலப் பன்னூறு பனுவல்களின் ஏராளமான கூறுகளுடைய பரிவர்த்தனைகள் மூலம் கிடைக்கப்பெற்றுள்ள அச்சு நகல்களாகும். ஒவ்வொரு மொழிக்கும் ஒரு மொழிக் களஞ்சியம் உள்ளது, அதன் ஆழமான அடித்தளத்தில் ஒரு கலாச்சாரக் களஞ்சியம் உள்ளது. இரண்டிலிருந்தும் நகல் எடுத்துக் கையாளப்பட்ட பல்லாயிரக் கணக்கான பதிவுகளின் கோவைகளே முந்திய பனுவல்கள். அந்தக் கோவைகளின் நகல்களே தற்போதைய பனுவல்கள்.

ஆனால் பாரம்பரிய இலக்கியத் திறனாய்வு முறையில் ஒரு 'சட்டம்' உள்ளது. பன்னெடுங் காலமாகப் பலர் அதை அப்படியே எழுத்துப் பிசகாமல் பின்பற்றி வந்துள்ளனர். அவர்களைப் பொறுத்தவரையில் ஆசிரியரின் சொல்லே சொல்; வேறெதுவும் சொல் அல்ல. அவர் சொல்ல நினைத்த பொருளே பொருள். வேறெதுவும் பொருள் அல்ல. வேறு பொருளை யாரும் கற்பிக்க முனைந்தால் அது பெரும் தவறாகும். அவர் சொல்ல 'நினைத்த பொருளைத்' துல்லியமாக அடையாளம் காணவேண்டும். அதை அகழ்ந்தெடுத்து, விளக்கி உரைக்க வேண்டும். அவரின் தனித்துவச்

சிறப்புகளை அல்லது குறைகளை நிலைநாட்ட வேண்டும். இதுவே இலக்கியத் திறனாய்வின் ஒற்றை இலக்கு எனக் கருதப்பட்டது.

ஆசிரியர் என்ற தனிமனிதரையும் அவருடைய வாழ்க்கைச் சுவடுகளையும், விருப்பு – வெறுப்புகளையும் மையப்படுத்திப் பனுவலை ஆய்வு செய்வதே சரியான திறனாய்வு என்று நம்புவோர் பலர் உள்ளனர். ஆனால் எந்த ஒரு இலக்கியப் பனுவலும் 'ஆசிரியரால்' எழுதப்படுவது கிடையாது. அதில் அவருடைய தனித்துவக் குரல் மேலோங்கி நிற்பதும் இல்லை. அவர் செய்யும் ஒரே வேலை பல பனுவல்களில் பொதிந்துள்ள ஏராளமான சமூக – கலாச்சார – அரசியல் கூறுகளை நகல் எடுத்துத் தருவதுதான்.

அவருக்கு முந்திய பனுவல்களும் அதே போல ஏராளமான அப்படிப்பட்ட கூறுகளின் நகல்களின் நகல்களே. எனவே 'அவருடைய' பனுவல் நகல்களின் நகல்களின் நகல்களே. இப்படிப்பட்ட 'நகல் எடுக்கும் வேலையில்' ஆசிரியரின் தனித்துவப் பொருள் எங்கே உள்ளது? அவருடைய சொந்த முத்திரைகள் எங்கே உள்ளன? நகல்கள் பல புதிய விதங்களில் கூட்டுச் சேரும்போது பல புதிய பனுவல்கள் தம்மைத் தாமே எழுதிக்கொள்கின்றன. ஆசிரியர்கள் எழுதுவது இல்லை.

5.3.2.5 பனுவலிடை இழையோட்டம்

ஜூலியா கிறிஸ்டிவா (Julia Kristeva) என்ற ஃப்ரென்ச் குறியீட்டியல் அறிஞரும் (semiotician) ஆசிரியர் – மையப் பனுவல் பொருள் அணுகுமுறையை நிராகரிக்கிறார். அதற்கு முற்றிலும் மாறுபட்ட 'பனுவலிடை இழையோட்டம்' (Intertextuality) என்ற கருத்தாக்கத்தை முன்வைத்து, அதைப் பிரபலமடையச் செய்துள்ளார். இவர் உருவாக்கிய கலைச்சொல்லானது intertexto என்ற லத்தீன மொழிச் சொல்லிலிருந்து பெறப்பட்டுள்ளது. 'நெய்யும்போது ஒன்றுடன் ஒன்று சேர்த்து இணைத்தல்' என்பது லத்தீன மொழிச் சொல்லின் பொருளாகும்.

எந்த ஒரு பனுவலும் முந்திய பனுவல்களிலிருந்து அறிந்தும் அறியாமலும் பெறும் பல கூறுகளைப் பல வழிகளில் இணைப்பதன் மூலம் உருவாக்கம் பெறுகிறது. இத்தகைய பனுவல்களின் இழையோட்டத்தை எந்தப் பனுவலிலும் எளிதில் காணமுடியும். இது ஜூலியா கிறிஸ்டிவாவின் செல்வாக்கு மிகுந்த கருத்தாகும். பின்வருவன பனுவல்களின் இழையோட்டக் காரணிகளாக உள்ளன: நேரடியான மேற்கோள்கள், மறைமுகக் குறிப்புகள், வடிவ – உள்ளடக்கக் கூறுகளை அப்படியே எடுத்துக் கையாளுதல், அவற்றை உருமாற்றம் செய்தல்.

மேலே சொல்லப்பட்டவை தவிர வேறொரு அடிப்படைக் காரணியும் உள்ளது. ஒவ்வொரு சமுதாயத்திலும் மொழி, கலாச்சார, இலக்கிய மரபுகளும் ஆக்க முறைகளும் காலம் காலமாகக் கைமாற்றிப் பெறப்படுகின்றன. அவை அன்றாட மொழிப்பயன்பாட்டில் பொதியப்பட்டுள்ளன. இவையனைத்தும் சேர்ந்த விலை மதிப்பற்ற செல்வங்களின் திரட்டு எல்லாப் பனுவல்களுக்கும் பொதுவானது. இதிலிருந்து பெறும் அடித்தளக் கூறுகளை எந்தப் பனுவலும் தவிர்க்க முடியாது. அவை இல்லாமல் உருவாக்கம் பெறவும் முடியாது.

ஆகவே 'ஆசிரியர் சொல்ல நினைத்த பொருள்' என்று எதுவும் கிடையாது. பனுவலின் பொருள் பின்வருவன அனைத்தையும் உள்ளடக்கியது: நீண்ட கால வரலாற்றில் மொழிக் கூறுகள் உள்வாங்கிய பொருள்கள், நூற்றாண்டுகளைக் கடந்த பனுவல்களின் இழையோட்டப் பொருள்கள், வாசகர்களின் எண்ணிறந்த வாசிப்புப் பொருள்கள், அவர்களின் கலாச்சார உருவாக்கப் பொருள்கள். இவை அனைத்திலும்தான் பனுவலின் பொருள் உள்ளது. அதனுடைய உயிரோட்டம் உள்ளது. 'ஆசிரியர் சொல்ல நினைத்த பொருள்' என்ற புனைவுக் கட்டுமானத்தில் அல்ல.

5.3.3 இலக்கியத்தின் வாசிப்புப் பயணம்

பிரசவத்திற்குப் பின் உடனடியாக நாபிக்கொடி வெட்டப்பட்டுச் சேய் தாயிடமிருந்து பிரிக்கப்படுகிறது. பிறந்த பனுவல், ஆசிரியரின் கையை விட்டு நீங்கிப் பொதுவெளியை அடைகிறது. அந்த நொடியில் அதற்கும் ஆசிரியருக்கும் உள்ள உறவு அறுபடுகிறது. முதல் வாசகரிடம் பனுவல் சென்றடையும்போது அதனுடைய இன்னொரு பயணமாகிய வாசிப்புப் பயணம் தொடங்குகிறது. அது ஆசிரியரைத் திரும்பிப் பார்த்துக்கொண்டே தொடருகிறது. பனுவலுக்கும் அதைப் படைத்த ஆசிரியருக்கும் உள்ள 'நெருங்கிய' உறவை வெளிப்படுத்தும் இப்படிப்பட்ட உருவகங்கள் பலருக்கும் நன்கு தெரிந்தவையே; புரிந்துகொள்ளத் தக்கவையே. ஆனால் இந்த உறவைப் பற்றி அண்மைக் காலங்களில் ஆழமான கேள்விகள் கேட்கப்படுகின்றன; புதிய விடைகள் சொல்லப்படுகின்றன. மேலும் எழும் கேள்விகளால் புதிய தேடல்கள் தொடர்கின்றன.

5.3.3.1 வாசகர் – கோணப் பனுவலும் எழுத்தாளர் – கோணப் பனுவலும்

ஒவ்வொரு இலக்கியப் பனுவலும் பிறப்பதற்குமுன் செய்வது ஆக்கப் பயணம். பிறந்தபின் செய்வது வாசிப்புப் பயணம். அதாவது, ஒவ்வொரு பனுவலுக்கும் இரு பயணங்கள் உண்டு

என்ற கருத்து மேலே சொல்லப்பட்டது. இதிலிருந்து மிகவும் வேறுபட்ட, புதுமையான ஒரு கருத்தாக்கத்தை ரோலண்ட் பார்ட் (Roland Barthes) என்ற ஃப்ரென்ச் இலக்கியக் கோட்பாட்டாளர் தன்னுடைய *The Pleasure of the Text (1973)* என்ற புத்தகத்தில் முன்வைக்கிறார்: பனுவல்களையே 'வாசகர் – கோணப் பனுவல்கள்' *(readerlly texts)*, 'எழுத்தாளர் – கோணப் பனுவல்கள்' *(writerly texts)* என இருவகைப்படுத்துகிறார். அவருடைய இவ்விரு கருத்தாக்கங்களையும் சற்று விரிவாகக் காண்போம்.

வாசகர்–கோணப் பனுவல்கள்

பெரும்பாலான பனுவல்கள் இவ்வகையைச் சார்ந்தவை. 'உன்னதங்கள்' என்று ஒரு சமூகம் போற்றும் பனுவல்களோடு தொடர்புபடுத்தி இவை உணரப்படுகின்றன. நன்கு பழக்கமான, ஒற்றைப் பரிமாண, நேர்கோட்டு, மரபுவழி நடைமுறையில் இவை உருவாக்கம் பெறுகின்றன. உள்ளடக்கம், வடிவம், நடை ஆகியவற்றில் எந்த மாற்றத்தையோ புதுமையையோ இப்பனுவல்களில் காணமுடியாது. பனுவலின் அர்த்தம் முன் கூட்டியே தீர்மானிக்கப்பட்டு, நிலைநிறுத்தப்படுகிறது. அது தரும் தகவல்களை ஒரு கொள்கலத்தைப் போல அப்படியே வாங்கிக் கொள்வது மட்டுமே வாசகரின் வேலை. எப்படி வாசிக்கவேண்டும் என்று பனுவல் சொல்கிறதோ அவ்வழியில் மட்டுமே அவர் வாசிக்கவேண்டும். வாசகர் – கோணப் பனுவலில் வாசிப்புச் சுதந்திரம் மறுக்கப்படுகிறது. பனுவலுடன் அவர் ஊடாட்டம் செய்ய முடியாது. ஒரு தெளிவுக்காகப் பனுவல் சொல்லும் கருத்தைத் தன்னுடைய சொந்தக் கருத்தோடு ஒப்பிட்டோ வேறுபடுத்தியோ பார்க்க முடியாது.

பலதரப்பட்ட அர்த்தங்களைக் காண வாசகர் முயலக் கூடாது என்ற நோக்கத்தோடு வாசகர் – கோணப் பனுவல் கட்டமைக்கப்படுகிறது. 'தரப்படுத்தப்பட்ட' சித்திரிப்புகள், அர்த்தம் குறிப்பிடும் முறைகள் ஆகியவற்றைக் கொண்டு, அது வாசகர் மேல் ஆதிக்கம் செலுத்துகிறது. வணிகப்படுத்தப்பட்ட, இலக்கிய அதிகார வர்க்கத்தையே இத்தகைய பனுவல்கள் ஆதரிக்கின்றன. செய்து முடிக்கப்பட்ட, சந்தைப் பொருள்களாக இவை வாசகருக்குத் தரப்படுகின்றன. விளம்பரப்படுத்தப்பட்டுள்ள ரசனைகளை மட்டுமே இவை வாசகரிடமிருந்து எதிர்பார்க்கின்றன.

எழுத்தாளர்–கோணப் பனுவல்கள்

வாசகர்–கோணப் பனுவல்கள் மறைக்க முயன்ற, மறைத்துவைத்த, அனைத்து அம்சங்களையும் எழுத்தாளர்–

கோணப் பனுவல்கள் வெளிப்படுத்துகின்றன. இங்கு அதிகாரம் கைமாறி வாசகரிடம் வந்துசேர்கிறது. பனுவலின் அர்த்தக் கட்டமைப்பில் அவர் இயக்கம் மிகு ஈடுபாடு கொள்கிறார். வாசகர்–கோணப் பனுவல்களில் ஒற்றைப் பரிமாண அர்த்தம் கொண்ட, ஒற்றைக் கதவு மட்டுமே திறந்துள்ளது. மாறாக எழுத்தாளர்–கோணப் பனுவல்களில் பல பரிமாணங்கள் கொண்ட பல அர்த்தக் கதவுகள் திறந்துவைக்கப்பட்டுள்ளன.

கதை கூறும் இறுகிய மரபிலக்கியக் கட்டமைப்பை எழுத்தாளர்–கோணப் பனுவல்கள் புறம்தள்ளுகின்றன. முத்துக் குளித்து வெளிக்கொணர வேண்டிய பலதரப்பட்ட கலாச்சார, சித்தாந்தக் குறியீட்டுத் திரவியங்கள் இங்கு வாசகருக்காக ஏராளமாகப் புதைந்துள்ளன. முழு வாசிப்புச் சுதந்திரமே இப்பனுவல்களின் தலையாய அம்சமாகும். எந்த அளவுக்கு என்றால், ஒரு எழுத்தாளர் போலவே வாசகர் ஆக்கம் மிகு அர்த்தக் கட்டமைப்புப் பயணத்தை எத்திசையிலும் எப்பரிமாணத்திலும் நிகழ்த்தலாம்.

வாசகர்–கோணப் பனுவலைப் பொறுத்தவரையில், வாசகர் தன் பயணத்தைப் பனுவலின் தொடக்கத்தில்தான் தொடங்கவேண்டும்; நடுப் பகுதியைத் தொடர்ந்து, முடிவில்தான் முடிக்கவேண்டும். இப்படிப்பட்ட விதி போன்ற எதிர்பார்ப்பு உள்ளது. மாறாக, பிந்திய எழுத்தாளர்–கோணப் பனுவலில் அப்படிப்பட்ட எதிர்பார்ப்பு சிதைக்கப்படுகிறது. இப்பனுவலுக்கு 'உள்ளே' செல்லும் வழிகள் பல இருக்கின்றன.

எழுத்தாளராக மாறிய வாசகர் எந்த வழியிலும் உள்ளே சென்று பயணிக்கலாம். முந்தியது கடந்த காலத்தைச் சேர்ந்த ஒருமைப் பனுவல். பிந்தியது 'முடிவில்லாத நிகழ்காலத்தில்' உள்ள பன்மைப் பனுவல். இதைத்தான் 'நாமே எழுதுகிறோம்' (Ourselves writing) என்று ரோலண்ட் பார்ட் குறிப்பால் உணர்த்துகிறார்.

அவருடைய கருத்தாக்கத்தின்படி, 'புனைவு இலக்கியப் பனுவல்' என்ற தன்னுடைய உண்மை நிலையை, வாசகர்–கோணப் பனுவல் மறைக்கிறது; நிஜங்களை ஊடுருவிப் பார்க்க உதவும் ஒரு நிஜ வெள்ளைக் கண்ணாடி ஜன்னலாகத் தன்னைப் பாவித்துக்கொள்கிறது. பாவனை என்பது ஒரு நடிப்பே. நடிப்பு ஒரு நாளும் உண்மையாகாது. உள்ளடங்கிய புனைவுக் கூறுகளை எவ்வளவு முயன்றாலும் மறைக்க முடியாது. மாறாக, எழுத்தாளர் – கோணப் பனுவல் தன்னுடைய புனைவு உத்திகளை மறைக்க முயல்வதில்லை. நிஜங்களைப் போன்ற தோற்றத்தை ஏற்படுத்த உதவிய அணியிலக்கண உத்திகளை வெளிப்படையாகத் தெரிவிக்கிறது.

கே. தியாகராஜன்

5.3.3.2 ஆசிரியரின் ‘மரணம்’

பனுவலின் வாசிப்புப் பயணத்தில் எத்தனை வாசகர்கள் இணைகின்றனரோ அத்தனை வாசிப்புகளும் நிகழும். பனுவல் ஒன்றுதான் என்றாலும் வாசிப்புகள் கணக்கற்றவை. காணும் அர்த்தங்களும் கணக்கற்றவை. எந்த இரண்டு வாசிப்புகளும் ஒரேவிதமாக இருக்காது. வாசகர்களின் அர்த்தத் தேடல்களே பனுவலின் உயிரோட்டத்தைத் தீர்மானிக்கின்றன. இங்கு ஆசிரியரின் பங்களிப்பு என்று எதுவுமில்லை.

ஆனால் ‘வாசகர்’ என்ற மரபுக் கருத்தாக்கத்தின்படி, அவருக்கு வாசிப்புச் சுதந்திரம் கிடையாது. ஒரு கொள்கலத்தைப் போல, கொடுப்பதை அப்படியே வாங்கிக் கொள்வது மட்டுமே அவரின் வேலை. யாராலோ, எப்போதோ கட்டுமானம் செய்யப் பட்டு, நிலைநிறுத்தப்பட்ட, ஒற்றைப் பரிமாண அர்த்தமே பனுவலின் அர்த்தம். அதை மட்டுமே அவர் காணவேண்டும். எப்படி வாசிக்க வேண்டும் என்று பனுவல் சொல்கிறதோ அப்படி மட்டுமே அவர் வாசிக்க வேண்டும். சுருக்கமாகச் சொன்னால், அதனுடைய மேலாதிக்கத்தில் வாசகர் சிறைவைக்கப்படுகிறார்.

இச்சிறையிலிருந்து வாசகர் விடுவிக்கப்பட வேண்டும்; அவருக்கு முழு வாசிப்புச் சுதந்திரம் கிடைக்கவேண்டும் அது மிகமிக அவசியம். இக்கருத்தை ஆணித்தரமாக முன்வைப்பதற்காகவே ரோலண்ட் பார்ட் ‘ஆசிரியரின் மரணம்’ [The Death of the Author (1967)] என்ற கட்டுரையை எழுதியுள்ளார். இதில் மிகவும் வேறுபட்ட ஒரு கருத்தாக்கத்தை வலியுறுத்துகிறார்: “[பனுவலில்] பேசுவது மொழி, ஆசிரியர் அல்ல” (It is language, which speaks, not the author).

பனுவலில் உள்ள ‘எழுதுதலையும்’ (*writing*), ‘அதன் கட்டமைப்புகளையும்’ (*writing structures*) பகுப்பாய்வு செய்ய வேண்டும்; பனுவலில் கேட்பதாகச் சொல்லப்படும் ‘ஆசிரியரின் குரலை’ அல்ல; தொடர்புடையதாகச் சொல்லப்படும் அவருடைய வாழ்க்கைக் குறிப்புகளையும் அல்ல. பாரம்பரிய இலக்கியத் திறனாய்வில் வாசகரைப் பற்றிய எண்ணம் இருந்ததில்லை. அந்த இலக்கிய உலகில் ஆசிரியர் என்ற ஒற்றை மனிதருக்கே இடம் உண்டு.

முளையில் கட்டிய காளையை விடுவிப்பது போல, ‘ஆசிரியர் சொல்ல நினைத்த பொருள்’ என்ற முளையில் கட்டிய வாசகரை விடுவிக்க வேண்டும். அது நடக்கவேண்டும் என்றால், ‘ஆசிரியர்’ என்ற பரவலான ‘புனைவுக் கட்டுமானத்தைத்’ தகர்த்தெறிய வேண்டும். முழு வாசிப்புச் சுதந்திரம் வாசகருக்கு அவசியம் தேவை என்ற ஆணித்தரமான வாதத்தை ரோலண்ட் பார்ட்

தன்னுடைய ஆறு பக்கக் கட்டுரையில் அரங்கேற்றியுள்ளார். அதனுடைய முத்தாய்ப்பு வாக்கியம்: "வாசகரின் பிறப்புக்கு ஆசிரியரின் இறப்பை விலையாகக் கொடுத்தேயாக வேண்டும்" (the birth of the reader must be ransomed by the death of the Author).

ஒவ்வொரு இலக்கியப் பனுவலின் 'ஆக்கப் பயணம்', 'வாசிப்புப் பயணம்' என்ற இரு பயணங்களையும் இதுவரை விரிவாகமேலே கண்டோம். இவற்றோடு நெருங்கிய தொடர்புடைய 'ஆசிரியர்' என்ற கருத்தாக்கத்தைப் பற்றிய பேச்சும் நீண்டதாக இருந்தது.

5.4 இலக்கியத்தில் இலக்கியமல்லாதவற்றின் கூறுகள்

ஒரு இலக்கியப் பனுவல் மட்டும் முழுக்க முழுக்க இலக்கியமாக இருக்காது: பல சமூக, கலாச்சார, சமய, அறிவியல், அரசியல், இயற்கைக் கூறுகளையும் உள்ளடக்கியதாக இருக்கலாம். இருந்தாலும், இலக்கிய அம்சங்கள் மேலோங்கி நிற்பதால் அது இலக்கியப் பனுவலாகவே வகைப்படுத்தப்படுகிறது. ஒரு நல்ல உதாரணமாக, ஆங்கிலக் கவிதை ஒன்று கீழே தரப்படுகிறது.

'**The Pulley**' – *George Herbert*

When God at first made man,
Having a glass of blessings standing by,
"Let us," said he, "pour on him all we can.
Let the world's riches, which dispersèd lie,
Contract into a span."

So strength first made a way;
Then beauty flowed, then wisdom, honour, pleasure.
When almost all was out, God made a stay,
Perceiving that, alone of all his treasure,
Rest in the bottom lay.

"For if I should," said he,
"Bestow this jewel also on my creature,
He would adore my gifts instead of me,
And rest in Nature, not the God of Nature;
So both should losers be.

"Yet let him keep the rest,
But keep them with repining restlessness;
Let him be rich and weary, that at least,

If goodness lead him not, yet weariness
May toss him to my breast."

ராட்டினம்/சகடை/கப்பி என்பது கிணற்றில் தண்ணீர் இறைக்கப் பயன்படும் ஒரு கருவி. இதை ஆங்கிலத்தில் pulley என்று சொல்கிறார்கள். ராட்டினம் எந்த இயற்பியல் தத்துவத்தில் இயங்குகிறது என்று பள்ளிக்கூடப் பாடம் ஒன்று விளக்கு கிறது. ஒரு வாளியை நீண்ட கயிற்றின் ஒரு முனையில் கட்டி, ராட்டினம் இல்லாமல் கைகளாலேயே கூட அதைக் கிணற்றுக்குள் இறக்கி, தண்ணீரை முகந்து, கைகளாலேயே கயிற்றைப் பிடித்து மேலே இழுத்து எடுக்கலாம்.

ஆனால் இது சிரமமானது. மாறாக, கயிற்றை ராட்டினத்துக் குள் செலுத்தி வாளியைக் கட்டிக் கிணற்றுக்குள் இறக்கி, தண்ணீரை ராட்டினத்தின் உதவியுடன் முகந்து எடுப்பது மிகவும் எளிதானது. இந்த இயற்பியல் தத்துவத்தை மேலேயுள்ள கவிதை எடுத்துக் கையாள்கிறது. இறைவன் மனித குலத்தை எவ்வாறு படைத்தான் என்ற கதையுடன் கவிதை தொடங்குகிறது.

வலிமை, அழகு, ஞானம், கவுரவம், மகிழ்ச்சி என்று தன்னிடம் உள்ள செல்வங்களை இறைவன் ஒவ்வொன்றாக மனிதனுக்குக் கொடுத்து ஆசீர்வதித்துக் கொண்டே வந்தான். இறுதியாக 'ஓய்வு' மட்டும் மீதம் இருந்தது. அப்போது இறைவன் சற்றுச் சிந்தித்தான். இதையும் நான் மனிதனுக்குக் கொடுத்துவிட்டால், எல்லாச் செல்வங்களுமே அவனுக்குக் கிடைத்துவிடும். அவற்றிலேயே அவன் திளைப்பான். அனைத்தையும் படைத்தவனை வழிபடுவதற்கு மாறாகப் படைத்தவன் கொடுத்த செல்வங்களை வழிபடத் தொடங்கிவிடுவான். இதனால் நான் அவனையும் அவன் என்னையும் – ஆக இருவருமே இழந்தவர்களாகிவிடுவோம். எனவே கடைசியாக உள்ள செல்வத்துள் செல்வமாகிய 'ஓய்வு' (மன அமைதி) என்னிடமே இருக்கட்டும். அதை நான் அவனுக்குத் தரப்போவதில்லை. மற்ற செல்வங்கள் எல்லாவற்றையும் அவனே வைத்துக்கொள்ளட்டும். அவற்றில் அவன் தொடர்ந்து திளைக்கட்டும். திளைத்துத் திளைத்து அவன் சோர்ந்து போகட்டும். கிடைக்காத செல்வமாகிய ஓய்வை (மன அமைதியை) தேடித் தேடி அவன் ஏங்கட்டும். நற்குணம் அவனை என்னிடம் கொண்டு வந்து சேர்க்காவிட்டாலும், தாங்கமுடியாத மனச் சோர்வு/ அழுத்தம் அவனை என்னிடம் கொண்டு வந்து சேர்த்துவிடும். இப்படியான முத்தாய்ப்போடு கவிதை முடிகிறது.

இயற்பியல் பாடத்தில் வரும் ராட்டினம் என்ற கருவியே கவிதையின் தலைப்பாக அமைந்துள்ளது. தன்னுடைய ஆன்மீக மையக் கருத்தைச் சொல்ல, அக்கருவியின் இயங்கு தத்துவத்தைக்

கவிதை பயன்படுத்திக் கொள்கிறது. இயற்பியல் ராட்டினம் தண்ணீரைக் கிணற்றுக்குள்ளிருந்து மேலே கொண்டுவருவதை எளிதாக்குகிறது. 'ஓய்வு' (மன அமைதி) என்ற ஆன்மீக ராட்டினம் இழக்கப்படும் மனிதனைக் காப்பாற்றி மேலே கொண்டுவந்து இறைவனிடம் சேர்ப்பதை எளிதாக்குகிறது.

பொதுவாக உலகில் உள்ள சாதாரணப் பொருள்களுக்கும் ஆன்மீகக் கருத்துகளுக்குமிடையே எந்தத் தொடர்பையும் நாம் காண்பதில்லை. தண்ணீர் இறைக்க உதவும் ராட்டினத்திற்கும் மனிதனை இறைவன் தன்னிடம் வரச் செய்வதற்கும் என்ன தொடர்பு உள்ளது? ஆங்கிலக் கவிஞர்கள் சிலர் தாம் எழுதும் கவிதைகளில் இப்படிப்பட்ட தொடர்பில்லாத பொருள்களுக் கிடையே வலிந்து தொடர்பு ஏற்படுத்தி உருவக அணியைச் சிறப்பாகக் கையாளுகிறார்கள். இதை ஆங்கிலத்தில் *metaphysical conceit* என்று சொல்கிறார்கள்.

ஆகவே இக்கவிதையின் மையப்புள்ளியாக ஆன்மீகக் கருத்து ஒன்று உள்ளது. இயற்பியலில் வரும் ராட்டினம் தலைப்பாக இருக்கிறது. அதனுடைய இயங்கு தத்துவம் ஆன்மீகக் கருத்தை விளக்கும் புதுமையான உருவகத்தை உருவாக்க உதவுகிறது. மேலும் மனநல மருத்துவக் கருத்து ஒன்றும் இக்கவிதையில் இழையோடுகிறது.

மனச்சோர்வு, பல மனநல, ஏன் உடல் நல நோய்களுக்கும் அடிப்படைக் காரணமாக உள்ளது. இவற்றுக்குப் பல சிகிச்சை முறைகள் உள்ளன. இருப்பினும் அனைத்து இன்னல்களையும் இறைவனுக்குச் சமர்ப்பணம் செய்து, அவன் தாளடி சேர்ந்து, மனம் சார்ந்த ஓய்வையும் நிறைவையும் நிம்மதியையும் தேடு என்று ஆன்மீகம் சொல்கிறது.

எனவே ஆன்மீகம், இயற்பியல், மனநல மருத்துவம் ஆகிய இலக்கியமல்லாத துறைகளின் சில கூறுகள் இக்கவிதையில் களம் அமைத்துக்கொடுக்கின்றன. அவ்வைந்து அடிகள் கொண்ட நான்கு பத்திகளும், அடிகளின் இறுதியில் வரும் ஒத்திசை சொற்களும் (rhymes) செய்யுள் வடிவத்தைத் தருகின்றன. அத்துடன் Rest (பெயர்ச்சொல்), rest (வினைச்சொல்), the rest (அளவீட்டு சொல்/ பிரதிப் பெயர்ச்சொல்) என்ற பல்பொருள் சொல்லாடலும், Nature v. God of Nature, rest v. restlessness, goodness v. weariness போன்ற நேர்மாறுகளும் பொருள் நயத்தைக் கூட்டுகின்றன.

"இருக்கிறது. ஆனால் இல்லை" (பல செல்வங்கள் இருக்கின்றன, ஆனால் மனச்சோர்வால் நிம்மதி இல்லை) என்ற முரண்பாட்டு நயம் அழகாகச் சொல்லப்படுகிறது. கனமான

விஷயத்தைக் கதையாகச் சொல்லும் யுக்தியோடு இரக்கத்துடனும் ஏளனத்துடனும் செல்லமாகக் கடிந்துகொள்ளும் ஒலி கொண்ட creature என்ற சொல்லும் சேர்ந்து கவி நயத்தைக் கூட்டுகின்றன.

இத்தகைய கவிதையியல் கூறுகள் இலக்கியமல்லாத கூறுகளோடு ஒருங்கிணைக்கப்பட்டுள்ளன. இவையனைத்தும் ஒத்திசைந்து, ஒருமுகப்படுத்தப்பட்ட தாக்கத்தை உண்டாக்கும் வகையில் இயங்குகின்றன. வாசகர்களின் சிந்தனைக்கும் ரசனைக்கும் இடம் தருகின்றன. நினைவில் நிற்கும் சிறந்த ஒரு கவிதையாக உயிரோட்டம் பெறுகின்றன.

5.5 இலக்கிய மொழியாக்கத்தின் தனித்துவப் பிரச்சினைகள்

இலக்கியமல்லாத பனுவல்களின் மொழியாக்கத்துக்கும் இலக்கியப் பனுவல்களின் மொழியாக்கத்துக்கும் அடிப்படையான வேறுபாடுகள் உள்ளன. அவற்றைச் சுருக்கமாக முதலில் காண்போம்.

5.5.1 இலக்கியமல்லாத பனுவல்களின் மொழிபெயர்ப்பு

இலக்கியம் தவிர ஏனைய துறைகள் அனைத்துமே நிஜ உலகத்தில் உள்ள நிஜங்களைத் தெளிவாகவும் துல்லியமாகவும் முழுமையாகவும் சொல்ல முயல்கின்றன. உண்மையான பொருள்கள், உயிரினங்கள், செய்திகள், நிகழ்வுகள் போன்றவற்றைத் தேவைக்கேற்ப அவை விரித்தும் சுருக்கியும் பேசுகின்றன. அவற்றின் உண்மைத் தன்மைகள் மட்டுமே இத்துறைகளில் முழுக்கவனம் பெறுகின்றன. அந்த ஒற்றை இலக்கை நோக்கியே இத்துறைகளில் உள்ள பனுவல்கள் அனைத்துமே பேசுக்கின்றன.

அதே ஒற்றை இலக்கை நோக்கி இலக்கியமல்லாத பனுவல்களின் மொழிபெயர்ப்புகளும் அமைக்கின்றன. இங்கே தனிமனித விருப்பு வெறுப்புகளுக்கு இடமில்லை. உணர்ச்சியோட்டங்களுக்கும் கற்பனைச் சித்திரங்களுக்கும் தேவை இல்லை; அறநெறி விளக்கங்கள் வேண்டியதில்லை. ஓரவஞ்சனையற்ற அறிவியல் பார்வையில் உண்மையான செய்திகள், தகவல்கள் தரப்படுகின்றன. துறைசார்ந்த நுட்பங் களைப் பெறுமொழியில் சரியான கலைச்சொற்களின் உதவியோடு முறையாகத் தருவதே இங்குத் தலையாய பிரச்சினையாக உள்ளது.

5.5.2 இலக்கிய மொழியாக்கம்

இலக்கியப் பனுவல்களில் பின் வருவனவும், மேலும் சில அம்சங்களும் தனித்துவ முக்கியத்துவம் பெறுகின்றன: ஆழமான சொற்பொருள் பொதிவுகள், நுணுக்கங்கள், நயங்கள், இசைமிகு

சந்தங்கள், கவித்துவ ஜாலங்கள், அணி அலங்காரங்கள், நடை வளங்கள், கற்பனைச் சிறகு விரிப்புகள், உணர்ச்சி பொங்கும் அனுபவங்கள், நெஞ்சைத் தொடும் சித்திரங்கள், நாடக உத்திகள், நகைச்சுவை இழையோட்டங்கள் ஆகியன.

இலக்கியத்துக்கான தனித்துவ முத்திரைகளை,சொல்லப்படும் விஷயங்களை விடச் சொல்லப்படும் விதமே தருகிறது. அதனால் சொல்லப்படும் விஷயங்களும் தனித்துவ முத்திரைகளைப் பெறுகின்றன. தருமொழியில் ஒளிரும் அந்த முத்திரைகளைச் சிக்கெனப் பிடித்துப் பெறுமொழியில் உருவாக்குவதுதான் மொழிபெயர்ப்பாளர் சந்திக்கும் தலையாய பிரச்சினையாக உள்ளது. தருமொழி, பெறுமொழி இரண்டிலும் நல்ல மொழிப் புலமையும் கலாச்சாரப் புலமையும் அவருக்குரிய அடிப்படைத் தேவைகளாகும். மேலே சொல்லப்பட்ட இலக்கியத்துக்கான அனைத்து அம்சங்களையும் இருமொழிகளிலும் கண்டறிந்து அவற்றைச் சீரிய முறையில் அவர் கையாள வேண்டியுள்ளது. அவற்றின் வலுவான அடித்தளத்தில் உறுதியாக நின்று மொழி யாக்கப் பணியாற்ற வேண்டியுள்ளது.

5.5.2.1 இலக்கிய மொழிபெயர்ப்பின் இலக்கு

இலக்கிய மொழிபெயர்ப்பின் இலக்கு தருமொழி பனுவலாசிரியரின் தனித்துவமா அல்லது பெறுமொழி வாசகரின் வரவேற்பா என்ற அடிப்படையான தெரிவையும், தொடர்புடைய வேறு சில முக்கியத் தெரிவுகளையும் செய்த பின்னரே அவர் தன் பணியைத் தொடங்கவேண்டியுள்ளது. பணியைத் தொடங்கிய பின்னும் ஒவ்வொரு கட்டத்திலும் எழும் பிரச்சினைகளுக்குத் தீர்வுகள் காணத் தொடர்ந்து தெரிவுகளைச் செய்யவேண்டியுள்ளது.

5.5.2.2 இலக்கிய மொழிபெயர்ப்பின் கால இடைவெளி

தருமொழி பனுவல்கள் ஆக்கப்பட்ட காலத்திலிருந்து நீண்ட இடைவெளிக்குப் பின்னரே பெரும்பாலான மொழிபெயர்ப்புப் பனுவல்கள் உருவாக்கப்படுகின்றன. குறிப்பாக இலக்கிய மொழிபெயர்ப்பில் சில அல்லது பல நூற்றாண்டுக் கால இடைவெளியைக் காண முடிகிறது. அண்மைக் காலங்களில் தற்கால இலக்கியப் படைப்புகளை மொழிபெயர்க்கும் பணி நடந்து வருகிறது. தருமொழி பனுவல்களின் ஆசிரியர்களைச் சந்திக்கவோ அல்லது அவர்களுடன் தொலைத்தொடர்பு கொள்ளவோ கூட முடிகிறது. இருப்பினும் பழங்காலப் புகழ்பெற்ற இலக்கியங்களை மொழிபெயர்க்கும் பணியே அதிகமாக நடந்து வருகிறது.

5.5.2.3 'மொழிக்குள்ளேயே செய்யப்படும் மொழிபெயர்ப்பு' (Intra-lingual translation)

ஒரு மொழியில் மிகவும் தொன்மைவாய்ந்த, பெரிதும் போற்றப்படும் இலக்கியப் பனுவல்கள் இருக்கலாம். அவற்றை அக்காலத்தில் அல்லது அதை ஒட்டிய காலத்தில் உள்ள மக்கள் கேட்டும் படித்தும் புரிந்துகொள்வதில் பெரிய சிரமம் இருந்திருக்க வாய்ப்பில்லை. ஆனால் ஒரு சில நூற்றாண்டுகளுக்குப் பின் மொழியிலும் சமூக – கலாச்சார விழுமியங்களிலும் நடைமுறைகளிலும் பழக்க வழக்கங்களிலும் மாற்றங்கள் நிகழ்ந்து விடுகின்றன.

பனுவலுக்கு உள்ளே மாற்றங்கள் இல்லை. ஆனால் வெளியே உள்ளன. அதே பனுவலைப் பிற்காலங்களில் உள்ள மக்கள் புரிந்துகொள்ளச் சிரமப்படுகிறார்கள். எனவே அவர்களுக்குப் புரியும்படி அவர்கள் கையாளும் பொது வழக்கில் உள்ள மொழி வடிவத்தில் அதே பனுவலை மீண்டும் எழுதவேண்டிய தேவை வந்துவிடுகிறது.

ஒரு மொழியில் உள்ள ஒரு குறிப்பிட்ட பனுவலை ஒரு குறிப்பிட்ட நோக்கத்திற்காக அதே மொழியில் மீண்டும் எழுதுவதைச் சாதாரணமாக நாம் மொழிபெயர்ப்பு என்று சொல்வதில்லை. ஆனால் ரோமன் யேகப்சன் (Roman Jacobson) என்ற மொழியியல் அறிஞர் இதை – இரு மொழிகளுக்கிடையே இல்லாமல் – ஒரு குறிப்பிட்ட 'மொழிக்குள்ளேயே செய்யப்படும் மொழிபெயர்ப்பு' (Intra-lingual translation) என்று அழைக்கிறார். இதைப் பற்றிய ஆழமான ஆய்வுகள் தேவை எனவும் குறிப்பிடு கிறார் (காண்க. ப–ள் 132-3).

5.5.2.4 உரை நூல்கள்

மூலநூல்களுக்குப் பல காலகட்டங்களில் எழுதப்பட்ட உரைநூல்களின் நீண்டதொரு பாரம்பரியம் தமிழில் உண்டு. வித்துவான். செ. வேங்கடராம செட்டியார் இவ்வாறு சொல் கிறார்: "மூல நூல்களுக்கு உள்ள பெருமை உரை நூல்களுக்கும் உண்டு. சில மூலநூல்கள் உரை நூல்களாலேயே பெருமை அடைந்துள்ளன என்னலாம். உரை நூல்கள் இல்லையேல் சில மூல நூல்கள் விளக்கம் பெறாமல் மறைந்து போயிருத்தலும் கூடும்".

மேலும் சில உரை நூல்களுக்கு மக்கள் தந்த பெரும் வரவேற்பாலேயே அவற்றின் மூல நூல்கள் வாழ்கின்றன. எடுத்துக்காட்டாக இளம்பூரணம், சேனாவரையம், பேராசிரியம், நச்சினார்க்கினியம், தெய்வச்சிலையம் என உரையாசிரியரின்

பெயரால் மூல நூலாகிய தொல்காப்பியம் அறியப்படுகின்றது. காலப்போக்கில் உரை நூல்களின் உரைகளையும் மக்கள் புரிந்துகொள்ளச் சிரமப்படுவதால், உரைகளுக்குப் புதிய உரைகள் தேவைப்படுகின்றன. எனவே அவை மீண்டும் மீண்டும் எழுதப்படுகின்றன. இவ்வாறு எழுதப்படும் உரை நூல்கள் அனைத்தையும் ஒரு 'மொழிக்குள்ளேயே செய்யப்படும் ஒரு வகை மொழிபெயர்ப்பு நூல்கள்' என்று அழைக்கலாம்.

5.5.2.5 திருக்குறள் உரைநூல்கள்

திருக்குறள் பழந்தமிழ் இலக்கியத்தில் மிகவும் போற்றப்பட்டு உலகெங்கும் பேசப்படும் அற நூலாகத் திகழ்கிறது. இதற்குப் பரிமேலழகர் எழுதிய உரைநூல் மிகவும் புகழ் பெற்றது. இவர் பதின்மூன்றாம் நூற்றாண்டின் பிற்பகுதியில் வாழ்ந்தவர் என்று சொல்வது மரபு. இவருக்கு முந்திய காலத்தில் பல உரைநூல்கள் எழுதப் பட்டிருந்தாலும் மணக்குடவர், பரிதி, பரிப்பெருமாள், காலிங்கர் ஆகியோர் எழுதிய உரைநூல்கள் மட்டுமே இன்று கிடைக்கப்பெற்றுள்ளன. இவ்வுரை நூல்களைத் தொடர்ந்து இன்றுவரை பல உரைநூல்கள் வந்துகொண்டே இருக்கின்றன. வருங்காலத்தில் இன்னும் பல வரும். இங்கு நமக்குத் தெளிவான செய்தி ஒன்று கிடைக்கிறது. மிகவும் போற்றப்படும் இலக்கியங்களின் உரைநூல்கள் ஓரிரு தலைமுறைகளுக்கு ஏற்புடையவையாக இருக்கலாம். பின்வரும் தலைமுறைகளுக்கு அவை ஏற்புடையவையாக இருப்பதில்லை.

மக்கள் கையாளும் மொழிக்குள்ளேயும், வெளியே சமூக – கலாச்சார – விழுமியப் பார்வைகளிலும், அவர்களின் வாழ்வியல் அனுபவங்களிலும் பல மாற்றங்கள் நிகழ்ந்துவிடுகின்றன. எனவே இலக்கியங்களும் தம்மைப் புதுப்பித்துக்கொண்டு அடுத்தடுத்த தலைமுறைகளில் புதுப்புது அர்த்தங்களுடன், வடிவங்களுடன் மறுபிறவிகள் எடுக்கின்றன. அப்போதெல்லாம் புதிய உரைநூல் களும் செய்யுள்நடை நூல்களும் தோன்றுகின்றன.

'மொழிக்குள்ளே செய்யப்படும் மொழிபெயர்ப்புகளுக்கு' எடுத்துக்காட்டாகத் திருக்குறள் எண் 12–ஐயும் அதன் சில உரைகளையும் கீழே காணலாம்.

குறள் 12: (ஈராயிரம் ஆண்டுகளுக்கு மேலும் தொன்மையானது.)

துப்பார்க்குத் துப்பாய துப்பாக்கித் துப்பார்க்குத்

துப்பாய தூஉம் மழை.

மணக்குடவர் உரை: (கி.பி. பத்தாம் நூற்றாண்டு)

பிறிதொன்றுண்பார்க்கு அவருண்டற்கான வுணவுகளையு முண்டாக்கித் தன்னை யுண்பார்க்குத் தானே உணவாவதும் மழையே. இது பசியைக் கெடுக்கு மென்றது.

பரிமேலழகர் உரை: *(கி.பி. பதின்மூன்றாம் நூற்றாண்டு)*

துப்பார்க்குத் துப்பு ஆயத் துப்பு ஆக்கி – உண்பார்க்கு நல்ல உணவுகளை உளவாக்கி; துப்பார்க்குத் துப்பு ஆயதூஉம் மழை – அவற்றை உண்கின்றார்க்குத் தானும் உணவாய் நிற்பதூஉம் மழை. *(தானும் உணவாதலாவது, தண்ணீராய் உண்ணப்படுதல். சிறப்பு உடைய உயர்திணை மேல் வைத்துக் கூறினமையின், அஃறிணைக்கும் இஃது ஒக்கும். இவ்வாறு உயிர்களது பசியையும் நீர்வேட்கையையும் நீக்குதலின் அவை வழங்கிவருதலுடையவாயின என்பதாம்.)*

மு. வரதராசனார் உரை: *(கி.பி. 1948)*

உண்பவர்க்குத் தக்க உணவு பொருள்களை விளைவித்துத் தருவதோடு, பருகுவோர்க்குத் தானும் ஓர் உணவாக இருப்பது மழையாகும்.

சங்க காலத்தில் 'உணவு' என்ற பொருள் தந்த 'துப்பு' என்ற சொல் மக்கள் மத்தியில் புழக்கத்தில் இருந்தது. வள்ளுவர் இக்குறளில் இச்சொல்லடியை வைத்து ஐந்து முறைகள் திருப்பித் திருப்பிச் சொல்லாடல் செய்துள்ளார். இதே பொருளில் தற்காலத் தமிழில் இச்சொல் பயன்படுத்தப்படுவது இல்லை. மாறாக, 'துப்பறியும் நாவல்', 'துப்புத் துலக்கினார்', 'துப்பில்லாதவன்', 'காறித் துப்பினான்', 'துப்புரவு' போன்ற பிரயோகங்களில் வருவது போல் 'உளவு', 'குற்றம்', 'சாமர்த்தியம்', '(எச்சில்) உமிழ்', 'சுத்தம்' என்ற பொருள்களில் இன்று இச்சொல் பயன்பாட்டில் உள்ளது.

காலப்போக்கில் 'உணவு' என்ற சொற்பொருள் இல்லாமல் போனதால் இக்குறள் வாசிப்பதற்கும் புரிந்துகொள்வதற்கும் கடினமாகி, உரைவிளக்கத் தேவையை உண்டாக்கியது. பல உரைவிளக்கங்கள் பலப்பல காலகட்டங்களில் எழுதப்பட்டன. பத்தாம் நூற்றாண்டில் மணக்குடவர் எழுதிய தொன்மையான உரையும், மூன்று நூற்றாண்டுகளுக்குப் பிறகு பரிமேலழகர் எழுதிய உரையும், தற்காலத்தில் மு.வரதராசனார் எழுதிய உரையும் மேலே தரப்பட்டுள்ளன.

எந்த வரிசையில் மூன்று உரைகளும் வாசிக்கவும், புரிந்து கொள்ளவும் எளிமையாக உள்ளன என்று தற்கால வாசகரைக் கேட்டால் மு. வரதராசனார், பரிமேலழகர், மணக்குடவர் என்று எல்லோரும் சொல்வர். திருக்குறளுக்கு

மணக்குடவர் உரை எழுதியுள்ளார். மணக்குடவர் உரைக்கு மாற்றாகப் பரிமேலழகர் உரை எழுதியுள்ளார். பரிமேலழகர் உரைக்கு மாற்றாக மு. வரதராசனார் உரை எழுதியுள்ளார். தற்கால வாசகரிடமிருந்து இக்குறள் எட்ட முடியாத இடத்தில் உள்ளது. மணக்குடவர் மிகவும் எட்டியுள்ளார். பரிமேலழகர் சற்றே நெருங்கி வந்துள்ளார். மு. வரதராசனார் மிகவும் பக்கத்தில் உள்ளார். வள்ளுவர், மணக்குடவர், பரிமேலழகர், மு.வரதராசனார் ஆகிய நால்வருமே தமிழில்தான் எழுதியுள்ளனர். ஆனால் வள்ளுவர் எழுதிய தமிழ் மூலத்திற்கு மற்ற மூவரும் தமிழுக்குள்ளேயே மொழிபெயர்ப்புகளைத் தந்துள்ளனர். இது காலத்தின் கட்டாயத்தினால் நிகழ்ந்துள்ளது.

5.5.2.6 இலக்கிய மொழியாக்கங்களின் ஆயுள்

குறிப்பிட்ட ஒரு மொழிக்குள்ளேயே இலக்கியங்கள் மறுபிறவிகள் எடுப்பதை மேலே கண்டோம். என்றால், மொழிகளுக்கிடையே அவை எவ்வாறு மீண்டும் மீண்டும் எழுதப்பட வேண்டிய தேவைகள் உண்டாகும் என்பதையும் நாம் புரிந்துகொள்ள முடியும். இளமையும் நில்லா! யாக்கையும் நில்லா! மொழிக்குள்ளேயும் மொழிகளுக்கிடையேயும் செய்யப்படும் மொழிபெயர்ப்புகளும் காலப்போக்கில் நில்லவே நில்லா! எந்த ஒரு இலக்கிய மொழிபெயர்ப்பின் ஆயுளும் ஒரு தலைமுறை வரை நீடிப்பது பெரிய காரியம் என்று சொல்லப்படுகிறது. அடுத்த தலைமுறையில் மீண்டும் ஒரு அல்லது சில மொழிபெயர்ப்புகள் நிகழ்ந்தே ஆகவேண்டும்; நிகழும்!

வாசகருடைய சமகாலப் பயன்பாட்டில் உள்ள பொது வழக்கு மொழியில் புதுப்பொலிவுடன் இலக்கிய மொழிபெயர்ப்பு பேசவேண்டும். அப்போதுதான் அது கலாச்சாரங்களுக்கும் நூற்றாண்டுகளுக்கும் இடையே நல்ல பாலம் அமைத்துக் கொடுக்கும். வாசகருடன் கைகோத்து, வாசிப்புப் பயணத்தை மேல்நடத்திச் செல்லும். அவரின் வரவேற்பைப் பெறும். ஆகையினால் முக்காலும் நிற்கத் தகும் அறுதியான, இறுதியான இலக்கிய மொழிபெயர்ப்பு சாத்தியமே இல்லை; அப்படிப்பட்ட ஒன்றை யாராலும் செய்ய முடியாது.

5.6 செய்யுள் மொழியாக்கம்

செய்யுள் மொழியாக்கமே இலக்கிய மொழியாக்கத்தில் மிகவும் விவாதிக்கப்பட்டுள்ள தலைப்பாக இருக்கிறது. இந்த அளவுக்கு விவாதிக்கப்பட்ட உரைநடை, நாடகம், புதினம், சிறுகதை போன்ற வேறு இலக்கிய வடிவ மொழியாக்கங்கள் எதுவுமில்லை. மிக மிகக் கடினமானதும், பிரச்சினைகள் நிறைந்ததும், பெரிய

சவாலாக உள்ளதும், ஒரு வேளை தீர்வுகள் கண்டால் மிகவும் நிறைவு தருவதும் செய்யுள் மொழியாக்கமே ஆகும்.

"மொழிபெயர்ப்பில் எது தொலைக்கப்படுகிறதோ அதுதான் செய்யுள் (கவித்துவம்)"– (Poetry is what gets lost in translation.) என்று அமெரிக்கக் கவிஞர் ராபர்ட் ஃப்ராஸ்ட் (Robert Frost) சொல்லியுள்ளார். செய்யுள் மொழியாக்கம் எவ்வளவு கடினமானது என்று அடிக்கோடிட்டுக் காட்டுவதற்காக, அவருடைய நகைப்பு தரும் இச்சொற்களைப் பலர் மேற்கோள் காட்டுவது வழக்கம்.

5.6.1 செய்யுளின் அடையாளங்கள்

பொதுவாகப் பின்வரும் மைய அம்சங்களை வைத்து நாம் செய்யுள் இலக்கியத்தை அடையாளப்படுத்துகிறோம். இப்பட்டியலில் வேறு சில அம்சங்களையும் சேர்த்து விரிக்க இயலும்.

1) செய்யுள் நடை கவிஞர்களுக்கு மட்டும் கைகூடியது. மக்கள் அனைவரும் அன்றாடம் பயன்படுத்தும் சாதாரண உரைநடையிலிருந்து அது மிகவும் வேறுபட்டு விலகி நிற்கிறது.

2) உரைநடையில் சொற்கள் மிகவும் சாதாரணப் பொருள்களைத் தருகின்றன. அதே சொற்கள் செய்யுள் நடையில் தனித்துவ முத்திரைப் பொருள்களை உணர்த்துகின்றன.

3) செய்யுள் பொதுவாக உயர் வழக்கு மொழியில் ரத்தினச் சுருக்கமாக நல்ல தாக்கமும் பாதிப்பும் உண்டாக்கும் விதத்தில் எழுதப்படுகிறது.

4) செய்யுளில் வரும் சொற்கள் பொதுவாக அகராதிகள் சொல்லும் நேரடியான மையக் குறிப்பீட்டுப் பொருள்களை (denotative meanings) சொல்வதில்லை. மாறாக, மையக் குறிப்பீட்டுப் பொருள்கள் அல்லாத கூடுதல் பொருள்களையே (connotative meanings) அவை சுட்டுகின்றன. இக்கூடுதல் பொருள்கள் வாசகரின் உணர்வுகள், விழுமியங்கள், பார்வைகளின் அடிப்படையில் பிறப்பவை ஆகும். வாசகருக்கு வாசகர், காலத்துக்குக் காலம், இடத்துக்கு இடம் இவை மாறக்கூடும்.

5) மையக் குறிப்பீட்டுப் பொருள்களையும் கூடுதல் பொருள்களையும் வைத்துச் சித்து விளையாட்டு போன்ற சொல்லாடல் செய்யும்போது சொல்

நயங்கள் பிறக்கின்றன. அவை கவி நயங்களாகவும் அமைகின்றன.

6) ஒன்றிலிருந்து ஒன்றைப் பிரித்துப் பார்க்க முடியாத வாறு, உள்ளடக்கமும் (content) வடிவக் கட்டமைப்பும் (form) இரண்டறக் கலந்தே கவிதை மலர்கிறது.

7) பாவினங்கள், அடிகள், தொடைகள், தளைகள், சீர்கள் ஆகியவற்றோடு இசை நயங்கள் பின்னிப் பிணைந்துள்ளன. அணிகள் அணிகலன்களாக அமைந்து அழகு சேர்க்கின்றன. இத்தனைக் கூறுகளை யும் பற்றிய செய்யுள் இலக்கண விதிகளைப் பின்பற்றியே மரபுக் கவிதைகள் படைக்கப்படுகின்றன.

8) ஒரு கவிதைக்கு ஆத்மாவின் சந்தம் போன்ற ஒன்று உள்ளது. அது உள்ளுக்குள்ளேயே தங்கி எப்போதும் ஒலியில்லாமல் ஒலித்துக்கொண்டே இருக்கிறது. அதுதான் கவிதைக்கு உயிர் தருகிறது. அதை அடையாளப்படுத்திக் கேட்பதும் உணர்வதும் மிகவும் கடினமானது. அதைச் சொற்களால் விவரிப்பதோ மிகமிகக் கடினமானது. யாப்பிலக்கண விதிகளைப் பின்பற்றும் மரபுக் கவிதைகள், பின்பற்றாத புதுக் கவிதைகள் என்ற பாகுபாடின்றி எல்லாக் கவிதைகளுக்கும் இது ஓர் இன்றியமையாத கூறாக அமைகிறது,

5.6.2 செய்யுள் மொழியாக்கம்: சாத்தியமானதா?

செய்யுள் மொழியாக்கத்தில் மேலே சொல்லப்பட்ட மைய அம்சங்களோடு வேறு ஏதேனும் இருந்தால் அதையும் சேர்த்துப் பெறுமொழியில் முழுமையாகத் தந்தாக வேண்டும்; அது பாரம்பரிய மொழிபெயர்ப்புக் கோட்பாடாகும். சுருக்கமாகச் சொன்னால் தருமொழி கவிதையானது பெறுமொழி யிலும் தனித்து நிற்கும் சமனிக் கவிதையாக மலர வேண்டும். பின் குறிப்புகளோ அடிக்குறிப்புகளோ உரைகளோ அல்லது கவிதைக்குள்ளேயே அடைப்புக் குறிகளில் தரப்படும் விளக்கங்களோ இல்லாமல் அது எழுதப்பட வேண்டும்.

முக்கியமாகத் தருமொழி கவிதையின் உள்ளுக்குள் உறையும் ஆத்மாவின் சந்தம் போன்ற கவித்துவ உயிர்ப்பு பெறுமொழி கவிதையிலும் கொண்டுவரப்பட வேண்டும். அதாவது பெறுமொழி மட்டுமே தெரிந்த வாசகருக்கு நல்லதொரு 'அசல்' பெறுமொழி கவிதை போலவே அது தோன்ற வேண்டும். எனவே தருமொழியில் உள்ள கவிதையைப் பெறுமொழியிலும் கவிதையாகவே

தந்தாக வேண்டும். இப்படிப்பட்ட செய்யுள் மொழியாக்கம் சாத்தியமானதா என்பது நூற்றாண்டுகளைக் கடந்த விவாதமாக இருந்து வருகிறது.

ரஷ்ய இலக்கியத்தின் பிதாமகராகவும் தேசியக் கவிஞராகவும் கருதப்படும் புஷ்கின் (Alexander Pushkin) படைத்த 'அனெகின்' *(Onegin)* என்ற காப்பியம் *5,500* அடிகள் கொண்டது. அது ரஷ்யப் பாரம்பரியச் செய்யுள் இலக்கியத்தில் உள்ள அத்தனை யாப்பிலக்கண விதிகளுக்கும் உட்படுத்தப்பட்டு, ஆழ்ந்த பல செறிவுகளையும் நுணுக்கங்களையும் கொண்டு படைக்கப்பட்டது. அது ரஷ்ய இலக்கியத்தில் உன்னதமான இடத்தில் வைத்து மிகவும் போற்றப்படுகிறது.

நபகோஃப் (Vladimir Nabokov) என்பவர் உலகப் புகழ்பெற்ற ரஷ்ய – அமெரிக்க நாவலாசிரியர், கவிஞர், மொழிபெயர்ப்பாளர். அவர் எட்டாண்டுக் காலமாக இடைவிடாமல் பெருமுயற்சி செய்து புஷ்கினின் உன்னதமான ரஷ்யக் காப்பியத்தை ஆங்கிலத்தில் சொல்லுக்குச் சொல் மொழிபெயர்த்து முடித்தார். கவிஞராக, மொழிபெயர்ப்பாளராகப் பெற்ற சொந்த அனுபவத்தின் அடிப்படையில் செய்யுளைச் செய்யுள் வடிவத்தில் மொழிபெயர்ப்பு செய்வது சாத்தியமல்லாத வீண் முயற்சி என்று நபகோஃப் ஆணித்தரமாகச் சொல்கிறார். அவர் தெளிவான, உறுதியான இப்பிரகடனங்களை உரத்துச் செய்கிறார்:

1. செய்யுளைச் செய்யுள் வடிவிலே மொழிபெயர்ப்பது சாத்தியமாகவே ஆகாது.

2. 'செய்யுளுக்குப் பொருத்தமானது எதுவென்றால் சொல்லுக்குச் சொல்' நேரடி மொழிபெயர்ப்பே.

3. நிறைய அடிக்குறிப்புகள் இருக்கவேண்டும். அவை பல அடுக்குகள் கொண்ட வானளாவிய கட்டடம் போல உயர வேண்டும். ஒற்றை மூல அடிக்கு மட்டும் இடம் விட்டு, பக்கம் முழுவதையும் அவை வியாபிக்க வேண்டும்.

4. அனைத்து மொழிகளிலும் செய்யுள் வடிவ மொழி பெயர்ப்புகள் சீந்துவார் இல்லாமல் அழுக்கேறிக் கிடக்கின்றன. 'செய்யுள்' கறைகளை முற்றிலும் நீக்கி, நேரடி மொழிபெயர்ப்புகளால் அவற்றை மீட்டெடுக்க வேண்டும்.

ஆங்கிலக் கவிஞர்கள் ராபர்ட் பிரவ்னிங் (Robert Browning), ஷெல்லி (P.B. Shelley), மொழியியல் அறிஞர் ரோமன் யேகப்சன்

(Roman Jacobson) ஆகியோர் இவை போன்ற கருத்துகளைக் கொண்டிருந்தார்கள் என்ற குறிப்புகள் உள்ளன.

வரிந்துகட்டிக்கொண்டு, இதற்கு நேரெதிரான நிலைப் பாட்டைப் பறை சாற்ற ஒரு பெரிய படை உள்ளது. அப்படையின் தளபதி போல 'சொல்லுக்குச் சொல்' மொழிபெயர்ப்பில் எது தொலைக்கப்படுகிறதோ அதுதான் செய்யுள்' – (Poetry is what gets lost in translation.) என்று ராபர்ட் ஃப்ராஸ்ட் (Robert Frost) உரத்துக் குரல் கொடுத்துள்ளார்.

நபகோஃப் சொன்ன கருத்துகளை அப்படியே ஏற்றுச் செய்யுள் மொழிபெயர்ப்பு செய்தால் கவிதை என்ற தெளிவான ஓடையின் அழகான நீரோட்டம் வறண்டு போகும். மாறாகக் கவித்துவத்தை இழந்த நொண்டிச் சொற்கள் தடுமாறித் தடுமாறி நகர முயலும். ஒத்திசைவும் உயிர்ப்பும் இல்லாத துண்டுத் துண்டான பொருள்கள் அங்கொன்றும் இங்கொன்றுமாகத் தொங்கிக்கிடக்கும். அப்படிப்பட்ட ஒரு மொழிபெயர்ப்பு அழகான, உன்னதமான கவிதையின் மீது கட்டவிழ்த்து விடப்பட்ட ஒட்டுமொத்த அராஜகச் செயலாகும். இதுவே இந்த எதிரணியின் ஆழமான நம்பிக்கையும் பிரகடனமுமாகும்.

எனவே சிறிதுகூடச் சேதம் இல்லாமல் செய்யப்படும் 'கவிதைக்குக் கவிதை' மொழிபெயர்ப்பே உண்மையான மொழிபெயர்ப்பு; மற்றதெல்லாம் வீண் பெயர்ப்பு என்பது ஒரு திசையில் உள்ள தீவிரத் துருவப் பார்வை. செய்யுளைச் செய்யுள் வடிவிலேயே மொழிபெயர்ப்பது சாத்தியமில்லாததைச் சாத்தியமாக்கச் செய்யும் வீண்முயற்சி; 'சொல்லுக்குச் சொல்' நேரடி மொழிபெயர்ப்பே செய்யுளுக்குப் பொருத்தமானது என்று சொல்வது எதிர்த் திசையில் உள்ள வேறொரு தீவிரத் துருவப் பார்வை. இடைப்பட்ட அங்கொருகால் – இங்கொருகால் பார்வையும் உண்டு.

5.6.3 செய்யுள் மொழிபெயர்ப்பு: நடைமுறை அணுகுமுறை

தருமொழி செய்யுளில் உள்ள அனைத்து இலக்கிய அம்சங்களையும், முக்கியமாக அழகியல் அம்சங்களைச் சிந்தாமல் சிதறாமல் அப்படியே பெறுமொழி சமனிகளாகச் செய்யுள் நடையிலே தருவது முடியாத காரியமே. இதில் உள்ள உண்மையை நன்கு புரிந்துகொள்ள வேண்டும். சாத்தியமாகாத சட்டாம்பிள்ளைத்தன மொழியாக்கக் கொள்கைகளின் சுமையை முதலில் இறக்கிவைக்க வேண்டும். அடுத்துத் தருமொழி செய்யுளின் எந்தெந்த அம்சங்களைப் பெறுமொழியில்

கொண்டு சேர்ப்பது சாத்தியமாகும் என்று உணரவேண்டும்; அடையாளப்படுத்த வேண்டும்.

அப்படி அடையாளப்படுத்தப்பட்ட அம்சங்களைப் பெறுமொழி கலாச்சாரத்திற்கும் பாரம்பரியத்துக்கும் எந்தெந்த வழிகளில், எந்தெந்த வடிவங்களில், ஏற்புடையனவாக ஆக்கலாம் என்றுச் சிந்திக்க வேண்டும். பின்னர் அவற்றைச் சாத்தியப் படுத்துவதற்கான உத்திகளை வகுக்கவேண்டும். இறுதியாக அவற்றைச் செயல்படுத்த முனைய வேண்டும். ஒவ்வொரு கட்டத்திலும் பிரச்சினைகள் தோன்றும். உள்ளுணர்வு சொல்லும் தீர்வுகளை உந்துதல்களாகவும் வழிகளாகவும் கொண்டு மொழியாக்கப் பணியை மேலெடுத்துச் செல்ல வேண்டும்.

ஜான் ட்ரைடன் (John Dryden) என்ற பிரித்தானியக் கவிஞர் பெயர்பெற்ற மொழிபெயர்ப்பாளரும் ஆவார். மேற்கத்திய மொழிபெயர்ப்பியல் வரலாற்றில் அவருடைய பங்களிப்பைப் பேசாமல் இருக்க முடியாது. செய்யுள் மொழிபெயர்ப்பில் 'metaphrase', 'paraphrase', 'imitation' என்ற மூன்று வகைகள் உள்ளன என்று அவர் சொல்கிறார்.

தற்கால மொழிபெயர்ப்பியல் அகராதிப்படி இவை மூன்றும் முறையே 'சொல்லுக்குச் சொல்', 'பொருளுக்குப் பொருள்', 'கட்டற்ற மொழிபெயர்ப்பு' ஆகிய மூன்று வகைகளைக் குறிப்பதாகக் கொள்ளலாம். இவற்றுள் முதலாவதும் மூன்றாவதும் தவிர்க்கப்பட வேண்டிய தீவிர இரு துருவப் பயணங்கள் என்று ட்ரைடன் சொல்கிறார். இரண்டுக்கும் இடையே உள்ள சமரச— மைய வெளிக்குள் செய்யுள் மொழியாக்கம் நிகழ வேண்டும் என்பார் அவர்.

அனுபவம் நிறைந்த, தன்னடக்கம் உள்ள, பெரும்பாலான மொழிபெயர்ப்பாளர்கள் தீவிர விவாதங்களில் சிக்கிக்கொள்ள விரும்புவதில்லை. நடைமுறையில் எவையெவை சாத்தியமோ அவ்வவற்றைச் செய்து முடித்தால் போதும் என்றே அவர்கள் எண்ணுவார்கள். செய்யுள் மொழியாக்கம் பற்றிய அவர்களின் அணுகுமுறை அப்படித்தான் இருக்கும்; இருக்க வேண்டும். செய்யுள் மொழியாக்கம் அவர்களுக்கு அவ்வளவாகத் தெரியாது என்றே அவர்களின் உள்ளம் அடக்கத்துடன் சொல்லும். ஆசான் நிலையில் நின்று வழிகாட்டத் தெரிந்தவர்கள் யாரும் இல்லை என்றும் அவர்கள் அறிவார்கள். செய்யுள் மொழியாக்கம் சாத்தியமல்லாத பல கூறுகளைக் கொண்டது; ஆனால் அது செய்தே ஆக வேண்டிய ஒரு பணி; எனவே முடிந்த வரை அதைச் செய்யலாம், செய்து பார்ப்போம் என்றே அவர்கள் இயங்கிக்கொண்டிருப்பார்கள்.

ஒரு கவிதைக்குரிய மொழியாக்க வழிமுறைகளை ஓரளவு கண்டறிந்தால் அவை இன்னொன்றுக்குப் பொருந்தாமல் போய்விடுகின்றன. தனிப்பட்ட வழிமுறைகளை ஒவ்வொரு கவிதைக்கும் கண்டறிய வேண்டியிருக்கிறது. மேலும் ஒரு மொழிபெயர்ப்பாளர் கண்டறிந்த வழிமுறைகளும் தீர்வுகளும் அனைத்து மொழிபெயர்ப்பாளர்களுக்கும் பொருந்தக்கூடிய பொதுக் கோட்பாடுகள் என்றும் கொள்ள முடியாது. எனவே பொதுவான, பரிபூரண, எல்லாரும் ஏற்றுக்கொள்ளக் கூடிய செய்யுள் மொழியாக்க வழிமுறைகள், தீர்வுகள் என்று எதுவும் கிடையாது. ஆகவே முடியாது என்று நிதர்சனமாகத் தெரிந்தாலும், முடிந்தவரை முடித்து வைக்கச் செய்யுள் மொழியாக்கப் பயணங்கள் தொடர்கின்றன. இவை இல்லையேல் உலகெங்கும் உள்ள பன்மொழிப் பின்புலங்களைச் சார்ந்த வாசகர்களுக்கு மிகச்சிறந்த உலகளாவிய செய்யுள் இலக்கியங்கள் கிடைக்காமல் போய்விடும்.

மொழிபெயர்ப்பாளர்கள் சிலர் எழுதும் முன்னுரையில் அவர்கள் சந்தித்த முக்கியமான பிரச்சினைகளையும், கண்ட நிறைவு தராத தீர்வுகளையும் பற்றி வருத்தம் தெரிவித்துச் சுருக்கமாக எழுதுவதுண்டு. ஆனால் மொழியாக்கப் பணியில், தொடக்கம்முதல் இறுதிவரை பின்பற்றிய விளக்கமான வழிமுறைகளையும், செய்த தெரிவுகளையும், ஏற்றுக்கொண்ட சமரசங்களையும், அவற்றுக்கான காரணங்களையும் அவர்கள் சாதாரணமாகப் பதிவு செய்வதில்லை.

முடிந்தவரை அப்படி செய்வது வாசகர்களுக்கும் மற்றோர்க்கும் பயனுள்ளதாக இருக்கும். அப்போதுதான் மொழியாக்கப் பணியின் அடித்தளத்தில் என்ன நடக்கிறது, என்னென்ன பிரச்சினைகள் எழுகின்றன, தீர்வுகள் தோன்று கின்றன, எப்படிப்பட்ட உள்ளுணர்வுகள் மொழிபெயர்ப்பாளரை வழிநடத்திச் செல்கின்றன என்பனவற்றை நாம் ஓரளவு புரிந்து கொள்ள வழி பிறக்கும். அந்தப் புரிதலின் அடிப்படையில் மொழியாக்கத்தின் தரத்தை நியாயமான முறையில் எடைபோட இயலும்.

5.6.4 செய்யுள் மொழியாக்கப் பணியின் வீச்சு

ஒரு கவிதையை மொழியாக்கம் செய்யத் தொடங்கும்போது, அதனுடைய பல-மட்ட ஒரே-நேர இயக்கத்தை (multi-layered synchronised function) கூர்ந்து நோக்கி, அதனுடைய வீச்சை உணர்ந்து, ஆய்வு செய்ய வேண்டியுள்ளது. முக்கியமான இரண்டு மட்டங்களில் கவிதை எவ்வாறு இயங்குகிறது, மொழியாக்கத்தில்

அவற்றை எப்படிக் கவனத்தில் கொள்ளவேண்டும் எனக் கீழே காணலாம்.

5.6.4.1 பொருள்

நிஜ அல்லது கற்பனை உலகத்தைப் பற்றிய ஒரு செய்தியை/ நிகழ்வை அல்லது அது ஒரு கவிஞரிடம் உண்டாக்கும் தாக்கத்தை/பார்வையை ஒரு கவிதை சொல்கிறது. பொதுவாக இதைக் கவிதையின் மையக் கருத்தாக/பொருளாகக் கொள்வது வழக்கம். இதைக் கட்டாயம் அப்படியே பெறுமொழியில் தருவது மொழியாக்கத்தின் முக்கிய இலக்காக முன்னிறுத்தப்படுகிறது.

கவிதையின் சொற்கள், அடிகள், பத்திகள் ஆகிய அனைத்தையும் இணைத்து அதனுடைய ஒட்டுமொத்தக் கருத்தைப்/ பொருளைப் பெற முயல்வது இயல்பு. ஆனால் சொற்பொருளைப் பொருத்தவரையில் உரைநடையிலிருந்து கவிதை மிகவும் வேறுபட்டு நிற்கிறது என்று மேலே சொல்லப்பட்டது. பொதுவாக, அகராதிகள் தரும் மையக் குறிப்பீட்டுப் பொருள்கள் அல்லாத, அவை தராத கூடுதல் பொருள்களை (connotative meanings) கவிதையின் சொற்கள் சுட்டுகின்றன. இக்கூடுதல் பொருள்கள் வாசகரின் உணர்வுகள், விழுமியங்கள், பார்வைகளின் அடிப்படையில் பிறப்பவை ஆகும். வாசகருக்கு வாசகர், காலத்துக்குக் காலம், இடத்துக்கு இடம், கலாச்சாரத்துக்கு கலாச்சாரம் இவை மாறக்கூடும். கவிதைப் பொருளுடைய பரிமாணம் பல நூறு வாசிப்புகளால், புரிதல்களால், விளக்கங்களால் விரிகிறது; ஆழம் பெறுகிறது.

மொழிபெயர்ப்பாளரும் முதலில் ஒரு வாசகராகவே பணியைத் தொடங்குகிறார். அவருடைய வாசிப்பின்/புரிதலின்/ விளக்கத்தின், அவர் அதைச் சொல்லும் விதத்தின் அடிப்படையில் அவருடைய மொழியாக்கம் உருப்பெறுகிறது. எப்படி ஒரு கவிதைக்கு ஒரே வாசிப்பு, ஒரே விளக்கம் மட்டும் கிடையாதோ, அது போலவே ஒரே மொழியாக்கம் மட்டும் கிடையாது; பல நூறு மொழியாக்கங்கள் சாத்தியமே.

பாரம்பரியச் செய்யுள் மொழியாக்கத்தில் மூலக் கவிதையின் ஆசிரியர் 'சொல்ல விரும்பிய பொருள்' தனித்துவ முக்கியத்துவம் பெறுகிறது. மொழிபெயர்ப்பாளர் அதைக் கண்டறிந்து, பெறுமொழி யில் அப்படியே அதைத் தருவது அவருடைய தலையாய கடமையாகக் கருதப்படுகிறது. பல மொழிபெயர்ப்பாளர்கள் இதைத் தலைமேற்கொண்டு நீண்ட ஆராய்ச்சி செய்து கண்டறிய முயல்கிறார்கள்; சிலர் கண்டறிந்துவிட்டதாகவும்

சொல்கிறார்கள். அதற்கான ஆராய்ச்சித் தரவுகளையும் சான்றுகளையும் எடுத்துவைக்கிறார்கள்.

ஆனால் அவ்வாறு கண்டறிந்ததாகச் சொல்லப்படுவது மூலக் கவிதையின் ஆசிரியர் 'சொல்ல விரும்பிய பொருள்' அல்ல. உண்மையில் அது மொழிபெயர்ப்பாளருடைய சொந்த வாசிப்பில் கிடைத்த, வாசகராக அவர் உணர்ந்த, சொல்ல விரும்பிய ஒரு 'வாசகரின் பொருளே' ஆகும். மொழிபெயர்ப்பாளர் தருகின்ற அனைத்து 'ஆய்வுச் சான்றுகளும்' அவருடைய சொந்த 'வாசகர் பொருளை' வலுப்படுத்த உதவுகின்றன.

இங்குக் கூடுவிட்டுக் கூடுபாயும் வித்தை எதுவும் நிகழவில்லை. மொழிபெயர்ப்பாளர் ஆசிரியரின் மனத்துக்குள் புகுந்து எந்தப் பொருளையும் அகழ்ந்து எடுக்கவில்லை. அது ஒருபோதும் நடக்காது. ஆசிரியர், நிஜமாகவோ உருவகமாகவோ மரித்துப்போய்விடுவதால், அது சாத்தியமும் இல்லை (காண்க. ப-ள் 361–2). எனவே கவிதையின் பொருள் கவிதைக்குள்ளே இருக்கிறது. ஆசிரியரின் மனத்துக்குள் அல்ல. பல வாசகர்களின் பல வாசிப்புகள், புரிதல்களுக்குப் பின்னர் பிறக்கும் பல விளக்கங் களின் வழி அதனுடைய பன்முகப் பொருள் வெளிப்படுகிறது; மேலும் விரிந்துகொண்டு செல்கிறது.

5.6.4.2 நடை

நடை என்ற சொல்லை இரு பொருள்களில் பயன்படுத்துகி றோம். இலக்கியம் என்று வகைப்படுத்தப்பட்ட பனுவல்களின் முக்கியமானதொரு அடையாளமாக நடை கருதப்படுகிறது. இரண்டாவதாக இலக்கியப் படைப்பாளிகளை அடையாளப் படுத்த அவர்களின் தனிப்பட்ட நடை பயன்படுகிறது. வள்ளுவனின் நடை, கம்பனின் நடை, பாரதியின் நடை, ஜெயகாந்தனின் நடை என்று படைப்பாளிகளை அவர்களின் தனித்துவ மொழிப் பயன்பாட்டு உத்திகளையும் கூறுகளையும் வைத்து அடையாளம் காண்கிறோம். இலக்கியம் என்று வகைப்படுத்தப்பட்ட பனுவல்களானாலும் தனிப்பட்ட இலக்கியப் படைப்பாளிகளானாலும் பின்வருவனவற்றை 'நடை'யின் பொதுவான கூறுகளாகக் கொள்ளலாம்.

- ❖ சொற்களின் தெரிவு; அவற்றின் மையப் பொருள், கூடுதல் பொருள், மறைபொருள் நுட்பங்கள்; வடிவ மாற்றங்களால் வரும் பொருள் மாற்றங்கள்.

- ❖ உரைநடையில் வாக்கியங்களின் கட்டமைப்பு; செய்யுள் நடையில் யாப்பிலக்கண விதிகளைப் பின்பற்றும் அல்லது பின்பற்றாத அடிகளின்

கட்டமைப்பு; கைதேர்ந்த பனுவலிடை இழையோட்டக் கட்டுமானங்களால் பெறும் பொதிவுகள், பொருள் நயங்கள்.

- மேலே சொன்னவற்றிலிருந்து பிறக்கும் ஓசை நயங்கள்.

- உவமம், உருவகம், உயர்வு நவிற்சி, வஞ்சப் புகழ்ச்சி, இரட்டுற மொழிதல் போன்ற அணிகளின் பயன்பாடு, சொல்லாடல் நயங்கள்.

- ஒற்றுமை – வேற்றுமை காணல், காரண – காரியம் நிறுவுதல், தொடங்கி விரித்து முடித்து வைத்தல், பொதுவிதியைக் கொண்டு தனி நிகழ்வுகளை விளக்குதல், தனி நிகழ்வுகளிலிருந்து பொதுவிதியை வகுத்தல், ஒட்டியும் வெட்டியும் விவாதித்தல், சொல்வதைக் கேட்கவும் செய்யவும் வைத்தல், வகைப்படுத்தல், விவரித்தல், வரையறுத்தல் போன்ற சொல்லாட்சி உத்திகளின் *(rhetorical devices)* திறம்பட்ட கையாளுகை.

மொழிபெயர்ப்பாளர் செய்யுள் நடையை எவ்வாறு எதிர்கொள்வார் என்பது ஒரு பெரிய கேள்விக் குறியே. செய்யுளைச் செய்யுளாகவே மொழியாக்கம் செய்யவேண்டும் என்று அவர் முடிவுசெய்துவிட்டால் அவருக்குக் கிடைக்கும் இடம் மிகவும் குறுகிப்போய்விடுகிறது. அந்தக் குறுகிய இடத்துக்குள் அவர் செய்யக்கூடிய வித்தையின் வீச்சும் மிகவும் குறைந்துவிடுகிறது.

இரு–மொழி–இரு–கலாச்சார–இரு–நடைகளின் கடும் பயணத்தை அவர் மேற்கொள்ள வேண்டியுள்ளது. தெளிந்த தெரிவுகளையும் உறுதியான தீர்மானங்களையும் நிகழ்விக்க வேண்டிய தீர்வுகளையும் மிகவும் பின்னுக்குத் தள்ளிவிட்டு, பிரச்சினைகளே வியாபித்து அவருக்கு முன்னர் நின்று அச்சுறுத்தும். சமனிகள் என்ற பேச்சுக்கு இடமே இல்லை என்று ஓங்கி அடித்து உணர்த்துவது போல் தோன்றும்.

ஈரேழ்வரிப்பா *(sonnet)* என்ற வடிவம்கொண்ட *154* பாக்களை ஷேக்ஸ்பியர் எழுதியுள்ளார். அவை ஒரு தொகுப்பாக *1609*ஆம் ஆண்டு பிரசுரிக்கப்பட்டன. அப்பாக்களுள் ஒன்றாகிய ‘ஈரேழ்வரிப்பா *116*’, ஒரு வழக்காய்வுக்காக (case study) கீழே தரப்பட்டுள்ளது. அது உலகப்புகழ் பெற்ற, எளிமையான, பதினான்கு அடிக் காதல் கவிதையாகும். அதன் தமிழ் மொழியாக்கத்தில் என்னென்ன பிரச்சினைகள் வரக்கூடும் எனப் பின் வரும் பகுதி பேசுகிறது.

5.6.5 ஷேக்ஸ்பியரின் ஈரேழ்வரிப்பா 116

1. *Let me not to the marriage of true minds*
2. *Admit impediments. Love is not love*
3. *Which alters when it alteration finds,*
4. *Or bends with the remover to remove:*

5. *O no! it is an ever-fixed mark*
6. *That looks on tempests and is never shaken;*
7. *It is the star to every wandering bark,*
8. *Whose worth's unknown, although his height be taken*

9. *Love's not Time's fool, though rosy lips and cheeks*
10. *Within his bending sickle's compass come:*
11. *Love alters not with his brief hours and weeks,*
12. *But bears it out even to the edge of doom.*

13. *If this be error and upon me proved,*
14. *I never writ, nor no man ever loved.*

5.6.5.1 அறிமுகம்

ஈரேழ்வரிப்பா இத்தாலியிலிருந்து இங்கிலாந்துக்கு இறக்குமதி செய்யப்பட்ட, இறுகிய யாப்பிலக்கண விதிகளைக்கொண்ட பாவினம் ஆகும். விதிகளில் சில மாற்றங்கள் செய்து, இப்பாவினத்தில் 154 பாக்களை எழுதி, ஷேக்ஸ்பியர் தனக்கென ஒரு பாணியை வகுத்துக்கொண்டார்.

5.6.5.2 ஷேக்ஸ்பியரின் ஈரேழ்வரிப்பாக்கள்: யாப்பிலக்கணக் கூறுகள்

- இப்பாவினத்தில் எழுதப்பட்ட பாக்கள் பதினான்கு அடிகளைக் கொண்டவை.
- முதல் 12 அடிகளும் மூன்று பத்திகளாக அமைந்துள்ளன. ஒவ்வொரு பத்தியிலும் நான்கு அடிகள் உள்ளன. ஒன்றுவிட்டு ஒன்றுவரும் அடிகளின் இறுதியில் வரும் சொற்கள் ஒத்த ஓசை கொண்டவை (rhymes). பத்திக்கு பத்தி இந்த ஓசை அமைப்பு மாறும். மூன்று பத்திகளில் உள்ள அடிகளின் இறுதியில் வரும் சொற்களில் காணப்படும் ஓசைக் கட்டமைப்பை *abab, cdcd, efef* என்று சொல்வது மரபு. மேலே உள்ள பாவில் இக்கட்டமைப்பைக் காணலாம்: *(minds, love, finds, remove); (mark, shaken, bark, taken); (cheeks, come, weeks, doom).*

- இறுதியில் வரும் இரண்டு அடிகள் தனிப்பத்தியாக இயங்குகின்றன. அடிகளின் இறுதிச் சொற்களில் காணப்படும் ஓசைக் கட்டமைப்பை gg என்று குறிப்பிடுவது வழக்கம்: (proved, loved).

- பாவின் ஒவ்வொரு அடியும் அயாம்பிக் பெண்டமிடர் (iambic pentameter) என்ற செய்யுள் அடி அமைப்பைக் கொண்டது. ஒவ்வொரு அடியிலும் ஐந்து ஈரசைச் சீர்கள் உள்ளன. ஒவ்வொரு சீரிலும் முதல் அசை அழுத்தம் பெறாததாகவும் (unstressed syllable), இரண்டாவது அசை அழுத்தம் பெற்றதாகவும் (stressed syllable) உள்ளன.

- ஷேக்ஸ்பியரின் ஈரேழ்வரிப்பா என்ற பாவினத்தில் வரும் ஒவ்வொரு பாவும் உள்ளடக்கத்தை ஒரு விவாத வடிவில் தருகின்றன. நான்கு அடிகள் கொண்ட மூன்று பத்திகள் நேர் கருத்து, முரண் கருத்து (thesis and antithesis), ஆதரவு வாதங்கள், எடுத்துக்காட்டுகள், சான்றுகள் ஆகியவற்றைத் தருகின்றன. இறுதியில் வரும் இரண்டு அடிகள் கொண்ட பத்தி முடிபை ஆணித்தரமாகச் சொல்லிப் பாவின் விவாதத்தை முடித்து வைக்கிறது.

5.6.5.3 பொருள் சுருக்கம்

மேலே உள்ள ஈரேழ்வரிப்பா 116 என்ற பாவில் "காதல் என்பது எது? எது அல்ல?" என்பதே விவாதப்பொருளாகும். முதல் பத்தி "காதல் என்பது எது அல்ல?" என்று தன் விவாதத்தை எதிர்மறையில் தொடங்கிவைக்கிறது. காதல், உண்மை யான உள்ளங்களின் திருமணமாகையால் முட்டுக் கட்டைகளுக்கு அங்கே இடம் இல்லை. மாற்றங்களைக் காணுகையில் அது மாறுவது அல்ல. மாற்றம் செய்ய முனையும் காரணிக்கு வளைந்து கொடுத்து அந்த மாற்றத்தை அடைவதும் அல்ல.

இரண்டாவது பத்தி "காதல் என்பது எது?" என்று விவாதத்தை நேர்மறையில் தொடர்கிறது. கலங்கரை விளக்கம் எந்தச் சூறாவளியையும் எதிர்கொண்டு, அசையாமல் என்றென்றும் நிலைத்து உறுதியாக நிற்கிறது. அது போன்றது காதல். நடுக்கடலில் செல்லும் எந்தக் கப்பலுக்கும் நிலைத்து நின்று வழிகாட்டும் துருவ நட்சத்திரம் அது. அதனுடைய மதிப்பு மனிதருக்குத் தெரியாமல் இருக்கலாம். ஆனால் அதனுடைய ஆளுமையை ஏற்றுக்கொண்டாகவேண்டும்.

மூன்றாவது பத்தியில் வாதங்கள் நேர்மறையிலும் எதிர்மறை யிலும் மீண்டும் வலிமையாக வைக்கப்படுகின்றன. ரோஜா நிற இதழ்களும் கன்னங்களும் காலதேவன் இடும் முத்திரைகளின் வீச்சுக்கு உட்பட்டவை. இருப்பினும் காலதேவனின் சேவகன் அல்ல காதல். அவன் தரும் சில மணி-வார குறுகிய நேரத்தில் மாறுவதல்ல காதல். வாழ்வின் இறுதிமூச்சுவரை உறுதியாக நிலைத்து நிற்பது காதல்.

நான்காவதாக உள்ள ஈரடி பத்தி எல்லா வாதங்களுக்கும் பின் அறிவிக்கப்படும் திடமான, உறுதியான தீர்ப்பாக அமைந்துள்ளது. சூளுரைத்து இந்தப் பாவை ஷேக்ஸ்பியர் இவ்வாறு முடித்து வைக்கிறார்: *(காதலைப் பற்றி) இங்கு நான் சொன்ன கருத்துகள் எல்லாம் தவறு என்று நிரூபிக்கப்பட்டால், நான் கவிஞனே இல்லை என்றாகட்டும்! எவரும் எக்காலும் காதல் வயப்படவே இல்லை என்றாகட்டும்!*

5.6.5.4 தமிழ் மொழியாக்கத் தெரிவுகள்

மொழிபெயர்ப்பாளருக்கு முன்னே உள்ள மொழியாக்கத் தெரிவுகளை மீண்டும் ஒரு முறை நினைவூட்டிக் கொள்ள வேண்டியுள்ளது. அதற்குப் பின் ஷேக்ஸ்பியரின் ஈரேழ்வரிப்பா 116-ஐத் தமிழில் தரும்போது சந்திக்கும் பிரச்சினைகளைப் பேசுவது பொருத்தமாயிருக்கும்.

(i) மொழியாக்க இலக்கு தருமொழி பனுவலா பெறுமொழி வாசகரா?

தற்காலத் தமிழ் வாசகரின் புரிதலையோ வரவேற்பையோ சற்றும் கருத்தில் கொள்ளாமல் ஷேக்ஸ்பியரின் மூலக்கவிதையை மட்டும் ஒற்றை இலக்காக வைப்பதா? சிறிதும் பிறழாமல் அதனுடைய அனைத்து அம்சங்களையும் முழுமையாகத் தமிழில் தருவதா அல்லது தமிழ் வாசகரை மட்டும் ஒற்றை இலக்காக வைப்பதா? அவர்களின் வாசிப்பு வரவேற்பையும் புரிதலையும் முழுவதுமாகக் கருத்தில் கொண்டு, வேண்டிய அனைத்துச் சமரசங்களையும் செய்வதா? சமகாலத்தில் தமிழில் படைக்கப்பட்ட ஒரு புதுக்கவிதையைப் போல ஷேக்ஸ்பியரின் கவிதையைத் தருவதா அல்லது முடிந்தவரை ஷேக்ஸ்பியரின் மூலக் கவிதையைப் பின்பற்றியும் தமிழ் வாசகரைக் கருத்தில் கொண்டும் குறைந்தபட்ச சமரசங்கள் மட்டுமே செய்வதா?

(ii) கவிதை நடையா உரைநடையா?

ஷேக்ஸ்பியரின் கவிதையைத் தமிழ்க் கவிதை நடையில் தருவதா? உரைநடையில் தருவதா? கவிதை நடையில் தருவது என்றால் ஷேக்ஸ்பியரின் sonnet என்ற ஆங்கிலப் பாவினத்திற்கு

இணையான தமிழ்ப் பாவினம் கிடையாது; என்றாலும் அதனுடைய ஆங்கில யாப்பிலக்கண விதிகளை அப்படியே பின்பற்றித் தமிழில் அவற்றைத் தருவிப்பதா அல்லது தமிழ் யாப்பிலக்கணம் வகுத்துள்ள பாவின வகைகளுள் சற்று நெருங்கி வரக் கூடிய அகவற்பா வடிவைத் தெரிவு செய்வதா அல்லது கட்டற்ற கவிதை (free verse) நடையில் தருவதா? ஷேக்ஸ்பியரின் ஈரேழ்வரிப்பா பதினான்கு அடிகளில் உள்ளது. மொழியாக்கத்தி லும் அதைப் பதினான்கு அடிகளோடு நிறுத்துவதா? அடிகளின் எண்ணிக்கையைக் குறைக்கலாமா? கூட்டலாமா?

ஷேக்ஸ்பியரின் கவிதையைத் தமிழ் உரைநடையில் தருவது என்றால், பண்டிதர்கள் கையாளும் உயர் வழக்கு உரைநடையில் தருவதா? பொது எழுத்துத் தமிழ்நடையில் தருவதா? பாமரர்கள் அன்றாடம் பயன்படுத்தும் பேச்சுத் தமிழில் தருவதா? தேவைப்பட்டால் வட்டார அல்லது கொச்சை வழக்குச் சொற்களையோ, பேச்சுத் தமிழில் கலந்துவிட்ட ஆங்கிலச் சொற்களையோ சேர்க்கலாமா? வேண்டாமா? பொழிப்புரையாக (paraphrase) தருவதா? விளக்கவுரையாக (commentary) தருவதா? மூலக் கவிதையின் பனுவலிடை இழையோட்ட வளங்கள் அனைத்தையும் தமிழ் மொழியாக்கத்தில் தரவேண்டுமா? முடியுமா? சிலவற்றைத் தவிர்க்கலாமா?

(iii) மொழிபெயர்ப்பு வகை

சொல்லுக்குச் சொல், வரிக்கு வரி மொழிபெயர்ப்பு செய்வதா? கருத்துக்குக் கருத்து மொழியாக்கம் செய்வதா? மூலக் கவிதைக்கு ஆங்கில வாசகர்கள் தந்த வரவேற்புக்குச் சமமாகத் தமிழ் வாசகர்கள் வரவேற்பு தரும் வகையில் மொழியாக்கம் செய்வதா? கவிதையின் உயிரோட்டத்தைச் சேதப்படுத்தாமல் தமிழில் தருவதற்குத் தேவையான அனைத்துச் சமரசங்களை யும் செய்துகொள்ளலாமா? கூடாதா? ஓரளவு சமரசங்கள் செய்துகொள்ளலாமென்றால் எந்தெந்த இடங்களில், எந்தெந்த கூறுகளில், எந்தெந்த வகைகளில் செய்துகொள்ளலாம்?

(iv) கலாச்சார வேறுபாடுகள்

கலாச்சார வேறுபாடுகளை எவ்வாறு கையாள்வது? வாசகரின் புரிதலில் தடைகளை உண்டாக்கினாலும் பரவா யில்லை என்று ஆங்கிலக் கலாச்சாரப் பொதிவுகளை அப்படியே தமிழில் தருவதா? தடைகளைத் தாண்டிவர உதவும் முன்னுரை, பின்னுரை அல்லது அடிக்குறிப்பு விளக்கங்களைத் தருவதா? அல்லது நெருங்கி வரக்கூடிய தமிழ்க் கலாச்சார மாற்றுக் கூறுகளைத் தருவதா?

இவ்வாறு மொழிபெயர்ப்பாளர்கள் பல கேள்விகளை எழுப்பி, விடைகளைச் சிந்தித்து, தீர்வுகளை உற்று நோக்கித் தெளிவான, உறுதியான தெரிவுகளைச் செய்தபின் மொழியாக்கம் செய்ய முனைவது வெற்றிக்கு வழிவகுக்கும்.

5.6.5.5 ஷேக்ஸ்பியருடைய பாவின் மொழியாக்கச் சவால்கள்

ஷேக்ஸ்பியர் எழுதிய உலகப் புகழ் பெற்ற ஈரேழ்வரிப்பா 116இன் சில நடையியல் அம்சங்கள் *(stylistic features)*, குறிப்பாக படிமங்கள், உருவகம், ஆளுருவாக்கம், குறியீடு, தொன்மம் ஆகிய பொருளணிகளோடு சொல்லாடல், ஓசை நயம் ஆகிய இரு பிற நடை அம்சங்களும் கையாளப்பட்டுள்ள விதத்தை இப்பகுதி விவரிக்கிறது; அவற்றின் தமிழ் மொழியாக்கச் சவால்களைப் பற்றியும் பேசுகிறது. விடைகளை விடத் தொடர்புடைய பல கேள்விகள் இங்கு முன்னிறுத்தப்படுகின்றன.

5.6.5.5.1 படிமங்கள் (imagery)

இலக்கியப் படைப்புகளில், குறிப்பாகக் கவிதைகளில், வரும் சொற்கள்/வரிகள் ஐம்புலன்கள் வழியே நேரடியாகவோ/ மறைமுகமாகவோ வாசகருக்கு உணர்த்தும் அனைத்துப் பொருள்களும் நிகழ்வுகளும் தன்மைகளும் படிமங்கள் என்று அழைக்கப்படுகின்றன. இப்படிப்பட்ட சொற்கள்/வரிகள் வேறு படைப்புகளையோ கலாச்சாரக் கூறுகளையோ மறைமுகமாகச் சுட்டலாம்; அல்லது உவமம், உருவகம், குறியீடு போன்ற அணிகளுக்கு இட்டுச் செல்லும் கருவிகளாகவும் அமையலாம்; அவையும் படிமங்களாகக் கருதப்படுகின்றன. 1930களுக்குப் பிறகு திருப்பித் திருப்பி வரும் படிமக் கொத்துகள் (image clusters) படைப்பு முழுவதுமே அணிவள மொழியாக (figurative language) பரவி, மையக்கருத்தை முன்னிறுத்த உதவுகின்றன என்று பேசப்படுகிறது.

இப்பாவில் *impediments, star, rosy lips and cheeks, sickle* ஆகிய சொற்கள் படிமங்களாகப் பயன்படுகின்றன. *Star* என்ற சொல் காதலர் உலகச் சூழலை உண்டாக்கும் ஒரு முக்கியமான பின்புலக் கூறாகும். அதிலும் வட துருவ நட்சத்திரம் இலக்கியத்தில் மிகவும் பிரசித்தி பெற்றதாகும். அது நிலைத்து நின்று வட துருவ வழிகாட்டியாக மாலுமிகளுக்கு உதவுகிறது. அதே போல, காதலும் நிலைத்து நிற்கவேண்டும் எனக் காதல் வயப்பட்டோருக்கு அது வழிகாட்டுகிறது. முதலில் இந்தப் படிமம் காதலர் உலகக் காட்சியைத் தோற்றுவித்து, பின்னர் வேறு சில அணிகளுக்கு இட்டுச் செல்லும் கருவியாகிறது.

Impediments என்ற சொல் இங்கிலாந்தில் நிகழ்த்தப்படும் தேவாலயத் திருமண விதிகளில் ஒன்றைக் குறிப்பிடுகிறது. திருமண நிகழ்வுகளின் துவக்கத்தில் பாதிரியார் குழுமியுள்ளோரையும் மணமக்களையும் பார்த்துத் திருமணத்திற்குத் தடைகள் ஏதும் இருந்தால் அறிவிக்கச் சொல்வார். தடைகள் இருப்பதாக எவருமே அறிவிக்காமல் இருக்கவேண்டும். அப்போதுதான் மற்ற சடங்குகள் தொடரும்.

சமயச் சடங்குகளை முழுமையாக நிறைவேற்றிய பின் தேவாலயத் திருமணங்கள் உறுதிசெய்யப்படுகின்றன. சட்டபூர்வ ஒப்பந்தங்களில் கையெழுத்திட்ட பின் அரசு அலுவலகப் பதிவுத் திருமணங்கள் உறுதி செய்யப்படுகின்றன. இத்தகைய திருமணங்களுக்குத் தடைகள் வரக்கூடும். ஆனால் உண்மையான காதலால் இணையும் உள்ளங்களின் திருமணத்திற்குத் தடைகள் ஏதும் கிடையாது.

Rosy lips and cheeks என்ற சொற்கள் படிமமாக இயங்கி, அழகான காதலியின் பிம்பத்தை அகக் காட்சியாக, வாசகரிடம் தோற்றுவிக்கிறது. அடுத்த வரியில் வரும் *sickle* (=அரிவாள்) என்ற படிமம் 'வெட்டு/அழிவு/சேதம்' எனும் உணர்வை உண்டாக்கு கிறது. எனவே அழகு அழிவுக்குட்பட்டது என எண்ணவைக்கிறது.

பாவில் வரும் *sickle* என்ற சொல்லை எப்படி தமிழில் தருவது? அரிவாள், கருக்கரிவாள், பண்ணரிவாள், கொடுவாள், வீச்சரிவாள் எல்லாமே அடிப்படையான வேளாண் பயன்பாடுகள் உள்ள கருவிகள். இவற்றுள் எதைத் தெரிவு செய்வது? பொது எழுத்துத் தமிழ்ச் சொல்லாக, கதிர் அறுப்பது மட்டுமல்லாமல் வேறு பல பயன்பாடுகளும் உடைய கருவியைக் குறிப்பதாக, 'அரிவாள்' உள்ளது. கருக்கரிவாள், பண்ணரிவாள் இரண்டும் கதிர் அறுக்கும் கருவிகளைக் குறிக்கின்றன என்றாலும் வட்டார வழக்குச் சொற்களாக உள்ளன. கொடுவாள், வீச்சரிவாள் ஆகியவை கருவிகளாய் இருப்பதோடு மட்டுமல்லாமல் ஆயுதங்கள் என்ற பரிமாணத்தையும் கொண்டுள்ளன. மற்ற படிமங்களாகிய *star, rosy lips and cheeks* ஆகிய சொற்கள் மொழிபெயர்ப்புச் சிரமங்களை உண்டாக்கவில்லை.

5.6.5.5.2 உருவகம் (metaphor)

இரு வேறு பொருள்களை ஒப்புமைப்படுத்தும்போது, வேற்றுமையை நீக்கிவிட்டு ('போன்ற' எனும்) உவம உருபு இல்லாமல், இரண்டும் ஒன்றே எனக் கூறுவது உருவகம் ஆகும். 'தண்டியலங்கார' நூற்பா ஒன்று இவ்வணியை இப்படி வரையறுக்கிறது: "உவமையும் பொருளும் வேற்றுமை ஒழிவித்து

ஒன்று என/ மாட்டின் அஃது உருவகம் ஆகும்". மலர் போன்ற விழி என்று சொன்னால் அது உவமை அணியாகிறது. முன்னே வருவது ஒன்று, பின்னே வருவது வேறொன்று என வேற்றுமை இங்கு முன் நிற்கிறது; இருந்தாலும், 'அழகு', 'மென்மை' என்ற வகையில் ஒப்புமையும் உள்ளது. முன்னே வரும் மலர் ஒப்பிடப் பயன்படும் பொருள்; அது உவமானம் ஆகிறது. பின்னே வரும் விழி ஒப்பிடப்படும் பொருள்; அது உவமேயம் ஆகிறது. ஐ.ஏ. ரிச்சட்ஸ் என்ற இலக்கியத் திறனாய்வாளர் உவமேயத்திற்கு tenor என்றும், உவமானத்திற்கு vehicle என்றும் பெயர் தந்துள்ளார்.

மலர் போன்ற விழியை மலர்விழி என்று சொன்னால் அது உருவகம் ஆகிவிடுகிறது: மலர், விழி ஆகிய இருபொருள்களில் உள்ள வேற்றுமை இங்கு ஒழிக்கப்படுகிறது. இரண்டு இரண்டல்ல, இரண்டும் இரண்டறக் கலந்ததால் ஒன்றாகி மலர்விழி என்ற ஒன்று மட்டுமே உள்ளது. தண்டியலங்காரம் உருவக அணியைப் பதினைந்தாக வகைப்படுத்துகிறது.

ஈரேழ்வரிப்பா 116இல் படிமமாகத் தொடங்கிய 'நட்சத்திரம்' உருவக அணியாக மாற்றம் பெறுகிறது: காதல் எப்போதும் நிலைத்து நின்று ஒளிரும் நட்சத்திரம் (ஆளுமை மிகுந்த சக்தி); அது சூறாவளிகளால் (காதலை அச்சுறுத்தும் பெரும் சோதனைகளால்) அசைக்க முடியாதது; நடு நிசியில், நடுக் கடலில் பயணிக்கும் கப்பல்களுக்கு (சோதனைகளால் தடுமாறும் காதலர்க்கு) அது வழிகாட்டி. நட்சத்திரம் பற்றிய உருவக அணியைத் தமிழில் உருவகம் செய்வதில் சிரமம் ஏதும் இல்லை.

5.6.5.5.3 ஆளுருவாக்கம் (Personification)

இலக்கியத்தில் ஆளுருவாக்க அணி, அருவமான கருத்தாக்கம் (concept) ஒன்றுக்கு அல்லது உயிரற்ற பொருள் ஒன்றுக்கு மனித உயிர் ஊட்டுகிறது; ஆணாகவோ பெண்ணாகவோ உருவம் தருகிறது; உணர்ச்சிகளையும் பண்புகளையும் தந்து, நடமாடும் ஆளைப் போலச் சித்திரிக்கிறது. "சாவே! உனக்கும் ஒரு சாவு வாராதோ?" என்ற சொல்லாடலில், 'சாவு' எனும் கருத்தாக்கம் ஒரு மனிதனாகச் சித்திரிக்கப்படு கிறது. 'சாவுக்கு எப்போது சாவு?' என்ற கேள்வியில் உள்ள முரண்நகையை முன்னிறுத்துகிறது.

ஷேக்ஸ்பியரின் பாவில் Love, Time என்ற இரு ஆளுருவாக்க அணிகள் இணைந்து உயிரோட்டத்தைத் தருகின்றன. பாவின் இரண்டாம் வரியில் தொடங்கி ஏழாம் வரி முடிய அருவமான கருத்தாக்கமாக அஃறிணையில் காதல் சித்திரிக்கப்படுகிறது: மாற்றங்களுக்கிடையில் மாறாததும், மாற்றம் செய்ய முனைபவருக்கு வளைந்து கொடுக்காததும், அசையாமல் சூறாவளிகளை

எதிர்கொள்வதும், ஒரே இடத்தில் உறுதியாக நிற்கும் அடையாளச் சின்னமாகவும், தடுமாறும் கப்பல்களுக்கு வழிகாட்டும் வட துருவ நட்சத்திரமாகவும் அது காட்சிப்படுத்தப்படுகிறது.

பாவின் ஏழாம்வரிவரை காதல் அருவக் கருத்தாக்கமாயிருக்கிறது. எட்டாவது வரியில் அதைக் கவிஞர் ஆளுருவாக்கம் செய்கிறார்: உயர் திணை ஆண்பால் 'காதல் தேவனாகக்' காட்சி மாற்றம் செய்கிறார். அவனுடைய மதிப்பை மக்கள் அறியாமல் இருக்கலாம். ஆனால் அவனுடைய ஆளுமையை ஏற்றுக்கொண்டே ஆகவேண்டும். அடுத்த வரியில் இன்னொரு ஆளு(/ணு)ருவாக்கம் செய்து காலத்தைக் காலதேவனாகக் கவிஞர் மாற்றுகிறார். இவ்விரு கற்பனைகளும் கவிதையின் மையக் கருத்தை மிகுந்த நயத்துடன் சொல்ல வழிவகுக்கின்றன. (காதலியின்) ரோஜா இதழ்களும் கன்னங்களும் காலதேவன் உண்டாக்கும் அழிவுக்கு உட்பட்டவையே. இருப்பினும் காதல் தேவன் காலதேவனின் சேவகன் அல்ல! அவன் இடும் கட்டளைகளுக்குக் கீழ்ப்பணிவதற்கு அவனுடைய அரசவைக் கோமாளி அல்ல. அவன் தரும் சில மணி–வார குறுகிய நேரத்தில் மாறுவதல்ல காதல் தேவனின் மாட்சி! வாழ்வின் இறுதிமூச்சுவரை உறுதியாக நிலைத்து நிற்பதுவே அவனின் ஆட்சி!

பாவின் ஒன்பதாவது வரியில், 'காலதேவனின் (அரசவைக்) கோமாளி அல்ல காதல்' என்ற சொற்களில் ஷேக்ஸ்பியர் உருவக அணியைக் கையாண்டுள்ளார். மன்னராட்சி நடந்த அவருடைய காலத்தில் இருந்த அரசவைக் கோமாளிகள் பிரபலமானவர்கள். சர்க்கஸ் கோமாளி போல் உடை அணிந்து, கோமாளித் தனமான செயலாலும் பேச்சாலும் எல்லாரையும் சிரிக்கவைப்பதே அவர்களுடைய வேலை. அவர்கள் அரசவை ஊழியர்கள்; அரச கட்டளைகளுக்கு மிகவும் கட்டுப்பட்டவர்கள். அரசனின் கோபத்துக்கு ஆளானால் தண்டனையாகச் சாட்டையடியும் வாங்குபவர்கள். 'காலதேவனுக்கு இப்படிப்பட்ட ஊழியம் செய்யும் சேவகன் அல்ல காதல்' என்று இவ்வரியில் ஷேக்ஸ்பியர் உருவகமாகச் சொல்கிறார். இங்குக் குறிப்பிடப்படுவோர் போன்ற அரசவைக் கோமாளிகள் தமிழ்க் கலாச்சார வரலாற்றில் இருந்ததாகத் தெரியவில்லை. தமிழகத் தெருக்கூத்துப் பாரம்பரியத்தில் கட்டியங்காரன் என்பவன் கதைக்குத் தொடர்பில்லாதவன். பாத்திரங்களை அறிமுகம் செய்பவன். சில காட்சிகளில் பாத்திரங்களை விமர்சித்து நகைச்சுவையாகப் பேசுபவன்.

சமஸ்கிருதக் கலாச்சார வரலாற்றில்கூட அரசவையில் விதூஷகன் என்ற கோமாளி இருந்ததாகத் தெரியவில்லை. ஆனால் காளிதாசரின் 'சாகுந்தல' நாடகத்தில் அரசனின் நெருங்கிய

நண்பனாக ஒரு விதூஷகன் வருகிறான். கிருஷ்ண தேவராயரின் அரசவையில் தெனாலிராமன் என்ற விதூஷகன் இருந்தான். அவனுடைய கோமாளித்தனச் சிரிப்பு கதைத்தொகுப்பு உண்டு.

தமிழக மன்னராட்சிக் காலத்தில் அரசவைப் புலவர்கள் இருந்திருக்கிறார்கள். ஆனால் அவர்கள் தங்களை அரசவை ஊழியர்களாக எண்ணியதில்லை. கருத்து வேறுபாடு வரும்போது "உண்டோ குரங்கேற்றுக் கொள்ளாத கொம்பு?" என்று தன்மானத் திமிரைக் காட்டியுள்ளர்கள். அரசனின் சினத்திற்குச் சற்றும் அஞ்சாமல் அரசு பதவியைத் தூக்கி எறியும் ஆளுமை உடையவர்களாக இருந்திருக்கிறார்கள். அவர்களின் புலமையால், நகைச்சுவையால், அரசவையில் சிரிப்பலைகள் எழுவதுண்டு. ஆனால் அவர்கள் அரசவைக் கோமாளிகள் அல்லர்.

ஷேக்ஸ்பியரின் பாவில் Love, Time என்ற இரு ஆளுருவாக்க அணிகள் காதலைக் 'காதல் தேவனாக'வும், காலத்தைக் 'காலதேவனாக'வும் சித்திரிக்கின்றன. சங்ககாலத் தமிழ்க் கலாச்சாரம் அன்புடைய உள்ளங்களின் சங்கமத்தையும், தொடரும் உடல்களின் சங்கமத்தையும் வேறுபடுத்திப் பார்க்கவில்லை. காதல், காமம் ஆகிய இரு சொற்களும் சமமான உயர்பொருளைக் குறித்தன. காம தேவனைக் காதல் தெய்வமாக ஏற்றுக் காமன் பண்டிகையைக் கொண்டாடும் நீண்ட பாரம்பரியம் சங்க காலத்திலிருந்து வழக்கில் உள்ளது. வள்ளுவர் காமத்தை மிகவும் மென்மையான அகம் சார்ந்த இன்பமாகக் கருத்தாக்கம் செய்துள்ளார் (மலரினும் மெல்லிது காமம்). தற்காலத் தமிழ்க் கலாச்சாரத்தில் காமம் வெறும் உடல் சார்ந்த இழிந்த இச்சையாகக் கருதப்படுகிறது.

மொழியாக்க ஆளுருவாக்கம் 'காம தேவனா'? 'காதல் தேவனா'? 'காம தேவன்' என்றால் இழிந்த இச்சை எனும் தற்காலப் பொருள் பொதிவை எப்படி தவிர்ப்பது? காதல் தேவன் என்றால் காமன் பண்டிகையைப் பற்றிய கலாச்சாரப் பாரம்பரியச் செறிவின் உயர்பொருள் இழப்பு இருக்காதா? இழப்பு இருந்தாலும் அதுவே நல்ல தெரிவா? மொழியாக்க ஆளுருவாக்கம் 'கால தேவனா'? 'காலனா'? 'காலன்' என்றால் யமனைப் பற்றிய பொதிவுகள் வந்துவிடுகின்றன. இருப்பினும் அதுவே நல்ல தெரிவா?

5.6.5.5.4 குறியீடுகள் (Symbols)

இலக்கியத்தில் 'குறியீடு' ஒரு சொல் அல்லது சொற்றொடர். அது ஒரு பொருளையோ நிகழ்வையோ குறிப்பிடுவ தோடு நின்றுவிடாமல், வேறொரு பொருளையோ நிகழ்வையோ

அல்லது வேறு சில பொருள்களையோ நிகழ்வுகளையோ சொல்லாமல் சொல்லும் உட்பொருள் வீச்சு கொண்டது.

ஒரு குறியீடு ஒரு குறிப்பிட்ட கலாச்சாரத்துக்கோ சமூகத்துக்கோ பொதுவானதாக இருக்கலாம். படைப்பாளிகள் இத்தகைய குறியீடுகளைத் தங்கள் படைப்புகளில் அதிகமாக எடுத்துக் கையாள்கிறார்கள். 'எருமை வருகிறது' என்ற சொற்றொடர் நேரடிப் பொருளான ஒரு விலங்கைக் குறிக்கலாம். உருவகமாகச் சுறுசுறுப்பில்லாத ஒரு நபரைத் திட்டப் பயன்பட லாம். குறியீடாக மரண தேவன் எமனின் வருகையைக் குறிக்கலாம்.

ஒரு குறிப்பிட்ட கலாச்சாரத்துக்கோ சமூகத்துக்கோ பொதுவானதாக இல்லாமல் தனக்கென்று மட்டுமே, தான் மட்டுமே புரிந்துகொள்ளக் கூடிய, தனிப்பட்ட ஒரு குறியீட்டை (personal symbol) படைப்பாளி உருவாக்கலாம். எடுத்துக்காட்டாக 'கருப்பு நாள்' என்ற தனிப்பட்ட குறியீடு ஒரு படைப்பில் திரும்பத் திரும்ப வரலாம். அதன் பொருள் படைப்பாளிக்கு மட்டும் சொந்தமானது. எந்த நாள், எந்த நிகழ்வு கருப்பு என்ற கேள்வி களுக்கு அவர் மட்டுமே விடை தரமுடியும், ஆனால் தந்திருக்க மாட்டார். வாசகர்கள் துருவித்துருவிப் படித்து அவரவருக்குத் தோன்றிய விளக்கங்களைச் சொல்லிக் கொள்ளவேண்டியதுதான்!

ஷேக்ஸ்பியரின் பாவில், ஒன்பதாவது வரியில், *rosy lips and cheeks* என்ற சொற்கள் காதலியின் அழகைக் குறியீட்டுப் பொருளாகச் சொல்கின்றன. பத்தாவது வரியில் *sickle* என்ற சொல்லும் குறியீடாகப் பயன்படுகிறது. தானியக் கதிர்களை அறுத்து எடுக்கப் பயன்படும் அரிவாள்தான் அதனுடைய நேரடிப்பொருள். ஒன்பதாம் வரியில் தொடங்கிய கால தேவன் என்ற ஆளுருவாக்கத்தின் நீட்சியாக 'அவனுடைய கையில் உள்ள அரிவாள்' சித்திரிக்கப்படுகிறது.

அந்த அரிவாளின் இயக்க வீச்சுக்கு உட்பட்டதுதான் உடல் சார்ந்த அழகு. அவன் தரும் குறுகிய காலத்துக்குள் அவனுடைய கையில் உள்ள ஆயுதம் அவ்வழகை அழித்து விடும்; அதுவே குறியீட்டுப் பொருள். மாறாக, உண்மையான உள்ளங்களின் சங்கமத்தால் பிறக்கும் காதல் கால மாற்றத்தால் குன்றாது. இறுதி மூச்சு உள்ளவரை அது நிலைத்து நிற்கும்.

ஷேக்ஸ்பியர் காலச் சமுதாயத்துக்கு மிகவும் பரிச்சயமான வேறொரு குறியீடு பாவில் வரும் 'அரிவாளுள்' அடங்கியுள்ளது. அக்காலத்தில் மரணம், ஆணாக ஆளுருவாக்கம் செய்யப்பட்டது. அது மகாசக்தி படைத்தது; ஒரு முனையில் நீண்டு வளைந்த வீச்சரிவாள் பொருத்திய ஆளுயரத் தடியை அது கையில் இறுக்கிப் பிடித்திருக்கும்; அதைக் கொண்டு உயிர்களை வேரறுத்து எடுத்துச்

செல்லும். பார்ப்பதற்கு ஒரு இரக்கமற்ற எலும்புக்கூடாக (*Grim Reaper*) அது தோன்றும்.

மூலப் பாவின் *rosy lips and cheeks* எனும் சொற்கள் காதலியின் அழகைக் குறியீட்டுப் பொருளாகச் சொல்கின்றன. இதைத் தமிழில் அதே பொருளுடன் '(காதலியின்) ரோஜா இதழ்களும் கன்னங்களும்' என்று சொல்லிவிட முடியும். ஆனால் *sickle* என்ற சொல்லின் குறியீட்டுப் பொருளை மொழியாக்கம் செய்வதில் சிரமம் உள்ளது. ரோஜா இதழ்களும் கன்னங்களும் காலன் கையில் உள்ள வளைந்த அரிவாளின் வீச்சுக்கு உட்பட்டவையாகும். காலனால் காதலியின் அழகை அழிக்க முடியும் என்றே இங்குக் கவிஞர் தன் கருத்தாக உணர்த்துகிறார்.

இருந்தாலும், தமிழ் வாசகர்களின் புரிதலில் காலன் கையில் உள்ளது பாசக்கயிறு, வளைந்த அரிவாள் அல்ல. மேலும் வேளாண் கருவியாகிய அரிவாள் அழகையும் அழிக்கும் கருவி எனத் தமிழ் இலக்கியம் இதுவரை சித்திரித்ததில்லை. "*. . . rosy lips and cheeks/Within his bending sickle's compass come . . .*" என்று ஆங்கிலப் பனுவலில் வரும் அடிகளைச் சொல்லுக்குச் சொல் மொழிபெயர்ப்பாகத் தமிழில் தரலாமா? அப்படி தந்தால் அது செயற்கையாக இருக்குமா, இருக்காதா? செயற்கையாக இருக்கும் என்றால் இயற்கையாக இருக்குமாறு எப்படி தருவது?

வேறொரு குறியீட்டை *sickle* உள்ளடக்கியுள்ளது என்று முன்பு கண்டோம். அக்கால ஐரோப்பியக் கலாச்சாரத்தில் மரணம் இரக்கமற்ற எலும்புக்கூடாகவும் (*Grim Reaper*), அது தன் கையில் உள்ள நீண்டு வளைந்த வீச்சரிவாளால் உயிர்களை வேரறுத்து எடுத்துச் செல்வதாகவும் நம்பப்பட்டது. இந்தக் குறியீட்டுப் பொருளை எப்படி தமிழாக்கத்தில் தருவது?

தமிழ்க் கலாச்சாரத்தில் காலன் எருமை வாகனத்தில் வந்து, பாசக் கயிற்றை வீசி, உயிர்களைக் கட்டிக்கொண்டுசெல்வதாக ஒரு புராணம் உள்ளது. "*. . . rosy lips and cheeks/Within his bending sickle's compass come . . .*" என்ற ஷேக்ஸ்பியரின் அடிகளை 'ரோஜா இதழ்களும் கன்னங்களும் காலனின் பாசக் கயிற்றின் வீச்சுக்கு உட்பட்டவையே' என்று தமிழில் தரலாமா? இவ்வடிகளில் *sickle* என்ற சொல் சுட்டும் குறியீட்டு பொருளைத் தமிழில் 'பாசக்கயிறு' தருமா? வேறுபாடுகள் இருக்குமா? இருந்தால் அவை யாவை? அவற்றை என்ன செய்வது?

5.6.5.5.5 தொன்மம் (Myth)

பண்டைய கிரேக்க மொழியில் *mythos* எனும் சொல் எந்த ஒரு கதை அல்லது கதைக் கூறுகளின் அமைப்பு (*plot*) என்ற

பொருளில் வழங்கிவந்தது? அது ஒரு உண்மைக் கதையையோ கற்பனைக் கதையையோ குறித்தது. மாறாக, இன்று *mythology* எனும் கலைச்சொல் பலதரப்பட்ட பழங்கதைகளின் தொகுப்பு அமைப்பைக் குறிக்கிறது. தொன்றுதொட்டுப் பல தலைமுறைகளாய்க் குறிப்பிட்டதொரு கலாச்சாரத்தில் அவை கைமாறி வந்துள்ளன. அவை ஒரு காலத்தில் உண்மையில் நிகழ்ந்தவையாக நம்பப்பட்டன. அவற்றுள் ஒவ்வொன்றும் தொன்மம் ஆகும்.

இன்றைய உலகு இப்படி ஏன் இருக்கிறது, இப்போது இங்கு நிகழும் நிகழ்வுகள் இப்படி ஏன் நிகழ்கின்றன, கட்டுப்பாடுகளை விதிக்கும் இன்றைய சமுதாய நெறிமுறைகளை யார் வகுத்தது, அவற்றை அப்படியே ஏற்றுக்கொள்ளத்தான் வேண்டுமா போன்ற கேள்விகள் அடிக்கடி கேட்கப்படுகின்றன. அவற்றுக்கான விளக்கங்களை ஒரு கலாச்சாரத்தில் வழங்கிவரும் தொன்மங்கள் தருகின்றன.

தெய்வங்கள், இயற்கைக்கு அப்பாற்பட்ட சக்திகள் ஆகியவற்றின் எண்ணங்களோடும் செயல்களோடும் சம்பந்தப் பட்டவையாக அந்த விளக்கங்கள் உள்ளன: இன்றைய சமுதாயப் பழக்கவழக்கங்கள், நடைமுறையில் உள்ள நெறிமுறைகள் ஆகியவற்றுக்கான பகுத்தறிவுக் காரணிகளாகவும் அவை தரப்படுகின்றன. அவற்றின் சமூகக் கட்டுப்பாட்டு மேலதிகார அமைப்பாகத் தொன்மங்கள் இயங்குகின்றன. அவற்றுள் பெரும்பாலானவை சமூகச் சடங்குகளின், குறிப்பாக புனித விழாக்களின், விதிக்கப்பட்ட வடிவங்களின் செய்முறைகளோடு தொடர்புடையவை.

ஷேக்ஸ்பியரின் பாவில் பத்தாவது வரியில் வரும் *sickle* என்ற சொல் தொன்மப் பொதிவு கொண்டதாகவும் உள்ளது. *Grim Reaper* என்ற படைப்பு பண்டைய கிரேக்கப் புராணங்களிலிருந்து பெறப்பட்டது. அது உயிர்களை வேரறுக்கும்; படகு ஒன்றில் ஏற்றும்; மண்ணுலகிலிருந்து செல்லும் ஆறு ஒன்றில் பயணம் செய்து, ஆவிகள் உலகிற்கு அவற்றைக் கொண்டு சேர்க்கும். எனவே அரிவாள் என்ற ஒற்றைச் சொல் ஒரு படிமமாக (வேளாண் கருவி) தொடங்குகிறது, அடுத்த நிலையில் அது ஒரு குறியீட்டுக்குள் ஆளுருவாக்கம் ஒன்றை உள்ளடக்கியதாக (காலதேவன்; அவன் கையில் உள்ள அரிவாள்) காணப்படுகிறது, அடுத்த நிலையில் அக்குறியீட்டுக்குள் வேறொரு ஆளுருவாக்கத்தின் (*Grim Reaper*) பதிவு தென்படுகிறது. அடுத்த நிலையில் அந்த ஆளுருவாக்கம் ஒரு தொன்மத்துக்கு இட்டுச் செல்கிறது. இப்படியாகப் பாவில் வரும் அரிவாள் என்ற ஒற்றைச் சொல் படிமம், குறியீடு, ஆளுருவாக்கம்,

தொன்மம் என்ற நான்கு நிலைகளில் பொருட் செறிவுகள் கொண்டதாக விரிந்து கொடுக்கிறது. எல்லாவற்றையும் சேர்த்து இவற்றை ஒரு படிமக் கொத்தாகவும் பார்க்கலாம்.

ஷேக்ஸ்பியரின் பாவில் பன்னிரண்டாவது வரியில் வரும் *the edge of doom* என்ற சொற்கள் நேர் பொருளில் அழிவு அல்லது சாவைக் குறிப்பிடுகின்றன. குறியீட்டுப் பொருளாகக் காதலர்களின் இறுதி மூச்சை அவை சுட்டுகின்றன. உண்மையான உள்ளங்களின் சங்கமத்தில் பிறக்கும் காதல், இறுதி மூச்சு உள்ளவரை உறுதியாக நிற்கும். அதே சொற்களில் ஒரு தொன்மப் பொதிவும் உள்ளது. காலம் தொடங்கிய நாள் எது, முடியும் நாள் எது என்று அறிவியல் பூர்வமாக இதுவரை கண்டறியப்படவில்லை. ஆனால் காலமே காலமாகி விடும் நாளை, அதாவது அனைத்து யுகங்களும் முடிவுக்கு வரும் நாளை *the Doomsday* என்று சொல்வது வழக்கம். அதன் புராணங்கள் எல்லாச் சமூகங்களிலும் உள்ளன.

Doomsday பற்றிய குறிப்புகள் கிறித்தவர்களின் வேதப் புத்தகத்தில் பழைய ஏற்பாடு, புதிய ஏற்பாடு ஆகிய இரு பிரிவு களிலும் உள்ளன; பல நூறு அல்லது பல்லாயிரம் ஆண்டுகளுக்குப் பின் உலகம் அழியும் நாள் வரும் என அக்குறிப்புகள் சொல்கின்றன. அந்நாளின் நிகழ்வுகளைப் பற்றிய பல பழங்கதைகள் உள்ளன. எனவே *the edge of doom* என்ற சொற்களில் ஒரு தொன்மப் பொதிவும் உள்ளது.

ஷேக்ஸ்பியரின் கவிதையில் *sickle* என்ற சொல் தொன்மப் பொதிவு உடையது என்று மேலே கண்டோம். *Grim Reaper* உயிர்களை வேரறுத்து, படகு ஒன்றில் ஏற்றி, மண்ணுலகிலிருந்து செல்லும் ஆறு ஒன்றில் பயணம் செய்து, ஆவிகள் உலகத்திற்கு அவற்றைக் கொண்டு சேர்ப்பதாக ஒரு ஐரோப்பியப் புராணக் கதை உள்ளது என்றும் கண்டோம். மாறாக, மரண தேவனாகிய காலன் எருமை வாகனத்தில் வருவான் எனத் தமிழ்க் கலாச்சாரத் தொன்மம் சொல்கிறது. பாசக் கயிற்றை வீசி உயிர்களைப் பிடித்து விசாரணைக்குக் கொண்டு செல்வான்; ஒரு பதிவேட்டிலிருந்து சித்திரகுப்தன் விசாரணைக்கான தகவல்களைத் தருவான்; காலனாகிய எமதர்ம ராஜா கருமங்களின் அடிப்படையில் அந்த உயிர்களை நரகத்திற்கோ சொர்க்கத்திற்கோ அனுப்புவான் என்று விவரிக்கிறது.

மரணம் பற்றிய தொன்மம் அனைத்துக் கலாச்சாரங்களிலும் ஏதோ ஒரு வகையில் பதிவாகி உள்ளது: அதன் உருவம் மாறலாம்; உயிர்களைக் கொண்டு செல்லும் வழிமுறைகள் மாறலாம்; சேரும் இடங்களின் விவரிப்புகளும் மாறலாம். ஆனால் மரணம் அடிப்படையான உலகளாவிய தொன்ம நிதர்சனமாக

உள்ளது. *Grim Reaper* தரும் ஐரோப்பியத் தொன்மப் பொதிவும் காலன் தரும் தமிழ்த் தொன்மப் பொதிவும் வேறுபடுகின்றன. *Grim Reaper* செய்யும் பணி உயிர்களை வேரறுத்து ஆவிகள் உலகிற்குக் கொண்டுசேர்ப்பதோடு நின்றுவிடுகிறது. காலனின் பணி மேலும் தொடருகிறது. நீதி விசாரணை செய்து அவற்றைச் சொர்க்கத்திற்கோ நரகத்திற்கோ அனுப்புவதில் முடிகிறது. இந்த வேறுபாட்டை மொழியாக்கத்தில் எப்படி கொண்டுவருவது?

தமிழ் மொழியாக்கத்தில் *Doomsday* பற்றிய தொன்மப் பொதிவையும் கொண்டுவர முடியுமா? முடியும் என்றால் எவ்வகையில் முடியும்? கலியுக அதர்மங்களைப் பற்றியும், கல்கி அவதாரத்தைப் பற்றியும், பல்லாயிரம் ஆண்டுப் பழைமையான இந்தியத் தொன்மம் உள்ளது. அதில் உலகு முடிவுக்கு வரும் விதத்தைப் பற்றிய நீண்ட விவரணைகள் உள்ளன. அவற்றை, மொழியாக்கத்தில் பயன்படுத்தலாமா, என்றால் எவ்வாறு செய்யலாம்?

5.6.5.6 பிற நடை அம்சங்கள்

சொல்லாடல், ஓசை நயம் பற்றி மட்டும் இப்பகுதி பேசுகிறது.

5.6.5.6.1 சொல்லாடல்

பாவின் மூன்றாவது வரியில் *alter* என்ற சொல்லடியிலிருந்து வினைச் சொல்லையும் *(alters)* பெயர்ச் சொல்லையும் *(alteration)* உருவாக்கிக் கவிஞர் சொல்லாடல் செய்துள்ளார்: Love is not love which alters when it alteration finds. காதல் என்றால் என்னவென்று வரையறை செய்வதற்காக உண்டாக்கப்பட்ட சொற்களின் கட்டமைப்பு இது; நேர்மறையில் தொடங்குவது போல் தொடங்கி எதிர்மறையில் முடிகிறது. 'அதுதான் இது' என்று நேர்மறையில் சொல்லலாம். அதைவிட 'எது இல்லையோ அதுதான் இது' என்று எதிர்மறையில் சொல்லும்போது, சொல் கட்டமைப்பு நயமும் பொருள்நயமும் கூடுகின்றன. 'மாற்றங்கள் நேர்கையில் மாறுவதல்ல காதல்' என்று தமிழ் மொழியாக்கத்தில் சொல்லலாமா? அப்படி சொன்னால் தருமொழி பனுவலில் உள்ள சொல் கட்டமைப்பு நயமும் பொருள் நயமும் சிதையாமல் இருக்குமா? அதனால் தமிழ் வாசகர் மீதான தாக்கம் எப்படி இருக்கும்?

பாவின் நான்காம் வரியில் *remove* என்ற சொல்லடியிலிருந்து *remover* எனும் பெயர்ச் சொல்லையும், *remove* என்ற வேறொரு பெயர்ச் சொல்லையும் உருவாக்கி ஷேக்ஸ்பியர் சொல்லாடல் செய்துள்ளார்: Or bends with the remover to remove. காதல் என்பது மாற்றம் செய்ய முனையும் காரணிக்கு வளைந்து கொடுத்து அந்த

மாற்றத்தை அடைவது அல்ல. 'எது இல்லையோ அதுதான் இது' என்ற எதிர்மறை சொற்கட்டமைப்பின் இரண்டாம் பகுதி இது. இங்கும் சொற்கட்டமைப்பு நயமும் பொருள் நயமும் கூடுகின்றன. இதனால் வாசகர் மீதான தாக்கம் மேலும் அதிகமாகிறது. 'மாற்றம் செய்ய முனையும் காரணிக்கு வளைந்து கொடுத்து அந்த மாற்றத்தை அடைவது அல்ல காதல்' என்று இதைத் தமிழில் சொல்லலாமா? மூலக் கவிதையின் சொல்லாட்டக் கட்டமைப்பு நயமும் பொருள் நயமும் இங்குச் சிதையாமல் தரப்படுகிறதா? இல்லையென்றால் இதை எப்படி மேம்படுத்துவது? தமிழ் இலக்கியத்திற்குச் சொந்தமான சொல்லாடல் மரபுக் கூறுகளுள் எதுவும் இங்குப் பயன்படுமா? தமிழ் வாசகரின் வரவேற்பு தொடர்பான நிலைப்பாடு என்னவாக இருக்கவேண்டும்?

5.6.5.6.2 ஓசை நயம்

மூலப் பாவின் அடிகளுடைய இறுதியில் வரும் சொற்களில் காணப்படும் *abab, cdcd, efef, gg* என்ற ஓசைக் கட்டமைப்பு *(rhyme scheme)*, அயாம்பிக் பெண்டமிடர் *(iambic pentameter)*, அழுத்தம் பெறாத அசை *(unstressed syllable)*, அழுத்தம் பெற்ற அசை *(stressed syllable)* ஆகிய ஆங்கில யாப்பிலக்கணக் கூறுகள் பாவுக்கு ஓசை நயத்தை அணிகலன்களாகத் தருகின்றன. அடிகளின் உள்ளுக்குள்ளே திருப்பித் திருப்பி வருமாறு கையாளப்பட்டுள்ள ஒத்த உயிரோசையாலும் *(assonance: adMIT, imPEDIments, etc.)*, சொல்லின் அல்லது அழுத்தம் பெற்ற அசையின் தொடக்கத்தில் வரும் மெய்யோசையாலும் *(alliteration: me, marriage, minds, etc.)* பாவின் இன்னிசை நயம் கூடுகிறது.

இவ்வோசை நயங்கள் அனைத்தையும் தமிழில் தருவது சாத்தியமா, இல்லையா? அது தேவையா, இல்லையா? அப்படி தருவது இயற்கையாக இருக்குமா? இருக்காதா? ஈரேழ்வரிப்பா 116இன் தமிழ் மொழியாக்கப் பிரசுரம் எதுவும் கிடைக்கவில்லை. கூகுள் மொழிபெயர்ப்பான் என்ன செய்கிறது என்று முயன்று பார்த்ததில் கீழே வரும் மொழியாக்கம் சில நொடிகளில் கிடைத்தது:

உண்மையான மனதின் திருமணத்திற்கு நான் இடமளிக்க வேண்டாம்

தடைகளை ஒப்புக்கொள். காதல் என்பது காதல் அல்ல

மாற்றத்தைக் கண்டறிந்தால் இது மாறுகிறது,

அல்லது அகற்றுவதற்கு நீக்கியுடன் வளைகிறது:

ஓ இல்லை! அது எப்போதும் நிலையான குறி

அது சோதனையைப் பார்க்கிறது மற்றும் ஒருபோதும் அசைக்கப்படுவதில்லை;

அலைந்து திரிந்த ஒவ்வொரு பட்டைக்கும் இது நட்சத்திரம், யாருடைய மதிப்பு தெரியவில்லை, இருப்பினும் அவரது உயரம் எடுக்கப்படுகிறது

ரோஸி உதடுகள் மற்றும் கன்னங்கள் என்றாலும் காதல் நேரத்தின் முட்டாள் அல்ல

அவரது வளைக்கும் அரிவாளின் திசைகாட்டிக்குள் வாருங்கள்:

அவரது சுருக்கமான மணிநேரங்கள் மற்றும் வாரங்களுடன் காதல் மாறாது,

ஆனால் அதை அழிவின் விளிம்பில் கூடத் தாங்குகிறது.

இது பிழையாக இருந்தால், என் மீது நிரூபிக்கப்பட்டால், நான் ஒருபோதும் எழுதவில்லை, எந்த மனிதனும் நேசிக்க வில்லை.

மூலப் பாவில் பதினான்கு அடிகள் இருப்பதால், மொழிபெயர்ப்பானும் பதினான்கு அடிகளைக் கொடுத்துள்ளது. கூர்ந்து பார்த்தால் பல மொழியாக்கப் பிழைகள் தென்படுகின்றன.

முதல் பத்தி: தலைகீழ்ப் பொருள் மாற்றம் உள்ளது.

இரண்டாம் பத்தி:

That looks on tempests – 'அது சோதனையைப் பார்க்கிறது'

It is the star to every wandering bark – 'அலைந்து திரிந்த ஒவ்வொரு பட்டைக்கும் இது நட்சத்திரம்' (கடலில் செல்லும் கப்பல்/ படகானது மரப்பட்டை ஆகிவிடுகிறது)

Whose worth's unknown – யாருடைய மதிப்பு தெரியவில்லை (ஒரு கூற்று வினாவாக மாற்றப்பட்டுள்ளது.)

although his height be taken – இருப்பினும் அவரது உயரம் எடுக்கப்படுகிறது

மூன்றாம் பத்தி:

Love's not Time's fool – 'காதல் நேரத்தின் முட்டாள் அல்ல'

though rosy lips and cheeks – 'ரோஸி உதடுகள் மற்றும் கன்னங்கள் என்றாலும்'

Within his bending sickle's compass come – 'அவரது வளைக்கும் அரிவாளின் திசைகாட்டிக்குள் வாருங்கள்' (அரிவாளின் வீச்சு ஒரு திசைகாட்டியாக மாறிவிட்டது.)

Love alters not with his brief hours and weeks – 'அவரது சுருக்கமான மணிநேரங்கள் மற்றும் வாரங்களுடன் காதல் மாறாது'

But bears it out even to the edge of doom – 'ஆனால் அதை அழிவின் விளிம்பில் கூடத் தாங்குகிறது'

இறுதி இரட்டை அடிகள்: (சூளுரைப் பொருள் தொலைந்து போய்விட்டது.)

If this be error – 'இது பிழையாக இருந்தால்'

upon me proved – 'என் மீது நிரூபிக்கப்பட்டால்'

I never writ – 'நான் ஒருபோதும் எழுதவில்லை'

nor no man ever loved – 'எந்த மனிதனும் நேசிக்கவில்லை'

கவிதை மொழியாக்கநுட்பங்கள் கவிஞர்களுக்கே கடினமானவை என்றால், கணினி மொழிபெயர்ப்பானுக்கு அவை பன்மடங்கு கடினமானவையாக இருக்கும். இதற்கு மேலே உள்ள மொழியாக்கம் நல்ல எடுத்துக்காட்டாகும். என்ன இருந்தாலும், கணினியின் அறிவுத் திறனும் புரிதல் திறனும் அதை உண்டாக்கிய மனித அறிவுத் திறனுக்கும் புரிதல் திறனுக்கும் உறைபோடக் காணாது. இது கவிதை மொழியாக்கத்திற்கு முற்றிலும் பொருந்தும். இங்குப் பெரிய பெரிய புரிதல் பிழைகளே இருக்கும்போது கவிதையியல் கூறுகளைப் பற்றிப் பேசவேண்டியதில்லை.

5.6.5.7 வழக்காய்வு தந்த தெளிவுகள்

காதலைப் போற்றிப் பாடிய ஷேக்ஸ்பியரின் ஈரேழ்வரிப்பா 116 உலகப்புகழ் பெற்ற, எளிமையான, பதினான்கு அடிக் கவிதை யாகும். அது ஒரு வழக்காய்வுக்காக மேலே எடுத்துக்கொள்ளப் பட்டது. ஆய்வில் பெற்ற தெளிவுகளைக் கீழே காணலாம்.

i. இந்த மூலக்கவிதை சொல்லும் செய்திகள் எளிமை யானவை. நன்குணரக் கூடியவை. இருந்தாலும், செய்யுள் மொழியாக்கச் சிக்கல்கள் பல உள்ளன. கவிதையும் அது சொல்லும் செய்திகளும் கவிதையியல்சார் கூறுகளும் அவற்றின் புரிதலும் கடினமானவையென்றால் மொழியாக்கச் சிக்கல்களும் பன்மடங்காகி விடும்.

ii. மூலக் கவிதையின் மொழியறிவு, சொல் நயம், கட்டமைப்புச் செறிவு, உள்ளடக்கம், நடை நயங்கள், கலாச்சாரப் பொதிவுகள் போன்ற அனைத்து அம்சங்களைப் பற்றிய ஆழமான திறனாய்வு மொழியாக்கத்தின் உறுதியான முதல் படியாகத் தேவைப்படுகிறது.

iii. செய்யுள் மொழியாக்கப் பணியைத் தொடங்குவதற்கும் முன் அடிப்படையான, முக்கியமான, தெளிவான சில தெரிவுகளைச் செய்தே ஆக வேண்டியுள்ளது. அவற்றை முற்றிலும் சார்ந்துதான் மொழியாக்கப் பயணமும், ஒவ்வொரு கட்டத்திலும் சந்திக்கும் சிக்கல்களும், காணும் தீர்வுகளும், ஓரளவேனும் நிறைவு தரும் பயண முடிவும் உள்ளன.

iv. எடுத்துக்காட்டாக, மொழியாக்கப் பணியின் இலக்கு மூலக் கவிதையா அல்லது பெறுமொழி வாசகரின் புரிதலும் வரவேற்புமா? அல்லது முடிந்தவரை முன்னதும் பின்னதுமா? மூலக் கவிதையைக் கவிதை நடையில் மொழிபெயர்க்க வேண்டுமா அல்லது உரை நடையிலா? சொல்லுக்குச் சொல் மொழிபெயர்ப்பா? கருத்துக்குக் கருத்து மொழிபெயர்ப்பா?

இந்த இயலின் பெரும்பாலான பக்கங்களைச் செய்யுள் மொழியாக்கம் பற்றிய பேச்சு எடுத்துக்கொண்டுவிட்டது. உரைநடை மொழியாக்கத்தை முன்னிறுத்தி இனிவரும் பக்கங்கள் பேசுகின்றன.

5.7 உரைநடை மொழியாக்கம்

புதினம், சிறுகதை, கட்டுரை, வாழ்க்கை வரலாறு, சுயசரிதை, பிரபலங்களின் கடிதங்கள், நாட்குறிப்புகள் ஆகிய அனைத்துமே உரைநடை இலக்கிய வகைகளாகக் கொள்ளப்படுகின்றன. இவற்றுள் புதினமும் சிறுகதையும் மிகவும் பிரபலமானவை. பிரசுரச் சந்தையில் பெருமளவு இடம்பிடித்தவை. அதிக விற்பனை உள்ளவை. லாபம் ஈட்டித் தருபவை. பெரும்பாலான வாசகர்கள் இவற்றை விரும்பிப் படிக்கிறார்கள். இந்தப் பகுதியின் ‘உரைநடை இலக்கியம்’ இவ்விரண்டையுமே குறிப்பிடுகிறது.

செய்யுள் மொழியாக்கம் பற்றிய புகழ்பெற்ற சிந்தனைகளும் முத்தாய்ப்புக் கூறல்களும் உறுதியான வழிகாட்டல்களும் நிறைய உள்ளன. ஆனால் உரைநடை இலக்கிய மொழியாக்கம் பற்றிய சிந்தனைகள் மிகவும் குறைவாகவே உள்ளன: முத்தாய்ப்புக்

கூறல்களோ உறுதியான வழிகாட்டல்களோ இல்லை. இலக்கிய மதிப்பீடுகளில் செய்யுளுக்கு உயர்ந்த இடத்தையும், உரைநடைக்குத் தாழ்ந்த இடத்தையும் சமுதாயம் தந்துள்ளதே இதற்கு முக்கியக் காரணமாக உள்ளது. மேலும் சில காரணிகளையும் சொல்லலாம். ஒவ்வொரு சமுதாயத்திலும் செய்யுள் இலக்கியப் பாரம்பரியம் பழைமையானது; நீண்ட வரலாறு கொண்டது. இலக்கியக் குடும்பத்தில் செய்யுளோடு ஒப்பிடும்போது புதினமும் சிறுகதையும் கைக்குழந்தைகள் என்றே சொல்லவேண்டும். அவற்றைப் பற்றிய மொழியாக்கச் சிந்தனைகள் மிகவும் அண்மையில்தான் தோன்றின. பதினெட்டாம் நூற்றாண்டின் முற்பகுதிவரை காப்புரிமை, காப்புரிமை மீறல் என்ற கருத்தாக்கங்களே கிடையாது.

இரண்டாம் உலகப் போருக்குப் பின் கல்வியறிவு எல்லா நாடுகளிலும் பரவத் தொடங்கியது. அதனால் வாசகர்கள் எண்ணிக்கையும் அவர்களின் வாசிப்புப் பசியும் உலகெங்கும் பெருகத் தொடங்கின. அதற்குத் தீனி போடப் பெரிய பதிப்பு வணிக நிறுவனங்கள் தோன்றின. ஒருபுறம் அவை நாடுகளுக்கிடையில் கலாச்சாரப் பாலங்களை அமைத்துக் கொடுக்கும் உயர்ந்த நோக்கத்தைக் கொண்டிருந்தன. மறுபுறம் மேலோங்கிய வணிக இலக்கையும் கொண்டிருந்தன. அதனால் பரவலாக, நிறைய விற்பனையாகக் கூடிய இலக்கியப் படைப்புகளைப் பல மொழிகளில் அவை தேடித்தேடி அடையாளம் கண்டன. பெரும்பாலும் உரைநடை இலக்கியங்களே அவ்வகையில் அடங்கியதை உணர்ந்தன.

அந்த வணிக நிறுவனங்கள் அனுபவம் மிகுந்த மொழி பெயர்ப்பாளர்களைப் பணிக்கு அமர்த்தின. அவர்களுடைய பெருமுயற்சியையும் உழைப்பையும் பயன்படுத்திச் சிறந்த மொழியாக்கங்களைப் பெற்றன. ஆயிரக்கணக்கான படிகளைப் பிரசுரித்தன. சந்தை விளம்பரத்தில் பெரிய தொகைகளைச் செலவுசெய்து பல நாடுகளைச் சேர்ந்த வாசகர்களிடையே அம்மொழியாக்கங்களைக் கொண்டுசேர்த்தன. ஒருபுறம் வாசிப்புப் பரிவர்த்தனைகளை அவை உலகெங்கும் ஊக்குவித்தன. மறுபுறம் வணிக லாப இலக்கை மறந்துவிடாது, விற்பனையையும் பெருக்கிக்கொண்டன. மொழியாக்கங்களை விட்டால் உலக இலக்கியங்களைப் படிக்க வாசகர்களுக்கும் வேறு வழியில்லை.

5.7.1 சமுதாயத்தில் மொழிபெயர்ப்பாளர்களின் இடம், கடமை

எழுதுவது, மொழிபெயர்ப்பது, அவற்றைப் பிரசுரிப்பது எல்லாம் புலமையைப் போற்றும் செயற்பாடுகளாகவே நீண்ட காலமாக இருந்தன. ஏற்கெனவே புகழ் பெற்ற அறிஞர்கள் அல்லது படைப்பாசிரியர்கள் செய்த மொழியாக்கங்களுக்கு அப்போது

மரியாதை இருந்தது. அவர்களின் பெயர்கள் மொழியாக்கங்களில் இடம்பெற்றன. ஏனெனில் அவர்கள் பெயரை வைத்து ஓரளவு விற்பனையை அதிகமாக்க முடிந்தது. மற்றோர் செய்த மொழியாக்கங்களுக்குரிய மரியாதை கேள்விக்குறியானது. அவர்களின் பெயர்களும் தானாக இடம் பெறவில்லை.

இருபதாம் நூற்றாண்டில் பதிப்பு வணிக நிறுவனங்கள் கோலோச்சத் தொடங்கின. இலக்கியம் உள்ளிட்ட எல்லாத் துறைகளையும் சார்ந்த அனைத்து நூல்களும் விற்பனைக்குரிய சந்தைப் பொருள்கள் ஆயின. புலமையைப் போற்றும் நோக்கம் கைவிடப்படவில்லை. ஆனால் வலுவான வணிக நோக்கு சேர்ந்துகொண்டது. மேலும் பதிப்பகங்கள் காப்புரிமை விதிகளை ஒவ்வொரு வெளியீட்டிலும் நினைவூட்டின. மொழிபெயர்ப்பாளர்களின் பெயர்களைக் காப்புரிமையில் குறிப்பிடும் வழக்கத்தையும் நடைமுறைக்குக் கொண்டுவந்தன.

எனவே சட்டப்படி மொழிபெயர்ப்பாளர்கள் ஒவ்வொருவரும் தங்களுடைய மொழியாக்கங்களின் உரிமையாளர்கள் ஆனார்கள். இது இரு முக்கிய விளைவுகளுக்கு இட்டுச் சென்றது. முதலாவதாக, மொழியாக்கப் பனுவல் மூலப் பனுவலிலிருந்து தனியே பிரித்துப் பார்க்கப்பட்டது. அதுவும் ஒரு 'சுதந்திரப் பனுவல்' என்ற சட்ட அங்கீகாரம் அதற்கு வழங்கப்பட்டது. ஒரு சுதந்திரப் பறவை எங்கு, எப்படி வேண்டுமானாலும் பறக்கலாம். ஒரு சுதந்திர மொழியாக்கப் பனுவல் எப்படி, எந்த உள்ளடக்கத்தோடு வேண்டுமானாலும் கட்டமைக்கப்படலாம்.

இரண்டாவதாக, மொழியாக்கங்களின் உரிமையாளர்கள் என்ற வகையில் மொழிபெயர்ப்பாளர்களுக்கு விற்பனையிலிருந்து ஆதாய உரிமைத் தொகை *(royalty)* கிடைக்கத் தொடங்கியது. இதனால் மொழியாக்கத்தை ஒரு முழு அல்லது பகுதி நேரத் தொழிலாகக் கருதும் வாய்ப்பும் உருவானது. மொழிபெயர்ப்பாளர்களும் முன்பிருந்ததை விட அதிக சமூக மரியாதை பெறத் தொடங்கினர்.

சுதந்திரத்தின் மறுபக்கம் பொறுப்பும் கடமையும் ஆகும். மொழியாக்கப் பனுவலை வேண்டியபடிக் கட்டமைத்துக் கொள்ளும் சுதந்திரத்தின் மறுபக்கம் மூலப் பனுவலுக்கு ஆற்ற வேண்டிய கடமையும் பொறுப்பும் ஆகும். ஒரு மூலப் புதினமோ சிறுகதையோ ஒற்றை வரி வெற்றுக் கதையல்ல: பாரம்பரியப் பார்வையில், நிஜ வாழ்க்கைக் கூறுகளோடு கற்பனைக் கூறுகளைச் சேர்த்து, ரத்தமும் சதையும் தனிப்பட்ட வடிவமும் உயிரோட்டமும் தந்து, மூல ஆசிரியர் அதை உருவாக்கியுள்ளார். அவற்றுள் எதிலும் மொழிபெயர்ப்பாளருக்கு உரிமை கிடையாது.

மொழியாக்கத்தில் 'முடிவுசெய்தல்' பற்றி முகவுரையில் சொல்லப்பட்டது. ஒரு பதிப்பு வணிக நிறுவனம் மொழியாக்க நெறிமுறைக் குறிப்பு (translation brief) ஒன்றை மொழி பெயர்ப்பாளருக்கு வழக்கமாக அனுப்புகிறது. அதில் மேலோங்கிய வணிகம்சார் நோக்கங்கள் உணர்த்தப்படுகின்றன. வாசகர்களின் பின்புலம், மொழியறிவு, பக்க அளவு, மொழியாக்க நடை போன்ற வழிகாட்டல்கள் தரப்படுகின்றன. பணியைத் தொடங்கும் முன் மொழிபெயர்ப்பாளர் அவையனைத்தையும் படித்து உள்வாங்க வேண்டும். பின்னர், முடிவுகள் செய்ய வேண்டும் (காண்க. ப. 78–9).

எனவே பலர் நினைப்பது போல், உரைநடை இலக்கிய மொழியாக்கம் அவ்வளவு எளிதானதல்ல. மூலப் பனுவலுக்கு ஆற்றவேண்டிய கடமை/பொறுப்பு, வணிக நிறுவனத்தின் மொழியாக்க நெறிமுறைக் குறிப்பு ஆகியவை தவிர்க்கமுடியாத சில கட்டுப்பாடுகளை ஏற்படுத்தியுள்ளன. அவை வரைந்த வட்டத்திற்குள் சாத்தியமாகக் கூடிய சுய விருப்பங்களை, தெரிவுகளைக் கண்டறியவேண்டியுள்ளது. அதன் பின்னரே 'முடிவுசெய்தல்' இயலும். இங்குப் பொதுவான மொழியாக்கக் கொள்கைகளின் பரிச்சயம் மொழிபெயர்ப்பாளருக்கு ஓரளவு கைகொடுக்கும்.

5.7.2 உரைநடை மொழியாக்கக் கொள்கைகள்

புகழ்பெற்ற செய்யுள் இலக்கிய மொழியாக்கக் கொள்கைகளே/விதிகளே தொடக்கக் கால உரைநடை இலக்கிய மொழியாக்கத்தையும் ஆட்சி செய்தன. ஆனால் வெளியில் இருந்து வரும் அழுத்தங்களுக்கு உரைநடை மொழியாக்கப் பணி வளைந்துகொடுக்க வேண்டியிருந்ததால், புதிய சிந்தனைகள் தோன்றின. அவை சமரசங்களுக்கு இடம் தந்தன. அவற்றைக் கீழே சுருக்கமாகக் காணலாம்.

ஹிலே பெலோக் (Hilaire Belloc) பின்வரும் ஆறு உரைநடை மொழியாக்க விதிகளைத் தந்துள்ளார்:

i) 'சொல்லுக்குச் சொல்', 'வாக்கியத்துக்கு வாக்கியம்' என மொழியாக்கம் சிரமப்பட்டு நகரக் கூடாது. மாறாக 'பகுதிக்குப் பகுதி' என்று அது இயற்கையாக அமைய வேண்டும். மூலப் பனுவல் பகுதிகள் அனைத்தும் ஒருங்கிணைந்த ஒரு முழுமையான படைப்பு ஆகும். ஒவ்வொரு பகுதியின் அர்த்தமும் முழுப்பனுவலின் அர்த்த ஆளுமையில் அடங்கியிருப்பதைப் புரிந்து பணியாற்ற வேண்டும்.

ii) ‘மரபுத் தொடருக்கு மரபுத்தொடர்’ *(idiom by idiom)* என்று மொழியாக்கம் செய்யவேண்டும். ஒரு மொழியின் தனித்துவப் பயன்பாடுகளிலிருந்து அதன் மரபுத் தொடர்கள் உருவாக்கம் பெறுகின்றன. எனவே அவை வேற்று மொழிகளுக்கிடையே வேறுபட்டுத்தான் இருக்கும். (எ–டு) ஆங்கிலத்தில் It rained cats and dogs என்ற மரபுத்தொடர் ‘மிகக் கனமழை பெய்தது’ என்ற அர்த்தம் உடையது. அதைத் தமிழில் ‘பூனைகளும் நாய்களுமாகப் பெய்தது’ என்று சொன்னால் சிரிப்பு வரும். மாறாக, ‘மழை கொட்டித் தீர்த்தது’ என்ற தமிழ் மரபுத்தொடர் பொருத்தமாயிருக்கும்.

iii) ‘அழுத்தத்திற்கு அழுத்தம்’ *(intention by intention)* என்று மொழியாக்கம் அமையவேண்டும். மூலப் பனுவலின் சொற்கள் ஒரு கருத்துக்குத் தரும் அதே அழுத்தத்தைப் பெறுமொழி பனுவலின் சொற்களும் அந்தக் கருத்துக்குத் தரவேண்டும். இதையே பெலோக் intention by intention என்று சொல்கிறார். மூலப் பனுவலின் ஒரு சொற்றொடருக்குத் தரும் அழுத்தத்தைப் பெறுமொழியில் தர முயலும்போது கூடவோ குறையவோ செய்கிறது.

iv) மொழிகளுக்கிடையே வடிவிலோ உச்சரிப்பிலோ அல்லது இரண்டிலுமோ ஒன்றாகத் தோன்றும் இணைச் சொற்கள் அல்லது சொற்றொடர்களை விழிப்புடன் கையாள வேண்டும். பெரும்பாலும் அவை அர்த்தங்களில் பெரிதும் மாறுபடும்; ஃப்ரென்ச் மொழியில் ‘les faux amis’ (false friends) ‘பொய் நண்பர்கள்’ என அவை பெயரிடப்பட்டுள்ளன. (எ–டு) ஆங்கிலம்: *embarrassed* ‘சங்கடப்பட்ட’ – ஸ்பானிஷ்: *embarazada* ‘கருத்தரித்த’; தமிழ்: *மீன்* ‘fish’ – ஆங்கிலம்: ***mean*** ‘அற்பத்தனமான’.

v) மொழியாக்கத்தில் உரு–பண்பு–பொருள் நிலை மாற்றங்களை *(transmutations)* துணிவுடன் செய்ய வேண்டும். அந்நியப்பட்டுள்ள ஒன்றைச் சொந்த உடலில் உயிர்ப்பித்தலே மொழியாக்கத்தின் உயிர்நாடி என்று பெலோக் கருதுகிறார்.

vi) மொழியாக்கத்துக்கு ஒருபோதும் ஒப்பனை செய்யக் கூடாது.

ஹிலே பெலோக் தன்னுடைய ஆறு விதிகளில் உரைநடை மொழியாக்கக் கொள்கைகளைத் தவிர, கூறுகளைப் பற்றியும் பேசுகிறார். முக்கியமாக, உரைநடை மூலப் பனுவலை உயிர்ப்புள்ள, கட்டமைப்பு கொண்ட ஒரு முழுமையாகக் கருதுகிறார். அதே நேரத்தில் பெறுமொழியின் மரபுத்தொடர், வாக்கியக் கட்டமைப்பு, நடை சார்ந்த கட்டாயத் தேவைகளையும் உணர்த்துகிறார். மூலப் பனுவலுக்கு ஆற்ற வேண்டிய தார்மீகக் கடமையை அவர் மறுக்கவில்லை. ஆனால் பெறுமொழி வாசகர்களுக்காக மேற்கொண்டே ஆக வேண்டிய பணிகளையும் வலியுறுத்துகிறார். எனவே மூலப் பனுவலில் பேரளவில் மாற்றங்கள் செய்ய மொழிபெயர்ப்பாளருக்கு உள்ள உரிமையையும் அவர் வலியுறுத்துகிறார்.

புதின மொழிபெயர்ப்பாளருக்கு மையப் பிரச்சினையாக உள்ளது அதனுடைய அலகை நிர்ணயிப்பதுதான். பாகங்கள், அத்தியாயங்கள் அல்லது பகுதிகள் என மூலப் புதினம் விரிந்த கட்டமைப்பைக் கொண்டிருக்கலாம். ஒன்றுக்குள் ஒன்று என அவை அடங்கி வரலாம். அவை அனைத்தையும் தருமொழியின் 'பனுவலிடை இழையோட்டம்' பின்னிப் பிணைத்துள்ளது என்ற ஆழமான உண்மையை நினைவில் கொள்ளவேண்டும். 'சொல்லுக்குச் சொல்', 'வாக்கியத்துக்கு வாக்கியம்' என்ற மொழியாக்கம் எளிதுதான். ஆனால் அது வாசிப்புச் சிரமத்தை ஏற்படுத்தும்.

ஒரு சில பக்கங்கள், ஓரிரு பாத்திரங்கள், நிகழ்வுகள், விவரணைகள் என்ற வகையில் குறுகிய கட்டமைப்பு கொண்டதாகச் சிறுகதை இலக்கியம் உள்ளது. நீடிக்கும் ஒற்றைத் தாக்கத்தை, அதன் நினைவுப் பதிவை வாசகர்களிடம் உண்டாக்குவதே சிறுகதையின் முக்கிய நோக்கமாக உள்ளது. எட்கர் ஆலன் போ *(Edgar Allan Poe)* என்ற அமெரிக்கச் சிறுகதை எழுத்தாளர் சொன்னது போல் சிறுகதைகள் கச்சிதமான, ஒருங்கிணைந்த தாக்கத்தை உண்டாக்கவேண்டும். எல்லாவற்றிலும் குறுகி இருந்தாலும், முழுமையான ஒரு பார்வையைத் தருவதிலேயே அதனுடைய வெற்றி அமைந்துள்ளது.

மேலே சொன்னவற்றைத் தவிர மற்ற மொழி, கலாச்சாரம்சார் பிரச்சினைகள் அனைத்தும் புதினத்திற்கும் சிறுகதைக்கும் பொதுவானவை ஆகும். இலக்கியக் குடும்பத்தில் செய்யுளோடு ஒப்பிடும்போது புதினமும் சிறுகதையும் கைக்குழந்தைகள் என்று சொல்லப்படுகின்றன. ஆனால் இன்று கைக்குழந்தைகள் மிகவும் வலுப்பெற்று உலகளாவிய விசுவரூப வளர்ச்சி அடைந்து கோலோச்சுகின்றன. படைப்பாக்கக் குடும்பத்தில்

பல நூற்றாண்டுக் காலமாக மேலாதிக்கம் செலுத்திவந்த தலைமகளாகிய செய்யுளின் செல்வாக்கு தற்போது மிகவும் சுருங்கிப்போய் ஒரு குறுகிய வட்டத்துக்குள் அடங்கிவிட்டது.

5.7.3 தமிழ்ச் சிறுகதை, நாவல், மொழியாக்கப் பிரச்சினைகள்

தமிழ் நாவல், சிறுகதை எனும் இரண்டுமே அந்நியத் தத்துக் குழந்தைகள். ஆங்கிலக் கல்வி வழியே கிடைத்த கொடைகள். இரண்டையும் மடியில் அமர்த்தி, இனிய தமிழ் கற்பித்து, தமிழ்க் கலாச்சார அமுதூட்டி, சீராட்டிப் பாராட்டி, பெற்ற குழந்தைகளுக்கும் மேலாகக் கொண்டாடி வளர்த்தவர்கள் பலர். மாயூரம் வேதநாயகம் பிள்ளையின் காலம் தொட்டு இன்றுவரை உள்ள தமிழ் நாவலாசிரியர்கள், மேற்கத்திய நவீன சிறுகதை மரபை ஒட்டி முதலில் எழுதியவர் எனச் சொல்லப்படும் அ. மாதவையாவின் காலத்திலிருந்து இன்றுவரை உள்ள தமிழ்ச் சிறுகதை ஆசிரியர்களையோ அல்லது அவர்களின் படைப்புகளையோ சுருக்கமாகக்கூடப் பேச இங்கு இடமில்லை.

அதே போல நவீன சிறுகதை, நாவல் இலக்கியங்கள் தமிழிலிருந்து பிறமொழிகளுக்கும், பிற மொழிகளிலிருந்து தமிழுக்கும் செய்யப்பட்ட ஏராளமான மொழியாக்கங்களைப் பற்றியோ அவற்றைச் செய்த மொழிபெயர்ப்பாளர்களைப் பற்றியோ சுருக்கமாகக் கூடப் பேச இங்கு இடமில்லை.

அவ்வாறு செய்வது பட்டியல்களையே தரும். அது குறைந்தபட்ச மரியாதையைக் கூடப் படைத்த ஆசிரியர்களுக்கோ அவர்களின் படைப்புகளுக்கோ அவற்றின் மொழி பெயர்ப்பாளர்களுக்கோ அல்லது மொழியாக்கங்களுக்கோ தராது. எனவே பட்டியல்கள் தவிர்க்கப்படுகின்றன. மேலும், உரைநடை இலக்கிய மொழியாக்கப் பிரச்சினைகளைப் பற்றிய புரிதலே இப்பகுதிக்கான முதன்மைத் தேவை ஆகும். அவ்வகையில் ஒரு தமிழ்ச் சிறுகதையின் ஆங்கில மொழியாக்கம் இங்கு எடுத்துக்காட்டாகக் கூர்ந்துநோக்கப்படுகிறது. நாவல் இலக்கிய மொழியாக்கப் பிரச்சினகளையும் பேச ஆசை; இருப்பினும், இடமில்லாததால் அது அடக்கிக் கொள்ளப்படுகிறது.

5.7.3.1 'சாப விமோசனம்': ஆங்கில மொழியாக்கப் பிரச்சினைகள்

புதுமைப்பித்தனின் சாபவிமோசனம் சிறுகதை கலைமகள் மாத இதழில் (மே, 1943) வெளிவந்தது. அதற்குக் க.நா. சுப்ரமண்யம் தந்துள்ள ஆங்கில மொழியாக்கம் *Tamil Short Stories* என்ற 1978 தொகுப்பில் பிரசுரமானது. அது கிடைக்கவில்லை. இணையத்தில் கிடைத்த அதனுடைய ஒரு பிரதியே

இங்குள்ள ஆய்வுக்கு அடித்தளமாகப் பயன்பட்டுள்ளது. சிறுகதையின் மொழியாக்கத்தில் க.நா.சு. சந்தித்த பிரச்சினைகளே இப்பகுதியின் பேசுபொருள் ஆகும்.

5.7.3.2 மொழியாக்க மதிப்பீட்டு அளவுகோலின் அம்சங்கள்

இப்பகுதியில் உள்ள ஆய்வைத் தொடங்குவதற்கும் முன், இதில் பயன்படுத்த உள்ள தமிழ்ச் சிறுகதை இலக்கிய மொழியாக்க மதிப்பீட்டு அளவுகோலின் ஆறு அம்சங்களைப் பின்வருமாறு தெளிவாக்க வேண்டியுள்ளது:

(i) தமிழ்ச் சிறுகதையின் ஆங்கில மொழியாக்கம் தமிழ் வாசகர்களுக்கானது அல்ல. தமிழ்ச் சிறுகதையைத் தமிழிலேயே வாசித்துப் புரிந்துகொள்ளும் மக்களுக்கு அதனுடைய ஆங்கில மொழியாக்கம் தேவையில்லை. அது தமிழ் மொழி, கலாச்சாரம் தெரியாத, ஆங்கிலத்தில் வாசித்துப் புரிந்துகொள்ளும் திறம் கொண்ட, இந்திய – மேலை நாடுகளின் பிறமொழி, கலாச்சார வாசகர்களுக்கானது. அவர்களே ஆங்கில மொழியாக்கத்தின் இலக்கு வாசகர்கள் என்று முதலில் தெளிவுபடுத்திக்கொள்ள வேண்டும்.

(ii) இலக்கு வாசகர்களுக்குச் சிறுகதையின் பின்புலத்தைப் பற்றி எதுவும் தெரியாது என்ற முன் அனுமானத்துடன் (Presupposition) (காண்க. ப-ள். 207-10) மொழியாக்கப் பணியைத் தொடங்குவது பாதுகாப்பானது. அது மொழியாக்க இடைவெளிகளைக் குறைக்க உதவும். எனவே சிறுகதையைப் புரிந்துகொள்ளத் தேவையான முழுப் பின்புலத்தையும் ஆங்கில மொழியாக்க வாசகர்களுக்குத் தெளிவாக்குவதை அவசியமாகக் கருத வேண்டும். அதை மொழியாக்கத்தில் முன்னுரையிலோ, அடிக்குறிப்புகளிலோ, கதையில் வரும் பத்திகளின் ஊடேயோ பொருத்தமான முறையில் தரவேண்டும்.

(iii) சிறுகதையின் தலைப்பில் உள்ளுறையும் மையக் கருவை உறுதிபட அடையாளம் காணவேண்டும். அதனுடைய விரிந்த அர்த்தமட்டப் பின்னல் (Coherence) செலுத்தும் ஆட்சி (காண்க. ப-ள். 268–72) சிறுகதை முழுவதையும் – பகுதிகள், பத்திகள், வாக்கியங்கள், சொற்கள் ஆகிய பெரிய/சிறிய கூறுகள் அனைத்தையும் – மேலிருந்து கீழ் பிணைப்பதை நன்குணர்ந்து உள்வாங்க வேண்டும். அதை ஒட்டியே மொழியாக்கத்தை உருவாக்க வேண்டும்.

(iv) ஆசிரியரால் கையாளப்பட்டுள்ள இலக்கிய உத்திகள், தனித்துவ நடையம்சங்கள் போன்றவற்றைப் பெறுமொழியில் கொண்டுவர மொழியாக்கம் இயன்ற வரை முயல வேண்டும்.

(v) கதாசிரியருடைய நோக்கம், வாசகருக்கான செய்தி(கள்) ஆகியவற்றை அடையாளம் காணமுடியும் என்றால், அவற்றையும் மொழியாக்கத்தில் கொண்டுவரத் தவறக்கூடாது.

(vi) மேலே சொன்ன ஐந்து அம்சங்களையும் மொழி பெயர்ப்பாளர் கதாசிரியருக்கும் வாசகர்களுக்கும் செய்யவேண்டிய தலையாய கடமைகளாகத் தவறாமல் கருத வேண்டும். கதாசிரியருக்கும் மொழியாக்கத் துரோகம் செய்யாமல், வாசகர்களுக்கும் வாசிப்புச் சிரமங்களை உண்டாக்காமல், பணியை இயன்றவரை நிறைவுதரும்வகையில் முடிக்கவேண்டும்.

5.7.3.3 தொன்மங்கள்

பழங்கதைகள் பல தலைமுறைகளாய்க் குறிப்பிட்டதொரு கலாச்சாரத்தில் கைமாறி வருவது வழக்கம். ஒரு காலத்தில் அவை உண்மையில் நிகழ்ந்தவையாக நம்பப்பட்டன; இப்போதும் நம்பப்படக் கூடும். அவற்றுள் ஒவ்வொன்றும் *தொன்மம்* (myth) எனப் பெயர் பெறுகிறது (காண்க. ப-ள். 390-1). ஒவ்வொரு தொன்மத்திலும் ஒரு நீதிக் கருத்து இருக்கும். பல தொன்மங்களில் உள்ள நீதிக் கருத்துகள் பல நூற்றாண்டுகளில், பாரம்பரிய, இறுகிய, சமுதாய அறங்களாக மாறிவிடுகின்றன. அவற்றை எல்லாரும் ஏற்றுக்கொண்டே ஆகவேண்டும் என்ற நிலை ஏற்பட்டுவிடுகின்றது. மக்களும் பணிந்து அவற்றை ஏற்றுக் கொள்கிறார்கள். பொதுவெளியிலும் தனிமனித வாழ்விலும் சமூகக் கட்டுப்பாட்டு மேலதிகார அமைப்பாக அவை மேலும் பல தலைமுறைகளுக்கு ஆட்சி செலுத்துகின்றன.

காலப்போக்கில் மொழிக்குள்ளே பல மாற்றங்கள் நிகழ்ந்து விடுவதுபோல, மொழிக்கு வெளியே சமூக, கலாச்சாரக் கூறுகளிலும் மாற்றங்கள் நிகழ்கின்றன. அதனால் பல நூற்றாண்டுகளாகப் பணிந்து ஏற்கப்பட்டுவந்த சில தொன்மங்களைப் பற்றிய பார்வைகள் மாறுகின்றன. அவை தரும் அறநெறிகள் தற்காலத்திற்கு ஒவ்வாதவை, பிற்போக்கானவை என்ற வகையில் கேள்விகள் கேட்கப்படுகின்றன. மக்களுக்கு முன்னதாகவே, இதே கேள்விகள் இலக்கியப் படைப்பாளி களின் மனத்தில் ஒலிக்கத் தொடங்குவதும் உண்டு. புதிய

படைப்பாக்கங்கள் மூலம் அவர்கள் அக்கேள்விகளுக்கு விடை சொல்ல முயல்கிறார்கள். பல இலக்கிய உத்திகள் அவர்களுக்குக் கைகொடுக்கின்றன. அவற்றுள் ஒன்று தொன்மங்களின் மீளுருவாக்கம் *(reconstruction of myths)* ஆகும்.

5.7.3.4 அகலிகைத் தொன்மம்

இந்திய இதிகாசங்களாகிய ராமாயணத்தில் ராமனின் மனைவி சீதை, ராவணனின் மனைவி மண்டோதரி, கௌதம முனிவரின் மனைவி அகலிகை, வாலியின் மனைவி தாரையுடன், மகாபாரதத்தில் பாண்டவர்களின் மனைவி பாஞ்சாலி ஆகிய ஐவரும் முக்கியப் பங்காற்றுகின்றனர். அந்த ஐவரும் பாரம்பரிய இந்திய கலாச்சாரத்தில், போற்றுதலுக்குரிய 'பஞ்ச கன்னிகைகள்' எனவும், தலைசிறந்த 'தர்மபத்தினிகள்' எனவும் பெயர் பெற்றவர்கள். அவர்களைப் பற்றிய பழங்கதைகளுள் அகலிகையின் கதையையும் இந்திய மக்கள் பரவலாக நன்கு அறிவர். அகலிகை மேல் காமுற்று இந்திரன் நடத்திய நாடகத்தில் அகலிகையின் பங்கை வால்மீகி முனிவர் தன்னுடைய காவியத்தில் இவ்வாறு விவரிக்கிறார்:

> "…. இந்திரனைத் தவிர மற்றவர் இங்கே வரமுடியாது. அவன் என்னிடத்தில் நெடுநாளாய் ஆசை வைத்திருக்கிறான் என்று கேள்விப்பட்டிருக்கிறேன். ஆகையால் கௌதம ரூபத்தைத் தரித்து வந்திருப்பவன் இந்திரனே", என்று அறிந்தாள். அழகே ரூபமெடுத்து வந்த எண்ணிறந்த அப்ஸரசுகளுக்கு நாதனான தேவராஜன் அவர்களை அலக்ஷ்யம் செய்து தன்னை மேலாக எண்ணி ஆசைவைத்ததால் கர்வமடைந்து புத்தி மயங்கி அவனிடத்தில் ஆசை வைத்தாள். பிறகு தன்னிஷ்டம் நிறைவேறினதால் ஸந்தோஷமடைந்து இந்திரனைப் பார்த்து, "உன் சிநேகத்தால் மிகவும் ஆனந்தமடைந்தேன். மஹரிஷி வருவதற்கு முன் இங்கிருந்து புறப்பட்டுப் போ. உனக்கும் எனக்கும் இதனால் யாதொரு கெடுதியும் நேராமல் ஜாக்கிரதையாக இருக்கவேண்டும்," என்றாள் (பாலகாண்டம், ஸர்க்கம்–48)".

5.7.3.5 அகலிகைத் தொன்மம்: கம்பனின் மீளுருவாக்கம்

வால்மீகியின் அகலிகைச் சித்தரிப்பைத் தன்னுடைய இராமாவதாரத்தில் அப்படியே மொழிபெயர்ப்புச் செய்யக் கம்பன் விரும்பவில்லை. அப்படி செய்தால் அது போற்றுதலுக்குரிய பஞ்ச கன்னிகைகளுள் ஒருத்தியும், தலைசிறந்த தர்மபத்தினிகளுள் ஒருத்தியும் ஆகிய அகலிகையின் மாண்பைக் குறைத்துவிடும் என்று கருதினான். மேலும் அது தமிழ்க் கலாச்சாரத்துக்கு ஏற்புடையதல்ல என்றும் நம்பினான்.

வால்மீகியின் அகலிகை, கணவன் கௌதமனைப் போலப் பொய்யுருவில் வந்தவன் இந்திரன் என்று அறிந்திருந்தாள். இருப்பினும், தன்னுடைய பேரழகால் ஈர்க்கப்பட்டு அவன் தன்னிடம் அப்படி வந்துள்ளான் என்று ‘குதூகலமடைந்து’ உடலால் மட்டுமல்லாமல் உள்ளத்தாலும் விரும்பி மாசடைந்தாள்.

வால்மீகியின் அகலிகைத் தொன்மத்தை மீளுருவாக்கம் செய்த கம்பன், இந்திர நாடகத்தில் அவளைப் பொய்யுருவால் ஏமாந்தவளாக, ஏமாற்றப்பட்டவளாக மாற்றிச் சித்திரித்தான். “நெஞ்சினால் பிழைப்பு இலாளை நீ அழைத்திடுக!” (நெஞ்சாரக் குற்றம் செய்யாத, கற்பிழக்காத, அகலிகையை நீ ஏற்றுக்கொள்க!) என மாமுனி விசுவாமித்திரனை முனி கோதமனுக்கு அறிவுரை வழங்கச் செய்தான் (கம்பராமாயணம், அகலிகைப் படலம், பாடல் 478). அவளை அன்னையாக மதித்துக் காலில் விழுந்து வணங்கி, ராமனை விடைபெறவும் செய்தான். இவ்வாறு அகலிகையின் மாண்பைக் காத்தான்.

வால்மீகியின் அகலிகை தெரிந்தும், கம்பநாடனின் அகலிகை தெரியாமலும் இந்திர நாடகத்தில் இழைத்த குற்றம் ஒன்றைத் தவிர, மற்ற அனைத்துக் குணநலன்களிலும் நிகரானவர்கள். ஆணாதிக்க வைதீக மரபு வகுத்த ‘பத்தினித் தெய்வ’த்திற்கான இலக்கணங்களுள் ஒன்றில் கூட வழுவாதவர்கள். பின்னவள் முன்னவளை விட ஒரு படி மேலானவள். கொழுநனுக்குப் பணிவிடைகள் செய்து, மனம் கோணாமல் அவனை மகிழ்விப்பதையே பிறவிப் பேறாகக் கருதுபவர்கள். அவன் கிழித்த கோட்டைத் தாண்டும் எண்ணம் கூட இல்லாதவர்கள். அவனுடைய சிந்தனைகளில், செயல்களில் ஒன்றைப் பற்றிக் கூடக் கேள்வி எழுப்பாதவர்கள்; கேள்வி எழுப்பத் தெரியாதவர்கள். இழைத்த தவற்றுக்குக் கிடைத்த சாபத்தைப் பணிந்து ஏற்றுக் கொண்டவர்கள். அதற்கான விமோசனத்தைக் கொழுநன் காலில் விழுந்து வேண்டியவர்கள். அனைத்து உணர்வுகளையும் கொன்று, கல்லாகக் கிடந்து, ராமபிரானின் புனிதக் காலடி மண் துகள் தம்மீது விழுவதால் கிட்டும் புனித விடியலை நோக்கித் தவம் புரிந்தவர்கள்.

5.7.3.6 கம்பனின் அகலிகைத் தொன்மம்: புதுமைப்பித்தனின் மீளுருவாக்கம்

20ஆம் நூற்றாண்டுத் தமிழகத்தில் நடைபெற்ற சமூக, கலாச்சார, அரசியல் நிகழ்வுகள், அரங்கேறிய பாரம்பரிய விழுமியப் பொய்வேடங்கள், எளிய மக்களுக்கு அவை விளைவித்த இன்னல்கள், தோன்றிய விமர்சனப் பார்வைகள் ஆகியவை காலத்துக்கு முந்திய நவீன முற்போக்குச் சிந்தனைகளைப்

புதுமைப்பித்தனிடம் விளைவித்தன; பல கேள்விகளை எழுப்பின. அவற்றுக்கு விடைதேடும் முயற்சியாக, ஒரு இலக்கியப் படைப்பாளியின் படைப்பாக்கத் தார்மீக உந்துதலால், பல சிறுகதைகளை அவர் எழுதினார். அவற்றுள் ஒன்றுதான் "சாப விமோசனம்.

தன்னுடைய படைப்பாக்க நோக்கத்திற்குப் பொருந்தாது என்று நினைத்து, வால்மீகி படைத்த உள்ளத்தாலும் உடலாலும் தெரிந்தே மாசுபட்ட அகலிகைத் தொன்மத்தைப் புதுமைப்பித்தன் புறந்தள்ளினார். மாறாக, கம்பநாடன் விரும்பிப் படைத்த 'நெஞ்சினால் பிழைப்பு இல்லாத', பொய்யுருவின் ஏமாற்றால், தெரியாமல் உடல் மாசுபட்ட அகலிகைத் தொன்மம் பொருந்தும் என்று எண்ணி, அவர் அதைக் கையில் எடுத்தார். சாப விமோசனம் சிறுகதையில் அத்தொன்மத்தை மீளுருவாக்க நீட்சி செய்தார்.

சமகால மக்களிடையே அதிர்வலைகளை எழுப்பிய அதிரடி அம்சங்களை அதில் புகுத்தினார். அக்காலச் சமூகப் பொதுவெளியில் பேராளுமை மிக்கப் பிதாமகராகக் கருதப்பட்ட ராஜாஜியின் பெருங்கோபத்துக்குக் கதையும் கதாசிரியரும் ஆளானதாகச் செய்தி உண்டு. 'இவர் இக்கதையை இப்படி எழுதுவதற்கெல்லாம் யார் அதிகாரம் கொடுத்தது?' என்று அவர் சினந்துகொண்டாராம்.

கம்பநாடனின் அகலிகைத் தொன்மம் அவளுடைய சாப விமோசனத்தோடு முடிந்துவிடுகிறது. அத்தொன்மத்தை மீளுருவாக்கம் செய்து புதுமைப்பித்தன் எழுதிய சிறுகதை அகலிகையின் சாப விமோசனத்தில் தொடங்கி, ஏறத்தாழப் பத்துப் பக்கங்களுக்கும் மேல் நீள்கிறது. பின்னவரின் அகலிகை, நவீனப் பெண்ணியச் சிந்தனைகளுக்கு அழுத்தமான குரல் கொடுக்கும் முதல் பெண்ணாக, பாரதியின் புதுமைப் பெண்ணாக உயர்ந்து நிற்கிறாள். ஆணாதிக்க வைதீக மரபு வகுத்த தர்மங்களைப் பற்றிய, இதுவரை யாரும் கேட்டிராத, கூரிய கேள்விகளைக் கேட்கிறாள். அவற்றின் அநீதிகளை உணர்த்தும் சமூகப் புரட்சிக் கருத்துகளை முன்வைக்கிறாள்.

5.7.3.7 சிறுகதையின் விரிந்த அர்த்தமட்டப் பின்னல்

சாப விமோசனம் சிறுகதையின் ஒட்டுமொத்த விரிந்த அர்த்தமட்டப் பின்னல் (காண்க. ப–ள். 268–72) 'கதைக்கு முன்னே', 'கதையில்' என்ற இரு பாதிகளில் நயம்பட நெய்யப்பட்டுள்ளது. கதைக்கு முன்னே உள்ள பாதி கம்பநாடனின் அகலிகைத் தொன்மத்தில் உள்ளது. மறு பாதி புதுமைப்பித்தனின்

கே. தியாகராஜன்

மீளுருவாக்கக் கதையில் உள்ளது. 'வேறுபடுத்தல்' (Contrast) என்ற விரிந்த அர்த்தமட்டப் பின்னல் உத்தியும், 'பனுவலிடை இழையோட்ட'மும் (Intertextuality) (காண்க. ப–ள். 357–8) இரு பாதிகளையும் திறம்படப் பின்னிப் பிணைத்துள்ளன.

சிறுகதையை ஆட்சி செய்யும் விரிந்த அர்த்தமட்டப் பின்னலுடைய பின் பாதியின் பாத்திரங்கள், நிகழ்வுகள், தர்மங்கள் ஆகியவை, முன்பாதியின் பாத்திரங்கள், நிகழ்வுகள், தர்மங்கள் ஆகியவற்றிலிருந்து முற்றிலும் வேறுபட்ட நவீனச் சித்திரிப்பைப் பெறுகின்றன. இவை பனுவலிடை இழையோட்டக் கூறுகளாகவும் இயங்கி, தொன்ம மீளுருவாக்க உத்தியின் திறம்பட்டக் கையாளுகையை உறுதி செய்கின்றன. அதனால் சிறுகதையின் படைப்பாக்க நோக்கம் நிறைவேறுகிறது. சொல்லவந்த செய்திகள் சொல்லப்படுகின்றன; சொல்லாமலும் சொல்லப்படுகின்றன.

முன் பாதியானது பின் பாதியுடைய பின்புலமாக அமைகிறது. பின்புலம் இல்லாத வேறுபடுத்தல் உத்தியானது பின் பாதியை இயக்காது. தொன்ம மீளுருவாக்கம் நிகழாது. நவீனச் சிறுகதை பிறக்காது. சாதாரணமாக வாக்கிய மட்டத்தில் வரும் 'மாறாக, ஆனால், இருப்பினும்' போன்ற சொற்கள் கண்ணுக்குத் தெரிகின்றன. அவை வேறுபடுத்தல் உத்தியின் பிணைப்புக் கருவிகளாகக் கண்ணுக்குத் தெரிந்து இயங்குகின்றன; இயக்குகின்றன.

(எ–டு) அரவிந்தன் அன்பு மிகுந்தவன். 'ஆனால்' வாழத் தெரியாதவன்.

அதே வேறுபடுத்தல் உத்தி ஒரு கதையின் விரிந்த அர்த்தமட்டப் பின்னலில் கையாளப் படும்போது, அது கண்ணுக்குத் தெரியாத அர்த்த அருவமாக இயங்குகிறது. கதையின் பின்புலத்தை வைத்து வாசகர்கள் செய்யும் 'ஊகம்', அல்லது கதாசிரியர் தரும் 'குறிப்பு' போன்றவை வேறுபடுத்தல் உத்தியைப் புரிந்துகொள்ள உதவுகின்றன.

சாப விமோசனம் என்ற தலைப்புக்குக் கீழே, கதையைத் தொடங்குவதற்கு முன், அடைப்புக் குறிகளுக்குள், பின்வரும் குறிப்பைப் புதுமைப்பித்தன் தந்துள்ளார்; இக்குறிப்பே சிறுகதையின் விரிந்த அர்த்தமட்டப் பின்னலுடைய முன் பாதியாகிய கம்பனின் பாரம்பரிய அகலிகைத் தொன்மத்தையும், பின் பாதியாகிய புதுமைப் பித்தனின் நவீன சிறுகதையையும் மிகவும் சாதுரியமாகப் பிணைக்கிறது:

[ராமாயண பரிச்சயமுள்ளவர்களுக்கு இந்தக் கதை பிடிபடாமல் (பிடிக்காமல் கூட) இருக்கலாம். அதை நான் பொருட்படுத்தவில்லை.]

கம்பநாடனின் அகலிகைத் தொன்மத்தைப் புரட்டிப் போட்டு உருவாக்கப்பட்ட சிறுகதை சாப விமோசனம். புதுமைப்பித்தன் அதைத் தெரிந்தே செய்துள்ளார்; அதையே இலக்காகவும் கொண்டுள்ளார். மேலே உள்ள முன்னுரைக் குறிப்பு கதாசிரியரின் படைப்பாக்க நோக்கத்தை, கதையை வாசிக்கத் தொடங்கும் முன்னரே, வாசகர்களுக்குத் தெளிவாக்கிவிடுகிறது.

கம்பனின் அகலிகைக் கதையை நன்கறிந்தவர்களுக்குப் புதுமைப்பித்தனின் சிறுகதை பிடிபடாமல் இருக்கலாம்; பிடிபட்டாலும் பிடிக்காமல் இருக்கலாம். பிடிபடா விட்டாலும், பிடிக்காவிட்டாலும் தான் கவலைப்படப்போவதில்லை என எச்சரித்துவிட்டுத் தன் கதையை அவர் தொடங்குகிறார். தன்னுடைய நவீன சிறுகதையின் தமிழ் வாசகர்களுக்கு அதன் பின்புலம் தெரிந்திருக்கும் என்ற முன் அனுமானத்துடன்தான் புதுமைப்பித்தன் கதையைத் தொடங்க நினைக்கிறார். அதை அவர் சொல்லாமல்கூட விட்டிருக்கலாம். இருப்பினும் அதைச் சுருக்கமாக உணர்த்திவிடுவது அவசியம் என்ற எண்ணத்தில் தலைப்புக்குக் கீழே அந்த முன்னுரைக் குறிப்பைச் சேர்த்துள்ளார்.

அதாவது, 'ராமாயண பரிச்சயம்' என்ற ஒற்றைத் தொடரில் கதையின் விரிந்த அர்த்த மட்டப் பிணைப்பின் முன்பாதியும் கதையின் பின்புலமுமாகிய, கம்பநாடனின் அகலிகைத் தொன்மக் கூறுகள் அனைத்தையும் அடைத்துவைப்பது அவசியம் என எண்ணுகிறார். அதன் மூலம் அவற்றையெல்லாம் உணர்த்துவதோடு நிறுத்திவிடுகிறார். விரித்துச் சொல்லவில்லை. மேலும் அக்குறிப்பின் மூலம் கம்பநாடனின் கதையைத் தான் புரட்டிப்போட உள்ளதையும் உணர்த்துகிறார்

'ராமாயண பரிச்சயமுள்ளவர்களுக்கு' என்ற தொடர் ஏராளமான தமிழ் வாசகர்களுக்குக் 'கம்பராமாயண' அகலிகைத் தொன்ம பரிச்சயம் இருக்கும் என்ற முன் அனுமானத்தைக் கொண்டுள்ளது. இதுவே கேள்விக்குரியது. ஏனெனில் ராமாயணத்தில் வரும் பல கிளைக் கதைகள் ராமனுடைய பெருமைகளைப் பேசுகின்றன. தாடகையின் கதை ராமனின் கைவண்ணத்தைப் போற்றுகிறது. அகலிகையின் கதை அவனுடைய கால்வண்ணத்தைப் புகழ்கிறது. பின்னவளின் கதை கம்பனின் கைவண்ணத்தில், அதாவது வால்மீகியின் அகலிகையாகிய நெஞ்சிலும் பிழை உள்ளாளை, அவனுடைய 'நெஞ்சில் பிழை இல்லாளாக' மாற்றிய நயத்தில் ஒளிர்கிறது. அந்த நயத்தில் உள்ளுறையும் கவிநுட்பம் தமிழ் வாசகர்கள் எல்லாருக்கும் தெரிந்திருக்குமா? தெரிந்திருந்தாலும் அவர்கள் அதை உள்வாங்கி ரசித்திருக்க முடியுமா? தெரியவில்லை.

தமிழ்ச் சிறுகதையைத் தமிழிலேயே வாசிப்போரின் நிலையே இவ்வாறு இருக்கும்போது, இந்தியாவின் பிற மாநிலங்களில் புழங்கும் ராமாயண அகலிகையின் கதைகளிலும் கம்பன் புகுத்தியுள்ள கவிநுட்பம் இருக்குமா? அவை அனைத்தும் மகாகவி எனப் போற்றப்படும் வால்மீகி முனிவரின் தொன்மத்தை ஒட்டி இருப்பதற்கல்லவா அதிக வாய்ப்பு உள்ளது? மேலை நாடுகளில் உள்ள ஆங்கில வாசகர்களில் எத்தனைப் பேருக்கு ராமாயணக் கதையோ அதில் வரும் அகலிகையின் கதையோ தெரியும்? அதுவும் கம்பன் படைத்த கவிநுட்பம் கொண்ட அகலிகையின் கதை தெரியும்? ஆங்கில மொழியாக்கத்தில் சாப விமோசனம் சிறுகதையை வாசிக்கும் அவர்கள் அது கம்பனின் கதையைப் புரட்டிப்போட்டு உருவாக்கப்பட்டுள்ள நவீன சிறுகதை என்று அடையாளம் கண்டு, ஒற்றுமைகளையும் வேற்றுமைகளையும் உள்வாங்கி ரசிக்க முடியுமா?

இங்குப் பயன்படும் மொழியாக்க மதிப்பீட்டு அளவுகோலின் முதலாவது அம்ச வரையறையின்படி, தமிழ் தெரியாத, ஆங்கிலத்தில் வாசித்துப் புரிந்துகொள்ளும் திறம்கொண்ட, பிறமொழிகள் பேசும் இந்திய, மேலை நாடுகளின் மக்களைச் சாப விமோசனம் சிறுகதையின் ஆங்கில மொழியாக்கம் இலக்கு–வாசகர்களாகக் கொள்ளவேண்டும். இரண்டாவது அம்சத்தின்படி இலக்கு வாசகர்களுக்குச் சிறுகதையின் பின்புலத்தைப் பற்றி எதுவும் தெரியாது என்ற முன் அனுமானத்துடன் மொழியாக்கத்தைத் தொடங்குவதுதான் பாதுகாப்பானதாக இருக்கும். எனவே சிறுகதையைப் புரிந்துகொள்ளத் தேவையான பின்புலத்தை ஆங்கில மொழியாக்க வாசகர்களுக்குத் தெளிவாக்குவதை அவசியமாகக் கருத வேண்டும். அதை மொழியாக்கத்தில் முன்னுரையிலோ அடிக்குறிப்புகளிலோ கதையில் வரும் பத்திகளின் ஊடேயோ பொருத்தமான முறையில் தரவேண்டும்.

சாப விமோசனம் சிறுகதைக்கு க.நா.சு. தந்துள்ள ஆங்கில மொழியாக்கத்தில், கதைக்கு அவசியம் தேவைப்படும் இந்தப் பிணைப்பு, பின்புலம், தலைப்புக்குக் கீழே கதாசிரியரே சேர்த்துள்ள பேச்சு நீக்கப்பட்டுள்ளது. ஆனால் மொழியாக்கக் கதையில் மொழிபெயர்ப்பாளரின் அடிக்குறிப்பு ஒன்று இப்படி தரப்பட்டுள்ளது:

> "Ahalya according to legend errs with Indra and is cursed to stone by her husband Gotama. She becomes woman again when Shri Rama's foot touches her".

கதைக்குத் தேவையான பின்புலத்தைத் தெரிந்து கொள்ள இது போதும் என்ற நம்பிக்கையுடன் இச்சிறிய குறிப்பு

சேர்க்கப்பட்டுள்ளது. ஆனால் ராமாயணத்தையோ அதில் வரும் அகலிகையின் கதையையோ தெரியாத, ஆங்கிலத்தில் வாசிக்க மட்டும் தெரிந்த, மேலைநாட்டு வாசகர் ஒருவர் பின்வருவன போன்ற பல அடுக்கடுக்கான கேள்விகளைக் கேட்க அதிக வாய்ப்பு உள்ளது: 'Who are Ahalya, Indra, Gotama and Shri Rama?', 'What is the legend?', 'How does Ahalya err with Indra?', 'How can one become a woman again by the mere touch of Shri Rama's foot?' அவற்றுக்கான விடைகளைப் புதுமைப்பித்தன் எடுத்துக் கையாண்டுள்ள கம்பனின் தொன்மமே தரமுடியும்.

மொழிபெயர்ப்பாளரின் அடிக்குறிப்பு, சிறுகதையைப் புரிந்துகொள்ளும் அளவுக்கு அத்தொன்மத்தைத் தருகிறதா என்று கேட்டால் 'இல்லை' என்றே சொல்ல வேண்டியுள்ளது. முந்நூற்றுக்கும் மேலான ராமாயண வடிவங்கள் உலகில் பல்வேறு மாறுபாடுகளுடன் வழங்கிவருவது மேலே சொல்லப்பட்டது (காண்க. ப–ள். 103–8). அவற்றுள் *கம்பராமாயணம்* என்ற ஒரு குறிப்பிட்ட வடிவத்தில் உள்ள அகலிகைத் தொன்மத்தையே சாப விமோசனம் மீளுருவாக்கம் செய்துள்ளது. அதுவே சிறுகதையின் மூல உரு, பின்புலம் என மொழிபெயர்ப்பாளரின் குறிப்பு தெளிவாகச் சொல்லி, அதனுடைய சுருக்கத்தைத் தந்திருக்கவேண்டும். மூல உருவோடு நவீன உருவை ஒப்புநோக்க வாசகர்களை ஆயத்தப் படுத்தியிருக்க வேண்டும்.

அப்போதுதான் அத்தொன்மத்தை அறியாத பிறமொழி, பிறநாட்டு வாசகர்களுக்கும் சிறுகதையின் பின்புலம் கிடைக்கும்; புதுமைப்பித்தன் செய்துள்ள தொன்ம மீளுருவாக்க மாற்றங்களை அவர்கள் புரிந்துகொள்ள முடியும்; தொன்மத்தில் கம்பநாடன் உருவாக்கியுள்ள பாரம்பரியக் கட்டுமானங்களையும், சிறுகதையில் புதுமைப்பித்தன் உருவாக்கியுள்ள நவீன கட்டுமானங்களையும் ஒப்புநோக்க முடியும்; எவ்வாறு சிறுகதை பாரம்பரியங்களில் இருந்து மாறுபடும் நவீன பார்வைகளையும் நவீன கருத்துகளை யும் முன்வைக்கிறது என்றுஉணர்ந்து ரசித்து உள்வாங்க முடியும்.

இவ்வகையில் மொழிபெயர்ப்பாளரின் அடிக்குறிப்பு வாசகர்களுக்கு உதவுவதாக இல்லை. எவையெவை தொன்மக் கூறுகள், எவையெவை நவீன சிறுகதையின் கூறுகள் என அடையாளம் காண முடியாத வகையில் மொழியாக்கம் அமைந்துள்ளது. பின்புலம் எது, சிறுகதை எது என்று பிரித்துப் பார்ப்பதற்கு (அடைப்புக் குறிகளுக்குள் உள்ள) கதாசிரியரின் சிறிய முன்னுரைக் குறிப்பு உதவுகிறது. தமிழ் வாசகர்களுக்கான தமிழ்ச் சிறுகதை ஆகையால் அக்குறிப்பு ஓரளவு அவர்களுக்குப் போதுமானது என்று சொல்லலாம்.

ஆனால் சிறுகதையின் பின்புலத்தைப் பற்றி எதுவும் தெரியாத ஆங்கில வாசகர்களுக்கு மொழிபெயர்ப்பாளரின் சிறிய குறிப்பு அந்த உதவியைச் செய்யத் தவறிவிட்டது. பொருத்தமான முன்னுரை இல்லை. அடிக்குறிப்புகள் இல்லை. கதையில் வரும் பத்திகளின் ஊடேயும் குறிப்புகள் இல்லை. எனவே இன்றியமையாத, உயிர்நாடியான ஒரு அம்சம் மொழியாக்கக் கதையில் இல்லை; மொழியாக்க அளவுகோலின் முக்கியமான அம்சமும் மொழியாக்கக் கதையில் இல்லை. அதனுடைய நீட்சியாகப் பனுவலிடை இழையோட்டமும் வெட்டப்பட்டுள்ளது.

எடுத்துக்காட்டாக,சிறுகதையில் சாபவிமோசனத்துக்குப் பின், “நெஞ்சினால் பிழை செய்யாதவளை நீ ஏற்றுக் கொள்ளுவதுதான் பொருத்ததும்” என்று விசுவாமித்திரன் கோதமனுக்கு அறிவுரை வழங்குகிறான். இது கம்பனின் விசுவாமித்திரன் கௌதமனுக்கு வழங்கிய “நெஞ்சினால் பிழைப்பு இலாளை நீ அழைத்திடுக!” என்ற அறிவுரையின் தெளிவான சிறிய உருமாற்ற எதிரொலியே ஆகும். இந்தப் பனுவலிடை இழையோட்டத்தை மொழியாக்க அடிக்குறிப்பில் சொல்லி, எவ்வாறு கம்பராமாயணப் பின்புல முக்கியக் கூறு ஒன்று சிறுகதையில் எதிரொலிக்கிறது என்று அழகாக விளக்கியிருக்க முடியும். ஆனால் அது மொழியாக்கக் கதையில் செய்யப்படவில்லை.

அதுமட்டுமல்லாமல் புதுமைப்பித்தன் கையாண்டுள்ள தொன்ம மீளுருவாக்க உத்தியும் மொழியாக்கத்தில் குறிப்பிடும் வகையில் கொண்டுவரப்படவில்லை. மேலும் ‘விரிந்த அர்த்த மட்டப் பின்னலுக்குள்’ அடங்கும் கதாசிரியருடைய நோக்கம், வாசகருக்கான செய்தி(கள்) ஆகியவை மொழியாக்கத்தில் தெளிவுபடுத்தப்படவில்லை. எனவே ‘விரிந்த அர்த்தமட்டப் பின்னல்’ என்ற வகையில், மொழியாக்கம் நிறைவு தருவதாக இல்லை என்று சொன்னால் அது தவறாகாது.

5.7.3.8 சாப விமோசனம் சிறுகதையின் கட்டமைப்பு

இச் சிறுகதை நான்கு பகுதிகளில் பிரித்து எழுதப்பட்டுள்ளது. அது நீண்ட கதையாகிவிட்டதோ என்ற ஐயத்தில், வாசிப்பைச் சற்று எளிதாக்க உதவும் என்று கருதி, கைக்கு வந்த இடங்களில் 1, 2, 3, 4 எனக் கதாசிரியர் எண்ணிடவில்லை. அத்தகைய பகுதிகளால் அதனுடைய கட்டமைப்பு உருப்பெறவில்லை. ஒரு நாடகத்தின் காட்சிகள் 1, 2, 3, 4 என மாற மாற, நிகழ்வுகளில் உச்சக்கட்டத்தை நோக்கிய, ஒத்திசைந்த, பின்னிப் பிணைந்த நகர்வுகள் இருக்கும்.

அவைபோன்ற நாடகக் கூறுகளாகச் சிறுகதையின் நான்கு பகுதிகளும் ஒத்திசைந்து, பின்னிப் பிணைந்து இயங்குகின்றன. சிறுகதையின் நிகழ்வுகளில் அத்தகைய உச்சக்கட்டத்தை நோக்கிய நகர்வுகள் காணப்படுகின்றன. அவையே சிறுகதையின் கட்டமைப்பையும் உருவாக்கியுள்ளன. கதையின் நான்கு பகுதிகளும் காலக்கிரமப்படிப் பின் வருமாறு கட்டமைக்கப்பட்டுள்ளன: (i) *(ராமனின்) சிறுபிராய நிகழ்வுகள்;* (ii) இளங்குமரப் பருவ நிகழ்வுகள்; (iii) வனவாச இடைவெளி நிகழ்வுகள்; (iv) பட்டாபிஷேக நாளை ஒட்டிய நடுத்தர வயதுப் பருவ நிகழ்வுகள்.

சற்றுத் தள்ளி நின்று, சமநிலைக் கூரிய பார்வை கொண்டு பார்த்தால் ஒரு அடிப்படையான புரிதல் கிடைக்கும்: தொன்ம மீளுருவாக்க நிகழ்வுகளில் காணப்படும் ஒத்திசைந்த, பின்னிப் பிணைந்த நகர்வுகள் உண்மையில் படைப்பாசிரியரால் நிகழ்விக்கப்படுபவை. அவர் விரும்பும் வகையில் தொன்ம மீளுருவாக்கப் பாத்திரங்களின் தொடர் உருவாக்கத்துக்கு (evolution of reconstructed mythical characters) அவை உதவுகின்றன.

இந்த உத்தியைக் கொண்டு படைப்பாசிரியர் தான் சொல்லவந்த சில செய்திகளை நேரடியாகப் பாத்திரங்கள் மூலம் சொல்கிறார். வேறு சிலவற்றைச் சொல்லாமல் சொல்கிறார். மறைந்துள்ள மற்றவற்றை வாசகர்களின் ஊகத்துக்கு விட்டு விடுகிறார். எனவே சிறுகதையின் தொன்ம மீளுருவாக்க நிகழ்வுகளுக்கும் பாத்திரங்களின் தொடர் உருவாக்கத்துக்கும் கதையின் கட்டமைப்புக்கும் படைப்பாசிரியரின் நோக்கத்துக்கும் செய்திகளுக்கும் நெருங்கிய தொடர்பு உள்ளது. ஆகவே பாத்திரங்களின் தொடர் உருவாக்கம் என்ற ஒன்றைக் கூர்ந்து நோக்கினால் மற்றவை எளிதில் புலப்படும்.

பாத்திரங்களின் தொடர் உருவாக்கம்

ராமன்

சிறுகதையின் முதல் பகுதியில் ராமன் ஓடிப்பிடித்து விளையாடும் ஒரு சிறுவனாகச் சித்திரிக்கப்படுகிறான். அவனுடைய விளையாட்டில் கிளம்பிய கால்மண் துகள்கள் அங்குக் கிடந்த அகலிகையின் கற்சிலை மேல் படிந்து சாப விமோசனம் தற்செயலாக நிகழ்கிறது. அறியாமலே அதை நிகழ்வித்த அவதாரச் சிறுவன் ராமன், விசுவாமித்திரன் சொல்லக் கேட்டு அகலிகையின் சாபக் கதையை அறிகிறான். இந்திரன் உண்டாக்கிய ஒரு விபத்தில் ஏமாந்து பட்ட காயத்திற்கா, அன்பையே அறமாகக் கொண்ட அகலிகைக்குத் தண்டனை என்று சிறுவன் ராமன் வருந்துகிறான். நெஞ்சில் ஈரமில்லாத வறட்டுத் தர்மத்தை விட அன்பே பெரிது

என்ற துணிச்சலான உண்மையை உலகுக்கு உணர்த்துமாறு, "அம்மா!" என்று அவள் காலில் விழுந்து வணங்குகிறான். மாண்பு மிக்க அகலிகைக்கு மரியாதை செய்கிறான். அந்தக் கட்டத்தில், விசுவாமித்திரனிடம் அவன் பெற்ற கல்வி மனிதத்தோடு இயைந்த உண்மையான "தர்மக் கண்கொண்டு பார்ப்பது. தெளிவின் ஒளி பூண்டது. ஆனால் அநுபவச் சாணையில் பட்டை பிடிக்காதது".

கதையின் இரண்டாம் பகுதியில், திருமணத்திற்குப் பின், அகலிகையின் குடிலுக்குப் பரிவாரங்கள் இன்றிச் சீதையுடன் ராமன் வந்துசெல்கிறான். அப்போது அவன் கோதமனின் பார்வையில் லட்சிய வாலிபனாக உருவாகித் தோன்றுகிறான்; அவனது சிரிப்பும் விளையாட்டுமே மனிதத்தோடு இயைந்த உண்மையான தர்மத்தின் நடமாடும் விளக்கமாகப்படுகிறது. சீதையும் அகலிகையும் உற்ற தோழிகள் ஆகிறார்கள். இப்பகுதியின் இறுதியில் அயோத்தி அரண்மனை அரசியல் சூறாவளி நிகழ்வுகளின் விளைவாக ராமன் வனவாசத்துக்குச் சென்றது உணர்த்தப்படுகிறது.

மூன்றாம் பகுதியில் வனவாசத்தில் இருக்கும் ராமனைப் பற்றிய செய்திகள் இல்லை. பாத்திரத் தொடர் உருவாக்கமும் சொல்லப்படவில்லை. நான்காம் பகுதியில் வனவாசத்தை முடித்துப் பட்டாபிஷேகத்தை ஏற்ற அயோத்தி அரசன் ராமன் அரசி சீதையுடன் மீண்டும் அகலிகையின் குடிலுக்குப் பரிவாரங்கள் இன்றி வருகிறான். அந்தக் கட்டத்தில் "ராமனது நெற்றியில் அநுபவம் வாய்க்கால் வெட்டியிருந்தது." ராமனும் கோதமனும் உலாவச் செல்கின்றனர்.

உற்ற தோழிகள் இருவரும் குடிலுக்குள் செல்கின்றனர். அக்கினிப் பிரவேசம் உட்படப் பதினான்கு ஆண்டுக் காலத் துன்ப நிகழ்வுகள் அனைத்தையும் சீதை அகலிகைக்கு விவரிக்கிறாள். அக்கினிப் பிரவேசப் பத்தினிச் சோதனையைக் கேட்ட அகலிகை துடித்துப்போகிறாள். ராமனின் 'தர்ம நியாயங்களை' ஏற்றுக் கொள்ள முடியாமல் கண்ணகி வெறியுடன் கொதிக்கிறாள்.

சிறுகதையின் முதல் பகுதியில், மனிதத்தோடு இயைந்த உண்மையான "தர்மக் கண்கொண்டு அகலிகையைப் பார்க்கச் சிறுவன் ராமனால் முடிந்தது. ஒரு விபத்தில் பட்ட காயத்திற்கா காயப்பட்டவளுக்குத் தண்டனை என அவளுக்கு இரக்கப் பட்டான். நெஞ்சில் ஈரமில்லாத வறட்டுத் தர்மத்தை விட அன்பே பெரிது என்ற துணிச்சலான உண்மையை உலகுக்கு உணர்த்தினான்.

இரண்டாம் பகுதியில், குழந்தைப் பருவத்திலிருந்து முதிர்ந்து, இளங்குமரப் பருவத்தைத் தொட்டுவிட்ட அவனது சிரிப்பும் விளையாட்டுமே மனிதத்தோடு இயைந்த உண்மையான தர்மத்தின் நடமாடும் விளக்கமாகக் கோதனுக்குப் பட்டது.

கதையின் நான்காம் பகுதியில் அதே ராமன், நாட்டின் அரியணையில் அமர்ந்த 'முதிர்ந்த' இளைஞன் ராமன், யாரோ ஒருவன் கிளப்பிய அவதூறால் தடுமாறுகிறான். நெஞ்சிலோ உடலிலோ சீதை சிறிதும் மாசற்றவள் என்று அவனது உள்ளம் உரத்துச் சொல்கிறது. ஆனால் அரசனாயிருந்தும் அதை உலகுக்கு உணர்த்த அவனுக்குத் துணிச்சல் இல்லை. பாரம்பரிய 'அரசதர்ம' (அதர்ம?) சிறைக்குள் தன்னை அடைத்துக்கொள்கிறான். அதில் ஒளிந்துகொள்கிறான். கண்ணுக்குக் கண்ணான சீதையை அக்கினிப் பிரவேசப் பத்தினிச் சோதனைக்கு ஆட்படுத்துகிறான். அது 'அரச'தர்மக் கண்களுக்குப் போற்றற்குரியது; 'மனித'தர்மக் கண்களுக்குத் தூற்றற்குரியது

எனவேதான் சிறுவனாகத் தனக்கு வழங்கிய நீதியை, அரசனாகச் சீதைக்கு ஏன் வழங்கவில்லை எனப் பெண்ணினப் பிரதிநிதியாக அகலிகை கண்ணகி வெறிகொள்கிறாள். "தனக்கு ஒரு நீதி, ராமனுக்கு ஒரு நீதியா? ஏமாற்றா?" என அவள் வெகுண்டெழுகிறாள். அன்று தனக்குச் சாப விமோசனம் அளித்த அவதாரச் சிறுவன் ராமனின் காலில் அவள் பயபக்தியுடன் விழுந்து வணங்கினாள். இன்று அரசன் ராமன் சீதைக்கு இழைத்த அநீதியால் அவன்பால் கொண்டிருந்த அந்த நன்மதிப்பு, பயபக்தி, அவள் மனத்தில் சிறிதும் இல்லாமல் போகிறது.

அரண்மனைக்கு ராமனும் சீதையும் புறப்படுகின்றனர். ராமனிடம் கொண்ட கோபத்தை, வெறுப்பைக் காட்டும் வகையில் அவர்களை வழியனுப்பி வைக்க அகலிகை குடில் வாயில்வரை செல்லவில்லை. அது ராமன் மனத்தைச் சுடுகிறது. அன்று அவனுடைய திருவடிப் பொடி அகலிகைக்குச் சாப விமோசனம் அளித்தது. இன்று அவன் காலில் படிந்த அவளுடைய குடில் தூசி அவனைச் சுடுகிறது. எனவே சிறுகதையின் முதல் இரண்டு பகுதிகளிலும் நான்காவது பகுதிகளிலும் தோன்றும் ராமன் பாத்திரத்தின் தொடர் உருவாக்கம் இப்படி நிகழ்கிறது:

அவதாரச் சிறுவனாக, மனத்தில் களங்கமில்லாக் குழந்தை யாக, அகலிகையின் சாப விமோசனத்தை, ஓடிப்பிடிக்கும் விளையாட்டில் கிளப்பிய கால்மண் துகள்களால், தற்செயலாக நிகழ்வித்தல்; 'அநுபவச் சாணையில் பட்டை பிடிக்காத' பார்வையில், விபத்தில் பட்ட காயத்திற்கா காயப்பட்டவளுக்குத் தண்டனை என அகலிகை மேல் இரக்கம் கொள்ளுதல்; அன்பே

கே. தியாகராஜன்

அறமாகக் கொண்ட அகலிகையின் காலில் "அம்மா!" என்று விழுந்து வணங்குதல்.

இளங்குமரப் பருவத்தில், திருமணமாகிய பின்னரும், மனிதத்தோடு இயைந்த உண்மையான தர்மத்தின் நடமாடும் விளக்கத்தை, நகை உரையாடலிலும் சிரிப்பிலும் துள்ளவிடல்.

நடுத்தர வயதடைந்த நிலையில், 'நெற்றியில் அநுபவம் வாய்க்கால் வெட்டியிருந்த' பார்வையில், 'அரசதர்ம' அக்கினிப் பத்தினிச் சோதனைக்குச் சீதையை ஆட்படுத்திய காரணத்தால், அகலிகையின் பயபக்தியை அடியோடு இழத்தல்; தன்னை வழியனுப்பிவைக்கக் குடில் வாயில்வரை அகலிகை வராதது மனத்தையும், தன் காலில் படிந்த அவளுடைய குடில் மண் காலையும் சுடுவதை உணர்தல்.

சீதை

சிறுகதையின் இரண்டாம் பகுதியில் திருமணத்திற்குப் பின், ராமனுடன் சீதை அகலிகையின் குடிலுக்கு அவ்வப்போது வந்துசெல்கிறாள். சீதையும் அகலிகையும் உற்ற தோழிகள் ஆகிறார்கள். சீதையால் அகலிகையின் வாழ்வில் சிறிது மகிழ்ச்சி மலர்கிறது. மனச் சுமை குறைகிறது. இப்பகுதியின் இறுதியில் சீதை ராமனுடன் வனவாசத்துக்குச் சென்றது உணர்த்தப்படுகிறது.

மூன்றாம் பகுதியில் வனவாசத்தில் ராமனுடன் இருக்கும் சீதையைப் பற்றிய செய்திகள் இல்லை. நான்காம் பகுதியில் வனவாசத்தை முடித்து நாட்டின் அரசியான பின், ராமனுடன் சீதை மீண்டும் அகலிகையின் குடிலுக்குப் பரிவாரங்கள் இன்றி வருகிறாள். "சீதையின் பொலிவு அநுபவத்தால் பூத்திருந்தது." ராமனும் கோதமனும் உலாவச் செல்ல, தோழிகள் இருவரும் குடிலுக்குள் செல்கின்றனர். பதினான்கு ஆண்டுக் காலத் துன்ப நிகழ்வுகள் அனைத்தையும் சீதை அகலிகைக்கு மலர்ந்த முகத்தோடு விவரிக்கிறாள். அக்கினிப் பிரவேசப் பத்தினிச் சோதனையையும் சிறிதுகூட 'துன்பக்கறை படியாமல்' சொல்கிறாள். ராமனுடன் சேர்ந்து விட்ட பிறகு துன்பத்துக்கு அவளிடம் இடம் ஏது? ஆனால் அகலிகையோ துடித்துப்போகிறாள்.

"அவர் கேட்டாரா? நீ ஏன் செய்தாய்?" என்று அகலிகை கேட்க, "அவர் கேட்டார்; நான் செய்தேன்", இது ஒரு பெரிய விஷயம் இல்லையே என்பது போல் அமைதியாக, இயல்பாகச் சீதை சொல்கிறாள். சிறிது சிரிக்கவும் செய்கிறாள். அரசதர்மத்தை "உலகத்துக்கு நிரூபிக்க வேண்டாமா?" என உணர்த்துகிறாள். அகலிகையோ "உள்ளத்துக்குத் தெரிந்தால் போதாதா, உண்மையை

உலகுக்கு நிரூபிக்க முடியுமா?" என்று கொதிக்கிறாள். சீதையோ எந்த உறுத்தலுமின்றி இயல்பான புன்முறுவலைத் தவழவிடுகிறாள்.

இவ்வாறு 'பத்தினித் தெய்வம்' என்ற நிலையை அடைவதற்குப் பாரம்பரிய ஆணாதிக்க வைதீக மரபு வகுத்த அத்தனை இலக்கணங்களையும் சீதை அன்றும் இன்றும் அப்படியே அடியொற்றி அகமகிழ்கிறாள். பாரம்பரிய 'தர்மபத்தினிகளுள்' முதன்மையானவளாகச் சிறுகதையின் பகுதிகளிலும் சித்திரிக்கப்படுகிறாள். அவளுடைய பார்வையில், புரிதலில், கணவன் சொல்வதெல்லாம் வேதவாக்காக இல்லாமல் வேறென்னவாக இருக்கமுடியும்?

மாறாத பாரம்பரியக் கட்டுமானத்தைப் பின்புலத்தில் இருத்தி, மாறியுள்ள நவீன கட்டுமானத்தை முன்புலத்தில் நிறுத்தி, வாசகர்களின் சிந்தனையைத் தட்டி எழுப்புவதும் ஒரு நவீன இலக்கிய உத்தியாகும். அவ்வகையில் நவீன அகலிகைப் பாத்திரத்தின் வேற்றுமைகளைத் தெளிவாகக் காட்சிப்படுத்த, பாரம்பரியக் கட்டுமானம் மாறாத சீதைப் பாத்திரம் சிறுகதையில் பயன்பட்டுள்ளது (Traditional Sita serves as a perfect foil to modern Akalya.). இந்த உத்தியால் அகலிகைப் பாத்திரம் சீதைப் பாத்திரத்தை விட அதிகப் பொலிவும் முக்கியத்துவமும் பெறுகிறது.

கைகேயி

கம்பனின் கட்டுமானத்தில், மந்தரையின் போதனையால் மனம் மாறிக் கைகேயி மஞ்சள் குங்குமத்தை இழந்த தீயவளாகச் சித்திரிக்கப்படுகிறாள். தசரதன் இறப்புக்கும் ராமனின் வனவாசத்துக்கும் நாடே நிலைகுலைந்துபோனதற்கும் அவளே காரணியாக, ஒரு பெரிய குற்றவாளியாக, கொடியவளாகப் பார்க்கப்படுகிறாள். அனைவருடைய வெறுப்பும் அவளைத் தனிமைப்படுத்துகிறது.

முன்பொரு காலத்தில் தேரோட்டியாக அவள் இருக்க, தசரதன் ஒரு அசுரனுடன் போர்புரிய, தேரின் அச்சாணி ஒடிந்துவிழ, தன் விரலையே அச்சாணியாகக் கொடுத்து, தேரையும் கணவனின் இன்னுயிரையும் காத்த, பதிபக்தி மிகுந்த வீர மங்கை அல்லவா அவள்! ஆனால் பெற்ற மகன் பரதனே, அவளுடைய வரத்தால் அரசப் பட்டம் பெற இருந்த அவனே, அவளை ஏசுகிறான்: "நோயீர் அல்லீர்; நும் கணவன் தன் உயிர் உண்டீர்;/பேயீரே நீர்! இன்னம் இருக்கப் பெறுவீரே?/மாயீர்!" *(கம்பராமாயணம், அயோத்தியா காண்டம், பள்ளிபடைப் படலம், பாடல் 76)*

கம்பனின் அப்படிப்பட்ட கைகேயிப் பாத்திரத்தைப் புதுமைப்பித்தன் மீளுருவாக்கம் செய்துள்ளார். தசரதனின் மூன்று மனைவியருள் வீரமும் விவேகமும் அழகும் மிகுந்த அவள் ஒற்றைக் குழந்தையைப் பெற்றெடுத்த ஒரு தாயும் ஆவாள். யாரோ எப்போதோ வகுத்த 'தர்ம'த்தால் மூத்தாளின் மகன் ராமன் முடிசூட்டிக்கொள்ள, இளையாளாகிய தன் மகன் பரதன் அதை வேடிக்கை பார்த்து நிற்பதை அவளால் ஏற்றுக்கொள்ள முடியவில்லை. தாய்ப் பாச மிகுதியால் பரதன் அரசனாகும் வரத்தைக் கேட்டுப் பெற்றாள். 'பாரம்பரியத் தர்ம'க் கண் கொண்டு பார்த்தால் அது பாவம்தான்; ஆனால், 'தாய்ப் பாச மிகுதியின் வெளிப்பாடு' என்று பார்த்தால் அது 'பாவம'ல்ல. அது ஏற்புடையதாக இல்லையா, போகட்டும்! புரிந்து கொள்ளவாவது வேண்டாமா! பாவி, கொடியவள் என முத்திரை குத்தி அவளைத் தூக்கியெறியலாமா?

சிறுகதையின் முதல் மூன்று பகுதிகளில் கைகேயி இல்லை. நான்காம் பகுதியில் மட்டும் பரிவாரங்கள் இன்றித் தனியாகத் தோன்றும் அவள் துறவியாக மாறியுள்ளாள். அகலிகையைக் கண்டதும் ஓடிவந்து, தான் ராஜமாதா என்ற கர்வமின்றி, வயதில் குறைந்த அவளைத் தரையில் விழுந்து வணங்குகிறாள். திகைத்துப்போன அகலிகை. அவளை இரு கைகளாலும் தூக்கி நிறுத்துகிறாள். தர்மத்தை நிலைநாட்டும் தீவிரமான 'ஆவேசத்தில்' பரதன் தன்னுடைய மனத்தில் அவளுக்கு இடம்கொடுக்க மறந்துவிட்டான் என்கிறாள் கைகேயி; மனத்தில் கோபம் இல்லை. "அகலிகை நினைத்த கைகேயி வேறு; பார்க்கிற கைகேயி வேறு. படர்வதற்குக் கொழுகொம்பில்லாமல் தவிப்பவளாகத்" தோன்றுகிறாள்.

எதற்காகவும் கொள்ளும் 'ஆவேசம்' (frenzy) ஒருவகைப் பித்து என்று சொல்லலாம். அது தர்மத்துக்காகக் கொள்ளும் 'ஆவேசத்துக்கும்' பொருந்தும். அத்தகைய 'ஆவேசம்' அறிவுக் கண்ணைக் குருடாக்கும். பாசத்துக்கு இடம் தராது. பரதனுக்குப் 'பாரம்பரியத் தர்மம்' என்ற பித்து தலைக்கேறிவிட்டது. அதனால்தான், நெஞ்சில் தாய்ப்பாச ஈரமில்லாத தர்ம 'ஆவேசம்' அவனை ஆட்டிப்படைக்கிறது; வசிட்டர் என்ற மகா முனிவர் சொன்னாலும் கட்டுப்படாத அளவுக்கு உச்சிக்கு ஏறிவிட்டது. பெற்ற மகனுக்கு அரசப் பட்டம் சூட்டி மகிழத் தாய் எண்ணியது அவ்வளவு பெரிய தவறா? அது தவறாகவே இருக்கட்டும். அதற்காக மகனும் உலகும் அவளை வெறுத்தொதுக்க வேண்டுமா? எனவேதான் "மனிதருக்குக் கட்டுப்படாத தர்மம், மனித வம்சத்துக்குச் சத்துரு", என்கிறாள் அகலிகை.

கதையின் நான்காம் பகுதியில் மட்டும் தோன்றும் கைகேயிப் பாத்திரத்திலும் தொடர் உருவாக்கத்தைக் காணமுடிகிறது. தோற்றத்தாலும் உள்ளத்தாலும் துறவியாகவே முதலில் அவள் தெரிகிறாள். அரண்மனையில் அவளுக்கு உள்ள தேவிப் பட்டம், வயதில் முதிர்ச்சி, பரிவாரங்கள் போன்ற பெருமைகளை விடுத்து, அகந்தையைக் கொன்று, ஓடிவந்து தரையில் விழுந்து அகலிகையை வணங்குகிறாள். ஆனால் மனிதம் இயைந்த உலகப் பார்வையோ, பெற்ற ஒரே மகனின் தாய்ப்பாசப் பார்வையோ சிறிதேனும் அவள்மீது படாததால் அவள் முடங்கி, ஒடுங்கிப் போயுள்ளாள். படர்வதற்குக் கொழுகொம்பில்லாமல் தவிக்கிறாள். குழந்தைத்தன வரம் நெருப்பாக மாறி ஊரைச் சுட்டுவிட்டால், குழந்தையைக் கொன்றுவிடுவதா என்று அவள் வேதனைப்படுகிறாள்.

தர்ம ஆவேசத்தில் மகன் தனக்கு மனத்தில் இடம் கொடுக்க மறந்ததைத் தெரிவித்தாலும், அவள் குரலில் கோபம் இல்லை, ருத்திர தாண்டவம் இல்லை. மகன் எரியில் மாய்ந்தால், தானும் தனியே எரியில் மாய ஆயத்தமாக உள்ளாள். கேட்ட வரங்கள் கிடைத்துவிட்டாலும், கேட்காத துன்பங்களும் உடன் வந்துசேரும் என அவள் நினைத்தே பார்க்கவில்லை. அவள் மகனை விட அவளே ராமனின் வரவை அதிகம் எதிர்பார்த்து நிற்கிறாள். அவனுடைய வரவே அவளுக்குச் சாப விமோசனமாக அமையும்போல் தெரிகிறது. ‘எதுவும் வேண்டாம், சாமி! ஆளை விட்டுவிடு!’ என்ற மனமொடிந்த நிலையில் உள்ளாள்.

கோதமன்

சிறுகதையின் முதல் பகுதியில் ஊழிகள் பல கடந்த நிலையில், ஓடிப்பிடித்து விளையாடும் சிறுவன் ராமன் கிளப்பிய கால்மண் துகள்கள் படிந்து அகலிகைக்குச் சாப விமோசனம் நிகழ்கிறது. அதே நேரத்தில் சற்றுத் தூரத்தில் கறையான் புற்றில் இதுவரை மோனத் தவம் கிடந்த கோதமனும் எழுந்து வருகிறான். ‘நெஞ்சில் பிழை செய்யாத அகலிகையை நீ ஏற்றுக் கொள்வதுதான் சரி!’ என்ற விசுவாமித்திரனின் அறிவுரையை ஏற்று, அவளுடன் கோதமன் சேர்ந்து வாழத் தொடங்குகிறான். ஆனால் அகலிகையின் அளவற்ற பதிபக்தியை அறிந்திருந்தும், நெஞ்சாரக் குற்றம் செய்யாத அவளை, ஆத்திரத்தில் அறிவிழந்து சபித்தது அவனைச் சுடுகிறது. அவளுக்குத் தான் ஏற்றவனா என்று தவிக்கிறான்.

இரண்டாவது பகுதியில் கோதமனுக்கு அகலிகைமீது பரிபூரண நம்பிக்கை வந்துவிட்டது. “இந்திரன் மடிமீது அவள் கிடந்தால்கூட அவன் சந்தேகிக்க மாட்டான்.” மேலும் தர்மத்தால் கட்டப்படும் வேலிகள் எல்லாம் மனமாரக் குற்றம்

செய்வோர்க்கே என்று உணர்கிறான். உறவுகளில் தெரியாமல் நிகழும் குற்றங்களால் மனித குலமே நசித்துவிடும் என்றாலும், அது பாவம் அல்ல என்று எண்ணுகிறான். "மனலயிப்பும், உடல் ஈர்ப்பும் கொண்டு தெரிந்தே செய்யும் குற்றங்கள் கறைப்படுத்தும்" என்றும் தெளிகிறான்.

அவனுடைய மனத்தில் இப்போது அகலிகை மாசற்றவளாக வலம் வருகிறாள். தான் அவளுக்கு அருகதை இல்லாதவன்; உச்சிக்கு ஏறிய கோபத்தால் சாபத் தீயை எழுப்பிய தானே மாசுபட்டவன் என்று கருதுகிறான். திருமணமாகிய சீதையும் ராமனும் அவன் குடிலுக்கு அவ்வப்போது வந்துசெல்கின்றனர். உற்ற தோழியாகப் பழகிய சீதையால் அகலிகையின் மனத்தில் சிறிது மகிழ்ச்சி திரும்புகிறது.

கோதமனுக்கு ராமன் லட்சிய இளைஞனாக உருவாகித் தோன்றுகிறான்; ராமனது பாசம் மிகுந்த சிரிப்பும் விளையாட்டும் உண்மையான தர்மத்தின் விளக்கங்களாகப் படுகின்றன. அரண்மனை அரசியல் சூறாவளி நிகழ்வுகளால் சீதை, ராமன், லட்சுமணன் காட்டுக்குச் செல்கிறார்கள். அகலிகையின் மனத்தில் பாரம் ஏறுகிறது. அதைக் கண்டு கோதமன் துன்புறுகிறான்.

சிறுகதையின் மூன்றாம் பகுதியில் கோதமன் மிதிலை அரண்மனையில் அரசன் ஜனகனைச் சந்திக்கிறான். அயோத்தி அரண்மனையில் நிகழ்ந்த சமுத்திர உணர்ச்சிச் சுழலின் பாதகங் களை ஜனகன் விமர்சிக்கிறான். ஒரு அரசாங்கத்தைக் கட்டுமானம் செய்யும்போது உணர்ச்சிக்கு மதகு அமைத்து அதைக் கட்டுப்படுத்த வழி செய்யவேண்டும் என்கிறான். உணர்ச்சியின் சுழிப்பிலேதானே உண்மை பிறக்கும் என்கிறான் கோதமன். உணர்ச்சியைப் பயன்படுத்திக்கொள்ளத் தெரியாவிட்டால், துன்பமும் பிறக்கும்; அரசாங்கத்தை நிர்மாணிக்க ஆசைப்படும் போது அதற்கும் இடம் போட்டு வைக்காவிட்டால் அரசாங்கம் இருக்காது என்கிறான் ஜனகன். தனது அரசாங்கத்தைத் தான் ஆளாமல்; ஆட்சியைப் புரிந்துகொள்ள முயற்சி செய்வதாகவும் சொல்கிறான். கோதமனின் தர்ம ஆராய்ச்சி எப்படியுள்ளது என்று அவன் கேட்க, இன்னும் ஆரம்பிக்கவே இல்லை என்றும் இனிமேல்தான் புரிந்து கொள்ள முயலவேண்டும் என்றும் கூறுகிறான் கோதமன்.

தர்ம ஆராய்ச்சிக்காகத் தனிமையைக் கோதமன் விரும்புகிறான். ஆனால் அகலிகை மனம் நொந்துவிடக் கூடாது என்று அவளுடன் இருந்துவிடுகிறான். ஒரு நாள் கங்கை நதிக்கரையில் ரிஷிபத்தினிகள் அவளைக் கண்டு தெறித்து ஓடுகிறார்கள். அவள்தான் கெட்டுப்போன பாவி அகலிகை என்று அவர்கள் சொல்வது தூரத்தில் கேட்கிறது. முற்றிலும்

மனமொடிந்த அகலிகை புனிதப்பயணம் செல்ல விரும்புகிறாள். மனம் நொந்த கோதமனும் அவளுடன் புறப்படுகிறான்.

கதையின் இறுதிப் பகுதியில் வனவாசம் முடிந்து, அரசியாகப் பட்டம் சூடிய பின் அகலிகையை அவளுடைய குடிலில் சந்திக்கிறாள் சீதை. பதினான்கு ஆண்டுக் கால துன்ப நிகழ்வுகள் அனைத்தையும் சொல்கிறாள்; அக்கினிப் பிரவேசப் பத்தினிச் சோதனையையும் சொல்கிறாள். ராமன் சீதைக்குச் செய்த அநீதியைத் தாங்கமுடியாமல் அகலிகை, கண்ணகி வெறியுடன் கொதிக்கிறாள். என்ன செய்வதென்று அறியாமல் கோதமன் தவிக்கிறான்.

வறண்ட வாழ்வில் ஒரு குழந்தை இருந்தால் விடிவு வராதா என்று சிந்திக்கிறான்; அகலிகையை அணைக்கிறான். கோதமன் உருவில் மீண்டும் இந்திர நாடகமோ என்று அகலிகை அஞ்சுகிறாள். நெஞ்சு கல்லாய் இறுகி, அகலிகை மீண்டும் கற்சிலையாகிறாள். அவளுடைய மனச் சுமை முற்றிலும் மடிகிறது. கோதமன் விரக்தியடைந்து துறவியாகிக் கைலயங்கிரி நோக்கிச் செல்கிறான்.

கோதமனின் பாத்திரம் கதையின் நான்கு பகுதிகளிலும் பின்வருமாறு பின்னிப் பிணைந்து தொடர் உருவாக்கம் பெறுகிறது: அகலிகையுடன் மீண்டும் சேர்ந்துவாழ ஆயத்தமாதல், ஆத்திரத்தில் அவளைச் சபித்தது குற்றம் என உணர்தல், இனி இந்திரன் மடிமீது கிடந்தாலும் அவள் புனிதமானவளே என உறுதியான நம்பிக்கை கொள்ளுதல், தானே அவளுடன் வாழ அருகதை இல்லாதவன் என நொந்துபோதல், தர்மத்தின் வேலிகள் தெரிந்தே குற்றம் புரிபவர்களுக்கு எனத் தெளிதல், அவள் சிறிதேனும் மகிழ்ச்சி பெற எப்போதும் முயலுதல், எல்லாம் தோல்வி அடைந்ததால் இறுதியில் விரக்தியடைந்து துறவியாகிக் கைலயங்கிரி செல்லுதல்.

இவ்வாறு ராமன் பாத்திரம் சிறுகதையில் பிற்போக்கான, எதிர்மறை தொடர் உருவாக்கம் பெறுகையில், கோதமன் பாத்திரம் முற்போக்கான, நேர்மறை தொடர் உருவாக்கம் பெறுகிறது.

அகலிகை

மையப் பாத்திரமாகிய அகலிகை சிறுகதையின் முதல் பகுதியில், சாபம் பெற்ற நிலையில், மோகன வடிவில் கற்சிலை யாகக் கிடக்கிறாள். ஓடிப்பிடித்து விளையாடும் அவதாரச் சிறுவனாகத் தோன்றும் ராமன் கிளப்பிய கால்மண் துகள்கள் கற்சிலை மேல் படிந்து அகலிகையின் சாப விமோசனம் நிகழ்கிறது. தனக்கு மறுபடியும் புதிய வாழ்வைக் கொடுத்த தெய்வீக புருஷன்

அந்தக் குழந்தையா என்று பிரமித்த அவள், அளவிலா பயபக்தி யுடன் அவன் காலில் விழுந்து வணங்குகிறாள்.

விசுவாமித்திரனின் அறிவுரையை ஏற்றுக் கோதமனுடன் அகலிகை மீண்டும் சேர்ந்து வாழத் தொடங்குகிறாள். கணவனிடம் பூரண கனிவு கொண்டிருந்தாலும், சாப விமோசனம் பெற்ற தன்னை ஏற்றுக்கொண்ட அவனுக்குத் தான் ஏற்றவளா எனத் தவிக்கிறாள். இரண்டாம் பகுதியில் அளக்க முடியாத அன்பால் அகலிகை கோதமனைத் தழைக்கவைக்கிறாள். அவனை நினைத்தாலே அவளுடைய மனம் கனிகிறது. ஆனால் அதில் ஏறிய கல் அகலவில்லை. வழியில் வரும் ஆண்கள் அவளுக்கு இந்திரர்களாகவே தென்படுகிறார்கள். பயம் நெஞ்சில் ஆழமாகக் குடியேறுகிறது. முன்பிருந்த பேச்சும் விளையாட்டும் காணாமல் போகின்றன. வாழ்வே அவளுக்கு நரக வேதனையாகிறது. சாதாரணமாகப் பார்க்கிறவர்களையும் தன்னைக் களங்கம் அடைந்தவளாகப் பார்க்கிறார்களோ எனக் கூசிப்போய்க் குடிலில் ஒளிந்துகொள்கிறாள்.

திருமணத்திற்குப் பின் ராமனுடன் சீதை அகலிகையின் குடிலுக்கு வருகிறாள். சீதை அவளிடம் காட்டிய அன்பும் நெருக்கமும் அவளது மனச்சுமையை நீக்கிச் சற்றுத் தெம்பை அளிக்கின்றன. சிறிது மகிழ்ச்சியை மலரச் செய்கின்றன. ஆனால் அது நெடுநாள் நீடிக்கவில்லை. அயோத்தி அரண்மனையில் நிகழ்ந்த சமுத்திர உணர்ச்சிச் சுழலின் பாதகங்களால் சீதை ராமனுடன் காட்டுக்குச் செல்கிறாள். அகலிகையின் மனத்தில் மீண்டும் பாரம் ஏறுகிறது.

கதையின் மூன்றாம் பகுதியில் கங்கையில் நீராடச் செல்லும்போது எதிரே வந்த ரிஷிபத்தினிகள் அவளைக் கண்டு தெறித்து ஓடுகிறார்கள். கெட்டுப்போன பாவி அகலிகை அவள்தான் என்று அவர்கள் சொல்வது தூரத்தில் கேட்கிறது. கோதமனின் சாபத் தீயைவிட அவ்வார்த்தைகள் அகலிகையை அதிகமாகச் சுடுகின்றன. சாப விமோசனம் கண்டாலும் பாப விமோசனம் கண்டாலும் கிடையாதா என அவள் நொந்து போகிறாள். எந்த விமோசனம் கிடைத்தாலும் ஊர்ப்பழி விடாது துரத்தித் துவைக்கும், உயிரை எடுக்கும் என்று உணர்கிறாள். முற்றிலும் மனமொடிந்த நிலையில் கோதமனுடன் புனிதப் பயணம் செல்கிறாள்.

கதையின் நான்காம் பகுதியில் சரயூ நதிக்கரையில் அகலிகையைக் கண்டு, தேவி கைகேயி ஓடிவந்து, தரையில் விழுந்து அவளை வணங்குகிறாள். திகைத்துப்போன அகலிகை அவளைத்

தூக்கி நிறுத்துகிறாள். தாய்ப்பாச மிகுதியால் தான் கேட்டுப் பெற்ற வரங்கள் நெருப்பாக மாறி ஊரைச் சுட்டு, தன்னையும் சுட்டு, கொழுகொம்பில்லாமல் அவள் வாழ்வதைக் கண்டு அகலிகை அவள்மேல் இரக்கம் கொள்கிறாள்.

மனிதம் இல்லாத தர்ம 'ஆவேசம்' மனித குலத்தை ஆட்டிப்படைப்பதை அவளால் ஏற்றுக்கொள்ள முடியவில்லை. மனிதர்கள் செய்யும் தவறுகளை மறக்கவோ மன்னிக்கவோ தெரியாத வறட்டுத் தர்ம சாத்திரங்கள் மனித குலத்துக்கு எதற்கு? எனவேதான் "மனிதருக்குக் கட்டுப்படாத தர்மம், மனித வம்சத்துக்குச் சத்துரு," என்கிறாள் அகலிகை.

இப்பகுதியில் இரு உச்சக்கட்ட நிகழ்வுகள் அரங்கேறுகின்றன. முதல் நிகழ்வில் பட்டாபிஷேகம் முடிந்த பின் ராமனுடன் சீதை அகலிகையின் குடிலுக்கு வருகிறாள். பதினான்கு ஆண்டுக் காலத் துன்ப நிகழ்வுகள் அனைத்தையும் துன்பக் கறை இன்றி அகலிகைக்கு விவரிக்கிறாள். அக்கினிப் பிரவேசப் பத்தினிச் சோதனையைக் கேட்ட அகலிகை கொதித்தெழுகிறாள்.

இந்திரன் உண்டாக்கிய விபத்தில் பட்ட காயத்திற்காகவா காயப்பட்டவளுக்கு தண்டனை என அன்று அவதாரச் சிறுவனான ராமன் அகலிகைக்கு இரக்கப்பட்டான். இன்றோ யாரோ ஒருவன் கிளப்பிய அவதூற்றுக்காக நாட்டுக்கே அரசனாக இருந்தும், நெஞ்சிலோ உடலிலோ மாசில்லாத சீதையை அக்கினிப் பத்தினிச் சோதனை செய்ய ஆணையிட்டான். சிறுவனாக அன்று தனக்கு வழங்கிய நீதியை, அரசனாக இன்று சீதைக்கு ஏன் வழங்கவில்லை எனப் பெண்ணினப் பிரதிநிதியாக அகலிகை, கண்ணகி வெறி கொள்கிறாள், "தனக்கு ஒரு நீதி, ராமனுக்கு ஒரு நீதியா? ஏமாற்றா?" என அவள் வெகுண்டெழுகிறாள்.

அன்று தனக்குச் சாப விமோசனம் அளித்த அவதாரச் சிறுவனின் காலில் அவள் பயபக்தியுடன் விழுந்து வணங்கினாள். இன்று சீதைக்கு இழைத்த அநீதியால் அந்த நன்மதிப்பு, பயபக்தி, அவள் மனத்தில் சிறிதும் இல்லாமல் போகிறது. அரண்மனைக்கு ராமனும் சீதையும் புறப்படுகின்றனர். ராமன்பால் கொண்ட கோபத்தை, வெறுப்பைக் காட்டும் வகையில் அவர்களை வழியனுப்பி வைக்க அகலிகை குடில் வாயில் வரை செல்லவில்லை. அது ராமன் மனத்தைச் சுடுகிறது. அன்று அவனுடைய திருவடிப் பொடி அகலிகைக்குச் சாப விமோசனம் அளித்தது. இன்று அவன் காலில் படிந்த அவளுடைய குடில் தூசி அவனைச் சுடுகிறது.

இரண்டாவது உச்சக்கட்ட நிகழ்வில், அகலிகையின் வறண்ட வாழ்வில் ஒரு குழந்தை இருந்தால் விடிவு வராதா என்ற எண்ணத்தில் கோதமன் அகலிகையை அணைக்கிறான்.

கோதமன் உருவில் மீண்டும் இந்திர நாடகமோ என்று அஞ்சிய அகலிகையின் நெஞ்சு கல்லாய் இறுகுகிறது. அவள் மீண்டும் கற்சிலையாகிறாள். அவளுடைய மனச் சுமை முற்றிலும் மடிகிறது. கதையின் நான்கு பகுதிகளிலும் மையமாக உள்ள அகலிகைப் பாத்திரம் இவ்வாறு தொடர் உருவாக்கம் பெறுகிறது:

தனக்குச் சாப விமோசனம் அளித்த தெய்வீக புருஷன் ஒரு குழந்தை என்று கண்டு வியந்து பயபக்தியுடன் தரையில் விழுந்து வணங்குதல்; அன்பை அறமாகக் கொண்டு வாழ்ந்த தனக்கு இந்திரன் உண்டாக்கிய விபத்தில் பட்ட காயத்திற்கா தண்டனை என்று இரங்கித் தன் காலில் விழுந்து வணங்கிய அச்சிறுவனின் மனிதம் இயைந்த தர்மத்தால் நெகிழ்ந்துபோதல்.

சாப விமோசனத்துக்குப் பின் தன்னை ஏற்றுக்கொண்ட கோதமனுக்குத் தான் ஏற்றவளல்ல என்று மனத்தில் ஏறிய கல்லை அகற்ற முடியாமல் தவித்தல்; வழியில் வரும் ஆண் களை இந்திரர்களாக எண்ணி நெஞ்சில் ஆழமான பயம் கொள்ளுதல்; தன்னைக் களங்கம் அடைந்தவளாக எல்லாரும் பார்க்கிறார்களோ எனக் கூசிப்போய்க் குடிலில் ஒளிந்து கொள்ளுதல்; வாழ்வே நரக வேதனையாகிப் போனதை உணர்தல்; சீதையின் நட்பால் சிறிது மகிழ்ச்சி கொள்ளுதல்; அது நீடிக்காததால் வேதனைப்படுதல்.

கங்கைக் கரையில் தன்னை ரிஷிபத்தினிகள் பாவியாக அடையாளப்படுத்தியதால் முற்றிலும் மனமொடிந்துபோதல்; தாய்ப்பாச மிகுதியால், கேட்டுப் பெற்ற வரங்கள் நெருப்பாக மாறி ஊரைச் சுட்டு, கைகேயியையும் சுட்டு, கொழுகொம்பில்லாமல் அவளைத் தவிக்க விட்டுள்ளதைக் கண்டு அவள் மேல் இரக்கம் கொள்ளுதல்; "மனிதருக்குக் கட்டுப்படாத தர்மம், மனித வம்சத்துக்குச் சத்துரு" என்ற நவீன புரட்சிக் கருத்தைத் தெரிவித்தல்.

சீதையின் அக்கினிப் பிரவேசப் பத்தினிச் சோதனையைக் கேட்டுக் கொதித்தல்; சிறுவனாக அன்று தனக்கு வழங்கிய நீதியை, அரசனாக இன்று சீதைக்கு வழங்காத ராமன்மேல் வைத்திருந்த மதிப்பைப் பெண்ணினப் பிரதிநிதியாக இழத்தல்; தனது வறண்ட வாழ்வில் ஒரு குழந்தை இருந்தால் விடிவு வராதா என்ற எண்ணத்தில் கோதமன் தன்னை அணைத்ததை மீண்டும் இந்திர நாடகம் என்று அஞ்சி நெஞ்சு கல்லாய் இறுகுதல்; மீண்டும் கற்சிலையாதல்; மனச் சுமை முற்றிலும் மடிதல்.

புதுமைப்பித்தன் தன்னுடைய சிறுகதையில் ராமன், சீதை, பரதன் ஆகியவரையும் பாரம்பரிய ஆணாதிக்க வைதீக தர்மங்களில் கட்டுண்டவர்களாக, அவற்றின் இறுகிய பிம்பங்களாக

ஒருபுறம் நிறுத்துகிறார். மறுபுறம் அகலிகை, கோதமன், கைகேயி ஆகிய மூன்றுபேரையும் அந்தத் தர்மங்களால் பாதிக்கப்பட்டு, துன்புற்றவர்களாக, மனமாற்றம் பெற்றவர்களாகச் சித்திரிக்கிறார்.

மனிதமும் அன்பும் அடித்தளத்தில் இருந்து இயக்கும், மறக்கும்—மன்னிக்கும், மனித குல தர்மம் பெரிதா? அல்லது மனிதமோ அன்போ இல்லாத, பாரம்பரிய ஆணாதிக்க வறட்டு வைதீகச் சாத்திரங்கள் வகுத்த எந்திர தர்மம் பெரிதா? இக்கேள்விகள் சிறுகதையின் மைய விவாதத் தலைப்புக் கருவாக இயங்கி, விரிந்த அர்த்தமட்டப் பின்னலின் ஆளுகைக்கும் மேலிருந்து – கீழ் பிணைப்புக்கும் வழிவகுக்கின்றன.

இத்தலைப்புக் கருவோடு, கதையில் வரும் நிகழ்வுகளும் நகர்வுகளும் நயம்படப் பின்னிப் பிணைக்கப்படுகின்றன. பாத்திரங்கள் தொடர் உருவாக்கம் பெறுகின்றன. மையக் கேள்விகளுக்கான விடைகளை இடையிடையே கதாசிரியர் தொட்டுச்செல்கிறார். கதையின் வலுமிகு கட்டமைப்பு இத்தகைய பின்னல்களால், பிணைப்புகளால், வார்ப்புரு பெறுகிறது. அதனுடைய வெளிப்பாடாக வாக்கியங்கள் அணிவகுக்கின்றன. பொருத்தமான சொற்கள் வாக்கியங்களை உருவாக்குகின்றன. இவையனைத்தும் விரிந்த அர்த்தமட்டப் பின்னலின் ஆளுகைக்குள் ஒத்திசைந்து அடங்குகின்றன.

இவ்வாறு மேலே கண்ட நுட்பங்களுடன், நான்கு பகுதிகளில் முழுக்கவனத்துடன் உருவாக்கப்பட்ட சிறுகதையின் கட்டமைப்பு அதனுடைய ஆங்கில மொழியாக்கத்தில் சிதைக்கப்பட்டுள்ளது; நான்கு பகுதிகளுக்கும் மாறாக, ஒரே ஒரு நீண்ட பகுதியாக, சாலையில் அகலிகை கற்சிலையாகக் கிடப்பதில் தொடங்கி, கோதமன் விரக்தியில் துறவியாகிக் கைலயங்கிரி செல்வதில் முடிகிறது. மூலக்கதையில் மேலே கண்ட பாத்திரங்களின் தொடர் உருவாக்கநுட்பங்கள் மொழியாக்க அடிக்குறிப்புகளிலோ பத்திகளின் ஊடேயோ தரப்படவில்லை.

Dharma என்ற சொல் மட்டும் பதினாறு தடவை *dharma* எனச் சாய்ந்த எழுத்துகளில் (*italics*) மொழியாக்கத்தில் தரப்பட்டுள்ளது. அதன்மூலம் மொழிபெயர்ப்பாளர் "மனிதமும் அன்பும் அடித்தளத்தில் இருந்து இயக்கும், மறக்கும் – மன்னிக்கும், மனித குலத்திற்கான தர்மமா? மனிதமோ அன்போ இல்லாத, பாரம்பரிய ஆணாதிக்க வறட்டு வைதீக சாத்திரங்கள் சொல்லும் எந்திரத்திற்கான தர்மமா?" என்ற மைய விவாதத் தலைப்புக் கருவை உணர்த்த விரும்புகிறார் என்று நமக்குப் புரிகிறது. ஆனால் போதிய பின்புலத் தகவல்கள் மொழியாக்கத்தில்

தரப்படாததால், அந்தநுட்பம் இலக்கு வாசகர்களுக்குப் புரியுமா என்பது ஒரு பெரிய கேள்விக் குறியே.

5.7.3.9 மொழியாக்கப் பிரச்சினைகள்: வாக்கிய மட்டம், சொல் மட்டம்

மொழியாக்கப் பிரச்சினைகள் பல காணப்பட்டாலும் சிலவற்றுக்கு மட்டுமே இந்த ஆய்வில் இடம் தரமுடிகிறது.

வாக்கிய மட்டம்

(எ–டு) 1: சிறுகதையின் முதல் பகுதியில் அகலிகையின் சாப விமோசனம் நிகழ்ந்து முடிந்தது. விசுவாமித்திரனின் அறிவுரையை ஏற்றுக் கோதமனும் அகலிகையும் சேர்ந்து வாழ ஆயத்தமானார்கள். அவர்களுடைய வாழ்க்கை நிகழ்வுகளில் மாற்றங்களை ஏற்படுத்த வந்த சக்திகள் அந்த இடத்தை விட்டு நீங்கின. இதை மூல வாக்கியம் இப்படி சொல்கிறது: "சாட்டையின் கொடுக்கைப் போலப் போக்கை மாற்றியமைக்க வந்த சக்திகள் அவ்விடம் விட்டுப் பெயர்ந்துவிட்டன."

'சாட்டையின் கொடுக்கைப் போல' என்ற ஒப்புமை மூல வாக்கியத்தில் உள்ளது. அது 'ஒரு நொடியில்', 'மின்னல் வெட்டும் நேரத்தில்' என்ற மிகக் குறைந்த கால அளவைக் குறிக்கிறது. 'போக்கு' அகலிகை – கோதமன் வாழ்வின் நிகழ்வுகளையும், 'சக்திகள்' விசுவாமித்திரன், ராமன் இருவரையும், 'அவ்விடம்' பல யுகங்கள் அகலிகை கற்சிலையாகக் கிடந்த, கோதமன் கறையான் புற்றில் மோனநிலையில் இருந்த இடத்தையும் சுட்டுகின்றன. எனவே மூல வாக்கியத்தின் பொருள்: 'பல யுகங்களாக இயக்கமற்றிருந்த கோதமன் – அகலிகை வாழ்க்கைப் போக்கை இயக்கமுள்ளதாக ஒரு நொடியில் சாட்டையின் கொடுக்கைப்போல மாற்றியமைக்க வந்த விசுவாமித்திரன், ராமன் என்ற சக்திகள் அவ்விடத்தைவிட்டு நீங்கின'.

மூல வாக்கியத்துக்கான க.நா.சு–வின் ஆங்கில மொழியாக்கம்: "Momentary like the crack of a whip unfurled to undo the doings of fate, the powers that passed by passed on." ("சாட்டையின் கொடுக்கு ஒரு நொடிச்சொடுக்கில் விதியின் செயல்களைச் செயலிழக்கச் செய்வது போல வழியில் வந்த சக்திகள் தம் வழியில் சென்றன.")

மொழியாக்க ஒப்புமையின் பொருள் மூல ஒப்புமையின் பொருளிலிருந்து விலகிச் சென்றுள்ளது. அகலிகை, கோதமன் என்ற 'குறிப்பிட்ட இருவரின்' வாழ்க்கைப் போக்கை மூல வாக்கியம் குறிக்கிறது. மொழியாக்க வாக்கியம் அகில உலகத்தையும் ஆட்டுவிக்கும் 'பொது'வான விதியின் போக்கைக் குறிக்கிறது. 'குறிப்பிட்ட ஒன்று' வழக்கமாக 'பொதுவான ஒன்றில்'

அடங்குவது உண்மைதான். இருப்பினும் கதை சொல்லும் 'குறிப்பிட்ட ஒன்றுக்கு' முக்கியத்துவம் தந்து மொழியாக்கம் அதை நெருங்கியிருப்பதே பொருத்தமாக இருக்கும்.

(எ-டு) 2: கதையின் இரண்டாம் பகுதியில் சாப விமோசனத்துக்குப் பின் கோதமனும் அகலிகையும் சேர்ந்து வாழ்கின்றனர். கோதமனுடைய சித்தாந்தம் இப்பொழுது புது வித விசாரணையில் திரும்பியது எனப் புதுமைப்பித்தன் இவ்வாறு விவரிக்கிறார்: கீழே க.நா.சுவின் ஆங்கில மொழியாக்கமும் தரப்பட்டுள்ளது.

> "தர்மத்தின் வேலிகள் யாவும் மனமறிந்து செய்பவர்களுக்கே. சுயப் பிரக்ஞை இல்லாமல் வழு ஏற்பட்டு, அதனால் மனுஷ வித்து முழுவதுமே நசிந்துவிடும் என்றாலும், அது பாபம் அல்ல; மனலயிப்பும் லயப்பிரக்ஞையுடன் கூடிய செயலீடு பாடுமே கறைப்படுத்துபவை."

The rules and regulation of dharma were ... only for those who accepted them willingly. If any one sin or depart from the rule or law of dharma without being conscious of it, without volition of his own, and even if by it, the whole of mankind might be destroyed, it could not be a sin. Sin is sin only when there is the mind and thought to sin."

கோதமனுடைய சித்தாந்தத்தின் 'புது வித விசாரணை' என்று தொடங்குவதால் மேலே உள்ள மூல வாக்கியங்கள் ஒரே தலைப்புக்குள் அடங்குகின்றன; ஒரே விரிந்த அர்த்தத்தால் பிணைக்கப்பட்டுள்ளன. தர்மத்தின் வேலிகள் யாருக்கு? அவை அனைத்தும் தெரிந்தே தவறு செய்பவர்களுக்கு, தெரியாமல் தவறு செய்பவர்களுக்கு அல்ல! இந்தப் பொருளே இங்குச் சுட்டப்படுகிறது.

ஆனால் "தர்மத்தின் வேலிகள் யாவும் மனமறிந்து செய்பவர்களுக்கே(.)" என்ற மூல வாக்கியம், "The rules and regulation of *dharma* were ... only for those who accepted them willingly(.)" என்று மொழிபெயர்க்கப்பட்டுள்ளது; மூல வாக்கியத்தில் 'தவறு' என்ற சொல் இல்லைதான். ஆனால் அது விரிந்த அர்த்தத்துக்குள் மறைந்து நின்ற நிலையில், "தர்மத்தின் வேலிகள் யாவும் மனமறிந்து (தவறு) செய்பவர்களுக்கே(.)" என வாக்கியம் முழுமை பெறுகிறது. முந்திய பத்தியில் சொல்லப்பட்ட விரிந்த அர்த்த நுட்பத்தைக் கணக்கில் கொள்ளாததால், "The rules and regulation of dharma were ... only for those who accepted them willingly என்ற மொழிபெயர்ப்பானது பொருள் பிறழ்வை உண்டாக்கியுள்ளது.

(எ-டு) 3: கதையின் நான்காம் பகுதியில் சீதை தான் செய்த அக்கினிப் பிரவேசப் பத்தினிச் சோதனையை அகலிகைக்குச்

சொல்கிறாள். பின் இருவருக்கும் இடையே நிகழ்ந்த உரையாடலின் ஒரு பகுதியும் அதன் மொழியாக்கமும் கீழே தரப்பட்டுள்ளன. இப்பகுதியில்தான் அகலிகை ராமனிடம் கொண்ட கடுங்கோபத்துக்கான காரணி சுட்டப்படுகிறது:

அக்கினிப் பிரவேசத்தைச் சொன்னாள். அகலிகை துடித்துவிட்டாள். "அவர் கேட்டாரா? நீ ஏன் செய்தாய்?" என்று கேட்டாள். "அவர் கேட்டார்; நான் செய்தேன்" என்றாள் சீதை, அமைதியாக. "அவன் கேட்டானா?" என்று கத்தினாள் அகலிகை; அவள் மனசில் கண்ணகி வெறி தாண்டவமாடியது.

Sita told of the testing of her chastity by fire. Ahalya was thunderstruck.

"He asked you to prove your purity by fire? Why did you submit yourself to it?" she asked.

"He asked for it. I underwent it," said Sita calmly.

"He asked you to prove your purity?" cried Ahalya. She was transported with anguish and anger.

சீதை சொன்னதைக் கேட்ட அகலிகையால் தன் காதுகளை நம்ப முடியவில்லை. அதை மீண்டும் கேட்டு உறுதி செய்துகொள்ளும் வகையில், "அவர் (ராமன்) கேட்டாரா?" என்று வினவுகிறாள். 'சான்றோர் வகுத்த அரசதர்மம் அதுதானே! அதைத்தானே கணவனார் செய்யச் சொன்னார். கணவனார் சொன்னதைத்தானே நான் செய்தேன்! இது என்ன பெரிய விஷயம்?' என்று விளக்குவது போல் சீதை இயல்பாக, அமைதியாகச் சொல்கிறாள்: "அவர் கேட்டார்; நான் செய்தேன்."

பத்தினிச் சோதனை மூலம் சீதைக்கு ராமன் பெரும் அநீதி இழைத்துவிட்டான் என அவன் மேல் பெண்ணினப் பிரதிநிதியாக அகலிகை கொண்ட கடுங்கோபம் கொதிநிலைக்கு வருகிறது. "அவன் கேட்டானா?" என்று அகலிகை கத்துகிறாள். இருமுறை கேட்டது அதே கேள்வி. இருமுறை கேட்டவளும் அதே அகலிகை.

முதல் முறை கேட்ட "அவ-ர் + கேட்டா-ர் + ஆ?" என்ற கேள்வியில் அகலிகை ராமனிடம் காட்டிவந்த மரியாதையும் பயபக்தியும் '–ர்' விகுதி மூலம் வெளிப்படுகிறது; அதில் ராமன் கேட்டது நிஜம்தானா, சீதை செய்ததும் நிஜம்தானா என்ற ஐயம் உள்ளது. எனவே கேள்வியில் மரியாதையும் பயபக்தியும் இன்னும் ஒட்டிக்கொண்டுள்ளன.

இரண்டாம் முறை கேட்ட "அவ-ன் + கேட்டா-ன் + ஆ?" என்ற கேள்வியில் அகலிகை ராமனிடம் காட்டிவந்த மரியாதையும்,

பயபக்தியும் '–ன்' விகுதி மூலம் காற்றில் பறக்கின்றன. இப்போது ராமன் கேட்டது நிஜம்தான், சீதை செய்ததும் நிஜம்தான் என்ற உறுதிப்படுத்தப்பட்ட உண்மை தெரிந்துவிடுகிறது. எனவே சாப விமோசன நிகழ்வுமுதல் இந்நாள்வரை அகலிகை ராமன்பால் கொண்டிருந்த ஆழமான மரியாதையும் பயபக்தியும் நொடியில் காற்றில் பறந்துவிடுகின்றன.

பாரம்பரிய ஆணாதிக்க மனிதம் இல்லாத வைதீகப் பார்வையில், அக்கினிப் பத்தினிச் சோதனை அரசதர்ம அறமாகும். நவீன பெண்ணிய மனிதம் உள்ள பார்வையில், அச்சோதனை பெண்ணினத்துக்கு இழைக்கப்பட்ட பெரும் அநீதி ஆகும். இந்த ஒரு சிறிய தமிழ் மொழி – கலாச்சாரம் சார்ந்த '–ர்' & '–ன்' விகுதி வேறுபாட்டு நுட்பம் இங்குப் புதுமைப்பித்தனின் படைப்பாக்கப் பெருந்திறத்தோடு கைகோத்து, அழுத்தமான பதிவுபெறுகிறது. அது உடனே பின் தொடரும் "அகலிகைக்கு ஒரு நீதி, அவனுக்கு ஒரு நீதியா? ஏமாற்றா?" என்ற அகலிகையின் வெஞ்சினக் கேள்விக்கும் இட்டுச் செல்கிறது. அது காலத்துக்கு முந்திய நவீனப் பெண்ணியச் சிந்தனையாக விதைக்கப்படுகிறது.

சிறுகதையில் மேலே கண்ட "அவர் கேட்டாரா?"/ "அவன் கேட்டானா?" என்ற வாக்கியங்களுக்கு இணையான ஆங்கில மொழியாக்க வாக்கியங்கள் இவ்வாறு தரப்பட்டுள்ளன: "He asked you to prove your purity by fire?"/ "He asked you to prove your purity?" முன் இரண்டு தமிழ் வாக்கியங்களில் உள்ள படைப்பாக்கப் பொதிவுகள் பின் இரண்டு ஆங்கில மொழியாக்க வாக்கியங்களில் இல்லை.

தமிழில் உள்ள அவர்/அவன் என்ற பிரதிப்பெயர்ச்சொற் களுக்கு இணையாக ஆங்கிலத்தில் he என்ற ஒரே ஒரு பிரதிப்பெயர்ச்சொல் மட்டுமே உள்ளது. அது அவர்/அவன் காட்டும் நுட்பத்தைக் காட்டாது என்பது உண்மையே. மேலும் ஆங்கில வினைச்சொல்லில் –ர் & –ன் விகுதிகளுக்குச் சமமான பின் ஒட்டுகள் இல்லாதிருப்பதும் உண்மையே. இருப்பினும் மூலத்தில் உள்ள செறிவுகளை அடிக்குறிப்புகளிலோ, பத்தி களின் ஊடேயான குறிப்புகளிலோ கொண்டுவர மொழியாக்கம் பின்வருவது போன்ற ஒரு முயற்சி செய்திருக்கலாம். ஆனால் செய்யவில்லை. எனவே தமிழ்ச் சிறுகதையில் இப்பகுதியில் மேலே கண்ட செறிவுகள் மொழியாக்கத்தில் தொலைந்துபோய்விட்டன.

[*Tamil has two third person singular masculine pronouns - **avar** and **avan**. The suffix **-r** in **avar** indicates respect/devotion. But the suffix **-n** in **avan** lacks respect/devotion. The Tamil verb can copy the suffix **-r** or **-n** as well. The first time, Akalya asks the question 'Did he ask you (to undergo the test of chastity through a trial by fire)?' she uses the pronun avar, because she is doubtful whether such a demeaning test ever happened at all; here the suffix **-r** in the pronoun and the following verb implies lingering respect for and devotion to Rama. When Sita confirms that the trial did happen, Akalya loses in a second all respect for and devotion to Rama, because of the unjust, humiliating and inglorious trial that tested Sita's chastity. Enraged Akalya shouted, 'Did he ask you (to undergo the trial by fire)?' now using the suffix **-n** in the pronoun and the following verb. The author exploits deftly this tiny linguistic/cultural element of Tamil to build up the climax of the scene.]

சொல் மட்டம்

(எ–டு) 1: சிறுகதையின் தலைப்பு சாப விமோசனம் ஆகும். மொழியாக்கத்தில் அது The Lifting of the Curse என்றாகி உள்ளது. ஆங்கிலத்தில் lifting of the embargo, ban, curfew, lockdown, veil, emergency, blockade, martial law, stamp duty, international sanctions, restrictions .... என்றெல்லாம் ஏராளமான பயன்பாடுகள் உள்ளன.

அவற்றைக் கேட்டுப் பழகிய ஆங்கில வாசகர்களுக்கு, அவற்றை ஒட்டிய பொருளையே மொழியாக்கத் தலைப்பான The Lifting of the Curse தரும். மாறாக ராமாயண இதிகாச வேள்விகள், வேத சாத்திரங்கள், வேதபாராயணங்கள், முனிவர்கள், சாபங்கள், சாப விமோசனங்கள் என்ற சமயச் சூழல் பொருளைத் தலைப்பு தர வேண்டும் என்றால் Deliverance, Redemption, Salvation என்னும் சமயப் பொதிவுகளை அழுத்தமாகக் கொண்ட ஆங்கிலச் சொற்களுள் ஒன்று பொருத்தமாக இருக்கும்.

(எ–டு) 2: சிறுகதையின் முதல் பகுதியில் சாப விமோசனத்துக்குப் பின் கோதமனும் அகலிகையும் சேர்ந்து வாழத் தொடங்குகின்றனர். ஆனால் அவர்களுடைய உள்ளத் தவிப்புகள் அதற்குத் தடைகளாக உள்ளன. முன்போல் இயல்பாகப் பேச அவர்களால் முடியவில்லை. இந்தக் கட்டத்தில் கோதமனின் மனநிலையைப் படம்பிடிக்கும் ஒரு மூல வாக்கியமும் அதன் மொழியாக்கமும் கீழே தரப்பட்டுள்ளன:

"அவளை அன்று விலைமகள் என்று சுட்டது தன் நாக்கையே பொசுக்கவைத்துவிட்டதுபோல இருக்கிறது."

He had called her whore; that word had it seemed scarred his own tongue.

கோதமன் ஆத்திரத்தில் அறிவிழந்து, அளப்பரிய அன்பைத் தன் மேல் பொழிந்துவந்த அகலிகையை அன்று 'விலைமகள்' என்ற கொடிய சொல்லால் சுட்டுச் சபித்தான். சொல்லக்கூடாத அச்சுடு சொல்லின் சாபத் தீ தனது நாவையும் பொசுக்கிவிட்டது

போல இன்று உணர்கிறான். "அவளை அன்று விலைமகள் என்று சுட்டது" என்ற மூலச்சொற்களில் 'சுட்டது' எனும் சொல்லுக்கு இணையாக called என்ற சொல்லை மொழியாக்கம் தருகிறது. ஆனால் அது '(அவளைச்) சுட்டது' என்ற பொருளைத் தராது. . . . that word had it seemed scarred his own tongue என்ற தொடரில் அவள் பட்ட சூட்டைப் பற்றிய பொதிவு இல்லை. பின்வருமாறு மொழியாக்கம் செய்திருந்தால் அது மூல வாக்கியத்தை மேலும் நெருங்கியிருக்கும்: *The burning fire of curse, with which he branded her a whore that day, has burnt his own tongue, he feels!*

(எ–டு) 3: சிறுகதையின் நான்காம் பகுதியில் ராமன் வனவாசம் முடிந்த உடனேயே அயோத்திக்குத் திரும்பாவிட்டால், பரதன் தன்னை அக்கினிக் குண்டத்தில் மாய்த்துக்கொள்வான் எனக் கைகேயி அகலிகையிடம் சொல்கிறாள். வசிட்டர் மூலம் அதைத் தடுக்கமுடியாதா என அகலிகை கேட்க, பரதன் தர்மத்துக்குத்தான் கட்டுப்படுவான், வசிட்டருக்குக் கட்டுப்பட மாட்டான் என்கிறாள் கைகேயி. அப்போது அகலிகை சொல்லும் சொற்களும் அவற்றின் ஆங்கில மொழியாக்கமும் கீழே தரப்பட்டுள்ளன:

> "மனிதருக்குக் கட்டுப்படாத தர்மம், மனித வம்சத்துக்குச் சத்துரு" என்று கொதித்தாள் அகலிகை.
>
> Oh what use is a 'Dharma' which does not listen to human wisdom? 'Dharma' then will become the enemy of humankind.

மூல வாக்கியத்தைச் சொன்னபோது அகலிகையின் மனநிலையை விவரிக்கும் 'என்று கொதித்தாள் அகலிகை' எனும் சொற்கள் மொழியாக்கத்தில் விடுபட்டுள்ளன; மேலும் 'கட்டுப்படாத' என்ற மூலச் சொல்லிற்கு இணையாக does not listen to என்ற அவ்வளவு பொருத்தமில்லாத சொற்கள் தரப்பட்டுள்ளன. யார் சொல்வதையும் காதுகொடுத்துக் கேட்கலாம். ஆனால் கட்டுப்படவேண்டிய கட்டாயம் இல்லை. மனிதமே இல்லாத, அருகில் நெருங்கக்கூட முடியாத, முழு மேலதிகார எந்திர அமைப்பான 'தர்மம்' கட்டுப்படுத்துமே தவிர கட்டுப்படாது. எனவே 'Dharma, which is beyond the control of human beings, is the enemy of mankind' என்று சொல்லுவது மேலும் பொருத்தமாக இருக்கும்.

5.7.3.10 மொழியாக்க மதிப்பீட்டு ஆய்வின் முடிவுகள்

சிறுகதை இலக்கிய மொழியாக்க மதிப்பீட்டு அளவுகோலுடைய ஆறு அம்சங்கள் இப்பகுதியின் தொடக்கத்தில் வரையறுக்கப்பட்டன. *(காண்க. ப–ள். 403–5).* அவற்றின்

அடிப்படையில் அமைந்துள்ள இந்த ஆய்வின் முடிவுகளை இப்படி தொகுத்துச் சொல்லலாம்:

(i) இலக்கு வாசகர்கள் யாவர் என்ற தெளிவான முடிவோடு க.நா.சு.வின் ஆங்கில மொழியாக்கம் அமைந்ததாகத் தெரியவில்லை. எனவே அவர்களின் அகலிகைத் தொன்ம பரிச்சயம் பற்றிய முன் அனுமானங்கள் அதில் அதீதமாக உள்ளன; ஆங்கிலத்தில் வாசித்துப் புரிந்துகொள்ளும் திறம் கொண்ட இந்திய – மேலை நாடுகளின் பிறமொழி வாசகர்களுக்கு அவசியம் தரப்பட வேண்டிய பின்புலத் தகவல்கள் விடுபட்டுள்ளன.

(ii) மனிதமும் அன்பும் இயக்கும், மறக்கும்–மன்னிக்கும், மனித குல நவீன தர்மம் பெரிதா அல்லது பாரம்பரிய ஆணாதிக்க வறட்டு வைதீக எந்திர தர்மம் பெரிதா? இதுவே சிறுகதையின் 'மைய விவாதத் தலைப்புக் கரு' என மொழியாக்கம் தெளிவாக அடையாளம் காணத் தவறிவிட்டது. எனவே அக்கருவின் விரிந்த அர்த்தமட்டப் பின்னலுடைய ஆளுகை, மேலிருந்து – கீழ் பிணைப்பு, தொன்ம மீளுருவாக்கம், வேறுபடுத்தல் உத்தி ஆகியவற்றை மொழியாக்கம் உள்வாங்கியதாகத் தெரியவில்லை.

(iii) கம்பனின் அகலிகைத் தொன்மக் கூறுகளிலிருந்து புதுமைப்பித்தனின் மீளுருவாக்கக் கூறுகள் பெரிதும் மாறுபடுகின்றன. 'வேறுபடுத்தல் உத்தி' மூலம் அவை எவ்வாறு நவீன அம்சங்களைப் பெறுகின்றன என்று மொழியாக்கத்தில் தெளிவுபடுத்தப்படவில்லை.

(iv) கதாசிரியர் எவ்வாறு பாத்திரங்களின் தொடர் உருவாக்கக் கட்டமைப்பில் கவனம் செலுத்தியுள்ளார், அவற்றைக் கொண்டு வாசகர்களுக்கு அவர் நேரடியாகத் தெரிவிக்கும், சொல்லாமல் சொல்லும், நவீனப் புரட்சிகர கருத்துகள் யாவை, மறைத்துவைத்து வாசகர்களின் ஊகங்களுக்கு அவர் விட்டுள்ள கருத்துகள் யாவை, அவருடைய படைப்பாக்க நோக்கங்கள் யாவை ஆகியவையும் மொழியாக்கத்தில் தெளிவுபடுத்தப்படவில்லை.

(v) மொழியாக்கத்தில் உள்ள பலவற்றுள் சில வாக்கியமட்ட, சொல்மட்டப் பிரச்சினைகளும் சுட்டிக்காட்டப்பட்டன.

(vi) மொழிபெயர்ப்பில் 'நூற்றுக்கு நூறு' என்ற கணிதச் சமான நிலையை ஒருபோதும் அடைய முடியாது; எனவே சாத்தியமாவது தோராயம். சாத்தியமாகாதது சமானம். சமானத்தைத் தேடுவது முடிவற்றதொரு தேடலாகும். சாத்தியமாகாத ஒன்றின் தேடல் வீண்முயற்சி; அதைத் தவிர்த்தல் நல்லது (காண்க. ப–ள். *63–6*). இந்த நிலைப்பாடு முற்றிலும் ஏற்கத் தக்கது. அதே நேரத்தில், ஆசிரியருக்கும் வாசகருக்கும் செய்யவேண்டிய தலையாயக் கடமைகளையாவது இந்த மொழியாக்கம் செய்துள்ளதா என்று கேட்டால், இல்லை என்றே சொல்ல வேண்டியுள்ளது.

இந்த ஆய்வு தெரிவிக்கும் இறுதி முடிவு: உரைநடை இலக்கிய மொழியாக்கம் அவ்வளவு எளிதானதல்ல. செய்யுள் இலக்கிய மொழியாக்கப் பிரச்சினைகளுக்குச் சமமான பிரச்சினைகள் இங்கும் இருக்கக்கூடும். எனவே செய்யுள் இலக்கியமானாலும், உரைநடை இலக்கியமானாலும், மொழிபெயர்ப்பாளரின் பணி கடுங்காவல் தனிமைச் சிறைத் தண்டனைக்குரிய அனைத்துத் துன்பங்களையும் கொண்டது. எனினும் தெளிவான, சாத்தியமாகும் இலக்குகளை அமைத்துக்கொண்டு, தணியாத சுயார்வத்துடனும் ஈடுபாட்டுடனும் மேற்கொள்ளும் முயற்சி திருவினையாக்கும்.

இந்த இயல், மொழிபெயர்ப்பியலுக்கும் இலக்கியத்திற்கும் இடையே உள்ள உறவுகளை விவரித்தது. பேசுபொருளில் இங்கு விடப்பட்டுள்ள முக்கியமான ஒரு பகுதியான 'நாடகம்', அடுத்து வரும் இயலில் கூராய்வு செய்யப்படுகிறது.

6

நாடகம்

நாடக மொழியாக்கப் பார்வைகள், செயல்முறைகளின் முக்கியக் கூறுகள், தனித்துவப் பிரச்சினைகள், கைகூடலாகும் தீர்வுகள் ஆகியவை பொதுவாக இலக்கிய வகைகள் எனக் கருதப்படுவன வற்றில் இருந்து மிகவும் வேறுபட்டு நிற்கின்றன. எனவே அவற்றைப் பற்றித் தனியாகப் பேசுவதற்காக இந்த இயல் தேவைப்படுகிறது.

6.1 அறிமுகநிலைத் தகவல்கள்

இந்தப் பகுதியில் நாடகத்தைப் பற்றிய பின்வரும் அறிமுகநிலைத் தகவல்கள் தரப்படுகின்றன: ஏட்டு நாடகத்திற்கும் மேடை நாடகத்திற்கும் இடையே உள்ள வேறுபாடுகள், நாடகத்தின் பொருள், அரங்கு வகைகள், நாடக மொழியாக்க இரு அணுகுமுறைகள், அவற்றுக்குத் தேவைப்படும் தனித்துவத் தகுதிகள், பேச்சு மொழியின் முக்கியத்துவம், அவையோருக்கு ஏற்புடைமை, தழுவல், நாடகத் தயாரிப்புக் குழுவில் மொழிபெயர்ப்பாளரின் இடம் ஆகியன.

6.1.1 ஏட்டு நாடகம் – மேடை நாடகம்

கவிதை, சிறுகதை, புதினம், கட்டுரை, சுயசரிதம் போன்ற பெரும்பாலான இலக்கிய வடிவங்களுக் கிடையே அடிப்படையான ஒற்றுமைகள் உள்ளன. இந்த இலக்கிய வடிவங்களை யாரும் தனியே அமர்ந்து, எங்கும் எப்போதும் எந்த முறை யிலும் வாசிக்கலாம். ஒரே அமர்வில் முழுமையாக வாசித்து முடிக்கலாம். வாசிப்பை இடைவெளிகள்

விட்டும் தொடர்ந்து முடிக்கலாம்; வாசித்து ஏதோ ஒரு வழியில் புரிந்துகொள்ளலாம்; வேறு யாரும் எதுவும் வாசிப்பதற்குத் தேவையில்லை.

இவையனைத்திலிருந்தும் நாடகம் வேறுபட்டு நிற்கிறது. அதை 'ஏட்டு நாடகம்' *(page play)*, 'மேடை நாடகம்' *(stage play)* என்று இருவகைப்படுத்தலாம். ஒரு கவிதையை அல்லது ஒரு புதினத்தைப் போல 'ஏட்டு நாடக'த்தைத் தனியே எங்கும், எப்போதும், ஒரே அமர்விலோ, அல்லது பல அமர்வுகளிலோ, எந்த முறையிலும் வாசிக்கலாம்; வாசித்துப் புரிந்துகொள்ளவும் செய்யலாம். அது 'தனியே வாசித்து' இன்பம் பெறுவதற்கானது.

கவிதை, சிறுகதை, புதினம், கட்டுரை, சுயசரிதம் போன்ற இலக்கிய வகைகளுள் ஏட்டு நாடகமும் ஒன்றாகவே இருந்து வந்துள்ளது. மொழியாக்க ஆய்வுகள், செயல்முறைகளில், ஏட்டு நாடக இலக்கியத்துக்கே முக்கியக் கவனம் தந்த நீண்ட வரலாறும் உள்ளது. மற்ற வகை இலக்கிய மொழிபெயர்ப்புகளில் உள்ள பெரும்பாலான பிரச்சினைகள் இலக்கிய ஏட்டு நாடகத்திலும் தொடர்ந்து வந்த பொதுவான நிலைப்பாடாக இருந்து வந்துள்ளது.

மாறாக பொதுவெளி மேடை ஒன்றில், ஒரே அமர்வில், பல பார்வையாளர்கள் காணுமாறு, நடித்துக் காண்பிப்பதற்காகவே மேடை நாடகம் படைக்கப்படுகிறது. தனியே அமர்ந்து படித்துப் பார்ப்பதற்காக அல்ல. ஒரு மேடையில் அவையோர் முன்னிலையில் காட்சிகளாகத் தரப்பட வேண்டும் என்பதே அதனுடைய தலையாயப் படைப்பு நோக்கமாகும். அது 'பலருடன் கண்டு, கேட்டு, களிப்பத'ற்கானது.

மேடை நாடகத்திற்கு நல்ல கதைக்கரு கொண்ட உயிர்ப்புள்ள உரையாடல் வேண்டும். அதை நிகழ்கலையாகக் காண்போருக்கு மாற்றிக் காட்சிப்படுத்த ஒரு மேடையும் அதை உள்ளடக்கிய ஒரு அரங்கமும் தேவை. நாடகத்தின் காட்சிகளுக்கும் நிகழ்வுகளுக்குமுரிய மேடையில் பொருத்தமான முன்/பின் திரைச் சீலைகளும், காலகட்டத்தைப் பிரதிபலிக்கும் அலுவலக, வீட்டு உபயோகப் பொருள்களும் வேண்டும். ஒளி, ஒலி, இசை அமைப்புகள் வேண்டும். ஆடை அணிகலன்கள், ஒப்பனைகள் வேண்டும். அவையோர் முன் வசனங்களைச் சரியாக உச்சரித்து, பொருத்தமான முக பாவங்களைக் காட்டி, உடல் மொழியைக் கூட்டி, கணீர் என்ற குரலில் பேசி, கதாபாத்திரங்களை உயிர்ப்புடன் மேடையில் நடமாடவிடச் சிறந்த நடிகர்கள் வேண்டும்.

மேலும் நடிகர்களின் குறைகளைத் திருத்தி நிறைகளை மேம்படுத்த அனுபவம் நிறைந்த, படைப்பாசிரியருக்குச் சமமான, ஆக்கத் திறம் மிகுந்த, நெறியாளுநர் அல்லது இயக்குநர் ஒருவர் மிகவும் வேண்டும். மேலே சொல்லப்பட்ட மேடை நாடகக் கூறுகள் அனைத்தையும் திட்டமிட்டு, ஒத்திசைய ஒருங்கிணைத்து அவர் வழிநடத்துவார்; இவையனைத்திலும் நிறைவு தரும் பயிற்சி தருவார். இறுதி ஒத்திகைக்குப் பின் நாடகத்தை மேடையேற்றம் செய்வார். எனவே ஏட்டு வடிவ 'நாடக உரையாடல் மொழி' மேடை நாடகத்தின் பற்பல கூறுகளில் ஒன்றே ஒன்றுதான். மற்ற வகை இலக்கியப் பனுவல்களின் மொழியாக்கப் பணியில் சந்திக்கும் பெரும்பாலான இருமொழி, இருகலாச்சாரப் பிரச்சினைகள் மேடை நாடக மொழியாக்கத்துக்கும் உண்டு. அவற்றோடு மட்டுமல்லாமல், மேடையேற்றத்துக்கான உரிய வேறு பல பிரச்சினைகளையும் சவால்களையும் அது சந்தித்துத் தீர்வுகள் காணவேண்டியுள்ளது.

6.1.2 நாடகத்தின் பொருள்

ஒரு கவிதையின் பொருளானது அதனுடைய எழுத்து வடிவக் கூறுகள் வாசகர்களிடம் உண்டாக்கும் புரிதலிலும் தாக்கத்திலும் மட்டும் உள்ளது. அதேபோல ஒரு இலக்கிய ஏட்டு நாடகத்தின் பொருளும் அதனுடைய எழுத்து வடிவக் கூறுகள் வாசகர்களிடம் உண்டாக்கும் புரிதலிலும் தாக்கத்திலும் மட்டும் உள்ளது. மாறாக ஒரு மேடை நாடகத்தின் பொருள் பல வழிகளில் உருவாக்கம் பெறுகிறது. மேடையின் அமைப்பு, அதில் உள்ள சிறிய – பெரிய பொருள்கள், முன்/பின் திரைச் சீலைகள், ஒலி – ஒளியமைப்பு, நடிகர்களின் உடைகள், அணிகலன்கள் ஆகியவை ஒன்று சேர்ந்து ஒரு தோற்றத்தை உண்டாக்குகின்றன. அத்தோற்றம் கதையின் இடம், காலம் பற்றிய வரலாற்று பின்புலச் சூழல் – பொருளைத் தருகிறது.

நடிகர்களின் உரையாடல் மொழியானது நாடகத்தின் மையப் பொருளைத் தருகிறது. அதற்கு நடிகர்கள் தரும் பேச்சொலி சார்ந்த ஏற்ற இறக்கங்கள், நெளிவு சுளிவுகள், கம்பீரம், நடுக்கம், தொனி, கனம் போன்றவை மெருகேற்றுகின்றன. அவை நுண்ணிய பொருள் மாற்றங்களையும் தரக்கூடும். அவர்களுடைய உடல் மொழியின் பல கூறுகள் (கண் அசைவுகள், சிமிட்டல், சைகைகள், நாக்கைத் துருத்துதல், புருவத்தைச் சுளித்தல், உதட்டைப் பிதுக்குதல், பல்வகை முகபாவங்கள், உட்காரும்/நடக்கும் தோரணை, உடல் உறுப்புகளின் பலவித அசைவுகள் போன்றவை) ஒன்று சேர்ந்து, நாடகத்தின் மையப் பொருளுக்கு வேறு வழிகளில் உணர்த்த முடியாத நுண்ணிய செறிவுகளைத் தருகின்றன.

நாடகப் பனுவல் மொழியில்லாமல், வேறெதுவும் இல்லாமல் முற்றிலும் உடல் மொழியைக் கொண்டு மட்டும் ஒரு நாடகம் நிகழக் கூடும். ஆனால் உடல் மொழி அறவே இல்லாமல் பனுவல் மொழி மட்டும் ஒரு மேடை நாடகமாக நிகழ வாய்ப்பில்லை.

பின்னணி இசையமைப்பும் (மங்கலம், சோகம், அச்சம், கலகலப்பு போன்ற உணர்வுகளை உண்டாக்குபவை), ஒளியமைப்பும் (கும்மிருட்டு, அரையிருட்டு, முழு வெளிச்சம், நிழல் போன்றவை) பின்புலச் சூழல்–பொருளுக்குச் செறிவுகளைத் தருகின்றன.

எல்லாவற்றுக்கும் மேலாக, மேடை நாடகத்தின் அனைத்துக் கூறுகளிலும் சிறந்த இயக்குநரின், நாடக நெறியாளரின், தனித்துவ முத்திரைகள் உறுதியாகப் பதிவாகின்றன. அதனுடைய ஒட்டுமொத்தப் பல்லடுக்குப் பொருளை ஒத்திசைவுடன் மலர்ந்து விரியச் செய்கின்றன. ந. முத்துசாமி எழுதிய ‘நாற்காலிக்காரர்’ நாடகத்தின் பின்னுரையில் அவர் இவ்வாறு சொல்கிறார்:

> நாடக இயக்குநனே அடிப்படையான படைப்பாளியாக இருப்பானானால் – அவன் எழுதப்பட்டதைக் கொண்டு அதை மேடையில் நிகழ்த்தித்தான் தன் படைப்பாற்றலைக் காட்டவேண்டிய நிலையில் இல்லாமல் இருப்பானானால் – அவன் நாடகம் முற்றிலும் சொல்லின்றி இருக்க முடியும்; இருக்கவும் இருக்கிறது.

இப்படி எழுத்துக் கூறையும் எழுத்தில்லாத வேறு பல கூறுகளையும், செம்மையாக, ஒத்திசைய, ஒருங்கிணைப்பதே மேடை நாடகத்தின் தனித்துவம் ஆகும். இவ்வாறு அதனுடைய கூட்டுப்பொருளானது உருவாக்கம் பெறுகிறது.

நாட்டியத்திலிருந்து அங்க அசைவுகளை மட்டும் பிரித்துப் பார்த்தால், கலைநயம் மிக்க நாட்டியம் தொலைந்துபோகும். பாட்டிலிருந்து வரிகளை மட்டும் பிரித்துப் பார்த்தால், இசை வசியங்களில் கட்டிப்போடும் பாட்டு தொலைந்துபோகும். மொழியாக்கம் செய்யும்போது, மேடைநாடகத்திலிருந்து எழுத்து வடிவக் கூறை மட்டும் தனியே பிரித்துத் தந்தால், கண்டும் கேட்டும் களிக்கவும் செய்யும் நாடகம் தொலைந்து போகும். ஆகவே மொழிபெயர்ப்பாளர் நாடகத்தின் எழுத்துக் கூறு ஒன்றில் மட்டும் முழுக் கவனத்தையும் செலுத்தக் கூடாது; மற்ற கூறுகளிலும் சம அளவில் கவனம் செலுத்த வேண்டுவதைக் கடந்த ஐம்பதாண்டுக் கால மேடை நாடக மொழி யாக்க ஆய்வுகள் வலியுறுத்துகின்றன. இதனுடைய உட்பொருள் என்னவென்றால் தமிழ், ஆங்கிலம் போன்ற மொழிகளின்

வெறும் வாக்கிய/சொல் கட்டமைப்பு, பொருளணி நயங்கள் மட்டும் கொண்ட உரையாடல் வேலைக்கு ஆகாது.

அதாவது மேடை நாடகப் பனுவலில் உள்ள உரையாடல் மொழியானது மொழியல்லாத மற்ற அனைத்துக் கூறுகளின் தலையாயப் பொருள்களுக்கும் வளைந்து கொடுக்க வேண்டும். அவை அனைத்தும் உள்பொதிந்து, ஒருங்கிணைந்து, வருவதற்குப் பல மாற்றங்களை ஏற்கவேண்டும்; அவை அனைத்துக்கும் முதன்மை இடம் தந்து, வழிவிட்டு, பின்னுக்கு நிற்கவேண்டும்; தன்னைச் சுருக்கிக்கொள்ள வேண்டும்; அவை எல்லாவற்றையும் பின்னுக்குத் தள்ளி, தான் மட்டுமே முன்னுக்கு நிற்கக்கூடாது; மூச்சுக்கு முந்நூறு சொற்களைக் கொட்டி விசுவரூபம் எடுக்கக் கூடாது. அப்போதுதான் நிறைவு தரும் மேடை நாடக மொழியாக்கம் கிடைக்கும்.

கீழே மேடை நாடக மொழியாக்கத்தில் முக்கியத்துவம் பெறும் சில தனித்துவப் பிரச்சினைகள் பேசப்படுகின்றன. இந்த இயலில், இனி வரும் பக்கங்களில், நாடகம் எனில் அது 'மேடை நாடக'த்தையே குறிக்கும்.

6.1.3 அரங்கு வகைகள்

பொதுவாக மேற்கத்திய, ஆசிய, நாடுகளில் 'அரங்கு' (theatre) என்ற நாடக நிகழ்விடத்தைப் பின்வருமாறு நால்வகைப் படுத்துவது உண்டு: வட்டரங்கு/களம் (arena theatre/theatre-in-the-round), உந்துகை மேடை அரங்கு (thrust stage theatre), இறுதி மேடை அரங்கு (end stage theatre), நெகிழ்வு மேடை அரங்கு (flexible stage/black box stage theatre). நாடக நடிகர்களுக்கும் பார்வையாளர்களுக்கும் உள்ள இடைவெளியின் வகையைச் சார்ந்தே இந்த நான்கு அரங்குகளும் வேறுபடுகின்றன. அரங்க வகைகளைச் சார்ந்து நடிகர்களுக்கும் பார்வையாளர்களுக்கும் உள்ள சமூக உணர்வுவகைகளும் மாறுகின்றன. அரங்க வகைகள், நடிகர்கள், பார்வையாளர்களுக்கு இடையில் ஏற்படும் சமூக உறவு வகைகள் ஆகியவற்றைக் கீழே சற்று விரிவாகக் காணலாம்.

6.1.3.1 வட்டரங்கு/களம்

வட்டரங்கில் நாடகம் நிகழும் இடமாகிய மேடை, நடுவில் இருக்கும்; அதைச் சுற்றி எல்லாப் பக்கங்களிலும் பார்வையாளர்கள் அமர்ந்திருப்பர். எனவே வட்டம், சதுரம், செவ்வகம், நீள்வட்டம் எனப் பல வடிவங்களில் அரங்கு இருக்கும். அவையோர் எல்லாருக்குமிடையே வலுவான சமூக உணர்வை இது உண்டாக்க வல்லது. மேலும், தடுப்புகளைத்

தாண்டாத நிலையில் நடிகர்களுக்கும், அவையோருக்கும் இடையே ஆரோக்கியமான சக்தி இருவழியிலும் இங்குப் பாய முடியும். அதே நேரத்தில் காட்சி அமைப்புகளில் பல கட்டுப்பாடு களைத் தவிர்க்க முடியாது. அவையோரின் பார்வையில் படாமல், மாயத் தோற்றங்களை மேடையில் ஏற்படுத்த முடியாது. நடிகர்களோ யாருக்கும் நீண்ட நேரம் முதுகைக் காட்டியபடி நடிக்க முடியாது; அப்படி நடிக்கவும் கூடாது.

6.1.3.2 உந்துகை மேடை அரங்கு

இந்த அரங்கில் பார்வையாளர்களுக்கான இடத்தில், ஒரு பக்கத்தில் இருந்து மேடை முன்னே உந்தப்பட்டு நீட்டிக் கொண்டிருக்கும். எனவே அவர்கள் மூன்று பக்கங்களிலோ அல்லது இரு எதிரெதிர் பக்கங்களிலோ மட்டுமே அமர்ந்து காட்சிகளைக் காணமுடியும். வட்டரங்கைப் போலவே உந்துகை மேடை அரங்கிலும் அவையோரில் சிலர் மேடைக்கு முன்போ அல்லது பக்கவாட்டிலோ உள்ள வேறு சிலரைக் காண முடியும். அந்த வேறு சிலர் மேடையின் பின்புலம் போல் அமர்ந்திருப்பர். இதுவும் சமூக உணர்வை உண்டாக்க வல்லது. மேடையின் பின்புறம் அவையோருக்கானது அல்ல. எனவே அங்கு அவை யோரின் பார்வையில் படாமல், மேடை மேலாண்மையையும் காட்சி மாற்றங்களையும் செய்வது சற்று எளிதானது.

6.1.3.3 இறுதி மேடை அரங்கு

இந்த அரங்கின் இறுதியில் மேடை அமைக்கப்பட்டிருக்கும். மேடைக்கு முன்புறத்தில் மட்டும் மேடையைப் பார்த்தவாறு அவையோர் அனைவரும் அமர்ந்திருப்பர். அரங்கின் வடிவம் பெரும்பாலும் சதுரம் அல்லது செவ்வகமாக இருக்கும். இங்குப் பார்வையாளர்கள் அனைவரின் முழுக்கவனமும் நாடக நிகழ்வில் நிலைத்திருக்கும். மேடையிலிருந்து பார்வையைத் திருப்பிப் பக்கவாட்டிலோ பின்புறத்திலோ செலுத்தினால்தான் அவர்கள் வேறு சிலரைக் காண முடியும். எனவே இந்த அரங்கில் பார்வையாளர்களுக்கு இடையே குறைந்த சமூக உணர்வே இருக்கும். ஆனால் காட்சி மாற்றங்கள், மாயத் தோற்றங்களின் சாத்தியம் மிக அதிகம்.

'இறுதி மேடை அரங்கின்' ஒரு வேறுபட்ட, தனிப்பட்ட, வடிவமே 'பிரசனியம் அரங்கு' (Proscenium theatre) என்று அழைக்கப் படுகிறது. இது மேடைக்கும் அவையோர் அமர்ந்திருக்கும் இடத்திற்கும் இடையே ஒரு சுவரைக் கொண்டிருக்கும். சுவரின் நடுவே சதுர அல்லது செவ்வக வடிவில் ஒரு பெரிய திறப்பு

இருக்கும். திறப்பின் உச்சிப் பகுதி வளைவாக இருக்கும். வேலைப்பாடு உள்ள இந்தத் திறப்பே 'பிரசனியம்' என்று பெயர் பெறுகிறது.

சுவருக்குப் பின் உள்ள மேடையில் நிகழும் நாடகத்தை அவையோர் இந்தப் பெரிய திறப்பின் வழியே கண்டு களிக்க முடியும். மாய உலகின் நிகழ்வுகளை ஒரு மாயக் கண்ணாடி மூலம் காண்பது போன்ற ஒரு மாய உணர்வை அவர்கள் பெறுவார்கள். பிரபலமான 'பிரசனியம் அரங்கின்' பெரும் பகுதி வரலாறு அதனுடைய மேடையோடு ஒரு முன் மேடை *(apron)* சேர்ந்த அரங்க அமைப்பு இருந்ததாகச் சொல்கிறது. அந்த முன் மேடை அவையோரின் இடத்திற்குள் நீட்டிக்கொண்டிருக்கும். எனவேதான் இது 'இறுதி மேடை அரங்கின்' ஒரு வேறுபட்ட வடிவமாகக் கருதப்படுகிறது.

காலம் காலமாக, நாடக நிகழ்வுகள் முன்மேடையில் நடத்தப்பட்டன. பிரசினியம் வளைவுக்குப் பின் உள்ள மேடையில் திரைச்சீலைகள், தேவைப்படும் இருக்கைகள், மற்ற பொருள்கள் ஆகியவற்றின் மாற்றங்களுக்கான ஏற்பாடுகள் செய்யப்பட்டன. ஒரு நிமிடத்தில் பிரமிப்பு தரும் பிரமாண்ட மேடைத் தோற்றத்தை உண்டாக்க முடியும் என்பதே இந்த வகை அரங்கின் மிகப் பெரிய பயனாக உள்ளது.

6.1.3.4 நெகிழ்வு மேடை அரங்கு

இந்த அரங்கில் மேடைக்கும் அவைக்கும் இடையே உள்ள இடைவெளி உறவு மாறாதது அல்ல. காட்சிக்குக் காட்சி வேண்டியபடி எல்லாம் மேடை, அவை இரண்டையுமே மாற்றி மாற்றி அமைத்துக்கொள்ள முடியும். மேலே விவரிக்கப்பட்ட மூன்று வகை அரங்குகளையும் நெகிழ்வு மேடை அரங்கில் கொண்டுவர முடியும். எடுத்துக்காட்டாக, அவையோரை இந்த அரங்கின் நடுவே அமர/நிற்க வைத்து, அவர்களைச் சுற்றி நாடக நிகழ்விடத்தை அமைக்கலாம். ஒரு சாலையில் செல்வது போல, இந்த அரங்கில் அவையோர் நடிகர்களைப் பின்தொடர்ந்து குறிப்பிட்ட பகுதிகளுக்குச் செல்லலாம்.

நெகிழ்வு மேடை அரங்கிற்கு 'கறுப்புப் பெட்டி அரங்கு' (black box theatre), கட்டிலா வடிவ அரங்கு (free form theatre), சுற்றுச் சூழல் அரங்கு (environmental theatre) என்ற பெயர்களும் உண்டு. பெரும்பாலும் இது சதுர வடிவும் கறுப்புச் சுவர்களும் சமதளமும் கொண்ட எளிமையான அறையாகும். எளிமையான பொருள்களும், இடம் மாற்றிவைக்கத் தகுந்த இருக்கைகளும் இதற்குப் போதும்.

இந்த அரங்கு நடிகர்களுக்கும் அவையோருக்கும் இடையே நெருக்கத்தை ஏற்படுத்துகிறது. நடிகர்களுடைய நிகழ்கலை வெளிப்பாடுகளை அவையோர் அருகாமையில் இருந்து பார்த்து, எதிர்வினைகளை ஆற்றுகிறார்கள். அவற்றை நடிகர்கள் உடனுக்குடன் தெரிந்துகொண்டு நிகழ்கலையில் மேலும் மெருகேற்ற முயல்கிறார்கள். நடிகர்கள், பார்வையாளர்கள் என்ற வேறுபாடின்றி, அரங்கில் உள்ள அனைவருக்கும் இடையே வலுவான சமூக உணர்வு தோன்றுகிறது.

6.1.4 நாடக மொழியாக்கம்: இரு அணுகுமுறைகள்

இலக்கியப் பனுவல்களுக்கும் இலக்கியமல்லாத பனுவல்களுக்கும் உள்ள அடிப்படையான, தலையாய வேறுபாடுகளுள் ஒன்று கலாச்சாரத்தின் முக்கியத்துவம் ஆகும். தருமொழி இலக்கியப் பனுவல்களில் ஆழமான கலாச்சாரச் செறிவுகள் இருப்பது இயற்கை. அவை பெறுமொழி கலாச்சாரத்துக்கு ஒப்பானவையென்றால் மொழியாக்கப் பிரச்சினைகள் இருக்காது. அவை வேறானவையென்றால், நாடக மொழியாக்கத்தில், கலாச்சாரம் சார்ந்த பல பிரச்சினைகள் தோன்றும். அப்போது என்ன செய்யலாம்?

அமெரிக்க மொழியாக்க அறிஞர் லாரன்ஸ் வென்யுட்டி (Lawrence Venuti, 1998) 'சுயமாக்குதல்' (Domestication), 'அந்நியங்களின் இறக்குமதி' (Foreignization) என்ற இரு எதிரெதிர் அணுகுமுறைகளை முன்வைக்கிறார். அவை பிரச்சினைகளுக்கான தீர்வுகளைக் காண உதவும் எனச் சொல்கிறார். அவர் சொன்ன கருத்துகள் இலக்கிய மொழியாக்கங்கள் அனைத்துக்குமே பொதுவானவை.

இருப்பினும் அவை நாடக மொழியாக்கத்துக்கு மிகவும் பொருந்தும். முன்னது தருமொழி நாடகத்தில் உள்ள அந்நியக் கலாச்சாரக் கூறுகளை, பொதிவுகளை, முற்றிலும் நீக்குகிறது; அவற்றுக்குப் பதிலாகச் சுயக் கலாச்சாரக் கூறுகளை, பொதிவுகளை, மாற்றீடு செய்கிறது. பின்னது அந்நியக் கலாச்சாரக் கூறுகளை, பொதிவுகளை, அப்படியே பெறுமொழியில் இறக்குமதி செய்துகொள்கிறது. இவ்விரண்டு அணுகுமுறைகளையும் கீழே சற்று விரிவாகக் காணலாம்.

6.1.4.1 சுயமாக்குதல்

பெறுமொழி கலாச்சாரத்தில் சில கூறுகளை உன்னதமானவை எனப் பாரம்பரிய மதிப்பீடுகள் அடையாளம் கண்டிருக்கலாம். காலப் போக்கில் அவை மிகுந்த ஆதிக்க வலுவும் பெறலாம். அப்போது அவை தருமொழி கலாச்சாரத்தில் அந்நியமாகத் தென்படும் கூறுகளைத் தரமற்றவையாக, இழிந்தவையாகக்

கருதுகின்றன. அவற்றின் தனிப்பட்ட அடையாளங்களை அழித்து விடுகின்றன. பதிலாகச் சுயக் கலாச்சார மதிப்பீடுகளை மாற்றீடு செய்கின்றன.

பொதுவாக, அந்நிய வேறுபாடுகள் அனைத்தையும் பெறுமொழியில் சுயமாக்க உதவும் மகாசக்திகளாக இலக்கிய, சமூக, அரசியல், புத்தகப்பதிப்பு–வணிக ஆதிக்கச் சக்திகள் இயங்கு கின்றன. இச்சூழ்நிலையில் மொழியாக்கப் பணியே வலுவான ஆயுதமாக மாறிவிடுகிறது. பெறுமொழி கலாச்சாரத்தைத் தூக்கிப்பிடித்து உயர்ந்த நிலையிலும், தருமொழி கலாச்சாரத்தை இழிவுபடுத்தித் தாழ்ந்த நிலையிலும் வைக்கும் மேலோங்கிய ஆதிக்கச் சக்தியை அது பெறுகிறது.

பெறுமொழி கலாச்சார மதிப்பீடுகளின் மேலாதிக்கத்தைத் தனிப்பட்ட முறையில் மொழிபெயர்ப்பாளரும் உவந்து அங்கீகரிப்பவராக இருக்கலாம். அவர் கல்வியில் சிறந்த பெறுமொழி அறிவு ஜீவிகளையே வாசகர்களாகக் குறிவைக்க லாம். அவர்களுடைய மதிப்பீடுகளையும் அளவுகோலாகக் கொண்டு, வலிந்து தருமொழி கூறுகளைப் பெறுமொழியில் சுயமாக்கலாம். உலக அளவில் பல மொழியாக்கங்கள் இந்த அணுகுமுறையைக் கையாள்கின்றன.

எனவே 'சுயமாக்குதல்' என்ற இந்த மொழியாக்கச் செயல்முறையில் பெறுமொழி சார்ந்த இலக்கிய, சமூக, அரசியல், மற்றும் புத்தகப்பதிப்பு–வணிக மேலாதிக்க மகாசக்திகள் இயங்குகின்றன. இதனால் தருமொழி பனுவலில் 'அந்நியமாகத்' தென்படும் கூறுகள் அனைத்தும் பெறுமொழியில் மீண்டும் எழுதப்படும்போது நீக்கப்படுகின்றன. அவற்றுக்கு மாற்றீடு களாக ஆதிக்கச் சக்தி மிகுந்த பெறுமொழியின் இலக்கிய, சமூக, அரசியல், கலாச்சாரக் கூறுகள் பயன்படுத்தப்படு கின்றன. இந்த அணுகுமுறை *acculturation, naturalization* என்றும் சொல்லப்படுவதுண்டு.

பத்தொன்பதாம் நூற்றாண்டைச் சேர்ந்த நீச்ச (Friedrich Wilhelm Nietzsche) ஒரு ஜெர்மானியத் தத்துவ மேதை. அவர் கிரேக்க, லத்தீன அறிஞர், கலை – இலக்கிய – வரலாற்று மொழியியல் அறிஞர், கவிஞர், கலாச்சாரத் திறனாய்வாளர், இசை மேதை என்ற பன்முகத் தன்மை கொண்ட உலகப் புகழ்பெற்ற சிந்தனையாளர். அவர் மொழியாக்கத்தில் சுயமாக்குதல் அணுகுமுறையைப் பற்றி ஆழமான ஆய்வு செய்துள்ளார். நீச்ச *(1974: 137–8)* இவ்வாறு சொல்கிறார்: 'எந்த ஒரு சகாப்தமும் முந்திய வரலாற்றின் நுண்ணுணர்வுத் திறன் கொண்டதாக இருப்பது அவசியம். ஒரு சகாப்தத்திற்கு அந்தத் திறன் உண்டா இல்லையா என்று அந்தக்

காலகட்ட மொழியாக்கப் பனுவல்களிலிருந்து கண்டறியலாம். முந்திய தலைமுறைகளின் கலாச்சார உன்னதங்களை, சாதனைகளை, மொழியாக்கப் பணி மதித்து அங்கீகரித்து உள்வாங்க வேண்டும்'.

ஹோரஸ் (Horace), ப்ரொபடீயஸ் (Propertius) போன்ற பண்டைய இலத்தீனக் கவிஞர்கள் தொன்மையான கிரேக்கப் பனுவல்களை தங்களுடைய கால லத்தீனத்தில் மொழியாக்கம் செய்தார்கள். கிரேக்க அடையாளக் கூறுகள் அனைத்தையும் அழித்துவிட்டு, அவற்றுக்குப் பதிலாக லத்தீன கலாச்சாரக் கூறுகளையும் குறிப்புகளையும் சேர்த்தார்கள். கிரேக்கக் கவிஞர்களின் பெயர்களைக் கூட மாற்றி லத்தீனப் பெயர்களைச் சேர்த்தார்கள். மொத்தத்தில் கிரேக்க மூலப் பனுவல்களை லத்தீன மூலப்பனுவல்களைப் போலவே மொழியாக்கம் செய்தார்கள். உயிரற்ற சடலங்களில் லத்தீன சுவாசத்தைச் செலுத்திப் புதியனவாக, தங்களுடைய படைப்புகளைப் போல உயிர்ப்பிக்க வேண்டும், அது தங்களுடைய உரிமை என்பது அவர்களின் எண்ணம் போலும். இதை அவர்கள் 'எழுத்துத் திருட்டு' *(plagiarism)* என்று கருதவில்லை. மாறாக ரோமானியப் பேரரசின் மகா மகா வலிமையை நிறுவ ஒரு வாய்ப்பாகக் கருதி, முழு மனசாட்சியின்படிப் பெருமிதத்துடன், மகிழ்ச்சியுடன், இதைச் செய்தார்கள். நீச்சவின் சொற்களில், Indeed, translation was a form of conquest.

இத்தகைய அணுகுமுறையை மரபு ஃப்ரெஞ்ச் மொழியாக்கங்கள் முற்றிலும் ஆதரித்துப் பின்பற்றின. மிரியம் (Myriam Salama-Carr) *(2005: 416)* என்பவருடைய கட்டுரையில் உள்ளபடி, பதினேழாம் நூற்றாண்டு ஃப்ரெஞ்ச் மொழிபெயர்ப்பாளர் நிக்கோலஸ் (Nicolas Perrot D'ABLANCOURT) இம்முறையை அப்படியே பின்பற்றினார். அவருடைய கால ஃப்ரெஞ்ச் மொழியின் 'உன்னதங்களைக்' கொண்டு, பண்டைய கிரேக்க, லத்தீனப் பனுவல்கள் பலவற்றைத் 'திருத்தி', 'மேம்படுத்தி', மொழியாக்கங்கள் செய்தார்.

ஆங்கில மொழியாக்கங்கள் பலவற்றிலும் இந்த அணுகுமுறையைக் காணமுடிகிறது. லத்தீனக் கவி வர்ஜில் (Virgil) எழுதிய 'இனீயிட்' *(Aeneid)* என்ற காப்பியத்தின் இரண்டாம் பகுதியை ஜான் டென்ஹம் (Sir John Denham) ஆங்கிலத்தில் மொழியாக்கம் செய்துள்ளார். மொழிபெயர்ப்பாளர் சொல்லும் சொற்கள்: "வர்ஜில் ஆங்கிலத்தில் பேசியே ஆகவேண்டும் என்றால், அவர் இந்த நாட்டுக் குடிமகனாக மட்டுமல்லாமல், இக்காலத்தைச் சேர்ந்தவராகவும் பேசுவதே முறையானது (if Virgil must needs speak English, it were fit he should speak not only as a man of this

Nation, but as man of this age). இக்கால, இந்த நாட்டுக் குடிமகன் போலப் பேசவேண்டும் என்ற சொற்களில் 'இக்காலப் பிரிட்டிஷ் கலாச்சாரத்தை உள்வாங்கி' என்ற பொதிவு இருக்கிறது.

நிக்கோலஸ், ஜான் டென்ஹம் போன்ற மொழி பெயர்ப்பாளர்கள் தங்களுடைய கால உயர் வழக்கு மொழியில் மொழியாக்கங்கள் செய்வதோடு விட்டுவிடவில்லை. மேலும் பிற புராதனக் கலாச்சாரங்களைச் சுயமாக்கவும் செய்தார்கள். அதற்கும் மேலாகத் தேசியக் கலாச்சார அடையாளங் களை வலிந்து நிறுவினார்கள். சமகால மேட்டுக்குடி–சமூக அறிவுஜீவிகளின் இலக்கியத் தரமதிப்பீடுகளைத் தூக்கிப் பிடித்து நிறுவினார்கள். அந்நியக் கலாச்சாரங்களைச் சுயமாக்குவதை அதற்கு உதவும் ஒரு கருவியாகப் பயன்படுத்தினார்கள். சராசரி வாசகர்களை அவர்கள் கருத்தில் கொள்ளவில்லை.

6.1.4.2 அந்நியங்களின் இறக்குமதி

'அந்நியங்களின் இறக்குமதி' *(Foreignization)* சுயமாக்கும் அணுகுமுறைக்கு நேர் எதிரானது. பெறுமொழி கலாச்சாரத்தின் 'உன்னதங்களை' அல்லது ஆதிக்கச் சக்திகளை இந்த அணுகுமுறை கருத்தில் கொள்ளாது. மொழியாக்கப் பணியில் நடுநிலையில் நிற்கும். வேற்றின மக்களின் இலக்கிய, கலாச்சார அடையாளக் கூறுகளைச் சிதைக்காது. அவற்றைத் 'திருத்திச்', 'செம்மைப்படுத்தாமல்', அப்படியே பெறுமொழி பனுவலில் இறக்குமதி செய்ய முயலும். பெறுமொழி 'பண்டிதர்களின்' உயர் வழக்குமொழியைத் தவிர்க்கும். சராசரி வாசகர்களின் அன்றாட மொழியில் பேச முயலும்.

இங்கு மொழியாக்கப் பணி தருமொழி கலாச்சாரத்துக்குரிய இடத்தைத் தருகிறது. வேற்றின மக்களின் இலக்கிய, கலாச்சார அடையாளக் கூறுகளைப் பெறுமொழி இன மக்கள் புரிந்து கொள்ள உதவும் கருவியாக அது இயங்குகிறது. மொழியாக்கம் செய்பவர் தருமொழி பனுவலாசிரியரைப் பெறுமொழியில் பேசவைக்க மாட்டார். பெறுமொழி மக்களே பொறாமைப் படும்படி, அவர்களுக்கு இயலாத, செம்மையான முறையில், அவர்களுடைய சொந்த மொழியில் அவரைப் பேசவைக்க மாட்டார். மொழியாக்கம் செய்பவர் பெறுமொழியின் இலக்கிய, கலாச்சார அடையாளக் கூறுகளைத் தருமொழி ஆசிரியருடைய எழுத்துகளில் வலிந்து திணிக்க மாட்டார். சுருக்கமாகச் சொன்னால் மூலப் பனுவலின் ஆசிரியர் மொழியாக்கப் பனுவலிலும் தன்னுடைய சொந்த நாட்டில் இருப்பது போல் வசிப்பார்; தன்னுடைய கலாச்சாரத்தில் அதனுடைய பாதுகாவலராகப் பெருமிதத்துடன் வாழ்வார்.

அவருடைய தாய்மொழி, இலக்கிய, கலாச்சாரக் கூறுகளை விட்டுக்கொடுக்காமல் பெறுமொழியில் அந்நியராக நின்று பேசுவார்.

அந்நியங்களைப் பெறுமொழி பனுவல்களில் இறக்குமதி செய்வது நீண்ட காலமாகவே நடந்து வந்துள்ளது. இருப்பினும் பத்தொன்பதாம் நூற்றாண்டு ஜெர்மனியைச் சேர்ந்த தத்துவ, சமய, சித்தாந்த மேதை ஷ்லாயர்மாக்கர்தான் *(Friedrich Schleiermacher)* முதலாவதாக அதை முறைப்படுத்தினார். ஒரு அணுகுமுறையாக அதை ஜெர்மன் மொழியில் கருத்தாக்கம் செய்தார்.

சுயமாக்குதல் பெரிய அளவில் மொழியாக்க நடைமுறையில் உள்ளதை அவர் மறுக்கவில்லை. ஆனாலும் அந்நியங்களின் இறக்குமதியை அவர் ஆதரிக்கிறார். சுயக் கலாச்சார அடையாளங்களை ஒதுக்கிவைக்க வேண்டும்; வேற்றின மக்களின் வேறுபட்ட தருமொழி, கலாச்சார அடையாளங்களைப் பெறுமொழி பனுவல்களில் அப்படியே பதிவு செய்யவேண்டும்; பெறுமொழி வாசகர்கள் அவற்றைத் தவிர்க்காமல் எதிர்கொண்டே ஆக வேண்டும்; சுருக்கமாகச் சொன்னால், வெளிநாடுகளுக்கு அவர்களைப் பயணம் செய்ய வைக்க வேண்டும். இதுவே ஷ்லாயர்மாக்கருடைய விருப்பமும் நிலைப்பாடும் ஆகும்.

மொழிபெயர்ப்பாளர்கள், பெறுமொழி பண்டிதர்கள், அறிவுஜீவிகள், மேட்டுக்குடி வாசகர்கள் ஆகியோர் பெருமிதம் தரும் தத்தமது சொந்தக் கலாச்சாரம்சார் 'உன்னதங்களைப்' போற்றிப் புகழ்பவர்களாக இருக்கலாம். ஆனால் மொழியாக்கம் செய்யும்போது, அவற்றை அளவுகோலாகக் கொள்ளக் கூடாது; அவற்றின் அடிப்படையில் தருமொழி பனுவலில் உள்ள கலாச்சாரம், மொழிசார் கூறுகளை நுணுகி மதிப்பீடு செய்யக்கூடாது. இந்த அணுகுமுறையால் பலதரப்பட்ட அந்நிய மொழி, கலாச்சாரக் கூறுகள் மொழியாக்கங்களில் சுதந்திர உலா வர முடிந்தது.

6.1.5 நாடக மொழியாக்கத் தனித்துவத் தகுதிகள்

'ஒரு கவிஞன்தான் இன்னொரு கவிஞனின் கவிதைகளை மொழியாக்கம் செய்ய இயலும்' என்று கூறுவது ஒரு மரபுச் சிந்தனையாகும். இதையே சற்று நீட்டித்து 'ஒரு நாடக ஆசிரியன்தான் இன்னொரு நாடக ஆசிரியனின் நாடகங்களை மொழியாக்கம் செய்ய இயலும்' என்று சொன்னால் அது பொருத்தமாகத்தான் இருக்கும். இதன் உட்பொருள் என்னவென்றால், ஒரு நாடக மொழியாக்கம் எனில், உரைநடைக் கட்டுரை ஒன்றை மொழியாக்கம்

செய்வது போன்றது அல்ல. நாடக மொழிபெயர்ப்பாளருக்கு என்று சில தனித்துவத் தகுதிகள் தேவைப்படுகின்றன.

எழுத்துக் கூறு மட்டுமல்லாமல் எழுத்தில்லாத வேறு பல கூறுகளும் செம்மையாக ஒத்திசைந்து ஒருங்கிணைவதாலேயே நாடகத்தின் கூட்டுப்பொருள் உருவாக்கம் பெறுகிறது என மேலே சொல்லப்பட்டது. எனவே நாடக மொழிபெயர்ப்பாளருக்கு மொழித்திறன் மட்டும் போதாது. மேடை அமைப்பு, பின்புலச் சூழல் அமைப்பு, உச்சரிப்பு, உடல் மொழி போன்ற பிற கூறுகளிலும் ஓரளவு புலமை வேண்டும்.

திரைக்கதை, வசனம், இயக்கம் என்ற மூன்று முக்கியக் கூறுகளைப் புகழ்பெற்ற திரைப்பட இயக்குநர்கள் தங்கள் வசமே வைத்துக்கொள்கிறார்கள். நாடக மொழிபெயர்ப்பாளரும் ஒரு இயக்குநர் போல எழுத்துக் கூறோடு மற்ற கூறுகளிலும் திறன்கள் உடையவராக இருப்பது நலம். அவர் இயக்குநருடன் கலந்தாலோசித்து, தேவைகளையெல்லாம் கேட்டறிய வேண்டும். அதன்பின், அவற்றைக் கருத்தில் கொண்டு மொழியாக்கம் செய்யவேண்டும்.

மேடை நாடகத்தில் இருப்பதுபோலக் காட்சிப்படுத்தும் மேடை அமைப்புகள், திரைச் சீலைகள், ஒளியமைப்பு, நடிகர் களின் முகபாவங்கள், உடல் மொழி, ஆடை அணிகலன்கள் போன்ற கூறுகள் எதுவும் வானொலி நாடகத்தில் இராது. எழுத்துக் கூறுகளையும் உச்சரிப்புக் கூறுகளையும் மற்ற ஒலிக் கூறுகளையும் மட்டுமே நம்பி வானொலி நாடக மொழியாக்கத்தைச் செய்ய வேண்டியுள்ளது. மொழிபெயர்ப்பாளர் இதில் கூடுதல் கவனம் செலுத்த வேண்டிய தேவை உள்ளது.

6.1.6 பேச்சு மொழியின் முக்கியத்துவம்

ஏட்டு நாடகம் மற்ற இலக்கிய வகைகளைப் போல வாசித்து ரசிப்பதற்கு உரியது. மேடை நாடகம் அவையோர் முன்னிலையில் ஒரு மேடையில் நடித்துக் காண்பிப்பதற்கு உரியது. இக்கருத்து இந்த இயலின் தொடக்கத்திலேயே அடிக்கோடிடப்பட்டது. 'பேச்சு மொழி' மேடை நாடகத்தின் முதன்மைக் கூறாகும். படிப்பதற்காக எழுதுவது ஒன்று; நடிப்பதற்காக எழுதுவது முற்றிலும் வேறொன்று.

படிப்பதற்காகச் செய்யப்படும் நாடக மொழியாக்கத்தில் பல சவால்கள் உள்ளன. என்றால், நடிப்பதற்காகச் செய்யப்படும் நாடக மொழியாக்கத்தில் மேலும் பன்மடங்கு சவால்கள் உள்ளன. பொருத்தமான பேச்சு மொழி வகையைத் தெரிவு செய்து, அதை எளிதில் கேட்டுப் புரிந்துகொள்ளும் வகையில் உரையாடலைக்

கட்டமைப்பது மிகப்பெரிய சவாலாகும். குறிப்பாக உச்சரிப்பில் முழுக் கவனம் செலுத்த வேண்டியுள்ளது. அது கேட்போரைச் சென்றடைவதில் பெறுகின்ற வெற்றியே நாடகத்தின் வெற்றிக்கும் வழியமைத்துத் தருகிறது.

உதாரணமாக, ஷேக்ஸ்பியரின் Romeo and Juliet என்ற நாடகத்தைத் தமிழில் தரவேண்டுமென்றால் முதலில் எழும் கேள்வி: எவ்வகைப் பார்வையாளர்களுக்காக? நகர்ப்புற அறிவுஜீவிகளுக்காக என்றால் அவர்களின் உச்சரிப்பை ஒட்டிய ஆங்கிலச் சொற்கள் கலந்த ஒருவகை உயர்தமிழில் தரவேண்டும். பட்டிதொட்டிகளிலும் தூள்பரத்த வேண்டும் என்றால் அந்த மக்களின் உச்சரிப்பை ஒட்டிய ஆங்கிலச் சொற்கள் இல்லாத ஒருவகை எளிய தமிழில் தரவேண்டும். இங்குப் பார்வையாளர்களின் வகை சார்ந்த உச்சரிப்பைப் பொறுத்து உரையாடல் மொழிவகையின் தெரிவும் அமைகிறது.

அறிவுஜீவிகளுக்கான உச்சரிப்பு பட்டிதொட்டிகளில் எடுபடாது. அதேபோல, பட்டிதொட்டிகளில் தூள்பரத்தும் உச்சரிப்பு அறிவுஜீவிகளின் நடுவில் எடுபடாது. ஏட்டு நாடக மொழியாக்கத்தைப் புரிந்துகொள்ள யாருடைய உரத்த உச்சரிப்பும் தேவையில்லை: தனியே மனத்துக்குள்ளே ஒருவர் அதை வாசித்துப் புரிந்துகொள்ள முடியும். ஆனால் மேடை நாடக மொழியாக்கம் அப்படிப்பட்டதல்ல. பொருத்தமான பேச்சு மொழியில், பொருத்தமான உச்சரிப்பை அவையோர் தெளிவாகக் கேட்க வேண்டும். அப்போதுதான் அது அவர்களைச் சென்றடையும்.

ஆகவே மொழியும் இலக்கியமும் சார்ந்த புலமை மட்டும் நாடக மொழியாக்கத்துக்குப் போதாது. எவ்வகை அவையோருக்கு, எவ்வகைப் பேச்சுமொழியும் உச்சரிப்பும் கொண்ட மேடை உரையாடல் பொருத்தமாக இருக்கும் என்று முதலில் தீர்மானிக்க வேண்டும். அதன்பின் அதற்கான திறன்களை வெளிப்படுத்தி மொழியாக்கம் செய்யவேண்டும்.

6.1.7 அவையோருக்கு ஏற்புடைமை

வாசகரின் 'ஏற்புடைமை, வரவேற்பு' என்பதைப் பனுவல் தன்மையின் ஏழு கொள்கைகளுள் ஒன்றாகப் பனுவல் மொழியியல் வகுத்துள்ளது (காண்க. ப. 273). ஒரு பனுவலின் தலையாய நோக்கம் வாசகரின் உயிர்ப்புள்ள வரவேற்பே. மாணவர் இல்லையேல் ஆசிரியருக்கு வேலை இல்லை. வாசகர் இல்லையேல் பனுவலுக்கும் வேலை இல்லை. நல்ல மொழிவழிப் பரிமாற்றம் செய்யக் கூடிய பனுவலை ஆசிரியர் உருவாக்குவதில் பாதி வெற்றி கிடைக்கும். நல்ல மொழிவழிப் பரிமாற்றம் செய்யும்

பனுவலாக வாசகர்கள் அதை ஏற்று உள்வாங்கி ரசிக்கும்போது அதன் வெற்றி முழுமையடையும். ஒரு குறிப்பிட்ட தலைமுறையில், வாசிப்பதற்காக எழுதப்பட்ட ஒரு மொழியாக்கப் பனுவலுக்கு வாசகர் எவரும் இல்லாமல் போகலாம். அதனால் பிரளயமோ பூகம்பமோ உடனே வந்துவிடாது. அதிகபட்சமாக நூலகத்தில் அது தூங்கிக் கொண்டிருக்கும். அடுத்த தலைமுறை வாசகர்கள் ஒரு திரவியமாக அதைக் கண்டெடுத்துப் பெரும் வரவேற்பைத் தரலாம்; வாசித்துக் கொண்டாடலாம்.

நடிப்பதற்காகச் செய்யப்படும் மொழியாக்கப் பனுவலோ முற்றிலும் வேறுபட்டது. அதற்கு அவையோருடைய 'ஏற்புடைமை, வரவேற்பு' அவசியம் தேவை. அதுவும் உடனுக்குடன் தேவை. அது இல்லாவிட்டால் அவையில், குறிப்பாக இளைஞர்கள் நிரம்பிய அவையில், உடனே 'பிரளயமோ' 'பூகம்பமோ' வராமல் போகலாம். ஆனால் அவையைப் பிளக்கும் கூச்சலால், ரகளையால், நாடகத்தைப் பாதியில் நிறுத்துமாறு நேரலாம். எனவே நாடக மொழியாக்கத்தில் பற்பலச் சவால்கள் உள்ளன. மேடையின் அமைப்பு, அதில் உள்ள பொருள்கள், பின்புற ஓவியத் திரை, ஒலி-ஒளியமைப்பு, நடிகர்களின் ஆடை அணிகலன்கள், நடிகர்களின் உரையாடல் மொழி, உடல் மொழி, சிறந்த இயக்குநரின் தனித்துவ முத்திரைகள் ஆகிய அனைத்துக் கூறுகளிலும் முழுக் கவனம் மிகவும் தேவைப்படுகிறது. இதில் எந்த ஒரு சிறிய கூறிலும் எந்தக் குளறுபடியும் வரக் கூடாது. அப்படி வந்தால், அவையோரிடம் சலசலப்பு ஏற்படும். நாடகத்திலிருந்து அவர்களின் கவனம் திசை மாறி, குளறுபடிகளை நோக்கிச் செல்லும். அது சிரிப்பை/சலிப்பை உண்டாக்கும்.

தருமொழி நாடகக் கூறுகளை அப்படியே பெறுமொழியில் இறக்குமதி செய்வது பெரும் பிரச்சினைகளை உண்டாக்கக் கூடும். எனவே அவற்றைச் சுயமாக்கி நன்கு பரிச்சயமான சூழ்நிலைக் கூறுகளுடன் தரவேண்டும். நடிகர்களின் உரையாடலும் உடல் மொழியும் உடனே புரிந்துகொள்ளுமாறு இருக்கவேண்டும். இயக்குநரின் தனித்துவ முத்திரைகளுடைய உட்பொதிவுகள் உடனுக்குடன் அவையோரைச் சென்றடைய வேண்டும். அப்படிப்பட்ட நாடக மொழியாக்கமே ஏற்புடையதாக இருக்கும்; பெரும் வரவேற்பையும் பெறும்.

நாடகத்தைப் பொறுத்தவரை நடிகர்கள், இயக்குநர், அவையோர், விமர்சகர்கள் ஆகிய அனைவருக்கும் சொந்த மொழி, கலாச்சாரம் சார்ந்த நாடகக் கூறுகள் நன்கு தெரிந்தவையாக உள்ளன. அக்கூறுகள் பற்றிய எதிர்பார்ப்புகளுடனும் புரிதல்களுடனும் அவர்கள் அரங்கில் கூடுகிறார்கள். வேற்று மொழி, கலாச்சாரம் சார்ந்த நாடகக் கூறுகள் பொதுவாக

முரணானவை; அந்நியப்பட்டவை; புரிதல் சவால்கள் மிகுந்தவை; ஆர்வத்தைக் கொல்பவை; அலுப்பு தருபவை. அப்படிப் பட்ட கூறுகள் எதுவும் மேடையில் நிகழ்வதை அவர்கள் எதிர்பார்ப்பதில்லை. குறுகிய நேரத்தில் கண்டு, கேட்டு, களிக்க வரும் அவர்கள் அவற்றை விரும்புவதில்லை. எனவே அவை ஏற்கத் தக்கதாக இருப்பதில்லை. அவற்றுக்குப் பெரிய வரவேற்பும் கிடைத்ததில்லை. இதுவே உலகெங்கும் நிகழும் போக்காக உள்ளது.

நாடக மொழியாக்கம், ஒரு வாசிப்புப் பனுவலின் மொழி யாக்கம் போன்றதல்ல. இதை முதலில் மொழிபெயர்ப்பாளர் நன்கு உணர வேண்டும். பின்னது ஒரு தாளில் எழுதப்பட்டதை வாசித்துப் புரிந்துகொள்வதற்காக மட்டுமானது. முன்னதில் வாசிப்பதற்கு என்று எதுவும் இல்லை; கேட்டு உள்வாங்குவதற்கு நிறைய உள்ளது; கண்டு, களித்து உள்வாங்குவதற்கு நிறைய உள்ளது.

மேடையில் ஒலிக்கும் நடிகர்களின் குரல்கள் சார்ந்த பல கூறுகள், செறிவுகள், நுண்ணிய வேறுபாடுகள் மிகவும் முக்கியமானவை. அவை அனைத்தும் உள்ளடங்குமாறு மொழி யாக்க நாடக உரையாடல் அமைய வேண்டும். குறிப்பிட்ட கலாச்சாரத்துக்குப் பொருத்தமான, அங்க அசைவுகள் மூலம் நிகழும் உடல்மொழிப் பரிமாற்றமும் உரையாடலோடு ஒத்திசைய வேண்டும். நன்கு பரிச்சயமான சூழ்நிலைக் கூறுகள் அவற்றின் பின்புலமாகப் பொருந்தும் வகையில் கைகோர்க்க வேண்டும். இவை அனைத்துக்கும் உரையாடல் இடம் தரவேண்டும்.

ஆகவே புதினங்களில் எழுதப்படும் உரையாடல் ஒற்றையில் வாசிப்பதற்கானது. நாடக உரையாடல், மேடையில் அவையோர் முன் பேசுவதற்கானது. ஆனால் அந்த மொழிக்கூறு ஒன்றால் மட்டும் நாடகம் நிகழாது. அதோடு கேட்டு, கண்டு, களிப்பதற்கான மற்ற அனைத்துக் கூறுகளும் ஒருங்கிணைந்து நிகழ வேண்டும். அவையெல்லாம் ஒரு கோவையாகக் காட்சி வடிவில் மேடையேற வேண்டும். அப்போதுதான் நாடகம் நிகழ்வுக் கலையாக வெற்றி அடையும். அது ஒற்றை வாசகருக்கானது அல்ல. ஒரு பெரிய அரங்குக்கானது. கூட்டமாகச் சேர்ந்து, கேட்டு, கண்டு, ரசிக்கும் அவையோருக்கானது. சுருக்கமாகச் சொன்னால், 'நடிக்கத்தகும் தன்மை' (actability), மேடையேற்றத்தகும் தன்மை (stageability), 'மேடையில் பேசத்தகும் தன்மை' (speakability) ஆகிய மூன்று முக்கியத் தன்மைகளும் மேடை நாடகத்தை அடையாளப் படுத்துகின்றன.

நாடக மொழியாக்கத்தில் நினைவில் கொள்ளவேண்டிய தலையாய அம்சங்களைப் பின்வருமாறு தொகுத்துச் சொல்லலாம்;

கே. தியாகராஜன்

நன்கு உள்வாங்கிய நிலையில், இவை அனைத்துக்கும் இடம் தரும் வகையில் செய்யப்படும் மொழியாக்கம் பொலிவு பெறும்; நல்ல வரவேற்பால் வெற்றியும் அடையும்:

(i) நாடக உரையாடல், அடிப்படையில் செயற்கையானது. மேடையில் பேசுவதற்காக என்றுதான் அது எழுதப்படுகிறது. ஆனால் அது அன்றாட வாழ்க்கையில் மக்கள் இயற்கையாகப் பேசும் உரையாடல் போன்றதல்ல. பின்னதை எழுத்து வடிவில் வைத்து ஒப்பு நோக்கினால், முன்னது எவ்வளவு செயற்கையானது என்று உணரமுடியும்.

மக்களின் சாதாரண உரையாடலில் அது, இது, அங்கே, இங்கே, அப்போது, இப்போது, இருந்தாலும், அதனால், அதோடு, ஆகவே, எனவே போன்ற பிணைப்புச் சொற்கள் நிறைய காணப்படும். இத்தகைய சொற்கள் மட்டுமல்லாமல், ஒப்பிணைவு, விவரிப்பு, எடுத்துரைத்தல், தெளிவாக்கல், வேறுபடுத்தல், விரித்துரைத்தல், வகைப்படுத்தல், காரண-காரிய உறவு, விவாதம் போன்ற விரிந்த அர்த்தமட்டப் பிணைப்புகளும் காணப்படலாம்; அவை உரையாடலை நீட்டிக்கும்.

மாறாக மேடை நாடக உரையாடலில் மேலே சொன்ன பழக்கமான, மொழிசார்ந்த பிணைப்புகள் அவ்வளவாக இருப்பதில்லை. எனவே உரையாடல் மிகவும் சுருங்கி இருக்கும். பல விடுபடல்கள் இருக்கும். வேண்டும் என்றே உண்டாக்கப்பட்ட பல இடைவெளிகள் இருக்கும். அவை அனைத்தும் மொழியல்லாத கூறுகளுக்கானவை; மொழிக் கூறுகளுக்கானவை அல்ல. அதனால் உரையாடலானது தொடர்பில்லாத வெட்டப்பட்ட துண்டுகளாகச் சுருங்கித் தோன்றலாம். அந்த இடைவெளிகளை மொழிக் கூறுகளால் நிரப்பக் கூடாது. அவ்வாறு செய்தால் சிறக்காது.

அவையோர் முன் மேடையேற்றம் நிகழும்போது, இடைவெளிகள் ஒவ்வொன்றிலும் மொழிக்கு அப்பால் உள்ள நாடகக் கூறுகள் அழகாக வந்து விழும். உரையாடலின் மொழித் துண்டுகளோடு ஒத்திசைந்து நிகழ்கலையை அவை சிறப்பாக அரங்கேற்றும்: நடிகர்களின் தனித்துவ நடிப்புத் திறன், குரல்களின் தொனி மாற்றம், உடல்மொழிக் கூறுகள், இயக்குநரின் தனித்துவ இயக்கும் திறன், ஒளி-ஒலி அமைப்புக் கூறுகள், பின்புலக் கூறுகள் ஆகிய அனைத்தும் ஒன்றுசேர்ந்து ஒரு மாயாஜாலத்தை நிகழ்விக்கும்; காண்போரைக் கட்டிப்போடும்.

எடுத்துக்காட்டாக, ஒரு மொழியாக்க இடைவெளியில் உள்ள ஒரு பொதிவு வில்லத்தனமான அட்டகாசச் சிரிப்பு

அல்லது வஞ்சகப் புன்முறுவலால் வெளிப்படும். இன்னொன்றில் திடுக்கிடவைக்கும் ஒலி, மங்கிய ஒளி இரண்டும் அமானுஷ்ய சக்திகளின் ஆட்டத்தைக் குறிக்கும். வேறொன்று முகபாவங்களின் மூலம் ஒரு பாத்திரத்தின் உணர்ச்சிக் குமுறல்களைச் சொல்லும். சொற்கள் இல்லாமல் தட்டுத்தடுமாறும் ஒரு அவலக் குரல் மற்றொன்றாக விதிவச இயலாமையைச் சுட்டும்.

இடைவெளிப் பொதிவுகளாக இடம்பெறும் இப்படிப்பட்ட மொழியல்லாத நாடகக் கூறுகள் இத்தகைய அர்த்தங்களை உணர்த்தும். மொழியை முற்றிலும் சார்ந்த உரையாடல் கூறுகளால் அவற்றைத் தனித்து உணர்த்த முடியாது. பல வாக்கியங்கள் மூலம் அப்படி உணர்த்த முயன்றால் அது செயற்கையாக இருக்கும்; அங்கே நாடகம் இருக்காது. நிகழ்கலை காணாமல் போகும். எனவே மொழி மட்டத்தில் குறுகியுள்ள உரையாடலானது (text) அவையோருடன் ஒரு வகையில் தொடர் பரிமாற்றம் செய்கிறது. அதற்கு அடியில் மொழியல்லாத மட்டத்தில் (subtext), மற்ற நாடகக் கூறுகள் விரிந்து அவையோருடன் வேறொரு வகையில் தொடர் பரிமாற்றம் செய்கின்றன. இவையிரண்டும் இணைந்து நிகழ்வதால் நாடகம் உயிர்ப்புடன் அரங்கேறுகிறது.

(ii) முரண்பாடு (paradox), முரண்பாட்டால் உருவாகும் நகைச்சுவை (irony), மறைமுகக் குறிப்பு (allusion), சொல்லாடல் (wordplay), கால முரண்பாடு (anachronism), உச்சத் திருப்பம் (climax), உச்சத்திலிருந்து அற்பநிலை திருப்பம் (aniclimax) போன்ற உத்திகள் தொன்று தொட்டு ஏட்டு நாடகங்களில் பயன்படுத்தப்பட்டுள்ளன. வாசிப்பது ஒன்றன் மூலமே அவற்றின் தாக்கங்களைச் சிறிது சிறிதாக மக்கள் உணரமுடியும். அதே உத்திகள் மேடையேற்றம் செய்யப்படும்போது, அவற்றின் தாக்கங்களைப் பெரிய அளவில் அவையோர் ஒரு நொடியில் உணர்கிறார்கள்; தங்களை அறியாமலேயே அவற்றைக் கண்டும், கேட்டும் நொடியில் கரைகிறார்கள்; அவற்றில் தங்களை மறக்கிறார்கள்.

(iii) நாடக அரங்கில் குழுமியுள்ள அவையோர் மேடை நிகழ்வுகளைத் தங்கள் ரத்த நாளங்களில் உணர்கிறார்கள். சாலை ஓரத்தில் நிற்போர் போல் அவற்றை வேடிக்கை பார்ப்பதில்லை. வீட்டுக்குள்ளேயே உறவுகளுக்கிடையே நடப்பவை போலக் கருதி, தங்களை அறியாமலேயே அவற்றில் ஈடுபாடு கொள்கிறார்கள். கதாபாத்திரங்கள் அழுகையில் அழுகிறார்கள்; சிரிக்கையில் சிரிக்கிறார்கள்; அவர்களின் பாதகச் செயல்களைப் பார்த்துப் பதைபதைக்கிறார்கள். வீரச் செயல்களைக் கண்டு வெற்றிப் பெருமிதம்கொள்கிறார்கள்.

6.1.8 தழுவல்

'சுயமாக்குதல்' மேலே சற்று விரிவாகப் பேசப்பட்டது (காண்க. ப-ள். 442-5). அவையோர் ஏற்கும், வரவேற்கும் வகையில் நாடக மொழியாக்கம் இருக்கவேண்டுவது அவசியம். அதற்குக் கைகொடுப்பது சுயமாக்குதலே, அந்நியங்களின் இறக்குமதி அல்ல என்பதும் உண்மையே. ஆனால் சுயமாக்குதலின் எல்லை என்ன? எல்லையற்ற சுயமாக்குதல் சரியா? மூல நாடகத்தின் 'நெருங்கிய மொழியாக்கம்' என்ற நிலையைத் தாண்டி, அது மிகவும் எட்டிச் செல்லும் தழுவல் என்ற நிலையை அடையாதா? அப்போது மூல நாடகம் பெருமளவில் சிதைவடையாதா? மொழிபெயர்ப்பாளர் மூல ஆசிரியருக்குச் செய்யும் மரியாதை அதுதானா?

இவை நாடக மொழிபெயர்ப்பாளரை மிகவும் சங்கடப் படுத்தும் கேள்விகளாகும். எல்லையற்ற சுதந்திரம் மொழியாக்க அராஜகத்துக்கு இட்டுச் செல்லுவதும் உண்மை. மூல நாடகத்தைத் தொட்டுக்கூடப் பார்க்காமல், முந்திய மொழியாக்கங்களை வைத்தே ஒரு தழுவல்-வடிவ அவியலைத் தரும் அளவுக்கு அது செல்லலாம். தனிப்பட்ட உள்நோக்கங்கள் கொண்ட சில மொழிபெயர்ப்பாளர்கள் அப்படி செய்வதும் உண்மை.

மொழியாக்கத்துக்கும் தழுவலுக்கும் இடையே உள்ள வேறுபாடும் ஒரு விவாதப் பொருளே. முன்னது எங்கு முடிகிறது, பின்னது எங்குத் தொடங்குகிறது என்று கோடிட்டுப் பிரித்துக் காண்பிப்பது இயலாத காரியம். இருப்பினும் புகழ்பெற்ற அந்நிய இலக்கிய நாடகங்களுக்குப் பெறுமொழி தழுவல்களின் தேவையும் இருக்கத்தான் செய்கிறது. 'திரைப்படத்துக்கான தழுவல்', 'சின்னத் திரைக்கான தழுவல்', 'மேடை நாடகத்துக்கான தழுவல்' என்ற பிரயோகங்கள் பொதுவாகப் பெரிய அளவிலான சுருக்கங்கள், நீக்கல்கள், மாற்றங்கள், சேர்க்கைகள் ஆகியவற்றை உணர்த்துகின்றன.

பல நூற்றாண்டுக் கால இடைவெளியில் நாடகங்களின் அறம் அல்லது அறிவியல் சார்ந்த கருத்துகளோ சூழல் தன்மைகளோ தற்காலத்துக்கு முற்றிலும் பொருந்தாமல் போகலாம். அப்போது பொருத்தமானதாக இருக்கக் கூடியது தற்காலத்துக்கு ஏற்ற தழுவலே. அது சரியானதும் கூட என்ற நிலைப்பாட்டைக் கொள்ள வேண்டியிருக்கும்; கொள்ளலாம். அத்துடன் நடைமுறை யில் உள்ள, பெறுமொழி பேசும் அவையோருடைய, சமூக, கலாச்சார மதிப்பீடுகளைச் சார்ந்து தழுவல் அமைய வேண்டும்.

இத்தகைய பார்வையில் மூல நாடகத்தின் பல மட்டக் கூறுகளில் பல மாற்றங்களைச் செய்வது குற்றமாகாது. அப்படி செய்வதில் சங்கடங்களோ உறுத்தல்களோ பெரும் விவாதங்களோ தேவையில்லை. தற்கால நடைமுறைக்கேற்ப மாற்றங்களைச் செய்வது 'வழுவல காலவகையினானே'. விரும்பத் தக்கதாக இருப்பதோடு மட்டுமல்லாமல், பெறுமொழி அவையோரைச் சென்றடைய அதுவே ஒரு வழி என்றால், அதைக் குறைகூறாமல் ஏற்றுக்கொள்ளத்தான் வேண்டும். அப்படி நிகழ்வது 'மொழிபெயர்ப்பு' அல்ல – உயிர்ப்புள்ள படைப்பாக்கத்தால் மலரும் தழுவல் ஆகும்.

மொழிபெயர்ப்பாளர்கள், நாடக இயக்குநர்கள், நடிகர்கள் மட்டும் தழுவல்களை ஆதரிக்கவில்லை; சில மூல நாடகாசிரியர்கள் கூடத் தங்களுடைய சொந்த நாடகங்களின் தழுவல்களே வேற்றுமொழி அரங்குகளுக்கு ஏற்றவை என்று ஒத்துக்கொள்கிறார்கள். அவ்வடிவத்தை அவர்களே தந்தும் உள்ளார்கள். ஃப்ரான்ஸ் நாட்டு ஜோம்பால் சார்ட்ர (Jean-Paul Sartre) தத்துவ மேதை, நாவலாசிரியர், இலக்கியத் திறனாய்வாளர், அரசியல் செயற்பாட்டாளர், வாழ்க்கை வரலாற்று ஆசிரியர் என்ற சிறப்புகளோடு நாடக ஆசிரியர் எனவும் புகழ்பெற்றவர். அவர் தன்னுடைய தாய்மொழி ஃப்ரென்ச்சில் 'மரியாதைக்குரிய விலைமாது' *(La Putain respectueuse)* என்ற நாடகத்தைப் படைத்துள்ளார். 1940களில் 'வெள்ளை – கறுப்பு' இனவெறியால் பாதிக்கப்பட்ட ஒரு அமெரிக்க விலைமாதைப் பற்றிய கதை அது. பல கொடூரங்களுக்கு நடுவில் அவளுடைய வாழ்க்கை சார்ந்த 'இருத்தல்' பற்றிய தத்துவார்த்தக் கேள்விகளை அந்த நாடகத்தின் மையக் கருத்தாக வைத்தார்.

மூல நாடகத்தை நியூயார்க் அரங்குகளுக்கு ஆங்கிலத் தழுவலாக, மிகை உணர்ச்சியோட்ட நாடகமாக (melodrama) எழுதினார். பெரும் வரவேற்பு பெற்றார். அமெரிக்கர்களுக்கு எதிரானவர் என்ற கடும் விமர்சனத்தையும் சந்தித்தார். பின் ரஷ்யக் கம்யூனிஸ்ட் கட்சியின் போதனைகளை முன்வைத்து, மூல நாடகத்தை ரஷ்யமொழித் தழுவலாக மாஸ்கோ அரங்குகளுக்கு எழுதினார். அங்கும் வரவேற்பு பெற்றார். ஆனால் வேற்று மொழித் தழுவலிலும் கூட, மூலத்தின் மையக் கருத்துக்குச் சிதைவை ஏற்படுத்தக் கூடாது என்ற பாரம்பரிய விதி உள்ளது. சார்ட்ர அந்த விதியைப் புறக்கணித்தார். சிதைவுகளை விரும்பிச் செய்தார். தன்னுடைய சொந்த ஃப்ரென்ச் மொழி மூல நாடகத்துக்கு, வேற்று மொழித் தழுவல்களை அவரே எழுதினார். அந்தந்த மொழி அவையோரைக் கருத்தில் கொண்டார். அவரவரின் வரவேற்பைப் பெற, என்னென்ன மாற்றங்கள் தேவை எனச்

சிந்தித்தார். சில சிதைவுகளுடன்தான் அவை சாத்தியமாகும் என முடிவு செய்தார். அந்தச் சிதைவுகளுடன்தான் தழுவல்களை எழுதி முடித்தார்; வரவேற்பும் பெற்றார்.

6.1.9 தயாரிப்புக் குழுவில் மொழிபெயர்ப்பாளரின் இடம்

தயாரிப்புக் குழுவில் மொழிபெயர்ப்பாளரும் இடம் பெற்றால் நாடகம் சிறப்பாக அமையும் என்ற கருத்து அண்மைக் காலமாக நிலவுகிறது. இத்துறை சார்ந்த அறிஞர்கள் பலரும் இதை வலியுறுத்துகிறார்கள். அவ்வாறு செய்வது பல வழிகளில் பயன் தரும். ஒத்திகைகளின் போதும், அதற்கு முன்னதாகவும் பின்னதாகவும், இறுதி மேடையேற்றம்வரை மற்ற உறுப்பினர்கள், இயக்குநர், நடிகர்கள் ஆகியோருடன் மொழிபெயர்ப்பாளரும் சேர்ந்து பங்களிப்புச் செய்ய இயலும்.

அதாவது அரங்கு அமைப்பாளர்கள், ஒலி–ஒளி அமைப்பாளர்கள், இயக்குநர், நடிகர்கள் ஆகிய அனைவருடைய திறன்களையும் பங்களிப்புகளையும் மொழிபெயர்ப்பாளர் நேரில் பார்த்துப் புரிந்துகொள்வார். கொஞ்சம் இயக்குநர் போல, கொஞ்சம் நடிகர் போல, கொஞ்சம் ஒலி–ஒளி அமைப்பாளர் போல, கொஞ்சம் அரங்கு அமைப்பாளர் போல மொழிபெயர்ப்பாளர் சிந்திப்பார். அப்போதுதான் நாடகத் தயாரிப்பில் ஒவ்வொரு கட்டத்தின் தேவைகளையும், குறிப்பாக அவையோரின் வரவேற்பு என்ற கோணத்தில் அவரால் நன்குணர முடியும். அவ்வாறு உணரும்போது மொழியை மட்டும் சார்ந்து அவர் எழுதிய பண்டித உரையாடல் கூறுகளில் உள்ள குறைபாடுகள் அவருக்குப் புலப்படும். அக்குறைபாடுகளை நீக்க மொழிக்கு அப்பால் உள்ள எந்தெந்த நாடகக் கூறுகள் உதவும் என்று அவர் சிந்திப்பார். கருத்துப் பங்களிப்பும் செய்வார். அப்படிப்பட்ட கூறுகளோடு என்னென்ன திருத்தங்கள் செய்யப்பட்டால் மொழிக் கூறுகளும் ஒருங்கிணைந்து செயலாற்றும், அவையோரிடம் வரவேற்பு பெறும் என்பதையும் அவர் சிந்திப்பார்.

நாடகத் தயாரிப்புக் குழுவில் மொழிபெயர்ப்பாளரின் பங்கு மேடை நாடக மொழியாக்க ஆய்வுச் சிந்தனை மட்டும் அல்ல. அதைப்பற்றி 1990களில் வியன்னா பல்கலைக்கழகத்தில் பல கள ஆய்வுகள் மேற்கொள்ளப்பட்டன (Mary Snell-Hornby, 2006:87). தயாரிப்புக் குழுவில் மொழிபெயர்ப்பாளருக்கு இடம் தந்தவை, தராதவை என மேடையேற்றம் பெற்ற மொழியாக்க நாடகங்கள் வகைப்படுத்தப்பட்டன. இரு வகைகளும் நடிகர்களிடமும் அவையோரிடமும் பெற்ற வரவேற்பு ஒப்பாய்வு செய்யப்பட்டது. அவை அடைந்த ஒட்டுமொத்த வெற்றியும் ஒப்பளவீடு செய்யப்பட்டது.

தயாரிப்புக் குழுவில் மொழிபெயர்ப்பாளருக்கு இடம் தந்த நாடகங்களே அதிக அளவு வரவேற்பையும் வெற்றியையும் பெற்றது கண்டறியப்பட்டது. இலக்கியம், மொழி, நாடகக் கலை ஆகிய மூன்றிலும் ஆழ்ந்த உள்ளறிவு கொண்ட மொழிபெயர்ப்பாளர்கள் சிலர் அந்தக் காலகட்டத்தில் இருந்தனர். அவர்களுக்குத் தயாரிப்புக் குழுவில் இடம் கொடுத்த நாடகங்களும் இருந்தன. அவை பெரும் வரவேற்பை, வெற்றியைப் பெற்றதும் கண்டறியப் பட்டது. அவற்றில் நடிக்கத்தகும் தன்மை, மேடையேற்றத்தகும் தன்மை, மேடையில் பேசத்தகும் தன்மை அனைத்தும் ஒருங்கிணைந்து இயங்கியதும் தெரியவந்தது.

இவ்வாறு, பலரின் பங்களிப்புகளால் உருவாகிய நாடக மொழியாக்கங்கள் அனைத்தையும் 'தழுவலில் தொடங்கும் பன்முகப் படைப்பாக்கங்கள்' என்று கூறுவது பொருத்தமாக இருக்கும். எடுத்துக்காட்டாக, 'ஷேக்ஸ்பியர் எழுதியவை' என்று உலகம் போற்றும் அனைத்து நாடகங்களையும் சொல்லலாம். எழுத்தாற்றலில் ஷேக்ஸ்பியர் எவ்வளவு வல்லவரோ, அதுபோலவே தாராளமாகப் பெற்ற இரவல்களைக் கையாளுவதிலும் வல்லவர். அவற்றைத் தன்னுடையவையாக ஆக்கிக் கொள்வதில் மகாவல்லுநர்.

பண்டைய கிரேக்க, ரோமானிய, பிரித்தானிய வரலாற்று நூல்கள் அல்லது காவியங்களைப் ப்ளூடாக் (Plutarch), ஓவிட் (Ovid), ஹோலின்ஷெட் (Holinshed) போன்றோர் எழுதியுள்ளனர். அவற்றிலிருந்து ஷேக்ஸ்பியர் பல பழங்கதைகளைத் தழுவல்களாக இரவல் பெற்றார். ஒரு நாடக நிறுவனத்தின் ஊழியராகச் சம்பளத்துக்கு அவற்றைத் தழுவல் நாடகங்களாகத் தொடங்கி எழுதி முடித்தார். எனவே அந்த நாடகங்கள் அனைத்தும் நிறுவனத்தின் சொத்தாக ஆனது (காண்க. ப. 350–1). வணிக நோக்க மேடை நாடகங்களாக அவற்றைத் தயாரிக்க அந்த நிறுவனம் முடிவு செய்தது. அதற்கேற்ப தயாரிப்பின் பல கட்டங்களின் போது தழுவல் வல்லுநர், நாடகாசிரியர், நடிகருமான ஷேக்ஸ்பியர், நிர்வாகிகள், மற்ற நடிகர்கள், மேடை அமைப்பாளர்கள் போன்றோர் நாடகங்களின் அரங்க வெற்றியைக் குறிவைத்தனர். பலதரப்பட்ட படித்த, படிக்காத அவையோரின் ரசனைக்கு முதலிடம் தந்தனர்.

எனவே அவையோர் அனைவரும் வரவேற்கும் வகையில் நாடகப் பனுவல்களில் பல மாற்றங்களையும் உட்புகுத்தல்களை யும் எந்தத் தயக்கமும் இன்றி அவர்கள் செய்தனர். பலருடைய கூட்டுப் பங்களிப்புகளால் நாடகப் பனுவல்கள் இவ்வாறு உருவாகின. தழுவல்களாகத் தொடங்கி, தழுவல்களாக வளர்ந்து, தழுவல்களாக இறுதி வடிவம் பெற்றன. இத்தகைய பன்முகப்

படைப்பாக்கங்களாக மலர்ந்த அவை மேடையேற்றத்தின்போது அரங்கத்தில் பெருத்த வரவேற்பையும் வெற்றியையும் பெற்று வரலாறு படைத்தன.

6.2 தமிழ் மேடை நாடகம்

இயல், இசை, நாடகம் என்ற மூன்று பரிமாணங்களைக் கொண்டதாகத் தமிழை 'முத்தமிழ்' எனப் போற்றுவது மரபாகும். நாடகம் பண்டைக் காலத்திலிருந்தே நிறுவப்பட்டு வந்துள்ள தமிழ்க் கலாச்சார அடையாளம் ஆகும். 'நாடக வழக்கு', 'உலகியல் வழக்கு' எனும் இரு வழக்குகள் வழங்கிவந்ததைத் தொல்காப்பியம் சொல்கிறது. 'பரதம், அகத்தியம், முறுவல், சயந்தம், செயிற்றியம், குணநூல், கூத்தநூல்' என்ற பழங்கால நாடக இலக்கண நூல்கள் பற்றிய பிற்காலக் குறிப்புகள் உள்ளன. நாடகங்கள் பல வழக்கமாக மேடையேற்றப்பட்டதால்தான் அவற்றுக்கான இலக்கண நூல்கள் தேவைப்பட்டன; எழுதப் பட்டன. மற்ற ஏராளமான நூல்களோடு, பழங்காலத் தமிழ் நாடகங்கள், நாடக இலக்கண நூல்கள் அனைத்தையும் ஆழிப்பேரலைகள் கொண்டு போயின என்ற செய்திகள் உள்ளன. இருப்பினும் மன்னரவையிலும் பொதுவெளியிலும் தொடர்ந்து மேடைகள் அமைக்கப்பட்டன; அவற்றில் ஆடலும் பாடலுமாகவே நாடகங்கள் மேடையேற்றம் பெற்றன என்ற குறிப்புகள் பல கிடைத்துள்ளன.

6.2.1 சிலப்பதிகாரம் தரும் நாடகத் தகவல்கள்

சிலப்பதிகாரம் (கி.பி. 2ஆம் நூற்றாண்டு) ஒரு நாடகக் காப்பியமாகப் பெயர் பெற்றுள்ளது. ஆனால் ஒரு சில நாடக அம்சங்களையும் பொதுவான நாடகப் பண்பையும் மட்டுமே அதில் காணமுடிகிறது. அதனுடைய அரங்கேற்றுக் காதை அக்கால நாடக அரங்கின் அமைப்பு முறையை விவரிக்கிறது. மேடையின் உயர, அகல, நீள அளவுகளை வரையறுக்கிறது.

நடிகர்கள் உள்ளே நுழைய, வெளியேற என இரு வாயில்கள் பற்றிப் பேசுகிறது. மேடையில் ஒரு நடிகர் திடீரென அவையோர் கண்ணில் படாதவாறு தோன்றி மறையத் தேவையான ரகசிய வழி பற்றிச் சொல்கிறது. பக்கத் திரைகள், நடுவிலிருந்து இரண்டாகப் பிரிக்க அல்லது நடுவே சேர்க்கும் வகையில் இயக்கக்கூடிய திரைகள், மேலிருந்து கீழே இறக்கிவிடப்படும் அல்லது மேல் நோக்கிச் சுருட்டி ஏற்றப்படும் திரைகள் எனத் திரைகளை வகைப்படுத்துகிறது. ஒளியமைப்பு, மேடைக்கு முன் அமைக்கப்பட்ட அவையோருக்கான இருக்கைப் பிரிவுகள் போன்ற அரங்கக் கூறுகளையும் சிலம்பு பேசுகிறது.

6.2.2 நாட்டியமும் நாடகமும்

நாடகக் கலைஞர் அவ்வை தி.க. சண்முகம் தன்னுடைய 'நாடகக்கலை' (1959) என்ற நூலில் தமிழ் மேடை நாடக வரலாற்றைச் சொல்கிறார். பண்டைக் காலத்தில் நாட்டியத்திலிருந்து நாடகம் தனியே பிரித்துப் பார்க்கப்படவில்லை. சிலப்பதிகாரத்தின் இரண்டாவது கதாநாயகி மாதவி நாட்டிய நங்கையாவாள். அவளை 'நாடகமேத்தும் நாடகக் கணிகை' என்றே இளங்கோ அடிகள் அடையாளப்படுத்துகிறார்.

நாட்டியக் கலைஞர்கள் தனிப் பாடல் ஒன்றை அபிநயங்களுடன் பாடி ஆடுவதை நாட்டியம் என்றும், கூத்தர்கள் ஒரு கதையில் வரும் பாத்திரங்களாகத் தங்களைப் பாவித்து வேடம் அணிந்து, கதையைப் பாடி ஆடுவதை நாடகம் என்றும் மக்கள் வேறுபடுத்திப் பார்த்துள்ளார்கள். இரண்டுக்கும் 'கூத்து' என்ற பொதுவான பெயர் இருந்தது. 1870கள் வரை நாடகம் பாட்டும் ஆட்டமுமாகத் தொடர்ந்தது; உரையாடல் கிடையாது.

6.2.3 இடைக்கால மேடை நாடக வகைகள்

13ஆம் நூற்றாண்டுவரையில் மேடை நாடகத்துக்குப் புரவலர்களும் மக்களும் சிறப்பான ஆதரவு தந்தார்கள். பின்னர் அது நலிவடைந்தது. 'காமக் களிப்பூட்டும் சாதனம்' என்ற சமண மதப் பார்வையால் நாடகம் இழிநிலைக்குத் தள்ளப்பட்டது. புரவலர்கள் விலகிக்கொண்டனர்; கற்றறிந்த படைப்பாளிகள் புறக்கணித்தனர். நாடகம் பாமரர்களாகக் கருதப்பட்ட கூத்தர்களின் சொத்தானது. 'கூத்தாட்டம்' என்ற எதிர்மறைப் பிம்பம் அதற்கு வந்து சேர்ந்தது. இன்றும் தகுதியற்ற பேச்சு வழக்கில் புழக்கத்தில் 'ராக்கூத்து' என்ற சொல் உள்ளது.

பாட்டில் எழுதப்பட்ட பள்ளு, குறம், நொண்டி நாடகம், கப்பல் நாடகம் போன்ற சிறிய வகை நாடகங்கள் தோன்றி மேடையேற்றம் பெற்றன. ஆனால் அவை நாடகக் கலைக்குப் பெருமையையோ புகழையோ தரவில்லை. இடைக்காலத்தில் நடைமுறையில் இருந்த மேடையேற்ற முறை, அரங்க அமைப்பு போன்ற நாடகக் கூறுகளைப் பற்றிய தகவல்களும் கிடைக்கவில்லை.

19ஆம் நூற்றாண்டில் விலாசம், நாடகம், விஜயம், கூத்து, உபாக்கியானம், பள்ளு, குறம் எனும் பெயர்களுடன் புதிய முறையில் அமைந்த நாடகங்கள் தோன்றின. அந்த நூற்றாண்டின் இறுதியில், ஐந்து அங்கங்களும் ஒவ்வொரு அங்கமும் மூன்று முதல் ஐந்து களங்களையும் கொண்ட 'மனோன்மணீயம்' என்ற கவிதை நாடகத்தைச் சுந்தரம் பிள்ளை எழுதினார்; வரலாற்றில்

முத்திரை பதித்தார். இது ஒரு ஏட்டு நாடகம், மேடை நாடகமாக நடிக்கத் தக்கதல்ல என அவரே குறிப்பிட்டுள்ளார்.

6.2.4 சங்கரதாஸ் சுவாமிகளின் பங்களிப்பு

19ஆம் நூற்றாண்டின் பிற்பகுதியிலும், 20ஆம் நூற்றாண்டின் முற்பகுதியிலும் வாழ்ந்தவர் சங்கரதாஸ் சுவாமிகள். இல்லறம் துறந்து வாழ்நாள் முழுதும் துறவியாக இருந்து மேடை நாடகக்கலை வளர்ச்சிக்கு அருந்தொண்டாற்றினார். பாமர மக்களின் பொழுதுபோக்குக்காக ஐம்பது மேடை நாடகங்களை மேடையில் நடித்துக் காண்பிப்பதற்கு என்றே எழுதினார். அவற்றுள் ஒருசில மொழிபெயர்ப்பு நாடகங்களும் அடங்கும். ஆனால் அந்த மொழிபெயர்ப்பு நாடகங்கள் எழுத்துப் பிரதிகள் இன்றிக் காலப்போக்கில் நமக்குக் கிடைக்காமல்போயின.

பெரும்பாலும் பாடல்கள், இடையிடையே சில பாடல்களை விளக்கும் குறைந்த அளவிலான வசனங்கள், நெறிப்படுத்தப்பட்ட பேச்சுமுறை ஆகியவை அவருடைய நாடகங்கள் அனைத்திலும் காணப்படும் அழகுகளாகும். மின்சார ஒளி–ஒலி வசதி இல்லாத காலம் அது. பார்வையாளர்கள் எந்த இடத்தில் இருந்தாலும் அவர்களுக்கு நடிகர்களின் குரல் தெளிவாகத் திருத்தமாகக் கேட்கவேண்டும் என்ற நோக்கில் சுவாமிகள் உறுதியாக இருந்தார்.

சிறுவர்களை நடிகர்களாகக் கொண்ட 'சமரசச் சன்மார்க்க நாடகச் சபை' என்ற பயில்முறை நாடக மன்றத்தைத் தோற்றுவித்தார். இவரைத் தொடர்ந்து, பலர் பாலர் நாடகச் சபைகளைத் தமிழகத்தில் தோற்றுவித்தனர். குரல் பயிற்சியை மிக முக்கியமான அங்கமாக முன்னிறுத்திக் கடுமையான, கண்டிப்பான, பன்முக நடிப்புப் பயிற்சியை, நெறிகளை, அனைத்து மாணவர்களுக்கும் சுவாமிகள் தந்தார். அதன் பின்னரே அவர்களை மேடையேற அனுமதித்தார். எனவே அவரை 'நாடகத் தலைமையாசிரியர்' என்று நாடக உலகு போற்றிக் கொண்டாடுகிறது.

6.2.5 பம்மல் சம்பந்த முதலியாரின் பங்களிப்பு

இருபதாம் நூற்றாண்டுத் தமிழ் நாடக வளர்ச்சிக்குப் பம்மல் சம்பந்த முதலியார் பெரும் பங்களிப்புகளைத் தந்துள்ளார். தொண்ணூற்றுக்கும் மேலான பலதரப்பட்ட மேடை நாடகங்களை எழுதியுள்ளார். தமிழ் மேடை நாடக உரைநடைப் பாரம்பரியத்தைத் தொடங்கி அதை நிலைநாட்டினார். மேடை நாடகாசிரியர், நடிகர், இயக்குநர், பயிற்றுநர், எழுத்தாளர் எனப் பன்முக ஆற்றலை அவர் கொண்டிருந்தார். சமுதாயத்தில் முன்பு

நாடகம் என்றால் 'கூத்து', 'கூத்துக்காரர்களின் ஆட்டம்' என்ற தாழ்ந்த மதிப்பீடாக இருந்தது. அதை மாற்றி, நாடகக் கலைக்கு உயர்ந்த இடத்தைப் பெற்றுத் தந்தார்.

சென்னையில் 'சுகுண விலாசச் சபா' என்ற அமெச்சூர் நாடக மன்றத்தையும் பயில்முறை நாடகக் குழுக்களையும் அமைத்தார். அவருடைய சில நாடகங்களில் கீர்த்தனைகளைச் சேர்த்தார். பாரசீக, ஆங்கில மேடை நாடக அம்சங்கள் சிலவற்றைத் தமிழ் மேடை நாடகம் உள்வாங்கும்படிச் செய்தார். 'விடிய விடிய' என்ற முன்பிருந்த நாடகக் கால அளவை மாற்றி மூன்றுமணிநேரமாகச் சுருக்கி வழிகாட்டினார். இறுதி மூச்சு உள்ள வரை மேடை நாடகத்துக்குப் புத்துயிர் ஊட்டினார்.

6.2.6 இருபதாம் நூற்றாண்டில் மற்ற பங்களிப்புகள்

எம். கந்தசாமி முதலியார், சி. கன்னையா, நவாப் டி.எஸ். ராஜமாணிக்கம் பிள்ளை, டி.கே.எஸ் சகோதரர்கள், ஆர்.எஸ். மனோகர் போன்ற பலர் தமிழ் மேடை நாடகக் கூறுகளில் மாற்றங்கள் செய்து மேம்படுத்தியுள்ளார்கள். புராண, இதிகாசக் கதைகளையும் சமயம் சார்ந்த கதைகளையும் நெறிகளையும் முன்னிறுத்திப் பாரம்பரிய மேடை நாடகம் மேடையேற்றப்பட்டது.

இந்திய விடுதலைப் போராட்டக் காலத்தில் தேசபக்தி நாடகங்கள் ஆட்சியில் இருந்த ஆங்கிலேய அரசு அஞ்சும் அளவுக்கு மக்களின் ஆதரவைப் பெற்றன. விடுதலைக்குப் பின் திராவிட இயக்கக் கொள்கைகளை அறிஞர் அண்ணா, கலைஞர் கருணாநிதி, நடிகவேள் எம்.ஆர். ராதா போன்றோர் சமுதாயச் சீர்திருத்த நாடகங்களாக அரங்கேற்றம் செய்தார்கள்; மேற்கத்திய நாடக உத்திகள் சிலவற்றையும் கையாண்டார்கள். அரசியல் பிரச்சாரங்களுக்கு அவை பெரிதும் உதவின. ஏன் அரசியல் மாற்றத்துக்கே இட்டுச் சென்றன என்ற உலக வரலாற்று முதல் பதிவாகவும் அவை அமைந்தன.

என்.எஸ். கிருஷ்ணனின் நாடகங்களில் சிந்தனையைத் தூண்டும் நகைச்சுவை உரையாடல் முக்கியத்துவம் பெற்றது. சேவா ஸ்டேஜ் என்ற நாடகக் குழுவை நிறுவிய எஸ்.வி. சகஸ்ரநாமம் அரங்க நிர்மாணம், ஒளி அமைப்பு ஆகியவற்றில் புதிய கலை நுணுக்கங்களைப் புகுத்தினார். அரசியல் அங்கத நாடகங்களை 'சோ' ராமசாமி எழுதிப் புகழ் பெற்றார். எஸ்.வி. சேகர், கிரேஸி மோகன், காத்தாடி ராமமூர்த்தி போன்றோரின் நாடகங்கள் நிகழ் நேரத்தில் சிரிப்பை உண்டாக்கும் வேடிக்கையான சூழ்நிலைகளையும் உரையாடலையும் முன்னிலைப்படுத்தின.

மேற்கத்திய நவீன இலக்கிய இயக்கங்கள், அவை சார்ந்த நாடகவியல் கோட்பாடுகள், செய்முறை முயற்சிகள், பயிற்சிகள் ஆகியவற்றின் தாக்கங்களை 1970களுக்குப் பின்னர் நிகழ்த்தப்பட்ட சோதனை தமிழ் மேடை நாடகங்களில் காணமுடிகிறது. தமிழ் இலக்கியவாதிகளான இந்திரா பார்த்தசாரதி, ந. முத்துசாமி, சே. ராமானுஜம், மு. ராமசாமி, ஜெயந்தன், பிரபஞ்சன், பிரளயன் போன்றோர் நவீன மேடை நாடக வளர்ச்சிக்குக் குறிப்பிடத் தகுந்த பல பங்களிப்புகளைத் தந்துள்ளார்கள்.

'கூத்துப் பட்டறை, பரீக்ஷா, சென்னைக் கலைக்குழு, வீதி, நிஜ நாடக இயக்கம், சுதேசிகள், கூட்டுக் குரல்கள், ஆழி, தன்னானே, தீட்சண்யா, ஆடுகளம், ஐக்யா, மௌனக்குரல், யதார்த்தா' போன்ற நவீன நாடகக் குழுக்கள் புதிய அர்த்தமுள்ள நாடக இயக்கத்தை உருவாக்குவதில் ஈடுபட்டு வருகின்றன. இன்றைய தமிழ் மேடை நாடகத்தில் பரிமாண மாற்ற முயற்சிகள் பல உள்ளன. ஆனால் சிறுசிறு பார்வையாளர் குழுக்களையே அவற்றால் ஈர்க்கமுடிகிறது. போதிய ஆதரவு இல்லாததால் முத்தமிழில் நாடகத் தமிழ் இன்று மிகவும் நலிவடைந்துள்ளது.

6.3 தமிழகத்தில் பிறமாநில நாடகங்களின் தாக்கம்

நாடகத்தமிழின் தொடக்கக் காலம் முதலாக பிறமாநிலப் பனுவல்களின் மேடை நாடகத் தமிழாக்க வாயில் திறந்தே வைக்கப்பட்டுள்ளது. பாடலும் ஆடலுமான பண்டைய தமிழ் நாடகத்தின் கதைக்கூறுகளுள் பெரும்பாலானவை சமஸ்கிருதப் புராண, இதிகாசத் தழுவல்களாகும். குறிப்பாக மகாபாரத, ராமாயணக் கதைக் கூறுகள் அந்நியப் புலங்களில் இருந்து பெற்றவை. அவை தமிழகக் கோவில் திருவிழாக்களில் தமிழ் நாடகங்களாகவே அரங்கேறும் பாரம்பரியம் மிக நீண்டது. பழங்காலப் பண்டிகைகளுள் ஒன்றாகிய காமன் பண்டிகை இன்றும் தமிழகத்தின் பல பகுதிகளில் கொண்டாடப்படுகிறது. அப்போது பொதுவெளியில் நிகழ்த்தப்படும் சிவன் – மன்மதன் – ரதி நாடகத்தின் கதைக் கூறும் ஒரு சமஸ்கிருதப் புராணத்தின் தழுவல்தான். இத்தகைய தழுவல்கள் தமிழக நாட்டுப்புறக் கலைகளில், குறிப்பாகத் தெருக்கூத்துப் பாரம்பரியத்தில் ஆதிக்கம் செலுத்தி வருகின்றன.

நவீன தமிழ் மேடை நாடகங்களில் காணப்படும் பகடி, அங்கதக் கூறுகள் பலவும் இப்படிப்பட்ட கர்ணபரம்பரைத் தழுவல்களின் பின்புலத்தில் அமைந்துள்ளன. இக்கூறுகளை அடித்தளத்தில் உள்ள தழுவல்களோடு இணைத்துப் பார்க்க வேண்டும்; அதனால் விளையும் முரண்நகையை உணரவேண்டும்; அப்போது இவற்றை ரசித்து உள்வாங்க முடியும்.

6.3.1 பாகவத மேளா

பதினாறாம் நூற்றாண்டில் தஞ்சாவூரில் நாயக்க மன்னர்களின் ஆட்சி நடந்து வந்தது. அக்காலத்தில் அரசு ஆதரவுடன் மெலட்டூர், சாலியமங்கலம், நல்லூர், தேப்பெருமாள் நல்லூர், ஊத்துக்காடு, சூலமங்கலம் ஆகிய சிற்றூர்களுக்கு ஆந்திராவிலிருந்து பாகவத மேளா கலைஞர்கள் குடிபெயர்ந்தனர். இவ்வூர்களில் 1645ஆம் ஆண்டுமுதல் 1938வரை பாகவத மேளா எனும் இசை, நாட்டிய நாடகங்களை இக்கலைஞர்கள் தொடர்ந்து நடத்தினர். ஆனால் மெலட்டூரிலும் சாலியமங்கலத்திலும் மட்டும் இப்பாரம்பரியம் இன்றுவரை தொய்வின்றிப் பாதுகாக்கப்பட்டு வருகிறது.

பாகவத மேளா, பலதரப்பட்ட நுண்கலை, நிகழ்கலை, செவ்வியல் மரபுக் கூறுகளை ஒருங்கிணைத்து உருவாக்கப்பட்ட இசை-நாட்டிய-நாடக வடிவமாகும். இவ்விழாவில் சமஸ்கிருதப் புராண, இதிகாசக் கதைக் கூறுகளை மையமாகக் கொண்ட 'பக்தப் பிரகலாதா, விப்ரநாராயணா, ருக்மாங்கதா, ருக்மணி கல்யாணம், சீதா கல்யாணம்' ஆகிய நாடகங்கள் அர்ப்பணிப்புடன் அரங்கேற்றம் பெறுகின்றன. பாடல்களும் இடையிடையே வரும் வசனங்களும் முழுக்க முழுக்கத் தெலுங்கு மொழியில் அமைந்தவை.

மின்சார ஒலி-ஒளி வசதி ஓரளவு இருந்தாலும், நடப்பட்ட வாழைத் தண்டுகளின் மேல் ஏற்றிய நெய்ப்பந்த ஒளி-வசதிப் பாரம்பரியமும் போற்றிப் பாதுகாக்கப்படுகிறது. உயரமான மேடை கிடையாது; பின்பக்கத் திரைச்சீலை உண்டு. மற்ற மூன்று பக்கங்களிலிருந்தும் பார்வையாளர்கள் நிகழ்கலையைக் கண்டு, கேட்டு ரசிக்கமுடியும். நட்டுவாங்க, இசைக்கலைஞர்கள் பக்கவாட்டில் அமர்ந்து பாடி, வாசிக்கின்றனர்.

சமஸ்கிருத நாடகப் பனுவல் அமைப்பு அப்படியே பின்பற்றப்படுகிறது. சூத்ரதாரி நாட்டிய 'முகமன்' செய்கிறார். பின் விநாயக விஜயம் நிகழ்கிறது. 'பிரவேசம்' என்ற நாடக முறைப்படி முக்கியக் கலைஞர் ஒவ்வொருவராகத் தோன்றி, ஆடித் தங்களை அறிமுகம் செய்துகொள்கிறார்கள். கதகளியில் 'திரநோட்டம்' என்று அழைக்கப்படும் முறையில் மையப் பெண்கதாபாத்திரம் திரைக்குப்பின் தோன்றி, ஆடித் திரையை விலக்கித் தன் முகத்தைக் காட்டுகிறார். ஐந்து மணி நேரத்திற்குச் சற்று மிகுதியாகவே இசை-நாட்டிய-நாடகம் நடக்கிறது.

பாகவத மேளா நாடகத்தின் எழுத்துக்கூறு தெலுங்கில் எழுதப்பட்ட பாடல்களால், வசனங்களால் ஆனது. இசையோ

கே. தியாகராஜன்

பாரம்பரியக் கர்நாடக இசையின் பல ராகங்களில் அமைந்தது. நாட்டியமோ பரதம், யட்சகானம், குச்சிப்புடி, கதகளி ஆகிய நாட்டிய வகைகளிலிருந்து பெறப்பட்ட அடவுகள், அபினயங்கள், முத்திரைகள் ஆகியவற்றால் ஆனது.

வியத்தகு நாட்டிய நுணுக்கங்களோடு உயிர்ப்புள்ள உடல்மொழியையும் முகபாவங்களையும் நடிகர்கள் செம்மையாக ஒருங்கிணைக்கிறார்கள்; மிகுந்த பயபக்தியுடன் அர்ப்பணிப்பு உணர்வுடன் கதாபாத்திரங்களை வானளாவ வியாபிக்கச் செய்கிறார்கள். காண்பேோர் சிலிர்த்துப்போகிறார்கள். பெரும்பாலான ரசிகர்கள் நாடகப் பனுவலின் மொழியான தெலுங்கைப் புரிந்துகொள்ள முடியாதவர்கள். ஆனால் பாகவத மேளாவின் கதைக் கூறுகள் இந்தியத் தேசம் முழுவதுக்கும் பொதுச் சொத்தான சமஸ்கிருதப் புராண, இதிகாசங்களிலிருந்து எடுக்கப்பட்ட தெலுங்குத் தழுவல்கள். பல்வகை நாட்டியத்தில் வெளிப்படும் பண்பட்ட உடல்மொழி, இசை, அரங்க அமைப்பு, ஆடை அணிகலன்கள், ஒப்பனை, ஒலி–ஒளி ஆகிய மேடை நாடகப் பல்லடுக்குக் கூறுகள் ஒத்திசைகின்றன; தெலுங்குமொழிக் கூறை ஓரம்கட்டுகின்றன. காண்போருடைய புரிதலுக்கு எந்தச் சிரமமும் தராமல் நிகழ்கலையை அழகியல் செம்மையுடன் மேலெடுத்துச் செல்கின்றன.

மேடை நாடகத்தின் எழுத்துக் கூறையும் எழுத்தில்லாத வேறு பல கூறுகளையும், செம்மையாக ஒருங்கிணைப்பதால் அதன் கூட்டுப்பொருள் உருவாக்கம் பெறுகிறது (காண்க. ப–ள். 437–9). எழுத்துக் கூறு உதவாத நேரத்தில் மற்ற கூறுகள் பேருதவி செய்யும். எனவே மொழிபெயர்ப்பாளர் நாடகத்தின் எழுத்துக் கூறு ஒன்றில் மட்டும் முழுக் கவனத்தையும் செலுத்தக் கூடாது; மற்ற கூறுகளிலும் சம அளவில் கவனம் செலுத்த வேண்டும் என்பதற்கு பாகவதமேளா ஒரு நல்ல எடுத்துக்காட்டு ஆகும். உண்மையில் அதில் மற்ற கூறுகளே ஆட்சி செலுத்துகின்றன.

பிறமொழிப் பார்வையாளர்களுக்குப் பாகவத மேளாவின் பனுவல் மொழி தெலுங்கு புரியாது. ஆனால் அதைப் புறந்தள்ளி விட்டு, உடல்மொழி முன்னுக்கு வருகிறது. அதோடு மற்ற கூறுகள் ஒத்திசைகின்றன. அவர்களை வசியப்படுத்துகின்றன. மாறாக, பனுவலின் தெலுங்கு மொழி எழுத்துக் கூறை முன்னிறுத்தி, எழுத்தில்லாத தலையாய கூறுகளைப் புறந்தள்ளினால், பிறமொழிப் பார்வையாளர்களை ஈர்க்கமுடியாமல் போகும். நிகழ்கலையின் பெரும்பகுதி சிதைவுறுவதால், நாடகத்தை அவர்களால் ரசிக்கமுடியாமலும் போகும்.

6.3.2 மராத்திய மன்னர்காலப் பன்மொழி நாடக வளர்ச்சி

மோடி ஆவணங்கள் என்பவை தஞ்சையை ஆண்ட மராத்திய மன்னர்கால வரலாற்று நிகழ்வுகளைப் பதிவுசெய்துள்ள கையெழுத்துச் சுவடிகளாகும். மோடி என்ற மராத்திய அகரவரிசை எழுத்துமுறையில் எழுதப்பட்டதால் இவை இப்பெயர் பெற்றன. மராத்திய மன்னர்காலத் தஞ்சையில் கலைகளின் வளர்ச்சி பற்றிய பல அரிய குறிப்புகள் மோடி ஆவணங்களில் உள்ளன. நாயக்க மன்னர்களின் ஆட்சிக்குப் பின் தஞ்சாவூரில் மராத்திய மன்னர்களின் ஆட்சி 1674ஆம் ஆண்டு தொடங்கியது. தஞ்சையை ஆண்ட மராத்திய மன்னர்கள் பன்மொழிப் புலமையோடு இசை, நாட்டிய, நாடகப் புலமை மிக்கவர்களாகவும் புரவலர்களாகவும் இருந்தனர். இக்கலைகளை வளர்க்கப் பெரிதும் உதவினர்.

சமஸ்கிருதம், மராத்தி, தெலுங்கு, தமிழ் ஆகிய நான்கு மொழிகளில் பாடல்களுடன் கூடிய ‘தியாகராஜ விநோதச் சித்திரப் பிரபந்தம்’ என்ற இசை நாடக நூலைத் தெலுங்கில் மன்னர் ஸாஹஜி இயற்றினார். அவர் எழுதிய பல நாடக நூல்களுள் ‘காவேரி கல்யாண நாடகம்’ தமிழ்மொழியில் தெலுங்கு எழுத்தில் அமைந்தது. ஸாஹஜிக்குப் பின் ஆட்சிக்கு வந்த தஞ்சை மராட்டிய மன்னர்களும் பன்மொழிப் புலத்தை ஊக்குவித்தனர்; நாடகாசிரியர்களாகவும் இசை வல்லுநர்களாக வும் விளங்கினர். அவர்கள் தங்கள் அரசவையில் பன்மொழிப் புலவர்களை ஆதரித்தனர். புலவர்களும் பல நாடக நூல்களைப் பல மொழிகளில் இயற்றினர். நாயக்க அரசின் பல்கலை முத்திரை யான பாகவத மேளா போற்றிப் பாதுகாக்கப்பட்டது.

மன்னர்களும் புலவர்களும் எழுதிய பல நாடகங்கள் அரசவையில் அரங்கேற்றம் பெற்றன. சிவகங்கைக் கோட்டை யிலும் இவை மேடையேறின. விநாயகர் சதுர்த்தி விழாவில் இருபத்திரண்டு நாட்களுக்குத் தினம் ஒரு நாடகம் மேடையேற்றம் பெற்றதும் உண்டு. பெண்களும் நாடக நடிகர்களாக இருந்தனர் என ஒரு குறிப்பு சொல்கிறது. ‘பஞ்சபாஷா’ என்ற நாடகம் ஐந்து மொழிகளால் ஆனது. கண்ணன் சமஸ்கிருதத்திலும், மற்ற நான்கு பாத்திரங்கள் தமிழ், தெலுங்கு, மராத்தி, இந்துஸ்தானி ஆகிய நான்கு மொழிகளிலும் உரையாடுகின்றனர்.

மன்னர் துக்கோஜி தெலுங்கில் எழுதிய ‘சிவகாமசுந்தரி பரிணயம்’ என்ற நாடகம் மகாதேவபட்டணத்தில் கோவில் திருவிழாவில் மேடையேற்றப்பட்டது. பரவலாகப் பல இடங்களில் பொம்மலாட்டம் நடத்தப்பட்டது. தனியார் பலர் அரசின் அனுமதியோடும் சில நேரங்களில் பொருளுதவியோடும்

கோவில் திருவிழாக்களில் பன்மொழி நாடகங்களை நடத்தியதாக வேறொரு குறிப்பு சொல்கிறது.

6.4 தமிழ் நாடகத்தில் பிறநாட்டுப் பாரம்பரியங்களின் தாக்கம்

தமிழ் மேடை நாடகம் இந்தியாவுக்குள்ளே பிற மொழி நாடகத் தழுவல்களுக்கான வாயிலைத் தொடக்கம் முதலாகத் திறந்துவைத்திருந்தது. இதற்கான சான்றுகளை மேலே கண்டோம். இதனுடைய அடுத்தகட்ட நீட்சியாகப் பிறநாடுகளின் பாரம்பரியங்களுக்கான வாயிலும் திறக்கப்பட்டது. சுந்தரம் பிள்ளையின் நாடகம் 'மனோன்மணீயம்' (1891) லிட்டன் பிரபு என்பவரின் The Secret Way என்னும் ஆங்கிலக் கவிதையின் தழுவலாகும். அது ஷேக்ஸ்பியரின் நாடகக் கட்டமைப்பைப் பின்பற்றி எழுதப்பட்ட ஐந்தங்கக் கவிதை நாடகமாகும்.

க. நா. சுப்பிரமணியம் Shakespeare in Tamil என்ற கட்டுரையில் இவ்வாறு சொல்கிறார்: It drew inspiration from a mediocre poem of Lord Lytton forgotten by the Englishmen themselves … It is a bad drama and worse verse, but it shows the attempt to recreate a completely new genre in Tamil modelled on Shakespeare.

இந்தப் பகுதி பார்சி நாடகம், ஐரோப்பிய நாடகம் ஆகிய இரண்டும் தமிழகத்தில் ஏற்படுத்திய தாக்கங்களைப் பேசுகிறது.

6.4.1 பார்சி நாடகம்

1935 வரையில் பாரசீகப் பேரரசு (Persia) என்று அறியப்பட்ட நிலப்பரப்பு, பின்னர் ஈரான் என்று பெயர்பெற்றது. அதனுடைய பாரம்பரிய மொழியும் மக்களின் பெயரும் பார்சி (Parsi) அல்லது ஃபார்சி (Farsi) ஆகும். அந்த மக்கள் ஜோராஸ்ட்ரியனியம் (Zoroastrianism) என்ற தொன்மையான மதத்தைப் பின்பற்றி வந்தனர்.

முஸ்லிம்களின் தொடர் படையெடுப்பு, மதம்சார் அடக்குமுறைகள், கொடுமைகள் ஆகியவற்றால் பண்டைய பாரசீக அரசும் மதமும் வலிமை இழந்தன. ஜோராஸ்ட்ரிய பார்சிகள் மையநிலையில் இருந்து விளிம்புநிலைக்குத் தள்ளப் பட்டனர்; இஸ்லாமிய மேலாதிக்க மதக் கொடுமைகளைத் தாங்கமுடியாத அவர்கள், அடைக்கலம் தேடிப் பிறநாடுகளுக்கு அகதிகளாக, குழுக்கள் குழுக்களாகப் புலம்பெயர்ந்தனர். ஏறத்தாழ 8ஆம் நூற்றாண்டிலேயே தொடங்கிய பார்சி அகதிகளின் இந்திய வருகை மேலும் பல நூற்றாண்டுகளுக்குத் தொடர்ந்தது.

இவ்வாறு இந்தியா வந்தடைந்த பார்சிகள் பொருளாதாரம், பாதுகாப்பு, பெருவணிகம், கல்வி, தொழில் வளர்ச்சி எனப்

பல துறைகளில் தீவிரப் பங்குபெற்று, இந்தியச் சமூகத்தில் இரண்டறக் கலந்தனர். அவர்களுடைய பாரம்பரிய மதத்தையும் பாதுகாத்தனர். எல்லாவற்றுக்கும் மேலாக, பார்சி நாடகக் கலையையும் இந்தியாவுக்குக் கொண்டுவந்து பெரிய தாக்கத்தை ஏற்படுத்தினர். இந்திய மேடை நாடகத்திலும், பின்னாளில் பாலிவுட் திரையுலகத்திலும் தங்களுடைய முத்திரைகளைப் பதித்தனர்.

செல்வமும் செல்வாக்கும் பெற்ற பார்சிகள் பல நாடகக் குழுக்களை மும்பையில் தோற்றுவித்து ஆதரித்தனர். பார்சி நாடகம் 1850 முதல் 1930 வரையிலான காலகட்டத்தில் பெரும் புகழ் பெற்றது. அது ஐரோப்பிய நாடக உத்திகளையும், இந்திய நாட்டுப்புற நாடகக் கூறுகள், இசை நாட்டிய நாடகக் கூறுகள் ஆகியவற்றையும் ஒருங்கிணைத்து, இந்திய நாடக வரலாற்றில் புதிய தடம் பதித்தது. பார்சி நாடக மேடையேற்றத்துக்காக, Bombay Theatre, Grant Road Theatre என்ற இரு பெரிய நாடக அரங்குகள் மும்பையில் நிர்மாணிக்கப்பட்டன.

பார்சி நாடகங்களின் அரங்க வடிவம் இந்திய நாடக நிகழ்கலையில் ஒரு திருப்பத்தை ஏற்படுத்தியது எனச் சொல்ல வேண்டும். அது ஐரோப்பிய 'பிரசனியம் அரங்கு' (Proscenium theatre) போல அமைக்கப்பட்டதாகும். மேடையின் பிரமாண்ட முகப்புப் பகுதி சதுர அல்லது வளைவு வடிவில் அழகிய வேலைப்பாடுகள் கொண்டது. அதற்குப் பின்னே பிரமாண்ட திரைச் சீலைகள் இருந்தன. அவை காட்சிகளின் பின்புலத்திற்குப் பொருத்தமான சித்திரங்களால் தீட்டப்பட்டிருந்தன. அவற்றை ஒரு நிமிடத்தில் காட்சிகளுக்கு ஏற்றவாறு மாற்றி மாற்றி அமைக்கமுடியும்.

கதைக்கும் மேடைக் காட்சிகளுக்கும் ஏற்ற ஆடம்பர அணிகலன்கள், பிரமாண்ட இருக்கைகள், அலங்காரப் பொருள்கள் ஆகியவை நாடகத்துக்கு மெருகேற்றின. மின்வசதி இல்லாத அக்காலத்தில், பெரிய பெரிய 'கியாஸ் லைட்டுகள்' மேடைக்கு முன்னே தரையில் வரிசையாக வைக்கப்பட்டன. நடிகர்களின் நுண்ணிய முகபாவங்களை அவையோர் கண்டு பிரமிக்கும்வகையில் அவை வெளிச்சம் பாய்ச்சின. கட்டணத்திற்கு ஏற்ப அவையோரின் இருக்கைப் பகுதிகள், மகளிர்க்கான தனிக் காட்சிகள், இடைவேளை, சிற்றுண்டி என அனைத்துமே 'பிரமாண்டம்', 'பிரமாண்டம்' என்று சொல்ல வைத்தன. நாடகங்களுக்கு முன்பில்லாத கண்ணியத்தையும் மரியாதையையும் சேர்த்தன.

பார்சி நாடக மேடை உத்திகளும் குறிப்பிடத்தக்கவை: 'முன் மேடை', 'பின் மேடை' என நாடகம் நிகழும் மேடை இரு

கே. தியாகராஜன்

பகுதிகளாகப் பிரிக்கப்பட்டிருந்தது. முன் மேடைக்குரிய திரைச் சீலையின் சித்திரம் ஒரு தெருவைக் காட்சிப்படுத்தியது. அங்கே நாடகத்தின் துணைக் கதை நிகழ்ந்தது. பொதுவாக அதில் துணைப் பாத்திரங்கள் தோன்றி அவையோரை மகிழ்விக்க நகைச்சுவைக் காட்சிகளை நிகழ்த்தினர். அவை நிகழும்போது முன்மேடை திரை மறைவில் அடுத்த காட்சிக்கான பெரிய ஏற்பாடுகள் பின் மேடையில் செய்யப்பட்டன.

பின் மேடையில் கதையின் மையக் கூறுகளை மையப் பாத்திரங்கள் நிகழ்த்தினர். வழிபாட்டு இடங்கள், அரசவை, மந்திராலோசனைக் கூடம், அந்தப்புரம், அரண்மனைத் தோட்டம் போன்றவை பின் மேடையில் காட்சிப்படுத்தப்பட்ட பிரமாண்ட இடங்களாக இருந்தன. மையப் பாத்திரங்கள் முன் மேடையில் தோன்றுவது அரிது. துணைப் பாத்திரங்கள் பின் மேடையில் மிக்க பணிவோடு, மரியாதையோடு பேசினர்; நடமாடினர். காட்சிகள் முன் மேடையிலும், பின் மேடையிலும் மாறி மாறி நிகழ்ந்தன.

இத்தகைய பார்சி நாடகப் பிரமாண்டங்கள் தமிழகக் கூத்துப் பாரம்பரியத்தில் இல்லாத அம்சங்களாகும். பின்னாளில் அவை டி.கே.எஸ் சகோதரர்கள், ஆர்.எஸ். மனோகர் போன்றோரின் சில நாடகங்களுக்கு முன்னோடிகளாக இருந்தன. ஏன், இந்திய நாடகப் பாரம்பரியத்துக்கே இந்த அம்சங்கள் புதியவையாகும்.

உருது, இந்துஸ்தானி, குஜராத்தி, ஆங்கிலம் ஆகிய பல்வேறு மொழிகளில் பார்சி நாடகங்கள் அரங்கேறின. சில பாடல்களாகவும் சில உரையாடலாகவும் வேறு சில இரண்டும் கலந்த நடையிலும் நிகழ்ந்தன. Rustom and Sohrab போன்ற பாரசீகப் பழங்கதைகள், ஆயிரத்தோரு இரவுகள் போன்ற அரேபியக் கதைகள், மகாபாரத – ராமாயண இந்தியக் கதைகள், ஷேக்ஸ்பியருடைய ஆங்கில இன்பியல்/துன்பியல் நாடகங்கள் எனப் பலதரப்பட்ட கலாச்சாரங்களே கதைக் கூறுகளைத் தந்தன. அவற்றின் தழுவல்களாகப் பார்சி நாடகங்கள் அமைக்கப்பட்டன.

அவ்வாறு பல மதங்களில் இருந்தும் பெற்ற கதைகளின் தழுவல் நாடகங்களை முராத் அலி முராத் போன்ற முஸ்லிம் நாடகாசிரியர்கள் எழுதினர். சோரப்ஜி ஓக்ரா போன்ற பார்சிகள் அவற்றுக்கு இயக்குநர்களாக இருந்தனர். பல மதங்களைச் சார்ந்தவர்கள் நடிகர்களாகவும் உதவியாளர்களாகவும் இருந்தனர்.

உருது, இந்துஸ்தானி, குஜராத்தி, பார்சி, ஆங்கிலம் ஆகிய மொழிகள் பேசும் இந்திய இந்துக்கள், முஸ்லிம்கள், கிறித்தவர்கள், பார்சிகள் ஆகியோர் பார்சி நாடகங்களைக் கண்டு களித்தனர். எனவே அவை அனைத்தும் மிகுந்த கவனத்துடன் மதச் சார்பின்மையைக் கடைப்பிடித்து எழுதப்பட்டன. நாடகக்

கதைகள் பல மதங்களைச் சார்ந்து இருந்தாலும், சர்ச்சைக்குரிய அம்சங்கள் அவற்றில் ஏதுமிருந்தால் அவை மிகுந்த எச்சரிக்கை யுடன் தவிர்க்கப்பட்டன. எல்லாருக்கும் ஏற்புடைய நடுநிலை அம்சங்களே எடுத்துக்கொள்ளப்பட்டன. இதை உறுதிசெய்யப் பார்சி நாடகங்களில் மதச் சார்பின்மை ஓர் இன்றியமையாக் கூறாக அமைந்தது.

மும்பை என்ற ஒரே நகரத்தோடு நின்றுவிடாமல், தொலைதூரப் பயணங்களுக்கும் இடம்கொடுத்து, இந்திய நகரங்கள் பலவற்றில் பார்சி நாடகங்கள் மேடையேற்றம் பெற்றன; அவற்றுள் சென்னையும் இருந்தது.

6.4.2 மேற்கத்திய நாடகம்

இந்தியாவின் பிரிட்டிஷ் காலனிய ஆட்சிக் காலத்தில் 1835ஆம் ஆண்டு ஆங்கிலக் கல்விச் சட்டம், 1835 (English Education Act, 1835) இயற்றப்பட்டது. அதனுடைய முன்வடிவு மக்கோலி பிரபு (Lord Macaulay) எழுதிய கோப்புகளின் குறிப்பில் வரலாற்று ஆவணமாக உள்ளது. காலனிய இந்திய மண்ணின் மைந்தர்களுள் திறம் மிக்க சிலரைப் 'பண்படுத்தி', 'கற்றறிந்தவர்களாக' ஆக்குவதற் கான கல்விச் சட்ட முன் வடிவமாக அது உருப்பெற்றது.

மக்கோலி பிரபு அச்சட்டத்தின் அடிப்படையான நோக்கத்தைப் பின்வரும் சொற்களில் தெளிவாக்குகிறார்: We must at present do our best to form a class who may be interpreters between us and the millions whom we govern – a class of persons Indian in blood and colour, but English in tastes, in opinions, in morals and in intellect. கற்றறிந்த அந்தச் சில இந்தியர்களின் தகுதிகள் என்னென்ன என்றும் குறிப்பிடுகிறார்: . . . a learned native [should be] familiar with the poetry of Milton, the metaphysics of Locke, and the physics of Newton . . .

> "தற்போது நம்மால் [ஆங்கிலேயர்களால்] மிகச் சிறப்பாக முடிந்தவற்றைச் செய்து இந்தியாவில் ஒரு புதிய இனத்தினரை உருவாக்கவேண்டும். அவர்கள் நமக்கும் நாம் ஆளும் லட்சக்கணக்கான மக்களுக்கும் இடையே உரைபெயர்ப்பாளர்களாக இருப்பார்கள். அந்த இனத்தினர் தோற்றம், நிறம், ரத்தம் ஆகியவற்றில் இந்தியர்களாகவும் ரசனைகள், எண்ணங்கள், அறங்கள், மதிநுட்பம் ஆகியவற்றில் பிரிட்டிஷ் மக்களாகவும் இருப்பார்கள். . . . (அவர்கள்) மில்டனின் கவிதைகள், ஆங்கிலத் தத்துவ மேதை ஜான் லாக் (John Locke) வகுத்த கோட்பாடுகள், நியூட்டனின் இயற்பியல் ஆகியவற்றைப் படித்திருக்க வேண்டும்."

இப்படியாக இந்தியர்களுடைய ஆங்கிலக் கல்வியின் அழுத்த மான ஆரம்பப்புள்ளி மக்கோலி பிரபுவின் கோப்புக் குறிப்பில் வைக்கப்பட்டது. தொடக்கக் காலத்தில் இந்தியாவில் நிறுவப்பட்ட அரசு மாநிலக் கல்லூரிகளின் பொது ஆங்கிலக் கல்வித் திட்டத்தை ஆங்கிலேயப் பேராசிரியர்கள்தான் வகுத்தனர்; பல ஆண்டுகள் ஆங்கிலேயர்களே கல்லூரி முதல்வர்களாகவும் இருந்தனர்.

இவ்வாறாக கல்லூரியின் பொது ஆங்கிலக் கல்வியில் ஆளுமை மிக்க ஆங்கிலக் கலாச்சாரச் சின்னமாக மில்டன் இருந்தார். அவருடன் பின்னர் ஷேக்ஸ்பியரும் சேர்க்கப்பட்டார். John Ruskin, Matthew Arnold, Robert Browning, Alfred Tennyson, D.H. Lawrence போன்றோரின் இலக்கியப் படைப்புகளும் இடம்பெற்றன. இந்திய விடுதலைக்குப் பின் காலப்போக்கில், பல சிறிய நகரங்களில் கூட கலை, அறிவியல் கல்லூரிகள் நிறுவப்பட்டன. ஆனால் கட்டாயப் பொது ஆங்கிலக் கல்விப் பாடத்திட்டத்தில் மில்டனும் ஷேக்ஸ்பியரும் தொடர்ந்து இடம்பெற்றனர். 1960கள்வரை இளநிலை பட்டப் படிப்பில், சென்னை பல்கலைக்கழகத்தில் முதல் இரண்டு ஆண்டுகளுக்கும், அண்ணாமலை பல்கலைக் கழகத்தில் மூன்று ஆண்டுகளுக்கும் இவர்கள் வலம்வந்தனர்.

பல மாணவர்களுக்கு அது துன்பமாக இருந்தது. தேர்வில் வெற்றிபெறுவதற்கு ஆங்கிலக் ‘கலாச்சாரச் சின்னங்கள்’ கைகொடுக்கவில்லை: சந்தையில் விற்ற ‘முந்திய தேர்வுகளின் கேள்விகளும் அவற்றுக்கான பதில்களுமாக’ எளிமையாக எழுதப்பட்ட மாணவர் கையேடுகள் உதவின. இத்தகைய ‘கட்டாய ஆங்கிலத் திணிப்புக்கு’ எதிர்ப்புக் குரல்கள் எழவில்லை; போராட்டங்கள் வெடிக்கவில்லை.

சில மாணவர்களுக்கு ஆங்கிலக் கல்வி உண்மையில் பெரும் உற்சாகத்தைத் தந்தது. அதை நல்வாய்ப்பு என அவர்கள் விரும்பி வரவேற்றனர். பட்டத்துக்காகப் படிக்கவேண்டிய படைப்புகளைக் கூர்ந்து வாசித்தனர். அப்பால் உள்ள வேறு பல மேற்கத்திய படைப்புகளையும் தேடித்தேடிக் கண்டுபிடித்து, ரசித்து வாசித்து உள்வாங்கினர். அத்தகைய புரிதல்களின் பயன்களைத் தமிழ் நாடக வளர்ச்சிக்குத் தர முனைந்தனர். அவை வரலாற்று பங்களிப்புகளாகப் பதிவு பெற்றன. அவற்றை ஷேக்ஸ்பியர் நாடக மொழியாக்கம், மேற்கத்திய நவீன நாடகக் கதைக்கருக்களின் தாக்கம், நவீன அரங்கு எனும் மூன்று பிரிவுகளில் காணலாம்.

6.4.2.1 ஷேக்ஸ்பியர் நாடக மொழியாக்கம்

தமிழ் நாடக ஆர்வலர்கள்மேல் ஷேக்ஸ்பியர் பல்லாண்டு களாகத் தொடர்ந்து தாக்கத்தை ஏற்படுத்திவருகிறார். சுமார்

ஐம்பதாண்டுக் கால இடைவெளிகளில் பம்மலார், விரிசை அருளிளங்குமரன், ஜெயபாரதன் ஆகிய மூவரின் ஷேக்ஸ்பியர் நாடக மொழியாக்கங்கள் வெளிவந்துள்ளன. அவற்றின் சில பகுதிகள் இங்கு ஆய்வுக்கு எடுத்துக்கொள்ளப்படுகின்றன.

பம்மல் சம்பந்த முதலியார்

வேணுகோபாலாச்சாரியார் என்பவர் எழுதிய 'வெனிஸ் வர்த்தகன்' என்ற மொழிபெயர்ப்பு நாடகத்தைத் தன்னுடைய நாடகத் தமிழ் (1968: 67–8) என்ற வரலாற்று நூலில் பம்மலார் விமர்சித்துப் பேசுகிறார். மொழிபெயர்ப்பு பற்றிய தன்னுடைய சொந்தக் கருத்தையும் இவ்வாறு சொல்கிறார்:

> ஒரு பாஷையில் ஒரு கவி எழுதிய நாடகத்தை மற்றொரு பாஷையில் மொழிபெயர்ப்பது மிகவும் கடினமான காரியம். நூலாசிரியர் ஒவ்வொரு சொற்றொடரிலும் அமைத்துள்ள அருமையான விஷயங்களையெல்லாம் ஒன்றும் விடாது, மற்றொரு பாஷையில் அமைத்து எழுதுவது மிகவும் கஷ்டமான விஷயம் என்று இம் முயற்சியை எடுத்துக்கொண்டவர்களுக்குத்தான் தெரியும். வேணுகோபாலாச்சாரியார் என்பவர் இம்முயற்சியில் ஏறக்குறைய முற்றிலும் சித்தி பெற்றார் என்பது அவரியற்றிய நூலைப்படித்தால்தான் தெரியும். நான் எனது சிற்றறிவைக் கொண்டு, ஷேக்ஸ்பியர் நாடகத்தைத் தழுவி 'வாணீபுர வணிகன்' என்பதை எழுதியபொழுது, இந்நூலாசிரியர் முன்பு இயற்றிய மொழிபெயர்ப்பு எனக்கு மிகவும் சகாயமாயிருந்தது. என்னுடைய சொந்த அனுபவம் என்னவெனின், புதியதொரு நாடகத்தை எழுதுவதைவிட, பழைய நாடகமொன்றைத் தக்கபடி மொழிபெயர்ப்பது மிகவும் கடினமென்பதே!

"நூலாசிரியர் ஒவ்வொரு சொற்றொடரிலும் அமைத்துள்ள 'அருமையான' விஷயங்களையெல்லாம் ஒன்றும் விடாது, மற்றொரு பாஷையில் அமைத்து" எழுதுவதில் வேணுகோபாலாச்சாரியார் "ஏறக்குறைய முற்றிலும் சித்தி பெற்றார்" என்று பம்மலார் 'தர அளவீடு' செய்து பாராட்டுகிறார். மேலும் ஷேக்ஸ்பியர் நாடகத்தை 'வாணீபுர வணிகன்' என்ற 'தழுவலாக'த் தான் எழுதியதாகவும் சொல்கிறார். அப்போது வேணுகோபாலாச்சாரியாரின் முந்திய மொழிபெயர்ப்பு நூல் 'மிகவும் சகாயமாயிருந்தது' என்றும் சொல்கிறார்.

மிகவும் சிரமமானதாக இருந்தாலும், 'சொல்லுக்குச் சொல் மொழிபெயர்ப்பே' சிறந்தது என்பது அவருடைய

கருத்து என ஊகம் செய்ய இங்கு இடம் கிடைக்கிறது. அதே நேரத்தில் அத்தகைய மொழிபெயர்ப்பு 'வாணீபுர வணிகன்' என்ற தலைப்பில் தான் எழுதிய 'தழுவலுக்குப்' பயன் தந்தது என்ற அவருடைய சொற்கள் முரண்பட்டதாகவும் தோன்றுகிறது. சொல்லுக்குச் சொல் மொழிபெயர்ப்பும் தழுவலும் கைகோத்துச் செல்லமுடியுமா? ஒருபுறம் ஒன்று, மறுபுறம் மற்றொன்று எனவும் இருக்கமுடியுமா என்றால் எந்த அளவில் ஒன்று, எந்த அளவில் மற்றொன்று?

கேள்விகளுக்கு விடை காண அவருடைய 'மொழிபெயர்ப்பு – தழுவலாகிய' 'வாணீபுர வணிகன்' நாடகத்தை உற்றுநோக்க வேண்டியுள்ளது. *The Merchant of Venice* எனும் மூல நாடகம் ஐந்து அங்கங்களையும், காட்சிகளைப் பொறுத்தவரையில் முதலாவது அங்கத்தில் மூன்று, இரண்டாவதில் ஒன்பது, மூன்றாவதில் ஐந்து, நான்காவதில் இரண்டு, ஐந்தாவதில் ஒன்று எனும் கட்டமைப்பையும் கொண்டுள்ளது. சிறிதும் மாற்றமின்றி, அதே கட்டமைப்புடன் பம்மலாரின் நாடகமும் உள்ளது. பாத்திரங்களின் பெயர்கள் இவ்வாறு பட்டியலிடப் பட்டுள்ளன:

வாணீபுர வணிகன்	***The Merchant of Venice***
வாணீபுரத்தரசன்	Duke, of Venice
மார்த்தாண்ட சேதுபதி, அருகபுரத்தரசன்: சரோஜினியை மணக்கவந்த மன்னர்கள்	Prince of Arrogon, Prince of Morocco, suitors to Portia
அநந்தநாதன்: வாணீபுர வணிகன்	Antonio, a merchant of Venice
பானுசேனன்: அநந்தநாதனுடைய நண்பன்	Bassanio, Antonio's friend, suitor like-wise to Portia
சோமேசன், சாம்பநாதன், கிரிஜா நாதன்: அநந்தநாதன் பானுசேனன் இருவருக்கும் நண்பர்கள்	Salanio, Salarino, Salerio: friends to Antonio, and Bassanio
லீலாதரன்: ஜலஜாவின் காதலன்	Lorenzo, in love with Jessica
ஷாம்லால்: ஒரு மாறுபாடி	Shylock, a rich Jew
தூப்லால்: ஒரு மாறுபாடி, ஷாம்லால் நண்பன்	Tubal, a Jew, his friend
லாவண்யக் கபீரன்: விதூஷகன், ஷாம்லால் வேலையாள்	Launcelot Gobbo, the clown, servant to Shylock
வயோதிகக் கபீரன்: லாவண்யன் தகப்பன்	Old Gobbo, father to Launcelot

கேசரிநாதன்: பானுசேனனுடைய வேலையாள்	Leonardo, servant to Bassanio
பாலதாசன், ஸ்தாவிரன்: சரோஜினியின் வேலையாட்கள்	Balthasar, Steaphano, servants to Portia
சரோஜினி: ஒரு செல்வச் சீமாட்டி	Portia, a rich heiress
நீலகேசி: சரோஜினியின் தோழி	Nerissa, Portia's maid-in-waiting
ஜலஜா: ஷாம்லாலுடைய பெண்	Jessica, daughter to Shylock

மூல நாடகப் பாத்திரங்களின் பெயர்களைத் தமிழ் நாடக அவையோர் புரிந்துகொள்ளும் வகையில் பம்மலார் முடிந்தவரை தமிழ்ப்படுத்தியுள்ளார். Venice வாணீபுரம் எனவும், Arrogon அருகபுரம் எனவும் ஆகின்றன. Antonio அநந்தநாதன் ஆகிறான். *Bassanio* பானுசேனன் எனப் பெயர்பெறுகிறான். இதே போல உச்சரிப்பில் ஓரளவாகிலும் ஒலி ஒற்றுமையுள்ள பெயர்கள்: Salanio, Salarino – சோமேசன், சாம்பநாதன்; Lorenzo – லீலாதரன்; Shylock – ஷாம்லால்; Tubal – தூப்லால்; Gobbo – கபீரன்; Balthasar, Steaphano – பாலதாசன், ஸ்தாவிரன்; Nerissa – நீலகேசி; Jessica – ஜலஜா.

Duke, Prince என்ற பதவிகள் 'அரசர்கள்' ஆகின்றன. Shylock என்ற முக்கிய எதிர்மறை பாத்திரத்துக்கு 'a rich Jew' எனும் அடைமொழி மூலத்தில் தரப்பட்டுள்ளது. அதை 'ஒரு பணக்கார யூதன்' எனப் பம்மலார் மொழிபெயர்க்கவில்லை; 'ஒரு மாறுபாடி' எனத் தந்துள்ளார். தமிழில் 'மாறுபாடி' என்ற சொல் இருப்பதாகத் தெரியவில்லை. ஆனால் 'மாறுபாடு' என்ற பெயர்ச்சொல் உள்ளது. 'விரோதம்', 'வக்கிரம்', 'ஒவ்வாமை' ஆகியவை அதனுடைய பொருள்களுள் அடங்கும். இந்தப் பண்புகளைக் கொண்ட எந்த ஒரு யூதனையும் குறிக்கும் வகையில் பம்மலார் 'மாறுபாடி' என்ற புதிய சொல்லாக்கம் செய்திருப்பாரோ என எண்ணத் தோன்றுகிறது. வேறொரு விளக்கமாக, 'மாறுபாடி' எனும் சொல் தமிழ் அவையோருக்கு நன்குத் தெரிந்த 'மார்வாடி'யை நினைவூட்டுவதாகவும் கொள்ளலாம். ராஜஸ்தான் மாநிலத்தில் இருந்து தமிழகத்தில் குடியேறிய மார்வாடிகள் பல வியாபாரங்களைச் செய்பவர்கள். சேட்டுகள் என்று அழைக்கப்படும் அவர்கள் அநியாய வட்டிக்காரர்கள் என்ற பெயரும் பெற்றவர்கள்.

இந்த நாடகத்தில் வரும் ஷாம்லால் (Shylock) அத்தகைய ஒரு பாத்திரமே. அவன் வாணீபுர வர்த்தகனிடம் பெருவிரோதம் கொண்டவன். தன்னிடம் அவன் பெற்ற கடனுக்கான ஒப்பந்தப் பத்திரத்தில் வஞ்சக, வக்கிர உள்நோக்கத்துடன்

கேட்ட அநியாய வட்டியானது வர்த்தகனின் இதயத்தில் இருந்து பெறவேண்டிய ஒரு பவுண்டு சதையாகும். இவ்வாறு பாத்திரத்தின் முக்கிய எதிர்மறை அம்சங்களை 'மாறுபாடி' என்ற சொல்லாக்கம் உணர்த்துகிறது.

ஷேக்ஸ்பியரின் *Hamlet* நாடகத்தைப் பம்மலார் (1908) 'அமலாதித்யன்' என்ற 'தழுவலாகத்' தமிழில் தந்துள்ளார். அதை இந்த இடத்தில் குறிப்பிட வேண்டியுள்ளது. இரு நோக்கங்களுக்காக அதைச் செய்ததாக முன்னுரையில் சொல்கிறார்: (i) ஷேக்ஸ்பியர் எழுதிய ஆங்கில நாடகங்களின் அழகியல் அம்சங்கள், திரவியங்கள் ஆகியவற்றை ஆங்கிலத்திலே வாசித்து ரசிக்க முடியாத தமிழ் மக்களுக்கும் கிடைக்கச் செய்யவேண்டும்; (ii) தற்போதைய இந்திய மேடை நாடகக் கொள்கைகளை மேம்படுத்தவேண்டும்.

> The first was, that I may help to render accessible in however crude a form the treasures and beauties of Shakespeare to my sisters and brothers of the Tamil land who donot possess the requisite knowledge of English to study and appreciate the original. In the second place, as one who has devoted the best years of his life to an endeavour to resuscitate and elevate the Indian Stage, I was prompted by the hope that such adaptations will serve to exalt the dramatic ideals current in the country.

மேலும் தன்னுடைய 'அமலாதித்யன்' நாடகம் ஒரு தழுவல், மொழிபெயர்ப்பு அல்ல என்று வேறுபடுத்திப் பேசுகிறார். அதற்கு விளக்கமும் தருகிறார்:

> Though I have always endeavoured my best to translate as literally as conditions permitted, I have not hesitated to sacrifice literalness in the rendering to what I conceived to be the reproduction of the real sense or force of the original. I have also tried to render the names of persons and places, allusions and allegories and puns and proverbial sayings so as to suit the Tamil garb of the rendering.

'வாணீபுர வணிகனு'க்கு இத்தகைய முன்னுரையொன்றை அவர் எழுதவில்லை. இருப்பினும் இங்குச் சொல்லியவற்றையே அவருடைய பொதுவான மொழிபெயர்ப்புக் கொள்கைகளாக எடுத்துக்கொள்ளலாம்: (i) சூழ்நிலைகள் தரும் இடத்தில், எப்போதும் சொல்லுக்குச் சொல் மொழிபெயர்ப்புக்கே பெருமுயற்சி செய்யவேண்டும்; (ii) என்றாலும் தேவைப்படும்போது, 'சொல்லுக்குச் சொல்' அணுகுமுறையைத் தியாகம் செய்யலாம். குறிப்பாக, மூலத்தின் உண்மையான பொருள் அல்லது தாக்கம் என்று உணர்ந்தவற்றைத் தழுவலில் கொண்டுவர அப்படி செய்யலாம்.

ஆட்கள், இடங்கள் ஆகியவற்றின் பெயர்கள், மேற்கோள்கள், உருவகக் கதைகள், சிலேடைகள், பழமொழிகள் ஆகியவற்றுக்குத் தழுவலில் தமிழ் உடை அணிவிக்க வேண்டும் என்றும் பம்மலார் சொல்கிறார். அவருடைய சொற்களில் 'வாசித்து ரசிக்க' *(to study and appreciate)* என்ற இரண்டை உற்று நோக்க வேண்டியுள்ளது: தழுவல்களை மேடை நாடகப் பனுவல்களாக உருவாக்கு வதற்கு மாறாக, ஏட்டு நாடகப் பனுவல்களாகவே உருவாக்க விரும்புகிறார் என்ற ஊகப் பொருள் இவ்விரண்டு சொற்களிலும் உள்ளதை உணரமுடிகிறது.

இந்த ஊகம் சரியானதா, தவறானதா என்றறிய அவருடைய அமலாதித்யன் நாடகத்தின் மூன்றாம் அங்கம், முதலாம் காட்சியை உதாரணமாகக் கொண்டு சூராய்வு செய்தால் தெரியவரும். மூல நாடகத்தில் இக்காட்சி பின்வரும் மேடை அமைப்புக் குறிப்புடன் தொடங்குகிறது: *[Elsinore. A room in the Castle. Enter* King, Queen, Polonius, Ophelia, Rosencrantz, Guildenstern, and Lords*]*. பம்மலாரின் மேடைக் குறிப்பு: அரண்மனையிலோர் அறை. காலதேவன், கௌரீமணி, பாலநேசன், அபலை, ராஜகாந்தன், கிரிதரன் வருகிறார்கள்.

உரையாடலுக்கு இடையிடையே அடுத்தடுத்து வரும் மூல நாடக, பம்மலார் மேடைக் குறிப்புகள்: *Exeunt Rosencrantz and Guildenstern* – [ராஜகாந்தனும் கிரிதரனும் போகிறார்கள்]; *Exit Queen* – கௌரீமணி போகிறாள்; *Exeunt King and Polonius* –[மறைந்துகொள்ளுகிறார்கள்]; *Enter Hamlet* – அமலாதித்யன் வருகிறான்; *Hamlet Exit* – [போகிறான்]; *Enter King and Polonius* –காலதேவனும் பாலநேசனும் மீண்டும் வருகிறார்கள்; *Exeunt* –[போகிறார்கள்]; காட்சி முடிகிறது.

இந்தக் காட்சிக்குத் தேவையான கதைப் பின்புலம்: அமலாதித்யன் (Hamlet) குர்ஜர நாட்டு இளவரசன் (Prince of Denmark). கொலையுண்டு மாண்ட தந்தைக்காக (Senior Hamlet, King of Denmark), ஆழ்ந்த துக்கத்தில் உள்ளான். தந்தை மாண்டு ஒரு மாதம் முடிவதற்குள், குர்ஜர நாட்டரசியான தாய் கௌரீமணி (Gertrude, Queen of Denmark) தன் சித்தப்பா காலதேவனை (Claudius) (தந்தையின் தம்பியை) மணந்தது அவனுடைய துக்கத்தை அதிகமாக்கியுள்ளது. இவையனைத்தும் அவன் வெளிநாட்டில் படித்துக்கொண்டிருந்தபோது நிகழ்ந்துவிட்டன.

தந்தையின் ஆவி அமலாதித்யன் முன் தோன்றுகிறது. தன் தம்பி காலதேவன் தன்னை நஞ்சிட்டுக் கொன்றுவிட்டதாகச் சொல்கிறது. அதற்காகப் பழிவாங்கக் கட்டளையிடுகிறது. ஆவி சொன்னதைக் கேட்ட அமலாதித்யன் திகைத்துநிற்கிறான்.

ஆவிகள் பொய் வேடம் புனைந்து, பெரும் துன்பம் விளைவிக்கக் கூடுமாதலால், கேட்ட செய்தி உண்மைதானா எனக் கண்டறிய முனைகிறான். தாங்கமுடியாத துக்கத்தால் பித்தனாகிவிட்டது போல் நடிக்கத் தொடங்குகிறான்.

அமலாதித்யன் 'பித்தனாகி'விட்டதைக் கேள்விப்பட்ட காலதேவன் அதன் காரணத்தை அறிய விரும்புகிறான். தான்தான் கொலையாளி என்று, அமலாதித்யன் அறிவானோ என ஐயுறுகிறான். ராஜகாந்தன் (Rosencrantz), கிரிதரன் (Guildenstern) இருவரும் அரசவைப் பிரபுக்கள். அமலாதித்யனை வேவு பார்க்க அவர்களைக் காலதேவன் பணித்திருந்தான்.

மூன்றாம் அங்கம், முதலாம் காட்சி நிகழ்வுகளின் சுருக்கம்: காட்சி தொடங்கும்போது ராஜகாந்தன், கிரிதரன் இருவரும் காலதேவனிடமும் மற்றவர்களிடமும் இவ்வாறு தெரிவிக்கிறார்கள்: அமலாதித்யன் பித்தனாகிவிட்டது உண்மை, அடிக்கடி தனக்குத் தானே பேசிக்கொள்கிறான். அவனுடைய சித்தப் பிரமையின் காரணத்தை அவனிடம் கேட்டறிய முடியவில்லை. இன்றிரவு ஒரு நாடகத்தை நடித்துக் காண்பிக்க ஒரு குழு அரண்மனைக்கு வந்திருக்கிறது. அதில் அவனுக்கு ஆர்வம் உள்ளது. இது தொடர்பாகத் தங்களிடம் அவன் பேச விரும்புவதாகத் தெரிகிறது.

அமலாதித்யனை அவர்கள் இருக்கும் அறைக்கு அனுப்பப் பிரபுக்கள் இருவரையும் காலதேவன் பணிக்கிறான். அவர்கள் செல்கிறார்கள். பாலநேசன் (Polonius) அவனுடைய அரசவை முதன்மை ஆலோசகன்; அவனுடைய மகள் அபலை (Ophelia). அவள் மீது அமலாதித்யன் காதல் கொண்டவன். அவளைத் தனித்திருக்கவைத்து, அவளிடம் அவனைப் பேசவைத்து, காலதேவனும் பாலநேசனும் மறைந்திருந்து பார்த்தால் ஏதாகிலும் தெரியவரலாம் என்று சொல்லி, அரசியை அறையிலிருந்து காலதேவன் அனுப்புகிறான். அவளும் போகிறாள்.

ஒரு புத்தகத்தைப் படித்துக்கொண்டிருப்பது போல் அபலையை அந்த அறையில் பாலநேசன் இருக்கச் செய்கிறான். அமலாதித்யன் வரும் காலடியோசை கேட்ட காலதேவனும் பாலநேசனும் அறையில் நடப்பதைப் பார்க்கும் வகையில் ஒளிந்துகொள்கிறார்கள். பித்தன் போலவே அமலாதித்யன் அங்கு வருகிறான். 'இருப்பதா? இறப்பதா?' (To be or not to be) என்று தொடங்கும் மிகவும் பிரபலமான தனிமொழியை (soliloquy) உரத்துப் பேசுகிறான்.

[தனிமொழி என்பது ஒரு நாடக மரபு. உள்ளத்தில் உள்ளவற்றைத் தனிமையில் தனக்குத் தானே உரத்த சிந்தனையாக ஒரு பாத்திரம் பேசுகிறது. அதை அரங்கில் உள்ளோர் நேரடியாகக்

கேட்கமுடியும். அதன் மூலம் பாத்திரத்தின் பண்புகளை, எண்ணங்களை, அவர்கள் தெரிந்துகொள்ள முடியும். மற்ற பாத்திரங்களுக்கு இந்தப் பேச்சு கேட்காது என்பதும் நாடக மரபு.]

அபலை தன்னுடன் உரையாடும்போது அவளிடம் கடுமையாகப் பேசுகிறான். தான் அவளை ஒருபோதும் காதலித்ததில்லை என்று கூறிப் பெண்குலத்தை ஏசுகிறான். அவளைக் கன்னியர்கள் மடத்தில் சேரச் சொல்லிவிட்டுப் போகிறான். அபலை மனமுடைந்துபோகிறாள். ஒளிந்திருந்த காலதேவனும் பாலநேசனும் அறைக்கு வருகிறார்கள். அமலாதித்யனின் பித்தத்திற்குப் பன்னாட்டுப் பயணம் நல்ல தீர்வாக அமையும் எனக் காலதேவன் முடிவு செய்கிறான். எல்லாரும் போகிறார்கள். இந்தக் காட்சியும் முடிகிறது.

இந்தக் காட்சியின் மூலத்தையும், 'தழுவலை'யும் ஒப்பிட்டுக் கூராய்வு செய்தால், பாத்திரங்கள், இடங்கள் ஆகியவற்றின் பெயர்களில் தழுவலானது தழுவல் அடையாளங்களைக் காண்பிக்கிறது. எடுத்துக்காட்டுகள்: Denmark – குர்ஜரம்; England – சிங்களம்: Hamlet – அமலாதித்யன்; Claudius – காலதேவன்; Gertrude – கௌரீமணி; Polonius – பாலநேசன்; Ophelia – அபலை. இக்காட்சியில் மூலத்தில் வரும் சில வரிகளும் அவற்றின் தழுவலும் கீழே ஒப்புநோக்கப்படுகின்றன.

Polonius: ... 'Tis too much prov'd, that with devotion's visage
And pious action we do sugar o'er
The Devil himself.
Claudius: [aside] O, 'tis too true!
How smart a lash that speech doth give my conscience!
The harlot's cheek, beautied with plast'ring art,
Is not more ugly to the thing that helps it
Than is my deed to my most painted word.
O heavy burthen!
Polonius: I hear him coming. Let's withdraw, my lord.
[Exeunt King and Polonius].
Enter Hamlet.
Hamlet: To be, or not to be - that is the question:
Whether 'tis nobler in the mind to suffer
The slings and arrows of outrageous fortune
Or to take arms against a sea of troubles,
And by opposing end them. To die - to sleep -
No more; and by a sleep to say we end

The heartache, and the thousand natural shocks
That flesh is heir to. 'Tis a consummation
Devoutly to be wish'd. To die - to sleep.
To sleep - perchance to dream: ay, there's the rub!
For in that sleep of death what dreams may come
When we have shuffled off this mortal coil,
Must give us pause. There's the respect
That makes calamity of so long life.
For who would bear the whips and scorns of time,
Th' oppressor's wrong, the proud man's contumely,
The pangs of despis'd love, the law's delay,
The insolence of office, and the spurns
That patient merit of th' unworthy takes,
When he himself might his quietus make
With a bare bodkin? Who would these fardels bear,
To grunt and sweat under a weary life,
But that the dread of something after death -
The undiscover'd country, from whose bourn
No traveller returns- puzzles the will,
And makes us rather bear those ills we have
Than fly to others that we know not of?
Thus conscience does make cowards of us all,
And thus the native hue of resolution
Is sicklied o'er with the pale cast of thought,
And enterprises of great pith and moment
With this regard their currents turn awry
And lose the name of action. - Soft you now!
The fair Ophelia!- Nymph, in thy orisons
Be all my sins rememb'red.

பாலநேசன்: ... பக்தி சிரத்தையோடிருப்பது போல் பாசாங்கு செய்து சர்வக்ஞருடைய கண்களில் மண்ணைப் போட முயல்வது தவறாயினும் உலகத்தில் மனிதர்களுக்குச் சாதாரணமே.

காலதேவன்: (தனக்குள் ஒருபுறமாக) ஐயோ! உண்மையே! உண்மையே! என் குற்றத்தை எனக் கெவ்வாறு சுரீலென உறுத்திக் காட்டுகின்றது அம்மாற்றம்! மை தீட்டிய கணிகையின் கண்களுக்கும் அவள் புரியும் அசங்கியமான

ஆசாரத்திற்கும் எவ்வளவு பேதமுண்டோ அத்தனைப் பேத மிருக்கின்றது, என் கபட வார்த்தைகளுக்கும் நான் புரியும் காதகத் தொழிலுக்கும்! என்ன கஷ்டம்! என்ன கஷ்டம்!

பால. அதோ அவர் வருகிற சப்தம் கேட்கிறது. நாம் மறைந்திருப்போம் மகாராஜா. [மறைந்து கொள்கிறார்கள்.]

அமலாதித்யன் வருகிறான்.

அம. இருப்பதோ, இறப்பதோ, ஈதாம் கேள்வி:— தௌஷ்டியமான துரதிர்ஷ்டம் நம்மீ தெய்யும் கவண்களை யும் கணைகளையும் தூய மனத்துடன் பொறுப்பதோ, அல்லது கடலின் திரைகளென வந்திடும் கஷ்டங்களுடன் மன்றாடி முடிப்பதோ? இறப்பது? — உறங்குவது? — அவ்வளவே! அப்படி உறங்குவதினால் மனத்துயரங்களையும் உடலுடன் பிறந்த எண்ணுதற்கரிய இயற்கையி லுண்டாம் துன்பங்களையும், எல்லாம் விட்டொழிகின்றோ மென்கிற இம்முடிவு எல்லாரும் ஆவலோடு விரும்பத் தக்கதே! உயிர் துறப்பது — உறங்குவது — உறங்குவது! ஒரு வேளை கனவு காண்பதோ? ஹா! அதோ இருக்கின்றது கஷ்டம். நாம், இவ்வுடலாகிய பாசத்தை நீக்கியவுடன், உயிர் துறத்த லென்னும் உறக்கத்தில், என்னென்ன கனவு காண்போமோ என்பதே நம்மை நிதானிக்கச் செய்கிறது. இந்த ஒரு காரணம்பற்றியே, நமக்கு நேரிடும் எல்லாக் கெடுதிகளோடும் நாம் நெடுநாள் உயிர் பொறுக்கின்றோம்: எவனொருவன் காலக் கதியா லுண்டாம் கஷ்ட நிஷ்டூரங்களையும், அடக்கி ஆள்பவரின் அக்கிரமத்தையும், மதம் பிடித்தவர்களா லுண்டாம் மானப் பங்கத்தையும், வெறுக்கப்பட்ட காதலின் வெந்துயர்களையும், நியாயஸ்தலங்களில் நேரிடும் காலக் கழிவையும், அதிகாரிகளின் கர்வத்தையும், யோக்கியதை ஏது மில்லாரிடமிருந்து யோக்கியர்கள் பொறுமையுடன் அனுபவிக்கும் அவமானங்களையும், பொறுத்திருப்பன் இப்புவியில்? — இந்த அலைச்ச லெல்லா மின்றித் தனக்குத் தானாகத் தன் ஆயுளை முடித்து அமைதி அடைய, வெறும் ஊசியும் போதுமானதா யிருக்க? இவ்வுலகவாழ் வென்னும் சுமையைத் தாங்கி வியர்த்துக் களைத்து முறுமுறுத்து தன் வாழ்நாட்களை எவன் கழிப்பான்? இறந்தபின் என்னாம் என்னும் பயமே, ஒருவரு மறியாத, மாண்டவர் எல்லையை மீண்டும் கடவாத் தேயத்தின் எண்ணமே, நமது மனத்தைக் கலக்கி, நாம் அறியாத துன்பங்களில் வீழ்வதைவிட, நாம் அனுபவிக்கும் துன்பங்களைப் பொறுத்திடச் செய்கிறது. நம்முடைய நெஞ்சமே இவ்வாறு

கே. தியாகராஜன்

நம்மையெல்லாம் நடுங்குறச் செய்கிறது. இதனாலே நமது சங்கற்பங்க ளெல்லாம் தம்மொளி மழுங்கி, நோயுற்றவாறு யோசனைக்கு இன்றியமையா வெளுப்புறுகின்றன. நமது முக்கியமாம் மேன்மை யுடைய பெருமுயற்சிக ளெல்லாம் இவ்வாறே கலக்கப்பட்டு, கரை தடுமாறி, செய்கை யழிந்து, காரியமென்னும் பெயரையு மிழக்கின்றன. – பொறு சற்றே! – அழகிய அபலை! – அணங்கே! நீ தியானம் செய்யுங்கால் எனது பாபங்களையெல்லாம் மன்னிக்கும்படிப் பிரார்த்திப்பாய்!

மேலேயுள்ள ஷேக்ஸ்பியரின் வரிகள், மேடைக் குறிப்புகள், பம்மலாரின் தழுவல்கள் ஆகியவற்றின் ஒப்புக் கூராய்வு சில செய்திகளைத் தருகின்றது. அவற்றை இவ்வாறு தொகுத்துச் சொல்லலாம்:

(i) ஷேக்ஸ்பியரின் மொழிக்கூறுகளே பம்மலாரின் தழுவலில் முழுக் கவனத்தைப் பெற்றுள்ளன. 'சொல்லுக்குச் சொல்' பிறழா மொழிபெயர்ப்பு முயற்சி அனைத்து வரிகளிலும் காணப்படுகிறது. இது அவருடைய பொதுவான மொழிபெயர்ப்புக் கொள்கையும் ஆகும். எடுத்துக்காட்டாகச் சில வரிகள் கீழே தரப்பட்டுள்ளன.

"For who would bear the whips and scorns of time,
Th' oppressor's wrong, the proud man's contumely,
The pangs of despis'd love, the law's delay,
The insolence of office, and the spurns
That patient merit of th' unworthy takes,
When he himself might his quietus make
With a bare bodkin?"

"எவனொருவன் காலக் கதியா லுண்டாம் கஷ்ட நிஷ்டூரங்களையும், அடக்கி ஆள்பவரின் அக்கிரமத்தையும், மதம் பிடித்தவர்களா லுண்டாம் மானப் பங்கத்தையும், வெறுக்கப்பட்ட காதலின் வெந்துயர்களையும், நியாயஸ்தலங் களில் நேரிடும் காலக் கழிவையும், அதிகாரிகளின் கர்வத்தையும், யோக்கியதை ஏது மில்லாரிடமிருந்து யோக்கியர்கள் பொறுமையுடன் அனுபவிக்கும் அவமானங் களையும், பொறுத்திருப்பன் இப்புவியில்? – இந்த அலைச்ச லெல்லா மின்றித் தனக்குத் தானாகத் தன் ஆயுளை முடித்து அமைதி அடைய, வெறும் ஊசியும் போதுமானதாயிருக்க?"

மேலேயுள்ள மூல வரிகள் ஏழு என்றால், அதற்கிணையான மொழிபெயர்ப்பின் வரிகள் எட்டாக உள்ளன. அத்துடன், மூல

வரிகள் ஏழும் சேர்ந்து ஒரே ஒரு நீண்ட வாக்கியத்தை உயர் வழக்கு ஆங்கில இலக்கிய நடையில் தந்துள்ளன. அதே போல மொழிபெயர்ப்பிலும் எட்டு வரிகளும் சேர்ந்து ஒரே ஒரு நீண்ட வாக்கியத்தை உயர் வழக்குத் தமிழ் இலக்கிய நடையில் தந்துள்ளன.

'சொல்லுக்குச் சொல்' மொழிபெயர்ப்பு முயற்சியைச் சிறிய அளவில் பம்மலார் தவிர்த்தும் உள்ளார். மூலத்தின் உண்மையான பொருள் அல்லது தாக்கம் என்று உணர்ந்ததற்குத் தமிழ் உடை அணிவிக்க அவ்வாறு செய்துள்ளார்.

எடுத்துக்காட்டாக, '...with devotion's visage/And pious action we do sugar o'er/The Devil himself.' என்ற மூலச் சொற்களை, சொல் பிறழாது இப்படித் தமிழில் தரலாம்: 'பக்தி முகம் அணிந்து, சமயச் சடங்குகள் செய்து, சைத்தானைவிட இனிமையாக நாம் நடக்கவே செய்கிறோம்.' ஆனால் அதைத் தவிர்த்து, மூலச் சொற்களின் தாக்கம் என்று உணர்ந்ததைப் பம்மலார் இவ்வாறு தருகிறார்: "... பக்தி சிரத்தையோடிருப்பது போல் பாசாங்கு செய்து சர்வக்ஞருடைய கண்களிலேயே மண்ணைப் போட முயல்வது தவறாயினும் உலகத்தில் மனிதர்களுக்குச் சாதாரணமே."

'சர்வக்ஞர்' என்ற சொல் 'சகலமும் அறிந்தவர்' என்ற பொருளுடையது. ஆண்டவர் ஒருவரே சகலமும் அறிந்தவர். இருப்பினும் கபட பக்தி வேடம் புனைந்து, ஆண்டவர் கண்ணில் மண்ணைத் தூவுவது மக்களுக்குச் சாதாரணமே எனப் பம்மலார் உணர்த்துகிறார்.

ஆங்கிலக் கலாச்சாரத்தில் The Devil என்றால் அனைத்து தீய சக்திகளின் தலைவனாகிய, நரகத்தின் அதிபதியாகிய சைத்தானைக் குறிக்கிறது. இக்கருத்தாக்கம் தமிழ்க் கலாச்சாரத்தில் இல்லை. எனவே 'சைத்தானை விட இனிமையாக நடப்பது மக்களுக்குச் சாதாரணமே' என்று கூறுவதற்கு மாறாக, 'ஆண்டவன் கண்ணிலேயே மண்ணைத் தூவுவது மக்களுக்குச் சாதாரணமே' எனப் பம்மலார் தழுவல் உருத் தந்துள்ளார். தமிழ் மரபுத் தொடர் (idiom) உடை அணிவித்துள்ளார்.

(ii) 'தழுவல் நாடகப் பனுவல்' எனப் பம்மலார் அழைப்பது உண்மையில் 'சொல்லுக்குச் சொல்' மொழிபெயர்ப்பாக உள்ளது. உரையாடல் பொதுவாக உயர் வழக்கு இலக்கிய நடையில் உள்ளது. ஐந்தாம் அங்கத்தின் முதல் காட்சி ஒரு மயானத்தில் நிகழ்கிறது. இரண்டு 'வெட்டியான்கள்' பேசிக்கொண்டே அபலைக்குப் புதைகுழி தோண்டுகிறார்கள். அவர்களுடைய உரையாடல் மட்டும் 'மெட்ராஸ் பாஷையில்' உள்ளது. அதுவும் 'சொல்லுக்குச் சொல்' மொழிபெயர்ப்பாக உள்ளது.

கே. தியாகராஜன்

(iii) ஷேக்ஸ்பியரின் மேடைக் குறிப்புகள் கூட 'சொல்லுக்குச் சொல்' மொழிபெயர்க்கப் பட்டுள்ளன. தமிழ் அரங்கிற்கு உகந்த மேடை நெறியாக்கக் குறிப்புகள் *(stage directions)* பலவற்றை அவர் சேர்த்திருக்கலாம். ஆனால் அப்படிப்பட்ட எதையும் காணோம். எனவே அவருடைய 'அமலாதித்யன்' ஒரு ஏட்டு நாடகப் பனுவலாகவே உருப்பெற்றுள்ளது.

விரிசை அருளிளங்குமரன்

ஷேக்ஸ்பியரின் *Othello* நாடகத்தை ஒத்தெல்லோ (காதல் வானில் தேயும் நிலவு) எனத் தலைப்பிட்டு விரிசை அருளிளங்குமரன் (கைப் பிரதி 1966, அச்சுப் பிரதி 1999) மொழிபெயர்த்துள்ளார். இந்நூல் நேரிசை ஆசிரியப்பாவாகச் செய்யுள் நடையில் எழுதப்பட்டுள்ளது; சொல்லுக்கு முதலில் வராத எழுத்துகள் (ர, ற, ட, ல, ள, ழ), கிரந்த எழுத்துகள் (ஷ, ஸ, ஜ, ஹ, க்ஷ, ஸ்ரீ) ஆகியவற்றைத் தவிர்த்துள்ளது.

அளபெடைச் சேர்க்கை, அது/அஃது வேறுபாடு உள்ளிட்ட நுண்ணிய இலக்கண விதிகள் எதுவும் பிறழாமல், அது தனித்தமிழில் மொழிபெயர்ப்பு செய்யப்பட்டுள்ளது. சில பெயர் மாற்றங்கள்: *Shakespeare* – செகப்பிரியர்; *Desdemona* – இடெசிடிமோனா; *Roderigo* – உரோடரிகோ; *Lodovico*– உலோடரிகோ. சில தமிழாக்கங்கள்: *Characters* – மாந்தர்; *The Duke* – நாட்டுத் தலைவர்; *Clown* –நகைஞன்; *Senators* – தந்தையார்; *a Council Chamber* – உசாவல் மனை; *a Hall in the Castle* – கோட்டையின் ஒரு வளமனை; *window* – காலதர்; *Sir, sir, sir* – ஐயரே! கேளும்; ஐயரே! கேளும்!

இந்த நூல் முழுதும் பாத்திரங்களின் உரையாடல், ஷேக்ஸ்பியரின் மேடைக் குறிப்புகள் உட்பட உயர் வழக்குச் செய்யுள் இலக்கியச் செந்தமிழ் நடையில் ஆக்கப்பட்டுள்ளது. இந்தச் 'சொல்லுக்குச் சொல்' மொழிபெயர்ப்பில், மூல மொழிக் கூறுகளும் கதைக் கூறுகளும் தமிழிலக்கண விதிகளும் முழுக்கவனம் பெற்றுள்ளன. எடுத்துக்காட்டாக, மூன்றாம் அங்கம் மூன்றாவது காட்சியில் இயாகோவின் பேச்சிலிருக்கும் சில வரிகள்:

> **Iago:** O, beware, my lord, of jealousy;
> It is the green-eyed monster which doth mock
> The meat it feeds on;
>
> **இயாகோ:** தலைவரே! பொறாமை தானும் நோக்க
> உலைப்பறு விழிப்புட னிருத்தல் வேண்டும்.

அஃதொரு மஞ்ச ளடுத்தகா மாலை!
அதுதான் பெட்புற உண்ணுபு லாலையே
இழித்தல் செய்யும் இழிமிகு கொடும்பேய்.

ஜெயபாரதன்

ஷேக்ஸ்பியரின் *Othello* நாடகத்தை 'வெனிஸ் கருமூர்க்கன்' என்ற தலைப்புடன் ஜெயபாரதன் *(2017)* தமிழ் உரைநடையில் 'தழுவலாக' எழுதியுள்ளார். சில பாத்திரங்களின் பெயர் மாற்றங்கள்: *Desdemona* – மோனிகா; *Brabantio* – சிசாரோ; *Roderigo* – ஷைலக்; *Iago* – புரூனோ. இவர் சொல்லுக்குச் சொல், வரிக்கு வரி மொழிபெயர்ப்பு செய்யவில்லை; நாடகக் கதையையும் நிகழ்வுகளையும் சிதைக்கவில்லை.

ஆனால் நாடக உரையாடலைத் தன் விருப்பப்படி அமைத்துள்ளார். ஒரு தழுவல் தரும் சுதந்திரத்தை நன்கு பயன்படுத்தியுள்ளார். பல மூல மொழிக்கூறுகளை நீக்கியுள்ளார்; மாற்றியுள்ளார்; பல புதிய சேர்க்கைகளுடன் தன்னுடைய சொந்த உரையாடலை, வாசகரிடம் நல்ல தாக்கத்தை உண்டாக்கும் என்று எண்ணி எழுதியுள்ளார். எடுத்துக்காட்டாக அங்கம் ஒன்று, காட்சி ஒன்றிலிருந்து சில வரிகளைக் கீழே ஒப்புநோக்கலாம்:

Iago: Call up her father
Rouse him: make after him, poison his delight,
Proclaim him in the streets; incense her kinsmen,
And, though he in a fertile climate dwell,
Plague him with flies: though that his joy be joy,
Yet throw such changes of vexation on't,
As it may lose some colour.

புரூனோ: நான் கருமூர்க்கனை வெறுக்கிறேன். மோனிகா வெண்ணிலவு போன்ற வெள்ளைப்புறா! அவன் கருநிலவு! ஏதாவது உடற் பொருத்தம் உள்ளதா? அவள் வெனிஸ் அழகி! வீனஸ்! சிறு வடிவம். அவன் பூத வடிவம்! இருவரையும் பார்த்தால் யானைக்குப் பக்கத்தில் வெள்ளைப் பசு நிற்பது போல் தெரியும்! அவள் அப்பனைக் கூப்பிடு! மகள் தப்பினைக் காட்டிடு! கோபத்தை மூட்டிடு! மகிழ்ச்சி மனத்தில் விஷத்தை ஊற்றிடு! தெருவைக் கூட்டி முரசடி! ஊரார், உற்றார் உறவினர்க்கும் உரைத்திடு! ஊரைக் கூட்டி அவர் பேரைக் கெடு! தளபதிக்கு எதிராய்ப் பேசி மோனிகாவின் தந்தைக்கும் அவருக்கும் பிளவை உண்டாக்கித் தளபதியின் புது மண வாழ்வைச் சீர்குலைத்திடு!

ஷேக்ஸ்பியரைத் தமிழில் தரும் பம்மலார், விரிசை அருளிளங்குமரன், ஜெயபாரதன் ஆகிய மூவரும் முறையே 1908, 1966, 2017 என ஏறத்தாழ பரஸ்பரம் ஐம்பதாண்டு இடைவெளிகளில் காலத்தால் வேறுபடுகின்றனர். நடை, மொழியாக்க இலக்குகள், செயல்முறைகளில் மாறுபடுகின்றனர். ஆனால் மூவரிடமும் ஒரு ஒற்றுமை உள்ளது: அவர்களுடைய பிரதிகள் வாசிப்பதற்கான ஏட்டு நாடக இலக்கியப் பனுவல்களாகவே உருப்பெற்றுள்ளன; நடிப்பதற்கான மேடைநாடகப் பனுவல்களாக அல்ல. கண்டு, கேட்டு, களிக்கச்செய்யும் நிகழ்கலைக் கூறுகளை அவை முன்னிறுத்த வில்லை; அவற்றுக்கு உரிய இடம்தரவில்லை, மொழிக் கூறுகளில் மட்டும் அவை முழுக்க முழுக்கக் கவனம் செலுத்தியுள்ளன.

விரிசை அருளிளங்குமரன், ஜெயபாரதன் ஆகிய இருவரும் மேடைநாடக நிகழ்கலைக் கூறுகளில் ஆர்வமில்லாதவர்களாக இருந்திருக்கலாம். மேடை நாடகப் பனுவல்களைப் படைக்கும் நோக்கம் அவர்களுக்கு இல்லாமல் இருந்திருக்கலாம். ஆனால் நாடகத் தந்தை எனப் போற்றப்படும் பம்மலாரின் பிரதியும் மேடைநாடகப் பனுவலாக இல்லாதது சற்று வியப்பையே தருகிறது.

அமலாதித்யன் நாடக மேடையேற்றச் செய்திகள், திறனாய்வுக் கட்டுரைகள் ஏதும் கிடைக்கவில்லை. என்றாலும் அதனுடைய மேடையேற்றத்தின்போது நிகழ்கலைக் கூறுகள் பலவற்றுக்குப் பம்மலார் இடம் தந்திருக்கக்கூடும்; தந்திருக்க வேண்டும். ஆனால் நாடகப் பிரதியில் அவற்றின் அடையாளங்களைக் காணோம். எனவே அதையும் ஒரு ஏட்டு நாடக இலக்கிய மொழிபெயர்ப்புப் பனுவலாக நாம் காணமுடிகிறது.

6.4.2.2 மேற்கத்திய நாடகக் கதைக் கருக்களின் தாக்கம்

இப்பகுதியையும் பம்மலாரின் காலத்திலிருந்தே தொடங்க வேண்டியுள்ளது. 19ஆம் நூற்றாண்டுப் பின்பாதி வரையில் இந்தியப் புராண, இதிகாசங்கள், பண்டைய அரசர்கள் வரலாறு, சமயம்சார் கதைகள் போன்றவற்றில் இருந்தே தமிழ் நாடகக் கதைக் கருக்கள் பெறப்பட்டன. எடுத்துக்காட்டுகளாக ராமாயண, மகாபாரதக் கதைகளுடன் பிரகலாதன், அரிச்சந்திரன், சகுந்தலை, மன்மதன், கந்தன் – வள்ளி, காத்தவராயன், அல்லி அரசாணி, மதுரை வீரன் கதைகளைச் சொல்லலாம்.

பம்மலாரின் சமகாலத்தில் சாதாரண மனிதர்களின் அன்றடாடச் சமூக வாழ்வுக் கூறுகளையும் நாடகக் கதைக் கருவாகக் கொள்ளலாம் என்ற சிந்தனை தோன்றியது. இவ்வகையின் முதல் பதிவு ஆங்கிலக் கல்வியறிவு மிகுந்த காசி விஸ்வநாத முதலியார் எழுதிய ‘டம்பாச்சாரி விலாசம்’ (1872)

ஆகும். சென்னையில் வசித்த செல்வந்தரின் மகன் ஒருவன் கணிகை மோகத்தில் அனைத்துச் செல்வத்தையும் இழந்து துன்புற்ற உண்மைக் கதையைத் தழுவி அது போதனை நாடகமாக எழுதப்பட்டது. இதன் நீட்சியாகச் சமூகச் சீர்திருத்த நாடகங்கள் பல மேடையேற்றப்பட்டன.

அடுத்தகட்ட வளர்ச்சியாக 1970களில் தமிழ் நவீன நாடகம் பிறந்தது. அதன் வரலாற்றைச் சற்று விரிவாகப் பார்க்கும் முன், அது பிறப்பதற்குக் காரணமாயிருந்த ஐரோப்பிய நவீன நாடகச் சுருக்கத்தைச் சொல்லவேண்டும். அதன் கதைக் கருக்களில் பதிவான ஐரோப்பிய நாடக நவீனத்துவக் கூறுகளைக் குறிப்பிட வேண்டும்.

நார்வே நாட்டு நாடகாசிரியரும் அரங்க இயக்குநரு மான ஹென்ரிக் இப்சன் (Henrik Ibsen) எழுதிய நாடகங்கள், (குறிப்பாக 'ஒரு பொம்மை வீடு' *A Doll's House*), பெரும் தாக்கத்தை ஏற்படுத்தின. நாடகக் கதைக் கருக்களில் இதுவரை கண்டிராத புரட்சியை உண்டாக்கின. (பி. விக்னேஸ்வரன், ப. சுப்பிரமணியன் ஆகியோரின் ஒரு பொம்மை வீடு தமிழாக்கங்கள் உள்ளன. மனவெளி கலையாற்றுக் குழுவினர் அரங்கேற்றம் செய்துள்ளனர்.)

மாமனிதர்கள் இந்த நாடகங்களில் மையப் பாத்திரங்கள் அல்ல. அவர்களின் அசாதாரணச் செயல்களும் பிரமாண்ட சாதனைகளும் பேசுபொருள்கள் அல்ல. அன்றாட வாழ்வில் சந்திக்கும் மிகவும் சாதாரண மனிதர்கள் மையப் பாத்திரங்கள் ஆனார்கள். அவர்களின் ஏழ்மையும் எளிமையும், சாதாரண ஆசைகளும் நிராசைகளும், சரியான தவறான செயல்களும், வந்துசெல்லும் சிறுசிறு சந்தோஷங்களும், தங்கிநிற்கும் சிறிய பெரிய அவலங்களும் கதைக் கருக்களைத் தந்தன. வண்ணப்பூச்சு இல்லாத அப்பட்டமான நிஜங்கள் ஆணி அடித்தாற் போல அரங்கில் சித்திரிக்கப்பட்டன.

அதேபோல சமூக நிஜங்கள் நாடகக் கதைக் கருக்களைத் தந்தன. அரசியல் அங்கத நாடகங்கள் பொறுப்பற்ற அரசுகளின் கட்டுப்பாடில்லாச் சுயலாப முதலாளித்துவக் கொள்கைகளை விமர்சித்தன. மக்கள் நலத்தைச் சூறையாட அவை பெரிதும் உதவியதை மிகுந்த சமூக அக்கறையுடன் உணர்த்தின. தொழில்மயமாக்குதலின் அசுரவேகத்தில் அடிப்படை வசதிகள் இல்லாத ஏராளமான தொழிற்சாலைகள் தோன்றின. அவற்றில் அன்றாடம் தொழிலாளிகள் படும் இன்னல்கள் நவீன நாடகங்களின் கதைக் கருக்களாகின. சமவுடைமை, பொதுவுடைமை சித்தாந்தங்கள் பேசப்பட்டன.

பாரம்பரிய ஆணாதிக்கத்தால் ஆயிரக் கணக்கான ஆண்டுகள் அடக்கி ஒடுக்கப்பட்டிருந்த பெண்களைப் பற்றிய புதிய சமூக அக்கறை நாடகத்தில் இடம் பெற்றது. மதிநுட்பம், வலிமை, ஆளுமை, திறமை எனும் புதிய அடையாளங்களுடன் மகளிர் பாத்திரங்கள் மேடையில் தோன்றின. பாரம்பரியச் சமூகக் கட்டமைப்பைச் சிதைக்கும் கேள்விகளைக் கேட்டனர். ஆணிவேரை ஆட்டிப்பார்க்கும் செயல்களைச் செய்தனர். முழுப் பெண் சுதந்திரமும் வலிமையும் பெற்ற பாத்திரங்களாக மேடையை வியாபித்தனர்.

நன்கு பரிச்சயமான நாடக அம்சங்களிலிருந்து மிகவும் வேறுபட்ட அசலான அம்சங்களுடன், பரிசோதனை நாடகங்கள் *(Avant Garde Theatre)* அரங்கேறின. இரண்டு உலகப் போர்கள் விளைவித்த பெரும் சேதங்களும், பல்லாயிர உயிர்ப் பலிகளும், சொல்லொணா இன்னல்களும் பாரம்பரியச் சமய, சமூக, அரசியல், அறம் சார் கட்டமைப்புகளைத் தகர்த்தெறிந்தன. அவற்றில் மக்கள் கொண்டிருந்த பிடிப்பைச் சிதைத்தன. இந்த உலகில் இருத்தல் என்பதே அபத்தமானதாக, அர்த்தமற்றதாக, முரண்பாடுகள் மிகுந்ததாகத் தோன்றியது.

இது அபத்தவாத நாடகங்கள் *(Absurdist drama)* என்ற முற்றிலும் புதிய வகை, அரங்காடலுக்கு வழிவகுத்துக் கொடுத்தது. இந்த நாடகங்களுக்குக் கதைக் கருக்கள் கிடையாது. ஆனால் இரு அடிப்படையான, உறுதியான கருப்பொருள்கள் உண்டு: (i) அர்த்தமில்லாத வெற்று உலகம்; (ii) அந்த வெற்றுலகில் தனிமைப்பட்டு, அல்லல் படுவதை உணராமலே அல்லலுற்று நிற்கும் எந்திர மனிதன்.

எடுத்துக்காட்டாக ருமானிய – ஃப்ரென்ச் நாடகாசிரியர் யூஜீன் இயனெஸ்கோ (Eugene Ionesco) எனும் நாடகாசிரியர் எழுதிய 'நாற்காலிகள்' *(The Chairs)* நாடகத்தைச் சொல்லலாம். அதன் தொடக்கம் முதல் முடிவுவரை 'கிழவன்', 'கிழவி' என்ற இரண்டே பாத்திரங்கள். அவர்கள் கண்ணுக்குத் தெரியாத விருந்தினருக்காக நாற்காலிகளை வரிசைப்படுத்திக்கொண்டு இருக்கின்றனர். அங்குக் கூடுவோரிடம் வாழ்க்கையின் அர்த்தத்தைச் சொல்ல ஒரு பேச்சாளர் வரப்போவதாகச் சொல்லப்படுகின்றது. நாடக இறுதியில் இரு பாத்திரங்களும் ஜன்னலுக்கு வெளியில் உள்ள கடலில் குதித்துத் தற்கொலை செய்துகொள்கிறார்கள். அப்போது அவையோர் முன் தோன்றும் பேச்சாளர் ஒரு செவிட்டு ஊமை. அவர் வாயைத் திறந்தால் அர்த்தமில்லாத ஒலிகள் கேட்கின்றன. 'பேச்சாளருக்குப்' பேச்சே வரவில்லை.

ஜெர்மானிய நாடகாசிரியர், இயக்குநர், ப்ரெக்ட் (Eugen Berthold Friedrich Brecht) 'காப்பிய அரங்கு' (Epic Theatre) என்ற நவீன நாடக வகைக்கு அடிகோலினார். இவ்வகை நாடகம் முதலாளித்துவ யதார்த்தவாத நாடகத்துக்கு எதிரானது. அது உணர்ச்சிகளுக்கு மாறாக, சிந்தனைகளை முன்னிலைப்படுத்தியது. சமகாலச் சமூக நிஜங்களில் உள்ள அறம்சார் பிரச்சினைகளைப் பற்றி அவையோரை அறிவுபூர்வமாகச் சிந்திக்க வைத்தது. பாத்திரங்களோடு அவர்கள் ஒன்றிப்போய், நாடக நிகழ்வுகளில் மூழ்கிவிடுவதைத் தடுத்தது; முன்வைக்கப்படும் வாதங்களை ஆராய்ந்து தத்தம் முடிவுகளுக்கு வருவதை ஊக்குவித்தது.

இன்னொரு முக்கிய அம்சம்: இங்கு நடிகர்கள், பார்வையாளர்கள் என்று பிரித்துப் பார்ப்பது கிடையாது. நடிகர்களைப் போலப் பார்வையாளர்களுக்கும் நாடக நிகழ்வுகளில் பங்குண்டு. முன்னவர்கள் பின்னவர்கள் நடுவில் வந்து பிரச்சினைகளைச் சொல்லி, அவர்களோடு விவாதித்து, தோன்றும் தீர்வுகளைத் தெரிவிக்கச் சொல்லிக் கேட்பார்கள்.

பாத்திரங்களின் அகக் கூறுகளை, உணர்ச்சிகளை, விட்டு நடிகர்கள் விலகியிருப்பார்கள். அழகியல் முத்திரைகளுடன் வெளிப்படும் புற நிகழ்வுகள் சமூக உறவுகளின் அடையாளங்கள் என வலியுறுத்துவார்கள். மேடையில் அவர்கள் சேர்ந்து, பிரிந்து இயங்கும் விதங்கள், குரலின் ஏற்ற இறக்கங்கள், அங்க அசைவுகள், கண் மொழி, முகபாவங்கள் ஆகியவை திட்டமிட்டபடி நிகழும். பாத்திரங்களுக்கிடையே உள்ள மனப்பாங்கினைப் புலப்படுத்தும்.

எந்த ஒரு நாடகமும் ஒரு குறிப்பிட்ட காலத்தின் சமூக வாழ்வியல் கூறுகளின் மீது ஒரு குறிப்பிட்ட பார்வையைக் கொண்டிருக்கும். அந்தப் பார்வை காலப்போக்கில் மரபுப் பார்வையாக நிலைபெறக் கூடும். சில நூறு ஆண்டுகளுக்குப் பின் வரும் ஒரு நாடகாசிரியர் அந்த மரபுப் பார்வையிலிருந்து மிகவும் வித்தியாசமான பார்வையைக் கொண்டிருக்கலாம். ஏனெனில் அவருடைய காலச் சமூக வாழ்வியல் கூறுகளில் நிறைய மாற்றங்கள் ஏற்பட்டிருக்கும். அவற்றின் தாக்கத்தால் நவீனப் பார்வையுடன் அந்த நாடகத்துடைய கதைக்கரு, பாத்திரச் சித்திரிப்பு போன்றவற்றை மாற்றித் திருப்பி எழுதுவதும் நிகழக்கூடும்.

எடுத்துக்காட்டாக, ஷேக்ஸ்பியர் எழுதிய *Hamlet* துன்பியல் நாடகத்தில் *Rosencratz, Guildenstern* இருவரும் சிறிய பாத்திரங்கள். அவர்களை மையப் பாத்திரங்களாக ஆக்கி, டாம் ஸ்டாப்பட் (Tom Stoppard) என்ற பிரித்தானிய நாடகாசிரியர் *Rosencratz and*

கே. தியாகராஜன்

Guildenstern are Dead எனும் நவீன நாடகத்தைப் படைத்துள்ளார்; ஷேக்ஸ்பியரின் துன்பியல் நாடகத்தை, இருத்தலியப் பார்வையில், நகைப்பு தரும் அபத்தவாத நாடகமாக மாற்றி எழுதியுள்ளார். தாம் யார், எங்கே இருக்கிறோம், என்ன செய்கிறோம், என்ன சொல்கிறோம் என்றறியாமல் நாடகம் முழுவதும் இரு பாத்திரங்களும் குழப்பத்திலேயே நகர்கின்றன.

மேலே விவரித்த ஐரோப்பிய நவீன நாடகக் கதைக்கருக்களின் பின்புலத்தில் தமிழ் நவீன நாடக வரலாற்றை இப்போது காணலாம். 1970களில் வெளிவரத் தொடங்கிய தமிழ்ச் சிற்றேடுகள் 20ஆம் நூற்றாண்டுத் தமிழ்ப் புதுக்கவிதை, சிறுகதை, விமர்சனக் கட்டுரை ஆகியவற்றின் வளர்ச்சிக்கு ஆதரவும் ஊக்கமும் தந்தன. அதே போல அவை நவீன சோதனை நாடகங்களுக்கும் ஆதரவு தந்தன. அந்தச் சிற்றிதழ்களின் ஆசிரியர்களும் எழுத்தாளர்களும் பாரம்பரியங்களின் சுமைகளை இறக்கிவைத்தவர்கள். புத்திலக்கியம் படைக்கும் பேரார்வம் கொண்டவர்கள். வணிக லாபத்தைக் குறிவைத்துச் சந்தையைக் கைப்பற்றிய சமகால வார, மாத, மசாலா இதழ்களின் பெருவெற்றியைக் கண்டு கொதித்துப்போனவர்கள். அவர்களுள் பெரும்பாலானோர் இளைய தலைமுறையினர். கல்லூரி நாட்களில் ஐரோப்பிய நவீன இலக்கியங்களுக்கும், இயக்கங்களுக்கும் அறிமுகமானவர்கள். அவற்றின் புதுச் சுவாசக் காற்றை ரசித்து உட்கொண்டவர்கள். அதே போன்ற புதுச் சுவாசக் காற்று வீசும் புதிய தமிழ் இலக்கியப் படைப்புகள் வெளிவர வேண்டும் என்று பெரிதும் விரும்பியவர்கள். ஆசைப்படுவதோடு மட்டுமல்லாமல் ஆக்கங்களிலும் முனைப்பு காட்டியவர்கள்.

ஆனால் தங்களின் படைப்புகளுக்குச் சந்தை இதழ்களில் இடம் கிடைக்காது என்று நன்கு உணர்ந்தவர்கள். சுத்த இலக்கியப் பிரக்ஞை உள்ள சில நூறு வாசகர்களுக்காகச் சொந்தச் செலவில் சிற்றேடுகளைப் பிரசுரிக்கவும் துணிந்தவர்கள். அந்த வகையில் வெளியான சில சிற்றேடுகள் தமிழ் நவீன நாடக வளர்ச்சிக்குப் பெரிதும் உதவின. அதைப் பற்றிய சுருக்கமான பேச்சு கீழே உள்ளது.

'கசடதபற' – 'ஒரு வல்லின மாத ஏடு' என்ற அறிவிப்பு இலச்சினையுடன் வெளிவந்த சிறுபத்திரிக்கை. ந. முத்துசாமி, இந்திரா பார்த்தசாரதி இருவரின் சோதனை நாடகங்களையும் வெளியிட்டது. அதனுடைய 13ஆவது இதழ் நாடகச் சிறப்பிதழாக மலர்ந்து, இந்திரா பார்த்தசாரதியின் 'மழை' நாடகத்தை முழுமையாக அச்சிட்டது.

'ஃ' – 'ஓர் எழுத்தாயுத மாத ஏடு' – என்ற பெயரில் வெளிவந்த சிற்றிதழ். அம்பையின் 'பயங்கள்', கிரீஸ் கர்னாடின் 'ஹயவதனா',

இந்திரா பார்த்தசாரதியின் 'போர்வை போர்த்திய உடல்கள்' ஆகிய நவீன நாடகங்களை வெளியிட்டது. *பிரக்ஞை* என்ற சிற்றிதழ் ஆல்பர்ட் கேம்யூவின் (Albert Camus) *Le Justes* எனும் ஃப்ரென்ச் நாடகத்தைத் தமிழில் 'நியாயவாதிகள்' என்ற தலைப்பில் தொடராக வெளியிட்டது. வெங்கட் சாமிநாதன் எழுதிய 'தமிழ் நாடகச் சூழல் – சில பிரச்னைகள்' என்ற நீண்ட கட்டுரையையும் அது பிரசுரித்தது.

கொல்லிப்பாவை என்ற சிற்றிதழ் ந. முத்துசாமியின் 'தெருக்கூத்து' எனும் கட்டுரையை அச்சிட்டது. சுந்தர ராமசாமி எழுதிய உடல் என்ற சோதனை நாடகத்தையும் வெளியிட்டது. மலையாள நாடகாசிரியர்கள்மீது பெருந்தாக்கத்தை உண்டாக்கிய அய்யப்பப் பணிக்கர், கே. எழுதிய ஆழமான கட்டுரைகளுள் ஒன்றைத் தமிழில் 'பார்வையாளன்' என்ற தலைப்பில் தந்தது. *சுவடு* என்ற சிற்றிதழ் அபத்தவாத நாடகம் பற்றிய நீண்டதொரு கட்டுரையை வெளியிட்டது.

வைகை என்ற சிற்றிதழ் வெங்கட் சாமிநாதனின் 'அக்கிரகாரத்தில் கழுதை' நாடகத்தைப் பற்றிய தி. ஜானகிராமன், சுந்தர ராமசாமி, சி. மோகன் ஆகியோரின் கடிதங்களையும், ந. முத்துசாமியின் நீண்ட கட்டுரையையும் பிரசுரித்தது. மேலும் தெருக்கூத்து பற்றிய ந. முத்துசாமியின் அக்கறை மிகுந்த பல ஆய்வுக் கட்டுரைகளை வெளியிட உதவியது. *விழிகள்* என்ற சிற்றேடு தமிழ்ப் புது நாடகங்கள் பலவற்றைப் பிரசுரித்தது.

யாத்ரா என்ற சிற்றிதழ் நவீன நாடகத்திலும் அக்கறை காட்டியது. ந. முத்துசாமியின் புதிய நாடகங்களையும், அவற்றைப் பற்றிய கருத்துகளையும் பிரசுரித்தது. ஜெயந்தன், அம்ஷன்குமார் ஆகியோரின் புது நாடக முயற்சிகளுக்குக் *கணையாழி* மேடையாக இருந்து உதவியது. ஆர்வம் மிக்க எழுத்தாளர்கள், வாசகர்கள் கலந்துரையாடி விவாதிக்க 'பட்டி மன்றம்' என்ற பகுதியைத் *தீபம்* ஏற்படுத்திக்கொடுத்தது. அதில் தற்காலத் தமிழ் நாடகமும் விவாதிக்கப்பட்டது. தமிழ்ச் சிற்றேடுகள் நவீன நாடக வளர்ச்சிக்குத் தந்த ஊக்கத்தைப் பற்றிய பேச்சு இத்துடன் முடிகிறது.

சிற்றேடுகளின் சேவை ஒருபுறம் இருக்க சென்னை, மதுரை, தஞ்சை, புதுவை, கோவை எனப் பல ஊர்களில் கூத்துப் பட்டறை, பரீக்ஷா, சென்னைக் கலைக்குழு, வீதி, நிஜ நாடக இயக்கம், சுதேசிகள், கூட்டுக் குரல்கள், ஆழி, தன்னானே, தீட்சண்யா, ஆடுகளம், ஐக்யா, மௌனக்குரல், யதார்த்தா போன்ற புது நாடக இயக்கங்கள் நேரடியாகக் களப்பணியில் இறங்கின. பெரிய அளவில் மக்களின் ஆதரவை அவை பெறவில்லை.

இருப்பினும் உறுதியான முனைப்புடன், ஆர்வத்துடன், நவீன நாடகங்களை ஆக்கி மேடையேற்றிச் சாதனை படைத்தன.

இந்திய நடுவண் அரசு அமைப்பான சங்கீத நாடக அகாடமி இளம் இயக்குநர்கள் ஊக்குவிப்புத் திட்டத்தைப் பத்தாண்டுக் காலத்திற்கு நிதியுதவி அளித்துச் செயல்படுத்தியது. சில வெளிநாட்டு நிறுவனங்கள் நிதி தந்து தமிழ் நவீன நாடக வளர்ச்சிக்கு உதவின. காந்திகிராம பல்கலைக் கழகம் நடத்திய ஒரு நாடகப் பயிலரங்கில் 'புறஞ்சேரி' நாடகம் உருவானது. அந்தப் பல்கலைக்கழகம் பன்சி கவுல் தலைமையில் நடத்திய இன்னொரு பயிலரங்கில் சே. ராமனுஜத்தின் 'பிணம் தின்னும் சாத்திரங்கள்' உருப்பெற்றது.

இந்தியாவில் மூன்றாம் அரங்கு செழித்து வளரக் காரணக் கர்த்தாவான பாதல் சர்க்கார் தலைமையில் சென்னையில் ஒரு பயிலரங்கு நடந்தது. பல அமைப்புகள் ஆங்காங்கே சர்ச்சைகளுள்ள விவாதங்களை நிகழ்த்தின. இவையனைத்தின் உந்துதலால் நவீன தமிழ் நாடகச் சிந்தனைகள் விரிவாகி வருகின்றன.

கதைக்கரு என்ற இப்பகுதியை நிறைவு செய்ய இந்திரா பார்த்தசாரதியின் 'கொங்கைத் தீ', சே. ராமானுஜத்தின் 'பிணம் தின்னும் சாத்திரங்கள்', ஞாநியின் 'பலூன்', ஆகிய மூன்று தமிழ் நவீன நாடகங்களும் எடுத்துக்கொள்ளப்படுகின்றன. அவற்றின் கதைக் கருக்களில் தென்படும் நவீனத்துவக் கூறுகள் ஐரோப்பிய நவீன நாடகப் பின்புலத்தில் வைத்துப் பேசப்படுகின்றன.

இந்திரா பார்த்தசாரதியின் 'கொங்கைத் தீ'

ஐம்பெருங்காப்பியங்களுள் முதன்மையானதாகப் போற்றப்படும் 'சிலப்பதிகாரம்' இந்திரா பார்த்தசாரதியின் 'கொங்கைத் தீ' நவீன நாடகமாக உருப்பெற்றுள்ளது. அந்த நாடகத்திற்கு 'சிலப்பதிகாரம் நவீன நடகமாகிறது' என்றே முன்னுரையை அவர் எழுதியுள்ளார். நாடகத்தின் நவீனத்துவக் கூறுகளை அவரே குறிப்பிடுகிறார். சிலம்பின் பதிகத்தில் "ஊழ்வினை உருத்துவந்து ஊட்டும்" என்று அதனுடைய மூன்றாவது காரணமும் கருப்பொருளும் சொல்லப்படுகிறது. ஊழ்வினை என்பது முந்தை வினை அல்லது தலையில் எழுதப்பட்ட தவிர்க்க முடியாத விதி.

விதிதான் சிலம்பின் முக்கியக் கதாபாத்திரம் என்று பார்த்தசாரதி சொல்கிறார். கிரேக்கத் துன்பியல் நாடகங்களிலும் விதிதான் முக்கியப் பங்காற்றுவதாக ஒப்பிடுகிறார். *King Lear* நாடகத்தில் வரும் 'விஷமக்கார சிறுவர்களுக்குப் பறக்கும் பூச்சிகளைப் போலக் கடவுளர்க்கு நாம்' என்ற ஒப்புமையையும்

குறிப்பிடுகிறார். அத்துடன் விதியைப் பற்றிய அவருடைய சொந்தக் கருத்தையும் இவ்வாறு சொல்கிறார்: "ஒவ்வொருவருடைய குண அமைப்பே அவரவருக்கு விதி". இதையே 'கொங்கைத் தீயில்' வற்புறுத்த முயன்றிருப்பதாகக் கூறுகிறார்.

காப்பியத் தலைவி கண்ணகி முதலில் அச்சம், மடம், நாணம், பயிர்ப்பு என்ற பாரம்பரிய நாற்புற வேலிகளுக்குள் நிறுத்தப்படுகிறாள். அருந்ததி போல் கற்புடையவள் எனப் போற்றப்படுகிறாள். ஆனால் ஆண் இனமானது பெண் இனத்திற்குப் பூட்டிய பொன்விலங்கே கற்பு என்ற பண்பு அவருடைய நிலைப்பாடு.

பத்தினிப் பெண்ணுக்கு விதிக்கப்பட்ட அடுத்த பண்பு பொறுமை. அதனுடைய எல்லையைக் கடக்குமளவுக்குக் கோவலன் இழிந்தவன் ஆனாலும், அவனைக் கண்ணகி ஒரு 'புனித ஸ்தாபனமாகவே' காண்கிறாள். கொழுநனைத் தொழுது எழுகிறாள். எனவே அவள் எரியெனச் சொன்னால் எரியும் தீ. கணவன் என்ற பூஜிக்கும் ஒரு கருவி இருந்தால்தான் அவள் பொட்டுவைத்துச் சுமங்கலியாக இருக்கமுடியும். சுமங்கலியாய் இறந்தால் அருந்ததியைப் போல அவளும் வானில் விண்மீனாக ஒளிரமுடியும். அது அவளுடைய லட்சியம். அதுவே ஆண் சமூகம் போற்றும் வீரப் பத்தினிக்கான லட்சியக் குண அமைப்பு. அதை அட்சரம் பிசகாமல் அப்படியே ஏற்றுக்கொள்வது அவளுடைய விதி.

இறுதியில் கொலையுண்ட கணவனுக்காக வெகுண்டெழும் வீரமங்கையாக விசுவரூபம் எடுக்கிறாள். அரசநீதி பெண்ணினத்தைத் தண்டித்திருக்கிறது என்று பொங்கி எழுகிறாள். மதுரைக் காண்ட வஞ்சின மாலையில் கண்ணகி தன் இடது முலையைத் திருகி எடுத்து எறிந்து மதுரை மாநகரை எரிக்கிறாள். மூலக் கதையின் இந்த நிகழ்விலிருந்து 'கொங்கைத் தீ' நாடகத் தலைப்பு உருவாக்கப்பட்டுள்ளது. நாடகாசிரியர் இதற்குப் புதியதொரு விளக்கத்தையும் தருகிறார்.

இதுவரை மனிதப் பெண்ணாக இருந்த கண்ணகி, தன்னுடைய போக உறுப்பை வீசி எறிகிறாள். அச்சம், மடம், நாணம், பயிர்ப்பு என்ற ஆணினக் கட்டுமான வேலிகளைத் தகர்த்து எறிந்து வெளியேறுகிறாள். தன் பெண்மையை அழித்து, ஆதிமூல சக்திக் கனலாய்த் தகிக்கிறாள். இதனால்தான் பாரதியின் 'ஊழி காத்து'ப் பாட்டை இறுதியில் வைத்ததாகப் பார்த்தசாரதி சொல்கிறார். மனிதப் பெண்ணைத் தெய்வமாக்க முயலாமல் மதுரைக் காண்டத்தோடு நாடகத்தை முடித்துக்கொள்கிறார்.

கே. தியாகராஜன்

கண்ணகியைப் போல கோவலன், மாதவி இருவருக்கும் அவரவர் குண அமைப்புகளே விதியாக அமைகின்றன.

கிரேக்கத் துன்பியல் நாடகங்களில் 'கோரஸ்' (chorus) என்ற குழுவினர் நாடக முன் – பின் நிகழ்வுகள், பாத்திரங்களின் செயற்பாடுகள், அவற்றைப் பற்றிய பாரம்பரியச் சமூக, சமய, நீதிக் கருத்துகள் ஆகியவற்றை இடையிடையே சொல்வர். தேவந்தி, மாடலன் மறையோன் இருவரும் சிலம்பில் வரும் துணைப் பாத்திரங்கள். தேவந்தி கண்ணகி சார்பிலும், மாடலன் மறையோன் கோவலன் சார்பிலும் தனி நபர் கோரஸாகக் கொங்கைத் தீயில் பேசுகின்றனர்; சமஸ்கிருத நாடக மரபின் சூத்திரதாரி, தமிழ்த் தெருக்கூத்து மரபின் கட்டியங்காரன் போன்றும் அவர்கள் செயல்படுகின்றனர்.

சே. ராமானுஜத்தின் பிணம் தின்னும் சாத்திரங்கள்

மகாபாரதப் பெருங்காப்பியத்தைத் தழுவிப் பாரதியின் காவியப் பாடல் 'பாஞ்சாலி சபதம்' எழுதப்பட்டது. பாரதியின் தழுவலைத் தழுவி நடிப்பதற்கென்றே சே. ராமானுஜத்தின் நவீன மேடை நாடகமான 'பிணம் தின்னும் சாத்திரங்கள்' ஆக்கப்பட்டது. மகாபாரதக் குருஷேத்திரப் போரை இந்தியத் தேச விடுதலைப் போராகப் பாரதி உருவகப் படுத்தினார். பெண் விடுதலையை மையக் கருப்பொருளாக வைத்தார்.

அதர்மத்தை அழித்து, தர்மத்தை நிலைநாட்டுவதே மகாபாரதத்தின் அடிப்படையான கதைக்கரு என்ற எளிமையானதொரு விளக்கம் சொல்லப்படுவதுண்டு. ஆனால் சான்றோர் என்று போற்றப்படுவோரும் நெறி பிறழ்வதுண்டு; நடுநிலை தவறுவது உண்டு. அதிகாரத்தில் உள்ளோர் தீயோராயினும் அவர்களுக்காக, 'தர்மத்தை' நிலைநாட்டுவதற்காக வகுக்கப்பட்ட சாத்திரங்களை வளைப்பதுண்டு. 'இது அதர்மம்' என்ற உறுத்தல் இருந்தாலும், விந்தையிலும் விந்தை யான தர்ம நியாய விளக்கங்களைத் தருவதுண்டு. இதுதான் சாத்திரம் சொல்லும் (அ) 'தர்மம்', இதுதான் உன் 'விதி' என்று சொல்லி எளிதில் கடந்துபோவதுண்டு.

முக்காலும் பொருந்தும் இந்த உண்மையைப் பாரதி தன் சொற்களைக் கொடுத்துப் பாஞ்சாலியைப் பேசவைக்கிறார். "பேயரசு செய்தால், பிணந்தின்னும் சாத்திரங்கள்" என்று அந்தக் காவியப் பாடலில் வருகின்ற வரி இன்று விரிந்த பயன்பாட்டில் உள்ளது. அந்த வரி அத்தகைய சாத்திரங்கள் சொல்லும் (அ) நியாயமான நியாயத்தைப் பற்றிய பாரதியின் ரௌத்திரம் மிகுந்த விமர்சனம் ஆகும். அந்த வரியின் பின்பாதியை இரவல் பெற்றுத்

தன்னுடைய நாடகத் தலைப்பாக ராமானுஜம் வைக்கிறார். ஆனால் அதுவே தன்னுடைய விமர்சனமும் ஆகும் என்று வெளிப்படையாக ராமானுஜம் சொல்லவில்லை.

மாறாக, ஜெர்மானிய நாடகாசிரியர் – இயக்குநர் ப்ரெக்ட் உருவாக்கிய 'காப்பிய அரங்கு' பாணியில் தன்னுடைய நாடகத்தின் சமகால விவாதப் பொருளாக அதை வைக்கிறார். மேடையில் நாடகப் பாத்திரங்கள் அந்த விவாதத்தில் பங்காற்றுகிறார்கள். அவர்கள் மட்டுமல்லாமல் நாடகத்திற்கு நேரடியான தொடர்பில்லாத கட்டியங்காரன், விதூஷகன், அறிவிப்பாளன் ஆகியோரும் பங்கு பெறுகிறார்கள். நாடகத்தின் ஒரு முக்கியமான நவீன கூறாகத் தொடக்கத்திலும், இடையிலும், முடிவிலும் பார்வையாளர்களும் விவாதத்தில் ஈடுபடுத்தப்படுகிறார்கள். "தர்மத்தின் அடையாளமாகிய தருமன் சூதாட்டத்தில் ஈடுபட மறுத்திருக்கலாம் அல்லவா," என்ற கேள்வியும், 'அது விதி' என்ற சகாதேவனின் பதிலும் அவர்கள் முன் திருப்பித் திருப்பி விவாதத்திற்கு வைக்கப்படுகின்றன.

சூதாட்டப் பணயமாக வைத்து நாடு, தான், தம்பியர் என வரிசையாக இழக்கும் தருமன் இறுதியாகப் பாஞ்சாலியையும் இழக்கிறான். அரசவைக்கு இழுத்துவரப்பட்ட பாஞ்சாலி நியாயம் கேட்கிறாள். "இதுவரை அரசியரைச் சூதில் தோற்றதுண்டோ? நாயகர் தாம் தோற்றபின் என்னைப் பணயம் வைக்க உரிமை உண்டோ?" என்று வரிசையாகக் கேள்விக் கணைகளைத் தொடுக்கிறாள். கேள்விகளுக்குப் பீஷ்மர் இவ்வாறு பதில் சொல்கிறார்: "பெண் ஆணுக்கு அடிமை. தான் தோற்றபின் ஆண் தன் அடிமையைப் பணயம் வைக்கலாம். அதுதான் சாத்திரம் சொல்லும் அறம்." அது கேட்டு வெகுண்டெழுந்த பாஞ்சாலி, "ராவணனுக்கு வாய்த்த மந்திரிபோல நீரும் நியாயம் பேசுகிறீர். பேயரசு செய்தால், பிணந்தின்னும் சாத்திரங்கள்," என்று சீறுகிறாள்.

இக்காட்சியில் பேசப்படும் தர்ம நியாயங்களைப் பற்றிய விவாதத்தில் அவையோர் மீண்டும் ஈடுபடுத்தப்படுகிறார்கள். இதிகாசக் கால நிகழ்வுகளுக்கும் தற்காலச் சமூக அரசியல் வாழ்வியலுக்கும் உள்ள ஆழமான தொடர்பை அவர்கள் உணர்கிறார்கள். காலமும் காட்சிகளும் மாந்தர்களும் மாறி விட்டாலும், நியாயமான நியாயங்கள் சார்ந்த பிரச்சினைகள் மாறாமல் வேரூன்றி நிற்பதை எண்ணிப் பார்க்கிறார்கள். அது விவாதத்தில் எதிரொலிக்கிறது.

கோரஸ் என்பது கிரேக்கத் துன்பியல் நாடக முத்திரைகளுள் ஒன்று. அதுபோன்ற 'குழாம்' எனும் பின்பாட்டுக்காரர்கள் பிணம் தின்னும் சாத்திரங்கள் நாடகம் முழுவதும் முக்கியப்

பங்காற்றுகிறார்கள். இந்த நவீனக் கூறை மேடைக்குறிப்பு உணர்த்துகிறது. இக்குழுவினர் பாரதியின் கவிதைகளைப் பாடி, நாடகக் கதையை நடத்திவைக்கிறார்கள். பாத்திரங்கள், நிகழ்வுகள், உரையாடல்கள் பற்றிய பொதுவான கருத்துகளைச் சொல்கிறார்கள். சூதாட்டத்தின்போது இரு பிரிவாகப் பிரிந்து மேடையின் இட, வலப் பக்கங்களில் எதிரெதிராக நின்று நிகழ்வுகளை விமர்சிக்கிறார்கள். "செருப்புக்குத் தோல்வேண்டியே – இங்குக் கொல்வாரோ செல்வக் குழந்தையினை" போன்ற பாரதியின் உணர்ச்சிமிகு வரிகளைப் பாடுகிறார்கள். துச்சாதனன் பாஞ்சாலியின் கூந்தலைப் பிடித்து இழுத்து வருகையில் 'நெட்டை மரங்கள்' என வேடிக்கை பார்த்து நிற்கும் மக்களின் 'பெட்டைப் புலம்பலை' இடித்துரைக்கிறார்கள். அவையோருடன் கலந்து நின்று விவாதங்களை இயக்கிவைக்கிறார்கள். நிகழ்வு களைத் தொகுத்தும் நாடகத்தை முடித்தும் வைக்கிறார்கள்.

ஞாநியின் பலூன்

மூன்றாவது எடுத்துக்காட்டாக வரும் நவீன நாடகம் பலூன் உருவாக்கம் பெற்ற விதத்தை ஞாநியே முன்னுரையில் சொல்கிறார். பெங்க்வின் பதிப்பு நிறுவனம் வெளியிட்ட 'திறந்தவெளி நாடகங்கள்' *(Openspace Plays, 1974)* என்ற நாடகத் தொகுப்பு நூலில் உள்ள 'சிகாகோ சதி' *(The Chicago Conspiracay,)* எனும் நாடகமே பலூன் நாடகத்தின் முன்மாதிரியாக அமைந்தது.

வியட்நாம் போரில் அமெரிக்காவின் பங்கைக் கண்டித்து *1968*இல் சிகாகோ நகரில் ஒரு கண்டன மறியல் போராட்டம் நடந்தது. அதில் ஹிப்பிகள் பெருமளவில் கலந்துகொண்டனர். தங்கள் எதிர்ப்பை நூதன முறையில் காட்டினர். அமெரிக்க உளவு அமைப்புகளின் தலைமையகமான பென்டகன் இருக்கும் திசையை நோக்கிச் சிறுநீர் கழித்தனர். காவலர்கள் கண்ணீர்ப் புகைக் குண்டுகளை வீசிக் கூட்டத்தைக் கலைத்தனர். ஒரு கறுப்பர் உட்பட எட்டுப்பேரைக் கைது செய்தனர். பயங்கர வன்முறைக் கலவரத்தைக் கட்டவிழ்க்க முயன்றதாக வழக்கு தொடர்ந்தனர்.

சுமார் ஐந்து மாதக் கால விசாரணையின்போதும் கைது செய்யப்பட்டோர் நீதி மன்றத்தில் 'ஹிப்பியியல்'படியே தொடர்ந்து நடந்துகொண்டனர். அவர்களுக்கு எதிராக, காவலர்களுக்கு ஆதரவாக, நீதிபதி பல முறைகேடான உத்தரவுகளைப் பிறப்பித்தார். நீதிமன்றத்தில் கறுப்பின இளைஞனை நாற்காலியோடு கட்டிப்போட்டு விலங்கு பூட்டி வைத்தனர். அறுவருக்கு ஐந்தாண்டு சிறைவாசமும் ஐயாயிரம் டாலர் அபராதமும் விதிக்கப்பட்டது. நீதிமன்ற அவமதிப்புக்காக, 'கிளர்ச்சிக்காரர்களின்' வழக்கறிஞருக்கு, வரலாற்றுப் பதிவான,

மிக நீண்ட நான்காண்டுகள் பதின்மூன்று நாட்களுக்குச் சிறைவாசமும் விதிக்கப்பட்டது.

விசாரணைக் காலத்தில் 'கிளர்ச்சிக்காரர்கள்' நாடு முழுவதும் சுற்றுப்பயணம் செய்தார்கள். கூட்டம் போட்டார்கள். தொலைக் காட்சியில் தோன்றினார்கள். தங்கள் வழக்கைத் திரைப்படமாக எடுக்கப்போவதாக அறிவித்தார்கள். அதே நீதிபதியைத் தங்கள் படத்தில் அதே பாத்திரத்தில் நடிக்க இயலுமா என்று கேட்டுக் கிண்டலடித்தார்கள். விசாரணை நிகழ்வுகள், செய்திக்குறிப்புகள், தீர்ப்புகள் ஆகியவை ஜான் பஜஸின் *(John Burgess)* சிந்தனை வண்ணத்தில் 'சிகாகோ சதி' நாடகமாக உருவெடுத்தது.

ஹிப்பிகளின் கோமாளித்தனமான அராஜக ஒழுங்கீனத்தை நாடகம் ஆதரிக்கவில்லை. அதேநேரத்தில் சமகால அரசியல் – சமூகவியலை உற்று நோக்கியது. இந்த வழக்கில் அரசு அதிகார, நீதிப் பரிபாலன அமைப்புகள் எப்படிக் காட்டுமிராண்டித் தனமான அணுகுமுறையைக் கொண்டிருந்த என்பதை எள்ளல் பாணியில் நிகழ்கலையாக மாற்றிக் காண்பித்தது. சகிப்புத் தன்மையும் சரியான பார்வையும் எங்கே போயின என்ற கேள்விகளை எழுப்பியது. ஜனநாயக முறையில் எழுந்த எதிர்ப்புக் குரல்கள் 'ராஜதுரோகக் குற்றம்' என முத்திரை குத்தப்பட்டு, எப்படி அடக்கி ஒடுக்கப்பட்டன என்றும் நாடகம் காட்சிப்படுத்தியது. குறிப்பாக, நீதிமன்றத்தில் கறுப்பின இளைஞனை நாற்காலியோடு கட்டிப்போட்டு, விலங்கைப் பூட்டி, வாயையும் அடைத்த அநீதியை அவையோரின் விமர்சனச் சிந்தனைக்கு வைத்தது.

அன்றாட ஆயிரம் செய்திகளுள் சகஜமான ஒன்றாக இதையும் மக்கள் கடந்துபோய்விடக் கூடாது என்ற நோக்கில் சிகாகோ சதி நாடகம் உறுதியாக இருந்தது. கண்டு, கேட்டு, களிக்கச் செய்வது மட்டும் ஒரு நாடகத்தின் குறிக்கோளாக இருக்கக் கூடாது. 'சட்டக்' கவசத்துடன், அதிகார மையங்கள் அறம்சார் தவறுகள் செய்வதை அனுமதிக்கக் கூடாது. பொதுமனித மனசாட்சியைத் தட்டி எழுப்ப வேண்டும். அடிப்படை உரிமை மீறல்களை எதிர்க்கும் உணர்வை நீண்ட காலச் சமூக நினைவில் இருத்த வேண்டும். 'சிகாகோ சதி' நாடகம் அந்தப் பொறுப்பையே எள்ளல் பாணியில் ஆற்றியது. நாடகாசிரியர் ஞாநிக்கு அது ஒரு புதிய கதைக் கருவைத் தந்தது.

'குரல்கள்' என்ற நுகர்வோர் நல அமைப்பு 1981ஆம் ஆண்டு, ஜூன் 12ஆம் நாள் மாலை சென்னை மெரீனா சாலையில் ஒரு கண்டனப் பலூன் ஊர்வலத்தை நடத்தப்போவதாக

அறிவித்தது. தமிழக அரசின் அப்போதைய பேருந்துக் கட்டண உயர்வை எதிர்த்துப் பேரணியாகச் செல்ல அந்த அழைப்பு விடுக்கப்பட்டது. பத்து லட்சம் மக்கள் தொகை கொண்ட தலைநகரில் பெரும்பாலானோர் அரசுப் பேருந்துகளில் அன்றாடம் பயணிப்பவர்கள் (நுகர்வோர்கள்). ஆனால் அன்று நடந்த அந்த ஊர்வலத்தில் 19 பேர் மட்டுமே கலந்துகொண்டனர்.

சென்னை மக்களின் இத்தகைய சமூக அக்கறை மிகவும் பழகிப்போன ஒன்றே. இருந்தாலும் "வேறு வேலை இல்லை இவர்களுக்கு" என்ற மேதாவித்தன போக்கும், தனக்கு எதுவும் வந்துவிடக் கூடாது என்ற பயமும் வெகுஜனச் சமூக அடையாளங்களாய் இருந்தது ஞாநிக்கு வேதனை தந்தது. பல நிஜவாழ்க்கை நிகழ்வுகள் உள்ளத்தை உலுக்கும் ஊடகச் செய்திகள் ஆகின்றன. அத்தகைய சமூக வாழ்வியல்சார் முக்கியச் செய்திகளை ஆவண நாடகங்களாக உருவாக்க ஞாநி விரும்புகிறார். அதன் மூலம் சமூக அக்கறை உணர்வை, களத்தில் இறங்கிச் செயலாற்றும் முனைப்பை, மக்களிடம் நிலைக்கச் செய்வதே அவருடைய படைப்பாக்க நோக்கம். செய்தி ஆவண நாடகங்களை வீதி நாடகங்களாக நிகழ்த்துவது நல்ல விளைவுகளை உண்டாக்கும் என்று நம்புகிறார். நவீன நாடக இயக்கத்தில் இது முக்கியப் பங்காற்றும் என்று எண்ணுகிறார்.

சிகாகோ சதி நாடகத்தின் அடிப்படை அமைப்பைத் தன்னுடைய நாடகத்திற்கு ஞாநி இரவல் பெற்றார். அமெரிக்கக் கறுப்பின இளைஞன், அடக்கி ஒடுக்கித் தாழ்த்தப்பட்ட தமிழ்ச் சமூகத்தைச் சார்ந்த 'பறையர்' ஆனார். பெண் விடுதலையைப் பெரிதும் ஆதரிக்கும் ஞாநி, நாடகத்தில் ஒரு கிளர்ச்சிக்காரியைச் சேர்த்துக்கொண்டார். நீதித்துறையின் குறைபாடுகளைப் பிரதான விமர்சன இலக்காகக் கொண்டார்; காவல்துறையையும் விமர்சிக்கிறார். நெட்டை மரங்களாய் வேடிக்கை பார்த்து, பெட்டைப் புலம்பலைப் பங்களிப்பாகத் தரும் மக்களையும் அவர் விட்டுவிடவில்லை. உண்மையில் நாடகம் அவர்களையே குறிவைக்கிறது.

6.4.2.3 நவீன அரங்கு

தமிழகப் பாரம்பரிய நாடக நிகழ்விடம் தற்காலிக அரங்காகவே இருந்தது. ஊரின் முச்சந்தி, மந்தைவெளி போன்ற பொதுவெளிகள், ஆலயங்களைச் சார்ந்த இடங்கள், அரண்மனைக் கூடங்கள் போன்றவற்றில் நாடகத்துக்கு இடம் தரப்பட்டது. ஆடரங்கு ஆடிடம், ஆடுகளம், நாடகச்சாலை, களரி, தலைக்கோலித் தளம் என்ற பல பெயர்களை அரங்கு பெற்றிருந்தது.

நாடகக்குழுக்கள், சபாக்கள் தோன்றிய பின் நகரங்களில் நிரந்தரக் கட்டடங்கள் கட்டப்பட்டன. மேற்கத்திய பிரசனிய அரங்கமைப்பின் தாக்கம் அந்தக் கட்டடங்களில் தென்பட்டது.

*1970*கள் தொடங்கி நாடக ஆர்வலர்களின் தேடல் பல திசைகளில் சென்றது. பிற நாட்டு/மாநில நாடக மொழியாக்கங்கள், கதைக் கருக்கள் ஆகியவற்றில் ஈடுபாடு காட்டினர். அத்துடன் அரங்கியலிலும் அதன் கூறுகளிலும் அவர்கள் பார்வை புதுமைகளைத் தேடிச் சென்றது.

ஹென்ரிக் இப்சன் நாடகங்களில் தோன்றும் எளிய மக்களுக்கான எளிய மேடையமைப்பு, தொழிலாளிகளின் இன்னல்களைப் பேசும் சமூக நிஜ நாடகங்களின் அரங்கமைப்பு, அபத்தவாத நாடகங்களின் மேடையமைப்பு, ப்ரெக்ட்டின் காப்பிய அரங்கமைப்பு ஆகியவை அவர்களைப் பெரிதும் ஈர்த்தன. அவர்கள்மீது ஆழமான தாக்கத்தை ஏற்படுத்திய வேறு சில நாடக ஆளுமைகள் கீழே சுருக்கமாகக் குறிப்பிடப்பட்டுள்ளனர்.

ஸ்டானிஸ்லாவ்ஸ்கி

ரஷ்யாவைச் சேர்ந்த ஸ்டானிஸ்லாவ்ஸ்கி (Konstantin Sergeievich Stanislavski) புகழ்பெற்ற நாடக இயக்குநர், குணச்சித்திர நடிகர், அரங்கச் செயற்பாட்டாளர். செம்மைப்படுத்தப்பட்ட நடிப்புப் பயிற்சி, அரங்க ஏற்பாடுகள், ஒத்திகை ஆகியவை பற்றிய ஒரு முறைமை அமைப்புநூலை அவர் உருவாக்கினார். அது நாடகவியல் இலக்கணநூலாகக் கருதப்படுகிறது. நாற்பதாண்டுக் காலமாகத் தொடர்ந்து மேம்படுத்தப்பட்ட அது system அல்லது method எனப் பெயர்பெற்றது.

தொடர் பரிசோதனைகள், இடையறாத திருத்தங்கள் ஆகியவற்றை ஸ்டானிஸ்லாவ்ஸ்கி மேற்கொண்டார். இறுதியில், உடலுக்கும் உள்ளத்துக்கும் உள்ள ஊடாட்டத்தின் அடிப்படையில், 'உடல் செயல்பாடுகளின் முறைமை' (method of physical actions) என்ற உத்தியை உருவாக்கினார். உணர்ச்சிகளின் படைப்பாற்றலை அது கற்பித்தது. பாத்திரங்களின் உணர்ச்சிகளை உடலாலும் உள்ளத்தாலும் நடிகர்கள் உணர்வதை ஊக்குவித்தது. நாடகாசிரியர்களின் படைப்பாக்கங்களில் தாக்கத்தை உண்டாக்கவும் முனைந்தது.

க்ரோடோவ்ஸ்கி

போலந்து நாட்டுக் க்ரோடோவ்ஸ்கி (Jerzy Marian Grotowski) புகழ்பெற்ற அரங்கியலாளர், சிந்தனையாளர். அவர் 'எளிய அரங்கு' *(Poor Theatre)* என்ற நவீனத்தைத் தோற்றுவித்தார். 'பிரசனிய'

படச்சட்டக அரங்கின் பிரமாண்ட அமைப்புகள், ஆடை அணிகலன்கள், ஒளி வெள்ளம் போன்ற அரங்க அதீதங்களை நிராகரித்தார். துணைப் பொருள்களின் (props) எண்ணிக்கையை மிகவும் குறைத்தார். அவற்றின் நாடகப் பயன்பாடுகளை நடிப்பாற்றலால் கூர்மையுறச் செய்தார். பெரிய அளவில் நாடகப் பயிலரங்குகளை நடத்தினார்.

பீட்டர் ப்ருக்

இங்கிலாந்தைச் சேர்ந்த பீட்டர் ப்ருக் (Peter Stephen Paul Brook) அரங்க, திரைப்பட இயக்குநர். 'வெற்றிடம்' *(The Empty Space)* என்ற அரங்கு பற்றிய நூலில் எது அரங்கு என விவரிக்கையில், இவ்வாறு அவர் சொல்கிறார்: ஒரு மனிதன் ஒரு வெற்றிடம் வழியே நடந்து செல்லும்போது வேறொருவன் அவனைக் கவனிப்பது போன்ற எளிமையான ஒன்றே அரங்கு. எந்த ஒரு வெற்றிடத்தையும் நடிப்புத் திறனால் நிகழ்கலை அரங்காக்க முடியும் என்று அவர் நம்புகிறார்.

அரங்கு எனப்படுவது வாகன நிறுத்த வசதியுள்ள நகர மையப் பிரமாண்டக் கட்டடம் அல்ல. வசதியான இருக்கை வரிசைகள் அல்ல. அவற்றில் அமர்ந்து நொறுக்கு தீனிகளைக் கொறித்துக்கொண்டே பார்வையை அலைபாயவிடும் மக்கள் அல்ல. அழகாக அமைந்த மேடையோ, அதிலுள்ள ஜோடனைப் பொருள்களோ அல்ல. அப்படிப்பட்ட ஒன்று வழக்கமாக ஒரு சந்தையாகத்தான் இருக்கும். அங்கே 'நாடகம்' நடந்தால், வழக்கமாக அது ஒரு சந்தைப் பொருளாக இருக்கும். எந்த ஒரு சந்தைப் பொருளும் வாங்குவோரின் தேவைக்கும் விருப்பத்துக்கும் ஏற்றவாறு தயாரிப்பாளர் வடிவம் தந்த பின் சந்தையில் விற்பனைக்கு வருகிறது. விற்பதும் வாங்குவதும் நடக்கும் இடத்தில் நிகழ்கலைக்கு இடமில்லை. அங்கு ஒற்றைக் குறிக்கோளாக இருப்பது வணிக லாபமே.

அத்தகைய அரங்கைச் 'சாவுக்கு இட்டுச்செல்லும் அரங்கு' (Deadly theatre) என்று ப்ருக் அழைக்கிறார். உண்மையான நிகழ்கலை அரங்குக்கு எந்த ஒரு வெற்றிடமும் போதும். படைப்பாற்றலின், நடிப்பாற்றலின் மூலம் அந்த வெற்றிடத்தில் ஒருவர்/பலர் மனித வாழ்க்கைக்குப் புத்துயிர் அளிக்கிறார்/கள். அதன் அர்த்தத்தை, அர்த்தத்தின் ஒரு கூறை தெரிவிக்க முயல்கிறார்/கள். ஒருவர்/பலர் அதைக் கண்டும் கேட்டும் ரத்த நாளங்களில் உணர்கிறார்/கள்.

ஆனால் எந்த வெற்றிடத்திலும் ஒரு சார்பு நிலை இருக்கவே செய்கிறது. அதாவது ஒவ்வொரு வெற்றிடத்திலும் அதற்கென்று

ஒரு அர்த்தப்பொதிவு/அரசியல் உண்டு. இருப்பினும் அதை நடிகர்களும் நாடக இயக்குநர்களும் சுயமாக்கிக்கொள்ள முடியும். அங்கே அவரவர் ஆற்றல்களை, பார்வைகளை, வெளிப்படுத்த வேண்டும்; முடியும்; வெளிப்படுத்துவோர் இருக்கிறார்கள்.

அன்றாட வாழ்க்கையில் 'அப்படி நடந்தால், இருந்தால்' என்பது ஒரு புனைவு; நாடக அரங்கில் அது ஒரு பரிசோதனை. அன்றாட வாழ்க்கையில் 'அப்படி நடந்தால், இருந்தால்' என்பது ஒரு நழுவுதல்; நாடக அரங்கில் அது ஒரு உண்மை (In everyday life, 'if' is a fiction, in the theatre, 'if' is an experiment. In everyday life, 'if' is an evasion, in the theatre, 'if' is the truth).

பாதல் சர்க்கார்

பாதல் சர்க்கார் (Badal Sircar) வங்காள நாடகாசிரியர், நடிகர், இயக்குநர், அரங்கியலாளர். இந்திய நாட்டளவிலோ தமிழ் மாநில அளவிலோ நவீன நாடகத்தைப் பேசுகையில் இவருடைய பங்களிப்பைக் குறிப்பிடாமல் இருக்கமுடியாது. 'மூன்றாம் அரங்கு' என்ற நாடக இயக்கத்தை நிறுவி, நாடெங்கும் பயணம் சென்று, பல பயிலரங்குகளை நடத்திப் பெரும் தாக்கத்தை ஏற்படுத்தியவர். மதுரை, காந்திகிராமம், சென்னை ஆகியவற்றில் அவர் நடத்திய பயிலரங்குகள் தற்காலத் தமிழ் நவீன நாடகத்தில் ஒரு புதிய போக்கைத் தோற்றுவித்தன.

இத்தாலிய நாடக இயக்குநர்–சிந்தனையாளரான யூஜீனியோ பார்பா (Eugenio Barba) போலந்தில் க்ரோடோவ்ஸ்கியுடன் பணியாற்றியவர். அவர் 'மூன்றாம் அரங்கு' (Third Theatre) என்ற கலைச்சொல்லை உருவாக்கினார். அது வணிக நோக்க அரங்கோ பரிசோதனை அரங்கோ (avant-garde) அல்லாத ஒரு இடத்தைக் குறிக்கிறது. அங்கே வணிகலாப வெற்றியின் அழுத்தம் இல்லாமல் ஒரு நடிகர் அகமுகத்தைத் தேடுகிறார். சுயமான தன்மைகள், திறமைகளைக் கண்டுணர்கிறார். அவற்றை அரங்கில் வெளிப்படுத்த ஊக்குவிக்கப்படுகிறார்.

பாதல் சர்க்கார் அமெரிக்காவில் நீண்ட பயணம் செய்து அங்குள்ள அரங்கியல் ஆளுமைகளைச் சந்தித்தவர். அவர்களுடைய நாடகங்களின் தனித்துவக் கூறுகளை நேரடியாகக் கண்டுணர்ந்தவர். அபத்தவாத நாடகங்களையும் காப்பிய அரங்க நாடகங்களையும் நன்கறிந்தவர். அரங்கியல் ஆசான் க்ரோடோவ்ஸ்கியுடன் போலந்தில் உறவாடியவர். அவருடைய 'எளிய அரங்கு' (Poor Theatre) சர்க்கார்மீது வாழ்நாள் தாக்கத்தை ஏற்படுத்தியது.

கே. தியாகராஜன்

மேலே சொன்ன மேற்கத்திய அரங்கியல் தாக்கங்களுடன் தாய்நாட்டுக்குத் திரும்பிய சர்க்கார், பிந்திய காலனிய இந்திய அரங்கச் செயற்பாடுகளைக் கண்டு வெதும்பினார். சமூக- பொருளாதார – கலாச்சாரச் சூழலில் துவண்டுபோயிருந்த எளிய இந்திய மக்களின் நிலைமை அவரைத் துன்புறச் செய்தது. இத்தகைய பின்புலத்தில் சர்க்காருடைய புதிய முயற்சியான 'மூன்றாம் அரங்கி'ன் *(Third Theatre)* தோற்றம் தவிர்க்க முடியாததானது. அது யூஜீனியோ பார்பாவின் 'மூன்றாம் அரங்கி'லிருந்து வேறுபட்டது

இந்திய மண்ணில் தோன்றி, வளர்ந்து, இன்றும் கிராமப்புறங் களில் இயங்கிவரும் மண்ணுக்குச் சொந்தமான பாரம்பரிய நிகழ்கலை வடிவங்கள் மாநிலத்துக்கு மாநிலம் வேறுபடுகின்றன; பொதுவான அடிப்படை அம்சங்களையும் கொண்டுள்ளன. கூத்து, யட்சகானம், நவ்தங்கி, ஜாத்ரா, பங்காரா, தமாஷா, சௌ, புர்ரகதா, பாவாய், கதகளி, பாகவதமேளா என அறியப்படும் அவையனைத்தையும் 'முதலாம் அரங்கு' என்று சர்க்கார் ஒரே வகைப்படுத்துகிறார்.

ஆங்கிலக் கல்வியின் அறிமுகத்துக்குப் பின் இறக்குமதி செய்யப்பட்ட, ஓரளவு சுயமாக்கப்பட்ட, மேற்கத்திய அரங்கியல் கூறுகள் இந்திய மேடைகளில் தென்பட்டன. அவை நகர்ப்புறங்களைச் சார்ந்த அரங்குகளையே ஆக்கிரமித்தன. வணிக இலக்கு கொண்ட நாடகச் சபாக்களும், புதுமையை விரும்பிய குழுக்களும் அவற்றில் நாடகங்களை மேடையேற்றின. அவையனைத்தையும் 'இரண்டாம் அரங்கு' என்று சர்க்கார் வகைப்படுத்துகிறார்.

மண்ணுக்குச் சொந்தமான 'முதலாம் அரங்கை'ச் சேர்ந்த நிகழ்கலை வடிவங்கள் கிராமப் புறங்களில் இன்றும் பிரபல மாக உள்ளன. ஆனால் அவை பல நூற்றாண்டுகளைக் கடந்தும் அதே புராண/இதிகாசக் கதைகளைச் சொல்கின்றன. அவை கூறும் கருத்துகள், போற்றும் விழுமியங்கள் பிற்போக்கானவை யாகவும் வறண்டும் உள்ளன. இன்றைய சமூக–பொருளாதார– கலாச்சார அவல நிலையிலிருந்து கிராமப்புற மக்களை விடுவித்து, அவர்களுடைய வாழ்க்கையில் எவ்வித மேம்பாட்டையும் கொண்டுவர அவற்றால் முடியவில்லை; முடியாது.

நகர்ப்புற நாடகங்கள் படச்சட்ட மேடையில் பிரசனிய அரங்கின் பாணியில் ஆங்கிலம் கலந்து நிகழ்கின்றன. 'இரண்டாம் அரங்கை'ச் சார்ந்த அவற்றைக் காண வருபவர்கள் பெரும்பாலும் ஆங்கிலக் கல்வி பெற்ற அறிவு ஜீவிகள். முற்போக்குக் கருத்துகள், விழுமியங்கள் ஆகியவற்றை அவை சித்தரித்தால் கைதட்டி

உற்சாகத்துடன் ஆரவாரிப்பவர்கள். பொறி பறக்க ஆங்கிலம் கலந்து விவாதிப்பவர்கள். ஆனால் அவற்றைச் செயற்படுத்த அவர்கள் ஒரு துரும்பைக்கூடக் கிள்ளிப்போட மாட்டார்கள். எனவே உழைக்கும் மக்களுக்கான, உழைக்கும் மக்களைப் பற்றிய, நகர்ப்புறக் குழுக்கள் தயாரிக்கும் நாடகங்கள் உழைக்கும் மக்களுக்கு எந்தப் பயனையும் தராது; இதுவரை தந்ததாகத் தெரியவில்லை.

முதல் இரண்டு அரங்குகளும் பயன் தராத நிலையில், உழைக்கும் மக்களுக்கான, உழைக்கும் மக்களைப் பற்றிய 'மூன்றாம் அரங்கை', உழைக்கும் மக்களே கையில் எடுக்கவேண்டும் எனச் சர்க்கார் பறைசாற்றுகிறார். விவசாயிகளும் நிலமற்ற கூலி வேலையாட்களும் ஆலைத் தொழிலாளிகளும் தங்களுக்கான நாடகங்களைத் தாங்களே தயாரித்து, தங்களுக்கான மூன்றாம் அரங்கில் நிகழ்த்தவேண்டும் என்று உரத்துச் சொல்கிறார். அந்த அரங்கின் மூன்று முக்கிய அம்சங்களை இவ்வாறு விவரிக்கிறார்:

(i) நெகிழ்வானது (flexible): நகர்ப்புறம், நாட்டுப்புறம் போன்ற எந்த வேறுபாடும் இல்லாமல் எந்த இடத்திலும் நாடகங்களை நிகழ்த்தலாம்.

(ii) எங்கும் எடுத்துச் செல்லத் தக்கது (portable): எளிதில் எந்த இடத்துக்கும், எந்தச் சிரமமும் இல்லாமல், கொண்டுபோய்ச் சேர்க்க உகந்தது.

(iii) செலவில்லாதது (inexpensive): படச்சட்ட மேடை பிரசனிய அரங்கு பல்லாயிரம் பொருள் செலவு வைக்கக்கூடியது. மூன்றாம் அரங்கு அதை முற்றிலும் தவிர்க்கிறது. பார்வையாளர்களிடம் கட்டணம் வசூலிக்காது. நாடகம் அவர்களைப் பற்றியது; அவர்களுக்கானது. அவர்களும் நடிகர்களோடு சேர்ந்து இயங்கும் பங்காளிகள். எனவே அவர்களுக்குச் செலவு வைக்காது.

'வீதி அரங்கு' (Street Theatre) என்றும் மூன்றாம் அரங்கு அழைக்கப்படுவது உண்டு. மேலே சொன்ன மூன்று அம்சங்களையும் வீதி அரங்கு கொண்டுள்ளது. அது சாலைகள், முச்சந்திகள், பூங்காக்கள், வணிக வளாகங்கள், வாகன நிறுத்த இடங்கள் என எந்தத் திறந்தவெளி பொதுஇடத்திலும் நிகழ்த்தக் கூடியது. எல்லா வீதி நாடகங்களும் மூன்றாம் அரங்கு நாடகங்கள். ஆனால் எல்லா மூன்றாம் அரங்கு நாடகங்களும் வீதி நாடகங்கள் அல்ல எனச் சர்க்கார் சொல்கிறார்.

மூன்றாம் அரங்கின் குறிக்கோளை முற்றிலும் அடைவது அவ்வளவு எளிதானதல்ல என்று சர்க்கார் நன்கு உணர்ந்துள்ளார். அது மண்ணில் வேரூன்றி, ஒரு இயக்கமாக எங்கும் பரவி, எதிர்பார்க்கும் பயன்களையெல்லாம் தரவேண்டும் என்றால், அதற்கும் முன்னதாக உழைக்கும் மக்களின் சமூக-பொருளாதார-கலாச்சார விடுதலை எங்கும் பரவவேண்டும். அது நிகழும்போது முதலாம் அரங்கும் இரண்டாம் அரங்கும் இரண்டறக் கலந்து ஒன்றாகிவிடும். அதுவரை மூன்றாம் அரங்கின் முன்னெடுப்புகள் தொடர்ந்து நிகழவேண்டுவதில் சர்க்கார் உறுதியாக உள்ளார்.

மூன்றாம் அரங்கின் மிக முக்கிய அம்சமாக உள்ளது நடிப்புத் திறன் ஆகும். மற்ற அரங்குகளுக்கு அவசியமாகத் தேவைப்படும் துணைப்பொருள்கள்/கருவிகள் எதற்கும் இங்குத் தேவையே இல்லை. ஏனெனில் அவற்றுக்கு ஈடாக நடிகரின் உடலே முதன்மையான, முழுமையான, நிகழ்கலைக் கருவியாக இயங்குகிறது. தமிழ், வங்காளம், ஆங்கிலம் என்ற எந்த ஒரு மொழியிலும் எழுதப்பட்டது மூன்றாம் அரங்கின் பனுவல் அல்ல. அதை உடல்மொழி மாற்றீடு செய்து, உடல்மொழியே பனுவலாகிறது. அதுவே நாடகத்தின் உயிரோட்டமாகிறது.

இரு நவீனத் தமிழ் நாடகங்களிலிருந்து எடுத்துக்காட்டு அரங்கியல் கூறுகள் கீழே தரப்பட்டுள்ளன.

சே. ராமானுஜத்தின் 'பிணம் தின்னும் சாத்திரங்கள்' நாடக அரங்கின் மையத்தில் சிறிதாக உயர்த்தப்பட்ட மேடை. முன்திரை கிடையாது. பின் திரை போல் இரு பெரிய தூண்கள். அவை அரங்கக் கூரையுடன் இணைக்கப்படாமல் தனித்து நிற்கின்றன. அவற்றுக்குப் பக்கத்தில் இரு கம்பங்களின் மேல் தீ மூட்டி எரியும் இரு அகல் சட்டிகள். இந்த எளிய மேடை அமைப்பு பண்டைய அரசவையை நினைவூட்டுகிறது.

நாடகத் தொடக்கத்தில் இரு உருமிமேளக்காரர்கள் மேடையில் வந்து வாசிக்க, இருபதுக்கும் அதிகமான நடிகர்கள் வந்து கோரஸாக ஆடிப் பாடுகிறார்கள். கதகளி/பாகவதமேளா பாணியில் இருவர் திரைச்சீலையைப் பிடித்துவர, அதற்குப் பின் திரநோட்ட முறையில் துரியோதனன் வருகை நிகழ்கிறது. தமிழக நாட்டுப்புறவியல் மதவழிபாட்டுச் சடங்குகளுடன் அரங்கப் பூஜை நடக்கிறது.

ஆகவே ஒருசில நிமிடங்களில் பல அரங்கியல் கூறுகளை இணைத்தவாறு நாடகம் தொடங்குகிறது. பாதல் சர்க்காரின் மூன்றாம் அரங்கு (மேடை எளிமை), தமிழகத் தெருக்கூத்து

(அரங்கபூஜை, கட்டியங்காரன், அறிவிப்பாளன்), கேரளக் கதகளி/ ஆந்திர பாகவதமேளா (திரநோட்டம்), கிரேக்க அரங்கு (கோரஸ்) ஆகியவற்றின் அரங்கியல் அம்சங்கள் ஒத்திசைகின்றன.

'ஆன்டிகனி' (Antigone) என்ற நாடகத்தைப் பண்டைய கிரேக்கத் துன்பியல் நாடகாசிரியர் சோஃபக்லீஸ் (Sophocles) எழுதியுள்ளார். அதனுடைய கதைக்கருவைக் கொண்டு, மு. ராமசாமி தமிழக நாடோடிக் கதை ஒன்றை உருவாக்கியுள்ளார். அதை வைத்துத் தன்னுடைய 'துர்க்கிர அவலம்' என்ற தமிழ் நவீன நாடகத்தை அமைத்துள்ளார். தமிழக முதலாம் அரங்கைச் சேர்ந்த தேவராட்டம், ஒயிலாட்டம், கும்மி, தெருக்கூத்து போன்ற நாட்டுப்புற நிகழ்கலைக் கூறுகளை ஒருங்கிணைத்து, அந்த நவீன நாடகத்தின் ஒரு அடிப்படை அரங்கியல் கூறாகப் பயன்படுத்தியுள்ளார்.

முக்கிய ஒரு அம்சமாக, கிராமப்புற உழைக்கும் மக்களை இந்த நாடகத்தின் நடிகர்களாகப் பங்காற்ற வைத்துள்ளார்; நகர்ப்புற நாடக நடிகர்களை அல்ல. கோரஸ், போர்வீரர்கள், மதில் சுவர் எனக் கிராமப்புற மக்கள் மேடையில் பல பங்களிப்புகளைச் செய்கிறார்கள். போர் வாள்களுக்குப் பதிலாகச் சிலம்புகளும் ஒயிலாட்டமும் பயன்படுத்தப்படுகின்றன. வாழ்க்கையில் அவர்கள் இயல்பாகச் செய்வதையே மேடையிலும் இயல்பாகச் செய்கிறார்கள். நடிப்புப் பயிற்சி என்று தனியாக எதுவும் அவர்களுக்குத் தேவைப்படவில்லை. இயல்பான வாழ்க்கைச் செயல்கள் நவீன நாடக மேடைச் செயல்பாடுகளாகப் பரிமளிப்பது வரவேற்கத் தகுந்தது.

இந்தப் பகுதியோடு நாடக மொழியாக்கம் பற்றிய இந்த இயல் முடிவுறுகிறது. இதுவரை ஆறு இயல்களில் எழுத்து வடிவப் பனுவல்களின் மொழியாக்கப் பிரச்சினைகளே பெரிதும் முன்னிறுத்திப் பேசப்பட்டன. அடுத்து வரும் ஏழாவது இயல் பேச்சு வடிவப் பனுவல்களின் மொழிபெயர்ப்பு சார்ந்த பிரச்சினைகளை விரித்தும் அகழ்ந்தும் உற்றுநோக்குகிறது.

7

உரைபெயர்ப்பியல்

பேச்சுருவில் ஒரு மொழியில் உள்ள ஒரு பனுவலைப் பேச்சுருவிலேயே வேறொரு மொழியில் தருவது உரைபெயர்ப்பு (Interpreting) என்று சொல்லப்படுகிறது. ஒவ்வொரு சமுதாயத்தின் வரலாற்றிலும் வணிகம், போர், அரசியல், மருத்துவம், மதம், சட்டம் – ஒழுங்கு போன்றவற்றின் நடைமுறைத் தேவைகளுக்காகப் பேச்சு மொழிபெயர்ப்பு முன்னதாகத் தோன்றியது. புனிதப் பனுவல்கள், இலக்கியப் பனுவல்கள் போன்றவற்றின் கல்வி, கலை, பண்பாட்டுத் தேவைகளுக்காக எழுத்து மொழிபெயர்ப்பு பின்னர்த் தோன்றியது.

மொழிபெயர்ப்பு பற்றிய சிந்தனைகளின் வரலாறு தொன்றுதொட்டே இருந்து வந்தது. ஆனால் உரைபெயர்ப்பு பற்றிய சிந்தனைகளின் வரலாறு 1950களில்தான் துவங்கியது. அது பற்றிய கல்வியும் பயிற்சியும் ஆய்வுகளுமாகிய உரைபெயர்ப்பியல் (Interpreting Studies) பல்கலைக்கழகங்களில் கவனம் பெறத் தொடங்கியது. மொழிபெயர்ப்புக்கும் உரைபெயர்ப்புக்கும் நிறைய ஒற்றுமைகள் உள்ளன. இருந்தாலும் உரைபெயர்ப்புக்கு என்றே தனித்துவ அம்சங்களும் பிரச்சினைகளும் உள்ளன. அவற்றை இந்த இயல் பருந்துப் பார்வையில் காண்கிறது.

7.1 உரைபெயர்ப்பின் தனித்துவ அம்சங்கள்

மொழிபெயர்ப்புக்கு இல்லாத உரை பெயர்ப்புக்கு மட்டுமே உள்ள, சில தனித்தன்மை களை இங்குக் காணலாம்.

7.1.1 கால அவகாசம்

உரைபெயர்ப்பு செய்வதற்குக் கிடைக்கும் கால அவகாசம் ஒருசில வினாடிகளே. தருமொழியில் தரப்படும் உரைப் பகுதிகளை உடனுக்குடன் பெறுமொழியில் நேரடியாகத் தாமதமின்றித் தரவேண்டும். பிழையின்றிச் சிதைவுகள், திரிபுகள் இல்லாமல் உரையாகவே தரவேண்டும். இந்த நெருக்கடி உரைபெயர்ப்பாளருக்கு எப்போதும் இருக்கிறது. பெறுமொழி உரையை நிறைவு தரும் வகையில் திருத்தியோ மாற்றியோ சொல்ல ஒருசில நிமிடங்கள்கூட அவருக்குக் கிடைக்காது. மாறாகப் பெறுமொழி எழுத்துப் பனுவல் ஒன்றை நிறைவுதரும் வகையில் உருவாக்குவதற்குத் தேவைப்பட்டால் சில மாதங்கள் அல்லது வருடங்களைக்கூட மொழிபெயர்ப்பாளர் எடுத்துக்கொள்ளலாம்.

7.1.2 தருமொழி உரை

அச்சிடப்பட்டு அல்லது கையால் எழுதப்பட்டு எழுத்துருவில் உள்ள தருமொழி பனுவல் நீண்ட காலம் இருக்கும். அதனை மொழிபெயர்ப்பாளர் பலமுறைகள் புரட்டிப் புரட்டிப் பார்க்கலாம். அதனுடைய பெறுமொழி பனுவலாக்கத்தை அவர் எழுத்துருவிலேயே தருகிறார். எனவே பலமுறைகள் அவர் அதைத் திருத்திச் செம்மைப்படுத்தலாம். ஆனால் ஒலியுருவில் உள்ள தருமொழி உரையானது உரைபெயர்ப்பாளருக்குப் பகுதி பகுதிகளாகத்தான் கிடைக்கும். ஒவ்வொரு பகுதியும் ஒரு முறைதான் கிடைக்கும். பேசுபவர் பேச எடுத்துக்கொள்ளும் நேரத்துக்கு மட்டும் கிடைக்கும். உடனே அது மறைந்தும் போகும். அதற்குள் அப்பகுதியை உரைபெயர்ப்பாளர் உள்வாங்கி நினைவில் இருத்த வேண்டும். நினைவில் தங்கியதை மட்டுமே அவர் உரைபெயர்க்க முடியும். உரையின் அடுத்த பகுதியைத் தொடருவதற்காகப் பேசுபவரைச் சில நொடிகள்கூடக் காக்க வைக்கக் கூடாது. உரைபெயர்ப்பை விரைந்து முடித்தாக வேண்டும்.

7.1.3 பெறுமொழி உரையாக்கம்

பெறுமொழி பனுவலைப் பல முறைகள் திருப்பிப் பார்த்து, சேர்த்தோ நீக்கியோ திருத்தங்கள் செய்தோ நிறைவு தரும் வரையில் செம்மைப்படுத்தும் வாய்ப்பு மொழிபெயர்ப்பாளருக்கு உள்ளது. ஆனால் உரைபெயர்ப்பாளர் பெறுமொழி உரையை முதல் முயற்சியிலேயே நிறைவுள்ளதாகத் தந்தாக வேண்டும். ஒரே ஒரு முறைதான் உரைபெயர்க்க முடியும். இன்னொரு முறை முயற்சி செய்து அதைத் திருத்தும் பேச்சுக்கே இடமில்லை; திருத்தங்கள் செய்ய முடியாததாகையால். குளறுபடிகள்

இருக்கவே கூடாது. பேசுபவர் சொன்னதை உரைபெயர்ப்பாளர் மாற்றிச் சொல்லக் கூடாது. அப்படியெல்லாம் செய்தால் 'சொதப்பல்காரன்' என்ற பெயர்தான் உரைபெயர்ப்பாளருக்குக் கிடைக்கும்.

2019க்கான நாடாளுமன்றத் தேர்தல் பரப்புரைக் காலத்தில் ஒரு தேசியத் தலைவர் ஒரு ஊரில் ஆங்கிலத்தில் உரைநிகழ்த்தி னார். அதை மாநிலத் தலைவர் ஒருவர் தமிழில் உரைபெயர்த்தார். "காஷ்மீர் மக்களுக்கான காப்பீட்டுத் திட்டத்தைப் பிரதமர் மோடி தனது நண்பரான அனில் அம்பானியிடம் ஒப்படைத்து விட்டார்" எனப் பேச்சாளர் கூறினார். ஆனால் அதை "ஜம்மு காஷ்மீரையே அனில் அம்பானியிடம் மோடி தந்துவிட்டார்" என்று உரைபெயர்ப்பாளர் மாற்றிக் கூறினார்.

"அனில் அம்பானி ஒருபோதும் போர் விமானத்தைத் தயாரித்ததில்லை" என்று பேச்சாளர் சொன்னது, "அனில் அம்பானி ஒருபோதும் உண்மையே பேசியதில்லை" என்று உரைபெயர்க்கப்பட்டது. எனவே உரைபெயர்ப்புப் பணி ஆபத்து நிறைந்தது. இலக்கைச் சென்றடையுமா, அடையாதா என்று தெரியாத நிலையில் இருளில் அம்பை எய்வது போன்றது. எந்த நேரத்தில் எப்படிப்பட்ட சிக்கல் வருமென்று முன்கூட்டியே உணரமுடியாதது.

7.1.4 ஆலோசனை வாய்ப்பு

பெறுமொழி எழுத்து பனுவலாக்கம் முடிந்தபின் சில தொடர்புடைய ஆவணங்களை மொழிபெயர்ப்பாளர் படிக்க நேரலாம், அதன் அடிப்படையில் எழும் சந்தேகங்களுக்கு அனுபவம் வாய்ந்த பிற மொழிபெயர்ப்பாளர்களிடம் ஆலோசனை பெறலாம். பெறுமொழி பனுவலை அவர் மேலும் திருத்திச் செம்மைப்படுத்தலாம். இத்தகைய வாய்ப்பு உரைபெயர்ப்பாளருக்குக் கிடைக்கவே கிடைக்காது. பேச்சாளரை ஒரு நிமிடம் காத்திருக்கச் சொல்லிவிட்டு, கைப்பேசியின் மூலம் சந்தேகத்துக்கு ஆலோசனை பெற முடியாது. அதன்பின், உரைபெயர்ப்பதை எண்ணிக்கூடப் பார்க்க முடியாது.

7.1.5 உரை பெயர்ப்புக்குத் தேவைப்படும் திறமைகள்

உரை பெயர்ப்பானது உடனுக்குடன் செய்தாக வேண்டிய பணியாகும். எனவே மொழிபெயர்ப்பாளரை விட உரைபெயர்ப்பாளருக்கு முழுமையாக ஒருமுகப் படுத்தப்பட்ட ஆழமான கவனம் தேவைப்படுகிறது. மின்னல் வேகத் துல்லிய நினைவாற்றல் மிகவும் அவசியம். விரைந்து குறிப்பெடுத்துக்

கொள்ளும் திறமையும் பெறுமொழியில் பிழையற்ற, துல்லிய, பேச்சுத் திறமையும் அவருக்குத் தேவைப்படுகின்றன.

பெறுமொழியில் சிறந்த எழுத்தாளர் ஒருவர் அம்மொழியின் அனைத்து எழுத்து நடை வளங்களிலும், பாரம்பரியங்களிலும் நல்ல பாண்டித்தியம் பெற்றிருப்பார். அத்தகைய பாண்டித்தியம் மொழிபெயர்ப்பாளருக்கும் தேவைப்படும். அதேபோல பெறுமொழியில் சிறந்த பேச்சாளர் ஒருவர் அம்மொழியின் அனைத்துப் பேச்சுநடை வட்டார வளங்களிலும் உச்சரிப்பு நயங்களிலும் நல்ல பாண்டித்தியம் பெற்றிருப்பார். அத்தகைய பாண்டித்தியம் உரைபெயர்ப்பாளருக்கும் அவசியம் தேவைப்படுகிறது.

7.1.6 சூழ்நிலைச் சோதனைகள்

திடீரெனச் சாலையில் வேற்றுநாட்டுச் சுற்றுலாப்பயணி ஒருவரைச் சந்திக்கும் உரைபெயர்ப்பாளருக்குப் பெரிய சோதனைகளோ அச்சமோ உரைபெயர்ப்பில் இருக்காது. ஆனால் அமெரிக்க அதிபரும் சீனப் பிரதமரும் சந்திக்கும் அரசியல் முக்கியத்துவம் கொண்ட உச்சிமாநாடு ஒன்று நடக்கிறது என்றால், அதில் பணியாற்றும் உரைபெயர்ப்பாளருக்கு மிகுந்த அச்சமும் பணிப்பளுவும் கடுமையான சோதனைகளும் இருக்கும்.

இவையனைத்தும் நீதிமன்றங்களிலும், பன்னாட்டுத் தலைவர்கள் பங்குபெறும் பன்னாட்டு வானொலி, தொலைக் காட்சி நிகழ்ச்சிகளிலும் பணிபுரியும் உரைபெயர்ப்பாளர்களுக்கும் இருக்கும். இச்சூழ்நிலைகளில் சிறிய பிழை செய்தாலும் பெரிய விளைவுகள் இருக்கும். பொதுவாக மொழிபெயர்ப்பாளருக்கு இத்தகைய நெருக்கடிகள் இராது. வணிக நிறுவனங்களுக்கான மொழிபெயர்ப்புகளை மட்டும் அதிவிரைவாகவும் அதிகக் கவனத்துடனும் செய்ய வேண்டி நேரிடலாம்.

7.1.7 கூர்ந்த கவனிப்பு

உரைபெயர்ப்பாளர் கூர்ந்து கேட்கும் திறன் கொண்டவ ராகவும், அத்தோடு கூர்ந்த கவனிப்பு மிகுந்தவராகவும் இருப்பது அவசியம். பேசப்படும் உரை, அதைப் பேசுபவர், அதைப் பேசும் பாணி, தொனி, இணைந்து வரும் அங்க அசைவுகள் மூலம் பெறப்படும் மொழியில்லாப் பரிவர்த்தனைகள், உரை நிகழும் சூழ்நிலையில் உள்ள பல்லூடகக் குறியீடுகளின் வெளிப்பாடுகள் ஆகிய அனைத்தையும் உரைபெயர்ப்பாளர் நேரடியாகக் கூர்ந்து கவனிக்க முடியும்; கூர்ந்து கவனித்தாக வேண்டும். அவ்வாறு அவர் செய்வதால் தருமொழி உரையோடு

இணைந்து வரும் மொழிசாரா வேறு பல பொருட் பொதிவுகள் அவருக்குக் கிடைக்கும். அவை அனைத்தையும் ஒன்றுசேர்த்துப் பொருத்தமான வகையில் உரைபெயர்த்துப் பெறுமொழியில் தர எல்லா முயற்சிகளையும் அவர் எடுக்கவேண்டும். மாறாக, மொழிபெயர்ப்பாளர் ஒருவர் எழுத்துருவில் உள்ள தருமொழி பனுவலின் சிறந்த வாசகராயிருந்தால் போதும்.

பல்லாயிரம் ஆண்டுகளாக உரைபெயர்ப்பு உலகெங்கும் நிகழ்ந்துவந்துள்ளது. இருப்பினும் இருபதாம் நூற்றாண்டின் பிற்பகுதியில், குறிப்பாக 1980களில், ஐரோப்பிய உரைபெயர்ப் பியல் வல்லுநர்கள் பல ஆய்வுகளை மேற்கொண்டனர். இதன் பயனாகப் பல கிளைப்பகுதிகளுடன் விரித்தும் ஆழ்ந்தும் ஆய்வு செய்யும் தளமாக உரைபெயர்ப்பு வேகமாக வளர்ந்து வருகிறது.

பல்லாயிரம் நேயர்களுக்குத் தேசிய/உலகளாவிய தொலைக்காட்சி/வானொலி நேரடி உரைபெயர்ப்பு நிகழ்ச்சிகள் ஒலி–ஒளிபரப்பு செய்யப்படுகின்றன. இதற்குத் தற்காலத் தொழில்நுட்பம் பெரிதும் பல வழிகளில் உதவுகிறது. இதைப் பற்றிய ஆய்வுகள் ஒருபுறம் நடந்துவருகின்றன. மறுபுறம் உரைபெயர்ப்பாளர் ஒருவர் உதவியுடன் மட்டுமே அன்றாட சூழ்நிலைகளில் நிகழும் உரையாடல்களைப் பற்றிய ஆய்வு களும் நடந்துவருகின்றன. இருவேறு மொழிகளைப் பேசும் இரு நபர்கள் சந்திக்கிறார்கள். அவ்விரு மொழிகளையும் அறிந்த உரைபெயர்ப்பாளர் ஒருவர் உதவியுடன் அவர்கள் நேருக்கு நேர் உரையாட வேண்டியுள்ளது. இது முன்கூட்டியே திட்டமிட்டு, ஒத்திகை பாராமல் இயல்பான முறையில் நிகழும் உரையாடல்.

இதில் நேரடியாகத் தொடர்புடைய இருவரைத் தவிர, தொடர்பில்லாத மூன்றாம் நபராகிய உரைபெயர்ப்பாளரும் உள்ளார். பேசுபவர் ஒரு மொழியில் சொன்னதைக் கேட்பவரின் வேற்று மொழியில் உரைபெயர்க்க வேண்டியுள்ளது. கேட்பவர் அவருடைய மொழியில் சொன்ன பதிலைப் பின்னர் முதலில் பேசியவருடைய மொழியில் உரைபெயர்க்க வேண்டியுள்ளது. இச்சூழலில் இரு திசைகளில் இருவேறு மொழிகளில் மாறி மாறி உரை பெயர்ப்பு நிகழ்கிறது.

சில நேரங்களில் வேற்று மாநிலங்களிலிருந்து/நாடுகளி லிருந்து குடியேறியுள்ள அகதிகள் அல்லது பணியாளர்களின் பொருட்டு அரசுத்துறை அதிகாரிகளுக்கு அல்லது கல்வி/மருத்துவ/ சமூகநல நிறுவனங்களுக்கு உரைபெயர்ப்பு செய்ய வேண்டி இருக்கிறது. நீதிமன்றங்களில் வழக்காடுவோருக்கு உதவும் உரைபெயர்ப்பாளருக்குப் பேச்சுத் திறமையோடு வழக்குக்குத்

தொடர்புடைய சட்டங்களிலும் ஓரளவு பாண்டித்தியம் தேவைப்படுகிறது.

செவிப்புலன் வலுவில்லா மாற்றுத் திறனாளிகளுக்கான சைகை மொழியின் உரைபெயர்ப்பு புதியதொரு ஆய்வுத் துறையாக வளர்ந்து வருகிறது. மனித மூளையின் எப்பகுதியில் எந்தெந்த வழிவகைகளில் மொழி கற்றல் நிகழ்கிறது என்பது ஆழமான தொரு வினா. இதற்கு விடையாக 'மூளை மொழியியல்' எனும் ஆய்வுத்துறை உருவாகியுள்ளது. இதேபோல மனித மூளையின் எந்தப் பகுதியில் எந்த வழிவகைகளில் உரைபெயர்ப்பு செய்யப்படுகிறது என்ற ஆழமான வினாவும் இருக்கிறது. இதற்கு விடை தேடும் ஆய்வுகளும் நடந்துகொண்டுள்ளன.

'மொழிபெயர்ப்பியல்' எனும் வட்டத்தின் இணை அங்கமான 'உரைபெயர்ப்பியல்' வேகமாக வளர்ந்து வருகிறது. 'மொழியியல்', 'உளவியல்', 'உடலியல்' (physiology) ஆகிய மூன்று வெளிவட்டங்களை உரைபெயர்ப்பியலோடு இணைத்தும் இணைக்காமலும் பல ஆய்வுகள் செய்யப்பட்டு வருகின்றன. இதன் விளைவாக 'உளவியல் மொழியியல்' (psycholinguistics), 'உடலியல் நரம்பியல்' (neurophysiology), 'நரம்பியல்சார் மொழியியல்' (neurolinguistics), 'புலனுணர்வு உளவியல்' (Cognitive psychology), 'நரம்பியல் உளவியல்' (neuropsychology) எனும் கிளைகளில் புதுப்புது ஆய்வுகள் பல செய்யப்பட்டு வருகின்றன. இவையனைத்தும் உரைபெயர்ப்பியல் ஆய்வுகளுக்குப் பெரிதும் உதவக் கூடியவை யாக உள்ளன. உரைபெயர்ப்பின் வகைகள் கீழே விரித்துப் பேசப்படுகின்றன.

7.2 உரைபெயர்ப்பு வகைகள்

இப்பகுதியில் பின்வரும் மூன்று முக்கிய உரைபெயர்ப்பு வகைகள் விவரிக்கப்படுகின்றன: 'உடன் நிகழ் உரைபெயர்ப்பு' (Simultaneous interpreting), 'நீதிமன்ற உரைபெயர்ப்பு' (Courtroom interpreting), 'சைகை மொழி உரைபெயர்ப்பு' (Signed language interpreting) ஆகியன.

7.2.1 உடன் – நிகழ் உரைபெயர்ப்பு

தற்காலத்தில் 'உடன்-நிகழ் உரைபெயர்ப்பு' முதலாம் உலகப்போர் சமயத்தில் ராணுவ நோக்கங்களுக்காகத் தேவைப்பட்டது. இன்று அது பல இடங்களில் பல விதங்களில் தேவைப்படுகிறது. நிகழ்நேரப் பரிமாற்றப் பயன்பாடு (real time communicative use) அதனுடைய தலையாய அம்சமாகும்.

தொழில்நுட்பம் மிகவும் மேம்பாடு அடைந்த இடங்களில் உரைபெயர்ப்பாளர் ஒரு தடுப்பறையில் அமர்ந்துள்ளார். தலையில் அணியும் பேசி வழியே பேச்சைக் கேட்டு உரைபெயர்ப்பு செய்கிறார். அரங்கில் குழுமியுள்ளோரும் தலையில் அணியும் பேசி வழியே பெறுமொழி உரைபெயர்ப்பைக் கேட்கிறார்கள். இங்கு உரைபெயர்ப்பாளர் கேட்கப்படுகிறார்; ஆனால் காணப்படுவதில்லை.

அவ்வளவு தொழில்நுட்ப வசதி இல்லாத பொதுவெளிப் பொதுக்கூட்ட மேடையில் பேச்சாளர் ஒரு ஒலிபெருக்கி வழியே பேசுகிறார். உரைபெயர்ப்பாளர் அவருக்குப் பக்கத்தில் நின்று இன்னொரு ஒலிபெருக்கி வழியே உரைபெயர்க்கிறார். இங்கு உரைபெயர்ப்பாளர் கேட்கப்படுவது நிகழ்கிறது; காணப்படுவதும் நிகழ்கிறது. மேடைக்கு அருகே அவர் கீழே அமர்ந்து, காணப்படாமல் கேட்கப்படும் வகையில் உரைபெயர்ப்பதும் உண்டு.

7.2.1.1 கோட்பாடு சார்ந்த பிரச்சினைகள்

உடன் நிகழ் உரைபெயர்ப்பு ஆய்வுகளைப் பற்றியும் ஆராய்ச்சியாளர்கள் சந்திக்கும் கோட்பாடு சார்ந்த சில பிரச்சினைகளைப் பற்றியும் இப்பகுதி சுருக்கிச் சொல்கிறது.

மையச் செயல்பாடு

பெரும்பாலான ஆய்வுகள் உடன் நிகழ் உரைபெயர்ப்பின் மையச் செயல்பாட்டைப் பற்றியவையாகும். உரைபெயர்ப்பு உண்மையிலேயே உடனுக்குடன் நிகழ்கிறதா – அதாவது உரைபெயர்ப்பாளர் ஒரே சமயத்தில் கேட்கவும் பேசவும் செய்கிறாரா – என்பது ஒரு முக்கிய ஆய்வுப் பொருளாக இருந்தது. இவ்வாறு நிகழ்வது அரிதினும் அரிது எனச் சில ஆய்வுகள் முடிவுக்கு வந்தன; பேச்சாளர் வார்த்தைகளுக்கிடையே சிறு சிறு நிறுத்தங்கள் செய்யும்போதே அது நிகழ்ந்ததாகக் கருதின. இக்கருத்துக்கு எதிரான பல்வேறு கள அனுபவ ஆய்வுகளும் உள்ளன.

தருமொழி உரையை உள்வாங்கிய பின், அதனுடைய உரைபெயர்ப்புப் 'பிந்துதல்' (time lag) எவ்வளவு எனப் பல ஆய்வுகள் அளந்துபார்த்தன. சராசரியாக அது இரண்டிலிருந்து மூன்று நொடிகள் எனத் தெரிந்தது. தருமொழி – பெறுமொழி இணை, தருமொழி உரையின் வேகம், அதனுடைய கட்டமைப்பு – பொருள் சிக்கல்கள், உரைபெயர்ப்பாளர் அவற்றைக் கையாளும் உத்திகள் ஆகியவற்றின் மாற்றங்களால் பிந்துதலின் அளவும்

மாறுகிறது எனச் சில ஆய்வுகள் சொல்கின்றன. மூல உரையில் வரும் சொற்களின் பொருளைவிட, வாக்கியங்கள் சொல்லும் கருத்துகள் உரைபெயர்ப்புப் பிந்துதலை அதிகமாக்குவதாக இன்னொரு ஆய்வு சொல்கிறது.

மனம் சார்ந்த செயல்பாடுகள்

உடன்-நிகழ் உரையாக்கத்தில் என்னென்ன மனம் சார்ந்த செயல்பாடுகள் இயங்குகின்றன என்ற ஆய்வு முக்கியமாக இருந்தது. ஒரு மொழியில் கேட்பதைப் புரிந்து கொள்வது, புரிந்ததை வேறொரு மொழியில் பேசுவது ஆகிய இரண்டும் மனம் சார்ந்த செயலாக்கத்தின் பகுதிகள் என அனைத்து ஆய்வுகளும் சொல்கின்றன. இவை இரண்டைத் தவிர, வேறு சில செயல்பாடுகளும் இயங்குவதாகக் கண்டறியப் பட்டுள்ளன அல்லது கருதப்படுகின்றன. அவற்றைப் பற்றிய ஆய்வுகள் மிகக் குறைந்த எண்ணிக்கையில் உள்ளன.

உரைபெயர்ப்புச் சூழ்நிலையில் ஒரு மொழியில் கேட்பதைப் புரிந்துகொள்வது, புரிந்ததை வேறொரு மொழியில் பேசுவது ஆகிய இரண்டையும் பற்றிய மனம்சார்ந்த ஆய்வுகள் உள்ளன. ஆனால் இதேபோல மற்ற சூழ்நிலைகளில் இரண்டும் நிகழும் போது உள்ள ஒற்றுமை-வேற்றுமைகள் பற்றிய ஆய்வுகளும் மிகக்குறைந்த எண்ணிக்கையிலேயே உள்ளன.

சூழ்நிலைகள் எதுவாக இருந்தாலும் இரண்டு செயல்பாடு களும் மாறுவதில்லை என்று ஒருசாரார் சொல்கின்றனர். சூழ்நிலை மாறும்போது இவ்விரண்டு செயல்பாடுகளும் மாறுகின்றன என்று மறுசாரார் வாதிடுகின்றனர். தங்கள் நிலைப்பாட்டுக்கு வலு சேர்ப்பதாக இயற்கையாக நடக்கும் சில நிகழ்வுகளைச் சுட்டிக் காண்பிக்கின்றனர். அவை கீழே தரப்பட்டுள்ளன.

i. *பொதுவான வாக்கியங்களை நிரப்புதல்:* பேச்சாளர் தருமொழியில் கூறும் கருத்தை உரைபெயர்ப்பாளர் நன்கு புரிந்துகொண்டு பெறுமொழியில் உடனே சொல்ல வேண்டும். புரிந்துகொள்ளாமல் எதையோ சொன்னால் கருத்தில் பிழை வந்துவிடும். ஒன்றும் சொல்லாமல் அமைதியாக இருந்தால் உரை பெயர்ப்பில் ஒரு கரும் புள்ளி விழும். இப்படிப்பட்ட சோதனையான நேரத்தில், கருத்துக்குப் பங்கம் வந்துவிடாமல், உரைபெயர்ப்பு செய்ய வேண்டிய இடத்தில், பொதுவான சில வாக்கியங்களை அவர்

நிரப்புகிறார். இந்த வாக்கியங்களைப் பேச்சாளரின் அடுத்த கூறைக் கேட்டபின் சரியான கருத்தை நோக்கித் திருப்பிவிடுகிறார்.

ii. *தருமொழிக் கூறுகளின் தாக்கம்:* தருமொழிக் கூறுகளின் இடைவிடாத தாக்கத்தை உரைபெயர்ப்பாளர்கள் தடுத்து நிறுத்த வேண்டியுள்ளது. அவற்றைப் போலவே ஒரேமாதிரியாகத் தோற்றமளிக்கும் பெறுமொழிக் கூறுகளை ஒரு தீர்வாக அவர்கள் சிலநேரங்களில் பயன்படுத்துவதில்லை.

iii. *தருமொழிப் பேச்சைப் புரிந்துகொள்ளுதல்:* பன்மொழி மாநாடுகளில் பயன்படும் மொழிகள் வேறுபடலாம். ஆனால் சொல்லப்படும் விஷயங்களும் சூழ்நிலைகளும் மாநாட்டில் பங்கு பெறுவோருக்குப் பரிச்சயமானவையாக இருக்கும். அவர்களோடு ஒப்பிடுகையில் உரைபெயர்ப்பாளரின் பரிச்சயம் பொதுவாகக் குறைவாக உள்ளது. அவருக்கு இன்னும் அதிகமான பரிச்சயமும் அதிகமான புரிதலும் தேவைப்படுகின்றன.

iv. *நெருக்கடி மேலாண்மை:* உரைபெயர்ப்பியல் சூழ்நிலையில் கையாளப்படும் நெருக்கடி மேலாண்மை மற்ற சூழ்நிலைகளிலிருந்து வேறுபடுகிறது. கேட்பதைப் புரிந்துகொள்வதில், உரைபெயர்த்துச் சொல்வதில், மற்ற தொடர்புடைய மனம்சார்ந்த செயல்பாடுகளில், உரைபெயர்ப்பாளர்கள் பல பிரச்சினைகளைச் சந்திக்கிறார்கள். அப்போது சில தனிப்பட்ட உத்தி களைக் கையாள்கிறார்கள். உதாரணமாக தொடர் உரைபெயர்ப்பு செய்கையில் முக்கியமான மனம் சார்ந்த செயல்பாடாக குறிப்புகள் எடுப்பதைச் சொல்லலாம்.

7.2.1.2 உரைபெயர்ப்புச் செயலாக்கத் திறனும் 'முயற்சி' வகைகளும்

உரைபெயர்ப்பாளருடைய செயலாக்கத் திறனின் அளவிலும், உரைபெயர்ப்பில் அதனுடைய பங்கு என்ன என்ற அளவிலும் அண்மைக்கால ஆய்வுகள் கவனம் செலுத்து கின்றன. புலனுணர்வுகளைப் பற்றிய உளவியலாளர்கள் *(cognitive psychologists)* சில தெளிந்த முடிவுகளுக்கு வந்துள்ளார்கள்; செயலாக்கத் திறனின் சில செயல்பாடுகள் முயற்சி எதுவும் இல்லாமல் தானாகவே நிகழ்கின்றன; மற்றவை தானாக

நிகழ்வதில்லை. அவை நிகழ்வதற்குச் செயலாக்கத் திறன் தேவைப்படுகிறது. அது ஒரு குறிப்பிட்ட அளவில் உள்ளது.

உரைபெயர்ப்பில் பலமுறை மீண்டும் மீண்டும் பிழைகள் வருவதும், தகவல்கள் விடுபடுவதும் இயல்பாக நிகழ்பவை. அனுபவம் குறைந்தோர், நிறைந்தோர் என்ற வேறுபாடில்லாமல் எல்லாருக்கும் இவை பொருந்தும். உரைபெயர்ப்பின் முக்கியக் கூறுகளுள் எதுவும் தானாக நிகழ்வது அல்ல. இதற்கான காரணங்களைக் கண்டறிய 'முயற்சி அணுகுமுறை' என்ற ஒரு ஆய்வுப் பார்வை முன்வைக்கப்பட்டது. இந்தப் பார்வையின்படி, உடன் நிகழ் உரைபெயர்ப்பில் மூவகை முயற்சிகள் மேற்கொள்ளப் படுகின்றன:

i. கேட்பதைப் புரிந்துகொள்ளப் பகுப்பாய்வு செய்யும் முயற்சி

ii. புரிந்ததைப் பெறுமொழியில் சொல்லும் முயற்சி

iii. கேட்ட தருமொழித் தகவலின் புரிதலுக்கும் அதைப் பெறுமொழியில் உரைபெயர்ப்பதற்கும் இடையே உள்ள நேரத்தில் அதைக் குறைந்த-கால நினைவில் இருத்தும் முயற்சி

இவற்றையும், பிழைகள் – விடுபடுதல்களின் காரணிகளை யும், தொடர்புடைய வேறு சில அம்சங்களையும் பற்றி ஆழமான ஆய்வுகள் செய்யப்படுகின்றன. சில ஆய்வு முடிவுகளின்படி, உரைபெயர்ப்பில் வரும் பிழைகளுக்கான இரு காரணிகள்:

i. முதலாவது காரணி: சில தருமொழி உரைப் பகுதிகள் தகவல் அடர்த்தியையும் புள்ளி விவரங்களையும் கொண்டவையாக உள்ளன. அரங்க இரைச்சல், ஒலிபெருக்கிக் கோளாறுகள், பேச்சாளரின் புரியாத உச்சரிப்பு, மிகவும் குழப்பமான உரைக் கட்டமைப்பு போன்றவை அவற்றோடு சேர்ந்துகொள்கின்றன. இவையனைத்தையும் உள்வாங்க அதிகமான புரிதல் முயற்சி தேவைப்படுகிறது. இதனால் பெறுமொழி உரைபெயர்ப்பில் நிறைய பிழைகள் ஏற்படுகின்றன.

ii. இரண்டாவது காரணி: குறுகிய சொற்கள், பெயர்கள், எண்கள் போன்ற சில தருமொழி உரைப் பகுதிகள் மிகவும் சுருக்கமாக உள்ளன; வேகமாக ஒருமுறைதான் தரப்படுகின்றன. திருப்பிச் சொல்லப்படுவது இல்லை. கேட்கும் முயற்சிக்கு அப்படிப்பட்ட பகுதிகள்

கடுமையான சிரமங்களை உண்டாக்குகின்றன; அதனாலும் பிழைகள் ஏற்படுகின்றன.

தரு அல்லது பெறுமொழியில் உள்ள புதிரான, வினோதமான கூறுகளும் உரைபெயர்ப்பு ஆய்வுச் சிந்தனைகளில் இடம் பெற்றுள்ளன. அப்படிப்பட்ட கூறுகள் உரைபெயர்ப்பில் சிரமங்களை உண்டாக்குகின்றன. அந்தச் சிரமங்கள் குறிப்பிட்ட இரு மொழிகளை மட்டும் சார்ந்தனவா அல்லது எந்த இரு மொழிகளுக்கும் பொதுவானவையா என்ற கேள்வியும் உள்ளது.

கேட்பதற்கும் உரைபெயர்த்துச் சொல்வதற்கும் இடைப்பட்ட, குறுகிய-கால துல்லிய நினைவாற்றல் உரைபெயர்ப்பின் ஒரு இன்றியமையாத அங்கமாக உள்ளது. அதை அடித்தளக் கோணமாகக் கொண்டு, 'சொல்', 'வாக்கியக்' கட்டமைப்பு வேறுபாடுகள் உரைபெயர்ப்புக்கு உண்டாக்கும் சிக்கல்களைப் பற்றிய ஆய்வுக் கேள்விகள் எழுப்பப்படுகின்றன; சிந்தனைகள் தொடருகின்றன.

7.2.1.3 'நரம்பியல் – உளவியல்' ஆய்வுகள்

உரைபெயர்ப்பாளர்களை உள்ளடக்கிய இருமொழி பேசுவோருடைய மொழித்திறன் பற்றிய ஆய்வுகள் நரம்பியல் – உளவியலில் (Neuropsychology) செய்யப்படுகின்றன. மூளையின் எந்தக் கூறு இருமொழித்திறன் மையமாக உள்ளது என்பது முக்கிய ஆய்வுப் பொருளாக உள்ளது. *Positron emission tomography (PET) and Functional magnetic resonance imaging (fMRI)* போன்ற மருத்துவத் தொழில்நுட்ப உத்திகளைக் கொண்டு ஆய்வுகள் நிகழ்கின்றன. அவை நம்பிக்கை அளிப்பதாக உள்ளன. இருப்பினும் ஆய்வு வடிவமைப்பிலும் தரவுகளின் பகுப்பாய்விலும் சிக்கல்கள் உள்ளன.

'துணைக்கணக் கொள்கை' (subset hypothesis) என்று இன்னொரு நரம்பியல் – உளவியல் ஆய்வு அழைக்கப்படுகிறது. மூளையின் ஒரு பகுதியில் உள்ளுறையும் பொதுவான மொழித்திறன் அமைப்பு உள்ளது. எல்லாரையும் போல இருமொழிப் பயனர்கள் ஒவ்வொருவருக்கும் இது உள்ளது. இந்தப் பொதுவான மொழித்திறன் அமைப்பில் இரு துணை அமைப்புகளும் உள்ளன. முதல் மொழிக்கு ஒரு துணை அமைப்பும், இரண்டாம் மொழிக்கு மற்றொரு துணை அமைப்பும் உதவுகின்றன. முதல் மொழி, அதற்கு உதவும் துணை அமைப்பும் பொது அமைப்பும் சேர்ந்து ஒரு வலைப் பின்னல் தொகுதியாக இயங்குகின்றன. அதேபோல இரண்டாம் மொழிதுணை அமைப்பு, பொது அமைப்புகளுடன் சேர்ந்து இன்னொரு வலைப் பின்னல்

தொகுதியாக இயங்குகின்றது. இரு வலைப் பின்னல் தொகுதிகளும் தனித்தனியே இயங்கக் கூடியவை. விருப்பத்திற்கேற்ப ஒன்றின் இயக்கத்தை முடுக்கிவிடலாம் அல்லது தடுத்து நிறுத்தலாம்.

மூளைக் காயத்தால் ஏற்படும் மொழித்திறன் இழப்பு *(aphasia)* ஆய்வுகளில் இருந்து பெறப்படும் சான்றுகள், மேலே சொன்ன துணைக்கணக் கொள்கைக்கு வலுச் சேர்க்கின்றன; தனித்து இயங்கக்கூடிய நான்கு வித நரம்பியக்க அமைப்புகள் உரைபெயர்ப்பில் உள்ளன. இரு மொழிகளுக்கும் ஒவ்வொன்றும் முதல் மொழியிலிருந்து இரண்டாவது மொழிக்கு, இரண்டாவது மொழியிலிருந்து முதல் மொழிக்கு என இரு உரைபெயர்ப்புத் திசைகளுக்கு ஒவ்வொன்றும் ஆக மொத்தம் நான்கு நரம்பியக்க அமைப்புகள் உள்ளன.

ஒரு கருத்தாக்கத்தை அல்லது கண்கூடாக உள்ள ஒரு மொழிக்கூறைக் கொண்டு இவற்றுள் எதையும் இயக்கிவிடலாம். இந்த முடிவுகளின்படி, 'முடுக்கிவிடுதல் அல்லது தடுத்து நிறுத்தல்' ஒரு வினோதமான வித்தை. உரைபெயர்ப்புத் திறன்களைப் பெறுவது வழியே அதை உள்வாங்க முடியும். அதைக் கொண்டு நான்கு நரம்பியக்க அமைப்புகள் ஒவ்வொன்றையும் மேலாண்மை செய்யலாம். மிகக் குறைவான குறுக்கீடுகளோடு நான்கையும் ஒரே சமயத்தில் இயக்கவும் செய்யலாம்.

7.2.1.4 நினைவாற்றலும் கவன ஆற்றலும்

'புரிதல்'தான் உரைபெயர்ப்பில் எல்லாவற்றுக்கும் முதலான, முக்கியமான தேவையாக உள்ளது. மொழிக் கூறுகள் உணர்த்தும் அர்த்தங்களை மனத்துக்குள்ளே வாங்குதலைப் புரிதல் என்று புரிந்துகொள்ளலாம். புரிதல் கருவி நரம்புகளால் ஆனது; அதில் புரிதலான எவ்வாறு எந்த வடிவில் நிகழ்கிறது, உரைபெயர்ப்பு தொடங்குமுன் இது எங்கு வைக்கப்படுகிறது, அது எப்படிப் பயன்பாட்டுக்குக் கொண்டுவரப்படுகிறது போன்றவை இன்னும் புரியாத புதிர்களாகவே உள்ளன.

புரியாத புதிர்களைப் புரிந்துகொள்ள, ஆய்வுக் கொள்கை வடிவமைப்புகள் சில முன்வைக்கப்பட்டுள்ளன. *குறுகிய–கால நினைவு* (short-term memory), *நீண்ட–கால நினைவு* (long-term memory) என்ற இருவகை நினைவுகளை மூளையால் சேமித்துவைக்கமுடியும் என ஒன்று சொல்கிறது.

உரைபெயர்ப்பில் ஒருமொழியில் கேட்டவற்றைக் குறுகிய–கால நினைவில் வைத்து, பின் அதை நினைவுமீட்பு செய்து வேறொரு மொழியில் சொல்ல முடிகிறது. மூளையில் ஆழமான

செயல்பாடுகள் நிகழ்வதற்கு அது சான்றாக உள்ளது. மூளைச் செயல்பாடுகளின் ஆழம் பற்றிய ஆய்வுகள் அதைத் தொடர்ந்தன. நினைவுவகைகள் இரண்டு மட்டுமல்ல, பற்பல என வேறொரு ஆய்வுக் கொள்கை வடிவமைப்பு சொல்கிறது. பன்மடங்கு நினைவு வகைகளுக்கு இடையே நிகழும் உறவுகளைக் கட்டுப்படுத்த குறிப்பிட்ட கருவிகள் உள்ளன.

'இயங்கும் நினைவு' (working memory) என்பது ஒரு 'குறைந்த திறன் கொண்ட கவன அமைப்பாகும்' (limited-capacity attentional system): இந்தக் கருத்தாக்கம் 'குறுகிய–கால நினைவுக்' கொள்கையின் ஆய்வுகளுள் மிகவும் பிரபலமானது. அதன்படி, நினைவு என்ற பெரிய அமைப்பின் உள்ளே பல சிறிய துணை அமைப்புகள் இடம் பெற்றுள்ளன. 'இயங்கும் நினைவு' அவை அனைத்தையும் கட்டுப்படுத்துகிறது. இந்தக் கொள்கை வடிவமைப்பைப் பயன்படுத்திச் சேமிப்புக் கூறையும் கவனக்கூறையும் பல உரைபெயர்ப்பு ஆய்வுகள் நுணுகிப்பார்த்துள்ளன.

ஒலியன்களைச் சார்ந்த இயங்கும் நினைவின் எல்லை இரு நொடிகளே என்று பிறிதொரு ஆய்வு சொல்கிறது. மேலே குறிப்பிடப்பட்டவை உரைபெயர்ப்பு ஆய்வுகளில் மிகவும் மேம்பட்டவை ஆகும். இருப்பினும் அவற்றின் முடிவுகளை உறுதி செய்ய மேலும் அதிகமான ஆய்வுச்சான்று தேவைப்படுகிறது. அதற்குச் செயல்முறை தடைகள் உள்ளன. உதாரணமாக, குறிப்பிட்ட பின்புலத் தகுதிகளுடைய, குறிப்பிட்ட மொழிகள் பேசுவோர் போதுமான எண்ணிக்கையில் பரிசோதனைகளுக்குத் தயாராக உள்ளனரா என்றால் இல்லை. பரிசோதனைக்கூட ஆய்வுகளின் உண்மைத்தன்மையிலும் உறுதியில்லை.

7.2.1.5 சூழ்நிலை இடர்ப்பாடுகள்

ஒருவர் பேசுவதைத் தெளிவாகக் கேட்பதிலும் பல சூழ்நிலை இடர்ப்பாடுகள் உள்ளன. பேச்சில் போதுமான ஒலித்தரம் இல்லாமை, பேசுபவரின் உதட்டசைவுகள், முகபாவங்கள், விழிமொழி – உடல்மொழி ஆகியவற்றைத் தெளிவாகக் காண முடியாமை, பேச்சின் வேகம், பேசும் விதம், உச்சரிப்பு, பேசுபொருள், அரங்கத்தில் அவையோரின் கூச்சல், அரங்கத்திற்கு வெளியிலிருந்து வரும் ஒலி இடையூறுகள் போன்றவை உரைபெயர்ப்பாளருக்குப் பெரும் சிரமங்களை உண்டாக்குகின்றன. அப்படிப்பட்ட சூழ்நிலை இடர்ப்பாடுகளுக் கிடையில் தரமான உரைபெயர்ப்பு சாத்தியமாகாது.

எவ்வகைச் சூழ்நிலை இடர்ப்பாடுகள், எவ்வகை உரைபெயர்ப்புக் கூறுகளை, எவ்வளவுக்குப் பாதிக்கக் கூடும்

என்றறிய பல கள ஆய்வுகள் நடந்துள்ளன. உரைபெயர்ப்புப் பணியில் உரைபெயர்ப்பாளர்களுக்கு நேரும் மன அழுத்தம், களைப்பு, மற்ற உடல், மனக் கோளாறுகள்மீது ஆய்வுகள் உள்ளன. அதிக அளவிலான கோட்டிசோல் (cortisol) என்ற மன அழுத்த ஹார்மோன், உயர் ரத்த அழுத்தம் போன்ற உபாதைகள் உரைபெயர்ப்பாளர்களுக்கு இருப்பதை ஆய்வு முடிவுகள் உறுதிசெய்துள்ளன.

7.2.1.6 உத்திகள்

மேலே குறிப்பிடப்பட்ட சவால்கள், பணிச் சுமைகள், இடர்ப்பாடுகள் ஆகியவற்றை எதிர்கொள்ள உலகெங்கும் உள்ள உரைபெயர்ப்பாளர்கள் பல உத்திகளைக் கையாள்கிறார்கள். அவற்றுள் சிலவற்றை இப்பகுதி பேசுகிறது.

i) **முன் கூட்டிய ஆயத்த உத்தி:** செய்ய இருக்கும் பணி ஒவ்வொன்றுக்கும் முன்கூட்டியே பெரும்பாலான உரைபெயர்ப்பாளர்கள் தங்களை ஆயத்தப்படுத்திக் கொள்கிறார்கள். அறிவிக்கப்பட்ட அல்லது ஊகிக்கக் கூடிய தலைப்புகளின் அடிப்படைத் தகவல்களைச் சேகரித்துவைத்துக் கொள்கிறார்கள். பேச்சாளரின் பேச்சு நடை, அடிக்கடிப் பயன்படுத்தும் மேடை உத்திகள், பேசுபொருள் போன்றவைகளிலும் கிடைக்கும் தகவல்களைச் சேகரித்துவைத்துக் கொள்கிறார்கள்.

உரைபெயர்ப்பில் சம்பந்தப்பட்ட மொழிகளின் வாக்கியக் கட்டமைப்பு போன்ற தனித்துவ வேறுபாடு களையும் சிக்கல்களையும் தீர்வுகளையும் ஓரளவு தெரிந்துகொள்கிறார்கள். உதாரணமாக, My uncle John bought this book for me என்ற ஆங்கில வாக்கியத்தை எடுத்துக்கொள்ளலாம். இவ்வாக்கியத்தில் 'யார் புத்தகத்தை வாங்கினார்' என்ற தகவலை முன்னிலைப்படுத்தி வலியுறுத்த வேண்டுமென்றால், சற்று மாற்றியமைத்து It was my uncle John who bought this book for me எனத் தரலாம்; இதை ஆங்கிலத்தில் *cleft sentence* (இரண்டாகப் பிரிக்கப்பட்ட வாக்கியம்) என்று அழைக்கிறார்கள். இதற்கு இணையான வாக்கியக் கட்டமைப்பு இயல்பான தமிழில் இல்லை. இதை அப்படியே சொல்லுக்குச் சொல் உரைபெயர்த்தால், 'இந்தப் புத்தகத்தை எனக்காக

வாங்கியது என்னுடைய மாமா ஜானாக இருந்தது' என்ற மிகவும் செயற்கையான, ஏற்கமுடியாத வாக்கியம் கிடைக்கும்.

மாறாக, சொல்லவேண்டிய தகவலை முன்னிலைப் படுத்தி வலியுறுத்தும் இயற்கையான வாக்கியம் வேண்டுமென்றால், 'எனக்காக இந்தப் புத்தகத்தை வாங்கியது என்னுடைய மாமா ஜான்தான்' என உரைபெயர்க்கலாம். It was... என்ற ஆங்கில வாக்கியத்தொடரின் 'வலியுறுத்தும் செயலை',–தான் என்ற தமிழ்ப் பின்னொட்டு செய்கிறது.

(ii) **'சுருக்கும்' உத்தி**: சில நேரங்களில் பேச்சாளரின் பேச்சு வேகம், சொல்லும் தகவல்களின் ஆழம், செறிவு போன்றவை உரைபெயர்ப்பாளருக்குப் பெரும் சோதனையை உண்டாக்கும். அப்போதெல்லாம் அவர் உரைபெயர்ப்பைச் 'சுருக்கும்' உத்தியைக் கையாள்கிறார். ஒன்றைச் சொல்லும்போது நீட்டியும் விரித்தும் தேவைக்கு மேலான சொற்களை யும், உயர்வுநவிற்சியாக வாக்கியங்களையும் பயன்படுத்துவது பேசுபவரின் பொதுவான இயல்பாக இருக்கலாம். இதை உரைபெயர்ப்பாளர் தனக்குச் சாதகமாக்கிக்கொள்கிறார். கருத்துகளின் சாராம்சத்தை உள்வாங்கிக்கொண்டு, மிகையான சொற்களையும் வாக்கியங்களையும் சுருக்கி உரைபெயர்க்கிறார்.

(iii) **'விட்டுவிடும்' உத்தி**: தருமொழிப் பேச்சில் உள்ள சில தகவல்களை உரைபெயர்ப்பில் சேர்க்காமல் விட்டுவிடும் உத்தியும் கையாளப்படுவது உண்டு. உரைபெயர்ப்பின் ஒட்டுமொத்த மேம்பாட்டுக்காக இந்த உத்தி பயன்படுத்தப் படுகிறது. எவற்றையெல்லாம் விட்டுவிடலாம் என முடிவு செய்வதற்கு மொழி, கலாச்சாரக் கூறுகளில் உரைபெயர்ப்பாளர் களுக்கு உள்ள புலமை, பேசுபொருளின் பரிச்சயம், பேச்சின் சூழ்நிலைக் கூறுகள் ஆகியவை உதவு கின்றன. பொருத்தமான பெறுமொழி கலாச்சாரத் தழுவல்கள் உரைபெயர்ப்புப் பரிமாற்றத்தைச் செம்மையாக்கும். இவற்றைத் தவிர குறிப்பிட்ட, தனிப்பட்ட, உரைபெயர்ப்புச் சூழ்நிலைகள் பல உள்ளன. அவற்றுக்கான பலதரப்பட்ட உத்திகள் பேசப்படுகின்றன, கையாளப்படுகின்றன.

7.2.1.7 உரைபெயர்ப்பின் தரம்

உரைபெயர்ப்பு பன்முகத் தன்மை கொண்டது; எனவே பல கோணங்களில் இருந்து செய்யப்படும் அதனுடைய தர மதிப்பீடுகள் தவிர்க்கமுடியாதவை. ஒரு கோணத்தின் நிலைப்பாட்டில் மட்டும் நின்று, இதுதான் தரம் என்று அறுதியிட்டு உறுதியாகச் சொல்ல முடியாது. தருமொழிப் பேச்சுக்குப் பெறுமொழி உரைபெயர்ப்பு விசுவாசமாக இருப்பது அதன் அடிப்படையான ஒரு கோணத்தில் கிடைக்கும் தர மதிப்பீட்டு அளவுகோலாகும். இங்குத் தருமொழிப் பேச்சு சார்ந்த துல்லியம், முழுமை போன்றவை முக்கியத்துவம் பெறுகின்றன.

இருமொழிகளின், கலாச்சாரங்களின் எல்லைச் சுவர் களைத் தாண்டி, பெறுமொழி உரைபெயர்ப்பு கேட்போருடன் பரிமாற்றங்களை நிகழ்த்துகிறது. அவை எந்த அளவுக்கு இயற்கையாக அமைந்துள்ளன என்பது எதிர்க் கோணத்தி லிருந்து கிடைக்கும் வேறொரு அடிப்படையான தர மதிப்பீட்டு அளவுகோலாகும். இங்குக் கேட்போரின் ஆர்வம், வரவேற்பு, நிறைவு, பாராட்டு போன்றவை முக்கியத்துவம் பெறுகின்றன.

சரளமான தெளிவான உரைபெயர்ப்பு, இனிமையான குரல், கலைச்சொற்களின் துல்லியம் போன்ற அளவுகோல்களைச் சில ஆய்வுகள் கண்டறிந்துள்ளன. உரைபெயர்ப்பின் தரத்தை மதிப்பீடு செய்வது உண்மையில் மிகவும் சிக்கலான முயற்சியாகும். அது முழுமையானதாக, அனைவருக்கும் ஏற்புடையதாக இருப்பது ஒருபோதும் நடவாது. தர மதிப்பீடு செய்யும்போது உரைபெயர்ப்பு நிகழும் சூழல் அம்சங்கள், தடைகள், இடர்ப்பாடுகள் ஆகியவற்றைக் கட்டாயம் கருத்தில் கொள்ளவேண்டும்.

தருமொழிப் பேச்சு இருபது நிமிடங்களுக்கு மேலும் இடைவெளிகள் இல்லாமல் நீடிக்கலாம். அவ்வாறு நிகழும்போது உரைபெயர்ப்பாளர் கூர்ந்து கவனித்துக் குறிப்புகள் எடுத்துக் கொள்கிறார். அது முழுமையாக முடிந்தபின், எழுத்திலும் நினைவிலும் இருத்திய குறிப்புகளின் உதவியோடு உரைபெயர்ப்பாளர் தன்னுடைய உரைபெயர்ப்பை முழுமை யாகத் தருகிறார். இது 'பின்வரும் உரைபெயர்ப்பு' *(Consecutive interpreting)* எனப் பெயர்பெறுகிறது.

பன்னாட்டுத் தலைவர்கள், கல்வியாளர்கள், விஞ்ஞானிகள், எழுத்தாளர்கள், தொழில் முனைவோர் போன்றோர் சந்திக்கும்போது பல மொழிகளில் பேசுகிறார்கள். அவற்றுக்கு

உரைபெயர்ப்பு அவசியமாகிறது. இது 'மாநாட்டு உரைபெயர்ப்பு' *(Conference interpreting)* என்று அழைக்கப்படுகிறது. தொழில்முறைப் பயிற்சி பெற்ற, நீண்ட அனுபவம் உள்ள, உரைபெயர்ப்பாளர்கள் இப்பணியைச் செய்கிறார்கள். எவ்வகைச் சிக்கலுடைய பேச்சையும், பன்மொழிப் புழக்கச் சூழ்நிலையில் உரைபெயர்ப்பதுதான் இப்பணியின் தலையாய அம்சமாகும்.

உலகத் தலைவர்களுடைய உச்சி மாநாட்டுப் பேச்சு வார்த்தையின்போது 'காதோடு காதான உரைபெயர்ப்பு' *(whispered interpreting)* நிகழ்கிறது. உரைபெயர்ப்பு தேவைப்படும் தலைவருக்குப் பின்னே சற்றுப் பக்கத்தில் உரைபெயர்ப்பாளர் அமர்ந்திருப்பார். அவர் பெறுமொழி உரைபெயர்ப்பைத் தாழ்ந்த குரலில் தலைவருக்குத் தருவார். உண்மையில் பேச்சாளருக்கு இடையூறில்லாமல் உரைபெயர்ப்பு தாழ்ந்த குரலில்தான் செய்யப்படுகிறது, காதோடு காதாக அல்ல.

7.2.2 நீதிமன்ற உரைபெயர்ப்பு

நீதிமன்ற உரைபெயர்ப்பு சட்டப் பிரச்சினைகளில் சம்பந்தப்பட்ட வேற்றுமொழி பேசுவோருக்கு உதவச் செய்யப்படும் உரைபெயர்ப்பாகும். நீதிமன்றச் சூழல்கள் பலவற்றிலும் இது நிகழ்கிறது. காவல் நிலையம், தீர்ப்பாயம், விசாரணை ஆணையம், சுங்க அலுவலகம், குடியேற்ற அலுவலகம், தேசியப் பாதுகாப்பு அமைப்புகள், சுங்க வரி வருமான வரி அலுவலகங்கள் போன்றவை நீதிமன்ற பாணியில் அலுவல்களைச் செய்கின்றன.

நீதிமன்றங்களோடு, மேலே குறிப்பிடப்பட்ட அலுவலகங்கள் போன்றவை அனைத்துமே சட்டதிட்டங்களையும் நீதி நெறிமுறைகளையும் நிலைநாட்டவே நிறுவப்பட்டவை. சட்டப் பிரச்சினைகளில் சம்பந்தப்பட்டோருக்குத் தீர்வுகள் நியாய மான முறையில் தரப்பட வேண்டும். குறிப்பாக வேற்றுமொழி பேசுவோருக்குச் சட்டரீதியான உரிமைகள் மறுக்கப்படக் கூடாது. எனவே நீதிமன்ற உரைபெயர்ப்பு பெரும் முக்கியத்துவம் பெறுகிறது. உரைபெயர்ப்பாளர் மிகுந்த திறமையும் தகுதியும் அனுபவமும் உடையவராக இருப்பது அவசியமாகிறது.

7.2.2.1 தரமுள்ள நீதிமன்ற உரைபெயர்ப்பு உரிமை

நீதிமன்றங்களின்/நீதிமன்றங்கள் போன்ற அமைப்புகளின் வழக்காடு மொழியை அறியாத அல்லது குறைவான திறன் உடைய குற்றம் சாட்டப்பட்டோரின் எண்ணிக்கை தற்போது அதிகமாகிக்கொண்டே போகிறது. அப்படிப்பட்ட அனைவருக்கும்

தரமுள்ள நீதிமன்ற உரைபெயர்ப்பு உரிமை உலகெங்கும் இன்று வழங்கப்பட்டு வருகிறது. கைது செய்யப்படும் அல்லது குற்றம் சாட்டப்படும் காரணங்களைச் சம்பந்தப்பட்ட அனைவருக்கும் அவர்கள் அறிந்த மொழியில் முறையாகத் தெரிவிக்க வேண்டுவது உள்ளிட்ட அனைத்துலகச் சட்டமாகும்.

ஐக்கிய நாட்டு நிறுவனம், ஐரோப்பிய ஒன்றியம் மற்றும் பல நாடுகள் தத்தம் சட்டங்களில் அல்லது ஒப்பந்தங்களில் இலவச உயர்தர நீதிமன்ற உரைபெயர்ப்பு உரிமையை வழங்கியுள்ளன. தனி மனித உரிமைகள், குடிமுறை உரிமைகள், அடிப்படை உரிமைகள், அரசியல் உரிமைகள் ஆகியவற்றில் சம நீதி, சம உரிமை என்ற வகையில் இந்த உரிமையும் உலகெங்கும் இடம்பெற்றுவரும் போக்கு உள்ளது. இருப்பினும் சட்டபூர்வமாக உறுதி செய்யப்பட்டுள்ள உரைபெயர்ப்பு உரிமையை நடைமுறைப்படுத்துவதில் பல பிரச்சினைகள் உள்ளன.

இந்தியாவில் நீதிமன்ற உரைபெயர்ப்பு உரிமையைப் பற்றியோ நடைமுறைப் பயன்பாடு பற்றியோ தரவுகள் எதுவும் கிடைக்கவில்லை. ஆங்கிலமே நீதிமன்ற மொழியாக இருந்து வரும் நிலையில், சாட்சிகளும் குற்றம் சாட்டப்பட்டவர்களும் வெவ்வேறுமொழிகளில் தரும் வாக்குமூலங்கள் அந்தந்த மொழியில் பதிவு செய்யப்படுகின்றன. பின்னர் அவை ஆங்கிலத்தில் மொழிபெயர்க்கப்பட்டு ஆவணங்களாக ஏற்றுக்கொள்ளப்படுகின்றன. வேண்டுகோள் அடிப்படையில், ஆங்கிலத்தில் உள்ள நீதிமன்ற ஆவணங்களை இந்திய மொழிகளில் மொழிபெயர்த்து வழங்கும் நடைமுறையும் உள்ளது.

7.2.2.2 நீதிமன்ற உரைபெயர்ப்புச் சூழல்கள்

அமெரிக்க நகராட்சி, மாவட்ட, மாநில, மத்திய அரசு களுடைய நீதிமன்றங்களில் உரைபெயர்ப்பாளர் உதவியுடன் வழக்கு விசாரணைகள் நடத்தும் வசதி உள்ளது. புகலிடம் வேண்டும் அகதிகளின் வழக்குகளை விசாரிக்க உரைபெயர்ப் பாளரின் உதவி தேவைப்படுகிறது. குடியேற்ற உரிமை வேண்டும் வேற்று நாட்டவரின் வழக்குகளை விசாரிக்கவும் உரைபெயர்ப்பாளரின் உதவி அவசியம் தேவைப்படுகிறது. இந்த வசதியுடன் அமெரிக்கா, ஆஸ்திரேலியா, கனடா போன்ற நாடுகளில் தனி நீதிமன்றங்கள் இயங்கிவருகின்றன,

குற்றவியல், உரிமையியல்/குடிமையியல் வழக்குகள் (criminal and civil cases) அனைத்துக்கும் உரைபெயர்ப்பு வசதி தேவைப்படுவதுண்டு. பொதுவாகக் கொலை, கொள்ளை,

வீட்டிலும் வெளியிலும் நடக்கும் தாக்குதல்கள், பாலியல் வன்கொடுமைகள், போதைப் பொருள் புழக்கம், போக்குவரத்து விதிமீறல்கள் போன்றவை குற்றவியல் வழக்குகளாகும். சொத்துரிமை, உயில்கள், மண முறிவு, சிறார்களின் வளர்ப்பு/பாதுகாப்பு உரிமை, தொழிலாளர்களின் உரிமை தொடர்பான பிரச்சினைகள் உரிமையியல்/குடிமையியல் வழக்குகளாகும். இந்த இருவகை வழக்குகளுக்கெனத் தனித்தனி நீதிமன்றங்கள் உள்ளன. போதைப்பொருள், ஆயுதங்கள், மற்ற தடைசெய்யப் பட்ட பொருள்கள் கடத்தல், ஆட்கள் கடத்தல், பெரிய பண மோசடிகள், சூதாட்டங்களின் மூலம் நடக்கும் கொள்ளை, அந்நியச் செலாவணி விதிமீறல்கள், பயங்கரவாதச் செயல்கள், பன்னாட்டுக் குற்றங்கள் தொடர்பான வழக்குகளை விசாரிக்கவும் தனி நீதிமன்றங்கள் அமைக்கப்படுகின்றன.

நாடுகளுக்கிடையே நடக்கும் போர்க் குற்றங்கள், இனப்படுகொலை, மனித உரிமைக் குற்றங்கள், பயங்கரவாதம், எல்லைத் தகராறுகள் போன்றவற்றை விசாரித்துத் தீர்ப்புகள் வழங்கும் பன்னாட்டு நீதிமன்றங்களும் உள்ளன.

ஒரு நாட்டுக்குள்ளே இயங்கும் நீதிமன்றங்களில் வழக்காடு மொழி பிரதிவாதிகளுக்காகவும் சாட்சிகளுக்காகவும் அவரவர் மொழியில் உரைபெயர்ப்பு செய்யப்படுகிறது. அவர்களின் வேற்று மொழிகள் நீதிமன்றத்துக்காக வழக்காடு மொழியில் உரைபெயர்ப்பு செய்யப்படுகின்றன.

பன்னாட்டு நீதிமன்றங்கள், ஆணையங்கள், தீர்ப்பாயங்கள் ஆகியவற்றில் நடக்கும் வழக்குகளில் நீதிபதிகள், வழக்கறிஞர்கள் உட்பட சம்பந்தப்பட்ட அனைவரும் உரைபெயர்ப்புகளையே நம்பி உள்ளனர்.

7.2.2.3 சட்ட முறைமை அமைப்புகள், நீதிபரிபாலன மன்றங்கள்

நாடுகள், கலாச்சாரங்களுக்கிடையே சட்ட முறைமை அமைப்புகள் வேறுபடுகின்றன. அதனால் விசாரணை முறைகளும் நீதிபரிபாலன மன்றங்களும் வேறுபடுகின்றன. வரலாற்றுப் பரிமாணங்களில், எந்த ஒரு சட்ட முறைமை அமைப்பிலும் தனித்துவ நீதிக் கோட்பாடுகள், சட்டக் கருத்தாக்கங்கள், கலைச்சொற்கள், விசாரணை முறைகள், மன்றங்கள், தீர்ப்பு/தண்டனை வழங்கும் விதங்கள் உள்ளன. அமைப்புகளுக்கிடையே கலைச்சொற்களில் மட்டுமல்லாமல் கருத்தாக்கங்களிலும் சமனிகள் இல்லாமல் போவது நடைமுறை உண்மை. அதை எதிர்கொள்ளும்போது உரைபெயர்ப்பாளரின் பாடு திண்டாட்ட மாகவே உள்ளது.

முன்பொரு கால பிரிட்டனில், ஆங்கில – சாக்சானிய சட்ட முறைமை அமைப்பு இருந்தது. அதன்படி ஒருவன் ஒரு காட்டு மரத்தை வெட்டி வீழ்த்தினால் முப்பது ஷில்லிங்கும், அதை எரித்தால் அறுபது ஷில்லிங்கும் அபராதமாக வசூலிக்கப் பட்டது. அதற்கான சட்ட விளக்கம்: 'நெருப்பு திருடன், கோடாரி தகவல் கொடுப்பவன்'. அதாவது மரத்தை வெட்டும் குற்றம் நிகழும்போது கோடாரியின் சத்தம் அதைக் காட்டிக் கொடுத்துவிடும். ஆனால் தீவைக்கும் குற்றம் சத்தமில்லாமல் நிகழும். ஒரு திருடன் போல் நெருப்பு அதற்கு உதவும். மற்ற மரங்களுக்கும் தீ பரவிப் பெரும் சேதம் நேரக்கூடும். எனவே வெட்டுவதைவிட தீவைப்பது பெரிய குற்றம்.

பிரிட்டனிலும் இந்தியா முதலான அதனுடைய காலனிய நாடுகளிலும் பொதுச் சட்ட முறைமை அமைப்பு (Common Law System) பின்பற்றப்படுகிறது. நீதிமன்ற முன்னுதாரணங்களை இந்த முறைமை அடிப்படையாகக் கொண்டது. நீதிபதிகள் வழக்கு விசாரணையில் முக்கிய பங்காற்றுகிறார்கள். வழங்கும் தீர்ப்புகளை அவர்கள் மிகுந்த கவனத்துடன் உருவாக்குகிறார்கள். ஏனெனில் சிறந்த தீர்ப்புகள் பின்வரும் வழக்குகளுக்கு முன்னுதாரணங்களாக, ஆதாரங்களாக அமைகின்றன.

நீதிமன்றத்தில் நீதிபதியின் முன் நடக்கும் வாய்மொழிப் பரிமாற்றங்கள், வழக்கறிஞர்களின் சட்ட விவாதங்கள், குற்ற நிகழ்வுகளை நேரில் கண்டோரின் சாட்சியங்கள், அவற்றின் விசாரணை, குறுக்கு விசாரணைகள் போன்றவை முக்கிய கவனம் பெறுகின்றன. தீர்ப்புகளுக்கு வலிமையான அடித்தளமாக அவை அமைகின்றன. நியாயம், சமத்துவம் இரண்டும் தீர்ப்பு களுக்கு வழிகாட்டுகின்றன.

ஃப்ரான்ஸ், ஜெர்மனி, இத்தாலி, ஸ்பெயின் போன்ற நாடுகளில் குடிமையியல் சட்ட முறைமை அமைப்பின் (Civil Law System) அடிப்படையில் நீதிமன்றங்கள் இயங்குகின்றன. இந்த முறைமையில் நீதிபதிகள் வழங்கிய முந்திய தீர்ப்புகள் முக்கிய முன்னுதாரணங்களாகக் கொள்ளப்படுவதில்லை. அவற்றின் அடிப்படையில் பிந்திய வழக்குகளின் தீர்ப்புகள் எழுதப்படுவதில்லை. மாறாக நாடாளுமன்றம்/சட்ட மன்றம் நிறைவேற்றிய அல்லது வேறு எழுத்து வடிவச் சட்டங்கள் மிக முக்கியமானவையாகக் கொள்ளப்படுகின்றன.

இங்கு நீதிபதிகளின் முக்கிய பணி வழக்கில் உள்ள உண்மைகளை நிறுவுதல் ஆகும். எழுதப்பட்ட சட்டங்கள் சொல்லும் நிவாரணங்களை அவர்கள் வழங்குகிறார்கள். எனவே

இந்த முறைமையில் நீதிபதிகளை விட நாடாளுமன்ற/சட்டமன்ற உறுப்பினர்கள், சட்ட அறிஞர்கள், வல்லுநர்கள் ஆகியோர் அதிக செல்வாக்கு உள்ளவர்களாக இருக்கிறார்கள்.

தென்னாப்பிரிக்கா, இலங்கை, ஸ்காட்லாந்து, தாய்லாந்து போன்ற நாடுகளில் இவ்விரு முறைமை அமைப்புகளின் கலப்பு பின்பற்றப்படுகிறது. சவுதி அரேபியா, ஈரான், எகிப்து, லிபியா, ஏமன் போன்ற இஸ்லாமிய நாடுகளில் ஷரியா சட்ட முறைமை அமைப்புப்படி நீதிமன்றங்கள் செயல்படு கின்றன. இந்த முறைமை அமைப்பு திருக்குர்ஆனில் இருந்தும், முகம்மது நபியின் அல்–ஹதீஸ் என்னும் வாழ்க்கை முறையில் இருந்தும் நிறுவப்பட்டுள்ளது.

இந்தியாவில் கோவா, டையூ, டாமன், தாத்ரா – நகர் அவேலி ஆகிய ஒன்றியப் பிரதேசங்கள் முன்பு போர்த்துகீசிய காலனிப் பிரதேசங்களாக இருந்தன. இங்கெல்லாம் போர்த்துகீசிய குடிமையியல் சட்ட முறைமை அமைப்பு அமலில் உள்ளது. திருமணம், மண முறிவு, ஜீவனாம்சம், தத்தெடுத்தல் போன்றவை குடும்பப் பிரச்சினைகளாகும். இவற்றுக்கான தீர்ப்புகள் இந்து, இஸ்லாமிய, கிறித்துவ மதங்களிலிருந்து பெறப்படும் தனிப்பட்ட சட்டங்களின் *(Personal Laws)* அடிப்படையில் வழங்கப்படுகின்றன.

சில வழக்கறிஞர்கள் உரைபெயர்ப்பாளர்களாக இருக்க லாம். ஆனால் எல்லா உரைபெயர்ப்பாளர்களும் வழக்கறிஞர்கள் அல்ல. மேலே சொன்ன எல்லாத் தகவல்களும் வழக்கறிஞர் களாக அல்லாத உரைபெயர்ப்பாளர்களுக்கு உரியவை. நீதிமன்ற உரைபெயர்ப்பாளர்கள் ஒவ்வொருவரும் தாம் பணியாற்றும் சட்ட முறைமை அமைப்பின் அடிப்படைத் தகவல்களையாவது தெரிந்துகொள்ள வேண்டும். வழக்கு விசாரணையின் முறைகள், கட்டங்கள், வழக்கில் தொடர்புடைய ஒவ்வொருவரின் பங்கு ஆகியவற்றைத் தெளிவாகப் புரிந்து கொள்ள வேண்டும்.

7.2.2.4 நீதிமன்ற வழக்காடு மொழி

இந்தியாவில் ஆங்கிலமே நீதிமன்ற வழக்காடு மொழியாக உள்ளது. அதில் உள்ள சட்டக் கலைச்சொற்களின் முழுப் புரிதல் உரைபெயர்ப்பாளருக்கு அவசியம் தேவை. மேலும் சட்டம்சார் ஆங்கிலத்தில் *suit, bar* போன்ற சாதாரண சொற்கள் அசாதாரண அர்த்தங்களைக் கொண்டுள்ளன. அதில் *bailiff, plaintiff, bonafide, habeas corpus, pari passu, chancellor* போன்ற ஃப்ரென்ச், இலத்தீன, பண்டைய ஆங்கிலச் சொற்கள்

தனிப்பட்ட அர்த்தங்களைக் குறிக்கின்றன. Will and testament, breaking and entering, null and void போன்ற ஒரே அர்த்தமுடையவை போல் தோன்றும் இணைச் சொற்கள் உள்ளன. 'Arbitrary, capricious, and unreasonable', 'cancel, annul and set aside', 'sign, seal and deliver' போன்ற முச்சொற்களும் உள்ளன. வழக்கறிஞரின் நீதிமன்ற வழக்காடல் சாதாரணப் பேச்சுமொழியில் இல்லாமல் உயர்வழக்கு எழுத்துமொழியில் இருக்கிறது.

குறிப்பாக அவருடைய தொடக்க உரை, இறுதி உரை ஆகியவை அநேக சட்டக் கலைச்சொற்களுடன் உள்ளன. மிக நீண்ட சிக்கலான வாக்கிய அமைப்பு கொண்டதாக, சட்டச் செறிவு உள்ளதாக, முந்திய வழக்குகளை மேற்கோள் காட்டுவதாக இருக்கின்றன. நீதிபதியின் விசாரணை, கேள்விகள், உரைகள் மேலும் அதிகச் சட்டச் செறிவுடன் இருக்கின்றன. அதே நேரத்தில், சாட்சிகளின் மொழி பெரும்பாலும் சாதாரணப் பேச்சு வழக்கில் உள்ளது. பின் வருவன போன்ற கொச்சைப் பிரயோகங்கள் கூட அதில் இருக்கலாம்: 'அல்வா கொடு', 'கழுவி ஊத்து', 'பிரித்து மேய்', 'ஆட்டய போடு', 'அப்படி போடு அரிவாள' . . . . உயர்வழக்கு ஆங்கில உரையைச் சாட்சிகளுக்குச் சாதாரணப் பேச்சு வழக்கிலும், சாதாரணப் பேச்சு வழக்கு உரையை மன்றத்துக்கு உயர்வழக்கு ஆங்கிலத்திலும் மாற்றி மாற்றி உரைத்து உரைபெயர்ப்பாளர் இருமுனைக் கத்தி மேல் நடக்கவேண்டியுள்ளது.

நீதிமன்றச் செயற்பாடுகளை உரைபெயர்ப்பாளர் உன்னிப்பாகக் கவனிக்க வேண்டும். விசாரணை நடக்கும் கட்டம், பேசுபவர், மொழி, அதன் வகை, வாதங்கள், நுட்பங்கள், கலைச்சொற்களின் அர்த்தங்கள், சட்டச் செறிவு, விசாரணை/ குறுக்கு விசாரணைக் கேள்விகள், அவற்றில் இருக்கும் உள்நோக்கம், சாட்சிகள் – குற்றம் சாட்டப்பட்டோரின் பதில்கள், நோக்கங்கள் போன்றவற்றையெல்லாம் சரியாக உள்வாங்க வேண்டும். ஒரு புறம் நீதிபதிக்கும் வழக்கறிஞர்களுக்கும், மறுபுறம் சாட்சிகளுக்கும் குற்றம் சாட்டப்பட்டோருக்கும் அவரவர் மொழியில், சரியாக அவர் உரைபெயர்க்க வேண்டும். இது மிகவும் பொறுப்பான, சிக்கலான பணியாகும்.

7.2.2.5 உரைபெயர்ப்பாளரின் தொழில்முறைப் பங்கும் கடமையும்

நீதிமன்றத்திற்கு வரும் வழக்கு தொடுப்போர், குற்றம் சாட்டப்பட்டோர், வழக்கறிஞர்கள், சாட்சிகள், நீதிபதிகள் ஆகியோர் வெவ்வேறு மொழிகள் பேசலாம். இருப்பினும் அவர்களிடையே மொழிவழிப் பரிமாற்றம் எந்தத் தடங்கலும் இல்லாமல் நிகழவேண்டும். அவர்கள் எல்லோரும் ஒரே

மொழியில் உரையாடிக்கொள்வது போல் இயற்கையாக இருக்க வேண்டும். அதற்கு எல்லா வகைகளிலும் உரைபெயர்ப்பாளர் உதவ வேண்டும். அதுவே அவருடைய தொழில்முறைப் பங்காகும்.

பன்மொழிச் சூழலில், நீதிமன்றச் செயற்பாடுகளுக்கு அவருடைய அந்தப் பங்கு மிகவும் தேவைப்படுகிறது. அவர் இல்லையேல் செயற்பாடுகள் முடங்கிப்போகும். இருப்பினும், கடுமையான பயிற்சியினால் பெற்ற அவருடைய தொழில்முறை திறமைக்கு, ஆற்றும் முக்கியப் பங்குக்கு உரிய அங்கீகாரமோ மரியாதையோ நீதிமன்றங்களில் கிடைப்பதில்லை. நீதிபதிகளின், வழக்கறிஞர்களின் உதவியாளர்களுள் ஒருவர் போல அவர் நடத்தப்படுகிறார். அவர் பெறும் ஊதியமும் மிகவும் குறைவானது.

உண்மையில் நீதிமன்ற உரைபெயர்ப்பு என்பது ஒரு கலை; வெறும் மொழிக்கூறுகளை ஒரு மொழியிலிருந்து வேறொரு மொழிக்குப் பெயர்க்கும் எந்திரச் செயல்பாடு அல்ல. வழக்காடு மொழியில் உள்ள சட்டக் கலைச்சொற்கள், தனிப்பட்ட துறைசார் சொற்றொடர்களின் அர்த்தங்களைக் குற்றம் சாட்டப்பட்டோரும் சாட்சிகளும் அவரவர் மொழியில் புரிந்துகொள்ளச் செய்வது ஒரு பெரிய சவாலாக உள்ளது. சட்டச் செறிவு மிகுந்த, நீண்ட, சிக்கலான அமைப்புடைய ஆங்கில வாக்கியங்கள் சொல்லும் தகவலை உள்வாங்க வேண்டும். அதை எளிய முறையில் அவரவர் மொழியில் உரைபெயர்த்துச் சொல்ல வேண்டும். அதேபோல அவர்களின் சாதாரணப் பேச்சுமொழி எதிர்வினைகளைப் பொருத்தமான ஆங்கில வழக்காடு மொழியில் நீதிமன்றத்துக்குத் தெரிவிக்க வேண்டும். உரைபெயர்ப்புத் திறன்களைத் தொடர்ந்து மேம்படுத்திக் கொள்ள வேண்டும்.

சட்ட முறைமை அமைப்பு, வழக்கு நடக்கும் கட்டங்கள், வழக்குகளின் தன்மை, சம்பந்தப்பட்ட அனைவருடைய பங்குகள், வாதம், பிரதி வாதம், சாட்சியங்கள், விசாரணை, குறுக்கு விசாரணை, தீர்ப்பு போன்ற நீதிமன்றக் கூறுகள் அனைத்திலுமான பரிச்சயம் உரைபெயர்ப்பாளருக்கு அவசியம் வேண்டும். உரைபெயர்ப்பு ஒரு ஆக்கம் மிகு, தரம் மிகு பரிமாற்றப் பங்களிப்பாகும். நீதிமன்ற உரைபெயர்ப்பாளர் ஒரு அஷ்டாவதானி/தசாவதானியைப்போல பல்பணியாக்கத் திறம் மிக்கவராக உள்ளார்.

உரைபெயர்ப்பாளரின் கடமைகளுக்கு ஒருமித்த அனைத்துலக நெறிமுறைத் தொகுப்பு எதுவும் இல்லை. பொதுவாகத் துல்லியம், நடுநிலைமை, ரகசியம் காத்தல், பணிசார் ஆற்றல், நன்னடத்தை

ஆகியவை அவருடைய முக்கிய பண்புகளாகக் கருதப்படுகின்றன. அவற்றில் துல்லியமாய் இருப்பது மிக முக்கியமான உரைபெயர்ப்புக்கொள்கையாகும். ஆஸ்திரேலிய நீதிமன்றங்களில், "உண்மையாக, துல்லியமாகப் பணியாற்றுவேன்" என உரைபெயர்ப்பாளர்கள் உறுதிமொழி ஏற்கிறார்கள்.

நீதிமன்ற உரைபெயர்ப்பை முழுமையாகச் செய்யவேண்டும். இல்லாததைச் சேர்த்தல், இருப்பதை நீக்கல், அர்த்தங்களைச் சிதைத்தல் போன்ற உரைபெயர்ப்புத் தவறுகளைச் செய்யக் கூடாது. இது தகவல்களுக்கு மட்டுமல்லாமல், நடையியல் அம்சங்களுக்கும், குறிப்பாக சாட்சிகளின் உரைகளுக்கும் பொருந்தும். பேசுபவரின் உரையைச் சுருக்குதல், சில பகுதிகளை விட்டுவிடல், உரைபெயர்ப்புக்கு மெருகேற்றல் போன்ற கருத்தரங்கு உரைபெயர்ப்பு உத்திகளை நீதிமன்ற உரைபெயர்ப்பில் கையாளக் கூடாது.

உரைபெயர்ப்பில் எந்த அளவுக்குச் சுதந்திரம் அனுமதிக்கப் படுகிறதோ அதற்கு ஏற்றாற்போல 'துல்லியம்' என்றால் என்ன என்ற கேள்வியும் எதிர்கொள்ளப்படுகிறது. அதைச் சாத்தியப்படுத்தும் முறைகள் பற்றிய கருத்துகளும் சொல்லப்படுகின்றன. ஆனால் துல்லியமான உரைபெயர்ப்பின் நடைமுறைச் செயற்பாடுகள் பற்றிய தெளிவான வழிகாட்டல்கள் எந்த நெறிமுறைத் தொகுப்பிலும் இல்லை. சொற்களை மட்டும் முழு விசுவாசத்துடன் துல்லியமாக உரைபெயர்த்தால் போதும். அதாவது ஒரு சொல்லைக்கூட கூட்டவோ குறைக்கவோ செய்யாமல், மிகவும் நிகரான சொல்லுக்குச்-சொல் உரைபெயர்ப்பே முழு விசுவாசமானது; மிகவும் துல்லியமானது. இதுவே நீதிபதிகள், வழக்கறிஞர்களின் பொதுவான பாரம்பரிய நிலைப்பாடு ஆகும். மற்ற பரிமாற்றப் பிரச்சினைகளை அவர்களிடம் விட்டுவிட வேண்டும்.

உரைபெயர்ப்பாளர்கள் இதற்கு நேரெதிரான நிலைப்பாடு கொண்டவர்கள். துல்லியமான சொல்லுக்குச் சொல் உரைபெயர்ப்பு, துல்லியமான கலாச்சாரத் தகவல் பரிமாற்றத் திற்கு உதவாது. ஒரு மொழி உதவியாளராக, ஒரு கலாச்சார இணைப்புப் பாலமாக அவர்கள் தரும் பங்களிப்பே நீதிமன்ற உரைபெயர்ப்பின் உயிர்நாடியான அம்சம் என்று கருதுகிறார்கள். நீதிபதிகளும் வழக்கறிஞர்களும் வழக்காடு மொழியாகிய ஆங்கிலத்தில் புலமைமிக்கவர்கள்தான். ஆனால் இந்திய மொழிகள் அனைத்திலும் அவர்களுக்குப் புலமை இருப்பது மிக மிக அரிதானது. ஆங்கிலம் அறியாத பழங்குடி மக்களின் மொழிகள் அவர்களுக்குத் தெரிந்திருக்கும் எனச் சொல்லவே முடியாது. உண்மை இவ்வாறு இருக்கும்போது, எவ்வாறு

கே. தியாகராஜன்

'துல்லியமான சொல்லுக்குச் சொல் உரைபெயர்ப்பு' மட்டும் அவர்களுக்குப் போதுமானதாக இருக்க முடியும்? துல்லியமான கலாச்சாரக் கூறுகள் விடுபடுவதால் எழும் சட்டப் பிரச்சினைகளை அவர்களே எவ்வாறு எதிர்கொள்ளவும்? தீர்வு காணவும் முடியும்?

'நடுநிலைமை'யும் உரைபெயர்ப்பாளரின் ஒரு நெறிமுறையாகப் பேசப்படுகிறது. அவர் நடுநிலையில் நின்று பணியாற்ற வேண்டும். சுய விருப்பு, வெறுப்புகளுக்கு இடம் தரக் கூடாது. தொழில்முறையில் சந்திப்போருடன் நெருக்கம் காட்டாமல், அவர்கள் மூலம் சுயலாபம் தேடாமல் விலகியிருக்க வேண்டும். வழக்குகள்பற்றி, சம்பந்தப்பட்டோரின் உரைகள்பற்றிய மதிப்பீடுகள் எதுவும் செய்யக்கூடாது; கருத்துகளைத் தெரிவிக்கக் கூடாது; ஆலோசனை வழங்கக் கூடாது.

ரகசியம் காத்தல் இன்னொரு உரைபெயர்ப்பு நெறியாக நடைமுறையில் பரவலாகப் பின்பற்றப்படுகிறது. பணியாற்றும் போது வழக்குகளுக்குத் தொடர்புள்ள சில ரகசியத் தகவல்களை அறிய நேர்ந்தால், உரைபெயர்ப்பாளர்கள் அவற்றைக் காக்கவே செய்கிறார்கள். இருப்பினும் உரைபெயர்ப்பாளர்களை வழக்கறிஞர்களும் நீதிபதிகளும் சந்தேகக் கண்கொண்டு பார்க்கிறார்கள். முன்னவர்கள் ஆங்கிலம் அறியாத சாட்சிகள் பக்கம் சாய்ந்துவிட்டார்களோ என்று பின்னவர்கள் அஞ்சுகிறார்கள்.

சாட்சிகளும் உரைபெயர்ப்பாளர்களும் ஒரே மொழியைப் பேசுகிறார்கள், ஒரே கலாச்சாரத்தைப் பகிர்கிறார்கள். எனவே சாட்சிகள் உரைபெயர்ப்பாளர்களை முழுக்க முழுக்க நம்புகிறார்கள். வழக்கு தொடர்பாக அடிக்கடி சந்திக்கும் போது சேர்ந்து காணப்படுவதால், அவர்களுக்கிடையே நெருக்கம் உண்டாகிவிட்டது போன்ற தோற்றம் ஏற்படுகிறது. இது உரைபெயர்ப்பாளர்களின் தொழில்முறை நம்பகத் தன்மையில் ஒரு சிதைவை உண்டாக்குகிறது; அறம் பிறழ்ந்து விட்டார்களோ என்ற ஐயப்பாட்டை உண்டாக்குகிறது.

கலாச்சார இணைப்புப் பாலமாக உரைபெயர்ப்பாளர்கள் இயங்குகிறார்கள். ஆனால் நீதிமன்றத்தில் அவர்கள் சாட்சிகளோடு சேர்த்தே அடையாளப்படுத்தப்படுகிறார்கள். ஒருபுறம் நீதிமன்றத்துக்கான உரைபெயர்ப்பு விசுவாசம் உள்ளது; மறுபுறம் கலாச்சாரத்துக்கான உரைபெயர்ப்பு விசுவாசம் உள்ளது. எதிரெதிர் திசைகளில் வரும் இப்படிப்பட்ட உரைபெயர்ப்பு அழுத்த இக்கட்டிலிருந்து மீள, பெரும்பாலானவர்கள் மைய நிலையைத் தேர்ந்தெடுக்கிறார்கள்.

நடுநிலைமைக் கொள்கை, சாதிக்க முடியாத ஒரு லட்சியம்தான் என்ற முடிவுக்கு அவர்கள் வரவேண்டியுள்ளது.

7.2.3 சைகை மொழி உரைபெயர்ப்பு

கைகளும் கைவிரல்களும் உண்டாக்கும் பல வடிவங்கள், கைகள் - கைவிரல்கள் - உடல் ஆகியவற்றின் பல்வகை அசைவுகள், முகபாவங்கள் ஆகியவை ஒருங்கிணைந்து இயங்குவதால் சைகை மொழி உருவாக்கப்படுகிறது. 'சைகை மொழி உரைபெயர்ப்பு' (Signed language interpreting) சைகை மொழி மூலம் செவிப்புலன் வலுவிழந்தோருக்காகச் செய்யப்படும் உரைபெயர்ப்பாகும்.

ஆங்கிலம் போன்ற பேச்சு மொழியைப் பெயர்த்து, தமிழ் போன்ற பேச்சு மொழியில் தருவது சாதாரணமாக உரைபெயர்ப்பு என்று சொல்லப்படுகிறது. செவிப்புலன் வலுவிழந்தோர் பேச்சொலிகளையும், மற்ற சில அர்த்தமுள்ள ஒலிகளையும் காதால் கேட்க முடியாது. அதனால் அவற்றின் அர்த்தங்களைப் புரிந்துகொள்ள முடியாது. அவையனைத்தையும் பெயர்த்துச் சைகை மொழியில் தந்தால், அதை அவர்கள் கண்களால் பார்த்துப் புரிந்துகொள்ள முடியும். எனவே பேச்சாளர் இருந்தாலும் இல்லாவிட்டாலும் சைகை மொழி உரைபெயர்ப்பாளர் மேடையில் கட்டாயம் காணப்பட வேண்டும்.

அரங்கில் உள்ள பயனாளிகளும் சைகை மொழியில் தகவல்/உணர்வுப் பரிமாற்றங்களைச் செய்யமுடியும். எனவே அவர்களுக்காக உருவாக்கப்பட்டுள்ள சைகை மொழிதான் அவர்களுடைய முதல் மொழியாகிறது. நாட்டுக்கு நாடு சைகை மொழி வேறுபடுகிறது. எடுத்துக்காட்டாக, அயர்லாந்து சைகை மொழியிலிருந்து இந்திய சைகை மொழி வேறுபடுகிறது. பண்டைக் காலத்திலிருந்து சைகை மொழி உரைபெயர்ப்பு பயன்பாட்டில் இருந்துவந்துள்ளது. இருப்பினும் அதன் மீதான சிந்தனைகளும் ஆய்வுகளும் அண்மைக் காலத்தில் தோன்றியவைதாம்.

பொதுவாகச் செவிப்புலன் வலுவிழந்தோர் கேலிக்குரியவர் களாக, சம சமூக மரியாதை பெறாதவர்களாக நடத்தப்படு கிறார்கள். அவர்களுக்கான சம சமூக இடத்தை, மரியாதையை, பெற்றுத் தரும் ஒரு அங்கீகாரச் சின்னமாகசைகைமொழி பெயர்ப்பு வலுப்பெற்று வருகிறது. சைகை மொழி சிக்கலான வாக்கியக் கட்டமைப்பு கொண்டதாக உள்ளது. அதனுடைய சொற்கள், ஒலிகள், சமூக மொழியியல் கூறுகள் ஆகிய அனைத்தும் பேச்சு

மொழிக் கூறுகளிலிருந்து வேறுபடுகின்றன. அதே நேரத்தில் சைகை மொழி, பேச்சு மொழியோடு சில உறவுகள் கொண்டதாகவும் உள்ளது.

செவித் திறன் இல்லாத பிள்ளைகளின் கல்வி சைகை மொழியில்தான் சாத்தியமாகும். அக்கல்விக்கான சைகை மொழிப் பள்ளிகளின் தேவை உலகெங்கும் உணரப்பட்டது. பல நாடுகள் அவற்றை நிறுவத் தொடங்கின. சைகை மொழி உரைபெயர்ப்பு ஒரு உத்தியோகமாக அங்கீகரிக்கப்பட்டு, அப்பள்ளிகளில் பணியிடங்கள் உருவாக்கப்பட்டன. அதைத் தொடர்ந்து அவற்றுக்கான கல்வித் தகுதி, பயிற்சி ஆகியவற்றை உறுதி செய்யப் பல்கலைக்கழகப் பாடத்திட்டங்கள் வகுக்கப்பட்டுள்ளன.

உலகெங்கும் உயர் கல்வி நிறுவனங்களில் சைகை மொழி தற்போது கற்பிக்கப்படுகிறது. அநேகப் பாடப்புத்தகங்கள், செயல்முறைகளுக்கான கையேடுகள் எழுதப்பட்டுள்ளன. இந்த உரைபெயர்ப்பு நிகழும் வேறுபட்ட சூழல்கள், எதிர்கொள்ள வேண்டியுள்ள பிரச்சினைகள், காணவேண்டிய தீர்வுகள், பயிற்சி சார்ந்த தேவைகள், தர மேம்பாடு, தொழில்நுட்ப ஆதரவு போன்ற அம்சங்களில் ஆய்வுகள் செய்யப்படுகின்றன.

இப்பகுதியில் இனி வரும் பக்கங்கள் சைகை மொழி உரைபெயர்ப்பின் சில முக்கிய அம்சங்களைப் பேசுகின்றன.

7.2.3.1 புலன்வழி உரைபெயர்ப்பு வகை

மெய், வாய், கண், மூக்கு, காது ஆகிய உடல் உறுப்புகள் ஐம்பொறிகளாகும். முறையே தொட்டுணர்தல், சுவைத்தல், காணுதல், முகர்தல், கேட்டல் என்ற அவற்றின் பயன்கள் ஐம்புலன்களாகும். பெறும் அனுபவங்கள் மூலம் ஒவ்வொரு புலனும் ஒவ்வொரு உணர்வுவகையைச் சேர்ந்த தகவல்களை மூளைக்குத் தொடர்ந்து அனுப்புகிறது. அவற்றின் தொகுப்பிலிருந்து பெறப்படும் சாரமாகிய உலகைப் பற்றிய, மக்களைப் பற்றிய அறிவோடு சுய விருப்பு, வெறுப்புகள், சிந்தனைகள் ஆகியவை ஒன்றுசேர்ந்து அன்றாடத் தகவல் பரிமாற்றங்கள் நிகழ உதவுகின்றன.

கண்கள் பார்த்து, காதுகள் கேட்டுச் சொல்லும் தகவல்கள் தான் நம் அறிவின் பெரும் பகுதியாகும். பேச்சு மொழி உரைபெயர்ப்பில், ஒரு மொழியின் அர்த்தமுள்ள பேச்சொலிகள் கொண்ட உரை காது வழியே கேட்கப்படுகிறது. அது வேறொரு மொழியின் அர்த்தமுள்ள பேச்சொலிகள் கொண்ட உரையாகப் பெயர்க்கப்படுகிறது. எனவே கேட்டறியப்படும்

பேச்சொலிக் கூறுகள் இந்த உரைபெயர்ப்பின் அச்சாணி யாக இயங்குகின்றன. இது 'ஒற்றைப் புலன்வழி உரைபெயர்ப்பு' (unimodal interpreting) என்று அழைக்கப்படுகிறது.

மாறாக, சைகை மொழி உரைபெயர்ப்பில் ஒரு புறம் பேச்சு மொழி ஒன்று உள்ளது. காதுகளால் கேட்டறியப்படும் அதனுடைய அர்த்தமுள்ள பேச்சொலிக் கூறுகள் (speech sounds) கொண்ட உரை உள்ளது. மறு புறம் சைகை மொழி உள்ளது. கண்களால் கண்டறியப்படும் அதனுடைய கூறுகள், அதாவது அர்த்தமுள்ள 'காட்சி இடம் சார்' கூறுகள் (visual-spatial elements) கொண்ட உரை உள்ளது. அதைக் கண்களால் பார்த்து உணர முடியும்; புரிந்துகொள்ள முடியும். இங்கு கேட்டறியப்படும் ஒலிக் கூறுகளுடைய உரை, கண்டறியப்படும் காட்சி, இடம்சார் கூறுகளுடைய உரையாகப் பெயர்க்கப்படுகிறது. கேட்டறியப்படும் பேச்சொலிக் கூறுகளும் கண்டறியப்படும் காட்சி, இடம்சார் கூறுகளும் ஒன்றுசேர்ந்து இந்த உரைபெயர்ப்பின் அச்சாணி யாக இயங்குகின்றன. ஆகவே இது இரட்டைப் புலன்வழி உரைபெயர்ப்பு (bimodal interpreting) என்று அழைக்கப்படுகிறது.

பேச்சு மொழியைப் பேச்சு மொழியாகத் தரும் உரை பெயர்ப்பாளர்கள் இரு மொழிகளிலும் எளிதாக உரையாற்று கிறார்கள். மாறாக, சைகை மொழி உரைபெயர்ப்பாளர்கள் சைகை மொழியைப் பேச்சு மொழியாக உரைபெயர்க்கச் சிரமப்படுகிறார்கள்; அதை அவர்கள் அவ்வளவாக விரும்புவதும் இல்லை. ஏனெனில் அவர்களின் முதல் மொழி ஒரு பேச்சு மொழியாகத்தான் இருக்கிறது; சைகை மொழியாக அல்ல. அவர்களுக்குப் பேச்சு மொழியைச் சைகை மொழியாக உரைபெயர்ப்பது எளிதாக உள்ளது. அதுதான் அவர்களுடைய வழக்கமான பணியாகவும் உள்ளது.

7.2.3.2 சைகை மொழி உரைபெயர்ப்பு உத்திகள்

சைகை மொழி உரைபெயர்ப்பு, பேச்சு மொழி உரைபெயர்ப்பைப் போன்றதல்ல. எனவே அதற்கென சில தனிப்பட்ட உத்திகளைக் கையாள வேண்டியுள்ளது. சில முன்கூட்டிய ஏற்பாடுகளைச் செய்யவேண்டியுள்ளது. அவற்றுள் சிலவற்றை இப்பகுதி விவரிக்கிறது.

இலக்கு சைகை மொழிப் பயனர்கள் பற்றிய தகவல் அறிதல்

தமிழ், ஆங்கிலம் போன்ற பேச்சு மொழிகளுக்குத் தனித்தனி அகரமுதலிகள் உள்ளன. அவை எழுத்து வடிவங்களால் ஆனவை. ஆனால் நாட்டுக்கு நாடு மாறுபடும் சைகை மொழிக்கென

தனித்துவ அகரமுதலி உள்ளது. கீழே இந்திய சைகை மொழி அகரமுதலியின் வரைபடம் தரப்பட்டுள்ளது. அதில் காணப்படும் எழுத்துகள் எழுதப்படுபவை அல்ல. அவை ஒரு கை அல்லது இரு கைகள், ஒன்று அல்லது ஒன்றுக்கு மேற்பட்ட விரல்கள் ஆகியவற்றைக் கொண்டு உண்டாக்கப்படும் வேறுபட்ட விரல் நிலைகள் அல்லது வடிவங்கள் ஆகும். இதுபோன்ற நாற்பது அகரமுதலிகள் உலகளவில் பயன்படுத்தப்படுகின்றன. அப்படிப்பட்ட ஒவ்வொரு அகரமுதலியும் குறைந்த அளவிலேயே பயன்படுத்தப்படுகிறது. அதைத் தவிர, ஒவ்வொரு சைகை மொழிக்கும் தனித்துவ சைகைகளால் ஆன அநேக சொற்களும் வாக்கியங்களும் அவற்றுக்கான இலக்கணமும் உள்ளன.

இந்திய சைகை மொழி அகரமுதலி

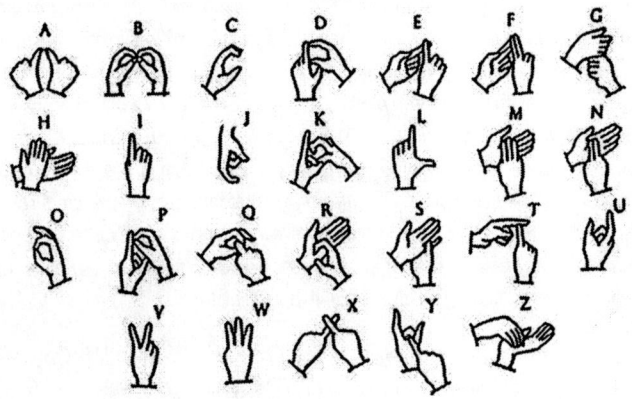

Image courtesy:

https://i.pinimg.com/474x/e9/d1/c7/e9d1c752dd7f49ed4d2c54b7cfa81020-
-sign-language-languages.jpg

கூடியவரை இலக்கு சைகை மொழிப் பயனர்களைப் பற்றிய பின்புலத் தகவல்களை உரைபெயர்ப்பாளர் முன்கூட்டியே தெரிந்துகொள்வது நல்லது. உதாரணமாக, அவர்களுக்குப் பரிச்சயமான சைகை மொழி அகரமுதலியைப் பற்றிய தகவல், அச்சைகை மொழியில் சொற்களும் வாக்கியங்களும் இலக்கணமும் கட்டமைக்கப்பட்டுள்ள முறைகள், பயன்பாட்டில் உள்ள ஓசையில்லாத வாய்–உதட்டு அசைவுகள், அவற்றின் பொருள்கள் போன்றவை மிகவும் பயனுள்ள தகவல்களாகும்.

மேலும் அவர்களுடைய சைகை மொழியில் ஆழமாகப் பதிவான ஆண் – பெண் பாலின வேறுபாடுகள் (gender differences),

இளையோர்–மூத்தோர் வேறுபாடுகள், முக்கியமான சமூக–கலாச்சாரப் பொதிவுகள், சைகை மொழி சார்ந்த அரசியல் கூறுகளின் உட்பொதிவுகள் போன்ற முன்கூட்டிய தகவல்களும் உரைபெயர்ப்புக்குப் பெரிதும் உதவும். இவையனைத்தையும் தெரிந்துகொண்ட பின் தொடங்கும் உரைபெயர்ப்பின் தரம் உயர்வானதாக இருக்கும்.

ஒரு சமயத்துக்கான தற்காலிக சைகைகள்

சில சமயங்களில் தெளிவான உரைபெயர்ப்புக்குத் தேவைப்படும் சைகைகள் ஒரு சைகை மொழியில் இல்லாமல் போகலாம். அவற்றை அந்தக் குறிப்பிட்ட சமயத்துக்கு மட்டும் உண்டாக்கிக் கொள்வதை ஒரு உத்தியாக உரைபெயர்ப்பாளர் கையாளுகிறார். அப்படிப்பட்ட, ஒரு சமயத்துக்காக மட்டும் உண்டாக்கப்படும் தற்காலிக சைகைகளை *(nonce signs)* உரைபெயர்ப்புக்கு முன் அவர் தீர்மானிக்கிறார். போதிய பொருள் விளக்கத்தோடு இலக்கு சைகை மொழிப் பயனர்களுக்கு அவற்றை அவர் அறிமுகம் செய்கிறார்; பின்னர் அந்தச் சமயத்துக்கு மட்டும் பயன்படுத்துகிறார். அப்படிப்பட்ட சைகைகளை இலக்கு சைகை மொழியில் புதியனவாகச் சேர்ப்பது அவருடைய நோக்கமல்ல. இருப்பினும் ஒரு சமயத்துக்காக மட்டும் உண்டாக்கப்படும் சில சைகைகளின் பயன்பாடு பின்னர் சிறிது சிறிதாகப் பெருகலாம். அந்தச் சைகை மொழியில் அவை புதிய சொற்களாகக் கூட இடம் பிடிக்கலாம்.

அயர்லாந்து சைகை மொழியில் SEMANTICS என்ற சொல்லுக்கான சைகை முன்பு இல்லை. 1990களில், செவித்திறன் இழந்த மொழியியல் மாணவர்கள் சிலர் அச்சொல்லின் கருத்தாக்கத்தைக் குறிப்பிட, ஒரு தற்காலிக சைகையை உருவாக்க விரும்பினார்கள். வழக்கில் இருந்த MEANING, DEEP என்பதற்கான இரு சைகைகளை இணைத்து, ஒரு கூட்டுச் சைகையை அவர்களுடைய புரிதலுக்காகத் தற்காலிகமாக உருவாக்கினார்கள். அதன் பயன்பாடு மற்ற மாணவர்களிடையேயும் பெருகியதால் SEMANTICS என்ற சொல்லுக்கான அந்த ‘ஒரு நாள் சைகை’ இன்று அயர்லாந்து சைகை மொழியில் நிரந்தர இடம்பிடித்துவிட்டது.

ஒரு பொருள்–பல சைகைகளின் பயன்பாடு

ஒரு சைகை மொழியில் ஒரே பொருளைக் குறிக்கும் ஒன்றுக்கு மேற்பட்ட சைகைகள் இருக்கலாம். அரங்கில் உள்ள சைகை மொழிப் பயனர்களுள் ஒரு பிரிவினர் ஒரு சைகையையும், வேறொரு பிரிவினர் வேறொரு சைகையையும், இன்னொரு

பிரிவினர் இன்னொரு சைகையையும் பயன்படுத்துபவர்களாக இருக்கலாம். உதாரணமாக அயர்லாந்து சைகை மொழியில் *EASTER* என்ற சொல்லைக் குறிப்பிடத் தற்கால இளைஞர்கள் ஒரு சைகையைப் பயன்படுத்துகிறார்கள். அறுபது வயதுக்கும் மேலான மகளிர் வேறொரு சைகையைப் பயன்படுத்துகிறார்கள். இரு பிரிவினருமே இரு சைகைகளையும் தெரிந்தவர்களாக உள்ளார்கள். இருப்பினும் உரைபெயர்ப்பாளர் மூத்த குடிமகளிரின் சைகையைப் புறந்தள்ளி இளைஞர்களின் சைகையைப் பயன்படுத்தினால், முன்னவர் அந்நியப்படுத்தப்படுவது போல் எண்ணலாம். உரைபெயர்ப்புப் பயணத்தில் அவர்களையும் உள்ளே கொண்டுவந்து, அணைத்து அழைத்துச் செல்ல விரும்பும் உரைபெயர்ப்பாளார் அவர்களுடைய முத்திரைச் சைகையையும் பயன்படுத்துகிறார்.

இவ்வாறு ஒரே பொருளுக்கு இரு சைகைகளைப் பயன்படுத்துவது நேர விரயத்தை உண்டாக்குகிறது. தொடர்ந்து வந்துகொண்டிருக்கும் பேச்சு மொழி மூல உரையைச் சைகை களாகப் பெயர்ப்பதில் உள்ள நினைவாற்றல் பளுவை அதிகரிக்கிறது. வேறு சில பிரச்சினைகளையும் இது உண்டாக்குகிறது. சிறிது ‘அரசியலும்’ இதில் உள்ளது. இந்த இக்கட்டுகள் அனைத்தையும் உரைபெயர்ப்பாளர் உணர்ந்திருந்தாலும், ஒரே பொருளுக்கு இரு சைகைகளைப் பயன்படுத்துவதை நிறைவளிக்கும் ஒரு உரைபெயர்ப்பு உத்தியாகக் கையாள்கிறார்.

வேற்றுமைகளுக்கு இடம் தருதல்

அரங்கில் குழுமியுள்ள இலக்கு சைகை மொழி உரைபெயர்ப்புப் பயனர்கள் பலதரப்பட்டவர்களாக இருக்க லாம். அவர்களுடைய சைகைகளில் வேற்றுமைகள் இருக்கலாம். உரைபெயர்ப்பு நிகழ்ந்துகொண்டிருக்கும்போது ஒரு குறிப்பிட்ட சைகை அரங்கில் ஒரு சிலருக்கு ஏற்புடையதாக இல்லாமல் குழப்பத்தை உண்டாக்கலாம். அவர்களின் மறுப்புத் தலையசைவுகள், முகபாவங்கள் மூலம் உரைபெயர்ப்பாளர் இதை உணரலாம். அப்படிப்பட்ட நேரங்களில், அவர் சைகை மொழி வேற்றுமைகளுக்கு இடம் தரும் வகையில், அந்தக் குறிப்பிட்ட சிலருடைய மாற்றுச் சைகை என்னவென்று அவர்களிடமே அரங்கில் கேட்கலாம். மற்றவர்களும் இதை அறிந்து அவரவர் கருத்துகளைப் பகிரும் வாய்ப்பைத் தரலாம். வேற்றுமைகளில் ஒற்றுமையைக் காண முயலலாம்; அல்லது வேற்றுமைகளை உணரவைக்கலாம். இது ஆரோக்கியமான உரைபெயர்ப்பு உத்தி என்றே சொல்லவேண்டியுள்ளது.

இருப்பினும், தொடர்ந்து வரும் மூலப் பேச்சுரையைச் சைகைகளாகப் பெயர்க்க வேண்டியது தலையாயப் பணி யாகும். இடையே, இந்த உத்தி எந்த அளவுக்குச் சாத்தியப்படும்? உரைபெயர்ப்பை இது துண்டிக்காதா? உரைபெயர்ப்பு இழப்புகளை ஏற்படுத்தாதா? சில மூலப் பேச்சுக் கூறுகள் இலக்கு சைகை மொழிப் பயனர்களைச் சென்றடையாமல் போகாதா? இவையனைத்தையும் சிந்தித்துச் சாத்தியப்படுவதை மட்டும் உரைபெயப்பாளர் செய்யவேண்டும்.

உரைபெயர்ப்பு விட்டுவிடுதல்கள்

மூலப் பேச்சுரையை இலக்குச் சைகைகளாகப் பெயர்க்கும் போது சில கூறுகளுக்குப் பெறுமொழிச் சமனிகள் இல்லாமல் போகும்; அல்லது மிகவும் சுற்றி வளைத்துப் பல சைகைகளைத் தர நேரும். அது செயற்கையான அல்லது ஏற்புடைமை இல்லாத உரைபெயர்ப்புக்கு இட்டுச் செல்லும். சைகை மொழியைப் பேச்சு மொழியாக உரைபெயர்ப்பதற்கும் இது பொருந்தும். அயர்லாந்து சைகை மொழியில் பாலின வேறுபாடுகள், குறிப்பாகப் பெண்பாலினக் கூறுகள் ஆழமாகப் பதிவாகி உள்ளன. அவற்றுள் முக்கால் பங்கு அயர்லாந்து சைகை மொழி ஆண்களுக்கே தெரியாது. ஆனால் அறுபது சதவீத ஆண்பாலினச் சைகைகளை மகளிர் அறிவர். அயர்லாந்துக்குள்ளேயே இவ்வாறு இருக்கும் பாலின வேறுபாடுகளைத் தமிழிலோ ஆங்கிலத்திலோ ஒற்றைச் சொற்களில் தர இயலாது. அவற்றை உரைபெயர்ப்பில் விட்டுவிடுவதைத் தவிர வேறு வழியில்லை. மாறாக, சொல்லவந்த செய்தியை உள்வாங்கி அதன் சாராம்சத்தைப் பெயர்த்துச் சொல்ல முடியும்.

7.2.4 உரைபெயர்ப்பியலின் பங்களிப்புகள்

மொழிபெயர்ப்பியல் வரலாற்றில் பல நூற்றாண்டுக் காலத் தத்துவம், கோட்பாட்டு அருவப் பயணங்கள் உள்ளன. மொழிக் கூறுகளின் பகுப்பாய்வு, மொழிப் பயன்பாடுகள் பற்றிய அறுபதாண்டுக் கால அலசல்களும் உள்ளன. உரைபெயர்ப்புக்கான சிந்தனைகளின் வரலாறு 1950களில் தொடங்கினாலும், உரைபெயர்ப்பியலின் குறிப்பிடத்தகுந்த பங்களிப்புகள் 1990களில்தான் வரத் தொடங்கின. இவை மொழிபெயர்ப்பியல் வரலாற்றில் ஒரு முக்கிய திருப்பத்தை உண்டாக்கின. ஒரு புதிய திசையில் இட்டுச் செல்லும் ஒரு புதிய பயணத்தைத் தொடங்கி வைத்தன.

நேரடியான கூர்நோக்கு, உண்மைத் தன்மையை எவரும் சரிபார்க்கக் கூடிய பரிசோதனைகளின் அறிவியல் செயல்முறைகள்,

அவற்றுக்கு ஆதாரமான தரவுகள், அவற்றிலிருந்து பெறப்படும் சுய சார்பற்ற புறநிலை முடிவுகள் (objective findings), உய்த்துணர்ந்த அறிவு (experiential knowledge) ஆகியவற்றை இந்தப் புதிய பயணம் முன்னிறுத்தியது. 'புலன்வழிச் சான்றுகள்சார் பரிசோதனை முறை ஆய்வுகள்' (empirical studies) இந்த அணுகுமுறையில் மேற்கொள்ளப்பட்ட முன்னெடுப்புகள் ஆகும்.

உரைபெயர்ப்பியலும் சில வெளிவட்டத் துறைகளும் இணைந்து உருவாக்கிய ஒரு பொதுத் தளத்தில்தான் இந்த ஆய்வுகள் செய்யப்பட்டன. குறிப்பாக நரம்பு மண்டல அறிவியலும் (neuroscience) தொழில் நுட்பவியலும் (technology) இத்தகைய ஆய்வுகளுக்குப் பெரிதும் கைகொடுத்தன. இதுவும் குறிப்பிடத் தகுந்த இன்னொரு முக்கியமான அம்சம் ஆகும். தருமொழிப் பேச்சுரை காது வழியே கேட்கப்பட்டு மூளையைச் சென்றடைகிறது. அங்குப் பெறப்பட்ட பேச்சுரையின் புரிதலுக்கும் உள்வாங்கலுக்கும் என்னென்ன செயல்பாடுகள், இயக்கங்கள், என்னென்ன வழிவகைகளில், படிநிலைகளில், உதவுகின்றன என்று தெரியவில்லை. அதற்குப் பின் அது பெறுமொழிப் பேச்சுரையாக அல்லது சைகைகளாக மாற்றம் பெற என்னென்ன செயல்பாடுகள், இயக்கங்கள், என்னென்ன வழிவகைகளில், படிநிலைகளில் உதவுகின்றன என்று தெரியவில்லை.

இக்கேள்விகளுக்கான விடைகள் அனைத்தும் நரம்பு மண்டலச் செயல் மையமாகிய மூளையில் உள்ளன. ஆனால் அது இறுக்கிப் பூட்டப்பட்டுள்ள, சாவியில்லாத, திறக்க முடியாத கறுப்புப் பெட்டியாக உள்ளது. காதுகளுக்கிடையே மிகவும் பாதுகாப்பாக வைக்கப்பட்டுள்ள ஒன்றரைக் கிலோ எடை மட்டுமே உள்ள அதில் சுமார் நூறு கோடி நரம்பணுக்கள் உள்ளன. ஒவ்வொரு நரம்பணுவும் மற்ற நரம்பணுக்களுடன் ஆயிரக்கணக்கான தொடர்புகள் கொண்டுள்ளன. அவை அனைத்தும் எண்ணிறந்த இயக்கங்களை ஒவ்வொரு நொடியும் நிகழ்த்துகின்றன. மனித மூளை திறக்க முடியாத ஒரு 'கறுப்புப் பெட்டி' எனப் பெயர் பெற்றதற்கு ஒரு வலுவான காரணம் உள்ளது. அதற்கு உள்ளே அனுப்பப்படும் உள்ளீடுகள் (inputs) என்னென்னவென்று தெளிவாகத் தெரிகிறது. அதிலிருந்து வெளியே வரும் வெளியீடுகளும் (outputs) என்னென்னவென்று தெளிவாகத் தெரிகிறது. ஆனால் உள்ளீடுகள் வெளியீடுகளாக உள்ளுக்குள்ளே மாற்றம் பெறுகின்ற விதம் மட்டும் தெரியவே இல்லை; தெரிந்துகொள்ள முடியவும் இல்லை.

முடியவே இல்லை என எதையும் விட்டுவிடும் போக்கு புதிய ஆய்வுகளில் இடம் பெறாது. உரைபெயர்ப்பியல் தந்த

பங்களிப்புகள் முடிந்தவரை செய்யப்பட்ட முன்னெடுப்புகள் ஆகும். கடுமையான சவால்களைக் கண்டு அயராமல் கறுப்புப் பெட்டிக்குள் கூரிய ஆய்வுப் பார்வைகள் செலுத்தப்பட்டன. அதற்கு நரம்பு மண்டல அறிவியலும் தொழில் நுட்பவியலும் பெரிதும் உதவின; பயனாக உரைபெயர்ப்பியலில் புதிய பாதைகள் தோன்றின. அவற்றில் குறைகள் உள்ளன, நிறைகளும் உள்ளன.

உரைபெயர்ப்பு உடனுக்குடன் நிகழ்கிறதா? அதனுடைய வகைகள் யாவை? தருமொழி உரையை உள்வாங்கிய பின், அதனுடைய உரைபெயர்ப்புப் 'பிந்துதல்' (time lag) எவ்வளவு? மனம் சார்ந்த செயல்பாடுகள் யாவை? நெருக்கடி மேலாண்மை எவ்வாறு நிகழ்கிறது? உரைபெயர்ப்பில் மேற்கொள்ளப்படும் முயற்சிகள் யாவை? மூளையின் எந்தக் கூறு இருமொழித்திறன் மையமாக உள்ளது? மூளைக்குள்ளே பொதுவான மொழித்திறன் அமைப்பு என்ற ஒன்று உள்ளதா? ஒவ்வொரு மொழிக்குமான துணை அமைப்புகளும் உள்ளனவா? புரிதல் எவ்வாறு, எந்த வடிவில் நிகழ்கிறது? உரைபெயர்ப்பு தொடங்கும்முன் அது எங்கு சேமித்து வைக்கப்படுகிறது? உரைபெயர்ப்பின்போது எப்படி பயன்பாட்டுக்குக் கொண்டுவரப்படுகிறது? நினைவாற்றலும் கவன ஆற்றலும் எங்கு, எவ்வாறு உருவாகின்றன, அவற்றை வகைப்படுத்த முடியுமா? இவை போன்ற ஆய்வுக் கேள்விகளுக்குத் தொழில் நுட்பவியலின் உதவியோடு பரிசோதனை முறை விடைகள் தேடப்பட்டன.

இவற்றின் பயனாக உடன் நிகழ் உரைபெயர்ப்பு, பின்வரும் உரைபெயர்ப்பு, மாநாட்டு உரைபெயர்ப்பு, காதோடு காதான உரைபெயர்ப்பு, சமூக உரைபெயர்ப்பு (community interpreting) என்ற உரைபெயர்ப்பு வகைகள் பிறந்தன. நீதிமன்ற உரைபெயர்ப்பு, சைகைமொழி உரைபெயர்ப்பு பற்றிய புதிய தகவல்கள் கிடைத்தன. தேசிய/உலகளாவிய தொலைக்காட்சி உரைபெயர்ப்பும், செயற்கைக் கோள் உதவியுடன் நடத்தப்படும் காணக்கூடிய/ கேட்கக்கூடிய, நிகழ்படப் பன்மொழிக் கருத்தரங்கு (multi-lingual videoconference) உரைபெயர்ப்பும் இன்றைய வியத்தகு வளர்ச்சிகளாகும்.

சமூக உரைபெயர்ப்பானது அவ்வளவாகக் கவனம் பெறாத ஒரு புதிய உரைபெயர்ப்பு ஆய்வுக் களம் ஆகும். அது தொழில்நுட்பவியலின் கண்கவர், வியத்தகு சாதனைகளுள் ஒன்றான தேசிய/உலகளாவிய தொலைக்காட்சி உரைபெயர்ப்பைப் போல் அவ்வளவாக வளர்ச்சி அடையவில்லை; பேசப்படவும் இல்லை. இந்த இயலில் கூட அது இடம்பெறவில்லை. இருப்பினும் அது அன்றாட வாழ்க்கையில் ஒரு தனி மனிதனுக்கு அல்லது

சிறிய பிரிவுகளைச் சேர்ந்த மக்களுக்கு முக்கியமான சமூகக் கடமையாற்றும் பங்களிப்பைச் செய்கிறது.

பஞ்சத்தாலும் போராலும் உயிர்தப்பிப் பிழைக்க வந்த அகதிகள், வெளிநாடுகளிலிருந்து வந்து குடியேறியவர்கள், வேலை தேடிப் புலம்பெயர்ந்த பிற மாநில ஏழைத் தொழிலாளிகள் போன்றோர் விளிம்புநிலை மக்கள் ஆவர். பெரும்பாலும் அவர்கள் உள்ளூர் மொழியறியாதவர்கள். அடிப்படைத் தினசரித் தேவைகளுக்காக அரசுத் துறைகள், மருத்துவமனைகள், கல்வி நிறுவனங்கள், சமூகநல/மனிதநேய அமைப்புகள் போன்றவற்றை அவர்கள் அடிக்கடி அணுக வேண்டியுள்ளது. அப்போதெல்லாம் கலங்கித் தவிக்கும் அவர்களுக்கு உரைபெயர்ப்பு உதவி அவசியம் தேவைப்படுகிறது. ஆனால் அது அம்மக்களுக்குப் போதிய அளவில் கிடைப்பதில்லை. அதனால் அவர்கள் பல இன்னல்களைச் சந்திக்கிறார்கள். சரியான மருத்துவ சிகிச்சைக்கு மாறாகத் தவறான சிகிச்சை பெற்று அவதிப்படுகிறார்கள். பொதுவாக, அரசுத் துறை அதிகாரிகள் அவர்களைப் புறக்கணிக்கிறார்கள். அவர்களுக்குத் தனிமனித அடிப்படை உரிமைகள் மறுக்கப்படுகின்றன. சமூக நீதி கிடைப்பதில்லை. செய்யாத குற்றங்களைச் செய்ததாக அவர்கள் சிறையில் அடைக்கப்பட்டு வாடும் பரிதாப நிலை ஏற்படுவதும் உண்டு. இவையனைத்தும் சமூக உரைபெயர்ப்பின் அவசியத் தேவையை வலியுறுத்துகின்றன.

அடுத்து வரும் எட்டாவது இயல், நீண்ட இந்நூலின் இறுதி இயலாக, சுருக்கமான முடிவுரையைத் தொகுத்துத் தருகிறது.

8

முடிவுரை

மொழிபெயர்ப்பியல்: பயணங்கள், பரிமாணங்கள் என்ற தலைப்புடன் இந்நூலின் பயணம் தொடங்கியது. ஏழு இயல்களைக் கடந்து வந்து இந்த எட்டாவது இயலில் அது முடியும் தருணம் வந்துள்ளது. அதைக் குறிக்கும் வகையில் ஒரு முடிவுரை எழுதவேண்டிய இடம் இது. முந்திய ஏழு இயல்களில் சொல்லப்பட்டதின் சுருக்கத்தை இந்த இயலின் தொடக்கப் புள்ளியாக வைக்கலாம்.

முகவுரை

பின்னர் வந்த ஆறு இயல்களுக்குத் தேவையான ஒரு பொதுக் களத்தை முகவுரை அமைத்துக் கொடுத்தது. இந்நூலின் பேசுபொருளை அறிமுகத் தகவல்களாகத் தந்தது. முக்கியமாக, இத்துறையின் மையக் கூறுகளாகிய 'பொருளின் பொருள்', அடிப்படை விவாதங்கள் ஆகியவற்றைப் பேசியது.

மொழியாக்கச் செயல் முறை பற்றிய தலையாய கேள்விகள். அறிவியல் பூர்வ ஆய்வுகள், முடிவுகள், உரைபெயர்ப்பு பற்றிய சிறு அறிமுகம், மொழிபெயர்ப்பியலின் அகமுக/உள்வட்டம், புறமுக/வெளிவட்டப் பரிமாணங்களையும் இந்த இயல் பேசியது. 'மொழியில்லாத் தகவல் பரிமாற்றம்', 'பல்வகைப் பனுவல்களும், பல்லூடகப் பனுவல்களும்', 'திரை மொழியாக்கம்', 'கணினி மொழியாக்கம்' ஆகிய நான்கு வெளிவட்டத்துறைகள் எடுத்துக்காட்டுகளாகச் சுருக்கித் தரப்பட்டன.

மொழியாக்கச் சிந்தனைகள் வரலாறு

இரண்டாவதாக இடம் பெற்ற இந்த இயல் இந்நூலின் முதுகெலும்பு போன்றது. தமிழகத்தின் முதல் மொழியாக்கச் சிந்தனையாளரான தொல்காப்பியர் பிறமொழி நூல்களை விதிகள் பிறழாமல், முறைப்படித் தமிழில் செய்வதே மொழிபெயர்ப்பு என்றார். இடைக்காலத்தைச் சேர்ந்த உரையாசிரியராகிய பேராசிரியர் 'மூலநூலுக்கு முழு விசுவாசம்' என்ற மொழிபெயர்ப்பு நிலைப்பாட்டையும், அதே நேரத்தில் மக்களின் பயனைக் கருத்தில் கொண்டு, 'மொழிக்குள்ளேயே செய்யப்படும் மொழியாக்கம் தேவை' என்ற நிலைப்பாட்டையும் சம அளவில் ஆதரித்தார்.

ஏ.கே. ராமானுஜன் மொழிபெயர்ப்புகளைப் பின்வருமாறு மூவகைப்படுத்தினார்: 'மொழியாக்கம் செய்யப்பட்டவை', 'இடம் பெயர்த்து நடப்பட்டவை', 'புரட்டிப் போடப்பட்டவை'. மேலும் அவர் முன்வைத்த மொழியாக்கச் சிந்தனைகள்: கவிதையைக் கவிதையால்தான் மொழியாக்கம் செய்யமுடியும்; ஆங்கில மொழியாக்கம் இன்றைய ஆங்கிலத்தில் இருக்கவேண்டும்; மொழியாக்கத்தில் கலாச்சாரத்தின் இடம், வாசகர்களின் பங்கு ஆகியவை தவிர்க்க முடியாதவை; மூலக்கவிதையின் சொந்தக் கலாச்சாரத்தைப் பெறுமொழியில் கொண்டுசேர்க்க மொழியாக்கம் முயல்கிறது; மொழிபெயர்ப்பாளரின் மொழியாக்க முன்னுரைகள், முகவுரைகள், பின்னுரைகள், குறிப்புகள், அருஞ்சொற்பட்டியல்கள், அகரவரிசை பெயர்–தலைப்பு–பக்கப்பட்டியல்கள் *(indices)* ஆகியவை பெறுமொழி வாசகரைப் புலம் பெயர்த்துத் தருமொழி கலாச்சாரத்துக்குக் கொண்டு சேர்க்க உதவுகின்றன.

இந்த இயலில் இருபதாம் நூற்றாண்டு மேற்கத்திய மொழியாக்கச் சிந்தனைகள் அதிக அளவில் பின்வரும் கோணங்களில் முன்வைக்கப்பட்டன: இலக்கிய, தத்துவ, வரலாற்று மரபுகள், 'மொழியாக்கம் சாத்தியமா/அல்லவா?', மொழிபெயர்ப்பியல் பாட நூலின் சாத்தியம், குறியீடு, குறியீட்டு முறைமை அமைப்பு, மூன்று மொழியாக்க வகைகள், மொழியாக்கச் சமானம், இலக்கியத்தின் பன்முக அமைப்பு, மொழியாக்க விதிமுறைகள், மொழியாக்க ஏற்புடைமை, ஸ்கோபோஸ் கோட்பாடு, பெண்ணிய மொழியாக்கம், 'மொழியாக்கங்கள்' என்ற 'திரிபுகள்', பிந்திய–காலனிய மொழியாக்கக் கலாச்சாரவியல், மொழியாக்கச் சமூகவியல்.

இடம் பெற்ற சிந்தனையாளர்கள்: வால்டர் பெஞ்சமின், எஸ்ரா பவுண்ட், ஹோஹி லூயிஸ் போர்ஹஸ், ஹொஸ்ஸே ஓர்ட்டிகா இகாஸெட், ஜோம்போல் வினே & ஜோன் டார்பில்னே,

விலர்ட் க்வைன், ரோமன் யேகப்சன், யூஜீன் நைடா, ஈட்டமார் ஈவன் – ஜோஹா, கிடியான் டூரி, ஹான்ஸ் வெர்மியர், ஆன்ட்ரே லெஃப்பவிய, லோரி சேம்பலின், சூசன் பேஸ்னெட், காயத்ரி சக்ரவர்த்தி ஸ்பிவாக், மிச்செலா உல்ஃப்.

மொழியியல்

இந்நூலில் மூன்றாவதாக இந்த இயல் இடம் பெற்றது. மொழியியலுக்கும் மொழிபெயர்ப்பியலுக்கும் இடையே நெருங்கிய உறவுகள் இருப்பதை இது உறுதிப்படுத்தியது; இரண்டுமே பயன்களைத் தரவும் பெறவும் செய்கின்றன. மொழியியலாளர்களாகிய ஜோம்போல் வினே, ஜோன் டார்பில்னே இருவரும் மொழிபெயர்ப்பியலுக்குத் தங்களுடைய பங்களிப் பாக மொழிபெயர்ப்பியல் பாட நூல் ஒன்றைத் தந்தார்கள். மொழியியல் அறிஞர் ரோமன் யேகப்சன் மூன்று மொழியாக்க வகைகளை அறிமுகம் செய்தார்.

மொழியாக்கச் சமானத்தை மொழியியல் அறிஞர்கள் பல கோணங்களில் ஆழ்ந்து சிந்தித்து பல கலைச்சொற்களை உருவாக்கினர். ஹான்ஸ் வெர்மியர் பெரும் தாக்கத்தை உண்டாக்கிய ஸ்கோபோஸ் கோட்பாட்டை முன்வைத்தார். மொழியாக்கச் சமானத்தை அது நிராகரித்தது; பெறுமொழி வாசகர்களின் முழுப் புரிதலைக் குறிவைக்கும் மொழியாக்க நோக்கத்தை முன்னெடுத்தது.

மொழி கற்றல்/கற்பித்தல், கற்பதில் ஏற்படும் பிழைகளின் பகுப்பாய்வு, வேற்றுமைப் பகுப்பாய்வு, உலக மொழிகளின் வகையியல் ஆகியவற்றில் மொழியாக்கத்தின் முக்கிய பங்கு விவரிக்கப்பட்டது. தற்கால மொழியியலின் பிந்திய கிளைகளான மொழிப்பயன்பாட்டியல், மொழிவழிப் பரிமாற்றக்களன் பகுப்பாய்வு, பனுவல் மொழியியல் ஆகியவை சில அல்லது பல வாக்கியங்களைக் கொண்ட பெரிய மொழிக்கூறுகளை ஆய்வு அலகுகளாக எடுத்துக்கொண்டன; மொழிப் பயன்பாட்டாளர் களுக்கும் பயன்பாட்டுச் சூழ்நிலைகளுக்கும் பெருமுக்கியத்துவம் தந்தன; அதன் மூலம் பயனுள்ள பல தகவல்களை மொழி பெயர்ப்பாளர்களுக்குத் தந்தன.

மொழிப்பயன்பாட்டியல் எடுத்துக்கொண்ட தலைப்புகள்: வாக்கியமும் கூற்றும், சுட்டிக்காட்டுதல் மற்றும் அண்மை– சேய்மையைக் குறிப்பிடுதல், முன் அனுமானங்கள், பேச்சுச் செயல் கோட்பாடு, உரையாடலின் விதிகள், முகக் கோட்பாடு– பரிவுக் கோட்பாடு. மொழியியலின் மற்றொரு கிளையான மொழிவழிப் பரிமாற்றக்களன் பகுப்பாய்வு, அதனுடைய ஒரு வகையான விமர்சன மொழிவழிப் பரிமாற்றக்களன்

பகுப்பாய்வு ஆகியவை உயிர்ப்புடன் இயங்கிவருவதையும். அவை உணர்த்தும் மொழியாக்கத் தேவைகளையும் இந்த இயல் பேசியது. மொழியாக்கத்தில் முழுப்புரிதலைப் பெற முழுப் பனுவலையே ஆய்வுகளின் அலகாகக் கொள்ளவேண்டிய அவசியத்தை இறுதியாக இடம் பெற்ற பனுவல் மொழியியல் வலியுறுத்தியது. பனுவல் தன்மையை ஒரு பனுவல் பெற எவ்வாறு சொல்/இலக்கண மட்டப் பிணைப்பு, விரிந்த அர்த்த மட்டப் பின்னல், நோக்கத் தன்மை, ஏற்புடைமை, தகவல் தரும் திறன், சூழ்நிலைத் தன்மை, பனுவலிடை இழையோட்டம் ஆகிய ஏழு அளவீடுகள்/கொள்கைகள் உதவி செய்கின்றன என்று விவரித்தது. அது ஒரு புதிய மொழியாக்கப் புரிதலை, அணுகுமுறையைத் தந்தது.

கலாச்சாரம்

மொழிபெயர்ப்பியலுக்குக் கலாச்சாரம் தந்துள்ள பங்களிப்பு களின் பார்வைகள், ஆய்வுக் கருத்துகள், செயல்முறைகள், பயன்களை இந்த இயல் பேசியது. கலாச்சாரத்தின் அடிப்படை அம்சங்கள் குறிப்பிடப்பட்டன. மொழியாக்கப் பணியின் தொடக்கம் 'இருமொழி – இருகலாச்சார'க் களப்பயணத்தின் தொடக்கமும் ஆகும் என உணர்த்தப்பட்டது. உடனேயே இருமொழி – இருகலாச்சார வினை – எதிர்வினைகளும் பரிவர்த்தனைகளும் சமரசங்களும் தொடங்கிவிடுகின்றன.

இக்கூட்டு வினைகள் அனைத்தையும் விளைநிலமாகக் கொண்டு விளைவிக்கப்பட்டு, இறுதியாகக் கிடைக்கும் விளைபொருளே பெறுமொழி பனுவலாக அமைகிறது. அப்படி கிடைத்த பெறுமொழி பனுவலை – குறிப்பாக பெறுமொழி கலாச்சாரத்தை – இலக்காகக் கொண்ட பயணம் மொழியாக்கச் சிந்தனைகள் வரலாற்றில், 'கலாச்சாரத் திருப்பம்' என்று பெயர் பெற்றது.

கலாச்சாரக் காரணிகளால் வேறுபாடுகளைக் காட்டும் ராமாயணம் முந்நூற்றுக்கும் மேலான மாறுபடும் ஆக்களாகப் புழக்கத்தில் உள்ளது. மூலகாவியம் எனப் பொதுவாகக் கருதப்படும் வால்மீகி ராமாயணம் கூட அதற்கு முன்னிருந்த வடிவங்களில் இருந்து சமஸ்கிருத கலாச்சாரத்தை ஒட்டி ஆக்கம் பெற்றிருக்க லாம். எது மூலம், எது தழுவல் என்று அடையாளப்படுத்த முடியாத வகையில் தனித்துவம் மிக்கதாக அவை உள்ளன என ஏ.கே. ராமானுஜன் சொல்கிறார்.

பெறு கலாச்சாரத்தை இலக்காகக் கொண்ட பின்வரும் மொழியாக்கச் சிந்தனைகளும் குறிப்பிடப்பட்டன: ஈவன்– ஜோஹாவின் பன்முக அமைப்புக் கோட்பாடு, கிடியான்

டூரியின் மொழியாக்க ஏற்புடைமை, வெர்மியரின் ஸ்கோபோஸ் கோட்பாடு, ஹொல்ஸ் மன்டேரியின் சமூகச் சூழ்நிலையில் நிகழும் சிக்கல் நிறைந்த கலாச்சார—இடை பரிமாற்றம், பிந்திய காலனிய நரமாமிசவியம் ஆகியன.

எனவே மொழியாக்கங்களில் கலாச்சாரக் கூறுகள் முக்கியப் பங்காற்றக் கூடும். அதை விளக்கும் வகையில் பின்வரும் எடுத்துக்காட்டுகள் தரப்பட்டுள்ளன:

(i) *வால்மீகி ராமாயணம், ஆரண்ய காண்டம், சருக்கம் 45 (இலக்குவன் மேல் சீதையின் சீற்றம்); ஆரண்ய காண்டம், சருக்கம் 49 (ராவணன் சீதையைக் கவர்தல்); பாலகாண்டம், சருக்கம் 5 (கோசல நாட்டின் சிறப்புகள்). இம்மூன்று காட்சி களின் தாததேசிக தாதாசாரி, டி. எஸ். கோதண்டராமன், கம்பநாடன் ஆகிய மூவரின் தமிழாக்கங்களும் ஒப்பு நோக்கப்பட்டன.*

(ii) *குறுந்தொகையில் 25ஆவதாக வரும் பாடல் கபிலரால் எழுதப்பட்டது. ஏ.கே. ராமானுஜன், விவேக் நாராயணன், ஏ. தட்சிணாமூர்த்தி, நல்லாடை ஆர். பாலகிருஷ்ண முதலியார் ஆகிய நால்வரும் அதை ஆங்கிலத்தில் தந்துள்ளார்கள். கபிலரின் பாடலோடு, நான்கு ஆங்கில மொழியாக்கங்களும் ஒப்பாய்வு செய்து தரவரிசைப்படுத்தப்பட்டன. அதற்கு ஐந்தம்ச மொழியாக்க மதிப்பீட்டு அளவுகோல் ஒன்று பயன்படுத்தப்பட்டது.*

(iii) *ரவீந்திரநாத் தாகூரின் வங்காளமொழி மூலமான கீதாஞ்சலிக்கும் அவருடைய சுய ஆங்கில மொழியாக்கத் தொகுப்பான கீதாஞ்சலிக்கும் இடையே உள்ள முக்கியமான வேறுபாடுகள் சுட்டிக்காட்டப் பட்டன.*

இத்துடன் நான்காவது இயலாகிய கலாச்சாரம் முடிவுக்கு வந்தது.

இலக்கியம்

இந்நூலில் ஐந்தாவதாக இடம்பெற்ற இந்த இயல் 'எது இலக்கியம்?', 'எது இலக்கிய மொழியாக்கம்?' என்ற கேள்விகளுக்கான விடை தேடல்களுடன் தொடங்கியது. பின்னர் பரவலான, கட்டமைப்பிய, பிந்திய – கட்டமைப்பிய, புதிய வரலாற்றியப் பார்வைகளில் 'ஆசிரியர்' என்ற கருத்தாக்கத்தின் புரிதல்களை விவரித்தது.

ரோலண்ட் பார்ட் தந்துள்ள வாசகர் – கோணப் பனுவல்கள், எழுத்தாளர் – கோணப் பனுவல்கள் என்ற வகைப்படுத்தல், 'ஆசிரியரின் மரணம்' எனும் கருத்தாக்கம், ஜூலியா கிறிஸ்டிவா பிரபலமாக்கிய பனுவலிடை இழையோட்டம் ஆகியவை சற்று விரித்துப் பேசப்பட்டன. பின்னர் வந்த ஒரு பகுதி ஆங்கிலக் கவிஞர் George Herbert எழுதிய The Pulley என்ற கவிதையை எடுத்துக்காட்டாக வைத்து இலக்கியத்தில் வரும் இலக்கியமல்லாதவற்றின் கூறுகளைப் பேசியது.

ஒரு நீண்ட பகுதி பின்வரும் செய்யுள் மொழியாக்கப் பரிமாணக் கூறுகளை விவரித்தது: செய்யுளின் அடையாளங்கள், செய்யுள் மொழியாக்கத்தின் சாத்தியம், மொழியாக்க இலக்கு (தருமொழி பனுவலா, பெறுமொழி வாசகரா?), நடை (கவிதை நடையா, உரைநடையா?), கலாச்சார வேறுபாடுகள், மொழியாக்கப் பணியின் வீச்சு ஆகியன. ஷேக்ஸ்பியருடைய ஈரேழ்வரிப்பா 116இன் தமிழாக்க வழக்காய்வு ஒன்றும் எடுத்துக் கொள்ளப்பட்டது.

இந்த இயலின் இறுதிப் பகுதி உரைநடை மொழியாக்கத்தைப் பேசியது. சமுதாயத்தில் மொழிபெயர்ப்பாளர்களின் இடம், கடமை, உரைநடை மொழியாக்கக் கொள்கைகள் ஆகியவை எடுத்துரைக்கப்பட்டன. உரைநடை இலக்கியங்களின் மொழியாக்கப் பிரச்சினைகளுக்கு ஒரு சிறிய எடுத்துக் காட்டாக, புதுமைப்பித்தனின் சாப விமோசனம் சிறுகதையும் அதற்குக் க. நா. சு தந்துள்ள ஆங்கில மொழியாக்கம் சார்ந்த பிரச்சினைகளும் ஆய்வு செய்யப்பட்டன. அதற்கு ஆறு-அம்ச மொழியாக்க மதிப்பீட்டு அளவுகோல் பயன்படுத்தப்பட்டது.

நாடகம்

ஆறாவதாக வந்த இந்த இயல் ஏட்டு நாடகத்திற்கும் மேடை நாடகத்திற்கும் இடையே உள்ள வேறுபாடுகள், நாடகத்தின் பொருள், அரங்கு வகைகள், நாடக மொழியாக்க இரு அணுகுமுறைகள், அவற்றுக்குத் தேவைப்படும் தனித்துவத் தகுதிகள், பேச்சு மொழியின் முக்கியத்துவம், அவையோருக்கு ஏற்புடைமை, தழுவல், நாடகத் தயாரிப்புக் குழுவில் மொழி பெயர்ப்பாளரின் இடம் ஆகியவற்றை அறிமுகத் தகவல்களாகத் தந்தது.

பின்னர் வந்த தமிழ் மேடை நாடக வரலாற்றில் சிலப்பதிகாரத்தில் உள்ள நாடகத் தகவல்கள். இடைக்கால மேடை நாடக வகைகளுடன், சங்கரதாஸ் சுவாமிகள், பம்மல் சம்பந்த முதலியாரின் பங்களிப்புகளும் இருபதாம் நூற்றாண்டின்

பங்களிப்புகளும் சொல்லப்பட்டன. தமிழகத்தில் பிறமாநில நாடகங்களின் தாக்கம் என்ற வகையில், பாகவத மேளாவும் மராத்திய மன்னர்காலப் பன்மொழி நாடக வளர்ச்சியும் விவரிக்கப்பட்டன.

தமிழ் நாடகத்தில் பிறநாட்டுப் பாரம்பரியங்களின் தாக்கம் என்ற தலைப்பில் பார்சி நாடகம், மேற்கத்திய நாடகம், ஷேக்ஸ்பியர் நாடக மொழியாக்கம், மேற்கத்திய நாடகக் கதைக் கருக்களின் தாக்கம், தமிழ் நவீன நாடக வளர்ச்சியில் தமிழ்ச் சிற்றேடுகளின் பங்குகள் பேசப்பட்டன.

பின்னர் இந்திரா பார்த்தசாரதியின் கொங்கைத் தீ, சே. ராமானுஜத்தின் பிணம் தின்னும் சாத்திரங்கள், ஞாநியின் பலூன் ஆகிய மூன்று தமிழ் நவீன நாடகங்கள் எடுத்துக் கொள்ளப்பட்டன. அவற்றின் கதைக் கருக்களில் தென்படும் நவீனத்துவக் கூறுகள் ஐரோப்பிய நவீன நாடகப் பின்புலத்தில் வைத்துப் பேசப்பட்டன. இந்த இயலின் இறுதிப் பகுதியில் நவீன அரங்கு ஆளுமைகளான ஸ்டானிஸ்லாவ்ஸ்கி, க்ரோடோவ்ஸ்கி, பீட்டர் ப்ருக், பாதல் சர்க்கார் ஆகியோரைப் பற்றிய பேச்சு இடம்பெற்றது.

உரைபெயர்ப்பியல்

ஏழாவதாக வந்த இந்த இயல் உரைபெயர்ப்பின் தனித்துவ அம்சங்களாகிய கால அவகாசம், தருமொழி உரையின் நுட்பம், பெறுமொழி உரையாக்கத்தின் சிக்கல்கள், ஆலோசனை வாய்ப்பு, உரை பெயர்ப்புக்குத் தேவைப்படும் திறமைகள், சூழ்நிலைச் சோதனைகள், கூர்ந்த கவனிப்பு ஆகியவற்றை விவரித்தது. பின்னர் மூன்று முக்கிய உரை பெயர்ப்பு வகைகளாகிய உடன் நிகழ் உரைபெயர்ப்பு, நீதிமன்ற உரைபெயர்ப்பு, செவிப்புலன் வலுவிழந்தோருக்கான சைகை மொழி உரைபெயர்ப்பு ஆகியவற்றின் அடிப்படை அம்சங்கள், செயற்பாடுகள், அவற்றுக்குத் தேவைப்படும் தகுதிகள், செயற்பாடுகளில் சந்திக்கும் பிரச்சினைகள் ஆகியவை விரித்துச் சொல்லப்பட்டன. ஆற்ற வேண்டியுள்ள ஆய்வுகளும் குறிப்பிடப்பட்டன. இத்துடன் இந்த இயலும் முடிவுக்கு வந்தது.

முடிவுரையையும் முடித்துவைக்க வேண்டிய இடம் வந்துவிட்டது. ஆனால் முடிவுரையில் முடிவாக என்னதான் சொல்வது என்ற கேள்வி இப்போது எழுகிறது. பஞ்சதந்திரக் கதைகளிலும் ஈசாப் கதைகளிலும் கையாளப்படும் ஒரு உத்தி: 'இக்கதை சொல்லும் நீதி: ....' என்று இறுதியில் தொடங்கும் ஒரு தொடர் ஒரு நீதிக் கருத்தைச் சொல்லிக் கதையை

முடித்துவைக்கும். இந்நூலில் அப்படிப்பட்ட கருத்துகள் எதுவும் சொல்ல வாய்ப்பில்லை. ஐநூற்றுக்கும் அதிகமான பக்கங்களில் பல செய்திகள் சொல்லப்பட்டன; சொல்லாமல் பற்பல செய்திகள் விடப்பட்டும் உள்ளன.

*1960*கள் வரை 'மொழியியல்', 'ஒப்பிலக்கியவியல்' துறைகளில் தொட்டுச் செல்லும் ஒரு மிகச் சிறிய அங்கமாக 'மொழிபெயர்ப்பு' இருந்தது. அறுபதாண்டுக் காலத்தில், மிகப் பெரிய ஆலமரமாகப் பல வேர்களுடனும் விழுதுகளுடனும் தனித்த, சுயாதிகாரம் பெற்ற துறையாக 'மொழிபெயர்ப்பியல்' பரந்து, விரிந்து, தழைத்து வளர்ந்துள்ளது. அதனுடைய நிழலில் மற்ற பல துறைகளுக்கு அது இடம் தந்து மிகப் பெரிய துறையிடைத் துறையாகவும் விசுவரூபம் எடுத்துள்ளது.

இன்றும், இனி என்றும் அதனுடைய பயணங்களும் பரிமாணங்களும் தொடர் விரிவாக்கம் பெற்றுக்கொண்டே இருக்கும். மேலும் பல புதிய துறைகளும் இங்கு வந்து சேர்ந்து கொண்டே இருக்கும். எனவே இந்த முடிவுரையில், இந்த இடத்தில், முற்றுப்பெற்ற, முடிந்த முடிவுகளாக, முத்தாய்ப்பாகச் சொல்ல எதுவும் இல்லை. இருப்பினும் மொழிபெயர்ப்பாளர்களுக்குப் பயன் தரும், முந்திய இயல்களில் பரவிக் கிடக்கும், சில செய்திகளைப் பின்வருமாறு தொகுத்துச் சொல்லலாம்:

(i) மொழிபெயர்ப்பில் 'நூற்றுக்கு நூறு', 'முழுக்க முழுக்க' என்ற கணிதச் சமான நிலையை ஒருபோதும் அடைய முடியாது. அதை இலக்காகக் கொள்ளக்கூடாது. எனவே அப்பணியில் சாத்தியமாவது தோராயம்; சாத்தியமாகாதது சமானம். சமானத்தைத் தேடுவது தொடமுடியாததின் தேடலாகும். எட்டிப்பிடிக்க முடியாததை எட்டிப்பிடிக்க முயல்வது வீண்முயற்சி. அதைத் தவிர்த்தல் நல்லது.

(ii) தருமொழி பனுவலின் உள்ளடக்கத்தை முன்னிறுத்தி, இயன்றவரை அதன் வடிவ அம்சங்களையும் சேர்த்து, பெறுமொழி பனுவலை உருவாக்க முயல்வது ஏற்புடையதாகஇருக்கும்; சாத்தியமாகக்கூடியதாகவும் இருக்கும்.

(iii) அகராதிகளின் பக்கங்களை எப்போதும் புரட்டிப் பார்த்துக்கொண்டே மொழியாக்கம் செய்வதைத் தவிர்க்கவேண்டும். அவற்றின் துணையோடு, ஒற்றை வாக்கியங்களின், அதன் உட்கூறுகளின், வடிவங்களை மட்டும் நுணுகிப் பார்த்துச் செய்யப்படும்

மொழியாக்கத்தில் பெரும் குறைகள் உள்ளன. அது உயிரற்ற உடற்கூறு ஆய்வுக்கு ஒப்பானது.

(iv) மொழிப் பயன்பாடுகள், பயன்பாட்டாளர்கள், பயன்பாட்டுச் சூழ்நிலைகள் எல்லாம் உயிரற்ற உடலுக்கு உயிர்மூச்சை ஊட்டி, பலதரப்பட்ட அர்த்தமுள்ள இயக்கங்களைத் தரும் காரணிகள் ஆகின்றன. எனவே உயிர்மூச்சு இல்லாத வாக்கிய ஆய்வுகளைத் தவிர்க்கவேண்டும். மொழியின் உயிர்மூச்சுக் காரணிகளால் வெளிப்படும் கூற்றுகளில் முழுக் கவனத்தைச் செலுத்தவேண்டும்.

(v) எடுத்துக்காட்டுகளாக முன் அனுமானங்கள், பேச்சுச் செயல் கோட்பாடு, உரையாடல் விதிகள், 'முகம்' பற்றிய கோட்பாடு, 'பரிவு'க் கோட்பாடு ஆகியவை உணர்த்தும் நுண்ணிய, செறிவு மிக்க, அர்த்தங்கள் வெறும் சொற்களிலும் வாக்கியங்களிலும் இல்லை. அவை அகராதிகளில் கிடைக்காது. உரையாடல் சூழ்நிலைகளில் கண்ணுக்குத் தெரியாமல் அவை பொதியப்பட்டுள்ளன. மொழிபெயர்ப்பாளர் சரியாக ஊகித்தால்தான் அவற்றை உணரமுடியும். இயன்ற வரை அவற்றை மொழியாக்கத்தில் கொண்டுவர முடியும்; கொண்டுவர வேண்டும்.

(vi) மக்களின் இயற்கையான மொழிவழிப் பரிமாற்றங்களில் வரும் மொழிக்கூறுகள் அனைத்தும் ஒத்திசைவுடன் ஒருங்கிணைக்கப்பட்டு ஒருமைப்படுத்தப்படு கின்றன. இதனால் மொழியின் பின்னல் அமைப்பு நயம் உயிர்ப்புடன் உருவாகிறது. எடுத்துக்காட்டாக, மொழிநயப் பின்னலை உண்டாக்குவதில் சொல்/ இலக்கண மட்டப் பிணைப்புக் கூறுகள் பெரும் பங்காற்றுகின்றன.

(vii) சமூக, அரசியல்சார் உள்நோக்கங்கள், நிலைப் பாடுகள், அதிகாரப் பிரயோகங்கள், சித்தாந்தங்கள் ஆகியவற்றை மொழிவழிப் பரிமாற்றங்களின் மூலம் மறைமுகமாக, தந்திரமாக இயங்க வைக்க முடியும். இதற்கு விரிந்த கட்டமைப்பின் சமூக, கலாச்சாரக் கூறுகளும் நுண்ணிய கட்டமைப்பின் மொழிக்கூறுகளும் பின்னிப் பிணைக்கப்பட்டுச் சாதுரியமாகக் கையாளப்படலாம். மொழிபெயர்ப் பாளர்கள் கூரிய பார்வையுடன் இவற்றை இனம் கண்டு பணியாற்ற வேண்டும்.

(viii) மொழிவழிப் பரிமாற்ற நிகழ்வுகள்/செயல்கள் முடிந்தபின் கிடைக்கும் அனைத்துப் பதிவுகளையும் உள்ளடக்கி ஒரு பனுவல் உருவாகிறது. அதை உச்சியிலிருந்து விரிந்த அர்த்த மட்டப் பின்னல் ஆட்சி செய்கிறது. படிநிலையில் அமைந்துள்ள மேலிருந்து–கீழ் செயல் முறையில்தான் *(top-down 'hierarchical' process)* பனுவலும் அதன் கூற்றுகளும் கூற்றுகளில் உள்ள சொற்களும் ஒன்று சேர்த்துப் பிணைக்கப்பட்டுள்ளன.

(ix) முழு தருமொழி பனுவலையும் மொழியாக்க அலகாகக் கொள்ளவேண்டும். அதைப் பலமுறைகள் முழுக் கவனத்துடன் வாசித்து அதனுடைய ஒட்டு மொத்த விரிந்த அர்த்த மட்டப் பின்னலை உணர்ந்து உள்வாங்க வேண்டும். அந்த அர்த்தத்தில்தான் ஒவ்வொரு கூற்றின் அர்த்தமும் சொல்லின் அர்த்தமும் அடங்குகிறது. தனியே பார்த்தால் ஒரு கூற்றின் / சொல்லின் அர்த்தம் புரியாமல் இருக்கலாம். அக்கூற்றுக்கு/சொல்லுக்குப் பனுவலின் ஒட்டு மொத்த விரிந்த அர்த்த மட்டப் பின்னலில் ஒரு இடம் உண்டு. அங்கு வைத்துப் பார்த்தால் அதன் அர்த்தம் தெளிவாக விளங்கும். அகராதிகள் தேவை இல்லை. அதை அவற்றில் காணமுடியாது.

(x) ஒரு பனுவலைப் பின்வருவன போன்ற பலகோண அணுகுமுறைகளுள், பார்வைகளுள், உகந்தவற்றை விருப்பப்படித் தெரிவுசெய்து அவற்றின் சாராம்சத அடிப்படையில் மொழியாக்கம் செய்ய முடியும், செய்யவேண்டும்; இலக்கிய, தத்துவ, வரலாற்று மரபுகள், மொழியாக்க விதிமுறைகள், மொழியாக்க ஏற்புடைமை, பெண்ணிய மொழியாக்கம், பிந்திய–காலனிய மொழியாக்கக் கலாச்சாரவியல், மொழி யாக்கச் சமூகவியல்.

(xi) ஒவ்வொரு மொழிபெயர்ப்பாளரும் ஒரு மொழியாக்க முன்னுரையை எழுதவேண்டும். அதில் அவருடைய மொழியாக்க இலக்கு, அணுகுமுறை, இலக்கு வாசகர்கள், கவனம் பெற உள்ள – தவிர்க்கப்பட்ட கூறுகள், சிக்கல்களுக்குத் தீர்வு காணும் முறை, மொழியாக்க நடை போன்றவற்றைத் தெளிவாக வரையறுக்க வேண்டும். மொழியாக்கத்தை அவ்வரையறைகளுக்குள் நின்று நிறைவு செய்ய வேண்டும். 'இதுதான் மொழியாக்கத்தின் வீச்சு' என்று

முன்னுரையில் தெளிவாக்கிவிட்டால், ‘மற்றவை எங்கே?’ என்ற கேள்வி எழாது. தர மதிப்பீடும் அதன் அடிப்படையில் அமையும்; அமையவேண்டும்.

இவ்வாறு பாதைகள் பல இருக்கும்போது, அவரவர் விருப்பப்படித் தெரிவு செய்து மொழியாக்கப் பயணத்தை மேற்கொள்ளலாம். ஒரே சமயத்தில் ஒருவர் எல்லாத் திசைகளிலும் பயணிக்க முடியாது. அவ்வாறு முயல்வது எந்த இலக்கையும் அடைய உதவாது. எனவே தெளிவான ஒருமுகப்படுத்தப்பட்ட வரையறைகளுக்குள் நிலைத்து நின்று, இயன்ற முயற்சிகள் அனைத்தையும் செய்யும் ஒரு குறிப்பிட்ட பயணத்தில் குறைகள், குற்றங்கள் காணக் கூடாது. ஒரு திசையில் பயணிக்கும் ஒருவர் அதனுடைய உன்னதங்களை எண்ணிப் பெருமிதம் கொள்ளலாம். அதன் உயர்வுகளைப் பேசி உள்ளம் மகிழலாம்.

ஆனால் வேறொரு திசையில் விரும்பிப் பயணிக்கும் வேறொருவரை ஏளனத்துடன் பார்த்து எள்ளிநகையாடக் கூடாது. ‘அந்த ஆளின் விருப்பம் தப்பு, பாதை தப்பு, பயணம் தப்பு, அதில் எல்லாமே தப்பு’, ‘என் விருப்பம் சரி, என் பாதை சரி, என் பயணம் சரி, அதில் எல்லாமே சரி’ என்ற மேட்டுக்குடி மனநிலையோடு இழிவுபடுத்தக் கூடாது. இணையத்தில் கீழே உள்ள ஒரு பதிவு கிடைத்தது:

> “குறிப்பாக தமிழில் பெண்கள் மொழிபெயர்க்கும் கவிதைகளைப் போல ஒரு கொடூரமான–சலனமான–நாராசமான, அயர்ச்சியை மோசமான உரைநடை கூட வழங்கியிராது. அவ்வளவு கீழான மொழிபெயர்ப்பைத் தமிழில் செய்வது பெண்கள்தான். இவர்களுக்குக் கவிதை பற்றிய ஆழ்ந்த புலமையும் இல்லை; பரந்த வாசிப்பும் இல்லை. ஆனால் உடனே கொண்டாடப்படவேண்டும், இலக்கியத்தில் பேசப்பட வேண்டும் என்ற ஆசையில் அதனை ஒரு *Entertainment* ஆகக் கருதுபவர்கள்தான் இவர்கள். அதற்காகவே எடுத்தவுடன் பிளாத், சிம்பொர்ஸ்கோ என்று பலநூறு வெளிநாட்டுக் கவிஞர்களின் கவிதைகளை நமக்கு மோசமாக மொழிபெயர்த்துத் தருவது இதனால்தான். இவற்றையும் பெண்கள் என்ற காரணத்துக்காக முக்கியமான சிற்றிதழ்களும் வெளியிடுகின்றன. சிலர் கண்ணை மூடியபடிப் பாராட்டுகின்றனர். இது ஒரு வெட்கக்கேடான விடயம். அதாவது ஒரு கொமர்ஷியல் படத்தில் ஐட்டம் பாட்டு வைப்பது போன்றது. இந்த ஐட்டம் பாடல்களைப் போலத்தான் அநேக மொழிபெயர்ப்புக் கவிதைகள் உள்ளன.”

ஒரு பார்வையில் இந்தப் பதிவு லோரி சேம்பலின் குறிப்பிடும் பெண்ணிய மொழியாக்க மறுப்பாக, வெறுப்பு அரசியல் கொண்டதாக, ஆணாதிக்கத் தந்தைமை – மைய வெளிப்பாடாக உள்ளது. இன்னொரு பார்வையில் இது ரோலண்ட் பார்ட் பரிந்துரைக்கும் எழுத்தாளர் கோணப் பனுவலாக்கத்தை நிராகரிப்பதாக உள்ளது. தொல்லுலகில் எல்லார்க்கும் எப்போதும் இடம் உண்டு. மொழியாக்க வெளியிலும் எல்லார்க்கும் எப்போதும் இடம் உண்டு. சிலர் மைய நிலையைக் கைப்பற்றிப் பிறரை விளிம்பு நிலைக்குத் தள்ளி மேலதிகாரம் செய்யும் போக்கு இங்கும் உள்ளது.

'யானையும் ஆறு குருடர்களும்' கதையைத் திருமூலர் முதலில் சொன்னார் எனச் சொல்வார் உண்டு. பின்வரும் திருமந்திர மேற்கோளையும் தருவதுண்டு.

முதலொன்றாமான் ஆனை முதுகுடன் வாலும்
இதமுறு கொம்பு செவி துதிக்கை கான்
மதியுடன் அந்தகர் வகை வகை பார்த்தே
அதுகூறல் ஒக்கும் ஆறு சமயமே

திருமூலருக்கு முன்னேயே இக்கதை புழக்கத்தில் இருந்தது, இல்லை என்றோ குருடர்கள் அறுவர் அல்ல, ஐவரே, நால்வரே என்றோ யானையின் உறுப்புகள் அவை அல்ல, இவை என்றோ விவாதிக்க வேண்டியதில்லை. அவற்றின் மாற்றத்தினால் கதைக்கரு மாறாது. 'யானையும் குருடர்களும்' கதையைத் திருமூலர் ஒரு சமயக் கருத்தை முன்வைப்பதற்குப் பயன்படுத்தினார். அதே கதை பல சூழ்நிலைகளிலும் பயன்படும் வகையில் விரிந்து கொடுக்கிறது. அண்மையில் பார்த்த ஒரு தொழில் மேலாண்மை இணையக் கட்டுரையிலும் அது பயன்படுத்தப்பட்டுள்ளது.

மேலே கண்ட பெண்களின் கவிதை மொழியாக்கம் பற்றிய இணையப் பதிவுக்கும் இக்கதை பொருந்தும். பக்கத்தில் உள்ள ஒரு கோவில் யானை, ஏன் ஒரு ஆப்பிரிக்கக் காட்டு யானை கூட கண்ணுள்ள யாருக்கும் தெரியும். அதன் பரிமாணங்களை அளக்க முயன்றால் சற்றுச் சிரமத்துடன் அம்முயற்சியில் வெற்றி பெறலாம்.

ஆனால் மொழியாக்கம் யார் கண்ணுக்கும் தெரியாத, யாராலும் அளந்து பார்க்க முடியாத, எந்த மரச் சட்டக வடிவத்துக்குள்ளும் அடக்கமுடியாத, அடங்க மறுக்கும், என்றும் விரிந்துகொண்டே இருக்கும் பரிமாணங்களைக் கொண்ட ஒரு மா . . . . . . மா . . . . . . மாமத யானை. அது என்றென்றும் மரத்துக்கு அப்பால் மறைந்துதான் இருக்கும்.

நடைமுறையில் உள்ள மொழியாக்க மரச் சட்டக வடிவ மாதிரிகள் அனைத்தும் களப்பணியாளர்களே தம்முடைய செயற்பாட்டு வசதிக்காக அமைத்துக்கொண்டவை; அல்லது கோட்பாட்டாளர்களால் அமைத்துக் கொடுக்கப்பட்டவை. அவற்றுள் எதுவாலும் மாமத யானையை அடக்கி உள்ளே வைக்க முடியாது.

மொழியாக்கத்தில் ஈடுபடும் எல்லாரும் ஒரு வகையில் அந்தகர்களே என்று சொன்னால் அதில் ஓரளவு உண்மை இருக்கவே செய்கிறது. கோவில் யானையின் உறுப்புகளை அந்தகர்கள் தொட்டுத் தொட்டுப் பார்த்துதான் விவரிக்க முடியும். மொழியாக்க அந்தகர்கள் மாமத யானையின் சாத்தியமாகும் ஒரு சில அம்சங்களை மட்டும் உணர்ந்து உணர்ந்து பார்த்துத்தான் விவரிக்க முடியும். அந்தகர்களின் விவரிப்புகளில் எவை எவை சரி? எவை எவை தப்பு? சில அந்தகர்கள், வேறு சில அந்தகர்களுக்கு மாமத யானையின் பக்கம் வரக்கூடாது எனத் தடை உத்தரவு போடலாமா? விருப்பப்படும் அந்தகர் எவரும் மாமத யானையின் பக்கத்தில் வந்து ஏதோ ஒரு அம்சத்தை உணர்ந்து பார்த்துவிட்டுப் போகட்டுமே!

மனித குலம் இருக்கும்வரையில், மொழிவழிப் பரிமாற்றங்கள் இருக்கும் வரையில், அவற்றின் மொழியாக்கங்கள் இருக்கும் வரையில், மொழிபெயர்ப்பியல் துறையிடை துறையில் புதிய புதிய முன்னெடுப்புகள் தோன்றிக்கொண்டிருக்கும். புதிய புதிய பயணங்களும் தொடங்கிக்கொண்டே இருக்கும். மா...... மா...... மாமத யானையின் புதிய புதிய பரிமாணங்களும் மேலும் மேலும் விரிந்தபடி இருக்கும். அவற்றைப் பற்றி எல்லாம் எழுத இதைவிடத் தரமான நூல்களும் வந்து கொண்டேதான் இருக்கும்.

கே. தியாகராஜன்

கலைச்சொல் விளக்கக் கோவை

Adaptation – தழுவல்[1]: கட்டற்ற மொழியாக்கச் சுதந்திரத்தை எடுத்துக்கொண்டு பல மாற்றங்களுடன் உருவாக்கப்பட்ட ஒரு தருமொழிப் பனுவலைக் குறிக்கும் கலைச்சொல். மொழியாக்க மாற்றங்கள் அனைத்தும் பயனர்களுக்கு மிகவும் ஏற்புடையதாக இருக்கவேண்டும் என்ற ஒற்றை மொழியாக்க நோக்கம் கொண்டது. 'தழுவல்' என்ற சொல் பொதுவாக 'இழிந்தது' என்ற பொருள் பொதிவைக் கொண்டுள்ளது.

தழுவல்[2]: கனடா நாட்டு மொழியியல் அறிஞர்கள் ஜோம்போல் வினேயும் ஜோன் டார்பில்னேயும் வகுத்துத் தந்துள்ள ஏழு மொழியாக்கச் செயல்முறைகளுள் ஒன்று. மொழியாக்கத்தின் இறுதி எல்லையாக, ஏழாவது செயல்முறையாக இது உள்ளது. இங்குத் தருமொழிப் பனுவலில் வரும் ஒரு சூழ்நிலை பெறுமொழிக் கலாச்சாரத்துக்கு முற்றிலும் அந்நியமானதாக உணரப்படு கிறது. எனவே மொழிபெயர்ப்பாளர் அந்தச் சூழ்நிலையைப் பெறுமொழிக் கலாச்சாரத்துக்கு உகந்த வகையில் வேண்டிய மாற்றங்களைச் செய்து பெறுமொழியில் தருகிறார்.

(எ–டு) On the stage as everyone saw them, he embraced her tight and kissed in the mouth என்ற நிகழ்வு ஆங்கிலக் கலாச்சாரத்தில் மிகவும் இயல்பானது; தமிழ்க் கலாச்சாரத்தில் இல்லாதது. எனவே தழுவல் செயல் முறையைக் கையாண்டு இப்படித் தமிழில் தரலாம்: 'எல்லோரும் பார்த்தபோது, மேடையில் அவன் தன் கண்களில் காதல் பொங்கக் கனிவுடன் அவள் அருகில் போய் நின்றான்'.

Author – ஆசிரியர்: பாரம்பரியப் பார்வையில் ஒரு இலக்கியப் பனுவலின் ஆசிரியர் என்பவர் அறிவு–புனைவுசார் திறன்களால் மேம்பட்டவர். வாழ்க்கையிலும் வாசிப்பிலும்

அனுபவம் நிறைந்தவர். அவற்றின் உதவியோடு ஒரு குறிப்பிட்ட நோக்கத்துக்காக அவருடைய 'சொந்த முத்திரைகளுடன்' ஒரு அசலான இலக்கியப் பனுவலைப் படைப்பவர். அதன் படைப்புரிமை அவருடையது மட்டுமே.

'கட்டமைப்பிய' மற்றும் 'பிந்திய – கட்டமைப்பிய' இலக்கியக் கோட்பாட்டுப் பார்வையில் 'ஆசிரியர்' ஒரு பனுவலைத் தோற்றுவிப்பவரோ அதற்கு வடிவம் தருபவரோ அல்ல. பனுவலின் பொருளானது 'ஆசிரியர்' சொல்ல நினைத்ததிலோ, சொன்னதிலோ, சொல்லத் தெரியாமல் சொன்னதிலோ, அவருடைய வாழ்க்கைச் சுவடுகளிலோ இல்லை. ஆசிரியர், உண்மையில் இயக்கம்–மிகு பன்முகப் பரிமாணம் கொண்ட ஒரு 'இடம்' ('space'). ஒரு தனிப்பட்ட மனிதர் அல்ல. அங்கே பற்பல மரபுகள், குறி முறைகள் (*codes*), தலைமுறைகள் பலவற்றின் பரிமாற்றத்தில் கைமாறி வரும் மொழிக் கூறுகள் தொடர்ந்து உறவாடுகின்றன. திடுமென ஒரு சமயத்தில் அங்கே ஒரு 'தளம்' (*site*) உருப்பெறுகிறது. அதையே நாம் பனுவல் என்று சொல்கிறோம்.

புதிய வரலாற்றிய நிலைப்பாட்டின்படி எந்தப் பனுவலும் ஒரு குறிப்பிட்ட காலச் சமூக – பொருளாதார – அரசியல் நிகழ்வு களின் தாக்கத்திற்கு உட்பட்டது. அதைக் குறிப்பிட்ட சூழ்நிலைக் காரணிகள் உருவாக்குகின்றன. அக்காரணிகளோடு மரபுகள், நம்பிக்கைகள், கலாச்சார ஆதிக்க உறவுகள், நடைமுறைகள், விளைவுகள் ஆகியவை இணைந்து ஒரு வலைப்பின்னலாக உள்ளன. அதையே நாம் 'வரலாறு' எனச் சொல்கிறோம். அதில்தான் இலக்கியப் பனுவல் புதைந்துள்ளது. 'ஆசிரியர்' என்ற ஒற்றை மனிதர் ஒரு பனுவலை எழுதுவது கிடையாது. ஒரு குறிப்பிட்ட காலகட்டச் சமூக, கலாச்சாரச் சூழ்நிலைகளும் ஆட்சி செய்யும் அதிகார அமைப்புமே அதை எழுதுகின்றன.

Borrowing – இரவல்: பெறுமொழியில் இல்லாத ஒரு சொல்லை/மொழிக்கூறைத் தருமொழியிலிருந்து அப்படியே எடுத்துக் கையாள்வது. அர்த்தத்தை முழுமையாகவும், உச்சரிப்பைக் கூடியவரை ஒட்டியும், தருமொழி எழுத்துகளுக்குப் பதிலாகப் பெறுமொழி எழுத்துகளில் கடன் வாங்கப்படுகின்றன. (எ–டு) டீ, காஃபி, பஸ், ட்ரெய்ன், போலீஸ், ரேடியோ, டெலிவிஷன், மொபைல், ஜீரோக்ஸ், பார்லிமெண்ட், கொறடா, டெங்கு, சுனாமி, ஆபரேஷன், ஜாமீன் போன்றவை.

***Cohesion* – சொல்/இலக்கண மட்டப் பிணைப்பு:** இது மொழியின் இலக்கணக் கட்டமைப்பில் முக்கிய பங்கு பெறுகிறது. பனுவலில் வரும் வாக்கியக் கூறுகளுக்கு இடையேயும் வாக்கியங்களுக்கு இடையேயும் அது உண்டாக்கப்படுகிறது. சொற்களுக்கிடையே

அர்த்த மட்டத்திலும் பிணைப்பு நிகழ்கிறது. எனவே இத்தகைய பிணைப்பு சொல் அல்லது இலக்கண மட்டத்தில் அல்லது இரண்டு மட்டங்களிலும் நிகழலாம். இது, இவை, அது, அவை, அவன், அவள், இவர்கள், அவர்கள், இங்கு, அங்கு, இப்போது, அப்போது போன்ற சொற்கள் பிணைப்புக் கருவிகளாக (cohesive devices) இயங்குகின்றன.

Content – உள்ளடக்கம்: ஒரு பனுவலாசிரியர் தன்னுடைய படைப்பில் சொல்லும் செய்திகள், உணர்த்தும் உணர்வுகள், சிந்தனைகள் போன்றவை.

Contextual meaning – உரையாடல் சூழ்நிலைப் பொருள்: பேசுபவர்(கள்) யார், கேட்பவர்(கள்) யார், எப்பொழுது, எந்த இடத்தில், எதற்காக, எந்தச் சமூக – கலாச்சார – வரலாற்றுப் பின்னணியில் உரையாடல் நிகழ்கின்றது போன்ற அனைத்துப் பின்புலத் தகவல்களின் திரட்டே உரையாடல் சூழ்நிலை ஆகும். 'உரையாடல் சூழ்நிலைப் பொருள்' என்பது 'அகராதிப் பொருள்', 'பேசுபவர் பொருள்', 'கேட்பவர் பொருள்' ஆகியவற்றிலிருந்து வேறுபட்டது.

எந்த உரையாடலும் ஒரு குறிப்பிட்ட சூழ்நிலையைச் சார்ந்தே பொருள் பெறுகிறது. சார்புடைய சூழ்நிலையை அகற்றிவிட்டு மொழிக் கூறுகளை தனியே வைத்துப் பார்த்தால் உரையாடல் சூழ்நிலைப் பொருள் மறைந்துவிடுகின்றது. 'சிங்கம்' என்ற சொல்லின் அகராதிப் பொருள் ஒரு கொடிய காட்டு விலங்கைக் குறிக்கிறது. காட்டில் மனிதர்கள் நடந்துபோகும் சூழ்நிலையில் அது 'எச்சரிக்கை' என்ற பொருளைத் தருகிறது.

Conversational implicatures – உரையாடலின் உட்பொதிவுகள்: எல்லாரும் எல்லாச் சூழல்களிலும், எல்லா நேரங்களிலும், எல்லா உரையாடல் விதிகளையும் கடைப்பிடிக்கிறார்கள் என்று சொல்ல முடியாது. விதிகள் என்று இருந்தால் நிச்சயம் விதி மீறல்களும் இருக்கும். ஆனால் உரையாடல் விதி மீறல்களில் சொல்லாமல் சொல்லப்படும் அர்த்தங்கள் மறைந்திருக்கும்; உரையாடலில் சொல்லிய சொற்களில் இல்லாமல் உரையாடல் சூழ்நிலையில் இவை பொதிந்திருக்கும்.

ஒரு கூற்றில் சொல்லிய சொற்கள் ஒரு அர்த்தத்தை நேரடி யாகச் சொல்லும். அதற்கு உள்ளே பேசுபவர் சொல்ல வேண்டிய/ எண்ணிய, ஆனால் சொல்லாமல் மறைத்துவைத்த அர்த்தம் இன்னொன்று பொதிந்திருக்கும். சொல்லிய சொற்களிலிருந்து நேரடியாகப் பெறமுடியாதவாறு மறைந்து பொதிந்துள்ள இந்த அர்த்தம் உட்பொதிவு (implicature) என்று அழைக்கப்படுகிறது. உரையாடல் விதி மீறல்கள் மூலம் இது உருவாக்கப்படுகிறது.

உரையாடல் சூழ்நிலையில் இதைக் கேட்பவர் புரிந்துகொள்ள முடிகிறது. எனவே இது 'உரையாடலின் உட்பொதிவு' என்று பெயர் பெறுகிறது.

(எ—டு) மங்கை: உன்னோட வீட்டுக்காரர் எப்படியிருக்கார் இப்ப? கொஞ்சம் பிரச்சினயா இருக்குன்னு சொன்னியே!

மாயா: நாளெக்கி ஈவ்னிங் கோயிலுக்குப் போவலாமா?

இங்குள்ள உரையாடலின் உட்பொதிவு: மாயா தன்னுடைய வீட்டுக்காரருடன் தனக்கு உள்ள பிரச்சினையை மங்கையுடன் பேச விரும்பவில்லை.

Critical Discourse Analysis – விமர்சன மொழிவழிப் பரிமாற்றக்களன் பகுப்பாய்வு: இது மொழிவழிப் பரிமாற்றக்களன் பகுப்பாய்வின் ஒரு பிரிவு; மொழியின் பயன்பாட்டை இது விமர்சனப் பார்வையில் உற்றுநோக்குகிறது. மொழிப்பரிமாற்றங்களின் அடித்தளத்தில் மறைந்திருக்கும் சித்தாந்தங்களை, விழுமியங்களை இது அடையாளப்படுத்த முனைகிறது. எந்த ஒரு நிறுவன அல்லது சமூக-வரலாற்றுச் சூழ்நிலையிலும் சம்பந்தப்பட்டோர் எவ்வாறு மொழியைக் கையாள்கிறார்கள் என்று அது நுண்ணாய்வு செய்கிறது. அதன் மூலம் என்னென்ன 'அரசியல்' ஆதாயங்களுக்காக எந்தெந்த அதிகார உறவுகள், எந்தெந்த சித்தாந்தங்கள் நிலைநாட்டப்படுகின்றன என்று அது வெளிக்கொணர்கிறது.

Death of the Author – ஆசிரியரின் மரணம்: ரோலண்ட் பார்ட் 'ஆசிரியரின் மரணம்' [The Death of the Author (1967)] என்ற கட்டுரையை எழுதியுள்ளார். அதிலிருந்து இக்கலைச்சொல் உருவாகியுள்ளது. இது வாசகருக்கு முழு வாசிப்புச் சுதந்திரம் கிடைக்கவேண்டும் என்ற கருத்தை ஆணித்தரமாக முன்வைக்கிறது. [பனுவலில்] பேசுவது மொழி, ஆசிரியர் அல்ல (It is language, which speaks, not the author.) என்று சொல்லி 'ஆசிரியர்' என்ற கருத்தாக்கத்தையே பார்ட் நிராகரிக்கிறார். அந்தப் பரவலான 'புனைவுக் கட்டுமான'த்தைத் தகர்த்தெறிய முனைகிறார். "வாசகரின் பிறப்புக்கு ஆசிரியரின் இறப்பை விலையாகக் கொடுத்தேயாக வேண்டும்" (the birth of the reader must be ransomed by the death of the Author) என்கிறார்.

Decision – making – முடிவுசெய்தல்: இது மொழியாக்கப் பணியின் முதல் படியாக இருக்கலாம். அப்போது அது பொதுவான மொழியாக்கக் கொள்கைகளையும் செயல்முறைகளையும் வகுத்துத் தருகிறது. மொழியாக்கத்திற்குப் பின் சிக்கல் தீர்த்தலின் ஒரு பகுதியாகவும் இருந்து அது பங்களிப்பு செய்யலாம். ஒரு மொழியாக்கச் சிக்கலுக்கு நான்கு தீர்வுகள் சாத்தியப்படும் போல்

தோன்றினால், அவற்றுள் எது சிறந்தது என்று கண்டறிய அது உதவுகிறது.

Discourse Analysis – மொழிவழிப் பரிமாற்றக்களன் பகுப்பாய்வு: ஒரு குறிப்பிட்ட உரையாடல் சூழ்நிலையில் மக்கள் ஆக்கம் மிகுந்த பேச்சு மொழிப் பரிமாற்றங்களை இயற்கையாக நிகழ்த்து கிறார்கள். ஒரு எழுத்து வடிவப் பனுவலில் மௌன உரையாடல் வழியே பரிமாற்றங்கள் நிகழுகின்றன. இந்த நிகழ்வுகளில் ஒரு புறம் உயிர்ப்புள்ள செயல் மேலோங்கி வழிநடத்துகிறது. மறுபுறம் உயிர்ப்புள்ள மொழி வடிவம் சொல்ல விரும்பிய தகவலையும் அர்த்தங்களையும் பேச்சுரு/எழுத்துரு பதிவுகளாகத் தருகிறது. இந்த இரு–புற நிகழ்வை 'மொழிவழிப் பரிமாற்றக்களன்' என்று சொல்லலாம். இதன் கூறுகளைப் பற்றிய ஆய்வுகளை 'மொழிவழிப் பரிமாற்றக்களன் பகுப்பாய்வு' (Discourse Analysis) என்று சொல்லலாம்.

Domestication –சுயமாக்குதல்: இந்த மொழியாக்க அணுகுமுறை யில் பெறுமொழி சார்ந்த இலக்கிய, சமூக, அரசியல், புத்தகப்பதிப்பு வணிக ஆதிக்க சக்திகள் மேலோங்கி உள்ளன. இதனால் தருமொழிப் பனுவலில் உள்ள அந்நியமாகத் தென்படும் அனைத்துக் கூறுகளும் பெறுமொழியில் மீண்டும் எழுதப்படும் போது நீக்கப்படுகின்றன. அவற்றுக்குப் பதிலாக ஆதிக்கம் மிகுந்த பெறுமொழியின் இலக்கிய, சமூக, அரசியல், கலாச்சாரக் கூறுகள் சேர்க்கப்படுகின்றன. இந்த அணுகுமுறை acculturation, naturalization என்றும் மொழிபெயர்ப்பியலில் சொல்லப்படுவதுண்டு.

Dubbing – திரைப்பேச்சு உரையாக்கம்: திரைப்பட, தொலைக் காட்சித் திரையில் படத்தோடு வரும் ஒலி வடிவ உரையாடலை வேற்று மொழியில் ஒலி வடிவ உரையாடலாகவே தரும் உத்தி. பாட்டு,இசை,பதிவாகியுள்ள மற்ற அனைத்துப் பின்னணி ஒலிகளும் இதில் அடங்கும். முடிந்தவரை இயற்கையான திரைப்பேச்சு உரையாக்கம் செய்யப் பின்வருவன கருத்தில் கொள்ளப்படுகின்றன: திரையில் பேசுவோரின் உதட்டசைவுகளுக்குப் பொருந்துகிற உரைபெயர்ப்பு உச்சரிப்பைத் தரும் 'உதட்டு ஒத்தியக்கம்' (*lip synchrony*), பொருத்தமான மொழியில்லாச் செய்திப் பரிமாற்றக் கூறுகளின் சேர்க்கை, பொருத்தமான உரைபெயர்ப்புக் குரல்களின் தெரிவு.

Dynamic correspondence – இயக்கம் மிகு ஒப்புமை: மொழியாக்கத்தில் பெறுமொழி வாசகருக்கு முற்றிலும் இயல்பான சொற்பிரயோகத்தைக் குறிவைக்கும் ஒப்புமை. அவருடைய சொந்த கலாச்சார, மொழிக்கூறுகளின் இயற்கையான பின்னணியில் பெறுமொழிப் பனுவலின் வாசிப்பு நிகழுமாறு

மொழியாக்கம் முழுக்கவனத்துடன் செய்யப்படுகிறது. அந்நியக் கலாச்சார, மொழிக்கூறுகளுக்கு நெருங்கி வரக்கூடிய இயல்பான பெறுமொழிக் கூறுகள் கண்டறிந்து தரப்படுகின்றன.

Equivalence – சமானம்: தரு, பெறு மொழிப் பனுவல்களுக்கிடையே உள்ள உறவையும் அதன் அளவையும் குறிப்பிடுவதற்காகப் பலரால் கையாளப்படும் ஒரு கலைச்சொல். மொழிக்குள்ளேயே பல சொற்களுக்கு இடையே அது 'ஒத்த அர்த்த உறவு' (synonymy) ஆகும். தருமொழிப் பனுவலுக்கும் அதிலிருந்து ஆக்கப்பட்ட பெறுமொழிப் பனுவலுக்கும் இடையே உள்ள ஒத்த உறவு 'சமானம்' (equivalence) ஆகும்.

தருமொழிப் பனுவலில் உள்ள அனைத்து அம்சங்களையும் அப்படியே பெறுமொழிப் பனுவலில் தரும் சமானம், மொழி பெயர்ப்பியலில் மீறக் கூடாத அடிப்படை விதியாக நீண்ட காலம் இருந்து வந்துள்ளது. இந்தக் கருத்தாக்கம் சிக்கல்கள் நிறைந்தது. எனவே அது விவாதங்களுக்கு வழி வகுத்துள்ளது. மொழிபெயர்ப்புச் சமானங்கள் பொதுவாக இவ்வாறு வகைப் படுத்தப்படுகின்றன:

    i.   தலையாய அர்த்தச் சமானம் *(denotative equivalence):* மாறாத உள்ளடக்கத்தைச் சார்ந்தது.

    ii.   சொற்களின் கூடுதல் பொதிவுகளாகக் கிடைக்கும் கருத்து – உணர்வுச் சமானம் *(connotative equivalence):* சூழ்நிலை நிர்ணயிக்கும் மொழிவகை *(register),* கிளை மொழி *(dialect),* நடை *(style)* ஆகியவற்றைச் சார்ந்தது.

    iii.   பனுவல் நெறிசார் சமானம் *(text-normative equivalence):* குறிப்பிட்ட பனுவல்களின் மொழிப் பயன்பாட்டு நெறிகள் *(usages)* சார்ந்தது.

    iv.   வாசகர்களின் இயல்பான கலாச்சார – மொழிக் கூறுகளின் சமானம் *(pragmatic equivalence):* பெறுகலாச்சாரத்தில் வாசகர்களின் புரிதலை முற்றிலும் உறுதிசெய்வதைச் சார்ந்தது.

    v.   வடிவ – அழகியல் சமானம் *(Formal-aesthetic equivalence):* தருமொழிப் பனுவலின் ஒட்டுமொத்த வடிவக் கட்டமைப்பு, அழகியல் அம்சங்கள், தனித்துவக் கூறுகளைச் சார்ந்தது.

Existential phenomenology – இருத்தல் நிகழ்வியல்: புலன்களால் உணர்ந்து புரிந்துகொள்ளக் கூடிய ஒரு நிஜம் அல்லது சூழ்நிலை, அல்லது சம்பவத்தை நிகழ்வு என்று சொல்லலாம். ஆனால்

நிகழ்வைப் புலன்களால் உள்ளது உள்ளபடியே உணர்ந்து புரிந்துகொள்ள இவ்வுலகில் இருத்தல் அவசியமாகிறது. இருத்தல் மூலம் பெறும் அன்றாட அனுபவங்கள் (lived experience) நிஜங்களை ஆய்வு செய்ய உதவும். இதுவே இருபதாம் நூற்றாண்டுத் தத்துவ இயக்கங்களுள் ஒன்றாகிய இருத்தல் நிகழ்வியலின் அடிப்படையான சிந்தனை.

Existentialism – இருத்தலியம்: பத்தொன்பது–இருபதாம் நூற்றாண்டுத் தத்துவ இயக்கமாகிய இதனுடைய கூற்றுப்படி, உலகம் விரோதமானது; உதாசீனம் நிறைந்தது. எங்கு, எப்போது, எதற்கு இந்த இருத்தல் என்று புரியாமல் மனிதன் தனிமைப்பட்டு நிற்கிறான். இவ்வுலகில் அவனுடைய இருத்தல் எந்த ஒரு விளக்கத்திற்கும் அப்பாற்பட்டது. அவனுடைய சொந்த அனுபவம் அதி முக்கியத்துவம் பெறுகிறது. எதையும் தெரிவு செய்யும் சுதந்திரம் அவனுக்கு உறுதியாக உள்ளது. அவன் ஆற்றும் செயல்களின் விளைவுகளுக்கு அவன் பொறுப்பேற்றாக வேண்டியுள்ளது.

Face theory – முகக் கோட்பாடு: கோஃப்மன் (Goffman, E) என்பவருடைய இந்தப் பங்களிப்பின் சுருக்கம்:

(i) 'முகம்' என்பது மக்கள் அன்றாட வாழ்வில் உரையாடும்போது உருவாக்கப்படுகிறது.

(ii) ஒவ்வொருவரும் தன்னை மற்றவர்கள் எவ்வாறு புரிந்துகொள்கிறார்கள் என்பதில் கவனம் செலுத்து கிறார்கள். அதற்கு முக்கியத்துவம் தருகிறார்கள்.

(iii) சமூக உறவாடலில் பேசுபவர் தன்னைப்பற்றிய பொதுவெளி சுயபிம்பத்தை மற்றவர்களிடம் காட்ட விரும்புகிறார். இந்தச் சுயபிம்பம் அவருடைய உணர்வுகள், விருப்பங்கள், நம்பிக்கைகள், நெறிமுறைகள் ஆகியவற்றைப் பிரதிபலிக்கிறது.

(iv) 'முக இழப்பு' (loss of face) சமூக உறவாடலில் ஒருவருக்கு நிகழும் கண்ணியக் குறைவு – அவருடைய பொதுவெளி சுயபிம்பத்திற்கு ஏற்படும் சிதைவு.

(v) ஒவ்வொருவருக்கும் ஒரு நேர்மறை முகம் (positive face) உள்ளது. இதை மற்றவர்கள் உரிய கண்ணியத்தோடு அங்கீகரிக்கவேண்டும் என்ற எதிர்பார்ப்பு உள்ளது. அதேபோல ஒவ்வொருவருக்கும் ஒரு எதிர்மறை முகமும் (negative face) உள்ளது. இது ஏற்கெனவே உள்ள நிலை தொடர்ந்தால் போதும், அதில் கிடைக்கும் சுதந்திரம் போதும் என்ற எண்ணத்தைக் காட்டுகிறது.

(vi) முகத்தை அச்சுறுத்தும் செயல்கள் (face-threatening acts) சமூக உரையாடல்களில் நிகழ்கின்றன. இதனால் 'முக இழப்பு' ஏற்படுகிறது. கண்ணியக் குறைவும், பொதுவெளி சுயபிம்பத்தில் சிதைவும் உண்டாகின்றன. அப்போதெல்லாம் சிதைந்த முகத்தைச் செப்பனிட்டு, முன்பிருந்த நிலைக்குக் கொண்டுவரத் தேவைப்படும் 'முகப்பணி' (facework) உத்திகள் கையாளப்படுகின்றன.

Foreignization – அந்நியங்களின் இறக்குமதி: 'அந்நியங்களின் இறக்குமதி' என்ற மொழியாக்க அணுகுமுறை பெறுமொழி கலாச்சாரத்தின் 'உன்னதங்களையும்' ஆதிக்க சக்திகளையும் புறந்தள்ளுகிறது. பெறுமொழி சார்ந்த, மேலோங்கி உள்ள, இலக்கிய, சமூக, அரசியல் கலாச்சாரக் கூறுகள் எதையும் இது சேர்ப்பதில்லை.

இது நடுநிலையில் நின்று, வேற்றின தருமொழி மக்களின் அடையாளக் கூறுகளைச் சிதைக்காமல், பெறுமொழியில் மீண்டும் எழுதப்படும் தருமொழிப் பனுவலில் அப்படியே இறக்குமதி செய்ய முயல்கிறது. தருமொழி பனுவலாசிரியர் இங்கு அவருடைய தாய்மொழியைச் சார்ந்த இலக்கிய, சமூக, அரசியல் கலாச்சாரக் கூறுகள் எதையும் விட்டுக்கொடுக்க மாட்டார்; அவர் அந்நியராக நின்று அந்நியர் போலவே பெறுமொழியில் பேசும் வகையில் மொழியாக்கம் அமைந்திருக்கும்.

Formal correspondence – வடிவ ஒப்புமை: மூலப் பனுவல் சொல்லும் தகவலை முதன்மையானதாக வைத்து, முழுக்கவனம் செலுத்தும் ஒப்புமை. வடிவமும் உள்ளடக்கமும் முற்றிலுமாகச் சேர்ந்திருப்பது ஒரு பனுவலின் தகவல் என இங்குக் கொள்ளப்படுகிறது. செய்யுளைச் செய்யுளாக, கருத்தைக் கருத்தாக, வாக்கியத்தை வாக்கியமாக முழு ஒப்புமை தோன்ற மொழியாக்கம் செய்ய வேண்டும். பொதுவாக உரைநடையை விடச் செய்யுள் நடையில் வடிவத்துக்கு அதிக முக்கியத்துவம் தரப்படுகிறது.

ஆனால் உள்ளடக்கம் புறந்தள்ளப்படுவதில்லை, அது வடிவத்துக்கு ஏற்றாற்போல சில மாற்றங்கள் பெறுகிறது. இங்கு உயர்தரத் துல்லியத்தையும் வழுவின்மையையும் உறுதி செய்துகொண்டே இருக்க வேண்டும். பெறுமொழி வாசகர்கள் மொழியாக்கப் பனுவலைத் தருமொழிச் சூழ்நிலையில் படிக்க உதவ வேண்டும்.

Hearer meaning – கேட்பவரின் பொருள்: பேசுபவர் ஒருவர் சொல்லும் மொழிக் கூறு எதுவாக இருப்பினும், உணர்த்தும் பொருள் எதுவாக இருப்பினும், கேட்கும் ஒருவர் அதைப் புரிந்து

கொள்ளும் ஒரு குறிப்பிட்ட விதத்தைக் 'கேட்பவர் பொருள்' என்று சொல்லலாம்.

பேசுபவர் பொருள் ஒன்றாக இருந்தாலும், இரு வேறான கேட்பவர்கள் இரு வேறு விதங்களில் அதைப் புரிந்துகொள்வதை அன்றாட உரையாடல்களில் காணமுடியும். கேட்பவர் பலர் என்றால் கேட்பவர் பொருளும் பலவாக மாறுவதில் வியப்பில்லை.

Hermeneutics – விளக்கவியல்: இக்கலை ஒரு பனுவலை நுண்ணாய்வு செய்து அதன் உட்பொருளை விளக்க உதவும் கொள்கைகளையும் விளக்கும் வழிமுறைகளையும் தருகிறது. தொடக்க காலத்தில் வேதப் புத்தகத்தை விளக்குவதற்காகத் தோன்றிய இக்கலை இன்று சட்டம், வரலாறு, இலக்கியம் போன்ற மற்ற அனைத்துத் துறைகளுக்கும் பொருந்துமாறு பெரிதும் விரிந்து வளர்ந்துள்ளது.

Icon – சின்னம்: ஒன்றைக் குறிக்கும் படம்/எழுத்து. அந்த ஒன்றின் நோக்கம், இயக்கம், பயன்பாடு போன்ற பல அம்சங்களைச் சின்னம் மிகச் சுருக்கமாகச் சொல்கிறது.

(எ–டு) கை, தாமரை, உதய சூரியன், இரட்டை இலை போன்ற படங்கள் அந்தந்த அரசியல் கட்சிகளைக் குறிக்கின்றன; கூகிள் என்ற இணையத் தேடல் எந்திரத்தை நான்கு வண்ணக் கூறுகளைக் கொண்ட G என்ற ஆங்கிலப் பெரிய எழுத்து குறிக்கிறது.

Imagery – படிமங்கள்: இலக்கியப் படைப்புகளில், குறிப்பாகக் கவிதைகளில், வரும் சொற்கள்/வரிகள் ஐம்புலன்கள் வழியே வாசகருக்கு நேரடியாக அல்லது மறைமுகமாக உணர்த்தும் அனைத்துப் பொருள்கள், நிகழ்வுகள், தன்மைகள் சேர்ந்த தொகுப்பு ஆகும்.

இப்படிப்பட்ட சொற்கள்/வரிகள் வேறு படைப்புகளை மறைமுகமாகச் சுட்ட அல்லது உவமம், உருவகம், குறியீடு போன்ற அணிகளுக்கு இட்டுச் செல்லும் கருவிகளாகப் பயன்பட்டால், அவையும் படிமங்களாகக் கருதப்படுகின்றன.

திருப்பித் திருப்பி வரும் படிமக் கொத்துகள் (image clusters) படைப்பு முழுவதுமே அணிவள மொழியாக (figurative language) பரவி, மையக் கருத்தை முன்னிறுத்த உதவுவதாக 1930களுக்குப் பிறகு பேசப்படுகிறது.

Imagism – படிமவியம்: எஸ்ரா பவுண்ட், டி.எஸ். எலியட் போன்ற கவிஞர்களால் இருபதாம் நூற்றாண்டுத் தொடக்க காலத்தில் இங்கிலாந்திலும் அமெரிக்காவிலும் பிரபலமாக்கப்பட்ட இலக்கிய இயக்கம். எளிமை, சொற்பிரயோகத்தில் தெளிவு,

துல்லியம், மிகக் கவனமாகச் சித்தரிக்கப்பட்ட காட்சிப் படிமங்கள் ஆகியவை நவீன கவிதையின் இன்றியமையா அடையாளக் கூறுகள் என இந்த இயக்கம் வலியுறுத்தியது. அருவமான நீதிக் கருத்துகளைத் தவிர்த்துப் புலன்களுக்குப் புலப்படும் விவர நுணுக்கங்களை முன்னிறுத்தியது.

Index – சுட்டி: ஒன்றின் அல்லது அதனுடைய கருத்தாக்கத்தின் அத்தாட்சி; அந்த ஒன்றை அல்லது அதனுடைய கருத்தாக்கத்தை அந்த அத்தாட்சியின் உதவியுடன் நாம் புரிந்துகொள்கிறோம்; ஏற்றுக்கொள்கிறோம். அந்த ஒன்று காரணமாகவும், அந்த அத்தாட்சி காரியமாகவும் காணப்படுகின்றன.

(எ–டு) நெருப்பின் சுட்டி புகை; மழையின் சுட்டி கரிய மேகங்கள்; மகிழ்ச்சியின் சுட்டி சிரிப்பு; காலில் பட்ட காயத்தின் சுட்டி நொண்டி நடப்பது.

Interlingual translation or translation proper – மொழிகளுக்கிடையே செய்யப்படும் மொழியாக்கம் அல்லது முறையான மொழியாக்கம்: ஒரு மொழியைச் சார்ந்த குறிகளுக்கு வேற்று மொழிக் குறிகளின் மூலம் தரும் விளக்கம். இது ரோமன் யேகப்சனின் இரண்டாவது மொழியாக்க வகையாகும். (எ–டு) தமிழ்க் கவிதை ஒன்றுக்குத் தரப்படும் ஆங்கில மொழியாக்கம்.

Intersemiotic translation or transmutation – குறி முறைமை அமைப்புகளுக்கு இடையே செய்யப்படும் மொழியாக்கம் அல்லது உரு–பண்பு–பொருள் நிலை மாற்றம்: மொழிக் குறிகளுக்கு மொழியல்லாத இசை, நாட்டியம், ஓவியம் போன்ற பிற குறி முறைமை அமைப்புகளைச் சார்ந்த குறிகள் (nonverbal sign systems) வழியே தரும் விளக்கம். இது யேகப்சனின் மூன்றாவது மொழியாக்க வகையாகும்.

Intertextuality – பனுவலிடை இழையோட்டம்: எந்த ஒரு பனுவலும் முந்திய பனுவல்களிலிருந்து அறிந்தும் அறியாமலும் பெறும் பல கூறுகளைப் பல வழிகளில் இணைப்பதன் மூலம் உருவாக்கம் பெறுகிறது. இதைப் 'பனுவலிடை இழையோட்டம்' என்று ஜூலியா கிறிஸ்டிவா அழைக்கிறார். இதை எந்தப் பனுவலிலும் எளிதில் காணமுடியும்.

பின்வருவன பனுவலிடை இழையோட்டக் காரணிகளாக உள்ளன: நேரடியான மேற்கோள்கள், மறைமுகக் குறிப்புகள், வடிவ – உள்ளடக்கக் கூறுகளை அப்படியே எடுத்துக் கையாளுதல். அவற்றை உருமாற்றம் செய்தல்; ஒரு குறிப்பிட்ட சமுதாயத்தின் அனைத்துப் பனுவல்களுக்கும் பொதுவான மொழிப்பயன்பாட்டில்

பொதியப்பட்டுள்ள மொழி, கலாச்சார, இலக்கிய மரபுகளுடைய கூறுகளை வேண்டியபடிக் கையாளுதல்.

(எ—டு) 'கற்க கசடற' என்ற திருக்குறளின் சொற்கள் பல்லாண்டுகளாகப் பல நூல்களிலும் மேடைப் பேச்சுகளிலும் சாதாரண உரையாடல்களிலும் ஊடகங்களிலும் எடுத்துக் கையாளப்பட்டு வருகின்றன.

Intra–lingual translation or rewording – மொழிக்குள்ளேயே செய்யப்படும் மொழியாக்கம் அல்லது வேற்றுச் சொல்லாக்கம்: ஒரு மொழியின் குறிகளுக்கு அதே மொழியைச் சேர்ந்த வேறு அதிகமான தெளிவுடைய, புரிந்துகொள்ளக்கூடிய, குறிகளைக் கொண்டு வாசகருக்குத் தரும் விளக்கம். இது ரோமன் யேகப்சன் வகுத்துத் தந்துள்ள புகழ்பெற்ற மூன்று மொழியாக்க வகைகளுள் முதலாவதாக வருகிறது.

(எ—டு) சங்க காலப் புறநானூற்றுப் பாடல் ஒன்றுக்குத் தற்காலத் தமிழில் தரப்படும் உரைநடை விளக்கம்.

Literal meaning – சொற்பொருள்/அகராதிப் பொருள்: பொதுவாக ஒரு சொல்லின் விளக்கப் பொருள், உடன்பாட்டுப் பொருள், எதிர்மறைப் பொருள், இலக்கணப் பொருள் ஆகியவை 'சொற்பொருள்' என்று சொல்லப்படுகிறது. சொற்களுக்கு இடையே மொழிக்குள்ளேயே காணப்படும் இப்படிப்பட்ட பொருள் உறவுகளை அகராதிகள் அகர வரிசையில் பட்டியலிடுகின்றன. இவ்வாறு பெறப்படும் சொற்பொருளை 'அகராதிப் பொருள்' என்றும் சொல்லலாம்.

பேசுபவர் யார், கேட்பவர் யார், எப்பொழுது, எந்த இடத்தில், எதற்காக, எந்தச் சூழ்நிலையில் ஒரு சொல் சொல்லப்பட்டது எனும் தகவல்கள் மொழிக்கு வெளியிலிருந்து கிடைக்கின்றன. சொற்பொருளைத் தருவதற்கு இத்தகவல்கள் தேவைப்படுவதில்லை. அவற்றை அகராதிகள் சொல்வதில்லை.

Loan Translation – இரவலின் மொழியாக்கம்: அர்த்தத்திலும் உச்சரிப்பிலும் மாற்றம் இல்லாமல் எழுத்துகளை மட்டும் மாற்றுவது இரவல். ஆனால் இரவலின் மொழியாக்கத்தில் உச்சரிப்பும் எழுத்துகளும் மாறிவிடுகின்றன. இரவல் பெறப்படும் மொழிக்கூறின் நெருங்கிய அர்த்தத்தைத் தரும் பெறுமொழிக் கூறு மொழியாக்க மாற்றாகத் தரப்படுகிறது. (எ—டு) மூளைச் சலவை – brainwashing, தொலைக் காட்சி – television, தொலைபேசி – telephone, பறவைப் பார்வை – bird's-eye view போன்றவை.

Maxims of Conversation – உரையாடலின் விதிகள்: மொழியின் தத்துவ மேதை பிரித்தானியர் க்ரைஸ் (H.P. Grice) இயற்கையான

ஒரு உரையாடலில் என்ன நடக்கிறது என்கிற ஆழ்ந்த ஆய்வுக் கருத்துகளைச் சொல்கிறார்.

பொதுவாக ஒரு உரையாடலில் பங்குபெறுவோர் ஒருவருடன் ஒருவர் ஒத்துழைத்து அதை நகர்த்துகிறார்கள். அப்போதுதான் அந்த உரையாடல் அர்த்தமுள்ளதாகத் தொடரும். சில நேரங்களில் பேசுபவர் சொன்னது புரியாவிட்டாலும் கேட்பவர்கள் ஏதோ ஒரு வகையில் அதைப் புரிந்துகொண்டு உரையாடலை நகர்த்த முயல்கிறார்கள்.

உரையாடல்களின் அடித்தளத்தில் நிகழ்வனவற்றை நெறிப்படுத்த 'ஒத்துழைப்புக் கொள்கை' (Co-operative Principle) என்ற கருத்தாக்கத்தை க்ரைஸ் முன்வைக்கிறார்.

ஒத்துழைப்புக் கொள்கை: ஒரு உரையாடலில் நீ பங்குபெறும்போது அது எந்தக் கட்டத்தில் உள்ளது, பரிமாற்றம் எந்த நோக்கத்திற்கு எந்தத் திசையில் பயணிக்கிறது என்பவற்றைப் புரிந்துகொண்டு தேவைப்படும் விதத்தில் உன்னுடைய பங்களிப்பைக் கொடு.

க்ரைஸ் அதை விரிவாக்கம் செய்து நான்கு துணைக் கொள்கைகளையும் தருகிறார். 'உரையாடல் விதிகள்' (Maxims of Conversation) எனப் பெயர் பெறும் அவையாவன:

உரையாடல் விதிகள்

அளவு (Quantity)

(i) (தற்போதைய பரிமாற்ற நோக்கத்திற்கு) எந்த அளவுக்குத் தேவைப்படுகிறதோ அந்த அளவுக்கு உன்னுடைய தகவல் பங்களிப்பைக் கொடு.

(ii) தேவைப்படுவதை விட அதிகமான அளவுக்குத் தகவல் தரும் பங்களிப்பைச் செய்யாதே.

தரம் (Quality): உண்மையாக இருக்கும் பங்களிப்பைத் தர முயற்சி செய்.

பொருத்தம் (Relevance): பொருத்தமானவற்றைச் சொல்.

முறை (Manner): சொல்வதைத் தெள்ளத் தெளிவாகச் சொல்.

(i) சொல்வதில் தெளிவின்மையைத் தவிர்.

(ii) பொருள் மயக்கத்தைத் *(ambiguity)* தவிர்.

(iii) சொல்வதைச் சுருக்கமாகச் சொல். {தேவையற்ற வெற்றுச்சொற்களின் பொழிவை (prolixity, verbosity) தவிர்.}

(iv) சொல்வதைக் கோவையாகச் சொல்.

Modulation – தகவல் வடிவ மாறுபாடு: இது கண்ணோட்ட வேறுபாடுகளால் மொழியாக்கத்தில் வரும் தகவல் வடிவங்களில் காணப்படும் மாறுபாடு. நிஜ உலகில் உள்ள அதே பொருள்களை யும் நிகழ்வுகளையும் வேறுபட்ட மொழிகளைப் பேசும் மக்கள் வேறுபட்ட கண்ணோட்டங்களில் பார்க்கிறார்கள். இதனால் ஒரு மொழியில் உள்ள ஒரு தகவல் வேறொரு மொழியில் சொல்லப்படும்போது அதன் வடிவமும் மாறுபடுகிறது.

(எ–டு) Dress rehearsal என்ற ஆங்கிலத் தொடரின் சொல்லுக்குச் சொல் தமிழ் மொழிபெயர்ப்பு **உடை ஒத்திகை** ஆகும். இந்த வடிவத்தில் அர்த்தம் சிதைவுறுகிறது. தகவலின் வடிவத்தை மாற்றி, சற்றுச் சுற்றி வளைத்து, 'ஆடை, அணிகலன்கள், ஒளி– ஒலி அமைப்புகளுடன் கூடிய இறுதி ஒத்திகை' என்று தரும்போது அர்த்தம் சிதைவுறவில்லை.

Multimedial text – பல்லூடகப் பனுவல்: ஒரே சமயத்தில் பல்லாயிரக் கணக்கான மக்களைச் சென்றடையும் நாளேடுகள், வார/மாத ஏடுகள், வானொலி, தொலைக்காட்சி, திரைப்படம், இணையதளங்கள் போன்றவை ஊடகங்கள் (media) என அழைக்கப்படுகின்றன. எழுத்துமொழிக் கூறுகள், சித்திரங்கள், அசையும் படங்கள் (animations), அசையாப் படங்கள் (pictures), நிழற்படங்கள் (photos), நிகழ்படங்கள் (videos) ஆகிய ஒன்றுக்கும் மேற்பட்ட ஊடகங்களைக் கொண்டு உருவாக்கம் பெறும் ஒரு பனுவல் பல்லூடகப் பனுவல் எனப் பெயர் பெறுகிறது.

Multimodal text – பல்வகைப் பனுவல்: பேச்சு அல்லது பாடல் மொழிக் கூறுகள், பின்னணி ஒலி/இசை, மேடை தரும் இட வகை, நடிகர்களின் அல்லது ஆடல் கலைஞர்களின் முக பாவங்கள், அங்க அசைவுகள், உடை அலங்காரங்கள், ஒப்பனை, பின்திரையில் வரையப்பட்டுள்ள ஓவியம், ஒளியமைப்பு ஆகிய பல்வகைக் கூறுகளின் ஒருங்கிணைப்பால் ஆழமான கூட்டுப் பொருட்செறிவைத் தருவது பல்வகைப் பனுவல் ஆகும். (எ–டு) மேடை நாடக அல்லது இசை நாடகப் பனுவல்

Myth – தொன்மம்: பண்டைய கிரேக்க மொழியில் mythos எனும் சொல் எந்த ஒரு கதை அல்லது கதைக் கூறுகளின் அமைப்பு (plot) என்ற பொருள் கொண்டது. அது ஒரு உண்மைக் கதையையோ

கற்பனைக் கதையையோ குறித்தது. மாறாக, mythology எனும் கலைச்சொல் இன்று பலதரப்பட்ட பழங்கதைகளின் தொகுப்பு அமைப்பைக் குறிக்கிறது. குறிப்பிட்டதொரு கலாச்சாரத்தில் பல தலைமுறைகளாய் அவை கைமாறி வந்துள்ளன. ஒரு காலத்தில் உண்மையில் நிகழ்ந்தவையாக நம்பப்பட்ட அவற்றுள் ஒவ்வொன்றும் 'தொன்மம்' ஆகும்.

இன்றைய உலகின் இருத்தல், நிகழ்வுகள், சமுதாயக் கட்டுப்பாட்டு நெறிமுறைகள், பழக்கவழக்கங்கள் ஆகிய வற்றுக்கான விளக்கங்களைத் தொன்மங்கள் தருகின்றன. தெய்வங்கள், இயற்கைக்கு அப்பாற்பட்ட சக்திகள் ஆகியவற்றின் எண்ணங்களோடும் செயல்களோடும் விளக்கங்கள் சம்பந்தப்பட் டுள்ளன. அவை சமுதாயக் கட்டுப்பாட்டு நெறிமுறைகளுக்கான பகுத்தறிவுக் காரணிகளாகவும் தரப்படுகின்றன. அவற்றின் சமூகக் கட்டுப்பாட்டு மேலதிகார அமைப்பாகத் தொன்மங்கள் இயங்குகின்றன. அவற்றுள் பெரும்பாலானவை சமூகச் சடங்குகள், புனித விழாக்கள் ஆகியவற்றின் விதிக்கப்பட்ட வடிவங்களோடும் மற்றும் செய்முறைகளோடும் தொடர்பு உடையவையாக உள்ளன.

Neoclassicism – புதிய உன்னதவியம்: பதினேழாம் நூற்றாண்டின் பிற்பகுதியிலும் பதினெட்டாம் நூற்றாண்டின் பெரும் பகுதி யிலும் இங்கிலாந்தில் பிரபலமாக இருந்த இலக்கிய இயக்கம். அக்காலகட்டத்தைச் சேர்ந்த கவிஞர்கள் அதீதமான பாரம்பரிய வாதிகள். பண்டைய கிரேக்க, ரோமானிய மகாகவிகளின் உன்னதப் படைப்புகளை மிகவும் உயர்த்திப் பிடித்தவர்கள். 'உன்னதங்கள்' (classics), 'தலைசிறந்த முன்னுதாரணங்கள், 'முன் மாதிரிகள்' என அப்பண்டைய நூல்களைத் தலைமேல் வைத்துப் போற்றிக் கொண்டாடியவர்கள். குறிப்பாக ரோமானியர் ஹோரஸ் (Horace) எழுதிய *Ars Poetica* (கி.மு. முதலாம் நூற்றாண்டு) என்ற நூலை இலக்கியம் சார் சட்டப் புத்தகமாக ஏற்றுக்கொண்டவர்கள்.

உள்ளார்ந்த திறன்கள் தேவைப்பட்டாலும், இலக்கியப் படைப்பாக்கமானது என்பது தீவிரக் கல்வியாலும் பயிற்சியாலும் உழைப்பாலும் பெறத்தக்கது என்று புதிய உன்னதவியலாளர்கள் நம்பினார்கள். பரவலாகக் கேள்விப்பட்ட அவர்களுடைய சில கூறல்கள்: 'இலக்கியத்தின் மாறாப் பேசுபொருள் மனிதர்கள்', 'மனித வாழ்வின் பொய்த்தோற்றமே கவிதை', 'இயற்கையின் பிம்பத்தைக் காட்டும் கண்ணாடியே கவிதை', 'அடிக்கடி சிந்தனையில் தோன்றுவது, ஆனால் ஒருபோதும் மிகச் சிறப்பாகச் சொல்லப்படாததே உண்மையான கவித்துவம்'.

Nonce signs – ஒரு சமயத்துக்கு மட்டுமான சைகைகள்: சைகை மொழி உரைபெயர்ப்பில் கையாளப்படும் உத்தி. தெளிவான

சைகை மொழி உரைபெயர்ப்புக்குத் தேவைப்படும் சைகைகள் சில சமயங்களில் ஒரு சைகை மொழியில் இல்லாமல் போகலாம். அவற்றை அந்தக் குறிப்பிட்ட ஒரு சமயத்துக்கு மட்டும் உரைபெயர்ப்பாளர் உண்டாக்கிக்கொள்கிறார்.

Non-verbal communication studies – மொழியில்லாத் தகவல் பரிமாற்றவியல்: சொற்களால் ஆன மொழிவழியில் இல்லாமல், 'குரல்/தொனி' (paralanguage), உடல் அசைவியல் (kinesics) வழிகளில் செய்யப்படும் தகவல் பரிமாற்றங்களைப் பற்றிய இயல். பேச்சு மொழிக்கு இவை நேரடித் தொடர்பில்லாதவை. ஆனால் இவற்றின் மாற்றங்களால் பேச்சு மொழியின் பொருள் மாறக்கூடும். 'குரலின் ஏற்ற/இறக்க தொனி வேறுபாடுகள்' (intonation), 'சந்தம்' (rhythm), 'சொல்லழுத்தம்' (word stress) போன்றவை குரல்/தொனிக் கூறுகளில் அடங்கும். உடலின் அங்க அசைவுகள், கண்சிமிட்டல்கள், முகபாவங்கள், சைகைகள், சமிக்கைகள், உடல் தோரணைகள் ஆகியவை மூலம் தெரிவிக்கப்படும் மொழியில்லாத் தகவல் பரிமாற்றங்கள் 'உடல் அசைவிய'லில் இடம்பெறுகின்றன.

Personification – ஆளுருவாக்கம்: அருவமான கருத்தாக்கம் (concept) ஒன்றுக்கு அல்லது உயிரற்ற பொருள் ஒன்றுக்கு மனித உயிர் தந்து, ஆணாகவோ பெண்ணாகவோ உருவம் தந்து, உணர்ச்சிகளையும் பண்புகளையும் தந்து, நடமாடும் ஆளைப் போல் சித்திரித்தல். அது ஆளுருவாக்க அணி (personification) என்று இலக்கியத்தில் கூறப்படுகிறது. "சாவே! உனக்கும் ஒரு சாவு வாராதோ?" என்ற சொல்லாடலில் சாவு என்ற நிகழ்வு சாவே இல்லாத 'மனிதனாக' ஆளுருவாக்கம் செய்யப்படுகிறது.

Phenomenology – நிகழ்வியல்: இருபதாம் நூற்றாண்டுத் தத்துவ இயக்கமாகிய இது நிஜங்களை ஆய்வு செய்யும் ஒரு வழிமுறையைச் சொல்கிறது. இது உலகில் உள்ள பொருள்கள், நிகழ்வுகள் ஆகியவற்றின் விழிப்பு நிலை புலனுணர்வுகளையும் புரிதல்களையும் அனுபவங்களையும் உற்று நோக்குகிறது. அவற்றை ஆய்வு செய்து விரிவாகப் பதிவு செய்கிறது. இங்குப் பாரம்பரிய தத்துவம் எழுப்பும் கேள்விகளுக்கு இடமில்லை. முந்திய தத்துவச் சிந்தனைகளைச் சரி என்று ஏற்றுக்கொள்ள வேண்டியதும் இல்லை.

Politeness theory – 'பரிவு'க் கோட்பாடு: இது கோஃப்மனின் முகக் கோட்பாட்டை நீட்டித்து ப்ரவ்ன், லெவின்சன் இருவரும் செய்த பங்களிப்பு. இதன் சுருக்கம்:

(i) ஒரு சமூக உறவாடலில் பங்குபெறும் ஒவ்வொருவரும் அவரவர் விரும்பும் சுயபிம்பமாகிய ஒரு பொதுவெளி முகத்தைக் காண்பிக்கிறார்கள். பிறர் அதை

ஏற்றுக்கொண்டு மதிக்க வேண்டும் என்று எதிர் பார்க்கிறார்கள். மற்றவர்களும் அந்தந்த முகங்களை அடையாளம் கண்டு, மதித்து, அவற்றுக்குச் சிதைவு நிகழாமல் தவிர்த்து உறவாடுகிறார்கள். சமூக உறவாடலில் இது 'பரிவு' என்று பெயர்பெறுகிறது. பேசுபவரும் கேட்பவரும் தத்தம் முகத்தைக் காக்கச் செய்யும் முயற்சியாகவும் இதைக் காணலாம்.

(ii) நேர்மறை முகம் என்பது 'தன்னுடைய முகம் பற்றிய சுய விருப்பங்களைக் கேட்பவர்களுள் சிலரேனும் கொண்டிருக்க வேண்டும்' என்ற பேசுபவரின் எதிர்பார்ப்பு ஆகும். எதிர்மறை முகம் என்பது மீண்டும் பேசுபவரின் இப்படிப்பட்ட விருப்பம் ஆகும்: 'பிறர் தன்னுடைய செயல்களில், எண்ணங்களில், எவ்விதத் தடையையும் உருவாக்கக் கூடாது; முன்பிருந்த உரிமைகளில், சுதந்திரத்தில் அவர்களின் தலையீடு இருக்கக் கூடாது'.

(iii) முகத்தை அச்சுறுத்தும் செயல்கள் கேட்பவரின் அல்லது பேசுபவரின் முகத்திற்கு உள்ளார்ந்த சிதைவுகளை உண்டாக்குகின்றன. இச்செயல்கள் மொழிவழியாகச் செய்யப்படலாம்; அல்லது சொற்கள் இல்லாமல் குரல் அழுத்தம், கடுமை, ஏற்ற – இறக்கங்கள், மரியாதைக் குறைவுடன் வெறுப்பைக் காட்டும் அங்க அசைவுகள், முகபாவங்கள் போன்றவற்றால் செய்யப்படலாம்.

(iv) சமூக உறவாடலில் முகத்தை அச்சுறுத்தும் செயல்கள் அடிக்கடி நிகழவே செய்கின்றன. தவிர்க்க முடியாமலோ அல்லது விருப்பத்தின் அடிப்படையிலோ அவை நிகழ்கின்றன. அப்போதெல்லாம் கேட்பவரின் முகத்தைக் காப்பதற்காக, பொருத்தமான சொற்களை உருவாக்குவதற்காக, எதிர்வினை ஆற்றுவதற்காக, பரிவு உத்திகள் (Politeness strategies) கையாளப்படுகின்றன.

Polysystem – பன்முக அமைப்பு: ஈவன் – ஜோஹாவின் இலக்கியக் கோட்பாடு. பன்முக அமைப்பு கொண்ட இலக்கியம் ஒரு குறிப்பிட்ட தேசத்தையோ மொழியையோ சார்ந்ததாக இருக்கிறது. அது தனித் தனியே வடிவங்களும் சூத்திரங்களும் பாரம்பரியங்களும் கொண்ட கூறு–அமைப்பு பலவற்றால் அடுக்கு–உருப் பெறுகிறது. அனைத்துக் கூறு அமைப்புகளின் வடிவங்கள், சூத்திரங்கள், பாரம்பரியங்கள் ஆகியவற்றுக்கிடையே இயக்கம்–மிகு உறவுகள் இருந்துகொண்டு வருகின்றன. அவை கூறுகளுக்கு மாற்றங்கள் தந்துகொண்டும் இருக்கின்றன. இதனால்,

பன்முக அமைப்பு தன்னுடைய ஒட்டுமொத்த இயக்கத் திறனைப் பெறுகிறது.

Positivism – நேர்க்காட்சி வாதம்: இந்த மெய்யியல் சித்தாந்தப்படிப் புலன்களால் பெறப்படும் நேரடிப் புரிதல் தலையாயது. துல்லிய சிந்தனைகளுக்கும் மனித குல அறிவுக்கும் அது ஒன்று மட்டுமே ஏற்றுக்கொள்ளப்பட்ட அடிப்படையாக இருக்க வேண்டும்.

Presuppositions – முன் அனுமானங்கள்: கேட்பவருக்குத் தெரியும் என்று கருதிப்பேசுபவர் பேசத்தொடங்கும் முன், சில தகவல்களைச் சொல்லாமல் தவிர்க்கிறார். எவற்றைத் தவிர்ப்பது என அவர் முடிவு செய்வதற்கு, கேட்பவரைப் பற்றிய முன்கூட்டிய சில ஊகங்கள் அவருக்கு உதவுகின்றன. இவை 'முன் அனுமானங்கள்' என்று பெயர் பெறுகின்றன. கேட்பவரும் சொல்லாமல் விடப்பட்ட தகவல்களைப் பெரும்பாலும் சரியாக ஊகித்து உணர்கிறார். உரையாடல் சங்கிலியும் அறுபடாமல் மொழிவழிப் பரிமாற்றம் தொடர்கிறது.

Readerlly texts – வாசகர்-கோணப் பனுவல்கள்: ரோலண்ட் பார்ட் உருவாக்கிய கலைச்சொல். இப்பனுவல்கள் நன்கு பழக்கமான, ஒற்றைப் பரிமாண, நேர்கோட்டு, மரபுவழி நடைமுறையில் எழுதப்பட்டவை. உள்ளடக்கம், வடிவம், நடை ஆகியவற்றில் எந்த மாற்றத்தையோ புதுமையையோ இவற்றில் காண முடியாது. பனுவலின் அர்த்தம் முன் கூட்டி முடிவு செய்யப்பட்டு நிலைநிறுத்தப்படுகிறது. அது தரும் தகவல்களை ஒரு கொள்கலத்தைப் போல அப்படியே வாங்கிக்கொள்வது வாசகரின் வேலை.

எப்படி வாசிக்கவேண்டும் என்று பனுவல் சொல்கிறதோ அவ்வழியில் மட்டுமே அவர் வாசிக்கவேண்டும். வாசகர்-கோணப் பனுவலில் வாசிப்புச் சுதந்திரம் மறுக்கப்படுகிறது. பனுவலுடன் அவர் ஊடாட்டம் செய்ய முடியாது. ஒரு தெளிவுக்காகப் பனுவல் சொல்லும் கருத்தைத் தன்னுடைய சொந்தக் கருத்தோடு ஒப்பிட்டோ வேறுபடுத்தியோ பார்க்க முடியாது.

Receptor/Target language – பெறுமொழி: தருமொழியில் உள்ள ஒரு மூலச் சொல்லை அல்லது மூல நூலை மொழிபெயர்ப்புக்குப் பின் பெறும் மொழி. இருமொழி ஆங்கில – தமிழ் அகராதியில் ஆங்கிலம் தருமொழி; சமனியைப் பெறும் தமிழ் பெறு மொழி. திருக்குறள் தருமொழியாகிய தமிழில் இயற்றப்பட்டது. மொழிபெயர்க்கப்பட்ட பின் அதைப் பெறும் ஆங்கிலம் பெறுமொழி.

Refractions – திரிபுகள்: இது ஆண்ட்ரே லெஃபவிய உருவாக்கிய மொழிபெயர்ப்பியல் அணுகுமுறை. இலக்கியக் கோட்பாடு முழுவதுக்குமே ஒரு முக்கியப் பங்களிப்பை இது தரும்; இலக்கியங்களின் தொடர் உருவாக்கத்திற்கு (evolution) பேருதவி செய்யும் என்பது அவருடைய நிலைப்பாடு.

ஒரு இலக்கியப் பனுவலை வேறொரு கலாச்சாரத்தைச் சார்ந்த வாசகர்கள் ஆர்வத்துடன் வரவேற்று வாசிக்கவேண்டும். அதை முக்கிய நோக்கமாகக் கொண்டு, அதற்கு ஏற்ற வகையில் செய்யப்படும் மொழியாக்க மாற்றங்களைத் 'திரிபுகள்' என்று லெஃபவிய விவரிக்கிறார். பல புகழ்பெற்ற படைப்புகளின் கீர்த்தியை இந்த அணுகுமுறையில் விளக்குகிறார்.

திரிபுகள் ஒரு இலக்கியப் பனுவலை ஒரு அமைப்பிலிருந்து இன்னொரு அமைப்பிற்கு இயல்பாக எடுத்துச் செல்ல உதவுகின்றன. மொழிபெயர்ப்பாளர், திறனாய்வாளர், பதிப்பாசிரியர், வரலாற்றியலாளர் என ஒவ்வொருவரும் வேறுபடும் நோக்கங் களுடன் பல்வகையான திரிபுகளை உண்டாக்கவே செய்கிறார்கள்.

Romantic love – உணர்ச்சிப் பிரவாகக் காதல்: இவ்வகைக் காதலில் உடல்கள் சம்பந்தப்பட்ட மகாசக்தியுடைய ஈர்ப்பும் உறவும் அடித்தளமாக அமைகின்றன. அவற்றின் ஆளுமை மிகு தாக்கங்கள், அழகியல் அம்சங்கள், உணர்ச்சிகளின் – உணர்வுகளின் பிரவாகம், உள்ளங்களின் சங்கமம், ஒருயிர் போன்ற ஒட்டுறவு ஆகியவை உள்ளன. பல தடைகள் வந்தாலும் பெருகும் வலு, பரிவு, கனிவு, நலம் பேணல், மரியாதை, தணியாத உற்சாகம், ஆழமான பிணைப்பை நோக்கிய வாழ்நாள் பயண விருப்பம், ஊடல்கள் ஆகியவை உண்டு.

திடீர் திருப்பங்கள், சிக்கல்கள், ஏற்ற இறக்கங்கள், சோதனைகள், மகிழ்ச்சியையும் துன்பத்தையும் மாறி மாறித் தரும் நிகழ்வுகள், இனிய அல்லது வேதனை தரும் முடிவுகள் போன்ற நாடகக் கூறுகளும் உள்ளன. இப்படிப்பட்ட பல பரிமாணங்கள் இக்காதலில் உள்ளதால் இது அமர காதல் காவியங்களிலும் கவிதைகளிலும் கதைகளிலும் கருப்பொருளாக அமைகின்றது.

Romanticism – அகவயவியம்: பதினேழு, பதினெட்டாம் நூற்றாண்டுகளில் மேற்கத்திய நாடுகளில் 'புதிய உன்னதவியம்' *(Neoclassicism)* பிரபலமாக இருந்தது. அதற்கு எதிரான கலை, இலக்கிய இயக்கம் அகவயவியம் ஆகும். பதினெட்டாம் நூற்றாண்டு பிற்பகுதியிலும் பத்தொன்பதாம் நூற்றாண்டு முற்பகுதியிலும் அது மிகவும் பிரபலமாக இருந்தது.

அதனுடைய அம்சங்கள்: இயற்கையின் அழகை ஆழமாக உணர்ந்து, உட்கொணர்ந்து போற்றுதல், புலன்கள் தரும் உணர்ச்சிகளைப் பகுத்தறிவுக்கு மேலான நிலையில் வைத்தல், உள்ளுணர்வுகளையும் அனுபவங்களையும்பாடுதல், கலைஞர்களை மிக உயர்ந்த படைப்பாளிகளாய்ப் போற்றுதல், பாரம்பரிய இலக்கிய வடிவங்களையும் உயர் வழக்கு நடையையும் உன்னதங்களையும் தவிர்த்தல். மேலும் பாமர மக்களின் அன்றாடப் பொதுமொழியில் அவர்களின் சாதாரண அனுபவங்களைப் போற்றிப் பாடுதல், கலைஞர்களின் படைப்பாக்க உற்சாகத்திற்கு இடம் தருதல், தனி மனித ஆளுமையின் கூறுகளை நுண்ணாய்வு செய்தல், கற்பனா சக்தியின் வழியே மனித அனுபவங்களுக்கு அப்பால் உள்ள ஆன்ம அனுபவங்களைப் பெறுதல்.

Semiotic system – குறி முறைமை அமைப்பு: போக்குவரத்து விளக்குக் கம்பங்களில் உள்ள மூவண்ண விளக்குகள் ஒவ்வொன்றும் ஒரு குறியாகும். அவை மூன்றும் ஒன்றுசேர்ந்து போக்குவரத்து மேலாண்மை என்ற ஒரு குறி முறைமை அமைப்பை உருவாக்குகின்றன. பின்வருவன போன்ற ஒவ்வொரு துறைக்கும் தனிப்பட்ட குறி முறைமை அமைப்பு உள்ளது: மொழிப் பனுவல்கள், பிம்பங்கள், பல்லூடகத் தயாரிப்புகள், மேடை நாடக நிகழ்ச்சிகள், உடை – அணிகலன்கள் – ஒப்பனைகள் போன்றவற்றின் பிரபல போக்குகள், அன்றாட வாழ்க்கை. இப்படிப்பட்ட பல்வேறு குறி முறைமை அமைப்புகளைப் பற்றிய கல்வியையும் ஆய்வையும் உள்ளடக்கிய இயல் குறியியல் (Semiotics) ஆகும்.

Sentence and utterance – வாக்கியமும் கூற்றும்: வாக்கியம், முழுமையான ஒரு சொற்றொடர்; அது சொற்களைக் கோத்து இலக்கண விதிகளுக்கு உட்படுத்தி உருவாக்கப்படுகிறது. பயன்பாட்டுச் சூழ்நிலையில் இதனுடைய பயனர், இடம், காலம், பங்குபெறுவோர், காரணம் போன்ற தகவல்களை இது தராது.

இவற்றைப் பின்புலத் தகவல்களாகக் கொண்ட உரையாடலில் இதே வாக்கியம் இடம் பெறும்போது அது 'கூற்று' என்று பெயர் பெறுகிறது. அதாவது ஒரே சொற்றொடர் உரையாடல் சூழ்நிலை இல்லாமல் தனித்து நின்றால் 'வாக்கியம்' எனவும், உரையாடலில் இடம்பெறும்போது 'கூற்று' எனவும் பெயர்பெறுகிறது.

Sex, sexuality, gender – பால், பால் தன்மை, பாலினம்: தமிழில் ஆண்பால், பெண்பால், ஆண்கள், பெண்கள், பாலின அடையாளங்கள், உறவுகள், வேறுபாடுகள் போன்ற சொற்கள் குழப்பமான புழக்கத்தில் உள்ளன. அண்மைக்கால ஆய்வுகளில் ஆழமான, ஒத்த கருத்தாக்கக் கலைச்சொற்கள் சில மிகவும்

தேவைப்படுகின்றன. இயற்கையால் வடிக்கப்பட்ட ஆண் – பெண் உடல் கட்டமைப்பு, இயக்க வேறுபாடுகள், பாலியல் ஈர்ப்புகள் ஆகியன ஒருபுறம் உள்ளன. இவற்றை ஆங்கிலத்தில் 'பால் தன்மை' (sexuality) என்ற தலைப்பில் பேசுகிறார்கள். மறுபுறம் அன்றாட பழக்கவழக்கங்களில், வாழ்க்கையில், ஆண்களுக்கும் பெண்களுக்கும் தனித்தனியான பங்குகள்/ கடமைகள் நிறுவப்பட்டுள்ளன. அவர்கள் நிறைவேற்ற வேண்டிய தனிப்பட்ட பொறுப்புகள் உள்ளன. இவற்றைப் பற்றிய சமநீதியற்ற, ஆணாதிக்க, பாரம்பரிய, சமூக, கலாச்சார விதிகள் உள்ளன. இவற்றின் அடிப்படையில் அவர்களுக்குப் பாரபட்சமான, சமூக, கலாச்சார, சட்டாம்பிள்ளைத்தன அடையாளங்கள் தரப்பட்டுள்ளன. இவற்றைப் 'பாலினம்' (gender) என்ற தலைப்பில் பேசுகிறார்கள்.

Sign – குறி: வேறொன்றுக்குப் பதிலாகப் பயன்படும் ஒன்று குறி என அழைக்கப்படுகிறது. போக்குவரத்து விளக்குக் கம்பங்களில் உள்ள சிவப்பு பல நிறங்களுள் ஒன்று. அது வேறொன்றாகிய 'நில்' என்ற போக்குவரத்துக் கட்டளைக்குப் பதிலாகப் பயன்படுகிறது; பச்சை பல நிறங்களுள் ஒன்று. அது வேறொன்றாக ஏற்றுக்கொள்ளப்பட்ட 'புறப்படு' என்ற போக்குவரத்துக் கட்டளைக்குப் பயன்படுகிறது; அதேபோல மஞ்சளும் பல நிறங்களுள் ஒன்று; அதுவும் வேறொன்றாகிய 'நிற்பதற்கு/ புறப்படுவதற்குத் தயாராகு' என்ற பிறிதொரு போக்குவரத்துக் கட்டளைக்குப் பயன்படுகிறது.

அதேபோல, ஒரு சொல் ஒரு மொழிக் குறி உண்மை ஆகும். அதனுடைய அர்த்தம் அதை ஒரு மாற்றுக் குறியாக மொழியாக்கம் செய்வதில் உள்ளது. உதாரணமாக 'முசுடு' என்ற மொழிக்குறியின் அர்த்தம் '(பேச்சு வழக்கில்) சிடுமூஞ்சி, முன்கோபி' என்ற மாற்றுக் குறியாக உள்ளது.

Skopos theory – ஸ்கோபோஸ் கோட்பாடு: ஹான்ஸ் வெர்மியர் உருவாக்கியது. ஸ்கோபோஸ் என்ற கிரேக்க மொழிச்சொல்லின் பொருள் 'நோக்கம்' ஆகும். வெர்மியர் அதை ஒரு மொழியாக்கக் கலைச்சொல்லாகப் பயன்படுத்துகிறார். ஸ்கோபோஸ் கோட்பாடு மொழியாக்க நோக்கத்தில் முழுக்கவனம் செலுத்துகிறது. அந்த நோக்கமே ஒட்டுமொத்த மொழியாக்கச் செயல்பாடுகளையும் உத்திகளையும் வகுக்கிறது. உறுதியான விளைவுகளைத் தீர்மானிக்கும் முக்கியக் காரணியாக உள்ளது. பெறுமொழி வாசகர்களின் முழுப் புரிதலைக் குறிவைக்கும் பனுவலைப் படைக்க உதவுகிறது.

ஸ்கோபோஸ்–ஐச் நிறைந்த மொழியாக்க எண்ணம் என வெர்மியர் வரையறுக்கிறார். அது தருமொழிப் பனுவலைப் பெறுகலாச்சாரத்தை நோக்கி நகர்த்துகிறது. பெறுகலாச்சார உயிர்மூச்சால் வாழும் வாசகர்களின் தேவைகளையும் எதிர்பார்ப்புகளையும் மையமாக வைத்துப் பெறுமொழிப் பனுவலுக்கு வடிவம் தருகிறது. மொழியாக்கம் எந்த அளவுக்குப் பெறுமொழி வாசகர்களின் சூழ்நிலைகளோடு இணக்கமாக உள்ளதோ அந்த அளவுக்கு அதனுடைய வெற்றி அமையும்.

Sonnet – ஈரேழ்வரிப்பா: பதினாறாம் நூற்றாண்டில் இத்தாலியிலிருந்து இறக்குமதி செய்யப்பட்ட 'sonetto' என்ற பாவினத்தின் ஆங்கில வடிவம். பதினான்கு அடிகளையும் பலவிதக் கட்டமைப்பையும் சந்த, பொருள் நயங்களையும் கொண்டது. ஷேக்ஸ்பியர் இப்பாவினத்தைச் சுவீகரித்துத் தனதாக்கிக்கொண்டார். ஒரு தொகுப்பாகப் புகழ்பெற்ற *154* ஈரேழ்வரிப்பாக்களை எழுதியுள்ளார்.

Source culture–தரு கலாச்சாரம்: மொழிபெயர்ப்பில் தருமொழியின் கலாச்சாரம். வால்மீகியின் வடமொழிக் காப்பியம் ஸ்ரீமத் இராமாயணம் வடமொழி தரு கலாச்சாரத்தைச் சார்ந்தது.

Source language – தரு மொழி: பிறிதொரு மொழியில் மொழிபெயர்ப்பு செய்வதற்குக் காரணியாக இயங்கும் மூல மொழி. இருமொழி ஆங்கில – தமிழ் அகராதியில் ஆங்கிலம் தருமொழி. முதலில் ஆங்கிலச் சொல் தரப்பட்டு, பின்னர் அதனுடைய சமனி தமிழில் தரப்படுகிறது. திருக்குறள் தருமொழியாகிய தமிழில் இயற்றப்பட்டது. பல்வேறு இந்தியமொழிகளிலும் உலகமொழிகளிலும் அது மொழிபெயர்க்கப்பட்டுள்ளது.

Speaker meaning – பேசுபவரின் பொருள்: பேசுபவர் ஒருவரின் உதடுகள் சொல்லும் மொழிக்கூறு எதுவாக இருந்தாலும் அவருடைய உள்ளம் உண்மையில் சொல்ல விழைந்ததை, சொல்லியதைப் 'பேசுபவரின் பொருள்' என்று கொள்ளலாம்.

Speech Act Theory – பேச்சுச் செயல் கோட்பாடு: மொழியின் தத்துவ மேதை ஜே.எல். ஆஸ்டின் இதை உருவாக்கினார். பேச்சு, ஒரு வகைச் செயல். ஒருவர் ஒன்றைச் சொல்கிறார் என்றால் அவர் ஒன்றைச் செய்வதாகப் பொருள். எனவே பேச்சு வெறும் பேச்சு மட்டுமல்ல. அது ஒன்றைச் செய்வதும் ஆகும். பேச்சுச் செயல் கோட்பாட்டில் மூன்று மட்டச் செயல்கள் உள்ளன:

(i) 'கூற்றைச் சொல்லும் செயல்' *(Locutionary act)*: உரையாடல் சூழ்நிலையில் ஒலி, சொல், (இலக்கண

விதிகளுக்குட்பட்ட) தொடர், பொருள் ஆகிய அம்சங்களைக் கொண்ட வடிவத்தை உருவாக்கிப் பேச்சில் சொல்வது 'ஒரு கூற்றைச் சொல்லும் செயல் ஆகும்'.

(ii) 'உண்மையான எண்ணச் செயல்' *(Illocutionary act):* வாக்கிய மட்டத்தில், அடிப்படையான சொல்லுக்குச் சொல் அர்த்தம் (literal sense) உள்ளது. ஆனால் அதை ஒரு கருவியாக வைத்து, பேசுபவர் தன் எண்ணத்தில் உண்மையாக உள்ள வேறொரு செயலை, நோக்கத்தை, சொல்லாமல் சொல்லிச் செய்வது 'உண்மையான எண்ணச் செயல்' ஆகும்.

(iii) விளைவை உண்டாக்கும் செயல் *(Perlocutionary act):* ஒரு கூற்று ஒரு நோக்கத்துடன் சொல்லப்படலாம். அத்துடன் அந்தக் கூற்றைச் சொல்வதால் ஒரு விளைவும் உண்டாக்கப்படலாம். இந்த மூன்றாவது மட்ட பேச்சுச் செயல் 'விளைவை உண்டாக்கும் செயல்' ஆகும்

Subtitling – திரையடி எழுத்து மொழியாக்கம்: திரைப்படம், தொலைக்காட்சி போன்ற காட்சி ஊடகங்களில் பேச்சு உரையாடல் திரையில் நிகழும்போதே அதனுடைய ஒத்திசைந்த எழுத்து வடிவையும் திரையின் அடியில் தரும் உத்தி. எழுத்து உரையாடல் அதே மொழியில் இருக்கலாம்; வேற்று மொழியிலும் இருக்கலாம். இரு வரிகளுக்கும் மட்டுமான இடம், ஒரு வரியில் வரும் எழுத்துகள், எணகள், மற்ற குறிகளின் எண்ணிக்கை 37இலிருந்து 39–க்கு மிகாத இடம், படித்துப் புரிந்துகொள்ள ஆறு வினாடிகளுக்கு மிகாத நேரம் போன்ற இறுகிய தொழில்நுட்பக் கட்டுப்பாடுகள் இதற்கு உள்ளன.

Symbol – குறியீடு[i]: இலக்கியத்தில் 'குறியீடு' ஆனது ஒரு சொல் அல்லது சொற்றொடர். அது ஒரு பொருளையோ நிகழ்வையோ குறிப்பிடுவதோடு நின்றுவிடாமல், வேறொரு பொருளையோ நிகழ்வையோ அல்லது வேறு சில பொருள்களையோ, நிகழ்வுகளையோ சொல்லாமல் சொல்லும் உட்பொருள் வீச்சு கொண்டது.

ஒரு குறியீடு ஒரு குறிப்பிட்ட கலாச்சாரத்துக்கோ, சமூகத்துக்கோ பொதுவானதாக இருக்கலாம். படைப்பாளிகள் இத்தகைய குறியீடுகளைத் தங்கள் படைப்புகளில் அதிகமாக எடுத்துக் கையாள்கிறார்கள். அப்படி பொதுவானதாக இல்லாமல் தனக்கென்று தான் மட்டுமே புரிந்துகொள்ளக் கூடிய, தனிப்பட்ட ஒரு குறியீட்டையும் ஒரு படைப்பாளி உருவாக்கலாம்.

குறியீடு[2]: குறியியலில் 'குறியீடு' நேரடியான, இயல்பான அர்த்தத் தொடர்புடனோ அல்லது அர்த்தத் தொடர்பில்லாத தன்னிச்சையான பயன்பாட்டு மரபு வழியாகவோ இன்னொன்றுக்காக உண்டாக்கப்பட்ட ஒன்று. காலப்போக்கில் அந்த ஒன்று குறியீடாகும்போது அந்த இன்னொன்றோடு இணைந்து ஒன்றாகிவிடுகிறது.

(எ–டு) நாய் என்ற குறிப்பிட்ட ஒரு விலங்குக்கும், 'வள் . . . வள், ளொள். . .ளொள்' என்று அது குரைக்கும் ஒலிக்கும் நேரடி அர்த்தத் தொடர்பு உள்ளது. அந்தக் குரைக்கும் ஒலி அந்த விலங்கின் குறியீடாக உள்ளது. ஆனால் சமாதானத்துக்கும் வெள்ளைப் புறாவுக்கும் அல்லது கொடிக்கும் எந்த நேரடியான அர்த்தத் தொடர்பும் இல்லை; என்றாலும், தன்னிச்சையான பயன்பாட்டு மரபு வழியாக வெள்ளைப் புறா அல்லது கொடி சமாதானத்தின் குறியீடாக உள்ளது.

Target culture – பெறு கலாச்சாரம்: பெறு மொழியின் கலாச்சாரம். கம்பநாடனின் இராமகாதை பெறுமொழி தமிழ்க் கலாச்சாரத்தைச் சார்ந்தது; வால்மீகியின் சமஸ்கிருத தரு கலாச்சாரத்தைச் சார்ந்தது அல்ல.

Text – பனுவல்: இயல்பான பேச்சு வடிவிலோ அல்லது எழுத்து வடிவிலோ உள்ள ஒரு மொழிக்கூறு. அளவில் அது ஒற்றைச் சொல்லாக, ஒரு வாக்கியமாகக் குறுகி இருக்கலாம்; அல்லது ஒரு பத்தியாக, ஒரு பக்கமாக, பல நூற்றுப் பக்கங்களாக, ஒரு புத்தகமாக விரிந்து இருக்கலாம். கட்டமைப்பில் அது ஒரு குறிப்பாகவோ கவிதையாகவோ கடிதமாகவோ நகைச்சுவைத் துணுக்காகவோ நாடகமாகவோ சமயச் சொற்பொழிவாகவோ மேடைப் பேச்சாகவோ உரையாடலாகவோ விளம்பரமாகவோ இருக்கலாம். எந்த நோக்கத்திற்காக இக்கூறு ஆசிரியரால் ஆக்கப்பட்டதென்று என்பதைப் புரிந்துகொள்ளமுடியும். 'எங்கு', 'எவர்', 'யாரிடம்', 'எப்போது', 'எப்படி', 'எதற்காக', 'எந்த கலாச்சாரப் பின்னணியில்' போன்ற சூழல் அம்சங்களின் பொதிவுடன் இக்கூறு உருப்பெறுகிறது.

Text Linguistics – பனுவல் மொழியியல்: மொழியியலின் ஒரு கிளையாகிய இது ஒற்றை வாக்கிய எல்லைக்கு அப்பால் உள்ள பெரிய மொழிக் கூறுகளை ஆய்வு செய்கிறது. பேச்சு/ எழுத்து வடிவில் உள்ள உரையாடல், சிறுகதை, கட்டுரை, புத்தகம் போன்ற ஒரு பனுவலின் முழு வடிவமும் இங்கு ஆய்வு அலகாகிறது. மொழிப்பயன்பாட்டுச் சூழ்நிலைப் பின்புலத் தகவல்கள், பனுவலைப் படைப்பவருடைய – அதைப் பெறுபவர்களுடைய பங்களிப்புகள் ஆகிய அனைத்தும் முக்கியத்துவம் பெறுகின்றன.

ஒரு பனுவலின் மிக முக்கிய அடையாளம் அதனுடைய பனுவல் தன்மை ஆகும். அது பின்வரும் ஏழு அளவீடுகளை/ கொள்கைகளைப் பூர்த்தி செய்வதன் மூலம் பெறப்படுகிறது; அவற்றுள் ஏதேனும் ஒன்று மட்டும் இல்லையென்றாலும் கூடப் பனுவல் தன்மை இல்லாமல் போகும்: சொல்/இலக்கண மட்டப் பிணைப்பு, விரிந்த அர்த்த மட்டப் பின்னல், நோக்கத் தன்மை, ஏற்புடைமை, தகவல் தரும் திறன், சூழ்நிலைத் தன்மை, பனுவலிடை இழையோட்டம்.

Think-Aloud Protocols (TAPs) – உரத்த சிந்தனைப் பதிவுகள்: இதை Thinking Aloud Protocols என்றும் சொல்வதுண்டு. மொழியாக்கப் பணியின்போது மொழிபெயர்ப்பாளருடைய மூளைக்குள் நடக்கும் உணர்வு – அறிவுசார் நிகழ்வுகளைக் கண்டறிய உதவும் ஒரு ஆய்வு முறை.

தன்னுடைய மொழியாக்கச் சிந்தனை ஓட்டக் கூறுகளை மொழிபெயர்ப்பாளர் அகநோக்குப் பார்வையில் கண்டு, சுயமாக அவற்றை நுணுகிப் பகுப்பாய்வு செய்கிறார். வாய்விட்டு உரத்துச் சிந்தித்து, கூறுகளின் மொழியாக்கத்தை உடனுக்குடன் பதிவு செய்கிறார். அவை ஒலியுடன் கூடிய நிகழ்படமாகப் பதிவு செய்யப்படுகின்றன. பின்னர் எழுத்து வடிவில் மாற்றப்படுகின்றன.

இத்தகைய மொழியாக்கப் பணியின் உரத்த சிந்தனை களுடைய எழுத்து வடிவப் பதிவுகளுக்கு *'Think-Aloud or Thinking Aloud Protocols'* (TAPs) என்ற பெயர் தரப்பட்டுள்ளது. மூளைக்குள் நடக்கும் நிகழ்வுகளை ஆய்வு செய்ய உதவும் தரவுகளாக இவை கொள்ளப்படுகின்றன. மொழிபெயர்ப்பாளரின் குரல் ஏற்ற – இறக்கங்கள், பேசுவதில் வரும் இடைநிறுத்தங்கள், உடல் அசைவுகள், முகபாவங்கள், கண் அசைவுகள் ஆகியவை தரும் மொழியில்லாப் பரிமாற்றத் தகவல்களும் தரவுகளாகக் கொள்ளப்படுகின்றன.

Translation brief – மொழியாக்க நெறிமுறைக் குறிப்பு: பதிப்பகங்கள் அல்லது பிற நிறுவனங்கள் மொழிபெயர்ப்பாளர்களைப் பணிக்கு அமர்த்துவது உண்டு. அப்போது மொழிபெயர்ப்பாளர்களுக்கு அவை மொழியாக்க நெறிமுறைக் குறிப்பு அனுப்புவது வழக்கம்.

மொழியாக்க நோக்கம், இலக்கு வாசகர்களின் பின்புலம், இலக்கு மொழி நடை, எவற்றைச் சொல்ல/தவிர்க்க வேண்டும், பக்கங்கள் அல்லது சொற்களின் எண்ணிக்கை, எழுத்துரு, பக்க அமைப்பு, பணிக்காலம் போன்ற நெறிமுறைகளையும் வழிகாட்டல்களையும் அந்தக் குறிப்பு சொல்லும். பணியைத் தொடங்கும் முன் அவற்றை மொழிபெயர்ப்பாளர் நன்கு படித்து

உள்வாங்கிக்கொள்கிறார்; அவற்றின் அடிப்படையில் முடிவுகள் செய்கிறார்; மொழியாக்கத்தை முடித்துத் தருகிறார்.

Translational norms – மொழியாக்க விதிமுறைகள்: கிடியான் டூரியின் கருத்தாக்கம். ஒரு கலாச்சாரத்திலோ பனுவல்களின் அமைப்பிலோ மீண்டும் மீண்டும் தெரிவு செய்யப்படும் மொழியாக்க உத்திகளே மொழியாக்க விதிமுறைகளாகும். இவை நேரடியாக ஒரு பட்டியல் வடிவில் கிடைப்பதில்லை. அவற்றைப் பின்வருவனவற்றின் அடிப்படையில் ஊகித்தறிய வேண்டியுள்ளது:

தரு மொழிக் கலாச்சார நடைமுறைகள், பழக்கவழக்கங்கள்; அவற்றைப் பிரதிபலிக்கும் நேரடி மொழியாக்கப் பனுவல்கள்; மொழிபெயர்ப்பாளர்களின் பணிகளில் பின்பற்றப்படும் நடைமுறைகள்; அவர்கள் வெளிப்படையாகத் தெரிவித்த மொழியாக்கக் கருத்துகள். இவற்றைத் தவிர மொழியாக்கத்தால் பெறப்பட்ட பெறுமொழித் தரவுகளும் பயனுள்ளவையாக இருக்கின்றன. இந்தக் கோணத்திலிருந்து உருவாகும் சிந்தனையில், மொழியாக்க விதிமுறைகளுக்கும் பெறுமொழி பனுவலை இலக்காகக் கொண்ட அணுகுமுறைக்கும் இடையே வலுவான உறவு நிறுவப்படுகிறது.

Translational shifts – மொழிபெயர்ப்பு விலகல்கள்: துல்லியமான வடிவ ஒப்புமையை முன்னிறுத்தி மொழிபெயர்க்கும்போது தருமொழி வடிவங்களிலிருந்து ஏற்படும் தவிர்க்க முடியாத பெறுமொழி வடிவ விலகல்கள். இவை பெரும்பாலும் சொல் மட்டத்திலும் வாக்கிய மட்டத்திலும் காணப்படுகின்றன. எடுத்துக்காட்டாக தருமொழி பெயர்ச்சொல் பெறுமொழியில் வினைச்சொல்லாக விலகிய வடிவம் பெறலாம்.

Transposition – சொல்வகை மாற்றம்: ஜோம்போல் வினே, ஜோன் டார்பில்னே ஆகிய இருவரும் தந்துள்ள மொழியாக்கச் செயல்முறைகளுள் ஒன்று. தருமொழியில் சொல்லப்படும் ஒரு சொல் வகையை அர்த்த மாற்றம் இல்லாமல், வேறொரு சொல் வகையாக இது பெறுமொழியில் தருகிறது.

(எ–டு) After he comes என்ற ஆங்கிலச் சொற்றொடரைத் தமிழில் ‘அவன் வந்த பிறகு’ என்றும், ‘அவனுடைய வருகைக்குப் பிறகு’ என்றும் இரு வித மொழியாக்க வடிவங்களில் தரலாம். ஆங்கிலத்தில் வினைச்சொல்லாக உள்ள comes தமிழிலும் ‘வந்த’ என்ற வினைச்சொல் வடிவில் தரப்பட்டால், அதில் சொல்வகை மாற்றம் இல்லை. ஆனால் வருகை என்ற பெயர்ச்சொல் வடிவில் தரப்பட்டால் அதில் சொல்வகை மாற்றம் உள்ளது.

Writerly texts – எழுத்தாளர் – கோணப் பனுவல்கள்: ரோலண்ட் பார்ட் உருவாக்கிய கலைச்சொல். அவர் உருவாக்கிய இன்னொரு கலைச்சொல்லாகிய வாசகர் – கோணப் பனுவல்கள் மறைக்க முயன்ற, மறைத்துவைத்த அனைத்து அம்சங்களையும் எழுத்தாளர் – கோணப் பனுவல்கள் வெளிப்படுத்துகின்றன. இங்கு அதிகாரம் கைமாறி வாசகரிடம் வந்துசேர்கிறது. பனுவலின் அர்த்தக் கட்டமைப்பில் அவர் இயக்கம் மிகு ஈடுபாடு கொள்கிறார். அவருக்காகப் பல பரிமாணங்கள் கொண்ட பல அர்த்தக் கதவுகள் திறந்துவைக்கப்பட்டுள்ளன. பலதரப்பட்ட கலாச்சார, சித்தாந்தக் குறியீட்டுத் திரவியங்கள் இங்கு ஏராளமாகப் புதைந்துள்ளன. அவர் பார்வையில் வெளிவரக் காத்திருக்கின்றன. இப்பனுவல்களின் தலையாய அம்சம் முழு வாசிப்புச் சுதந்திரம் ஆகும். எந்த அளவுக்கு என்றால், ஒரு எழுத்தாளர் போலவே வாசகரும் ஆக்கம் மிகு அர்த்தக் கட்டமைப்புப் பயணத்தை எத்திசையிலும் எப்பரிமாணத்திலும் பனுவலின் எப்பகுதியிலிருந்தும் நிகழ்த்தலாம்.

Writing studies – எழுதுதல் இயல்: எழுதுதல் பற்றிய கோட்பாடுகளைக் கற்பித்தல், பயிற்சி மற்றும் ஆய்வுகள். 1970களில் அமெரிக்கப் பல்கலைக்கழகங்களில் தோன்றி வளர்ந்துவரும் இந்தத் துறையிடை துறை பல துறைகள்சார் எழுதுதலை ஒரு கலையாகக் கற்பித்து, ஆய்வுகளை ஊக்குவித்துப் பட்டங்கள் வழங்கிவருகிறது.

துணை நூல்கள்

தமிழ்

"நேர்காணல்: பிரளயன்" By கிருபன், September *12, 2014* in வேரும் விழுதும். https://yarl.com/forum3/topic/145779-%E0%AE%A8%E0%AF%87%E0%AE%B0%E0%AF%8D%E0%AE%95%E0%AE%BE%E0%AE%A3%E0%AE%B2%E0%AF%8D-%E0%AE%AA%E0%AE%BF%E0%AE%B0%E0%AE%B3%E0%AE%AF%E0%AE%A9%E0%AF%8D/

கோதண்டராமன், டி. எஸ். *(1902)*. 'வால்மீகி இராமாயணம்'. ஆரண்ய காண்டம், ஸர்க்கம் *45*. கோரக்பூர்: கீதா ப்ரஸ்.

சண்முகம், அவ்வை, தி. க. *(1959)*. 'நாடகக் கலை'. அவ்வை பதிப்பகம்: சென்னை.

சம்பந்த முதலியார், ப . *(1908)*. 'அமலாதித்யன்' அல்லது 'குர்ஜரத்து அரசிளங் குமரன்'. சென்னை: டௌடன் கம்பெனி.

______________ *(1957)*. 'வாணீபுர வணிகன்' (மூன்றாம் பதிப்பு). சென்னை: அருட்பெருஞ்ஜோதி அச்சகம்.

______________ *(1962)*. 'நாடகத் தமிழ்'. http://www.tamilvu.org/library/nationalized/pdf/22-pammalk.sambandam/45-nadagatamil.pdf

ஞாநி *(1981)*. 'நவீன நாடகம் 'பலூன்' பிறந்த கதை', 'பலூன்' நாடக நூலின் முன்னுரை. (மறு அச்சு) 'தமிழில் நவீன நாடகம்' *(1996)*. உலகத் தமிழாராய்ச்சி நிறுவனம்: சென்னை.

ஞானசம்பந்தன், அ. ச. *(2002)*. 'தமிழ் நாடக வரலாறும் சங்கரதாச சுவாமிகளும்'. கங்கை புத்தக நிலையம்: சென்னை.

தமிழ் இணையக் கல்விக் கழகம். 'கம்பராமாயணம்'. ஆரண்ய காண்டம், http://www.tamilvu.org/library/l3710/html/l3710pg2.htm

_____ 'கம்பராமாயணம்'. பால காண்டம், http://www.tamilvu.org/library/l3710/html/l3710pg2.htm

_____ 'குறுந்தொகை' பாடல் 25, http://www.tamilvu.org/slet/l1220/l1220uri.jsp?poemno=25

தாததேசிக தாதாசாரி. (1881). 'ஸ்ரீமத் வால்மீகிராமாயண வசனம்'. ஆரண்ய காண்டம், 45ஆவது சருக்கம். சென்னை: கார்டியன் ப்ரஸ்.

பார்த்தசாரதி, இந்திரா. (1990). 'சிலப்பதிகாரம் நவீன நாடகமாகிறது', 'கொங்கைத் தீ' நாடகநூலின் முன்னுரை. (மறு அச்சு) 'தமிழில் நவீன நாடகம்' (1996). உலகத் தமிழாராய்ச்சி நிறுவனம்: சென்னை.

புதுமைப்பித்தன். 1943. சாப விமோசனம். http://www.sirukathaigal.com/%E0%AE%9A%E0%AE%BF%E0%AE%B1%E0%AE%AA%E0%AF%8D%E0%AE%AA%E0%AF%81-%E0%AE%95%E0%AE%A4%E0%AF%88/%E0%AE%9A%E0%AE%BE%E0%AE%AA%E0%AE%B5%E0%AE%BF%E0%AE%AE%E0%AF%8B%E0%AE%9A%E0%AE%A9%E0%AE%AE%E0%AF%8D-2/

மின்முரசு: ஏப்ரல் 26, 2018. 'ஒரு நாடக விழாவின் வயது 373'. https://www.minmurasu.com/spiritual/261967/%E0%AE%92%E0%AE%B0%E0%AF%81-%E0%AE%A8%E0%AE%BE%E0%AE%9F%E0%AE%95-%E0%AE%B5%E0%AE%BF%E0%AE%B4%E0%AE%BE%E0%AE%B5%E0%AE%BF%E0%AE%A9%E0%AF%8D-%E0%AE%B5%E0%AE%AF%E0%AE%A4%E0%AF%81-373/

ரவீந்திரன், செ. (1979). 'தில்லியில் ஒரு தமிழ் நாடகத்தின் அரங்கேற்றம்', யாத்ரா இதழ் 10இல் வெளியானது. (மறு அச்சு) 'தமிழில் நவீன நாடகம்' (1996). உலகத் தமிழாராய்ச்சி நிறுவனம்: சென்னை.

வல்லிக்கண்ணன். (2004). 'தமிழில் சிறு பத்திரிகைகள்'. மணிவாசகர் பதிப்பகம்: சென்னை.

விரிசை அருளிளங்குமரன். (1999). ஒத்தெல்லோ ('காதல் வானில் தேயும் நிலவு'). தஞ்சாவூர்: வர்மா பதிப்பகம்.

வேங்கடராமையா, கே.எம். (1984). 'தஞ்சை மராட்டிய மன்னர்கால அரசியலும், சமுதாய வாழ்க்கையும்'. தஞ்சாவூர்: தமிழ்ப் பல்கலைக்கழகம்.

ஜெயபாரதன், சி. (2017). 'வெனிஸ் கரு மூர்க்கன்'. https://jayabarathan. wordpress.com/category/%E0%AE%A8%E0%AE%BE%E0%AE%9F%E0%AE%95%E0%AE%99%E0%AF%8D%E0%AE%95%E0%AE%B3%E0%AF%8D/

'ஜெயமோகன்': மே 3, 2018. "மெலட்டூர் பகவத மேளா". https://www.jeyamohan.in/108925

ஸ்ரீநிவாசய்யங்கார், உ. வே. 1954. 'ஸ்ரீமத் வால்மீகி ராமாயணம்'. சென்னை: தி லிட்டில் ப்ளவர் கம்பெனி. https://archive.org/details/ValmikiRamayanamInTamilVol01/Valmiki-Ramayanam-in-Tamil-Vol-01/mode/2up

English

Baker, Mona (ed). (2005). 'Routledge Encyclopedia of Translation Studies'. London and New York: Routledge Taylor & Francis e-Library.

Balakrishna Mudaliar, R. (2009). Trans. 'Kurunthogai: An Anthology of Ancient Tamil Poetry'. Tiruchirapalli: Bharathidasan University.

Barthes, Roland. (1968) 'The Death of the Author' https://writing.upenn.edu/~taransky/Barthes.pdf

Bassnett, Susan (2002). 'Translation Studies'. Third edition, London and New York: Routledge Taylor & Francis e-Library (2005).

Bassnett, Susan and Harish Trivedi. (1999). 'Of colonies, cannibals and vernaculars' in 'Post-Colonial Translation: Theory and Practice'. Ed. Bassnett, Susan and Harish Trivedi (2002) New York: USA. Taylor & Francis e-Library.

Belloc, Hilaire. (1931). 'On Translation'. Oxford: The Clarendon Press.

Benjamin, Walter. (1923) 'The task of the translator: An introduction to the translation of - *Baudelaire's Tableaux Parisiens*' Trans. Harry Zohn in Venuti: 2004

Borges, Jorge Luis. (1935). 'The Translators of *The Thousand And One Nights*' Trans. Esther Allen in Venuti: 2004.

Brown, P., & Levinson, S.C. (1978). 'Politeness: Some universals in language usage'. Cambridge, England: Cambridge University Press.

Chamberlain, Lori. (1988). 'Gender and the metaphorics of translation' in Venuti: 2004.

Chaudhuri, Amit. 'Rereading Rabindranath Tagore' https://www.theguardian.com/books/2011/jul/08/rabindranath-tagore-rereading

Dakshinamurthy, A. (2007). 'Kuruntokai: An Anthology of Classical Tamil Poetry'. Thanjavur: Vetrichelvi Publishers.

Even-Zohar, Itamar. (1978, 1990). 'The position of translated literature within the literary polysystem' in Venuti: 2004.

Foucault, Michel. (1969). 'What is an Author?' https://www.open.edu/openlearn/ocw/pluginfile.php/624849/mod_resource/content/1/a840_1_michel_foucault.pdf

Gile, Daniel. (1998). 'Conference and simultaneous interpreting' in Baker, Mona (ed): (2005).

Goffman, E. (1955). 'On face-work: an analysis of ritual elements in social interaction', 'Psychiatry: Journal for the Study of Interpersonal Processes', 18, 213-231.

Grice, H.P. (1989). 'Studies in the Ways of Words'. Cambridge, Mass.: Harvard University Press.

https://publishing.cdlib.org/ucpressebooks/view?docId=ft3j49n8h7&chunk.id=d0e1254&toc.id=d0e91&brand=eschol

Jakobson, Roman. (1959). 'On Linguistic Aspects of Translation' in Venuti: 2004.

Jean-Paul Vinay and Jean Darbelnet. (1958, 1995). 'A Methodology for Translation' Trans. Juan C.Sager and M.-J.Hamel in Venuti: 2004.

Kevin Windle. (2011). 'The Translation of Drama' in Malmkjær, Kirsten and Kevin Windle (ed): (2011).

Kirsch, Adam. 'Modern Magus: What did the West see in Rabindranath Tagore?' https://www.newyorker.com/magazine/2011/05/30/modern-magus

Lefevere, André. (1982). 'Mother Courage's cucumbers: Text, system and refraction in a theory of literature' in Venuti: 2004.

Mahasweta Sengupta. (1990). 'Translation, Colonialism and Poetics: Rabindranath Tagore in Two Worlds' in Bassnett, Susan and Lefevere, Andre (eds). 'Translation, History & Culture'. Pinter Publishers: London.

Malmkjær, Kirsten and Kevin Windle (ed). (2011). 'The Oxford Handbook of Translation Studies'. New York: Oxford University Press.

Mialet, Esperança Bielsa. (2010). 'The Sociology of Translation: Outline of an Emerging Field' https://www.redalyc.org/pdf/2651/265119729009.pdf

Mitra, Shayoni, 'Badal Sircar: Scripting a Movement', *TDR (1988-)* Vol. 48, No. 3 (Autumn, 2004), pp. 59-78 https://www.jstor.org/stable/4488571?read-now=1&refreqid=excelsior%3A2a08408911fb0c529327da095224184d&seq=1#metadata_info_tab_contents

Nabokov, Vladimir. (1955). 'Problems of translation: "Onegin" in English' in Venuti: 2004.

Narayanan, Vivek. 'From Kuruntokai: Various Tamil Poets' https://www.asymptotejournal.com/poetry/various-tamil-poets-kuruntokai/

Nida, Eugene. (1959). 'Principles of correspondence' in Venuti: 2004.

Nietzsche, Friedrich Wilhelm. (1974). 'The Gay Science'. Trans. Walter Kaufmann. New York: Random House.

Ortega, José y Gasset. (1937). 'The misery and the splendor of translation' Trans. Elizabeth Gamble Miller in Venuti: 2004.

Parthasarathy, R. (Ed.) (1976). 'Ten Twentieth Century Indian Poets'. Delhi: Oxford University Press. pp. 95-6.

Piotr Kuhiwczak and Littau Karin (ed). (2007). 'A Companion to Translation Studies'. Multilingual Matters Ltd, Clevedon: U.K.

Pound, Ezra. (1929). 'Guido's relations' in Venuti: 2004.

Ramanujan, A. K. (1967) (trans.). 'The Interior Landscape: Love Poems from a Classical Tamil Anthology'. Bloomington: Indiana University Press.

_____ (1985) (ed. and trans.) 'Poems of Love and War: From the Eight Anthologies and the Ten Long Poems of Classical Tamil'. New York: Columbia University Press.

_____ (1991). 'Three Hundred Ramayanas: Five Examples and Three Thoughts on Translation' in Richman, Paula, (ed). 'Many Ramayanas: The Diversity of a Narrative Tradition in South Asia'. Berkeley: University of California Press, http://ark.cdlib.org/ark:/13030/ft3j49n8h7/

Sen, Amartya. 'Tagore and His India'. 'Nobelprize.org'. Nobel Media AB 2014. http://www.nobelprize.org/nobel_prizes/literature/laureates/1913/tagore-article.html

Singh, Udaya Narayana. 'The Other Gitanjali: Analysis, narration and translation'. https://issuu.com/animaviva/docs/gitanjali

Snell-Hornby, Mary. (2006). 'The Turns of Translation Studies: New paradigms or shifting viewpoints?' Amsterdam/Philadelphia:John Benjamins Publishing Company.

Spivak, Gayatri Chakravorty. (1992). 'The politics of translation' in Venuti: 2004.

Subramanyam, Ka. Naa. 'Shakespeare in Tamil.' *Indian Literature*, vol. 7, no. 1, 1964, pp. 120–126. *JSTOR*, www.jstor.org/stable/23329687.

_____. 1978. 'The Lifting of the Curse', Trans. of 'Saaba Vmochanam' by Pudumaippiththan. https://www.oocities.org/githaar8/short.htm

Toury, Gideon. (1978, 1995). 'The nature and role of norms in translation' in Venuti: 2004.

V. O. Quine, Willard. (1959). 'Meaning and Translation' in Venuti: 2004.

Venuti, Lawrence (1998) 'Strategies of translation' in Baker, Mona (ed). 'Routledge Encyclopedia of Translation Studies'. London and New York: Routledge Taylor & Francis e-Library (2005).

Venuti, Lawrence (ed). 2004. 'The Tranlation Studies Reader'. Oxfordshire: London. Taylor & Francis e-Library.

Vermeer, H. J. (1989). 'Skopos and commission in Translational action' Trans. Andrew Chesterman in Venuti: 2004.

Wolf, Michaela. (2007). 'The Emergence of a Sociology of Translation' in Wolf, M and Fukari, A (eds). 'Constructing a Sociology of Translation'. Amsterdam: John Benjamins.

Yule, George. (1996). 'Pragmatics'. Oxford: Oxford University Press.

Zheng, Jing. (2017). 'An Overview of Sociology of Translation: Past, Present and Future'.

https://www.researchgate.net/publication/318459466_An_Overview_of_Sociology_of_Translation_Past_Present_and_Future

அகரவரிசை பெயர்-தலைப்பு-பக்க பட்டியல்

அகராதிப் பொருள், 55, 57–58, 60
அகவயவியம், 114
அந்நியங்களின் இறக்குமதி, 442, 445–446, 453
அபத்தவாத நாடகங்கள், 485, 487–488, 496, 498
ஆக்டேவியா பாஸ், 168
ஆசிரியர்: கருத்தாக்கம், 346–347, 349, 350, 542
ஆசிரியர்: நகல் எடுப்பவர், 356
ஆசிரியரின் 'மரணம்', 361
ஆண்ட்ரே லெஃபவிய, 147, 177, 183
ஆழ் கட்டமைப்பு, 110
ஆளுருவாக்கம், 384, 386–389, 391
ஆஸ்டின் ஜே. எல்., 210, 212–214
இடை–கலாச்சாரப் பரிமாற்றம், 183
இந்திரா பார்த்தசாரதி, 461, 487–489, 544
இயக்கம்,113, 142–143, 156, 166, 178, 182, 187, 223, 266, 293, 447, 488
இயக்கம்–மிகு ஒப்புமை, 135–137, 187
இரட்டைப் புலன்வழி உரைபெயர்ப்பு, 530
இரவல், 104, 108, 120, 123–124, 183, 185, 456, 491, 495
இரவலின் மொழியாக்கம், 124, 183, 186
இருத்தல் நிகழ்வியல், 114
இருத்தலியம், 124
இலக்கியத்தின் ஆக்கப் பயணம், 345
இறுதி மேடை அரங்கு, 440–441
ஈட்டமார் ஈவன்–ஜோஹா, 138, 182, 540
ஈரேழ்வரிப்பா, 379–384, 386, 394, 396, 543
உடல் அசைவியல், 86
உடன்–நிகழ் உரைபெயர்ப்பு, 508
உண்மையான எண்ணச் செயல், 211–213, 281
உணர்ச்சிப் பிரவாகக் காதல், 312, 314
உதட்டு ஒத்தியக்கம், 91
உந்துகை மேடை அரங்கு, 439–440
உரத்த சிந்தனை எழுத்து வடிவப் பதிவுகள், 74
உருவகம், 160, 169–170, 182, 379, 384–386

உரைபெயர்ப்பாளரின் கடமை, 525

உரைபெயர்ப்பாளரின் தொழில்முறை பங்கு, 524, 527

உரைபெயர்ப்பியலின் பங்களிப்புகள், 534

உரைபெயர்ப்பின் தரம், 518, 532

உரைபெயர்ப்பின் தனித்துவ அம்சங்கள், 503, 544

உரையாடல் சூழ்நிலைப் பொருள், 57, 60–61

உரையாடலின் உட்பொதிவுகள், 218, 273

உரையாடலின் விதிகள், 215–218, 273

உள்ளடக்கம், 68–70, 100, 135–136, 341, 359, 397

உள்ளதை உள்ளபடியே விவரிக்கும் விதிமுறை, 141

ஊகம், 138, 271–272, 300, 409, 471, 474

எட்வர்ட் சயீத், 164

எடுத்துரைத்தல், 270–271, 451

எதிர்மறை முகம், 225–226

எழுத்தாளர்–கோணப் பனுவல்கள், 358–360, 543, 549

எழுத்து வடிவப் பனுவலின் மௌன உரையாடல், 234

எழுதுதல் இயல், 73

எஸ்ரா பவுண்ட், 117, 183, 539

ஏட்டு நாடகம், 148–149, 435–437, 447–448, 452, 459, 474, 481, 483, 543

ஏற்புடைமை, 273–274, 283, 448–449, 534, 539, 541, 543, 547

ஒத்துழைப்புக் கொள்கை, 215, 273

ஒப்பிணைவு, 270–271, 451

ஒரு சமயத்துக்கு மட்டுமான சைகைகள், 532

ஒற்றைப் புலன்வழி உரைபெயர்ப்பு, 530

க்ரோடோவ்ஸ்கி, 496, 498, 544

கட்டமைப்பிய/பிந்திய–கட்டமைப்பிய 'ஆசிரியர்', 542

கட்டற்ற மொழிபெயர்ப்பு, 66–68, 375

கணினி மொழியாக்கம், 93–94, 97, 538

கப்ரியல் கார்சியா மார்க்கெஸ், 168

கம்பநாடன், 295, 297, 299, 301, 303, 308–309, 407–408, 410, 412, 542

கலாச்சாரத் திருப்பம், 177–178, 182, 293–295

கவன ஆற்றல், 514, 536

காண்டல், 351

காப்பிய அரங்கு, 486, 492

காப்புரிமை, 352, 356, 398–399

காயத்ரி சக்ரவர்த்தி ஸ்பிவாக், 172

கார்லோஸ் ஃபுண்டஸ், 169

காலனிய 'பிறர்', 164

காலனிய எஜமானர்கள், 160, 169, 340

காலிங்கர், 350, 368

கிடியான் டூரி, 85, 141, 143, 293, 540–542

கிளை மொழி, 134

குறி, 131–32, 187, 347, 394

குறி முறைமை அமைப்பு, 131–132

குறி முறைமை அமைப்புகளுக்கு இடையே மொழியாக்கம், 131, 182, 187

குறியியல், 104, 130–131, 144

குறியீடு, 104, 107, 151, 236, 384, 388–389, 391, 506, 539

குறுகிய–கால நினைவு, 514

குறைக்கும் உத்திகள், 78

கூர்ந்தநோக்கு உத்திகள், 78

கூற்றைச் சொல்லும் செயல், 211–214, 281

கேட்ஃபட் ஜே.சி., 138, 183

கேட்பவரின் பொருள், 55, 58

கோதண்டராமன் டி.எஸ்., 297, 299–300, 302, 304, 307–308, 311, 542

சங்கரதாஸ் சுவாமிகள், 459, 543

சட்டாம்பிள்ளைத்தன விதிமுறை, 141

சடையப்ப வள்ளல், 308, 352

சண்முகம் அவ்வை தி.க., 458

சம்பந்த முதலியார் பம்மல், 459, 470

சமானம், 53, 63–66, 76, 113, 127, 133–134, 142–143, 145, 177, 186, 434

சமூக உரைபெயர்ப்பு, 536–537

சமூகவியல் திருப்பம், 178, 182

சல்மான் ரஷ்டி, 170

சிக்கல் தீர்க்கும் உத்திகள், 77

சிக்கல் தீர்த்தல், 75–76, 78

சிலப்பதிகாரம் தரும் நாடகத் தகவல்கள், 457

சின்னம், 104, 107

சுட்டி, 104, 107

சுந்தரம் பிள்ளை., 458, 465

சுப்ரமண்யம் க.நா., 403

சுயமாக்குதல், 442–443, 446, 453

சுற்றி வளைக்கும் வழிமுறை, 123

சூசன் பேஸ்னெட், 144, 163,165, 177, 182, 540

சூழ்நிலை நிர்ணயிக்கும் மொழிவகை, 134

சூழ்நிலைத் தன்மை, 266, 274, 280, 283, 541

சூழல் அம்சங்கள், 45, 518

செய்யும் மொழி, 210

செயல்பாட்டுச் சமானம், 137

சேவரி, டி.எச்., 49, 141

சைகை மொழி உரைபெயர்ப்பு, 506, 508, 528,530, 544

சொல்/இலக்கண மட்டப் பிணைப்பு, 236, 242–243, 268, 272, 282–283, 541, 546

சொல்லுக்குச் சொல் மொழிபெயர்ப்பு, 66, 122, 125, 186, 374, 471, 473, 480–481

சொல்வகை மாற்றம், 125–126, 183, 186

சொற்களின் கூடுதல் பொதிவுகள் தரும் கருத்து–உணர்வுச் சமானம், 134

சொற்பொருள்/அகராதிப் பொருள், 55

ஞானி, 489, 493–495, 544

தகவல் தரும் திறன், 274, 280, 283, 541

தகவல் வடிவ மாறுபாடு, 126, 183, 186

தட்சிணாமூர்த்தி, ஏ., 323–329, 331, 335

தண்டியலங்காரம், 306, 385–386

தயாரிப்புக் குழுவில் மொழிபெயர்ப்பாளர், 435, 455, 456, 543

தரு கலாச்சாரம், 183

தரு மொழி, 177, 513, 571, 575

தருமன் சோ., 354, 356, 492

தலையாய அர்த்தச் சமானம், 134, 187

தழுவல், 98, 127–128, 153, 167, 182, 186, 330–331, 435, 453–456, 461, 463, 465, 467, 473–474, 476, 479–480, 482, 517, 541, 543

தாததேசிக தாதாசாரி, 296, 299–300, 302–303, 307, 311, 542

திரிபுகள், 148–154

திரைப்பேச்சு உரையாக்கம், 91, 92

திரையடி எழுத்து மொழியாக்கம், 89, 90

தெளிவாக்கல், 270–271, 451

தொல்காப்பியர், 99, 100–101, 182, 330, 539

தொன்மங்களின் மீளுருவாக்கம், 406

தொன்மம், 384, 390–393, 405

தோராயம், 66, 434, 545

நடிக்கத்தகும் தன்மை, 450, 456

நடை, 378, 384

நரம்பியல்–உளவியல் ஆய்வுகள், 513

நாடகத்தின் பொருள், 437

நிகழ்வியல், 114, 565

நிரஞ்சனா தேஜாஸ்வினி, 169

நினைவாற்றல், 505, 513–514, 533

நீண்ட–கால நினைவு, 514

நீதிமன்ற உரைபெயர்ப்பு, 520, 525–527, 536, 544

நெகிழ்வு மேடை அரங்கு, 439, 441

நேர்க்காட்சி வாதம், 118

நேர்மறை முகம், 223, 225

நேரடியான வழிமுறை, 123

நோக்கத் தன்மை, 273, 280, 541

நோம் சோம்ஸ்கி, 110, 210

பட்டறிவுசார் பரிசோதனை–முறை ஆய்வுகள், 72

படிமங்கள், 104, 110, 384

படிமவியம், 118

படோல்ட் ப்ரெக்ட், 148

பரிசோதனை நாடகங்கள், 485

பாரிதியார், 350

பரிமேலழகர், 133, 350, 368–370

பரிவு உத்திகள், 225–228

பரிவுக் கோட்பாடு, 224, 228, 231, 540

பல்லூடகப் பனுவல், 88–89, 97, 538

பல்வகைப் பனுவல், 88–89, 97, 538

பன்முக அமைப்பு, 138–139, 141, 147, 162, 182, 292–293, 539, 541

பனுவல் 43–51, 65–67, 69–70, 72, 75, 77–79, 81–82, 88–89

பனுவல் நெறிசார் சமானம், 134

பனுவல் மொழியியல், 204–205, 266–267, 276, 279–280, 282–283, 438, 448, 540–541

பனுவலிடை இழையோட்டம், 76, 274–276, 280, 283, 357, 379, 383, 402, 409, 413, 541, 543

பாடபேதங்கள், 148, 350

பாதல் சர்க்கார், 489, 498, 501, 544

பார்சி நாடகம், 465–468, 544

பால் டி மேன், 172–73

பால், பால் தன்மை, பாலினம், 155, 158

பாலகிருஷ்ண முதலியார் நல்லாடை ஆர்., 323, 331, 335, 542

பிய பூர்ட்யூ, 178, 180

பின்வாழ்வு, 116–117

பீட்டர் நியூமார்க், 137, 183, 187

பீட்டர் ப்ரூக், 497, 544

பீட்டர் ஹயூம், 169

புதிய உன்னதவியம், 564, 568

புதிய வரலாற்றியம், 351

புதுமைப்பித்தன், 403, 407–410, 412–413, 419, 425, 428, 430, 433, 543

புறக் கட்டமைப்பு, 110

புஷ்கின், 122, 373

பெரு கலாச்சாரம், 115, 148, 287, 541

பெருமொழி, 46–52, 60, 62–68, 70–72, 77, 82, 88, 91, 93–94, 111–115, 117–118, 120–121, 123–125, 127–128, 133, 135–138, 142–148, 153–154, 158, 177, 181, 185–186, 188, 210, 214, 276, 279, 287–294, 309–310, 316, 320, 322, 366, 372, 374–375, 377, 382, 397, 401–402, 405, 442–447, 449, 453–454, 504–507, 509–513, 515,518–519, 534, 539–541, 543–545

பென் ஜான்சன், 351

பேச்சுச் செயல் கோட்பாடு, 210–211, 213–214, 228, 281, 540, 546

பேசுபவரின் பொருள், 54–56, 58

பேராசிரியர், 100–103, 138, 141, 178, 182, 539

மக்கோலி பிரபு, 468, 469

மணக்குடவர், 350, 368–370

மனோன்மணீயம், 458, 465

மிச்செலா உல்ஃப், 177, 178, 182, 540

முக இழப்பு, 223

முகக் கோட்பாடு, 222, 224, 228, 231, 540

முகத்தை அச்சுறுத்தும் செயல்கள், 223, 225

முடிவுசெய்தல், 78, 400

முடிவுசெய்யும் உத்திகள், 78

முத்துசாமி ந., 438, 461, 487, 488

முன் அனுமானங்கள், 207, 209–210, 228, 280, 404, 410–411, 433, 540, 546

மூலபாடம், 349–350

மூன்றாம் அரங்கு, 489, 498–501

மேடை நாடகம், 88, 131, 435–436, 438, 447, 457, 460, 465

மேடையில் பேசத்தகும் தன்மை, 450, 456

மேடையேற்றத்தகும் தன்மை, 450, 456

மையநிலை – விளிம்புநிலை, 139

மொழிக்குள்ளேயே செய்யப்படும் மொழியாக்கம், 102, 132, 186, 367, 368, 539

மொழிகளுக்கிடையே செய்யப்படும் மொழியாக்கம், 132–133, 186

மொழிபெயர்ப்பு, மொழி மாற்றம், மொழியாக்கம், 43, 51, 53

மொழியாக்க அலகு, 79

மொழியாக்க ஏற்புடைமை, 142–143, 182–183, 293, 539, 542, 547

மொழியாக்க நிறைவு, 142, 292–293

மொழியாக்க நெறிமுறைக் குறிப்பு, 78, 400

மொழியாக்க மதிப்பீட்டு அளவுகோல், 315–317, 324, 334, 340, 404, 411, 432, 542, 543

மொழியாக்க விதிமுறைகள், 141–144, 147, 539, 547

மொழியாக்க விலகல்கள், 142–143, 293

மொழியாக்க விளைபொருள்கள், 75

மொழியாக்கச் சுயாதிகாரம், 113, 118

மொழியாக்கச் செயல் திட்டம், 146–147, 294

மொழியாக்கச் செயல்முறை, 72–73, 75, 78–80, 109, 176, 179–181, 183, 186, 443, 538

மொழியாக்கத் திரிபுகள், 148, 154

மொழியாக்கத்தில் முடிவுசெய்தல், 78

மொழியாக்கம் என்ற வாசிப்பு, 172

மொழியில்லாத் தகவல் பரிமாற்றவியல், 565

மொழிவழிப் பரிமாற்றக்களன், 177, 245

மொழிவழிப் பரிமாற்றக்களன் பகுப்பாய்வு, 144, 163, 204–205, 231, 235, 244–246, 252–253, 260–261, 280–282, 540

மோடி ஆவணங்கள், 464

யூஜீன் நைடா, 135, 182, 187, 540

ராபர்ட் ஃப்ராஸ்ட், 371, 374

ராபர்ட் பிரவுனிங், 373

ராமசாமி மு., 461, 502

ராமானுஜம் சே. 461, 489, 492

ராமானுஜன் ஏ.கே., 103, 292, 311, 323, 324–325, 327–329, 331, 335, 539

ரோமன் யேகப்சன், 102, 110, 130, 182, 186, 367, 373, 540

லோரி சேம்பலின், 155, 158, 540, 549

வட்டரங்கு/களம், 439

வடிவ ஒப்புமை, 104, 135–137, 182, 187

வடிவ–அழகியல் சமானம், 134, 187

வடிவம், 63, 68–70, 126, 129, 135, 215, 233

வாக்கியமும் கூற்றும், 540

வாசகர்–கோணப் பனுவல்கள், 359, 360

வால்டர் பெஞ்சமின், 116, 183, 539

விஞ்சென்டெ ராஃபேல், 169

விமர்சன மொழிவழிப் பரிமாற்றக்களன் பகுப்பாய்வு, 163, 244–246, 252–253, 260–261, 282, 540

விரிசை அருளிளங்குமரன், 470, 481, 483

விரிந்த அர்த்த மட்டப் பின்னல், 268–269, 272–273, 283, 541, 547

விலர்ட் க்வைன், 128, 183, 540

விவரிப்பு, 107, 133, 270–271, 285, 306, 392, 451, 550

விவேக் நாராயணன், 323–329, 331, 335, 542

விளக்கவியல், 114

விளாடிமீர் நபகோஃப், 121, 183

விளைவை உண்டாக்கும் செயல், 212–214, 281

வினே & டார்பில்னே, 122, 182

வெளிக் கட்டமைப்பு, 110

வேறுபடுத்தல், 271, 409, 433

ஜான் ட்ரைடன், 375

ஜூலியன் ஹவுஸ், 138, 183, 187

ஜூலியா கிறிஸ்டிவா, 357, 543

ஜெயபாரதன், 470, 482–483

ஜேக் டெரீடா, 161, 172

ஜேம்ஸ் ஹோம்ஸ், 143

ஷெல்லி, 373

ஷேக்ஸ்பியர், 151, 313, 350–351, 379–384, 386–393, 396, 350–351, 379, 446, 456, 465–467, 469–470, 473, 479, 481–483, 486–487, 543, 544

ஹான்ஸ் வெர்மியர், 145, 188, 540

ஹிலே பெலோக், 400, 402

ஹெமிங்ஸ், 351

ஹோஸ்ஸே ஓர்ட்டிகா இகாஸெட், 120, 183, 539

ஹோஹி லூயிஸ் போர்ஹஸ், 119, 168, 183, 539

ஸ்கோபோஸ் கோட்பாடு, 145, 158, 162, 182, 188, 294, 539–540, 542

ஸ்டானிஸ்லாவ்ஸ்கி, 496, 544

ஸ்டீவன் க்ரீன்ப்லாட், 351

காலச்சுவடு பப்ளிகேஷன்ஸ் (பி) லிட்.
Published by Kalachuvadu Publications Pvt. Ltd.,
669, K.P. Road, Nagercoil 629001, India
Phone: 91-4652-278525
e-mail: publications@kalachuvadu.com

09/2022/S.No. 1086, kcp 3805, 18.6 (2) rss